प्रतिस्पर्धी

कादंबरीकार, कथाकार, नाटककार म्हणून साहित्यक्षेत्रात प्रतिष्ठित असलेले तसेच मराठी, इंग्रजी आणि हिंदी या तिन्ही भाषांत तेवढ्याच ताकदीने पारंगत असणारे किरण नगरकर यांना नाटकांपेक्षा सिनेमा ह्या माध्यमाचे विशेष आकर्षण आहे. 'अभिरुची' मधून सुरवातीला त्यांच्या कथांचे प्रकाशन झाले. मात्र 'सात सक्क त्रेचाळीस' या पहिल्याच कादंबरीमुळे साहित्यविश्वाने त्याच्या साहित्याची दखल घेतली. त्यानंतर 'बेडटाइम स्टोरी', 'कबीराचं काय करायचं' ही नाटके, 'रावण ॲण्ड एडी', 'ककल्ड' आणि 'गॉड्स लिट्ल सोल्जर' ह्या इंग्रजी कादंबऱ्या त्यांनी लिहिल्या. 'ककल्ड' ह्या कादंबरीला साहित्य अकादेमीचा पुरस्कार मिळाला. अनेक भाषांतून प्रकाशित झालेली ही कादंबरी त्यांच्या इतर साहित्याप्रमाणेच विचार चिंतन करायला लावणारी व जीवनाविषयीच्या मूलभूत प्रश्नांना स्पर्श करणारी आहे

संस्कृत मराठी हिंदी आणि इंग्रजी तीनही भाषांवर प्रभुत्व असणाऱ्या रेखा सबनीस यांनी अनेक मराठी नाटक व हिंदी सिनेमांतून अभिनय आणि दिग्दर्शनाचे काम केले आहे त्याचबरोबर काही हिंदी नाटकांचे मराठी अनुवादही केले आहेत. किरण नगरकर यांच्या 'रावण ॲण्ड एडी' या कादंबरीचा त्यांनी केलेला अनुवाद प्रसिद्ध झाला आहे. 'ककल्ड' या कादंबरीचा त्यांनी केलेला अनुवाद मूळ कादंबरीचा साज घेऊनच केलेला आहे

AA000479

किरण नगरकर यांची इतर पुस्तके

मराठी

सात सक्कं त्रेचाळीस (१९७४)
रावण आणि एडी (अनु. रेखा सबनीस) (१९९६)
द एक्स्ट्राज (२०१७)

इंग्रजी

Seven Sixes are Forty-three (1980)
Rawan and Eddie (1995)
Cuckold (1997)
God's Little Soldier (2006)
The Extras (2012)
The Bedtime Story (2015)

प्रतिस्पर्धी

('ककल्ड' या 'साहित्य अकादेमी' पुरस्कारप्राप्त कादंबरीचा मराठी अनुवाद)

किरण नगरकर

अनुवाद
रेखा सबनीस

पॉप्युलर प्रकाशन, मुंबई

प्रतिस्पर्धी
(म-११३२)
पॉप्युलर प्रकाशन
ISBN 978-81-7185-956-6

PRATISPARDHEE
(Marathi : Novel)
Kiran Nagarkar
Tr. Rekha Sabnis

© २००८, किरण नगरकर

पहिली आवृत्ती : २००८/१९२९
पुनर्मुद्रण : २००९/१९३०
दुसरे पुनर्मुद्रण : २०१३/१९३४
तिसरे पुनर्मुद्रण : २०१७/१९३८
चौथे पुनर्मुद्रण : २०२१/१९४३

प्रकाशक
अस्मिता मोहिते
पॉप्युलर प्रकाशन प्रा. लि.
३०१, महालक्ष्मी चेंबर्स
२२, भुलाभाई देसाई रोड
मुंबई ४०००२६

अक्षरजुळणी
संतोष गायकवाड
स. नं. ४६, काशिदनगर
पिंपळे गुरव, पुणे २७

युवराज, राणा संग व या कादंबरीतील इतर पात्रं यांच्या जीवनात घडलेले पेचप्रसंग, घटना, द्विधा अवस्था या तितक्याच खऱ्या व अर्थपूर्ण वाटाव्यात जितके आपल्या आयुष्यातले जन्म, घटस्फोट, कुटुंबातील मृत्यू, राजकारणी कारस्थान, राष्ट्रीय आणीबाणी किंवा युद्ध वगैरे अनुभव आपल्याला वाटतात. हा विचार मनात बाळगून आजच्या वापरातील सोप्या बोलभाषेचा वापर या कादंबरीत केला आहे. वेळेचं मोजमाप, शैक्षणिक औपपत्तिक तत्त्वं, लष्करी डावपेच, संगीत, नोकरशाही कामकाजपद्धती या संकल्पना जर आजप्रमाणे सोळाव्या शतकातही अस्तित्वात होत्या, तर त्या आजच्या भाषेत मांडणं आकलनाच्या दृष्टीने सोयीस्कर ठरावं असा यामागचा विचार होता. केवळ अनुमानावर आधारित निष्ठेच्या पुस्तकी किंवा तात्त्विक कल्पनांपेक्षा विषयाचं तात्कालिक आकलन या उद्देशाने या कादंबरीत आधुनिक भाषेचा वापर केला गेला आहे.

प्रस्तावना

कमल देसाई

किरण नगरकर एक लेखक म्हणून मराठी, इंग्रजी व हिंदी या तिन्ही भाषांत पारंगत आहेत. परंतु त्यांची स्वाभाविक भाषा मात्र इंग्रजीच आहे.

इंग्रजी ही ज्ञानभाषा आहे आणि त्या भाषेला आज तरी पर्याय नाही.

मराठी भाषा (खरे तर सर्वच भारतीय भाषा) ही स्वभावत: मिथकाची भाषा आहे. प्रतिमा, प्रतीके, रूपके यांतून ती अभिव्यक्त होते. ध्वन्यर्थ, व्यंजना आणि लक्षणा ही तिची मूळ प्रकृती आहे आणि शब्दातीत शक्ती हे अनन्य लक्षण आहे. देशीय सांस्कृतिक वातावरण हे तिचे पर्यावरण आहे. एकाच वेळी परस्परविरोधी भाव वाक्यात असण्याची तिला भीती वाटत नाही. तिच्या दृष्टीने सत्याची अनेक रूपे, अनेक परिणाम असतात, इतके की अनिश्चितता हेच तिचे व्यवच्छेदक लक्षण आहे. म्हणून कथा–काव्य–कादंबरी–नाटक ही तिची सहज रूपे असतात. अशी लवचीक, सहज रूपे असलेली चिवट–जिवट भाषा टिकते, ती कधीच मरत नाही. आज तिचे मिश्र रूप जरी अस्वस्थ करणारे वाटते आहे तरीही त्यातून ती नवेच रूप घेऊन नव्याने जन्माला येईल. जागतिकीकरणाने ती सवंग झाली आहे हे खरेच. तरी अखेर भाषा हे एक माध्यम आहे. आणि एखादा लेखक त्या माध्यमाला काय रूप देईल आणि कसे सजीव करील हे कोण ठरवणार ? लेखकाच्या दृष्टीने कोणतीही भाषा ही त्याच्या कलावस्तूचे माध्यम असण्याची शक्यता असते. तेव्हा लेखकावर अमूक एक भाषाच माध्यम असावी हे बंधन असणे शक्य नाही, किंवा बंधन असूच शकत नाही. त्यातून कोणत्या भाषेची भुरळ माध्यम म्हणून एखाद्या लेखकाला पडेल हे कोणी सांगावे ? किरण नगरकरांचे इंग्रजी भाषा हेच स्वाभाविक माध्यम आहे.

मराठी भाषिकांनी इंग्रजी भाषेकडे साशंकतेनेच पाहिले आहे. हे एखादे संकट तर नव्हे ? असे त्यांना सतत भेडसावत राहते. ती ज्ञानभाषा आहे हे महाराष्ट्राने कधीच नाकारले नाही. ज्ञानभाषा म्हणून तिचा पूर्ण स्वीकार झाला. पण एरवी साशंकता, न्यूनगंड, कधी भयचकितपणा अशी संमिश्र भावना माध्यम म्हणून त्या भाषेविषयी असल्याने मराठीने इंग्रजीचे अनुवाद केले तरी मराठी लेखकांनी कवितेचे किंवा कथा–कादंबरी–नाटकाचे माध्यम म्हणून ती भाषा कधीच स्वीकारली नाही; नव्हे तिचा

तिटकारा केला, तिला दूर ठेवले. शिवाय मराठी भाषेतील आशय, मराठी संस्कृती, तिचा भूगोल, इतिहास, तिचे पर्यावरण इंग्रजीतून अभिव्यक्त करता येईल की काय, हा एक अत्यंत निकटचा प्रश्न सतत भेडसावत राहिला. ''इश्श्य, काहीतरीच काय ?'' ''जळलं मेलं लक्षण ते, चुलीत घातलं अन् काय ?'' किंवा ''बांगडी वाढवली.'' हे इंग्रजीत कसं आणता येईल ?

भाषेतून मूळ संस्कृती प्रगट होत असते. ती परक्या भाषेत उतरणे कठीणच. हा एक कळीचा प्रश्न आहे. इंग्रजी भाषा तिच्या संस्कृतीसह आपल्याला मुळीच समजत नाही, कारण ती संस्कृतीच आपल्याला परकीय आहे. अतएव अनुवाद जसा अशक्य तशी त्यातून अभिव्यक्ती, त्यातून आविष्कारही अशक्यच. तरीही अनुवाद, तुरळक का होईना, होत राहिले. परंतु इंग्रजी भाषेत काव्य लिहिणे मराठी भाषिकांना अशक्यच. जवळजवळ १९६०पर्यंत मराठी भाषेत असे प्रयत्न झालेले नाहीत. कारण माध्यम म्हणून त्या भाषेविषयी मराठी भाषिकांनी धसकाच घेतलेला दिसतो. शिवाय जित म्हणून न्यूनगंड आणि परक्यांची भाषा म्हणून अलिप्तता.

पण आश्चर्याची गोष्ट अशी की, कानडी भाषेत हे धाडस राजा राव आणि आर. के. नारायण यांनी केले. याचे कारण त्यांना जागतिक कीर्ती हवी होती हे नाही. पैसा हवा होता म्हणूनही नाही. किंवा त्यांना आपली भव्य संस्कृती इंग्रजांना समजावूनही द्यायची नव्हती. तसले काहीच त्यांच्या मनात नव्हते. तर लेखकाला त्या भाषेची एक माध्यम म्हणून पडलेली भुरळ होती. भाषेची अशी मोहिनी इतकी तीव्र होऊन झपाटते याचा अनुभव कलावंताला येतो. त्यातूनच त्याचे लेखन होते. प्रारंभीचे त्यांचे लेखन बाळबोध झाले आहे यात शंकाच नाही. पण त्या धाडसाला केवळ परकीयांविषयी ओढ म्हणून नाकारू नये. माध्यमाची भुरळ हे त्याचे उत्तर आहे. आणि निदान लेखकांनी तरी ही माध्यमाची मोहिनी नाकारू नये. त्यानंतरच्या काळात गुरुदेव रवींद्रनाथ टागोर यांची 'गीतांजली' आली. त्यांना माध्यमातल्या अडचणी जाणवल्या नव्हत्या का ? तरीही हे माध्यम ते का हाताळत होते ? गीतांजली प्रथम बंगालीमध्येच लिहिली गेली. नंतर ती इंग्रजी भाषेत टागोरांनी स्वत:च भाषांतरित केली. त्याचा विषय तर चक्क श्रद्धा, परमेश्वर आणि अध्यात्म. तो परमेश्वरसुद्धा अद्वैत वेदांतातील. त्यांना तो विषय इंग्रज लेखकांना समजून द्यायचा होता, हे आणखी एक. ते आव्हान स्वीकारले टागोरांनी आणि त्यांना 'नोबेल' पारितोषिक लाभले. आपण तो भारतीयांचा गौरव मानतो. अमेरिकनांना त्यातले नेमके काय समजले ? अमेरिकनांनाही पडलेच असतील की प्रश्न. मग आपणच एवढा बाऊ का करतो ? अनंतमूर्ती किंवा गिरीश कार्नाड म्हणतात की, 'आम्ही कानडीत विचार करतो.' मातृभाषेत विचार हा सहज होणारा विचारच आहे. 'फायर अॅण्ड रेन' लिहिताना आपल्याला वाटते की कानडीतील संपूर्ण आशय आपण

आणू शकलो नाही, असे गिरीश कर्नाड नोंदवतात. खरे तर आपल्या भाषेतही आपल्या मनातले सर्व उतरवता येत नाही. काही तरी उरतेच. अधुरे, अपूर्ण वाटत राहतेच. हे काय असते ? तशी भाषा हे माध्यम म्हणून निसरडे, फसवेच असते. भाषा सदैव आपल्याला भुलवते आणि चकवते. हे निर्माण होणारे प्रश्न असूनही इंग्रजी भाषा माध्यम म्हणू वापरली जात होती. अजूनही वापरली जाते.

मुख्य मुद्दा असा आहे की, परकीय भाषा आणि परकीय संस्कृती आपल्याला आत्मसात करता येत नाही, हे जितके खरे आहे तितकेच भाषा हे माध्यम म्हणून लेखकाला भुरळ घालणार आणि त्यातून तो भाषा या माध्यमाला आपल्याला हवे तसे वाकवणार. १९७०–८० च्या दरम्यानच्या दशकात मराठी लेखकांनी इंग्रजी भाषेला आपल्याला हवे तसे वाकवून नीट भारतीय केले आहे आणि भारतीय इंग्रजी ही संज्ञा रूढ होताना दिसत आहे. त्यात अरुण कोलटकर हे मराठी, इंग्रजीतले एक महत्त्वाचे कवी आहेत. त्यांच्या कवितेला मराठी उन्हाचा, काळ्या दगडाचा आणि कडेकपारीतून वाहणाऱ्या झऱ्याचा श्वास, नाद आणि गंध आहे. 'जेजुरी' वाचताना हे लक्षात येते. दिलीप चित्रे हे आणखी एक कवी, लेखक आणि अनुवादक. आणि किरण नगरकर हे कादंबरीकार आहेत. ते तर विचार इंग्रजीतूनही करतात आणि मराठीतूनही करतात. ते सहज या भाषेतून त्या भाषेत जाऊ शकतात. सहज बोलू, लिहू शकतात आणि त्यांच्या भाषेला एक खानदानी रुबाब आहे. त्यांचे इंग्रजी ब्रिटिश इंग्रजीकडे झुकणारे वाटते. मात्र तिचा गंध इथलाच आहे. ती भारतीयच आहे. विलास सारंगांची भाषा त्या मानाने थोडी परकीय गंध, वारे घेऊन येते. या सर्वांनी विपुल लेखन केले आहे. पण ते सर्व महानगरीतले रहिवासी लेखक आहेत आणि महानगरीची मिश्र संस्कृती त्या भाषेत आपोआपच घुसली आहे.

एखाद्या लेखकाला एखादी भाषा माध्यम म्हणून साद घालते, नव्हे त्याच्या संवेदनांना ती आपण होऊन खुली होते. अशी भाषा वश होणे आणि तिने हवे तसे वळण घेणे हे दोघांनाही, भाषेला आणि लेखकाला भूषणावह असते. हा चमत्कार घडतो एवढे मात्र खरे. मग ती परकीय भाषा अलग राहत नाही. आत्म्याची भाषा बनते. किरण नगरकरांना इंग्रजी भाषा अशी वश आहे. ते भाषेला चांगले वाकवताना दिसतात. भाषा त्यांच्या हातात वितळते आणि तिला हवे ते रूप घेते. त्यांचे इंग्रजी वाचणे ही एक 'ट्रीट' असते. मजा येते. ते चांगलेच खिळवून ठेवतात.

म्हणून कोणीही, कितीही भाषांतून लिहावे. त्यामुळे आपलीच भाषा श्रीमंत होते. आपणच प्रगल्भ होतो. आपल्या भाषेला त्यातून धोका नाही. उलट ती अधिक तावून सुलाखून निघते.

२

कादंबरी ऐतिहासिक आहे असे जाणवले की मला वाचण्याचा धीर होत नाही. त्यातून या कादंबरीची नायिका, तिची मधुराभक्ती आणि तिचे ते तथाकथित काव्य मला कधीच आवडले नाही. उलट एक प्रकारचा तिटकाराच आहे मला. ती ऐतिहासिक भक्त आपल्याला नको. तर मग नगरकरांनी काय म्हणून ही कादंबरी लिहिली असे मला वाटले. नगरकरांनी असे काही लिहावे इतके काही खासच ते तिरपागडे नाहीत. म्हणजे ते तिरपागडे आहेत, पण असली ऐतिहासिक कादंबरी लिहिण्याइतपत ते नसावेत. कादंबरी वाचण्यापूर्वी माझ्या मनात अशी साशंकता, पूर्वग्रहदृष्टीही होती. मी भीत भीत उचलली कादंबरी आणि वाचताना केव्हा त्या पानांच्या आणि कथेच्या जंजाळात गुरफटले ते समजलेच नाही. ती ऐतिहासिक कादंबरी नव्हती, तर तिचा एकंदर थाटघाटच वेगळा होता.

किरण नगरकरांना नाटकापेक्षा सिनेमा या माध्यमाचे जास्त आकर्षण आहे. ते कॅमेऱ्याच्या डोळ्यातून सूक्ष्मातिसूक्ष्म तपशील प्रत्यक्ष उभा करतात. डोळ्यांना सरळ दिसावे इतके स्वच्छ, स्पष्ट चित्र ते शब्दांच्या माध्यमातून पकडतात आणि असे करताना त्यांचा अवकाशाचा आणि कालाचा आवाकाही भव्य–विशाल असतो. हे खरे की कादंबरीत पंधरा–सोळाव्या शतकातील नायक–नायिका आहेत. पण लेखकाचे डोळे अत्यंत आधुनिक आहेत. कादंबरीतील संस्कृती भूतकालीन राजपूत आहे. ते चितोड कालावकाशासहित असे नावीन्याचा साज आणि नवीन अर्थ घेऊन सजीव करणे ही किमया नगरकराच्या लेखनाने करून दाखवली आहे. तो त्यावेळचा निसर्ग, हवापाणी, पाऊस, मोर, ते राजपुती मेवाडी रंग, तो पोशाख, ती वस्त्रे, ते राजवाडे, किल्ले आणि वाहणारी गंभीरी नदी, त्यांचा एकलिंगजी, हे सर्व प्रत्यक्षात भेटतात आपल्याला. आणि त्यावर कॅमेरा जशी 'कॉमेंट' करतो तसाच त्यांचा मिस्कील, परिहासक भाव पण त्या सर्वांना एक वेगळे परिमाण देतो. या बाबतीत इंगमार बर्गमन या सिनेदिग्दर्शकाशी त्यांचे साम्य आहे. तसेच रोखठोक कठोर वास्तव आणि तशीच कठोर विश्लेषण पद्धती ते दृश्यरूप करताना दिसतात. फक्त इथे शब्द असतात. कधी कधी पदार्थांचे असे वर्णन येते की तो चाखून बघण्याचा मोह होतो. त्या ओढणीचा तलमपणा डोळ्यांना स्पर्श करतो. एवढ्या सर्व संवेदना 'व्हिज्युअल' करायच्या, अगदी प्रत्यक्ष दाखवायच्या, तेही पुन्हा शब्दांच्या माध्यमातून साधायचे हे सोपे नव्हे. हे सर्व करताना सर्व जाती–पातीच्या लोकजीवनाला त्या काळातील संस्कृतीसह नगरकरांनी उभे केले आहे.

प्राचीन काय किंवा अर्वाचीन काळ काय, माणसाला आपले अस्तित्व सिद्ध करायचे असेल, अस्तित्व टिकवायचे असेल तर त्याला युद्ध आणि प्रेम यांतील सत्ता–संघर्षाचा खेळ खेळल्याखेरीज गत्यंतरच उरत नाही. हा सनातन खेळ कधी न

संपणारा, मात्र नेहमीच माणसाला नामोहरम करणारा असतो. सत्तेच्या खेळात प्रेम आणि युद्ध सारखेच. दोन्हीकडे जिंकले काय आणि हरले काय दोन्हींचा अर्थ एकच, काहीच हाताला न लागणे. फक्त आगतिकता, चिंता, ताणतणाव आणि पराभूतपणा वाट्याला येणार. या कादंबरीततही युद्ध आणि प्रेम यांतील सत्तेचा खेळ आहे.

हे शब्दशिल्प वक्रोक्तीतून आविष्कृत होते. वक्रोक्ती कधी परिहासाचे रूप घेते, कधी उपहासाचे, कधी उपरोधाचे तर कधी कधी तीव्र, परखड अशा खदखदण्यातून प्रगट होते. कालावकाशात दिमाखाने उभ्या राहिलेल्या एखाद्या प्राचीन लेण्यासारखे हे शब्दशिल्प वाचकाला खेचून घेते. मग लेखक अत्यंत कलाकुसरीने, अगदी सूक्ष्म, अतिसूक्ष्म तपशिलाने लोकजीवन घुसळून काढतो. त्यातून लोकसंस्कृती टीकाटिपणीसह वाचकापुढे मांडतो. अशा या लोकसंस्कृतीत आता आत घुसण्याखेरीज वाचकाला दुसरा मार्गच उरत नाही. ती आत आत खेचत राहते, वाचकाला खोल भोवंडून टाकते. तो भांबावतो, चक्रावतो, घुसमटतो, थांबतो. विचार तर त्याला करावाच लागतो. इतका की आता 'पुरे पुरे' असे म्हणावेसे वाटते. पण संवेदन आणि चिंतन लेखक थांबवत नाही. या सर्वांमुळेच कादंबरीच्या गद्याला एक प्रकारे महाकाव्याचे गांभीर्य आले आहे.

३

किरण नगरकर यांची ही कादंबरी माणसाच्या अस्तित्वाची खूण पटवणाऱ्या, परवड करणाऱ्या आणि माणसाला फरफटत नेणाऱ्या 'युद्ध' आणि 'प्रेम' या क्रूर खेळाचे मिथक आहे.

कादंबरीतील पहिला स्तर हा काही नुसता युद्धाचा स्तर नाही. मेवाडचे वैभवशाली राज्य हे त्यावेळचे राजपुतांचे एक भूषण होते. ते राज्य आणि राजवाडा, ते राजे आणि त्या राण्या, त्यांची वैमनस्ये व स्पर्धा, त्यांचे जनानखाने आणि त्यांतील बृहन्नडा–हिजडे आणि दासदासी, राजपरिवारातले सत्तासंघर्ष आणि कुटिल कारस्थाने, त्यांची स्नानगृहे, मुदपाकखाने, बागा व त्यांतील मोर, आणखी असेच कितीतरी तपशील. मित्र कोण आणि शत्रू कोण ? मित्र तर आपले कोणीच नसतात, सर्व शत्रूच. त्यांना मारायलाच हवे. क्रूर हिंस्रता इथे तिथे सर्वत्र दडून भेडसावणारी. इतके क्रौर्य का असावे ? इतकी हिंस्रता का असावी ? सतत रात्रंदिन युद्धाचाच प्रसंग, सतत सावध दबा धरून बसलेला मृत्यू कुठेही केव्हाही तुम्हांला संपवील. त्यापूर्वी अंतर्गत संघर्षच तुम्हांला अर्धा संपवतो.

बाहेरच्या शत्रूंचासुद्धा विस्तारपूर्वक तपशील लेखक देतो. बाहेरचे मुसलमान शत्रू म्हणजे दिल्लीचे पातशहा, गुजरातचे सुलतान, माळव्याचे खिलजी आणि हिंदुस्थानच्या निसर्गरम्य वैभवाच्या प्रेमात पडून हिंदुस्थानच्या स्वारीवर येणारा कंद हारचा बाबर. गंमत

अशी की या बाबरची दैनंदिनी कुंवरजीच्या हाती पडते. ही दैनंदिनी इतकी भारी आहे. कुठून पैदा केली लेखकाने कोण जाणे. मी तर चक्रावलेच. त्यात काय वाटेल ते आहे. कोवळ्या, सुंदर मुसलमान मुलाबद्दलचे बाबरला वाटणारे आकर्षण अफलातून आहे. अर्थात हे सर्व कुंवरजीच्या नजरेतून घडते आहे. कादंबरीमध्ये दोन गोष्टी फार धमाल हास्य उडवून देणाऱ्या आहेत. एक, कादंबरीच्या आरंभीची धोब्याची गोष्ट आणि दुसरी, ही बाबरची दैनंदिनी.

शिवाय इतर राजपूत आणि हिंदू राजेही मेवाड गिळंकृत करण्याला टपून बसलेले आहेतच. संग्रामसिंहाची इच्छा आहे की सर्व एतद्देशीय राजे, निदान राजपूत राजे तरी एकत्रित करावेत. संग्रामसिंह हा युद्धांत एक एक अवयव गमावून बसलेला मोडका पण बलाढ्य राजा आहे. याचे कारण त्याची राजनीती व त्याचे शौर्य. पण कर्मावती राणीबद्दलचे त्याचे अनाकलनीय आकर्षण कुंवरजीला बुचकळ्यात पाडते आहे. हा युद्धाचा स्तर राजकारण, कारस्थाने आणि खुद्द मेवाडचे जीवन यांचा विशाल पट घेऊन पुढे येतो. आणि हा सर्व पट कुंवरजी आपल्याला सांगताहेत. याची मांडणी प्रथमपुरुषी आहे. यात कधी लेखक तर कधी कुंवरजी असे एकमेकांआडून सतत टीकाटिप्पणी करत असतात.

कुंवरजी हा या कादंबरीचा नायक आहे. इतिहास त्याच्याबद्दल फार मूक आहे. त्याचे अस्तित्वच पुसून टाकले आहे काळाच्या पटावरून. हीच फार मोठी शिक्षा आहे त्याला. पण लेखकाने अत्यंत प्रामाणिकपणे त्याचे अत्यंत वास्तव आणि वाजवी चित्र रेखाटले आहे. कुठेही त्याच्यावर अन्याय केलेला नाही. इतिहासात असे शिरणे आणि न्याय करणे धाडसाचे असते. पण लेखकाने वाचकांची सहानुभूती मिळावी म्हणून त्याचे चित्र असे रंगवलेले दिसत नाही. उलट कधी कधी कुंवरजीच स्वत:बद्दल कठोर होताना दिसतो. कुंवरजी फार एकाकी आहे. खरे तर राज्याचा भावी वारस, युवराज तो, पण सतत त्याला डावलले जाते. त्याचा तेजोभंग केला जातो. त्याला पौरुषहीन म्हणून हिणवले जाते. त्याला पाठिंबा कुणाचाच नाही. खुद्द परमेश्वरानेही नाकारलेले असे हे शोकात्मक व्यक्तित्व आहे. त्याच्या बुद्धीबद्दल, विचारांबद्दल लोक सदैव साशंक असतात. त्याला टाळतात. राणी कर्मावतीला तर तो काट्यासारखा सलतो. त्याला दूर करण्याकरता तिचे सतत प्रयत्न चालू असतात. अशा या गदारोळात स्वत:चा तोल सांभाळत धीरगंभीरपणे कुंवरजी वावरताना दिसतो. त्याची विनोदबुद्धी चांगली आहे. त्याच्या भावना तीव्र आहेत आणि बुद्धितेज आधुनिक आहे. पण हेच परंपरागत राजपुतांना नडते आहे. त्याला राजपूत संस्कृतीतील युद्धनीती मान्य नाही. राजकारण आधुनिक करण्याकडे त्याचा कल आहे. सबंध मेवाड त्याला नव्याने घडवायचे आहे. लढाईत नवनीती आणण्याची त्याची धाडसी योजना उधळून लावली जाते. राज्य नव्याने

घडवायला हवे अशी आशा मनाशी बाळगून, भावी राजा होण्याचे स्वप्न पाहत, कुंवरजी मेवाडच्या मातीचा वास घेत वाढतो आहे. एकाकी, कोणी मित्र नसलेला. फक्त कौसल्या आणि मंगलसिंह हे दोघेच त्याचे सगेसोयरे साऱ्या मेवाडमध्ये. तो सतत परका आणि पोरका वाढला आहे, त्यामुळे सतत चिंतन, विचार करतो. तो प्रजेला नको आहे. राजवाड्याला नको आहे. तो असून नसल्यासारखा आहे. सतत त्याचे अस्तित्व पुसून टाकले गेलेले आणि तो पुन:पुन: ते प्रस्थापित करण्याचा आटा पिटा करतो आहे. त्याची खरी सखी गंभीरी नदी. तिच्यात तो तासनतास डुंबतो. तिच्याशी बोलतो. त्याचा घोडा बेफिकीर त्याचा जिवलग दोस्त. केव्हाही सज्ज, साथ देणारा. आणि राजनीतीसाठी श्रीकृष्ण त्याचा गुरु–सखा. वेळ मिळेल तेव्हा तो श्रीकृष्णाशी राजनीतीविषयी बोलतो. हे बोलणे फार महत्त्वाचे. माणसांत तो रमत नाही. निसर्ग आणि श्रीकृष्ण हेच दोघे त्याचे, पण त्यानेच त्याला नाकारावे ? हे उफराटे का घडावे हे कोडे त्याला न उलगडलेले. अपराध काहीच नसताना काय म्हणून एखाद्याचे अस्तित्व असे कसोटीला लावून फेकून द्यावे ? तरीही जिद्द एवढी की, पुन:पुन: नवी युद्धनीती तो आखतच राहतो. जगण्याची ऊर्मी घेऊन ठाम उभे राहण्याची त्याची जिद्द आणि त्याचे अस्तित्व पुसून टाकण्याची इतरांची धडपड यात तो हरतो.

का म्हणून युद्धात मरायचे ? मरणाला सामोरे न जाता जिवंत राहून पुन्हा चढाई करण्याचे धोरण का ठेवू नये युद्धात ? माघार घेण्याचे भय काय म्हणून ? विजय मिळवण्याकरता श्रीकृष्णानेसुद्धा माघार घेतली. का नाही शत्रू बेसावध असताना त्याला गाठायचे आणि हल्ला चढवायचा ? म्हणजे आपले सैन्य कमी मरते आणि हानी कमी होते. गनिमी काव्याने लढावे, डावपेच आखावेत. पण मग अवचित प्रश्न पडतो कुंवरजीला. भेडसावत राहतो. माणसाने माणसाला का मारायचे ? शत्रू कोण असतो ? युद्धे का आणि कशासाठी खेळायची ? ही हिंसा थांबवता येणार नाही का ? हा एक मानसिक संघर्ष कुंवरजीमध्ये आहे. नीती आणि न्याय कुठला आणि कशाला म्हणायचे ? अखेर युद्ध काय देते ? आपण तर सारेच गमावतो.

समग्र मेवाडच्या लोकसंस्कृतीतून आणि मेवाडच्या मातीतून युद्धाचा हा विनाशकारी क्रूर खेळ कुंवरजीच्या डोळ्यांतून आपण पाहत राहतो. कुंवरजीच्या अस्तित्वासंबंधी एक प्रश्न सतत आपल्याच भोवती घोटाळत राहतो. हे अस्तित्व सावलीसारखे भासमान आहे काय ? खरे नव्हे काय ? आणि एकदम झगझगीत भान येते ते आजच्या आधुनिक माणसाचे. मराठी माणसाचे. त्याचे अस्तित्वच असे सावलीसारखे भासमान होत असल्याने त्या अस्तित्वाच्या सिद्धीकरता तर हिंस्रता वाढत नसेल ? कुंवरजी असा आजच्या आधुनिक माणसांचा प्रातिनिधिक तर नव्हे ना ? भयग्रस्तता, हिंस्रता आणि असून

नसल्यासारखे अस्तित्व इतके विडंबन जीवनात कुणाचे असेल ? कुंवरजी हा या विडंबनाचा, विटंबनेचा बळी आहे.

या सर्व युद्धाच्या पसाऱ्यात लेखकाला एक प्रश्न सतत सतावत राहतो की, बाबर हिंदुस्थानात येण्यापूर्वीच राजपुतांनी दिल्ली आपल्या ताब्यात का घेतली नाही ? आणि याला उत्तर सापडत नाही. कुंवरजीलाही सतत हा प्रश्न सतावतो आहे.

युद्धाच्या धामधुमीतच घराण्यातील वासनांचे गलिच्छ खेळ सतत सबंध राज्याला पीडा देत असतातच. त्यात पुष्कर इथे घडलेला बृहन्नडेच्या हत्येचा प्रयत्न हा एका किळसवाण्या कारस्थानाला निरनिराळ्या स्तरावरून तोंड फोडतो. बृहन्नडा हा एक राणी कर्मावतीच्या परिवारातील प्रमुख कंचुकी. अतिशय बुद्धिमान. वेळोवेळी राणीला सल्ला मसलत देणारा एवढेच नव्हे, तर राजे घडवण्याची ज्याच्याजवळ बुद्धिमत्ता आहे असा हा कंचुकी. 'किंग मेकर' असा सार्थ अभिमान बाळगणारा खास राणीच्या आणि विक्रमादित्याच्याही मर्जीतला. हा बृहन्नडा मोठा हुशार. त्याचे महाभारताचे नुसते वाचन नाही तर अभ्यासपूर्ण लेखनही आहे. भीष्मावर त्याने एक प्रबंध लिहिला आहे. त्यात त्याने भीष्म हा बृहन्नडा, अर्धनारीनटेश्वर, हिजडे यांच्याशी नाते असलेला कसा आहे याचे विद्वत्ताप्रचुर परिशीलन केलेले असते आणि तरीही त्याच्या नीतिमत्तेची प्रशंसा केलेली असते.

यात 'पुरुष' हे तत्त्व नेमके काय आहे, इथे युद्धाचा हा भाग आपल्याला नेतो. पुरुष सतत आपल्या 'निगेटिव्ह'च्या शोधात असतो काय ? आणि 'निगेटिव्ह'बद्दल त्याचे सतत आकर्षण असते काय ? असे अनेक प्रश्न कुंवरजी, भीष्म, बृहन्नडा यांच्या संदर्भांतून लेखक निर्माण करतो. कधी कधी पुरुष 'इंपोटंट' होतो आणि न्यूनगंडाने पछाडला जातो. समाजही त्याला पौरुषहीन म्हणून हिणवतो. त्याचे विडंबन होते. हे कुठपर्यंत पोचते ? विश्वात पुरुषोत्तम फक्त तो मुरलीधर बाकी सर्व अर्धे पुरुष आणि अर्धे स्त्रीच असतात काय ? अर्धनारीनटेश्वर पुरुष–स्त्री–कंचुकी–हिजडे अशी एक व्यवस्था लोकसंस्कृतीत आहे काय ? वगैरे प्रश्न लेखकाने खोलवर जाऊन निर्माण केले आहेत.

'पॉझिटिव्ह' व 'निगेटिव्ह' तत्त्व याचा अर्थ काय ? प्रत्येक वस्तूतच 'धनतत्व' आणि 'ऋणतत्व' असते. जर ऋणतत्व बाजूला झाले तर सतत त्या वस्तूला धनतत्वाचे आकर्षण वाटत राहते. त्यामुळेच माणसाला नेहेमी कुणाशीतरी एकरूप होण्याची ओढ असते. पण माणसाला साधे एकमेकांशी संवाद साधणे शक्य होत नाही तिथे 'ये हृदयींचे ते हृदयीं घातले' हे कसे शक्य होईल ? ही गोची असल्याने माणूस सदैव सैरभैर राहतो. अगदी एकटा, परका, पोरका राहतो. आणि त्याला वाटते की, परमेश्वराशी एकरूप होता येईल, म्हणून मग तो भक्तीच्या मार्गाला लागतो.

युद्धात जमिनीच्या मालकीसाठी सत्तासंघर्ष असतो आणि ही मालकी कुणाकडे राहावी यातून कुटुंबाकुटुंबातूनही संघर्ष होत राहतो. पण जमीन कुणाच्याही मालकीची असूच शकत नाही. त्यामुळे माणसेच आपसात लढतात आणि मरतात. जमीन तिथेच तशीच राहते. कधी ती सूड पण घेते. प्रेमात स्त्रीच्या मालकीसंबंधी सत्तासंघर्ष असतो. आणि स्त्रीदेखील कुणाच्याही मालकीची असूच शकत नाही. ती माणूस असल्याने स्वत:च स्वत:च्या मालकीची असते. पण हा सत्तासंघर्ष सनातन कालापासून आजवर घडत आला आहे. आणि स्त्री ही पुरुषाला कधी सापडू शकलेली नाही.

४

कादंबरीतला दुसरा स्तर आहे प्रेमाचा. सत्ता, संघर्ष आणि प्रेमाचा विषम त्रिकोण. इथे तो–ती–परमेश्वर असा तीव्र संघर्ष. यात माणूस हरणारच. पण याचा अर्थ काय असतो ? या स्तरात तीन भाग़ आहेत. एक, स्वामित्वाचा भाग. राजकुमारी कुणाच्या मालकीची ? देवाची ? कुंवरजीची ? दुसरा, कुंवरजीचे राजकुमारीबद्दलचे आत्यंतिक प्रेम, ओढ आणि त्यातून होणारी विलक्षण तडफड, परवड आणि फरफट. तिसरा भाग आहे आध्यात्मिक. माणसाला दुसऱ्या माणसात एकरूप होण्याची लागलेली ओढ. अशी ओढ का असते ? आणि माणूस एखाद्या माणसाशी पूर्ण एकरूप का होऊ शकत नाही ? अशा तीन भागांतून ही मांडणी टीकाटिप्पणी, विश्लेषण आणि प्रसंग यांतून चित्रपटासारखी सरकत राहते. युद्धाइतका हिचा वेग गतिमान नाही किंवा तिचा पसारा पसरट नाही. उलट ती आपल्याला सखोल सूक्ष्मात नेते. इथे राजकुमारी, तिचा पती आणि परमेश्वर यांच्यातील विषम चढाओढ आहे. ती मानसिक पातळीवर आहे. त्यात वास्तव कमी आहे. प्रसंग आणि मनाचा संघर्ष असे हे चित्र आहे. या आध्यात्मिक भागात कथा 'तत् त्वम् असि' याचे रूप घेताना दिसते. इथे लेखन तृतीयपुरुषात आहे. म्हणजे कुंवरजी स्वत:कडे 'तो'च्या नजरेतून पाहतो. राजकुमारी आणि परमेश्वर यांचा संबंध तपासतो. ही नजर जशी कुंवरजीची आहे तशी लेखकाचीही आहे आणि वाचकाचीही आहे, त्यामुळेच वाचताना गंमत येते. आपण आपल्यातच डोकावत राहतो, विहिरीतील प्रतिबिंब पाहावे तसे. असे ते मनाच्या तळात जाऊन आत्म्याला हात घालणारे लेखन झाले आहे.

यातील टीकाटिप्पणी ही लेखकाची नवी शोधरेखाटने आहेत. कादंबरीत असे इतके विचक्षण होणे धोक्याचे असते. पण लेखक आपल्याला हवी तशीच कादंबरी वळवतो किंवा असे म्हणूया की, लेखकाला कादंबरी आपल्याला हवे तसे वळवून घेते आहे. पण ही विचक्षणा फार मार्मिक आहे, नेमकी आहे आणि वाचकाला अंतर्मुख करणारी आहे. त्यामुळे हा धोका पत्करणे कादंबरीला हितावह ठरले आहे.

तसे पाहिले तर ही कादंबरी म्हणजे एका स्त्रीने फसवलेल्या पुरुषाची कथा आहे. ही स्त्री आहे मेरठची राजकुमारी. तो पुरुष म्हणजे कुंवरजी. वैभवशाली मेवाडच्या राजपूत राज्याचा युवराज, आणि तिचा प्रियकर आहे निळा गिरिधर गोपाल. प्रत्यक्ष परमेश्वर. आता परमेश्वरच प्रतिस्पर्धी असेल तर लढणार तरी कसे ? कितीतरी प्रश्न. परमेश्वर प्रियकर याचा नेमका अर्थ काय ? परमेश्वर माणूस होऊन येतो म्हणायचे का ? परमेश्वराला माणूस होता येते का ? नाहीतर त्याला ओळखायचे कसे ? राजकुमारीने तरी ओळखले होते का ? शिवाय या विषम संघर्षात माणूस हरणारच. तर मग 'त्याचे' कौतुक ते काय ? पुन्हा ही राजकुमारी होती तरी कशी ?

हिरव्या डोळ्यांची आणि लांबसडक, नितंबांपर्यंत रुळणारी वेणी असलेली मेरठची सुंदर, नाजूक राजकन्या. आपण राजकन्या आहोत आणि मेवाडची भावी राणी आहोत हे ती कधी विसरत नाही. कुंवरजीला तिने पहिल्या रात्रीच आपली खास चुणूक दाखवून झिडकारले आहे, त्याचा फार मोठा मानभंग केला आहे. पण त्याचे तिला काहीच नाही. ती आपल्यातच मग्न, गाणारी, नाचणारी, अत्यंत अवखळ. खेळताना लबाडी करणारी. खेळात पराभव झाला तर हमरीतुमरीला येऊन भांडणारी, ओचकारणारी, आक्रस्ताळेपणा करून डाव सोडून जाणारी. तर दुसऱ्या बाजूला संग्रामसिंहाशी अति शालीन, नम्र, पण सल्लामसलत करणारे धीर-गंभीर नाते निर्माण करणारी, किल्ल्यांचा जुडगा कमरेला खोवून राजवाड्यात ऐटीत मिरवणारी, कुंवरजीला लढाईला जाताना ओवाळणारी, त्याचे रोजचे जेवण पोषाख, प्रकृती याची काळजी घेणारी आणि प्रसंगी अटीतटीच्या भांडणांना आळा घालणारी भावी राणी. अशा कितीतरी रूपांत ती सामोरी येते. सुगंधाशी कुंवरजीचे लग्न होऊ नये म्हणून मोडता घालणारी, सुगंधाचे राजवाड्यातले रोजचे जीवन दुःसह करणारी आणि शक्यतो त्यांचे न पटावे हे बघणारी, 'नाची, तवायफ' म्हणून दरबारात व लोकांत नालस्ती झालेली आणि अखेर 'छोटी संतमाई' अशा महत्तर पदाला पोचून सर्व लोकांच्या आदराला पात्र झालेली कवयित्री. लेखकाने तिच्या काव्याचे वर्णन करताना 'सॉफ्ट पोर्नोग्राफी' म्हटले आहे, त्याला फार मोठा अर्थ आहे.

भारतामध्ये 'परमेश्वर प्रियकर' असणे याला आध्यात्मिक, धार्मिक, पारमार्थिक आणि भक्ती संप्रदायातील अत्यंत महत्त्वाचे रूपक असा भला थोरला सांस्कृतिक संदर्भ आहे. तोही प्राचीन काळापासून चालत आलेला आहे.

आध्यात्मिक अनुभव हा सांगायचा कसा ? तो इतरांना कळणार कसा ? इतरांशी त्या अनुभवाचा संवाद कसा साधता येईल ? हा प्रश्न त्या काळात सर्वांनाच सतावत होता. एरवी व्यवहाराचा अनुभवच जिथे नेमकेपणाने व्यक्त करता येत नाही तिथे या अनुभवाचे काय ? शब्दांत हा अनुभव पकडायचा कसा ? तर अत्यंत शारीरमानस असा

घनिष्ट, दैनंदिन जीवनातील परिचयाचा, निकट अनुभव ज्यातून माणसाची माणसाला अंतर्बाह्य ओळख होते, ते रूपक वापरले, तर एकरूप होणे, एकमेकांत मिसळणे किंवा 'ये हृदयीचे ते हृदयी घातले' याचा अर्थ नीट उलगडेल, असे मानून भक्ती संप्रदायाने सर्व भारतभर हा स्त्री-पुरुष समागमातून अध्यात्माकडे जाण्याचा सुलभ रूपकाचा अर्थ इतका सवंगपणे रूढ केला की मधुराभक्ती हे त्याचे शेवटचे रूप होय. सर्व मैथुनाची शिल्पेही भारतभर याच अर्थाने रूढ आहेत आणि पवित्र आहेत. आणि परंपरेने तो अर्थ इतका दृढतर रुजवला आहे की त्यात 'सॉफ्ट पोर्नोग्राफी' आहे असे भारतीयाला कधीही जाणवत नाही. त्याला बापड्याला गप्पमुकाट्याने देव दिसतो. हे जे भारतीयांचे मानस युगानुयुगे घडवले गेलेले आहे, यात भ्रम, स्वप्न, भास आणि मानसिक आजार किती आणि खरोखरीची भक्ती किती हे समजण्याला मार्ग नसतो. लोकमानसात राधाकृष्णाची रासक्रीडा आणि गोपींशी होणारे त्याचे चाळे हे इतके खोलवर रुजलेले आहेत की ते कधी शिळे झालेलेच नाहीत. इतका वास येतोय तरीही. म्हणूनच ही विकृती की भक्ती हा प्रश्न सतत डांचत राहणारच. यात ढोंग किती आणि भक्ती किती हा प्रश्न भेडसावणारच. याचेच एक चित्र या कादंबरीत आहे.

परमेश्वर स्त्रीचा प्रियकर आहे याचा नक्की अर्थ काय ? आणि तिच्या पतीने त्याच्याशी वर्तन कसे ठेवायचे ? त्यांचा संबंध कसा समजायचा ? हे सर्व प्रश्न बारीकसारीक तपशिलांसह नगरकर उभे करतात. असे तर नव्हे की, भारतात शृंगाराबद्दल एक स्वाभाविक मानस नसून सदैव विकृतच मानस लोकजीवनात आहे ? शृंगाराला आध्यात्मिक रंग तरी फासायचा किंवा भक्तीच्या बुरख्यात विकृती दडवायची. या भक्तीच्या नावाखाली ढोंग, बुवाबाजी तरी करायची किंवा सरळ शृंगाराला फाजील गूढाचे किंवा पावित्र्याचे वलय देऊन त्याविषयी विकृत कुतूहल सतत समाजात जागृत ठेवायचे. या विकृत कुतूहलात स्त्री-पुरुषांची विकृत पारध करणे हा एक खेळ अत्यंत चवदारपणे सबंध समाज सतत खेळत राहिला आहे. भारतात एवढा एकच खेळ आजवर अत्यंत निष्ठेने आणि प्रामाणिकपणे खेळला गेलाय. या कादंबरीतील कुंवरजी समाजाची पारध आहे, बळी आहे. त्याची पत्नी संत आहे, कारण तिच्या मते तिचा प्रियकर श्रीकृष्ण आहे. वास्तविक लोकमानसातील मधुराभक्तीची आणि त्या अभंग गीतांची आवड ही भारतीय संस्कृतीतील एक विकृत कीड आहे. पण तिला विकृत म्हणणे हेच विकृत ठरते. हा प्रश्न एवढा गुंतागुंतीचा होऊन बसतो आणि त्यात पुरुषाचा कोंडमारा तर होतोच, पण समाज मात्र त्यालाच पौरुषहीन बनवून मोकळा होतो. त्याचे अस्तित्व पुसले जाते. असे अवघे अस्तित्व पुसले गेलेला पुरुष हा एकदाही श्रीकृष्णाला विचारत नाही, 'मी तुला ओळखायचे कसे ? कशावरून देव आहेस तू ?' कारण भारतीय संस्कृतीत वाढलेल्या राजपूत राजपुत्राला असले निरर्थक प्रश्न पडत नसतात. शिवाय

लहानपणापासून त्याचा आदर्शच थोर पुरुष म्हणून श्रीकृष्ण आहे. याला भागधेय म्हणायचे.

कादंबरीतून राजकुमारी–कुंवरजी–श्रीकृष्ण यांच्यातील संबंधावर नीट, चिकित्सक प्रकाशझोत टाकला आहे अफलातून तृतीयपुरुषी टीकाटिप्पणीतून. काही प्रकरणांच्या सुरुवातीला लपेटदार पिसांची ऐतिहासिक लेखणी रेखून तिच्या महिरपीतून टिप्पणी फक्त नोंदवली आहे; मग पुढे त्याचे विश्लेषण किंवा प्रसंग असे रूप ठेवले आहे. ही प्रकरणे बारकाईने वाचायला हवीत. त्यांतून कादंबरीच्या रचनेचे महत्त्व कळते आणि त्या टिप्पणींतून दडलेले जीवनाचे सखोल दर्शन घडते.

कुंवरजीच्या आयुष्यात अनेक स्त्रिया आल्या, पण तो राजकुमारीशी इतका असा बांधला गेला की त्या स्त्रियांची कुवत असूनही त्यांना मरावे लागले हे त्यांचे भागधेय का असावे ? या दृष्टीने पाहता राजकुमारी आणि कुंवरजीने इतर स्त्रियांना वावच दिला नाही असे खेदाने म्हणावे लागते. लीलावती चांगली अर्थशास्त्र जाणणारी सावकार पुत्री होती. सुगंधा मुग्धा होती; पण चंचल होती. परंतु सर्व अंगांनी धीट. पुरुषाला नीट पारखणारी सुन्हरिया फार महत्त्वाची असूनही तिला वावच दिला गेला नाही. अर्थात कादंबरीत स्त्री-पुरुष तत्त्वापर्यंत जाण्याची असलेली महत्त्वाकांक्षा पाहता कुठेतरी कात्री लावणे प्राप्त होते. पण प्रश्न निर्माण करणारी गंभीर कादंबरी या नात्याने कुंवरजी आणि त्याच्या टिप्पणी फार मार्मिक आहेत.

मला स्वत:ला 'उपसंहार' कळला नाही. सर्वच कादंबरीवर त्याने बोळा फिरवल्यासारखा वाटतो. किंवा भक्तीच्या अंगाने ते खरे असेल तर मला ते न पटणारे आहे. स्त्री म्हणूनही मला उपसंहार ठीक वाटत नाही.

मात्र कादंबरी आपण वाचत जातो एवढे खरे. युद्धात काय आणि प्रेमात काय, माणसाला आपले अस्तित्व सापडले असे वाटते; पण त्याचे भागधेय एवढेच असते की तो एकाकी, परका आणि पोरकाच राहतो, असेच म्हणणे मला ठीक वाटते. देव भेटतो हे खरे वाटत नाही. एक स्त्री म्हणून मधुराभक्ती मी नाकारते आहे.

१

आज किरकोळ फिर्यादींच्या न्यायसभेचा दिवस. माझे वडील गावात नसले की, दर गुरुवारी न्यायदानाचा अधिकार माझा असतो. चौदा फिर्यादी आल्या होत्या. मी साऱ्याच्या साऱ्या निकालात काढल्या, पण सूर्य जेव्हा मध्यान्हीला पोचला तेव्हा मात्र जरा कंटाळल्यागत झालं. सातवा दावा थोडा गमतीदार होता. कदाचित, पैशांच्या किंवा जमिनीच्या अफरातफरीचा मामला नसल्याने वेगळा आणि मनोरंजक.

एक म्हातारा, वाकलेला धोबी – २००० वर्षांपूर्वी सीतेवर खोटा आळ घेऊन रामाला तिचा त्याग करायला भाग पाडणारा तो हाच असावा – आज आपल्या बायकोच्या चारित्र्यावर शिंतोडे उडवत होता.

"तिचा एक जार आहे. कदाचित अनेक असतील." कफप्रवृत्ती बळावल्याप्रमाणे त्याचा आवाज जड होता आणि बोलण्यापूर्वी बऱ्याचदा खाकरून खोकरून त्याला आपला घसा मोकळा करावा लागला.

"हे खरं आहे ?" मी त्याच्या बायकोला विचारलं. तिचं वय सोळा, फार तर सतरा असावं. खरंच, न्यायसभेत किती पोरकट आणि दांभिक बनावं लागतं. एक शरमिंदं स्मित करून ती आपल्या प्रियकराचं नाव सांगेल अशी अपेक्षा होती का माझी ?

माझे पणजोबा राणा कुंभ यांनी बांधलेल्या राजवाड्याच्या सरळसोट मागल्या भिंतीत बसवलेल्या छोटट्या अर्धषट्कोनी सज्जात मी बसलो होतो. ती आणि इतर दावेदार दहा हात खाली उभे. तिच्या डोक्यावरच्या हिरव्या–पिवळ्या बांधणीच्या रेशमी ओढणीची टोकं तिच्या चोळीच्या गळ्यात मध्यभागी खोचलेली. ती ओढणी नक्कीच याआधी कुठेतरी पाहिली आहे मी. उत्तर देण्यासाठी तिने चेहरा वर केला आणि सूर्य तिच्या डोळ्यांत तळपला. मान कलवून ओढणी पुढे डोळ्यांवर ओढून घेताना हातातल्या वाढत्या परिघाच्या जाड हस्तिदंती बांगड्या कोपराच्या कोनात खडखडल्या आणि क्षणभर पुष्करच्या मऊ रेतीच्या रंगाचं वक्षस्थळ दृष्टीस पडलं. माझ्या मानेवर खिळलेली मंगलची नजर मला जाणवली. ती ओढणी ओळखीची का वाटतेय ते अजूनही माझ्या लक्षात येत नव्हतं.

“माझ्या वडिलांनी दोन वर्षांपूर्वी माझं लग्न लावून दिलं,” माझ्या प्रश्नाकडे दुर्लक्ष करत ती म्हणाली, “तेव्हापासून एकदा तरी त्याने स्वत:चं पतिकर्तव्य पार पाडलंय का ते विचारावं त्याला.”

तिचा सडेतोडपणा जितका अनपेक्षित तितकाच अस्वस्थ करणारा होता. तिचे डोळे माझ्या डोळ्यांशी भिडले. स्वर कडवट नव्हता, फक्त वस्तुस्थिती कथन करणारा.

“हे खरं आहे का ?” मी तिच्या नवऱ्याला विचारलं.

“आपल्याला काय वाटतं महाराज ? कुठलाही पुरुष, मग लग्नाच्या नवऱ्याचा तर प्रश्नच नाही, असल्या रसाळ फळापासून दूर राहू शकेल ?”

“तुझं वय काय म्हातारबुवा ?”

“त्याचा तिच्या व्यभिचाराशी काय संबंध ?”

“उर्मटपणा नकोय, नाहीतर फटके मिळतील.”

“आपले वडील, राणा महाराज जन्मायच्या आधीपासून कपडे धुतोय मी, पण अजून धडधाकट आहे. हत्याऱ्याचा परीट होतो मी. त्यांच्याइतकं स्वच्छतेचं वेड कुठल्याही राजाला नसेल. पण स्वत:च्या हातावरचं रक्त नाही धुऊन काढू शकले ते. नेहमी पळतीवर. आणि जिथे ते, तिथे मी.”

“जीभ फार लांब सुटली आहे तुझी, म्हातारबुवा. गळफास होऊन एक दिवस लटकवणार ती तुला.”

“हत्याऱ्याचं नाव घेण्याची मनाई आहे ते माहीत आहे मला. पण ते तरी काय करणार ? पस्तीस वर्षं वाट पाहिली त्यांनी. वडील मरण्याची किंवा गादी सोडण्याची चिन्हं दिसेनात तेव्हा जर हत्याऱ्याचा धीर संपून त्यांनी राणा कुंभाचा काटा काढला तर त्यात नवल ते काय ? आपले वडील, राणा सांगा – ईश्वर त्यांना उदंड आयुष्य देवो – जर आणखी तीस, चाळीस, पन्नास वर्षं गादीवर राहिले तर आपणही तेच करणार नाही का ?”

“म्हाताऱ्या, तुझ्या वयाकडे बघून तुला सोडून देत आहोत आम्ही. एरव्ही राजद्रोहाच्या आरोपाखाली तुझं मुंडकं उडवलं गेलं असतं. तरीही न्यायसभा बरखास्त झाल्यानंतर तुला चाबकाचे दहा फटके देण्यात यावेत.”

“त्यामुळे माझी मर्दानगी कमी नाही होणार, सरकार.”

मला त्याच्या तोंडाळपणाचा कंटाळा येऊ लागला.

“ते कळेलच. येत्या सोमवारी, इमली गल्लीच्या टोकाला असलेल्या कुंटणखान्यात जाऊन, रसिकाबाईच्या बिछान्यात स्वत:चं पौरुष सिद्ध कर. खरं-खोटं तिच्याकडून कळेपर्यंत आम्ही निकाल तहकूब करत आहोत.”

"आणि जर मी अपयशी ठरलो – म्हणजे, फक्त वादाकरता तसं धरून चालूया – तरी त्यामुळे माझ्या बायकोचा प्रामाणिकपणा कसा काय सिद्ध होतो ?"

"रसिकाबाईबरोबर तू तुझं पौरुष सिद्ध केलंस, तरी तुझ्या बायकोच्या व्यभिचाराचा पुरावा तुला दाखल करावा लागेलच."

पहाटे साडेसहा वाजता मला कामाला लागायला आवडतं. त्यामुळे कागदपत्रांची तपासणी, वेगवेगळ्या प्रश्नांचं मूल्यमापन आणि निर्णय, त्यावरच्या माझ्या वैयक्तिक विचारांची टिपण, आणि अधिक महत्त्वाच्या बाबींचा अभ्यास, यासाठी मला दीडेक तास तरी मिळतो. नऊ वाजता नगररचना खात्याच्या साहसमलशी, गेल्या वर्षभरात जवळजवळ हजार डोक्यांनी वाढलेल्या लोकसंख्येसाठी आणखी दोन विहिरी खोदण्याबाबत सल्लामसलत करत असताना बाबांचा दूत येऊन पोचला. गुजरातच्या सुलतानाशी चालू असलेली लढाई बाबांच्या अपेक्षेपेक्षा कठीण होऊ लागल्यामुळे त्यांना फौजेच्या पगारासाठी, धान्यगोटा खरीदण्यासाठी आणि पन्नासएक रावळ आणि रावतांच्या शिबंद्यांची भरती करून घेण्यासाठी पैशांची गरज होती.

अर्थखात्याकडे अर्थात पैसे नव्हते. शत्रूंनी शरण येऊन आमचे खजिने भरावेत याकरता सतत लढाया करायच्या आणि लगेच, आलेल्या पैशांनी आमचे उदार भांडवलदार मेहता यांना व्याजाची परतफेड करायची. मुद्दल परत करण्याचा प्रश्नच नव्हता. ताबडतोब आणखीन उधारी घेऊन पुढच्या लढाईची तयारी व्हायची, ज्यायोगे पुन्हा आमचे खजिने काठोकाठ भरून पुढील व्याजभरपाईची सोय होत असे. हे असंच कायमचं चालू. या दुष्टचक्राचं जाळं बनून आम्ही माश्यांप्रमाणे त्याच्या मध्यभागी गुरफटले गेलो होतो आणि शोषले जात होतो.

आमचं कोषागार, कुबेरभवन इथे निरोप पाठवून वयोवृद्ध आदिनाथ मेहतांना मी विचारविनिमयासाठी माझ्या महालात येण्याचं निमंत्रण दिलं. पण शिष्टाचाराच्या खेळाला कलेचं स्वरूप देऊन आदिनाथजींनी ते इतक्या उत्कृष्ट पातळीवर नेऊन ठेवलं होतं की, आमच्यावर त्यांच्या उपकाराचं ओझं असूनही नेहमी तेच याचकाची विनम्र भूमिका घेत असत. मीच रात्री त्यांच्याकडे बुद्धिबळाचा एखादा डाव खेळायला आणि नंतर जेवायला यायची कृपा करीन का ? कर्मधर्मसंयोगाने आज त्यांच्या पत्नीने माझ्या आवडीचं पक्वान्न, रबडी बनवली होती. नेहमीच्या राजकारणी कटकटींपासून मला थोडा विरंगुळा मिळेल आणि माझ्या भावी युद्धमोर्चाच्या ध्वजावर त्यांच्या पणतीने, लीलावतीने जे राजचिन्हाचं भरतकाम करायला घेतलंय, तेही ती मला दाखवू शकेल.

रबडीची लालूच दाखवताना आदिनाथजींनी छान विनोद केला. गेल्या काही वर्षांपासून दुधाची मिठाई मला किती नापसंत आहे ते त्यांना ठाऊक होतं. पण आदिनाथजी महोदयांचं आमंत्रण नाकारणारा मी कोण ? शिवाय नऊ वर्षांच्या लीलावतीला हजर राहण्याची परवानगी पणजोबांकडून मिळणार असेल तर आमच्या भांडवलदाराबरोबरची ही बैठक बरीच सुसह्य होणार होती. लीलावती एक हट्टी, हजरजबाबी, उत्तम नकलाकार, माणसांची अचूक पारख असलेली आणि वयाच्या मानाने अतिशहाणी कार्टी होती.

"आपल्याला लवकर जेवायची सक्ती नाही युवराज. प्रभू महावीरांनी सूर्यास्तापूर्वी भोजन घ्यावं असा आदेश खरंच दिला होता का, याविषयी बराच वाद आहे. मी त्या वादात पडत नाही. मी असा सूज्ञ विचार करतो की, पचनाच्या दृष्टीने ते फायदेशीर असतं, खासकरून माझ्या वयात. अर्थात, आपल्या बाबतीत तो प्रश्नच उद्‌भवत नाही."

मी जर, 'खरं आहे. मी नंतरच जेवीन,' म्हटलं असतं आणि नंतर सुचल्याप्रमाणे 'मद्यपानानंतर.' जोडलं असतं, तर काय झालं असतं ?

खरं सांगायचं तर काहीही झालं नसतं. आदिनाथजींच्या नितळ चेहऱ्यावरची रेषाही हलली नसती किंवा त्यावर नाराजीही उमटली नसती. आंबटशौकिनांच्या इमली गल्लीतल्या बाईची मी मागणी केली असती तरी ते शांतपणे म्हणाले असते, 'खरंच, मी त्याची सोय आधीच करायला हवी होती.' आणि आपल्या सेवकांपैकी एकाला कजरीबाई, किंवा दुसरी कुठली तरी तितकीच महागडी बाई हजर करण्याबाबत हुकूम दिला असता. साधारण पाऊण तासाने त्यांनी मला कळवलं असतं की, त्यांना फार खेद होतोय, पण येताना वाटेत गाडीला अपघात झाला आणि बिचाऱ्या बाईच्या कण्याचा सातवा मणका मोडला किंवा तिचं डोकं फुटलं किंवा तिचे सारे दात पडले.

जेवण नेहमीप्रमाणे साधंच पण रुचकर होतं. या जैन पाकपद्धतीचं मला नेहमीच कौतुक वाटत आलंय. कांदा, लसूण, कंदमुळं आणि अर्थात मांस-मासळी वर्ज्य असूनदेखील, हे सारे जिन्नस किती अनावश्यक आहेत हेच जणू ती सिद्ध करत असते. दाल-बाटी, गट्टेकी सब्जी, कांजा वडा, खट्टी दाल-चावल, मक्के की रोटी आणि मालपोवा. तरीही पदार्थांची यादी संपली नव्हती हे मला माहीत होतं आणि जेव्हा आदिनाथजींच्या सौभाग्यवती माझ्या आवडीच्या, उकडून मग तुपात तळलेल्या मसालेदार सांगरीच्या शेंगा घेऊन आल्या तेव्हा मी आश्चर्य आणि आनंदातिशयाचं बऱ्यापैकी नाटक केलं. तुपाचा अतिरेक म्हणजे पाहुणचाराची परिसीमा हे मी जाणतो, पण सौ. मेहता जरा आवरता हात घेत्या तर बरं झालं असतं. एक-दोन आठवडे पाण्यात पडून तट्ट फुगलेल्या रेड्याच्या कलेवरासारखं वाटू लागलं होतं मला, आणि त्यावर जेव्हा घरच्या लक्ष्मीने बुंदीशिऱ्याने भरलेली थाळी आणली तेव्हा मात्र त्यांना कसं आवरावं ते मला कळेना.

भोजनानंतर आम्ही बाहेर बैठकीच्या खोलीत आलो आणि बुद्धिबळ खेळायला बसलो. माझ्या मनात विचार आला की, आदिनाथजींचं जीवन म्हणजे बुद्धिबळाचे डावच असावं. प्रत्येक चाल पूर्वनियोजित : आमंत्रण, लीलावतीचं आमिष, (मी दोनदा तिची चौकशी केली आणि दरवेळी ती येतेय असं सांगितलं गेलं, पण अजूनही तिचा पत्ता नव्हता.) मेजवानी, बुद्धिबळ. हाच डाव यापूर्वी कित्येकदा खेळला गेला असल्याने पुन:प्रत्ययाची प्रचीती मला आली तर त्यात काही नवल नव्हतं. एखादी जरी खेळी चुकली असती तरी डाव अपुरा राहता; आणि डाव जिंकण्यासाठी खेळला जातो हे इतरांपेक्षाही आदिनाथजींना अधिक चांगलं ठाऊक होतं.

माझ्यासाठी हे उत्तम प्रशिक्षण होतं. घाई असेल तेव्हा सावकाश, संथपणे वागावं. मला माहीत होतं की मी चांगला खेळत होतो, पण ते मला खेळवत होते याचीही जाणीव होती मला. कदाचित त्यांच्या अहिंसावादी धर्माचा परिणाम असावा हा. ते आणि त्यांचे धर्मबंधू युद्ध लढायचे, रक्तपात करायचे ते फक्त बुद्धिबळाच्या पटावर. घातपात, कत्तल यांच्यात त्यांना रुची नव्हती. मरण कसं, सावकाश, टप्प्याटप्प्याने आलं पाहिजे. मी ओळखून होतो की त्यांची नजर माझ्या वजिरावर होती आणि म्हणूनच ते त्याच्याकडे संपूर्ण दुर्लक्ष करत होते.

विरोधाभास म्हणजे, भारतातल्या सगळ्या राजांना, निदान माझ्या माहितीतल्या तरी, आदिनाथजींचे जैन धर्मबंधू आर्थिक मदत देत असत. गुजरातचा सुलतान, ज्याच्याबरोबर माझ्या वडिलांचं युद्ध चालू होतं, त्याला आदिनाथजींचा जावई, सहदेवनाथ याचं आर्थिक पाठबळ होतं, तर दिल्लीचा इब्राहिम लोधी याला सौ. आदिनाथ मेहतांच्या भावाचं. आदिनाथजींचा धाकटा मुलगा माळव्यात स्थायिक झाला होता आणि तो तिथल्या राजाच्या भांडवलदाराला भांडवल पुरवायचा. या वरकरणी साधारण वाटणाऱ्या विरोधाभासाचा पडसाद मात्र अधिक तेढा असायचा. जैन मन म्हणजे एक गणकयंत्र आहे. सर्व काही संख्येच्या भाषेत. चक्रवाढ व्याजासारखं पुण्य मिळवलं जातं.

दान दिल्याने पुण्य मिळतं. गरिबांना किंवा दिगंबरांना अन्न दिल्याने आणखीन पुण्यकमाई होते. शांततावाद म्हणजे तर सर्वांत मोठी गुंतवणूक. इहलोक आणि परलोकावर डोळा ठेवून केलेली महाचक्रवाढ योजना. रूपकाचा विस्तार केला तर एक पाऊल इथल्या वर्तमानात आणि दुसरं अनंतात. दुसऱ्याचं थोडं परीक्षण करूया. जितकी पुण्यकमाई अधिक, तितकी पुनर्जन्माची साखळी छोटी आणि निर्वाणाची प्राप्ती लवकर. पण तोपर्यंत अहिंसावादाची या जन्मी झालेली फलप्राप्ती पाहा. मी आणि माझे राजपूत बांधव हिंसाचाराचं पापकर्म करत असताना हे मात्र स्वच्छ शुद्ध राहतात. स्वत:चे हात रक्ताने माखू नयेत याची सतत जिवापाड काळजी घेत असताना अफाट सैन्यांच्या

जोपासनेसाठी भलीमोठी कर्जाऊ रक्कम, दशांशाच्या छोट्याशा अपूर्णांक टक्के व्याजाने हे देतात, ज्याची अंतिम बेरीज प्रचंड मोठ्या संख्येत होते. रणभूमीवरच्या कत्तलीची परिणती काहीही होवो, यांना कायम आमच्या योद्ध्यांचं संरक्षण मिळतं. आम्ही बहुतांशी मारले जातो, पण भावी युद्धांना आर्थिक बळ देण्याकरता हे सहीसलामत राहतात. आणि सर्वांत महत्त्वाची गोष्ट म्हणजे, व्याही, साडू, भाचे, मेहुणे वगैरेंच्या अनाकलनीय जैन एकत्र कुटुंब पसाऱ्यामुळे यांचा फायदा निश्चित असतो, मग कुणीही जिंको, शत्रू किंवा मित्र; हे मात्र अधिक श्रीमंत झालेले असतात.

मला वाटतं, आदिनाथजी आणि त्यांच्या जमातीवर आज मी फारच तुटून पडलोय. त्यांच्या सान्निध्यात मी इतका असमंजस का बनतो ? ते कधीच माझ्याशी आढ्यतेने वागत नाहीत आणि जितक्या तत्परतेने ते युद्धांसाठी पैसे देतात, तेवढ्याच किंवा त्याहीपेक्षा अधिक खुशीने आणि निर्दोष मनाने ते किल्ले किंवा धरणं बांधण्यासाठी किंवा व्यापारासाठी देखील देतील. कदाचित त्यांना आमची गरज आहे त्यापेक्षा अधिक आम्हांला त्यांची गरज आहे आणि मला त्यांच्यापुढे हात पसरावे लागताहेत म्हणून असेल.

घ्या. त्यांनी त्यांची उपांत्य खेळी केली. निरनिराळ्या क्लृप्त्या वापरून, आपली प्यादी, आणि घोडे बळी देऊन, माझ्या वजिराला हटवून, शेवटी माझ्या राजाला शह दिलाच. आता फक्त अखेरचा वार आणि खेळ खलास. पण तो अंतिम वार कधीच केला जात नाही. परत एकदा आपलं वर्चस्व सिद्ध केल्यानंतर, एखादी पारदर्शक चूक करून आता ते मलाच जिंकू देणार. पण तेवढ्यात लीलावतीचं आगमन झालं. माझ्या पराभूत आणि शिणलेल्या राजाला आणि आदिनाथजींच्या विजयी सैन्याला विस्कळीत करत तिने सरळ माझ्या मांडीवर झेप घेतली आणि माझं डावं अंड आपल्या गुडघ्याने चेचत माझ्या छातीवर मुठींचा भडिमार सुरू केला.

"तुम्ही येणार असल्याचं मला कळवलं देखील नाही ?" मी अडकलेला श्वास घेण्याच्या प्रयत्नात. अस्पष्ट झालेलं विश्व. कळ जांघेतून उठत होती की छातीतून की घशातून ते मला नक्की कळेना. "पणजोबांकडून कर्ज घ्यायला आला असणार. म्हणून गुपचूप आलात आणि तोंड लपवून पळून जाणार होता ना ?"

आदिनाथजींच्या लोण्याप्रमाणे मृदू त्वचेच्या भावरहित चेहऱ्यावर मंद लाली पसरली. रक्त आणि माणुसकी, यांच्या त्या चिन्हांच्या दर्शनाने मला जरा बरं वाटलं. त्यांच्या पणतीने त्यांना आज फारच शरमिंदं केलं होतं.

"चालती हो इथून. उर्मट कार्टी. माझ्या स्वतःच्या रक्ताकडून गादीच्या युवराजांचा अपमान पाहण्याचं माझ्या नशिबी येईल असं वाटलं नव्हतं मला. यापुढे कधीही आपल्यासमोर मान वर करू शकणार नाही मी युवराज." आदिनाथजी शरमिंदेपणाचं ढोंग

करत नव्हते. माझ्याबद्दलचं त्यांचं काहीही मत असो, मेवाडच्या राजघराण्याशी असलेली त्यांची निष्ठा संशयातीत होती.

''असूद्या तिला.'' शेवटी एकदाचा माझा आवाज फुटला, ''मी तुझी चौकशी केली. दोनदा. तू येत आहेस असं मला सांगण्यात आलं. पण बाईसाहेब ईद-का-चांदप्रमाणे दुर्मीळ झाल्या आहेत ना ?''

''मला कुणीच सांगितलं नाही. मला माहीत आहे, पणजोबांना तुमच्याशी कामाची बोलणी करायची असतील. हल्ली आर्थिक परिस्थिती किती बिकट झाली आहे म्हणून एका टक्क्याच्या सप्तमांशाने व्याज वाढवायचं असेल आणि म्हणून मला कळवलं गेलं नाही.''

मेवाड आणि अन्य देशांच्या मुख्य भांडवलदारांनाही संकटकाळी शेवटचं आशास्थान असलेल्या थोर आदिनाथजींना एकदा शरमिंदं केल्यानंतर लगेच परत चुळबुळायला लावणं इतर कुणालाही शक्य होतं का ? लीलावती, माझं दुसरं अंडदेखील ठेचून त्याचं छानपैकी चप्पट नाणं बनवलंस ती मी तुझं ऋण फेडू शकणार नाही.

''माझ्यासाठी काय आणलंत ?'' तिचे हात मझ्या गळ्याभोवती पडले.

''तू मला काय देणार आहेस ?'' आतापर्यंत मला पूर्ण बरं वाटत होतं. ''तुम्ही येणार हे ठाऊन नसूनदेखील मी तुमच्यासाठी एक गंमत करून ठेवली आहे.'' एका उडीत ती नाहीशी झाली आणि लगेच एक कापडाचा तुकडा घेऊन परतली. तो एक लाल ध्वज होता आणि त्यावर सोनेरी जरीने माझा मूळ वंशपुरुष, सूर्यदेव भरला होता. ते डोळे, मिशा, गर्विष्ठ जिवणी, छत्तीस किरणं, सारं काही उत्कृष्टपणे उमटलं होतं. ''हाय !'' तिने ध्वजाचा कपडा माझ्या हातून सिहकावून घेतला, ''तुम्ही काय आणलंय ते अगोदर बघायचं होतं मला.''

''मी जे आणलंय ते तुझ्या भेटीच्या पासंगालाही पुरायचं नाही.''

''ते मला ठरवू द्या.'' मला गप्प करत लीलावती म्हणाली, ''दाखवा ना.''

मी आणलेली भेट तिला दिली. तिने वरचा रेशमी रुमाल उलगडला आणि ती चकित झाली. ''छायायंत्र ? तुम्ही स्वत:च्या हातांनी बनवलंत ?''

''स्वत:च्या हातांनी मी ते रुमालात बांधलं.'' विनोदाचा लंगडा प्रयत्न करत मी म्हणालो. ज्या प्रेमाने, प्रयत्नाने आणि वेळ खर्च करून तिने माझी भेट बनवली, त्याच्यापुढे मी तिला दिलेली भेट किती फिकी पडत होती.

''थोरांची मनं एकसारखा विचार करतात. पाहा ना, दोघांच्याही भेटींचा विषय एकच आहे. तासांच्या जागी माणकं लावली आहेत का ?''

''काहीतरीच काय ? बागेत सापडलेले लाल काचांचे तुकडे आहेत ते.''

ती थोडी गोंधळात पडली. पण माझ्या चेहऱ्यावरचं हसू पाहून, ''हो, हो, माणकंच आहेत ती. खोटारडे कुठचे.'' मला घट्ट मिठी मारत ती म्हणाली.

आदिनाथजींनी आणि मी कर्जाच्या रकमेचा व्यवहार लवकरच आटोपला. गेल्या खेपेपेक्षा एका टक्क्याच्या अष्टमांशाने कमी व्याज ठरलं.

घरी पोचेतो बराच उशीर झाला. घोडा तबेल्यात नेण्यासाठी मंगलपाशी सोपवून मी सावकाश पायऱ्या चढू लागलो. कर्मावती राणीसाहेब माझी वाट पाहत होत्या. या वेळी, आणि तेदेखील माझ्या महालात त्यांचं असणं जरा आश्चर्याचं वाटलं. रिवाजानुसार त्यांनी मला आपल्या महालात बोलावून घ्यायला हवं होतं. बाबा तर ठीक होते ना ? त्यांच्या कपाळावरचं कुंकू आणि हातातल्या बांगड्या बघून माझा जीव भांड्यात पडला.

''तुम्ही लंगडता का आहात ?''

मी लंगडत नव्हतो. जांघेतले सुजलेले मऊ दगड दुखावले जाऊ नयेत म्हणून फक्त पाय ओढत चालत होतो. ''थोडं थकल्यासारखं वाटतंय. झोप मिळाली म्हणजे बरं वाटेल.'' हे चतुरपणे मांडलं गेलं असं माझं मलाच वाटलं. सद्य मुलाखत पुढे केव्हातरी, अधिक योग्य वेळी ठेवण्यासंबंधीची आडून सूचना. पण माझ्या या असल्या दुबळ्या प्रयत्नांना त्या भीक घालणार नव्हत्या.

''मेहताजींबरोबरची बोलणी कशी काय झाली ? व्याजाचा काय दर ठरला ? त्यांनी नक्कीच तुमच्या भोळेपणाचा फायदा उठवला असणार आणि त्याची भरपाई आम्हांला करावी लागणार.''

मी आदिनाथजींकडे गेलो होतो आणि आमची कशासंबंधी बोलणी झाली हे माझ्या दुसऱ्या आईसाहेबांना कसं कळलं ते विचारण्यात काही अर्थ नव्हता. चितोडमध्ये किंवा चितोडबाहेर, जे काही घडतं, ज्याचा त्यांच्या भविष्याशी दूरान्वयानेदेखील संबंध येण्याची शक्यता असते, त्याबद्दलची माहिती करून घेणं हे त्या त्यांचं आद्य कर्तव्य समजायच्या. माहिती मिळवणं हेच अंतिम ध्येय. पण हे फक्त साधन आहे, साध्य नाही, याचा त्यांना पुष्कळदा विसर पडायचा. माहिती हातात पडली, मग ती कितीही निरुपयोगी का असेना, की हातात सत्ता आल्यासारखं वाटायचं त्यांना. त्यांच्यावर रागावण्यात काही तथ्य नव्हतं. बाबांनी आपल्या सर्वांत आवडत्या राणीला गुप्तहेर खात्याची प्रमुख का नेमलं नाही ते मला अजूनही कळत नाही.

कर्मावती राणीसाहेबांकडे हेरांचं एक अतिशय गुंतागुंतीचं जाळं आहे आणि त्यांच्यापर्यंत पोचलेली प्रत्येक बातमी शंभर टक्के खरी आहे की नाही हे पारखून

घेण्याची एक अचूक, नागमोडी पद्धती आहे. हेरांच्या प्रशिक्षणाचा आणि कडक तालमीचा कारखानाच म्हणा ना. त्यांची ही पद्धती अतिशय सरळसोट, निष्ठूर आणि परिणामकारक होती. एखाद्या पोकळ, पण खास आणि बोचऱ्या अफवेसाठीदेखील, चिडवणं, खुशामत, लाडीगोडी, धमकी, दलाली, लाच, हेराफेरी, देवघेव यांपैकी कुठल्याही स्तराला चढायची किंवा उतरायची त्यांची तयारी असायची.

माझ्या दिवसभराच्या कामकाजाचा संपूर्ण तपशील मिळाल्याशिवाय त्या जातील ही आशा फोल होती. त्यांना विरोध करण्याची किंवा त्यांची उलटतपासणी टाळण्याची शक्ती उरली नव्हती माझ्यात. मी सारं काही खुलेपणाने सांगून टाकलं. पण अफवा, कंड्या, भानगडी, ऐकीव गोष्टी, किंवदंती, बाजारगप्पा, अप्रत्यक्ष सूचना, खोचक टोमणे, गुप्त बातम्या आणि तिरकस चौकशांची त्यांची भूक भागवण्यास मी असमर्थ होतो.

''या अनावश्यक तपशिलांसाठी का आपण इतक्या रात्री इथे येण्याची तसदी घेतलीत ?''

''ते माझं मला ठरवू द्या. आपण युवराज असाल, पण राजे व्हायला अजून वेळ आहे आणि तोपर्यंत आपण फक्त युवा आहात याची जाणीव असू द्या.''

मातृप्रेमाच्या नदीला आज ऊत आल्याचं दिसत होतं. मी प्रथमपुत्र असल्याबद्दल त्या मला कधीही क्षमा करणार नव्हत्या. राज्याभिषेकासाठी त्यांची निवड त्यांचा स्वत:चा पुत्र विक्रमादित्य हा होता.

''तुमच्या अंत:पुरातल्या नाचीसंबंधी बोलायचं होतं मला. तिला ताब्यात ठेवण्याइतपत पौरुष तुमच्यात नसेल तर ती जबाबदारी मला पत्करावी लागेल.''

त्यांनी उल्लेखलेल्या नाचीने घेतलेला दु:खाचा आणि अपमानाचा श्वास मला ऐकू आला. इतक्या वर्षांच्या छळणुकीनंतरदेखील राणीसाहेबांच्या प्रेमळ बोलण्याची तिला सवय झाली नव्हती. गेला अर्धा तास हातात चांदीचा लोटा घेऊन ती रंगीत मण्यांच्या पडद्याआड उभी होती. तो किणकिणता पडदा ओवायला तिला महिन्याहून अधिक काळ लागला असावा. काही अंतरावरून पाहिलं तर पडद्याच्या मध्यभागी गुंफलेला, उंच मानेचा आणि लांब पिसाऱ्याचा मोर दिसायचा. त्याचा डावा डोळा चुकला होता. वेगळ्या रंगाचा मणी तिथे भरला गेल्याने त्याच्या एका डोळ्यात फूल पडल्यासारखं वाटायचं.

माझी वाट न पाहण्याविषयी मी तिला सांगून ठेवलंय. आज, काल, उद्या केव्हाही नाही. पण ती तिला हवं तेच करते. माझ्या बायकोची स्वत:ची ठाम मतं आहेत. कर्मावती आईसाहेब निघून गेल्या की ती पडद्यामागून पुढे येईल. लोट्यावरच्या कोरीव काम केलेल्या सोन्याच्या पेल्यात पाणी ओतून तो माझ्या हातात देईल आणि मग माझे चढाव काढू लागेल.

तिच्या नजरेत मी चूक करूच शकत नाही. नाही, हेही खरं नाहीये. तिच्या नीतीविषयक कल्पना पक्क्या आहेत; पण मला काहीही, जवळजवळ काहीही माफ. मी केलेलं काहीही चालवून घेतलं जातं. आकांडतांडव, संताप, शारीरिक शिक्षा, नीच वर्तणूक, सभ्यपणा, हरवलेपणा, नैराश्य, क्षणाक्षणाला बदलणारी मन:स्थिती. काहीही. मी सांगेन ते ती बिनतक्रार करते. फक्त एक गोष्ट सोडून. एखाद्या लहान मुलासारखं मला वागवलं जातं. माझ्या कृतींचा, बोलण्याचा, वागण्याचा, विचारांचा तिच्यावर कसलाही परिणाम होत नाही.

''गेल्या सहा महिन्यांत मी तुमच्यासाठी सतरा स्थळं आणली.'' आमच्या दुसऱ्या आईसाहेबांनी माझ्या निरर्थक विचारांची साखळी तोडली. ''ज्यांचं वैवाहिक जीवन सुखासमाधानाचं आहे अशा राजपुत्रांचीदेखील अनेक लग्नं होतात. तुमच्या वडिलांचंच उदाहरण घ्या. माझ्यावर जिवापाड प्रेम आहे त्यांचं, पण स्वत:च्या कर्तव्याचीही जाणीव आहे. लग्न म्हणजे एक राजकारणी सोयरीक. सुरक्षिततेची हमी. त्यामुळे वंशवृद्धी तर होतेच, पण कुठल्याही एका राणीला डोईजड होण्याची संधी राहत नाही.''

आईसाहेबांनी हे म्हणावं ? त्या फक्त चितोडलाच नाही तर साऱ्या राजस्थानला, अगदी दिल्लीच्या तख्ताला देखील डोईजड झाल्या आहेत. लग्नासंबंधीच्या या व्याख्यानाचं नक्की उद्दिष्ट काय होतं ? माझं एक लग्न झालंय आणि तो अनुभव मला जन्मभर पुरेसा आहे. राणीसाहेबांचं माझ्या वडिलांवर खरंच प्रेम होतं का ? दुसऱ्या कोणाहीबद्दल नसेल इतका आदर वाटतो मला माझ्या वडिलांबद्दल, पण मला त्यांची शय्यासोबत करावी लागत नाही. कुठल्याही स्त्रीला त्यांच्याकडे नुसतं बघणंही मुश्किल ठरावं, मग प्रेम करणं तर दूरच. माझी बायको त्यांच्या प्रथमदर्शनाने बेशुद्ध पडली होती. तिला उष्माघात झाला असेल किंवा वधूने लग्नापूर्वी करायच्या कडक उपवासाचा परिणाम असावा, अशी बाबांनी स्वत:ची आणि इतरांची समजूत घातली. पण एखादं दु:स्वप्न किंवा पाताळातले राक्षसदेखील आपल्यापेक्षा कमी भयानक असतील हे जाणण्याइतपत चाणाक्ष ते नक्कीच आहेत. त्यांचा एक डोळा त्यांच्या भावाने काढला. एका हाताचा बळी दिल्लीच्या लोधीने घेतला. डाव्या पायाचं लंगडणं गुजरातच्या मुजफ्फरची देणगी आणि घावांच्या व जखमांच्या व्रणांनी भरलेल्या देहापुढे, आम्ही तलवारी आणि भाल्यांच्या तालमीकरता निशाण म्हणून वापरतो ती गवताने भरलेली बुजगावणीदेखील अधिक धड ठरावीत. त्यांच्याइतका शूर आणि पराक्रमी पुरुष क्वचितच सापडेल. कधी कधी शौर्य हेच एकमेव व्यसन ठरतं.

''मी काय म्हणतेय ते ऐकताहात का तुम्ही ? शुंभ कुठचे. तुमच्या डोळ्यांत झोप भरली आहे ते दिसतंय मला, पण काही महत्त्वाच्या गोष्टींसंबंधी निर्णय घेणं आवश्यक आहे. मुख्य म्हणजे, ती नाची.''

आपण परत या विषयाकडे केव्हा वळता याची वाटच पाहत होतो मी. आपल्या सुनेशिवाय दुसरं कुठलं कारण एवढ्या अपरात्री आपल्याला इथे येण्यास भाग पाडू शकतं ?

''आमचं नाक कापलं तिने. आमची इज्जत आणि घराण्याचं नाव धुळीत मिळवलं. इथे चितोड जळतंय आणि तुमची नाची नाचगाण्यात रंगलीये.''

भडक वाक्प्रयोगासाठी काहीही, होना आई ? इथे काहीही जळत नाहीये. अल्लाउद्दीन खिलजीने चितोड काबीज केलं तेव्हा राणी पद्मिनी आणि इतर हजारो बायकांनी केलेल्या जोहाराच्या ज्वाळांची धग केव्हाच थंडावली आहे. समुद्रापलीकडून आलेल्या फिरंगी पाहुण्याने केलेला वाक्प्रयोग मला वाटतं, रोम जळत असताना नीरो फिडेल वादनात दंग होता, असा होता.

आमच्या या संभाषणाचा मूक श्रोता, हिजडा बृहन्नडा, याच्या ओठांवर एक कुत्सित स्मित. कर्मावती राणीसाहेब या विषयावर त्याच्या उपस्थितीत न बोलत्या, किंवा राजकारणासंबंधी आणि माझ्या बायकोसंबंधी बोललं जात असताना तिथून निघून जाण्याचा सभ्यपणा तो दाखवता तर मला आवडलं असतं. पण ही फक्त आत्मवंचना होती. राणीसाहेबांच्या हिजड्याला माहीत नाही अशी एकही गोष्ट या राजवाड्यातच काय साऱ्या चितोडमध्ये घडत नसेल. तो हुशार आहे, लबाड आहे आणि राणीसाहेबांच्या साऱ्या कृत्यामागची कुटिलबुद्धी तोच असावा असा माझा अंदाज आहे. शिष्टाचारात तो कधीच चुकत नाही. नियमानुसार युवराजाला करायचा मुजरा तो मला जेमतेम करतो. मीदेखील बृहन्नडाबरोबर सभ्यतेचे नियम न मोडण्याची काळजी घेतो, पण माझ्या मनात एक अढी आहे, जिच्यामुळे त्याचं नाव आणि त्याचा संबंध मी शक्यतो टाळतो.

''नाचगाणी ? स्नानघरात गुणगुणत होती असं म्हणायचं आहे का आपल्याला ?'' तोंड न उघडण्याचा माझा निश्चय नेहमीप्रमाणे राणीसाहेबांनी उलथून पाडला होता.

''छे छे. तवायफेची आता गाण्यातून नृत्यात प्रगती झाली आहे. त्रिदेव मंदिराच्या पहिल्या मजल्यावरच्या गच्चीवर, खाली जमलेल्या राजकुमारांच्या, दासदासींच्या, हिजड्यांच्या, राजकन्यांच्या आणि राण्यांच्या जमावादेखत ही गिरक्या घेत होती. गच्चीच्या जाळीदार कठड्यातून गुडघ्यांवर गेलेल्या घागऱ्यातलं दृश्य छान दिसलं. माझ्या थकलेल्या डोळ्यांचं पारणं फिटलं.''

त्रिदेव मंदिर. हत्यारा उदा याच्या सेनेचा पराभव करून गादीवर आल्यानंतर माझे आजोबा, राणा रायमल यांनी आपल्या राजकुटुंबासाठी बांधलेलं माझं आवडतं देऊळ, फार भव्य वगैरे नाही. नाजूक, पण नेमकं कोरीव काम असलेलं. शांत, खाजगी, दोन मजली वास्तू. तळमजल्यावर एकलिंगजी शिव, पहिल्या मजल्यावर बन्सीबाज आणि दुसऱ्यावर सूर्यनारायण.

"माझी खात्री आहे की प्रेक्षकांत माझा भाऊ, विक्रमादित्य अगदी पुढच्या रांगेत असणार."

"त्याला यात आणायची गरज नाही. आपण त्याच्याविषयी चर्चा करत नाही आहोत. चर्चेचा विषय आहे ती तवायफ. आणि त्याची बायको अशी नाचती तर तुम्हीदेखील प्रेक्षकांत सामील झाला असता."

"तिचं चौदावंदेखील अजून सरलेलं नाही."

"तुमच्या भावजयीच्या वयाचा प्रश्नच कुठे येतो ? तुम्हा पुरुषांची वयं वाढतात तसतशा तुम्हांला अधिकाधिक तरुण मुली लागतात. आपल्या काकांचंच उदाहरण आहे. त्यांना तर अजून वयातही न आलेल्या मुलीच हव्या असतात."

हे खरं आहे ? मी पण अखेरीस त्यांच्यासारखाच होणार ?

"आपलं घराणं साऱ्या राजपुतांच्या आणि राजस्थानच्या चेष्टेचा विषय बनण्याआधी तिचा बंदोबस्त करा."

माझं पाऊल तिने आपल्या मांडीवर घेतलं आणि ती माझे मोजडे काढू लागली. मी ते पाऊल उचलून त्याने तिची हनुवटी वर केली. माझ्या नजरेशी भिडलेली आपली नजर तिने वळवली नाही.

"हे खरं आहे ? तू खरंच नाचलीस ?"

"मला आठवत नाही."

माझं पाऊल तिच्या चेहऱ्यावर आदळलं. फटका फार जोराचा नव्हता, पण ती खाली पडण्यास पुरेसा होता. लोटा घरंगळत गेला आणि थांबला. फाटलेल्या खालच्या ओठातून वाहणाऱ्या रक्ताचे तिच्या चोळीवर डाग. लोट्यातून सांडलेल्या पाण्याने तिच्या घागऱ्याचा मागचा भाग ओला. तिने परत माझा पाय हातात घेतला, मोजडी काढली आणि माझा अंगठा प्रथम आपल्या डाव्या आणि नंतर उजव्या डोळ्याला लावला. मी तिचा स्वामी आणि मालक होतो ना ? माझा मान राखण्यात ती चुकणार नव्हती. तिने मला का-कशासाठी विचारलं नाही किंवा दु:खी चेहऱ्याने आपला रक्ताळलेला ओठदेखील पुसला नाही. मी परत लाथ मारीन न मारीन याचीही तिला चिंता नव्हती.

मी विव्हळलो असणार.

"आपल्याला कुठे दुखतंय का ?" माझं कपाळ पुसत तिने विचारलं. त्या स्पर्शाने मी दचकलो.

कुठल्याही मानवी हाताच्या स्पर्शाने इतकं शांत, स्वस्थ वाटू शकतं ? तिचा हात मुळापासून उखडून किल्ल्याखाली फेकून द्यावासा वाटला मला. तिने लोटा उचलला, बाहेर जाऊन भरला आणि परत आणला. ती माझ्या गमल्याच्या गुंड्या सोडवू लागली. मी उठून तरातरा बाहेर पडलो. पण माझ्या नाटकी गमनाचा तिच्यावर फारसा परिणाम झाला असेल असं मला वाटत नाही.

मी तबेल्यात गेलो आणि झोपलेल्या साईसाला उठवून बेफिकीरवर खोगीर चढवण्यास सांगितलं. मंगल घाईघाईने माझ्यामागून आला. तो थोडा अचंब्यात पडल्यासारखा आणि गोंधळलेला वाटला. माझ्या अनपेक्षित येण्याजाण्याचा आणि अनिश्चित वागणुकीचा त्याच्यावरही परिणाम होऊ लागला असावा बहुतेक. पण त्याच्या उत्कंठेचं कारण वेगळंच होतं.

"तिचं काय करू ?" त्याने खालच्या आवाजात विचारलं.

त्याच्या धारिष्ट्याने मी चकित झालो. मी तिच्यावर कितीही चिडलो, संतापलो तरी ती माझी बायको होती. तिच्या बाबतीत असं बोलण्याचं धाडस कसं झालं त्याला ?

"कुणासंबंधी बोलतो आहेस तू ?" मी चिडून विचारलं.

"त्या दिवशी न्यायसभेत आलेल्या बाईसंबंधी."

"कुठली बाई ? पुढल्या गुरुवारच्या न्यायसभेपर्यंत थांबू शकत नाही ती ?"

"नवऱ्याने व्यभिचाराचा आरोप केलेली बाई." तो अजून कुजबुजत्या आवाजातच बोलत होता.

"मी तिला बोलावलं नव्हतं."

"मला माहीत आहे. पण रुचीपालट म्हणून नवा चेहरा युवराजांना आवडेल असं वाटलं मला."

"ती स्वखुशीने आली आहे ?" या जुन्या विश्वासू नोकरांचं हे असंच असतं. तुम्हांला काय हवं-नकोय ते तुमच्यापेक्षा त्यांनाच जास्त कळतं असा त्यांचा समज असतो.

"होय युवराज."

"आणि तिच्या नवऱ्याचं काय ? तिच्यावर केल्या गेलेल्या आरोपात मीदेखील भागीदार आहे असं म्हणू शकेल तो."

"आजची सारी रात्र तो रसिकाबाईच्या कोठीवर आपली परीक्षा देण्यासाठी गेलाय."

"तू चतुर कोल्हा आहेस, मंगल, पण स्वतःला समजतोस तेवढा चतुर नाहीयेस. ती

खरोखरीच व्यभिचारी असून एखाद्या गुप्तरोगाने पछाडलेली असली तर ?''

''माझ्यावर विश्वास ठेवा युवराज.''

''म्हणजे काय ? शबरीप्रमाणे बोरं आधी चाखून पाहिली आहेस की काय ?''

''नशीब माझं. युवराजांची थट्टामस्करी आणि विनोदबुद्धी संपुष्टात आलीय की काय अशी मला भीती वाटू लागली होती.''

''माझ्या प्रश्नाचं उत्तर नाही दिलंस.''

''ती कुंवारी आहे.''

''अरे देवा. नको, कुंवारी नको.'' माझ्या चेहऱ्यावरच्या नापसंतीचा अर्थ त्याने नैतिक टोचणी असा घेतला.

''आणि आपलं कौमार्य गमावण्यासाठी उत्सुक झाली आहे. तिला चंद्रमहालात थांबवून ठेवलंय मी.''

''तिला राजवाड्यावर पाठव.''

तापलेल्या लोखंडी सळीने डागल्यासारखा मंगलचा चेहरा झाला.

''क्षमा असावी युवराज, पण हा थोडा अतिरेकच होणार नाही का ?''

''माझा हुकूम ऐकलास तू.'' निदान ही नाची तरी नव्हती माझ्या गृहलक्ष्मीसारखी. ''नाव काय तिचं ?''

''सुन्हरिया.''

साईस परत झोपी गेला होता. हलक्या लाथेने मी त्याला उठवलं. खडबडून जागा होत तो थोडा वेळ हरवल्यासारखा बसला. किल्ल्याच्या प्रहरीने मध्यरात्रीचा टोला दिला. पहारेकऱ्याने 'जागते रहो'ची बांग दिली.

''बेफिकीरवर खोगीर घातलंस की नाही अजून ?''

''घातलं सरकार.''

''मग वाट कसली बघतोयस ? त्याला पकड नीट.''

थोड्याच वेळात मंगल दौडत माझ्या शेजारी आला आणि आम्ही दोघं किल्ल्याबाहेर पडलो. सूरजपोळचा चौकीदार मी परवलीचा शब्द देईपर्यंत आम्हांला सोडीना. सुरक्षा अधिक कडक करण्यासाठी गेल्या वर्षापासून प्रत्येक दरवाजावर वेगळ्या परवलीच्या शब्दाची पद्धत आम्ही सुरू केली होती. हल्ली भाडोत्री सैनिक आणि हेरांचा सुळसुळाट झालाय. आम्ही मागे टाकलेल्या इतर तीन पोळांवरच्या चौकीदारांची हजेरी घ्यायला हवी. त्यांच्या चेहऱ्यावरचं कुत्सित हसू त्यांचे विचार दर्शवत होते. आम्ही आमची रंगेल रग जिरवण्याकरता शेजारच्या गावी जातोय अशी त्यांची समजूत झाली असावी.

सर्वांत पवित्र नदी गंगा. मोठी तर निश्चितच. पण ती माझी नदी नाही. माझी आई आणि स्मृती म्हणजे गंभीरी. तशीच ती चितोडचीदेखील. मी जन्मलो तेव्हा तिच्या पाण्याने मला न्हाऊ घातलं गेलं आणि देव करो चितेवर चढवण्यापूर्वीदेखील मला तिच्याच पाण्याने न्हाऊ घातलं जावो. माझी सारी कृत्यं, खाजगी विचार आणि जीव पिचवून टाकणाऱ्या समस्या फक्त ती एकटी जाणते. पण ती त्यांचा न्यायनिवाडा करत नाही किंवा निरसनही करत नाही. तिची भूमिका साक्षीची. ती ढवळाढवळ करत नाही. तिची नक्कीच काही मतं आणि विचार असणार. पण तिने कायमचं मौन धारण केलंय. गाणं संपल्यावर सूर कुठे जातात ? सायंकाळी घरट्यात परतणाऱ्या अगणित पक्ष्यांच्या पंखांच्या फडफडीने निर्माण झालेल्या हवेच्या प्रक्षुब्ध लहरी कुठे नाहीशा होतात ? भिंतीवर तळहातांचा लाल ठसा उमटवून जोहाराच्या ज्वाळांत उडी घेणाऱ्या स्त्रियांचे विलाप कुठे लोप पावतात ? कुठे गेलं माझं बालपण ? माझी बेचकी, माझी फुटलेली पाटी, माझा पहिला पोपट, माझं यौवन, माझं पहिलं पाप आणि त्यानंतरची पापं ? कुठे आहे माझं प्रौढपण आणि मेरताच्या तरुण मुलीला मी प्रथम पाहिलं तो क्षण ? गंभीरीला विचारा. तिला सारं काही माहीत आहे. गंभीरी गुपितं फोडत नाही म्हणूनच आपण सुरक्षित आहोत. नावाप्रमाणेच ती सखोल, विचारी आणि गंभीर आहे.

नदीवर धुक्याचा थर. गुदमरून टाकणारं कुंद वातावरण. काळ्या अभद्र ढगांत अडकलेला चंद्र. मी कपडे काढले, प्रार्थना म्हटली आणि गंभीरीत उतरलो. थंडगार काळंशार पाणी. मी पाषाणासारखा थेट खाली खोलवर. मग तरंगत वर. भोवताली पाण्याची सळसळ. माझ्या स्नायूंचा पीळ सैल झाला आणि विचारांचा गुंता उलगडू लागला. माझ्या धमन्यांत धावती काळी विस्मृती. आज नदीपासून सावधान. तळाचं काळं वळवळतं गवत लवचीकपणे माझ्या पायांना वेढतं. वरच्या जगाला विसरून खाली यायचं आमंत्रण देतं. आज यम आपल्या रेड्यावरून पृथ्वीवर फेरफटका मारतोय. नदी त्याची बहीण यमी. मृत्यू मोहिनी. यमीला कोण नाकारू शकेल ? तिचा भाऊदेखील तिच्या शेजेवर पहुडतो.

अस्पष्ट, आभासमय आकृत्या मला भेटण्यासाठी वर तरंगतात. माझ्या पूर्वजांचे सजल चेहरे मूकपणे किंचाळतात. त्यांचे वाहते सर्पिले हात माझ्या दिशेने पसरत मला विळखा घालतात. बाप्पा रावळ, राणा हमीर, राणी पद्मिनी, हत्यारा. त्या सगळ्यांना काहीतरी सांगायचंय, पण त्यांच्या ओरडणाऱ्या ओठांची भाषा मी वाचू शकत नाही. कदाचित मी खोल पाताळात शिरलो तर त्यांना मदत करू शकेन.

कोणीतरी माझ्या मनाविरुद्ध मला बाहेर खेचतंय. माझ्या पायांखालून वाहणाऱ्या उलट्या प्रवाहाची मंद गती फसवी आहे. मी मला आपल्या चक्राकार भोवऱ्यांत शोषून घेऊन हळुवारपणे मारणार. मंगल माझ्या नावाने मारत असलेल्या हाका मला ऐकू येत

आहेत. पण मी उत्तर देत नाही. नदी माझी मुक्ती आहे. तिच्यातून परत पृष्ठभागी यायचं नाहीये मला. मंगलच्या हाका तातडीच्या आणि अगतिक झाल्या आहेत. का त्रास देतोय मला तो ? आता त्याने मला हेरलंय आणि तो मला बाहेर ओढतोय. पाऊस जोरात पडू लागलाय. नदीच्या त्वचेवर तो हजार ठिकाणी चिमटे काढतोय. माझी कातडी भेदून जळजळते थेंब आतवर जाताहेत. मी जागा आहे. मी मेलो असल्याप्रमाणे मंगल मला हाका मारतोय. पाणी हलकेच माझ्यावरून लहरतं. माझ्यातली पिशाच्चं खेचून बाहेर काढली गेली आहेत. चंद्र परत बाहेर आलाय, आणि गंभीरी जणू मंदगती, चंदेरी जादुगारीण.

मंगल आणि मी परतीच्या वाटेवर दौडतोय. नदीत पोहल्याचं मला अजिबात स्मरत नाहीये. माझं शरीर मात्र भरती-ओहोटीचं काळंशार पाणी.

माझ्या महालात दिवे जळताहेत. दिवाळीच जणू. ती जागी आहे. तिने भडक हळदी रंगाचा घागरा आणि गुलाबी ओढणी पेहेरली आहे. अंगात कोवळ्या गवताच्या रंगाची हिरवी चोळी. आणि म्हाताऱ्या धोब्याच्या बायकोला, सुन्हरियाला, लाल जरतारी पोषाखात एखाद्या नव्या नवरीप्रमाणे नटवली आहे तिने.

२

इतका सोपा उपाय, पण जवळजवळ कुणीच त्याचं पालन का करत नाही कुणास ठाऊक. एखादं खातं किती कार्यक्षम आहे किंवा एखाद्या उपक्रमाची प्रगती कशी काय होतेय हे जाणून घ्यायचं असेल तर अचानक भेट देणं. याचा उद्देश लोकांना हातोहात किंवा अनपेक्षितपणे पकडणं हा नसून त्यांची नेहमीची वागणूक जाणून घेणं हा आहे. म्हणजे, सर्वसाधारणपणे ते कामसू आहेत की आळशी ? आधी कळवून गेलात तर तुमचं स्वागत हारतुरे आणि सर्व काही उत्तम चाललं असल्याच्या नाटकाने होतं. फक्त स्वत:चं महत्त्व जोपासणं, हाच जर तुमचा उद्देश असेल तर त्यांनाच आपल्याकडे बोलावून घ्यावं. म्हणजे एक तर आपले कष्ट वाचतात, दुसरं म्हणजे कारभारी किंवा मंत्री आनंदाने कामातून एका दिवसाची सुट्टी घेऊन, सत्य परिस्थितीला मिर्चीमसाला लावून, काम कसं जोरात चालू आहे हे तुम्हांला पटवून देतात आणि तिसरं म्हणजे कठीण, त्रासदायक समस्यांना तुम्हांला स्वत:ला कधीच सामोरं जावं लागत नाही. खुषमस्करे, ही राजाची पहिली बचावाची रेषा. ते कटू सत्यापासून त्याचं रक्षण करतात आणि त्याच्याभोवती असं एक सूक्ष्म जाळं विणतात ज्याच्यातून प्रत्येक माहिती गाळून त्याच्यापर्यंत पोचवली जाते. फक्त वाईट बातमीच नाही, तर खूपदा चांगली बातमी आणि चांगली माणसंही आत पोचू शकत नाहीत, कारण राजाने काय पाहावं आणि काय ऐकावं हेदेखील त्यांनीच ठरवलेलं असतं. पण त्यामुळे एक गोष्ट बरी होते आणि ती म्हणजे, शेवटी जेव्हा त्याच्या बुडाखालून त्याचं सत्तेचं आसन खेचून घेतलं जातं, तेव्हा त्याचं अध:पतन शीघ्र आणि अपरिहार्य असतं.

त्यांच्या प्रभावाखाली दबून न जाता माहिती मिळवण्याचे सर्व मार्ग मोकळे कसे ठेवावेत, हीच एक मोठी समस्या आहे. राजाच्या कारभारात 'टीका खात्याचा' समावेश कसा अंतर्भूत करावा ? जरी असं खातं निर्माण झालं, तरी ते फारसं परिणामकारक होऊ शकणार नाही. कारण आपल्याला न आवडणाऱ्या मतांकडे किंवा दृष्टिकोनाकडे दुर्लक्ष करण्यात माणसं निष्णात असतात. या विषयावर माझे आणखीन काय विचार आहेत ? काहीही नाहीत. फक्त एक निरुपयोगी सूचना–कुणीही तुमच्यासाठी माहितीचे मार्ग मोकळे ठेवणार नाहीये. त्यासाठी तुमचे तुम्हांलाच प्रयत्न करावे लागतील. सर्वांत महत्त्वाचं म्हणजे, डोळे आणि कान उघडे ठेवणं.

सूर्योदयापूर्वी मी 'सैनिकीय युद्धप्रकार आणि व्यूहरचना प्रशिक्षण केंद्रात' पोचलो. बाबांचा सर्वांत जुना आणि विश्वासू अनुयायी हा तिथला मुख्य आहे. माझे वडील गादीवर येण्याच्या खूप अगोदर जेव्हा ते भूमिगत आणि अज्ञातवासात होते तेव्हापासून जयसिंह बलेचची त्यांना साथ होती. राज्य हाती आल्यानंतर माझ्या वडिलांनी त्यांना वीस गावं इनाम आणि 'रावत' ही पदवी बहाल केली.

"युवराज आपण ?" आपली अस्वस्थता लपवत रावतांनी माझं स्वागत केलं. जयसिंहांची निष्ठा आणि सचोटी याबद्दल मला शंका नव्हती. शिरस्त्यानुसार असलेल्या या माझ्या भेटीमुळे बेचैन होण्याचं किंवा भेदरून जाण्याचं त्यांना काहीच कारण नव्हतं.

"म्हटलं, आपले भावी सेनापती आणि युद्धनीती–कुशलज्ञांची प्रगती कशी काय चाललीय ते जरा पाहावं." हे पूर्णपणे खरं नव्हतं. माझ्या मते रावातांची युद्धपद्धती फारच जुनाट होती. केंद्राच्या साऱ्या विषयांत नवीन, पुरोगामी तांत्रिक आणि विज्ञान प्रकारांचा समावेश करून त्यांचा सर्वंकष आवाका वाढवावा अशी इच्छा होती माझी. अरब, तुर्क आणि पोर्तुगीजांनी युद्धकलेत केलेल्या प्रगतीची पुसट बातमी कानांवर आल्यामुळे, बाबांपाशी हा विषय काढण्याआधी, रावतांचा पाठिंबा मिळवण्याचा उद्देश होता माझा.

मैदानी तालीम पाहिल्यानंतर आम्ही शफीखान घेत असलेल्या 'शास्त्रीय हल्ला प्रकार' या विषयाच्या वर्गात येऊन बसलो. त्याची शिकवण्याची रीत सरळ, सोपी आणि चित्राकृती उदाहरणांमुळे सुबोध वाटली. निघण्यापूर्वी मी शफीखानाला तो 'माघार घेण्याचं तंत्र आणि प्रकार' हा विषयदेखील घेतो की नाही असं विचारलं. मी हे विनोदाने विचारतोय असं वाटून विद्यार्थी दिलखुलास हसले, मात्र त्यांच्या शिक्षकाला हा त्याच्या शिकवण्यावर टोमणा आहे असं वाटल्याने त्याचा पारा चढल्याचं माझ्या लक्षात आलं.

"तुम्हांला हसवण्यासाठी हा प्रश्न विचारला नाही मी. युद्धात, तुम्हांला ऐकून आश्चर्य वाटेल, पण एक बाजू जिंकते आणि दुसरी हरते. माघार कशी घ्यावी हा विषय जर गंभीरपणे आणि शास्त्रीय पद्धतीने शिकवला गेला तर प्राणहानी मोठ्या प्रमाणावर टाळता येते आणि तुम्ही भविष्यात इतर लढाया लढण्यासाठी जिवंत राहता."

शिक्षकाचं समाधान झालं आणि विद्यार्थी शांत झाले. विषय जरी फारसा आकर्षक नसला तरी माघार घेण्यातदेखील शिस्तबद्ध आणि विचारपूर्वक आखणीची गरज असू शकते हे शिक्षक अणि विद्यार्थी, दोघांनाही नवीन होतं.

जयसिंहांच्या तुटक आणि अस्वस्थ वागणुकीचं कारण माझ्या लक्षात येईना. प्रशिक्षण केंद्रात तर सर्व काही व्यवस्थित चाललं होतं. त्यांच्या कचेरीत परतत असताना, त्यांच्या मौनाकडे दुर्लक्ष करून माझ्या मनातला विचार त्यांच्यापुढे मांडायचा,

असं मी ठरवलं. पण त्याआधीच बांध फुटला. सुरुवातीच्या बारीक झऱ्याप्रमाणे अतिशय हलक्या आवाजात त्यांनी बोलायला सुरुवात केली, पण मामला फारच गंभीर असल्याचं मी लगेच ताडलं.

"मी स्वत: थोड्या वेळाने आपल्या भेटीसाठी येणार होतो युवराज."

"मग अजून तुम्ही तो विचार बदलला नसेल आणि तुमच्या पाहुणचाराची परतफेड करण्याची संधी मला द्याल, अशी आशा करतो. दुपारचं जेवण तुम्ही आमच्याबरोबर घ्यावं."

"आभारी आहे युवराज, पण ते शक्य नाही."

माझा हात त्यांच्या पाठीवर पडताच त्यांच्या अंगातला कंप मला जाणवला. त्यांनी हताशपणे मान हलवली. त्यांना कसला तरी तीव्र त्रास होत होता. बाबांच्या अनुपस्थितीत कुठलाही अंतिम निर्णय घेण्याचा अधिकार माझा आहे. पण जोपर्यंत माझ्या मध्यस्तीची मागणी केली जात नाही, तोपर्यंत मी स्वत:हून मदतीचा हात पुढे करणार नव्हतो.

"तुम्ही केव्हाही आलात – अगदी मी महत्त्वाच्या बैठकीत असलो तरीदेखील – तुम्हांला मला भेटण्याची मुभा असावी असा आदेश मी देऊन ठेवतो."

आज गुरुवार. धोबी प्यारेलाल आज रांगेत प्रथम होता. डोळ्यांखाली काळी वर्तुळं असली तरी डोळ्यांत मात्र विजयाची झाक होती. त्याची बायको सुन्हरिया, त्याच्या थोडी मागे उभी. ती माझ्याकडे बघायचं टाळत होती. माझा द्वेष करू लागली होती का ती ? मला कधी ती क्षमा करू शकेल? तरीही माझ्या मनात मात्र या पांढऱ्या केसांच्या, दातपडक्या, फेटाधारी, जख्खड नवऱ्याबद्दल सहानुभूती जागी झाली. सहा बायका केल्या त्याने. त्यातल्या पाचांनी त्याला पुत्र आणि कन्यारत्नं दिली, ज्यांची अगणित नातवंडं आज हयात आहेत. सहा बायकांपैकी काही मेल्या, काही त्याला सोडून गेल्या. ही सातवी, जिच्यासंबंधी संशयाची आणि स्वत:च्या कमतरतेची जाणीव त्याला पोखरून खातेय. अप्रामाणिक बायकोचं दु:ख माझ्याइतकं चांगलं दुसऱ्या कुणाला ठाऊक ?

"युवराज, सरकार, मी मर्द आहे." त्याच्या आवाजाची पट्टी उंची होती आज, पण छातीतली घरघर तशीच. कफप्रवृत्ती त्याची जन्मभर साथ करणार हे उघड होतं.

"आपल्या हुकुमाप्रमाणे मी माझं पौरुष सिद्ध केलंय."

"होय प्यारेलाल, तू मर्द आहेस. रसिकाबाईने तशी ग्वाही दिलेय. पुढचा काय विचार आहे तुझा ?"

"म्हणजे माझ्या बायकोचा अपराध सिद्ध झाला, नाही का ?"

“कसला अपराध ?”

“दुसरा कुठला, सरकार ? माझी फसवणूक केल्याचा.”

“तिचा प्रियकर कोण आहे ?”

“मला काय माहीत ? ते तिला विचारावं.”

“तिचा जर जार असेल, तर ती कुंवारी असणं शक्य आहे ?”

“माझी थट्टा करताय युवराज. ही आणि कुवारी ? अशक्य.”

“तुला काय माहीत ?”

“मी तिचा नवरा आहे सरकार.”

“तू तुझा दावा मागे का घेत नाहीस प्यारेलाल ? तुझी बायको तुझ्याशी प्रामाणिक आहे आणि म्हणूनच ती अजून कुवारी आहे.”

“आपल्याला मी नपुंसक आहे असं म्हणायचं आहे का सरकार ? पण मी माझं पौरुष रसिकाबरोबर सिद्ध केलं नाही का ?”

“केलंस. जरूर केलंस. पण त्यासाठी अख्खी रात्रभर भरपूर प्रयत्न करावे लागले तिला. ग्रंथातल्या सगळ्या युक्त्या-क्लृप्त्या रसिकाबाईने वापरल्या, आणि तो ग्रंथ तिनेच लिहिलाय असं म्हणतात. तुझ्यात अजून थोडी धग – दुर्बल का होईना – आहे हे खरं आहे, पण ती चेतवण्यासाठी तुझ्या बायकोचा अनुभव फार कमी पडतोय.”

प्यारेलालचा चेहरा पडला. पण तो हार मानायला तयार नव्हता.

“माझी खात्री आहे की तिचा एक जार आहे. ज्या रात्री मी रसिकाबाईकडे होतो, ती सारी रात्र तिने बाहेर कुठेतरी घालवली.”

“गेल्या सोमवारची रात्र तिने कुठे का घालवली असेना, पण काल रसिकाबाईने तिची तपासणी केली आणि ती कुंवारी असल्याचं जाहीर केलंय.”

“तिचा एक जार आहे. माझं मन मला सांगतंय.”

“मग त्याला हजर कर !” मी म्हटलं, “कठोरातली कठोर शिक्षा देऊ आम्ही त्याला.”

शेवटी एकदाचा प्यारेलाल गेला. कुंवारी असो वा नसो, त्याची बायको त्याला फसवतेय हे माहीत होतं त्याला.

दुपार मी नगररचना खात्याच्या साहसमलांसाठी मोकळी ठेवली होती. विजयनगर राज्यात पाणीपुरवठ्यासाठी चिनीमातीची नळकांडी वापरतात असं मी ऐकलं होतं.

आम्हीदेखील तसं का करू शकत नाही हे जाणून घ्यायचं होतं मला. दुसरी समस्या होती सांडपाण्याच्या निचऱ्यासंबंधीची. उन्हाळ्यात आणि हिवाळ्यात चितोडचे रस्ते ठीक असायचे, पण पावसाळा सुरू झाला की, म्हैस होणं, हाच सुखी जीवनाचा उपाय होता. सारी नगरी खड्डे, छोटी डबकी आणि दलदलीने भरून जायची. प्रत्येकाच्या डोक्याभोवती गुणगुणणाऱ्या डासांचा काळा फेटा बनायचा. रस्ते ही तरी फक्त मोसमी समस्या. पण दुर्दैवाने नगरातली गटारं ही एक नित्याची डोकेदुखी होऊन बसली होती. या संदर्भात 'डोकेदुखी' हा चुकीचा शब्द वापरला मी. एक कायमचा अनर्थ म्हणणं अधिक योग्य ठरेल.

का कुणास ठाऊक, पण माझ्या छोट्या-मोठ्या पूर्वजांपैकी कुणीही नगरातल्या लोकसंख्येच्या समस्येचा नीटपणे विचार केला नाही. आम्ही नेहमी लढत असलेल्या युद्धांची एक परिणती, असं समजून ते त्यातून मोकळे होत. आमची बरीचशी लोकसंख्या लढाईत मरायची हे खरं आहे, (युद्धावर जाणाऱ्यांच्या प्रत्येक कुटुंबात जे लंगडे, पांगळे आणि अपंग होऊन जिवंत राहत, त्यांच्या मानाने मरणाऱ्यांची संख्या फारच कमी भरायची. त्याशिवाय, गल्लीगल्लीतून भीक मागत फिरणाऱ्यांचं तर विचारूच नका.) पण दर दहा–पंधरा वर्षांनी आमची एक चतुर्थांश ते अर्धी लोकसंख्या नष्ट होते ती स्थानिक आणि सांसर्गिक रोगांच्या लागणीने.

गटारं आणि सांडपाण्याच्या निचऱ्यासंबंधी कोणी फारशी आस्था दाखवत नाही याचं कारण ते अस्पृश्यांचं काम समजलं जातं हे असावं. पण त्यावर गंभीर विचार करून तंत्रज्ञानाच्या मदतीने काहीतरी उपाय करण्याचं राज्यकर्त्यांनी मनावर घेतलं नाही, तर लवकरच आम्ही सारे स्वतःच्याच घाणीत वाहून जाणार आहोत.

नापसंती दर्शक सभ्य आवाज करत नगररचनातज्ज्ञ साहसमल, आम्ही राणकपूरच्या धर्तीवर एखादं भव्य नवीन संगमरवरी मंदिर किंवा महाराज राणा कुंभ यांनी उभारलेल्या विजयस्तंभापेक्षा दुप्पट उंचीचा नवीन जयस्तंभ बांधण्यासंबंधी चर्चा का करू नये, असं सुचवत होते. शेवटी राणा संघाचे पराक्रम माझ्या पणजोबांच्या पराक्रमांपेक्षा कुठल्याही दृष्टीने कमी पडत नव्हते. त्यांच्या या उत्तम कल्पनांशी सहमत असल्याची मी ग्वाही दिली आणि या प्रकल्पांसाठी लागणाऱ्या खर्चाची रक्कम उभी करण्यात त्यांना चितोड आणि मेवाडमधल्या उदार रहिवाशांची मदत नक्की मिळेल याची खात्री दर्शवली. पण राजखजिन्यातले पैसे शहराच्या पाणीपुरवठा आणि घाणीचा निचरा यांसारख्या दैनंदिन गरजांसाठीच वापरले जावेत यावर भर दिला.

शेवटी एकदाचा माझ्या म्हणण्याचा आशय त्यांच्या लक्षात आला असावा. शहराच्या जलवाहिन्यांचे नकाशे शोधून काढण्याविषयी ते बोलत असताना जयसिंह बलेच आल्याचं मला कळवण्यात आलं. नगररचनातज्ज्ञांना मी रजा दिली आणि

संध्याकाळी सहा वाजता नकाशांसहित त्यांना हजर राहता येईल का ते विचारलं. आश्चर्याने त्यांचं तोंड उघडं पडलं. गोंधळून जाऊन, ''ते नकाशे कुठे ठेवले आहेत ते पाहिलं पाहिजे. असे नकाशे अस्तित्वात आहेत का याबद्दलच शंका आहे,'' असं काहीतरी ते पुटपुटत असतानाच ''छान. तर मग आपण सहा वाजता भेटतोय.'' असं म्हणून मी त्यांचा निरोप घेतला.

जयसिंह बलेच बरेच सावरल्यासारखे वाटले. त्यांनी जे काही सांगितलं, ते ऐकून चेहरा मख्ख ठेवणं जरा कठीच गेलं. कारण त्यांचं म्हणणं लक्षपूर्वक ऐकत असताना मला येऊ घातलेल्या संकटांचा गडगडाट स्पष्टपणे ऐकू येत होता. दररोज आरशासमोर बसून, काल्पनिक किंवा माझ्या स्वतःच्या विविध आणि समृद्ध अनुभवांवर आधारित, दुष्ट अफवा, अरिष्ट प्रसंग, पराभव, अपमान यांची आठवण बळेच जागृत करून चेहरा भावनारहित ठेवण्याचा रियाज करण्याचं मी मनाशी ठरवलं.

''सरकार, राजकुमार विक्रमादित्य सव्वाएक महिन्यापूर्वी माझ्या घरी आल्याचं आपल्याला आठवत असेल. मी तो माझा बहुमान समजतो. प्रशिक्षण केंद्राच्या कामाच्या व्यापामुळे मी स्वतः त्यांची सेवा करू शकलो नाही, पण माझ्या कुटुंबियांनी त्यांची उत्तम सरबराई केली. आठवड्यापूर्वी ते चितोडला परतले.''

होय, मला आठवतंय. त्यानंतर माझ्या बायकोच्या उडत्या घाघऱ्याखाली डोकावण्यात समाधान मानून ते थांबले नाहीत, तर त्या अनुभवावर त्यांनी एक भिकार, चावट वात्रटिकादेखील लिहिली, जी आज प्रत्येक नागरिक गुणगुणत खिदळतोय.

''त्यांनी स्वतःहून प्रशिक्षण केंद्राला भेट दिली आणि माझं हार्दिक अभिनंदन केलं. गावच्या मोकळ्या स्वच्छ वातावरणात माझ्या चार मुलांबरोबर केलेल्या घोडदौडी आणि शिकारीने त्यांचं स्वास्थ्य खूपच सुधारलं. 'आपण लवकरच परत आलं पाहिजे,' मी त्यांना म्हटलं. 'अर्थात काका, आम्ही नक्की परत येऊ,' असं म्हणून ते निघून गेले. त्यांनी जायला आणि माझे दोन मुलगे अश्वशाळेतून यायला एक गाठ पडली.''

बलेच थांबले. अपेक्षित आघातासाठी मी डोळे मिटले. तो झाला नाही.

''युवराज, हे कसं सांगावं तेच मला कळत नाही.''

माझे डोळे मिटलेलेच. भावी राजासाठी ही एक चांगली तालीम आहे. मी अनुमान करण्याचं प्रयत्नपूर्वक टाळत होतो. प्रवाहाबरोबर वाहत राहा, मौन पाळ, शरीरातल्या प्रत्येक भागातला प्रत्येक स्नायू सैल सोड, अंग शिथिल कर, शिथिल कर. आश्चर्य किंवा दुसरा कुठलाही भाव प्रदर्शित करू नकोस.

“मी जे काही सांगणार आहे त्याचा आपल्याला त्रास झाल्यास माफी असावी. पण मला सांगितलंच पाहिजे. खूप वर्षांपूर्वी माझ्या एकनिष्ठ सेवेचं इनाम म्हणून आपल्या वडिलांनी दिलेल्या जमिनीवर आम्ही एक अश्वशाळा चालवतो हे आपण जाणता. एकलिंगजींच्या कृपेने आमची अश्वशाळा उत्तम चालली आहे. आम्ही सैन्याला आणि मान्यवर नागरिकांना घोडे पुरवतो. आपल्या बेफिकीरची पैदास आमच्याच जातिवंत घोड्यांपासून झालीय.

“दीड वर्षापूर्वी गोद्रारच्या सोळंकींनी एक काळी बिजली नावाची तट्टाणी स्वत:साठी निवडली होती. ती यंदाच वयात आली आणि आम्ही तिला सोळंकींकडे पाठवून देण्याचा विचार करत होतो, तेवढ्यात ती राजकुमार विक्रमादित्यांच्या नजरेस पडली. उमदं जनावर. आमच्या सगळ्या घोड्यांत उजवी. राजकुमारांनी तिची मागणी केली. माझ्या मुलांनी त्यांना दुसरा कुठलाही घोडा निवडण्याची विनंती केली, कारण काळी बिजली सोळंकींनी खरीदली होती. पण राजकुमारांनी मानलं नाही.

“त्यांनी चितोडला प्रयाण केलं आणि इथे माझ्या मुलांच्या लक्षात आलं की काळी बिजली आणि आणखी नऊ घोडे अश्वशाळेतून गायब झालेत.”

मी माझ्या भावाची नवी घोडी पाहिली होती. जरा जादा दिखाऊ आणि चुळबुळं वाटलं मला, पण जनावर खरंच देखणं होतं. जेव्हा मी तिला प्रथम पाहिली तेव्हा तो आणि त्याचे दोस्त, घोडसवारी करत असतानाच काठीने एक लाकडी चकती उडवण्याचा, नव्यानेच शिकलेला खेळ खेळत होते.

“कुठून मिळवलीस ?” मी विचारलं.

“अजमेरला घोड्यांच्या बाजारात एका पठाणाकडून घेतली. आवडली ?”

“पृथ्वीचं मोल द्यावं लागलं असणार. चंद्रासकट.”

“असल्या उमद्या, चपळ आणि जातिवंत जनावरावर मांड टाकण्याच्या सुखापुढे पैशाची काय फिकीर बंधुराज ? जाऊ द्या. तुम्हांला काय कळणार त्यातली मजा ?”

तेही खरंच. पण खरेदीसाठी त्याने पैसे कुठून आणले असावेत याची मला खात्री नव्हती. त्याचं सगळ्यांकडे ऋण होतं. कुटुंबातल्या प्रत्येकाकडून, विश्वास ठेवा अगर ठेवू नका, अगदी माझ्याकडून देखील त्याने कर्जाऊ रक्कम घेतली होती. अर्थात, त्याच्या पाठीमागे त्याची आई, राणीसाहेब कर्मावती होत्या आणि त्यांच्या नावाचा आणि त्यांच्या कुठेतरी लपवून ठेवलेल्या खाजगी संपत्तीचा त्याला भक्कम आधार होता.

“एवढंच नाही, तर जाण्याच्या आदल्या रात्री त्यांनी माझ्या अश्वशिक्षकाला फितवलं. इतका उत्तम अश्वशिक्षक आपल्या राज्यातच काय, दिल्लीच्या

बादशहाकडेदेखील नाहीये. तो नाहीसा झालाय. मला शंका आहे की तो आणि त्याचं कुटुंब राजकुमारांच्या संरक्षणाखाली असावं.''

स्वत:ला थंड ठेवण्यासाठी मला प्रयत्न करावा लागत नव्हता. मी केव्हाच गारठलो होतो. बाबा, मी आणि जे कोणी विक्रमादित्याला ओळखतात ते सारे जाणून होतो की तो आपत्तींची वाट पाहत नाही. जो कर्ता पुरुष आहे, तो आपत्ती घडवतो. आणि हे माहीत असूनही आम्ही कोणी माझ्या भावाला आणि त्याच्या कृत्यांना ताब्यात ठेवू शकत नाही.

''मला घोडी परत पाहिजेय, युवराज, अश्वशिक्षक आणि त्याच्या कुटुंबाबाबत आपण योग्य तेच कराल याची मला खात्री आहे.''

योग्य. योग्य तेच. होय, योग्य तेच करायचंय मला. पण योग्य काय ते माहीत आहे का मला ? इतरांच्या बाबतीत जाऊद्या, माझ्या स्वत:च्या बाबतीतदेखील ? आणि माहीत असलं तरी ते करायचं कसं ?

''जयसिंहजी, ही तक्रार माझ्यापर्यंत यायला जवळजवळ एक आठवडा का लागला ?''

ते थोडे गोंधळले..., ''माझी मर्जी चालती तर मी आजदेखील आपल्याकडे आलो नसतो. मी प्रथम आदिनाथजींकडे गेलो. नंतर प्रधानमंत्र्यांकडे. त्या दोघांनी सहानुभूती दाखवली, पण मामला मिटवून टाकणंच योग्य, असं सुचवलं.''

माझ्या मनात विचार आला की माझ्याऐवजी बाबा इथे असते तर बलेच त्यांच्याकडे ही तक्रार घेऊन जाते का ?

मी विक्रमादित्याला भेटायला गेलो. त्याला बोलावून घेण्यात अर्थ नव्हता. त्याने कदाचित यायला नकार दिला असता. निदान तो अपमान तरी टळला.

''तुम्ही काळी बिजली ताबडतोब जयसिंह बलेचना परत करावी.'' नमनाला घडाभर तेल वाया घालवण्यात अर्थ नव्हता. ''ते तुमच्यावर चोरीची फिर्याद करणार नाहीत.''

''कोण काळी बिजली ?''

''तुम्ही जयसिंह बलेचच्या अश्वशाळेतून चोरलीत ती घोडी.''

''माझ्या घोडीचं नाव काजल आहे आणि मी तिला अजमेरमध्ये एका पठाणाकडून खरीदली.''

''घोडीचं खरेदीपत्र आहे तुमच्यापाशी ?''

"होतं. मी ते फेकून दिलं."

"कुणी साक्षीदार ?'

"मी बायको नाही आणली. फक्त घोडी."

"तुम्ही ती रावत बलेचना परत द्यावी."

"शक्य नाही."

"याचा परिणाम तुमच्या लक्षात येतोय का ? रावत बाबांचे विश्वासू सेवकच नव्हे, तर त्यांचे मित्रदेखील आहेत. एका घोडीसाठी त्यांच्याशी आणि त्यांच्या साऱ्या कुळाशी वैर पत्करणार तुम्ही ? ती घोडी गोद्वारच्या सोळंकींना, जे आपल्या बाजूने गुजरातच्या सुलतानाशी लढताहेत, पूर्वीच विकली गेली आहे. तुमच्या या कृत्याचे राजकीय परिणाम काय होतील याची पुसट तरी कल्पना आहे का तुम्हांला ?"

तोंडात राख भरल्याप्रमाणे माझी जीभ कोरडी पडली होती. माझ्या या भावाची समजूत घालणं म्हणजे शुद्ध गाढवपणा होता.

"घोडी माझी आहे आणि नसली तरी कुणीही राव, रावत किंवा राजा तिला माझ्यापासून हिरावून घेऊ शकत नाही. तुम्ही तुमच्या नामर्दपणासाठी प्रसिद्ध आहात, बंधुराज, पण मी महाराणांची औलाद आहे. मला हवं ते मी हक्काने घेणार." तो हसला. नाही, हसणं शक्य नव्हतं त्याला. त्याने कुत्सित स्मित केलं, "राजसिंहासनासकट."

मी परत माझ्या कचेरीत गेलो आणि मंगलसिंहाला बोलावून घेतलं.

"राजकुमार विक्रमादित्यांची नवी घोडी कुठे आहे ? तिच्यावर किती जणांचा पहारा आहे ? तुला सांगायची गरज नाही, पण कुणालाही संशय येऊ नये अशा रीतीने ही माहिती मिळव."

काही फायदा नव्हता, पण तरीही कौटिल्याचा उपदेश मला आठवला, "जे उघड दिसतंय त्याला ते उघड आहे म्हणून कधीही कमी लेखू नये. प्रत्येक महत्त्वाच्या मुद्द्याची यादी करावी आणि एकेकाचा नीट विचार करावा."

मी बसून तीन मुख्य पर्याय लिहून काढले:

(१) काळी बिजलीचा पत्ता लागत नाही. (२) पत्ता लागतो आणि आम्ही तिला ताब्यात घेतो. (३) पत्ता लागतो पण आम्ही तिला ताब्यात घेऊ शकत नाही. प्रत्येक पर्यायाखाली कोणते वेगवेगळे मार्ग घेता येतील त्यांची यादी केली. चुका सुधारून, नवीन मुद्द्यांची भर घालून त्यांच्यात फेरफार करण्यात जवळजवळ तास गेला. खाली

मोठ्या ठळक अक्षरांत मी लिहिलं: 'वेळ महत्त्वाचा. परत विचार व्हायला हवा. त्वरित कृती, पण कायद्याला धरून.'

लिहून काढलं म्हणून ते तसं घडेलच असं नाही, पण निदान तुमच्या स्वत:कडून काय अपेक्षा आहेत ते तरी स्पष्ट होतं.

''घोडीचा पत्ता लागला नाही आणि साइस, तबेल्याचा रखवालदार किंवा तिच्याशी संबंधित कुणीही तोंड उघडायला तयार नाहीत.''

''राजकुमार विक्रमादित्याच्या साऱ्या हालचालींवर लक्ष ठेवण्यासाठी तुझी दोन माणसं नेम. त्यांना भेटायला कोण कोण जातं आणि किती वेळ त्यांच्याबरोबर असतं याची माहिती हवी आहे मला. ते घराबाहेर पडले तर लागलीच मला बातमी मिळाली पाहिजे. आज रात्री नऊ वाजता माझ्या कचेरीत सुरक्षा मंडळाची बैठक ठेवल्याचा निरोप प्रधानमंत्री, अर्थमंत्री आणि गृहमंत्र्यांना जाऊदे. संरक्षण दलाच्या मुख्यांना पण कचेरीबाहेर हजर राहून माझ्या हुकुमाची वाट पाहायला सांग. रावत जयसिंह बलेचांची उपस्थिती सव्वानऊ वाजता आवश्यक आहे असा निरोप त्यांना जाऊदे. जा. लक्षात ठेव, असल्या आणीबाणीच्या प्रसंगी आत्मप्रौढी उपयोगाची नाही, नाहीतर तूच सारा डाव उघडकीला आणशील.''

नगररचनाकाराबरोबर मी जलवाहिन्यांच्या जाळ्याचा सखोल अभ्यास केला. पाण्याच्या निचऱ्याविषयी मला वाटणारी कळकळ सांसर्गिक असावी. नळांची दुरुस्ती, मलमूत्र, सांडपाणी, याऐवजी त्यामागचं शास्त्र आणि समस्या यांचं महत्त्व त्याच्या लक्षात येऊ लागलं. आता मला चिंता नव्हती. समस्येची दुसरी बाजू म्हणजे त्यावरचा उपाय, आणि तो शोधण्यासंबंधी आतापासूनच त्यांचा विचार सुरू झाला होता.

आमच्या कामात मंगलने दोनदा व्यत्यय आणला. दोन्ही वेळा तो मला शेजारच्या छोट्या खोलीत घेऊन गेला. माझा भाऊ विक्रमादित्य आणि त्याचे तीन जानी दोस्त फतेसिंह, सज्जाद हुसेन आणि महेश गौर यांची बैठक जमली होती. दुसऱ्या वेळची बातमी अशी होती की सज्जाद हुसेन घाईघाईने विक्रमादित्याच्या महालाबाहेर पडताना पाहिला गेला.

''सज्जाद हुसेन किल्ल्याबाहेर पडला तर त्याने गंभीरी ओलांडल्यानंतर त्याला अडवण्यात यावं, आधी नाही. परत ऐक, गंभीरी ओलांडण्यापूर्वी नाही. तुझ्या माणसांना ताकीद दे की त्याला अडवण्याआधी जवळपास कुठे एखादं लग्नाचं वऱ्हाड किंवा नौटंक्यांचा ताफा नाही ना याची खात्री करून घ्यायची. सज्जादबरोबर त्याचे काही पाठीराखेदेखील असतील. त्यांची संख्या तुझ्या माणसांपेक्षा अधिक नाही याची काळजी घे. सज्जादजवळची सारी शस्त्रं, कागदपत्रं आणि पैसे जप्त करण्यात यावेत आणि

त्याच्या माणसांसकट त्याला कुंभलगडच्या कैदखान्यात टाकण्यात यावं. तू चितोड सोडता कामा नयेस. मंगल किंवा तुझ्या माणसांबरोबर कुठेही धाड घालायला जाता कामा नयेस. माझ्या सगळ्या आदेशांचं काटेकोरपणे पालन केलं जातंय की नाही हे पाहणं तुझं पहिलं कर्तव्य.''

नगररचनातज्ज्ञ अतिशय उत्तेजित मनस्थितीत निघून गेले. आत्ताची जलनियंत्रण योजना कशी सुधारावी किंवा दुरुस्त करावी, की संपूर्ण नवीन पद्धत स्वीकारावी याचा विचार करून त्यावर एक प्रबंध लिहिण्याची मी त्यांना विनंती केली. तसंच खर्चासाठी पाणी कर वाढवावा की आणखी कुठला तरी अधिक योग्य मार्ग पत्करावा तेही ठरवण्यास सांगितलं. नंतर पटकन आंघोळ उरकून मी कपडे बदलले आणि मनाची तयारी केली.

सर्वांत आधी आदिनाथजी आले. ही बैठक कशासंबंधी आहे याची त्यांना कल्पना होती की नाही ते मला माहीत नाही; पण त्यांनी त्यासंबंधी कसलाही उल्लेख केला नाही किंवा उत्सुकताही दाखवली नाही. सर्व काही योग्य वेळी. या माणसाकडून, ज्याच्यावर माझा रोष नसला तरी फारसं प्रेमही नव्हतं, मी खूप काही शिकलोय. त्यांचा मुख्य गुण मितभाषित्व हा नसून मन:पूर्वक ऐकून घेणं हा होता. ते उदासीनपणे ऐकत नसत, आमच्या प्रधानमंत्री पूरणमलजींसारखे, जे मनाची दारं बंद करून ऐकत. पण आदिनाथजींचा चेहरा जरी मख्ख असला तरी ऐकलेल्या प्रत्येक गोष्टीचा ऊहापोह करून, जर ते तर्कसंगत असेल तर आपली स्वत:ची मतं किंवा पारंपरिक विचार बाजूला ठेवण्यात कसलाही कमीपणा न मानता ते निर्णय देत.

''काय, काय भानगड आहे ही ? जे काही असेल ते उद्या सकाळपर्यंत थांबू शकत नव्हतं का ?'' माझे काका लक्ष्मणसिंह दरवाजा बंद व्हायच्या आधीच मला फैलावर घेत प्रवेश करते झाले. नंतर आठवलं म्हणून आपल्या वाक्याला त्यांनी 'युवराज' जोडलं.

आमचे गृहमंत्री धिप्पाड. त्यातून आता लठ्ठ झालेले. माझ्या लहानपणीचे काका मला अजून आठवताहेत. तेव्हा ते उंच, सडसडीत आणि नेहमी घाईत असायचे. ते आमचे एक उत्कृष्ट सेनापती होते आणि जेव्हा बाबांनी त्यांना गृहमंत्री बनवलं तेव्हा त्यांना ते अजिबात आवडलं नाही, ''आम्ही जेव्हा लढाईवर जातो तेव्हा, देव करो आणि असं न होवो, जर कुणी चितोडवर हल्ला केला तर त्यांना तोंड द्यायला बायकांची सेना पाठवायची का ?'' बाबांनी त्यांना विचारलं होतं, ''आणि आम्ही जेव्हा इथं असतो, तेव्हादेखील अंतस्थ सुरक्षिततेची जबाबदारी घ्यायला कोणातरी विश्वासू माणसाची गरज आहे.''

लक्ष्मणसिंहांनी नाकपुड्या फुलवून हुंकार भरला होता. आतासारखाच, पण वेगळ्या कारणासाठी तेव्हादेखील त्यांचा श्वास चढला होता. सैनिकाचं कष्टाचं जीवन संपुष्टात

आल्यानंतर त्यांचं वजन इतकं वाढलं की त्यांना खाली बसायला आणि उठायला मदतीची गरज भासायची. चढलेला श्वास आणि जलद बोलायची सवय, यामुळे ते काय म्हणताहेत ते समजायला कठीण जायचं.

"मी आपल्यापेक्षा उंच आसनावर बसेन असं वाटलंच कसं आपल्याला ?" त्यांच्या सोयीसाठी मी मंगलला सांगून एकावर एक चार लठ्ठ उशा रचून एक आसन तयार करून घेतलं होतं. "म्हातारपणामुळे मी स्थूल आणि पादरा झालो असलो, तरी माझं डोकं अजून शाबूत आहे. युवराजांचा अपमान माझ्याकडून होणार नाही."

माझा उद्देश फक्त स्वार्थी होता. गेल्या खेपेस त्यांना वर उठवताना मी आणि मंगल जवळजवळ कोलमडलो होतो.

"काकासाहेब, आपण आम्हांला वडिलांसारखे. मी आपल्या पायापाशी बसलो तर काही बिघडणार नाहीये."

"वडिलांसारखे, फक्त. त्यापलीकडे काही नाही. आपलं आसन आणि मान राखावा युवराज, तरच आकाशातले तारे आणि सूर्य स्वत:च्या स्थानांवर अढळ राहतील."

"गृहमंत्र्यांनी आपलं भाषण सुरू केलेलं दिसतंय." सगळ्यांच्या नकळत पूरणमलजींनी प्रवेश केला होता. ही व्यक्ती म्हणजे एक कोडंच होतं. आतल्या गाठीचे आणि सावध. अदबशील, सभ्य, उच्चभ्रू आणि संपूर्णपणे भावनाशून्य. तग धरून राहण्याचं उपजत ज्ञान असलेले. फक्त स्वत:पुरतंच नाही, मेवाडसाठीसुद्धा. मला वाटतं की ते मुद्दामहून इतरांच्या मनात स्वत:च्या विश्वासूपणाबद्दल शंका निर्माण करतात. त्यामुळे इतरांना दूर ठेवण्याचं आणि स्वत:चे निर्णय स्वत: घेण्याचं त्यांचं स्वातंत्र्य अबाधित राहतं.

"शतायुषी व्हा युवराज. माझं आयुष्यदेखील आपल्यालाच लाभो." प्रधानमंत्र्यांचा आशीर्वाद मी डोकं थोडंसं झुकवून स्वीकारला. आम्हा सूर्यवंशी राजांमध्ये दोन प्रधानमंत्री असतात. आमचं पंचमुखी कुलदैवत, एकलिंगजी शिव, यांचा प्रतिनिधी किंवा दिवाण आमचे बाबा आणि पूरणमलजी बाबांचे, म्हणजे राणांचे प्रधानमंत्री.

"अधिक वेळ न घालवता मी सरळ मुद्द्यावर येतो. कदाचित ही तातडीची बैठक बोलवण्यात मी घाई केली असेल. जर तसं सिद्ध झालं तर मी प्रथमच आपल्याला त्रास दिल्याबद्दल आपणा सर्वांची क्षमा मागतो. पण गुप्तता आणि वेळ महत्त्वाचा होता. बैठकीच्या पहिल्या कार्यभागासाठी आजचं आपलं मंडळ, मेवाडचं अंतिम न्यायालय म्हणून काम करील. बैठकीच्या अहवालाची टिपणं मी स्वत: घेणार आहे."

"फिर्यादी कोण ...कोण आहे ?" लक्ष्मणसिंहजींनी विचारलं, "आणि गुन्हा.... गुन्हा कोणता ?"

"जयसिंह बलेचना बोलवा."

आपल्याला या भानगडीसंबंधीची आगाऊ माहिती असल्याचा आदिनाथजी किंवा प्रधानमंत्र्यांनी बिलकूल पत्ता लागू दिला नाही. आता सगळं उघडच्यावर आल्यानंतर त्यांची काय प्रतिक्रिया होते याचं मला कुतूहल होतं. मंगलसिंहने रावत बलेचना आत आणलं. त्यांचा चेहरा पार उतरला होता. इतक्या वरच्या स्तराच्या मंडळाला तोंड द्यावं लागेल असं त्यांना वाटलं नव्हतं.

"रावत जयसिंह बलेच," कधी नाही ते लक्ष्मणसिंहजी न अडखळता बोलले, "तुम्ही देशाच्या सर्वांत उच्च न्यायालयासमोर उभे आहात. जे काही म्हणायचंय ते आत्ता म्हणा, नाहीतर तोंड कायमचं बंद ठेवा. जे काही बोलाल ते सत्य असावं. तसं नसेल, तर तुमचे स्वत:चे प्राणच नाहीत, तर तुमची आणि तुमच्या वंशजांची मालमत्ता, जमीन आणि हुद्देदेखील हिरावून घेतले जातील."

सापळ्यात सापडलेल्या जनावरासारखा रावतांचा चेहरा झाला. हे संकट त्यांनी स्वत:हून ओढवून घेतलं नव्हतं. ते त्यांच्यावर लादण्यात आलं होतं. निकाल कोणत्याही बाजूने लागला तरी आपण हरणार हे ते जाणून होते. जर सत्य घटना सांगितली तर आम्हांला न्याय द्यायला भाग पाडल्याबद्दल आमचा रोष पत्करावा लागणार. त्यांचा एकेकाळचा मित्र आणि साथीदार, खुद्द राणा, त्यांच्यापासून दुरावणार. जर मूळ गिळून गप्प बसलं, तर गोद्वारच्या सोळंकींचं वैर पत्करायला लागणार. अधिक महत्त्वाचं म्हणजे त्यांच्या साऱ्या कुळाची नाचक्की होणार आणि ते परत कधीही आपल्या मुलांसमोर मान वर करू शकणार नाहीत. एक साधारण दर्जाचा माणूस जेव्हा सर्वोच्च सत्तेशी सामना करतो, तेव्हा सारा दृष्टिकोनच बदलतो. अन्याय त्यांच्यावर झाला होता, पण आपणच दोषी असल्याची भावना त्यांना होऊ लागली होती आणि ती जन्मभर राहणार होती.

ते खालच्या आवाजात बोलू लागले. काहीही न वगळता त्यांनी वस्तुस्थिती सांगितली. बोलून झाल्यावर कुणाही एकाकडे न बघता ते म्हणाले, "आरोपीचा हुद्दा किंवा स्थान लक्षात न घेता मला न्याय मिळावा."

हा सर्वांत कठीण क्षण होता. याच क्षणाची मी वाट पाहत होतो. आता जर मी पुढाकार घेतला नाही, तर पूरणमलजी आणि अर्थमंत्री सगळी जबाबदारी माझ्यावर टाकून अंग काढून घेणार. लक्ष्मणसिंहजी सरळ मनाचे पण भोळे होते. राजकारण आणि त्यातले सूक्ष्म मार्मिक भेद त्यांच्या लक्षात येत नसत. कळत-नकळत त्यांनीही मग इतरांची री ओढली असती.

"आभार जयसिंहजी. निर्णय घेऊन होईतोवर आपण बाजूच्या खोलीत थांबावं." ते गेल्यानंतर मी मंडळाला माझं विक्रमादित्याशी झालेलं संभाषण निवेदन केलं.

"तुम्ही पाहिलेली घोडी काळी बिजली होती याची खात्री आहे तुम्हांला ?"

प्रधानमंत्र्यांचं हे तंत्र मला अपेक्षित होतं. आता ते रावत जयसिंह बलेचांच्या निवेदनात इतकी छिद्रं शोधून काढतील की राजकुमार विक्रमादित्याला दोषी ठरवणं कठीण जाईल.

"नाही. पण त्यांनी हे कबूल केलं की त्याची काजल नावाची घोडी त्यांनी चितोडमध्ये खरेदी केली नाही. त्यांनी ती खरंच केली असेल तर तिच्यासाठी चांगली भरभक्कम रक्कम द्यावी लागली असणार.

"खुद्द राणांच्या मुलाला ते अशक्य नाहीये, नाही का ?" पूरणमलजी अर्थमंत्र्यांकडे वळून म्हणाले. आदिनाथजींनी एक पुसट स्मित केलं, पण उत्तर दिलं नाही.

"आदिनाथजी, आमचे बंधू गेल्या काही महिन्यांपासून तुमच्या जबरदस्त ऋणात आहेत हे खरं आहे ?" आमच्या अर्थमंत्र्यांकडून काहीतरी ठोस माहिती मिळवणं आता आवश्यक होतं.

"जबरदस्त नाही म्हणता येणार. पण थोड्याफार ऋणात आहेत."

"अलीकडे त्यांनी तुमच्याकडे कर्जाची मागणी केली होती ?"

"नाही."

"जर त्यांनी ती केली असती तर तुम्ही त्यांना कर्जाऊ रक्कम दिली असती ?"

"जे झालं नाही, त्यावर मी माझं मत नाही देऊ शकत."

"त्यांची कर्जाची मुदत संपली, तेव्हा तुम्ही ती मुदत वाढवण्यास नकार दिलात आणि व्याजाच्या रकमेवरही सूट देण्याचं नाकारलंत, हे खरं ?"

आदिनाथजींनी आपलं आसन किंचित बदललं आणि उत्तर द्यायला बराच वेळ घेतला, "होय, हे खरं आहे."

"हे हे हे... याचा या फिर्यादीशी काय संबंध आहे ?" लक्ष्मणसिंहांचा धीर संपत आला असावा.

"तसा काहीच नाही. मी फक्त मुख्य विषय टाळण्यासाठी असलेले सारे लहान– मोठे मार्ग, ज्यांच्यावर सारी रात्र चर्चा होण्याची शक्यता आहे, ते बंद करण्याचा प्रयत्न करतोय." मी स्वत:वर नसतं संकट ओढवून घेत होतो. प्रधानमंत्री आणि अर्थमंत्री, दोघेही, मी खटल्यासंबंधीच्या बाबींतून घसरून वैयक्तिक वैरावर केव्हा येतोय हे डोळ्यांत तेल घालून पाहत होते, "आणि हेही खरं आहे का, की राजकुमार विक्रमादित्य व्याजाची रक्कमदेखील उभी करू शकले नाहीयेत."

"त्यांनी ते अजून भरलेलं नाहीये. रक्कम उभी करू शकले आहेत की नाही ते मला माहीत नाही."

"महाराज राणा संगांना परतायला अजून महिना, दोन महिने की वर्ष लागेल ते मी

सांगू शकत नाही. त्यांच्या अनुपस्थितीत राज्याचे कारभार थंडावू नयेत म्हणून आपल्याला अधिकार दिले गेले आहेत. रावतांनी आणलेल्या फिर्यादीचं स्वरूप किती गंभीर आहे ते मी आपल्याला सांगावं असं नाही. पण हा मामला फक्त एका वेगळ्या प्रकारच्या चोरीचा न राहता, त्याला जर अधिक फाटे फुटणार असतील तर गुन्ह्याचं आणि आपल्यावर सोपवल्या गेलेल्या जाबबदारीचं स्वरूप, प्रथमदर्शनी वाटतंय त्यापेक्षा अधिक जोखमीचं ठरणार आहे हे स्पष्ट आहे.''

शब्दबंबाळपणातून मला नेमकं काय म्हणायचंय ते जरी मी टाळलं असलं तरी आडून मी जे सूचित करत होतो त्यासंबंधी मलादेखील नक्की काहीच माहिती नव्हती. पण कुठलाही नेम न घेता सोडलेला बाण आपल्या निशाणाला नेमका पोचला.

''पुरणमलजी, या परिस्थितीत आता पुढचं पाऊल कसं टाकावं यासंबंधी आपणा वडीलधाऱ्यांचं काय म्हणणं आहे ?'' जिथे आमचे दोन सावधानतेचे पुरस्कर्ते पाऊल टाकायला कचरत होते, तिथे लक्ष्मणसिंहजींनी बेधडक उडी घेतली, ''राजकुमार विक्रमादित्यांना इथे बोलावून घेण्याव्यतिरिक्त दुसरा पर्याय आहे ?''

थोड्या वेळाने पुरणमलजी म्हणाले, ''मला वाटतं आजची रात्र यावर विचार व्हावा आणि उद्या सकाळी काय ते ठरवण्यात यावं.''

''त्यामुळे ज्या गोष्टीचा बोलबाला टाळण्यासाठी रात्रीची सभा ठेवली, तिचा उद्देशच असफल होईल. बहुमोल वेळ वाया जाईल तो वेगळाच.'' माझा मुद्दा पटवायचा मी बऱ्यापैकी प्रयत्न करत होतो. पण पुरणमलजींसमोर माझा टिकाव लागणं कठीण होतं.

''आणि जर,'' विनयशील स्मित करत पुरणमलजींनी विचारलं, ''आणि जर आपण ज्याला गुन्हा समजतोय, त्याचं सरळ, सोपं निराकरण मिळालं तर ?''

गृहमंत्र्यांनी आपल्या स्वाभाविक शहाणपणाने हा प्रश्न झेलला, ''तसं झालं तर सोन्याहून पिवळं.''

''मला वाटतं सुरक्षा दलाच्या मुख्यांना त्यांच्या काही विश्वासू शिपायांसहित राजकुमार विक्रमादित्यांना इथे आणण्याकरता पाठवावं हे उत्तम.'' आदिनाथजींनी वादावर पडदा टाकला. आदिनाथजी एकतर विचार – आणि मग पुनर्विचार केल्याशिवाय बोलत नाहीत. पण एकदा निर्णय घेतला की मग अर्धवट काम नाही. मग सरळ एक घाव दोन तुकडे.

मंगल सज्जाद हुसेनसंबंधी काही बातमी आणील अशी मला आशा होती आणि तो आत आला तेव्हा मी अपेक्षेने त्याच्या चेहऱ्याकडे पाहिलं. पण एक तर माझा तर्क संपूर्णपणे चुकला होता किंवा विक्रमादित्याचा डाव मला वाटलं होतं त्यापेक्षा अधिक तेढा होता.

''सुरक्षा दलाच्या मुख्यांना आत पाठव.''

"आधी त्यांना बोलावून घ्यायला नको का ?" लक्ष्मणसिंहजींनी विस्मयाने विचारलं.

"एकूण परिस्थितीचा अंदाज घेऊन युवराजांनी त्यांना हजर राहण्याचा आदेश दिला होता असं दिसतंय." पुरणमलजी मला सहजासहजी सोडणार नव्हते.

"लक्ष वेधून न घेता गुपचुप जा. राजकुमार विक्रमादित्य किंवा त्यांच्या अंगरक्षकांनी प्रतिकार केला तर त्यांना तोंड देऊ शकतील इतके सैनिक तुमच्याबरोबर असूद्यात. हे आज्ञापत्र दाखवून त्यांना इथे घेऊन या, शक्यतोवर बळाचा वापर करू नका."

विक्रमादित्याचं नाव ऐकून सुरक्षा दल मुख्यांच्या चेहऱ्यावरची रेषाही हलली नाही. चेहरा भावनारहित ठेवताना त्यांच्या मनात काय नैतिक चलबिचल चालली असेल ? उच्च सुरक्षा दलाचे मुख्य होते ते. त्यांचं एकमेव कर्तव्य महाराज आणि त्यांच्या कुटुंबियांचं रक्षण हे होतं. राजकुमारांचं, कदाचित भावी राजाचं, रक्षण करण्याऐवजी त्यांना संकटात टाकल्याबद्दल कर्मावती राणीसाहेबांनी त्यांना दोषी ठरवलं तर ? 'राजकुमारांना न्या !' आपल्या अधिकारवाणीत उच्चारलेले त्यांचे शब्द माझ्या मनात घुमले, 'होय. न्या त्यांना. पण लक्षात ठेवा, याची किंमत स्वतःच्या प्राणांनी भरावी लागेल.'

सगळ्या म्हाताऱ्यांना जांभया यायला लागल्या होत्या. त्यांना कसंतरी गुंतवून ठेवणं आवश्यक होतं. मंगलने अल्पोपाहाराची तयारी केली. अल्प शब्द महत्त्वाचा. पोटभर खाऊन ते घोरायला लागतील हीच भीती होती मला. खाणं समोर येईपर्यंत मी किती तणावाखाली आहे याची मला कल्पना नव्हती. अन्न डोळ्यांसमोरदेखील नकोसं झालं होतं मला. 'मनाचा शरीरावर पूर्ण ताबा हवा, शरीराचा मनावर नाही,' माझ्या योगासनांच्या शिक्षकांचं वाक्य मला आठवलं. 'कोण मालक आणि कोण सेवक याबद्दल संदेह नसावा.' मी बळजबरीने खाऊ लागलो. मला लक्ष्मणसिंहजींचा हेवा वाटला. अधूनमधून उजवं किंवा डावं ढुंगण किंचित उचलून पोटातला वात सोडत ते आडवा हात मारत होते म्हणून नाही तर, तर आम्हां चौघांपैकी ते एकटेच आम्ही अंगावर घेतलेल्या जबाबदारीच्या गंभीर परिणामांबाबत पूर्णपणे निश्चिंत होते, म्हणून. परिणाम अर्थात अपरिहार्य होता. आम्हांला त्याची जबर किंमत द्यावी लागणार होती, कदाचित. पण जो जबाबदारी आणि अधिकार स्वतःच्या हाती घेतो, त्याची चांगल्या-वाईट कुठल्याही परिणामाला तोंड द्यायची तयारी हवी. तळ्यात दगड टाकल्यावर तरंग हे उठणारच.

विक्रमादित्याने जोशात प्रवेश केला. त्याच्या हातातल्या बेड्या पाहून माझ्या हृदयाचा ठोका चुकला.

''काही इलाज नव्हता युवराज. राजकुमार विक्रमादित्य इथे येण्यास राजी नव्हते.''

संरक्षण दलाच्या मुख्यांचं वाक्य संपायच्या आत विक्रमादित्याची सरबत्ती सुरू झाली.

''नालायक द्रुद्धाचार्य, कुचकामी म्हातारडे, हिंमत कशी झाली तुमची मला इथे बळजबरीने आणायची ? लक्षात ठेवा, तुम्हांला, तुमच्यापैकी प्रत्येकाला याची किंमत चुकवता चुकवता नको जन्म म्हणायची पाळी येणार आहे. आणि तुम्ही, युवराज ! तुमच्या सिंहासनाच्या आणि न्यायाच्या लालसेसकट, आमच्या हृदयात तुमच्यासाठी राखीव जागा ठेवली आहे आम्ही. माझ्या जागेपणीच्या प्रत्येक घटकेला तुमच्यासाठी खास नवीन जीवघेण्या यातनांचा शोध लावणार आहे मी. तुमचं जीवन आणि कारकीर्द संपुष्टात आलीय असं समजा. कारण मी तुमच्यासाठी योजलेल्या छळांच्या प्रकारांपुढे बाकीचे सारे पारंपरिक छळ म्हणजे काहीच नाहीत असं वाटू लागेल तुम्हांला.''

''तुम्ही सभ्यपणे वागून या न्यायालयाचा मान राखण्याचं कबूल केलंत तर तुमच्या बेड्या काढण्याचा आदेश देऊ आम्ही.'' त्याच्या दीर्घ धमकीला प्रत्युत्तर देण्याचा माझा उद्देश नव्हता, ''पण जर तुमच्या तोंडून एकही अपशब्द बाहेर पडला किंवा कुठल्याही प्रकारचं गैरवर्तन आमच्या दृष्टीस पडलं तर नाइलाजाने आम्हांला परत बेड्यांचा आणि साखळदंडांचा वापर करावा लागेल. काय निवडता तुम्ही ?''

''कुठल्या न्यायालयाबद्दल बोलता आहात तुम्ही ? मरायला टेकलेले हे म्हातारे विदूषक आणि नौटंकीतली नाची ज्याची बायको अशा एका षंढ राजपुत्राने उभा केलेला हा तमाशा ? राज्याचा कारभार सांभाळण्यापूर्वी स्वत:च्या पायाखाली काय जळतंय ते पाहा – युवराज, मी एक सुचवू ? तुमची बायको फुकटात नाचते हे साऱ्या शहराला कळलंय आता. तिचे भडवे का नाही बनत तुम्ही ? म्हणजे तुमचा वेळही सत्कारणी लागेल आणि थोडी फार कमाईदेखील होईल.''

मी आंघोळ करत असताना, माझ्या भावाकडे असलेल्या शिव्या, टोमणे, उपहास, अपमान, यांच्या साठ्याची संपूर्ण उजळणी केली असा माझा समज होता. पण नेहमीप्रमाणे, जे ठळक होतं तेच माझ्या नजरेतून सुटलं. एखादं निष्पाप वाक्य किंवा लहानपणीची एखादी चूक किंवा लाजिरवाणा प्रसंग, मुद्दाम विकृत करून, जन्मभर उगाळीत राहणं आणि खिल्ली उडवणं यात तो तरबेज होता. शत्रू असो वा मित्र, बेसावध क्षणी अनपेक्षितपणे त्याच्यावर वक्रोक्ती, श्लेष आणि कोट्यांचा मारा करून त्याला दिङ्मूढ करायचं हा त्याच्या हातचा मळ. त्याच्या विनोदाची पातळी किती खालच्या दर्जाची आहे याची, त्याच्या विधानात किती अतिशयोक्ती भरली आहे याची, किंवा तो विनोद कुणाच्या तशी शारीरिक व्यंगावर किंवा कमतरतेवर आधारित आहे याची त्याला पर्वा नसे. जर तुम्हीच त्याचं सावज असलात, तर रडू फुटेपर्यंत तो तुम्हांला

ओरबाडायचा, आणि तुमच्या जखमांवर मीठ–मिरची चोळत तुम्हांला विनोदबुद्धी कशी नाही, ते पटवून द्यायचा.

मी त्याच्याकडे पाहिलं. किती देखणा होता हा माझा भाऊ. भेदक डोळे. व्यवस्थितपणे मागे वळवलेले सरळ केस. रागाने किंवा हसताना त्याने डोकं मागे फेकलं की कोळ्याच्या जाळ्यासारखे पिसारून ते त्याच्या चेहऱ्यावर रुळायचे आणि त्यांच्यातून बोटं फिरवून त्याला ते परत जागेवर बसवायला लागायचे. उंच. माझ्यापेक्षा चार बोटं. आणि माझी चार हात दोन बोटांची उंची कमी म्हणता येत नाही. कसल्याही पोषाखात, अगदी चुरगळलेल्या, निष्काळजी पेहेरावातदेखील त्याचं सहजसुंदर मर्दानी रूप नजरेत भरायचं. लहानपणी तो माझा सर्वांत आवडता भाऊ होता. आमच्यातली ती जवळीक संपल्याबद्दल आजही मला वाईट वाटतं.

डोळे पूरणमलजींवर खिळवून, आपल्या बोलण्याच्या परिणामासाठी तो थोडा वेळ थांबला. माझ्या भावाच्या सगळ्या लकबी आणि युक्त्या मला माहीत आहेत. न्यायसभेच्या मनात भीती आणि शंका पेरण्याचा त्याचा डाव होता.

''सांभाळा, माझा न्यायनिवाडा करणारे तुम्ही सारे !'' आपल्या आवाजाच्या विविध पट्ट्यांपैकी त्याने आता नितळ, मखमली, गूढ स्पंदनं असलेली खालची पट्टी निवडली, ''सांभाळून असा. ही न्यायसभा मी मानत नाही. माझा न्यायनिवडा करण्याची योग्यता असलेली न्यायसभा साऱ्या राज्यात, अख्ख्या दुनियेत नाहीये. मी राजपुत्र आहे. राणाचा पुत्र. माझ्या बेड्या काढा आणि मला सुखाने जाऊ द्या. कारण जर तुम्ही तसं केलं नाहीत, तर राज्यात माजणाऱ्या गोंधळ आणि अराजकतेला तुम्ही जबाबदार असाल.''

काही पळं एक विचित्र शांतता पसरली. मग प्रधानमंत्री बोलू लागले. ''त्यांच्या बेड्या काढा !'' मंगलसिंहने बेड्या सोडवताच विजयी मुद्रेने विक्रमादित्य जायला निघाला, ''खाली बसावं, राजकुमार, आपल्याशी बोललं गेलं तरंच बोलावं. रावत जयसिंह बलेचना आत आणा.''

लक्ष्मणसिंहजींनी आरोप वाचून दाखवले.

''मी हे आरोप मानीत नाही, कारण स्वत:च्याच घरातून कोणी चोरी करू शकत नाही. आमच्या राज्यातील साऱ्या राव, रावत आणि राजांना या पदव्या आमच्या मर्जीने आणि कृपेने मिळाल्या आहेत. आम्ही फक्त एकाचाच अधिकार मानतो आणि तो म्हणजे एकलिंगजींचा, ज्यांचे आम्ही या पृथ्वीवरले दिवाण आहोत.''

वंशपरंपरेप्रमाणे एकलिंगजींचा एकमेव भावी पंतप्रधान मी होतो आणि त्यांच्याच कृपेने एक दिवस राणा होणार होतो. पण एकलिंगजींच्या वंशावळीचा हाच तर विरोधाभास आणि सर्वांत बिकट प्रश्न होता. या जगातले आम्ही त्यांचे दिवाण किंवा प्रतिनिधी. त्यांचे विश्वस्त म्हणून आम्ही राजसिंहासन सांभाळतो. उद्या जर ते स्वत:

प्रकट झाले आणि त्यांनी हे राजसिंहासन परत मागितलं तर आम्हांला ते त्यांच्या हाती सुपूर्द करावं लागेल. पण ज्या जमिनी आम्ही आमच्या निष्ठावंत नागरिकांना किंवा सरदारांना दिल्या, त्या इनाम म्हणून. जर त्यांनी मेवाडविरुद्ध बंड केलं किंवा इतर कुठल्याही प्रकारची गैरवर्तणूक केली तरच ते परत घेण्याचा आम्हांला हक्क आहे, अन्यथा नाही, असा कायदा आहे. निदान माझ्या समजुतीप्रमाणे तरी.

"राजकुमार तुम्ही घोडे चोरलेत का?" पुरणमलजींनी विचारलं.

"मी चोरी केलेली नाही."

"जयसिंह बलेच यांच्या अश्वशाळेतून नाहीसे झालेले दहा घोडे तुमच्या संरक्षणाखाली आहेत का?"

बिनतोड. तोच प्रश्न किती चलाखीने आणि हुशारीने टाकला होता प्रधानमंत्र्यांनी. जर माझ्यावर कधी असा कठीण प्रसंग आला तर वकील म्हणून मी पुरणमलजींचीच मागणी करीन. आपल्या कोत्या मनाच्या अरुंद जागेत होत असलेली विक्रमची चलबिचल मला जाणवली. साऱ्या आयुष्यभरात त्या मनात फार तर तीन चार कल्पना राहू शकल्या आणि त्यादेखील एका वेळी नाहीत. वर वर पाहता किती साधा, सरळ आणि निरुपद्रवी होता तो प्रश्न. उत्तर द्यावं की नाही? काहीतरी गोम होती का प्रश्नात? पुरणमलजींनी तो विचारला म्हणजे नक्कीच असावी. कारण खोल पाण्याला खळखळाट नसतो आणि तळाचे प्रवाह नेहमी अदृश्य असतात.

"मी या प्रश्नाचं उत्तर देऊ इच्छित नाही."

"कृपया तुम्ही ते या न्यायसभेला किंवा रावतांना परत करण्याची व्यवस्था कराल का?"

"त्याला फार उशीर झालाय." विक्रमादित्य अनवधानाने बोलून गेला, पण त्यातून काही निष्पन्न होईल असं वाटण्याचं कारण नव्हतं. आश्चर्य म्हणजे, आधी काहीही ठरलं नसताना, न्यायसभेने आमच्यातल्या सर्वात चाणाक्ष आणि अनुभवी माणसाला वकीलपत्राची सूत्रं स्वतःच्या हातात घेऊ दिली होती.

"जर हे न्यायालय आजच्याऐवजी काल बसलं असतं, तर ते आपल्याला शक्य झालं असतं का?"

"तुमच्या बोलण्याचा रोख माझ्या लक्षात नाही आला."

"मी घोड्यांसंबंधी बोलतोय राजकुमार. ज्यांच्यासंबंधी काही करण्यासाठी 'आता फार उशीर झालाय,' असं तुम्ही म्हणालात. तुम्ही ते विकलेत? हरवलेत? की भेट देऊन टाकलेत?"

"मला शब्दांत पकडण्याचा प्रयत्न करू नका प्रधानजी. मी असा फसायचा नाही. जे माझ्याकडे कधी नव्हतंच, ते मी विकू, हरवू किंवा देऊ कसं शकेन?"

“घोड्यांना शिकवणारा, पाठक, त्याचं काय झालं ? त्याला आपल्या कायदेशीर मालकाकडे परत पाठवता येईल का ?”

“नाही.”

“तो कुठे आहे ?”

“मला सांगता येणार नाही.”

“तो आपल्या सेवेत आहे का ?”

“नाही.”

“आपण त्याला दुसऱ्या कुणाच्यातरी सेवेत रुजू केलंय का ?”

“तो स्वतंत्र आहे. त्याला पाहिजे तेथे तो नोकरी करू शकतो.”

दरवाजावर हलकी थाप पडली. मंगलने मला खुणेने बाहेर बोलावलं.

“युवराज,” माझ्याकडे वळून पुरणमलजी म्हणाले, “या उलटतपासणीतून काहीही निष्पन्न होत नाहीये. थोडा वेळ आपण सल्लामसलतीसाठी थांबूया का ?”

“मला मान्य आहे.”

“आरोपीला शेजारच्या खोलीत नेण्यात यावं. त्याने प्रतिकार केल्यास त्याला बेड्या घालण्यात याव्यात. जयसिंहजी, आम्हांला थोडा वेळ द्या. पुढचा निर्णय घेताच आम्ही तुम्हांला बोलावून घेऊ. शिपाई शेजारच्या एखाद्या कचेरीत रावतांना आराम करू द्या.”

मी बाहेर जाऊन मंगलला भेटलो. त्याने माझ्या हातात विक्रमादित्याची मोहर असलेलं एक पत्र दिलं.

“सज्जाद हुसेन आणि त्याच्या सात माणसांना राजसंरक्षकाच्या कोठडीत बंदिस्त केलंय.”

“तुला एवढा वेळ का लागला ? त्याने किल्ला सोडल्याला किमान चार तास तरी झाले असणार. ज्या अर्थी तू त्याला पकडलंस, त्याअर्थी तो किल्ल्याच्या बाहेर पडला हे निश्चित.”

“त्याने बागोली सोडल्यानंतरच त्याला अडवण्यात यावं असा हुकूम मी माझ्या माणसांना दिला होता.”

“का ?” माझ्या आज्ञेचं उल्लंघन केल्याबद्दल मंगलसिंहचा गळा घोटण्याची माझी तयारी होती. जरा अतिशहाणा होऊ लागला होता तो. त्याला वठणीवर आणणं जरुरीचं होतं. इथे विक्रमादित्य आमच्याशी मांजर-उंदीर खेळत असताना या मूर्खाने आम्हांला लटकवत ठेवलं होतं, “माझा हुकूम मोडल्याबद्दल मी तुला कैदेत डांबू शकतो.”

“सज्जाद हुसेनची बागोलीला शेतीवाडी आहे.”

“असेल. त्याचं काय ? मी तिथे जाऊन मका पेरावा असं तुला म्हणायचंय... अरे देवा, किती मूर्ख मी. माझ्या आंधळेपणाला तोड नाही. काळी बिजली सापडली ?”

“इतर नऊ घोडे आणि पाठकसुद्धा.”

“तू हेरखात्यात असायला हवा होतास मंगल. गुन्हेगारांच्या मनाचा आणि कृत्यांचा तुला अचूक अंदाज लागतो. या वर्षाच्या सन्मानांच्या यादीत तुझं नाव घालण्याची शिफारस करणार आहे मी राणांपाशी.”

मंगलंच लक्ष नव्हतं आणि असलंच तर तो अभिमानाने फुलून गेला नाही. त्याचं चित्त कुठेतरी दुसरीकडे गुंतलं होतं.

“पत्रात काय लिहिलंय ते वाचणार नाही का आपण ?”

मी ते पत्र न्यायसभेत घेऊन आलो.

“राजकुमार विक्रमादित्यांशी आता कसं वागावं ? आपलं काय मत आहे ? आतापर्यंत मिळालेल्या माहितीनुसार या चोरीच्यापाठी त्यांची पूर्वयोजना होती हे उघड आहे. पण आपल्यापाशी ठोस पुरावा नाही.”

“पुरावा आहे पूरणमलजी.” त्यांचं वाक्य तोडत मी म्हणालो.

“सगळे दहाच्या दहा घोडे, त्यांच्या शिक्षकासकट परत मिळाले आहेत. त्याशिवाय गुजरातचे राजकुमार, बहादूर खान यांना राजकुमार विक्रमादित्यांनी लिहिलेलं पत्रदेखील माझ्या हाती आलंय. तुमच्या परवानगीने मी ते वाचून दाखवतो,” पत्रावरची राजमोहर सर्वांनी नीट पाहावी म्हणून मी ते सर्वांच्यात फिरवलं.

“श्रीमंत राजकुमार बहादूर खान यांना-” मी पत्र वाचू लागलो. “हे पत्र आपल्या हाती पडेल तेव्हा आपली प्रकृती आणि चित्तवृत्ती उल्हसित असतील अशी आशा करतो. आपण म्हटलंत ते योग्य आहे. आपण दोघंही प्रथमपुत्र नसल्यामुळे आपल्याला संधी आणि सिंहासन बळकावून घेण्याशिवाय गत्यंतर नाही. सद्य परिस्थिती त्याकरता उत्तम आहे. आपल्या दोघांचेही वडील इदरच्या युद्धात गुंतले आहेत. अधिकृत युवराज, माझा भाऊ, जो सध्या चितोडचं राजसिंहासन सांभाळतोय, तो एक दुबळा, डळमळीत मतांचा, स्वत:शीच कुढत बसणारा, अजिबात वचक नसलेला माणूस आहे. त्याच्या बायकोची लज्जास्पद वर्तणूक साऱ्या राज्यात चर्चेचा विषय बनली असून ती नाचवते तसा तो नाचतो असा लोकापवाद आहे. लग्न होऊन बराच काळ लोटला तरी अजून त्यांना अपत्य झालेलं नाही. असो. आपण जर दोन हजार सैनिकांच्या फौजेसहित त्वरित चितोडवर चाल करून आलात तर माझी माणसं किल्ल्याचे दरवाजे आपल्यासाठी खुले ठेवतील आणि जखमींची संख्या शंभराच्या आतलीच राहील, अशी माझी खात्री आहे. चितोडच्या जनतेचा मला संपूर्ण पाठिंबा आहे. एका डोळ्याने काण्या, एका हाताने थोट्या आणि एका पायाने लंगड्या राजाचा आता त्यांना कंटाळा आला आहे. एक धीट, उमदा आणि आनंदी राजपुत्र, जो मोकळेपणाने हसू शकतो आणि काव्य–शास्त्र–विनोदात रुची बाळगतो, असा त्यांना राजा म्हणून हवाय.

''माझा राज्याभिषेक झाला की लगेच आपण इदरच्या दिशेने कूच करू. आपले वडील चंपानेरमध्ये अडकून पडले आहेत तर माझे वडील, तुमचा सेनापती, मलिक ऐयाज याच्याबरोबर लढत आहेत. आपणा दोघांना एकत्र बघून दोन्ही सैन्यांत किती आश्चर्य आणि खळबळ माजेल याची आपण कल्पना करू शकता का ? आपण दोन्ही सैन्यांची दाणादाण उडवून माझ्या वडिलांना कैदी करूया. तदनंतर चंपानेरवर आपला मोर्चा वळवून, आपल्या वडिलांना गिरफ्तार करून, 'गुजरातचा सुलतान' म्हणून आपला अभिषेक करण्यात येईल.

''इथं मी नाराजीची आणि बंडखोरीचा चक्रं फिरवायला सुरुवात केली आहे. माझं हे पत्र मिळताच आपण त्वरित निघावं. माझा विश्वासू सेनानायक, सज्जाद हुसेन आपल्याला इथे आणील. आपल्या सर्वकाळ मैत्रीची खूण म्हणून मी दहा उत्कृष्ट घोडे पाठवीत आहे. त्यांच्यातली काळी बिजली नावाची घोडी म्हणजे एक लाजवाब रत्न आहे. साऱ्या मेवाडमध्ये तिच्या तोडीचं जनावर सापडणार नाही याची मी हमी देतो. आपल्यावरील असलेल्या आदर आणि प्रेमापोटीच मी ही अप्रतिम घोडी आपल्याला भेट पाठवीत आहे, नाहीतर इतर कुठल्याही कारणासाठी मी ती देऊ केली नसती.

''घोड्यांसोबत त्यांना शिकवणारा माणूसदेखील आहे. साऱ्या देशात असा अश्वशिक्षक नाही. आता तोदेखील आपला झाला.

''आपण त्वरित यावं ही विनंती. भावी गुजरातच्या सुलतानाचं स्वागत करण्यास आम्ही उत्सुक आहोत.

आपला चिरंतन मित्र
विक्रमादित्य सिसोडीया.''

घोडे आणि अश्वशिक्षक परत रावत जयसिंहांच्या ताब्यात दिल्यानंतर, राजद्रोहाच्या पुराव्यानिशी न्यायसभा विक्रमादित्याच्या उलटतपासणीस लागली. कायद्याप्रमाणे त्याला मृत्युदंडच व्हायला हवा होता. पण तो पडला एक राजकुमार आणि माझा भाऊ. जोपर्यंत माझे वडील जिवंत आहेत आणि राज्याचे सम्राट आहेत तोपर्यंत हा निर्णय त्यांच्यावरच सोपवणं इष्ट असं ठरलं. यापूर्वी ज्या सेनापती, सरदार किंवा साधारण नागरिकांना राजद्रोहाची किंमत स्वत:चे प्राण गमावून द्यावी लागली, त्यांच्याप्रमाणेच त्याला देहदंडाची शिक्षा करून लोकांच्या समोर एक उदाहरण न ठेवण्यात आम्ही कदाचित फार मोठी चूक करत होतो. जर न्यायसभेने एकमताने असा निर्णय घेतला असता तर कदाचित इतिहासाने वेगळं वळण घेतलं असतं. कदाचित. पण त्याऐवजी

आम्ही चौघांनी वडील परत येईतो त्याला कुंभलगडच्या तुरुंगात, कडक पहाऱ्यात ठेवण्यात यावं, अशा आदेशपत्रावर सह्या केल्या.

जेव्हा विक्रमादित्याच्या ठावठिकाणाबद्दल चौकश्या व्हायच्या तेव्हा आम्ही सत्य तेच सांगायचो. अर्धसत्य म्हणा, की तो कुंभलगडला गेलाय. त्याचा आवडता खेळ, शिकार करत असताना झालेल्या गंभीर जखमांमुळे त्याला संपूर्ण आरामाची गरज होती, म्हणून.

घरी जाण्याची मला अजिबात इच्छा नव्हती. पार थकलो होतो मी. मी दहापर्यंत मोजण्याचा प्रयत्न केला पण तीन नंतरचा आकडा मला आठवेना. मला तिचं तोंड बघायचं नव्हतं आणि तिची नेहमीची सेवाही नको होती. तिने माझे जोडे काढायची, पगडी उतरवायची किंवा अंगरखा सोडवायची काही गरज नव्हती. त्याकरता नोकर होते. आणि कपडे काढायचे होते कुणाला ? गेल्या–गेल्या मी बिछान्यात आडवा होणार होतो आणि पुढची दोनशे वर्षं तिथून बाहेर पडणार नव्हतो.

मी चंद्रमहालात पोचलो. माझ्या डोक्यावर खरंच परिणाम झाला असावा. मला भास होऊ लागले होते. ती धोब्याची बायको, तिचं नाव मला आठवेना, ती माझ्या पलंगापाशी उभी. मी तिच्याकडे दुर्लक्ष केलं.

मंगल तिला म्हणाला, "आज नाही. पुन्हा कधीतरी. आज ते फार थकलेत."

"कुणाशी बोलतोयस तू ?" मी चिडक्या स्वरात मंगलला विचारलं.

"मी त्यांची काळजी घेईन." ती म्हणाली.

"मी काय विचारलं मंगल ? उत्तर देता येत नाही तुला ?"

"सुन्हरिया, युवराज."

"कोण ती ..." जिभेवर आलेली शिवी गिळून मी म्हटलं, "ती काय करतेय इथे ?"

"ती दर रात्री येते इथे."

एव्हाना मी अर्धवट जागा झालो होतो, "कशासाठी ?"

"ती म्हणते की आपण तिला तसं फर्मावलंय."

हे फारच झालं. गंभीरीतली पिशाच्चं मला खुणावत होती, "दोघेही तुम्ही चालते व्हा आता !" मी गादीवर पडलो आणि माझी शुद्ध हरपली.

पहाटे पाच वाजता मला जाग आली. गुरुकुलच्या सैनिकी शिस्तीने माझ्या झोपेची पार वाट लावलीय. रात्री कितीही उशिरा झोपलो तरी पाच वाजता माझे डोळे उघडतात. सुन्हरिया कोपऱ्यात बसलेली.

"तू वापरलेल्या कपड्यांच्यासुद्धा घड्या घालतेस ?"

"माझं काही चुकलं का ?"

"तुझ्या वापरलेल्या कपड्यांचं काय करतेस तू ?"

"माझ्याकडे फक्त दोन जोड्या आहेत. एक मी अंगावर घालते आणि आणि दुसरी धुते."

"मग न्यायालयात पहिल्या दिवशी तू कुणाची ओढणी अंगावर घेतली होतीस ?"

तिचा चेहरा लाल झाला, "आपल्या सौभाग्यवती, युवराणींची."

"तुझ्याकडे जितके कपडे आहेत तितके किल्ल्यातल्या दुसऱ्या कुठल्याही बाईपाशी नसतील. अगदी कर्मावती राणीसाहेबांकडेदेखील. साऱ्या राजवाड्यातले कपडे तुझ्याकडे धुण्यासाठी पाठवले जातात."

"न्यायसभेत जायचं म्हणजे चांगले कपडे घातले पाहिजेत असं मला वाटलं. त्या दिवशी पहिल्यांदा मी दुसऱ्या कुणाचे तरी कपडे घातले."

"थापा नको मारूस."

ती गालात हसली, "कधी कधी मी थोड्या वेळेपुरते उसने कपडे वापरते. पण नेहमी न चुकता ते परत करते."

पडदा किंचित हलला. मी सुन्हेरियाकडे बघत माझ्या ओठांवर बोट ठेवलं. हळूच उठून तीन पावलांत मी पडद्यामागच्या दालनात पोचलो.

तिची पाठ मला ओझरती दिसली. ती वेगाने पळत होती आणि तिच्या तीन-चतुर्थांश उघड्या पाठीवर तिचा लांब शेपटा फटकारत होता. कौसल्या.

मी परत आलो.

"तू मला कसल्या संकटात टाकतेयस याची तुला कल्पना आहे ?"

ती अचंब्यात पडली, "कसल्या ?"

"तुझ्या नवऱ्याने तुझा जार म्हणून माझ्यावर आळ घेतला तर ?"

"ते सगळे कायदे, नियम आमच्यासारख्या साधारण जनतेसाठी; आपल्याला ते लागू नाहीत."

विक्रमादित्य तिच्याशी सहमत झाला असता.

"त्या रात्री तू माझ्यावर नाराज झालीस का ? राजमहालात ?"

"मी कशाला नाराज होऊ ?"

"मंगलने तुझ्यावर येण्याची जबरदस्ती केली म्हणून."

"माझ्यावर कुणीही जबरदस्ती केली नव्हती. मलाच यायचं होतं म्हणून मी आले."

''तर मग मी तुझ्यावर पाठ फिरवली म्हणून तुला खूपच राग आला असणार.''

''तुमची बायको माझ्याशी इतकी चांगली वागल्यानंतर मला राग कसा येईल ?''

''उरलेली रात्रदेखील त्या कोपऱ्यात बसून राहण्याचा विचार आहे तुझा ?''

ती लाजली आणि उठून पुढे आली. तिच्या पाठीवर असलेले चोळीचे बंद मी सोडले आणि ती काढू लागलो, पण तिच्या दोन्ही हातात असलेल्या नऊ दहा जाड बांगड्यांचा अडथळा होत होता.

''चोळी काढायची असेल तर दर वेळी तुला या साऱ्या हस्तिदंती बांगड्या उतराव्या लागतात की काय ?''

ती हसली. तिच्या मनगटावरची बांगडी मी काढू लागलो. ही सर्वांत छोटी. हिच्यावरच्या क्रमाक्रमाने मोठ्या होत गेलेल्या. अशक्य. आणखी झटापट केली तर तिचं मनगट आणि बोटं दुखावणार होतो मी. तिने आपल्या उजव्या हाताच्या तर्जनी आणि अंगठा यांनी आपला डावा हात दाबला आणि पहिली बांगडी निघाली. दुसऱ्या बांगडीलादेखील तोच प्रयत्न करावा लागला. त्यानंतरच्या मात्र, तिने हात सरळ खाली करताच एकामागून एक खळाखळ खाली पडल्या. उजव्या हातातल्या बांगड्या तिने त्याच प्रकारे काढल्यावर मी हलकेच तिची चोळी काढली. परत मला पुष्करची आणि आदल्या रात्रीच्या वाऱ्याने उभ्या केलेल्या तिथल्या वाळूच्या उंचवट्यांची आठवण झाली. मी माझा हात ओझरता त्यांच्यावरून फिरवला. जणू त्या वाळूच्या टेकड्यांचा आकार माझ्या स्पर्शाने बिघडेल, अशी मला भीती वाटत होती. पण त्या सौम्य स्पर्शाची झुळुक पुरेशी होती. वाळूचे उंचवटे हलले. त्यांच्यातून एक लहर गेली आणि आतापर्यंत शिथिल असलेली गुलाबी–जांभळी टोकं थरारून उभी राहिली. तिच्या त्वचेवर रोमांच उठले होते.

तिच्या घागऱ्याची गाठ सोडताच तो खाली तिच्या पायाभोवती पडला. तिला दोन्ही हातांवर उचलून मी हलकेच गादीवर ठेवली. तिचे डोळे सताड उघडे. त्यांच्यात भीती नव्हती, फक्त दक्षता. यानंतर मी काय करतो ते जाणण्याची उत्सुकता. माझी जीभ तिच्या स्तनांमधील खळगीत फिरली. तिच्या अंगभर शिरशिरी. कपडे उतरवून, माझ्या कोपरांवर वजन पेलत मी तिच्यावर उतरलो. तिच्या अंगाला नवीन धुतलेल्या कपड्यांचा गंध. मान वाकवून जिभेने मी तिच्या उजव्या स्तनाग्राचा वेध घेतला. आणखीन थरथर.

कोपरांवर आणि चवड्यांवर माझं आडवं शरीर मी वर उचललं आणि खाली झेप घेणार, इतक्यात थिजलो.

''तू कुंवारी आहेस ?''

३

भाकड कथांवर विश्वास ठेवण्यात अर्थ नाही. बहुतेक लग्नं पृथ्वीवरच जुळवली जातात. अर्थात विजोड जोडप्यांची गोष्ट वेगळी. त्यांची लग्नं मात्र स्वर्गात जुळवतात.

या भागातला तो सर्वांत अधिक मागणी असलेला नवरामुलगा होता. पुष्कळ दिवसांपासून त्याच्यासाठी वधू शोधली जात होती. दररोज दोन तीन स्थळं, कुंडलीसह, सांगून येत. एक भटजी फक्त जुळणाऱ्या कुंडल्या निवडण्याच्या कामावर नेमण्यात आला. कारण नुसत्या स्थळाचा विचार करून उत्तेजित होण्यात काय अर्थ ? नंतर एका राजकन्येचा शनी चुकीच्या घरात आहे किंवा दुसरीला मंगळ आहे असं कळताच सगळं मुसळ केरात जायचं.

लग्न म्हटलं म्हणजे देवाण-घेवाण आलीच. मुलींकडची माणसं स्थळं घेऊन यायची. पण मुलाकडची माणसं काही स्वस्थ बसून आकाशातून एखादी परी किंवा अप्सरा खाली अवतरण्याची वाट बघत नसत. त्यांचा पण जोरात शोध चालू होता. ज्या घराण्यांशी संबंध जोडण्याची इच्छा होती, त्यांच्या नावांची यादी करण्यात आली. मग त्यांच्यापैकी कुणाकडे उपवर मुलगी–पायाने अधू किंवा गेंगाणी किंवा तिरळी नसलेली– आहे याची माहिती काढण्यात आली. युवराजाच्या वडिलांच्या, राणांच्या तरुणपणी त्यांच्यासाठी उपवर मुलगी शोधत होते तेव्हाची गोष्ट आठवतेय ना ? मंदासौरच्या राजाची एक छान, खेळकर, देखणी, पहाटेच्या दवालाही लाजवेल अशी निर्मल कांती असलेली मुलगी होती. सर्वांच्या नजरेसमोर असलेल्या या मुलीकडे, का कुणास ठाऊक, कुणीही फारसं लक्ष दिलं नाही. म्हणजे, मंदासौराच्या द्वेषापोटी किंवा 'आम्हीही कमी नाही आहोत.' किंवा 'छान अद्दल घडली' या भावनेने किंवा 'मुलाच्या पाठच्या भावासाठी हिचा विचार करू,' वगैरे काही नाही. सगळे तिला विसरूनच गेले. जेव्हा राणांचं तिच्याशी लग्न झालं नाही तेव्हा इतरांनी शंकाकुशंका घ्यायला सुरुवात केली. दिसतं तसं नसतं, काहीतरी व्यंग असणार खास, नाहीतर इतकं चांगलं स्थळ कुणी का सोडील वगैरे. लवकरच वरपक्ष तिच्यापासून दूर राहू लागले. तशी कोणीही तिला नाकारली नाही. कारण कुणी मुळी तिचा विचारच केला नाही. पहिली चार पाच वर्षं

त्या मुलीनेही लक्ष दिलं नाही. नंतर तिच्या लक्षात येऊ लागलं की कुणीही तिला लग्नासाठी विचारणार नव्हतं, कारण कुणीही तिला मुळी पाहायलाच येत नव्हतं. तिने मनाला फार लावून घेतलं. आपल्यात काहीतरी कमी आहे याची तिची खात्री झाली. पण नक्की काय कमी होतं ते तिचं तिलाच कळत नव्हतं. काही काळाने मात्र याचा परिणाम होऊ लागला. तिच्यात खरोखरच भयंकर व्यंग निर्माण झालं. तिच्या चेहऱ्याचा एक स्नायू सारखा खेचला जाऊ लागला. हळूहळू ही व्याधी तिच्या हाताच्या स्नायूपर्यंत आणि नंतर गुडघ्यापर्यंत पोचली. तिला स्वस्थ बसणं अशक्य झालं. तिच्या हाताचं कोपर एका दिशेने खेचलं जायचं तर पाय दुसऱ्या दिशेने. आणि तिच्या नकळत तिचा चेहरा ती वेडावून दाखवत असल्यासारखा होऊ लागला. तिनं घराबाहेर पडण्याचं सोडलं. काही काळाने ती आपल्या खोलीबाहेर देखील येईना आणि मग एक दिवस तिने तुळईला दोर बांधून गळफास लावून घेतला.

त्याच्या आजीने, स्वत: राजमातेने युवराजासाठी एक मुलगी पसंती केली. मेरताची. जोधपूरचा राव गंगा यांच्या राज्यातलं एक संस्थान मेरता. मेरताच्या राव दूदांचा द्वितीय पुत्र रतनसिंह, याची एकुलती एक कन्या. कुरकी नावाच्या एका खेड्यात तिचा जन्म झाला. आई लहानपणीच गेल्यामुळे, तिचं पालनपोषण आजोबा दूदांनी केलं. मधाच्या रंगाची हलकी सोनेरी कांती, खोल डोहासारखे गहिरे हिरवे डोळे, शांत अबोल स्वभाव. युद्धाच्या निमित्ताने तिचे वडील नेहमी फिरतीवर असायचे.

बालपण सरलं, पण तारुण्य अजून आलं नव्हतं; आणि तिचे आजोबा – ज्यांची ती लाडकी होती – तिच्यासाठी योग्य वर शोधू लागले. आजोबा, काका, आत्या, वडील रतनसिंहसुद्धा चौकश्या करू लागले. चार राजकुमारांची नावं पसंत करण्यात आली. पण शेवटी कुंडल्या जुळल्या म्हणून आणि लग्नगाठ स्वर्गातच बांधली गेली असते म्हणून, आणि नवरामुलगा सर्वांत नावाजलेल्या राजपुत घराण्याचा भावी राणा होता म्हणून, चितोडच्या युवराजाची निवड केली गेली आणि राजमातेकडे तिचं स्थळ सांगून आलं.

आपल्या मोठ्या मुलासाठी योग्य वधू मिळाली म्हणून राणा संग्रामसिंह – त्यांच्या प्रजेचे राणा संग, खूश झाले. अगदी नि:पक्षपाती आणि छिद्रान्वेशी निरीक्षकदेखील तिची प्रशंसा करत होते. ती हुशार, सुंदर, धार्मिक आणि आज्ञाधारक होतीच, पण ती आदर्श पत्नी आणि देवाच्या कृपेने योग्य वेळी चितोडची उत्कृष्ट राणी बनेल अशी ग्वाही देत होते.

सोयरीक पक्की करण्यासाठी मुलीचे काका, राव विरमदेव, यांना टिक्का–अहेर घेऊन चितोडला पाठवण्यात आलं. घोडेस्वार आणि सांडणी स्वार यांच्या लवाजम्यासहित सरदारांचा ताफा, सोन्याच्या जाड पानाचा वर्ख लावलेले तीन नारळ

आणि अकरा सुपाऱ्या घेऊन पुढे निघाला. त्याशिवाय दोनशे नारळ, दहा शेर गूळ, दहा शेर सुपाऱ्या, दहा शेर खजूर, दहा शेर साखर, दहा शेर पिस्ते, पंधरा शेर बदाम, सात शेर लाख आणि सात शेर विड्याची पानं भेट म्हणून नेण्यात आली. नवऱ्यामुलाच्या कपाळावर कुंकवाबरोबर लावण्यासाठी एकवीस तांदूळमोती घेतले गेले. वर आणि त्याच्या नातेवाइकांसाठी एकशे एक जरतारी कपड्यांचे जोड, फेटे, धोतरं, बाराबंद्या, गोशपेच आणि रत्नं आणि मोती जडवलेली कापडं होती. रत्नं जडवलेल्या मखमली झूल घातलेले पंधरा घोडे आणि एक लाख तन्कांची थैलीदेखील साखरपुड्याचा शकुन म्हणून घेण्यात आली.

युवराजाला एका उंच मंचावर बसवण्यात आलं. त्याच्या जरीच्या डगल्याची जर त्याच्या मानेवर सतत घासली जात असल्यामुळे तो अस्वस्थ वाटत होता. साखरपुड्याचा लांबलचक विधी आटोपल्यावर पुरोहितांनी त्याच्या कपाळावर कुंकुम तिलक लावला. सोन्याच्या वर्खाचे नारळ आणि सुपाऱ्यांचा भावी नवरदेवाला अहेर करून, बाकीच्या भेटी पाहुण्यांसाठी प्रदर्शित केल्या गेल्या. सर्वांत शेवटी राणांनी साऱ्या भेटींवरून आपली नजर फिरवली. मुहूर्त नक्की करून राव विरमदेव शंभर तन्कांची थैली आणि खूपसे मिठाईचे पेटारे घेऊन परतले.

जवळजवळ सारं चितोड लग्नासाठी मेरताला यायला निघालं होतं. दुसऱ्यांची लग्नं, विशेषत: आपल्या भावा–बहिणींची किंवा मित्रांची म्हणजे मजाच मजा, पण स्वत:चं नाही. लग्नाआधी सात दिवस विघ्नहर्ता गणपती घरात बसला होता. नवऱ्यामुलाला दररोज इतकी पंचपक्वान्न खाऊ घातली जायची की लवकरच त्याचं दोंद वाढून तो गणपतीचा जुळा भाऊ वाटू लागणार होता. दर रात्री कुटुंबातल्या बायका–मुलींची नाच–गाणी चालायची. पुरुषमाणसं सज्जातून बघायची आणि नृत्य करणाऱ्यांच्या साथीला असलेल्या वाद्यवृंदापैकी कुणीतरी छान गायलं किंवा उत्कृष्ट ढोलकी किंवा इतर कुठलं तरी वाद्य वाजवलं तर खाली उतरून तन्क्यांची नाणी त्यांना बक्षीस द्यायची.

खाणं, पिणं आणि काव्य–शास्त्र–विनोदाला ऊत आला होता. साऱ्या चेष्टा–मस्करीचा केंद्रबिंदू अर्थात नवरामुलगा. कधी हसून, तर कधी लाजून तो सारं काही मुकाट्यानं सहन करत होता.

मेरताला पोचायला बरेच दिवस लागले. सीमोल्लंघनाच्या वेली स्वत: राव दूदाजी, रतनसिंह, विरमदेव आणि इतरांनी नवरदेवाच्या वऱ्हाडाचं मेरताच्या सीमेवर स्वागत केलं. वऱ्हाडाची वाजत–गाजत साऱ्या गावभर वरात फिरली आणि शेवटी अर्जुनसिंह

राजवाड्यासमोर थांबली. एवढ्या मोठ्या वऱ्हाडाची राहण्याची आणि झोपण्याची नीट सोय होईल की नाही ही काळजी होती, पण चिंतेचं कारण नव्हतं. चितोडच्या नावाने किंवा श्रीमंतीने दबून जाणाऱ्यांपैकी मेरता गाव नव्हतं. बाहेरून साधारण दिसणाऱ्या वाड्याच्या आत शिरताच दालनामागून दालनं आणि चौकामागून चौक दिसायचे. नवीन बांधकाम करून बऱ्याचशा सुसज्ज खोल्या बांधल्या गेल्या होत्या आणि सर्वांना ऐसपैस पुरेल इतकी जागा होती. सूर्यास्तापर्यंत वऱ्हाडी मंडळींनी आराम केला.

देशाच्या या भागात लग्नाचे मुहूर्त सोयीस्कर वेळेचे का नसतात ? नसतात झालं. असो. मोठमोठाले पेटारे उघडले गेले आणि सर्वांनी नवेकोरे कपडे अंगावर चढवले. लग्नाचा जोडा नवरदेवाच्या अंगाला नीट बसावा यासाठी शेवटच्या घटकेपर्यंत दोन शिंपी राबत होते. गुडघ्यापर्यंत येणारं धोतर आणि वरती बारीक जरीकाम केलेला गडद हिरवा डगला. फेटा मात्र नजरेत भरावा असा लाल आणि त्यामध्ये खोवलेला सोन्याच्या तारांचा अक्कडबाज तुरा. युवराजांच्या गळ्यात वर लहान आणि क्रमाक्रमाने मोठे होत शेवटी बोरांएवढे झालेल्या गुलाबी मोत्यांचे सात सर.

बघता बघता वधूच्या घरी जाऊन लग्न करायची वेळ झाली.

नवरदेव दारात पोचला आणि हत्तीवरच्या अंबारीतून खाली उतरला. वरपित्याला, तो जोपर्यंत मेरताचा पाहुणा होता तोपर्यंत एक तांब्याचा पैसादेखील खर्चावा लागू नये, यासाठी पुरोहिताने त्याची पूजा करून झाल्यावर वरपित्याच्या नाण्यांच्या रेशमी थैलीचं तोंड दोरीने गच्च बांधून टाकलं. नगारे आणि तुताऱ्या वाजू लागल्या. युवराजाने मागे वळून पाहिलं असतं तर त्याला त्याचे वडील, कुटुंबीय आणि अर्धअधिक घराणं मागून येताना दिसलं असतं. पण त्यांच्यापासून तुटल्यासारखं त्याला वाटत राहिलं. यापुढे स्वतःचा मार्ग त्याला स्वतःच आखावा लागणार. आता परत बालपण किंवा शैशवाकडे जाणं नाही. हसण्या—खेळण्याचे, मित्रांबरोबर रात्ररात्र जागण्याचे बेजबाबदार दिवस संपले. मागे पडले. समोरच्या दरवाजाचा उंबरठा ओलांडला की तो गृहस्थाश्रमात प्रवेश करणार होता. त्याला एकटं आणि एकाकी वाटलं. फक्त दोन पावलांत एवढा मोठा, कधीही बदलता न येणारा फरक पडू शकतो ? विलक्षण, पण तरीही खरं. आपल्या कधीही न पाहिलेल्या वधूची त्याला आठवण आली. हीच दोन पावलं जेव्हा ती उंबरठ्याबाहेर टाकेल, तेव्हा ती आपल्या बालपणीच्या माणसांना, घराला, झाडांना, पक्ष्यांना, देवळांना आणि गावाला जवळजवळ कायमची मुकेल. एका फटक्यात तिचा सारा भूतकाळ तिच्यापासून तोडला जाईल आणि फक्त आठवणींची राख तेवढी उरेल.

पण तो तिच्या पाठीशी उभा राहणार होता. आपल्या बाहुपाशात तिचं रक्षण करणार होता. ती दोघं मिळून आपलं पुढचं आयुष्य आखणार होती. आपल्या वधूला युद्धात जिंकून आणल्याचं सूचित करण्यासाठी त्याने दरवाजाला बांधलेल्या तोरणाला आपल्या तलवारीने सात वेळा स्पर्श केला. उंबरठा, तोरण या गोष्टी इतक्या प्रतीकात्मक का मानल्या जातात ? त्याने उंबरठा ओलांडला.

त्याची आत्या आणि राव विरमदेवांची पत्नी, जिने नवऱ्यामुलीला वाढवली होती, तिने त्याला एका चौरंगावर बसवलं आणि त्याच्या कपाळावर कुंकुमतिलक लावला, ''तोंड उघडा'' ती म्हणाली आणि त्याच्या तोंडात तिने दही–साखर घातली. मग कमरेला खोवलेल्या आपल्या बटव्यातून एक सोन्याचा तन्का काढून त्याच्या टिळ्यावर तो चिकटवला.

नंतर त्याला घेऊन ती आत घरात गेली आणि तिथून लग्नमंडपात. त्याला एका गालिच्यावर बसवण्यात आलं. वधूला आणलं गेलं. तिच्या डोक्यावरच्या ओढणीत तिचा चेहरा लपला होता. लग्नविधी आटोपता आटपेनात. प्रथम त्याचा डावा पाय झोपी गेला आणि नंतर उजवी मांडी. सप्तपदीसाठी उठताना त्याला मदत घ्यावी लागली. वधूची ओढणी त्याच्या शेल्याला बांधण्यात आली. होमाभोवतालच्या पहिल्या चार फेऱ्यांत तो पुढे आणि ती मागे होती, तर उरलेल्या तीन फेऱ्यांत ती पुढे आणि तो मागे. पाच तासांनंतर ती पती–पत्नी झाली.

रात्रीचे दोन किंवा अडीच झाले असतील, त्या दोघांना त्यांच्या खोलीत नेऊन दरवाजा बंद करण्यात आला. त्याने तिचा हात धरला, तिने तो काढून घेतला. त्याने तो परत पकडला.

''बैस !'' बिछान्याकडे निर्देश करत तो म्हणाला. पलंगाच्या चारी बाजूने झेंडू आणि मोगऱ्याच्या माळा सोडण्यात आल्या होत्या. तिने मान हलवली. तिच्या चेहऱ्यावर एक पुसट स्मित झळकून गेल्यासारखं त्याला वाटलं. ती त्याला हसत होती का ? तिने पलंगाखाली बोट दाखवलं. कुणाच्या तरी पायाचा अंगठा. एकांतात त्यांना चकित करण्यासाठी तिचा एक चुलतभाऊ तिथे लपून बसला होता. पकडला गेल्याबद्दल स्वतःला शिव्या घालत तो हसत हसत पलंगाखालून बाहेर आला. रचलेला बेत फसल्याबद्दल दरवाजाबाहेर उभं असलेलं टोळकंदेखील हिरमुसलं. दरवाजा उघडून घुसखोराला बाहेर घ्यायला त्यांनी बराच वेळ घेतला.

ती पलंगावर बसली. तो जवळ येताच तिने अंग आकसून घेतलं. ती आपल्याला भितेय हे पाहून त्याला आश्चर्य वाटलं. ती थरथरत होती आणि भीतीमुळे तिचे दात वाजत होते.

"मी तुला दुखावणार नाही," तो म्हणाला, "कधीही नाही."

कृतज्ञतेने तिने त्याच्याकडे पाहिलं, पण तिच्या डोळ्यांत अजूनही भय होतं. तिच्या डोक्यावरची ओढणी त्याने मागे सरकवली. मधोमध भांग पाडलेल्या केसांचा तिच्या कमरेखाली पोचणारा शेपटा. कपाळावर कुंकवाची मोठी, गोल टिकली. नाक थोडं लांब, पसरट जिवणी. खालचा ओठ टपोरा पण नाजूक. परंतु त्याची नजर खिळवून ठेवली ती तिच्या हिरव्या डोळ्यांनी. ते भीतीने चमकत होते. कोंडीत सापडलेल्या जनावराने, आपल्या यातना कायमच्या संपवणाऱ्या अंतिम वाराची वाट पाहावी, तसा भाव तिच्या डोळ्यांत होता. तिच्या भीतीमुळे आपण निरीक्षकाची भूमिका घेऊ लागलोय हे त्याच्या लक्षात आलं. तिच्या उघड्या पोटाचा गोरा रंग त्याच्या नजरेत भरला. खाली वाकून त्याचं चुंबन घ्यावं आणि हळूहळू तिची भीती घालवून तिचा चढलेला श्वास हलका करावा अशी इच्छा त्याला झाली. त्याने आपला हात तिच्या पाठीवर ठेवला. ती थरारून मागे सरली.

तिच्या घराच्या उंबरठ्यावर उभा असताना ठरवल्याप्रमाणे तिला बाहुपाशात घ्यायचं होतं त्याला. तो तिचं कुठल्याही संकटापासून रक्षण करणार होता हे कसं पटवून द्यायचं तिला ? त्याला वाटलं, खोलीत एखादा वाघ किंवा सिंह असता तर किती बरं झालं असतं. त्याच्याशी झुंज देताना हात किंवा डोळा गमवावा लागता किंवा जखमी व्हावं लागलं असतं तरी पर्वा नव्हती. तलवारीने त्याला मारून त्याने सिद्ध केलं असतं की, यापुढे तो तिची ढाल होऊन प्रत्येक आपत्तीपासून तिचं रक्षण करणार होता.

वाड्याच्या आवारातील घंटेने पाच टोले दिले. फुलांच्या बहुतेक माळा तुटून, बिछान्यावर पडून कुस्करून गेल्या होत्या. त्या दोघांचा लपंडाव अजून संपला नव्हता.

"अशी दूर पळू नकोस, मी फार थकलोय. तू देखील थकली असशील."

तिने आपली ओढणी पूर्ववत डोक्यावरून घेऊन तोंडावर ओढली होती. नवरा–बायको आपल्या लग्नाच्या पहिल्या रात्री असे वागतात हे त्याला कुणी सांगितलं नव्हतं. कौसल्या, जिच्यापाशी तो सारं काही मोकळेपणा बोलायचा, तिनेदेखील त्याला याची कल्पना दिली नव्हती. त्याला रिकामं, हरवल्यासारखं वाटलं. निराश होऊन तो पलंगाच्या मध्यभागी बसला. आणखी पळभरात त्याची शुद्ध हरपणार होती. त्याने तिच्या दिशेने झेप घेतली. ती चपळाईने निसटली. पण तिचा शेपटा त्याच्या हाती लागला. त्याने तिला मागे खेचली. तिने प्रतिकार करताच, त्याने तिच्या केसांना जोराचा झटका दिला. ती कण्हली आणि एक एक पाऊल मागे आली आणि पलंगाच्या कडेला तिच्या पोटऱ्या टेकताच तोल जाऊन मागे कोसळली.

"नका !" ती अंधुक पुटपुटली, "माझी सोयरीक झाली आहे."

काय म्हणत होती ती ? आजच त्यांचं लग्न झालं नव्हतं का ? ती त्याची बायको आणि अजून कुंवारी नव्हती का ? तिचे हात पाठीमागे पकडून त्याने तिचे पलंगाखाली लोंबकळत असलेले पाय वर उचलून गादीवर ठेवले. तिच्या घागऱ्याची नाडी झटक्यासरशी सोडून तो खाली ओढताना अर्धवट फाटला. 'आपण नवरा-बायको आहोत' तो जणू तिला आणि स्वतःला लग्नाची वस्तुस्थिती समजावून सांगत होता.

''माझं लग्न दुसऱ्याशी ठरलंय,'' ती परत म्हणाली.

तो तिच्यावर कोसळला. ती नाकबूल आणि अभेद्य, तो हट्टाला पेटलेला. आपल्या इंद्रियाला हाताने मार्गदर्शन करत त्याने जोरात धडक मारली. पुन्हा पुन्हा आणि पुन्हा. ती रडत होती. सगळे अडथळे दूर करून शेवटी त्याने प्रवेश केला होता. मागे सरून त्याने परत खाली झेप घेतली. त्याला आता लय सापडली होती. झेप, माघार, बाहेर, झेप, माघार, बाहेर. ती मरगळलेली आणि वेड लागल्यासारखे त्याचे हल्ले अविरतपणे चालू. खाली येताना त्याचा नेम किंचित हुकला आणि तिच्या मांडीवर आघात झाला. त्याने मागे सरून परत झेप घेतली.

तो वर झाला आणि चक्रावला. त्याच्या इंद्रियातून रक्ताचं कारंजं. फवाऱ्यामागून रक्ताचे फवारे. तिची चोळी, घागरा, बिछाना, सारं काही लाल आणि ओलं. तिचे विस्फारलेले डोळे त्या रक्ताच्या ओघावर खिळलेले. भयचकित नजरेने त्याने तिच्याकडे पाहिलं. रक्त कसं थांबवावं ते त्याला कळेना. त्याच्या कपाळावर घामाचे थेंब तरारले. त्याला अशक्त वाटू लागलं, पण रक्त बाहेर उसळतच राहिलं. आपण मरणार याची त्याला खात्री पटली. दोन्ही हातांनी त्याने आपलं इंद्रिय पकडलं, पण हात ओले होऊन निसटू लागले. तिने आपल्या डोक्याखालची ओढणी खेचून घेतली आणि भराभर तिचे वेढे त्याच्या इंद्रियाभोवती घालून त्याचं तोंड छपराच्या दिशेने वर उचललं. काही वेळाने रक्ताचा ओघ कमी होत थांबला. पण तो शांत झोपी जाईपर्यंत ती ते हळुवारपणे धरून होती.

४

म्हणी कोण बनवतं, किंवा शोधून काढतं ? बहुतेक वेळा त्या कुचकामी असतात. सामान्य विधानं करणाऱ्या या म्हणींचं वेळी–अवेळी उच्चारण करून, अतिशहाणे आणि पोक्त लोक, अकारण स्वत:ला सर्वज्ञानी म्हणवून घेतात. म्हणीचं शहाणपण घटना घडून गेल्यानंतरचं. सफाईदारपणे दोन्ही बाजूने बोलणारे, परस्परविरोधी विधानं करणारे आणि अनिश्चित मतं असलेल्याचं आवडतं कार्य म्हणजे उथळ म्हणी, अनुभवाचे बोल, उदाहरणं आणि उपदेश ऐकवत राहणं. मला कुठलीही एक म्हण सांगा, मी विरुद्ध अर्थाची म्हण सांगू शकतो. मी दुसऱ्या इयत्तेत असताना आम्हांला दोन गोष्टी लागोपाठ सांगितल्या गेल्या. एक होती, 'पाचामुखी परमेश्वर' तर दुसरी होती 'ऐकावे जनाचे करावे मनाचे.' जेव्हा मी हा विरोध आमच्या मास्तरांच्या नजरेस आणून दिला तेव्हा त्यांनी – त्यांचा आत्मा नरकात सडो किंवा स्वर्गात चढो – मला आपल्या मांडीवर पालथा घालून माझ्या पृष्ठभागाची सालडी काढली होती. "मूर्खा," ते म्हणाले, "त्या गोष्टी एकेमकांना पूरक आहेत." आपल्या लोकांच्या विवेक शक्तीचं आणि सारासार बुद्धीचं स्थैर्य वातकुक्कुटाइतकंच चंचल असलं तर त्यात नवल ते काय ? जो नुकताच भेटला असेल त्या प्रत्येक माणसाच्या विचारांना आपण मान्यता देतो आणि त्यांचा प्रसार करतो. 'एकतेत विविधता आणि विविधतेत एकता' यात आपल्याला काहीच विरोध दिसत नाही; कारण 'विरोधी गुणधर्म असणारे दोन ध्रुव सारखे नसतात' किंवा 'एक म्हणजे अनेक नव्हे' हे आपण मानायलाच तयार नाही.

नाहीतरी काय फरक पडतो ? शेवटी सगळ्यांना मरायचंच आहे.

हे लांबलचक बौद्धिक कशासाठी ? मी एक म्हण ऐकवणार आहे, म्हणून.

कल्पनेपेक्षा सत्य अधिक विलक्षण असतं !

मी खुशीत होतो. आमच्या राज्यावरून नजर फिरवावी अशी इच्छा मला झाली. (मी माझ्या राज्यावरून म्हणणार होतो. हे चिन्ह प्रेमाचं, सत्तेचं, मालकी हक्काचं, की अपेक्षेचं ?) मी धावत विजय स्तंभाच्या पायऱ्या चढलो. नाही, धावत म्हणणं तितकंसं खरं नाही; कारण त्या पायऱ्या फारच अरुंद आणि अंधाऱ्या आहेत. भराभर पायऱ्या चढत ऐंशी हातांची उंची मी चार पळांत पार केली. इथून खाली पाहिल्यावर कोण

मेवाडच्या प्रेमात पडणार नाही ? श्वास रोखला जावा इतकं सुंदर दृश्य. कधी कधी दूरवरचा कुंभलगडदेखील दिसतो. रात्रभरचा पाऊस पहाटे थांबला असावा. आकाश पारदर्शक आहे. ढगांच्या पलीकडले देवदेखील दिसताहेत. मी मान वाकवून माझ्या मूळ पुरुषाचा, सूर्यदेवाचा आशीर्वाद मागितला आणि त्याच्या औदार्याबद्दल त्याचे आभार मानले. किल्ल्याच्या आतली भूमी हिरवीगार झालीय. पक्षी चिवचिवाट करताहेत. सत्तर पोपटांनी आकाशात गिरकी घेतली आणि थेट माझ्या दिशेने मोर्चा वळवला. अगदी शेवटच्या क्षणी अचानक एका अदृश्य कोनावरून वळून ते राणी पद्मिनीच्या महालाच्या कठड्यावर जाऊन बसले.

कालिका मातेच्या मंदिरात पुजारी हलकेच घंटा वाजवतो आणि आजच्या आकाशाइतक्याच स्वच्छ, पारदर्शक आवाजात सूर्यस्तोत्र म्हणू लागतो. (हे कालिका मातेचं मंदिर मूळचं सूर्यमंदिर होतं हे ठाऊक आहे का तुम्हांला ?) तो सूर्यदेवाच्या तेजाची स्तुती करतो. त्याच्या सात घोड्यांच्या रथाचं, कमरेपर्यंतच शरीर असलेल्या सारथी अरुणाचं वर्णन करतो. दररोज आकाशाच्या घुमटावरून केलेल्या देवाच्या प्रवासाचं कौतुक करतो. सूर्यदेवाचा वेग प्रकाश, त्याचं माध्यम प्रकाश, त्याचा संदेश प्रकाश. मी हात फैलावून सूर्याचे किरण माझ्या बाहुपाशात भरून घेतो.

चितोडच्या चारी बाजूला असलेल्या डोंगरउतारावरच्या दाट जंगलातल्या सिंह, वाघ, हरणं आणि रानडुकरांचा संचार संपण्याच्या बेतात आहे. इथून मला त्यांचा एक पाणवठा दिसतोय. एक भव्य शिंगांचा काळवीट सावकाश पाणी पितो आणि मग वर बघतो. पाऊल वाजलं का ? की झाडाची वाळकी फांदी खाली पडली ? त्याच्या मानेचे स्नायू ताणलेले. चारही दिशांनी नजर फिरवून आजूबाजूला कोणी अनपेक्षित पाहुणा नसल्याची तो खात्री करून घेतो. सारं काही ठीकठाक. तो आपल्या मादीला इशारा करतो. ती बिचकत पुढे येते, त्याच्या अंगाला आपलं अंग घासते आणि तळ्यातलं पाणी पिऊ लागते. माकडांची एक टोळी कलकलाट करत फाद्यांवरून झोके घेत घेत दुसऱ्या काठावर उतरते. हळूहळू शांत होत माकडं एकमेकांच्या उवा काढण्याच्या उद्योगाला लागतात.

मी सावकाश गोलाकार फिरतोय. किल्ल्याच्या आतील वस्ती हळूहळू जागी होतेय. नेहमीप्रमाणे सर्वांत प्रथम बायका उठून पाणी भरण्यासाठी निघतात. कुणी मला विचारलं, की 'मेवाड म्हणजे काय ?' तर मी सांगेन, की 'मेवाड म्हणजे रंग.' दुसरी अधिक महत्त्वाची उत्तरंदेखील आहेत – आमचा आंधळा, विवेकशून्य पराक्रम आणि शौर्य, वगैरे – पण ती माझी उत्स्फूर्त प्रतिक्रिया नसेल. मी डोळे मिटून घेतले की, मला उसळणारे रंग दिसतात. झेपावत, झुंजत, घसरत, पसरत ते इतर सारं काही व्यापून

टाकतात. तुम्ही मेवाडचे लाल, पिवळे, निळे, हिरवे रंग पाहिले आहेत ? त्यांच्यात सूर्य भरलाय आणि उघड्या जखमेची ओली तीव्रता. फिकट रंग अधिक संस्कारित मानले जातात हे मला माहीत आहे. तेदेखील अर्थात सुंदर आणि दृष्टीला सुखकारक असतात. पण मेवाडच्या रंगांच्या भडकपणाच्या आणि रंगसंगतीच्या धिटाईचा आघात पोटात मारलेल्या गुद्द्यासारखा असतो. आयुष्याच्या प्रत्येक दैनंदिन क्षणी माझी ही माणसं, रंगांच्या चैतन्याची गाथा सांगत असतात. हातचं राखून ठेवण्याची किंवा आवरतं घेण्याची सवय नाही त्यांना. पण त्यांच्या उदार उधळेपणालादेखील संयम आहे. रंगांचा वापर करत असताना दर वेळी ते जणू नवनिर्मिती करत असतात.

ती बाई पाहिलीत ? अफूमिश्रित मशेरी हिरड्यांना चोळतेय ती ? तिचा चेहरा मला दिसत नाहीये, पण सावकाश चढणाऱ्या नशेच्या या सुखाची तिची चटक पिढीजात आहे. लाल–काळ्या घागऱ्यावर केळ्याच्या सालीची पिवळी चोळी आणि त्यावर वसंतातल्या कोवळ्या आंब्याच्या पानाची पोपटी ओढणी. विहिरीवर पाणी भरणाऱ्या तिच्या मैत्रिणींपैकी एक गडद निळी तर दुसरी डाळिंबाच्या दाण्यांची गुलाबी आणि बैंगणी जांभळी. सकाळी उठताच या रंगांच्या चपराकीने खाडकन जाग आल्यावर लस्सीची गरज कुणाला भासेल ? डाव्या बाजूच्या झोपडीचा स्वामी आणि मालक जागा झालेला दिसतोय. सौ. बैंगणी जांभळी त्याच्या आंघोळीसाठी पाणी शेंदतेय.

माझ्या डाव्या डोळ्यांच्या कोपऱ्यातून काहीतरी हालचाल मला जाणवली. दूरवर नैर्ऋत्येकडून एक घोडेस्वारांची तुकडी दौडत येत होती. अजून अस्पष्ट ठिपके असलेली ही माणसं बहुतेक परदेशी असावीत असा माझा तर्क आहे. त्यांच्याकडे झेंडा नव्हता, हे जरा विचित्र वाटलं.

मी खाली आलो आणि चौकीदाराला तपासणी नाक्यावरच्या शिपायांना तीसेक परदेशी माणसं येत्या तासाभरात येत असल्याची वर्दी देण्यासाठी पाठवलं. तसंच, येणाऱ्या पाहुण्यांची ओळख आणि उद्दिष्ट समजताच मला माझ्या कचेरीत कळवण्यात यावं असा आदेश दिला. या बिनझेंड्याच्या तुकडीविषयी मला अस्वस्थ वाटत होतं. मी उठलो आणि तपासणी नाक्यावर गेलो. एक शिपाई झोपलेला होता. त्याला उठवून मी त्याला बडतर्फ केलं असल्याची बातमी दिली. तो गयावया करायला लागताच मी माझं तोंड फिरवलं. ती तुकडी आता गंभीरीवरचा पूल ओलांडीत होती आणि त्यांनी सफेद झेंडा उभारला होता.

हे कसं शक्य आहे ? पण ते तसंल खरं होतं. खुद्द गुजरातचा राजकुमार, बहादूर खान. पकडला जाण्याची शक्यता लक्षात घेऊन विक्रमादित्याने त्याच्याकडे दोन दूत पाठवले होते का ? मुजफ्फर शहाच्या या दुसऱ्या मुलाने अहमदाबादपासूनचं अंतर केवळ आठ नऊ तासांत कसं काटलं ? तो आम्हांला फसवत होता का ? त्याची सेना

जवळपास कुठेतरी लपून बसली होती का ? मी माझं आश्चर्य लपवलं. तो बराच भयभीत वाटला.

''मी येतोय हे आपल्याला कसं कळलं ?''

''बातमी मिळवण्याचे माझे स्वत:चे काही मार्ग आहेत.''

तो चांगलाच चक्रावला, ''पण आम्ही कुणालाही पत्ता लागू दिला नव्हता.'' त्याने आपल्या साथीदारांवरून संशयाची नजर फिरवली, ''आणि गेले दोन आठवडे, फक्त रात्री सोडून आम्ही सतत दौडतोय.''

मी गप्प राहिलो.

''युवराज, आपले वडील, राणा संग, यांच्या अनुपस्थितीत, मी आपल्याकडे आश्रयाची मागणी करतोय. मी आणि माझे साथीदार आमच्या तलवारी, ढाली आणि जीव संरक्षणासाठी तुमच्या हवाली करतोय.''

''आपण प्रथम माझ्याबरोबर अतिथी भवनात चलून, आंघोळ आणि नाश्ता का नाही उरकून घेत ? मग गप्पागोष्टी करायला भरपूर वेळ आहे.''

जरी त्याची सेना लपून बसली असली तरी एकदा तो आमच्या ताब्यात आल्यावर हल्ला करण्यापूर्वी ती दहादा विचार करील. नंतर मला कळलं की विक्रमादित्याने बहादुर खानला राजसिंहासन बळकावण्यासाठी पाठवलेलं आमंत्रण आणि लगेच दुसऱ्या दिवशी बहादुरचं आगमन, हा केवळ एक काकतालीय योगायोग होता.

मी बहादुर खानला अतिथी भवनातल्या राजदालनात नेऊन त्याची नीट व्यवस्था लावून दिली. तिथे असलेल्या नोकरांच्या जागी, त्याच्या तैनातीला माझे गुप्तहेर ठेवले, जे स्वयंपाक आणि इतर सेवेत निष्णात होते. मग मी माझ्या कचेरीत परतलो आणि कुणालाही आत न सोडण्याबद्दल ताकीद दिली. काय चाललं होतं हे ? सकाळचे सव्वानऊ वाजले आहेत म्हणजे मी नक्कीच स्वप्न पाहत नाहीये. राजकुमार बहादुर चितोडच्या आश्रयाला का आला होता ? आमच्या अहमदनगरच्या लुटीनंतर चितोड जमीनदोस्त करायची शपथ वाहिली होती त्याने.

पण आपली ही शपथ त्याने पुढे ढकललेली दिसतेय. या सापाला दूध पाजल्याबद्दल आमचे सारे सरदार, कर्मावती राणीसाहेब आणि विक्रमादित्य नक्कीच मला कमजोर ठरवून माझ्यावर टीका करणार. पण आम्हांला दुसरा कोणता पर्याय होता ? अर्थात, त्याच्या तोंडावर किल्ल्याचे दरवाजे लावून घेणं किंवा त्याला आणि त्याच्या साथीदारांना मारून टाकणं मला शक्य होतं. पण पहिल्या पर्यायामुळे मी त्याचं वैर ओढवून घेतलं असतं आणि दुसऱ्यामुळे त्याचे वडील, मुजफ्फर शहा खवळून उठले असते आणि माझे वडील त्यांच्याविरुद्ध लढत असलेल्या लढाईचा परिणाम विपरीत होऊ शकला असता. आता तो आमचा पाहुणा आणि ओलीस झालाय. ही मुजफ्फर

शहाची एक प्रकारे मानहानीच. जर त्यांच्याबरोबरच्या लढाईत पडतं घेण्याची पाळी आली तर आता आमच्या हातात हुकमी एक्का होता. त्याशिवाय जर पुढे कधीतरी, बहादुर खरंच गुजरातचा राजा झाला आणि आपल्या प्रतिज्ञेप्रमाणे चितोड काबीज केलं, तर कदाचित आमच्या या उपकारामुळे तो चितोडची नासधूस आणि आमच्या प्रजेची कत्तल करणार नाही.

तो अख्खा दिवस आणि रात्र आणि दुसरा सगळा दिवस, बहादुर झोपला. संध्याकाळी मी मंगलला त्याला उठवायला आणि रात्रीच्या जेवणाचं आमंत्रण द्यायला पाठवलं. बरोबर सात वाजता बहादुर माझ्या वाड्यात हजर झाला. त्याने आमच्यासाठी भेटी आणल्या होत्या. माझ्यासाठी इस्तानबुलचे सहा सोन्याचे चषक आणि माझ्या पत्नीसाठी मूल्यवान हिरव्या स्फटिकात कोरलेली, गुजराती कारागिरीची, बन्सीबाजाची मूर्ती.

माणसाचा स्वभाव त्याच्या चेहऱ्यात वाचता येतो का ? भुवयांची जाडी आणि कोन, कपाळाची रुंदी, नाकाचा बाक, जिवणीची ठेवण, दातांचा रंग आणि कानांचा आकार आणि स्थान, यावरून आतल्या स्त्री किंवा पुरुषाला ओळखायचं शास्त्र असेलही कदाचित. वाटतं तितकं अशक्य नाहीय ते. आमच्या चितोडचेच माखनलालजी माणसाचा चेहरा पाहून त्याचं भविष्य वर्तवू शकतात, आणि मेरताला एक छायाशास्त्री आहेत, जे तुमची सावली मोजून आणि काही जुने ग्रंथ चाळून तुमचा भूतकाळ आणि पेशा अचूक सांगतात. माझ्या अंगात यांपैकी कुठलीही शक्ती किंवा कला नाहीये. मी फक्त ढोबळ ठोकताळे बांधू शकतो. एखादा चेहरा पाहिला की नकळत आपण त्या माणसाचा स्वभाव आणि चारित्र्यासंबंधी अंदाज लावू लागतो – चांगला–वाईट, विश्वासू–अविश्वासू, हुशार–मठ्ठ, उदार–कंजूष वगैरे. माझी माणसांची पारख बहुधा बरोबर असते; कारण आंतरिक संवेदना जे सांगते ते मी ऐकतो, पण त्यावर कधीच पूर्णपणे विसंबत नाही.

बहादुर खान मला आवडला, पण त्याच्यावर विश्वास नाही टाकणार मी. तो अविश्वासू आहे म्हणून नव्हे, तर तो उतावीळ आणि भावनावश आहे आणि कुठलीही गोष्ट पूर्ण विचारपूर्वक करत नाही म्हणून. पण त्याच्यात परिपक्वता येण्याची शक्यता वाटते आणि म्हणूनच पुढे तो धोकादायक ठरू शकेल. तो लाडावलेला आणि महत्त्वाकांक्षी आहे आणि याला कारण त्याची रिकामटेकडी आणि उपेक्षित आई. तो अधीर आहे आणि पृथ्वी बळकावून तिच्यावर राज्य करण्याची अभिलाषा बाळगणाऱ्या प्रत्येकाप्रमाणे त्याला जीवनातल्या पुनरावृत्तीची कल्पना नाही – की पुत्र जेव्हा पिता बनतात, तेव्हा आपल्या मातापित्यांना तोंड द्यावं लागलेल्या पेचप्रसंगांना त्यांना स्वतःलाही सामोरं जावं लागतं.

आम्हा दोघांचा सामान्य शत्रू, माळव्याचा सुलतान याने बाबांना भेट दिलेल्या पारसिक देशाच्या गुबगुबीत गालिच्यावर आम्ही बसलोय. शहजादा मोठ्या चवीने जेवतोय. आमच्या हेरांकडून मिळालेल्या माहितीनुसार मी आमच्या स्वयंपाक्याला त्याचे आवडीचे पदार्थ बनवायला सांगितलं होतं. अफगाणी तंगडी कबाब, गजबगोश्त आणि केशर घातलेलं जाड श्रीखंड. आम्ही इकडच्या तिकडच्या गप्पा करत होतो. त्याच्या मनात काहीतरी खदखदतंय जे त्याला माझ्यापाशी बोलून दाखवायचंय हे मी ओळखलंय. पण शिष्टाचाराला धरून, त्याने ते भोजनानंतर सांगण्याचा निर्णय घेतला असावा.

''आमच्या अचानक येण्याचं आपल्याला आश्चर्य वाटलं असणार ?'' आम्ही विडे खात असताना त्याने विषयाला हात घातला.

''आपल्यासारखे थोर पाहुणे येणं हे आम्ही आमचं सद्‌भाग्य समजतो.''

''आपण फारच उदार आहात. कधी ना कधीतरी आपल्या या पाहुणचाराची परतफेड आमच्याकडून होईल अशी आशा आहे. जर आमच्या मनाप्रमाणे झालं तर लवकरच तो योग येईल.''

''आराम करा. आपल्याला हवे तितके दिवस आपण इथे राहावं. चितोड आपलंच घर आहे.''

''युवराज,'' ही आदरातिथ्याची सभ्य देवाणघेवाण त्याला पुरे झाली असावी, ''शिष्टाचाराला सोडून सरळ मुद्द्यावर येतो, याबद्दल माफी असावी.''

''जरूर. मित्रांमध्ये परकेपणा कसला ?''

''इदरजवळ माझ्या वडिलांची सेना मेवाडशी युद्ध करतेय. आपण जर मला २०,००० घोडदळ दिलंत तर माझ्या अनुयायी आणि सहकाऱ्यांच्या मदतीने मी माझे वडील, सुलतान मुजफ्फर शहा यांना गादीवरून उतरवून अहमदाबादचं सिंहासन बळकावू शकतो. तसं झालं तर मी इदर सोडून देईन. एका फटक्यात इदर आपल्या वडिलांच्या राज्याचा एक भाग बनेल. तसंच, गुजरात आणि मेवाडमध्ये शांतीकरार करून मी आपल्या देशाचा कायमचा हितचिंतक आणि मित्र बनेन. अर्थात, आपल्या घोडदळाचं मानधन म्हणून मी दर दिवसाला पन्नास हजार तन्कांची रक्कम द्यायला तयार आहे.''

इदर विनासायास पदरात पडणार होतं. इदरचं युद्ध माझ्या लहानपणापासूनच्या आठवणीत आहे. बहादुरच्या जर–तरच्या या प्रस्तावात काही महत्त्वाच्या गोष्टी त्याने सोयीस्करपणे वगळलेल्या होत्या. मी वीस हजाराचं घोडदळ उभं करू शकत होतो का ? तेवढं पुरेसं होतं का ? त्याला अहमदाबादमध्ये खरंच पाठिंबा मिळणार होता का ? एकाद्या अतिपिकलेल्या सीताफळासारखं अहमदाबाद त्याच्या झोळीत सहज पडणार होतं का ? आणि जर आमच्याच सैन्याची दाणादाण झाली तर ? बहादुरच्या युद्धप्राविण्याबद्दल मला कितपत माहिती होती ? उपक्रमाचा सारा खर्च तो करणार हे

ठीक होतं, पण एवढी मोठी रक्कम तो कुठून आणि कुठल्या जामिनावर मिळवणार होता ? आदिनाथजींबरोबरच्या उधारीच्या व्यवहारातून मी एवढं शिकलो होतो की त्यांना जामीन म्हणून भूमीवरचे वाडे, जमिनी आणि किल्ले लागतात, हवेतले नव्हे. विक्रमादित्याला त्यांनी जी उधारी दिली होती ती या हमीवर की वेळ पडली तर त्याची आई मूळ रकमेसहित चक्रवाढ व्याजाची रक्कमदेखील देण्यास समर्थ होती. आणि कायमचा शांती करार आणि मैत्रीची कल्पना छान होती, पण या क्षणी तरी जरा अतिरंजित वाटली मला.

मी उभ्या केलेल्या शंकांपैकी एकदेखील बहादुरला मदत करण्याचा माझा उत्साह थंड पाडायला पुरेशी होती. पण हा सारा बारीकसारीक तार्किक अन्वय आणि युक्तिवाद, फक्त मूळ मुद्दा बाजूला सारत होता. बहादुरची सिंहासन जिंकण्याची शक्यता अगदी शंकर टक्के जरी मानली तरी दोन गोष्टी बदलणार नव्हत्या. एक म्हणजे त्याचा बाप आणि अधिकृत राजा अजून जिवंत होता आणि दोन म्हणजे त्याचा स्वत:चा वारसा हक्क दुय्यम होता.

माझ्या चेहऱ्यावरची रेषाही हालली नाही, पण त्याच्या दोन मुस्कटात मारून नंतर चाबकाने फोडून काढून, त्याचे सारे दात पडून जाईपर्यंत आणि नजर मंद होऊन तो गुडघ्यावर रांगत बाहेरची मोकळी हवा आणि सूर्यप्रकाश पाहण्याकरता माझी विनवणी करीपर्यंत तळघरात कोंडून ठेवून प्रथमपुत्राचा वारसा हक्क त्याला मानायला लावण्याची प्रबळ इच्छा माझ्या मनात निर्माण झाली.

५

आतडी पिळवटून माझ्या मनाला बधिर करणाऱ्या त्या दुसऱ्या निषिद्ध विषयाप्रमाणेच वारसा हक्कासंबंधी बोलण्याचं मी आतापर्यंत कटाक्षाने टाळलंय. पण शहजादा बहादुरने खाजवून खरूज काढली आहे आणि आता या विषयावरची माझ्या मनातली मळमळ ओकून टाकून मला हलकं व्हायचंय.

मी भिडस्त आहे. एकलकोंडे असतातच. स्वत:चा स्वभाव मी बऱ्यापैकी जाणतो. आजच्या आज राजा व्हावं असं वाटण्याइतका मी महत्त्वाकांक्षी आहे. राजकारण आणि राजनीतीचे खेळ खेळताना मी मागेपुढे पाहत नाही. आमच्या कट्टर शत्रूच्या मुलाला – उदाहरणार्थ, बहादुरला – पाठिंबा देण्याने आमचा काही फायदा, घवघवीत फायदा होणार असेल तर मी तो बिनदिक्कत देईन – माझ्या मोजक्या नैतिक मूल्यांच्या विरुद्ध आचरण करण्यात मला स्वत:ला कितीही त्रास झाला तरी.

पण मी मेवाडचा पुत्र आणि हाडाचा गुहिलोट आहे. सातव्या–आठव्या शतकापासून, तीस–चाळीस राणांच्या अखंड शृंखलेतून चालत आलेला एकमेव वंश. आमचा देश हा कवींचा, भाटांचा, शाहिरांचा आणि भटक्या गायकांचा देश. बाप्पा रावळ, राणा हमीर, चुंडा आणि राणा कुंभ यांसारख्या माझ्या पूर्वजांच्या बहादुरीच्या आणि पराक्रमाच्या गाथा सांगताना ते कधीच थकत नाहीत. मला वाटतं हवेपेक्षा आम्ही या गोष्टींवरच जगतो. या कथा म्हणजेच आमचा इतिहास. शूरवीर राजांच्या गोष्टी ऐकत ऐकत आमची मुलं झोपतात आणि वाढतात. आमच्या धमन्यांतून, नसानसांतून या गाथा वाहत आल्या आहेत. कधी कधी तर मला वाटतं की आम्हांला फक्त भूतकाळ आहे, वर्तमान नाहीच.

खलनायकांना मात्र या गोष्टींत फारसा थारा नसतो. नाही, हे देखील खरं नाही. त्यांचं जे काही केलं जातं ते अधिकच वाईट आणि धोकादायक आहे. राजाच्या मृत्यूनंतर सिंहासनासाठी जी भ्रातृहत्या आणि रक्तपात होतो, त्याचं शंभर ते हजार काव्यपंक्तींच्या शौर्यगाथेत रूपांतर केलं जातं. प्रत्येक राजाच्या मुकुटावर असलेली यमाची सावली त्यांना दिसत नाही. आणि ही स्वार्थी आणि विनाशी प्राणहानी मेवाडला किती महागात पडते, याचा विचार कुणी म्हणजे कुणीही करीत नाही. आम्ही आमच्या

शत्रूंचे सर्वांत जिवलग मित्र आहोत. कारण आम्हीच स्वत:वर जो हिंसाचार, अंधाधुंदी आणि बेबंदशाही ओढवून घेतो, त्यापेक्षा अधिक मेवाडच्या वाईटाची इच्छा ते तरी काय करणार ? अशाच प्रकारचे भयानक झगडे आमच्या शेजारच्या राज्यांतदेखील होतात याचं समाधान फक्त अदूरदर्शी मूर्खच मानू शकतील.

मी प्रथम पुत्र, राज्याचा वारस आणि युवराज आहे. असं म्हणता येईल की मेवाडचा राजमुकुट, सिंहासन आणि राज्य मला मिळणार म्हणून ज्येष्ठत्वाच्या हक्कात मला रस आहे. पण हे एवढंच नाहीये. माझ्या वडिलांसाठी, माझ्यासाठी आणि माझ्या भावंडांसाठी भविष्यात काय वाढून ठेवलंय याची मला सतत जाणीव असते. कारण आमच्या हातांवर असलेले आमच्या वडिलांच्या आणि भावांच्या रक्ताचे लाल, चिकट डाग मी विसरू शकत नाही. भूतकाळात फार मागे जायला नको. माझ्या पणजोबांचं – राणा कुंभांचंच घ्या. काहींच्या मते ते मेवाडच्या इतिहासातले सर्वात मोठे सम्राट होते – अगदी बाप्पा रावळ आणि हमीरपेक्षाही. ही असली मतं निरर्थक आहेत. महत्त्वाचं म्हणजे जेव्हा कुंभ गादीवर आले, तेव्हा चारही बाजूंनी नाही तर आठही दिशांनी संकटांनी त्यांना घेरलं होतं. आमचे आजचे शत्रू, दिल्ली, गुजरात आणि माळवा, सतत मेवाडवर हल्ले करत आले आहेत. कधी मेवाड प्रांताचे मोठेमोठे लचके तोडीत, तर कधी थेट नरड्याच्या दिशेने झेप घेत. पण आम्हा राजपुतांमध्ये खरी भीती बाहेरच्यांची कधीच नसते. आमचेच सगे–सोयरे आणि रक्ताचे नातलग आमच्या सत्तेचा, कुणाही परदेशी शत्रूंपेक्षा अधिक परिणामकारक रीतीने नायनाट करतात. सिरोहीचा राजपूत राजा, बुंदीचे हाडा, मारवाडचे जोधा किंवा खुद्द राणांचा भाऊ खेमकरण, कित्येकदा शत्रूला जाऊन मिळाले आणि राणा कुंभांना नेहमीच आणीबाणीच्या परिस्थितीत राज्य करावं लागलं.

असं असूनही, आठवणींत राहिलेल्यांपैकी एकटा कुंभ असे राणा होऊन गेले की ज्याने गुजरात आणि माळवा या आपल्या दोन कट्टर शत्रूंना एकाच वेळी वेगवेगळ्या आघाड्यांवर लढत दिली. या दोघांपैकी कुणालाही ते संपूर्णपणे नष्ट करू शकले नाहीत हे खरं आहे, पण दोघांही आक्रमकांना त्यांनी दूर ठेवलं आणि पूर्वीच्या कुठल्याही राजापेक्षा मेवाडची हद्द अधिक वाढवली. सारंगपूर, गागरोन, नराणा, अजमेर, मनदौर, मंडलगढ, चात्सु, अबू, रणथंभोर, खातु आणि इतर कितीतरी किल्ले आणि गावं त्यांनी मेवाडला जोडली, ज्यांच्यावरची मालकी त्यांच्या मृत्यूनंतर अनेक वेळा बदलली. ते कायम फिरतीवर असायचे आणि सतत युद्धाच्या गडबडीत. त्यामुळे आजदेखील आक्रमकांना दुर्गम वाटणारे बत्तीस किल्ले बांधण्यासाठी त्यांना वेळ कसा मिळाला, हेच आश्चर्य. बांधकाम हा त्यांचा छंद असावा. त्यांनी कित्येक देवळं, महाल आणि एक विजयस्तंभदेखील बांधवला. त्यांच्या मते भूगोल म्हणजे विश्वाचं कालातीत शिल्प. अमर

शिल्पाकृतींतूनच माणूस काळाला आव्हान देऊ शकतो. त्यांचे प्रिय वास्तुशिल्पकार जैता आणि मंडन यांच्या संगतीत ते बराच वेळ घालवायचे. जरी शत्रूच्या हाती अकाली मरण आलं तरी नगररचनाकारांच्या कलाकृतींमधून आपल्याला चितोडच्या इतिहासात अढळ स्थान मिळावं ही त्यांची इच्छा. त्यांच्या शिल्पकारांनीदेखील त्यांना निराश नाही केलं. आजचं चितोड हे राणा कुंभांची साकार कल्पना आहे.

ते चाणाक्ष, विचारी आणि विवेकी होते. त्यांचे पराक्रम आणि विजय राहूद्या, त्यांच्या नुसत्या अस्तित्वामुळे देशाला अखंड आणि सुरक्षित वाटायचं. चितोडसारखेच ते उंच, धिप्पाड आणि अभेद्य होते असं म्हणतात. जन्मल्यापासून एका दिवसाचाही आजार त्यांना ठाऊक नव्हता. पस्तीस वर्षं त्यांनी राज्य केलं आणि आणखीन तीस–पस्तीस वर्षं तरी करते. पण त्यांच्या मुलाचा, राजकुमार उदाचा, धीर आणि महत्त्वाकांक्षा हाताबाहेर गेली आणि त्याने स्वत:च्या पित्याचा खून केला.

पण हत्याराने मिळवलेलं सिंहासन डळमळीत आणि राजमुकुट बेचैन ठरला. अशा प्रकारचा गुन्हा आणि सत्तेचा हस्तक्षेप राजस्थानला नवीन नव्हता, तरीही उदाच्या विरुद्ध उठलेल्या प्रजेच्या आणि सरदारांच्या प्रतिक्रियेची लाट इतकी जोरदार होती की त्याला असुरक्षित वाटू लागलं. आजूबाजूच्या महाराज, राजे आणि रावळांची मर्जी राखण्यासाठी, कुंभाने मिळवलेले प्रदेश त्याने इतक्या वेगाने आणि औदार्याने वाटून टाकले की लवकरच मेवाडला एका नगण्य राज्याची स्थिती प्राप्त झाली. मैत्रीची किंमत म्हणून त्याने देवरा राजाला अबू परत केलं. तसंच संभूर, अजमेर आणि भोवतालचा प्रदेश जोधपूरच्या, अजून वयातही न आलेल्या राजपुत्राला देऊन टाकला. ही प्रादेशिक लाच सर्वांनी आनंदाने स्वीकारली, पण स्वत:च्या करणीने अनाथ झालेल्या या राजाला आपली निष्ठा आणि मदत मात्र कधीच दिली नाही.

प्रचंड अनैसर्गिक महत्त्वाकांक्षा असणाऱ्याचं अंत:करण हळवं असून चालत नाही. राज्यातले मतभेद उदाने निष्ठूरपणे चिरडायला हवे होते. आपण केलेल्या जहाल पण नामर्द कृत्यांच्या परिणामांना तितक्याच कठोरपणे तोंड देण्याइतकी हिंमत त्याच्यात नव्हती. अपराधीपणाच्या टोचणीने त्याची मती स्तंभित झाली. राज्याच्या कानाकोपऱ्यात धोका आणि कट शिजत असल्यासारखं त्याला भासू लागलं. त्याची असुरक्षिततेची जाणीव इतकी शिगेला पोचली की तो दिल्लीच्या सम्राटाला शरण गेला आणि स्वत:च्या कृत्याला व सत्तेला त्याचा पठिंबा मिळावा म्हणून आपली मुलगी त्याला देऊ केली. फक्त पाच वर्षं, एका राजाकडून दुसऱ्याकडे दारोदार भटकण्याची ही परवड उदाचं आयुष्य संपवायला पुरेशी ठरली.

या मुद्द्यावर थोडंसं विषयांतर – सत्यासाठी लढण्याचा आणि शौर्य आणि पराक्रमाचा काहीही संबंध नाही. असत्याच्या बाजूने लढणारेदेखील तितक्याच उत्साहाने

आणि जोशाने लढतात. राजपुतांच्या विलक्षण शौर्याबद्दल आश्चर्याने बोललं जातं, पण यात नवल ते काय ? माझे वडील, भाऊ, पूर्वज, मी किंवा माझे देशबंधू अतिशय निर्भय आणि शूर आहोत हे जाहीर आहे. हे कौतुकास्पद असेल, पण आश्चर्यकारक निश्चितच नाही. आमच्यात लहानपणापासूनच व्यक्तिगत शौर्य, हे गृहीत धरलं जातं. 'गृहीत धरलं जातं' हा शब्दप्रयोग मी विचारपूर्वक केलाय. मेवाडमध्ये कुणीही आपल्या मुलांच्या मनात मुद्दामहून शौर्याचं महत्त्व भरत नाहीत. ते आपोआप त्यांच्या अंगवळणी पडतं. मी चौदा वर्षाचा होतो तेव्हाचा प्रसंग मला आठवतोय. एका गोलाकार, लाकडी भिंतीने बंदिस्त अशा जागेत मी उभा होतो. दुसऱ्या बाजूचा दरवाजा उघडण्यात आला. एक वाघ – ज्याला आठवडाभर उपाशी ठेवण्यात आलं होतं – आत सोडला गेला. नाही, त्याच्याशी मी बाहुयुद्ध करावं अशी अपेक्षा नव्हती. माझ्या अंगावर पोलादी चिलखत आणि हातांवर जाड पट्ट्या बांधल्या होत्या आणि तीर – कमान आणि ढाल–तलवारीने मी सुसज्ज होतो.

तुम्ही भुकेला वाघ पाहिलाय ? तो चेकाळलेला, चक्रावलेला आणि क्रुद्ध असतो. मी त्याचं आठवड्याभरचं जेवण होतो. तो सरळ माझ्या दिशेने झेपावला. मी नेम घेतला, पण तो जितका अचूक असायला हवा होता तितका नव्हता. त्याच्या हृदयातून आरपार जाण्याऐवजी तो त्याच्या पुठ्ठ्यात घुसला. आपल्याला काय लागलं ते पाहण्यासाठी आणि जमल्यास त्याचा समाचार घेण्यासाठी त्याने मागे वळून पाहिलं. माझे शिक्षक, रावत जयसिंह, आपला भाला फेकण्याच्या तयारीत असताना बाबांनी त्यांना हाताच्या इशाऱ्याने थोपवलं. मी सुटकेचा निश्वास टाकला आणि भात्यातून दुसरा बाण काढला. दुखापत, चीड आणि भुकेने पिसाळलेला तो वाघ वेगाने माझ्या दिशेने येत होता. मी एक गुडघा टेकून त्याच्यावर शरीराचा भार तोलंत ३० अंशाच्या कोनात बाण सोडला. त्याच्या उजव्या डोळ्यातून तो त्याच्या मेंदूत घुसला. अपस्माराचा झटका येऊन त्याने हातपाय झाडले आणि तो पुन्हा उभा राहिला. पण त्याची दृष्टी अधू झाली होती आणि सारा जोश संपला होता. मी तलवार काढली आणि त्याच्या मानेवर वार केला. बाबा झटकन पुढे आले आणि त्याचं डोकं तोडण्यात त्यांनी मला मदत केली.

''आता नावाप्रमाणे आपण सिंह शोभता.''

माझ्या आणि इतर राजपुतांच्या नावात असलेल्या 'सिंह'चा अर्थ मला त्या दिवशी प्रथम कळला.

शंका, भीती आणि माघार हे शब्द आमच्या मन:पटलावरून पुसून टाकण्यात येतात. त्यांचा अर्थच आम्हांला माहीत नसतो. आमच्या शौर्याचा उगम विवेकात किंवा स्वेच्छेत नाही. ते आंधळं, बेदरकार आणि बेधडक असतं, कारण शत्रूंशी सामना करण्याची दुसरी कुठलीही पद्धत आम्हांला ठाऊक नाहीये.

उदाच्या अमर्याद महत्त्वाकांक्षेची कहाणी भीषण असली तर त्याचा भाऊ आणि गादीचा पुढचा वारस, राणा रायमल याची कहाणी आणखीनच वेगळी आहे. हा तरुण आणि सुदृढ असतानादेखील, त्याच्या तीन अधीर मुलांत लागलेली राज्यपदासाठीची घृणास्पद चुरस, हा मेवाडच्या राजघराण्याला लाभलेला शाप आहे, जो पुढील पिढ्यांसाठी सर्वनाशी ठरणार आहे.

माझे आजोबा, राणा रायमल यांना अकरा राण्यांपासून चौदा मुलं आणि दोन मुली झाल्या. सर्वांत मोठा पृथ्वीराज आणि तिसरा संग्रामसिंह, ऊर्फ सांगा ही झाली ची राजकन्या रतन कुंवर हिची मुलं. मधला मुलगा जयमल, हा दुसऱ्या एका राणीपासून झालेला. या कुटिल त्रिकुटाचा साथी म्हणजे त्यांचा काका सूरजमल, जो आपल्या कपटनीतीने त्यांच्या भावना चेतवण्यात हुशार असून, ज्याचा स्वत:चा डोळा मेवाडच्या सिंहासनावर होताच. तिन्ही राजपुत्रांच्या डोक्यात सतत फक्त एकच विषय – पुढचा राजा कोण ? पण हा विचार उघडपणे बोलून दाखवण्याचं धाडस मात्र कुणातही नव्हतं. शेवटी एक दिवस सहजपणे, सूरजमलने विषयाला तोंड फोडलं.

''नेमबाजीच्या स्पर्धेत कोण जिंकणार, चंट दासी सत्यकुंवरचे स्तन धरून तिला कोण भोगणार, उद्या हत्तींच्या झुंजीत कुणाचा हत्ती इतरांना चीत करणार, या असल्या फालतू गोष्टींत कुणाला रस आहे रे ? इतकं आश्चर्य वाटण्याचं कारण नाही संग्राम. ध्यानी–मनी–स्वप्नी फक्त एकच प्रश्न कायम तुमची सोबत करतो.''

राजपुत्रांनी नजर झुकवली. मग अविचारी पृथ्वीराजने – ज्याची ना जीभ ताब्यात ना तलवार म्यानात – आव्हानपूर्वक नजरेनं आपल्या काकांकडे पाहिलं आणि विचारलं, ''आणि तो प्रश्न म्हणजे ?''

''अगदी साधा प्रश्न. तुमच्या वडिलांनंतर राजा कोण ?''

घ्या. अर्वाच्य, निषिद्ध शब्द उच्चारले गेले होते; पण जमीन दुभंगली नाही किंवा वीज कोसळून काका भस्म झाला नाही आणि तिघाही राजकुमारांची डोकी त्यांच्या खांद्यावर अजून शाबूत होती. ''तुमच्याकडे उत्तर आहे ?'' परत पृथ्वीराजच बोलला, ''कारण हक्काप्रमाणे ते माझं आणि फक्त माझंच असू शकतं.''

''कायद्यानुसार हो. शेवटी कुटुंबातला सर्वांत पहिला मुलगा तूच. पण कुणी सांगावं ? उद्या तू पटकी होऊन मरशील किंवा तुझे वडील तुला हद्दपार करतील किंवा अपघाताने तुझं मरण ओढवेल. अशीही शक्यता आहे की तुझ्यावर अमर्याद, जिवापाड प्रेम करणाऱ्या तुझ्या भावांपैकीच एक कुणीतरी तुझ्या खुनाचा कट रचील.''

''तुमचं उत्तर हवंय मला. ही अपघात आणि आजारपणाबद्दलची बडबड नकोय.''

‘‘काय गंमत आहे पाहा, हे उत्तर फक्त काळालाच ठाऊक आहे आणि योग्य वेळ येईपर्यंत तो ते फोडायचा नाही.’’

तरुण राजपुत्रांनी तिरस्काराने आपल्या काकाकडे पाहिलं. तो फक्त कळीचा नारद होता, आणखी काही नाही. बोलू नये ते बोलायचं, उच्चारू नये ते उच्चारायचं आणि ऐकणाऱ्याचं कुतूहल जागवून तसंच अर्धवट सोडून द्यायचं.

‘‘काय हे मोलाचे बोल. काय ही ज्ञानाची रत्नं. सूज्ञपणाचं सारच जणू. काका, तुमची ही तत्त्वज्ञानाची मुक्तापळं स्वत:पाशीच ठेवा,’’ जयमल टोचून बोलला.

तिघंही वळले आणि निघणार इतक्यात, ‘‘आहे.’’ काकाचा आवाज संथ आणि मऊसूत होता, ‘‘आणखी एक मार्ग आहे.’’

‘‘छान. ते गुपित स्वत:पाशीच ठेवा,’’ पृथ्वीराज म्हणाला. ‘‘तुमच्या पोरकट खेळात मला गम्य नाही.’’

‘‘ठीक आहे. तर मग मी, जयमल आणि संग्रामला घेऊन नहार–माग्र्याला चरणीदेवीच्या जोगतिणीकडे जातो.’’

या विचाराचं धारिष्ट्य धडकी भरण्याजोगं होतं. कारण ही कल्पनाच इतकी चित्तथरारक होती की तुमचं रक्त वाहिन्यांत गोठून, पोटात भीतीची गाठ उठून, जीभ इतकी जड व्हायची की तोंडातून शब्द निघत नसे. मर्यादेचं उल्लंघन केल्याच्या जाणीवेने राजकुमारांची हृदयं कापली. कारण कारणाशिवाय किंवा उच्छृंखलपणे चरणीदेवाचं नाव घेणं हादेखील एक भयानक अपराध होता.

ते नहार–माग्र्याच्या शेर–शिखर डोंगराच्या दिशेने निघाले खरे, पण विरुद्ध दिशेने घरचा रस्ता धरणं शूर पृथ्वीराजनेदेखील पसंत केलं असतं. आपण माघार गेतली तर इतर अगदी प्राणाचीही पर्वा न करता, भविष्यात काय वाढून ठेवलंय ते रहस्य जाणून घेण्यात यशस्वी होतील, ही एकमेव भीती प्रत्येकाला प्रेरित करीत होती.

देवीबद्दल बऱ्याच आख्यायिका प्रचलित होत्या. त्यांपैकी एक माझ्या लहानपणी कौसल्याच्या तोंडून मी ऐकली होती.

– काळाचा अहंकार प्रचंड वाढला. कारण जे काही घडत असे, ते त्याने घातलेल्या चौकटीच्या आतच घडू शकायचं. देव, दैत्य, अवकाश, विश्व, सारेच्या सारे या मर्यादेने बांधलेले. काळाच्या या बंधनपलीकडे काहीही – अगदी शून्य किंवा अभावदेखील अस्तित्वात नव्हतं. मग काळ स्वत:ला साऱ्या जगताचं कारण आणि कार्य, निर्माता आणि निर्मिती, आदी आणि अंत समजू लागला तर त्यात नवल ते काय ? काळाचा हा दावा म्हणजे एक अहंकारी भ्रम नव्हता. तो खरंच सर्वज्ञ, सर्वसाक्षी आणि सर्वशक्तिमान होता.

देवांनी, अगदी ब्रह्मा-विष्णू-महेशानेदेखील, पुष्कळ कठीण प्रसंगांना तोंड दिलं होतं. खूपदा पराभवाच्या आणि नाशाच्या सीमारेषेपाशी येऊन ठेपले असताना, कल्पनाशक्ती, कपट, फसवणूक किंवा सत्तेचा वापर करून अगदी शेवटच्या घटकेला विनाशाच्या गर्तेतून वाचले होते ते. पण त्यावेळी काळ त्यांच्या पक्षाचा असायचा. आता परिस्थिती बदलली होती. त्यांनी काळाशी सलोखा करण्यासाठी मैत्रीचे संदेश पाठवले, युद्धनीती तज्ज्ञांच्या बैठकी योजल्या, दुटप्पी, तिटप्पी, चौटप्पी क्लृप्त्या आणि युक्त्यादेखील आखल्या. ढोंग, लबाडी, हातचलाखी, लाचलुचपत, विश्वासघात आणि कपट यांचे अमाप साठे होते त्यांच्याकडे. काळ यांपैकी एखाद्या आमिषाला जरी बळी पडला असता तरी तेही त्याने पचवलं असतं. त्याला मोहात पाडणं, हाच एक उपाय उरला. देवांनी काळाला विषयभोगाची शृंगारिक स्वप्नं पाडली. त्याची वासना उतू जाऊ लागताच अप्सरा आणि मोहिनीरूपी विष्णूला त्याच्याकडे पाठवण्यात आलं.

पण व्यर्थ, साऱ्या यातना, कष्ट, क्लेशांवर मात केलेल्या देवांनाही शेवटी सत्याला सामोरं जाण्याची वेळ येऊन ठेपली. विजेता काळ आता तिन्ही जगांचा ग्रास घेणार, इतक्यात चरणीदेवी घाईघाईने तिथं आली. विलक्षण चपळाईने काळाचे अब्जावधी धागे इथून तिथून, वरून खालून, पुढून पाठून, जवळून दुरून, उजवी-डावीकडे न बघता हात लांबवून अखंड धाग्यांची मोकळी टोकं उचलीत, प्राचीन इतिहासाचे, भावी इतिहासाचे आणि अवकाशातल्या साऱ्या बिंदूंनी गुणलेला आताचा क्षण म्हणजे वर्तमानाचे धागे, जणू डिंक लावलेल्या बोटांनी, उभ्या-आडव्या धाग्यांच्या गुंत्यातून एकही चुकार धागा न सोडता, भराभर आदी-मध्य-अंत नसलेला विश्वाच्या आकाराचा अगडबंब अस्ताव्यस्त गुंडा गुंडाळला तिने. मग देवीने आपलं तोंड उघडलं आणि तो गोळा अख्खाच्या अख्खा गिळून टाकला.

या अतुलनीय विजयाचा आनंदोत्सव साजरा करणार, इतक्यात देवांच्या ध्यानी आलं की एक आपत्ती टाळता टाळता त्याहीपेक्षा मोठी आपत्ती समोर येऊन ठाकलीय. काळ थांबला होता, आणि सृष्टीही. कारण भूत, वर्तमान आणि भविष्य या काळाच्या तीन आखीव आणि तरीही एकमेकांत वाहणाऱ्या विभागांच्या आधारावरच सृष्टी चालते. गुंतागुंतीत गोंधळून गेलेला काळ चरणीदेवीच्या पोटात बंदिस्त झाल्याने सृष्टी संपुष्टात येणार होती.

देवांनी परत आपली डोकी एकत्र आणली. चरणीदेवीचं पोट फाडून – अर्थात तिच्या संमतीने – काळाला परत बाहेर आणायचा का ? म्हणजे परत पूर्वस्थितीला येणं किंवा त्यापेक्षाही वाईट, कारण देवांचं आपल्याशिवाय चालत नाही हे काळाला कळणार. आणखी एक उपाय होता, पण तो इतका कल्पनेपलीकडचा होता की खुद्द ब्रह्म्यालादेखील त्याचा उल्लेख चरणीदेवीपाशी करण्याचं धाडस होईना. तिने अशक्यप्राय

ते करून जगाला वाचवलं. आता लगेच तिने त्याहीपेक्षा अशक्य ते करावं, ज्यामुळे तिची झोप कायमची उडणार होती, जे कधीही संपणार नव्हतं आणि ज्यामुळे ती अतिशय एकाकी पडणार होती, अशी अपेक्षा करणं योग्य होतं का ? जेव्हा कुणीही पुढे झाला नाही तेव्हा शंकराने जबाबदारी उचलली. तो देवीच्या स्वर्गातल्या महालात गेला. कुठल्याही गरोदर बाईपेक्षा तिचं पोट अवाढव्य वाढलं होतं, कारण खुद्द काळ तिच्या पोटात होता.

"मी कशासाठी आलोय ते तुला माहीत आहे ना ?" शंकराने तिला विचारलं.

तिने आपल्या मोठ्या मोठ्या पाणीदार, उदास डोळ्यांनी त्याच्याकडे पाहिलं. स्वर्गातल्या साऱ्या देवतांपैकी एक अतिशय चपळ आणि उत्साही देवता असायची ती. पण आपल्या भविष्याच्या विचाराने आता पार बदलली होती. तिचा शांत, धीरगंभीर चेहरा पाहून शंकराचं हृदय गलबललं. त्याने हळुवारपणे तिचा हात आपल्या हातात घेतला. तिने तो घट्ट पकडून ठेवला. जणू ती आता तो कधीच सोडणार नव्हती.

"काळाचा गुंडाळा मी उलगडावा अशी तुमची इच्छा आहे. तुम्हांला वर्तमान परत हवंय." खूप वेळाने ती बोलली.

"तू हे करशील ?" त्याने विचारलं. उत्तर देण्यासाठी तिने बराच वेळ घेतला.

"त्यासाठी एकाकी, प्रेमरहित, लांबलचक जागता पहारा द्यावा लागेल," ती म्हणाली.

"लांबलचक आणि एकाकी, होय. " शंकर म्हणाला, "पण प्रेमरहित नाही. आपल्याला कुणीही वेगळं करू शकणार नाही. मी कुठेही असलो तरी तू फक्त माझं स्मरण केलंस की मी लगेच तुझ्यासाठी परतून येईन." आणि त्याने तिला अनंत आलिंगन दिलं. हेच ते लिंग-योनीचं कालातीत मीलन. आता चरणीदेवी देवळात बसून हळुवारपणे, अतिशय हळुवारपणे, काळाचा धागा आपल्या तोंडावाटे तसू तसू बाहेर काढीत असते. तिला कधीच तोंड मिटता येत नाही, कारण तिने जर तसं केलं तर सारी मानवजात, दैत्यदानव आणि देवगण, त्या क्षणी असलेल्या स्थितीत कायमचे गोठून जातील.

नाही, देवीला नाराज करणं म्हणजे अनर्थ ओढवून घेणं.

देवीचं देऊळ एक जोगतीण सांभाळायची. देवीला आंघोळ घालणं, तिचे कपडे बदलणं, काजळ–कुंकू लावणं, हे तिचं नित्याचं काम. देवीच्या इतक्या निकट जाऊ शकत असल्यामुळे तिला देवीच्या उघड्या तोंडातून खोलवर आत, अगदी पडजिभेच्या

पलीकडे घशापर्यंत पुढचा काळ पाहता यायचा. म्हणूनच, दैवी कौल देणारी, भविष्य वर्तवणारी द्रष्टी म्हणून ती प्रसिद्ध होती.

जमिनीखालच्या गुहेत असलेल्या थंडगार, काळोख्या देवीच्या मंदिरात प्रथम पृथ्वीराज आणि जयमल शिरले. डोळ्यांना काळोखाचा सराव होऊन नीट दिसू लागताच ते दोघे एका गवताच्या चटईवर बसले. मागून येणारा सांगा काळोखात ठेचाळला. देवीचा अपमान होईल या भीतीने तो अधिक पुढे न जाता होता तिथेच खाली बसला. त्याच्या मागून सूरजमल आला आणि नजरेला अंधाराची सवय होईपर्यंत थांबून, त्याने सगळी गुहा नीट न्याहाळून घेतली. गर्भगृह विभागणाऱ्या पडद्याआड उभी असलेली जोगतीण पृथ्वीराजने पाहिली. ती एखाद्या झाडासारखी स्तब्ध उभी होती आणि तिचे डोळे जरी मिटलेले असले तरी ती त्यांना पाहतेय हे त्याने जाणलं. काय तो सोक्षमोक्ष आताच लागेल, तो स्वत:शीच म्हणाला. एव्हाना सांगाजवळची जागा सूरजमलने बसण्यासाठी निवडली आणि एक गुडघा जेमतेम खाली टेकला न टेकला तोच पृथ्वीराज बोलू लागला.

''जोगतीणमाई, आमच्यापैकी कोण मेवाडचा भावी राजा होणार ते जाणून घेण्यासाठी आम्ही आलोय.''

देवीला आणि जोगतिणीला नमस्कारदेखील न करता, आपल्या नेहमीच्या उतावीळपणाने पृथ्वीराजने प्रश्न फेकला. धनुष्यातून सुटलेल्या बाणाप्रमाणे आता तो भयानक प्रश्न मागे घेणं शक्य नव्हतं.

एक गुडघा खाली टेकलेला सूरजमल, बाकीचं शरीर अजून अधांतरी असलेल्या स्थितीतच जोगतिणीच्या उत्तराच्या अपेक्षेने जागच्याजागी थिजला. आपल्या मघाच्या निरीक्षणातून जोगतीण कशी सुटली ते त्याला कळेना. ती त्यांना हसत होती का ? तिच्या ओठांवर असलेलं स्मित उपरोधाचं होतं का ? तिचे डोळे सर्वांवरून एकदा फिरले आणि परत संग्रामसिंहावर येऊन स्थिरावले.

''काळोखामुळे संग्राम ठेचाळला आणि होता तिथेच बसला. तो देवीच्या व्याघ्राजिनावर बसलाय याची त्याला कल्पनादेखील नाहीये,'' अतिशय खालच्या आवाजात जोगतीण बोलली.

संग्रामने खाली पाहिलं. खरंच तो व्याघ्राजिनावर बसला होता. देवीच्या आसनावर बसून त्याने तिचा उपमर्द केला होता का ? ती त्याच्यावर रागावली होती का ? आता ती कुठली शिक्षा फर्मावील ? सर्वांना ठाऊक होतं की विश्वाला वाचवलेल्या दिवसापासून ती फार रागीट आणि चिडखोर बनली होती आणि अपराध्याला मृत्यूपेक्षाही भयानक शिक्षा करू शकत होती. तो घाईघाईने उठू लागला, पण आता फार उशीर झालाय हे लक्षात येताच परत खाली बसला.

''नशिबाचा खेळ अगम्य असतो.'' जोगतिणीचे डोळे परत मिटलेले, ''त्याने संग्रामला पुढचा राजा निवडलंय.''

कुणाबद्दल बोलत होती ती ? नशिबाचा हवाला देऊन ही दृष्टी स्वतःच आंधळेपणाने घोटाळे करत होती. ती भयंकर चूक करत असल्याची पृथ्वीराजाची खात्री झाली. तो हे चालवून घेणार नव्हता. तो तिला डोळे उघडायला भाग पाडणार होता आणि डोळसपणे त्या तिघांकडे नीट बघून मग भविष्यवाणी उच्चारायला लावणार होता. सूजरमलचा प्रश्नच नव्हता. तो फक्त त्यांच्याबरोबर तिथे आला होता आणि वंशपरंपरेप्रमाणे वारसाहक्क त्याचा नव्हताच.

''आणि काका सूरजमल,'' पृथ्वीराजची विचारशृंखला तोडीत ती म्हणाली, ''तो अडखळला नाही. पाऊल पुढे टाकण्यापूर्वी त्याने समंजसपणे आजूबाजूला नीट पाहिलं आणि मग मुद्दामहून संग्रामच्या शेजारची जागा बसण्यासाठी निवडली. पण संग्रामने फक्त त्याचा गुडघा राहील इतकीच जागा व्याघ्राजिनावर मोकळी ठेवली होती. सिंहासन तुझ्या आवाक्यात असेल सूरजमल, कदाचित तू त्याला स्पर्शही करशील, पण त्यावरची तुझी पकड दृढ नसेल. सूरजमल, तुझं नशीब तुझ्या महत्त्वाकांक्षेइतकंच बलवत्तर असतं तर...''

''पण माझं काय ?'' पृथ्वीराजने आपली तलवार म्यानातून बाहेर काढली, ''माझं काय थेरडे ?'' त्याने एक पाऊल पुढे टाकलं. त्याच्या डोळ्यातल्या क्रोधाने आणि निराशेने त्याला तिच्याइतकंच आंधळं बनवलं होतं, ''तुझी दळभद्री भविष्यवाणी मी तुला आत्ता बदलायला लावतो.'' रागाने तलवार उगारून त्याने अर्धीअधिक गुहा पार केली, पण जोगतीण अदृश्य झाली होती. पडदा सळसळला, पण प्रयत्न करूनही पृथ्वीराजला तो तलवारीने दुभंगता येईना. ''मी तुला खोटी पाडीन, खोटी पाडीन तुला. राजा होण्यासाठीच माझा जन्म झालाय. कुणीही माझं सिंहासन माझ्यापासून हिरावून घेऊ शकत नाही. माझा हा क्षुद्र भाऊ तर नाहीच नाही.'' तलवार जोरात खाली आली. संग्रामसिंहाने झटकन आपलं डोकं मागे घेतलं. त्याचा डावा डोळा तलवारीच्या टोकावर बसला होता. खोबणीतून मोकळं झालेलं ते पांढरं अंडं आपल्या काळ्या बलकाने सभोवतालचं दृश्य नीरसपणे निरखीत होतं. पृथ्वीराजने परत वार केला, पण सूरजमलच्या तलवारीने तो अडवला. संग्रामच्या डोळ्याच्या खोबणीतून रक्ताची धार लागली होती. तो आंधळेपणातून पळू लागला. गुहेबाहेर पडण्यापूर्वी पृथ्वीराजच्या तलवारीचा एक वार त्याच्या उजव्या खांद्यावर आणि दुसरा बरगड्यांच्या खाली बसला.

सूरजमल आणि पृथ्वीराजची अटीतटीची जुंपली. दोघांपैकी कुणीतरी एक गतप्राण झाल्याशिवाय ते थांबण्याची लक्षणं दिसेनात. खरं म्हणजे आता त्यांना लढायचं काय कारण होतं ? भविष्यकाळातल्या अगणित चकमकींपैकी ही त्यांची पहिली ठरली. त्यांना

जणू हे एक व्यसनच जडलं. पुढे निदान कारणं तरी होती – जमीन, राज्य, प्रादेशिक हक्क, वगैरे. पण खरं सांगायचं तर त्या दोघांनाही त्यात आनंद मिळायचा. एकमेकांना लोळवणं, हेच एक सयुक्तिक कारण होऊन बसलं. त्यामुळे त्यांच्या जीवनाला अर्थ प्राप्त व्हायचा. आश्चर्य म्हणजे शेवटपर्यंत कुणीही दुसऱ्याला मारू शकला नाही. किंवा आश्चर्य नाहीच. कारण एक जर पडला असता तर दुसऱ्याने काय केलं असतं ?

"तू काकाबरोबर का लढतोयस ?" जयमल म्हणाला, "ज्याच्याशी लढायला हवंय तो केव्हाच फरारी झालाय."

पृथ्वीराज भानावर आला. जखमी सूरजमलने सुटकेचा निश्वास टाकला. नहार–माग्र्याच्या खेडुतांना जयमलने आपला भाऊ कोणत्या दिशेने गेला ते विचारलं. त्यांनी चतुर्भुजच्या दिशेने बोट दाखवलं. पृथ्वीराज आणि जयमलने घोड्यांवर मांड टाकली आणि पाठलाग सुरू झाला.

राठोड बिडा जैतमलोट आपल्या दोन मुलांसह सेवंत्री गावातल्या रूपनारायण मंदिरात आले होते. पूजा उरकून ते निघण्याच्या बेतात असताना, रक्ताने न्हालेल्या संगचा घोडा देवळाच्या आवारात येऊन पोचला.

"राठोड बिडाजी, मी संग्रामसिंह, राणा रायमलचा पुत्र आपल्यापाशी आश्रय आणि संरक्षणाची विनंती करतोय. माझे भाऊ, पृथ्वीराज आणि जयमल मला मारून टाकण्याच्या उद्देशाने माझा पाठलाग करत आहेत."

सपाटून रक्तस्राव झाल्याने संग बेशुद्ध झाला. राठोड आणि त्यांच्या मुलांनी त्याला उचलून देवळात नेलं आणि त्याच्या जखमा धुऊन बांधल्यावर त्याला औषधी वनस्पती आणि पाणी देऊन शुद्धीवर आणलं. भावांबरोबरच्या भांडणाचं कारण विचारणार, एवढ्यात घोड्यांच्या भरधाव टापांचा आवाज कानी पडला.

"आमच्या भावाला पाहिलंत ? आत्ताच आमच्याआधी तो इथे आला," आपल्या घोड्यावर खोगीर चढवत असलेल्या बिडाला पृथ्वीराजाने विचारलं.

"नाही !" राठोड म्हणाले, "इथे कुणीच आलेलं नाहीये. रूपनारायणजीचं दर्शन घेऊन मी आणि माझे मुलगे परत निघालो होतो."

"मग तो घोडा कुणाचा बिडाजी ? कदाचित प्रवासात तुमच्या घोड्यांपैकी एखादा थकला किंवा जायबंदी झाला तर कामी येईल म्हणून जादा घोडा आणला होता का तुम्ही ?"

"हो. प्रसंग पडलाच तर असावा म्हणून."

"मग त्याच्या तोंडाला फेस आणि अंगभर घाम कशाने आलाय ? आणि मी त्याला यापूर्वी, एकदा नाही, अनेकदा पाहिल्यासारखं मला का वाटतंय ?" जयमलने तलवार उपसली, "माझा भाऊ संग्रामसिंह आमच्या ताब्यात द्या. कारण काहीही असो, भांडण त्याच्यात आणि आमच्यात आहे. तुम्ही त्यात पडू नये हे उत्तम. संग्रामला परत करा आणि मग तुम्ही आपल्या मुलांबरोबर सुखरूप परत घरी जाऊ शकता."

"आपल्याप्रमाणेच मीही एक राजपूत आहे, राजकुमार जयमल. राजकुमार संग्रामसिंहना आश्रय आणि संरक्षण देण्याचा शब्द दिलाय मी. मला आणि माझ्या मुलांना मारूनच तुम्ही त्यांना ताब्यात घेऊ शकता."

राजपुतांच्या शब्दाचं मोल काय असतं ? फार नाही. राठोड जैतमलोट आणि त्यांच्या मुलांना फक्त आपले प्राण द्यावे लागले. ते शूरपणे लढले. पृथ्वीराज आणि जयमलने त्यांना घोड्यावरून खाली पाडल्यानंतरदेखील हार न मानता ते लढत राहिले, आणि तोपर्यंत इथे संग्रामसिंह निसटला.

राठोड बिडाने आपला शब्द द्यायला नको होता का ? दिलेला शब्द मोडला असता तर काय झालं असतं ? लक्ष्मणरेखा नक्की कुठे घालायची ? पट्टराणी – निदान नावापुरती तरी – माझी आई, हिने लहानपणी मला ही गोष्ट सांगितली. अनेकदा. ती विसरली तर मी हट्टाने तिला ती परत सांगायला लावायचो आणि ऐकता ऐकता झोपी जायचो. या गोष्टीत खलनायक नव्हते; फक्त नायक. पृथ्वीराज, जयमल, सूरजमल, बिडा आणि त्याचे मुलगे, संग्रामसिंह – सगळेच्या सगळे. जर बाबा तेव्हा आपल्या भावाच्या हाती मारले गेले असते, तर फरक पडला असता का ? तर कदाचित कुणीतरी खलनायक गणला गेला असता का ? माझ्या आईला आणि इतर राजपुतांना जे ही गोष्ट सांगतात, त्यांना काही फरक पडला नसता. खुद्द बाबांच्या लेखीदेखील काही फरक पडता असं मला वाटत नाही. निदान ते तसं भासवतात. ते कधीच या गोष्टीचा उल्लेख करत नाहीत. मी एकटाच आहे, जो साऱ्या व्यर्थ रक्तपाताने बेचैन आणि अस्वस्थ होतो.

डोळ्याची जखम आणि अंगावरचे घाव भरून आल्यानंतर वेष बदलून बाबा गुराखी म्हणून मारवाडमध्ये राहिले. असं म्हणतात की त्यांच्या मालकाला ते बिनडोक वाटले आणि गुरं राखण्याऐवजी भाकऱ्या खात असताना पकडले गेले म्हणून त्यांना कामावरून काढून टाकलं गेलं. त्यांनी मारवाड सोडलं आणि ते अज्ञात वेषात अजमेरला जायला निघाले. अजमेरपासून पाच कोसांच्या अंतरावर परमारांची राजधानी श्रीनगर आहे. परमारांच्या मुख्य राव करमचंद. परमारांच्या सत्तेला जरी उतरती कळा लागली असली तरी राव करमचंदाच्या पदरी अजून तीन हजार राजपुतांची सेना होती आणि एक साधारण सैनिक म्हणून बाबा तीत भरती झाले.

बराच काळ गेला. या मधल्या वर्षांत खूप उलाढाली झाल्या. भावांभावांमधल्या मारामारीची बातमी कळताच राणा रायमलने पृथ्वीराजला चितोडमधून हद्दपार केलं. पृथ्वीराज घुश्शात निघून गेला, पण लवकरच त्याने नाव केलं. युद्ध, मारामारी, त्याच्या रक्तातच भिनली होती. शूर राजपुतांमध्येसुद्धा तो आपल्या पराक्रम आणि शौर्याने उठून दिसतो. चरणीदेवीच्या मंदिरातल्या नाटकाचा मूक प्रेक्षक जयमल राणा होण्याची चिन्हं दिसू लागली. तो धोरणी होता. योग्य वेळ येईपर्यंत त्याने संयम पाळला. पण नशिबाने त्याला धोका दिला. तो जिच्या प्रेमात होता, त्या राजकन्येचा मानभंग केल्याच्या आरोपावरून तिच्या वडिलांनी त्याला जागच्या जागी ठार केलं. पृथ्वीराजची लोकप्रियता परत वाढली आणि त्याला बोलावून घेण्यात आलं. आता मात्र सिंहासन आणि मुकुट नक्कीच त्याचा. जयमल जिच्या प्रेमात होता त्याच राजकन्येशी त्याचं लग्न झालं. पृथ्वीराज आणि ताराची जोडी साऱ्या लोकांत प्रसिद्ध झाली. त्या दोघांनी मिळून केलेले रोमांचकारी पराक्रम, पुनश्च जिंकलेली राज्यं, पळवून लावलेले शत्रू, यांच्यावर अनेक दंतकथा रचल्या गेल्या आणि जनमनात त्यांनी आपलं एक अलौकिक स्थान निर्माण केलं.

खूप काळ अज्ञातवासात राहिल्यानंतर – आता ही गोष्ट कितपत खरी मानायची ते तुमचं तुम्ही ठरवा, कारण अज्ञातवासात असलेल्या कित्येक राजपुत्रांच्या बाबतीत ती सांगितली जाते – एक दिवस जयसिंह बलेच (होय, तेच, ज्यांच्या पाहुणचाराचा विक्रमादित्याने गैरफायदा घेतला) आणि जन्ना सिंघल यांना माझे वडील एका शेतात झोपलेले आढळले. आश्चर्य म्हणजे त्यांच्या डोक्यावर एका नागाने आपला उघडा फणा धरला होता. आणि एवढा शकुन पुरेसा नव्हता म्हणून की काय, एक पक्षी उडत उडत आला आणि त्या नागाच्या डोक्यावर बसून गाऊ लागला. या शकुनांचा उलगडा करण्यात आला आणि करमचंदाच्या लक्षात आलं की आपल्या सेवेत रुजू असलेला हा सैनिक म्हणजे दुसरा तिसरा कुणी नसून, खुद्द मेवाडचा राजकुमार आहे. आपला अज्ञातवास संपल्याचं बाबांना अतिशय दु:ख झालं असणार. कारण ही बातमी पसरताच पृथ्वीराज जुन्या वैराचा – जे वैर त्याने स्वत:च सुरू केलं होतं – बदला घेण्यासाठी निघाला.

इतक्या वर्षांनंतर जर दोन्ही भाऊ भेटते तर काय झालं असतं ते तर्कावर सोडावं लागतं. कारण माझी आत्या आणि राजकुमार पृथ्वीराजची बहीण आनंदाबाई, हिने त्याला पाठवलेल्या पत्रात, तिचा नवरा, सिरोहीचा राव जुगमल तिचा छळ करत असल्याचं कळवलं. त्याने तातडीने येऊन तिला परत तिच्या माहेरच्या आश्रयाला नेण्यासंबंधी तिने विनवलं होतं. माझे काका पृथ्वीराज, ज्यांना भेटण्याचं भाग्य माझ्या आयुष्यात नव्हतं, या बातमीने अतिशय संतापले आणि सिरोहीच्या रावाला धडा शिकवण्याचं त्यांनी ठरवलं. थोडीशी वाट वाकडी करून ते मध्यरात्री सिरोहीला पोचले.

त्यांनी दार ठोठावलं नाही. वाड्याच्या भिंतीवरून चढून ते आत शिरले आणि झोपलेला जुगमल गळ्याशी धरलेल्या खंजिराने दचकून जागा झाला.

काकांनी पुढचा–मागचा विचार न करता जुगमलचा गळा चिरला असता. पण नवऱ्याच्या विनवण्या ऐकून आत्याने त्याला सोडून देण्याची आपल्या भावाला विनंती केली. काकांनी एका अटीवर हे मान्य केलं. बायकोचे जोडे डोक्यावर धरून, तिचे पाय पकडून जर माफी मागितली, तरच ते जुगमलला जिवंत सोडायला तयार होते. जुगमलने लगेच अट मान्य केली आणि परत सर्वांचा सलोखा झाला. दुसऱ्या दिवशी जुगमलने आपल्या शाही पाहुण्यासाठी एक मेजवानी आयोजित केली. सिरोहीचे सारे सरदार आणि प्रतिष्ठित मंडळी मेजवानीला हजर होती. लवकरच राजकुमार पृथ्वीराजला निरोप देण्याची वेळ आली. सिरोहीच्या तीन प्रकारच्या प्रसिद्ध मिठाईचे करंडे भेट म्हणून पाहुण्याला देण्यात आले आणि पृथ्वीराज निघाला.

काका मामदेवीच्या मंदिरापाशी पोचले. त्यांचा आवडता कुंभलगड दृष्टीच्या टप्प्यात आला होता, पण आपण तो गाठू शकणार नाही हे त्यांनी ओळखलं. कुंभलगडला असलेल्या आपल्या बायकोला निरोप पाठवून त्यांनी बोलावून घेतलं, पण ती येऊन पोचायच्या आत जुगमलने घातलेलं विष त्यांच्या मेंदूत आणि हृदयात पोचलं होतं. आपल्या साऱ्या साहसी उपक्रमातल्या साथीदाराशिवाय जगण्याची तिची इच्छा नव्हती. राजकुमार पृथ्वीराजच्या चितेने पेट घेताच ताराबाईने ज्वाळांत प्रवेश करून आपल्या नवऱ्याला मिठी मारली आणि ती सूर्यलोकी गेली.

सारे अडथळे दूर झाले होते. राणा रायमल आजारी होऊन बिछान्याला खिळला आणि श्रीनगरच्या राव करमचंदाच्या घरून संग्रामसिंहाला बोलावून घेण्यात आलं.

रक्त ! रक्ताच्या नद्यांना कधी आळा घालू शकू का आम्ही ? कायदेशीर वारस सोडून सिंहासनाची अभिलाषा बाळगणाऱ्या इतर कुणालाही देहांत शिक्षा देण्यात यावी, असा जाहीरनामा काढण्याविषयी मी बाबांना अनेक वेळा विनवलंय.

बाबा दर वेळी मान डोलावतात. त्यामुळे किती आयुष्यं वाचतील, किती दुष्परिणाम टळतील आणि आमच्या राज्याला किती फायदा होईल हेही त्यांना कळतं. इतकी वर्षं हालअपेष्टा आणि अपमान सहन केल्यानंतर, माझ्या सूचनेचं महत्त्व त्यांच्यापेक्षा अधिक कुणाला कळणार ? इतकं असूनही ते असला हुकूमनामा कधीच शिक्कामोर्तब करणार नाहीत, कारण कर्मावती राणीसाहेब त्यांच्यावर नजर ठेवून आहेत.

‘‘मैत्रीचा हात पुढे करण्यात आपण आमचा मोठा बहुमान करताहात शहजादे. राणा महाराजांची किंवा माझी गुजरातशी यापेक्षा अधिक मौल्यवान संबंधांची अपेक्षा

नाही. या अविरत लढायांमुळे आपण सारे एक अतिशय सरळ–साधं सत्य विसरून गेलो आहोत आणि ते म्हणजे विजयाच्या लुटीपेक्षा कितीतरी पटीने अधिक लाभ शांतीतून मिळतो. पण दोन गोष्टींत मला आपल्या सहकार्याची गरज आहे.''

पुढे काय वाढून ठेवलं याची बहादुरला कल्पना होती का ? आल्यापासून एकदाही त्याने विक्रमादित्याची चौकशी केली नाही. जिभेवर नुसती साखर घोळत होती त्याच्या. विक्रमादित्याच्या तुरुंगवासाची खबर त्याच्या हेरांनी त्याला दिली असणारच. हेही तो जाणून असणार की, मेवाड आणि गुजरात एकमेकांत वाटून घेण्यासंबंधीच्या त्यांच्या कटाची माहिती आम्हांला मिळालीये. आपल्या चितोडमधल्या भागीदाराला किंवा घरच्या इतर सहकाऱ्यांना न कळवता असं तातडीने निघून यायला तसंच काहीतरी विपरीत घडलं असणार.

वयाने लहान असला – माझ्यापेक्षा निश्चितच लहान होता — तरी शहजादा मुरलेला राजकारणी होता. घरच्या आणि चितोडला पोचल्यानंतरच्या अडथळ्यांमुळे झालेली निराशा तो चेहऱ्यावर दाखवणार नव्हता.

''मीच आपल्या सहकार्याचा याचक आहे युवराज. पण आपण म्हणता त्या दोन गोष्टी कुठल्या ?''

''आपल्या आगमनाची आणि आपण मांडलेल्या प्रस्तावाची खबर मी राणा महाराजांना देणं आवश्यक आहे. मेवाडच्या साऱ्या महत्त्वाच्या बाबींवर अखेरचा निर्णय त्यांचा असतो.''

''अर्थात ! यात काय शंका ? महाराजांना माझा आदाब कळवा. राणा महाराज विजयी होवोत.''

''माझी खात्री आहे की ते आपलं आणि आपल्या अतिशय रोचक प्रस्तावाचं हार्दिक स्वागत करतील,'' तो मध्ये बोललाच नसल्यासारखं मी बोलणं चालू ठेवलं. त्याचे वडील, गुजरातचे सुलतान यांना मी पत्र पाठवलंय हे मी त्याला सांगणार नव्हतो. मीदेखील त्यांना माझा आदाब कळवला होता, पण मेवाडबरोबरच्या युद्धात त्यांना यश चिंतण्याचं मात्र टाळलं होतं. त्यांचा द्वितीय पुत्र, शहजादा बहादूर अचानक नाहीसा झाल्याबद्दल ते चिंतेत पडले असतील तर त्यांनी ती चिंता सोडून द्यावी असं मी त्यांना कळवलं होतं. शहजादा बहादूर आमच्याकडे आहेत आणि त्यांची मर्जी असेल तोपर्यंत ते आमचे पाहुणे म्हणून इथे राहतील. आपला विश्वासू, वगैरे वगैरे.

नाहीतरी आपल्या मुलाच्या चितोडमधल्या वास्तव्याबद्दल त्यांना कळणार होतंच. मीच ते कळवून मोठेपणा का घेऊ नये ?

''आपल्याला हव्या असलेल्या सैन्याबाबत मात्र काही अडचणी आहेत. आपली माहिती बरोबर आहे. मेवाडमधील आमची सेना वीस हजारपर्यंत भरेल. पण सारंच्या

सारं सैन्य अहमदाबादला पाठवून मेवाडला असुरक्षित करण्यात शहाणपण नाही हे आपणही मान्य कराल.

''माझ्यावर विश्वास ठेवा, आपल्या प्रस्तावाचा अस्वीकार करण्याचा आमचा इरादा नाहीये. इथली अर्धी सेना आपल्या मदतीसाठी देण्याची विनंती मी राणा महाराजांना करतो. त्यांचं उत्तर येईतोवर गुजरातचे छोटे-मोठे राजे व सरदार, तसंच आपले अहमदाबादचे विश्वासू अनुयायी आणि सहकारी यांच्या मदतीने आणखी दहा हजारांपर्यंत फौज आपण उभी करावी. आपली दोन्ही सैन्य एकत्रितपणे अहमदाबाद सहजी जिंकून घेतील.''

मी खोटं बोलत होतो का ? नाही. आणि तोही हे जाणत होता-निदान अशी मी आशा करतो. मी मेवाडच्या बाबतीत कसलाही आततायी निर्णय घ्यायचं टाळत होतो. मेवाड राज्यातून आणि आमच्या आश्रित संस्थानांतून वीस हजाराची सेना उभी करणं आम्हाला कठीण नव्हतं. पण जर अहमदाबादवर हल्ला करण्याची वेळ आली तर तो चितोडसारख्या जुन्या प्रस्थापित शत्रूकडून न होता त्याचं स्वरूप गुजरातमधल्या आंतरिक असंतुष्टतेतून जन्मलेल्या स्वयंस्फूर्त बंडाचं असावं हे उत्तम.

आपण पकडले गेलोय हे त्याने ओळखलं; पण मी बोललो ते यथार्थ आहे हे समजण्याइतका धूर्त तो निश्चितच होता. ''आपण बोलताय त्यात तथ्य आहे. स्वतःच्या सेनेचा आणि काही मान्यवरांचा पाठिंबा नसेल तर मी अहमदाबादच्या नागरिकांचा माझ्यावर रोष ओढवून घेईन.''

त्याला मदत करायची आमची तयारी असली तरी आम्ही त्याबाबत अतिउत्साही किंवा उतावीळ नव्हतो आणि त्यासाठी आम्हांला अधिक वेळ हवा होता. या दोन्ही गोष्टी त्याला स्पष्ट झाल्या असाव्यात अशी मला आशा होती.

''व्यवहाराची बोलणी संपवून आता आपण मनोरंजनासारख्या महत्त्वाच्या विषयाकडे वळूया. राणा महाराज गेल्यापासून पावसाने तोंड काळं केलंय आणि आपल्या येण्याने हवं असलेलं निमित्तदेखील मला मिळालंय. येत्या काही दिवसांत शिकारीला जाण्याचा बेत कसा काय वाटतो आपल्याला ? आपण कुस्त्यांचेदेखील शौकीन आहात. आमचे कुस्तीगीर आपल्या उस्तादांच्या पासंगालाही पुरायचे नाहीत हे मी जाणतो. पण आमच्या संघाची चाचणी घेऊन त्यांच्या खेळात सुधारणा कशी करता येईल त्यासंबंधी मार्गदर्शन करू शकाल आपण.''

काही वेळाने मी जाण्यासाठी उठलो. दरवाजापाशी पोचताच मुद्दामहून वळलो, ''अरे हो, मी विसरलोच होतो. आपल्याला संगतीची गरज भासल्यास या मंगलसिंहला कळवावं, तो लगेच व्यवस्था करील. आवडी-निवडीसंबंधी तपशील त्याला सांगितलात तर पूर्ण समाधानाची देखील हमी देऊ शकेल तो.''

६

अरे हो. 'सत्य !' किती गवगवा करतो आपण या शब्दाचा, जेव्हा आपल्याला माहीत असतं की त्याच्याशिवाय जीवन कितीतरी अधिक सुसह्य झालं असतं.

लग्नाचं वऱ्हाड घरी परतलं. तिचे आवडते काका, राव विरमदेव तिच्यासोबत चितोडला आले. एक कायम राहणारी सखी किंवा दासी बरोबर आणण्याची तिला मुभा होती. तिने आपली लहानपणीची मैत्रीण आणि दासी, कुमकुम कुंवर निवडली. त्या दोघी मेरताच्या बाहेर कधीच पडल्या नव्हत्या. चितोडच्या वातावरणाने, दृश्याने आणि गंधाने कुमकुम दंग आणि चकित झाली. चितोडच्या मानाने मेरता म्हणजे अगदीच खेडं, तर चितोड धनाढ्य आणि व्यापारी शहर. विस्तृत, गलिच्छ, भ्रष्ट, गजबजलेलं आणि आत्मविश्वासू. कुमकुम कुंवरला आपला उत्साह ताब्यात ठेवता येईना. आश्चर्याने आपल्या मैत्रिणीची बाही ओढत तिने तिला विजयस्तंभ दाखवला, गुबगुबीत सीताफळांचा आकार बघून ती आनंदाने चित्कारली, भिकाऱ्यांची संख्या आणि धिटाई बघून घाबरली, बाजारात उघडपणे विकायला ठेवलेली रत्नं, मणिकमोती आणि दागिने बघून तिचे डोळे विस्फारले. सबंध दिवसभर तिचं तोंड आश्चर्याने उघडंच होतं.

तिची तरुण मालकीण मात्र गप्प होती. पण तिच्या चेहऱ्यावरचे भाव गर्विष्ठ किंवा न्यूनगंड झाकणाऱ्या शिष्टपणाचे नव्हते. आपल्या दासीइतकंच तिचं मन उत्सुक, संस्कारक्षम आणि उत्साही होतं. वयात आल्यापासून ती लाजाळू आणि भिडस्त बनली होती. त्यात चितोडच्या युवराजाचं पत्नीपद, राजघराण्याच्या मोठ्या कुटुंबात नव्याने प्रवेश, त्या माणसांचे स्वभाव, रीतीभाती, वागणूक, या संबंधीच्या शंकांनी ती अधिकच अबोल झाली. या साऱ्या सोहळ्याचं केंद्रबिंदू झालेल्या तिला खरं म्हणजे या सर्वांपासून दूर कुठेतरी असायला आवडलं असतं.

नव्या घरात आल्यानंतर पहिले सहा दिवस तिचा नवरा तिच्याशी अजिबात बोलला नाही. त्याचा चेहरा फिकट, रक्तहीन आणि दुखावलेला असायचा. तिने

त्यांच्यातला दुरावा कमी करण्याचा प्रयत्न केला — त्याच्या सपाता घेऊन येणं, साफा हातात आणून देणं, कुडत्याच्या गुंड्या लावणं, आंघोळीनंतर त्याचे केस पुसणं वगैरे सेवा करून पाहिली. पण दर वेळी त्याने तोंड फिरवलं होतं. त्याला काही हवं असल्यास तो कौसल्याला सांगायचा. कौसल्या त्याची दाई. लहानपणी तो तिच्या दुधावर जगला आणि वाढला. कौसल्याची तिच्याबरोबरची वागणूक कधीच अनादराची किंवा उर्मटपणाची नसली तरी थंड आणि तुटक नक्कीच होती.

सातव्या दिवशी आपल्या काकांबरोबर ती परत मेरताला गेली. तिचा नवरा तिला वेशीपर्यंत पोचवायला आला. त्याने तिचा निरोप घेतला नाही. चेहरा मुद्दामहून भावनारहित ठेवूनसुद्धा किती एकाकी आणि उदास दिसत होता तो ! तिला त्याचं दुःख समजत होतं, पण मदतीचा हात कसा पुढे करायचा ते कळत नव्हतं. काकांबरोबर परत मेरताला जायचं म्हणून ती खूश होती. निदान दोन तीन महिने तरी आपल्या माहेरच्या माणसांत घालवणार होती ती. तिने ठरवलं तर विरमदेव काकांना थोडी लाडीगोडी लावून आणखीन एखादा महिना वाढवूनसुद्धा घेता आला असता तिला. कौतुक करून घेण्याची ही शेवटची संधी. माहेरचे संबंध तोडणं सोपं करण्याचा एक प्रयत्न. आजची कुमारिका एका दिवसात अनुभवी पत्नी बनू शकत नाही, माहेर आणि सासरमधलं अपार अंतर अचानक पार करण्याचा प्रयत्न केला, तर त्याचा कायमचा आघात मुलीच्या मनावर होऊ शकतो, हे ज्यांनी परंपरेचे नियम घातले त्यांना चांगलं ठाऊक असावं.

या वेळी माहेरी असताना काय काय करायचं ते तिने ठरवून टाकलं. आपल्या बालपणीचे सारे प्रसंग आणि दृश्यं स्मृतीत कोरून ठेवणार होती ती ... आपलं गाव, घर, तिचा घोडा, आवडती माणसं, विहीर, वडील, आजोबा आणि काका-काकीचे चेहरे, देवळातल्या मूर्ती, कुमातिया, खजरी आणि कैरच्या वाळवंटातली झाडंझुडपं आणि वाळू आणि शाळेच्या घंटेचा नाद, वाळूच्या वादळाचे आवाज, गरम रेतीत पडणाऱ्या पावसाच्या थेंबांचे सीत्कार, न्हायल्यानंतर काकी पंचाने केस झटकायची तो आवाज, दोन तीनशे हात खोल विहिरीत सोडलेली घागर पाण्यात बुडत असताना होणारा प्रतिध्वनी, -- आणि सूर्यात तापलेल्या वाळूचा गंध, तेलात तळत असलेल्या काचऱ्यांचा मसालेदार खमंग सुवास, तिचे वडील दिवसभर त्यांच्या साऱ्या जमिनींची पाहणी करून आल्यानंतर त्यांच्या काखेचा कोरडा वास, बागेतल्या केवड्याचा धुंद सुगंध—सारं सारं काही. जन्मभर या आठवणी पुरवाव्या लागणार होत्या तिला. अर्थात पुढेही तिला माहेरी पाठवली असती तिच्या सासरच्या माणसांनी. पण ही स्वच्छंद भेट शेवटची. आपल्या आजोबांच्या आणि वडिलांच्या घराचा अखेरचा निरोप.

आपलं वास्तव्य महिनाभर वाढवण्यासाठी काकांना फारशी लाडीगोडी लावावी लागली नाही तिला. आता ती कायमची जाणार हा विचार त्यांनाच असह्य वाटायचा.

तिला त्यांनी कधी पुतणी मानली नाही. ती तिच्या वडिलांची नाही त्यांचीच मुलगी होती. तिच्यावरून तिच्या जन्मदात्या आणि पालनकर्त्या पित्यांमध्ये नेहमी खडाजंगी व्हायची. पण महिना बघता बघता संपला आणि वडिलांचा आणि काकांचा वादाचा विषयही.

"कोण आहे तो ?" त्याने खालच्या आवाजात विचारलं. तिने उत्तर दिलं नाही. परत येऊन तिला दोन महिने होत आले होते. तो दररोज रात्री तोच प्रश्न विचारायचा. ती जाण्यापूर्वी दिसत होता त्यापेक्षा जास्त अशक्त दिसू लागला होता तो. आवळलेले ओठ आणि तिच्या माहेरच्या शंभर हात खोल विहिरीच्या पाण्यासारखे डोळे. रात्री झोपण्याचा प्रयत्नदेखील करण्याचं सोडलं होतं त्याने. तो अजूनही ताठ चालायचा. इतक्या वर्षांच्या सैनिकी शिक्षणामुळे लागलेली सवय आता अंगवळणी पडली होती. पहाटे सहाला कामाला लागणं, हाताखालच्या मंत्र्यांबरोबरचे व्यवहार उरकणं, वेगवेगळ्या योजनांसंबंधीची बोलणी करणं, युद्धाचे डावपेच आखण्यात वडिलांना मदत करणं, औपचारिक समारंभांना हजर राहणं, गुरुवारी न्यायसभा चालवणं, वर्षारंभी सारी रात्रभर पत्ते खेळणं, असली दैनंदिन कामं त्याचं शरीर यांत्रिकपणे पार पाडायचं. पण त्या पोकळ कवचात व्यक्ती नव्हती. फक्त जाणून घेण्याचं भय, आणि अजाणतेपणाचं दुःख.

"तुझी कुणाशी सोयरीक झाली आहे ? माझा हक्क आहे ते समजून घेण्याचा."

खरं आहे. समजून घेण्याचा हक्क होता त्याचा. देवा, त्याला घट्ट मिठीत घेऊन त्याच्या तापलेल्या कपाळातला आणि त्रासलेल्या शरीरातला संताप आणि दुःख तिला नाहीसं करता आलं असतं तर ? पण प्रियकराचं नाव मुलीला घेता येत नाही हे त्याला माहीत नव्हतं का ?

तो रात्री उशिरा घरी आलेला. येताच सार्‍या दासी, हिजडे आणि कौसल्यालाही महालातून निघून जाण्याचा हुकूम केला त्याने. बायकोच्या प्रेमाने राजकुमार पागल झालाय असं समजून ते सारे मिस्कीलपणे खुदखुदत बाहेर गेले. तिने चांदीच्या ताटात त्याचं जेवण वाढून आणलं. त्याने लाथेने ते उडवून दिलं.

"तू लग्न केलंसच का ? मी जबरदस्ती केली नव्हती तुझ्यावर."

होय, त्याने जबरदस्ती केली नव्हती. तिने आपल्या काकीपाशी विषय काढला तेव्हा ती प्रथम बुचकळ्यात पडली आणि नंतर तिने सारं काही हसण्यावरी नेलं. परत बोलण्याचा प्रयत्न केला तेव्हा काकी काहीशी रागावून म्हणाली, "बालिशपणा पुरे झाला! छान उमदा राजकुमार आहे तो. नुसता राजकुमारच नाही, तर युवराजदेखील. कृतघ्नपणा करू नकोस. हे फक्त तुझं लग्न नाहीये, तर दोन घराण्यांचा जुळलेला संबंध आहे."

ताट लाथाडायचं त्याने थांबवलं. संतापाने तो थरथरत होता. मग तो वळला आणि बाहेर निघून गेला.

एक दिवस दुपारची ती देव्हाऱ्यासमोर लिहीत बसली असताना कौसल्या तिच्या खोलीत आली. सारा राजवाडा वामकुक्षीत सुस्त होता.

''आपण युवराजांची काय दशा करून टाकलीय, राजकुमारी ? कसला जीवघेणा रोग लावलाय त्यांना ?''

तिने टाक बाजूला ठेवला अणि कागद गोळा केले.

''कसला जादूटोणा केलाय आपण त्यांच्यावर ? असल्या शरीरसंबंधाने एक दिवस मारून टाकाल त्यांना आपण. गेले कित्येक आठवडे मी पाहतेय, दिवसभराचं काम आटोपून रात्री घरी येताच ते आधी सर्वांना बाहेर घालवतात आणि दारं लावून घेतात. तुम्हा दोघांत संभाषण अजिबात होत नाही, हो ना ? रात्रन् रात्र, अख्खी रात्रभर त्यांना जागं ठेवण्याइतपत आपली भूक आहे तरी किती मोठी, बाईसाहेब ? असली कसली करणी केलीत आपण की आपल्या जवळच्या साऱ्या माणसांना, त्यांच्यासाठी आपले प्राण द्यायला तयार असलेल्या मलासुद्धा, ते हल्ली टाळू लागले आहेत ?

दोन महिन्यांनी कौसल्या परत तिच्या खोलीत आली.

''युवराज इथे नसतात, तेव्हा आपण सतत काय लिहीत असता ?''

तिने सावकाश डोकं वर केलं आणि लेखन साहित्य आवरून ठेवलं. कौसल्या अस्वस्थ वाटली. बराच वेळ ती गप्प उभी होती. जणू तिला खूप काही बोलायचं होतं, पण ते सांगण्यासाठी योग्य शब्द सापडत नव्हते.

''आपण त्यांना का नाकारता ?'' शेवटी दाबून ठेवलेले शब्द कसेतरी बाहेर फुटलेच.

या प्रश्नाला कसं सामोरं जावं ते राजकुमारीला कळेना. गेल्या खेपेला घेतलेल्याचा अगदी उलट पवित्रा कौसल्याने घेतला होता. ती गोंधळली. हिला कसं समजलं ? हा फक्त अंधारात मारलेला खडा होता ? की ते बोलले होते हिच्यापाशी ? ते इतके अभिमानी होते की ते बोलणं शक्य वाटत नव्हतं. उत्तर देण्यात तरी काय फायदा ? समजावून देखील कुणाला तिची अवस्था समजणार नव्हती.

‘‘आपल्याला शरीरसंबंधात रस नाही का ? स्वत:च्या शरीराची आपल्याला घृणा वाटते का ? त्यांना का छळताहात आपण ? काय बिनसलंय आपलं ?’’

कौसल्याने हात लांबवून तिच्या गालाला हलकेच स्पर्श केला. ‘‘आपल्याला एकाकी वाटतंय का ? माहेरची आठवण येतेय ? किती सुंदर आहे आपला चेहरा. माझी खात्री आहे की आपल्या कांतीप्रमाणे आपलं जीवनदेखील निष्कलंक आणि अबाधित असणार. आपल्या आजवरच्या सुरक्षित आयुष्यात क्रौर्य किंवा द्वेष म्हणजे काय हे आपल्याला माहीत असणं शक्यच नाही. आपण अभिमानी नाही आहात. एखाद्या लहान मुलासारख्या निर्व्याज आहात. पण हा निर्व्याजपणा म्हणजेच एक प्रकारचा अभिमान असेल कदाचित. आपल्याशी कुणी नीच किंवा दुष्टपणे वागलं का ? आम्ही नकळत आपल्याला दुखावलं आहे का ?’’

तिने नकारात्मक मान हालवली.

‘‘हा कसला जीवघेणा खेळ चालवलाय आपण ? ते फक्त नावापुरते जिवंत आहेत, हे कळतंय का आपल्याला ?’’ कौसल्याने तिचे दोन्ही खांदे पकडून तिला जोरात हालवलं, ‘‘युवराजांचं काही बरंवाईट झालं तर मी तुझा जीव घेईन.’’ तिने कसलाही प्रतिकार केला नाही. फक्त कोंडीत सापडलेल्या जनावराप्रमाणे उदास नजरेनं पाहत राहिली.

तिच्यावरची पकड सोडत कौसल्या म्हणाली, ‘‘याला कारण मी आहे का ? आपल्याला माझं इथे असणं सलतंय का ? मी जर निघून गेले, कामयची, तर फरक पडेल ? तसं असेल तर मला कितीही त्रास होवो, मी निघून जायला तयार आहे. परत कधीही मी माझं तोंड आपल्याला किंवा युवराजांना दाखवणार नाही. सांगा बाईसाहेब, सांगा ! युवराजांचा हा छळ थांबवा एकदाचा !’’

कौसल्याने नाद सोडला. ती उठली आणि बाहेर निघून गेली. लगेच परत येत म्हणाली, ‘‘मी जाणार नाही. आपण त्यांच्यावर कसला जादूटोणा केलाय ते मला माहीत नाही. पण लक्षात ठेवा राजकुमारी, मी आपल्यावर डोळ्यांत तेल घालून पाळत ठेवणार आहे. कधी ना कधी तरी मला कळेलच. आपली काळी करणी आणि दुष्ट हेतू एक दिवस मी उघडकीस आणीन. मग मात्र देवच आपला त्राता.’’

कौसल्याने म्हटल्याप्रमाणे केलं. तशी ती नेहमी राजकुमारीच्या अवतीभवती वगैरे नसायची किंवा भवईमधल्या विदुषकी हेराप्रमाणे सतत तिच्यावर पाळत ठेवत नसे. किंबुहना, हल्ली ती पहिल्यापेक्षा कमीच राजकुमारीच्या सान्निध्यात असायची.

ती सतत करत असलेल्या आणि कुणाची चाहूल लागताच पटकन आवरून ठेवत असलेल्या लिखाणाबद्दल कौसल्याला संशय होता. हल्ली आपलं मन शंका–कुशंका आणि शकुनांबाबत जरा जास्तच साशंक झालंय हे तिला कळत होतं, पण एखाद्या राजकुमारीने, ती सुशिक्षित असली तरी, सारखं लिहीत बसणं हे जरा विचित्रच नव्हतं का ? महाराणी किंवा सर्वांत आवडत्या कर्मावती राणीसाहेब देखील स्वत: कधीच लिहायच्या नाहीत. त्या कामासाठी लेखनिक होता.

आणि हे सारं लिखाण ती कुठे लपवून ठेवायची हे देखील एक गूढ होतं. कौसल्याने तिच्या खोलीची जवळजवळ संपूर्ण झडती घेतली होती. अर्थात, पुष्कळ वेळ लागला होता त्याला. ती जेव्हा आंघोळीला जायची तेव्हाच, आणि तेसुद्धा, आसपास कुणी नसलं तरंच शक्य व्हायचं. पण राजकुमारी अगदीच भोळी खुळी होती. काहीही, आपले दागिनेसुद्धा, कडीकुलुपांत ठेवत नसे. मग महिनोन् महिने केलेलं सारं लिखाण गेलं तरी कुठे ?

कौसल्याने कुमकुम कुंवरशी दोस्ती केली. एक दिवस सहजगत्या तिने कुमकुमला तिच्या मालकिणीच्या लिखाणासंबंधी विचारलं.

"कुणाला ठाऊक ? वडिलांना लिहीत असाव्यात किंवा काका–काकींना. मला कसं कळावं ? मला थोडंच लिहिता वाचता येतं ?" कुमकुम कुंवरच्या चेहऱ्यावर खोटेपणा नव्हता.

'मला तरी कुठे येतं ?' कौसल्या स्वत:शीच म्हणाली.

ध्यानीमनीही येणार नाही अशा ठिकाणी कौसल्याला ते कागद सापडले. राजकुमारीच्या पूजेच्या खोलीत. वर पिवळं पितांबर अंथरलेल्या एका चौरंगावर तिचे सगळे देव बसले होते. काळ्या दगडाचं शिवलिंग, काशाची सुंदर, कोरीव सरस्वती, एक फूट उंचीचा संगमरवरी श्रीकृष्ण, तांब्याचा एकलिंगजी, राम–लक्ष्मण–सीतेचं त्रिकूट, सोन्याचा सूर्यदेव, हिरव्या स्फटिकाचा विष्णू आणि काळ्या संगमरवराची रौद्र चामुंडीदेवी. पितांबराआड दडलेल्या चौरंगाच्या खणात, एका मलमली रुमालात लपेटलेले कागद आणि दौत–टांक होते.

चार पाचशे पानांच्या चळतीतले जवळ जवळ अर्ध्याहून अधिक कागद लिखाणाने भरले होते. रेखीव वळणदार अक्षर अणि मधूनच उठून दिसणारी काळ्या मोत्यांच्या सरीसारखी वाक्यं. पण प्रथम दृष्टिक्षेपात कागद अस्ताव्यस्त, अनिश्चित वेटोळ्यांच्या नक्षीने भरल्यासारखा वाटायचा. मनातल्या विचारांच्या वेगाने लिहिण्याचा प्रयत्न केल्याप्रमाणे, लांब लांब कशीतरी खरडलेली वाक्यंच अधिक. राजकुमारीच्या एकूण स्वभावाशी विसंगत होतं ते लिखाण. ती नेहमी नीटनेटकी, व्यवस्थित आणि काटेकोर असायची. बारीकसारीक गोष्टदेखील तिच्या मनाप्रमाणे व्हायला हवी असायची तिला.

आणि ती तशीच व्हावी, म्हणून स्वत:ची बहुतेक सारी कामं ती स्वत:च करायची. पण हे लिखाण केलेली व्यक्ती गोंधळलेली, आंदोलित असलेली आणि स्वत:वर ताबा नसल्यासारखी वाटली कौसल्याला.

कौसल्याला हसू आलं. काय लिहिलंय ते वाचता येत नाही, लिहिलेलं कुठल्या भाषेत – कदाचित एखाद्या परदेशी भाषेत आहे की नाही ते सांगता येत नाही, असं असूनही अक्षरावरून लिहिणाऱ्याचं चारित्र्य ओळखण्याच्या भोंदूगिरीत अगदीच काही अज्ञ नव्हती ती. हात पाहून किंवा कुंडली वाचून भविष्य सांगण्याचा व्यवसाय सुरू करता आला असता तिला. पण आपल्या लिखाणाची पानं चोरली गेली आहेत हे राजकुमारीला कळता कामा नये. तिने चळतीच्या मध्यातून पन्नासेक पानं काढली आणि कमरेखाली पोचणाऱ्या आपल्या चोळीत छातीपाशी सरकावली. बाकीचे कागद होते तसे गुंडाळून परत खणात ठेवले आणि चौरंगावर पितांबर अंथरून काळजीपूर्वक सगळ्या मूर्ती पूर्ववत रचल्या. निदान तिच्या समजुतीप्रमाणे तरी, मूर्तींची किंवा खालच्या खणातल्या वस्तूंची हालवाहालव झालीय, हे कळणं अशक्य होतं.

आता कागद तिच्या हातात आल्यानंतर, आपण हा सारा खटाटोप कशाकरता केला असा प्रश्न तिला पडला. काय करणार होती ती त्यांचं ? आपला मुलगा, मंगल, याला ते दाखवावेत ? तो युवराजांबरोबर शाळेत शिकला होता. पण गेल्या काही वर्षांपासून आई–लेकामध्ये एक कडवट अंतर निर्माण झालं होतं. तिच्यापाशी कसलाही पुरावा किंवा कारण नव्हतं, पण आपला मुलगा आपला द्वेष करतो अशी तिची खात्री झाली होती. त्या दोघांमधला एकमेव दुवा म्हणजे युवराज. दोघांच्याही जीवनाचा हेतू आणि केंद्रबिंदू. युवराजांवरून एखादे दिवशी मायलेक एक दुसऱ्याचा जीव घ्यायला देखील मागे–पुढे पाहणार नाहीत, याबद्दल कौसल्याला अजिबात शंका नव्हती.

एक आठवडाभर तिने कागद आपल्यापाशीच ठेवले. मग ती युवराजांच्या महालाच्या मुख्य दरवाजावर उभी राहिली. त्याला यायला उशीर झाला. अडीच तास ती तिथे उभी होती. तिला पाहताच त्याने तोंड फिरवलं. लग्न होऊन आल्यापासून असाच वागायला लागला होता तो तिच्याशी. तो आत शिरणार इतक्यात तिने हळूच त्याला हाक मारली.

"युवराज, मला आपल्याला काहीतरी दाखवायचंय."

"मला बघायचं नाही."

"काय ते कळल्याशिवाय कसं ठरवू शकता ?"

"मला त्रास देऊ नको."

तिने त्याचा हात पकडला. त्याने तो झटकून टाकायचा प्रयत्न केला पण तिने सोडला नाही.

"मला जाऊ दे कौसल्या, नाही तर..." त्याने हात उगारला.

"नाही तर आपण मला माराल, हो ना ?

त्याने दीर्घ श्वास घेतला. तिच्याकडे बघायचं टाळून म्हणाला, "नाही."

तिने मान हालवली, "मारलंत तरी हरकत नाही. निदान एक प्रकारचं संभाषण होईल ते, जे हल्ली आपल्या दोघांत अजिबात होत नाही."

"आता मी जाऊ का ?"

"त्या काय लिहितात ते जाणून घ्यायचं नाहीये आपल्याला ?"

तिने हृदयात खंजीर खुपसल्यासारखा तो निश्चल उभा राहिला. त्याचे खांदे ओघळले. त्याने डोळे मिटून घेतले.

"कुणाबद्दल बोलतेयस तू ?"

"आपल्याला माहीत आहे."

"त्यात आश्चर्य वाटण्याजोगं काय आहे ? तुझ्यासारख्या अडाणी बाईला कळणं कठीण असेल कदाचित, पण जे लिहू शकतात त्यांना आपल्या नातेवाईकांना किंवा दोस्तांना पत्रं लिहावीशी वाटतात."

"दररोज दुपारी ? आणि मग ती पत्रं पाठवण्याऐवजी सर्वांच्या नजरेपासून दडवून का ठेवायची ?" तिने कागद आपल्या चोळीतून बाहेर काढले आणि त्याच्या हातात दिले.

"मला त्यांच्यासंबंधी अजिबात कुतूहल नाहीये." त्याने कागद हातात गच्च पकडले आणि वाड्यात प्रवेश केला.

त्या रात्री अंथरुणात पडण्याचं नाटक देखील त्याने केलं नाही. आत कुणालाही सोडायचं नाही – राजकुमारीलासुद्धा, असा हुकूम दारावरच्या हिजड्याला देऊन तो आपल्या लेखनाच्या मेजापाशी बसला. ते कागद त्याने दहा, पंधरा, शंभर वेळा वाचले. काही ठिकाणी पुढे–मागे लिहिलेल्या वाक्यांचा संदर्भ त्याला लागेना. एका पानावर सुरू होऊन तेच वाक्य पुढल्या पानावर चालू राहायचं, परत मागल्या पानाच्या समासात येऊन अर्धवट सोडून दिलेलं असायचं, दुसरं तिथेच सुरू व्हायचं आणि ते अर्धवट असतानाच परत पहिलं वाक्य उचललं जायचं. पण ही सारी एकमेकांशी न जुळणारी वाक्यं, एकाच व्यक्तीला उद्देशून होती.

त्याला ते सारं अर्थशून्य बरळणं, विकारवश भावनांचा आणि तक्रारींचा उद्रेक, अगदी हीन पातळीवर जाऊन केलेलं गयावया, रागाचे झटके आणि आकांडतांडव,

अहंकारी झिडकारणं आणि उघडीनागडी विषयवासना वाटली. त्याने येऊन तिला भेटावं म्हणून केलेल्या विनंत्या आणि याचना. त्याने तिला इतर सर्वांपासून कायमची दूर घेऊन जावं. तिची सारी हाडं चुराचुरा होतील इतकी घट्ट तिला आपल्या मिठीत घ्यावी. तो येत का नव्हता ? असला कसला अभिमान ? इतकं दुर्मिळ होण्याचं कारण काय ? तिचं त्याच्याशिवाय अजिबात अडत नव्हतं. तिला त्याची मुळीच गरज नव्हती. ती स्वत:तच पूर्ण होती. ती जीव देईल. युवराजांचा खंजीर स्वत:च्या काळजात खोलवर खुपसून एकदाचं त्यांना मोकळं करील. बिचारे, किती छळलं होतं तिने त्यांना. पण आता फार झालं. ती आमरण उपोषण करणार होती. आजचा पाचवा दिवस. तहानेने व्याकूळ झाली तेव्हा तिने घोटभर पाणी घेतलं. नंतर दासीने तिला मध घातलेलं थंडगार लिंबू सरबत आणून दिलं. अमृत. ते काही नाही, ज्याला तिची पर्वा नाही त्याच्यासाठी का म्हणून उपाशी रहायचं ? तिच्या तातडीच्या पत्राला त्याने उत्तर पाठवायचा देखील सभ्यपणा दाखवला नव्हता. हे खरं, की ती दररोजची निदान १२-१५ तरी तातडीची पत्रं त्याला पाठवायची, पण म्हणून काय झालं ? ही आपल्या प्रेयसीशी वागायची रीत झाली का ? कधी कधी तिला वाटायचं की प्रेम म्हणजे एक आंधळी गल्ली आहे. तिने आपलं सर्वस्व त्याला वाहिलं आणि तो हो-नाही काहीच म्हणत नाहीये. ना स्वीकार करीत ना अव्हेर. या एकतर्फी प्रेमाचा आणि त्याच्या वागणुकीचा काय अर्थ लावायचा तिने ? त्याच्याशी वाङ्निश्चय झाला होता तिचा, पण त्याला तिची आठवणही नव्हती. तो कधी तिला हाक मारत नाही, तिचा वाढदिवस लक्षात ठेवत नाही, तिने त्याला गाऊन दाखवलेलं पहिलं गाणं कुठलं तेही त्याला आठवत नाही. असला कसला प्रियकर ? आणि अचानक आभाळ भरून आलं, गडगडाटाचा काळा अजगर पर्वतांचा चुरा करतोय, विजेची इंगळी चकाकत, तळपत तिला दंश करू लागली, पावसाचे थेंब तिच्या त्वचेत रुतले आणि तो प्रगट झाला. तो – तिचा जिवाचा जिवलग, ओहोटीचा खेचणारा प्रवाह, सरकत्या वाळूची चेतना, तिच्या कानांतून फिरणारी वाऱ्याची जीभ, मोरपिसांचा कुरवाळणारा स्पर्श, तिच्या शरीराशी भिडलेला बासरीचा ताठरपणा.

काही चार ओळींची कडवी होती, काही अर्धवट सोडून दिलेल्या, तर काही संपूर्ण कविता. काही पदं लिहायला सुरुवात करून खोडून टाकलेली. पद्य भाग त्याने वाचला नाही. कवितेत त्याला कधीच रस नव्हता. अनावर कुतूहलापोटी त्याने प्रयत्न केला, पण काव्याबद्दलची त्याच्या मनातली अढी आड आली. नाहीतरी गद्य लिखाण इतकं विपुल होतं की पद्य त्याने नंतर वाचायचं ठरवलं. धावे होते, विलाप होते, शोकगीतं होती, सूक्तं होती, स्वगतं होती आणि चितोडमधल्या तिच्या जीवनाचं बारीक तपशीलवार वर्णन होतं. तिचं एकाकीपण, तिची कुमकुमबरोबरची संभाषणं, राणाचं हुबेहूब शब्दचित्र, राणी कर्मावतीच्या अंतरंगाचं यथार्थ मोजमाप, आपल्यामुळे युवराजांना

सहन करावं लागणाऱ्या दु:खाचं आणि यातनांचं अंतर्मुख होऊन केलेलं तळमळीचं आणि सडेतोड आत्मपरीक्षण, आणि त्याला शांती आणि सुख देण्याबाबतचा तिचा असहायपणा. तिच्या काकांच्या आणि आजोबांच्या तीव्र आठवणी, तिची आई तिला जन्म देताना गेली त्याबद्दलची आणि नंतर आईविना पोरक्या मुलीशी संवाद साधता न आल्याने तिच्या वडिलांना सतत होत असलेली अपराधीपणाची भावना. आपल्या प्रियकराशी सगळं काही बोलायची ती. एक छोटंसं बीज आपला जवळजवळ अदृश्य मोड पुढे पाठवून विश्वाची चाचणी कसं घेतं आणि गेले सतरा दिवस लाकूड खोदून आपलं घरटं तयार करत असलेल्या सुतार पक्ष्याची चोच तुटत किंवा बोथट कशी बनत नाही, आणि चंद्राच्या बदलत्या कलेचा आणि तिची मनस्थिती बदलण्याचा काही संबंध होता का, आणि त्याच्यावरच्या तिच्या प्रेमाचा सखल भागात पूर येऊन नद्यांचे मार्ग बदलले होते का. चितोडच्या हिरवळीबद्दल, रानांबद्दल तर किती सांगू किती नको असं झालं होतं तिला. चितोड आणि मेरता दोन वेगळ्या जगांत होते का ? असा प्रश्न पडला होता तिला. इतकी गर्द हिरवळ तिने आधी कुठेच पाहिली नव्हती. ती सारी आपल्या पंचेंद्रियांनी तिला आपल्या शरीरात आधाशासारखी शोषून घ्यायची होती. झाडं, फांद्या, पानं, फुलं ही जणू तिच्याशी बोलू शकणारे प्राणी असल्याप्रमाणे त्यांची वर्णनं होती. प्रत्येक फांदी म्हणजे हात आणि झाड म्हणजे हजार हातांची देवता. आणि पानं म्हणजे तिची मुलं. ती तासन्तास एका पानाकडे बघत बसू शकायची. त्याची प्रत्येक शीरन् शीर तपासून त्याच्या शंभर वेगवेगळ्या हिरवेपणाचं चित्र काढायची. वारा कधी कधी बासरी व्हायचा तर कधी कधी बेशरम आंगतुक. आपल्या चटकदार स्पर्शाने झाडांच्या अंगावर रोमांच उठवायचा आणि चावट चावट बोलून त्यांना उत्तेजित करायचा. मग मिस्कीलपणे त्यांच्या अंगावरून हात फिरवायचा आणि झाडाने त्याला तसं करण्याची मनाई केली की तो अधिकच धीटपणे त्याच्या अंगाशी अंगभर झोंबायचा आणि मग त्याला थांबवणं कठीण व्हायचं, आणि झाडाला पण त्याला थांबवायचं नसायचं.

दरवाजाबाहेर हिजडा पेंगत होता. त्याने त्याला उठवलं आणि कौसल्याला आणायला सांगितलं.

"बाकीचं लिखाण कुठे आहे ?"

"आपल्याला वाचायचं नव्हतं असं वाटलं मला."

"मी तुला बाकीच्या लिखाणाबद्दल विचारतोय कौसल्या."

अरे देवा. काय नको ते करून बसली होती ती ? बाण वर्मी लागल्यासारखा का दिसतोय तो ? या दिवस-रात्र स्त्रवणाऱ्या जखमेचं तोंड होतं तरी कुठे ? त्या कागदावर

असं काय खरडलं होतं ज्यामुळे त्याची पीडा वाढून त्याचा श्वास उथळ झाला होता आणि डोळ्यांत वेदनेचं आंधळेपण आलं होतं ?

"राजकुमार," तिने त्याच्या हाताला स्पर्श केला, "आपल्याला बरं वाटावं म्हणून काय करू मी ? आपली पीडा नाहीशी कशी करू ?" तिच्यापासून वेगळं होताना त्याने तिला ढकलून दिली नाही.

"बाकीचे कागद कुठे आहेत ते सांग !"

तिने त्याला दाखवलं.

अजून पुष्कळ तसलंच लिखाण होतं. अटीतटीची भांडणं आणि मग संपूर्ण शरणागती.

रात्री तीन वाजता त्याने हिजड्याला जायला सांगितलं आणि तो राजकुमारीच्या झोपायच्या खोलीत गेला. ती कुशीवर झोपलेली. हृदयाशी कान लावल्याशिवाय ती जिवंत आहे हे सांगणं कठीण होतं. माणसांचे चेहरे फसवे असतात. एखाद्या लहान मुलाप्रमाणे ती शांत, स्वप्नविरहित गाढ निद्रेत होती. त्या शांत चेहऱ्यामागे चालत असलेल्या वादळी उलथापालथीची कल्पनाही कुणाला आली नसती. त्याने तिला उठवलं. ती लगेच जागी झाली. झोपेतून अचानक जागं केल्यावर थोडा वेळ जे हरवलेपण येतं ते अजिबात नव्हतं.

"मी त्याचा जीव घेणार." तो म्हणाला, "जो कुणी असेल तो, त्याला मी मारून टाकणार आहे."

तिने फक्त स्मित केलं.

७

आघाडीवरची बातमी फारशी चांगलीही नव्हती किंवा वाईटही. कधी कधी मला वाटतं की सुलतान मुजफ्फर शहा खचलाय आणि म्हणून जातीने बाबांच्या विरुद्ध लढण्याऐवजी तो चंपानेरला जाऊन राहिलाय. पण सुलतान कपटी आहे. आपला धीर आणि सत्ता दोन्ही हातांतून सुटत चालली आहे असं भासवणं हा त्याचा कावाही असेल. कदाचित आम्हा राजपुतांना माहीत नसलेल्या आणि आम्ही कधी शिकूही न शकणाऱ्या एक दोन गोष्टी त्याला चांगल्या ठाऊक असाव्यात. प्रत्येक चकमक म्हणजे लढाई नव्हे आणि प्रत्येक लढाई म्हणजे युद्ध नव्हे हे तो जाणून होता. दुसरं म्हणजे, प्रतिनिधित्वाचे फायदे त्याला माहीत होते. जर सगळी कामगिरी स्वत:च पार पाडायची तर सेनापतींना लठ्ठ पगार आणि मोठमोठ्या जहागिरी देण्यात काय हंशील ? तिसरं म्हणजे जर गुजरातची सेना हरली तर त्याची अपकीर्ती आणि शरम सेनापतींच्या पदरी पडणार, त्याच्या नाही. अखेरचं म्हणजे इतकी वर्षं चाललेली ही लढाई कधी त्याच्या बाजूने झुकायची तर कधी बाबांच्या, पण त्यातून काही ठोस निष्पन्न होणं दुरापास्त दिसत होतं. तर मग स्वत:चा जीव आणि प्रतिष्ठा कशासाठी धोक्यात घाला ?

विक्रमादित्याच्या द्रोहाविषयी आणि कारावासासंबंधी बाबांनी जाणूनबुजून मौनव्रत स्वीकारलं होतं. कर्मावती राणीसाहेबांनी त्यांच्याकडे निरोपामागून निरोप पाठवल्याचं मला माहीत होतं. माझ्या प्रचंड महत्त्वाकांक्षेपायी साध्या–भोळ्या विक्रमादित्यावर मी लादलेले आरोप खोटे असून त्याची तुरुंगातून मुक्तता करण्यात यावी, अशा विनवण्या त्या बाबांपाशी करत होत्या. आपल्या लाडक्या लेकाच्या मुक्तीसाठी स्वत: जातीने कुंभलगडला जाऊन तुरुंगाच्या दरवाजांची तीन कडीकुलुपं तोडण्याच्या धमक्या त्यांनी वारंवार दिल्या होत्या आणि त्यांनी तसं केलं तर मला आश्चर्य वाटणार नाही. खरं म्हणजे तशी परिस्थिती उद्भवली तर मी काय करावं तेच मला कळणार नाही. त्यांना विरोध करण्याचं धाडस कुंभलगडचे शिपाई निश्चितच करू शकणार नाहीत. मला तर त्यांनी धारेवर धरलंय. वेळोवेळी माझ्या कचेरीत येऊन, अर्धा कोस ऐकू जाईल अशा नाटकी कुजबुजत्या आवाजात, हिंमत असेल तर त्यांनाही मी गजाआड टाकावं असं आव्हान त्या देत असतात. त्यांनी अजून न केलेल्या अपराधाबद्दल त्यांना गजाआड मी

कसं टाकावं ? त्यांनी विक्रमादित्याला बळजबरीने सोडवलं तरीही मी ते करू शकेन का याची मला शंका आहे. अधूनमधून त्यांना माझ्यावरच्या प्रेमाचा पुळका येतो आणि त्या माझ्या स्वास्थ्याची आपुलकीने चौकशी करतात, आणि माझ्यासाठी एखादं खास पक्वान्न – ते त्यांनी स्वत: बनवलंय असा त्यांचा दावा असतो – आणतात. आठवडाभर त्या विक्रमादित्याचा उल्लेख करत नाहीत आणि मग अचानक त्याचं कोवळं वय आणि अनुभवाचा अभाव लक्षात घेऊन मी त्याला या वेळी तरी माफ करावं अशी माझी मनधरणी करतात. 'ते आता माझ्या हातात राहिलं नाही' असं मी म्हणताच त्या संतापाने किंचाळत मी कसा एक महत्त्वाकांक्षी, आधाशी लुंग्यासुंग्या आहे आणि माझ्या भावाच्या नेतृत्वगुणांमुळे आणि प्रजेच्या त्याच्यावरच्या प्रेमामुळे मी कसा त्याला घाबरतो, आणि म्हणूनच मी कसं त्याला तुरुंगात डांबलंय, ते ऐकवतात.

या सगळ्यांत बाबांचं स्थान काय ? राजकुमाराचा राजद्रोह त्यांच्या ध्यानात येतोय का ? की कर्मावती राणीसाहेब म्हणतात त्याप्रमाणे तो एक अधीर, धाडसी, उत्साही तरुण आहे जो आपल्या वडिलांच्याच पावलावर पाऊल टाकून चालतोय असं मानून ते स्वस्थ बसलेत ? राज्यातल्या सर्वांत श्रेष्ठ असामी नेमल्या गेल्या होत्या अशा कायदेशीर न्यायसभेने त्याला एकमताने बंदिवासाची सजा दिली आहे हे त्यांच्या लक्षात येतंय की नाही ? ते आमचा निर्णय मान्य करतील ?

दरम्यान, आमचा पाहुणा, शहजादा बहादूर चितोडमध्ये फारच लोकप्रिय झालाय. राजमातेचा देखील लाडका झालाय तो. मी त्याला देऊ केलेल्या पाहुणचाराबद्दल सुरवातीला बऱ्याच लोकांनी आक्षेप घेतला होता. पण आपल्या अतिसभ्य वागण्याने, हसऱ्या स्वभावाने आणि औदार्याने (कुणाच्या द्रव्याच्या जोरावर ते विचारू नका) बहादुरने त्यांची देखील मनं जिंकली. बहादुर सुशिक्षित आणि सुजाण आहे. नावीन्याबद्दलची उत्सुकता दांडगी आहे त्याची. हुशार आणि अतिशय तीक्ष्णमती असल्यामुळे, स्वत:च्या घरी तरी तो मूर्ख माणसांचा सहवास सहन करत नसावा. चितोडमध्ये मात्र तो कुणाशीही अनादराने वागत नाही. समोरच्या माणसाच्या बुद्धीच्या पातळीशी आपल्या बुद्धीची पातळी जुळवण्याची हातोटी त्याच्यापाशी आहे.

त्याची विनोदबुद्धी जरी खोचक आणि चावट असली तरी तो कुणाला दुखवत नाही. त्याच्याकडे अमाप विनोदी चुटक्यांचा साठा आहे आणि तो कधीही पुनरावृत्ती करत नाही. तो गुजराती चुटके, मालवीय चुटके आणि दिल्लीचे चुटके सांगायचा आणि स्वत:च्या इथल्या लोकप्रियतेचा अंदाज आल्यावर आता राजस्थानी चुटकेदेखील सांगू लागलाय.

आपल्या पाच आयांच्या आयुष्यातील एका संध्याकाळची नक्कल करताना त्याला पाहावं. तो प्रत्येकीच्या वेगळ्या आवाजाची आणि वागणुकीची आधी नक्कल करतो

आणि मग पाचही जणी एकत्र कुटाळक्या करत असल्याची एकत्रित नक्कल करतो. अचानक जनान्याचा मुख्य हिजडा अवतरतो आणि त्यांच्या नावाने बोटं मोडत अश्लील गोष्टी सांगू लागतो. सुलतान युद्धानिमित्त किंवा आपल्या एखाद्या रखेलीच्या संगतीत रमल्याने गैरहजर असतो. त्यामुळे विरहाने व्याकूळ कामातुर राण्या त्या बिचाऱ्या नपुंसकावर तुटून पडतात आणि मग तो त्या पाचही जणींचं अपौरुषेय समाधान करतो वगैरे. माझे चुलतभाऊ, सहकारी आणि सरदार पोट धरून हसतात (मी देखील). पण आमच्या हे लक्षात येत नाही की तो आमच्या देखील जनानखान्याचं हुबेहूब चित्र रंगवतोय आणि परत आपल्या घरी गेल्यावर आमच्या सवयी, लकबी, विक्षिप्तपणा, सहज दुखावणारे अहंकार आणि हास्यास्पद मूर्खपणाच्या तपशीलवार रम्यकथा खुलवून सांगणार आहे.

त्याच्या खर्जातल्या आवाजाला एक विलक्षण धार आणि त्याचं हसणं दिलखुलास आणि सांसर्गिक आहे. सध्या तरी तो साऱ्या नगराचा लाडका पाहुणा झाला असून पुढला संपूर्ण पंधरवडा त्याला दररोज मेजवान्यांची आमंत्रणं आहेत.

राजवाड्यातल्या बायका निरंतर त्याच्यासंबंधी आणि तो रात्री कुणाच्या संगतीत घालवतो याविषयी बोलत असतात. आपला पांढराशुभ्र पोशाख, कमरेला गडद हिरवा किंवा गुलाबी कमरबंद आणि डोक्याला ऐटबाज पगडी किंवा साफा बांधून तो अतिथी भवनातून बाहेर पडतो तेव्हा तेव्हा जाळीदार झरोक्यांतून त्या त्याला न्याहाळतात. आपल्यावर खूपशा नजरा लागल्या आहेत याची त्याला जाणीव असते आणि म्हणून तो आणखीनच ऐटीत चालतो. आम्ही जेव्हा एकत्र मेजवानीसाठी जातो, तेव्हा घरातल्या बायकांत पडद्याआडून त्याला पाहण्यासाठी आणि त्याचं बोलणं ऐकण्यासाठी अहमहमिका लागते. बहादूरने माझे डोळे उघडले. द्वैर्थी किस्से, चावट आणि अश्लील विनोदांना पुरुषांपेक्षा बायका अधिक मोकळेपणाने दाद देतात. त्यांचं दिलखुलास हसणं आम्हांला ऐकू यायचं, पण आम्ही त्यांच्या दिशेने पाहतोय हे त्यांच्या लक्षात येताच अचानक थांबायचं.

दोस्त बहादूर स्वस्थ बसला नव्हता हे जरी खरं असलं तरी पहिली चाल विक्रमादित्याच्या आईने केली, हे अमान्य करता येत नाही. जर तो आपली माणसं घेऊन कुंभलगडवर चाल करून गेला आणि त्याने विक्रमादित्याला सोडवलं तर तिने त्याला बारा हजार घोडदळ आणि दहा हजार पायदळ देण्याचं कबूल केलं. बहादूरने या प्रस्तावासंबंधी बऱ्यापैकी कुतूहल दाखवलं. पण तो मूर्ख नाहीये. कठीण परिस्थितीत

असलेल्या मित्राशी हातमिळवणी करणं सध्या तरी परवडायचं नाही, हे तो चांगलं जाणतो. काल कर्मावती राणीसाहेबांनी अमिषाची लालूच वाढवली. जर बहादूर नेतृत्व करायला तयार असेल तर या कामासाठी आपली स्वत:ची माणसं देण्याचं त्यांनी कबूल केलं. हे मला आवडलं. या प्रस्तावातून देखील तो चलाखीने अंग काढून घेईल याची खात्री आहे मला, पण तो ते कसं करतो ते पाहण्यासाठी मी उत्सुक आहे. आता मात्र माझा आत्मविश्वास हाताबाहेर चाललाय. हे ठीक नाही. कदाचित राणीसाहेबांच्या प्रस्तावाचा त्याने स्वीकार करण्याची देखील शक्यता आहे.

तो फाकडा आणि लोकप्रिय असेल, पण बहादूरमध्ये काही कमतरता आहेत. त्याला दारू चटकन चढते आणि त्याचा आपल्या तोंडावर ताबा राहत नाही. तो असा हाताबाहेर जाऊ लागला की हल्ली मी माझ्या माणसाकरवी हळूच त्याच्या पेल्यात अफू मिसळतो. पाहता–पाहता, वाक्य पुरं व्हायच्या आत तो गाढ झोपी जातो. पण सुरुवातीच्या काळात, त्याची नीट ओळख होण्याआधी, एकदा आम्ही गृहमंत्री लक्ष्मणसिंहजींच्या घरी जेवायला गेलो होतो. माझ्या काकांना माणसं फार आवडतात आणि त्यांच्या घरी कायम महफिल-मेजवान्या होत असतात. ते स्वत: तब्येतीत पितात. पण त्यांना कधीच नशा चढत नाही. तिसऱ्यांदा पेला भरेस्तोवर लक्ष्मणसिंहजींचा मुलगा राजेंद्रसिंह आणि बहादूर, ज्यांची आतापर्यंत छान दोस्ती जमलेली, ते मस्तीत एकमेकांच्या पाठीवर थापा मारू लागले होते. पाचव्या फेरीपर्यंत मंत्रीसाहेब आणि बहादूरमध्ये माळव्याच्या आणि दिल्लीच्या सैन्यांनी केलेल्या घोडचुकांच्या गमतीदार किश्श्यांची देवाणघेवाण सुरू झाली. लक्ष्मणसिंहजींनी सांगितलेल्या प्रसंगाच्या वरचढ प्रसंग सांगण्याची बहादूरची पाळी होती. तो अकरा वर्षांचा असताना त्याच्या वडिलांनी वापरलेली युक्ती त्याला आठवली.

"लढाईच्या आदल्या दिवशी माझ्या वडिलांनी शाहिस्तेखानला सफेद झेंडा घेऊन शत्रूच्या छावणीत पाठवलं. खानाच्या या अनपेक्षित आगमनाची तिथे बरीच चर्चा झाली. तो कशासाठी आला होता ? गुजरात शांतीचा प्रस्ताव मांडत होतं का ? शत्रूबरोबर समझोता करण्याची सुलतानाची इच्छा होती का ? वगैरे. पण तसलं काहीही नव्हतं. सुलतानाची फक्त एक छोटीशी विनंती होती. अगदी किरकोळ विनंती. उद्या इस्लाम धर्मीयांचा सण आहे. मेवाड उद्याचं युद्ध चोवीस तास पुढे ढकलण्याची कृपा करील का ?" (तो मेवाडसंबंधीचा किस्सा सांगू लागताच मला धोक्याचा इशारा मिळायला हवा होता.) "मेवाडचा सेनापती दिलदारपणाचा आव आणून पोकळ बडबड करणारा एक ढोंगी माणूस होता. "सुलतानांना कळवा." तो म्हणाला, "की, आम्ही सुसंस्कृत आणि उदार लोक आहोत. आपल्या विनंतीला मान देऊन उद्याचा दिवस आम्ही विश्रांतीचा दिवस मानतो. परवा सकाळी नऊ वाजता युद्धाला सुरुवात होईल."

मेवाड छावणीत त्या रात्री भरपूर मद्य आणि मौजमजा झाली. दुसऱ्या दिवशी पहाटे, सैनिकांची नशा उतरायच्या आत, सुलतानाच्या सैन्याने मेवाडच्या सेनेवर हल्ला केला आणि कत्तल, अभूतपूर्व कत्तल केली. जवळ जवळ तीन हजार मेवाडी सैनिक मारले गेले.''

लक्ष्मणसिंहजी चेहरा निर्विकार ठेवण्याचा आटोकाट प्रयत्न करत होते.

''आमच्या त्या विजयाचं श्रेय कुणाला जातं माहीत आहे ?'' शहजादा परत परत परत तेच घोळू लागला होता, ''जगातल्या सर्वात शूर मानल्या जाणाऱ्या मेवाड सेनेच्या सेनापतीला. लढाईचे काही नियम आणि आचारसंहिता असते असा त्या मूर्खाचा विश्वास होता. लढाईचा फक्त एकच नियम असतो. त्याचं नाव, जीत ! काहीही करून जिंकणं, बाकी सारं गेलं भाडमध्ये.''

बहादूर आपलं दिलखुलास हसू हसला. राजेंद्रसिंह काहीतरी कारण सांगून आत गेला. माझा क्रोध आणि संकोच लपवण्यासाठी मी माझी नजर जमिनीवर खिळवून बसलो होतो. तो कत्तलीचा दिवस मेवाडच्या इतिहासातला एक अतिशय काळा दिवस. पुढे जरी लक्ष्मणसिंहजींनी सुलतानाला आमच्या तीन हजार सैनिकांच्या जीवहानीची परतफेड केली तरी त्या नीच, भेकड कृत्याची मेवाडने गुजरातला कधीच क्षमा केली नाही. पण बहादूर म्हणाला ते खरं होतं. युद्धाचा अर्थ जसा सुलतानाला समजला होता तसा तो राजपुतांना आजही समजला नाहीये. आपल्या देशाचं पुरं अस्तित्वच त्याच्यावर अवलंबून असल्याप्रमाणे युद्ध लढावं लागतं. बहुतेक वेळा ते तसं असतंच. तेव्हा ते बऱ्या–वाईट, कुठल्याही मार्गाने लढलं जावं हेच खरं. शक्य असेल तेव्हा बेमुर्वत कत्तल, नसेल तेव्हा योग्य वेळेची प्रतीक्षा.

गृहमंत्रीदेखील एक शुष्क, घुसमटलेलं हसू हसले. बहादूरच्या पेल्यात त्यांनी भरपूर दारू ओतली आणि स्वतःच्या पेल्यात त्याहीपेक्षा जास्त. बहादूरने त्यांना आपल्या गोष्टीपेक्षा अधिक रोमांचकारक गोष्ट सांगण्याची विनंती केली. लक्ष्मणसिंहजींनी एक उदास स्मित केलं, ''शहजादा, आज मी इतका हसलो की डोळ्यांत पाणी आलं. लवकरच पुन्हा केव्हातरी मी आपल्याला विनाशाची अशी एखादी गोष्ट सांगेन की हसता–हसता आपल्याला नको जीव होईल. पण तूर्त आपण त्या दिवसाच्या प्रतीक्षेत आपापले प्याले रिकामे करूया.''

सकाळी मी नगररचनाकार साहसमलबरोबर बसलो. त्याने भरपूर मेहनत घेऊन दोन आराखडे तयार केले होते. एक घाण पाण्याच्या निचऱ्यासाठी आणि एक स्वच्छ पाणी

पुरवठ्यासाठी. पाणी वरून खाली मुरतं, त्यामुळे स्वच्छ पाणी पुरवठ्याच्या नळकांड्या वरच्या स्तरावर आणि घाण पाणी वाहून नेणाऱ्या कमीत कमी दोन हात खाली, अशा जमिनीखालून साऱ्या शहरभर पसरायच्या अशी त्याची योजना होती. ही नवी जलनियंत्रण योजना टप्प्याटप्प्याने पुरी करायची होती आणि याचा खर्च दोन प्रकारे भागवायचा होता. पहिल्या प्रकारानुसार, जे कोणी यात आपले पैसे गुंतवतील त्यांना त्यांच्या रकमेवर चार टक्के व्याज आणि चार टक्के करमुक्ती मिळणार होती. बाकीचे पैसे वार्षिक पाणी कर वर्षाच्या सुरुवातीलाच जमा करून उभे करायचे होते.

"उत्तम. तुमची जलनियंत्रण योजना मला आवडली. पुढल्या दोन महिन्यांत तपशीलवार विचार करून महाराज परत येताच त्यांच्यासमोर मांडूया. आभार." तो दारापाशी पोचताच मी त्याला थांबवलं, "साहसमलजी, राणा कुंभांचे वास्तुशास्त्रज्ञ जैत आणि मंडन यांच्यापेक्षा तुमची ही योजना अधिक परिणामकारक आणि टिकाऊ ठरेल याची मला खात्री वाटते. पुढच्या मंगळवारी परत भेटून आपण यावर अधिक विचार..."

माझं वाक्य अर्धवटच राहिलं. मंगलने प्रवेश केला. तो काय करत होता इथे ? बहादूरसोबत शिकारीवर असायला हवं होतं त्याने. मंगलचा उतरलेला चेहरा आणि क्षमायाचना करणाऱ्या डोळ्यांकडे पाहताच काहीतरी भयंकर घडलंय याचा मला अंदाज आला. त्याला बाहेरच थांबण्याचा इशारा करून मी साहसमलचा निरोप घेतला, मनाची तयारी केली आणि कचेरीबाहेर आलो. मंगलने बेफिकीरचा लगाम सोडवला होता आणि तो माझी वाट पाहत होता.

"कुठे ?"

"अतिथी भवनात."

"कितपत जखमी झालाय ?"

"फार."

"घोड्यावरून पडले का ?"

"नाही युवराज."

मी जायला पाहिजे होतं. पण आता हे म्हणण्यात काय अर्थ होता. मी बहादूरची नको तितकी काळजी घेऊ लागलोय असं वाटू लागलं होतं मला. तो संरक्षणाची याचना करत आला होता हे खरं आहे, पण मी त्याची विनंती फारच शब्दश: घेतल्यामुळे त्याला आता माझ्या नजरेचा पहारा जाचू लागला होता. तो एक उत्तम शिकारी आहे आणि म्हणूनच, राज्यात इतरत्र कुठेही नसतील अशी उत्तम जनावरं चितोड भोवतालीच्या जंगलात असल्याने मी त्याच्यासाठी शाही-शिकारीचा कार्यक्रम आखला. माझ्या अनुपस्थितीत तो अधिक आनंदी आणि मोकळा वागू शकेल अशी

खात्री होती मला. शिवाय त्याच्यावर नजर ठेवायला मंगल होताच. शिकारीत शहजादा जखमी होऊ शकेल हा विचारही शिवला नाही माझ्या मनाला.

"राव भरतसिंह आणि हाडा कोमलसिंह त्यांच्याबरोबर नव्हते का ?"

"होते युवराज. मी देखील होतो. मी आपल्याला तोंडघशी पाडलं."

"त्याबद्दल नंतर बोलू. राजवैद्यांना बोलावून घेतलंय ?"

"होय. हकिमालासुद्धा. फार रक्त गेलंय त्यांचं."

आम्ही अतिथी भवनात पोचलो. बहादूरला ज्या झोळीतून वाहून आणलं गेलं ती खोलीच्या एका कोपऱ्यात पडली होती आणि त्याला बिछान्यावर हलवण्यात आलं होतं. पू भरून चिघळलेल्या जखमांच्या भणाणणाऱ्या दुर्गंधीने मला मळमळून आलं आणि डोकं बधिर झालं.

"सगळे बाहेर जा !" मी घोगऱ्या आवाजात म्हणालो, "राजवैद्य, हकीम अल्ताफ हुसेन आणि मंगलसिंह सोडून." शिकारीत भाग घेतलेले इतर सारे नोकर आणि बघे निघून गेले. मी बहादूरच्या कपाळावर हात ठेवला. पाणी उकळता यावं इतकं गरम होतं ते.

"तुम्हा दोघांचा काय विचार आहे ?" मी वैद्य आणि हकिमाला त्यांच्या तंद्रीतून जागं केलं.

"माफी असावी, सरकार." हकीम चाचरत म्हणाला, "पण मी त्यांची नाडी तपासली. काहीही उपाय करण्यासाठी आता फार उशीर झालाय."

"आणि तुम्ही ? तुमचं काय मत आहे ?"

"मला वाटतं युवराज, की ते आता मदतीपलीकडे गेले आहेत."

"बसा !" मी खालच्या आवाजात दोघांनाही म्हणालो, "जर ते राजकुमार नसते, आपल्या एखाद्या खेड्यातला एक सामान्य माणूस असते, तर तुम्ही काय केलं असतं ? त्यांच्या नाडीचे ठोके जोरदार नसतील हकीम अल्ताफ हुसेन, पण क्षीण का होईना, ठोके तुम्हांला जाणवले, होय ना ? म्हणजे ते अजून जिंदा आहेत, बरोबर ? तुम्ही एका अर्धमेल्या खेडुताला स्वतःच्याच घाणीत असं लोळत ठेवलं असतंत की त्याचे कपडे बदलले असते ? राजघराण्यातल्या एका शहजाद्यापुढे तुम्ही भीतीने दबून जाऊन आपलं कर्तव्य विसरला आहात. एकमेकांशी सल्लामसलत करून, प्राणांतिक प्रसंगातल्या एका सामान्य माणसावर तुम्ही जे उपाय केले असते तेच या प्रसंगी करावे. तुम्ही तुमची शिकस्त करा आणि बाकीचं देवाच्या कृपेवर सोडा."

मी खोलीतून बाहेर पडलो, आणि अतिथी भवनाची लांबलचक, न संपणारी दालनं पार करून बाहेर बागेत आलो आणि चितोडची स्वच्छ मधुर, मोकळी हवा पुन्हा पुन्हा दीर्घ श्वास घेऊन आधाशासारखी माझ्या छातीत भरून घेतली.

८

एका वाईट नौटंकीचं कथानक होतं ते. पुरुष, स्त्री आणि तिचा प्रियकर. फक्त इथे प्रियकर एक सर्वशक्तिमान देव होता.

''तुला ही सारी थट्टा वाटतेय ? तो कोण आहे ते मला सांग. आत्ता मी त्याचा जीव घेणार आणि मग तुझाही.'' त्याच्या आवाजात एक विचित्र, अमानवी कर्कशपणा आला होता. ''आपल्या नवऱ्याच्या घरात व्यभिचार करायला तुला शरम नाही वाटली ? बोल, कुलटे, सांग मला. कोण आहे तो ? कोण आहे तो, जो तू स्वत:च्या नवऱ्याला त्याचा वैवाहिक हक्क नाकारत असताना, प्रत्यक्ष या राजमहालात तुझ्याशी प्रणयचेष्टा करतो ?''

''शांत व्हा, शांत व्हा !'' तिने त्याला विनवलं, ''सारा राजवाडा जागा होईल.''

''कोण जागं होईल याबद्दल मला काडीचीही पर्वा नाही. प्रत्यक्ष परमेश्वराला उठवून माझी बायको त्याच्या सर्वसाक्षी नजरेसमोर काय धंदे करतेय ते सांगेन मी त्याला.'' पण त्याने आवाज खाली आणला होता. गोगलगाय आणि पोटात पाय कुठली, त्याच्या मनात विचार आला. ही बया मन मानेल तशी मजा करतेय, पण डोक्यावरचा एक केस कधी विस्कटलेला नसतो किंवा कपाळावर चिंतेची कधी आठी नसते. एकीकडे असलं दुटप्पी आयुष्य जगायचं आणि दुसरीकडे कोणीतरी ऐकेल याची काळजी करायची. पण काळजी करण्याची गरज नव्हती तिला. त्याने साऱ्या नोकरांना सुट्टी दिली होती. आता तिच्या तोंडून सत्य वदवल्याशिवाय त्याच्या तावडीतून तिची सुटका नव्हती.

''माझा धाकटा भाऊ रतन ? की माझा फाकडा चुलतभाऊ राजेंद्र ? की नेहमी तुझ्या अवतीभवती गोंडा घोळणारा, तुझ्या सोन्याच्या साखळ्यांनी सजवलेल्या नाजूक पावलांच्या दर्शनाने लाळ घोटणारा आणि कोणी पाहत नाही असं समजून आपल्या वहिनीच्या चोळीत किती खोलवर नजर पोचू शकते ते अजमावणारा विक्रमादित्य ?'' इतक्या हीन पातळीवर आपण जाऊ शकतो या विचाराने तो अचानक अवाक् झाला. कोणीही, अगदी कोणीसुद्धा संशयातीत नव्हतं. ही धुतल्या तांदळाप्रमाणे स्वच्छ दिसणारी

राजकुमारी एक कामातुर रंडी आहे हे कुणाला सांगूनही खरं वाटलं असतं ? काहीही शक्य होतं, ''की माझे वडील ? म्हणून त्यांना प्रथम पाहिलंस तेव्हा बेशुद्ध पडलीस.''

''पुरे. पुरे करा आता. हे असलं काहीतरी बोलल्याबद्दल पश्चात्ताप होईल तुम्हांला. स्वत:चीच घृणा वाटू लागेल.''

''की तुझा तो काका ? ज्याच्याबरोबर तू परत मेरताला गेलीस तो विरमदेव ? माझ्या आत्याच्या नवऱ्याशी तुझा वाङ्निश्चय झाला आहे ? छान देखणा पुरुष आहे तो. रुबाबदार आणि घरंदाज. लहानपणी तुझ्या कोवळ्या मनावर छाप पाडली का त्याने ? तू लहान असताना ज्यांच्यावर झोके घ्यायचीस त्या अक्कडबाज मिशांनी तुझ्या कानांत गुदगुदल्या करायचा का तो ? आणि नंतर साऱ्या अंगभर ? हे फक्त त्याचं आणि तुझं गुपित आहे जे जन्मभर जपायचं असं सांगितलं आहे का त्याने तुला ?''

ती रडू लागली. नि:शब्दपणे धपापणाऱ्या छातीने बोलण्याचा प्रयत्न करत. पण तिची जीभ जणू टाळूला चिकटली होती. तिचा श्वास अनिश्चित झाला, बुबुळं वर फिरली आणि डोळ्यांच्या फक्त पांढऱ्या कवड्या दिसू लागल्या. हातपाय ताठ होऊन वळले आणि ओठ वाकडेतिकडे होऊ लागले.

''ही नाटकं आता माझ्यासमोर चालायची नाहीत. ही सोंगढोंगं पुरे झाली.'' त्याने तिला जोराची थप्पड मारली. परत दुसऱ्यांदा मारली. तिचा श्वास सुरळीत होऊ लागला आणि नजर सरळ झाली. पण अजून तिची अवस्था बावरलेली होती.

''बस झालं !'' ती म्हणाली, ''कोण ते सांगते मी.''

आता वाचा बसायची त्याची पाळी होती. कोणीतरी गळा दाबत असल्यासारखा त्याचा चेहरा झाला. गेले सात आठ महिने, की वर्षभर ? तिच्या प्रियकराचं नाव त्याला जाणून घ्यायचं होतं. आता ती ते सांगायला तयार झाली आणि तो भेदरला. नाही, त्याला आता ऐकायचं नव्हतं ते. ''गप बस, बेशरम सटवे, नाही तर जीभ हासडीन. तो कुणी का असेना, मला पर्वा नाहीये, मला माझ्या अज्ञानातच राहू दे.''

''तो.'' आपल्या पलंगाजवळच्या छोट्या संगमरवरी मूर्तीकडे बोट दाखवत ती म्हणाली.

''कोण ?'' त्याने विचारलं.

तिने परत मूर्तीकडे बोट दाखवलं.

''तो श्रीकृष्ण ? त्याचा या साऱ्याशी काय संबंध ?''

''तोच आहे तो.''

''ही तुझी मस्करीची कल्पना का ?''

तिने मान हलवली.

''असल्या भाकड कथेवर विश्वास ठेवायला तू काय मला मूर्ख समजतेस ? सत्य

काय ते बऱ्या बोलानं सांगणार आहेस की तुझं नरडं दाबून मी ते बाहेर काढू ?''

''मी खरं तेच सांगतेय.''

तेव्हा मग त्याने तिच्यावर हात टाकला. तिची हनुवटी फाटली. दुसरा तडाखा तिच्या डाव्या डोळ्यावर बसला. ''राजपूत कधीही स्त्रीवर हात उगारीत नाहीत,'' त्याचे वार चालू होते, ''पण त्यांच्या बायकादेखील लग्नाच्या पहिल्या वर्षापासून व्यभिचार करू लागत नाहीत.''

''माझं सारं लिखाण आपण वाचलंत असं वाटलं मला.''

''काय ?'' ती काय म्हणतेय ते त्याच्या लगेच लक्षात आलं नाही. तिच्या ओठांप्रमाणे तिचे शब्ददेखील सुजलेले आणि अस्पष्ट येत होते.

''काही नाही.''

''होय वाचलं. काव्य सोडून, ज्याचा मला अतोनात वीट येतो.''

ती हसली.

ती खोटं बोलतेय. श्रीकृष्ण तिचा प्रियकर ही कल्पनाच हास्यास्पद आणि अविश्वसनीय होती. एक साधासुधा मानव तिला पुरेसा नव्हता. साक्षात देव, एक सर्वांत महत्त्वाचा, लोकप्रिय आणि सर्वशक्तिमान देवच तिचं समाधान करू शकत होता. काहीही म्हणा, पण अहंकाराचा अभाव, न्यूनगंड किंवा अपुरी कल्पनाशक्ती, हे दोष तिच्यात दाखवता आले नसते. तिचा दावा इतका अशक्य, असंभव आणि अतिशयोक्तीचा होता की एखाद्या भोळसट बावळटानेच कदाचित विश्वास ठेवला असता. श्रीकृष्ण. वा: ! काय अप्रतिम विनोद. वा: ! वा: ! वा: !

त्याने तिच्या लिखाणाचे कागद परत आपल्या खोलीत आणले. पद्यरचना वाचण्याच्या प्रयत्नात असताना त्याला पेंग आली. तो जागा झाला तेव्हा दुपारचा एक वाजला होता. त्याने कागदांच्या गठ्ठ्यातून वरची पन्नास पानं उचलली.

जा जा त्याला आणा लवकर
मरणदारी उभी मी सांगा सत्वर
हात टेकले वैद्य-हकिमांनी
मिळे मुक्ती आता मरणांनी
सरकला पाठीचा मणका
कण्यातुनी वेदनेचा सणका

धूमकेतू फुटे मूत्रपिंडातूनी
आला नाही का तो अजूनी ?

पाठवा निरोप, करावी त्वरा
सांगा शेवट जवळ आला खरा
राजयक्ष्मा पोखरतो जीव
निकामी होई फुफ्फुस डावं
केव्हाच संपलं दुसरं उजवं
आणि निसटूनी जाई आत्मा
अजून तो पण का येईना ?

इशारा त्यास धोक्याचा द्यावा
स्वर्गाचेही दार ठोठवा
शय्येवरून खेचून आणावा
म्हणावं हा शेवटचा धावा
पसरत जाई उदरातला कर्कट
अन्ननलिकेतूनी आतड्यात
यकृत, अस्थि आणि उरात.
अजूनी का बरं नाही येत ?

हा माझा शेवटचा श्वास
येई लवकर सांगा त्यास
नेहमीचंच हे, विशेष नाही
केवळ हृदयभंग होई.

गेले, गेले मी सांगा त्याला
पण ठेवूनी एक नेत्र उघडा,
आलाच जर तो कुत्सित हसत
कुणा बाजारबसवीचा धरुनी हात
वाट पाहत त्याची चितेवर
ठेवाया त्या दुष्टावर नजर.

येऊ शकत नसेल लवकर
तर मग होईना का उशीर
महती वाढे चंचलतेने
तीही सहन करीन लीलेने
माझा प्रिय तू नाहीस गिरिधर
तो तर दुसरा, आणा त्यास सत्वर.

— x —

थांबवा, थांबवा थांबवा त्याला
पकडा, पकडा, बेड्या घाला
कैदेत एकांतवास घडवा
आगलाव्यास मृत्युदंड द्यावा.

भरदिवसा मशालीप्रमाणे
पेटविले मज आगलाव्याने
बघत होते लोक तमाशा
तो निर्दय पण हसत होता.

''विझवा तिजला पुढे होऊनी
विझणार नाही ती मानिनी
स्वयंस्फूर्त हे आत्मदहन असे
पण होणार नाही भस्म तिचे.''

अरे जाळपोळ्या, श्याम, फसव्या
आजपावेतो किती जणी झाल्या ?
सतरा हजार जळुनी खाक
पहिल्या प्रेमात, मोहात, विरहात ?

अधिक भडकवते तुझी प्रतारणा
इच्छेचा, वासनेचा वणवा
करत तुझ्या नावाचा जप

देतही तुजला शिव्याशाप
किती झाल्या जळुनी खाक
तुझ्या प्रेमाच्या विरहात ?

ओठांवरी गीत उच्छृंखल
नयनी वस्त्रहरणाची हाव
असल्या पुरुषासाठी कामी
का झुरावे कुणी कामिनींनी ?
याहून का मरण वाईट ?
त्यांच्यासाठी गाऊ नये शोकगीत.

संपवणार आता मी ही खेळी
ऐक देवा, आता तुझी पाळी
पेटवा लाकडं, करा वणवा
सख्या घे आता दाहाच्या अनुभवा
अंगाऱ्यावर फिरवुनी निळा राजा
खरपूस सोनेरी—लाल भाजा.

नाही सहन होत दाह हृदयाचा ?
कसा होईल झटका हृद्रोगाचा ?
जो असतो प्राणांतिक अंतिम
म्हणती ज्याला प्रेम प्रेम प्रेम.

'श्याम, गिरीधर, थापा सगळ्या. माझी दिशाभूल करायला उद्या ती त्याचा उल्लेख राम, पार्थ, संजय, कन्हैया किंवा दुसऱ्या कुठल्याही नावाने करील,' तो स्वत:शीच म्हणाला.

९

शारीरिकदृष्ट्या अशक्य असं मला वाटलं होतं, पण शहजाद्याचा ताप अधिकच वाढलेला. त्याचे कपडे बदललेले आणि कपाळावर थंड पाण्याची घडी ठेवलेली. खोलीत पसरलेला गुलाब पाण्याचा सुगंध सडणाऱ्या जखमांचा कुजकट वास लपवू शकत नव्हता.

''त्यांच्या जखमा साफ केल्या का ?'' मी वैद्याला विचारलं.

''वरच्यावर. अंगरख्याचा कपडा, माती आणि घाम यांची जाड खपली धरली आहे त्यांच्यावर. ती जर ओढून काढली तर परत रक्तस्राव सुरू होईल.''

चमत्काराची आशा करत मी शहजाद्याच्या खोलीत परत आलो होतो, पण माझ्या नजरेस पडलं दूषित जखमांची अधिक चिघळलेली अवस्था आणि शारीरिक ऱ्हास.

मी माझ्या कचेरीत आलो आणि स्वत:च्या हाताने घाईघाईने पत्र लिहून, त्यावर राजमोहर मारून ते मंगलबरोबर चितोडच्या उत्तरेकडील पर्वतांमध्ये वसलेलं भिल्लांचं राज्य काथोडा, इथे पाठवलं. मंगल स्वत: कमालीचा थकला होता, पण ही महत्त्वाची कामगिरी दुसऱ्या कुणावरही मला सोपवता येत नव्हती. काथोड्याच्या भिल्लांची आणि मेवाडची पिढीजात मैत्री. बहुधा शहरवासियांची आणि वन्य जमातींची मैत्री असंभवनीय असते. पण राजपुतांचा जन्मजात शिष्टपणा आणि आढ्यता आणि भिल्लांचा कृत्रिम नागरी संस्कृतीबद्दलचा अविश्वास या दोन्हीपेक्षा स्वहित आणि शहाणपण अधिक वरचढ ठरलं होतं. लढाईचं वारं वाहू लागताच ते आमच्या युद्धमंडळाच्या बैठकींना हजर राहत आणि रणभूमीवर आमचे विश्वासू साहाय्यकर्ते बनत. त्यांची शस्त्रं आणि लढण्याचे डावपेच आमच्यापेक्षा वेगळे असले तरी आम्हा राजपुतांपेक्षा शौर्यात ते तसूभरही कमी नव्हते. अरवली पर्वताची माहिती त्यांच्याइतकी कुणालाही नसेल. ते स्वत: युद्धावर जात तेव्हा ते आपल्या डावपेचांनी शत्रूला डोंगराळ जंगलात आकर्षित करत, मग तो शत्रू कितीही बलवान असला तरी भिल्लांच्या त्या सवयीच्या प्रदेशात त्याचं काही चालत नसे.

इतर वेळी आमच्यांत देवघेवीचा व्यापार चालायचा. एकमेकांच्या राज्याभिषेकाला आम्ही हजर राहायचो आणि आमची वकिलात काथोडा आणि इतर भिल्ल राज्यांत

पाठवली जायची. त्यांचे राजकुमार आमच्या गुरुकुलात शिक्षणासाठी यायचे – तिथेच माझी आणि राजकुमार पुराजी कीकाची मैत्री जमली. जंगलच्या आवाजांची, गंधांची, शांततेची, किडे–कीटकांची, झाडं–वेली–गवतांची, लहान मोठ्या शिकारी आणि हिंस्र पशुपक्ष्यांची मला जी काही माहिती होती ती पुराजी कीकामुळे. वनस्पती, बिया आणि मुळं कशी व्याधींवर औषध म्हणून, किंवा गुंगी आणण्यासाठी किंवा विष म्हणून वापरली जातात हे त्याने मला शिकवलं. त्यांचा उपयोग झोप येण्यासाठी करता येतो तसाच तो रक्ताभिसरण बंद पाडण्यासाठी, साप–विंचवांचं विष उतरवण्यासाठी किंवा मेंदूवर परिणाम घडवून बुद्धिभ्रम किंवा वेड लावण्यासाठी आणि पक्षाघातासाठीदेखील करता यायचा.

मी पुराजीला पत्र लिहिलं. तो आता भिल्लांचा राजा झाला होता. आमच्यातले संबंध सध्या थोडे तणावाचे झालेले. राजा पुराजीची तक्रार होती की काथोडाच्या सीमेवर असलेल्या आमच्या काही सरदारांनी भिल्लांच्या जमिनीवर आपला हक्क सांगून तिथे बेसुमार शिकार चालवली होती. भिल्लांचा चरितार्थ जनावरांच्या मांसावर चालतो. तिथल्या हरणांची, रानडुकरांची आणि नीलगाईंची संख्या घटू लागल्यामुळे त्यांच्या अस्तित्वावरच त्याचा परिणाम पडू लागला होता. राजा पुराजी कीका हा फक्त एक राजा आणि आमचा औपचारिक शेजारी नसून सर्वप्रथम माझा मित्र आहे. मी विक्रमादित्याने केलेल्या भानगडीत आणि नंतर बहादूरच्या पाहुणचारात गुंतल्यामुळे आमच्या स्थानिक जहागिरदारांच्या अपराधांची नोंद घेण्यात आणि त्याचं परिमार्जन करण्यात माझा थोडा काणाडोळा झाला होता.

अधिक चऱ्हाट न लावता मी राजाला लिहिलं की, 'त्याच्या तक्रारीसंबंधी उपाय करण्यात माझ्याकडून जो विलंब झाला त्याबद्दल मी स्वत:चं समर्थन करू शकत नाही, पण लवकरच मी त्यात लक्ष घालीन. सध्या मी अडचणीत आहे. थोडक्यात सांगायचं तर फार मोठ्या संकटात. आमच्या एका महत्त्वाच्या पाहुण्याला सिंहिणीने जबर जखमी केलं आहे. चितोडच्या वैद्यांना फारशी आशा नाही. त्यांनी सारी आशा सोडली होती म्हणणं अधिक योग्य. कृपा करून ते आपला स्वत:चा राजवैद्य, एका, याला आपला सर्वांत वेगवान घोडा देऊन लगेच पाठवू शकतील का ? राजकुमाराचं आयुष्य, माझी अब्रू आणि प्रतिष्ठा त्यांच्या औदार्यावर अवलंबून आहे.'

शेवट जवळ आल्याची जाणीव मला चौथ्या दिवशी झाली. आश्चर्य म्हणजे वैद्याची आणि हकिमाची औषधं खूपच गुणकारी सिद्ध झाली होती. बहादूरचा ताप कमी झाला होता, चेहऱ्यावर थोडी कळा आली होती, पहिल्यापेक्षा तो कमी अस्वस्थ आणि वेदनेपासून बराच मुक्त वाटत होता. तरीही अतिथी भवनाच्या अंगणात येताच

पुवाळलेल्या रक्ताच्या आणि सडक्या मांसाच्या दुर्गंधीच्या भपकाऱ्याने मला घेरलं. तो चिकट, चक्रावणारा वास, जो कित्येक दिवस नाकपुड्यांत भरून राहायचा आणि मेंदूच्या अस्तरात घुसून कामयचा आठवणीत रेंगाळायचा, माझ्या चांगलाच परिचयाचा होता.

मी चौदा वर्षांचा असताना माझी छोटी बहीण सुमित्रा, जिची आठवण आदिनाथजींची पणती लीलावती हिला पाहून मला होते, झोपाळ्यावरून पडली. मी कधी उघडपणे मान्य केलं नाही, पण ती माझी अतिशय लाडकी होती. मी जिथे जाईन तिथे तिला माझ्याबरोबर यायचं असे, अगदी न्हाणीघरात किंवा शौचालयातदेखील. मी करीन ते तिला करायचं असायचं. ती माझ्याबरोबर गुरुकुलात यायची, कुस्त्यांच्या सामन्यांना यायची, आम्हा मुलांच्या टोळीत सामील होऊन रात्र जागवायची आणि आम्हासोबत वेश्यावस्तीत यायचीसुद्धा तिची तयारी असे. मी तिचा आदर्श वीरपुरुष होतो आणि माझ्यापासून एक क्षणही त्या पीडेला वेगळं राहायचं नव्हतं.

नेहमीप्रमाणे उंच झोके घेताना झोपाळ्यावरून पडून तिच्या डोक्याला मार बसला म्हणून आम्ही सगळे काळजीत होतो. जवळजवळ दोन दिवस ती बेशुद्ध होती, पण शुद्धीवर येताच परत पूर्ववत झाली. हा प्रसंग आम्ही लवकर विसरून गेलो. मग एक दिवस माझ्या लक्षात आलं की ती हल्ली पायांच्या चवड्यांवर चालतेय. एक नवीन नाद, मी स्वत:शी म्हणालो, विसरेल काही दिवसांत. काही महिन्यांपूर्वी नाही का सारखी चक्राकार कोलांट्या मारत फिरायची ?

तिसऱ्या दिवशी माझ्या लक्षात आलं की तिचा उजवा पाय सुजलाय. कित्येक दिवस तो दुखत होता, पण आम्हांला त्रास नको म्हणून ती कुणापाशी बोलली नव्हती. मी तिची टाच तपासली. ती सुजून मऊ झाली होती आणि सुजेच्या मध्यभागी एक घट्ट टोक उठलं होतं. त्याला अगदी हलक्यातल्या हलका, ओझरता स्पर्श झाला तरी ती कळवळून रडू लागायची. राजवैद्याला बोलावण्यात आलं. गळू झालाय असं समजून त्याने तिची टाच शेकली आणि पोटात घेण्यासाठी तिला काही औषधं दिली.

तिचा संपूर्ण पाय आता सुजला आणि अधूनमधून तिची शुद्ध अर्धवट हरपायची. एक दिवस दुपारी तिला जाग येताच ती मला म्हणाली, ''मी का पडले माहिताय ? माझ्या टाचेत काटा गेला होता आणि पाय जमिनीला टेकताच इतकं दुखलं की मी झोपाळ्याच्या साखळ्या सोडून दिल्या.''

''हे इतके दिवस तुला कसं नाही आठवलं ?''

ती थोडा वेळ बुचकळ्यात पडली आणि मग हसून म्हणाली, ''तुम्ही आत्ता विचारेपर्यंत माझ्या लक्षात आलं नाही, पण पडल्यानंतर जेव्हा मी शुद्धीवर आले तेव्हा एक दोन पाढे माझ्या आठवणीतून नाहीसे झाले होते. सात त्रिक किती ते मला काही

केल्या आठवेना. पाचपर्यंतचे आणि आठ ते बारापर्यंतचे पाढे मला आठवायचे, पण सहा आणि साताचे पाढे माझ्या स्मृतीतून पूर्णपणे पुसले गेले होते. म्हणूनच या वेळी मी चाचणी परीक्षा इतकी वाईट दिली.''

''आता ते पाढे आठवतायत का ?'' ती भ्रमात बोलतेय असं समजून मी विचारलं. पण ती पूर्णपणे शुद्धीत होती आणि तिने ते पाढे धडाधड म्हणून दाखवले.

''आता गुपचूप पडून राहा हं. मी जाऊन राजवैद्यांना सांगतो तुझ्या पायात काटा गेलाय ते.''

''जाऊन लवकर याल ना ? नाहीतर तुम्ही येईपर्यंत मी परत झोपी जाईन.''

परत या खोलीत येण्याऐवजी साऱ्या चितोडभर रेंगाळण्याची माझी तयारी होती. पण का कुणास ठाऊक, वैद्यांना निरोप देताच मी धावत परत आलो. तिची शुद्ध हरपली होती आणि खोलीत तो वास पसरू लागला होता. तिच्या मनात थैमान घालणाऱ्या पिशाच्चांच्या सेनांशी ती प्राणपणाने लढत होती आणि तिच्या त्या भयानक स्वप्नात शिरून, तिच्या बरोबरीने लढून तिला सुखरूप परत आणण्यास मी असमर्थ होतो.

तिचा पाय सुजून तुकतुकीत काळपट-जांभळा दिसू लागला. वैद्याने शल्यचिकित्सकाला बोलावून घेतलं. तो आपल्या शस्त्राने तिच्या पायावर छेद देणार इतक्यात ती एकदम ताठ झाली, तिचे हातपाय आणि मान विचित्रपणे वळली आणि खूप वेळ त्याच स्थितीत राहिली. राजवैद्य म्हणाले की विष तिच्या मेंदूत पोचलंय. तिचे स्नायू परत शिथिल आणि पूर्ववत होण्यासाठी तिचा जबडा जबरदस्तीने उघडून तिच्या तोंडात औषध ओतण्याचा त्यांनी प्रयत्न केला, पण काही उपयोग नव्हता.

दुसऱ्या दिवशी सुमित्राच्या खोलीपासून पाचशे पावलांवर उभं राहिलं तरी असह्य होऊन खाली कोसळण्याइतपत दुर्गंधी वाढली होती. ती शुद्धीत नव्हती पण तरीही तिचा हात हातात घेऊन मी तिच्याजवळ बसलो नसलो तर मी येऊन तिचा खंगलेला हात माझ्या हातात घेईपर्यंत ती दुष्ट पोरटी माझ्या नावाचा जप चालू ठेवायची. मावळतीच्या प्रकाशाने तिची खोली न्हाऊन निघाली तेव्हा तिने डोळे उघडले.

''ते माझा पाय कापून टाकणार आहेत ना ?''

''नाही माझ्या बाळा,'' मला विचारलेल्या प्रश्नाचं उत्तर बाबांनी दिलं, ''मी जिवंत आहे तोपर्यंत कुणीही तुझा पाय कापणार नाही.''

आपल्या जिवावर पाणी सोडून बाबांनी शल्यचिकित्सकाला तिचा पाय कापू द्यायला हवा होता का ? त्या सडक्या वासाच्या घाणेरड्या डबक्यात डुंबत राहण्याची सक्ती केल्याबद्दल तेव्हा मला सुमित्राचा भयंकर राग आला होता. तिला शिव्या घालत परत कधीही तिथे पाय न ठेवण्याच्या शपथा घेतल्या मी. माझ्यावर कुणाचीही सक्ती

नव्हती. इतर कुणीही तिथे जात नसे. तिची आई, माझे इतर भाऊ किंवा बहिणी, अगदी नोकरसुद्धा नाही. दर चार तासांनी वैद्यांना तिच्या प्रकृतीची बातमी कळवली जायची आणि ते स्वत: येण्याची तसदी न घेता दूर राहून तिच्यासाठी तेच औषध परत पाठवायचे. ते औषध काय होतं हे मी जरी विचारलं नाही तरी माझी जवळजवळ खात्री होती की ते अफूमिश्रित होतं. तिला सतत गुंगीत ठेवून तिच्या यातना कमी केल्याबद्दल खरं म्हणजे मी त्यांचे आभार मानायला पाहिजे होते, पण त्या पलीकडे काहीही न करू शकल्याबद्दल मी त्यांच्यावर अतिशय संतापलो होतो. ते वैद्य होते ना ? वैद्य म्हणजे संजीवनी देऊन तुमच्या प्रिय व्यक्तींना वाचवणारे देव ना ? पण तेव्हा मला कळलं नव्हतं की प्रत्यक्ष देव, जे सर्वशक्तिमान असल्याचा दावा करतात, तेदेखील कुणाला वाचवू शकत नाहीत.

त्या कधीही न संपणाऱ्या अगम्य, अतर्क्य, असह्य दुर्गंधीच्या आठव्या दिवशी तिला भेटायला जात असताना मी बेशुद्ध पडलो. आदला संपूर्ण दिवस आणि रात्र मी तिच्यापासून दूर राहिलो होतो आणि त्या बयेने निरंतर माझ्या नावाचा जप आरंभला होता. हीच जर मरणाची मधुर विस्मृती असेल तर मला तीत कायमचा बुडून जाऊदे. जर त्या काळ्या सूजेपासून, जी एखाद्या फुलासारखी उमलत उमलत एक दिवस जगातल्या साऱ्या प्राण्यांना पृथ्वीतलावरून हाकलून देऊन सूर्याला देखील ग्रासणार होती, तिच्यापासून मुक्ती मिळण्याचा हा एकमेव मार्ग असेल, तर तो मला हवा होता.

तिच्यावर प्रेम करणाऱ्या माणसांनी स्वत:ला त्या दुर्गंधीपासून वाचवण्यासाठी सात दिवस तिला भेटायला जाण्याचं शहाणपणाने टाळलं आणि सुमित्राच्या यातना संपाव्यात म्हणून देवांना जागवण्यासाठी त्यांनी ब्राह्मण नेमले, जे अहोरात्र अभिषेक करत होते. तिच्या मुक्तीसाठी मी माझ्या स्वत:च्या हाताने तिचा गळा घोटण्यास तयार होतो, पण तिचा गळा इतका कृश, तिचा आवाज इतका क्षीण आणि तिचं रोगग्रस्त शरीर इतकं काळवंडलं होतं की तिला स्पर्श करण्याचं धाडस मला होईना.

मृत्यूचा गंध त्यांच्यापर्यंत पोचल्यामुळे का देवळातल्या पुजाऱ्यांनी घंटानाद वाढवला होता ? कालिकामातेच्या मंदिरातल्या, एकलिंगजींच्या मंदिरातल्या, जैन मंदिरातल्या आणि कुंभश्याम मंदिरातल्या साऱ्या घंटा अविरत वाजत होत्या. तिच्यासाठी की माझ्यासाठी ? मरणात देखील जर ती माझी साथ करणार असेल, तर मला मरायचं नव्हतं. एक तर ती किंवा मी. शुद्धीवर आल्यानंतर देखील बराच वेळ मी मेल्याचं किंवा बेशुद्धपणाचं ढोंग करत राहिलो. माझ्या नाकासमोर कांदे, जोड्यांचे तळवे आणि श्यामप्रसाद रामलाल साऱ्या जगभर निर्यात करत असलेल्या अत्तरातलं त्यांचं सर्वांत किंमती अत्तर धरण्यात आलं. आणि हा सारा वेळ ती माझ्या नावाने मारत असलेल्या हाका मला ऐकू येत होत्या.

काही उपयोग नव्हता. ही कार्टी कधीही मरणार नव्हती आणि माझी सुटका होणार नव्हती. मला तिच्याकडे जाण्याची गरज नाही असं सगळे म्हणाले. 'जाऊ नका. आपल्याला बरं वाटत नाहीये. कित्येक दिवसांत आपल्याला झोप मिळाली नाहीये. जाऊ नका !' ती चेटकीण मला इतक्या सहजासहजी सोडील असं वाटलं का त्यांना ?

सुमित्राच्या खोलीत फक्त एक व्यक्ती होती. कौसल्या. सुमित्राचं कपाळ पुसत, त्यावर थंड पाण्याच्या घड्या घालत, तिने अंगावरची मऊ, सुती चादर फेकून देताच परत ती तिच्या अंगावर घालत, ओघळणाऱ्या पुवाने भरलेली बिछान्यावरची चादर बदलत, गेले सात दिवस आणि सात रात्री ती तिथे बसून होती. तिला चमच्याने पाणी पाजत आणि अधूनमधून थोडी सोजी किंवा कांजी घेण्याचा आग्रह करत. वैद्याने दिलेलं चूर्ण दुधात मिसळून ती सुमित्राला द्यायची आणि ते तिने ओकून टाकताच ती ओकारी पुसून काढायची. कौसल्याला कुणीही या कामगिरीवर नेमलं नव्हतं. राजवाड्यातलं तिचं स्थान आणि तिच्याबद्दल सर्वांच्या मनात असलेल्या आदरभावामुळे तिला असल्या प्रकारचं हीन काम कधीच देण्यात आलं नसतं. आपण काहीतरी खास किवा वेगळं करत असल्याचं कौसल्याच्या ध्यानीमनीही नव्हतं. तिचं सुमित्रावर प्रेम होतं आणि जे करणं आवश्यक होतं ते ती करत होती.

मी या अगोदर यायला हवं होतं किंवा निघून जायलाच नको होतं असं कौसल्याला वाटत असेल का ? कारण सुमित्राच्या निरंतर हाकांना तीच 'ओ' देत राहिली. मी तिथे येण्यास निघालोय आणि आता लवकरच येऊन पोचेन असं तिचं सांत्वन करत राहिली. माझ्या लाडक्या बहिणीपासून मी का दूर राहतोय ते तिला कळत नव्हतं. पण माझ्या कर्तव्याबद्दल किंवा येण्या न येण्यासंबंधी तिने माझ्यापाशी अवाक्षरदेखील काढलं नाही. माझ्याकडून तिच्या ज्या काही अपेक्षा होत्या त्यांना तिने कसलंही नाव नाही दिलं.

पडदे बाजूला सारून मी खोलीत प्रकाश येऊ दिला आणि सुमित्राजवळ जाऊन बसलो. तिचा आवाज आता बाहेर फुटत नव्हता, पण तिचे ओठ माझं नाव उच्चारत होते. तिच्या पसंतीच्या तऱ्हेने तिचे केस विंचरून कौसल्याने तिची वेणी घातली होती. तिचं अंग पुसून घेऊन तिच्या आवडीची मोरपंखी रंगाची चंदेरी घागरा–चोळी तिच्या अंगावर चढवली होती. पण सुमित्राची मर्जी चालती तर तिने माझे कपडे घालणंच बहुधा पसंत केलं असतं. तिच्या कपाळावरच्या छोट्या टिकलीशी जुळणारी माणकांची लाल कर्णफुलं तिच्या कानांत घातली गेली होती. मी आल्याची जाणीव तिला झाली असावी. तिचं शुष्क पुटपुटणं बंद झालं आणि तिच्या हाताचा तळवा उघडला. मी माझी उजवी तर्जनी तिच्या तळव्यावर ठेवताच तिने ती मुठीत पकडली. तिचा श्वासोच्छ्वास थोडा हलका झाला आणि त्याला एक लय आली. माझ्या मनात एक विलक्षण विचार चमकून गेला : काही माणसं अशी असतात की फक्त स्वत:च्या

मृत्यूमुळे झालेला त्यांचा वियोग सुसह्य होऊ शकतो. मी तो विचार मनातून जाऊ दिला.

कौसल्याने सुमित्राच्या पायाखालचा घाण झालेला कपडा बदलला. ती वेदनेने विव्हळली. माझ्या मोकळ्या हाताने मी तिला थोपटलं आणि वाकून तिच्या टिकलीचा मुका घेतला. तिने डोळे उघडले, खोली न्याहाळली आणि मग ते माझ्या डोळ्यांशी भिडवले. मी मंद स्मित केलं. तिचा चेहरा उजळला. डाव्या गालाला खळी पाडत ती हसली.

''मी चालले,'' ती म्हणाली आणि गेली.

१०

तो माझा जिवलग मित्र होता. माझा गुरू आणि सखा. डोक्यावर मोराचं पीस खोवलेला तो मुरलीधर, तो निळा बन्सीबाज.

ती आतल्या गाठीची बाई आहे हे त्याला मान्य करणं भाग होतं. तिने त्याला पूर्णपणे चकवलं. वाढत्या मनस्तापाच्या त्या दोघांमधल्या युद्धात तिने टाकलेला हा पेच फारच हुशारीचा होता. आपल्याला त्याचं नाव हवंय ? परत एकदा म्हणा. आपल्याला नाव हवं आहे ना त्याचं ? खरंच आपल्याला ऐकायचंय ? त्या एका प्रश्नाने किती महिन्यांपासून त्याने तिचा पिच्छा पुरवला होता. ऐका तर मग. आणि मग सहजपणे तिने ते नाव त्याच्या अंगावर फेकलं. कुत्र्यापुढे हाड फेकावं तसं. हे घ्या. आता पुढची सातशे किंवा हजार वर्षं चघळत बसा ते.

काय शोधून काढलं होतं नाव पण. जाणीवपूर्वक, योजून, क्रूर समाधानाने तिने ते निवडलं असणार. एका नावात अनेक नावं. ते नाव त्या एकमेवाचं असू शकेल किंवा इतर कुणाचंही. एका कवितेत गिरीधर, दुसरीत श्याम, तिसरीत गोपाल तर चौथी कविता होती अनामिकाला उद्देशून. ते लाडकं टोपणनाव असू शकेल, धारण केलेलं असू शकेल किंवा प्रियकराला दिलेलं सांकेतिक नाव असू शकेल. तिने संबोधलेल्या एकाचं किंवा सगळ्यांचंच असू शकेल किंवा त्यांपैकी कुणाचंच नसेल. तिचं कर्तव्य करून ती मोकळी झाली, आता तो आपल्या संशयात मुरत बसेना का.

डोकं मागे झुकवून तो मोठ्याने सहज, मोकळा हसला. देवनवरी. समस्या विलक्षण होती की नाही ? सोडवा आता हे कोडं. मनात शंका पेरून स्वत: धूर्तपणे निसटून जाण्यात प्रवीण होती ती. तिच्या जागी तुम्ही स्वत: असल्याची कल्पना करा. तुमचं एक झंझावाती, कानठळ्या बसवणारं उत्तान प्रेमप्रकरण चालू असताना तुमचं दुसऱ्या कुणाशी तरी लग्न लावून दिलं जातं. एका नामांकित, बलाढ्य राज्याच्या युवराजाशी. पण तुम्ही तुमचं गुपित गुप्त ठेवता का ? छे, तुम्ही स्पष्टवक्ती, प्रामाणिक व्यक्ती आहात. लग्नाच्या पहिल्या रात्रीच तुम्ही तुमच्या नवऱ्याला सर्व काही सांगून मोकळ्या होता. या दुसऱ्या पुरुषाचं नाव त्याला जाणून घ्यायचं असतं. त्याची ही गरज इतकी

निकडीची असते की कुतूहलापोटी तो अक्षरश: झुरू लागतो. संशयाने त्याला जवळजवळ वेड लागेपर्यंत तुम्ही आपलं गुपित लपवून ठेवता आणि शेवटी जेव्हा त्याला आवरणं अशक्य होतं, तेव्हा तुम्ही कुठलं नाव त्याला सांगता ? ही सोडून दुसरी कुठली स्त्री आपण एका देवाच्या प्रेमात आहोत असं सांगू धजली असती ?

तिने शंकर, ब्रह्मा, इंद्र, अग्नी, वरुण, विष्णू किंवा इतर कुठलातरी देव का नाही निवडला ? फक्त गीताकार श्रीकृष्ण–ऊर्फ कृष्ण, गिरीधारी, गोपाल, गोविंद, आत्माराम, श्याम, वासुदेव, कन्हैया, कान्हा, मुरलीधर, कालियामर्दन, नागर, मधुसूदन आणि आणखी हजार ऊर्फ असलेलाच का निवडला ? या निळ्या देवाचं आणि त्याचं नातं तिला माहीत होतं का ? कृष्णासाठी त्याच्या हृदयात असलेल्या विशिष्ट स्थानासंबंधी त्याने तिला कधी सांगितलं नव्हतं. कसं सांगणार ? त्यांचं कधी मोकळेपणाने एकमेकांशी संभाषण झालंच नाही. शिवाय आपल्या भावनांचं प्रदर्शन करणं त्याच्या स्वभावात नसल्याने सार्वजनिक पूजोत्सवात त्याने कृष्णाला इतर देवांपेक्षा वेगळं महत्त्व कधी दिलं नाही. सकाळी आंघोळीनंतर तो संध्या करायचा, देव–देवतांना गंध–फुलं वाहून प्रार्थना म्हणायचा आणि साष्टांग दंडवत घालून आपल्या कामाला लागायचा. त्याला शंका होती, नाही, त्याची खात्री होती की त्याच्या आणि कृष्णामधल्या जवळिकीच्या नात्याची त्याच्या आईला किंवा कौसल्यालाही माहिती नव्हती. मग हिला ते कसं समजलं ? दुसऱ्यांच्या मनात डोकावून त्यांची व्यक्तिगत गुपितं जाणून घेण्याची शक्ती होती का तिच्यात ? कृष्णाच्या संबंधात आपला नवरा किती हळवा आहे आणि तो किती गोंधळून जाईल आणि दुखावला जाईल हे माहीत असल्यामुळे तिने मुद्दामच त्याचं नाव निवडलं होतं का ? त्याला उघडं पडल्यासारखं वाटलं. त्याची बायको एक अज्ञात, अगम्य व्यक्ती होती. त्यांच्या झालेल्या थोड्याफार परिचयातून त्याचं ठाम मत झालं होतं की, तिच्याइतकी कुटिल व्यक्ती त्याच्या तरी माहितीत नव्हती. ती सतत त्याला आश्चर्याचे धक्के द्यायची आणि प्रत्येक धक्का आदल्यापेक्षा मोठा, दु:सह्य आणि अस्वस्थ करणारा असायचा. त्याच्या त्वचेखालून भीतीची एक लहर थरारली. कोण होती ती ? काय डाव होता तिचा ? आणखीन किती भीतीदायक आणि आश्चर्यकारक आघात त्याच्यासाठी योजून ठेवले होते तिने ?

देवाच्या प्रेमात कोणी पडलेलं ऐकलंय का कुणीही ? देवांची पूजा केली जाते, त्यांच्यासमोर प्रार्थना म्हटली जाते, त्यांच्या मध्यस्थीची विनंती केली जाते, संकटकाळी त्यांना सांकडं घातलं जातं किंवा त्यांच्याकडे मागणं मागितलं जातं. कृष्ण हा सर्वांचा आवडता, लाडका देव आणि त्याच्यावरच्या कथांवर विश्वास ठेवायचा तर थोडासा बाईलवेडादेखील. कृष्णाचा हा स्त्रीलंपटपणा त्याला कधीच नीटसा समजला नाही आणि खरं सांगायचं तर त्याला त्यात फारसा रसदेखील नव्हता. या निळ्या देवाचा जनानखाना

इतर साऱ्या देवांचा मिळून झाला असता त्यापेक्षा मोठा होता. त्या व्यतिरिक्त वृंदावनच्या साऱ्या गोपीदेखील त्याच्या प्रेमात पडल्या, ते वेगळंच. आपल्या कुठल्याही स्त्रीपेक्षा राधा त्याला अधिक प्रिय होती आणि म्हणूनच त्याला 'राधेश्याम' म्हणतात.

पण या साऱ्या गोपी आणि राधा, रुक्मिणी आणि सत्यभामा आणि इतर बायका त्याच्याशी बोलल्या होत्या, त्याचा कर्णमधुर आवाज त्यांनी ऐकला होता, त्या त्याच्याबरोबर खेळल्या, नाचल्या होत्या, त्याच्या बासरीचं स्वर्गीय संगीत त्यांनी ऐकलं होतं, त्याचे सुंदर डोळे आणि तेजस्वी नीलकांती त्यांनी पाहिली होती, करंगळीवर गोवर्धन उचलून प्रलयापासून गोकुळाचं रक्षण करताना आणि दुष्ट राक्षसांना मारून जगाचं कल्याण करताना त्याला प्रत्यक्ष पाहिलं होतं त्यांनी. थोडक्यात म्हणजे, त्यांनी कृष्णाला हाडामांसाचा, जिवंत पाहिला होता. म्हणजेच एका खऱ्याखुऱ्या माणसाच्या प्रेमात त्या पडल्या होत्या. एका कोरीव मूर्तीच्या किंवा रंगीत चित्राच्या नाही.

म्हणे कृष्णाच्या प्रेमात ! तो परत हसला. कुणाला बनवत होती ती ?

तो एकाकी मुलगा होता. त्याचे वडील बहुतेक वेळ युद्धआघाडीवर असायचे. घरी असायचे तेव्हादेखील ते एकूण कमीच बोलायचे. ते महाराज होते आणि सदा राजकारणात गुंतलेले असत. ते खरंच शिस्तप्रिय होते की फक्त गंभीर दिसायचे हे राजकुमाराला कधीच ठरवता आलं नाही. खेळ किंवा स्पर्धा असायची तेव्हा ते गुरुकुलाला भेट देत. आपल्या मुलांची प्रगती आजमावण्यासाठी नाही तर ते प्रशिक्षण केंद्राचे आश्रयदाता होते आणि ते त्यांचं कर्तव्य होतं म्हणून. कधी कधी त्यांचा मोठा मुलगा बक्षिसं मिळवायचा. एका वर्षी तर त्याने नेमबाजी, सैनिकी डावपेच, पोहणं आणि घोडसवारी या सर्वांत सर्वोत्कृष्ट क्रमांक आणि पदकं मिळवली. जर राणाची छाती अभिमानाने फुलून आली असेल तर त्यांनी आपल्या मुलाशी नेहमीपेक्षा अधिक अवघडलेलं वर्तन करून ते प्रगट केलं. त्याला दुर्लक्षित, उपेक्षित आणि वडिलांपासून दूर गेल्यासारखं वाटायला हवं होतं, पण त्याला तसं वाटलं नाही. आपल्या वडिलांची आपल्यावर नजर आहे हे माहीत होतं त्याला. लहान असतानाच त्याला कळलं होतं की, आपल्याप्रमाणेच आपल्या वडिलांनादेखील भावनांचं प्रदर्शन करणं कठीण जातं आणि तसा प्रयत्न त्यांनी केलाच तर तो फारच भोंगळ वाटतो. स्वभावत: म्हणा किंवा लावून घेतलेल्या शिस्तीमुळे म्हणा, पण दोघेही कायम स्वत:वर करडी नजर ठेवून असायचे. त्यांचा स्वत:वरील ताबा क्वचितच जायचा. आपल्या वडिलांच्या निर्विकार चेहऱ्यामागे कसले विचार चाललेत हे खूपदा त्याला फक्त नजरेने कळायचं. त्यांनाही

आपल्या मनातलं कळत असावं अशी त्याची खात्री होती. याचा अर्थ ते दोघे थंड, नीरस, भावनारहित होते असा नाही. उलट ते अतिशय उत्कट, भावुक, संवेदनाशील पुरुष होते. पण उत्तम नेता होणं म्हणजे भावनांचा उद्रेक टाळणं आणि जेव्हा ते अशक्य असेल तेव्हा भावना आणि तर्कसंगत विचार यांची फारकत करून दुसऱ्याचा अवलंब करणं, हे जाणत होते. आपला विचार आपल्या वडिलांच्या मनात नेहमी असतो हे त्याला माहीत होतं आणि यापेक्षा अधिक पितृप्रेमाची त्याची अपेक्षा नव्हती. किंवा कदाचित कुणाचा तरी विचार करणं म्हणजेच प्रेम करणं असावं.

त्याची आई, महाराणी, निश्चितच प्रेमळ होती. तो तिचा मुलगा, तिचा प्रथमपुत्र होता आणि कधी कधी त्याला वाटायचं की तिचं त्याच्या वडिलांवर होतं त्याहीपेक्षा अधिक त्याच्यावर प्रेम असावं. तो दूध प्यायला का याची ती चौकशी करायची. सकाळचा नाश्ता, म्हणजे अंडी, तुपाने ओघळणारे मैद्याचे कुलचे, बदाम-शिरा आणि लोटा भरून दूध त्याने नीट घेतलं की नाही ते विचारायची. मग दुपारच्या जेवणासाठी काय काय बनवलंय ते सांगायची. जेवल्यानंतर त्याने डाळ-रोटी, कोबीची भाजी, मटारची उसळ, भेंडीची भाजी आणि महत्त्वाचं म्हणजे गोश्तमसाला, मुर्गटीक्का आणि तीन तऱ्हेचे तळलेले मासे पुरेसे खाल्ले की नाही ते विचारायची.

'शाकभाजी तर खाल्ली पाहिजेच, पण तुम्हांला राणा व्हायचं असेल तर गोश्त, काजूगर, बदाम, पिस्ता, मासे आणि भरपूर दूध घेतलं पाहिजे. पण मासळीबरोबर दूध कधीही घ्यायचं नाही, बरं का ?'

तो दुपारचं घेवण घेत असताना ती त्याला गुप्त खल केल्याप्रमाणे कुजबुजत्या आवाजात रात्रीच्या जेवणाचा तिने काय बेत आखलाय ते सांगायची. लहानपणीच त्याच्या लक्षात आलं होतं की अन्न हेच त्याच्या आईच्या आणि कदाचित बहुतेक इतर आयांच्याही दृष्टीने प्रेमाचं सार होतं.

त्याच्या आईला दिवसभर इतर फारसं काही काम नसल्यामुळे ती नेहमी फारच गडबडीत असायची. तो जेवताना त्याच्या सोबतीला बसायला तिला वेळ नसे हे त्याचं नशीब, कारण लहानपणी तो जेवणात फारच खोड्या काढायचा आणि जे काही थोडंबहुत खायचा ते त्याची आजी किंवा कौसल्या गोष्टी सांगायच्या म्हणून. त्या त्याला रामायणातल्या, महाभारतातल्या, पुराणातल्या, पंचतंत्रातल्या आणि अर्थात त्याच्या पूर्वजांच्या पराक्रमाच्या कथा सांगायच्या. त्याच त्याच गोष्टी त्या पुन्हा पुन्हा सांगत. तरीही त्या दोघींकडे गोष्टींचा अमाप साठा होता हेही तितकंच खरं. कधी कधी तो कुरकुरायचा, 'ए, तू ही गोष्ट मागे सांगितली होतीस.' न चिडता किंवा पापणीही न लववता लगेच त्या दुसरी गोष्ट सांगू लागत. खूपदा राजमाता आणि कौसल्या तीच गोष्ट एकाच दिवशी सांगायच्या, पण आश्चर्य म्हणजे, त्यांची सांगण्याची पद्धत, आवाजाचा

चढ–उतार, मध्ये मध्ये थांबण्याच्या जागा आणि रंगवलेले प्रसंगच नाही, तर खूपदा गोष्टीचा मूळ गाभाच वेगळा असायचा. त्याची आजी सरळसोट पद्धतीने गोष्ट सांगायची: कोणी काय आणि कसं केलं, कोणाचं बरोबर आणि कोणाचं चूक, तिची मतं ठाम होती. उलट कौसल्या वेगवेगळ्या दृष्टिकोनांतून गोष्ट सांगायची. जणू ती प्रश्न विचारायची की, 'असं का ?' आणि 'असं का' चं उत्तर देणं कठीण असतं. कोण खरं आणि कोण खोटं, कुणाचं बरोबर आणि कुणाचं चूक हे ठरवणं सोपं राहत नाही.

त्याचे आदर्श पुरुषही खूप होते. काही त्याच्या वंशातले तर खूपसे रामायण–महाभारतातले. भीम, राम, शंकर, लक्ष्मण, भीष्म, हनुमान. दिवसरात्र तो त्यांच्या आणि त्यांच्या साहसांच्या कल्पना रंगवायचा. पण जसजसा तो मोठा होऊ लागला तसतसं त्याच्या लक्षात येऊ लागलं की, त्यांच्यात विविधता नव्हती. ते वयाने आणि शरीराने वाढले तरी गोष्टीच्या सुरुवातीला असत तसेत ते शेवटी राहायचे. कथानक बदलायचं, घटना आणि प्रसंगांत फरक पडायचा, पण हे वीर नायक जसेच्या तसे. ते अमाप श्रीमंतीतून अपार दारिद्र्यात जात, युद्धातून शांतीत आणि परत युद्धात गुंतत, राज्याला तिलांजली देत, वडिलांना दिलेलं वचन खरं करण्यासाठी आजन्म ब्रह्मचर्य पाळत, पायाच्या स्पर्शाने शिळेची बाई बनवत, तपश्चर्येच्या प्रभावाने देवांकडून इतके वर मागून घेत की देवांनाही त्यांची धास्ती वाटू लागे. पण असली खळबळजनक आयुष्यं जगूनही त्यांची विचारप्रणाली किंवा अनुभवाची कक्षा कधीच बदलत नसे. पालथ्या घागरीवर पडलेल्या पाण्याप्रमाणे सारं वाहून जायचं, आत मुरत नसे. पुष्कळ वेगवेगळ्या अनुभवांतून जाऊनसुद्धा त्यांचा इतरांबाबतचा किंवा जगाबद्दलचा दृष्टिकोन अबाधित, अचल राहायचा.

एकमेव अपवाद म्हणजे श्रीकृष्ण. त्याच्या बरोबरीने या देवाचीही वाढ होत राहिली. श्रीकृष्ण एकच नव्हता, कमीत कमी तीनचार तरी श्रीकृष्ण होते. तो अष्टपैलू असून प्रसंगानुसार आपली रूपं बदलायचा. त्याच्या व्यक्तिमत्त्वावर नेमकं बोट ठेवून, 'हाच तो' म्हणता येत नसे. तो केव्हा कसा वागेल याचं अनुमान करणं अशक्य. त्याची काही नीतीतत्त्वं होती का ? होय, होती. पण वेळ पडली तर ती तो बाजूला ठेवायचा किंवा बदलायचा किंवा विसरून जायचा. तो बेमुर्वत, बेपर्वा, संधिसाधू होता का ? कधी कधी. बन्सीबाजाने स्वत: या शब्दांत हे प्रश्न मांडले नसते आणि उत्तर देताना चतुरपणे मूळ मुद्दा टाळला असता. कुठलीही गोष्ट फार सरळसोपी करण्याने ती सुबोध होते खरी, पण तसं करण्यात धोकादेखील असतो. सत्याची मक्तेदारी कुणालाच मिळालेली नाहीये आणि पूर्वानुभव, कुटुंब आणि जमातीशी इमान, व्यावसायिक निष्ठा, संस्कृती आणि महत्त्वाकांक्षेनुसार प्रत्येकाची सत्याची व्याख्या बदलते. जगताचं सर्वंकष चित्र तो पाहू शकत असल्यामुळे कृष्ण इतका चैतन्यमय होता की प्रत्येक पेचप्रसंगानुसार

त्याची वागणूक बदलायची आणि म्हणून ते चित्र अधिक विशाल आणि गुंतागुतीचं व्हायचं ?

मूल म्हणून युवराज जे जे काही नव्हता ते सर्व काही बालकृष्ण होता. एक अजोड इरसाल कार्ट. मिस्कील, हट्टी, लाघवी, हजरजबाबी, लडिवाळ, बडबड्या आणि खोडकर. गोकुळातली पंधरा वर्षांच्या आतली सगळी मुलं त्याचे दोस्त होती. खेड्यातल्या इतर मुलांप्रमाणे तोदेखील एक गुराखी होता. तो त्यांचा नेता. तो म्हणेल तिकडे ती जायची. तो जे काही करायचा ते धाडसी असायचं. तो नेहमी संकटात सापडायचा, पण चतुरपणे त्यातून स्वत:ची सुटका करून घ्यायचा. ताजं लोणी चोरून खाण्याच्या त्याच्या सवयीमुळे त्याची आई ताकाचं मडकं उंच शिंक्यावर टांगायची. खड्याने ते फोडून तो त्याच्याखाली 'आ'वासून उभा राहायचा किंवा आपल्या मित्रांच्या पाठीवर उभा राहून मडक्यातले लोण्याचे गोळे काढून खायचा. जेव्हा पकडला जायचा तेव्हा बेधडकपणे आपण स्वैंपाकघराच्या जवळपासही नसल्याचा दावा करायचा– 'मी ? मी तर गाईंची राखण करीत होतो.'

लहानपणीच त्याने कितीतरी साहसी कृत्यं केली होती. तो बोबडं बोलत असतानाच त्याने त्रिणावर्त, अघासुर आणि धेनुकासुर या राक्षसांचा वध केला. सात वर्षांचा झाल्यावर गोवर्धन पर्वत करंगळीवर उचलून इंद्राच्या कोपापासून गोकुळवासीयांचं रक्षण केलं होतं.

तो नेहमी चोऱ्या करायचा. यशोदेने त्याला जेव्हा चोरून मोदक खाताना पकडलं, तेव्हा तोंड उघडून त्याने तिला विश्वरूपदर्शन दिलं.

असल्या चोऱ्या करून नेहमी तू त्यांच्यातून सुटतोस कसा ? तो कृष्णाला विचारायचा. थोड्या वर्षांनंतर जेव्हा त्याला स्त्री शरीराविषयी कुतूहल आणि आकर्षण वाटू लागलं, तेव्हा कृष्णाप्रमाणे त्याला राजवाड्यातल्या साऱ्या बायकांचे कपडे चोरून, झाडावर लपून बसून त्यांना नहाताना पाहायचं होतं. एकदा गावातल्या बायकांच्या न्हायच्या वेळेला तो खरंच गंभीरीकाठी गेला. त्या अंगावरच्या वस्त्रानिशीच पाण्यात उरतल्या, पण तरीही ओल्या कपड्यांतून त्यांची छाती आणि स्तनाग्रं दिसत होती. तो नको तेवढा उत्तेजित होऊ लागला होता जेव्हा कौसल्याने त्याला पकडलं आणि जन्मभर याद राहील असं बदडलं. त्याला तिला सांगावसं वाटलं की, 'तूच मला नाहणाऱ्या गोपिकांची आणि कृष्णाची गोष्ट सांगितलीस, मग मीपण तसाच वागलो तर त्यात माझं काय चुकलं ?' पण डोळे वटारून तिने त्याच्या आणखीन एक मुस्कटात मारली असती म्हणून त्याने तसं केलं नाही.

बालकृष्णाला तो विसरला नव्हता. पण जसजसा तो वयाने वाढू लागला तसतसा बालकृष्ण मागे पडला. त्याने महाभारत वाचलं. त्यातले काही भाग तर परत परत वाचून

काढले. मोठेपणाचा कृष्ण त्याला नेहमी बुचकळ्यात पाडायचा. आपल्या चमत्कारांनी भरलेल्या बालपणाशी असलेले सारे संबंध त्याने जणू संपूर्णपणे तोडून टाकले होते. त्याचे स्वत:चे पूर्वज आणि इतर राजपुतांप्रमाणे, कृष्ण कधीच धाडसी कृत्ये करण्याच्या भानगडीत पडत नसे. बहुतेक वेळा तो हुशारीनं डाव टाकायचा आणि सबुरीनं परिणामाची वाट पाहायचा, शक्य असेल तेव्हा उघड उघड सामना टाळून तडजोडीने काम भागवायचा, दुष्ट लोकांना चुका करण्यासाठी भरपूर वेळ आणि संधी देऊन त्यांच्या अपराधाचं माप भरलं की मगच शिक्षा करायचा. जणू त्याच्या मते काळ दु:खावर मलमपट्टी करतो एवढंच नाही तर खूपदा अडचणी आणि समस्यांवर उपायदेखील शोधून काढतो. त्याला आश्चर्य वाटायचं ते म्हणजे त्याला स्वत:ला शिकवल्या गेलेल्या राजपुती बाण्याच्या अगदी विरुद्ध कृष्ण वागायचा. त्याला कुणी आव्हान दिलं तर तो ते कधीच स्वीकारत नसे. त्याला कितीही चिथवलं तरी तो योग्य वेळ येईपर्यंत शांत राहायचा, आणि समजण्यास सर्वांत कठीण म्हणजे शौर्य, पराक्रम वगैरे प्रकार तो अगदी नेटाने टाळायचा. जर मुत्सद्देगिरी अयशस्वी ठरली तर तो कुटिलनीतीचा अवलंब करायचा. युद्ध हा पर्यायी उपाय नव्हे, तर सर्व वाटाघाटी फसल्या तरच वापरायचा अंतिम मार्ग असं त्याचं ब्रीद होतं. एका दृष्टीने जगातल्या सर्वांत दीर्घ, सर्वांत मोठ्या आणि सर्वांत संहारकारक युद्धाला जरी तो कारणीभूत झाला असला तरी तत्पूर्वी ते टाळण्यासाठी आणि शांती प्रस्थापित करण्यासाठी शक्य तितके सारे प्रयत्न आणि उपाय त्याने केले.

युवराजाला समजण्यास खूप वेळ, अगदी वर्षांनुवर्षं लागली की स्वत:च्या प्रतिमेसंबंधी कृष्णाच्या अंतर्मनात कसलाच न्यूनगंड नव्हता. त्याचा आत्मविश्वास दांडगा होता आणि आपल्याला काय साध्य करायचंय याबात त्यांच्या मनात संदेह नसायचा. आयुष्यात कधीही स्वत:च्या सामर्थ्याचा, कर्तृत्वाचा पुरावा त्याला द्यावा लागला नाही. याउलट त्याचे स्वत:चे राजपूत बंधू शूर आणि पराक्रमी असूनदेखील आपल्या शौर्याच्या पुराव्यासंबंधी कायम साशंक असत. ही असुरक्षिततेची भावना त्यांच्या मनात का असायची हे त्याला कळत नसे. राजपुतांची प्रतिष्ठा आणि स्वाभिमान स्वत:चं बलिदान करण्यातच का मानला जायचा ? नामर्द ठरण्याची भीती सतत त्यांना का भेडसावायची ? त्यामुळे डावपेच आणि कारस्थान, जे बहुतांशी कृष्णाने जगाला शिकवले, या पर्यायांना त्यांच्या नीतितत्त्वात जागा नसायची.

शेपटी पायात घालून माघार घेण्यात कृष्णाला कमीपणा वाटत नसे. आपल्या सात भावंडांना निर्घृणपणे मारल्याबद्दल तो त्वरित कंसाचा नि:पात करील असं कुणालाही वाटलं असतं. पण कृष्ण कंसापासून शक्य होईल तितका काळ दूर राहिला. चक्रवर्तीपद मिळवू इच्छिणारा, अतिशय जुलमी सत्ताधीश जरासंध जेव्हा मथुरेवर चाल करून आला, तेव्हा कृष्णाने फक्त माघारच घेतली नाही, तर त्याने संपूर्ण स्थलांतर केलं.

आपल्या प्रजेसकट द्वारकेला जाऊन त्याने नवी राजधानी वसवली आणि योग्य वेळ येताच भीमाकरवी जरासंधाचा वध करून बदला घेतला. त्या मल्लयुद्धातदेखील जरासंधाचा विजय होतोय असं लक्षात येताच त्याने कुटिलनीतीचा आश्रय घेतला अणि झाडाची डहाळी मधोमध उभी चिरून आपल्या दुष्ट शत्रूला कसं मारावं याची भीमाला सूचना दिली. भीमाने त्याप्रमाणे जरासंधाचे दोन्ही पाय धरून त्याला उभा फाडला.

तो कृष्णापासून कुठली गोष्ट शिकला असेल तर ती म्हणजे मानसिक शिस्त. कुठलीही बाब, प्रमाणसिद्धदेखील, खरी मानू नये. परंपरेनुसार मिळालेलं शहाणपण चांगलं असतं, कारण शेवटी शतकानुशतकाचा अनुभव त्याच्या पाठीशी असतो. तरीही कुणीतरी म्हटलं म्हणून किंवा जुनं ते सोनं या न्यायाने काहीही स्वीकारू नये. पुनर्विचार करावा, प्रश्न विचारावे, शंका उपस्थित कराव्या आणि नुकसानापेक्षा फायद्याची अधिक शक्यता असल्यास, जरूर पडली तर परंपरेविरुद्धदेखील जावं. तो कृष्णाशी बोलायचा, त्याच्याशी योग्यायोग्यतेची चर्चा करायचा आणि स्वत:चे विचार मांडायचा. राजकारणी डावपेचांची आखणी करताना तो कृष्णाची कृत्यं आठवायचा आणि कठीण परिस्थितीत त्यांच्या सूचितार्थाचा आणि गार्भितार्थाचा विचार करायचा. त्याने हा धडा चांगला आत्मसात केल्याचा पुरावा म्हणजे प्रसंगी प्रत्यक्ष कृष्णाच्याच शिकवणीबाबत प्रश्न विचारायची आणि वेळ पडली तर तीत बदल करायची त्याची तयारी होती.

आणि आता निळ्या आभाळातून वीज कोसळावी तशी अकस्मात त्याची बायको या निळ्या देवावर स्वत:चा एकमेव अधिकार सांगू लागली होती.

११

बहादूरचे नवीन दोस्त, हितचिंतक आणि जुने मित्रदेखील, सर्वांनी त्याचा त्याग केला. नाही, हे अगदीच काही खरं नाही. त्या दुर्गंधीने त्यांना त्याच्यापासून दूर ठेवलं. तापामुळे आणि मेंदूत चढलेल्या विषामुळे हरपलेली त्याची शुद्ध अधूनमधून परत यायची. कधी कधी आपण कुठे आहोत हे त्याच्या लक्षात येत नसे आणि तो आपल्या वडिलांबद्दल विचारायचा. गेल्या तीन दिवसांपासून माझ्या व्यतिरिक्त त्याची काळजी घेणारी दुसरी व्यक्ती म्हणजे कौसल्या. त्याच्या वडिलांबरोबर गुप्त कट करून मी त्याला कैद केलंय का, असा प्रश्न त्याने अनेकदा मला केला. कौसल्या त्याची आई होती की बायको, रखेल की गुप्तहेर, याची त्याला खात्री नव्हती. तो तिच्याकडे करुण नजरेने पाहायचा आणि त्याला सोडून देण्याविषयी माझ्याशी रदबदली करण्यासाठी तिला विनवायचा. ती होकारार्थी मान हलवून, मी तिला एकटा भेटलो की माझं मन वळवण्याचा प्रयत्न करण्याचं आश्वासन देऊन त्याचं सांत्वन करायची.

"माझे वडील म्हणजे काही साधीसुधी व्यक्ती नाहीयेत," तो तिला सांगायचा. "ते गुजरातचे सुलतान आहेत. युवराज मागतील ती किंमत देतील ते. जागीर, हत्ती, घोडे, काय म्हणतील ते, कारण सिकंदर जरी थोरला असला तरी मी त्यांचा लाडका लेक आहे." कौसल्याचा हात पकडून ओठांनी आणि डोळ्यांनी त्याचं चुंबन घ्यायचा, "तू प्रयत्न करशील ना ?" आणि रडू लागायचा, "तुझ्याशिवाय माझं कोणीही नाही आणि तू माझा विश्वासघात केलास तर युवराज मला मरेपर्यंत इथे ठेवतील. तुला माहीत आहे त्यांनी काय केलं ते ? त्यांनी मला ठार मारण्याचा प्रयत्न केला."

"तो कसा ?" कौसल्याने त्याला विचारलं. बराच वेळ विचार करून तो दबलेल्या आवाजात म्हणाला, "त्यांना चितोडचा परिसर आणि तिथले सिंह-सिंहिणी चांगले माहीत आहेत. त्यांपैकी एकीला मला मारून टाकण्यासाठी त्यांनी पैसे दिले होते. पण मी माझ्या बाहुबळाने तिच्याशी लढलो."

अर्धवट शुद्धीत असताना तो भयानक विव्हळायचा. त्याची जीभ कापून टाकावी, घशात लाकडाचा जाड दांडुका कोंबावा अशी इच्छा मला व्हायची. कौसल्या मात्र शांत बसून राहायची. तिच्यासमोर एखाद्या बिघडलेल्या मुलासारखं वाटायचं मला.

मृत्यूच्या अनंत निद्रेत बहादूर बुडत चालला आहे. गेला दीड दिवस तो शुद्धीवर आलेला नाही. माझ्या नाराजीच्या भीतीने वैद्य आणि हकीम दिवसातून दोनदा येऊन जायचे. वेळोवेळी औषध बदलायचे. पण ते रोग्यापेक्षा माझ्या समाधानासाठी. माझ्या बहिणीच्या, सुमित्राच्या बाबतीत, आता माझी खात्री झाली आहे की बाबांनी शल्यचिकित्सकाला तिचा पाय कापू दिला असता तर ती जगली असती. पण बहादूरचा कुठला अवयव कापणार ? त्याची सडणारी आतडी की हृदयाच्या वर छातीत पडलेलं भगदाड ?

माझे विचार परत सुमित्रापाशी गेले. बाबांनी तिचा पाय कापण्याची मनाई का केली ते मला माहीत होतं. ती अपंग लंगडी झाली असती आणि चितोडशी संबंध प्रस्थापित करू इच्छिणाऱ्या एखाद्या राव किंवा रावताने आपल्या मुलाचं जबरदस्तीने तिच्याशी लग्न लावून दिलं असतं, ज्याने जन्मभर तिच्या अपंगत्वापायी तिचा पाणउतारा करून तिला छळलं असतं. मनातल्या मनात बाबांशी केलेल्या संभाषणात मी आजही बाबांना सांगत असतो की, बाकीचं तर राहू द्याच, पण तिच्या नवऱ्याने तिच्याशी बोलताना आपल्या आवाजाची पट्टी तसूभरदेखील वाढवली असती तरी तो जिथं असेल तिथे जाऊन मी त्याची चामडी सोलली असती. पण ती इथेच का राहू शकत नव्हती ? मी सांभाळली असती तिला.

आणि मी खरंच तिची काळजी घेतली असती. पण हा विचार आता निरर्थक आहे, कारण सुमित्रा आता नाहीये आणि तिच्या स्मृतीचा उपयोग मी आता, या क्षणाला जे संकट माझ्यापुढे उभं आहे ते टाळण्यासाठी करतोय. हा नालायक मंगल गेलाय तरी कुठे ? पुराजी कीकाच्या प्रदेशात अतिक्रमण करणाऱ्या आमच्या राजपुतांवर मी वेळीच आळा घातला नाही म्हणून तो आता फिटंफाटीचा खेळ खेळतोय का ? गेल्या वर्ष – दोन वर्षांत भिल्ल वैदू, एका, मेला होता आणि मला त्याची खबर नव्हती का ?

बहादूर जगावा यासाठी मी प्रयत्नांची पराकाष्ठा करत होतो, पण कधीमधी वाटायचं की त्याच्या मरणाने माझी एकदाची सुटका होईल. या बीभत्स, गलिच्छ, कुजक्या घाणीतून मी मुक्त मोकळा होईन.

आम्ही त्याच्यासाठी खूप मोठी चिता रचू. कर्तव्याला जागून मी चितेवर तूप ओतून त्याच्या आत्म्याच्या शांतीसाठी प्रार्थना म्हणेन आणि चितेच्या चारी बाजू मशालीने प्रज्वलित करीन. प्रचंड वणवा पेटून आकाश ज्वाळांनी व्यापील. मी मूर्खासारखं काहीतरी बरळतोय. शहजादा एक मुसलमान आहे. त्याला पुरावं लागेल. पण कितीही खोल पुरलं तरी ती दुर्गंधी नष्ट होत नव्हती. मी मजुरांना आणखी खोल खणायला सांगतो. आणखी किती ? ते विचारतात. माझ्या पणजोबांनी बांधलेली, वर्षभर पाणी

असणारी, कुंभलगडची विहीर मला आठवते. दोनशे हात. जास्तच, पण कमी नको. काम फारच हळू चाललंय. सफेत चादरीत घट्ट गुंडाळलेलं शहजाद्याचं प्रेत उन्हामुळे सडू लागलंय. मी माझा डगला उतरवतो आणि दोरखंडाला धरून खाली उतरतो. वेड लागल्यासारखा मी खणू लागतो. मला बघून मजूर शरमिंदे होतात आणि झटपट हातपाय हलवू लागतात. रात्र झाली. आम्ही थांबणार नाही. कोणीतरी मापाची दोरी आणतं. दोनशे हात. आम्ही खणणं थांबवतो आणि वर येतो. प्रेत खाली सोडलं जातं. विहिरीत सोडलेल्या बालदीसारखं खड्ड्याच्या भिंतींना आपटत आपटत ते वेडंवाकडं खाली जातं. खोलवर धप्प आवाज. दोरखंड खाली फेकून आम्ही फावड्याने माती परत खड्ड्यात भरू लागतो. तीन दिवस आणि तीन रात्री लागतात खड्डा भरायला. मी माती दाबून दाबून घट्ट बसवतो आणि थकून तिथेच आडवा होतो. डोळे जड होऊ लागतात. इतक्यात हवेत काहीतरी जाणवतं. आपल्या भूमिगत बिळातून सापासारखं वळवळत वर येतंय. बहादूरची दुर्गंधी. किती आतुरतेने, आपलेपणाने मला आलिंगन देण्यासाठी ती वर येऊ लागली आहे. आम्ही परत खणू लागतो.

मंगल आणि त्याच्या मागून येणारा बहुतेक भिल्ल वैदू एका असावा अशी आशा. चिडून मी 'कुठे मेला होतास ?' असं विचारण्याच्या बेतात होतो. सुदैवाने एकाने माझ्याकडे संपूर्ण दुर्लक्ष केलं. मंगलने मला बाजूला नेलं आणि सांगितलं की, एक सबंध दिवस पुराजीच्या वैद्याने आवश्यक वनस्पती आणि झाडपाला गोळा करण्यात घालवला. मला हलकं हलकं का वाटतंय ? काहीही बदललेलं नाहीये. असेल तर इतकंच की शहजादा एका दिवसाने मृत्यूच्या अधिक जवळ गेलाय. मी निघायच्या बेतात असताना एकाने मला हाक मारली, "माझी तपासणी पूर्ण होईस्तोवर आपण इथेच बाहेर थांबावं." खूप खूप काळानंतर कुणी तरी मला माझ्या आदरार्थी पदवीशिवाय संबोधलं होतं. त्याच्या शिष्टाचाराच्या अभावाचा मला रागही येतो आणि बरंही वाटतं. मला हुकूम करण्यात येतो याचा अर्थ माझ्यावरची जबाबदारी आता दुसऱ्या कुणीतरी उचलली आहे.

एकाने जवळजवळ अर्धा तास घेतला. अधूनमधून ऐकू येणाऱ्या बहादूरच्या आरोळ्यांनी किल्ल्याच्या तटबंदीला तडे गेले. एकाने थोडक्यात सांगितलं, "जखमा जंतूदूषित झाल्या आहेत सिंहिणीचे दात, धूळ आणि घाणीमुळे. जखमा साफ करणं अत्यावश्यक होतं. जे होऊन गेलं ते बदलता येत नाही. जबरदस्त रक्तस्राव झाल्यामुळे परिस्थिती गंभीर आहे. त्यात कित्येक दिवस अंगात ज्वर. त्यांना बेशुद्ध करून नंतर मी त्यांच्या जखमा साफ करणार, नाहीतर त्यांना सोसवायचचं नाही. त्यातून जर का ते वाचले आणि जर विष त्यांच्या रक्तात पूर्णपणे भिनलं नसेल तर पोटीस लावून जखमा बांधून टाकीन."

"कितपत आशा आहे ?"

"फार कमी. फार फार तर वीस ते पंचवीस टक्के."

फक्त एक गोष्ट त्याला अनुकूल आहे आणि ती म्हणजे त्याची जवानी. या अवस्थेदेखील जो इतक्या ताकदीने रेकू शकतो त्याची मूळ तब्येत रेड्याची असावी.

"मी उपाय सुरू करायचे का ? की फक्त त्यांच्या यातना कमी करण्यावर भर द्यायचा ?"

प्रश्न आणि जबाबदारी परत माझ्यावर आली होती. हाच राज्यपदाचा अर्थ असावा का ?

"यातना कमी करण्याने ते वाचतील का ?"

"नाही. पण मी मघाशी सांगितल्याप्रमाणे उपाय करण्यानेदेखील ती हमी देता येत नाही."

"जी काही थोडीफार शक्यता आहे, ती उपाय करण्यातच आहे का ?"

"निर्णय घेण्याची जबाबदारी आपण माझ्यावर सोपवता आहात."

"मुळीच नाही," मी आवाजात जरब आणून त्याला चापलं. "पण कुठलाही निर्णय घेण्यापूर्वी मला वस्तुस्थितीची संपूर्ण कल्पना हवी आहे."

"जखमा उघडून साफ करण्यात त्यांच्या जिवाला असलेला धोका कदाचित वाढेलही. पण दुसरा कुठलाच पर्याय उरला नाहीये."

"ठीक आहे. तो धोका पत्करायला हवा. त्यांच्या जखमा साफ करा."

"शहजादा बहादूर खानांच्या आरोग्यासाठी तुम्ही प्रार्थना करता आहात ना ?" राजवाड्यापासून पाचशे पावलावर माझी वाट पाहत उभ्या असलेल्या मुल्लांना मी विचारलं.

"होय युवराज. दिवसातून पाच वेळा."

"फारसा परिणाम झालेला दिसत नाहीये. आणखीन काही वेळा आणि अधिक भक्तिभावाने केल्याने कदाचित तो होईल."

"माझ्या अंतःकरणापासून मी प्रार्थना करतो, मालिक."

"आणि आमच्या आरोग्यासाठी कधी करता का, मुल्लाजी ?"

"हररोज, युवराज."

करतही असतील कदाचित.... मी मात्र कधीच माझ्या किंवा त्यांच्या आत्म्याच्या उद्धारासाठी प्रार्थना केली नाहीये.

''आपल्यापाशी एक मागणं होतं, मालिक.''

मी ओळखायला हवं होतं. उपकार फुकटचे केले जात नाहीत. काय हवं होतं त्यांना ? मुलाची सैन्यात भरती ? किंवा त्याला एखादी नोकरी ? ते पुढे बोलण्याची वाट पाहत मी उभा राहिलो.

''सरकार, आमच्या मशिदीची दुरुस्ती आवश्यक आहे. शाही खजान्यातून युवराजांनी देणगीची व्यवस्था केली तर तिच्या पुनर्बांधणीची सोय होईल.''

''नाही !'' इतक्या तुटकपणे उत्तर द्यायचा उद्देश नव्हता माझा.

''पण गेल्या वर्षी राणा महाराजांनी शिवमंदिराच्या आणि जैनमंदिराच्या बांधकामासाठी मोठी रक्कम दिली होती.''

''मला एक सांगा मुल्लाजी, हिंदू मंदिरांच्या देखभालीसाठी मुस्लिम राजा कधी देणगी देतो का ?''

मुल्लाचा चेहरा पडला. ते जाण्यासाठी वळले.

''पण तरीही मी विचार करीन.'' माझ्या नकारामुळे हिरमुसलेली त्यांची कळी खुलली.

''अल्ला आपलं रक्षण करो !''

त्यांना जाताना पाठमोरं बघत मी थोडा वेळ उभा राहिलो आणि मग त्यांना हाक मारली. ''मुल्लाजी, ही अट नाहीये, पण तुमच्या प्रार्थनेने माझा मित्र शहजादा याची तबीयत दुरुस्त झाली तर ते आम्हांला आवडेल.''

गेल्या सात दिवसांत सातव्यांदा मी एकलिंगजींच्या मंदिरात जात होतो. मी प्रवेश करत असताना दरवानाने गर्दी मागे रेटली. मी मुख्य पुजाऱ्याला अभिषेकासाठी पैसे देऊन मला थोडा वेळ एकांत हवा असल्याचं सांगितलं आणि तो निघून गेल्यावर साष्टांग नमस्कार घातला. माझं मन बधिर झालं होतं. शंकर हा संहाराचा देव. पण तो पुनर्निमितीकरता संहार करतो. मला देवाशी घासाघीस करणं जमत नाही. तू मला हे हे दिलंस तर मी तुला हे हे देईन. त्याच्यापाशी अर्ज करायलादेखील मला आवडत नाही. लोटांगण घातलेल्या अवस्थेत मी सतरा वेळा त्याचं नाव घेतलं आणि मग प्रार्थना केली की, 'देवा तुझं भलं होवो. आमचंही भलं कर. बहादूर जसा आमचा पाहुणा आहे तसाच तो तुझाही आहे. पाहुण्यांचा आम्ही नेहमीच आदरसत्कार करत आलो आहोत. यावेळीदेखील त्यात काही उणं पडू नये. तुझा पवित्र हात सदा माझ्या आणि बहादूरच्या मस्तकावर राहू दे.'

एकलिंगजींना दहा प्रदक्षिणा घालून मी घरी परतलो.

राजमहालातल्या झोपाळ्यावर लीलावती झोके घेत होती. तिला पाहताच नकळत मी धावत पुढे झालो. झोपाळ्यावरून सरळ माझ्या मिठीत झेप घेत तिने मला घट्ट विळखा घातला. कितीतरी वेळ ती मला सोडेना आणि मलाही तिची मिठी सोडवायची नव्हती. कुणीतरी इतक्या पूर्णपणे विश्वास टाकावा असं काहीतरी पुण्यकर्म मी माझ्या पूर्वजन्मात केलं असावं खास.

"इतके दिवस कुठे होतीस ?"

"मलाच विचारता ? तुम्ही घरीही येत नाही आणि मलाही बोलावून घेत नाही."

"स्वत:ची स्तुती ऐकायची हुक्की आलेली दिसतेय."

चूक आपली असते तेव्हा आक्रमक पवित्रा घ्यावा, "तू स्वत:हून का नाही आलीस ?"

"मी बाबांना आणि दादाजींना दररोज विचारायची, पण ते म्हणायचे की तुम्ही फार कामात आहात आणि मी तुम्हांला त्रास नाही द्यायचा."

"ते म्हणतात त्याप्रमाणे मी जर कामात आहे तर मग आज तरी कशी आलीस ?"

"मला आमंत्रण आहे म्हटलं !"

पडद्यामागे उभी असलेली ती मला ओझरती दिसली. आता काय बेत होता तिचा ? माझ्यात आणि बन्सीबाजात तिने वितुष्ट आणलं होतंच, आता या छोटीलादेखील माझ्यापासून हिरावून घेण्याचा डाव होता का तिचा ? लीलावती म्हणजे सुमित्राशी असलेला माझा एकमेव दुवा. तिला मी दुरावू देणार नव्हतो. मी खरंच फार धास्तावलो असणार, कारण लहान मुलांना दिवसातून एकदा तरी विचारतात तो बालिश प्रश्न मला लीलावतीला करावासा वाटला – 'तुला जास्त कोण आवडतं, ती का मी ?' सुदैवाने लीलावतीच्या प्रश्नाने मला अडवलं.

"माझ्यासाठी काय आणलंत ?"

विचार करायला वेळ मिळावा म्हणून मी तिला एकलिंगजीचा प्रसाद दिला. ती कित्येक दिवस न आल्याने माझ्याकडचा चिकी, हलवा आणि इतर मिठायांचा साठा संपला होता.

"तू इथेच थांब. डोळे बंद कर. अजिबात हालायचं नाही हं. अगदी तसूभरदेखील."

"आणि हालले तर ?"

"तर तू शिळा बनशील."

मी पाहतोय का ते आजमावण्यासाठी तिने हळूच एक डोळा उघडून पाहिलं.

"लबाडी नाही चालायची, बाईसाहेब."

तिने पटकन डोळे मिटले. मी पळत बागेत जाऊन दहा बारा गुलाब तोडले, मग धावत अडगळीच्या खोलीत गेलो, जिथे माझी लहानपणीची खेळणी ठेवली होती, आणि एका बरणीतून खूप खूप वर्षांपूर्वी साठवलेल्या गोट्यांपैकी दहा गोट्या काढून पळत परत आलो. ती अजून डोळे बंद करून उभी.

''डोळे उघडू ?''

मी तिच्या डाव्या डोळ्याचं आणि मग उजव्या डोळ्याचं चुंबन घेतलं. ''आता उघड.''

तिला मी गुलाबांचा गुच्छ दिला. ही भेट इतकी अनपेक्षित होती की ती थोडा वेळ अनिश्चितपणे आपल्याच विचारात दंग झाली.

''याचा अर्थ तुम्ही माझ्यावर प्रेम करता ?''

''मी ते नेहमीच करत आलोय, खुळाबाई आणि नेहमी करत राहणार आहे.''

''कायम ?''

''होय. सात जन्म आणि नंतरही.''

''आता कोण खुळं ? वटसावित्रीच्या दिवशी वडाला दोरा गुंडाळून पुढले सात जन्म तुम्हीच माझा नवरा व्हावं अशी प्रार्थना मी करायची असते, तुम्ही नाही काही.''

पडदा किंचित हालला. हिरवे डोळेवाली लीलावतीचा आणि माझा संवाद ऐकत होती. माझ्या चेहऱ्याचे अचानक ताठरलेले स्नायू लीलावतीच्या नजरेतून सुटले नाहीत.

''ही फुलं म्हणजे आपल्या लग्नाची खूण का ?''

फुलांचा हा अर्थ असतो का ? मी माझ्या बायकोला फुलं दिली तर आमचा विवाह झालाय हे तीदेखील मानील का ? माझ्या मौनानं लीलावती अस्वस्थ झाली.

''होय.''

ती हसली आणि एक फूल मला परत देत म्हणाली, ''हे घ्या. चला, आता आपलं लग्न पक्कं झालं.''

''तू अशीच वटवट करत राहणार आहेस की माझी दुसरी भेट द्यायची संधी मला देणार आहेस ?'' मी तिच्या हातात गोट्या ठेवल्या. तिचे डोळे आनंदाने चमकले.

''आता वीर देव, रघु देव, अशोक सिंह, प्रताप, सगळे उडत जाऊ देत. मला त्यांच्या गोट्यांची गरज नाही. आणि ते माझ्याबरोबर खेळले नाहीत तर मला पर्वा नाही. माझी मी खेळू शकते आता. मी तुमच्यासाठी काय आणलंय ते तुम्ही विचारलंत नाही.''

''न विचारता तू ते सांगशील याची खात्री आहे.''

''असं का ? ठीक आहे, मी सांगतच नाही जा. तुमच्यासारख्या शिष्टाला मी ते देणारही नाही.''

मी माफी मागितली. दयेची भीक मागितली.

ती मला क्षमा करणार नव्हती. ''मी स्वतःच्या हातांनी बनवल्यात,'' माझी उत्सुकता कमी होईल म्हणून तिने सांगितलं.

''काय ?'' मी सहजपणे विचारलं.

''ठिकऱ्या.''

''सांगितलंसच की नाही ?'' माझ्यावर चापट्यांचा वर्षाव.

''तुम्ही मला फसवून सांगायला लावलंत.''

''कशी फसली एक मुलगी.''

''मी तुम्हांला धडा शिकवीन. सोडणार नाही.''

''आता आपण खेळणार आहोत की नुसतीच बाचाबाची करत राहणार आहोत ?''

''तुम्ही खरंच खेळाल ठिकऱ्या माझ्याबरोबर ?'' तिचा आनंद गगनात मावेना. तिने कवड्या हातात घेतल्या. चमचमणाऱ्या शेंदुराने त्या रंगवल्या होत्या, ''पाहा. मध्यरात्री खेळलात तरी या दिसू शकतील.''

सारी संध्याकाळ ती आमचा खेळ खिडकीतून पाहत होती. एकदा मी अडखळून तोंडघशी पडलो तेव्हा तिचं हसणं कानावर आल्यासारखं वाटलं.

शहजादा आजारी पडल्यापासून मी प्रथम त्या रात्री शांत झोपलो. साधारण मध्य रात्रीच्या सुमारास मला उठवलं गेलं. भिल्ल वैद्याचा निरोप होता की त्याला शहजाद्याची नाडी लागत नव्हती. मला त्याचा निरोप घ्यायचा असल्यास हीच अखेरची संधी होती.

''तो शुद्धीत आहे का ?''

''नाही, युवराज.'' माझ्या पाहुण्याची किस्मत बदलू न शकल्यामुळे दिलगिरी व्यक्त करण्यासाठी हे आदरार्थी संबोधन का ? तो जर शुद्धीत नाही तर मला बोलावून घेण्याची काय आवश्यकता ? त्याच्या मृत्युशय्येपाशी मी जागता पहारा ठेवावा, प्रार्थना करावी, अशी अपेक्षा होती का ? त्याला माझे विचार समजले असावेत.

''कधी कधी दुसऱ्या जगात जाण्यापूर्वी शुद्ध येऊन जाणीव अतिशय स्वच्छ आणि तीक्ष्ण होते.''

हे मला माहीत नव्हतं का ? पण एकदा झालं तेवढं पुरे. आणि त्याच्याशी मी बोलणार तरी काय होतो ?

त्या रात्री शहजादा जागा झाला नाही. पुढल्या रात्रीही नाही.

परत झोपण्याचा प्रयत्न करण्यात अर्थ नव्हता. गंभीरीत डुबकी. बापरे, पाणी भलतंच थंड होतं किंवा कदाचित माझी तब्येत असावी तितकी खणखणीत नसावी, नंतर लक्ष्मणसिंहजींच्या कचेरीत गेलो.

एका महिन्यापूर्वी राजा पुराजी कीकाच्या तक्रारीसंबंधी मी त्यांच्याशी चर्चा केली होती, पण नंतर तिचा पाठपुरावा करणं मला शक्य झालं नव्हतं. लक्ष्मणसिंहजींचं म्हणणं होतं की, आम्ही आमच्या सरहद्दीवरच्या सरदारांना चितोडला बोलावून घेऊन त्यांच्या कृत्यांविषयी त्यांना जाब विचारावा.

''त्यांना जाब विचारल्याने ते परप्रदेशात अतिक्रमण केल्याची कबुली देतील असं वाटतं का आपल्याला ?''

''ते प्रामाणिक असावेत अशी आशा आहे. पण जर ते खोटं बोलत असतील तर त्यांचा खोटेपणा कुठे ना कुठे तरी उघडकीस येईलच.''

''ते प्रामाणिक असते तर त्यांनी भिल्ल प्रदेश असा बळकावला नसता. पूर्ण खात्री झाल्याखेरीज राजा पुराजीने अशी तक्रार केली नसती. या बाबतीत आपण दोघंही जरा निष्काळजीपणे वागलोय. पण अधिक निकडीचं म्हणजे, आपण आपल्या शेजाऱ्यांपुढे मैत्रीचा प्रस्ताव मांडला पाहिजे आणि जर त्यांनी तो स्वीकारला तर तो पक्का करण्यासाठी सर्वतोपरी प्रयत्न केला पाहिजे.''

''मान्य आहे. पण एवढी घाई का ? भिल्ल राजा आपला गुरुकुलातला मित्र म्हणून ?''

''नाही. आपल्या चारण आणि भाटांनी गायलेल्या वीरगाथा ऐकून मी सावध झालोय. गेल्या पन्नास वर्षांत किती वेळ आपल्या छोट्यामोठ्या जागीरदारांच्या लोभामुळे निर्माण झालेल्या सरहद्दीवरच्या वादंगांची परिणती युद्धात झाली ते ठाऊक आहे का आपल्याला ? प्रत्येक मित्र जो आपल्याला जोडता आणि राखता येईल तेवढी युद्धाची शक्यता कमी होईल.''

ते थोडा वेळ गप्प राहिलो.

''मी हाडा परबतांना बोलावून घेतो.''

''त्यामुळे आपला मनसुबा जाहीर होणार नाही का ?''

''माझ्यावर थोडा तरी विश्वास टाका युवराज. ते अपराधी जागीरदारांना भेटतील आणि त्यांचा विश्वास संपादन करून आपल्याला हवी असलेली माहिती त्यांच्याकडून काढून घेतील. व्यवस्थित समजावून सांगितलं तर हे काम चोख करतील ते. त्यांना उद्याच पाठवण्यात येईल.''

खरं होतं त्यांचं म्हणणं. मी लगेच राजा पुराजी कीकाकडे जासुदाकरवी निरोप

पाठवला की, त्यांच्या तक्रारीसंबंधी मी चौकशी जारी केली असून पुढील प्रगती त्यांना वेळोवेळी कळवण्यात येईल.

दहा वाजता राव जयसिंह बलेचना भेटायचं होतं. मी त्यांना केलेल्या मदतीबद्दल उपकाराची भावना त्यांच्या मनात ताजी असतानाच तापल्या तव्यावर माझी पोळी भाजायची होती मला. त्यांच्या कुटुंबीयाची, विशेषत: त्यांच्या मुलांची चौकशी केल्यानंतर मी लगेच मुद्द्याला हात घातला.

''तुमचा अहवाल वाचला मी. तुम्ही म्हणता त्याप्रमाणे आपला हत्यारांचा संग्रह आणि शस्त्रास्त्र निर्मिती तंत्र, निदान आपल्या शेजारी राज्यांच्या तोडीचं आहे. कित्येक प्रसंगी आपला हत्तींचा वापर आपल्या फायद्याचा ठरला आहे. पण प्रशिक्षण केंद्रात आपण आम्हांला काय शिकवलं होतं हे आठवतंय ? युद्धशास्त्रात कांसे आणि लोखंड यांतला फरक अभूतपूर्व ठरला आहे. हा फक्त कमी अधिक योग्येतचा नाही तर मौलिक फरक सिद्ध झालाय. दोन योद्धे तलवारीने लढत असताना लोखंडी तलवारीपुढे काशाची तलवार जणू ती मऊ मातीची केली असावी इतक्या सहज मोडते. वायव्येकडील, तुर्कस्थान आणि त्याच्याही पलीकडच्या देशांतून मिळालेल्या माहितीनुसार शस्त्रास्त्र बनवण्याच्या तंत्रात क्रांतिकारक बदल झालाय. मी तोड्याच्या बंदुकीविषयी बोलत नाहीये. माझ्या कानांवर आलंय की, त्या लोकांकडे प्रचंड बंदुका तयार करण्यात आल्या आहेत. त्यांना काय म्हणतात ते मला अजून निश्चितपणे कळलेलं नाही, पण जर तसल्या दहाबारा बंदुका असतील तर दोन विरोधी सैन्यं एकमेकांशी जुंपण्याआधीच शत्रूची दाणादाण उडवता येईल.

''शस्त्रांविषयीचं नवीन ज्ञान आणि तंत्र जर आपण आत्मसात केलं नाही, तर काश्यांच्या तलवारींनी लोखंडी तलवारींशी सामना करण्याची परिस्थिती ओढवेल आपल्यावर.''

ते आदरभावाने ऐकत होते. मी युवराज होतो ना ? पण फक्त माझी खुशामत नको होती मला.

''या सगळ्याला वेळ लागणार आहे. या विषयावरची सारी माहिती किती लवकर मिळवता येईल ? नाव, चित्रं, निशाणाचा पल्ला, दारुगोळ्याचं रसायन आणि बंदुकीसाठी वापरला जाणारा धातू, याशिवाय यासंबंधीचं खास ज्ञान कुणाजवळ आहे, कोण या बंदुकांची विक्री करतं आणि त्यांचे वेगवेगळे बाजारभाव काढून घ्या आणि सर्वांत महत्त्वाचं म्हणजे या बाबतीत आपल्या सैनिकांना प्रशिक्षण देण्यासाठी शिक्षक आणि त्यातील विशेषज्ञ कुठे उपलब्ध आहे, ती माहितीदेखील मिळवा.''

ते अवाक् झाले. मी अतिउत्साह दाखवला होता का ? कदाचित पायरीपायरीने मी विषय हाताळायला हवा होता.

‘‘आपल्या वडिलांना हे पसंत पडेल का ?’’

‘‘बाबांना पसंत पडो वा न पडो, हे नवीन शास्त्र एक दिवस अचानक आपल्या सर्वांवर मात करणार आहे. हेच तर तंत्रज्ञानाचं वैशिष्ट्य. त्याला तोंड देण्याची तयारी आपल्याला केली पाहिजे. दुसऱ्या कुणीतरी आपल्या अगोदर ही प्रगती केली तर आपल्याला ते अतिशय जड जाईल.’’

या विषयाचं गांभीर्य अधिक ठसवण्याकरता या प्रकल्पासाठी अंतिम तारीख निश्चित करून मी बैठक संपवायचं ठरवलं.

‘‘आपल्या संरक्षण खात्यातून तीस हजार तन्का मी या प्रकल्पासाठी राखून ठेवले आहेत. दोन महिन्यांत मला या विषयावरला प्राथमिक अहवाल आणि पाच महिन्यांत तपशीलवार माहिती मिळाली पाहिजे. या प्रकल्पाला आपण सर्वाधिक प्राधान्य द्यावं.’’

ते गेल्यानंतर मी आलेलं टपाल वाचायला घेतलं. दोन पत्रं शेती उत्पन्नाच्या करासंबंधी. पहिलं सिरोहीचं. कर देण्यास विलंब झाल्याबद्दल दिलगिरी, पण तो पुढल्या पंधरवड्यात भरण्याचं आश्वासन. दुसरं, मंदासौरचं. अतिनम्र. म्हणजे टाळाटाळ करण्याचा प्रयत्न. कारणं नेहमीचंच. पावसाने दगा दिल्यामुळे पिकांचं नुकसान, त्यातून हल्ली झालेल्या लढाईमुळे तिजोऱ्या रिकाम्या, ऋणावरचं व्याज माफ होऊन परतफेडीची मुदत वाढवून मिळेल का ? मुळीच नाही. उद्याच त्यांना उत्तर पाठवलं पाहिजे. या वर्षी पाऊस उशिरा आला, पण नंतर बऱ्यापैकी पडला, तेव्हा रब्बी पिकं उत्तम यावीत अशी अपेक्षा होती. आणि ज्या लढायांचा उल्लेख त्यांनी केलाय त्या झाल्याला दीड वर्ष होऊन गेलं. पण त्यांच्यासाठी आमच्या मनात असलेल्या जिव्हाळ्यापोटी आम्ही त्यांना दोन महिन्यांची जादा मुदत देऊ फार तर.

बाबांचं एक पत्र. मालव्याचा महमदशहा खिलजी परत चुळबूळ करू लागलाय असं त्यांना समजलं होतं. त्याचं टपाल हस्तगत करून, वाचून, परत मोहोरबंद करून योग्य स्थळी पाठवण्याची व्यवस्था करता येईल का ? तसंच ईशान्येकडील हालचालींची टेहेळणी करून त्यासंबंधीची माहिती पाठवता येईल का ? काय होतं त्यांच्या मनात ? दिल्लीचा सुलतान इब्राहिम लोधी याची पकड निश्चितच ढिली झाली होती. त्याच्यावर चढाई करण्याचा तर त्यांचा मनसुबा नव्हता ?

पण बाबांचं श्रेय मान्य करावं लागेल. आमच्या पूर्वजांना जे कधीच जमलं नाही ते त्यांनी करून दाखवलं. ते म्हणजे इतर राजपूत राज्यं व राज्यकर्त्यांशी त्यांनी जोडलेले मैत्रीचे संबंध. कितीही चिथवलं गेलं तरी त्यांच्याशी युद्ध ते कटाक्षाने टाळायचे. याउलट

माझे आजोबा रायमल आणि काका पृथ्वीराज यांच्या बखरी आणि पत्रव्यवहार वाचले, तर लक्षात येतं की, ते कायम आपल्याच जमातीशी लढत असायचे. जर बाबा आणखी चाळीस वर्षं गादीवर राहिले, तर ते राजपुतांमध्ये शांतीचं अभूतपूर्व वातावरण प्रस्थापित करतील; एवढंच नाही तर त्याहीपेक्षा अधिक मूलभूत काहीतरी सिद्ध करतील. ते म्हणजे, जर मनात आणलं तर स्वत:चं जीवन सार्थक करण्यासाठी आम्हांला एकमेकांशी मरणांतिक युद्ध करण्याची गरज नाही आणि शांतीमुळे जो संपत्तीचा अपव्यय टळेल त्यातून राज्याची सर्वंकष प्रगती साधता येईल. पण काय गंमत आहे पाहा, हे विचार मी कुणापाशी बोलून दाखवू शकत नाही. बाबांपाशी तर नाहीच नाही. ते त्यांना धादांत खोटं वाटेल. कारण बाबांचं किंवा कुठल्याही राजाचं, जितंजागतं भयस्थान म्हणजे प्रथम पुत्र, नाही का ?

मी आणि बाबा कधीही जवळ येऊ शकणार नाही हेच माझं दु:ख. माझ्या प्रत्येक कृतीबद्दल, त्यांच्या मनात संशय असणार. आपल्या गैरहजेरीत मला राज्याचे सर्वश्रेष्ठ अधिकार देण्यात त्यांचं जबरदस्त मनोधैर्य दिसतं. मी बंडाचं निशाण उभारून त्यांचं सिंहासन बळकावीन ही काळजी दररोज रात्री त्यांना पोखरत असेल ? किंवा या क्षणीदेखील त्यांच्या मद्याच्या पेल्यात माझी माणसं विष मिसळत असतील, अशी ? मी माझ्या भावंडांच्या खुनाचा कट रचत असेन, अशी ? कारण हत्यारा उदाची आठवण माझ्यापेक्षा त्यांच्या मनात अधिक ताजी असणार. आपले भाऊ पृथ्वीराज आणि जयमल यांच्याशी राज्यपदासाठी केलेल्या स्पर्धेचं दु:स्वप्न तर त्यांना रात्रंदिवस पडत असणार. पण पितृहत्या किंवा भ्रातृवध ही फक्त राजपुतांची मक्तेदारी नाहीये. आमचा पाहुणा बहादूर खान याचंच उदाहरण घ्या. तो द्वितीय पुत्र असूनही सिंहासनावर डोळा ठेवून आहे.

बाबांना राज्याबाहेर अनेक आणि घरी सात शत्रू होते. त्यापैकी सहांकडून मला धोका होता; माझे भाऊ रतन, विक्रमादित्य, करण, परबत, किसनदास आणि उदय. विक्रमादित्याचा कट उघडकीस आला म्हणून तो पकडला गेला. इतर आपल्या नशिबाने आणि चतुरपणामुळे पकडले गेले नाहीत इतकंच. निदान अजून तरी.

आणि मला मुलं झाल्यानंतर काय ? फारसं काही नाही. जितके मुलगे मी जन्माला घालीन त्या प्रमाणात माझा धोका वाढेल, इतकंच. यावर उपाय म्हणजे त्यांना जन्मताच मारून टाकणं किंवा दुसऱ्या कुठल्यातरी कैदखान्यात त्यांना डांबून चावी फेकून देणं.

पण चेष्टा पुरे. मला खरंच कळत नाही की या विषयावर, माझी खात्री आहे की जो सतत त्यांच्या मनात असतो, गंभीरपणे विचार करायला बाबांना कसं उद्युक्त करावं ? आमच्या डोक्यावर लटकणारी ही तलवार कशी नष्ट करायची ?

मी चंद्रमहालात सुन्हरियाची वाट पाहत होतो. कधी ती यायची तर कधी नाही. ती यायची तेव्हा मी भयभीत व्हायचो आणि नाही तेव्हा अस्वस्थ. तिची कसलीही अपेक्षा नव्हती, ती कुणासाठी थांबायची नाही, ती कधी निराश होत नसे. यालाच खंबीर स्त्री म्हणतात का ? उद्या तिच्या नवऱ्याला समजलं असतं, तिच्या हातातून मी निसटलो असतो, माझ्या बायकोने माझ्यावरचा आपला हक्क सांगितला असता, तर ती शांतपणे बाजूला झाली असती. मग ती कुठे जाणार होती, कोणत्या दिशेला, ते तिला माहीत नव्हतं आणि तिला त्याची चिंताही नव्हती. माहीत असतं आणि चिंता असती तरी त्याचा फारसा उपयोग नव्हता. राजवाड्यातले उंची कपडे ती सहज निष्काळजीपणे घालायची आणि त्यामुळे तिच्या नकळत ती अधिक आकर्षक आणि हवीहवीशी वाटायची. वेळी अवेळी तिला लोणचं खायची सवय. गेल्या वेळी ती इथे होती तेव्हा अंगावरच्या किमती, रेशमी ओढणीवर तिने आंब्याचं लोणचं सांडलं, ''आता नाहीतरी मला दम मिळणारच आहे,'' ती म्हणाली, ''तर मग हातदेखील का पुसू नयेत ?'' तिने ते पुसले. ती परिणाम साधण्यासाठी अशी वागत होती का ? तिने माझ्याकडे बघितलं आणि म्हणाली, ''घाबरू नका. मी हे डाग धुऊन काढीन आणि माझ्या तिखट बोटांनी तुम्हांला स्पर्श करणार नाही.'' दुसऱ्या आश्वासनामुळे मी सुटकेचा श्वास सोडला. खाद्यपदार्थाचा वास माझ्या किंवा दुसऱ्या कुणाच्याही हातांना आलेला मला आवडत नाही.

ती परत आली तेव्हा तिचे केस मोकळे आणि पाण्याने निथळत होते. माझे कपडे उतरवून तिने मला हलकेच बिछान्यावर झोपवलं. माझे डोळे बंद करून आपल्या केसांची टोकं हळुवारपणे माझ्या पायांवरून, पोटावरून, छातीवरून आणि चेहऱ्यावरून फिरवली. शरीरावर पाणी आणि केसांची कुरवाळणारी हुळहूळ यांच्या स्वास्थ्यकारक गुणाची जाणीव मला तोपर्यंत नव्हती. थोडा वेळ तिने केसातलं पाणी माझ्या डोळ्यांवर ओघळू दिलं. माझ्या डोळ्यांतला थकवा, तणाव आणि उष्णता त्याने जणू शोषून घेतली. परत एकदा बाहेर जाऊन केस ओले करून ती आली. आता मला उपडं झोपवून माझ्या नितंबांवरून वरपर्यंत पाठीवर आपल्या केसांनी ती झिंगलेली नागमोडी वर्तुळं गिरवू लागली. केसांच्या टोकांनी माझ्या पाठीवर ती नुसत्याच गुदगुल्या करते की वेडेवाकडे अर्धगोल उमटवते ते ओळखण्यात माझं शरीर कुतूहलाने ताठरलं. पाणी मुरून स्नायू सैल झाले. हळूहळू माझ्या हाडामांसातला प्रत्येक अणुरेणू शिथिल झाला.

''झोपा आता !'' ती म्हणाली, ''तुम्हांला जाग आल्यानंतर आपण प्रेम करू.''

ती कधीच पुढच्या क्षणाचा, पुढल्या जेवणाचा किंवा पुढल्या दिवसाचा विचार करत नसल्यामुळे तिला कसलीच घाई नसायची. तिला जे काही करायचं असायचं ते ती आज किंवा उद्या करू शकायची किंवा कदाचित कधीही नाही.

आज ती येईल ? तिच्या येण्याची कारणमीमांसा काय होती ? तिची लहर ? अचानक उत्पन्न झालेली इच्छा ? किंवा काहीतरी इतकं साधं, जसं एकाद्या रात्री तिच्या नवऱ्याचं लवकर झोपणं ?

''शेवटचं कधीच नाही. हे म्हणजे नशिबावर फारच हवाला टाकणं होईल. त्यांनी लवकर झोपावं असं मला वाटतं तेव्हा मी त्यांच्या दुधात साखरेबरोबर आणखीन काहीतरी मिसळते. एखाद्या तान्ह्या बाळासारखे झोपतात.''

''मलादेखील देत जा ते.''

''तुमच्यात तान्हं बाळ नाहीये. माझा नवरा तुमच्यापेक्षा खूपच नशीबवान. या वयातदेखील तो गाढ झोपी जाऊ शकतो, इतकंच नाही तर तासन्तास झोपतो. तुम्ही झोपेला थकवाल. फार चिंता करता तुम्ही युवराज.'' माझं डोकं तिच्या मांडीवर होतं आणि ती माझ्या कपाळावरून हात फिरवीत होती.

''ते बरं की वाईट ?''

''ते प्रत्येकाचं प्रत्येकानं ठरवावं. पण युवराज, स्वतःला थोडं ढिलं सोडा. एवढं दुःख, एवढी चिंता हृदयात बाळगू नका.''

तिच्या बांगड्या म्हणजे शिस्तीचा वस्तुपाठ होता. मी कितीही अधीर झालो असलो तरी त्या माझ्यावर लगाम घालायच्या. त्या काढताना मी जितका उतावीळ, धुसमुसळा व्हायचो तितका त्या अडेलतट्टूपणा करायच्या. आसपास कुणी नसायचं तरी– नाही, हे खरं नाहीये. चंद्रमहालात किंवा इतर कुठल्याही राजमहालात कुणीतरी कायम आसपास असायचंच — त्यांच्या खडखडाटाची मला नेहमी धास्ती वाटायची. उगीचच भीड वाटायची. मी स्वतःला शांत, बिनधास्त राहायला सांगायचो. पहिल्या खेपेला काढल्या होत्या तशाच ती स्वतः त्या काढू लागल्यास, तेही मला नको असायचं. तिचा पंजा हळुवारपणे दाबण्यात एक प्रकारचं अनोखं वैषयिक समाधान मिळायचं. तो सैल होऊन मेणासारखा मऊ झाला की एक एक बांगडी गळून खाली जमिनीवर खणखणायची आणि ढगाआडून चंद्रकोर बाहेर निसटावी तसा तिचा हात उघडा पडायचा. शारीरिक आकर्षणाचं गूढ कशात असतं ? वस्त्रात ? अंगातून चोळी काढणाऱ्या, घागऱ्याची गाठ सोडणाऱ्या आणि कपडे परत अंगावर चढवणाऱ्या बोटांत ? कपड्यांच्या नाड्यांना आणि वाद्यांना घातलेल्या गाठीत ? शरीराच्या उंचसखल भागांवरून फिरणाऱ्या हाताच्या हालचालीत ? सुन्हरिया पायात साखळ्या घालते, मोकळे केस झटकून ते परत गोळा करून त्यांचा मानेवर आंबाडा घालते, ते पाहण्यात ? तर्जनीवर पिंजर घेऊन थेट कपाळाच्या मध्यभागी रेखलेल्या कुंकवाच्या टिकलीत की ओंजळीत पाणी घेऊन ती आपल्या चेहऱ्यावर हबके मारते त्याच्यात ?

ती दररोज नकळतपणे करत असलेल्या स्वाभाविक, सवयींच्या हावभावांत ते असतं का ?

मला तणावापासून मुक्त कर सुन्हरिया. माझ्या पाठीचे घट्ट झालेले स्नायू दाबून सैल कर. माझ्या कण्याच्या दोन्ही बाजूंनी खोलवर तुझे अंगठे वरपासून खालपर्यंत ओढ. माझी कानशिलं तडकून माझ्या मेंदूच्या लड्या फुत्कारत बाहेर पडेपर्यंत ती चोळ. माझ्या पायांच्या तळव्यांच्या खळग्यांत बोटांनी खण. माझी सारी घट्ट वेटाळलेली चक्रं शिथिल कर आणि मला मोकळं वाहू दे.

त्या रात्री ती आली नाही.

अतिथी भवनात पोचण्याच्या अर्धा मैल आधीच मला कळलं. वास नाहीसा झाला होता. खुदा हाफिज शहजादा, मी म्हणालो आणि झरझर पावलं उचलली. बहादूरच्या मृत्यूची बातमी जाहीर करण्याच्या भीती आणि चिंतेपासून मी एकदम मुक्त झालो. जे व्हायचं ते झालं होतं. आता पुढची पावलं कशी टाकायची ते माहीत होतं मला. त्याच्या वडिलांना पाठवायचं पत्र तयार होतं माझ्या मनात. राजपुत्राला शोभेल असा दफनविधी करावा लागणार. कदाचित त्यामुळे सुलतान मुजफ्फर शहा आणि बाबांमधलं युद्ध संपुष्टात येईल. बहादूरचेदेखील काही उपयोग होते.

झालं होतं वेगळंच. उशांना टेकून बहादूर अशक्तपणे बसला होता. खोलीत पहाटेचा अंधुक प्रकाश. त्याला मिठीत घेऊन मी त्याच्या कपाळाचं चुंबन घेतलं, ''बहादूर, मी आपली आशाच सोडली होती.''

''माफी असावी युवराज. फारच त्रास दिला मी आपल्याला. आपण माझ्यासाठी केलंत तेवढं माझ्या कुठल्याही भावाने केलं नसतं. मी आपलं देणं लागतो. फार मोठं देणं.'' त्याची शुद्ध हरपली.

''आता त्यांना विश्रांती घेऊ द्या. तरंच बरे होतील ते,'' खालच्या आवाजात एका म्हणाला.

''मेवाडचं राजघराणं तुमचं ऋणी आहे एकाजी. तुम्ही आमच्या मान्यवर पाहुण्यांचे प्राण आणि आमची प्रतिष्ठा वाचवलीत. मेवाडच्या राजवैद्याचं मानपत्र मी आज तुम्हांला अर्पण करतो. तुम्ही आमच्यासाठी जे केलंत त्याचं इनाम म्हणून तुमच्या भिल्ल प्रदेशाला लागून असलेलं मुजाडी आणि इतर दहा गंभीरीच्या तीरावरली गावं आमचं सरकार तुम्हांला देत आहे.'' मी त्याचा हात सोडला, ''पण कृपया तुम्ही एवढ्यात परत जाऊ नका. शहजादे धोक्यातून पूर्णपणे बाहेर येईतोवर इथेच राहा.''

"माझा तोच उद्देश आहे, युवराज."

मी एकलिंगजींच्या मंदिरात जाऊन नमस्कार केला आणि आभार मानले. शंकराने शहजाद्याचा संहार केला आणि आता जणू त्याच्याच राखेतून त्याचा पुनरुद्धार केला. 'मी तुमच्यापाशी काही मागत नाही, ते अभिमानापोटी नसतं.' मी एकलिंगजींना सांगितलं. 'तर तुम्ही सर्वज्ञानी आहात म्हणून. पुनश्च आभार.'

पुढचे सात दिवस नौबतखान्यात सनया वाजत राहिल्या आणि दररोज सकाळी राजवाड्याच्या पूर्वेकडच्या भिंतीत बसवलेल्या सूरज गोखाडा सज्जातून मी आमच्या मूळ वंशपुरुषाची, सूर्यदेवाची पूजा केली — 'तुझं तेज सदा आमच्यावर प्रकाशत राहो ! अंध:कारापासून मेवाडचं नेहमी रक्षण कर !'

१२

एक असमान युद्ध. हे महाभारत नाही. फक्त खेळ देवाचा.

कामकाज आटपून परत येत असताना त्याने प्रथम ते संगीत ऐकलं. दूरवरून येणारा तो अस्पष्ट आवाज नगरातून येतोय की खेतन राणी महालापलीकडच्या किल्ल्याच्या राखीव, खाजगी भागातून येतोय ते त्याला कळेना. हा विचित्र योगायोगच म्हणायला हवा. शहजाद्याची प्रकृती सुधारत असल्याने त्याच्या करमणुकीसाठी आता एखादा जलसा ठेवावा असाच विचार तो करत होता. यापूर्वी कधी त्याने ऐकला नव्हता हा आवाज. राज्याबाहेरच्या कलाकाराला बोलावून घेण्याचा दर्दीपणा, त्याच्या वडिलांव्यतिरिक्त, फक्त दोन माणसं करू शकतात. एक त्याचे काका, गृहमंत्री लक्ष्मणसिंह आणि दुसरे म्हणजे पायदळाचे सेनापती, नर्बदसिंह. पण नर्बदसिंह त्याच्या वडिलांसोबत परदेशी असल्यामुळे हे लक्ष्मणसिंहांचंच काम असावं. कोण होती बरं ती ? चितोडच्या प्रसिद्ध गायिकांपैकी कुणाचाच हा आवाज नव्हता.

त्या आवाजाचा प्रवाह स्वत:वरून वाहू देत तो स्तब्ध उभा राहिला. त्याला हे कधीच उमगलं नव्हतं की कुणाच्यातरी खिडकीखाली किंवा पायऱ्या चढून वर जात असताना किंवा डोंगराचा कडा पार परत असताना ऐकू येणारा एखादा आवाज किंवा रागाचे सूर अधिक उत्कट, अधिक हृदयद्रावक का वाटतात ? त्याचे पणजोबा उत्तम गायक आणि संगीततज्ज्ञ होते. मोठ मोठे गवय्ये, अगदी दुसऱ्या राजांच्या दरबारी असलेले देखील, राणा कुंभाचं आमंत्रण म्हणजे स्वत:चा मोठा बहुमान समजायचे. जर परिस्थिती बिकट झाली किंवा आपल्या आश्रयदात्याशी पटेनासं झालं तर गुणी कलावंतांचं राणा कुंभाच्या दरबारी नेहमीच स्वागत होत असे.

रागदारी संगीताचे बारकावे किंवा सौंदर्यस्थळं युवराजाला कुणी शिकवली नव्हती. तो चार वर्षांचा असताना जेव्हा कुणी गायक किंवा वादक एखाद्या रागाचा विस्तार करायचा, तेव्हा त्याला पाच सहा तास पद्मासन घालून बसावं लागायचं. तो कंटाळला किंवा रडू लागला तर त्याचे वडील सावकाश मान वळवून आपला एकमेव धड डोळा त्याच्यावर रोखीत. क्षणभरात त्याची राख होऊन उरायचं ते फक्त एक लघवीचं थारोळं.

जर एखाद्या राजकुमाराची किंवा राजकुमारीची संगीताची आवड सिद्ध झाली तर शिक्षक आठवड्यातून दोन वेळा संध्याकाळी सहा वाजता येऊन तासभर शिकवायचा. युवराजाने देखील तीन वर्ष या शिकवण्या घेतल्या. त्यांचा आवाज, शिक्षकाने नम्रपणे त्याच्या आईला सांगितलं होतं, बरा होता, पण खास काही नाही. जर काही लक्षणीय असेल तर ते होतं त्याची विषयावरली पकड. आवाज जरी लवचीक नसला तरी त्याचे कान तयार होते आणि एखादी स्वरमालिका याच पद्धतीने का घ्यायची, वेगळ्या प्रकारे का नाही हे तो सांगू शकायचा.

एखाद्या जलशात किंवा मैफलीत जेव्हा अतिरसिक श्रोते हाताने मांडीवर ताल देत, गायक गुंतागुंतीची तान घेऊन समेवर आला की माना डोलावून एकमेकांकडे जाणकारीचे आणि खुशीचे आत्मसंतुष्ट कटाक्ष टाकू लागत, तेव्हा युवराज तिटकाऱ्याने उठून निघून जायचा. व्याकरणाने कार्यक्षमता येऊ शकते, उत्कृष्टता नाही. तुमच्या एखाद्या सहकाऱ्याने सात आठ पोटवाक्ये असलेल्या वाक्यात उपपदं, क्रियाविशेषणं, क्रियापदं, काल, वगैरेंचा योग्य प्रकारे वापर करून एक लांबलचक वाक्य तयार केलं, तर तुम्ही मान डोलावून, ओठांचा चंबू करून, खुशीचं स्मित करत त्याचं अभिनंदन करता का ? जो प्रेक्षक थोडक्याने खुश होतो तो स्वतःच्या आणि कलाकाराच्या अल्पसंतुष्टतेचंच अभिनंदन करत असतो आणि जेव्हा कलाकारदेखील श्रोत्यांच्या या चकव्यात सामील होतो तेव्हा तोदेखील एक भुलावणीचा खेळ खेळत असतो. उत्तम कलेविषयी फक्त प्रेम असून चालत नाही, तर तिला मध्यम आणि कामचलाऊ कलेपासून वेगळं करण्याचं कौशल्यदेखील असावं लागतं. उत्कृष्ट कलाविष्कार हा एक आत्मकेंद्रित प्रकाश आहे, जो कलाकाराला आणि रसिकाला आत्मभान विसरून एका स्वर्गीय पातळीवर नेऊन सोडतो. प्रशंसा करण्यात तो कंजूष नव्हता, पण प्रशंसनीय कलाकृती ही काही एक दैनंदिन घटना नव्हती. ती क्वचितच प्राप्त होणारी गोष्ट होती.

मोठे गणले जाणारे आणि खरे अलौकिक कलाकार अधूनमधून चितोडच्याही वाट्याला आले होते. हा प्रश्न फक्त दमसांस, स्वरयंत्र, अभ्यास आणि तालीम यांसारख्या साधनांचा नव्हता, तर कलाकार आपली प्रतिभा, अनुभव आणि कल्पनाशक्तीच्या जोरावर त्यांचा कसा उपयोग करून घेतो याचा होता. शालिवाहन सामंत, रजब अली आणि रसूलनबाई यांच्या आवाजाला सागराची विविधता आणि अथांगता तर होतीच, पण त्यांच्या मननाचा आणि भावनांचा विस्तार म्हणजे जीवनविषयक एक नवी दृष्टी होती. आता ऐकू येत असलेल्या आवाजाचा आवाका त्याला माहीत नव्हता. शिवाय प्रथमदर्शनी मनावर पडलेली छाप जरी महत्त्वाची असली तरी त्याबद्दल तो जरा सावधच राहायचा. एखादा कलावंत नेहमी एकाच प्रकारे गातो की वेगवेगळ्या तऱ्हेने रागाची उकल करत आपली अष्टपैलू गुणवत्ता

दाखवतो याचा अंदाज त्याला निरनिराळ्या संदर्भात आणि बऱ्याच वेळा ऐकल्यानंतरच येतो. या क्षणाला तो आपलं मत राखून ठेवणार होता, पण तरीही या आवाजाची उत्कटता अस्वस्थ करणारी होती हे त्याला मान्य करणं भाग पडलं. पृथ्वीसकट गगनाला गवसणी घालण्याच्या इराद्याने ती आवाज फेकत होती, जणू तो आवाज म्हणजे एक भाला होता. त्याच्या उड्डाणाचा मार्ग ना वादळ ना झंझावात रोखू शकत होता; कारण तो प्रक्षुब्ध, तळपणाऱ्या विजेचा बनला होता. अशा प्रकारचा जोश कोणी इतका वेळ पेलू शकतं याचंच त्याला आश्चर्य वाटलं. त्या आवाजात खोटेपणा नव्हता, खाजगीपणा नव्हता, संदिग्धपणा नव्हता. तो इतका खुला होता की गायिकेचं खोल अंतरंग जणू तो उघडं करत होता. त्याच्या मनात अचानक विचार आला की, या उघडच्यानागडच्या आवाजाने उत्पन्न होणारी अस्वस्थता लपवण्यासाठी त्याची नक्कल, विडंबनात्मक अनुकरण करणं किती सोपं आहे. समाजमान्य शिष्टाचारातील सारी लपवाछपवी झुगारून देऊन सार्वजनिक प्रदर्शन मांडणारा तो आवाज धोकादायक होता, कारण तुमच्या नीतिनियमांची, दांभिकतेची, तडजोडीची त्याला पर्वा नव्हती.

खरं म्हणजे हवेतून येणारा, अशारिरी, बिनचेहऱ्याच्या आवाजावरून एवढं सगळं अनुमान कसं बांधता येईल ? तो मनात म्हणाला. त्याला स्वत:चंच हसू आलं. नेहमीप्रमाणे माझं कल्पनारंजन चाललंय. या साऱ्या कल्ननारम्य विचारांना जन्म देणाऱ्या आवाजाला जाणून घेण्याचा एकच मार्ग. त्या आवाजाची मालकीण कोण, याची माहिती करून घेणं आणि कालांतराने आपलं अनुमान बरोबर होतं की नाही ते ठरवणं, कोण होती ती ?

थोड्या थोड्या अंतरावर तो सारखा थबकत होता. शास्त्रीय संगीताच्या रसग्रहणात जर त्याच्यात काही उणीव असेल तर ती म्हणजे तो चीजेच्या शब्दांकडे क्वचितच लक्ष द्यायचा. कविता न समजू शकल्याचा हा परिणाम असावा कदाचित. लोकगीतं किंवा प्रचलित लोकप्रिय गाणी ऐकताच मात्र त्याचे कान टवकारत आणि त्यांचे शब्द जाणून घेण्याची इच्छा त्याला होत असे. भिल्लांच्या रांगड्या जोशाच्या प्रेमगीतांचं, चालू राजकारणावर शहरात सर्वतोमुखी झालेल्या उपहासात्मक वात्रटिकांचं, काही प्रसिद्ध व्यक्तींच्या बेकायदा उपरोधात्मक कडव्यांचं त्याला नेहमीच कौतुकमिश्रित आश्चर्य वाटायचं. याउलट त्याच्या मते शास्त्रीय संगीतात मात्र फक्त सूर टांगण्यासाठी असलेल्या खुंट्यांप्रमाणे शब्दांचा वापर केला जायचा. जेव्हा जेव्हा त्याला गायल्या जाणाऱ्या चीजेचे शब्द समजले होते किंवा त्याने ते समजावून घेतले होते, तेव्हा तेव्हा ह्रह्र आणि हा त्याचाच दोष असेल कदाचित ह्रह्र ते त्याला फारच सामान्य आणि एका ठराविक साच्यातले वाटले होते.

झिरझिर पाऊस पडू लागला. त्याला पावसातलं चितोड अतिशय आवडायचं. सर्व काही, अगदी दगडधोंडेदेखील थोडे धूसर दिसू लागत. यशस्तंभ आणि दिगंबराचं मंदिर खाली झुकलेल्या ढगांआड लपलं. पावसाळ्यातलं गवत त्याला नेहमी प्रवेशासाठी आतुरतेने नेपथ्यात उभ्या असलेल्या नटासारखं वाटायचं. छोट्याशा सरीच्या टिचकीनेसुद्धा एका रात्रीत गवताची सैन्यावर सैन्यं प्रगट व्हायची. हिरव्या रंगाचं इतकं महत्त्व का वाटतं स्त्री-पुरुषांना ? ग्रीष्मातल्या पिवळ्या-करड्या रंगाबद्दल आनंदी, उत्साही गाणी नाही गात कुणी. हिरवा हा जीवनाचा रंग आहे का ? की उन्मादाचा ? गवताचा हिरवा हा फार हव्यासी, आधाशी रंग आहे. थोडीही जागा तो इतर कशासाठी मोकळी सोडत नाही. मी मी मी म्हणत, दुकानातला विक्रेता जसा कपड्यांचे तागेच्या तागे उलगडतो, तसा तो गवताचे तागेच्या तागे उलगडत, पसरत, संपूर्ण चितोडचं एक हिरव्या पात्यांचं लहरतं शिवार बनवतो. अधूनमधून आकाशाचं छोटं डबकं. अकस्मात आकाशाला फट पडते आणि ऊन खाली सांडतं. दूर कुठेतरी इंद्रधनुष्य उगवणार खास.

प्रकाशाचा आणि पावसाचा त्या बाईच्या आवाजावर विलक्षण परिणाम झाला. तो अधिक स्वच्छ, स्पष्ट होऊन त्यात एक करुण स्वर आला. युवराज आता पूर्णपणे भिजला होता. नि:शब्दपणे वीज आकाशात चमकली, नंतर बऱ्याच वेळाने किल्ल्याच्या पूर्वेकडच्या कोपऱ्यातून चिडका गडगडाट. संधिप्रकाशाचा त्याच्यावर विचित्र परिणाम होऊ लागला होता. त्याच्या साऱ्या संवेदना तीक्ष्ण झाल्या आणि त्याचबरोबर सभोवतालच्या परिसरात आणि स्वत:त एक अंतर निर्माण झाल्यासारखं त्याला वाटू लागलं. आता त्याला गाण्याचे शब्द ऐकू येऊ लागले होते.

पाषाण उंच आकाशी, स्वर्ग नव्या जागी स्थापिला
तो खाली आला.
अधांतरी तरंगले पाताळ, पिशाच्चं चहूकडे मोकाट
जपून, नीलदेवा, त्यांपैकी समजूनी कुणी चिरेल कंठ.
कर शीर्षासन बन्सीधरा, झाली रात्र उलटी-सुलटी
बाहू माझे कृष्णसर्प वेटाळती तुजभवती
तुझ्यावरून, तुझ्या आतून मला सरपटू दे
काळ्या विळख्यांच्या वेढ्यांनी तुला कवळू दे
पावसाच्या कृष्णजलाने अंग तुझे मळू दे.
भिडू दे अंगाशी अंग. वक्षासी वक्ष भिडू दे
जीभेत जीभ गुंतवूनी वज्रगाठ घालू दे
गोफ विणून चक्राकार विळख्यांनी

रोहिणी–नीलेची गुंफू घट्ट वेणी
प्रत्येक गोष्टीस असे उद्दिष्ट आणि स्थान
विषारी सर्पाने राखावे स्वजातीशी इमान
विषाला सावज हवं, दातांना धार हवी
प्रिया ये, आज आणि कायम पहूड माझ्या शेजारी
विभिन्न नाही विष अमृताहून
कसे कळावे ते चाखल्यावाचून ?

काळोख्या रात्रीचं आणि विरहाचं हे गीत म्हणजे एक काळा सर्प. कुणीतरी निघून जातं तेव्हा आपणच बहिष्कृत होतो. जिवलग माणसं नसती तर आपण एवढे एकटे पडलो असतो का ? हे भगवन्, अजून सत्तावीस वर्षंदेखील पुरी झाली नाहीत आणि आयुष्याचा असा खेळखंडोबा कसा केला मी ? सुन्हरियालादेखील असं एकाकी, तिच्या आयुष्याचा विचका झाल्यासारखं वाटतं ? माझी गुरू हो सुन्हरिया ! मला शिकव – काय होते तुझे शब्द ? हं — स्वत:ला, 'ढिलं सोडायला' शिकव. चल मित्रा, तो स्वत:लाच म्हणाला, आत्मकरुणेची चैन तुला परवडणारी नाही.

तो राजवाड्याच्या दिशेने चालू लागला. पाऊस जोरात पडू लागला होता. आभाळ परत काळवंडून आलं. तो आवाज अधिकाधिक मोठा होऊ लागला. त्याला पाहताच नोकरांची धावाधाव सुरू झाली. तो घोड्यावरून का नाही आला आणि छत्री का नाही मागवली गेली असं त्याला विचारण्यात येऊ लागलं. खाली सगळीकडे माणसं, त्याच्याप्रमाणेच ऐकत उभी होती. त्यांना बाजूला सारत तो स्वप्नात असल्याप्रमाणे पायऱ्या चढू लागला. त्याची ओली पावलं घसरत होती आणि त्याला आपला तोल सांभाळणं कठीण जात होतं. त्याचा उजवा गुडघा खरचटला तरी तो पुढे जात राहिला. त्याच्या परवानगीशिवाय त्याच्या महालात एक गाणारीण आणण्याची ही कुणाची हिंमत ? त्याचं घर म्हणजे कोठी होती का ?

तिच्या खोलीच्या मध्यभागी, संगमरवरी श्रीकृष्णासमोर त्याची बायको बसली होती. एकतारीच्या तारा छेडत तिची उजव्या हाताची बोटं. डोळे मिटलेले. चेहरा उजळलेला. तालावर डोलणारं शरीर. भुताटकी पाहावी तसा तो निश्चल उभा. त्याला भास होत होता आणि सुदैवाने भास विरून जातात, ते कधीच मूर्त रूप धारण करीत नाहीत. त्याचं डोकं फिरलं होतं. त्याला वेड लागलं असावं. नाहीतर हे कसं शक्य होतं ? मेवाडच्या राजघराण्यातली एक राजकुमारी, खुद्द युवराज्ञी, एका तवायफेसारखी राजमहालात गाते आणि तिचं गाणं खाली जमलेला चाळीसपन्नास माणसांचा श्रोतृवृंद

आणि त्याच्या खाजगी महालाबाहेर जमलेले लोक ऐकत उभे राहतात, हे कसं शक्य होतं ?

विभिन्न नाही विष अमृताहून

कसे कळावे ते चाखल्यावाचून ?

शेवटची ओळ परत उचलून ती आळवू लागली होती. त्याने लाथेने एकतारी उडवून दिली. तिच्या हातातून सटकून तिचे दोन तुकडे झाले. तिने सावकाश डोळे उघडले. पण त्याला माहीत होतं की ती त्याला पाहत नव्हती.

१३

कफ आणि खोकल्याच्या आजारातून सावरायला आदिनाथजींना जवळजवळ एक महिना लागला. तरुण माणसांचं वेगळं असतं. विशेषकरून बहादूरसारख्या तगड्या जवानाचं. दहा दिवसांत तो हिंडू फिरू लागला आणि रात्री उशिरापर्यंत माझ्याबरोबर बुद्धिबळाचा डाव मांडू लागला. तो माझ्यापेक्षा चांगला खेळायचा, पण शेवटच्या क्षणी अधीर होऊन काहीतरी चूक करायचा. माझा एकमेव गुण, जर त्याला गुण म्हणता येत असेल तर, म्हणजे मी धीमा पण चिकाटीने खेळतो.

''माझ्यासाठी काही पत्रं आली आहेत का ?'' डावाच्या मध्येच त्याने विचारलं. आवाज सहज ठेवण्याचा त्याने प्रयत्न केला, पण मला त्यातला तणाव जाणवला.

''माहीत नाही. मला वाटत नाही. निदान हल्ली तरी.''

''हल्ली नाही आणि पूर्वीही नाही. गुजरातच्या अमिरांच्या आणि सरदारांच्या दोस्तीवर मी नको तेवढा विश्वास ठेवला, की माझा सारा अंदाजच चुकला ?''

काय उत्तर द्यावं ते मला कळेना. बंड हे कल्पनेपेक्षा कृतीत उतरवणं कठीण असतं हे कधी ना कधी त्याला कळलं असतंच.

''असंच काही नाही. चितोडला पोचायला बराच वेळ लागतो. आता तर अधिकच, कारण वाटेत चाललेलं युद्ध टाळण्यासाठी जासूदाला नेहमीची वाट सोडून दूरचा मार्ग घ्यावा लागतो. दुसरी गोष्ट म्हणजे आपला थोराला भाऊ, सिकंदर. हा विषय काढल्याबद्दल माफी असावी शहजादे, आपण कितीही योग्य असलात तरी आपले सरदार ते मानतील असं वाटतं आपल्याला ?''

''आम्ही इतराज नाही झालो युवराज. मला भविष्य वाचता येत नसलं तरी मी आपल्याला एक हमी देतो की गुजरातचा भावी सुलतान मीच होणार. केव्हा ते काळ ठरवेल.''

मी आम्हा दोघांसाठी पेल्यांत मद्य ओतलं, ''या निर्धाराबद्दल अभिनंदन शहजादे ! आपण दोघं आता मनाने जवळ आलोच आहोत, पण आपण पूर्वी म्हटल्याप्रमाणे गुजरात आणि मेवाडमध्ये शांतीकरार झाला तर ते दोन्ही देशांच्या फायद्याचं ठरेल. योग्य वेळ येताच आपल्याला राज्यपद अवश्य लाभो ! आपल्याला माझ्या शुभेच्छा.''

पंधरा दिवसांत तो माझ्याबरोबर घोडदौड करू लागला. ''युवराज, मी राणी पद्मिनीच्या महालापर्यंत आपल्याबरोबर शर्यत लावतो.''

आम्ही बाप्पा–का–राजटीला जवळच्या रस्त्यावर होतो. या व्यासपीठावर माझे पूर्वज बाप्पा आणि त्यांच्या अगोदरच्या राणांचा राज्याभिषेक झाला होता.

''आणखीन एक आठवडाभर थांबावं शहजादे. तोपर्यंत आपण पूर्णपणे बरे व्हाल.''

''काहीतरीच. उगाच खोटी सबब देऊ नका.''

तो तीरासारखा सुटला. मी त्याला मागे टाकायचा प्रयत्न केला, पण त्याच्या बरोबरीनेदेखील येऊ शकलो नाही. जिंकल्यामुळे तो खुशीत आला.

''एका नाजूक बाबीबद्दल बोलायचं होतं युवराज.'' माझा हात त्याने हातात घेतला, ''कशी सुरुवात करावी तेच कळत नाहीये.''

''तर मग जितक्या मोकळेपणे बोलाल तितकं उत्तम.''

पण याचा फारसा उपयोग झाला नाही. त्याची नजर उगाच चौफेर रेंगाळली, ''आपण आत महालात जाऊया का ?''

''काहीच हरकत नव्हती. पण कदाचित काही राण्या आणि त्यांच्या दासी आत स्नान करत असतील.'' मी बोलत असतानाच महाराणीचा मेणा महालातून बाहेर पडला.

''गुस्ताखी मुआफ युवराज. राणी पद्मिनीचा महाल रोजच्या वापरात आहे याची मला कल्पना नव्हती.''

''आपल्याला या विषयावर नक्कीच बोलायचं नव्हतं, नाही का ?''

''नाही. या विषयावर नव्हतं.'' तो थोडा वेळ अनिश्चितपणे घुटमळला आणि मग एकदम बोलून गेला, ''ती बाई, माझ्या आजारपणात माझी देखभाल करत होती ती, आपली दाई होती हे खरं का ?''

''होय.''

''ती यायची थांबलीय आता.''

''आपण बरे झाल्यामुळे आता तिची गरज नाही म्हणून असेल कदाचित.''

''होय, हेच कारण असावं.'' मनातलं बोलायला त्याला अजून कष्ट पडत होते. मग त्याने माझ्या नजरेला नजर भिडवली, ''ती मला मिळू शकेल का ?''

आणि माझा असा समज होता की मी आयुष्यात सारं काही पाहिलंय. जगात जे जे काही होणं शक्य असेल ते ते सगळं, आणि जे प्रत्यक्ष पाहू शकलो नाही ते कल्पनेने जाणलंय. माझ्या मौनातलं द्वंद्व त्याने ओळखलं.

"कायमची नाही, फक्त मी इथे असेतोवर."
"ते तुम्ही आपापसात ठरवणं योग्य."

कौसल्याने मला अंगावर पाजलं होतं. पुढे मी तेरा–चौदा वर्षांचा झाल्यावर लैंगिक शरीरसंबंधाची ओळखदेखील तिनेच करून दिली. नाहीतरी प्रत्येकाला लैंगिक संबंधाविषयी माहिती कुठल्या ना कुठल्या प्रकारे मिळतेच. कुणाला लवकर, कुणाला उशिरा. तो कसा आचरला जातो हा तपशिलाचा प्रश्न आहे.

कौसल्याच्या पूर्वेतिहासाची मला काहीच माहिती नाही. लोकापवादानुसार माझे आजोबा, राणा रायमल यांचं त्यांच्या मृत्यूपूर्वी दोनेक वर्षं एका दासीबरोबर छोटं लफडं झालं होतं. छोटं म्हणजे एका रात्रीपुरतं, काही रात्रींपुरतं, काही महिन्यांपुरतं किंवा कदाचित वर्षभरदेखील असावं. त्याचा परिणाम म्हणजे, कौसल्या. ही एक कथा. पाच सहा वेगळ्यादेखील आहेत. कौसल्या या विषयावर प्रकाश टाकू शकेलही, पण मी कुतूहलापोटी फारसा झुरत नाहीये. ती बारा तेरा वर्षांची असताना तिचं बाबांच्या दरबारातल्या एका कुणाशीतरी लग्न लावून दिलं गेलं. त्यांना माझ्या जन्माच्या दहा दिवस आधी एक मुलगा झाला. मंगल. मी जेव्हा जगात प्रवेश करता झालो तेव्हा भावी युवराजांना आणि संभाव्य मेवाडच्या राजाला पोसण्याची जबाबदारी कौसल्यावर सोपवण्यात आली. या बाबतीत स्वत:च्या मुलात आणि युवराजात तिने पक्षपात केला का ते मला आठवत नाहीये. कदाचित तिने मला अधिक महत्त्व दिलं असण्याची शक्यता आहे. अखेर राजाच्या प्रथम पुत्राची दाई म्हणून निवडलं जाणं हा मोठा सन्मान होता. कदाचित तिने पक्षपात केलाही नसेल, आणि जो जास्त मोठ्याने भोकांड पसरायचा त्याला आधी पाजलं असेल किंवा अधिक शक्यता आहे की दोन्ही मुलांना पुरून उरेल इतका पान्हा फुटत असल्यामुळे दोघांनाही एकाच वेळी ती आपल्या विपुल स्तनांना लावत असेल.

मंगल आणि मी वर्षाचे असताना कौसल्याच्या नवऱ्याचा, तो बाबांबरोबर मालव्याच्या युद्धासाठी गेला असताना, रणांगणावर सन्माननीय मृत्यू झाला. कौसल्या तेव्हा राजवाड्यातली नोकरी सोडू शकली असती. तिच्या नवऱ्याला इनाम म्हणून मिळालेली बारा तेरा गावं आता तिच्या नावावर होती आणि त्याशिवाय तिचे स्वत:चेदेखील थोडे पैसे गाठीला होते. पण तिने नोकरी सोडली नाही. तिला शहरी राहणीची सवय झाली होती आणि चितोडमध्ये मिळणारं शिक्षण मंगलला इतरत्र कुठे मिळणं शक्य नव्हतं. आपल्या जमिनींवर तिचं कडक लक्ष असायचं आणि तिने कोंबड्या

पाळण्याचा धंदाही सुरू केला होता. माझ्या आठवणीत तरी, राजवाड्यात लागणाऱ्या कोंबड्यांचा बहुतेक पुरवठा तिच्याकडून व्हायचा. पुढे तिने इतर जोडधंदे सुरू केले. माझी खात्री आहे की आमच्या जेवणातल्या दहा टक्के भाज्या आणि पाच टक्के मांस तिच्याच मळ्यातून येतं. आता तर ती एक श्रीमंत बाई झाली आहे. विशेषत: तिने अंत:पुरातल्या राण्यांना आणि रखेल्यांना व्याजावर पैसे पुरवायला सुरुवात केल्यापासून.

कौसल्या जरी हल्ली माझ्यापासून दुरावली असली तरी मी मात्र बऱ्याच वेळा तिचा विचार करत असतो. तिचा जन्म बहुधा राजवाड्यातच झाला असावा. तिचं बहुतेक सारं आयुष्य निश्चितच राण्या आणि इतर महत्त्वाच्या स्त्रिया आणि त्यांच्या सख्या आणि दासींबरोबर गेलंय. पण ती त्यांच्यापेक्षा वेगळी आहे. मी जेव्हा राजघराण्यातल्या राण्यांचा विचार करतो तेव्हा माझं मन उदास होतं. राणी होण्याच्या अंतहीन, निष्ठूर, लांबलचक, कंटाळवाण्या अनुभवाची कल्पना आहे का कुणाला ? आंघोळीला, अगदी डोक्यावरून केली तरीसुद्धा किती वेळ लागेल ? नंतर साजशृंगार, नाश्ता, दोन जेवणं आणि झोपेत गेलेले आठ तास सोडले तरी दिवसाचे बारा तास उरतात. निष्क्रियतेचे बारा तास. जिच्यावर राजाची मर्जी, बेहद मर्जी असेल, तिला राजा कदाचित महिन्याचे पंधरा दिवस भेटतो. पण वर्षातले सहा महिने तो स्वत:च बाहेरगावी असतो. बाबांच्या सत्तावीस बायका आणि शंभरहून अधिक रखेल्या आहेत. इतर सव्वीस बायकांचं आणि रखेल्यांचं काय ? रिकाम्या वेळेचा तोचतोचपणा त्यांना वेड लावत नसेल? अधूनमधून अफवा उठतात एखाद्या राणीच्या किंवा रखेलीच्या भानगडीविषयी. पण कुठल्याही राणीचा सर्वांत जहाल शत्रू म्हणजे इतर राण्या. यामुळे जीवन किती दु:सह होत असेल याची कल्पना आहे ? कारण दासींना स्वतंत्र अस्तित्व असू शकतं, पण राण्या नेहमी एकसंघ राहतात. एकमेकींवर नजर ठेवायला.

त्यांना मुलांबरोबर वेळ घालवता येत नाही, कारण त्यासाठी दाया आणि दासी असतात. स्वत:च्या मुलाला अंगावर पाजता येत नाही, कारण तसा प्रघात नाही. साठलेला पान्हा कसा बाहेर काढावा ते माहीत नसल्याने वेदनेने तळमळणाऱ्या राण्या मी स्वत: पाहिल्या आहेत. त्यांची तुडुंब भरलेली स्तनं इतकी संवेदनाशील होतात की हवेच्या हलक्याशा झुळुकीचा स्पर्शदेखील त्यांना सहन होत नाही. बहुतेक राण्यांना वाचनाची आवड नसते. मग त्या छप्पा-पाणी वगैरे बालिश खेळ खेळून वेळ घालवतात किंवा पत्ते आणि इतर जुगाराचे प्रकार खेळून अधिक श्रीमंत राण्यांच्या नाहीतर आदिनाथजींच्या कुटुंबियांच्या कर्जबाजारी बनतात. गप्पा, चकाट्या, उणीदुणी आणि खल-कपट हे तर नित्याचंच. अंत:पुरात नेहमी वेगवेगळे गटकंपू होत असतात. कायम टिकून राहतो तो आवडतीच्या विरुद्ध इतर सर्व जणींचा. आवडती बदलत राहते. टिकून राहतो तो विरोधी कंपू.

सर्वांत मोठं लक्ष्य म्हणजे अर्थात, सिंहासन. कुठल्याही राणीने मुलाला जन्म दिला की तिला राजमुकुट आपल्याच मुलाच्या डोक्यावर चढायला हवा असतो. पण मुकुट म्हणजे राण्यांमधल्या वैराची नुसती सुरुवात. इतर अनेक गोष्टी म्हणजे – मिळणारा भत्ता, कपडे आणि अलंकार, दरबारातलं मानाचं स्थान, कुणाची मुलं अभ्यासात अधिक हुशार, कुणाच्या तैनातीत सर्वाधिक दासी आणि हिजडे, कुणाचा बाप किंवा कुटुंब अधिक शक्तिशाली, कुणाचे केस सर्वांत लांब, कुणाची कांती नितळ, वगैरे काहीही– अपमान, असूया आणि नाखुशी जोपासायला पुरेसे असतात. लैंगिक आकर्षण अर्थात लाभाचं ठरतं. हल्ली कित्येक वर्षं कर्मावती राणीसाहेब बाबांच्या खास मर्जीत राहिल्या होत्या. त्यांचा बाबांवर असलेला विलक्षण प्रभाव आणि पकड समजायला आणि समजवायला कठीण आहे. बाबा एक जागरूक व्यक्ती आहेत. ते प्रत्येक गोष्ट पूर्ण विचारांती करतात आणि कधीच भावनेच्या आहारी जात नाहीत. पण कर्मावती राणीसाहेबांच्या सान्निध्यात किंवा अमलाखाली हाच व्यहारदक्ष आणि समंजस माणूस आपला सारा विवेक हरवून बसतो. सुदैवाने आतापर्यंत तरी राणीसाहेबांचे सारे हट्ट मामुली होते. पण हा पायंडा धोक्याचा आहे. कधीतरी राज्यकारभारातील महत्त्वाच्या बाबतीत त्या आपला हेका पुरा करण्यासाठी बाबांवर दबाव आणण्याची शक्यता आहे.

पण मुख्य विषयापासून घेतलेली फारच दूरची नागमोडी वाट शेवटी परत कौसल्यापाशी पोचते. तिला या सगळ्या कुटाळक्या आणि राजकारणी भानगडींसाठी ना वेळ होता ना रस. मी जेव्हा लहान होतो तेव्हाच मला आपल्या आयुष्याचं ध्येय आणि केंद्रबिंदू बनवलं असावं तिने. हे अर्थात मला आता कळतंय. पण कौसल्या नेहमीच ठाम विचारांची आणि दूरदृष्टी असलेली बाई होती. तिचं कार्यक्षेत्र छोटं होतं, पण म्हणूनच तिची सारी शक्ती त्यावर केंद्रित होऊ शकली. एक दिवस कधीतरी मी राजा झालोच, तर जगासंबंधीच्या तिच्या विचारांचा, मतांचा आणि दृष्टिकोनाचा प्रभाव एका राज्याच्या संपूर्ण प्रजेवर पडणार आहे. अधिकार — अप्रत्यक्ष अधिकारदेखील स्वत:च स्वत:चं साध्य आणि साधन बनू शकतो. आपलं जीवनकार्य निवडण्यामागचा तिचा हा हेतू असावा. ती महत्त्वाकांक्षी आहे, स्वत:पेक्षा माझ्यासाठी अधिक. मला तिच्याकडून काय आणि किती मिळालं हे समजण्याची परिपक्वता येण्यास अजून पुष्कळ वर्षं लागणार आहेत मला. पण लगेच, तात्काळ आठवतंय ते म्हणजे तिने मला दिलेला सापेक्ष दृष्टिकोन. जगात चांगलं आणि वाईट दोन्ही असतं आणि त्यांची निवड करण्यासाठी नैतिक मूल्यांचा वापर करावा लागतो. चांगल्याचा पक्ष कुठवर घ्यायचा आणि राज्यसंस्थेच्या भल्यासाठी तो केव्हा सोडायचा याचं ज्ञान म्हणजे राजकारण. निष्ठूरपणा हा तिच्या मते गुण आहे. पण त्याचा संबंध क्रूरतेशी किंवा छलाशी नाही, तर जीवनातल्या अर्थशून्य असंबद्धतेत न गुंतता, महत्त्वाच्या प्रश्नांची कठोरपणे छाननी

आणि काटछाट करून त्यांच्या मूलभूत गाभ्याशी पोचण्यात आहे. अनिश्चितपणा अक्षम्य होता.

ती नसती तर माझ्या कुटुंबातल्या इतर पुरुषांप्रमाणे मीदेखील वाङ्मयाचा तिटकारा करायला शिकलो असतो. बुद्धिवादी माणसांना माझे राजपूत बंधू कधीच महत्त्व देत नाहीत. त्यांना टाळलं जरी जात नसलं तरी ते थट्टेचा आणि हेटाळणीचा विषय बनतात. कृतिशील जीवन हेच आयुष्याचं सार.

कौसल्या लिहूवाचू शकत नव्हती. ती लहान असताना बरोबरीच्या राजकन्यांबरोबर तिलाही शिकवण्या मिळाल्या होत्या, पण कसल्यातरी अगम्य मानसिक अडथळ्यामुळे लिहिण्यावाचण्याच्या बाबतीत ती काहीच प्रगती करू शकली नाही. ती अभिमानी आणि संवेदनाशील असल्यामुळे आपल्यातल्या या कमीपणाचा तिला नेहमी संकोच वाटायचा. जणू हा अभाव भरून काढण्यासाठी तिची स्मरणशक्ती इतकी भक्कम झाली की ती जवळजवळ एकपाठी झाली. तशी ती धार्मिक वगैरे नव्हती, पण तरीही नित्यनियमाने देवळात आणि कीर्तनाला जायची. तिच्या मते ब्राह्मण आणि चारण यांना आपल्या ज्ञानाचं प्रदर्शन करण्याची हौस असते. आपण राजापेक्षा चांगलं शासन करू शकू अशी त्यांची धारणा असते आणि या समजुतीचं समर्थन करण्यासाठी ते नेहमी इतिहास–पुराणातील आणि लौकिक वाङ्मयातील उदाहरणं आणि उतारे देत असतात. कौटिल्याच्या अर्थशास्त्रातले दाखले देणं हे त्यांचं आवडतं काम. मी चौदा वर्षांचा असताना तिने मला बाबांच्या ग्रंथालयातून अर्थशास्त्राचं पुस्तक आणायला लावलं होतं आणि दररोज त्यातली दोन तीन पानं ती माझ्याकडून वाचून घ्यायची. त्या वेळी जरी मला त्याचा अर्थ किंवा महत्त्व समजलं नसलं तरी तिच्या आयुष्यातला तो एक अतिशय फलदायी अनुभव ठरला होता. गाभ्याला हात घालायच्या आपल्या नेहमीच्या पद्धतीनुसार मग योग्य उदाहरणं किंवा उपदेशात्मक कथा सांगून ती त्यांचा मतितार्थ समजवायची आणि मेवाडच्या राजकीय घटनांचे दाखले देऊन कौटिल्याच्या सिद्धांताचंच स्पष्टीकरण करायची.

मला ते दिवस आठवताहेत. तेव्हा माझं लक्ष कुठेच लागायचं नाही. तिला वाचून दाखवत असतानादेखील माझं मन दुसरीकडेच कुठेतरी भरकटत असायचं. जरी मी पुस्तकातले शब्द मोठ्याने वाचत असलो, तरी त्यांचा अर्थ लक्षात न घेतल्याने माझ्या वाचनावर परिणाम व्हायचा. मग ती माझी छान कानउघाडणी करायची.

मंगलसह माझे सारे मित्र हस्तमैथुनाच्या जबरदस्त आहारी गेले होते. एखाद्या धार्मिक व्रताच्या उत्कटतेने आणि कळकळीने ते त्याचा पाठपुरावा करायचे. पण ते एक सांघिक कार्य, जिथे सर्व जण एकत्र येऊन आपापली इंद्रियं छेडायचे, झालं नव्हतं. ते तसं होऊ शकलं असतं, पण तशी सक्ती नव्हती. हे माझ्या पथ्यावरच पडलं. शिष्टपणा

किंवा वरचढपणाच्या भावनेने नाही, पण स्वत:शीच असं खेळण्यात मला विशेष रुची नव्हती म्हणून. त्याचाच परिणाम, असं जरी मी निश्चितपणे म्हणू शकत नसलो तरी दररोज रात्री माझं वीर्यस्खलन होऊ लागलं. कधी कधी तर एका रात्रीत दोनदा. रात्री झोपतानादेखील मी लंगोट लावून झोपू लागलो. त्याचा थोडाफार परिणाम व्हायचा पण नेहमीच नाही, एक गोष्ट मात्र नक्की की बिछाना ओला व्हायचा तो पाण्याने नाही. त्या जाड द्रवाने चादर कांजी केल्याप्रमाणे कडक व्हायची.

मी घाईघाईने चादर काढून न्हाणीघरात नेऊन धुवायचो. पण मग माझ्या लक्षात येऊ लागलं की त्यात काही फायदा नव्हता, कारण खालच्या गादीवरदेखील डाग पडलेला असायचा. ओली चादर बघून मी बिछान्यात लघवी केली असं कौसल्याला वाटणं शक्य होतं. पहिल्या दिवशी मी गळ्यापर्यंत पांघरूण ओढून घेऊन बरं वाटत नसल्याच्या मिषाने बिछान्यातच पडून राहिलो.

"युवराज, किती वाजले याची कल्पना आहे का आपल्याला ? उठा लवकर आणि तयार व्हा, नाहीतर शिकवणीला उशीर होईल."

मी डोळे उघडून दीनवाण्या चेहऱ्याने तिच्याकडे पाहिलं.

"मला बरं वाटत नाहीये कौसल्या."

जवळ येऊन तिने माझ्या कपाळावर हात ठेवला.

"ताप नाहीये. गृहपाठ केला नाही वाटतं, की आजची चाचणी परीक्षा चुकवायची आहे ?"

मी मान हलवली, "आज परीक्षा नाहीये. मंगलला विचार हवं तर."

"दुपारपर्यंत कसं वाटतंय ते पाहूया."

मी डोळे मिटले. ती माझी खोली आवरू लागली. ती केव्हा गेली ते मला कळलं नाही, कारण माझा डोळा लागला होता. साधारण साडेदहाला मला जाग आली. चादर तोवर सुकली होती, पण मला परत शृंगारिक स्वप्न पडलं असावं, कारण आणखी एक चिकट ओल. आता काय करायचं ? कौसल्या आईला सांगेल का ? आणि मग आई बाबांना ?

माझ्या कामातुर स्वप्नांचा परिणाम कौसल्याच्या लक्षात आला नसणार हे कसं शक्य आहे ? पण तिने त्याचा कधीही उल्लेख केला नाही.

आता मागे वळून पाहताना वाटतं की काही महिन्यांनंतर तिच्या लक्षात येऊ नये अशी माझी खरंच इच्छा होती का ? याच सुमाराला, राजवाड्यापासून अर्धा कोस दूर, गंभीरीच्या तीरावरल्या पिंपळावर लपून मी नहात आणि कपडे धूत असलेल्या बायकांना चोरून पाहताना कौसल्याने मला पकडलं. गेल्या पंधरवड्यातली ती माझी सातवी वेळ. मला कुणीही पाहिलं नसल्याची माझी खात्री होती. खरं म्हणजे मला फारसं काही

दिसलंच नव्हतं. एक तर ते झाड गंभीरीच्या प्रवाहापासून बरंच दूर होतं आणि दुसरं म्हणजे बायका कपडे उतरवल्याशिवायच पाण्यात उतरायच्या. कपडे बदलतानादेखील त्या एकीकडे कोरी साडी अंगाभोवती लपेटत आणि त्याच वेळी शिताफीने दुसरीकडे ओले कपडे उतरवत. माझी ती गुप्त जागा कौसल्याला कशी सापडली माहीत नाही. त्या बायका निघून जाईपर्यंत ती थांबली, आणि मग तिने मला खाली उतरायला लावलं.

"परत कधी चोरून नहाणाऱ्या किंवा कपडे बदलणाऱ्या बायकांना पाहताना सापडलात तर आधी चामडी सोलेपर्यंत झोडपून नंतर राणा महाराजांना सांगेन मी."

माझ्या महालातच, दालनापलीकडची खोली कौसल्या आणि मंगलची होती. या प्रसंगानंतर दहा बारा दिवसांनी कौसल्याने आपल्या मुलाला तो आता मोठा झालाय असं सांगून, राजवाड्याच्या दुसऱ्या भागात तळमजल्यावरची खोली देववली. दोन दिवसांनी रात्री माझी बोटं ओली झाल्याने मला जाग आली. ती कौसल्याच्या घागऱ्याच्या आत होती.

मी आणि कौसल्या शय्यासोबती होतो हे मंगलला माहीत आहे की नाही याची मला आजतागायत कल्पना नाहीये. त्याच्या माझ्यातले संबंध कधीच बदलले नाहीत. उलट तो अधिक एकनिष्ठ आणि माझ्या सुरक्षिततेबद्दल अधिक दक्ष झालाय. आम्ही या विषयावर कधी बोललो नाही आहोत; पण माझ्या साऱ्या भावांवर आणि त्यांच्या मित्रांवर त्याची नेहमी तीक्ष्ण नजर असते. त्याचं स्वत:चं एक हेरांचं जाळं आहे, जे आमच्या राज्याच्या हेरखात्यापेक्षा कितीतरी पटीने अधिक कार्यक्षम आणि भरवशाचं आहे. माझ्या दैनंदिन कार्यक्रमाची माहिती सात दिवस अगोदर त्याच्यापाशी असते आणि त्यानुसार तो आपली माणसं जागोजागी पेरून ठेवतो.

पण माझे विचार सुसंगत नाहीयेत. जर मला वाटतं तेवढा हेरगिरीत तो हुशार असेल तर मग त्याच्या आईचे आणि माझे संबंध त्याला माहीत नाहीत, हे कसं शक्य आहे ? त्याचं आपल्या आईशी कधीच जवळीकीचं नातं नव्हतं. त्याच्या दृष्टीने मी एक आंगतुक आहे का ? मी नसतो, तर त्याच्या आईच्या जीवनाचा तो एकमेव केंद्रबिंदू झाला असता. ती दोघं स्वभावत:च मितभाषी, पण गेल्या काही वर्षांत त्यांच्यात एक प्रकारचा दुरावा निर्माण झालाय. त्याच्या बाजूने तर जवळजवळ कडवा द्वेष म्हणता येईल इतका. कौसल्या आपलं मातेचं कर्तव्य काटेकोरपणे पार पाडते. तिने त्याचं लग्न, अर्थात माझ्या लग्नानंतर, सिरोहीच्या एका प्रतिष्ठित घराण्यातील मुलीशी लावून दिलं. राजवाड्यापासून जवळच त्याला एक छान घर घेऊन दिलं. तिच्या सुनेने आणलेला हुंडा तिने त्याच्या आणि त्याच्या बायकोच्या नावाने शहरातल्या जमिनीत गुंतवला. आपल्या सुनेबरोबरदेखील तिचे संबंध जेवढ्यास तेवढे आहेत आणि ती कधीच तिच्या जीवनात लुडबूड करत नाही.

सारं काही एका मर्यादेपर्यंत. कौसल्याने प्रत्येक गोष्टीची मर्यादा ठरवून टाकली आहे. फक्त शारीरिक आणि भौगोलिकच नाही तर माणसामाणसांमधल्या संबंधांचीसुद्धा. बहुतेक वेळा या मर्यादा तिने स्वत: घातलेल्या असतात; त्यामागची तर्कसंगती तुम्हांला पटो वा न पटो एकदा का तिने त्या घातल्या की ती त्यांचं पालन करते. त्यामुळे तिच्या स्वत:च्या स्वातंत्र्यावर बंधनं आली किंवा भावना दुखावल्या गेल्या तरीही.

जेव्हा मी वयात आलो आणि माझी नजर भिरभिरू लागली तेव्हा तिने मला चंद्रमहालात पाठवलं. नाहीतरी कधी ना कधी मी चंद्रमहालात गेलोच असतो. माझ्या भावांची, चुलतभावांची, वडिलांची आणि काकांची तिथे वेगवेगळी दालनं होती आणि प्रत्येकाचं वेगळं प्रवेशद्वार होतं. तिकडे बाईला घेऊन जायचं किंवा एखाद्या दासीला नाहीतर दरवानाला बाई आणायला सांगायचं. माझ्यासाठी आणलेल्या मुली स्वच्छ आणि निरोगी असल्याची खात्री कौसल्या करून घ्यायची. तिला त्यांचा द्वेष किंवा असूया वाटायची का ? मला कधीच कळणार नाही. कदाचित अखेरीस मी परत तिच्याचकडे जाणार याची तिला शाश्वती होती.

मी जायचोही; माझं लग्न होईपर्यंत. पहिल्या रात्री आमची विवाहशय्या तिनेच सजवली आणि माझ्या बायकोला आपल्या पंखाखाली घेतलं. तेव्हाइतकी तिची गरज मला कधीच भासली नाही. तिच्या पायांमध्ये माझं डोकं दाबून, जबरदस्तीने आत घुसवून थेट तिच्या गर्भाशयात पोचावं अशी उत्कट इच्छा मला झाली होती. तिला घट्ट बिलगून तिच्या वक्षावर, तिची छाती आणि माझं डोकं फुटून माझी सारी संवेदना नष्ट होईपर्यंत आपलं डोकं आपटत राहावं असं वाटलं. त्या रक्तबंबाळ रात्रीबद्दल, माझ्या बायकोच्या वाङ्निश्चयाबद्दल मला तिला सांगायचं होतं. मी काय करावं, माझं तोंड कुठे लपवावं, तिने मला आधी का सांगितलं नाही आणि माझी काही चूक नसताना माझ्यावर ओढवलेल्या या भीषण परिस्थितीतून मुक्ती कशी मिळेल ते तिला विचारायचं होतं. पण तिच्याजवळ जाऊन माझी शरम उघडी करून दाखवता आली नाही मला. तो अभिमान होता, अपमान होता, की माझा दुखावलेला अहंकार होता ? कुणास ठाऊक ? फक्त कौसल्यालाच माझी सारी गुपितं माहीत होती. मला वाटणारी बाबांसंबंधीची, देशाच्या भवितव्यासंबंधीची, वारसाहक्कासंबंधीची चिंता, तसंच आमच्या शस्त्रास्त्रांच्या सुधारणेसंबंधीचे आणि शत्रूंच्या वेढ्यातून मुक्त होण्यासंबंधीचे विचार आणि तोडगे, हे सारं काही ती जाणत होती.

लैंगिक संबंधातली माझी पसंती आणि आवड, जी बरीचशी मी तिच्याकडून उचलली होती, एकटच्या तिला ठाऊक होती. अधिक काही झालं नसतं, तरी माझ्याविषयी आपुलकी आणि जवळीक असलेल्या कुणापाशीतरी जर मी माझ्या आणि राजकुमारीच्या विचित्र संबंधांविषयी बोलू शकलो असतो, तर माझ्या मनावरचा बोजा

कमी झाला असता. कदाचित सगळे जिला माझी बायको समजत होते त्या बाईची तिने समजूत घातली असती, तिला वस्तुस्थिती समजावून सांगितली असती, किंवा जर तेही शक्य नसतं तर तिच्या भूतकाळाच्या अंधारावर प्रकाश टाकून तिचा तो अनामिक, रहस्यमय प्रियकर कोण ते तिने जाणून घेतलं असतं.

माझ्या आयुष्यात आपली लुडबूड नको म्हणून कौसल्या बाजूला झाली. चार महिने माझी बायको माहेरी गेली असताना ती दररोज माझ्या आंघोळीचं पाणी काढायची. माझे दरबारात घालायचे किंवा इतर औपचारिक समारंभांना घालायचे कपडे बाहेर काढून तयार ठेवायची. माझं ताट वाढून मी जेवीपर्यंत गुपचूप बसून राहायची. आपल्या पूर्वीच्याच खोलीत ती झोपायची आणि रात्रभर मी खोलीत येरझारा घालताना ऐकू आलं तर मला हळद घातलेला गरम दुधाचा प्याला आणून द्यायची. पण आमच्यात एका शब्दाचीही देवाणघेवाण झाली नाही. ती रात्री माझ्या खोलीत येऊ शकली असती. आपलं स्तनाग्र माझ्या तोंडात देऊ शकली असती. माझी जीभ बळजबरीने बाहेर काढून आपल्या गूढ, गहन डोहात तिला डुंबू देऊन मला नवचैतन्य देऊ शकली असती. पण ती वेगळी राहिली आणि मी अलिप्त. तिची गरज एक थंड, कठीण चीड होऊन माझ्या आत गोठली, जी मला कळत नव्हती आणि नाहीशीही करता येत नव्हती.

माझ्यात आणि त्याच्या आईत निर्माण झालेली दरी मंगलला जाणवली असणारच. कधी कधी मला वाटायचं की तिचा पराभव आणि मूक तडफड बघून मंगलला एक प्रकारचा आसुरी आनंद होत असावा. तिची तडफड होत होती निश्चितच. मी तिच्यावर का रागावलोय ते तिला कळत नव्हतं. तिचं काय चुकलं होतं ते तिला समजत नव्हतं. माझ्या आयुष्यात नव्याने आलेल्या त्या बाईला मी ओल्या बोटांबद्दल सांगितलं होतं का ? आमच्यातल्या मात्रागामी म्हणता यावं अशा नात्याबाबत मी तिच्याकडे बोललो होतो का ? माझ्या बायकोने तिच्याशी कसलाही संबंध ठेवायची मला मनाई केली होती का ? माझ्या वयाच्या मुली – ज्या एका युवराजाला वाटेल तितक्या मिळू शकल्या असत्या – मला पुरवण्याऐवजी चौदाव्या वर्षी तिने माझा कौमार्यभंग केला ही गोष्ट माझ्या बायकोने जगजाहीर केली तर ? तिला वाळीत टाकून, राजवाड्याबाहेर घालवून, तिच्या साऱ्या मालमत्तेवर जप्ती आणण्यात येईल ? पण मूळ मुद्दा हा नव्हता. तो होता तिची सर्वांत मोठी भीती, जी तिच्या डोळ्यांत मला सतत दिसायची आणि ती म्हणजे, तिला कायमचं अंतरावं लागणार होतं तिच्या जीवनातल्या सगळ्यात प्रिय व्यक्तीला– मला. ती तिच्याशी बोललो नाही, ती समोर असतानादेखील तिच्याकडे दुर्लक्ष केलं, त्या नवीन आलेलीनं माझं डोकं फिरवल्यामुळे माझ्या डोळ्यांत फक्त द्वेष आणि भूतकाळाचा विसर उरला तरी तिला चाललं असतं, फक्त अधूनमधून मी तिच्या दृष्टीस पडलो तरी खूप होतं.

ती मला ओळखते असा तिचा समज होता. पण तिला मी अजिबात समजलो नव्हतो हे तिला लवकरच कळलं. घरी परिस्थिती बिघडत चालली होती. तिच्या डोळ्यांदेखत मी तिच्यापासून तुटत चाललो होतो. आणि बाहेर, राज्यात भयंकर कारस्थानं शिजत होती. पूर्वी मी तिच्याबरोबर याचा ऊहापोह केला असता. निदान माझं हट्टी मौन तरी तिच्या–माझ्यात वाटून घेतलं असतं. हल्ली माझ्या बिछान्यात किंवा विश्वासात तिला स्थान उरलं नव्हतं. स्वत:च्या बलिदानाचं प्रदर्शन करण्यासाठी तिने बहादूरचे कठीण दिवस आणि असह्य रात्री त्याची सेवासुश्रूषा करत काढले अशी मी स्वत:ची कितीही समजूत घातली तरी ते खोटं होतं. कारण तो तिचा स्वभाव नव्हता, हे मी जाणत होतो. प्रत्येकाच्या काही मर्यादा असतात आणि काही कर्तव्यं. मर्यादांचं उल्लंघन करायचं नसतं आणि कर्तव्याचं पालन त्याच्या परिणामाची पर्वा न करता करायचं हे तिचं तत्त्व.

''शहजादा बहादुरना तुझी गरज आहे.''

कौसल्याला मी माझ्या महालात बोलावून घेतलं होतं. माझी गैरसोय करून मला त्रास देण्याकरता किंवा शरमिंदा करण्याकरता याचा उलटसुलट अर्थ लावून तिला खेळता आलं असतं. तिला त्याचा मतितार्थ लगेच कळला. शब्दांचा कीस काढून मुख्य प्रश्नाला बगल देण्याची तिला सवय नव्हती.

''ही आपली इच्छा आहे ?''

''माझी इच्छा ?''

''मी तिथे जावं अशी ?''

''मी त्यांना सांगितलंय की हा तुम्हा दोघांमधला मामला आहे.''

आम्ही दोघं वैऱ्यांसारखे वागत होतो. माझ्या बेपर्वाईच्या मुखवट्याचा तिच्यावर फारसा परिणाम झाला नाही. अपेक्षाभंग आणि तिरस्कार लपवण्यासाठी तिने तोंड फिरवलं आणि ती निघून गेली. मी माझ्या कामाला लागलो. प्रधानमंत्री पुरणमजलजींबरोबर दोन बैठका होत्या. एकीत चितोडच्या संरक्षणव्यवस्थेसंबंधी चर्चा आणि दुसरी जी लक्ष्मणसिंहांसमवेत होती, तीत राजा पुराजीच्या भूमीत आमच्या दोन सरदारांनी केलेलं अतिक्रमण आणि हडपलेल्या जमिनीबद्दल त्यांना दंड करण्याबाबत निर्णय. नंतर अर्थमंत्र्यांबरोबर वार्षिक महसुलाची त्रुटी आणि त्याबाबत वर्तमान आणि भविष्यकाळात घेण्याची सावधानी याबद्दल चर्चा झाली. आतापर्यंत मी विक्रीकर आणि जकात कर यांचा पुरस्कर्ता होतो. पण आता वाटतंय की आम्ही जरा बेतानेच घ्यायला

हवं होतं, कारण आमच्या निर्यातीवर त्याचा विपरीत परिणाम होऊ लागलाय. मी लक्षपूर्वक प्रत्येक बैठकीत झालेली चर्चा ऐकली. जेव्हा मुद्द्याला सोडून बोलणी भरकटू लागली तेव्हा हस्तक्षेप केला आणि जुन्या समस्यांकडे नव्या दृष्टिकोनातून पाहण्यासाठी स्वत:ला आणि आमच्या मंत्रिमंडळाला उद्युक्त केलं. त्या दोन अपराधी सरदारांना द्यायची शिक्षा निश्चित करून, येत्या तीस दिवसांत नवीन करयोजना आखण्यासाठी एका मंडळाची नियुक्ती केली. पण मला काहीतरी झालं होतं. नक्की काय ते कळायला मला चोवीस तास लागले.

दुसऱ्या माणसाच्या वासनांमुळे तुमच्या स्वत:च्या भावना – ज्या तुमच्या मते केव्हाच मेल्या आणि त्यांची स्मृतीदेखील उडून गेली – पुरुरुज्जीवित कशा होऊ शकतात ? जे मी प्रयत्नपूर्वक आणि अकारण मारून टाकलं तेच पिशाच्च्यासारखं परत मला झपाटू लागलं होतं. मी दात–ओठ चावून कौसल्याला मनातून काढून टाकलं, पण बहादुरला वाटणारं तिच्याबद्दलचं आकर्षण वडवानलासारखं होतं. मी जितका शमवायचा प्रयत्न करत होतो तितका तो पसरत होता. माझ्या संभाषणात, मी घेत असलेल्या टिपणात, आदिनाथजींनी सादर केलेल्या पुढील वर्षाच्या आर्थिक अंदाजपत्रकात, प्रत्येक गोष्टीत कौसल्याची आणि आमच्या शारीरिक जवळिकीची आठवण सतत माझ्या मनात तरळत राहिली. अनपेक्षित ते झालं होतं. थोडा वेळ का होईना, पण जिला माझी बायको म्हटलं जायचं त्या बाईनं ग्रासलेल्या आणि नासवलेल्या माझ्या उद्‌ध्वस्त, पीडित मनात दुसऱ्या कुणालातरी ठाव मिळाला होता. कौसल्या.

जळो माझा अहंकार ! मी शहजाद्याला नाही का म्हटलं नाही ? कौसल्या माझी दाई होती हे त्याला माहीत होतं. तिचं इतरांपेक्षा वेगळं असलेलं स्थान तो जाणत होता आणि म्हणूनच त्याला माझी परवानगी घेण्याची गरज भासली. मी मेवाडच्या चालीरीती आणि परंपरांसंबंधी तोंडातल्या तोंडात काहीतरी पुटपुटलो असतो तरी पुरेसं होतं. त्याने शरमिंदा होऊन असलं काहीतरी सुचवल्याबद्दल स्वत:च माफी मागितली असती. कौसल्यालादेखील माझ्या नकाराची अपेक्षा होती. तिने काहीतरी मार्ग काढला असता त्याला दूर ठेवायचा. तशी ती अत्यंत हिकमती होती. पण मी 'मला काय करायचंय, तुझं तू ठरव, मला पर्वा नाही' असा आव आणला होता ना ? माझ्या आयुष्यातल्या तिच्या स्थानाचा, आणि तिला गमवण्याचा मी इतका चंग का बांधलाय याचा विचार करायला मला वेळ कुठे होता ?

अतिथी भवनात शहजाद्याच्या तैनातीला निदान वीस–पंचवीस तरी मुली हजर असायच्या. त्याशिवाय त्याने चोखाळलेल्या इतर मार्गांसंबंधीदेखील माझ्या कानांवर आलं होतं. गुजरातच्या राजघराण्याशी संबंध जोडण्याच्या आशेने त्याच्याच जमातीतील काही कुटुंबं त्याची मर्जी संपादन करण्याची पराकाष्ठा करत होती. शहाजाद्याच्या सेवेसाठी

इतक्या मुली असताना, त्याला कौसल्या का हवी होती ? तिच्यात त्याने असं काय पाहिलं ? हा प्रश्न विचारताच त्यातल्या दांभिकपणाची जाणीव मला झाली. ती फक्त तरुण दिसायची नाही, तर ती तरुण होतीच. तिला जरी कुणी एकदाच ओझरती पाहिली आणि जर तिच्या नाकडोळ्यांचं किंवा चालण्यावागण्याचं निरीक्षण करायला वेळ मिळाला नाही तरी ती मनावर कायमचा ठसा उमटवायची. कारण सर्वांत लक्षणीय होतं ते तिचं व्यक्तिमत्त्व, एक करिश्मा, जो आठवणीत राहायचा. माझ्या स्वत:च्या कुटुंबातले पुरुष तिच्यापासून दूर राहिले ते ती कुणात विशेष मिसळत नसे आणि युवराजांची दाई होती या कारणासाठीच नव्हे, तर तिच्याबद्दल वाटणाऱ्या धाकामुळे. स्वत:चं भलं कशात आहे याची ज्याला जाणीव आहे, तो सहसा कौसल्याच्या वाटेला जात नाही. तिच्याइतके भेदक डोळे मी कुणाचेच पाहिले नाहीयेत. ते तुमच्या थेट अंत:करणात पोचून तुमचं उद्दिष्ट जाणतात आणि तुम्हांला योग्य अंतर राखण्याचा इशारा देतात.

कौसल्या काय उत्तर देईल बहादूरला ? तो तिच्याकडे विषय कसा काढील ? ज्या बाईला तुम्ही नीट ओळखत नाही, जिच्याशी तुम्ही कधी बोलला नाही, तिच्याशी कसं वागायचं असतं ? त्याने तिला पाहिली होती हे खरं आहे, पण तेव्हा तो धड शुद्धीतदेखील नव्हता. तो सरळ सरळ विचारील का ? मुद्द्यालाच हात घालील ? तिची ओढणी आणि चोळी काढील ? तिचे स्तन पकडून स्तनाग्रांच्यामध्ये उथळ खळ्या पडेपर्यंत ते कुरवाळील, ते चोखता चोखता अचानक दंश करील, तिचा घागरा ओरबाडून काढण्याचा प्रयत्न करील आणि ती त्यातून बाहेर पडत असताना अचानक तिला बिछान्यावर उताणी फेकून तिचे हात पलंगांच्या खांबांना बांधून मग... मग तिच्यावर झेप घेईल ?

हे विचित्र होतं. फारच विचित्र. कारण दुसऱ्याच्या लैंगिक सवयींविषयी विचार करण्याचा माझा स्वभाव नव्हता. मग माझ्या डोक्यात प्रकाश पडला. हे सारं माझ्या कल्पनेतून निर्माण झालं नव्हतं. माझ्या हेरांपैकी एकाने रात्री चालत असलेल्या शहजाद्याच्या कृत्यांसंबंधी दिलेल्या गुप्त माहितीवर माझं हे कल्पनारंजन आधारित होतं. शृंगार चालला असताना मधेच किंवा कधी कधी शेवटीदेखील बहादुर आक्रमक व्हायचा आणि क्रूर शृंगाराचे राक्षसी प्रयोग करू लागायचा. माझ्या हेराने सावधपणे सुचवलं होतं की, कोणत्या मर्यादेपर्यंत माणूस दु:ख आणि वेदना सहन करू शकतो हेच जणू शहजाद्याला जाणून घ्यायचं असे आणि बऱ्याच वेळा हा प्रयोग सहनशक्तीचा अंत होईतोवर चालायचा, म्हणून त्याच्यावर नजर ठेवायला हवी. आता, 'त्यांच्यावर नजर ठेवायला हवी' या त्या पगारी हेराच्या वाक्याचा काय अर्थ लावायचा ते तोच जाणे. दाराबाहेर उभं राहून संकटात असलेली आतली बाई अचानक किंचाळायची थांबून

बेशुद्ध पडू लागली की दरवाजा तोडून आत जायचं, आणि शहजाद्याला आदाब करून, 'माफी असावी सरकार,' किंवा 'व्यत्ययाबद्दल क्षमस्व, पण बाईंना मदतीची गरज आहे असं वाटतं' असं म्हणायचं ?

त्याची दुसरी सूचना अशी होती की शहजाद्यांसाठी अशा जोडीदारीणी निवडाव्या ज्या अशा प्रकारची वागणूक स्वीकारण्यातच नाही तर तिची परतफेड करण्यातदेखील तरबेज असतील. उत्तम उपाय. आमच्या अंतर्गत हेरखात्याकडे चितोडमधल्या अशा प्रकारच्या अनुभवी आणि कुशल २०–३० कलावंतिणींच्या नावाची यादी निश्चितच असेल.

ही माहिती मिळाल्यानंतर लगेच शहजादा जखमी होऊन आजारी पडल्यामुळे त्या धावपळीत मी हे सारं विसरूनच गेलो होतो. आग लागो माझ्या मूर्ख बेपर्वाईला ! कारकुनाला माझ्या साऱ्या आजच्या भेटी आणि कामं रद्द करायला सांगून मी घरी गेलो. गृहलक्ष्मी गात होती. तिच्या खोलीचं दार बंद करून मी बाहेर कडी घातली. सगळीकडे शोधूनदेखील मला कौसल्या सापडेना. ती राणीमहालात आहे की किंवा नोकरांच्या वस्तीत, ते पाहण्यासाठी मी दासीला पाठवलं. दुःखी–कष्टी जिवांना घरगुती औषधं द्यायला ती कधी कधी तिथे जायची. तासाभरानंतरदेखील दासी परतली नाही तेव्हा तिच्या शोधार्थ आणि ती जर लगेच परत आली नाही तर तिला कुंभलगडच्या तुरुंगात पाठवायची धमकी देऊन मी दुसरीला पाठवली. मीही तिच्याबरोबर निघालो आणि जनानखान्याच्या आधी डावीकडे वळलो. चढाव काढून, भूमिगत धान्याच्या कोठाराबाहेर असलेल्या अन्नपूर्णा देवीच्या छोट्या देव्हाऱ्यापाशी थांबून तिला वंदन केलं. शत्रूचा वेढा पडल्यास राजवाड्याला सहा महिने पुरेल इतक्या धान्याच्या, कडधान्याच्या आणि गुळाच्या पोत्यांच्या उंच ढिगांमधल्या चिंचोळ्या वाटेतून मी पुढे जात राहिलो. ती जर मळ्यातून येणाऱ्या मालाची पोच घेत असेल तर कदाचित तिला इथे गाठता येईल या आशेने. ती तिथे नव्हती. दुसरी दासी पहिल्या दासीबरोबर (जी कर्मावती राणीसाहेब आणि माझी आई, महाराणी, खूप मोठी जुगारी रक्कम लावून खेळत असलेल्या चौपट सारिपटाच्या खेळात रमली होती.) परतली ती कौसल्या राजवाड्यात कुठेही नसल्याची खबर घेऊनच.

मी मंगलला बोलावून घेतलं. त्याची आई त्याच्या घरी आली होती का ? नाही, ती तिथे आली नव्हती. मी अतिथी महालाबाहेर आलो. आदल्या रात्री शहाजाद्याबरोबर कोण होती हे रक्षकाला विचारायची मला शरम वाटली. शहजादा आत होते का ? होय युवराज, पण ते कुणालाही भेटणार नाहीत असा आदेश त्यांनी ठेवलाय.

ती होती का त्याच्याबरोबर ? काल रात्रीपासून ती तिथे आत होती ? त्या दोघांना एकमेकांची संगत इतकी पसंत पडली होती ? आपल्यालाही चाबूक, चिमटे

आणि अंगारे आवडतात याचा शोध लागला होता का तिला ? माझ्या इतक्या महिन्यांच्या रुसण्याचं, मौनाचं आणि दुर्लक्षाचं उट्टं काढत होती का ती ? तिच्या बेंबीत मध ओतून मी तो चाटायचो तसंच तोही करत होता ? तिच्या पाठीला मोरपिसाने गुदगुल्या करत होता ? आपली बोटं त्याच्या केसांतून फिरवत त्याच्या डोक्याला मालीश करून तो सुखाच्या अर्धवट गुंगीत असताना त्याची स्तनाग्रं जिभेने चाळवून त्याला अचानक जागं केलं असेल का तिने ?

इतरही परस्परांच्या सुखोपभोगाचे उत्कट पण अनुल्लेखनीय प्रकार शोधून काढून मी आणि कौसल्याने त्यात प्रावीण्य संपादन केलं होतं. ते सगळे त्याच्याबरोबर करत होती का ती ? प्रयोगांती पारखून त्यांचा वापर करण्यास आम्हांला दहा वर्षांहून अधिक काळ लागला, त्याचे थोडक्यात संक्षिप्त धडे ती बहादूरला देत होती ?

काय झालं होतं मला ? कौसल्याबद्दल इतकं वाटत होतं तर ते याआधी मला कसं कळलं नाही ? आणि आता ते कळताच मी असा खुळावल्यासारखा का झालो होतो ? जणू तिच्याबरोबरच्या शृंगारिक अनुभवांचं मंथन करून मी मुद्दामहून लैंगिक उन्माद जागृत करत होतो. आणि ती कुठेतरी बेहोश पडली असेल तर ? त्याने तिला इतकं दुखावलं असेल की ती पुन्हा कधी पूर्ववत होऊ शकणार नाही, फक्त शरीरानेच नव्हे तर अधिक महत्त्वाचं म्हणजे आत्म्याने, तर ?

हे परमेश्वरा, तू जिथे असशील तिथून तिला सुरक्षित ठेव आणि जर आता शक्य असेल तर तिला माझीच राहू दे, शहजाद्याची नको.

होती तरी कुठे ती ?

१४

आम्ही जगावेगळं जोडपं होतो. लग्न होऊन इतक्या वर्षांनीदेखील आम्ही प्रेमात होतो. मी तिच्या आणि ती दुसऱ्या कुणाच्यातरी.

तिची जीभ हासडून काढावी की एका मोठ्या रेशमी रुमालाचा बोळा तिच्या तोंडात कोंबावा? ती विकृत होती का ? की मुद्दाम त्याला चिडवायला ती असं करायची ? तिच्या एकताऱ्याचे त्याने दोन तुकडे केले, पण त्याने काहीही फरक पडला नाही. ती आता एकताऱ्याशिवाय गायची. तिचं गाणं बंद पाडायचंच असा निर्धार त्याने केला असूनही तो लक्षपूर्वक ऐकू लागला. एकताऱ्याशिवाय ती एखादा चुकीचा स्वर लावतेय किंवा बेसूर जातेय का ? अवरोही स्वरांच्या तानेची झेप घेण्यापूर्वी क्षणभर चाचरते का ? पण नाही. एखाद्या शल्यचिकित्सकाच्या हाताप्रमाणे तिचा आवाज स्थिर होता. तो वर–खाली व्हायचा जेव्हा तिला वाळवंटातून तिरक्या सरपटणाऱ्या सापासारखी वेगवान नागमोडी तान घ्यायची असायची तेव्हा. हा असला आवाज कुठून कमावला होता तिने ? नाजूक, छोट्या चणीची तिची सडपातळ अंगकाठी फार फार तर साडेतीन हात असेल. या असल्या बुलंद, प्रवाही, सुरेल आवाजासाठी राजवाड्याएवढ्या भात्याला जोडलेलं लवचीक पोलादाचं स्वरयंत्र हवं.

त्याने तिला खाली बसवलं. आपल्या आवाजाची पट्टी ताब्यात ठेवत म्हणला, ‘‘गायचं नाही, समजलं का ? माझ्या घरात मी तुला गाऊ देणार नाही.’’

‘‘पण का ?’’ तिने निर्व्याजपणे विचारलं. निदान निर्व्याजपणाचं छान नाटक केलं.

‘‘कारण राजकन्या जनसामान्यांपुढे गात नाहीत. निदान या घरात तरी नाही. कलावंतिणी गातात.’’

‘‘पण मी भजन म्हणत होते.’’

‘‘रसिकाबाई, आपली प्रत्येक मैफल भजनाने संपवते. तुझ्याप्रमाणे तिच्याही खिडकीखाली आणि सज्जाखाली शेकडो श्रोते ऐकत उभे असतात. लवकरच तुझ्यावरही तिच्याप्रमाणे नाण्यांची बरसात होऊ लागेल.’’ वक्तृत्वाच्या नादात मी जरा वाहावलोच, ‘‘पण मी ते होऊ देणार नाही. आजची ही तुझी अखेरची मैफल, लक्षात आलं ना ?’’

"आपल्याला इतका मनस्ताप होत असेल तर मी नाही गाणार."

"मलाच नाही तर साऱ्या कुटुंबाला होतोय मनस्ताप. आईसाहेबांना, इतर राण्या आणि राजकन्यांना, राजकुमार आणि त्यांच्या बायकांना आणि खुद्द राणा महाराजांनादेखील."

"क्षमा करा ! मला, मला कल्पना नव्हती साऱ्या राजघराण्याला इतका त्रास होत असेल याची."

"काल कर्मावती राणीसाहेबांनी मला बोलावून नेहमीप्रमाणे निर्विकार चेहऱ्याने सांगितलं की, चंदेरीचे राव विचारत होते की आम्ही मेरताहून आणलेली नवी गाणारीण त्यांच्याकडे गाईल का? ते म्हणाले की ते चांगली बिदागी देतील."

"त्यांच्याकडे मी गावं अशी आपली इच्छा आहे ? पण मला जमायचं नाही ते. मला फार लाज वाटते."

ती त्याची थट्टा करत होती. नक्कीच. खुळी होती का ती ? ती भोळी आणि बावळट होती की त्याला मूर्ख समजत होती ? या बाईशी बोलायचं तरी कसं ? आपला राग चढून डोक्यातली शीर उडू लागल्याचं त्याला जाणवलं. शांत रहा. ताबा ठेव. त्याने स्वतःला बजावलं. पण तरीही त्याचा पारा हळूहळू चढत राहिला.

"जाऊ दे. हा विषय संपला. यानंतर तू परत कधीही, कुठल्याही परिस्थितीत, स्वतःच्या किंवा इतर कुणाच्याही खुशीसाठी गायचं नाहीस. बस !"

त्याला समजायला हवं होतं की काही उपयोग नव्हता. ती दररोज गात राहिली. त्याची बायको हा साऱ्या गावाचा चर्चेचा विषय झाला होता आणि तो त्यासंबंधी काहीही करू शकत नव्हता. निर्वाणीचा उपाय अमलात आणण्याची कुवत किंवा निर्धार त्याच्यापाशी नव्हता असं नाही. पण तिने एकदा सहज, जाता जाता म्हटलेलं त्याला सतत आठवायचं –

'मी गायला सुरुवात करणार हे माझं मलाच माहीत नसतं. मी पूजेसाठी बसते आणि आजूबाजूच्या जगाचं भान विसरते. परत भानावर येते तेव्हा लक्षात येतं की मी पुन्हा आपला हुकूम मोडलाय.'

स्वतःच्या कृत्याची जबाबदारी न घेणाऱ्या माणसांबद्दल त्याला अत्यंत तिटकारा वाटायचा. त्याच्या मते प्रत्येक माणसाला तो काय करतोय याची, अगदी नकळतपणे केलेल्या कृत्याची देखील जाणीव असते.

'मी काय करतेय ते मला कळत नव्हतं. खरंच मला माहीत नव्हतं. अचानक माझ्या लक्षात आलं की मी त्याच्या बिछान्यात होते आणि त्याच्याबरोबर झोपले होते.' किंवा 'काय चाललंय ते माझ्या लक्षात येत नव्हतं. शब्दावरून शब्द वाढत गेले आणि मला कळायच्या आत मी त्याला भोसकलं होतं.'

सगळ्या भाकडकथा ! तरीही तिच्यावर विश्वास ठेवायची त्याची मनापासून इच्छा होती, कारण अंगात येणं हा प्रकार काही नवीन नव्हता. जेव्हा अंगात देवी येते तेव्हा देवीचा रोग होतो, हे सर्वांना माहीत होतं. ती तुम्हांला मारू शकते, आंधळं करू शकते किंवा अंगावर कायमचे व्रण सोडू शकते.

त्याच्या बायकोला जर कुणीतरी – ज्याला ती वेगवेगळ्या नावांनी संबोधते त्याने – पछाडलं असेल तर कदाचित त्याला तिच्या अंगातून काढता येईल आणि मग कदाचित तो आणि त्याची बायको सर्वसाधारण वैवाहिक जीवन जगू शकतील.

चितोडपासून वीस कोसांवर भूतनीमाता नावाची एक बाई एका गुहेत राहायची. तिचा पूर्वेतिहास कुणालाच माहीत नव्हता, पण ती गूढ यज्ञ—याग वगैरे विधी करायची. तिची मर्जी असेल तर कधी मधी इतरांना मदत करायची, पण तिच्यावर कुणाची बळजबरी चालायची नाही आणि ती राजवाड्यावर येण्याची शक्यता नव्हती.

भूतनीमातेसारख्या बाईकडे तो कधीही जाता ना, पण 'कधीही' हा एक लवचीक आणि सीमित शब्द आहे. त्याला कल्पना असेल किंवा नसेल, पण त्याने शहाणपण आणि असंतुलन यांच्यामधली सीमारेषा ओलांडली होती. त्याच्या बायकोची इच्छाशक्ती नष्ट करून, साऱ्या मेवाडचं वैर मोलून घ्यायला लावणाऱ्या दुष्ट शक्तीपासून तिला सोडवण्यासाठी काहीही, अगदी काहीही करण्याची त्याची तयारी होती.

नेहमीचे दहा बारा घोडेस्वार आणि मंगलला सोबत घेऊन तो आपला मित्र पुराजी कीकाला भेटण्यासाठी निघाला. वाटेत मुख्य रस्ता सोडून तो एका आडवळणावर वळला. मंगल आणि इतरांना तिथेच थांबायला सांगून तो एकटाच भूतनीमातेच्या गुहेचा डोंगर चढू लागला. गुहेच्या तोंडापाशी पोचताच तो थांबला आणि तिथूनच खालच्या स्वरात म्हणाला,

''माते, माझी बायको माझ्याबरोबर नांदत नाही. ती म्हणते की तिच्या जीवनात दुसरा कुणीतरी आहे आणि ती फक्त त्याचीच आहे. मला वाटतं तिला भूतबाधा झाली असावी. कारण मी तिला कधीच दुसऱ्या पुरुषाबरोबर पाहिलं नाहीये. मला मदत कर माते !'' ती गुहा खूप खोल आणि वाकडीतिकडी असावी. कारण तिचा आवाज त्याच्यापर्यंत पोचायला बराच वेळ लागला. तिचं उत्तर त्रोटक होतं. एक शिवी हासडून ती म्हणाली की, तिला त्याच्यासाठी आणि त्याच्या व्यभिचारी बायकोसाठी वेळ नव्हता. तो तिची मनधरणी करू लागताच तिने त्याच्या दिशेने एक दगड भिरकावला. तो त्याच्या कपाळावर बसला. तो जर चालता झाला नाही तर आणखी एक दगड त्याच्या बोच्यात मारण्याची तिने धमकी दिली आणि म्हणाली की, मग त्याची बायको साऱ्या जगाबरोबर झोपली तरी त्याला फरक पडणार नाही, कारण नाहीतरी तिच्या दृष्टीने त्याचा काहीच उपयोग उरणार नाही.

निघून जावं असं त्याला वाटलं, पण त्याने तो विचार दूर सारला. नाहीतरी आणखीन काय गमवणार होता तो ?

''मी आत येतोय.'' त्याने तिला सांगितलं आणि तिच्या उत्तराची वाट न बघता थेट गुहेत घुसला. काही वेळाने त्याच्या लक्षात आलं की तो हरवला आहे. प्रत्येक वळणावर नवीन फाटा फुटायचा. कधी कधी तीन चार फाटेदेखील. ते बोळ काळेकुट्ट आणि दमट होते आणि सर्वत्र वटवाघुळांच्या शीटेचा उग्र वास. मध्येच त्याच्या हाताला पालीचा स्पर्श झाल्यासारखं वाटायचं तर कधी केसाळ कोळी अंगावर चालल्यासारखं. डोळ्यांना काळोखाची सवय का होत नाही ते त्याला कळेना. निदान धूसरपणे तरी आजूबाजूचं दिसायला हवं होतं, पण जितका वेळ जात होता तितका काळोख अधिकच गडद होत होता. श्वास घेणंदेखील त्याला कठीण जाऊ लागलं. किती वाजले असतील ? तो किती वेळ इथे होता ? पाच सात पळं की दोन तास ? आपल्या मागून यायचं नाही असा हुकूम त्याने मंगलला दिला होता. तो हुकूम मोडण्याआधी मंगल किती वेळ वाट पाहील ? येताना मशाल आणायचं त्याला सुचेल का ? त्याला स्वत:ला ते सुचलं नव्हतं. पण मशालीचा काही उपयोग होणार होता का ? की तिच्या ज्वाळादेखील काळ्या पडणार होत्या ? मंगलच्या आणि इतरांच्या मृत्यूला तो कारणीभूत तर होणार नव्हता ? या विचाराने तो घाबरला. परतीची वाट शोधून काढलीच पाहिजे.

मनाची खळबळ शांत करण्याचा प्रयत्न करून आलेल्या वाटेचा नीट मागोवा घेण्याचं त्याने ठरवलं. पश्चिमेकडून त्याने गुहेत प्रवेश केला. पहिली दोन वळणं दक्षिणेकडे, मग उत्तरेकडे. पुढचं त्याला आठवेना. तो गोंधळला. पश्चिमेकडून प्रवेश केल्यास परत मागे जाण्यासाठी पूर्वेकडे जायचं की पश्चिमेकडे ? कितीही विचार केला तरी ही गुंतागुंत त्याला सोडवता येईना. कदाचित साऱ्या दिशा भूतनीमातेच्या काळोखात विलीन होत होत्या. त्याला भूमितीतला एक धडा आठवला. जर वर्तुळाकार चाललात तर जिथून सुरुवात केली तोच बिंदू तुम्ही परत गाठता. त्याने ठरवलं की डाव्या हाताची वाट पकडायची आणि प्रत्येक फाट्याला परत डाव्या हातालाच वळायचं. दुसरी युक्ती म्हणजे, पावलं मोजणं.

सतरा हजारांपर्यंत त्याने पावलं मोजली आणि तो कोसळला. जाऊ दे. त्याचं नशीब आता भूतनीमातेच्या – जर अशी व्यक्ती अस्तित्वात असेल तर – हातात होतं आणि पुढे काय होईल याची आता त्याला पर्वा उरली नव्हती.

''माझे साथीदार संकटात आहेत का ? त्यांनीदेखील गुहेत प्रवेश केलाय का ? माझं काय करायचंय ते कर, पण माझ्या चुकीची किंमत त्यांना भरायला लावू नकोस.''

एका लोखंडी हाताने त्याच्या थोबाडीत मारली, ''काय करायचं आणि काय नाही ते तू नको सांगू मला.''

"तू सतत माझा पाठलाग करत होतीस, होय ना ?" त्या चपराकीतून स्वत:ला सावरत त्याने विचारलं, "तू माझा पाठलाग केलास. निदान तसा प्रयत्न तरी केलास."

आठ हातांनी त्याला वर उठवलं. चार हात त्याला आधार देत होते, एक हात, जणू त्याचे नाक डोळे जाणून घेण्याच्या उद्देशाने त्याच्या चेहऱ्यावरून फिरला, एक त्याच्या छाती – खांद्यांवरून, तिसरा त्याच्या जांघेतून आणि शिश्नावरून आणि चौथ्याने त्याचे केस ओढले. आपल्या चेहऱ्यावरून ओली जीभ फिरल्यासारखं त्याला वाटलं. त्या हातांनी त्याचे कपडे टरकावले आणि ती जीभ त्याच्या पावलांवरून आणि मानेवरून फिरली. होती तरी किती लांब ती जीभ ? एक जीभ होती की अनेक होत्या ? हातांनी त्याला परत बसतं केलं.

"हबेलंडी उडालीय का ? त्या बेदरकार 'मी आत येतोय'चं काय झालं ?"

पृथ्वीच्या काठांवरून पाणी खाली पडत असल्याचा आणि दूरवर अनंत नरकयातनांनी किंचाळण्याचा आवाज त्याच्या कानांवर आला. केसांनी वर उचललेली, रक्ताचे पाट वाहत असलेली मुंडकी त्याच्या नजरेसमोर तरळली. पालथ्या पडलेल्या राक्षसाच्या पाठीवर थयथय नाचणारे काळेकुट्ट पाय त्याला दिसले. रक्ताचे भुरके मारणाऱ्या ओठांचे आवाज ऐकू आले. धरणी आणि आकाशाचा संभोग त्याने पाहिला आणि सुखातिशयाचं कण्हणं ऐकलं. जमिनीवर सर्वत्र धडापासून तोडलेले हातपाय वळवळत होते. एक हात प्रकट झाला आणि एक तंगडी उचलून ती त्याने एका बिनचेहऱ्याच्या तोंडात घातली. तोंड ती तंगडी कराकरा खाऊ लागलं. त्याने डोळे उघडले. त्याच्यासमोर एक खोल कपार होती आणि तिच्या मध्यभागी एका उंचवट्यावर एक आंधळी, दातपडकी, जख्खड थेरडी संपूर्ण नग्नावस्थेत बसली होती.

"दुसऱ्याही आहेत. त्यांच्याबरोबर का नाही जमवत ? परत लग्न कर. ती मरेपर्यंत तिच्याकडे दुर्लक्ष कर." थोडा वेळ थांबून, "मी कशी वाटते ?"

शिसारीने त्याचं अंग ताठरलं, "भयानक विचार, हो ना ?" बोलता बोलता तिचं एका तरुण स्त्रीत रुपांतर झालं. रसरशीत शरीराची, भरदार, उभार स्तनं काचोळीत बांधलेली, घट्ट लपेटलेल्या साडीचे जरीकाठ तिच्या पायांना वेढत कमरेपर्यंत चढलेले. नितंबांना लपेटून बेंबीखाली लोंबणारी सैलसर मेखला. तिने मानेला झटका देऊन आपले लांबसडक केस उलगडले. त्या केसांनी प्रकाश विझवला. प्रथम त्याला आवाज ऐकू आला. उंच सुरातल्या त्या कर्कश्य चीत्काराने त्याच्या कानांचे पडदे फाडले. ती आपलं डोकं चक्राकार घुमवत होती आणि तिचे केस लाखो तीक्ष्ण सुयांप्रमाणे त्याच्या चेहऱ्यावरून चाबकासारखे फटकारत होते. तिच्या डोक्याचा वेग वाढत गेला. शरीरावर बसणाऱ्या त्या फटक्यांनी त्याच्या त्वचेच्या अतिशय सूक्ष्म, डोळ्यांना न दिसणाऱ्या

चिंध्या चिंध्या केल्या. पळून जाण्यासाठी तो कसाबसा उठला पण तिचे केस त्याच्या रक्ताळलेल्या चामडीत अधिकाधिक खोलवर रुतत, फटकारत राहिले.

"बाधा तिला झालीये की तुला ? किती दिवस, आठवडे, महिने, तिच्याशिवाय तुझ्या डोक्यात दुसरा विचार नाहीये ? मला वाटतं तिच्यापेक्षा तुझ्यातलं पिशाच्चं उतरवण्याची अधिक गरज आहे."

तिने आपलं घुमणं थांबवलं आणि आपले शब्द त्याच्या डोक्यात नीट शिरायची थोडा वेळ वाट पाहिली, "स्वतःवर उपाय करण्याचं सोडून आपण नेहमी इतरांवर उपचार करत असतो. मग ? काय म्हणणं आहे तुझं ? तू इथे आला आहेसच. एका क्षणात मी तिचा विचार तुझ्या मनातून कायमचा नाहीसा करू शकते. तू तिच्यापासून मुक्त होशील." परत तिने थोडा वेळ वाट पाहिली, "व्हायचंय का तुला मुक्त ?"

होय, त्याला मुक्त व्हायचं होतं. त्याचं रोमरोम ओरडून सांगत होतं की त्याला मुक्त व्हायचं होतं, पण त्याच्या तोंडातून शब्द फुटेना.

"मला वाटलंच. शाश्वत बंधनातून कुणाला मुक्ती हवी असते ?" थोडा वेळ जड शांतता. त्याला तिचा चढलेला श्वास ऐकू येत होता.

"कुठल्या टोकापर्यंत जायची तयारी आहे तुझी ?"

त्याला त्या प्रश्नाने कोड्यात टाकलं, आपल्याला तो नीट समजलाय की नाही हेही त्याला कळेना.

"पैशांचा प्रश्न नाहीये." तो गोंधळून म्हणाला.

"तुझे पैसे घाल तुझ्या ... कुठे ते माहीत आहे ना ? मी काय करू त्यांचं ? त्यांची साखळी करू ? की खाऊ ? की विणून त्यांचं वस्त्र बनवू माझी छाती झाकायला ? जीवनात एकच प्रश्न महत्त्वाचा. त्याचं उत्तर सापडलं की बाकीचं सारं काही सोपं होतं आणि तो म्हणजे, तुला जे काही हवंय ते मिळवण्यासाठी कुठल्या टोकापर्यंत जाण्याची तुझी तयारी आहे ?"

"कुठल्याही टोकापर्यंत, मला वाटतं."

"घरी जा मूर्खा. तुला जेव्हा नक्की उत्तर सापडेल तेव्हा मी प्रगट होईन. पण तोपर्यंत कदाचित तुला माझी गरज उरणार नाही."

"कोण आहे तो ? तिच्या प्रियकराचं नाव काय ?"

"काय फरक पडणार आहे त्याने ?"

त्याला आणखीन पुष्कळ प्रश्न विचारायचे होते, पण गुहेच्या तोंडातून येणाऱ्या बाहेरच्या प्रकाशाने त्याचे डोळे दिपले.

१५

''सात तारखेच्या रात्री शहजाद्यांबरोबर कोण होतं ?'' आता मात्र माझा विवेक आणि धीर संपला आणि मी सुरक्षा दलाच्या मुख्याला बोलावून घेतलं.

''मला नीटसं आठवत नाहीये, युवराज. एक आठवडा होऊन गेलाय. पण आपल्याला हवं असेल तर मी माझ्या नोंदणीवहीतून शोधून काढू शकतो.''

'ठीक.'' मी आवाज ताब्यात ठेवत म्हटलं.

''आत्ता हवंय का ?''

''होय.''

तो काही वेळाने परत आला.

''एक बाई होती, युवराज.''

''नाव काय तिचं ?''

''त्याची नोंद नाहीये, युवराज, कारण त्या रात्री शहजाद्यांनी बाई आणण्यासाठी आम्हांला हुकूम दिला नव्हता.''

''दिसायला कशी होती ?''

''नोंदवहीत तिचं वर्णन फक्त एका वाक्याने केलंय – संपूर्ण चेहरा बुरख्याने झाकला होता. सव्वानऊला तिला आत सोडण्यात आलं.''

''ती गेली केव्हा ?''

माहिती शोधून काढण्याच्या मिषाने त्याने थोडा वेळ वहीची पानं चाळली. ''काही कारणास्तव इथे त्याची नोंद नाहीये सरकार.''

''काही कारणास्तव, का ते मला माहीत नाही, पण तुमचा हुद्दा आणि नोकरी, दोघांना ही तुम्ही मुकणार आहात असं वाटतंय मला. ती बाई होती, पुरुष होता की हिजडा ? ती व्यक्ती शहजाद्यांना भेटायला आली होती, चोरी करण्यासाठी आली होती की शहजाद्यांवर हल्ला करण्यासाठी ? तुमच्या नोंदवहीत याचा उल्लेख नाहीये आणि तुम्हांला याची पर्वा नाहीये. तो किंवा ती सारी रात्र तिथे राहती किंवा शहजाद्यांचं अपहरण करती तरी तुम्हांला आणि तुमच्या हाताखालच्या माणसांना त्याची खबर नसती. कारण तुम्ही पत्ते तरी खेळत होता, रंडीबाजी तरी करत होता, किंवा झोपला होता.''

स्वत:च्या बचावासाठी तो कारणं देऊ लागला, पण मला ती ऐकायची नव्हती, ''येत्या पंधरा दिवसांत तुमच्या वरिष्ठ अधिकाऱ्याशी मी या विषयावर बोलेन. तोपर्यंत तुम्हांला आणि तुमच्याबरोबरच्या शिपायाला तात्पुरतं कामावरून बडतर्फ केलंय.''

संध्याकाळी मी मंगलला गाठलं, ''तुझी आई कुठे आहे याची तुला काहीच काळजी नाहीये ? ती बेपत्ता होऊन सात दिवस झाले आणि ती जिवंत आहे की मेलीये याची कुणालाही खबर नाही.''

त्याने खांदे उडवले, ''ती एक प्रौढ स्त्री आहे. स्वत:ची काळजी घेऊ शकते.''

त्याला आणि त्याच्या बेपर्वाईला गदागदा हलवावं अशी इच्छा मला झाली. त्याच्या चेहऱ्यावरचं खुनशी समाधान मला पाहायचं नव्हतं. मी वळलो आणि निघून आलो. सर्वसाधारण परिस्थितीत कौसल्या स्वत:ची काळजी घेऊ शकते हे मलाही माहीत होतं. पण शहजाद्याच्या कामपूर्तीसाठी निमंत्रण म्हणजे सर्वसाधारण परिस्थिती म्हणता येत नाही. त्याच्या व्यक्तिमत्त्वाच्या अत्यंत क्रूर पैलूची जाणीव मला होऊ लागली होती. त्या दिवशीच्या कुस्तीच्या प्रसंगी त्याच्या स्वभावाची वेगळी बाजू मला दिसली.

आपली कुस्त्या पाहण्याची इच्छा त्याने दोन-तीनदा मला बोलून दाखवली. त्याच्याबरोबर चितोडला आलेल्या त्याच्या साथीदारांपैकी एक गुजरातमधील सर्वोत्कृष्ट कुस्तीगीर होता. काही दिवसांपूर्वी मी शहजाद्यासाठी एका संध्याकाळी कुस्त्यांचा कार्यक्रम आखला. बहादूर भलताच खुशीत होता. दहा फेऱ्यांपैकी पहिल्या नऊ फेऱ्या मेवाडी मल्लांमध्ये झाल्या आणि शेवटची शहजाद्याचा गडी आणि आमचा प्रसिद्ध स्थानिक पहेलवान यांच्यात होणार होती. शहजाद्याचं नशीब त्या दिवशी जोरावर होतं. नऊ फेऱ्यांपैकी त्याने सात पहेलवानांवर पैसे लावले आणि ते सातही जिंकले.

''आपण किती रक्कम लावता युवराज ? माझ्या गड्यावर आपण काय पैज लावता ?'' त्याच्या डोळ्यांत वेडसर झाक आली होती, ''तो तुमच्या माणसाला झोडपून काढणार आहे.''

''हे आपल्याला आधीच कसं कळलं ?'' मी विचारलं.

''कारण मी काल आखाड्यात त्याची तयारी पाहिली. माझा माणूस त्याचं हाडन्हाड तोडेल.''

''तुम्ही हार–जीत आधीच योजून ठेवली आहे का शहजादे ?'' मी थट्टेने म्हटलं.

त्याने माझ्याकडे इतक्या तिरस्काराने पाहिलं की मीच ते आगाऊ ठरवून माझ्या

माणसाला लवकरात लवकर चीत होण्याचा आदेश द्यायला हवा होता असं मला वाटू लागलं. पण आता त्याला फार उशीर झाला होता.

''गुजरात मेवाडला केव्हाही हरवेल, युवराज. रणांगणावर किंवा इतरत्र कुठेही. पाहालच आपण, तुमच्या माणसाने पहिला पेच टाकण्यापूर्वीच माझा गडी त्या बिचाऱ्याचा कसा चेंदामेंदा करतो ते.''

निदान पाच हजार तरी माणसं जमली असावीत. कानठळ्या बसतील इतक्या आरडाओरड्याने आणि उतू जात असलेल्या उत्साहाने सारं वातावरण भरलेलं. पावसाळ्याचे दिवस असल्याने, फक्त वाळू भरलेला आखाड्याचा खड्डा तेवढा वरून खुला ठेवून, सगळ्यांना पुरेल इतका मोठा शामियाना आम्ही उभारला होता. घामाने निथळत असलेल्या जमावात छोले – भटुरे, सामोसे, काजूचिवडा, तवापुडी, मालपोवे आणि बुंदीच्या लाडवांचा प्रचंड खप होत होता. बहादूरने बरंच मद्य रिचवलं असावं. त्याशिवाय कसलातरी अमली पदार्थदेखील घेतला असावा अशी मला शंका आहे, कारण तो फारच उत्तेजित आणि अस्वस्थ वाटत होता. त्याची बुबुळं अनैसर्गिकपणे विस्तारली होती आणि हात कापत होते.

''कसली ? कितीची पैज लावता ?''

''आपल्या पहिलवानावर शंभर तन्के लावतो मी.'' तो भांडणासाठी संधी शोधत होता आणि मी ती त्याला देणार नव्हतो.

''माझ्या पहिलवानावर ? आपल्याला काही स्वाभिमान, देशाभिमान आहे की नाही ?''

''मला नेहमी जिंकणाऱ्याची बाजू घ्यायला आवडतं.''

''तर मग आपल्याला स्वत:चा देश आणि पक्ष सोडावा लागेल. शंभर तन्के ? मेवाडची एवढीच दानत ?''

''शहजादे, आपण विसरता आहात की राज्यपद भूषवण्याची आपली पाळी येईल तेव्हा आपण शांतीकरार करणार आहोत.''

''शांतीकरार गेला जहन्नुममध्ये. किती लावता बोला. आणि हो, तुम्ही फक्त मेवाडच्या बाजूंनी लावू शकता.''

माझ्या मनात विचार आला की युद्धाऐवजी नेहमी कुस्त्याच खेळल्या गेल्या तर बहादूर आणि गुजरात दर वेळी जिंकले असते तरी माझी हरकत नव्हती.

''पाचशे.'' मी जुगाराचे पैसे गोळा करणाऱ्याकडे पैसे दिले.

ढगांचा गडगडाट होऊन जोराचा पाऊस पडू लागला. दोन्ही पहेलवान आखाड्यात उतरले.

“नाही नाही. बिलकुल नाही. मी दहा हजार लावले आहेत. आपल्याला कमीत कमी तेवढे तरी लावावेच लागतील.”

सुदैवाने त्याला आता उशीर झाला होता. दोन्ही मल्ल एकमेकांना भिडले होते. शहजादा आपल्या पहेलवानावर, अस्लम जाफरवर एवढा का विसंबून आहे ते मला कळलं. तो पर्वताप्रमाणे उंच आणि धिप्पाड होता. त्याचा प्रतिस्पर्धी भरत, त्याच्या अर्ध्यानेसुद्धा नसेल आणि मुख्य म्हणजे तो जरा भेदरल्यासारखा वाटत होता. दोघांची शरीरं तेलाने माखली होती आणि कोसळणारा पाऊस त्यात आणखीनच भर घालत होता. भरतचा पहिला थोडा वेळ अस्लमच्या मगरमिठीतून निसटण्याच्या युक्त्या–क्लृप्त्या शोधण्यातच गेला.

“चूहा !” बहादुर मला म्हणाला, “चितोडच्या चुह्यात झुंज देण्याची ताकद नाही. अस्लमला कसा टाळतोय. पण अस्लम नशिबासारखा आहे. त्याला टाळताही येत नाही किंवा चकवताही येत नाही. त्याच्याकडे असे काही पेच आहेत की एकदा का तुमचा माणूस त्यात सापडला की सुटण्यासाठी तो दयेची भीक मागू लागेल. रेतीत पाठ टेकून प्राण सोडणं एवढीच इच्छा उरेल त्याला.”

तेच होत होतं, पण भरतचं नाही. तो सडपातळ पण काटक होता आणि आपल्या शरीराचा उपयोग टक्कर देण्यासाठी न करता ते योग्य प्रकारे वापरण्यात करायचा तो. टक्कर देणं तो मनाच्या शक्तीवर सोडायचा. त्याचं मन विलक्षण कपटी होतं. ते सतत प्रतिस्पर्ध्याला विसंगत इशारे देत राहायचं. काही वेळा तो दिलेल्या इशाऱ्यांप्रमाणे वागायचा, तर काही वेळा प्रतिस्पर्ध्याला चक्क तोंडघशी पाडायचा. त्याला चपळ म्हणण्यापेक्षा काटेकोर म्हणणं अधिक योग्य ठरेल. तो प्रतिस्पर्ध्याच्या डावपेचांचा अंदाज घेत असतानाच फक्त त्याला चीत करता आलं असतं, एकदा का त्याला तो अंदाज आला की मात्र ते फार कठीण जायचं. जसं अस्लमला ते जात होतं. अस्लमने बकासूर पेच टाकून भरतला इतकं पाठी रेटलं की क्षणभरात तो चीत होणार असं वाटू लागलं. पण तेच काही क्षण महत्त्वाचे ठरले. भरतच्या पायाचा घोटा अस्लमच्या गुडघ्यावर आदळला. अस्लम आपला तोल सावरत असताना भरत उठला आणि आपल्या पावलाने अस्लमचा पाय पुढे खेचत असताना त्याच्या छातीवर आपलं डोकं त्याने दाणकन आपटलं. अस्लमचा तोल मागच्या मागे गेला आणि तो सपशेल उताणा पडला.

बहादूर उठून उभा राहिला होता आणि डोकं फिरल्यासारखा किंचाळत होता, “ही मक्कारी आहे. हे कपट आहे. भरतला बाद करा, पंच पक्षपाती आहेत.”

पाच हजाराचा चितोडी जमाव त्याच्याकडे आश्चर्याने, अविश्वासाने आणि वाढत्या संतापाने पाहत होता. आपलं काही चुकलं का, म्हणून भरतने प्रश्नार्थक नजरेने

माझ्याकडे पाहिलं. त्याच्या नजरेला नजर भिडवण्यात मला काही अर्थ दिसला नाही. आता जमावाची चीड आरोळ्यांचं रूप घेऊ लागली. बाजू आपल्यावर उलटतेय हे बहादूरने जाणलं आणि तो खाली बसला.

परिस्थिती ताब्यात आणणं आवश्यक होतं. मी उठलो, ''सामना संपला. आल्याबद्दल सर्वांचे आभार. उशीर झालाय. उद्या कामाचा दिवस आहे, तेव्हा सगळ्यांनी आपापल्या घरी जावं. उत्तम खेळाबद्दल आभार अस्लम, आभार भरत.''

जमाव पांगू लागला. खास पाहुण्यांसाठी उभारलेल्या आपल्या शामियान्यातून बहादूर उठला आणि त्याने आखाड्यात उडी घेतली. पाऊस अजून जोरात कोसळत होता. सर्व काही धूसर दिसत होतं. अस्लम जाफर चक्रावल्यासारखा आखाड्याच्या एका कोपऱ्यात बसलेला. भरतने त्याला उठवण्यासाठी हात द्यायला आणि बहादूरची लाथ अस्लमच्या तोंडात बसायला एकच गाठ पडली. सात दात अस्लमच्या तोंडातून बाहेर फेकले गेले आणि तो परत एकदा वाळूत आडवा झाला. शहजाद्याचा पाय परत परत त्याच्यावर आदळत होता. पांगणाऱ्या जमावात अचानक स्मशानशांतता पसरल्यामुळे मोडणाऱ्या बरगड्यांचा आवाज अधिकच स्पष्ट ऐकू आला. पाच, सहा, सात वेळा जबरदस्त लाथा अस्लमच्या छातीच्या पिंजऱ्यावर बसल्या. मग त्याच पायाने त्याला उलथा करून शहाजाद्याने त्याच्या मुत्रपिंडावर, पाठीच्या कण्यावर आणि शेवटी मानेच्या मणक्यावर सर्वशक्तिनिशी पाय हाणला.

''तू गुजरातच्या सुलतानाची, माझी आणि गुजरातची लाज घालवलीस. आमच्या राज्याची, आमच्या इज्जतीची काफिरांच्या नजरेत माती केलीस. आता मृत्यूतच तुझी प्रतिष्ठा आहे.''

आता मध्ये पडणं मला भाग झालं. संतापाच्या भरात शहजादा माझ्या दिशेने वळला. त्याचा हात शिताफीने चुकवत मी झटकन बाजूला झालो आणि म्हणालो, ''शहजादे, पाचवा नमाज पढण्याची वेळ झाली आहे.'' तेव्हा कुठे भानावर येऊन तो थांबला.

दोनदा घोडे बदलून मी पाच तासांत रोहालाला पोचलो.

''आपण एकटे जाऊ नका युवराज.'' रात्री उशिरा मी बेफिकीरवर मांड टाकताच मंगल माझ्यामागून धावत आला.

''गेल्या वेळी आपण भेटलो तेव्हापासून तुझी बरीच प्रगती झालेली दिसतेय. आता मी तुझे हुकूम पाळायचे का ?''

''क्षमा असावी हुजूर,'' त्याने दाखवलेल्या काळजीचा मी मुद्दामहून विपर्यास

करतोय हे त्याला माहीत होतं, ''पण युवराजांनी अपरात्री असं एकटं जाणं धोक्याचं आहे.''

''माझ्या सुरक्षिततेबद्दल तुला वाटणारी चिंता प्रशंसनीय आहे. पण अशीच तुला ती आपल्या आईबद्दल वाटती तर ते अधिक योग्य ठरलं असतं. सोबत हवी असेल तर मी ती घेईन, पण सध्या तरी थोडा एकांत आणि मोकळीक मिळाली तर मला आवडेल.''

माझ्या डोक्यात खदखदणाऱ्या अकारण संतापापायी मी हे असले टोमणे मारतोय याची एकीकडे जाणीव असतानाच दुसरीकडे माझ्याहून कनिष्ठ जागी असलेल्या आणि प्रतिकार न करू शकणाऱ्या व्यक्तीवर त्या संतापाला वाट करून देण्याने मला जरा बरं वाटलं. खूपखूप वर्षांपूर्वी मी रोहालाला गेलो होतो. ज्या घराच्या मी शोधात होतो त्याच्या काही खोल्या, अंगणातलं कारंजं आणि तुळशी वृंदावन मला आठवत असलं तरी त्या घराचं दर्शनी स्वरूप माझ्या स्मृतीतून पार पुसलं गेलं होतं. रोहाल्यातलं सगळ्यात मोठं आणि समृद्ध घर सापडायला कठीण जाऊ नये, अशी माझी समजूत होती. पण रात्र काळोखी होती. आणि गावाच्या राखणदाराशी माझी गाठ पडती तर राज्याचे युवराज आपल्या गावाला गुप्तपणे भेट देताहेत हे त्याला समजलं असतं. गल्लीबोळांच्या जाळ्यातून बाहेर पडून, गावाची रचना दिसू शकेल असं सोयीस्कर उंच ठिकाण शोधून काढायचं होतं मला. पण कसं ? सारं गाव सपाट भूमीवर वसलेलं. सदैव पहारा करणाऱ्या अरवली पर्वतांची वर-खाली होणारी रेषा पूर्वेकडच्या क्षितिजावर दिसत होती, पण ती निदान पाच सहा मैल तरी दूर असावी.

मी घोडा बांधला आणि एखाद्या सात वर्षांच्या मुलाने जे सुरुवातीलाच केलं असतं, ते केलं. हातांच्या तळव्यांवर थुंकून मी एका पिंपळावर चढलो. मोठे झाल्यावर जेव्हा आपण परत आपल्या बाळपणच्या ठिकाणी येतो, तेव्हा आपली शाळा, त्यातल्या वर्गाच्या खोल्या, आपलं घर, तेव्हा भयावह वाटणाऱ्या सरकारी कामकाजाच्या इमारती, स्वतःचे आई-वडील, सारं सारं काही आकाराने छोटं झाल्यासारखं वाटतं. पण माझी आठवण दगा देत नसेल तर रोहाला मात्र या अनुभवाच्या अगदी विरुद्ध गेलं होतं. त्याची भरभराट होऊन ते अधिक मोठं आणि विस्तृत झालं होतं. ज्याच्या काठी ते वसलं होतं तो अर्धगोलाकार मयूर तलाव चांगला दीड मैल लांब होता आणि त्याच्या दगडी रंगाच्या पाण्यावरून चालता येईल असं वाटण्याइतकं ते स्थिर होतं. का कुणास ठाऊक, पण घरांची रांग अर्धगोलाकाराच्या व्यासापर्यंत येऊन थांबली होती आणि त्यामुळे रोहालाला खेळण्याच्या गावाचं स्वरूप प्राप्त झालं होतं. जर कधी काळी मयूरचं पाणी आटलंच तर बनसची उपनदी असलेली स्वतःचीच एक नदीदेखील होती गावाला. कमीत कमी चाळीस तर दुमजली घरं, एक मिनार असलेली मशीद आणि नदीच्या डाव्या तीरावर एक देऊळ.

शहराला, गावाला किंवा खेड्याला आत्मा, हृदय आणि मन असतं ? तलावाचा उपयोग वनभोजन आणि करमणुकीसाठी करायचा आणि गाव नदीकाठी वसवायचं हे कोण ठरवतं ? माझ्या नकळत, माझ्या पाठीमागे मला फसवून रोहाला गुपचूप वाढलं आणि पसरलं असं वाटलं मला. आमच्या राज्यातल्या घडामोडींची मला काहीच कशी खबर नव्हती ? किती खेड्यांचं शहरांत रूपांतर झालं होतं ? कितींचा ऱ्हास झाला होता ? भविष्यात मला मेवाडच्या साऱ्या प्रदेशातून दौरा काढावा लागणार. मला माझ्या लोकांना भेटायचं होतं. त्यांच्या शेतीविषयी, धंद्यांविषयी त्यांच्याशी बोलायचं होतं. काय अडचणी होत्या त्यांच्या ? ते कर वेळीच भरायचे का ? त्यांचे महसूल अधिकारी भ्रष्ट तर नव्हते ? तो म्हातारा कोल्हा आदिनाथजी म्हणायचा ते बरोबर होतं. युद्ध नव्हे, तर शेती, उद्योग आणि व्यापार हेच प्रगतीचं इंधन आहे. रोहाल्याच्या भरभराटीचं काय रहस्य होतं ? त्याचं अनुकरण करणं शक्य होतं का ? की प्रत्येक गावाचं वेगळं वैशिष्ट्य असल्यामुळे त्याचा नीट अभ्यास... चामुंडी. ते नदीकाठचं देऊळ चामुंडी देवीचं होतं आणि मी शोधत होतो ते घर देवळाच्या शेजारी असायचं.

खूप वेळ मी दरवाजा ठोठावला. ती तिथे होती का ? माझं स्वागत करायला घराची नाराजी दिसली. दारावर मारलेल्या प्रत्येक थापेसरशी ते दुमजली घर माझ्यापासून अंग चोरतंय असं वाटलं. शेवटी दाराच्या कवाडांच्या रूपाने त्याने आपलं वैर माझ्या दिशेने फेकलं.

''कोण आहे ?'' दरवानाने विचारलं. तो झोपला नसावा, कारण तो खडखडीत जागा, सचेत आणि मारामारीसाठी उत्सुक वाटला.

''दाई कौसल्या इथे आहे का?''

''नाही युवराज. इथे नाहीये.''

तो जातीचा गुंड होता. कुठच्याही कठीण प्रसंगाला तोंड द्यायची आणि त्याचा निकाल लावायची तयारी आणि क्षमता होती त्याच्यापाशी. पण मीदेखील कमी नव्हतो. शिवाय मी भावी राजा आहे याचं मला कधीच विस्मरण होत नाही.

''उत्तर चुकीचं दिलंस. 'तुम्ही कोण' असं विचारायला हवं होतंस तू.'' त्याला बाजूला ढकलून मी आत घुसलो. अंगणात कारंजं खेळत होतं. मला घराचा नकाशा आठवला. मी उजवीकडे वळलो. कौसल्याची खोली पहिल्या मजल्यावर हेती. मी पायऱ्या चढून वर गेलो, डाव्या हाताला वळलो आणि सभोवताली असलेल्या कठड्याच्या चिंचोळ्या गच्चीतून धावत जाऊन चौथा दरवाजा ठोठावला. उत्तर नाही. दरवाजा परत ठोठावला. शांतता. मी जोरात दरवाजा ढकलला. तो उघडला नाही. माझं मन हलकं झालं. तिने आतून कडी लावून घेतली असणार.

''दार उघडलं नाहीस तर मी ते तोडीन कौसल्या.'' दरवान खालच्या चौकातून

बघत होता. आणखी तीन नोकर, दोन बायका आणि एक पुरुष बाहेर आले. मी परत दरवाजाच्या दिशेने वळलो. त्याला बाहेरून कडी घातली होती. युक्ती छान आहे, मनाशी म्हणत मी कडी काढली आणि दरवाजा उघडला. आत काळोख होता, पण तरीही खोली रिकामी असल्याचं मला जाणवलं. मी आत गेलो आणि पलंगाखाली चाचपून पाहिलं. ती तिथे नव्हती.

"तो दिवा मला दे, टोणग्या !" मी दरवानावर खेकसलो. धावत वर येऊन त्याने दिवा माझ्या हातात दिला. मी खोलीन् खोली धुंडाळली. न्हाणीघर, नोकरांच्या खोल्या, काही म्हणजे काही सोडलं नाही. चढाव उतरवून, गणपती, विष्णू, चामुंडी आणि बन्सीबाजाच्या दगडी मूर्ती असलेल्या देवघरात गेलो. खाली येऊन तळमजल्यावरच्या खोल्या परत शोधल्या. हे देवा, परमेश्वरा, कुठे होती ती ? कुठे होती माझी एकेकाळची आई, बहीण, प्रेयसी, सखी आणि गुरु ? माझी भीती खरी ठरली होती तर. आणि कितीही संपातलो तरी शहजाद्याला हात लावू शकत नव्हतो मी.

नाटकातल्या नटाला पाहावं त्याप्रमाणे घरातली सारी माणसं माझ्याकडे पाहत होती. मी पाणी मागितलं. माझ्यासाठी आणि घोड्यासाठी. परतीची वाट लांबलचक होती. ते दरवाजा लावून घेत असताना धडक मारून मी परत आत शिरलो. घरावरच्या गच्चीवर अजून एक खोली होती.

ती बिछान्यात उताणी पडलेली. अंगावर फक्त एक अतिशय पातळ मलमलीची चादर. तापाने डोळे चढलेले, अंगभर चिडके फोड, वळ आणि दादी. मी दारात उभा राहिलो. उघड्या दरवाजातून आलेल्या झुळुकीने पितळेच्या दिव्याची ज्योत भित्र्या पाखरासारखी थरारली आणि विझली.

तिने काय केलं असावं ते माझ्या लक्षात आलं. सात तारखेच्या रात्री, बहादूरकडे जाण्याआधी, तिने स्वतःच्या अंगावर मा-का-क्रोध चोळलं होतं. रामकली डोंगराच्या पूर्वेकडील उतारावरच्या दलदलीत उगवणारी एक विषारी वनस्पती, जिच्यापासून जनावरंही दूर राहत.

अतिपिकून सडू लागलेल्या फळासारखी ती लाल काळ्या व्रणांनी भरली होती. चेहरा इतका सुजला होता की नाक, डोळे, ओठ त्यात गाढले जाऊन सारा चेहरा एकाच पातळीवर आला होता आणि त्याचा आकार पूर्णपणे बदलला होता. मी सावकाश माझे कपडे उतरवले. कौसल्याने उठून बसण्याचा प्रयत्न केला पण अशक्तपणे ती परत मागे पडली, "नको युवराज, असं करू नका. ही खाज किती भयानक आणि सांसर्गिक आहे ते तुम्ही जाणता."

तिच्या अंगावरली मलमलीची चादर मी हळुवारपणे काढली आणि सावकाश, अतिशय काळजीपूर्वक तिच्या अंगावर माझा देह पांघरला.

"पुन्हा कधीही मी तुला सोडणार नाही, कौसल्या !"

जय श्रीएकलिंगजी

सप्रेम आशीर्वाद.

एक चांगला राजा, युद्धासाठी आणि राज्यासाठी आपल्या वेळेची समविभागणी करतो. आम्ही परत येऊन राज्यकारभाराची सूत्रं पुन्हा हाती घेण्याची वेळ आली आहे.

युद्धाचं नेतृत्व आणि प्रत्यक्ष लढाईचा अनुभव कुठल्याही राजपुत्रासाठी एक उत्तम प्रशिक्षण आहे. गुजरातच्या सुलतानाबरोबरच्या लढाईची आणि आमच्या सेनेच्या मार्गदर्शनाची जबाबदारी यापुढे आपण सांभाळावी अशी आमची इच्छा आहे.

जन्माष्टमीला देवदेवतांची यथाविधी पूजा करून उत्सव साजरा करावा आणि तदनंतर लगेच इदरला निघून यावं. आम्ही आपल्या आगमनाची वाट पाहतोय.

श्री सूर्याय नम: ।

आपला पिता

महाराज राणा संग

ज्या दिवशी मी बाल्यातून तारुण्यात प्रवेश केला, त्या दिवसापासून माझी सर्वांत उत्कट इच्छा मेवाडच्या सेनेचं नेतृत्व करण्याची होती. मी बाबांबरोबर पाच महत्त्वाच्या मोहिमांवर गेलो होतो, लष्करी डावपेचांच्या आखणीत भाग घेतला होता आणि शेवटच्या दोन प्रसंगी प्रमुख हल्ल्याचं नेतृत्व केलं होतं. पण हे सर्व बाबांच्या आदेशानुसार आणि सेनापत्याखाली. आता गुजरातच्या मोहिमेत मी स्वत: सेनापती होणार. पण या बातमीने मला व्हावा तितका आनंद झाला नाही. लवकरच ही बातमी गावभर पसरेल आणि प्रत्येक मंत्री, सचिव आणि उपसचिव, सरकारी आणि नागरिक खात्यांचे अधिकारी आणि चितोडचे नागरिक माझं अभिनंदन करण्यासाठी येतील.

पण मला माहीत आहे की कुठलंही काम, त्यातून इतकी महत्त्वाची मोहीम अर्धवट सोडून येणं, हे बाबांच्या स्वभाव वैशिष्ट्यात बसत नाही. मी कित्येकदा बाबांना

म्हणताना ऐकलंय की कुठल्याही उपक्रमाचं, विशेषत: लढाईचं नेतृत्व असं मध्येच बदलण्याने सैनिकांचं, सेनानायकांचं आणि अधिकाऱ्यांचं धैर्य नष्ट होऊन अंधाधुंदी माजते. त्यामुळे समस्या समजण्यास आणि त्या सोडवण्यास आवश्यक असलेल्या विचारसरणीच्या आणि योजनेच्या पद्धतीत आणि हेतूत फरक पडून त्याचा सैन्याच्या जोशावर आणि एकसंघतेवर विपरीत परिणाम होतो. मालवा, दिल्ली, गुजरातमध्ये आमचा विजय झाला त्याचं कारण, आपली बाजू कमजोर पडू लागताच त्या राज्यांच्या सम्राटांनी आपले सेनापती बदलले हे होय, असं बाबांचं म्हणणं असायचं. मग आताच बाबांनी आपल्या या सिद्धांतावर का पाणी सोडलं ? मेवाडचा सेनापती होण्याचं भाग्य कर्मावती राणीसाहेबांच्या मर्जीमुळे मला मिळालं होतं का ?

गेला दीड महिना दिवसाला दोन या प्रमाणात त्यांनी सतत बाबांवर पत्रांचा मारा चालवला होता. ती पत्रं अडवून नष्ट करण्याविषयी माझ्या मनात विचार आला होता, पण एकदा का खाजगी बाबींवर पाळत ठेवू लागलात, की तुम्ही संशय आणि छलकपटाच्या खोल, अंतहीन विवरात हरवून जाता. महत्त्वाचं म्हणजे, बाबांच्या आणि कर्मावती राणीसाहेबांच्या व्यक्तिमत्त्वांची मी गफलत करता कामा नये.

गुन्हा चुगली करणाऱ्याचा नसतो, ती ऐकून घेणाऱ्याचा असतो. मी हे कधीच विसरता कामा नये की राणीसाहेबांनी, त्यांचा मुख्य हिजडा, बृहन्नडा याने, त्यांच्या असंख्य खुशमस्कऱ्यांनी किंवा राज्याच्या कुठल्याही मंत्र्यांनी माझ्याविरुद्ध बाबांचे कान भरले आणि जर माझ्याबद्दलचा आपला गतानुभव लक्षात न घेता किंवा नि:पक्षपातीपणे विचार न करता, त्यानुसार बाबा वागले तर परिणामांची संपूर्ण जबाबदारी बाबांची आहे. सध्या तरी असं वाटतंय की राणीसाहेबांच्या साऱ्या विनवण्या, धमक्या, उपदेश आणि बाबांची सदसद्विवेकबुद्धी आणि न्यायी वृत्ती यांच्यात संघर्ष उत्पन्न झालाय. पण बाबांना आम्हा दोघांपैकी कुणालाच दुखवायचं नाहिये. सुवर्णमध्य, हे तत्त्व म्हणून उत्तम असलं तरी राजकारणात सर्वांनाच खुश ठेवता येत नाही.

पण कदाचित त्यांचा डाव वेगळा असावा. मला सेनापती नेमण्याने माझा अडथळा दूर झाला असता, ते घरी परतू शकले असते आणि लोकसमजुतीप्रमाणे माझ्यामुळे धोक्यात आलेल्या त्यांच्या सिंहासनावर आपला ताबा पुनरपि प्रस्थापित करून विक्रमलाही मुक्त करू शकले असते.

पण चितोड ताबडतोब सोडण्याची माझी इच्छा नव्हती, कारण मेवाडच्या भवितव्याच्या दृष्टीने अत्यंत महत्त्वाची अशी एक योजना मी हातात घेतली होती.

माझ्या प्रजेचं आरोग्य आणि त्या अनुषंगाने, पाणी निचरा, ही माझ्या मते अतिशय निकडीची बाब होती. पण पाणीपुरवठा आणि मलनि:सारण हे एक निमित्तसुद्धा होतं. माझं खरं उद्दिष्ट होतं, किल्ल्याचं संरक्षण. कित्येक वर्षं एक भीती मला सतावतेय.

कुठलाही किल्ला, तो कितीही भरभक्कम, चिरेबंदी आणि विशाल असला तरी त्याला धोका हा असतोच. चितोड एक असाच किल्ला आहे. तो उंच पगरावर वसलाय आणि त्याच्या सभोवती तीन मैल गाव पसरलाय. त्याचे गोड पाण्याचे झरे वर्षभर पाणी पुरवतात, त्याची मोठमोठाली कोठारं धान्याने समृद्ध आहेत. जर कुठला किल्ला दुर्दम्य आणि अभेद्य असेल, तर तो चितोडचा किल्ला होय. आणि तरीही, दिल्लीच्या अल्लाउद्दिन खिलजीने जेव्हा दीर्घकाळ त्याला वेढलं तेव्हा चितोड पडला आणि आत असलेलं जवळजवळ सारं राजपूत सैन्य मारलं गेलं.

काही काळ माझं असं मत बनलं होतं की किल्ल्यावर अवलंबून राहणं हेच मुळात चुकीचं आहे. कारण ज्याला सुरक्षिततेचं ठिकाण मानलं जातं, तो किल्लाच तुमचा तुरुंग बनू शकतो. जेव्हा शत्रू चाल करून येतो, तेव्हा आम्ही किल्ल्याचे सारे दरवाजे बंद करून चाव्या फेकून देतो. मग महिनेच्या महिने भीती, उपासमारी आणि थकव्याने ग्रासलेल्या किल्लेकरांचं सुटकेचं एकमेव आशास्थान खुद्द शत्रूच बनतो. वेढा काढून किंवा हल्ला करून, तोच त्यांना मुक्त करू शकतो. पण हा असला विचार म्हणजे बसलोय ती फांदी स्वत:च्याच हातांनी तोडण्यासारखं आहे.

खूप काळ यावर चिंतन करून शेवटी मी महान शोध लावला आणि तो म्हणजे किल्ला हे सुरक्षिततेचं अंतिम आणि सर्वोत्कृष्ट साधन जरी नसलं तरी ते इतर कुठल्याही साधनापेक्षा भरवशाचं नक्कीच आहे.

पण मग दुसरा कुठलाच मार्ग नव्हता का ? माझ्या लक्षात आलं की जर मी माझी सारी शक्ती आणि कल्पकता 'मार्ग'वर केंद्रित केली तर होता. सुदैवाने चितोडच्या सभोवतालचा उतार दाट जंगलाने व्यापलेला आहे. माझी योजना अशी होती : जलवाहिन्यांच्या निमित्ताने जमीन खोदत असतानाच गुप्त भुयारांचं एक जाळंदेखील खोदायचं. ही भुयारं चितोड डोंगराच्या तळाशी असलेल्या गर्द झाडीत, सात ठिकाणी आतून बाहेर उघडतील, पण बाहेरून आत नाही.

शत्रूचा वेढा पडतोय असं समजताच, प्रथम बायका–मुलांना बाहेर काढायचं. (सर्वनाश झाल्यावर आमच्या बायका जोहार करून स्वत:ला जाळून घेण्याइतपत जरी धैर्यवान असल्या तरी तोपर्यंत त्यांच्या सुरक्षिततेच्या काळजीने पुरुषांचं मन द्विधा होत राहतं) किल्ल्यात, शक्य असेल तेवढा धान्यगोटा, लाकूड आणि शस्त्रांचा साठा ठेवायचा. पण जरी लोकसंख्या अर्ध्याने कमी झाली तरी शेवटी हा साठा किती दिवस पुरणार ? जेव्हा आमचा शिधा आणि धैर्य दोन्ही संपुष्टात येतायत अशी शत्रूची समजूत होऊ लागली की रात्री, शक्यतो वादळी आणि पावसाळी रात्री अर्धं सैन्य भुयारांतून बाहेर काढायचं. जर रात्र वादळी नसेल तर मुद्दामहून शत्रूचं लक्ष दुसरीकडे वेधण्यासाठी काहीतरी क्लृप्ती लढवायची. बाहेर पडलेल्या सैन्याने एकत्रित होऊन पाठीमागून

अनपेक्षित हल्ला करून शत्रूची दाणादाण उडवायची. जर आदल्या रात्रीचा बेत फसला तर उरलेल्या अर्ध्या सैन्यानेदेखील पुढील रात्री किल्ला सोडायचा.

दुसऱ्या दिवशी शत्रूच्या हाती येईल तो ओसाड किल्ला आणि गाव. शत्रू अर्थात, मिळेल ते लुटून दिसेल त्याला आग लावेल, पण तसं त्याने मरेस्तोवर तुम्ही लढत दिलीत तरी केलं असतं. जेव्हा किल्ल्याच्या राखणीपुरती एक तुकडी मागे ठेवून शत्रू लुटलेला माल घेऊन चितोड सोडेल, तेव्हा त्याच्या थकल्या–भागलेल्या, घराची ओढ लागलेल्या आणि लुटीच्या ओझ्याखाली वाकलेल्या सैन्यावर हल्ला करायचा. हा हल्ला मात्र अटीतटीचा आणि निर्णायक झाला पाहिजे. कारण पुढल्या दिवशी, जाळपोळ आणि लुटालूट झालेल्या किल्ल्याला वेढून तुम्हांला तो परत जिंकून घ्यायचा असेल.

माझं सारं कामकाज आटोपतं घ्यायला, सामान बांधायला आणि सर्वांचे निरोप घ्यायला मला जेमतेम दोन दिवस मिळाले. चितोड सोडण्यापूर्वी नगररचनाकार आणि माझा नवा अनुयायी, साहसमल याला भेटणं अत्यावश्यक होतं. मी माझी भुयारांची कल्पना प्रथम त्याच्यापुढे मांडली तेव्हा तो फारसा उत्सुक वाटला नाही. एवढ्या मोठ्या प्रमाणावरच्या कामासाठी किती वर्षं लागतील, याचीच त्याला काळजी होती.

"राणा कुंभांचा विजयस्तंभ एका रात्रीत बांधला गेला नव्हता."

"मेलौन्मैल पाषाण खोदणं, यापेक्षा खुल्या वातावरणात, घट्ट दगडाच्या पायावर बांधकाम करणं कितीतरी सोपं असतं युवराज. दगडावर दगड रचत गेलं की वास्तू बांधून होते, पण दिवसाच्या दिवस खर्चून बोट बोट दगड फोडावा तेव्हा कुठे वीतभर खड्डा होतो."

त्याने दिलेल्या प्राथमिक उदाहरणावरून माझ्या लक्षात आलं की मला वाटलं होतं त्यापेक्षा कितीतरी पटीने अधिक जोखमीचं आणि कष्टाचं काम होतं हे.

"ठीक आहे. म्हणजे वियजस्तंभापेक्षा जास्त वेळ लागेल, एवढंच ना ? पण भुयारांचा उपयोग पुढची कित्येक शतकं, आपल्या मुलांच्याही मुलांना होईल. शिवाय, जर का संकटकाळी त्याचा उपयोग होणार असेल तर कामगारांची संख्या दुपटीने किंवा तिपटीने वाढवावी लागली तरी हरकत नाही."

"मला मुख्य काळजी वाटते ती भुयारातल्या हवेची."

"खोदताना की नंतर ?"

"दोन्ही वेळी. पण नंतर जेव्हा वर्षानुवर्षं भुयारं बंद राहतील, तेव्हा फारच मोठा धोका निर्माण होऊ शकेल, कारण आतली हवा विषारी होऊन घातक होण्याची शक्यता आहे."

"चितोड उंचावर वसलेलं असलं तरी एवढ्या उंचावर नाहीये की जमिनीखाली मैल–दोन मैल खोदावं लागेल. मला वाटतं, जागोजागी हवा खेळण्यासाठी भुयारांना

झरोके केले, आणि पक्ष्यांचे पिंजरे खाली सोडून हवा विषारी झालीय की नाही याची खात्री करून घेतली तर काम होईल. मी फक्त सहज सुचलेले उपाय बोलून दाखवतोय, लक्षात आलं ना ? तुम्ही केलेली विधानं खोडून काढत नाहीये. कदाचित याहीपेक्षा कठीण समस्या उभ्या राहतील. त्या सोडवायची जबाबदारी मी तुमच्यावर सोपवतोय. विचार करा साहसमल, जर आपली ही योजना यशस्वी झाली तर आपण केवढ्या मोठ्या प्रमाणावर प्राणहानी टाळू शकू आणि जर आपली माणसं जिवंत राहिली तर शत्रूचा पराभव करू शकू. प्रारंभी तुम्हांला जो विजयस्तंभ बांधायचा होता, त्याऐवजी आपण 'साहसमल – विजय भूमार्ग' बांधू. पुढच्या पिढ्या तुमच्या कायमच्या ऋणी राहतील.''

''प्राथमिक नकाशे आपण केव्हा पाहाल ?''

''तुम्ही सांगा केव्हा ते.''

''आजपासून चार आठवड्यांनी. माझा मुलगा स्वत: ते घेऊन येईल.''

''ते कुणाच्याही हातात पडता कामा नयेत.''

''मी ते गुप्त लिपीत करतो. सगळी भुयारं जमिनीच्या वर दाखवली जातील, म्हणजे नक्की कसला नकाशा आहे ते कुणालाही कळणार नाही.''

''उत्तम ! तुमचं काम बघायला मी उत्सुक आहे.''

''शुभास्ते पन्थान: सन्तु, युवराज !''

एक शेवटचं काम राहिलं होतं. मी मुल्लाला बोलावून घेतलं.

''तुमच्या प्रार्थनेचा परिणाम की आमच्या मंदिरातल्या पुजाऱ्यांच्या ? आमच्या अगणित देवांनी की तुमच्या एकमेव अल्लाने शहजाद्यांचा प्राण वाचवला ?''

मुल्ला गोंधळात पडला. त्याला युवराजांना नाराज करायचं नव्हतं, पण अल्लाचा रोषदेखील ओढवून घ्यायचा नव्हता.

''जाऊ द्या मुल्ला. तुमच्या मशिदीच्या दुरुस्तीसाठी ही थैली ठेवा.''

बन्सीबाजाचा जन्म मध्यरात्री झाला, तेव्हा जन्माष्टमीची अधिकृत पूजा रात्रीच व्हायला हवी. पण आमचं कुलदैवत एकलिंगजी असल्याने रात्रीच्या जागरणाचा मान त्यांचा होता. बन्सीबाजाची रात्रीची पूजा आमच्या कुटुंबात खाजगी रीत्या व्हायची आणि सार्वजनिक उत्सव दुसऱ्या दिवशी संध्याकाळी साजरा केला जायचा. बन्सीबाजाशी असलेले सारे संबंध जरी मी तोडले असले तरी हे एक औपचारिक कर्तव्य

होतं. जन्माष्टमीला मेवाडचे राजे वृंदावनी देवळात जाऊन निळ्या देवाची पूजा–आरती करून प्रसाद ग्रहण करायचे आणि प्रजेमध्ये दान–दक्षिणा वाटायचे. माझं त्याच्याशी असलेलं वैयक्तिक भांडण या परंपरेच्या आड येऊ देणार नव्हतो मी. शेवटी राज्यपद हे काही खास संस्थांवर अवलंबून असतं आणि त्यामध्ये परंपरा ही सर्वांत महत्त्वाची संस्था.

राज्योत्सवाचा दिवस. माझी राजवस्त्रं चढवण्यास कौसल्याने मदत केली. पिवळं रेशमी पितांबर, चंदनी रंगाचा, नाजूक चंदेरी जरीकामाची नक्षी असलेली रेशमी डगला– फार दिखाऊ वगैरे काही नाही, पण जाणकारांच्या नजरेत भरावा असा – आणि शुभ्र पिसांचा तुरा लावलेला हिरवा फेटा. मीनाकारी केलेला चौदा पदरांचा सोन्याचा हार गळ्यात घालण्यासाठी मी कौसल्यापुढे मान वाकवली.

''आरसा आणू ?'' तिने विचारलं.

मी नकारार्थी मान हलवली, स्वत:ला आरशात पाहण्याचा मला शौक नाही. ''तूच सांग मला मी कसा दिसतोय ते.''

''भावी राजासारखे. आणि आपल्या व्यक्तिमत्त्वाचा लोकांच्या मनावर कसा परिणाम होतो याची राजाने नेहमी दक्षता घ्यायची असते.''

''ठीक आहे. आण !''

एक उत्कट, विचारी चेहऱ्याचा तरुण मला दिसला. तीक्ष्ण डोळे, एकमेकांपासून अंतर राखलेल्या भुवया, अरेरावी नाक आणि रुंद जिवणी. कपाळावरची हट्टी केसांची बट आज फेट्याखाली गेल्यामुळे आज्ञाधारकपणे वागत होती. गेल्या काही वर्षांत मी इतका गंभीर कसा झालो ?

राजवाड्याबाहेर माझे भाऊ, प्रधानमंधी पुरणमलजी, आदिनाथजी, गृहमंत्री लक्ष्मणसिंहजी आणि इतर मंत्री आणि अधिकारी माझी वाट पाहत उभे होते. प्रत्येकाने मुजरा केला आणि मी राजहत्ती तूफानवर आरुढ झालो. मी शांत, खंबीर आणि नेहमीप्रमाणे स्वत:वर लक्ष ठेवून होतो. प्रथमच एका सार्वजनिक उत्सवात बाबांचं प्रतिनिधित्व करत असल्यामुळे प्रसंगाच्या गांभीर्याने आणि थाटामाटाने मी थोडा भारावून गेलो. रस्त्याच्या दुतर्फा नगरवासी दाटीवाटीने उभे होते. घरांच्या खिडक्यांतून, सज्जांतून, गच्च्यांतून, कठड्यांवर उभे राहून लोक बघत होते. त्यांनी बाबांच्या आणि माझ्या नावांचा जयजयकार केला. त्यांच्या प्रेमाने, स्नेहाने आणि विश्वासाने मला धन्य वाटलं. असं वाटलं की जर मी त्यांना गुजरातच्या सैन्याशी लढायची विनंती केली तर पुढचा मागचा विचार न करता उद्या ते माझ्यामागून आघाडीवर येतील. त्यांनी माझ्यावर फुलांचा वर्षाव केला, बायकांनी माझी दृष्ट काढून बोटं कानशिलांवर मोडली. त्या साऱ्यांच्या दिशेने हात हालवावा, त्यांना मिठी मारावी अशी इच्छा झाली मला, पण मी

फक्त भावी राजाला शोभेल अशा प्रकारे मंद स्मित करून अधूनमधून भारदस्तपणे माझा हात थोडा उंचावून त्यांच्या प्रेमाचा स्वीकार करत राहिलो.

उजव्या हाताला वळून आम्ही महाराणा कुंभ राजपथावर आलो आणि तो आवाज माझ्या कानी पडला. तोच, जो त्या पावसाळी सायंकाळी मी प्रथम ऐकला होता. अर्थात, मला भास होऊ लागले होते याबद्दल प्रश्नच नाही. शहराच्या या भागात ती असणं कसं शक्य होतं ? विचार तरी काय होता तिचा ? आम्ही दोघं आपापली वेगळी आयुष्यं जगत असल्यामुळे तिच्या ठावठिकाणासंबंधी किंवा ती अपला वेळ कसा घालवते याविषयी मला काहीच कल्पना नसायची. पण हे कारण लंगडं होतं. माझ्या किरकोळ गुन्ह्यांच्या न्यायालयातदेखील असलं विधान हास्यास्पद आणि अस्वीकारार्ह ठरलं असतं. राज्याचा युवराज आपल्या बायकोच्या हालचालींविषयी अंधारात राहणार होता तर त्याने संन्यास घेऊन हिमालयात जावं हेच उत्तम. स्वत:च्या बायकोला जो सांभाळू शकत नाही तो आपल्या प्रजेचा आणि राज्याचा काय सांभाळ करणार ? आज जन्माष्टमी, बन्सीबाजाचा जन्मदिवस हे मला ठाऊक नव्हतं का ? तिचं हृदयपरिवर्तन होऊन ती निळ्या देवावर पाठ फिरवील आणि माझी शय्यासोबत करील अशी माझी अपेक्षा होती ? मी स्वत:खेरीज दुसऱ्या कुणालाही दोष देऊ शकत नाही. घराघरातून माझं नाव थट्टेचा विषय बनवण्यात जर विक्रमादित्य कमी पडला असेल तर यापुढे मेवाडच्या प्रत्येक भवई, नौटंकी आणि प्रहसनात मला विदूषक, पेंद्या आणि व्यभिचारी बायकोच्या नवऱ्याच्या भूमिकेत रंगवण्यात येणार होतं.

पुढे काय वाढून ठवलंय ते मी ओळखलं. निर्विकार चेहऱ्याने मी नाकासमोर पाहत राहिलो. 'चेहऱ्यावर गर्विष्ठ भाव ठेवलास,' मी स्वत:ला सांगितलं, 'तर कुणीही तुझी थट्टामस्करी करू धजणार नाही, निदान तुझ्या तोंडावर तरी.' पण आज मेवाडची प्रजा आनंदात होती आणि युवराजांच्या होत असलेल्या पाणउताऱ्याकडे तिने कानाडोळा केला. आता आम्ही मधल्या रस्त्यावर, बाप्पा रावळ पथावर, जो चितोडची दोन समभागांत विभागणी करतो, आलो होतो. दर शंभर पावलांवर, जमिनीपासून १५-२० हातांच्या उंचीवर, फुलांनी आणि वेलींनी सजवलेली मडकी टांगली होती. ही असली सजावट मी प्रथमच पाहिली. त्या मडक्यांत बन्सीबाजाच्या आवडीचं दही आणि ताक भरलं होतं का ? उत्तरासाठी मला फार वेळ थांबावं लागलं नाही. मडक्याला बांधलेली दोरी खेचण्याचा आवाज आला. पटकन डोकं झुकवून दह्या-दुधाचा अभिषेक चुकवण्याचा विचार माझ्या मनात आला, पण सुदैवाने प्रसंगावधान राखून मी स्वत:चं हसू करून घेतलं नाही. मडक्यातून फुलांच्या पाकळ्यांचा वर्षाव झाला आणि सातव्या मडक्यापाशी पोचेस्तोवर मी आणि तुफानच नाही तर सारा रस्ता गुलाबी, पिवळ्या, नारिंगी, सफेद आणि लाल पाकळ्यांच्या रांगोळीने सजला.

सगळे मोर कुठे नाहीसे झाले होते ? त्यांच्या उंच केकारवात माझ्या बायकोचं गाणं
बुडून का जात नव्हतं ?

पाहिला का सूर्य आज ?
तो झालाय मोरपंखी निळा
सकाळी निळी झालेली माझीही जिव्हा.
निळं गवत, निळे कावळे, निळे झेंडू
डोळ्यांत माझ्या झाला असावा निळा मोतीबिंदू.

आणि मग, चुकून पाहिली मी तारीख आजची
तीनशे चौसष्ट दिवस पाहत आले तशी,
पण विसरले होते आज.
(पाहिला का सूर्य आज ?)

प्रिया माझ्या घेई स्वीकारून
मम शुभेच्छा, आज तुझा जन्मदिन.
पण असते का देवांना जन्मतिथी ?
नसतात का ते अनंत–अनादी ?
निळा माझ्या प्रियाचा संग
निळा माझ्या विश्वाचा रंग.

म्हणती मज वेसवा, दुराचारी, व्यभिचारी,
सांग त्यांना कोण मी, मी तर देवनवरी.
राख माझी लाज प्रिया, राख माजी लाज
भीक मागते, पाय धरते, तूच तार आज.
की तूही एक काळे गुपित मानसी मज ?
तुलाही वाटते का या दासीची लाज ?

मग सांग त्यांना की मी आहे तुझीच
देवांच्या, चंद्र–सूर्य–ताऱ्यांच्या
साक्षीने तुझ्याशी परिणीत

आहे मी सर्वस्वी तुझी, असे जोवरी श्वास
राख माझी लाज प्रिया, राख माझी लाज.
पाहिला का सूर्य आज ?

आम्ही वृंदावनी मंदिरापाशी पोचेपर्यंत त्या गाणाऱ्या आवाजाचा सूर शिगेला पोचून आता तो फक्त बन्सीबाजाच्या हजारो नावांपैकी एकाचा जप करू लागला होता. मी सावकाश तूफानवरून खाली उतरलो, 'राख माझी लाज' ती परत परत आळवत होती, 'राख माझी लाज.' काहीतरी चूक होतेय प्रिय पत्नी. इथे माझी आणि मेवाडची लाज राखायची गरज येऊन ठेपली आहे, असं मला वाटतं. मी माझे चढाव उतरवले. प्रधानमंत्री आणि अर्थमंत्री माझी नजर चुकवत असल्याची जाणीव मला झाली. त्यांना माहीत होतं ? माझ्याबरोबर असलेल्या साऱ्या सरदारांना, राव आणि रावतांना ठाऊक होतं का ती गाणारीण कोण होती ते ? मी अजूनही स्वत:ला फसवू पाहत होतो. बेशक त्यांना ठाऊक होतं. एका म्हाताऱ्याने वाकून माझ्या पावलांना स्पर्श केला. त्याचे हात पकडून मी त्याला उभं करत असताना त्याने उदासपणे माझ्याकडे पाहिलं आणि मान हालवली. मग स्वत:शीच बोलल्याप्रमाणे तो म्हणाला,

''राजकुमारी, संतसंगत सोडून दे. तुझ्या स्वत:च्या मेरताला तुझी लाज वाटतेय. आणि चितोडलादेखील.''

जर माझ्या स्थितीबद्दल त्याने दाखवलेल्या कळवळ्याने माझ्या काळजाची तार छेडली असेल तर तसं मी चेहऱ्यावर दाखवणार नव्हतो. मी गंभीरपणे शंभर पायऱ्या चढून वर गेलो आणि बहिर्मंडप आणि कल्याणमंडप ओलांडला. हजारो शहरवासीयांना मागे रेटण्यात रक्षकांना बराच त्रास होत होता. नर्तकीप्रमाणे पायात घुंगुर बांधून माझी बायको साऱ्या जनसमुदायासमोर नाचत होती. दरवेशारखी आपल्याच धुंदीत वेगवान गिरक्या घेताना तिचा घागरा एक लाल फराटा झाला होता. घामाने न्हायली होती ती, पण अजून तरी तिची ओढणी आणि चोळी भिजून पारदर्शक झाली नव्हती. केव्हापासून नाचत होती ती ? हा असला आवेग फक्त अंगात आलेली बाईच दाखवू शकते. इतका वेळ मी मनावर ताबा ठेवला, बन्सीबाजा, पण आता मात्र मी याचा वचपा काढणार.

हवं ते मिळवण्यासाठी कुठच्या टोकापर्यंत जायची माझी तयारी आहे असं विचारलं होतं मला भूतनीमातेनं. माझं खुळचट उत्तर होतं 'कुठल्याही, मला वाटतं.' तिला जर मी विचार न करता बोलणारा मूर्ख माणूस वाटलो असेन तर त्यात नवल ते काय ?

आता टोक कितीही दूरवरचं असलं तरी माझी तयारी होती. शेवटपर्यंत माते, अगदी अखरेपर्यंत माते, अगदी अखरेपर्यंत. जितकं जावं लागेल तितकं. तिला नष्ट

करण्यासाठी काहीही. पण या जगात किंवा दुसऱ्या कुठल्याही जगात, जितक्या वेदना, यातना, दु:ख असेल ते सर्व तिला भोगायला लावल्यावाचून नाही. तू हे करच, भूतनीमाते आणि माझ्या आत्म्याला शांती दे. मी मिळवलाय आता तो हक्क.

देवांबरोबर आणि सैतानाबरोबरदेखील करार करायची तयारी आहे माझी. तू म्हणशील त्याच्याशी. ब्रह्मा, विष्णू, महेश, इंद्र, वरुण, अग्नी, अगदी भयानक यमाशीसुद्धा. जरुर असेल तर प्राक्कालीन आदि–देवांशीदेखील. इथेही मी थांबणार नाही. मी दुष्ट शक्तींना आणि काळी करणी करणाऱ्यांना आवाहन करीन. काळ्या हृदयाने काळ्याकुट्ट रात्री मी सारे दरवाजे उघडून सगळ्या काळ्या रोगांना तिला आणि तिच्यासारख्यांना ग्रासण्यासाठी आमंत्रण देईन. सरपटणाऱ्या, रांगणाऱ्या, वळवळणाऱ्या कीटकांचा तुझा भूमिगत मृत्यूखजिना उघडा कर, भूतनीमाते आणि किड्यांचे, अळ्यांचे, वाळवीचे थवेच्या थवे साऱ्या जगभर पसरू देत आणि तिन्ही लोकांचं भक्षण करू देत ! दगड, माती, आकाश, पाणी, हवा, अग्नी, देव, राक्षस सारं सारं काही नष्ट होऊन फक्त या नरकातल्या किड्यांचा अखंड उकळता बुजबुजाट भरून राहूदे. हाडा–मासांचा फडशा पाडून, डोळ्यांच्या खोबणीतून, तोंडातून, नाका–कानांतून, गुदातून, शरीराच्या प्रत्येक भोकातून त्यांना वळवळत बाहेर पडू दे आणि शेवटी सारं काही संपुष्टात आल्यानंतर ते एकमेकांना खाऊ देत. सगळं काही नष्ट होऊ दे आणि उरुदे फक्त शून्य, शून्य, शून्य !

"तिला तूफानच्या पायाखाली फेका ! हत्तीच्या पायी तुडवली जाऊन तिला मरण येऊ दे ! सार्वजनिक चौकात बांधून शरीरातल्या रक्ताचा थेंबनूथेंब वाहून जाईतो तिला चाबकाचे फटके द्या !" कर्मावती राणीसाहेब माझ्यावर किंचाळत होत्या. इतर राण्या व त्यांच्या दासी हादरून अवाक्. आपल्या मालकिणीवर अपार, आंधळं प्रेम करणारी कुमकुम कुंवरदेकील गोंधळून रडायच्या बेतास आलेली, "तुमच्या शामळूपणाचा परिणाम पाहिलात ना ? ती घरी नाचायची तेव्हाच मी तुम्हांला सावध केलं होतं. तिला कायमची हद्दपार करा, वाळीत टाका, सोडून द्या, असं बजावलं होतं, पण तुम्ही ऐकलं नाही. साऱ्या घरादाराला शरमिंदा केलंय तिने. तुमचे वडील, राणा महाराज यापुढे उजळ माथ्याने जगू शकतील ? मी तिचे हात, पाय, एकेक अवयव कलम करीन. बायले कुठले. आता उठा आणि तिला फरफटत घरी घेऊन या."

"आता नाही आईसाहेब !" माझा खर्जातला आवाज भयानक शांत होता, "मला शांतता हवी आहे. मी घननीळाची पूजा करण्यासाठी आलोय. मला शांतीची अपेक्षा

आहे.'' माझा आवाज धीरगंभीर होऊन प्रतिध्वनित होऊ लागला, ''प्रत्येकाची पूजा करण्याची व्यक्तिगत पद्धत असते. ही तिची आहे. आपण सर्वांनी त्याची कदर केली पाहिजे.''

माझ्या उद्धट धिटाईने राणीसाहेब स्तिमित झाल्या. माझं हे वागणं अनपेक्षित होतं. काय बोलायचं ते न कळून त्यांनी माझ्याकडे एक तिरस्कार आणि द्वेषयुक्त नजर फेकली. माझ्या या उर्मटपणासाठी त्या मला फैलावर घेणार, पण पुढे कधीतरी. निदान या क्षणी तरी त्या निरुत्तर झाल्या होत्या.

भूतनीमाता माझ्या शेजारी उभी. गुहेच्या दगडाचं घट्ट पांढरं आवाळू माझ्या पाठीवर. तिने हातात घेतलेल्या माझ्या हाताला ओला, शेवाळी, बुळबुळीत स्पर्श. ''राजकुमार, निर्णय घेण्यापूर्वी आणखी थोडा विचार करावास. एकदा टाकलेलं पाऊल परत मागे घेता येणार नाही. नंतर विचार बदललास तर फार उशीर झालेला असेल.'' मी तिटकाऱ्याने तिचा हात झिडकारला. माझा प्रतिस्पर्धी कोण आहे याची या थेरडीला कल्पना तरी आहे का ?

''विचार कर राजकुमार !'' तिच्या सुकलेल्या, लोंबत्या स्तनाची चापट माझ्या चेहऱ्यावर बसली, ''घाईने घेतलेल्या निर्णयाचा पुढे पश्चात्ताप करावा लागेल.''

मी वळलो आणि बन्सीबाजाच्या गाभाऱ्यात प्रवेश केला.

विश्वासघातापेक्षा अधिक दु:खकारक, एकाकी वाटायला लावणारं, दुसरं काही आहे का? होय, आहे. गमावणं. आणि त्याहीपेक्षा दु:खदायक असतो आपली स्मृती आपल्याशी खेळते तो खेळ. मी बन्सीबाजाकडे पाहिलं. खूप वर्षांनी जिवलग मित्राला भेटल्यासारखं वाटलं. माझी पहिली प्रतिक्रिया, नाही, प्रतिक्रिया नाही म्हणता येणार, मला झालेली सहज प्रेरणा म्हणजे, मी चार–पाच वर्षांचा असताना करायचो तसा, त्याला स्पर्श करण्याची होती. तेवढ्यात पुजाऱ्यांनी पुढे येऊन माझं स्वागत केलं आणि मी भानावर आलो. शेवटी एकदाचे आम्ही समोरासमोर आलो होतो. मरणांतिक वैरी. सुधारणा. एक मरणांतिक आणि दुसरा अमर. माझी द्वेषभावना इतकी उफाळून आली की वाटलं त्याचा गळा दाबावा आणि श्वासोच्छ्वास बंद पडल्यानंतर त्याची मान मुरगाळावी. मी करत तरी काय होतो इथे ? मला त्याचं तोंड बघायचं नव्हतं, परत कधीही त्याच्या जवळपासदेखील फिरकायचं नव्हतं. त्याला 'असं का ?' विचारणं मूर्खपणाचं आणि अर्थशून्य होतं. या प्रश्नाचं उत्तर मिळालं, अगदी तर्कशुद्ध उत्तर मिळालं तरी ते कधी वस्तुस्थितीच्या गाभ्यापर्यंत जातं का ? किंवा पूर्ण सत्य प्रदर्शित करतं का ?

बन्सीबाजाचा स्त्रीलंपटपणा सुप्रसिद्ध होता. तो नेहमी बायकांनी वेढलेला असायचा. त्याच्याबद्दलचं आकर्षण अत्यंत आश्चर्यजनक, अस्वस्थकारक आणि अतर्क्य आहे. ज्या

प्रमाणात बायका त्याला वश व्हायच्या त्याच प्रमाणात इतर बायकांना तो आणखीन हवाहवासा वाटायचा. जेव्हा तो त्यांना सोडून द्यायचा, किंवा विसरून जायचा म्हणणं अधिक योग्य ठरेल, तेव्हा त्या त्याच्यासाठी अधिक आतुर आणि वेड्या व्हायच्या. कदाचित साधं-सरळ सत्य हे असावं की बायकांना भुलवून त्यांचा फायदा घेणारे पुरुषच त्यांना आवडतात.

पण हे सारं हजार-दोन हजार वर्षांपूर्वी झालं. अपघाती मृत्यूने तो केव्हाच मरण पावला होता. आणि इतक्या वर्षांनंतर आता परत...? जाऊ द्या. या विचारसरणीत काही अर्थ नाही. मी माझं कर्तव्य पार पाडलं. पूजा, अभिषेक, आरती, लोटांगण आणि प्रदक्षिणा घालून प्रसाद तोंडात टाकला आणि इतर वयोवृद्ध आणि वडील मंत्र्यांचं आटोपल्यावर आम्ही तिथून निघालो.

माझा चुलतभाऊ राजेंद्रसिंह याच्या घरी जमलेले सारे मान्यवर पाहुणे युवराजांचं आणि शहजाद्याचं स्वागत करण्यासाठी उठून उभे राहिले. आमंत्रण जरी राजेंद्राचं असलं तरी कुटुंबप्रमुख म्हणून त्याचे वडील लक्ष्मणसिंह आम्हांला सामोरे आले. मला आलिंगन देऊन ते राजकुमार बहादूरकडे वळले.

"सलाम आलेकुम, राजकुमार. खट्याळ बालकृष्णाचा जन्मदिन आपल्याला मुबारक ! घर आपलंच आहे, तेव्हा कसलाही अनमान करू नये. कृष्ण कन्हैयाचे आशीर्वाद नेहमी आपल्या शिरावर असोत !"

माझ्या हृदयाचा ठोका चुकला. मी आणि बहादूरने कौसल्याप्रकरण मनातून काढून टाकल्यासारखं निदान वर वर तरी भासत होतं. बहादूर मूर्ख नाहीये. माझी खात्री आहे की कौसल्याने योजलेल्या युक्तीने तो फसला नव्हता. त्या रात्री कौसल्याने आपल्या उफाळून आलेल्या गुप्त रोगाचं कारण दिलं होतं की सुजून लालकाळं झालेल्या अंगाने ती मूकपणे त्याच्यासमोर उभी राहिली होती ते मला माहीत नाही, पण त्याची मागणी नाकरली गेली होती आणि नाकारलं जाण्याची शहजाद्याला सवय नव्हती. अपराधाची नोंद करून, प्रेयसीने दिलेलं सुगंधी फूल जसं आवडीच्या पुस्तकाच्या पानांमध्ये ठेवतात, तसा त्याने तो मनात दडवून ठेवला. एक दिवस त्याला बाहेर काढून तो त्याच्या सुकलेल्या, चुरगळलेल्या पाकळ्या पाहील आणि वार करेल. त्याला घेण्यासाठी मी अतिथी भवनात पोचलो तेव्हा तो नेहमीप्रमाणे आनंदी आणि लाघवी वाटला. पुढे केव्हातरी घडू शकणाऱ्या घटनेसाठी आजची खुशी का बरबाद करा ? वेळ येईल तेव्हा तो बदल्याचं माप पूरेपूर मोजून घेईल याबद्दल मला शंका नाही.

हिंदू देवाचा उल्लेख केल्याबद्दल तो आक्षेप घेणार होता का ? त्याने मनमोकळं, गोड स्मित केलं, ''वालेकुम सलाम !'' त्याने रिवाजानुसार तीनदा काकांना आलिंगन दिलं. लक्ष्मणसिंहजींनी पाहुणचार उत्तम केला. मागच्या प्रगंसी बहादूरने सांगितलेला मजेदार किस्सा मनातल्या मनात दडपून टाकलेला दिसत होता त्यांनी. आलिंगनासाठी जेव्हा शहजाद्याच्या दोन्ही बाहूंत काकांचा अवाढव्य देह मावेना, तेव्हा काकांनी प्रथम आपला डावा गाल पुढे केला, मग उजवा आणि परत एकदा डावा.

हे माझे आवडते काका. मला वाटतं मीही त्यांचा लाडका पुतण्या होतो. दर संध्याकाळी ते मालीशसाठी बसायचे तेव्हा त्यांच्या थलथलीत स्तनांनी आणि अंगांगावर उठणाऱ्या चरबीच्या तरंगांनी ओघळणारा अगडबंब उघडा देह पाहून गैरसमज होण्याची शक्यता आहे, पण वस्तुत: ते उत्तम चोखंदळ अभिरुची, मिस्कील विनोदबुद्धी आणि बायकांना आकर्षित करणारी मादक संवेदनशीलता असलेले अत्यंत रसिक गृहस्थ होते. चितोडमधला एकमेव चैनी आणि रंगेल माणूस. खाण्यापिण्याची आवड असलेला. देहाचे सारे, अगदी वेगवेगळ्या सुरांत पादण्यासकट सारे लाड पुरवणारा. त्यांना संगीतातही रुची आहे. जेव्हा ते तरुण आणि सडसडीत होते तेव्हा त्यांच्या भरदार, सुरेल आवाजामुळे दर मैफलीत त्यांना गाण्याचा आग्रह व्हायचा आणि तेही मोठ्या हौसेने तो पुरवायचे. ते स्वत:वर खुश असतात आणि लोकही आपल्यावर खुश आहेत याची त्यांना खात्री असते. ते माझ्या वडिलांचे चुलतभाऊ. बाबा नेहमी बाहेरगावी असल्याने आणि त्यांचा मुलगा राजेंद्र आणि मी एकाच वयाचे असल्यामुळे मी त्यांच्याच नजरेखाली वाढलो.

राजेंद्र त्यांचाच लेक. त्यालाही शौक–चैनीची आवड. लहानपणी जेव्हा मला कंटाळल्यागत, उदास वाटायचं, तेव्हा मी त्याच्याकडे जायचो. तो हटकून मला परत उल्हसित करायचा. वयं वाढली तेव्हा ती बालपणीची जवळीक संपली. तसं भांडणं–तंटा वगैरे काही नाही, फक्त आमचे मार्ग वेगळे झाल्याने भेटीगाठी कमी होत गेल्या, एवढंच. उद्यापासून मात्र आम्ही परत सतत एकमेकांच्या सहवासात येणार, कारण बाबांनी त्याला घोडदळाचा प्रमुख नेमलाय. राजेंद्रबरोबर परत दोस्ती करायला मला आवडेल. मला मित्रांची आणि साथीदारांची गरज आहे म्हणून नव्हे तर मला राजेंद्र आवडतो म्हणून. बहुतेक समाजप्रिय आणि बडबड्या व्यक्तींप्रमाणे त्याच्या मनात काय चाललंय किंवा त्याला कशाची खंत आहे, याचा तो पत्ता लागू देत नाही. पण तो सज्जन आणि एकनिष्ठ माणूस आहे. त्याच्या आणि बहादूरच्या पटकन जुळलेल्या गाढ मैत्रीसंबंधी प्रथम मी जरा नाराज होतो, पण मला वाटतं तो फक्त मत्सर होता. मला त्यांच्या दोस्तीतून वगळला गेल्यासारखं वाटायचं. पण तरीसुद्धा त्यांच्या बाहेरख्याली रात्रींत सहभागी होण्यास मी राजी नव्हतो. ज्यांची मैत्री सांभाळण्याचा किंवा ज्यांच्याशी जवळीक राखण्याचा काही प्रयत्न केला नाही त्यांच्यावर हक्क प्रस्थापित करण्याचा

आपण नेहमी प्रयत्न करत असतो. ज्या प्रकारे ते एकमेकांचं स्वागत करत आहेत आणि मिठ्या मारत आहेत त्यावरून त्या दोघांची दोस्ती अजूनही गाढ आहे हे उघड आहे. उद्यापासून बहादूरला एकटं एकटं वाटणार.

प्रधानमंत्री पुरणमलजी, आदिनाथजी, इतर मंत्री, माझे चुलतभाऊ, पुतणे आणि भाऊ, सर्वांनी पुढे येऊन माझं अभिवादन केलं. ही एक घरगुती मैफल आहे, पण तरीही मी त्या सर्वांशी नंतर मिसळेन. बाबांचा प्रतिनिधी म्हणून शिष्टाचारानुसार कार्यक्रमाला सुरुवात होईतोवर तरी मला औपचारिकपणे वागलं पाहिजे. सगळ्यांच्या मनात काय चाललंय ते मी जाणतो, पण विक्रमादित्य सोडून, तो सुदैवाने कुंभलगडच्या कैदेत आहे, वृंदावनी देवळात माझ्या बायकोने दुपारी केलेल्या नाचगाण्याचा उल्लेख करण्याचं धाडस कुणीही करणार नाही याची मला खात्री आहे. मी सर्वांशी बोलतो, त्यांच्या बायकामुलांची चौकशी करतो आणि कटाक्षाने अशाच बिनमहत्त्वाच्या गोष्टींची देवाणघेवाण करत राहतो.

दिवाळी असल्याप्रमाणे आज घरात रोषणाई केली गेली आहे. वेगवेगळ्या प्रकारचे दिवे जमवण्याच्या आपल्या शौकाचं प्रदर्शन करण्यासाठी काकांना आज उत्तम मोका मिळालाय. मोठाल्या खिडक्यांना लावलेले आकाशी रंगाचे चंदेरी पडदे वाऱ्याने फुगून छताला जाऊन भिडताहेत. आमच्या राजवाड्यातल्या अधिक किमती गालिच्यांपेक्षा लक्ष्मणसिंहजींच्या घरातले फारसी आणि अफगाणचे गालिचे मला नेहमी जास्त गुबगुबीत आणि आरामशीर वाटतात. त्यांच्यावर बसलात, लोळलात किंवा घोरू लागलात तरी कुणीही धावत येऊन तुम्हाला असं सांगत नाही की हा गालिचा काश्मीरच्या राजाने भेट म्हणून दिलाय किंवा हा ज्याच्यावर तुम्ही चिखलाने माखलेल्या जोड्यांनी उभे आहात तो तुर्की सुलतानाची अतिशय किमती आणि असाधारण देणगी आहे, तेव्हा जरा सांभाळून. गालिच्यावर शेकडो उशा विखुरल्या आहेत. काही गोल आकाराच्या, काही चौकोनी, तर काही लठ्ठ लोड. कंटाळा आला तर हळूच निसटता येईल अशा जागी बसायला मला आवडेल. पण समारंभाचा प्रमुख पाहुणा असल्याने सर्वांची नजर चुकवणं जरा कठीणच जाणार.

आज औपचारिक भोजन नाहीये. भूक लागल्यास केव्हाही चौकात उभारलेल्या शामियान्यात जाऊन हवं तर या राज्यातलं सर्वात उत्कृष्ट म्हणता येईल असं संपूर्ण जेवण घ्यावं किंवा हजारो प्रकारचे चविष्ट फराळाचे पदार्थ चाखावेत.

पखवाजिया आणि सारंगिया प्रवेश करतात. मला, बहादुरला, काकांना, राजेंद्रला आणि इतर मान्यवर पाहुण्यांना नमस्कार करून आपापली हत्यारं जुळवू लागतात. सर्वांनी राणांच्या (आणि त्यांच्या गैरहजेरीत युवराजांच्या) तैनातीत अदबशीरपणे उभं राहावं या नियमाला गायक, वादक, नर्तक किंवा नौटंकीकार वगैरे कलाकार अपवाद आहेत.

जेव्हा राणा स्थानापन्न होतात आणि त्यानंतर शेजारच्या खोलीत बायका आपापल्या जागी बसतात, तेव्हाच मुख्य कलाकार प्रवेश करतो. अचानक, बाजूला ठेवलेले जादा तबले, तंबोरे आणि इतर हत्यारांवरून उडी मारून एक लाल आकार वेगाने येऊन माझ्या मांडीवर अवतरतो आणि माझ्या गळ्याभोवती आपले हात घालतो. आदिनाथजी आक्षेप घेणार इतक्यात एक हात वर करून मी त्यांना थांबवतो. माझ्या अहंकाराला, उत्साहाला, हृदयाला, आत्म्याला आणि चिंध्या झालेल्या मनाला संजीवनी देण्याची शक्ती असलेली, एकमेव लीलावती.

''माझा निरोप घेतल्याशिवाय उद्या तुम्ही जाणार ?''

''हे खरं नाही हं. उद्या पहाटेचा मुख्य मान तुझा आहे. मेवाडचा ध्वज माझ्या हाती तू द्यायचा आहेस.''

''पण तुम्ही घरी येऊ शकला असता.''

आणखी वर्षा–दोन वर्षांनी लीलावती अशी धावत माझ्या मिठीत येणार नाही. तिचं कुठल्यातरी भांडवलदाराशी लग्न होईल आणि त्यानंतर आम्ही क्वचितच एकमेकांना भेटू शकू.

''तू गुजरातचे राजकुमार बहादुर खानांना अभिवादन नाही केलंस.'' मी विषय बदलला. चितोड सोडण्याबाबत बाबांचा आदेश अचानक मिळाल्यामुळे मला कसा वेळ मिळाला नाही याचं लांबलचक चऱ्हाट मला लावायचं नव्हतं.

''तुम्ही आमची ओळख कुठे करून दिलीत ?''

''शहजादा, ही लीलावती. आदिनाथजींची पणती. लीलावती हे शहजादे बहादूर खान.''

लीलावतीने उठून शहजाद्याला अभिवादन केलं.

''या सुंदर कन्येची युवराज केव्हा ओळख करून देतात याची मी वाटच पाहत होतो. तू त्यांची लाडकी आहेस ना ?''

''हो. आणि ते माझे.''

किती देखणा होता लीलावतीचा चेहरा. शहजाद्याने माझे विचार ओळखले असावेत, ''एक दिवस मेवाडमधल्या सर्वात सुंदर स्त्रियांपैकी एक होणार ही.''

''आतादेखील ती सर्वांत बुद्धिमान स्त्रियांपैकी एक आहे.''

लक्ष्मणसिंहजींच्या घरी होणाऱ्या जन्माष्टमी उत्सवाचा एक शिरस्ता होता आणि तो म्हणजे, कलाकाराचं नाव शेवटपर्यंत गुप्त राखलं जायचं. कलाकार बाई की पुरुष, गायक, वादक की नर्तक आणि त्याचं किंवा तिचं नाव ओळखण्याची चढाओढ हा देखील जलशाचाच एक मनोरंजक भाग बनायचा. मद्याचा बुधला, हजार तन्के, घोडा,

उंट आणि अधूनमधून एखाददुसरा गावदेखील पैजेवर लावला गेला. प्रत्येकाला मिळालेली आतली बातमी वेगळी असायची आणि ती खरी आहे की खोटी हे ताडून घेण्यासाठी सारे उत्सुक होते. राजेंद्र फक्त संदिग्धपणे मान हालवून प्रत्येक तर्काला उत्तर देत होता. काकांनी चेहरा गंभीर ठेवून घोषणा केली की नेहमीच्या शिरस्त्यात बदल करण्यात आला असून आजचा कलाकार हा अर्धनारी नटेश्वराप्रमाणे अर्धा पुरुष आणि अर्धी स्त्री आहे आणि तो बायकी आणि पुरुषी आवाजात गाणार आणि त्यानंतर तसंच द्विलिंगी नृत्य करणार आहे.

''मी माझ्या हिरे आणि पाचुजडित हाराची पैज लावतो,'' शहजादा लीलावतीला म्हणाला, ''की आजची कलाकार एक नर्तिका आहे.''

''चूक. अर्ध चूक. ती एक गायिका आहे.'' लीलावतीने सांगितलं.

''पोकळ शब्दांनी काम भागणार नाही लीलावती. पैज कितीची लावतेस ते बोल.''

''माझ्याकडे पैजेवर लावायला काहीच नाहीये.''

''तुझ्या कमरेभोवती असलेल्या सोन्याच्या साखळीचं काय ?''

लीलावती घुटमळली, ''तुझे पैंजणदेखील चालतील. मी माझ्या मनगटाभोवती घालीन ते.'' बहादूर लीलावतीला चिडवत होता आणि कधी नाही ते ती गोंधळली.

''नाहीतर मला देखील एक ध्वज का नाही बनवून देत तू ?'' शहजादा किती चतुरपणे लीलावतीला जाळ्यात पकडतोय ते माझ्या लक्षात आलं नव्हतं.

''हो, जरूर ! आपण युवराजांच्या तुकडीत सामील होणार आहात की राजेंद्रकाकांच्या ?''

सारी महफिल गजबजली असूनदेखील बहादूरचं स्तब्ध मौन माझ्या मनात धोक्याच्या घंटीसारखं घणाणलं. आता याचा पारा जाणार आणि सारी संध्याकाळ बरबाद होणार का ? मी माझा कमरपट्टा काढून लीलावतीच्या हातात दिला.

''आम्ही युवराजांचा माणिकमोत्यांचा कमरपट्टा पैजेवर लावतो कबूल ?'' बहादुर हसला आणि लीलावतीने सुटकेचा निश्वास टाकला. आपण किती थोडक्यात धोक्यातून बचावलो याचा लीलावती अधिक विचार करणार नव्हती.

आपला हार लीलावतीच्या गळ्यात घालत शहजादा म्हणाला, ''यावेळी तरी सरशी तुझी, लीलावती.''

पण मी जरी नशिबावर सोडतो तरी देखील माझा कमरपट्टा मी हरलो नसतो.

''मी सजनीबाई.'' पखवाजिया आणि सारंगि यांच्यामध्ये येऊन बसल्यानंतर बाईंनी स्वत:ची ओळख करून दिली, ''नावांवरून माणसांची पारख करता येते, की नावं

फसवी असतात ? काही लोक मला सगळ्यांची सजनी समजतात, तर इतर मी त्यांची आणि फक्त त्यांचीच सजनी आहे असं मानतात. शेवटी प्रत्येकाला स्वत:चं मत जोपासण्याचा अधिकार आहे, हो ना ? पण सरकार, आपण जाणताच की स्त्री ही सिंहासनासारखी असते. ती कितीही मोठी आणि ऐसपैस असली,'' आपल्या विपुल घेराकडे हाताने निर्देश करत ती हसली, ''तरी एका वेळी ती एकाच, फक्त एकाच पुरुषाला स्वीकारू शकते. तेव्हा आपल्यापैकी प्रत्येकाला आनंद लुटण्यासाठी मी आमंत्रित करत असताना, माझा स्वत:चा आनंद मात्र फक्त त्या एकात आहे ज्याने मला जिंदगीची देणगी दिली. आदाब युवराज, आदब शहजादे बहादूर खान, आदाब लक्ष्मणसिंहजी आणि आपणां सर्व कलाप्रेमींनादेखील माझा आदाब. मला भेटायला अवधला येण्याचं आपण नाकारलंत, म्हणूनच मीच आपल्या भेटीसाठी इथे आले.''

तंबोरा मांडीवर घेऊन तिने डोळे मिटले. तिची लठ्ठ बोटं हळुवारपणे तारा छेडू लागली. सत्याचा आणि साक्षात्काराचा क्षण. शास्त्रीय संगीतातला माझा सर्वांत आवडता भाग म्हणजे प्रारंभीचा आलाप. अंतर्मनातील यात्रा, अज्ञानातला गूढ प्रवास असतो तो. साऱ्या विश्वात तुम्ही अगदी एकटे, एकाकी असता. पखवाज नाही, सारंगी नाही, तुमचा आवाज एकटाच वाट शोधत जातो. बिनशब्दांची समाधी, मानवी मनाच्या आवाक्याबाहेर असलेल्या विचारांचं मनन. सुरुवातीला आखून दिलेल्या सुरांच्या चौकटीत बंदिस्त असूनही मानवी मनाच्या स्थितीचा संपूर्ण शोध घेत फिरण्याची मुभा असते तुम्हांला. कधी सखोल परीक्षण तर कधी अनिर्बंध संचार करण्याच्या पद्धतीनुसार कलाकाराच्या गुणवत्तेचं प्रदर्शन आणि त्याचा दर्जा ठरत असतो.

पुरुष किंवा स्त्रिया कधी जाणीवपूर्वक तर कधी योगायोगाने एखाद्या कला प्रकाराला विशिष्ट दिशा देतात. आपलं शास्त्रीय संगीत आकाराला येत असतानाच्या काळात जर मी जन्मलो असतो किंवा आजही या विषयासाठी जर मला पुरेसा वेळ देता आला असता, तर मी आलापीचं अनन्य महत्त्व आणि विस्तार वाढवला असता आणि कलावंताच्या गुणवत्तेचं मोजमाप करण्याचं आलापी हे एक अत्यावश्यक साधन असावं यावर जोर दिला असता. कारण ध्यानाप्रमाणे आलापी हा प्रार्थनेचा आणि मन:शांतीचा प्रकार आहे. भावनांचं विरेचन करून त्यांचं शुद्धीकरण करण्याची शक्ती आहे तिच्यात. तुम्हांला पावन पवित्र करून देवत्वाच्या स्तरावर नेऊन पोचवते ती.

आरंभीच्या काळातले गायनाचार्य आलापी थोडक्यात आटपून विलंबत तालात पखवाजाचा आधार घेण्यावर भर देत. त्याला कारण आहे. बहुतांश गवैया–बजवैयांच्या मनातील भीती आणि त्यांच्या मर्यादा ते ओळखून होते. खोलात बुडी मारायची तर उथळ पाण्याची सुरक्षितता, हळवी भावना आणि इतरांची सोबत यांचा त्याग करावा

लागतो. स्वत:चा उणेपणा, सामान्यत्व, दौर्बल्य आणि अथांगाची भीती यांना सामोरं जाण्याची हिंमत असावी लागते.

आज सजनीबाईंची परीक्षा होणार आहे, किंवा असं म्हणणं अधिक योग्य की मला आशेचा किरण मिळणार आहे का, ते ठरणार आहे. माझ्यावर आपली संमोहिनी टाकून मला विस्मृतीच्या डोहात डुंबवण्याची शक्ती तिच्यात आहे ? दुपारच्या क्लेशापासून माझी मुक्तता करू शकेल ती? माझी जखम बरी करून मला पूर्णपणे स्वस्थ बनवू शकेल ? तिने भरदार आवाजात खर्जातला गंभीर स्वर लावला आणि तो अनंतात विलीन होणार असं वाटेपर्यंत तसाच दीर्घकाळ धरून मग अतिसूक्ष्मपणे दुसऱ्या सुराच्या छायेत तो मिसळला. रागाचं स्वरूप स्फटिकासारख्या स्वच्छ, शुद्ध स्वरावलीत स्पष्ट केल्यानंतर बाईने स्वच्छंदपणे आपली वाटचाल सुरू केली.

संगीताबद्दल बोलणं म्हणजे अमूर्ताबद्दल बोलणं. त्याचं सार शब्दांत पकडण्याचा प्रयत्न म्हणजे अर्थहीन अविचारीपणा. माझ्या मनात आणि डोळ्यांच्या आणि पापण्यांच्या मध्ये असलेल्या पडद्यावर संगीत साकार करत असलेल्या प्रतिमांचं रूपकांतूनदेखील वर्णन करता येणार नाही. कारण त्या विभिन्न आणि अवास्तव असल्या तरीही कुठल्या तरी अंतर्भूत तर्कसंगतीने एकसंघ होत राहतात.

ती आपला रंगाचा फलक मांडते. वेगवेगळे रंग जे ती भरणार आहे. नाजूक आणि ठळक, दोन्ही प्रकारच्या रेषांनी ती आपल्या विषयाचं रेखाचित्र काढते. तिचा आवाज अजूनही खोल खर्जातला, खोल डोहात झरणारा झरा आणि त्याचे छोटे छोटे प्रवाह जे कदाचित एकमेकांना मिळतील किंवा मिळणार नाहीत. पसरलेली वनराई, हजारो पानांनी आणि झुडुपांनी चिरलेले सपाट सूर्यकिरणांचे तिरके झोत जे विषण्ण, गहन, गडद-हिरव्या जंगलात परिवर्तित होतात. विचित्र पुरातनकालीन पशू अनिष्टपणे रानात वावरताहेत. खोलवर खाली प्रवाह एकमेकांना जोडले जाताहेत. डोळे दिपवणारा आकाशाचा विस्तार आणि मूकपणे उडणाऱ्या पक्ष्यांचा टोकदार बाण, एक जोडी अलग होते आणि चक्रावणारी मींढ घेत खाली झेपावते. अचानक रुंद, जोरदार, पण संथ नदीप्रमाणे आवाज भारदस्त होतो. प्रवाहातल्या दगडांवरून पाणी हसत—खेळत, बागडत जाता जाता वेग घेतं आणि फेसाळतं, बेफाम घोड्यांप्रमाणे चौफेर सुटतं.

मी डोळे उघडतो. आणखीन शुद्ध स्वरांच्या शोधात सजनीबाईंने आपला डावा हात डाव्या कानावर धरला आहे. बिनहाडांची झालेली तिची उजव्या हाताची बोटं पाणवेलीप्रमाणे लवचीकपणे हेलकावताहेत. तिची दृष्टी शून्यपणे माझ्या चेहऱ्यावरून फिरून परत आपल्या समाधीत विलीन होते. विरही पक्ष्याचा भेदक आक्रोश हवा चिरत जातो. माझे डोळे मिटतात. जळता लाल रंग. मी पापण्या घट्ट आवळून घेतो. प्रकाशमान लाल रंग माझ्या चेहऱ्यावरून ओघळतो. तिचा झळझळीत आवाज वेगाने

झेपावत उंच उंच चढत त्याची कमान होते आणि उफाळलेल्या लाटेप्रमाणे फुटून त्याचे अब्जावधी बिंदू होतात. मी पापण्या सैल करतो.

मध्यरात्रीच्या निळ्याला ताराफुलांचे फवारे उभे–आडवे छेद देत, त्या रेषा जळत, प्रकाशत, जलद गतीने धावत, एकमेकांना विळखे घालत, घसरत, आंदोलत, एकमेकांत अडकत, रंगांच्या सतत बदलत्या मिश्रणाची नोंद ठेवणं कठीण जातंय. झेपावणारा हिरवा उग्र जांभळा होऊन, भडकत्या सूर्यासारखा तापत, हळुवारपणे कोनफळी शीळ घालत पिकलेल्या पिवळ्यात बदलून, रक्ताळलेल्या तांबड्यातून, फुटलेल्या नारिंगीत वाहतो. माझ्या डाव्या डोळ्याच्या कोपऱ्यातून सफेद धुकं पसरतंय. ते झटकन वर तरंगतं. भूमिगत नदी त्यातून वरती येतेय. तिला पूर आलाय. मी इकडून तिकडे फेकला जातोय. माझं अंगनूअंग मोडून–तोडून परत जोडलं जातंय. माझे परसलेले बहु गंभीरीइतके, जिला मी अख्खीच्या अख्खी गिळतो.

अशरीरी आवाजाशी संभोग शक्य आहे ?

मी किनाऱ्यावर येऊन पडलोय आणि माझं मन विलक्षण शांत झालंय.

सजनीबाईने मध्यरात्री मैफल संपवली. माझ्या मांडीवर डोकं ठेवून लीलावती गाढ झोपलीये. तो कंबरपट्टा माझ्या नशिबात नव्हता हेच खरं. राजेंद्रने सजनीबाईला बिदागीची थैली दिली. आदिनाथजींनी लीलावतीला उचलून घेतलं आणि मी सजनीबाईपाशी गेलो. माझा कंबरपट्टा काढून मी तो तिला अर्पण केला. माझ्या पावलांना स्पर्श करत ती काहीतरी पुटपुटली. ऐकण्यासाठी मला खाली वाकावं लागलं.

"आज मी आपल्यासाठी गायले युवराज. फक्त आपल्यासाठी. त्यामुळे आपल्याला विस्मृती मिळत असेल, शांती मिळत असेल तर पुन्हा कधीतरी मी परत गाईन आपल्यापुढे. घाबरू नका युवराज, आपला चेहरा पारदर्शक नाहीये, पण माझं मन आहे. आपल्यापाशी रसिकतेची दुर्मिळ देणगी आहे, ती गमवू नका."

"मान्यवर पाहुण्यांनी कृपया इथे लक्ष द्यावं. खाली, शामियान्यात भोजनाची आणि अल्पोपहाराची सिद्धता आहे. कृपया सर्वांनी तिथे जाऊन त्याचा आस्वाद घेऊन या घराचा आणि विशेषत: माझ्या आईचा बहुमान करावा. आपणा सर्वांना बेहद खुश करील अशी दुसरी खबर म्हणजे, एका तासानंतर आणखी एक अनपेक्षित कार्यक्रम सादर केला जाणार आहे."

मला किती भूक लागली होती याची मला जाणीव झाली. राजेंद्र म्हणाला होता त्याप्रमाणे जेवण खरंच उत्कृष्ट होतं आणि त्यामुळे माझी भूक अधिकच चाळवली गेली. वातावरण खेळीमेळीचं आणि हास्यविनोदाने भरलेलं असल्याने माझी चित्तवृत्तीदेखील प्रसन्न झाली. सजनीबाई आणि माझ्यात काहीतरी नाजूक गुफ्तगू झाली अशी कंडी राजेंद्रने पिकवली. लवकरच बहादूरदेखील त्याला येऊन मिळाला आणि दोघांनी मिळून

तिच्या आवाजाची, तिच्या अतिपुष्ट छातीची आणि तिने मला दिल्या असलेल्या आषुकमाषुक आमंत्रणांची पन्नास वेगवेगळ्या प्रकारे उत्तम नक्कल सुरू केली. प्रत्येक प्रकार अधिक चावट, अश्लील आणि अतिशयोक्तीने भरलेला होता आणि ऐकणाऱ्यांची हसून मुरकुंडी वळत होती. राजेंद्र आणि शहजाद्याभोवती प्रेक्षकांचं अर्धवर्तुळ जमलं. बहादूरच्या सतत पिण्याची मला जरा काळजी वाटू लागली होती. आपला पेला पुन्हा भरण्यासाठी तो संधी शोधत असताना, त्याचं लक्ष कुठेतरी दुसरीकडे वेधून घेण्याच्या इराद्याने मी म्हटलं, ''आणि मी सजनीबाईला काय म्हणलो ते सांगणार नाही का आपण ?''

ते या आधी अश्लील बोलत होते असं म्हटलं होतं का मी ? आता तर ते इतके चेकाळले आणि दोघेही एकमेकांच्या वाक्याला इतका उत्तम प्रतिसाद देऊ लागले की त्यांनी या नाटकाची अनेक महिने तालीम केली असावी असा कुणाचाही समज व्हावा. ''प्रेमिकांच्या मीलनाचं संकेतस्थळ कुठे होतं ? विजयस्तंभावर. अगदी वरच्या मजल्यावर. तिथे संपूर्ण एकांत मिळू शकेल. सारं चितोड आपल्या पायाखाली असेल अणि हात वर करताच आभाळाला लागतील. निदान माझे तरी. तुझे.... तुझे फारतर माझ्या कंबरेपर्यंत पोचतील.'' विजयस्तंभाच्या दरवाजातून सजनीबाईचा प्रवेश जरा कठीण होता. तिला तिरकं वळून एका बाजूने आत जायला लावून युवराजाने ती समस्या सोडवली. पण हा तोडगा शहाणपणाचा ठरला नाही. कारण बाईसाहेब सर्व बाजूने समान घेराच्या असल्यामुळे प्रवेशदारात घट्ट अडकून बसल्या. कैद्यांची एक तुकडी आणून भिंत तोडण्यात आली तेव्हा कुठे बिचारीची सुटका झाली. बाईच्या नाजूक, सडपातळ देहयष्टीवरून काही टोमणे मारले गेले. हा नवा, भक्कम खांब हलवला तर सारा स्तंभच कोसळेल अशी भीती एका छोट्या मुलाने व्यक्त केली. त्याच्या वडिलांनी त्याला चापटी मारली. पण मुलाचं म्हणणं बरोबर होतं. शेवटी एकदाची बाई बाहेर पडली तेव्हा तो प्रचंड स्तंभ डळमळू लागला आणि धाडकन खाली कोसळला. सुदैवाने प्रेमी युगुल सहिसलामत निसटलं.

''मला आधी का नाही सुचलं ?'' युवराज स्वत:ला आणि आपल्या प्रेयसीला विचारतात.

''एक उपाय आहे. आपण आपले अवाढव्य गृहमंत्री, लक्ष्मणसिंहजी यांना आमच्या राजपूत बांधवांबरोबर लढण्यास पाठवूया आणि त्यांचा पलंग बळकावूया. तो एकमेव पलंग आपणा दोघांचं वजन पेलू शकेल इतका भरभक्कम आहे.'' ''पण सरकार,'' सजनीबाई म्हणते, ''तुमचे आणि इतर राजपूतांचे संबंध मैत्रीचे आहेत. हल्लीच तुम्ही त्यांच्याबरोबर अजरामर शांती करार केला नाही का ?'' ''पर्वा नाही माझ्या सजनी, तुझ्यासाठी मी माझे शत्रू, मित्र आणि कुटुंबावरदेखील पाणी सोडायला

तयार आहे.'' आणि मग लगेच, घाईघाईने लक्ष्मणसिंहजींना युद्धावर पाठवलं जातं. शेवटी एकदाचे दोन्ही प्रेमी बिछान्यात पहुडतात. एकमेकांच्या घट्ट मिठीत मश्गुल होतात. आणि मग काहीतरी भयानक घडतं. पलंग मोडतो ? छे, काहीतरीच काय ? दोन सजनींचं वजन पेलण्याची ताकद आहे त्याच्यात. मग काय होतं ? अचानक सजनीबाईला युवराजांचा आवाज ऐकू येतो पण ते कुठेही दिसत नाहीत. अरे देवा. काय झालं असेल बरं ? युवराज अदृश्य कसे झाले ? ती आपला उजवा हात उचलून पाहते, मग डावा हात उचलून पाहते. बिच्चारा लाडका छोटा, काखेत तर हरवला नाही ना ? नाही. तिथे तर तो नाहीये. कुठे हरवला असेल बरं ? ती आपला परकर उचलते...''

या मोक्याच्या क्षणी माझी आजी, खुद्द राजमाता आमच्या टोळक्यात प्रवेश करत्या झाल्या. घट्ट मिटलेले ओठ आणि कपाळावर आठ्या, ''वाह्यात ! असभ्य ! अशा प्रकारे आजची तरुण पिढी स्वत:चं मनोरंजन करते तर !'' सर्व जण जागच्या जागी गोठले. नजर वर करण्याचं कुणाचंच धाडस होईना, ''बायकांना का वगळलं गेलंय या करमणुकीतून ? मग पुढे काय झालं बेटा ?'' त्यांनी शहजाद्याला विचारलं, ''अखेरीस माझे युवराज तिला सापडले की नाही ?''

दीप महालात परतायची वेळ झाली. आतापावेतो आम्ही सारे भलतेच उत्तेजित झालो होतो. नेहमी लक्ष्मणसिंहजीकडच्या जन्माष्टमीच्या मैफलीसाठी फक्त एकच कलाकार बोलावला जातो. या वेळी हे काय नवीन ? कोण, कुठे, कसं, केव्हा, का ? पैजा लावल्या गेल्या. लबाड राजेंद्र सर्वांकडून पैसे गोळा करत होता. जादूगार, कसरते, हिजडे, नर्तक, काव्यगायन, नृत्य, वाघ–सिंहाचे खेळ, कुस्त्या, नाटक, नकला ? जितके अधिक विचित्र प्रकार सुचवले जात तितके अधिक पैजा लावल्या जात होत्या आणि अहो आश्चर्यम्, कोण असावं ते ओळखा पाहू ! या इथे, उजव्या बाजूला, लोकहो, दुसरं तिसरं कुणी नसून, प्रत्यक्ष सातशे रत्तल वजनाच्या, एकमेव सजनीबाई प्रकट झाल्याहेत. आश्चर्ययुक्त शांतता. मग साऱ्यांनी आरडा–ओरडा करत राजेंद्रला घेरलं. मला हसू आवरेना. चोर, सुव्वर कुठला. आम्हांला हातोहात फसवलं लबाडाने. पण त्याने अनपेक्षित कार्यक्रम एवढंच म्हटलं होतं, म्हणजे परत सजनीबाई नव्हे, असा त्याचा अर्थ होत नाही.

परंतु सजनीबाईने परत गायला सुरुवात केली होती आणि अचानक सर्वत्र शांत झालं. आमच्या दंतकथांतील सुप्रसिद्ध, दुर्दैवी प्रेमी युगुल, ढोला–मारू यांचं गीत होतं ते. मारूने प्रथमच ढोलाला पाहिलं होतं आणि तिच्या सख्या तिला त्याच्यावरून चिडवत होत्या. आम्हा सर्वांना हे गीत माहीत आहे. हजारो वेळा ऐकलं असेल आम्ही ते. पण सजनीबाई त्यात जो रस भरतेय त्याला तोड नाही. जणू ती ते नव्याने रचतेय. तिच्या आवाजाच्या नादब्रह्मात आम्ही डुंबू लागणार तोच पैंजणांचा रुमझुम आवाज करत,

इतस्ततः पसरलेल्या आणि आश्चर्यचकित झालेल्या पुरुषांमधून वाट काढत सात अप्सरा प्रगटल्या. त्यांनी नृत्य सुरू केलं. शिट्टया, टाळ्या, वाहवा ! साऱ्या मुली सतरा–अठराच्या आसपास. काही धीट तर काही लाजऱ्याबुजऱ्या, पण सर्वच्या सर्व सुंदर. उद्या सकाळी – छे, आज पहाटे, युद्धावर जाण्यासाठी निघणाऱ्या आम्हा सर्वांच्या स्वप्नांत येऊन त्या आम्हांला छळणार. झोपेत आणि जागेपणी आम्ही त्यांच्या आठवणीने वेडेपिसे होणार. तरुण आणि सुंदर असण्यातली लज्जत काय वर्णावी ? मला म्हातारं झाल्यासारखं वाटू लागलंय. गाणं जेव्हा परत ध्रुवपदावर येतं तेव्हा आम्ही सगळे, अगदी स्त्री – विभागातून बायकासुद्धा, त्यात सामील होऊन एकासुरात गाऊ लागतो. राजस्थानी लोकगीत ऐकताना स्वस्थ बसताच येत नाही. पखवाजाच्या तालात टाळ्या वाजू लागतात. गीतामागून गीत गायलं जातं आणि वातावरणाला एक वेगळीच मस्ती, एक खुमार चढतो. ते गाणं, त्या पऱ्या आणि जिंदादिल असण्याच्या आनंदाची नशा सर्वांना धुंद करत होती.

त्या सात सुंदऱ्यांनी गडद रंगाच्या चंदेरी घागरा–चोळ्या घातल्या आहेत. पारदर्शक ओढण्या डोक्यावरून घेऊन त्यांची टोकं गळ्यापाशी खोवलेली, प्रत्येकीच्या पायात चांदीचे घुंगूर. त्यांच्यापैकी एकटी, तपकिरी घागरा–चोळी घातलेली, सर्वांत लाजरी वाटते. ती सर्वांत लहान आहे का ? कळणं कठीण आहे. एक गोष्ट मात्र स्पष्ट आहे. इतकी लाजरी असूनदेखील ती शहजाद्यावर फिदा झालीय. कुठे तरी मध्यावर खिळवलेली नजर चटकन उचलून ती सतत त्याच्याकडे चोरटे कटाक्ष टाकतेय. कपड्यांच्या तपकिरी रंगामुळे तिचा स्वतःचा गोरा–गुलाबी रंग अधिकच खुलून दिसतोय. ती सामान्य नाचणारी वाटत नाही. इतर मुलीही तशा वाटत नाहीयेत.

शहजादा निरंतर पितोय. त्याच्या चेहऱ्यावर एक स्वप्नील आनंद पसरलाय. अर्थात, त्या मुलीचं लाजरं आणि म्हणून अधिक भुलवणारं स्वतःबद्दलचं आकर्षण त्याच्या लक्षात आलंय, हे सांगणं नलगे. भावनांच्या उघड प्रदर्शनापेक्षा कितीतरी पटीने जास्त मनोवेधक आणि मोहक.

"नाव काय तिचं ?" नमाजासाठी बसतात तसे पाय दुमडून बसत असताना बहादूरचा किंचित तोल गेला.

"आपण चुकीच्या माणसाला विचारताय, शहजादे. मी आपल्या इतकाच अज्ञानी आहे."

"अप्रतिम. हो की नाही ?"

"कोण ?" मी अजाणतेपणाचं नाटक करत विचारलं.

"तिच्याशिवाय दुसरं कोण ?"

"सात जणी आहेत त्या. आणि अर्थात माझी प्राणप्रिया सजनीबाई."

‘‘हां जी. सजनीबाई तुमच्यासाठीच आहे.’’ तो लडखडत हसला, ‘‘तुमची जोडी, माझी खात्री आहे, स्वर्गातच बनवली गेली असणार. पण ती मुलगी, तिने घातलेल्या रंगाला काय म्हणतात ते माहीत नाही मला, पण साधारण मातकट रंगाचे कपडे घातलेली, तिचं नाव ठाऊक आहे आपल्याला ?’’

‘‘ती डावीकडून तिसरी का ?’’ मी मुद्दामच चुकीच्या मुलीकडे बोट दाखवलं.

‘‘ती नाही बुद्दू, मी मातकट रंगाची असं म्हणालो.’’ तो गुडघ्यांवर अर्धवट उठला आणि आपली अस्थिर तर्जनी तिच्या दिशेने दाखवत कसाबसा लडबडत उभा राहिला. ती मुलगी लाजून लाल झाली आणि आपल्या पायाच्या अंगठ्याकडे टक लावून खाली मान घालून उभी राहिली. चेहऱ्यावर पसरलेल्या लालीमुळे ती अधिकच सुंदर दिसत होती.

‘‘मातकट—बितकट काही नाही, तपकिरी आहे तो रंग.’’

‘‘मातकट, तपकिरी, जांभळा. माझ्या दृष्टीने काही फरक पडत नाही. तिचं नाव हवंय मला.’’

‘‘शू शू शू. हळू शहजादे.’’ मी त्याला विनवलं, ‘‘खाली बसा !’’

‘‘आधी तिचं नाव सांगा मला.’’

‘‘शहजादे, सरकार, इथे या. इथे आमच्या शेजारी बसा.’’ त्याच्या बेताल वागण्याची सर्वांनाच गंमत वाटू लागली होती. नशा थोडी जास्त झाल्यामुळे तो चांगलाच उल्हसित झाला होता आणि परत तेच तेच बोलू लागला होता. त्याला आता झोपू देणंच उत्तम असं मी ठरवलं आणि मंगलला खूण केली. तो काय ते समजला. पण इतकी माणसं आजूबाजूला फिरत असताना त्याच्या पेल्यात गुपचूप अफू मिसळणं जरा कठीणच जाणार होतं. तेवढ्यात राजेंद्रने आपल्या नोकराकरवी शहजाद्याचा प्याला परत भरला.

‘आता कळलं का मी कोण म्हणतोय ते ? तिचं नाव काय ?’’

‘‘मला माहीत नाही शहजादे.’’

‘‘स्वत:च्याच घरातल्या माणसांची नावं माहीत नाहीत आपल्याला ?’’ माझं उत्तर त्याला आवडलं नव्हतं.

‘‘हे माझं घर नाहीये शहजादे. हे लक्ष्मणसिंहजी आणि राजेंद्रचं घर आहे.’’

‘‘हो, खरंच. तर मग मी राजेंद्रालाच विचारतो.’’ तो राजेंद्रच्या दिशेला वळला.

‘‘आपल्याच घरात, आपण घेत असलेल्या आनंदात व्यत्यय आणतोय याची माफी असावी, पण त्या तपकिरी रंगाच्या पोषाखातल्या मुलीचं नाव सांगू शकाल का ?’’

‘‘मला नक्की आठवत नाहीये शहजादे, पण सलमा किंवा निखत असावं.’’ राजेंद्रने हसून म्हटलं आणि तो परत नृत्य पाहण्यात रंगून गेला.

"सलमा ? निखत ? ती हिंदू नाहीये ?" बहादूर बुचकळ्यात पडला.

"आपण तिची इतकी चौकशी करता आहात, आपण ओळखलंय का तिला ?"

"ओळखायला हवं होतं का ? आमची तशी जवळीक झालीये ?"

"नाही शहजादे. सर्व मुली कुंवाऱ्या आहेत."

"मग मी कसं काय ओळखणार तिला ?"

का कुणास ठाऊक, पण राजेंद्रला हा प्रश्न फार विनोदी वाटला, "माहीत नाही. मला आपलं वाटलं की कदाचित लहानपणी तुम्ही एकत्र खेळला असाल."

"एका मेवाडमधल्या मुलीबरोबर ? ते कसं शक्य आहे ?" शहजाद्याचा स्वर चिडका व्हायला लागला. मीदेखील त्याच्याइतकाच बुचकळ्यात पडलो होतो. "राजेंद्रसिंह, तुम्ही कोड्यात बोलताहात."

"ती अहमदनगरच्या काजीची मुलगी आहे. माझा असा समज होता की आपण लहानपणी आपल्या वडिलांबरोबर अहमदनगरला जायचा, तेव्हा तिला भेटला असाल."

"मग ती इथे काय करतेय ?"

गाणं बजावणं बंद पडलं होतं. मुली एकमेकांना खेटून स्तब्ध उभ्या. घाबरलेल्या. सलमा किंवा निखतच्या वरच्या ओठावर घामाचे बिंदू. नृत्याच्या श्रमाने तिच्या काखा घामाने ओल्या झाल्या होत्या तरीही ती कापत होती. मोठे मोठे डोळे कावरेबावरे झालेले.आपल्या मैत्रिणीचा हात घट्ट पकडलेला, पण शक्य असतं तर दीपमहालातून पळून थेट अहमदनगर गाठलं असतं तिने. राजेंद्रचा काय डाव होता ? तो काय बोलतोय याची कल्पना होती का त्याला ? आता अहमदनगरचा विषय काढण्याची काय गरज होती ? मग माझ्या डोक्यात प्रकाश पडला. शहजाद्याने मेवाडच्या सेनेची कत्तल आणि लक्ष्मणसिंहजींच्या दाणादाणीची गोष्ट रंगवून सांगितली होती तेव्हाचे राजेंद्रच्या चेहऱ्यावरचे भाव मला आठवले. आजची मैफल राजेंद्रने फक्त एक उद्देश मनात बाळगून आखली होती. आम्ही गुजरातवर मात करून अहमदनगर जमीनदोस्त केलं, त्यांच्या मशिदी नष्ट केल्या, त्यांचं सोनं चांदी लुटलं आणि हजारोंनी त्यांचे नागरिक कापले त्या प्रसंगाची बहादूरला आठवण करून देऊन तो उट्टं काढणार होता.

"राजेंद्र, डोकं ताळ्यावर ठेवून काय बोलतोयस त्याचा विचार कर."

त्याने माझ्याकडे दुर्लक्ष केलं.

"मेवाडच्या सेनेने तुमच्या वडिलांच्या सैन्याला उधळून अहमदनगर लुटलं होतं ते आठवतंय शहजादे ? त्या कत्तलीत काजीदेखील कापला गेला. पण आम्ही स्त्रीदाक्षिण्य जाणतो. बायकामुलींना आम्ही आमच्याबरोबर घेऊन आलो आणि त्यांना नव्या व्यवसायाचं शिक्षण दिलं. आजप्रमाणेच त्या पुढेही आमचं मनोरंजन करतील अशी

आशा आहे. अर्थात त्याची बिदागी त्यांना दिली जाईल. आम्ही…''

तो आपलं वाक्य संपवू शकला नाही. मी त्याची जीभ हासडून काढायला किंवा त्याच्या तोंडात लाथ हाणायला हवी होती. निदान त्यामुळे माझा प्रिय चुलतभाऊ राजेंद्र, ज्याने आपल्या वडिलांचा झालेला अपमान एवढा मनाला लावून घेतला होता, माझ्या बरोबरीने गुजरात विरुद्ध लढू शकला असता.

अचानक पोटात कळ उठल्याप्रमाणे बहादूर पुढे वाकला. ही नेहमीची, इतकी सामान्य युक्ती होती पण तरीही त्या क्षणी मी फसलो.

''शहजादे, आपल्याला बरं वाटत नाहीये का ?'' मी विचारलं.

''मला बरं वाटतंय. पण तुमच्या भावाला वाटणार नाहीये.'' कट्यारीचे सात जलद वार आणि राजेंद्र उरला नाही. सर्वत्र स्मशानशांतता… बिचारी सलमा किंवा निखत खाली कोसळली. मी राजेंद्रला उचललं. माझे हात आणि कपडे रक्ताने माखले. माझ्या दुर्बल नपुंसक दुःखापोटी मला साऱ्या देवांना खेचून खाली आणायचं होतं. मी वर छताकडे पाहिलं, दिव्याकडे पाहिलं, सजनीबाईकडे पाहिलं. तिच्या आवाजाने जगात जे जे काही पाहण्यासारखं असेल ते सारं काही पाहिलं, भोगलं आणि अनुभवलं होतं आणि तरीही राजेंद्रचं मरण जाणलं नव्हतं. मी काकांकडे पाहिलं, मी मरण पावलेल्या माझ्या चुलतभावाकडे पाहिलं. थरथर कापणारं माझं शरीर आत दबलेली किंकाळी बाहेर फोडत नव्हतं. राजेंद्र, माझा राजेंद्र, मी या आधीच तुझ्या निकट का नाही आलो ? गुजरातच्या मोहिमेची वाट पाहत का थांबलो ?

म्यानातून तलवारी बाहेर आल्याचे आवाज. एक, दोन, तीन, राव सुरजमल, नर्मद हाडा आणि रावत जोधासिंह. त्यांनी शहजाद्याला घेरलं. इतरांनीदेखील आपली हत्यारं पाजळली. मी राजेंद्रला खाली ठेवलं, माझी तलवार उपसली आणि बहादूरच्या पुढ्यात येऊन उभा राहिलो.

''संरक्षणाची गरज नाही मला युवराज. अब्रूची चाड आणि हिंमत असेल त्यांच्यात तर एकामागून एक प्रत्येकाशी लढायला मी समर्थ आहे.''

''माझ्या वडिलांच्या, राणा संगांच्या राज्यात मी तुम्हांला तोंड बंद ठेवण्याची आणि तुमचं हत्यार माझ्या हाती देण्याची आज्ञा करतोय, शहजादे.''

''प्रतिकार केल्याशिवाय मी मरावं अशी आपली इच्छा आहे युवराज ?''

''आता आणखीन हत्या होणार नाही, शहजादे. आपली हत्यारं मंगलकडे द्यावीत !'' मला माहीत होतं की मी जर त्याच्याकडे पाहिलं तर तो, 'आधी कोणाची नजर झुकते'ची स्पर्धा सुरू करणार, म्हणून त्याऐवजी, माझ्या नजरेच्या जरबेत अपराधाची शिक्षा देऊ इच्छिणाऱ्या तिघांना मी जखडून ठेवलं. शहजाद्याच्या द्विधा मनातल्या झगड्याची धग मला जाणवत होती. माझ्यावर विश्वास ठेवावा का ? त्याने

स्वत: एका बेसावध माणसावर हल्ला केला होता. नि:शस्त्र होणं हाच त्याचा उत्तम बचाव होता का ? कदाचित आपल्या कृत्याचा अघोरीपणा त्याच्या लक्षात येऊ लागला असावा. पण आत्मपरीक्षण किंवा पश्चात्तापाची त्याला सवय नव्हती. त्याने लढणं पसंत केलं असतं. पण आता त्याचं एकमेव आशास्थान मी होतो हेही तो जाणून होता.

शहजाद्याने आपला खंजीर आणि तलवार मंगलला दिली.

''युवराज, तो जिवंतपणे दीपमहालाबाहेर जाऊ शकणार नाही.'' हाडा नर्मद माझ्या आणि शहजाद्याच्या दिशेने पुढे येत म्हणाले.

''ते आमचे पाहुणे आहेत. शहजाद्यांच्या केसालाही हात लावण्याची हिंमत कुणी केली तर आधी मी त्याला मारीन.'' हे फक्त पोकळ शब्द होते का ? सभागृहातल्या शंभर किंवा अधिक माणसांना मी एकटा सामोरा जाणार होतो ? ''मी... युवराज... आहे.'' प्रत्येक शब्द वेगळा उच्चारत मी म्हणालो, ''आपापली शस्त्रं म्यान करा आणि घरी जा.''

ते अनिश्चितपणे उभे. माझा हुकूम मानणार होते का ते ? की प्रतिकार करणार होते ? काहीही करते तरी हाडाच्या डोळ्यांतला तिरस्कार, द्वेष आणि वैर मी कधीही विसरू शकणार नाही. तेवढ्यात माझ्या काकीबरोबर राजमाता तिथे आल्या.

''तुम्ही युवराजांचा हुकूम ऐकला नाही का ? आपापली हत्यारं म्यान करावी आणि निघून जावं. आमच्या नातवाच्या मृत्यूचा शोक करायला आम्हांला वेळ आणि वाव द्यावा.'' आजीसाहेब बहादूरकडे वळल्या, ''आपल्याला कोणाहीपासून धोका पोचणार नाही याची हमी युवराज आणि मी देते. मला तुमचा लळा लागला होता बेटा, पण तुम्ही माझ्या आणि मेवाडच्या प्रेमाचा आणि पाहुणचाराचा अपमान केलाय. तुम्ही शांतपणे इथून निघून जावं हे उत्तम.''

राजेंद्रच्या मृत्यूचा बदला न घेतल्याबद्दल कदाचित मेवाड मला कधीच माफ करणार नाही. मी देखील माझ्या भविष्यावर शिक्कामोर्तब केलं होतं का ?

१६

भूत उतरवता येतं. पण देवापासून स्वत:ची सुटका कशी करायची.

युवराज राजवाड्यावर पोचले. द्वाररक्षकांनी त्यांना सलाम केला. घोड्यावरून खाली उतरावं का ? तो घरी आलाच का होता ? कशासाठी ? स्वस्थ उभ्या असलेल्या बेफिकीरवर बसून पहाटे तीन वाजता, आपल्या घराच्या दरवाजावर आपण काय करतोय याचा तो विचार करत होता. त्याचं मन पार गोंधळून गेलं होतं. सुतारखान्यातून एक तीक्ष्ण करवत घेऊन यावं आणि बिछान्यात पडावं असं त्याला वाटलं. मग शांतपणे तो ती करवत हातात घेणार होता आणि भुवयांच्यावर सुरुवात करून, स्थिर लयीत, मस्तकाभोवती गोल कापणार होता. मेंदूसकट डोक्याचा वरचा भाग झाकणासारखा खाली पडला की शेवटी एकदाची त्याला स्वस्थ झोप लागणार होती. विचार नाही, प्रश्न नाही, बायको आणि तिचं तापदायक प्रेमप्रकरण नाही, आणि जीवन नावाचा हा भयानक रोग नाही.

"युवराज, सरकार !" मुख्य रक्षकाने त्याला विचारलं, 'बेफिकीरला तबेल्यात नेऊ का ?'' बेफिकीरला तबेल्यात का पाठवायचं ? त्या जनावरालादेखील त्याच्यापेक्षा अधिक अक्कल होती. त्याला आपलं घर कुठे आहे ते ठाऊक होतं, आपला मालक कोण ते माहीत होतं, त्याला 'दौडो, चौकचाल, तेज चल, ठहर जा,' यांसारखे शब्द कळायचे. तो आपला धर्म जाणत होता. आणि तो स्वत: युवराज असूनही आपण आपल्या घराच्या दाराशी का आलोय ते त्याला कळत नव्हतं. आता इथे आल्यानंतर त्याने काय करावं अशी अपेक्षा होती ? आणखीन काय ? आता घोड्यावरून उतरा, पायऱ्या चढून वर जा, पलंगावर बसा आणि पुढील जीवनाचं काय करायचं ते ठरवा.

तो बिछान्यात पडणार तेवढ्यात आपल्या बायकोचा आवाज त्याच्या कानांवर आला. कुणाशी बोलत होती ती ? तिच्या महालाचे दरवाजे बाहेरून कायमचे बंद ठेवायचे असा हुकूम त्याने काल संध्याकाळी दिला होता. तिला वाढायला, न्हाऊ घालायला आणि इतर जे काही करायचं असेल ते करायला कुमकुम कुंवर तिच्या

तैनातीला असेल, पण काहीही झालं तरी, अगदी आग लागली तरी तिला बाहेर पडू द्यायची नाही. तिच्या दारावर पहारा करणारा हिजडा गाढ झोपला होता आणि हळुवारपणे घोरत होता. उच्छवास करताना आधाशासारखं त्याचं तोंड हवा पकडून ती खाण्याचा प्रयत्न करायचं. तो बोलत होता का ? नाही. तो तर कसलंतरी अमृत, जे त्याला पुरेसं मिळंत नव्हतं, भुरकण्यात दंग होता. युवराजाला आपल्या बायकोचा आवाज आता स्पष्टपणे ऐकू येऊ लागला. बंद दरवाजातून, जगाला मेलेल्या या लठ्ठ धुडाशी ती संभाषण करत असण्याची शक्यता कमीच. तसा दिसायला वाईट नव्हता तो. तरुणपणी देखणा आणि बिनशिश्नाचा असूनदेखील जनान्यात लोकप्रिय असावा. हिजडा, या संस्थेबद्दल युवराजाला फारशी माहिती नव्हती. अपत्यांना जन्म देणं त्यांना शक्य नव्हतं हे खरं. पण मेवाडमधल्या काही सर्वांत सुंदर आणि उच्चकुलीन म्हणता येतील अशा बायकांना द्यायला हिजड्यांइतका वेळ आणि संधी राजघराण्यातल्या पुरुषांना मिळायची नाही. त्या हावरट तोंडाने युवराजाच्या किती आयांना चाळवलं होतं, चुंबलं होतं आणि जाणलं होतं, देवच जाणे ! माणसं विचित्र असतात. रतिक्रीडा म्हणजे संभोग आणि तो फक्त रात्रीचाच केला जातो, अशी स्वत:ची समजूत करून घ्यायला त्यांना आवडतं. पण जीभदेखील एक भेदक अवयव आहे, हे दृष्टिआड केलं जातं आणि शरीराचे इतर भाग, जसे हात, ओठ, जांघा, पायांची बोटं, कानांच्या पाळ्या, नाभी– संवेदनाशील अवयवांची आणि वैयक्तिक आवडींची गणती करणं कठीणच – हे संपूर्णपणे नगण्य मानले जातात.

त्या नपुंसक त्वचेला स्पर्श करण्याची किळस वाटली युवराजाला, पण तरीही, दात एकमेकांवर घट्ट रोवून तो खाली वाकला आणि हिजड्याच्या खिशात आपला हात सरकवला.

चाव्यांच्या लठ्ठ जुडग्यातली कोणती चावी आपल्या बायकोच्या दरवाजाच्या कुलुपाला लागेल ते शोधून काढण्यात युवराजाचा थोडा वेळ गेला. त्याने हळूच कडी काढली. त्यांच्या लग्नाच्या पहिल्या रात्री सजवला होता तसाच तिचा पलंग सजवला गेला होता. चारी बाजूंनी फुलांच्या माळा टांगलेल्या आणि गादीवर पाकळ्या पसरलेल्या. ती उताणी झोपली होती. अंगावर एक चिंधीदेखील नाही. कुणीतरी नाजूक अधीरतेने उतरवल्याप्रमाणे तिचे सारे कपडे इतस्तत: अस्ताव्यस्त पसरलेले. हिजड्याला ओलांडून तो आत आला आणि त्याने हलकेच दरवाजा बंद केला. मग तो वळला आणि जागच्या जागी थिजला. तिचे अर्धवट उघडे डोळे त्याच्यावर खिळलेले. तो काय कारण सांगणार होता तिला ? ''सहज तुझी चौकशी करायला आलो होतो ?'' की, ''खरं सांगायचं तर मला एक भयानक स्वप्न पडलं आणि मी जरा घाबरलोच. म्हटलं तुझ्या शेजारी झोपावं. लंपटपणा नाही करणार, खरंच...'' मग त्याच्या लक्षात आलं की

तो तिच्या खिजगणपतीतदेखील नव्हता. गाढ झोपेत तिचे डोळे एक चतुर्थांश उघडे राहायचे, आणि पापण्यांखाली पांढऱ्या चंद्रकोरी दिसायच्या. परिणामी, ती अर्धवट मिटल्या पापण्यांनी तुमच्याकडे पाहतेय असा समज व्हायचा.

समोरच्या भिंतीला लागून एक लाल पाट मांडला होता आणि त्याच्या समोर दुधाच्या मिठाईने भरलेलं सोन्याचं ताट. छे, तो स्वत:शीच म्हणाला, ते ताट निश्चितच माझ्यासाठी वाढलेलं नाहीये. खोलीच्या एका कोपऱ्यात, ती आणि बन्सीबाज यमुनेकाठी रास खेळत असल्याचं चित्र रांगोळीने काढलेलं.

तिच्यावरून आपले डोळे हटवता येईनात त्याला. सुखातिशयाने तिचं डोकं मागे कललं होतं, जणू कोणीतरी तिच्या मोकळ्या पसरलेल्या केसांतून आपली बोटं फिरवीत होतं. अचानक तिने झटक्यासरशी मान वळवली, "नको नको नको नको नको, माझ्या कानांत गुदगुल्या होतात, नको ना ! ऐकणार नाहीयेस का माझं ? मी सांगते त्याच्या उलट करण्यातच तुला मजा वाटते, हो ना ? करनकऱ्या कुठचा. सोड, सोड म्हणते ना, नाहीतर तुझे केस खेचीन बघ." ती एकटी आहे हे त्याला दिसत होतं आणि तरीही तिचा प्रियकर नक्की काय करतोय तेही त्याला कळत होतं. तिच्या डोक्यावर ताणलेल्या बाहूंची आतली बाजू तो कुरवाळत होता. तिच्या मानेचं चुंबन घेत असताना त्याच्या हातातलं मोरपीस तिच्या काखेतून वाहत तिच्या डाव्या स्तनावरून खाली तिच्या बेंबीपर्यंत हुळहुळत फिरलं. आता ती त्याची चुंबनं घेत होती. दोन्ही हातांनी छातीसमोरच्या हवेभोवती तिने मिठी घातली आणि त्याच्या हजार नावांपैकी दोन नावांनी तिने त्याला हाक मारली, "गिरिधरलाल, घनश्याम !" उत्कट वासना आणि प्रेमाने ओथंबलेला तिचा आवाज युवराजाचं काळीज चिरत गेला.

नीघ. नीघ इथून. निघून जा ! थोडा तरी स्वाभिमान शिल्लक असेल तर इथून बाहेर पड ! पण तो जागच्या जागी खिळला होता. त्याला जायची इच्छाही नव्हती. दु:खाच्या यातना त्याच्या अंत:करणाच्या चिंध्या चिंध्या करत होत्या आणि त्याला त्या संपवायच्या नव्हत्या. भोगासक्ती हा शब्द त्याला नेहमीच अवास्तव आणि अतिशयोक्तीयुक्त वाटत आला होता. पण आता, ब्रह्मानंदात डुंबणं, सुखाच्या रहस्यमय बेहोशीत विलीन होणं म्हणजे काय ते त्याला उलगडलं. त्याने प्रथम तिला गाताना ऐकलं होतं तो प्रसंग त्याला आठवला. सर्वस्व पणाला लावणं, काहीही अर्धवट, हातचं राखून न ठेवणं हा तिचा स्वभावधर्म असावा. आतासुद्धा ती तेच करत होती. सर्वस्व उधळत होती.

तिच्या चेहऱ्यावरून आणि अंगांगातून उत्सर्जित होणाऱ्या सुखाने तो स्तंभित झाला. त्याच्या बालपणातदेखील इतक्या पूर्णपणे, इतक्या उत्कटपणे त्याने काही अनुभवलं नव्हतं. ती जणू आनंदाचं उगमस्थान झाली होती. कुठून आला होता हा विपुल,

अनिर्बंध अतिरेक ? आजूबाजूच्या जगाचं भान विसरायला लावणारा हा सर्वव्यापी अत्यानंद एका साधारण मानवाला कसा शक्य होता ? ती एक संपूर्ण, बंदिस्त वर्तुळ झाली होती, ज्याच्यात त्याला जागा नव्हती. ती व बन्सीबाज एकमेकांत परिपूर्ण गुंतले होते. त्या वर्तुळात शिरकाव अशक्य. त्याला वगळण्यात आलं होतं. प्रवेश निषिद्ध.

आणि तेव्हा त्याला साक्षात्कार झाला. आतापर्यंत परिस्थिती कितीही बिकट होत गेली, तरी त्याचा स्वतःवर ताबा असायचा. बन्सीबाज त्याचा शत्रू होता. त्याच्या आत्यंतिक द्वेषाने त्याचं जीवन व्यापलं होतं. उलथ्यापालथ्या झालेल्या जगात तो द्वेषच त्याचा ध्रुवतारा, त्याचा खुणेचा दीपस्तंभ बनला होता. पण सत्य हे होतं की भूतकालातला सारा अपमान, मानभंग, दुःख, संताप, अगदी आताच पाहिलेलं भावनांचं निर्लज्ज प्रदर्शनदेखील त्याला आता कस्पटासमान वाटू लागलं होतं.

त्याला त्या वर्तुळात प्रवेश हवा होता.

त्याने सावकाश दार बंद केलं आणि चाव्या परत हिजड्याच्या खिशात सरकवल्या.

१७

मला थकल्यासारखं आणि रिकामं वाटत होतं. फक्त चोवीस तासांच्या काळात एवढी उलथापालथ, अनर्थ आणि दुःखद प्रसंग कसे घडू शकतात ?

तुझं तळपट होवो, बहादूर ! तू संपला होतास. फक्त परमेश्वर, कौसल्या, भिल्ल वैदू आणि मी जाणतो तू कुठल्या अवस्थेला पोचला होतास ते. तरीही आम्ही तुला यमपाशातून सोडवून आणलं. तुला मरू देणंच योग्य ठरलं असतं. आणि तू राजेंद्र ! तू राहिला नाहीस, पण जाता जाता किती अनिष्ट करून गेलास. तिकडे गुजरातच्या सुलतानाच्या सैन्याशी आमचं सैन्य लढत असताना इकडे बहादुरशी चांगले संबंध जोडण्यात मेवाडने महिनोन् महिने खर्च केले. का ? कारण जेव्हा युद्धात, शत्रूचं राज्य आपल्या राज्याशी जोडणं तर सोडाच, पण सरळसोट विजयाचीही फारशी आशा नसते, तेव्हा त्याच्याशी सलोख्याचे संबंध प्रस्थापित करण्यातच आर्थिक, राजकारणी आणि लष्करी फायदा असतो. पण सारं शहाणपण आणि खबरदारी वाऱ्यावर उधळून, आमचे सगळे कष्ट आणि प्रयत्न मातीत मिळवून, तू पाटी पुसून परत कोरी केलीस. या मोहिमेत गरज होती तुझी. पण आता माझ्या मदतीला तू नसशील. आपल्या समाजाच्या साऱ्या आधारस्तंभांची मानप्रतिष्ठा दुखावली गेलीय आणि शक्य असतं तर बहादूरच्या बरोबरीने माझंही शीर धडावेगळं करायला त्यांना आवडलं असतं. पण कोणत्या मान-प्रतिष्ठेबद्दल बोलतोय आपण ? कित्येक महिन्यांपूर्वी, एका पाहुण्या राजकुमाराने दारूच्या नशेत केलेल्या वैयक्तिक हेटाळणीपेक्षा मेवाडची प्रतिष्ठा नक्कीच खूप मोठी आणि महत्त्वाची आहे.

दीपमहालात नाचणाऱ्या पोरी अहमदनगरच्या काझीच्या मुली होत्या असं राजकुमारला सांगून, तीन हजार राजपुतांच्या मृत्यूचा सूड घ्यायचा होता तुला. भले शाब्बास ! पण तुझी बदल्याची भावना फारच उथळ होती. किंचित अक्कलहुशारीने आणि थोड्या धीराने वागला असतास आणि माझी सोबत केली असतीस तर तीन हजाराच्या दुप्पट तरी डोकी मी तुला मिळवून दिली असती. तू माझा लाडका होतास राजेंद्र आणि तुझी उणीव मला भासणार आहे, पण माझ्या पहिल्याच मोहिमेत गरम माथ्याचे आणि बालिश साथीदार मला नको आहेत. शेवटचं म्हणजे तू पाटी पुसून

कोरी केलीस असं म्हटलं मी, ते चूक आहे. ज्या दिवशी सूरज पोळातून बहादूर प्रथम दौडत आला, त्या दिवशी ती कोरी होती. तेव्हा आम्ही एकमेकांना ओळखत नव्हतो. एकमेकांबाबत आम्ही उदासीन होतो. आता मात्र आयुष्यात जेव्हा जेव्हा शहजादा मेवाडमधल्या त्याच्या या विसंगत, उतावीळ आणि अविचारी कृत्याचा विचार करील तेव्हा तेव्हा भयानक तिटकाऱ्याने आणि शरमेने त्याचं मन भरून येईल. इथे मिळालेल्या स्नेहाची, प्रेमाची, जिव्हाळ्याची परतफेड रक्तपात आणि हत्येने केल्याबद्दल तो कधीच स्वतःला क्षमा करू शकणार नाही. त्याहीपेक्षा शतपटीने वाईट म्हणजे, मी दोनदा त्याचे प्राण वाचवले याबद्दल ते मला क्षमा करू शकणार नाहीत. यापुढे मेवाड त्याला काट्याप्रमाणे सलत राहील आणि कडवट झालेल्या सुखद स्मृतीला कायमचं नष्ट करण्याची संधी तो शोधत राहील.

"राजेंद्रसिंह आणि शहजाद्यांसंबधी विचार करणं पुरे झालं, युवराज. आता थोडा आराम करावा." कौसल्यानं माझं डोकं थोपटलं.

पण मला तो विषय डोक्यातून काढून टाकता येत नाही. जखमेवरची खपली पुन्हा पुन्हा उचकटून काढावी तसा मी परत त्याकडे वळतो. एका चांगल्या राजपुताप्रमाणे मला प्रत्येक गोष्ट काळी किंवा पांढरी का दिसत नाही ? मी जर त्वरित न्यायालयीन चौकशी जारी केली तर माझ्याबद्दलचा आदरभाव आणि लोकप्रियता नक्कीच वाढेल. पण मला वाटतं, राजकारण हे यापेक्षा अधिक गुंतागुंतीचं असतं. बहादूर अजून तरी सुलतान नाहीये. त्याचे वडील आहेत. बहादूरला जर चितोडमध्ये मृत्युदंड देण्यात आला तर फक्त सुलतान मुझफ्फर शहाच नाही तर साऱ्या गुजरातची प्रजा डिवचली जाईल आणि ते धोक्याचं ठरेल. राष्ट्राभिमान आणि सूडापोटी त्यांचं सैन्य मेवाडवर चालून येईल. पण आम्ही आतादेखील एकमेकांबरोबर लढत नाही आहोत का ? होय. पण इदरवरून चाललेली ही मारामारी म्हणजे इदरवर कुणाचा राजकीय प्रभाव असावा यासंबंधीची एक चकमक आहे, एवढंच. गुजरात काय किंवा मेवाड काय, स्वतःच्या अस्तित्वासाठी किंवा देशासाठी लढत नाहीयेत. आम्ही फक्त इदरच्या सिंहासनावर हक्क प्रस्थापित करू पाहणाऱ्या दोन वेगवेगळ्या व्यक्तींना पाठिंबा देतोय, आणि परक्या प्रदेशात एकमेकांवर हल्ले करतोय. पण आमच्या स्वतःच्या प्रदेशात लढणं ही एक वेगळी बाब ठरेल. कदाचित आम्ही गुजरातला सपशेल हरवूसुद्धा, पण त्यासाठी मेवाडला भयानक किंमत द्यावी लागेल. खेडीपाडी, गावं, शहरं जमीनदोस्त होतील, सारी आर्थिक व्यवस्था नष्टप्राय होईल आणि हजारो, लाखो नागरिक, शेतकरी, कारागीर, व्यापारी आणि अर्थात सैनिक मारले किंवा अपंग केले जातील. याउलट जर शहजाद्याला वाचवलं तर कदाचित त्याचा कृतज्ञ बाप आमच्या या उपकाराच्या, महान उपकाराच्या परतफेडीचा विचार करील.

आणि तरीही मला प्रश्न पडतो की राज्यकारभारासाठी एवढ्या परिपक्व शहाणपणाची गरज आहे का ? की वास्तवता आणि माझी प्रजा यांच्यापासून माझी फारकत झाली आहे ? मोठ्या समस्यांचं निरसन करण्याच्या नादात मी सरळसाध्या सत्याकडे डोळेझाक करतोय का ? ते सत्य म्हणजे जनतेच्या मागणीची उपेक्षा करणाऱ्या नेत्याला आपली लोकप्रियता गमवावी लागते.

''चंद्रमहालात सुन्हरिया आपली वाट पाहतेय,'' मी सुतकाचे सफेद कपडे घालत असताना कौसल्या म्हणाली. ''गेले चार दिवस ती दररोज येतेय. आज तरी तिला भेटावं. निदान तिच्याशी दोन शब्द बोलावेत. नाहीतर तिला वाटेल की, जाण्यापूर्वी आपण तिचा निरोप घेतला नाही.''

मला कौसल्याचं कौतुक वाटतं. माझ्याबाबत अतिशय मत्सरी असूनदेखील ती आपल्या भावना स्वत:च्या कर्तव्याच्या आड येऊ देत नाही. मी युवराज आहे. मला बदल, विविधता आणि रुचिपालट लागतो. सुन्हरियाविषयी तिला माहीत आहे. गेले काही महिने जेव्हा जेव्हा सुन्हरिया यायची तेव्हा तेव्हा कौसल्या आमच्या मार्गातून बाजूला व्हायची. माझं वैवाहिक जीवन सुरळीत व्हावं अशी तिची इच्छा. फार धार्मिक नसूनदेखील मला पत्ता लागू न देता तिने तीन अतिशय कडक उपवासांची व्रतं घेतली आहेत. आतादेखील दर सोमवारी आणि गुरुवारी ती काही खात नाही. आणि हे सारं मला मुलगा व वंशज व्हावा याकरता.

''तुम्ही खरंच जाणार, युवराज ?'' सुन्हरियाच्या तोंडी हे शब्द अनपेक्षित होते. ती सहजासहजी खिन्न होत नसे. माझ्या बाहेरगावी जाण्याने तर कधीच नाही. माझ्यापासून वेगळी असो किंवा माझ्या बरोबर असो, स्वत:चं स्वातंत्र्य तिने नेहमीच स्पष्टपणे सूचित केलं होतं.

''होय. मी सेनापतीची सूत्रं हाती घ्यावीत यासाठी महाराज माझी वाट पाहताहेत. मला वाटतं गेल्या खेपेला आपण भेटलो तेव्हा मी सारं काही समजावून सांगितलं होतं तुला.''

''मी येऊ आपल्याबरोबर ? आपल्याला सोबतीची गरज आहे. आजची भयानक घटना विसरायला माझी मदत होईल आपल्याला.''

''तुझी काळजी मी समजू शकतो, पण मी युद्धावर चाललोय. तू काय करशील तिथे येऊन ?''

''मी आपले कपडे धुईन. आपण सांगाल ते करीन.'' ती वर बघण्याचं टाळत होती.

‘‘काय झालंय, सुन्हरिया ? तुझ्या मनात वेगळंच काहीतरी आहे.’’

‘‘किती आंधळे आहात तुम्ही.’’ ती सहजपणे, मनात कसलीही अढी न धरता म्हणाली, ‘‘तुमच्यावर प्रेम आहे माझं, युवराज.’’

आणि इतरांची मनं मी वाचू शकतो असा समज होता माझा. आम्ही दोघांनी, विशेषत: सुन्हरियाने आमच्यातले संबंध भावूक आणि जवळिकेचे होऊ न देण्याचं ठरवलंय असं मला वाटत आलं होतं.

‘‘घाबरू नका युवराज, मी तुमच्यावर भार होणार नाही. आपण फार काहीतरी वेगळं करतोय असं भासवल्याशिवाय मला माणसासारखं वागवणारे तुम्ही पहिलेच पुरुष आहात. पण मी हे सारं कृतज्ञतेपोटी बोलत नाहीये.’’

‘‘मी परत येणार आहे, सुन्हरिया.’’

‘‘तुम्ही सुखरूप परत यावं यासाठी मी रोज प्रार्थना करीन. पण परतून तुम्ही माझ्यापाशी याल याची मला शंका आहे.’’ नेहमीप्रमाणे कामामुळे निबर झालेले आपले हात तिने ओढणीत लपवले.

मी पहाटे पावणेसहाला लक्ष्मणसिंहजींच्या घरी पोचलो. अंगणात जमलेल्या जमावाने मला वाट करून देण्यात दाखवलेल्या दिरंगाईवरून मला त्यांच्या मनस्थितीची कल्पना यायला हवी होती. आत घरात एका चौथऱ्यावर राजेंद्राची तिरडी ठेवली होती. मला त्याच्याबरोबर एकटं सोडून इतर सर्व बाहेर जाईतोवर मी थांबलो. अंतिम यात्रेसाठी राजपूत योद्ध्याने घालायचे भगवे कपडे त्याच्या अंगावर होते. शहजाद्याने जेव्हा कट्यार काढून त्याच्या शरीरात भोसकली, तेव्हा चेहऱ्यावर उमटलेलं आश्चर्य अजून तसंच होतं. थोड्याच वेळात फुलांच्या ढिगाखाली तो अदृश्य होईल. त्याचा हात मी हातात घेतला. माझी नजर त्याच्या उजव्या मनगटावरच्या सोन्याच्या कड्यावर पडली. मी पार विसरून गेलो होतो ते. आमचं शिक्षण संपलं तेव्हा मी ते भेट म्हणून त्याला दिलं होतं. त्याच्या हातातून मी ते काढलं. कड्याच्या आतल्या बाजूला एक वाक्य कोरलं होतं, ‘‘दोस्त, अनेक लढाया एकत्र लढून बरोबरीने वृद्ध होऊ या.’’ स्नेहपूर्ण शब्द वर्मी घाव घालून जीवघेणे होऊ शकतात यावर इतकी वर्षं माझा विश्वास नव्हता. त्याचा हात जोरात वरखाली हलवून त्याला जागं करायचं होतं मला. ‘ऊठ ऊठ, बूड हलव, आळशी कुठला. पटकन चिलखत चढव आणि नीघ. आपल्याला लढाईवर जायचंय !’ पण मी इतक्या सभ्यपणे हे म्हटलं नाही. गुरुकुलात असताना वापरायचो त्या सगळ्या घाणेरड्या शिव्यांची माळ माझ्या तोंडातून बाहेर पडली. मी त्याला चांगलाच गदागदा हालवला असणार. त्याचा डावा पाय गुडघ्यात वाकला आणि डोकं एका बाजूला कललं. काही उपयोग नव्हता. तो आता हलणार नव्हता. त्याचा

हात मी सोडला. तो निर्जीवपणे तिरडीबाहेर लोंबला आणि जमिनीला टेकला. मी कडं परत त्याच्या हातावर चढवलं.

बाहेर येऊन मी वाड्याच्या सर्वांत वरच्या पायरीवर उभा राहिलो. रिवाजानुसार हा इतर कुटुंबीयाना आणि मर्तिकासाठी जमलेल्या सग्यासोयऱ्यांना मृताचा अखेरचा निरोप घेण्याचा संकेत होता. हजारांच्या वर जमलेली माणसं दाटीवाटीने माझ्या दिशेने पुढे आली. कोणीतरी घोषणा सुरू केली — ''रक्ताचा बदला रक्त ! मेवाडच्या अब्रूसाठी बहादूरचं रक्त !'' लवकरच सर्वांनी हे वाक्य उचललं. त्यांची मागणी मान्य झाली नाही तर त्याची किंमत ते मला भरायला लावणार हे उघड होतं. ''राजकुमार विक्रमादित्याला मुक्त करा ! देशद्रोही युवराजांना कैद करा !'' हा नवीन विचार कुणी पेरला ते ओळखणं कठीण नव्हतं. मला कैद करण्याची मागणी क्षणाक्षणाला वाढत होती. अभिनंदन कर्मावती आईसाहेब ! पण हा मंगल कुठे नाहीसा झालाय ? कुठेच दिसत नाहीये. माझं नशीब मात्र बलवत्तर. काही वेळापूर्वी गंभीर वाटणारी परिस्थिती एव्हाना हाताबाहेर आणि सुधारणेपलीकडे जाऊ लागली होती. इतक्यात मंगलऐवजी शहजादा जमावाच्या दिशेने येताना दिसला. मूर्ख, मला संकटात टाकलं तेवढं पुरेसं नव्हतं का ? उशिराने झालेल्या अपराधीपणाच्या जाणिवेपोटी तो असा वागत होता की, मला संशय होता त्याप्रमाणे नेहमीच्या फाजील नाटकी फुशारकीच्या सवयीपोटी ?

''युवराजांना दोष देऊ नका !'' आपल्या दमदार आवाजाच्या फेकीने जबरदस्त परिणाम साधत तो म्हणाला, ''तुम्हांला मी हवा आहे ना ? हा मी तुमच्यासमोर हाजिर आहे. गुजरात आणि इस्लामच्या इज्जतीसाठी माझ्या प्राणांची कुर्बानी द्यायला तयार आहे मी. पण एकट्या माणसावर दहा जणांनी, शंभरांनी किंवा तुमच्याप्रमाणे हजारांनी एका वेळी हल्ला करणं भेकडपणाचं ठरेल. हिंमत असेल तर एक एक जण पुढे या आणि माझ्याशी दोन हात करा. सच्चाई जिंदाबाद !''

आता जमाव आलटून पालटून माझ्या आणि बहादूरच्या शिरासाठी आरोळ्या ठोकू लागला. त्यांना रक्ताचा वास आला होता आणि रक्त माझं किंवा शत्रूचं ते महत्त्वाचं उरलं नव्हतं. त्यांना त्यांची तहान भागवायची होती.

''आपण सर्व आखाड्यात जमलो आहोत आणि लवकरच कुस्त्यांना सुरुवात होणार आहे. असा तुमचा गैरसमज झाला असावा कदाचित.'' अतिशय खालच्या पट्टीतला तो आवाज कुणाला ऐकू गेला असेल का याची शंका होती, पण सारे चेहरे हळूहळू लक्ष्मणसिंहजींच्या दिशेने वळले, ''मला आपल्याला आठवण करून द्यावी लागेल की, माझा थोरला मुलगा राजेंद्र देवाघरी गेलाय आणि तुमचा हा तमाशा सुरू झाला नसता तर एव्हाना आपण स्मशानभूमीत पोचलो असतो.''

अग्निसंस्कार पूर्ण होताच गंभीरीत स्नान करून मी एकलिंगजींच्या मंदिरात पोचलो आणि मन:पूर्वक प्रार्थना केली. अलीकडेच मी माझ्या निष्ठेचं स्थानांतर बन्सीबाजावरून आमच्या कुलदैवतावर केलं होतं. मारल्या गेलेल्या राजेंद्रला स्वत:त सामावून घेऊन त्याचे जन्ममरणाचे फेरे संपवावेत अशी मी त्यांच्यापाशी याचना केली. माझ्यासाठी ज्ञानाचा प्रकाश आणि मेवाडची उन्नती मागितली. राजेंद्रच्या अपशकुनी मृत्यूनंतर लगेच न निघता मी पुढल्या आठवड्यात निघावं, दहा दिवसांनंतरच्या शुभमुहूर्तावर प्रस्थान करणं तर अतिउत्तम, अशी सूचना पुरोहितांनी केली होती. इतर प्रसंगी कदाचित माझं मन द्विधा झालं असतं, पण सुदैवाने सध्या तरी मला पर्याय नव्हता. महाराजांना ताटकळत ठेवता येत नाही.

सूर्य अर्धाअधिक माथ्यावर आला होता. हे असलं अघटित न होतं तर आम्ही पहाटे साडेसहालाच गाव सोडलं असतं. घाई असूनही विजयस्तंभावर जाऊन आल्याशिवाय मी निघणार नव्हतो. युद्धासंबंधी भावनावश होण्यात तथ्य नाही, पण हेही खरं की योद्ध्याला परतीच्या प्रवासाची फारशी शाश्वती बाळगता येत नाही. मी मनातल्या मनात चटकन टिपण केलं. आमचे अर्थमंत्री आदिनाथजी दररोज सकाळी भेट देतात ते दिगंबराचं मंदिर मूलत: विष्णुमंदिर होतं असं म्हणतात. शतकानुशतकं एका देवाचं किंवा धर्माचं आधिपत्य असलेली देवळं अचानक धर्मांतर कशी करतात ते मला कधीच समजलं नाहीये. देवळाशेजारी यशस्तंभ – आणखी एक जैन वास्तू. बाराव्या शतकात, आपल्या चोवीस तीर्थंकरांच्या यात्रेचं स्मारक म्हणून जीजा बगैरवाल महाजनांनी बांधलेला. साठ हात उंचीच्या या स्तंभाला सात मजले आहेत. याच स्तंभावर कुरघोडी करण्यासाठी माझ्या पणजोबांनी, राणा कुंभांनी विजयस्तंभ बांधला, ज्याच्या समोर जैन स्तंभ उंचीला कमी भरतो आणि शिवाय त्याच्या आतील भिंतींवर कोरीव कामदेखील नाहीये.

आता चतुरंग मयूर तलावावर माझी नजर जाते. तलावाच्या मध्यभागी असलेल्या शिवमंदिराच्या वास्तूवर बौद्ध शिल्पाचा इतका स्पष्ट प्रभाव आहे की इथे पण दैवी रहिवाशांची बदली झाली असावी असा मला संशय आहे. राव रणमलांचं घर. बादशहा–की–बक्षी. जिथे लोककथेनुसार राणा कुंभाच्या काळी गुजरातच्या सुलतानाला कैदी ठेवण्यात आलं होतं. सुमारे त्याच काळातला रामपूर भानपुरांचा महाल, भानपुरांचं हे जुनं सरदार घराणं, मात्र आज ती जुनी समृद्धी नसलेलं. राणी पद्मिनीचा वाडा आणि त्यातला जलमहाल, एक अतिशय सुंदर, छोटंसं वास्तुरत्न, जिथे कर्मावती राणीसाहेब नेहमी आपल्या जनाना मैफली आयोजित करत असतात. कालिका मंदिर, हाथ कुंड, जिथे आमच्या राजहत्तींना धुतलं जातं. राणी पद्मिनीच्या महालामागे खातनराणी महाल. ही राणी नव्हती. सुतार जातीत जन्मलेली राणा क्षत्रसिंहाची सर्वांत आवडती रखेली.

साँस-बहू कुंड. एकमेव स्थळ जिथे नहायला येणाऱ्या सास्वासुना एकाच पातळीवर भेटतात. या कुंडाच्या वर्षभर पाझरणाऱ्या झऱ्यांच्या उगमाचं रहस्य आजदेखील कुणाला उमगलेलं नाही. सत्तावीस देवारी. अकराव्या शतकात बांधली गेलेली सत्तावीस छोटी छोटी जैन मंदिरं. माझ्या झंझावाती सिंहावलोकनाचा शेवटचा टप्पा म्हणजे, जिथे मी माझं सारं आयुष्य घालवलं तो राजवाड्याच्या वास्तूचा पसारा.

पाणवठ्यावर आलेला उंट जसा हावरटपणे पाण्याचा साठा पिऊन घेतो त्याप्रमाणे मी वागत होतो. थोडासा विवेकरहितच. पण ताटातुटीच्या, दु:खाच्या किंवा दैवी साक्षात्काराच्या क्षणाची अपेक्षा नव्हती मला. मी फक्त चितोडच्या जीवनाच्या आणि लयीच्या काही आठवणी पदरात बांधून घेणार होतो. त्या कपड्यांच्या ढिगाभोवती बसलेल्या बायका पाहिल्यात ? चिमटीत कापड पकडून, ते दोरीने घट्ट वेटाळून, रंगाच्या हंड्यात ते भिजवताहेत. त्यांच्यामागे बांबूंच्या खांबांना बांधलेल्या दोऱ्यांच्या रागांच्या रांगा. कुठल्याही क्षणी एखादा डोंबारी त्या बांबूंवर चढून घट्ट ताणलेल्या दोरांवरून सहजपणे तोल सावरत चालत जावा. पण त्याऐवजी एक बाई बांधणीची कापडं त्यावर वाळत घालतेय. ती रंगीबेरंगी शिडं वाऱ्याने फुगतात आणि इथे, समुद्रपातळीपासून दोनशे हातांच्या उंचीवर नौकांची दाटीवाटी झाल्यासारखी वाटतेय. खाली मळ्याच्या उतरणीवर एक शेतकरी आणि त्याचे बैल पाठमोरे जाताहेत. विहिरीच्या पाण्यात बुडणाऱ्या मडक्यांचा अस्पष्ट ध्वनी ऐकू येतो. आता बैल पुढे उतरतात आणि मोटेचं पाणी शेतात वाहू लागतं. माझे डोळे गंभीरीचा प्रवाह पकडतात आणि धोबीघाटापाशी थांबतात. इतक्या दुरूनदेखील मी तिला ओळखतो. ती सहजसुंदर, डौलदार हालचाल फक्त सुन्हरियाचीच. आज सकाळच्या तिच्या गूढ वाक्याचा काय अर्थ होता ? ती भविष्य जाणते का ? मी परतून तिच्यापाशी का येणार नव्हतो ? अपशकुनाने सुरुवात झालेली ही मोहीम माझादेखील बळी घेणार होती का ? तिचे हात आणि बाहू हातातलं धोतर अथवा चादर उंच डोक्यावर उचलून, वर्तुळाकार फिरवून परत खालच्या दगडावर आपटतात. तसे तिच्या हातांचे स्नायू पिळदार दिसत नाहीत, पण तासन्तास शेकडो कपडे धुण्यासाठी ते लोखंडाच्या जाड दोरखंडांचे बनले असावेत.

अचानक मला आठवतात तिच्या पाठीवरचे आणि पोटऱ्यांवरचे काळे व्रण, तिच्या डाव्या हातातली कमी झालेली एक बांगडी आणि नाकाच्या हाडावरची सूज. सात दिवसांपूर्वी आपण घरात घसरून पडलो असं ती म्हणाली होती. ती म्हणाली ते खरं होतं. मी फक्त आंधळाच नव्हतो तर मठ्ठदेखील. तिच्या म्हाताऱ्याला तिच्याबरोबर काय किंवा दुसऱ्या कुणाबरोबर काय, काहीही करणं जमत नव्हतं आणि आपल्या पुरुषी अहंकारापायी तो तिला त्याची शिक्षा देत होता. पण ती का गुपचूप सहन करत होती ? तिच्या अंगात नक्कीच पुरेसं बळ होतं. तिचे घट्टे पडलेले कठीण तळहात, जे

ती नेहमी ओढणीत लपवायची, त्यांची एक थप्पड पुरे होती त्याला आठवडा-दोन आठवडे आडवं करायला. पण अशी अपेक्षा करणं चुकीचं आहे. सुन्हरिया स्वतंत्र होती. मनस्वी होती. एका पुरुषाइतकं काम करण्याची ताकत होती तिच्या अंगात, पण रुढींनी बांधलेली सुन्हरिया प्रतिकार करणं कधीच शक्य नव्हतं.

सीताफळाच्या बागेत फळांनी लगडलेली झाडं दिसताहेत. अजून पिकली नाहीयेत. पण करंडीभर सीताफळं बरोबर नेली पाहिजेत. चितोडच्या सीताफळांसारखी सीताफळं कुठेच, निदान माझ्या पाहण्यात तरी कुठेही मिळत नाहीत.

विजयस्तंभावरून उतरून खाली येताच मी मंगलला बोलावून घेतलं, ''सुन्हरियाच्या नवऱ्याला ताकीद दे ! परत त्याने तिच्या अंगावर हात टाकला तर मारझोडीच्या गुन्ह्याखाली त्याला तुरुंगात टाकलं जाईल. तुला सांगायला नको, पण हा हुकूम कुठून आला ते त्याला समजण्याची गरज नाही.''

लीलावती, राजकुटुंब, राजमाता, साऱ्या राण्या, आदिनाथजी, प्रधानमंत्री आणि चितोडचे सारे प्रतिष्ठित आणि सामान्य नागरिक कवाईत मैदानावर वाट पाहत होते. या निरोप समारंभाला हजर न राहता आज विश्रांती घ्यावी, अशी विनंती मी काका लक्ष्मणसिंहजींना केली होती, पण ते येणार नाहीत अशी माझी खरंच अपेक्षा होती का ? राजेंद्रच्या जागी त्यांचा धाकटा मुलगा, तेज याची नेमणूक मी केली आणि तो मी नेत असलेल्या तुकडीच्या आघाडीला उभा होता.

लीलावती गंभीरपणे शामियान्यात उभी होती. धावत माझ्या मिठीत झेप घेणं वगैरे प्रकार आज वर्ज्य. एखाद्या राणीसारखी ती उभी होती. बांधणीचा घागरा-चोळी आणि ढाक्याच्या मलमलीची ओढणी. माझ्या तुकडीबरोबर साऱ्या जमावासमोरून मी निघालो, आणि सलामी देण्याच्या स्थानापाशी लीलावतीसमोर येऊन थांबलो. झटकन डावीकडे वळून मी माझा भाला पुढे केला. माझ्यासाठी भरतकाम केलेल्या ध्वजाची घडी उघडून तिने तो भाल्यावर चढवला. एका दासीने तिच्या हातात सोन्याच्या थाळीतली आरती दिली. लीलावतीने मला ओवाळून माझ्या कपाळावर हळदकुंकवाचा टिळा लावला. ''मेवाडची अब्रू आपल्या हातात आहे युवराज, तिचं रक्षण करा ! विजयी होऊन परत या. शुभास्ते पन्थान: सन्तु. जय एकलिंगजी !'' ताठ उभा राहून त्या सूर्यध्वजाची मी मानवंदना केली.

आमच्या सैन्याने कूच केलं, पण मला आणखी एक काम आटोपायचं होतं. सुन्हरियाचे शब्द माझ्या मनात घोळत होते. मी माझ्या कचेरीत आलो आणि मंगलच्या आणि तिथल्या कारकुनाच्या साक्षीने माझ्या नावावर असलेल्या गावांपैकी दोन गावं

सुन्हरियाच्या नावाने करून तो करारनाम्याचा कागद आणि एक पत्र कौसल्याकडे पाठवलं.

किल्ल्याच्या मुख्य दरवाजावर प्रमुख रक्षकाने शहजादा बहादूर आणि त्याचे साथीदार यांना माझ्या ताब्यात सुपूर्द केलं.

मला, आणि माझी खात्री आहे बहादूरलादेखील, दैवाचा विचित्र उपरोध जाणवल्याशिवाय राहिला नाही. काही महिन्यांपूर्वी याच दरवाजातून, आपल्या वडिलांपासून संरक्षण मागण्यासाठी मेवाडला आलेला बहादूर आज आमच्या पहाऱ्याखाली बाहेर पडत होता. कारण त्याच्या नव्या मित्रांना आता तो नकोसा झाला होता. जितका त्याच्या वडिलांचा, तेवढाच मेवाडचादेखील शत्रू झाला होता तो आता. राज्याच्या सीमेवर आमच्या वाटा वेगळ्या होणार. त्यानंतर त्याचा तो मुखत्यार. अहमदाबादला किंवा चंपानेरला न परतता गुजरातच्या सैन्याला मिळून काही दिवसांनंतर तो माझ्या विरुद्ध लढण्याची देखील शक्यता होती.

१८

माझ्या सहकाऱ्यांकडे, मित्रांकडे, भावांकडे, साथीदारांकडे मी पाहतो तेव्हा मी किती नीरस माणूस आहे ते माझ्या ध्यानात येतं. ते रात्ररात्र मैफलींत रंगतात, रंडीबाजी करतात, चेष्टामस्करी आणि उत्साहाने उतू जात असतात. अधूनमधून त्यांच्या संगतीत वेळ घालवायला मला आवडलं असतं, पण माझ्या अकाली प्रौढत्वामुळे मी त्यांचा रसभंग करीन या भीतीने ते मला क्वचितच आपल्यात बोलावतात. इतर बाबतींतदेखील मी धीमा आहे. वडील मंडळींनासुद्धा मी जरा जास्तच गंभीर आणि मख्ख वाटतो. त्यांच्या मते युद्ध म्हणजे मजा आणि धामधूम. ते मोठ्या आवडीने रणवेषात सजतात, मिशांना मेण लावून त्या पिळतात. घोड्यांवर मांड ठोकून सुसाट धडक देतात. मारतात किंवा मरतात. त्यांचं जीवन सरळसोट आणि उत्तेजक असतं.

युद्ध हा माझा आवडता खेळ नाहीये. नाईलाज झाला तरच, किंवा मोठं घबाड मिळवण्याच्या इराद्याने भरभक्कम तयारी केली असेल तरच मला युद्ध मान्य आहे. कारण सत्य परिस्थिती अशी आहे की, बहुतेक वेळा युद्धामुळे हाती काहीच लागत नाही आणि जिथून सुरुवात झाली त्याच स्थितीला तुम्ही परत येऊन पोचता. युद्ध करायचंच तर आपल्या राजकीय प्रदेशात आणि आर्थिक स्थितीत प्रचंड आणि जमल्यास कायम स्वरूपाचा फरक पडणार असेल तरच करावं. नाहीतर स्वस्थपणे घरी बसून आपल्या शेजाऱ्यांबरोबर शांतीपूर्ण संबंध जोपासावेत. लढाईपूर्वी मला स्वत:च्या मनाची तयारी करायला आवडतं. माझा अभ्यास पक्का करण्याची आवश्यकता भासते. शत्रूसंबंधी जितकी तपशीलवार आणि बारीकसारीक माहिती मिळणं शक्य असेल तेवढी मला हवी असते. राजांसंबंधी, त्यांच्या सेनापतीसंबंधी, त्यांच्या सैन्यासंबंधी, त्यांच्या आवडीनिवडी, छंद, दोष, शौक, व्यसनं, त्यांची मनस्थिती, पूर्वानुभव, खाण्यापिण्याच्या सवयी, कष्ट झेलण्याची कुवत, झोपेच्या तक्रारी आणि इतर नगण्य वाटणाऱ्या अनेक छोट्या गोष्टी. सर्वांत त्यांच्या विचार करण्याच्या पद्धतीसंबंधी मला फार कुतूहल वाटतं. गादीवर खोटा हक्क सांगणाऱ्यांचं आणि राजमुकुटासाठी झगडणाऱ्यांचं काय ? जर यादवी युद्ध पेटवून दुसऱ्यांकरवी कार्यभाग साधता आला तर युद्धात उतरायचंच कशासाठी ? अंतर्गत मत्सर आणि सत्तेसाठी चढाओढ जर युद्धप्रवर्तक असतील तर

त्याचा फायदा घेतला पाहिजे आणि त्यासाठी सामान्य नागरिकांचं मनोगतदेखील जाणून घेतलं पाहिजे. जनसामान्यांना लढाई हवी आहे की नको ? या वर्षीचं आणि गेल्या तीन वर्षांचं पीक कसं होतं ? आर्थिक परिस्थितीचाच नव्हे तर व्यापार–उद्योगाचादेखील अप्रत्यक्ष पण भरीव परिणाम शत्रूच्या आणि आपल्या स्वत:च्याही, दीर्घकाळ लढण्याच्या कुवतीवर होत असतो. यापैकी कुठलंही विधान फारसं नवीन नाहीये, पण आमचे लष्करी तज्ज्ञ आणि सेनापती युद्धाच्या तयारीसाठी अत्यावश्यक असलेले हे सामान्य नियमही पाळायला नाखूश असतात याचं मला आश्चर्य वाटतं. मला माहीत आहे की माहिती मिळवणं, मुख्य म्हणजे, खात्रीची माहिती गोळा करणं, हे अत्यंत परिश्रमाचं, वेळखाऊ आणि कंटाळवाणं काम आहे. आणि हे काम जर सातत्याने केलं तरच ते परिणामकारक ठरतं. कारण शत्रूचं आर्थिक, राजकीय आणि सैनिकी सामर्थ्य जाणून घ्यायला कित्येक महिने, कधी कधी कित्येक वर्षं लागतात आणि प्रत्यक्ष लढाई मात्र फार तर तीन किंवा पाच किंवा सात तासांत आटपू शकते.

या वेळी तयारीसाठी मला इतका कमी वेळ मिळाल्यामुळे माझी फारच गैरसोय झालीये. पहिल्याच मोहिमेचं सेनापत्य करण्यासाठी उत्तम मनस्थिती. बाकीचं सारं तर राहूद्याच, पण सभोवतालच्या भूप्रदेशाची माहिती नसताना मी माझ्या सैनिकांचं नेतृत्व कसं काय करणार आहे ? आम्ही इदरवरून गुजरातशी का लढतोय याचीच मला नक्की खात्री नाहीये. अर्थात, ही अतिशयोक्ती केली मी. खरं म्हणजे या लढाईची कारणं राजकीय, आर्थिक किंवा लष्करी नसून भावनिक आहेत. माझ्या बहिणीचा नवरा रायमल याचा इदरवर खरा अधिकार. पण हा अधिकार त्याला कधीच मिळाला नाही. एखाद्या चेंडूप्रमाणे इदर कधी गुजरातच्या तर कधी मेवाडच्या हाती येत–जात राहिलं. इदरच्या या चंचलतेचं कारण ? त्यासाठी बराच काळ मागे – म्हणजे बहादूरचे खापर-खापर पणजोबा (नक्की किती खापर याची मला खात्री नाहीये) सुलतान महंमद यांच्या काळात जावं लागेल. त्या वेळी इदर हे गुजरातच्या डोंगराळ पश्चिमी सीमेवरचा, वेळेवर खंडणी भरण्यास टाळाटाळ करणारा आणि म्हणूनच सतत सलणारा काटा होता. जर अधिक काळ खंडणी भरण्याचं टाळलं तर सुलतान महंमद इदर अख्खच्या अख्खं गिळंकृत करेल हे जेव्हा इदरच्या त्या काळचा मुखिया, हर राव याच्या लक्षात आलं, तेव्हा त्याने राजपूत राजाला विसंगत असं वर्तन केलं. आपली मुलगी सुलतानाला देऊन त्याने संकटातून स्वत:ची सुटका करून घेतली.

या विवाहाने पुढच्या काही पिढ्यांसाठी तरी सुख–शांती मिळवून दिली. रायमल इदरचा राव होईस्तोवर. रायमल गादीवर आला आणि थोड्याच काळानंतर त्याचा काका भीम याने त्याला पदच्युत करून गादी बळकावली. रायमल चितोडच्या आश्रयाला आला आणि तेथे त्याचं माझ्या बहिणीशी लग्न लावून दिलं गेलं.

तिकडे राव भीम याने गुजरातची कुरापत काढायला सुरुवात केली. त्याने खंडणी भरायचं नाकारलं आणि गुजरातविरुद्ध बंड पुकारून साबरमतीच्या पूर्वेकडील प्रदेश लुटला. ही चाल शहाणपणाची नव्हती.

बहादूरचा बाप, दुसरा मुजफ्फर, हा तेव्हा गुजरातचा सुलतान झाला होता. आपल्या संतापाच्या पातळ, धारदार खुरप्याने, शरदातलं उंच, पिवळं, कोरडं गवत कापावं, तसं मुजफ्फरने इदर कापून काढलं. गुजरातच्या सैन्याने इदरची राजधानी लुटली, घरं आणि देवळं जमीनदोस्त केली आणि सारा प्रदेश तुडवून काढला. आपल्या किंचित साहसाची फार मोठी किंमत राव भीमला भरावी लागली. वीस लाख तन्का आणि शंभर हत्ती दिले तेव्हा कुठे सुलतान मुजफ्फरचा क्रोध शमला.

दोन वर्षांत राव भीम मरण पावला आणि त्याचा मुलगा भरमल गादीवर आला. वर्तुळ पूर्ण झालं होतं. भरमलच्या राज्यपदावर त्याच्या हद्दपार चुलतभावाने, रायमलने आक्षेप घेतला. जेव्हा बाबांनी आपल्या जावयाच्या वतीने एक सैन्याची तुकडी पाठवली, तेव्हा भरमल, त्याच्या वडिलांचं आणि इदरचं नाक ज्याने धुळीत रगडलं होतं, त्याच गुजरातच्या सुलतानाकडे मदतीसाठी गेला. थोडक्यात म्हणजे, अशा प्रकारे आम्ही गुजरातबरोबरच्या लढाईत गोवले गेलो.

कित्येक दिवसांच्या निरंतर घोडदौडीनंतर शेवटी एकदाचे आम्ही सरहद्दीवर पोचलो. आवश्यक तेवढी शिधासामुग्री, पाणी आणि इतर जरुरी सामानाची व्यवस्था करून बहादूर आणि त्याच्या अनुयायांना सोडून देण्याचा आदेश मी मंगलला दिला. कृपया युवराज शहजादा बहादूर यांना एका अल्प भेटीची सवलत देतील का — असा निरोप घेऊन मंगल परतला.

''आपल्या कुठल्याही कृतीचा पश्चात्ताप होणं हे एका राजघराण्यात जन्मलेल्या शहजाद्याला शोभत नाही. मलाही तो होत नाहीये. भविष्यकाळात आपली दोस्ती मला लाभणार नाही याबद्दल मात्र मला खेद होतोय. माझ्या कल्पनेपलीकडे आपण माझा पाहुणचार केलात. एकदा नाही तर दोन वेळा आपण माझा जीव वाचवलात. हे ऋण मी कधीही फेडू शकणार नाही. मला किंवा आणखी कुणालाही आपल्याकडून पुष्कळ शिकण्यासारखं आहे. मी आंधळा नाहीये, युवराज ! आपल्याएवढी एकाकी व्यक्ती माझ्या तरी पाहण्यात आलेली नाही. कसल्याही प्रकारची निंदानालस्ती किंवा अपमानास्पद प्रचार आपल्याला स्पर्श करू शकत नाही, कारण आपण आपल्या खाजगी जीवनाचा परिणाम आपल्या व्यावसायिक जीवनावर होऊ देत नाही आणि या बाबतीत मला आपला अत्यंत आदर वाटतो. योग्य वेळी आपण राज्यपदावर आरूढ व्हाल; पण

आपण एक लोकप्रिय राजा व्हाल का, याविषयी मला शंका आहे. कारण कडू नियम रुचकर करून लोकांच्या गळी उतरवण्याची खुबी आपल्याला अवगत नाही.

"मलोत्सर्जन हा विषय एका राजपुत्राने लक्षपूर्वक अभ्यासावा इतका महत्त्वाचा आहे, हे आपण मला शिकवलंत. विष्ठा हे आपलं माध्यम आहे असं हेटाळणीने म्हटलं जातं. भविष्यकाळात, जर कधी मी गादीवर आलो आणि जर माझ्याविषयी माझी प्रजा असं म्हणणार असेल तर तो मी माझा बहुमान समजेन. मी आपला अधिक वेळ घेऊ इच्छित नाही. धनदौलत हा राजघराण्याचा जन्मसिद्ध हक्क आहे आणि ती उडवणं हे राजाचं कर्तव्य आहे असं मी आजपर्यंत समजत होतो. पण आता मला कळतंय की राजा होणं म्हणजे धनसंपत्तीवर ताबा ठेवणं. अर्थकारण आणि व्यापार हे युद्ध आणि विजयापेक्षा अधिक महत्त्वाचे असतात हे आपण मला शिकवलंत.

"या मोहिमेत आणि विजयी व्हा असं मी म्हणणार नाही, पण अल्लाची मेहरनजर आपल्यावर नेहमी राहो ! खुदा हाफिज !"

"आपण आता कुठे जाणार आहात, शहजादे ?"

"माझा भाऊ सिकंदर याला माझं मस्तक हवं आहे, पण ते स्वतःच्या खांद्यांवर ठेवणं मी अधिक पसंत करीन. मी दिल्लीला जातोय, युवराज."

"खुदा हाफिज, शहजादे ! गुजरातबरोबर शांतीकरार व्हावा, अशी अजूनही आमची इच्छा आहे."

"होय, मला समजलंय ते. पण समजायला मात्र फार वेळ लागला."

बाबा – नोकरीसाठी आलेल्या नवशिक्या होतकरूला आपल्या प्रथम मुलाखतीच्या वेळी वाटतं, तसं का वाटतंय मला ? ते एका राजासारखे आणि मालकासारखे वागताहेत आणि आपल्या प्रशस्त शामियान्याच्या एका छोट्या खोलीत गेला पाव तास मला ताटकळत ठेवलंय म्हणून असेल कदाचित. ही छान युक्ती आहे. त्यामुळे हाताखालच्या माणसाला बेचैन वाटून त्याचं मन सैरभैर होतं आणि भन्नाट कल्पना त्याला सतावू लागतात. मी त्यांच्या मर्जीतून उतरलोय का ? त्यांना राग येईल असं काहीतरी मी बोलून गेलो का ? गेल्या सत्तावीस किंवा तीस किंवा शंभर वर्षांत ते नाराज होतील असं माझ्याकडून काही घडलंय का ? (कदाचित माझ्या आईच्या गर्भात असतानाच मी त्यांचं वैर जागृत केलं असेल.) कदाचित कुणीतरी माझ्या विरुद्ध त्यांचे कान भरले असतील. पहारेकऱ्याच्यासुद्धा नजरेत मला दिसतंय की मी नावडता आहे आणि सगळ्यांना नकोसा झालोय.

उत्तम क्लृप्ती — अकालीन वासनेपोटी जन्माला आलेल्या उद्दाम कार्ट्याला असंच धुमसत ताटकळू दे. या आजकालच्या तरुणांना वाटतं की, वडीलधाऱ्यांसकट साऱ्या जगावर त्यांची सत्ता आहे. हाताबाहेर जाण्याआधी त्यांना त्यांची पायरी दाखवून द्यावी हेच योग्य. दगडांनाही पाझर फुटेल अशा माझ्या करुण कहाणीत रंगून गेलोय मी. बाबा बाबा, तुम्ही कधीच माझ्यावर प्रेम केलं नाही. माझ्या आत्म्याच्या ठिकाणी आता फक्त एक पोकळी आणि कठीण व्रण तेवढा उरला आहे हो !

पण या टिंगलटवाळीने माझ्या मनात असलेली आजच्या मुलाखतीसंबंधीची अस्वस्थता मी लपवू शकत नाही. बाबांच्या गैरहजेरीत त्यांची गादी सांभाळण्याचा अनुभव फारसा शुभशकुनी नव्हता. प्रथम राजघराण्यातलाच एक राजपुत्र, खुद्द बाबांचा मुलगा विक्रमादित्य, विद्रोही निघाला आणि आता बहादूरच्या हाती लक्ष्मणसिंहजींचा लेक राजेंद्र मारला गेला. लक्ष्मणसिंहजी हे बाबांचे अतिशय जवळचे विश्वासू अणि जिवलग मित्र आणि सहकारी. जे घडलं ते वाईटच घडलं, पण हेदेखील मी निभावून नेईन, जोपर्यंत या आगीत राणी कर्मावतीरुपी तेल पडत नाही, तोवर. गेले काही दिवस आम्ही अविरत घोडदौड केली. रात्री फक्त जेवण्याकरता, घोड्यांना चारापाणी देण्याकरता आणि एखाद्–दुसरा तास झोपण्याकरता थांबलो. राजेंद्रच्या हत्येची बातमी माझ्याआधी बाबांपर्यंत पोचू नये यासाठी मी माझ्या साऱ्या लवाजम्याला अक्षरश: फरफटत आणलं. पण माझा हा प्रयत्न विफल होता हे मी जाणतो. राणी कर्मावतीचा जासूद नक्कीच माझ्याआधी पोचला असणार आणि बाबांच्या कानावर ही कुवार्ता पूर्वीच पोचली असणार.

मला आत बोलावण्यात आलं. राणीसाहेबांच्या जासूदासंबंधीचा माझा होरा खरा ठरला, पण बाबांनी मला मुद्दाम ताटकळत ठेवलं हा माझा अंदाज मात्र चुकीचा होता. शल्यचिकित्सक त्यांच्या नव्या जखमा बांधत असल्यामुळे हा विलंब झाला. त्यांच्या शरीरात पाणी, रक्त किंवा इतर कुठलाही द्रवपदार्थ राहतो कसा याचंच मला आश्चर्य वाटतं. त्यांचं अंग म्हणजे शेकडो फवाऱ्यांचं कारंजं बनायला पाहिजे होतं. प्रत्येक हल्ल्यात आणि चकमकीत ते स्वत: का भाग घेतात हे एक कोडंच आहे. याला अभिमान म्हणावं, अहंकार म्हणावं की भीती म्हणावं ? बाबांच्या संदर्भात भीती हा शब्द वापरायला कुणी धजणार नाही. पण बाबांइतका भ्यालेला माणूस साऱ्या मेवाडमध्येच काय, साऱ्या पृथ्वीवर नसेल. त्यांच्या भावांनी चरणीदेवीच्या मंदिरातून त्यांचा पाठलाग केला त्या दिवसापासून ते भ्यायलेले आहेत. सीताफळाच्या गरासकट–बीसारखा त्यांचा डोळा खोबणीतून लोंबत असताना त्यांनी आपल्या भावांबरोबर दोन हात केले नाहीत म्हणून कुणीतरी आपल्याला भेकड म्हणेल ही भीती त्यांना सतत भेडसावीत असते. हृदयात खोलवर कुठेतरी बाबांचा धैर्य, शौर्य आणि

प्रतिष्ठा या राजपुती बाण्यावर दृढ विश्वास आणि अर्थहीन मृत्यूला सामोरं न गेल्याची शरम आहे.

अखेर आम्ही समोरासमोर आलो. त्यांनी मला पटकन एक ओझरतं आणि शरमिंदं आलिंगन दिलं. मी अनैच्छिक असं म्हणणार होतो, पण ते खरं नाही. पितापुत्राचं नातं अवघडलेलंच असतं. ते माझ्याबरोबर असतात त्यापेक्षा कदाचित मीच त्यांच्याबरोबर अधिक अवघडलेला असतो. माझा त्यांच्यावर अतिशय जीव आहे, पण मला ते दाखवता येत नाही आणि म्हणूनच कदाचित मी मनातल्या मनात त्यांची चेष्टा करत असतो. त्यांच्या गैरहजेरीत मी घेतलेले महत्त्वाचे निर्णय आणि माझ्यावर कोसळलेले काही प्रसंग, यांचा मी थोडक्यात पण तपशीलवर आढावा देतो. अप्रिय घटना सांगताना मी शब्द आवरते घेत नाही किंवा त्या अधिक रंगवूनही सांगत नाही. ते निर्विकारपणे, पण न चिडता किंवा संतापता ऐकून घेतात. माझं निवेदन संपतं. त्यांच्यावर काय परिणाम झाला यासंबंधी मी अंधारात राहतो. ते नसतील अशी आशा. ते खूश झाले, नाखूश झाले की उदासीन राहिले ? मी जबाबदारीने वागलो होतो का ? माझ्या जागी ते असते तर त्यांनी काय केलं असतं ? आता पुढे काय ? या आणि अशा लक्षावधी प्रश्नांना मला तातडीने उत्तरं हवी आहेत, पण मला माहीत आहे की ते कसलीही प्रतिक्रिया दाखवणार नाहीत. आत्ता किंवा कधीही. ते माझी निराशा करत नाहीत. विक्रमादित्याविषयी त्यांचा काय विचार आहे ? इथेदेखील मी त्यांची चाल जाणतो. आपली मतं आणि निर्णय ते गुप्त ठेवणार आणि जेव्हा साऱ्या मेवाडला समजेल तेव्हाच ते मला समजणार.

''गेले कित्येक महिने आम्ही या मोहिमेत गुंतलो आहोत. एक दोनदा आम्ही गुजरातच्या फौजेला चोपून काढलं. काय फायदा झाला ? मुजफ्फर शहाने आपला सेनापती बदलला आणि आमचे जामात, राव रायमल यांचं मानसिक धैर्य वाढलं इतकंच. आम्ही किंवा आमचं सैन्य इथे कायमचा मुक्काम ठोकू शकत नाही. काहीतरी निकाल लागला पाहिजे. आपल्याला नव्या नव्या कल्पना, योजना सुचतात. आम्हांला निर्णायक विजय मिळवून द्या बेटा ! इदर त्याच्या कायदेशीर मालकाला परत मिळू दे आणि आम्हांला अधिक महत्त्वाच्या बाबींसाठी यातून मोकळं होऊ दे.''

मी गप्प ! ''आपण जलनियंत्रणावर आणि मलोत्सर्जनावर करत असलेली कामगिरी आम्हांला पसंत पडली. परतल्यावर आम्ही आपली ही योजना नीट समजावून घेऊ म्हणजे आपल्या दोघांना मिळून त्यावर काय तो निर्णय घेता येईल. निर्णायक विजयासंबंधी आपल्या शंका आहे तर ?'' मी ओळखायला हवं होतं. मला पेचात पकडण्यासाठीच त्यांनी विषयांतर केलं. मी एक शब्ददेखील उच्चारला नव्हता, पण माझ्या मौनाचा अर्थ त्यांनी बरोबर ताडला. आता स्पष्टवक्तेपणाच शहाणपणाचा.

''मी मोकळेपणी बोलू का बाबासाहेब ?''

''वेळ निघून गेल्यावर बोलण्यापेक्षा या क्षणीच स्पष्टपणे बोलणं उचित.''

''इदरचा निर्णय हवा असेल तर आपल्याला प्रथम गुजरात घ्यावं लागेल.''

''गुजरातला सामोरं जावं लागेल, असं म्हणायचंय का तुम्हांला ?''

''नाही बाबासाहेब मी म्हणालो तो पूर्ण विचारांती म्हणालो. कित्येक वर्षं आपण गुजरातला सामोरं जातोय. काय निष्पन्न झालं ?''

''तुमचा खरंच असा विश्वास आहे तर !'' हा प्रश्न नव्हता.

''आपण गुजरातवर हल्ला करावा असं मी सुचवत नाहीये. मी फक्त इदर काबीज करण्यासाठी काय आवश्यक आहे हे नमूद करतोय.''

''समजा मी तुमचं म्हणणं मान्य केलं, तर आता यापुढचं पाऊल आपण कसं टाकावं ?''

''मी असं सुचवीन की आपण परिस्थितीचा सखोल अभ्यास करणं आवश्यक आहे. सध्या असं धरून चालूया की येनकेनप्रकारेण आपण गुजरातवर विजय मिळवला तर त्यासाठी सोसावा लागणारा त्रास, खर्च आणि प्राणहानीच्या लायकीचा तो विजय ठरेल का ? त्यापेक्षा, उतरती कळा लागलेल्या दिल्लीवर हल्ला करणं सर्वच दृष्ट्या अधिक फायदेशीर नाही का ? किंवा, आपण दक्षिणेकडील आणि नैर्ऋत्येकडील राज्यांकडे दुर्लक्ष तर करत नाही आहोत ? मी आपला शेजारी, मालव्याचा महंमद खलजी याच्याविषयी बोलतोय हे आपल्या लक्षात आलं असेलच. गुजरातचा मुजफ्फर शहा एक बलाढ्य, कार्यक्षम आणि पराक्रमी राजा आहे. उलटपक्षी, महंमद खलजी हा दुर्बल आणि डळमळीत असून, व्यक्तिगत शौर्याशिवाय नाव घ्यावं असं त्याच्या गाठीशी काहीही नाही. शिवाय, त्याचा पंतप्रधान, मेदिनी राय, याच्याबरोबर असलेल्या त्याच्या बेबनावाचादेखील आपल्याला फायदा करून घेता येईल.

''आणि आपल्या मते त्यासाठी हीच वेळ योग्य आहे ?''

''नाही बाबासाहेब. प्रथम आपल्या नेतृत्वाखाली साऱ्या राजपुत बांधवांचा आणि आपल्या इतर हितचिंतक राज्यांचा एक अविभाज्य आणि सशक्त राज्यसंघ आपल्याला बनवावा लागेल. गुजरातच्या सुलतानाने अजूनपर्यंत चढाई करून मालवा स्वत:च्या राज्याला जोडलं नाही याचं कारण मालव्याचा राजादेखील एक मुसलमान आहे, हे होय. आपण जर मालवा घ्यायचं ठरवलं तर आपल्याला अतिशय काळजीपूर्वक आणि अचानक हल्ला करावा लागेल. गुजरात मालव्याला येऊन मिळालं तर विपरीत होईल.''

''खोल पाण्याला खळखळाट नसतो, हे मी विसरलो होतो. आपल्या महत्त्वाकांक्षेचा पल्ला इतका दूरदृष्टीचा असेल याची मला कल्पना नव्हती.''

''योद्धे असण्यापूर्वी आपण राजे आहोत. म्हणूनच दूरदृष्टी ठेवणं हे आपलं कर्तव्य

ठरतं आणि त्या दूरदृष्टीचं सत्यात रूपांतर करणं, हेदेखील. माझ्या ज्या काही महत्त्वाकांक्षा आहेत त्या मेवाडसाठी आहेत, महाराज.''

माझ्यावर त्यांचा विश्वास होता का ?

''इदर परत मिळवा. आपण परतल्यावर आपण बोलू. तोपर्यंत वेगवेगळे पर्याय आणि उपाय यावर विचार करण्याकरता आपल्याला भरपूर वेळ मिळेल.'' ते उठले. मुलाखत संपली. खाली वाकून मी त्यांच्या पावलांना स्पर्श केला. त्यांचा हात माझ्या मस्तकावर विसावला आणि कधी नाही ती त्यांची बोटं माझ्या केसांतून फिरली, ''श्री एकलिंगजींचे आशीर्वाद नेहमी आपल्या माथ्यावर राहोत !''

''गुजरातच्या फौजेसंबंधी काही खास सूचना आहेत का महाराज ?''

''सर्वांत महत्त्वाची गुरुकिल्ली म्हणजे फौजेचा सेनापती, मलिक ऐयाज. तो जन्माने रुसी आहे. तुर्कांनी त्याला पकडून गुलाम केला. शेवटी एका व्यापाऱ्याने आपला पाल्य म्हणून मुजफ्फरशहाच्या आजोबांच्या सेवेत त्याला रुजू केला. तो हुशार आहे, महत्त्वाकांक्षी आहे आणि स्वत:चं मोल सिद्ध करून दाखवण्याची त्याला सतत गरज भासते. गुलामीतून मुक्ती मिळवून गुजरातच्या सुलतानाच्या विश्वासू पदाधिकाऱ्याच्या स्तरापर्यंत पोचण्यासाठी त्याला इतर कुणाहीपेक्षा दुपटीने, तिपटीने म्हणणं अधिक योग्य, मेहनत आणि कष्ट सोसावे लागले आहेत. गुजरातमधल्या किंवा मेवाडमधल्यादेखील कुठल्याही सेनाधिकाऱ्यापेक्षा त्याची जोखीम फार मोठी आहे. स्वत:ची पात्रता आणि सुलतान मुजफ्फरने केलेल्या आपल्या निवडीची योग्यता, या दोन्ही गोष्टी त्याला सिद्ध करून दाखवायच्या आहेत. इतर सेनाधिकारी त्याला पाण्यात पाहतात आणि त्याच्या अध:पाताने त्याना आनंदच होईल. कदाचित त्याला खाली ओढण्यात त्यांची मदतही मिळण्याची शक्यता आहे. नव्याने धर्मांतर केलेल्याच्या अतिउत्साहाने म्हणावं इतका तो सुलतानाची मर्जी संपादन करण्यासाठी उत्सुक असतो. एक उत्तम सेनापती.''

बाबा कमालीचे मितभाषी. शक्य तोवर बोलणं टाळणारे. माझ्या आजवरच्या साऱ्या आयुष्यात ते माझ्याशी जितकं बोलले असतील ते सारं एकत्रित केलं तरी आज ते बोलले त्यापेक्षा कमी भरेल. कुठल्याही चर्चेच्या किंवा मुद्द्याच्या थेट मुळाला हात घालण्यात त्यांचा हातखंडा. मुख्य बाबीवर थोडक्यात एक प्रकाशझोत टाकायचा आणि मग त्या विषयातून अंग काढून घ्यायचं, हे त्यांचं धोरण.

त्यानंतर आम्ही भेटलो ते बाबा जाण्यापूर्वी त्यांनी घेतलेल्या फौजेच्या सलामीच्या सकाळी. त्यांनी आणि मी मिळून सलामी घेतली आणि मग त्यांनी सेनापतीची सूत्रं अधिकृतपणे माझ्या हाती सुपूर्द केली. निरोपाच्या प्रसंगी आयोजित केलेल्या अल्पोपहारासाठी सर्व छोटे-मोठे राव आणि राजे उपस्थित होते. त्यात माझा मेहुणा, इदरचा राव रायमलदेखील होता. सामोशाचा घास घेण्यासाठी बाबांनी तो उचलला

आणि तसाच परत खाली ठेवला. ही त्यांची लकब म्हणा किंवा सवय म्हणा, सर्वांच्या परिचयाची होती. आपल्या मनातला एक विचार हजर असलेल्या सर्वांनी लक्षपूर्वक ऐकावा याची एक सभ्य आणि अप्रत्यक्ष सूचना.

''इथे हजर असलेले सारे मान्यवर,'' आपल्या खर्जातल्या आवाजात ते बोलू लागले, ''माझ्या मुलापेक्षा वयाने आणि अनुभवाने वडील आहात. त्याच्यापेक्षा आपण अधिक पावसाळे आणि युद्धे पाहिली आहेत. त्याला या साऱ्याचा निश्चितच उपयोग होईल. त्याने याचा फायदा घ्यावा असा आमचा त्याला उपदेश आहे. आम्ही निघण्यापूर्वी आणखीन एक गोष्ट आपणां सर्वांना आम्हांला सांगावीशी वाटते आणि ती म्हणजे, त्याच्या वयावर जाऊ नका. तुमचं नेतृत्व योग्य हाती आहे. जय एकलिंगजी !''

बाबांच्या आदेशानुसार तो दिवस मी वडीलधाऱ्यांशी आणि राज्यप्रमुखांशी सल्लामसलत करण्यात घालवला. त्यांच्यापैकी काहींना मी प्रथमच भेटत होतो, तर काहींना लहानपणापासून ओळखत होतो आणि यापूर्वीच्या मोहिमांत त्यांच्या हाताखाली लढलोदेखील होतो. पण यावेळी मी स्वत: सेनापती होतो आणि गुजरातच्या मलिक ऐयाजप्रमाणे मलादेखील माझी योग्यता दुपटीने सिद्ध करून दाखवायची होती. माझा भिल्ल दोस्त राजा पुराजी कीका आणि माझा चुलतभाऊ तेज यांची मी सर्वांशी ओळख करून दिली. तेजची उपस्थिती ही एक राजकारणी चाल होती, कारण राजेंद्रचा भाऊ म्हणून सैन्यात सामील झाल्याबद्दल सर्वांना त्याचं कौतुक होतं. पण तो माझी सर्वात मोठी जोखीम होता हे फक्त मी आणि पुराजी जाणून होतो. त्याच्या देशभक्तीबद्दल मला शंका नव्हती. त्याच्या माझ्याबद्दलच्या मताबद्दल होती. मी एक नीच, भेकड माणूस आहे अशी त्याची खात्री होती. घोडदळ आणि पायदळ मिळून आमचं सैन्य पन्नास हजाराच्या जवळपास भरत होतं. जोधपूरच्या राव गंगांनी सात हजारांची तुकडी आणली होती, तर माझे चुलतसासरे आणि बाबांचे निकटचे सहकारी, मेरताचे राव विरमदेव यांनी पाच हजारांची. डुंगरपूरचे रावल उदयसिंह आणि बन्सवाराचे अश्विनसिंह आपापल्या छोट्या सैन्यांसह मेवाडच्या ध्वजाखाली लढणार होते. शंभरएक हत्तींचं दळ न मोजतादेखील दहशत बसावी, अशी आमच्या सैन्याची संख्या होती आणि ते गुजरातच्या सैन्याच्या, जे राव विरमदेवांच्या अंदाजानुसार साठ हजाराच्या आसपास असावं, तोडीस तोड होतं.

मलिक ऐयाजच्या हाताखाली चार सेनाधिकारी होते. सारेच्या सारे अनुभवी आणि यापूर्वी आमच्याबरोबर अनेक वेळा लढलेले. मलिक ऐयाजसकट या साऱ्यांच्या

युद्धानुभवांची आणि सैनिकी डावपेचांची तपशीलवार माहिती गोळा करण्याविषयी मी राव गंगाना विनंती केली. यामागचा उद्देश त्यांच्या नीटसा लक्षात आला नाही, पण तरीही त्यांनी ते मान्य केलं.

"आपल्या सैन्यात किती मुसलमान आहेत ?"

"जवळ जवळ सातशे. आपण आणलेले पन्नास सोडून." राव विरमदेवांनी माहिती पुरवली, "सारे उत्तम लढवय्ये आणि विश्वासू आहेत याची मी आपल्याला हमी देतो.'

"माझ्या प्रश्नाचा तो रोख नव्हता. आपली सुरक्षितता आणि संरक्षण यांना बाधा न येता त्यांची संख्या वाढवणं शक्य होईल का ?"

"कितीपर्यंत, युवराज ?"

"पाच हजारांपर्यंत. सध्या दोन हजार चालतील."

"ते नसलेलेच बरे." बैठकीतले तेजचे पहिले उद्‌गार.

"शक्य असतं तर मी आदिनाथजींच्या जैन बांधवांनादेखील सैन्यात भरती केलं असतं. सुदैवाने आपले मुसलमान नागरिक अहिंसावादी नाहीयेत. स्वत:च्या देशाकरता एवढं योगदान ते आनंदाने करतील."

माझ्याबद्दल वाटणारा तिरस्कार तेजने मोठ्या कष्टाने लपवला.

"दुसरंही एक कारण आहे. मलिक ऐयाजला किंवा त्याचा सुलतान मुजफ्फर शहा याला, काफिरांविरुद्ध केलेल्या जिहादचं स्वरूप या लढाईला देता येऊ नये. तरीही ते तसं करणारच नाहीत याची खात्री नाही. पण आपल्या बाजूला मुसलमानांची भरीव संख्या असली तर त्यांना ते कठीण जाईल."

खरं म्हणजे मीदेखील साशंकच होतो. आमच्याकडील मुसलमान सैनिक वाढवल्याने, मुजफ्फर शहा किंवा इतर मुसलमान सेनाधिकाऱ्यांनी दिलेली काफिरांच्या नायनाटाची अतिशय परिणामकारक धर्मांध हाक विफल होणार होती का ? अशा प्रभावी ललकारीला तेवढंच प्रभावी प्रत्युत्तर शोधण्यात मी रात्री जागवल्या होत्या. धर्मासाठी प्रवृत्त करणाऱ्या इस्लामच्या ताकदीच्या तोडीचं कसलंही विधान आपल्या धर्मग्रंथांत मला सापडलं नाही. धार्मिक युद्ध आम्हीही लढू शकतो आणि लढतोही, पण आमच्या धर्मात धर्मांतराची सोय नाहीये. उलटपक्षी, धर्मांतराची तीव्र इच्छा हीच इस्लामची प्रेरणा आहे.

युद्धाचं समर्थन करणारा आपला महान ग्रंथ म्हणजे गीता आणि गीता काय सांगते ? आपला धर्म पाळण्यासाठी युद्ध कर, पण फळाची आशा न धरता. आता याची तुलना अतिशय नि:संदिग्धपणे आणि निखालसपणे सांगितलेल्या इस्लामच्या संदेशाशी करूया. अल्लासाठी लढताना मेलात तर तुम्ही सरळ जन्नतमध्ये पोचता, जिथे सुंदर हुऱ्या आणि इतर अनेक अवर्णनीय सुखं प्राप्त होतात.

गीतेच्या तत्त्वानुसार मृत्यूनंतर काय मिळतं ? जर तुम्ही ज्ञानी पुरुष नसाल तर अगणित जन्ममरणाच्या फेऱ्यात तुम्ही अडकता. मुसलमानांसारखी कळकळ आणि निष्ठा हवी असेल तर धर्माचं पालन करताना ज्यांना मृत्यू येतो त्यांना मरणोत्तर अलौकिक सुखाची खात्रीलायक निश्चिती आपल्याला द्यावी लागेल. तरीही हिंदू इतकी युद्धं जिंकतात हेच एक आश्चर्य आहे.

आमच्या सैनिकी प्रक्षिण केंद्राचा युद्धशास्त्र–विशारद शफीखान याला मी बोलावून घेतलं. त्याने जरा बिचकतच प्रवेश केला. त्याच्या आणि माझ्या या आधीच्या भेटीच्या आठवणी फारशा सुखद नव्हत्या आणि तो त्या अजून विसरला नसावा. त्याने प्रथम मला आणि नंतर इतर मंडळींना आदाब केला आणि माझा रोष ओढवून घेण्यासारखं आपल्या हातून काय घडलं असावं याचा विचार करत तो उभा राहिला. अचानक मी माझी तलवार उपसली. म्यानातून सणकन बाहेर येताना झालेल्या तिच्या आवाजाने एखाद्या मढ्याचादेखील थरकाप झाला असता. तलवारीचं टोक शफीखानवर रोखून मी ती एका हातातून दुसऱ्या हातात खेळवू लागलो.

''आम्ही तुला ठार मारणार आहोत शफी,'' मी हलक्या आवाजात त्याला म्हणालो, ''आता कसा पळशील ?''

''कोणत्या गुन्ह्यासाठी युवराज ?'' तो कापत होता.

''मला तुझा चेहरा आवडत नाही म्हणून.'' मी तलवार वर उचलली, ''उत्तर दे !''

''मी आता आलो त्याच शामियान्याच्या प्रवेशद्वारातून पाठच्या पावली जाईन अशी आपली अपेक्षा असणार,'' त्याला मी खेळत असलेल्या खेळाचा अंदाज आला, ''पण त्याऐवजी मी झटकन उजव्या हाताला पळेन आणि जर रावल उदयसिंह आणि तेजसिंह यांनी मला अडवायचा प्रयत्न केला तरच त्यांना मारून, तंबूचा कपडा तलवारीने फाडून त्यातून पळून जाईन.''

''डाव्या हाताला का जाणार नाहीस ?''

''कारण राव विरमदेव आणि राव गंगा यांच्याशी सामना करणं कठीण जाईल.''

''आणि माझ्याशी सामना करणं सोपं वाटलं तुला ?'' तेज खवळला, ''प्रयत्न करून पाहा !''

''आपण चटकन संतापता. संतापापोटी आपल्या हातून चुका होण्याची शक्यता मी गृहीत धरली. रावल उदयसिंहाबद्दल म्हणाल तर घोड्यावरून मी त्यांच्याशी कधीच दोन हात करण्याचं धाडस करणार नाही. पण त्यांचा एक पाय लाकडाचा आहे आणि जमिनीवर लढताना या गोष्टीचा निश्चितच मी फायदा घेईन.''

''माघार घेण्याच्या शास्त्रावरचा तुझा प्रबंध कुठवर आला आहे शफी ?''

''अर्धा अधिक झालाय युवराज.''

या उल्लेखाविषयी माझ्या सहकाऱ्यांना मला थोडक्यात माहिती द्यावी लागली.

''गेली पंधरा वर्षं शफीखान युद्धाचे डावपेच या विषयावर अभ्यास आणि संशोधन करतोय. मला वाटतं इथल्याच एका लढाईत महाराजांनी त्याच्या एका डावपेचाचा वापर केला होता. मी त्याला एक वेगळी कामगिरी नेमून दिली आहे. माघार घेण्याची कला.''

नेहमीप्रमाणे माझ्या बोलण्याचा मतितार्थ प्रथम राव विरमदेवांच्या लक्षात आला, ''उत्तम विचार. आपली जितकी माणसं लढताना मरतात त्यापेक्षा अधिक माघार घेताना मारली जातात.''

''तुझा उजवा आंगठा पुढे कर शफीखान.'' त्याच्या आंगठ्यावरून मी हलकेच तलवारीचं पात फिरवलं आणि तरारून उठलेल्या रक्ताच्या थेंबात माझा आंगठा भिजवून त्याचा टिळा प्रथम त्याच्या आणि नंतर माझ्या कपाळावर लावला, ''मी तुला या युद्धसमितीचा सभासद केल्याचं जाहीर करतो शफीखान. आपल्या प्राणांची शपथ घेऊन सांग की तू मेवाड राज्याशी एकनिष्ठ राहशील आणि संपूर्ण गुप्तता राखशील.''

''मी शपथ घेतो युवराज.''

दुपारच्या जेवणानंतर राजा पुराजी कीका, तेज, शफीखान आणि मी राव रायमलांबरोबर आजूबाजूच्या भूप्रदेशाची पाहणी करण्यासाठी निघालो. आम्ही इदरच्या वायव्येकडे पस्तीस कोसांवर पोचलो. बहुतेक भाग डोंगराळ असून काही भाग दाट जंगलांनी व्यापलेला. सगळीकडे कठीण उतार–चढावाची जमीन. एक शेवटचा खोल उतार आणि आम्ही उत्तरेकडे कोसभर पसरलेल्या सपाट माळावर येऊन पोचलो.

''या माळापलीकडे काय आहे ?'' मी राव रायमलना विचारलं.

''दऱ्या, डोंगर आणि जंगल. पश्चिमेकडे दलदलीचा प्रदेश आहे. तीन वर्षांपूर्वी झालेल्या धरणीकंपाच्या उलथापालथीत इथले भूसमुद्र नाहीसे झाले आणि त्याऐवजी ही फसवी, धोकादायक दलदल तेवढी उरली.''

''पश्चिमेकडे जाऊन दलदलीभोवतालीच्या वाळूतून एक फेरी मारूया.''

रावने आणि मी आमचे घोडे पुढे काढले. पुराजी कीका आणि इतर मागून येत होते.

''इदरसाठी लढण्यात आपल्याला स्वारस्य नाही असं वाटतंय मला.'' माझा मेहुणा, इदरचा पदच्युत राव, कडवटपणे मला म्हणाला, ''हा उसना आव टाकून देऊन आपण इदरवर केव्हा पाठ फिरवणार आहात ?''

"भिकार हेर नेमण्यातला तोटा म्हणजे ते चुकीची माहिती देतात एवढाच नाही राव रायमल, तर आपण त्यांच्यावर विश्वास ठेवतो हादेखील आहे." माझा स्वर तुटक आणि तिखट होता. "एवढ्यासाठीच आपण आज सकाळी रुसून गप्प बसला होता तर. आपण माझ्या बहिणीचे यजमान नसता आणि जर ही लढाई आपल्या वतीने आम्ही लढत नसतो तर महाराजांचं खासगीतलं बोलणं चोरून ऐकण्याच्या गुन्ह्यासाठी मी आपल्याला युद्धसमितीवरून कमी केलं असतं. मी राणांना काय म्हणालो त्याच्याशी आपल्याला काही कर्तव्य नाही, पण यापुढे तरी आपण अधिक जबाबदारीने वागाल या आशेपोटी राणा मला काय म्हणाले ते मी आपल्याला सांगतो. ते म्हणाले, "इदर परत मिळवूनच माघारी या !"

"क्षमा असावी युवराज ! झालं ते कृपया आपण विसरून जावं. माझ्या मनात आपल्याविषयी किती आदर आहे ते आपण जाणताच. आपल्याला त्रास होईल असं काहीही पुन्हा माझ्याकडून घडणार नाही. परतल्यावर लगेच त्या हेराला मी रजा देतो. आपल्याबद्दल खोटंनाटं बोलल्याबद्दल त्याला चाबकाचे फटके देण्यात येतील."

"स्वत:वर ताबा ठेवा राव रायमल ! तुमच्या आरोपांपेक्षा तुमची माफीची याचना अधिक त्रासदायक होऊ लागली आहे. आणि हेराला चाबकाचे फटके देण्याअगोदर त्याला या कामगिरीवर कुणी नेमलं ते आपल्या मनाला विचारा."

मी लगाम खेचून घोड्याचा वेग कमी केला आणि इतर जण आमच्यापर्यंत पोचण्याची वाट पाहू लागलो. रावबरोबर अधिक संभाषण करण्याची माझी इच्छा नव्हती. समोरच्या डोंगरदऱ्या आम्ही आतापर्यंत पार केलेल्या भूप्रदेशाची जणू दुसरी प्रतिकृती होते. आम्ही मार्ग बदलला आणि दलदलीच्या दिशेने घोड्यांना वळवलं. दलदल अर्धा ते पाऊण कोसभर पसरलेली. जर रावांनी आम्हांला सावध केलं नसतं तर आमच्या ती लक्षातही आली नसती आणि कदाचित आम्ही तीत फसलो असतो. मी आणि राजा पुराजी कीकांनी एका माणसाच्या वजनाची झाडाची फांदी ओढत आणली आणि शक्य होईल तितक्या दूरवर दलदलीत फेकली. सहा हातांच्या अंतरावर ती धप्प करून पडली. आणि पाहता पाहता दलदलीत खेचली जाऊन ती अदृश्य झाली.

काल पाहिलेल्या वेगवेगळ्या भागांचं संपूर्ण सिंहावलोकन करण्याच्या उद्देशाने दुसऱ्या दिवशी पहाटे तांबडं फुटायच्या आत मी जवळच्या सर्वांत उंच डोंगरावर चढलो. फक्त क्षितिजावरची एक पातळ फट सोडली तर रात्रीचा घट्ट घनदाट गोळा प्रकाशाला कुठूनही शिरायला वाव देत नव्हता. मग सूर्य वर उसळला आणि प्रकाशाच्या पुरात सारा उंच–सखल भाग न्हाऊन निघाला. पुराच्या प्रवाहाचे जांभळे किरमिजी पट्टे

आभाळात उमटले. लवकरच ते प्रवाह एकमेकांत मिसळले आणि गडद लाल मदिरेच्या रंगात पृथ्वीच्या कडा भिजल्या. मी उजवीकडे नजर टाकली. खालच्या सपाटीवर मलिक ऐयाजचं सैन्य जमा होत होतं. शिस्तबद्ध सैन्य काटेकोरपणे आपापली कर्तव्ये पार पाडतंय, हे दृश्य खरंच किती समाधानकारक असतं. मलिक ऐयाज, तू वेळ बिलकूल वाया घालवला नाहीस. शत्रू डुलक्या घेत असताना त्याचा पाहुणचार घेणं शहाणपणाचं. मी भरधाव घोडा फेकीत खाली आलो आणि युद्ध समितीच्या साऱ्या सभासदांना लगेच माझ्या तंबूत हजर राहण्याचा हुकूम देऊन मंगलला पाठवला. मी जर आज पहाटे तो डोंगर चढून गेलो नसतो तर काय झालं असतं ? एक स्थायिक, असावधान सैन्याची छावणी कत्तलीचं सोपं निशाण होण्यासंबंधी मी बोलत नाहीये. माझ्या प्रश्नाचा रोख फार वेगळा आहे. जर आम्ही गुजरातच्या सेनेला सामोरे गेलो नाही तर काय होईल ? काही तास आमची वाट पाहून शेवटी तिटकाऱ्याने मलिक ऐयाज परत फिरेल ? की चढाई करेल ? काही तास आमची वाट पाहून तो गोंधळेल, चिडेल का ? त्याची सेना कंटाळून, भुकेने व्याकूळ होऊन निरुत्साही बनेल का ? दोन विरुद्ध सैन्यांमधला गुप्त, अनुच्चारित करार काय असतो ? प्रेमिकांप्रमाणे किंवा द्वंद्वयोद्ध्यांप्रमाणे त्यांच्यात ठराविक वेळेला भेटण्याचा संकेत नसतो. मग नक्की वेळ कोण ठरवतं ? दोन्ही सेना आमने सामने येऊन का ठाकतात ? आणि जर एका बाजूने, किंवा दोन्ही बाजूंनी ठरवलं की आज लढायचं नाही, कारण त्यांच्या सेनापतीला सर्दी झालीय म्हणून, किंवा कुणातरी सैनिकाची भाची एका दरोडेखोराबरोबर पळून गेलीय आणि तिचं डोकं ठिकाणावर आणून तिला परत आणली पाहिजे म्हणून, तर ? एका बाजूच्या सैन्याला जर लढाईसाठी निवडलेली जागा किंवा डोळ्यांवर मारणारी उन्हाची तिरीप पसंत नसेल तर ? त्याच ठिकाणी, त्याच वेळी लढणं म्हणजे स्वतःची प्रतिष्ठा राखणं असं आम्ही का समजतो ? इतिहासातल्या महान युद्धांचं काय झालं असतं जर एका बाजूच्या सैन्याने आपली छावणी सोडायचं नाकारलं असतं, किंवा स्वतःच्या पसंतीच्या कुठल्यातरी दुसऱ्या मैदानावर जाऊन शत्रूने तिथे यावं अशी अपेक्षा केली असती तर ?

राव विरमदेव, राव गंगा, रावल उदयसिंह, राजा पुराजी कीका हे जसे जुने, अनुभवी योद्धे आहेत, तसेच त्यांचे सैनिकही. त्यांना साऱ्या युक्त्या-क्लृप्त्या माहीत आहेत आणि सहजासहजी त्यांचं मानसिक स्थैर्य ढळत नाही. हिंदुकुश पर्वतखिंडीतून येणाऱ्या अफगाण टोळ्यांशी लढलेल्या आमच्या राजपूत पूर्वजांनाही अशाच काही क्लृप्त्या माहीत असाव्यात ज्या इतर हिंदू राजांना माहीत नव्हत्या. मुसलमानांच्या जिहादवर तोडगा म्हणून त्यांनी रणांगणावर आलेल्या मृत्यूला एवढं मानाचं स्थान दिलं की, त्यापुढे इतर कुठल्याही प्रकारचं मरण म्हणजे अपकीर्तीकारक आणि लज्जास्पद मानलं जाऊ लागलं.

आमचं पन्नास हजाराचं सैन्य चांगलं लढलं, पण आमच्या शत्रूंनी स्वत:च्या मर्जीनुसार ठरवलेल्या वेळी आणि ठिकाणी. मध्यान्हीपर्यंत आमची सातशेपन्नास माणसं कामी आली.

आणि तेव्हा मी तो महत्त्वाचा निर्णय घेतला ज्यामुळे मी साऱ्या रावांचा आणि वडीलधाऱ्यांचा रोष, साऱ्या सैन्याची निंदा स्वत:वर ओढवून घेतली. राव विरमदेवांनी माझ्याशी बोलणं टाकलंय आणि राव उदयसिंहांना आपला तिरस्कार लपवता येत नाहीये. राजा पुराजी कीका सांगत होते की, सैनिकांपैकी काही नवोदित कवींना स्फुरण चढलंय आणि ते बायकोने नाकारलेल्या षंढ नवऱ्यावर आणि भेकड राजपुत्रावर वात्रटिका रचण्यात रंगलेत.

मला वाटतं माझं पहिलं कृत्यच गुन्हा ठरलं आणि त्याची छाया पुढील घटनांवर पडली. मी सेनेचं नेतृत्व करत नव्हतो आणि म्हणून पहिल्या हल्ल्यात मी आघाडीवर नव्हतो. मला मनापासून त्यात भाग घ्यायचा होता, पण त्याहूनही अधिक मला मेवाडच्या वेगवेगळ्या तुकड्या आणि आमच्या हाताखालच्या रावांच्या फौजा कशा प्रकारे चढाई करतात त्याचं, आणि मलिक ऐयाजाने आखलेल्या त्याच्या सैन्याच्या हालचाली, यांचं कुठल्यातरी उंच जागेवरून निरीक्षण करायचं होतं. खरं म्हणजे हे करण्यासाठी योग्य वेळ म्हणजे लढाईचा मध्यबिंदू. पण मेवाडचं एखादं शेंबडं पोरही सांगेल की तसं करणं अशक्यप्रायच. लढाईत मध्येच तुम्ही अदृश्य झालात तर सैनिकांना वाटतं की तुम्ही जायबंदी झाला आहात आणि मग जो हाहाकार होतो त्यामुळे सारीच दाणादाण उडते. मला स्वत:लाच माझ्या बेताबद्दल आत्मविश्वास वाटत नव्हता, पण तरीही मी धोका पत्करायचं ठरवलं आणि युद्धसमितीला तसं कळवलं. त्यांना आवडलं नाही. माझ्या नवकल्पनांवर त्यांचा विश्वास नव्हता. मी स्वत:च्या हुशारीचं अनावश्यक प्रदर्शन करतोय असं जरी ते तोंडाने म्हणाले नाहीत तरी तसं त्यांनी अप्रत्यक्षरीत्या सूचित केलं. तरीही ही एक वेळ ते मला माझ्या मनाप्रमाणे वागू देण्यास राजी झाले. राजा पुराजी कीका सोडून. ''असं करू नये युवराज !'' त्यांनी साऱ्या समितीदेखत मला बजावलं.

डोंगराच्या उंचीवरून खाली पाहताना माझ्या लक्षात आलं की मलिक ऐयाजाने आपलं सैन्य शास्त्रोक्त युद्धनीतीच्या नियमांनुसार अचूक रचलं होतं. योग्य दिशा निवडल्यामुळे सूर्य त्यांच्या पाठीशी आणि आमच्या सैनिकांच्या थेट डोळ्यांत तळपत होता. तो अतिशय काटेकोर असला तरी जुन्या पारंपरिक विचारांचा नव्हता, हे बाबा निघून गेल्यावर लगेच आणि आम्हांला एकूण परिस्थितीचा अंदाज यायच्या आत आमच्यावर धूर्तपणे चाल करण्याच्या त्याच्या इराद्यातून दिसून येत होतं. ज्याच्या बाबतीत दक्षता पाळावी आणि ज्याची दहशत वाटावी असा माणूस. सहज नजरेत येऊ

नये अशा ठिकाणी त्याने आपला हत्ती उभा केला होता आणि त्याच्या आजूबाजूला वीसेक घोडेस्वार तैनात होते. ते वेगवेगळ्या तुकड्यांच्या बातम्या त्याला कळवत आणि लढाईच्या बदलत्या परिणामांनुसार घेतले गेलेले त्याचे निर्णय त्यांच्यापर्यंत पोचवीत.

आता आम्ही ऐन धुमश्चक्रीत सापडलो होतो. एकामेकांची बचावाची फळी तोडण्यासाठी धडक मारणाऱ्या दोन सेना. पण कुणी तसूभरदेखील माघार घ्यायला तयार नव्हतं. आणखी थोडा वेळ आम्ही तग धरू शकलो तर गुजरातची कुरघोडी परिणामशून्य करण्यात कदाचित यशस्वी होऊ. मला माहीत होतं की हे माझं फक्त स्वप्नरंजन होतं. मेवाड, मेरता, जोधपूर, बन्सवारा, डुंगरपूर, सारेच्या सारे नेटाने लढत असले तरी आता वेगवेगळ्या दिशेला पांगू लागलेले, कारण मुळातच आम्ही एक संयुक्त सेना नसून एकत्र आलेले वेगवेगळे गट होतो. एका सामान्य सहानुभूतीने आणि निष्ठेने आम्ही बांधले गेले असू, पण सहानुभूतीने युद्ध जिंकता येत नाहीत. ही मोहीम संपताच पहिलं काम कुठलं करायचं ते मी निश्चित केलं. ते सफल व्हायला कदाचित महिने किंवा वर्षं लागतील, पण आमच्या साऱ्या वेगवेगळ्या सेनांची एक संलग्न जंगी युद्धयंत्रणा तयार करणं अगत्याचं होतं, ज्यायोगे त्यांच्या उद्दिष्टांप्रमाणेच त्यांच्या विचारांत आणि आचारांतदेखील एकसंधता असू शकेल.

एखाद्या वाळूच्या भिंतीप्रमाणे आम्ही हळूहळू ढासळत होतो. तडे मोठे होत होत इतके वाढले की आता वेगवेगळ्या तुकड्या आपण एकाच सैन्याचे विभाग असल्याचा बहाणादेखील करत नव्हत्या. मी भरधाव खाली परतलो. झालेली हानी भरून काढून घटनांचा ओघ बदलणं कठीण होतं, पण मी प्रयत्न करून पाहणार होतो. राजा पुराजी कीकांना गाठून मी त्यांना आपल्या तुकडीला, ''युवराजांचा विजय असो,'' अशी घोषणा पुन:पुन्हा करायचा हुकूम द्यायला लावला, ज्या योगे मी त्यांच्याबरोबर लढतोय हे इतर साऱ्या सैन्याला समजू शकेल. ही घोषणा फारशा उत्साहाने उचलली गेली नाही, आणि दूरवरचे काही सैनिक आपापल्या रकिबींमध्ये उभे राहून नजरेने आपल्या युवराजांचा शोध घेत असलेले मला दिसले. मी तलवार उपसली आणि उंच हवेत ती फिरवत, 'जय मेवाड'ची आरोळी ठोकायच्या बेतात होतो, इतक्यात माझ्या लक्षात आलं की मी फक्त मेवाडच्याच सेनेचं नेतृत्व करत नाहियें. मी, 'जय राणा संगा'ची घोषणा दिली. याला मात्र उत्तम प्रतिसाद मिळाला. एखाद्या मंत्रासारखं मी बाबांचं नाव पुकारत राहिलो. त्या नावामुळे सर्वांना परत स्फुरण चढलं. माझ्या आजूबाजूच्या शिपायांचा उत्साह शिंगेला पोचला आणि आम्ही शत्रूची बचावाची फळी फोडून आत घुसलो. जोश कायम ठेवत आम्ही शत्रूच्या सैन्यात खोलवर आत शिरत होतो, पण इतर तुकड्यांनी आम्हांला पाठिंबा दिला नाही. लवकरच आमच्या लक्षात आलं की आम्ही स्वत:वर अनर्थ ओढवून घेतलाय. गुजरातच्या सेनासागरात आम्हा राजपुतांचं एक छोटंसं

बेट तयार होत होतं. चारी बाजूंनी आमची फार मोठी हानी झाली. मलाही काही वार झेलावे लागले. त्यातला एक बराच खोलवर गेला. बाबांच्या मुलाला शोभावा असा. मी आजच्यापुरता युद्धविराम जाहीर केला.

सफेद झेंडा उभारून राजा पुराजी कीकांतर्फे मी मलिक ऐयाजकडे निरोप पाठवला.

गुजरातचे सेनापती,
आदरणीय मलिक ऐयाज यांना,
अभिवादन ! माननीय युवराज जबर जखमी झाले असून शांती करार करू इच्छितात. त्यांना थोडा आराम वाटताच आपल्याशी कराराच्या अटी आणि नियमांसंबंधी ते बोलणी करतील.

कळावे,

मेवाडच्या युवराजांच्या वतीने,
आपला विश्वासू,
राजा पुराजी कीका.

राव विरमदेवांनी असल्या लज्जास्पद संदेशपत्रावर सही करण्याचं नाकारल्यामुळे राजा पुराजी कीकांना ही कामगिरी स्वीकारावी लागली. आमच्या प्रत्येक सेनाधिकारी, नायक आणि शिपायांप्रमाणे विरमदेवांनाही वाटत होतं की आम्ही आणखी तास दोन तास तरी लढायला हवं होतं. जखमींची संख्या अधिक असली तरी असं घाबरून जाण्याचं कारण नव्हतं. कुणास ठाऊक कदाचित आम्ही मलिक ऐयाज आणि त्याच्या फौजेवर बाजू उलटवलीदेखील असती. निदान आमचं शौर्य तरी प्रस्थापित केलं असतं. युवराजांच्या नेतृत्वाखाली लढली जाणारी ही पहिली लढाई. राणांचा थोरला मुलगा आपल्या सैन्याला आणि त्याहूनही महत्त्वाचं म्हणजे आपल्या शत्रूला, कसले सांकेतिक संदेश पाठवत होता ? यापुढे मेवाडच्या सैन्याची इतरांपुढे काय पत राहणार ? देशातल्या सर्वांत शक्तिशाली राज्यांना दहशत आणि हेवा वाटावा अशी कीर्ती राणांनी आपलं सारं आयुष्य खर्ची करून मिळवली. ही परिश्रमपूर्वक उभारलेली अढळ, अभेद्य इमारत आपल्या एका अविचारी कृत्याने युवराजांनी खाली आणली. युवराजांना झालेल्या जखमा गंभीर स्वरूपाच्या होत्या खऱ्या, पण घातक निश्चितच नव्हत्या. आणि आता शांती–कराराची किंमत म्हणून युवराज कुठले प्रांत गुजरातला देऊ करणार होते ?

“त्याच्या वयावर जाऊ नका.” या शब्दांनी बाबांनी माझी शिफारस आमच्या वयोवृद्ध अधिकाऱ्यांना केली होती. ते शब्द खरे ठरले. एखाद्या पौगंडावस्थेतील पळपुट्या मुलाइतका मी विश्वासपात्र निपजलो. पळपुटा — किती चोख शब्द, नाही ? पण या शाब्दिक खेळात राव विरमदेवांना किंवा त्यांच्या अनुयायी नायकांना रस नव्हता. मी माझ्या करणीने इतकी संकटं उभी केली होती की त्यांपैकी कुठल्याला प्रथम तोंड द्यावं ते मला कळत नव्हतं. माझा त्रासदायक मेहुणा राव रायमल – ज्याला फक्त राजकारणी धोरणामुळे बाबा सहाय्य करत होते, आणि माझ्या बिचाऱ्या बहिणीच्या विचाराने त्याच्याशी नातं जोडल्याबद्दल क्षणाक्षणाला पश्चात्तापाने जळत होते – तो माझ्या लाजिरवाण्या कृत्यासंबंधी राणा महाराजांना कळवण्यासाठी आणि माझ्या जागी राव विरमदेवांची नेमणूक केली जावी अशा विनंतीवजा अर्जासाठी साऱ्या रावांचा, विभागीय सेनानायकांचा आणि सामान्य सैनिकांचा पाठिंबा गोळा करत होता.

“सैनिकांना बंडासाठी प्रवृत्त करण्याआधी त्यांच्या कारवाया बंद पाडू का मी युवराज ?” राजा पुराजीने विचारलं.

“बिलकूल नको. त्यांच्या या प्रयत्नात ते कितपत यशस्वी होतात ते पाहायचंय मला. त्यामुळे आपल्या सैनिकांच्या नाखुषीचा आणि ते कुठल्या मर्यादेपर्यंत त्यांना पाठिंबा देऊ इच्छितात याचाही अंदाज येईल. तरीही, त्यांच्यावर आपली सक्त नजर असू द्या. आज रात्री जो दूत त्यांचं पत्र घेऊन निघेल त्याला वाटेत अडवून ते पत्र त्याच्याकडून काढून घेतलं जावं आणि त्याला कैद करण्यात यावं. पण यासंबंधी कसलीही वाच्यता होता कामा नये याची दक्षता घ्यावी.”

“आपण कसला खेळ खेळता आहात युवराज ?” आजच्या दिवसातलं पहिलं स्मित करत माझा जिवलग मित्र, राजा पुराजी कीका, याने मला विचारलं.

“हा खेळ नाहीये राजे. मी अतिशय गंभीर पावलं टाकतोय.”

पुढे काही बोलण्याचा प्रश्नच उद्भवला नाही, कारण बाहेर तेज माझ्या नावाने भेकत होता.

“बाहेर या युवराज ! मी सर्वांसमक्ष तुमच्यावर शत्रूशी संगनमत केल्याचा आरोप करतोय आणि तुम्हांला मरणान्तिक द्वंद्वयुद्धाचं आव्हान देतोय. इथे जमलेल्या सर्वांनी सावध व्हावं, कारण युवराज इदरसकट मेवाडचा एक भला मोठा प्रांत मुजफ्फर शहाला देऊ करणार आहेत. मेवाडचं सिंहासन बळकवण्यासाठी शहजादा बहादूर आणि त्याचा बाप यांच्याशी कसला करार केलात युवराज ? खरं काय ते सांगून टाका युवराज ! कारण नाहीतरी आता तुम्ही तिरडीवरूनच इथून बाहेर पडणार आहात.”

आता काय ? माझा हा चुलतभाऊ आपल्या भावाचा मृत्यू विसरू शकत नव्हता आणि त्या मृत्यूचा सूड घेण्यापासून त्याला परावृत्त करणाऱ्याला माफ करू शकत

नव्हता. अशा परिस्थितीत माझ्या समोरचे पर्याय म्हणजे त्याचं रक्त सांडणं किंवा या उन्मत्त सांडाच्या हाती मारलं जाणं. हे भगवान एकलिंगजी, मी काय करावं ? या तरुणाचे क्लेश शांत करून त्याला आपण समजवणार नाही का, की त्याच्या भावाच्या मृत्यूमुळे तो आता मला दुप्पट प्रिय झाला आहे ?

"बाहेर ये विश्वासघातक्या. नाहीतर तुझ्या तंबूला आग लावीन, ज्याच्यातून तू कधीच बाहेर पडू शकणार नाहीस."

तथास्तु ! पण तोपर्यंत त्याने बाबांच्या शामियान्याच्या छतावर, ज्या शामियान्यात मी राहत होतो, एक जळती मशाल फेकली देखील. महत्त्वाचे कागदपत्र गोळा करून राजा पुराजी कीका आणि मी बाहेर धावेपर्यंत आगीचा भडका उडाला होता. नशीब की त्या दिवशी वारं नव्हतं आणि बाबांच्या तंबूपासून इतरांचे तंबू बऱ्यापैकी दूर होते. त्यामुळे आग सहजासहजी पसरू शकली नाही.

स्वत:च्या कृत्यावर खुश होऊन नाटकीपणाने हसत तेजने आपली तलवार हवेत फिरवली.

"बुडत्या जहाजातून उंदीर कसे पळतात पाहा !" या सामुद्रिक उपमेचा ध्वन्यार्थ माझ्या डोक्यावरून गेला तरीही मी तडक त्याच्या दिशेने पुढे होत अधिकारवाणीने म्हणालो, "तेज, हे कागदपत्र जरा धर !" नकळत, जणू प्रतिक्षिप्त क्रियेने त्याने हात पुढे केले. तो गठ्ठा त्याच्या हातात देत असतानाच माझा गुडघा त्याच्या जांघांमध्ये आणि हाताचा गुद्दा त्याच्या तोंडात हाणला गेला. तेज स्तंभित. माझ्या निर्दय हल्ल्यामुळे एवढा नाही जेवढा माझ्या कृत्याच्या भेकडपणामुळे. परिस्थितीचा फायदा घेऊन, काय होतंय ते त्याला कळण्याच्या आत त्याच्या मानेवर माझ्या हाताचा तिरका वार बसला. त्याची शुद्ध जात असताना त्याच्या कानात मी पुटपुटलो, "मूर्खा, तू मला जिवंत हवा आहेस. शत्रू म्हणून नाही तर मित्र आणि सहकारी म्हणून." पण मिळालेल्या बेदम मारामुळे तो सुन्न झाला होता आणि माझ्या शब्दांचं आकलन होण्याआधीच त्याने लोळण घेतली. माझ्या लक्षात आलं की आजूबाजूला उभ्या असलेल्या सैनिकांच्या आणि माझ्या माननीय सहकाऱ्यांच्या मनात माझ्याबद्दलचा आदरभाव जरी वाढला नसला तरी दीर्घकाळ आठवणीत राहील अशी छाप मी निश्चितच त्यांच्या मनावर उमटवली होती. मी किती खालच्या स्तराला जाऊ शकतो ते पाहून ते अवाक् झाले.

"त्याला कैद करा !" माझ्या आज्ञेचं पालन करण्याकरता सात सैनिक तत्परतेने पुढे झाले. "राव विरमदेव, थोडा वेळ मी आपल्या शामियान्यात विश्रांती घेऊ का ?"

"मी शामियाना लगेच खाली करतो युवराज." त्यांचा स्वर कोरडा होता.

"माझा पाहुणचार करायला तुम्ही नसलात तर मी तिथे जाणार नाही." मला रावांच्या संगतीत काही काळ घालवायचा होता. थंड शिष्टाचाराने मला अशी हुलकावणी देऊ देणार नव्हतो मी त्यांना.

"आपला पाहुणचार करण्यात मी चुकणार नाही युवराज."

"आभार. मंगल. माझ्यासाठी दुसरा तंबू उभारून घे आणि मग मला तिथे न्यायला ये."

रावांचा शामियाना अत्यंत साधा आणि सजावटविरहित होता. ते ताठ बसलेले. संभाषण करण्यास अनुत्सुक किंवा असमर्थ. मी इतक्या जलद गतीने माणसं तोडत होतो की लवकरच साऱ्या राज्यात माझा एकही मित्र उरणार नव्हता. माझी ही मोहीम, जी माझ्या मते अजून सुरूही झालेली नाही, राव विरमदेवांसारख्यांच्या सहकार्याशिवाय कशी पुढे जाणार होती ?

"आपला विश्वास संपादन करण्याजोगं अजूनपर्यंत तरी मी काहीही केलेलं नाहीये, पण या चार भिंतींच्या एकांतात तरी आपण मान्य कराल का की आज दुपारची लढाई पुढे चालू ठेवण्यात जखमींची संख्या वाढवण्यापलीकडे आपण काहीही साधणार नव्हतो ?" रावांनी बेचैनपणे घसा खाकरला. त्यांना कोंडीत पकडण्याची माझी इच्छा नव्हती. "असो. झालं गेलं होऊन गेलं. पण काही काळ तरी आपण माझ्या या जगावेगळ्या वागणुकीकडे सहनशीलपणे पाहू शकाल का ?"

"आपल्या मनात काय आहे ते कळल्याशिवाय मी आपल्या प्रश्नाला उत्तर देऊ शकत नाही युवराज."

"मी एक योजना आखली आहे असं म्हणणं एक अर्धसत्य ठरेल." मी अर्थात अर्धसत्यच सांगत होतो. या क्षणीतरी मला बांधलं जायचं नव्हतं. "मला विचार करायला आणि योग्य मार्ग शोधायला थोडा वेळ द्यावा. आपण साऱ्या नायकांचे आणि सैनिकांचे आदर्श आहात. माझे देखील. आपण माझ्यावर विश्वास ठेवलात तर इतर ठेवतील. माझा स्वतःचा आत्मविश्वास वाढेल."

"आपण फार मोठी मागणी करताहात, युवराज आणि तीदेखील अंधविश्वासावर आधारित."

"जेव्हा एखादा नवा उमेदवार नोकरीच्या शोधात जातो, तेव्हा नेहमी त्याला सांगण्यात येतं की त्या जागेसाठी अनुभवी माणसाची गरज आहे. पण त्याला नोकरीच मिळाली नाही तर अनुभव यायचा कुठून ?"

"आपल्यावर विश्वास टाकावा अशी माझीही इच्छा आहे, युवराज ! श्रद्धेच्या बळावर आम्हांला एका नव्या युवराजांची निर्मिती करावी लागणार असं दिसतंय."

प्रथमच त्यांनी स्मित केलं. माझा दिवस सार्थकी लागला. त्या ओझरत्या स्मिताने त्यांचा चेहरा उजळून निघाला आणि माझ्या हृदयाला दिलासा मिळाला. माझ्याबद्दलचं त्यांचं मत चांगलं व्हायला हवं होतं मला. मी त्यांना आवडतो ते मला माहीत होतं, पण व्यावहारिक संबंधांत आदरभाव अधिक परिणामकारक ठरतो.

"आता पुढचा कार्यक्रम काय आहे युवराज ?"

मी एक दीर्घ श्वास घेतला. "उद्या आपल्या घोडदळासाठी घोड्यांच्या शर्यती आयोजित करण्याचा विचार होता माझा रावसाहेब."

"साऱ्या तेवीस हजार घोडेस्वारांसाठी ?" त्यांच्या स्वरात आश्चर्य नव्हतं, फक्त तपशील नीट समजून घेण्याची इच्छा होती. माझ्यावर संपूर्ण विश्वास टाकला होता त्यांनी. आता स्मित करण्याची पाळी माझी होती.

त्या रात्री माझ्या मेहुण्याचं जप्त करण्यात आलेलं पत्र मंगलने आणून दिलं. राव रायमलने मोठ्या परिश्रमाने तीन हजार सैनिकांच्या आंगठ्यांचे छाप गोळा केले होते. मी भेकड होतो आणि नालायक. लढाईपासून वेगळा राहून, मेवाडची सेना विजयी होण्याची चिन्हं दिसू लागताच पांढरा झेंडा उभारून मी शांतीकराराची मागणी केली. इदरसकट आपले दोन संपन्न प्रांत गुजरातला देण्याचा माझा बेत होता. ताज्या कलमात लिहिलं होतं की, शत्रूशी मोठ्या शौर्याने लढलेल्या तेजवर, मत्सरापोटी कपटाने निर्दय हल्ला करून, मी त्याचा तंबू जाळला. पत्राचा शेवट कळकळीच्या आणि तातडीच्या विनंतीने करण्यात आला होता, की राणा महाराजांनी या मेवाडच्या नावाला बट्टा ठरलेल्या पुत्राच्या जागी दुसऱ्या कुणाची तरी त्वरित नेमणूक करून राज्याची पुढील अपकीर्ती आणि हानी टाळावी.

"आपल्या शत्रूपक्षापैकी कुणाला या पत्रात रस असू शकेल का ?"

"माहीत नाही." चेहरा मख्ख ठेवत मंगल म्हणाला, "असू शकेल."

"याचा लिलाव करून जास्तीत जास्त किंमत देणाऱ्याला ते विकू शकशील ?"

"प्रयत्न करून पाहतो. पण ते विकलं जाईलच याची हमी नाही देऊ शकत मी."

आम्हा दोघांनाही हसू फुटलं, "फार स्वस्तात विकू नकोस मला मंगल. आणि पैसे माझ्या हातात आणून दे. बदनाम व्हायचंच तर निदान थोडं द्रव्य तरी कमवू दे मला."

"आणि मग पुढे काय ?"

"काही नाही. योग्य वेळी सुलतान मुजफ्फर शहाला याची एक प्रत मिळेल आणि मूळ प्रत बाबा महाराजांच्या हाती पडेल."

"महाराजांच्या हाती पत्र पडण्यात धोका आहे युवराज. त्या तीन हजार आंगठ्यांकडे दुर्लक्ष होणं कठीण."

''तो धोका मला पत्करला पाहिजे. पण मलिक ऐयाजला मात्र ते पत्र मिळणं आवश्यक आहे. त्याचा आनंद हिरावून घ्यायचा नाहीये मला.''

स्पर्धांच्या पहिल्या दिवशी या कार्यक्रमावर चांगलाच विरोध आणि टीका झाली. पण दिवसा भरपूर खायला, रात्री प्यायला आणि त्याशिवाय नवटंकीचे प्रयोग अशी चंगळ झाल्यावर सर्वत्र मौजमजेचं वातावरण पसरलं.

चार दिवस आणि रात्र शर्यती चालल्या तेव्हा कुठे निकाल हाती लागले. आता छावणी उत्साहाने नुसती दुमदुमत होती. दर वर्षी चितोडमध्ये होणाऱ्या स्पर्धांचं स्वरूप आलं होतं, ज्यात पोहणं, कुस्त्या, तिरंदाजी, अंधारातले डावपेच आणि भालाफेकीच्या शर्यती दिवसा व्हायच्या तर रात्री गाण्याच्या आणि अतिरंजित गोष्टी सांगण्याच्या. यावेळी एका नव्या स्पर्धेचा देखील आम्ही यामध्ये समावेश केला होता. 'एक घाव दोन तुकडे' शर्यत. गवताने भरलेल्या बुजगावण्यावर घोड्यावरून किंवा पायी धावत हल्ला करायचा आणि एका घावात त्याच्या पाठीच्या कण्याचे दोन तुकडे करायचे. प्रत्येक सैनिकाला किंवा घोडेस्वाराला फक्त एक मोका दिला जायचा. दिसायला सोपं वाटलं तरी चार इंच जाडीच्या ओल्या बाबूंचा कणा तोडणं भल्याभल्यांना कठीण जात होतं. सगळ्या शर्यतीतल्या विजेत्या योद्ध्यांच्या नावाची यादी करून त्यांना बक्षिसं दिली गेली. अशा प्रकारे आता आमच्याकडे सर्वांत वेगवान, बलवान आणि खुनशी सैनिकांची आणि घोडेस्वारांची नोंद तयार झाली.

शर्यतींच्या धिंगाण्याचे ते सारे लांबलचक दिवस मी माझ्या तंबूत राहून अविरत काम करत होतो. तिसऱ्या दिवशी मलिक ऐयाजने आपला प्रतिनिधी, लियाकत अली याला पाठवलं. माझ्या जखमांची चौकशी करून, शांती करारासंबंधी बोलणी केव्हा करायची ते विचारलं होतं त्याने. लियाकत अलीला चार तास ताटकळत बसवण्यात आलं आणि त्याच्यासमोरून वैद्यांची माझ्या शामियान्यात सतत ये-जा होत राहिली. युवराजांची प्रकृती इतकी बिघडली असताना छावणीत मौजमजा कसली चाललीये असा त्याला प्रश्न पडला.

''बंडखोर सैन्यापेक्षा आनंदी सैन्य चांगलं.'' मंगलने थोडक्यात स्पष्टीकरण केलं आणि युवराजांना बरं वाटताच ते त्याच्या वीर सेनापतीला भेटायला जातीने हजर होतील असं आश्वासन दिलं.

''कशा प्रकारची दुखापत...?''

''प्रथम तुमच्या एका सैनिकाने डोक्यावर जोरदार आघात केला,'' मंगल त्याला

समजावून सांगू लागला.'' आणि त्यानंतर युवराजांनी शांतीसाठी प्रस्ताव मांडला म्हणून तेजसिंहांनी त्यांच्या पोटात वार केला.''

सहाव्या दिवसापर्यंत मी अतिशय अधीर आणि चिंतेने बेचैन झालेलो. शर्यती संपलेल्या. लियाकत अली आणखी एकदा येऊन गेलेला. लवकरच मला मलिक ऐयाजला सामोरं जावं लागणार होतं. सलोख्याच्या काय अटी स्वीकारणार होतो मी ? माझ्या मेहुण्याची, राव रायमलची बत्तिशी खरी ठरणार होती का ? मेवाडचे तुकडे करण्यास मी कारणीभूत होणार होतो ? अफवा पसरवण्यातदेखील राव रायमल आघाडीवर होता. युवराजांच्या कृपेने मेवाडचा आणि मेवाडच्या मित्र प्रांतांचा कसा अंत होणार याची सुरस चित्रं तो आमच्या फौजेसमोर रेखाटत होता. सैनिकांचं मानसिक धैर्य पुन्हा खचू लागलेलं. हे सारं त्वरित थांबवणं भाग होतं, पण कसं ते मला कळत नव्हतं. तेजच्या शिरजोरीच्या वागणुकीनंतरदेखील त्याला तुरुंगात टाकलेलं सैनिकांना आवडलं नव्हतं. राव रायमलला द्रोहाच्या आरोपाखाली गजाआड बंद करण्याचा प्रश्नच नव्हता, कारण त्याच्यासाठीच तर पन्नास हजार सैनिकांसकट मी इथे आलो होतो. राव विरमदेव मूग गिळून गप्प बसले होते, पण मी त्यांच्या सहनशक्तीचा अंत पाहत होतो हे मला कळत होतं. माझ्यावर विश्वास टाकण्यात त्यांची चूक झाली होती का ? मी आखलेल्या योजनेचं सारं गणितच तर चुकलं नव्हतं ?

माझी सर्वांत मोठी चूक म्हणजे, एखाद्या प्रसंगोपात्त दुर्घटनेसाठी मी काहीच तयारी केलेली नाहीये. मला व्यवहारीपणे विचार करायलाच हवा. त्या रात्री मी बाबांना पत्र लिहून आमच्या लज्जास्पद पराभवासंबंधी आणि इदरसकट कुठचे प्रांत गुजरातला द्यायचा माझा विचार होता त्यासंबंधी कळवलं. आमचं प्रत्येक गाव, प्रत्येक खेडं आम्हांला प्यारं होतं. अगदी उजाड, नापीक असलेले प्रदेशदेखील भावनिक आणि ऐतिहासिक कारणामुळे अमूल्य होते. पण मन घट्ट करून, कठीण हृदयाने विचार करता, सैनिकी, राजकीय आणि आर्थिक दृष्ट्या ज्यांच्यावर पाणी सोडता येतील — हे भीषण वाक्य माझ्या गळ्यात अडकलं — असे दोन प्रदेश होते. ते म्हणजे जारोल आणि बीचाबेर. बाबा माझ्याशी सहमत होते का ? माझ्या हातून घडलेल्या घोडचुकांबद्दल कारण देण्याचा मी प्रयत्न केला, पण त्याचा काही उपयोग नव्हता. माझे शब्द एक तर क्षुद्र आणि करुण किंवा पोकळ आणि भोंगळ वाटू लागले. वस्तुस्थिती थोडक्यांत सांगून, माझ्या भयंकर मानहानीचं स्वरूप त्यांच्याच कल्पनाशक्तीवर सोडण्याचं मी ठरवलं.

दुसऱ्या दिवशी, म्हणजेच रणांगणावर झालेल्या आमच्या फजितीनंतर सातव्या दिवशी, बातमी आली की दुपारपर्यंत गुजरातचे दहा हजार सैनिक परत घरी पाठवण्यात येत आहेत. हे फारच तडकाफडकी होतं, पण घरी परतण्यास उतावीळ सैनिकांपुढे मलिक ऐयाजचा काहीच इलाज चालेना. मी लगेच सेनापती मलिक अय्याजला पत्र

पाठवून झालेल्या विलंबाबद्दल माफी मागितली आणि करारासंबंधीची बोलणी करण्याकरता उद्याचा दिवस ठरवला. पत्राचं उत्तर इतक्या तातडीने क्वचितच आलं असेल. गुजरातचे सेनापती उद्या सकाळी साडेअकरा वाजता मोठ्या आनंदाने युवराजांचं स्वागत करतील. आम्ही दुपारचं जेवण त्यांच्याबरोबर घेण्याची कृपा होईल का ? माझ्या अंदाजाप्रमाणे मलिक ऐयाजदेखील घरी परतायला आतुर झाला होता. गुजरात सोडून त्याला नऊ महिने होऊन गेलेले आणि आता घरी होणाऱ्या वीरोचित स्वागतासाठी तो उत्सुक होता.

आम्ही दुपारी दोन वाजता निघालो. राजा पुराजी कीका, मंगल आणि आणखीन बारा जण सकाळीच पुढे गेलेले. तासाभराच्या दौडीनंतर मी हात वर केला आणि सैनिकांना थांबवलं. आणखीन दोन तासांत अंधारणार होतं.

"तुमचे १० सेनानायक, रावत उदयसिंह आणि मी सोडून, आपलं २,७६० चं बळ आहे. फौजेतले सर्वात वेगवान, चपळ सैनिक म्हणून तुमची निवड करण्यात आली. सर्व मिळून आपण तीन हजार डोकीसुद्धा भरत नाही. गुजरातच्या घरी परतणाऱ्या तुकडीची संख्या दहा हजार आहे. म्हणजे आपल्यापेक्षा तिप्पट. तुम्ही सारे शूर वीर आहात हे मी जाणतो. पण तेवढं पुरेसं नाहीये. जिवंत राहायचं असेल तर तुम्हांपैकी प्रत्येकाला शत्रूच्या तीनपट अधिक शौर्य दाखवावं लागेल." थोडा वेळ माझं विधान मी त्यांच्या मनात मुरू दिलं. "वीस वर्षांपूर्वी जवळजवळ याच दिवशी, आपल्या आदरणीय गृहमंत्री लक्ष्मणसिंहजींच्या नेतृत्वाखाली इथून तीस कोसांच्या अंतरावर, आपले तीन हजार सैनिक कपटाने मारले गेले. त्या भयानक, कुटिल हत्याकांडाची कथा मला परत सांगायची नाहीये. तुम्ही ती चांगली जाणता. मला हवा आहे सूड. गुजरातचे तीन हजार सैनिक मारून तुमचं समाधान होईल ? तुमच्या डोळ्यांत त्वेषाची चमक दिसतेय मला. शाब्बास ! पण तुम्ही फारच अल्पसंतुष्टी निघालात. 'जशास तसे' गडी. तुमच्या तीन हजार बांधवांची तुमच्या दृष्टीने एवढीच किंमत असेल तर इदर आणि ही लढाई विसरून, आपापले तंबू उचलून आपण परत घरी जावं हे उत्तम.

"सात दिवसांपूर्वी जेव्हा मी शांती-ध्वज फडकावला, तेव्हा शौर्याच्या आणि धैर्याच्या पुष्कळ फुशारक्या ऐकवल्या गेल्या. आपली ७५० माणसं कामी आली आणि तुम्हांला आपल्या पराभवाचं रूपांतर विजयात करण्याचा मोका हवा होता. उद्या सकाळी साडेपाच वाजता गुजरातच्या सैन्याशी आपली भेट ठरली आहे. तुमच्या फुशारकीत किती दम आहे ते तेव्हा कळेलच. मला तुम्हांला फक्त एक गोष्ट सांगावीशी वाटते, जी उद्याच्या चकमकीत आणि भविष्यातल्या कुठल्याही लढाईत किंवा संघर्षात तुमच्या उपयोगी येईल. विजयाची गुरुकिल्ली संख्येत आहे. एका वारात तुम्ही तुमच्या प्रतिस्पर्ध्याला मारू शकता की तीन ? जर तीन असेल तर तुमच्यावर हल्ला करण्यासाठी

शत्रूच्या दोन सैनिकांना मोका मिळतो, जो परतवण्याच्या स्थितीत तुम्ही नसता. शिवाय तुम्ही लवकर थकताही. पण जर एकच वार असेल तर दोन शत्रूसैनिकांना तुमच्यापासून धोका आहे. एकेका शिपायाने शत्रूचे वीस गडी कसे कापले ते भविष्यात आपल्या मुला–नातवंडांना सांगू शकाल तुम्ही. आता आपले घरचे शत्रू कोण ते तुम्हांला कळलंच असेल. जो कुणी शत्रूला न मारता फक्त जखमी करून सोडतो, तो आपल्या शेजाऱ्याला आणि मित्राला प्राणसंकटात टाकतो. डाव्या हाताला दुखापत झाली तरी उजवा हात तलवार धरण्यास आणि शत्रूचा घात करण्यात समर्थ असतो. सत्तर ऐंशी जखमा झेलून कमीत कमी सत्तर गड्यांना मारल्याचा जिवंत पुरावा म्हणजे माझे वडील, महाराज राणा संगा. जखमी वाघ किती घातक असतो ते आपण जाणता. जखमी शत्रू त्याच्या कितीतरी पटीने अधिक घातक असतो. आपला द्वेष ज्वलंत ठेवून तो फक्त एक विचार जोपासत असतो. उट्टं काढण्याचा. पण त्याच्या सूडाचं कधीच समाधान होत नाही. एक झाला की दुसरा. त्यानंतर तिसरा. लक्षात ठेवा, ठार मारलेल्याला शत्रू नसतात.

''अखेरचं म्हणजे, आता यानंतर तुमच्यापैकी कुणीही आपल्या शेजाऱ्याशी हितगूत केलं तर तो आपल्या दोन हजार सातशे एकाहत्तर देशबांधवांना संकटात टाकणार आहे. हे आम्हांपैकी कुणालाही मान्य नाही. आपल्या २,७७१ दोस्तांकडून आपला वध व्हावा अशी निश्चितच तुमची इच्छा नसेल.'' सर्वजण हसले, ''होशियार. देव तुमचं रक्षण करो !''

गुजरातच्या तुकडीच्या परतीच्या वाटेला समांतर असलेल्या मार्गाने आम्ही निघालो. आमच्या छावणीपासून त्यांच्या तळापर्यंत असलेल्या वाटेवर, सहा कोसांच्या अंतरावरची जागा पुराजी कीका आणि मंगलने निश्चित केली होती. रात्रीच्या विश्रांतीची सैनिक तयारी करत असताना राजा पुराजी कीकांचा माणूस तेजला घेऊन आला. एकांतवासाच्या सजेनंतर तेज थोडा मलूल दिसत होता, पण लवकरच त्याची मनस्थिती सुधारेल याची खात्री होती मला.

''तेज, रावल उदयसिंह, राजा पुराजी कीका आणि तुम्ही या तिघांमध्ये मी आपल्या सैनिकांची विभागणी करतोय. म्हणजेच प्रत्येकाच्या हाताखाली नऊशे आणि थोडे अधिक गडी असतील.'' मी माझा मित्र, पुराजी कीका, याच्याकडे वळलो, ''राजे, मुक्रर झालेल्या जागा आम्हांला दाखवता का ?''

प्रदेशाचा नकाशा जाणण्यात, खास करून डोंगराळ प्रदेशाचा, राजा पुराजी कीका आणि त्यांच्या माणसांचा हात धरू शकेल असा कोणीही मला तरी माहीत नव्हता. सात लाख वृक्षांच्या जंगलात, सात वर्षांपूर्वी मी माझा घोडा बेफिकीर कुठल्या पिंपळाला बांधला होता आणि आम्ही कुठल्या वृक्षाखाली वनभोजन केलं होतं ते राजे अचूकपणे दाखवू शकत. भूप्रदेशाचं त्यांना अविस्मरणीय ज्ञान होतं. त्यांच्याशिवाय उद्या

आम्ही पार हरवून जाऊ. गुजरातच्या भक्कम छावणीपासून आम्ही जेमतेम अर्ध्या कोसावर आहोत हे कळताच, हा प्रदेश किती गुंतागुंतीचा आहे याची मला कल्पना आली. वनराईने आच्छादलेले सात छोटे डोंगर पार केल्यानंतर अचानक जमीन सपाट झाली होती.

समोरचं दृश्य विश्वास बसणार नाही इतकं शांत आणि सुंदर होतं. दूरच्या वाळवंटात सूर्य खाली जात होता. सैनिक पत्ते खेळण्यात किंवा हुक्का ओढण्यात गुंतलेले. आपल्या तंबूबाहेर केस कापून घेत असलेल्या अधिकाऱ्याशी काही शिपाई गप्पा मारत होते. पोटावर झोपून पाहत असलेल्या आम्हांला इतक्या अंतरावरदेखील कात्रीची कचकच ऐकू येत होती. कुणीतरी एक गाऊ लागला आणि दुसऱ्या कोणीतरी त्याच्या आवाजात आपला आवाज मिसळला. नाही, दुसरा पहिल्याच्या प्रश्नांना उत्तर देत होता. सवाल–जवाबी कव्वाली गात होते ते. मला हा प्रकार फार आवडतो. हे सवालजवाब भरपूर चटकदार विधानं, विनोद आणि तत्त्वज्ञानाने भरलेले असतात. ही धार्मिक कव्वाली नव्हती तर तिचीच चुलतबहीण म्हणजे जनसामान्यांसाठी रचलेला एक मनोरंजक गेयप्रकार होती.

''घरापासून दूर जाताच प्रेयसी अधिक प्रिय का वाटते ? दूर गेल्यावरच घराची आठवण का येते ?'' पहिला प्रश्न विचारात असताना दुसरा टाळ्या वाजवून ताल चालू ठेवतो. ''हवा फुंकली जात नाही तेव्हा बासरीत संगीत असतं का ?'' आता दुसऱ्याची प्रश्न विचारायची पाळी. ''सप्तक ओठांवर असतं की बन्सीवर फिरणाऱ्या बोटांत ?'' बुलबुलतरंगाची मंजुळ साथ. त्यांच्याभोवती माणसं जमू लागलेली. पहिल्याचं उत्तर तयार असतं. ''पण कोण बासरी वाजवतंय आणि कोण तिच्या स्वरांवर नाचतंय ? आपण गातो तेव्हा कोण नाचतं ? आपण की साक्षात देव ?'' बुलबुलतरंगाचा स्वच्छ, पारदर्शक झरा झुळझुळतो, कधी गंभीरपणे तर कधी खुदखुदत. भोवतालचा जमाव टाळ्यांनी ताल धरतो. या माणसांनी शिकवण्या घेतल्या होत्या का ? तालाचा इतका पक्केपणा यायला वर्षांनुवर्षं रियाज केला होता ? मी माझ्या सोबत्यांवरून नजर फिरवत तेजच्या दिशेने एक चोरटा कटाक्ष टाकला. या कालातीत, उत्तररहित प्रश्नावलीत तो इतका हरवून गेलाय की या क्षणापुरता आपल्या जाहीर वैऱ्याचं अस्तित्वदेखील तो विसरलाय. ''सांग दोस्त, शिंकेची गती किती ?'' या प्रश्नाने थोडी खसखस पिकली, ''आणि ती माहीत असेल तर मग सांग की शिंकेपेक्षा किती पटीने विचार अधिक वेगवान ?'' हे अशिक्षित शिपाई, की ऋषींचे गुरू ?

अचानक करुण हंबरण्याच्या आवाजात गाण्याचे सूर बुडून जातात. माझ्या पाठीच्या कण्यातून एक लहरती शिरशिरी. रात्रीच्या जेवण्यासाठी रेडे कापले जात आहेत. रक्ताच्या वाहत्या पाटात येणाऱ्या दारुण मृत्यूच्या जाणिवेने केला जाणारा

जनावरांचा भेसूर आक्रोश भयानक वाटतो. त्यांना बंदिस्त केलेल्या कुंपणाचं फाटक जर उघडलं गेलं तर ती जनावरं पळून जातील ? मला शंका आहे. मृत्यूच्या विचाराने ती सुन्न झाली आहेत. त्यांच्या सुरात आता बकऱ्यांचाही सूर मिसळतो. हृदयाच्या ठोक्यानुसार हलाल रक्ताचे फवारे उसळताहेत. एका शरीरात किती रक्त असू शकतं ? ती तडफड संपण्याची तुम्ही वाट पाहता. आता जनावराची शुद्ध हरपतेय. कसायाने गळ्यावर दिलेली एकमेव चीर अधिक उघडून एकदाच्या या यातना संपवाव्यात म्हणून जणू ते मान मागे झोकतं. मृत्यूचे पाश चुकवण्यासाठी त्याचं निर्जीव होत चाललेलं शरीर अधूनमधून झटके देतं. पण मी का इतका भयचकित झालोय ? उद्या परत छावणीवर गेल्यानंतर मोठ्या चवीने मी मांसाहार घेणार नाहीये का ? गाणारे अखंडपणे अजून गातच आहेत.

छावणीच्या मध्यभागात, सेनानायक बुंदे अलीच्या तंबूनजीक, कबड्डीचा डाव सुरू झालाय. एक तरुण आपले हातपाय चौफेर मारत मोठ्या चपळाईने प्रतिस्पर्ध्यांच्या गटात भिरभिरतोय. विजेच्या गतीने दोघांना स्पर्श करून तो बाद करतो. मी शत्रू–छावणीचं तपशीलवर निरीक्षण करत असताना बुंदे अली तंबूतून बाहेर आला आणि खेळात सामील झाला. वयाने जरा मोठा असला तरी चपळाईची भरपाई तो चतुराईने करतोय. इतर खेळाडू आपल्या ज्येष्ठाशी जरा दबूनच खेळतात. इतक्यात एक तरुण सैनिक, खांदे उडवून, जणू स्वत:शीच ‘‘क्या फर्क पडता है ?’’ म्हणत त्याची तंगडी खेचतो. बुंदे अली कसोशीने मध्यरेषा ओलांडण्याचा प्रयत्न करतोय, पण आता इतर सैनिक हिमतीने त्याच्यावर तुटून पडतात अणि त्याचा दम संपेतोवर त्याला जमिनीवर खिळवून ठेवतात. तेज लक्षपूर्वक बुंदे अलीला निरखतोय.

‘‘अल्ला हो अकबर !’’ सायंकालीन नमाजाची बांग दिली जाते. सगळी कार्यं बंद करून तीनचतुर्थांश सैन्य पश्चिमेकडे गोळा होतं. खानसामे, त्यांचे मदतनीस आणि गुराखीदेखील सामील होतात. किती सुंदर रीतीने ते आपापल्या जागा घेतात. डोकी झाकून, हात आभाळाच्या दिशेने उंचावत, रांगांच्या रांगा गुडघ्यांवर बसून अल्लाची दुवा मागताहेत. इस्लामची मूलप्रवृत्ती लष्करी आहे का ? म्हणूनच कदाचित आज्ञापालनाची इतकी कठोर शिस्त पाळली जाते. सूर्यास्तानंतरच्या सूर्यफुलाप्रमाणे सारी डोकी एकत्रितपणे खाली वाकतात. सैन्यात जे काही हिंदू आहेत ते हरवल्याप्रमाणे आपापली कामं गुपचूप करताहेत. फक्त कोंबडे आणि कोंबड्या या गंभीर विधीपासून अलिप्त आहेत. आणि माश्या. हजारो, लाखो माश्या जमिनीत जिरत असलेल्या रक्ताच्या थारोळ्यावर घोंघावताहेत. एका रेड्याच्या चिरलेल्या मानेवरच्या सुकणाऱ्या जखमेवर आणखी हजारो गोळा झाल्या आहेत. हे भगवान, ते बिचारं जनावर अजून जिवंत

आहे. त्याने अशक्तपणे डोकं हलवताच, तरंगणाऱ्या मधाच्या पोळ्याप्रमाणे माश्यांचं मोहोळ वर उठतं.

परत आमच्या तळावर पोचेतोवर अंधार पडू लागला होता. पुन्हा एकदा रावल उदयसिंह, राजा पुराजी कीका, तेज, मंगल, तुकड्यांचे नायक आणि मी एकत्र बसून, प्रत्येक पाऊल, चाल, प्रतिचाल, हल्ला आणि बचावासंबंधीच्या डावपेचांची शेवटची उजळणी केली. प्रत्येक तुकडी-नायकावर एक विशिष्ट कामगिरी आणि विशिष्ट क्षेत्रफळ सोपवण्यात आलं. माझ्या, राजा पुराजींच्या किंवा रावळ उदयसिंहाच्या हुकुमाशिवाय किंवा तसंच काहीतरी विलक्षण अघटित घडल्याशिवाय त्यांनी आपापल्या जागा सोडायच्या नव्हत्या. माझी खात्री होती की इतकं करूनही अनेक आनुषंगिक आपत्त्या आमच्या नजरेतून सुटल्या होत्या. तरीही, तपशीलवार योजना आखून प्रत्येकाला त्याचं कार्य आणि साध्य नेमून देणं अतिमहत्त्वाचं होतं. लढाईची फक्त जागा आणि वेळच मला ठरवायची नव्हती, तर शत्रूला कुठच्या प्रकारे माघार घ्यावी ते ठरवण्याची मुभादेखील मला द्यायची नव्हती. त्यांनी कशी, केव्हा आणि कुठे माघार घ्यायची तेदेखील आम्हीच ठरवणं अत्यंत महत्त्वाचं होतं.

सव्वानऊपर्यंत आमच्या तळावर सामसूम झाली. शिपाई झोपी गेले होते की नाही ते मला माहीत नाही, पण प्रत्येकाने आपापली चादर अंथरून अंगावर कांबळी पांघरली होती. रात्रीचं जेवण म्हणजे चार चार बाजरीच्या भाकऱ्या, वर साजूक तुपाचा गोळा, तिखटजाळ लसणीची चटणी आणि मुळे. उद्या सकाळची न्याहारी आणि दुपारचं जेवणदेखील हेच. प्रत्येकाने आपापलं अन्नाचं गाठोडं आणि चामड्याच्या पाण्याच्या पिशव्या आपापल्या खोगिराला बांधून घेतलेल्या. पहाटे साडेचारला उठायचं होतं, पण मी शवासन किंवा योगनिद्रा केल्याशिवाय झोपणार नव्हतो. मी आडवा झालो आणि आकाशाकडे नजर वळवली. सपाट, काळ्याकुट्ट आकाशाला बारीक बारीक भोकं पाडली गेली होती ज्यांच्यातून प्रकाश ठिबकत होता. त्यांपैकी बरीचशी भोकं माझ्या माहितीची होती. स्वत:चा ठावठिकाणा समजावा म्हणून शाळेत आम्हांला नक्षत्रं ओळखायला शिकवलं गेलं, पण आध्यात्मिक पेचप्रसंगात त्यांनी मला दिशा दाखवली असती का याची मला शंका वाटते. मी डोळे मिटले आणि पापण्यांच्या पडद्यावर नक्षत्रांचा नकाशा आठवणीतून चितारला. माझ्या मृत्यूचे साक्षीदार. मग पायांच्या आंगठ्यापासून सुरुवात करून त्यांच्यातली सारी संवेदना काढून टाकली, मग इतर बोटं आणि खोटा सुन्न झाल्या, नंतर गुडघे, मांड्या, जांघा आणि पोट विरून गेली, फुफ्फुसं गळून पडली आणि मग हात, बाहू आणि खांदे. शरीरातून बाहेर पडून मी नक्षत्रांमध्ये पोचलो आणि तिथून माझ्या अचेतन देहाकडे पाहिलं. माझी पावलं एकमेकांपासून

हाताच्या अंतरावर, आणि दोन्ही हात शरीराच्या बाजूला पडलेले. तिरडी, फुलं आणि शोक करणारी माणसं विरहित शव. माझं डोकं मात्र बाजाराच्या दिवशी चितोड असतं त्यापेक्षा अधिक गजबजलेलं. विक्रमादित्याच्या बाबतीत बाबांनी काय निर्णय घेतला होता ? सुन्हरियाच्या बांगड्या फुटल्या. आई मला जेवायचा आग्रह करतेय. कौसल्याच्या योनीचा मादक गंध. लढाईच्या जुन्या, सर्वमान्य रीती टाकून दिल्याबद्दल बाबांची काय प्रतिक्रिया होईल ? गुजरातचा सेनानायक बुंदे अली थोडा चकणा होता का ? उद्या त्याच्याशी कुणाचा सामना होणार ? माझ्या प्रथम पराभवाची चित्रं साकारू लागतात पण माझी बायको त्यांना पळवून लावते. मी दोन्ही भुवयांमध्ये एक भिरभिरतं मंडल उभं करतो, आणि त्याला जोरात फिरवतो. त्याची गती वाढताच सगळे विचार, कल्पना, रंग, चित्रं ते आपल्या भोवऱ्यात खेचून घेतं. गती इतकी वाढते की सारं काही भोवंडून कोसळून पडतं. त्याच्या केंद्रस्थानी कधीही न मिटणारा सर्वसाक्षी डोळा. हळूहळू सारं काही मंद होत होत स्थिर होतं. एखादा चुकार विचार मनात तरंगत तरंगत किनाऱ्याला जाऊन लागतो. काठाला चाटणाऱ्या शून्याच्या लहरींचा आवाज शांतिदायक आहे. त्या क्षणी माझ्या लक्षात आलं की आम्ही न परतीच्या बिंदूवर येऊन ठेपलो आहोत. आम्ही सारेच्या सारे २,७७१ परत कधीही सामान्य जनसागरात एकरूप होऊ शकणार नाही. तसे आम्ही इतरांबरोबर मिसळू, रोटी–बेटीचा व्यवहार करू, मुशाहिऱ्यांना जाऊ, होळी खेळू, पण त्यांच्या दृष्टीने यापुढे आम्ही नेहमी परकेच राहू. उद्या सकाळी आम्ही करणार असलेल्या अनुच्चारणीय कृत्यामुळे आम्ही सारे कायमचे एकत्र बांधले जाणार होतो.

पहाटे चार वाजता सारे उठले. साडेचारपर्यंत घोड्यांना चारा देऊन झुडुपामागचे विधी आटोपण्यात आले. घाईघाईने न्याहारी घेऊन झाली. साडेचारपर्यंत सर्व घोडेस्वार निघाले. मधले सात डोंगर पार करायचे होते. त्यातील पहिले चार आम्ही दौडू शकलो असतो. आजूबाजूच्या जंगलाने टापांचे आवाज झाकले असते. पण मला धोका पत्करायचा नव्हता. तासाभरात आम्ही सारे कालच्याच जागी पोटावर पालथे झालेलो. एव्हाना अंधाराची सवय झाली होती. आमच्या दिशेला गुजरातच्या छावणीवर पहारा ठेवण्यासाठी फक्त सातच पहारेकरी का नेमण्यात आले असावेत ? मग लक्षात आलं की त्यांच्या दृष्टीने लढाई संपली होती. आमचा पराभव करून ते आता घरी परतत होते. राजा पुराजी कीकाच्या माणसांनी, ते ज्यांची शिकार करत त्या जंगली जनावरांप्रमाणे निःशब्दपणे, आपल्या धनुष्यबाणांनी त्या सात जणांना टिपलं. आता ते गुरांच्या कुंपणात शिरून त्यांना बाहेर हाकलीत होते. काही लठ्ठ रेड्यांना हालतं करण्यासाठी जोरात ढोसावं लागत होतं. डाव्या हाताला साधारण हजार पावलांवर गुजरात सैन्याचे अर्धेअधिक घोडे बांधलेले. दहा भिल्लांची एक टोळी त्यांच्या दिशेने डोंगर उतरू

लागली. वाऱ्यावर आलेल्या त्यांच्या वासाने सचेत होऊन एक कुत्रं भुंकू लागलं. आता क्षणभरात छावणीतले सारे कुत्रे फक्त बुंदे अली आणि त्याच्या सैन्यालाच नाही तर काश्मीर, तुर्कस्तान आणि चीनमधल्या आपल्या साऱ्या जातभाईंना जागं करणार. राजा पुराजी कीकांच्या बाणांनी त्या कुत्र्याला शांत केलं. अचानक कुठूनतरी पाच कुत्री प्रगट झाली. पण त्या निश्चेष्ट कुत्र्याला पाहून त्यांनी सावध होत फक्त कुई कुई केलं. भुंकली नाहीत.

दवाने चिंब जमिनीवर आडवा पडल्यामुळे मी बऱ्यापैकी ओला झालो होतो. डोंगरावरचं धुकं लवकरच खालच्या छावणीवर उतरणार. आकाश ठिकठिकाणी फिकट होऊ लागलेलं. आता पक्षी जागे होतील. ढगांनी बंदिस्त केल्यामुळे काही काळ अंधार अधिकच गडद झाला. बायकांच्या गैरहजेरीत प्रथम कोण उठतं ? खानसामे, साईस, की मुल्ला ? घरी परतणारी फौज किती आरामशीर, सुस्त असते.

पक्ष्याची शीळ. या ऋतूत कोकीळ ? राजा पुराजी कीकांचा माणूस घोड्यांना मोकळं केल्याचा इशारा देत होता आम्हांला. माझ्या तुकडीचं मी नेतृत्व करावं की मागे राहून त्यांच्या हालचालींचं संचलन करावं यासंबंधी माझ्या मनात सतत ऊहापोह चालला होता. पण मला माहीत होतं की आजच्या विश्वासघातकी कृत्याचं उदाहरण स्वत: घालून देण्याव्यतिरिक्त मला पर्याय नव्हता.

आमची सेना तीन गटांत विभागण्यात आली. माझ्या डावीकडे तेज आणि उजवीकडे रावल उदयसिंह. प्रत्येकाच्या हाताखाली ९०० हून थोडे अधिक शिपाई. माझ्या तुकडीसह मी हल्ल्याचं नेतृत्व करणार होतो, तर तेज आणि उदयसिंह शत्रूला कुठल्याही बाजूंनी निसटण्यापासून परावृत्त करणार होते. म्हणजे माघार घ्यायचीच झाली तर शत्रूला फक्त एकच मार्ग होता आणि तो म्हणजे सरळ पुढे आणि तो मार्ग नैर्ऋत्य दिशेला जाणारा हवा होता आम्हांला.

माझ्या सैन्यासह गुपचूप डोंगर उतरण्याची वेळ येऊन ठेपली. खाली पोचताच तेजने तेलात भिजवून बाणाला गुंडाळलेला फडका पेटवला आणि धनुष्याची दोर अधिकाधिक ताणून बाण सोडला. माझ्या इशाऱ्यासरशी इतरांनीही तसंच केलं. थेट बुंदे अलीच्या शामियान्याच्या दिशेने सुटलेला तेजचा बाण खाली येऊ लागताच निशाण गाठतोय की नाही अशी भीती वाटली मला. पण चिंतेचं कारण नव्हतं. शामियान्याच्या छताच्या झालरीत रुतून त्याने छत पेटवून दिलं. चारी बाजूने जळत्या मशाली उडत होत्या. बुंदे अलीच्या तंबूचा पहारा करणारा शिपाई हे जळते गोळे कुठून येताहेत ते पाहण्यासाठी उठला असावा. त्यानंतर तो पुन्हा दिसला नाही. राजा पुराजी कीकांच्या बाणाने त्याच्या कंठमण्याखालची मऊ जागा अचूक भेदली होती. आकाश फटफटू लागलेलं. सूर्यदेवाचे सात घोडे वेगाने दौडत आकाशातले गुलाबी, नारिंगी ढग पिंजत होते.

मुल्लाच्या बांगेने पहाटेची शांतता भेदली. (आणि माझा असा समज होता की मी साऱ्या शक्यप्राय घटनांची तरतूद केली आहे. आता दोन पळांत बुंदे अलीची सारी माणसं प्रार्थनेसाठी उठतील.) सूर्याने डोकं वर काढलं. मी वाकून वंदन केलं आणि प्रार्थना म्हटली. चारी दिशांना होत असलेली अतिषबाजी मुल्लाच्या नजरेतून कशी सुटली ? छावणीत ठिकठिकाणी होळ्या पेटल्या आणि माझी टाच बेफिकीरच्या बरगड्यात रुतली. गुजरात छावणीतली मोकळी जनावरं आता झोपलेल्या शिपायांना तुडवत सैरावैरा दौडत होती. त्यामुळे उठलेल्या हाहाकाराचा आम्हांला भरपूर फायदा झाला. कारण त्या भयानक कोलाहलामुळे दहा हजार घोडेस्वार हल्ला करत असल्याप्रमाणे वातावरणनिर्मिती तयार झाली. पुराजी कीकांची वीस माणसं वेगळी होऊन छावणीच्या दुसऱ्या टोकाला बांधलेल्या उरल्यासुरल्या घोड्यांना मोकळं करण्यासाठी निघाली. तिथले घोडे आणि उंट सुटले की गोंधळात आणखीनच भर पडणार होती. हातात नंगी तलवार पकडून मी खाली वाकलो. वाटेत जे काही जागं होत होतं, लोळत होतं, हालत होतं, उभं राहिलं होतं, किंचाळत होतं किंवा पळत होतं त्यावर वार करत, कापत, तोडत, चिरत, हाणत, छिन्नविच्छिन्न करत मी निघालो. अर्धवट जागे झालेले आणि गोंधळून गेलेले गुजरातचे सैनिक आमच्या वारांपासून स्वत:चं रक्षण करण्यासाठी दोन्ही हात वर करत, ते हात आणि त्यांची डोकी एकत्र जमिनीवर पडत होती. कत्तलीला लय आणि गती मी दिली, माझ्या सैनिकांनी ती बरोबर पकडली. 'माझ्यासाठी प्रार्थना कर !' एका घाबरलेल्या शस्त्रहीन सैनिकावर वार करत मी पुटपुटलो. एक मानेच्या डावीकडून उजव्या कंबरेपर्यंत तिरका वार. एक पाठीमागून डाव्या खांद्यापासून छाती भेदत हृदय चिरणारा जबरदस्त तडाखा. एक शिताफीने केलेला इतका जोरदार घाव की धडासकट डोकं इतर शरीरापासून वेगळं झालेलं त्याचं त्यालाही कळलं नसेल. एखाद्या साक्षात्कारासारखा एक अतिशय बाळबोध विचार माझ्या मनात चमकून गेला की नि:शस्त्र, बेसावध सैनिक हा फक्त एक सामान्य नागरिक असतो. राजेंद्र, तुझ्या वडिलांच्या नेतृत्वाखाली असलेल्या, गुजरात सेनेने कपटाने मारलेल्या आपल्या प्रत्येक सैनिकासाठी मी तुला दोन डोकी कबूल केली होती. मोजायला लाग. चक्रवाढ व्याजाने तुझी परतफेड करतोय. कपट आणि विश्वासघातात कुणाचीही बरोबरी करू शकतो मी. मेवाडविरुद्ध केले गेलेले गुन्हे मी विसरत नाही आणि माफही करत नाही. माझ्याकडून वाईटातल्या वाईटाचीच अपेक्षा कर. तुझी अपेक्षा मी दामदुपटीने पुरी करीन.

भीतीइतकी सांसर्गिक दुसरी कुठली गोष्ट क्वचितच सापडेल. भीती हतबल बनवते. बिचारे असहाय गडी – कापत, तुमानीत मुतत, आपल्या मोक्षाची वाट पाहत उभे होते. आम्ही त्यांची निराशा केली नाही. जळत्या तंबूतून माणसं धावत बाहेर यायची

आणि आपली हत्यारं आणण्याकरता परत आत धावायची. अर्धीअधिक आत गुदमरून जात तर उरलेली बचावाचा दुर्बळ प्रयत्न करण्यासाठी परतत. आम्ही खरेखुरे, हाडामांसाचे आहोत की आपल्याला आभास होतोय हे त्यांना कळत नसे. कुठून उगवलो होतो आम्ही ? लढाई संपली नव्हती का ? ही चकमक असमान मगदुराची होती. ते जमिनीवर तर आम्ही वेगवान घोड्यांवर. आजूबाजूला चाललेल्या हाहाकारात आणि हलकल्लोळात एक विचित्र विलापाचा सूर मिसळला होता. हा उंच गळा काढून केलेला शोक, हे भेकणं कुठून येत होतं ? ते येत होतं माझ्या आतून, साऱ्या मेवाडसेनेच्या अंतरातून. एकीकडे आमच्या बळींची शरीरं भोसकत असताना त्यांची हाडं आणि कवटया फोडत असताना, त्यांच्याकडे मागितलेल्या माफीच्या भिकेचा, क्षमायाचनेचा भेसूर आक्रोश होता तो.

आणि तेव्हा मला तो मुल्ला दिसला. मृत शरीरावर एक पाय, आवाजाचा वेध घेण्यासाठी केलेली तिरपी मान, अशा अवस्थेत तो लडबडत उभा होता. उठणारी प्रत्येक किंकाळी त्याच्यावर आघात करत होती. सुरुवातीचे आमचे जळते बाण त्याच्या दृष्टीस का पडले नाहीत ते मला आता कळलं. तो आंधळा होता. अडखळत तो खाली पडला. घोड्यावरून खाली वाकत मी त्याला माझ्या हाताचा आधार दिला.

‘‘काय चाललंय ?’’ मला दुवा देत त्याने विचारलं, ‘‘कयामतचा दिन आला आहे का ?’’

‘‘होय. पण मरणाऱ्यांसाठी नाही मारणाऱ्यांसाठी. निपचित पडून राहा म्हातारबुवा, म्हणजे कोणीही तुला हात लावणार नाही.’’ पुढे जाण्यासाठी मी अधीर झालो होतो.

शान–ए–रियासत बुंदे अली हजारेक घोडेस्वारांच्या तुकडीसह आमच्या दिशेने चाल करून येत होता. मी बेफिकीरचा लगाम खेचून त्याचा वेग कमी केला. शान–ए–रियासतच्या अंगरख्याच्या गुंड्या उघड्या होत्या, पागोटं थोडं तिरकं बसलं होतं आणि चिलखत नीट बांधायला त्याला वेळ मिळाला नव्हता. तो किती उंच आणि ताठ आहे याची मला यापूर्वी कल्पना आली नव्हती. पुढे झुकून, हात लांबवून आपली तलवार जमिनीला समांतर धरलेली होती त्याने. एखाद्या चक्रीवादळासारखा तो इतक्या वेगाने आमच्या दिशेने दौडू लागला की तो आणि त्याची तुकडी निश्चल असल्याचा भास होत होता. माझे कान बधिर झाले. सारं रडणं भेकणं बंद पडलं. घोड्याच्या टापांचे आवाजदेखील मला ऐकू येईनात. हजार घोड्यांचे ताणणारे आणि आकुंचन पावणारे स्नायू. पहाटेच्या प्रकाशात चमकणारे काळे, तपकिरी, पिवळट, मातकट, करडे रंग, आणि त्यांच्यावर मांड ठोकलेले हजार घोडेस्वार.

एखाद्या उधाणीच्या सशक्त लाटेप्रमाणे गुजरातच्या त्या घोडदळाने वाटेतले सारे

अडथळे एका फटक्यात उडवून लावले असते. होय, इतर कुठल्याही दिवशी नक्कीच उडवून लावले असते.

योजल्याप्रमाणे माझे ९०० सैनिक मधोमध दुभंगले आणि घरी आलेल्या आवडत्या पाहुण्यांप्रमाणे बुंदे अली आणि त्याच्या दळाला आत प्रवेश करण्यासाठी मुक्तद्वार दिलं. गुजरात सैन्याची मात्र अशी समजूत झाली की आमची फळी फोडून ते आत घुसले आहेत. आता चारी बाजूंनी माझ्या माणसांनी त्यांना घेरून आत बंदिस्त केलं. आमच्याकडे दुर्लक्ष करून त्यांनी जर आपली दौड कायम ठेवली असती तर ते दुसऱ्या टोकाला आमच्या घेऱ्यातून बाहेर पडून पुऱ्या जोशानिशी परत आमच्यावर उलटू शकले असते. पण संताप आणि सूडभावनेच्या विशिष्ट साच्यात त्यांची मनं आणि विचार सापडले होते.

मनात आणलं तर एक हजार घोडेस्वार किती छोट्या जागेत ठासून भरता येतात हे खरंच विस्मयकाक आहे. ते अक्षरश: एकमेकांवर कोसळत होते. हलण्यापुरतीदेखील जागा नव्हती त्यांना. फक्त बाहेरील वर्तुळातले स्वार आमच्याशी दोन हात करू शकत होते. पण त्यांचा काय पाड लागणार ? गुजराती दळाच्या त्या गच्च कंदाचा एक एक पापुद्रा आम्ही सोलू लागलो. तोवर मध्यभागी अडकलेल्यांचा भयानक कोंडमारा होऊ लागला होता. बाहेर काय चाललंय याचा त्यांना थांग लागत नसल्यामुळे ते बावचळले. आता बाहेरील वर्तुळातल्या गुजराती शिपायांना एकीकडून आम्हांला, तर दुसरीकडून आतल्या स्फोटक दबावाला तोंड द्यावं लागत होतं. आधी ठरल्याप्रमाणे, एका विशिष्ट इशाऱ्यानुसार माझ्या सैनिकांनी नैर्ऋत्येकडून एक वाट खुली केली. एकमेकांना ढकलत, तुडवत, ढोसत, मारत मोकळ्या जागेत येण्यासाठी गुजराती तुकडी सुटकेचा मार्ग शोधू लागली. मी आणि माझे निवडक स्वार बाहेर त्यांचीच वाट पाहत होतो. बरेच स्वार आमच्या तावडीतून सुटून पळाले, पण एकामागून एक बाहेर पडणारे बहुतांशी सैनिक आमचं सोपं लक्ष्य बनले. आम्ही पुन्हा एकदा कापाकापीच्या कामाला लागलो.

आणि शान–ए–रियासत बुंदे अलीचं काय ? त्याचं काय ? आम्हा दोघांची अटीतटीची जुंपली असं म्हणायला मला आवडलं असतं. त्याच्यावरचं माझं श्रेष्ठत्व सिद्ध करण्यासाठी त्याला विलक्षण शूर, पराक्रमी आणि कुटिल योद्धा बनवावा लागला असता मला. पण अशा प्रकारच्या कल्पनाविलासाची चैन फक्त लघुदृष्टी असलेल्या नेत्यालाच परवडते. बुंदे अलीने त्याचे चार बळी वसूल केले आणि मग माझ्या एका जवानाच्या वाराने तो पडला. त्याची नजर जर माझ्यावर होती असं असेल तर त्याला फारच लाजिरवाणं मरण आलं असं म्हणावं लागेल.

गुजरातचं सैन्य आता सैरावैरा पळू लागलं होतं. घोड्यांवरून की पायी ते फारसं

महत्त्वाचं नाही. आंधळ्या भीतीने जसा बहुतेक सैन्यांचा सुटतो, तसा त्यांचाही ताबा आता सुटला होता. आमच्या मार्गदर्शनाखाली त्यांचे घोडे, गुरं, माणसं आणि उंट, सारे एकाच मुक्कामावर निघाले होते. जीव घेऊन पळत थेट नैर्ऋत्येकडच्या दलदलीकडे.

छावणीच्या मध्यातून तिरका जाणारा मार्ग आम्ही मोकळा केला होता. मी आणि माझ्या तुकडीने दुर्लक्षिलेला जवळजवळ दोन–तृतीयांश गुजरात सेनेचा समाचार घेण्याची जबाबदारी रावल उदयसिंह आणि तेजवर सोपवली होती. छावणीतल्या काही गटांकडून अजूनही बऱ्यापैकी प्रतिकार होत होता. पण हल्ल्याच्या प्रथम क्षणापासून साधारण तासाभरात माझ्या सहकाऱ्यांनी शत्रूची दाणादाण उडवून ते आता त्यांना दोन समांतर प्रवाहात दलदलीच्या निर्वाणाकडे हाकीत होते. कत्तल, हा अतिशय शिणवणारा आणि कृतघ्न प्रकार असतो. आमचा जोश तसूभरदेखील कमी पडताच शत्रूला वाटू लागलं की कृतार्थ होऊन आता आम्ही लढाई आटोपती घेणार आहोत. त्यांचा प्रतिकार लगेच मंदावू लागला. कित्येक जण तर हत्यारं फेकून खाली बसले किंवा आडवे झाले. हे असह्य होऊ लागलं कारण त्यामुळे आमचं काम दुप्पट वाढलं. परत निश्चयपूर्वक आम्हांला कापाकापी आणि तोडातोडी करावी लागत होती, कारण युद्धकैदी आम्हांला परवडण्यासारखे नव्हते. आमचा शिधा आधीच कमी पडत आला होता आणि हा जास्तीचा भार आम्हांला नको होता. त्याशिवाय आम्ही मलिक ऐयाजच्या आणि त्याच्या प्रचंड सैन्याच्या कचाट्यात सापडलो असतो ते वेगळंच, कारण प्रत्येक प्राणदान दिलेला सैनिक म्हणजे पुनरुज्जीवित शत्रूच. दया दाखवल्याने पराभूत पक्षाचं आमच्याबद्दलचं मत चांगलं होईल आणि पुढे केव्हातरी ते आमच्याशी सौम्यपणे वागतील अशी अपेक्षा करणं म्हणजे मूर्खपणा. मूळ उद्देश – जर कुणी विसरलं असेल तर – राजपुतांचे औदार्य आणि दाक्षिण्याचे दिवस संपले आणि यापुढे कोणीही आम्हांला भोळे खुळे समजू नये हे दाखवून देणं, हा होता. माझं उद्दिष्ट साधं आणि स्पष्ट होतं – गुजरात सेनेवर आणि आमच्या काही मित्र शेजारी राज्यांवर अशी काही जबरदस्त दहशत बसवणं की यापुढे परत कधीही इदरवर किंवा आमच्या इतर कुठल्याही प्रदेशावर नजर वळवण्यापूर्वी त्यांनी दहादा पुनर्विचार करावा. या मोहिमेतून हे छोटंसं उद्दिष्ट देखील साध्य झालं तरी आम्ही बाजी मारली असं म्हणायला हरकत नाही.

एक पळणारा शिपाई माझा उजवा पाय आपल्या दोन्ही हातांत गच्च पकडून आपल्या जिवाची भीक मागू लागला. मी बेफिकीरला गरकन वळवला तरी तो माझा पाय सोडेना.

''मला माझ्या प्राणांची भीक घाला राजकुमार,'' त्याचा दगडात कोरल्यासारखा चेहरा फिकट पडला होता आणि त्याच्या कानांच्या पाळ्यांवरून, एका ओझरत्या झुळुकीसरशी उडून जाणाऱ्या साबणाच्या बुडबुड्यासारखे घामाचे थेंब लोंबत होते.

जमावात असलेल्या माणसांना काय होतं ? ते गर्दीच्या इशाऱ्याप्रमाणे वागतात, स्वत:च्या प्रत्यक्ष अनुभवाप्रमाणे नाही. मी त्याला संपूर्ण वर्तुळाकार फरफटत नेलं तरी माझा पाय न सोडण्याइतपत शक्ती होती त्याच्या अंगात. आपल्या तुकडीसह वाऱ्याच्या वेगाने दौडत येणाऱ्या तेजने माझं लक्ष क्षणभर वेधून घेतलं तेव्हा त्या शिपायाने मला खाली का नाही ओढलं ? माझ्या पायावरची त्याची पकड सोडवण्यासाठी मी खाली वाकलो. त्याने बोलायला नको होते. एक भूत–वर्तमान–भविष्य असलेली व्यक्ती झाला तो आता. संधी मिळाली तर आपल्या तीन मुलांची आणि चार मुलींची नावं सांगणार तो मला. या माणसाला मी कसा मारू ? त्याची पकड सोडवणं मला कठीण जात होतं. त्याच्या तावडीतून पाय सुटताच मी बेफिकीरला वळवलं आणि घाईघाईने तिथून निघून गेलो. राजा पुराजी कीकांसह माझे सारे सैनिक मला पाहत होते. माझ्यासारखे आणखी थोडे हळवे सैनिक मेवाड सैन्यात निपजले तर आमची छान विल्हेवाट लागणार ! मी दौडत परत आलो. त्या शिपायाने आधी आश्चर्याने आणि मग जिवाच्या थरकापाने माझ्याकडे पाहिलं. मी तलवार उंच उचलली आणि नेमका वार केला.

बन्सीबाजाने शिकवल्याप्रमाणे, कपट, कारस्थान, फसवेगिरी, लबाडी, हातचलाखी आणि इतर बऱ्याच छोट्यामोठ्या गोष्टी या राजकारणाच्या आणि राजव्यवहाराच्या आवश्यक क्लृप्त्या आहेत, पण हे मुर्दाड क्रौर्य माझ्यात कुठून आलं ? अर्जुन आणि त्याचा सल्लागार बन्सीबाज – काही वर्षांपूर्वी माझासुद्धा – यांनी काही कारण नसताना सारं खांडववन, त्यातल्या रहिवाशासंकट जाळून भस्म केलं होतं ते मला आठवलं. तो महाभारतातला, मला कधीच न समजलेला, प्रयत्न करूनही न पटलेला एक विचित्र प्रसंग. कदाचित, जीवन हे तर्काच्या, कार्यकारणभावाच्या आधारे समजावून देता येत नाही, कारण त्यातला सगळा नसला तरी बराचसा भाग अर्थहीन असतो, हाच मुद्दा मांडायचा असेल महाभारताला. संस्कृती आणि सभ्यता माणसातली अंगभूत हिंसा लपवू शकत नाहीत.

दलदलीभोवती नेहमी धुकं का असतं ? दलदल, ओलावा आणि वाफ एकमेकांशी संबंधित असतात का ? बस. इथपर्यंतच जाता येतं, याच्या पुढे नाही. आम्ही पोचलो होतो. आता शत्रूला सर्वशक्तीनिशी हाकत त्या काठावरून आत ढकलून देणं — स्वत:चा तोल सांभाळून.

शेकडो — हजारोंनी मुजफ्फर शहा आणि मलिक ऐयाजचे शूर वीर धुक्यात अदृश्य झाले. आपला पाठलाग आणि बेमुर्वत कत्तल अगदीच थांबली नसली तरी बऱ्यापैकी कमी झालीय हे पाहून सुटकेचा श्वास सोडत ते आनंदाने दौडत गेले. आम्ही तिथे असलेल्या अर्ध्या तासाभरात ते धुकं एकदाच उघडलं. सूर्यकिरणांनी आत घुसून दोनेक बिघे दलदल पळ दोन पळांपुरती उजळली. पापांचं प्रायश्चित्त पुढल्या जन्मी भरावं लागत

नाही. या जन्मीच ते भरता तुम्ही. भूमीवरच्या ढगांचा तो दाट पडदा त्या दृश्यावर परत पडला नसता तर ? वास्तवातील त्या हिडिस सत्याशी कल्पनादेखील स्पर्धा करू शकत नव्हती.

दलदलीजवळ चांगलंच थंड होतं. आत पडलेल्यांच्या किंकाळ्या, आक्रोश आणि खिंकाळण्यांनी आसमंत भरून गेला. अशरीरी हात हवेत हालत होते. नाकपुड्यांपर्यंत बुडालेला एक माणूस मी पाहिला. पाणी आणि चिखल त्याच्या नाकात शिरला. तो गुदमरत होता की नाही ते मला माहीत नाही, पण पुढच्याच क्षणी खाली खेचला जाऊन तो दृष्टिआड झाला. बहुतेक शिपाई पोहत काठ गाठण्याच्या प्रयत्नात असल्यासारखे हात–पाय मारत होते आणि त्यामुळे अधिकच जलद अदृश्य होत होते. इथे कुणीही कुणाचा मित्र नव्हता. आधी कधीही एकमेकांना न पाहिल्यासारखे, कधीही एकमेकांच्या खांद्याला खांदा लावून न लढल्यासारखे, एकमेकांना ओळखत नसल्यासाखे गुजरातचे सैनिक वागत होते. ज्या कुणाच्या हातपाय मारण्याने दलदलीचा सीत्कारणारा, चोखणारा चिखल पायाखाली दुभंगत होता त्याला इतर सारे शिव्या घालत. दोन माणसं घसरत, बुडत, एकमेकांच्या गळ्याचा घोट घेत झगडत होती. त्यातला जो नशीबवान होता त्याने दुसऱ्यावर मात केली आणि त्याच्या बुडणाऱ्या शरीराच्या आधाराने स्वत:ला वर ओढलं. हर्षभराने आपल्या साथीदाराच्या खांद्यांवर डळमळत, तोल सावरत असताना आपण संकटावर मात करून आता सुखरूपपणे काठाला पोचू अशी त्याला खात्री होती. त्याने विजयी आरोळी ठोकली एवढ्यात खालच्याचे खांदे खोलात गेले. वरच्याने आपला उजवा पाय त्याच्या डोक्यावर ठेवला. पण जेव्हा डोकंदेखील चिखलात बुडलं तेव्हा त्याचा सारा आनंद, सारा उन्माद नाहीसा झाला आणि लवकरच आपणही आपल्या बळीच्या मार्गाने जाणार हे त्याला उमगलं.

जिथे जिथे बुडबुडे वर फुटत होते तिथे तिथे खाली अजूनही श्वासोच्छ्वास करणारं डोकं असल्याचं कळत होतं. खाली जाता – जाता काही शिपाई शिव्यागाळी करत होते तर काही क्षमायाचना –

''फातिमाला सांगा की गेल्या वर्षी मी तिच्या हातावर उकळतं पाणी ओतलं, पण तिच्यावर खरं खरं प्रेम केलं मी.''

''अम्माजानला कळवा की तिचा मुलगा शूराचं मरण मेला. तीन युद्धात सतरा शत्रूसैनिकांना मारलं त्याने. शत्रूंनी विश्वासघात केला तरी एकदाही दयेची भीक मागितली नाही. नव्या बाळाचं नाव...'' आता हवेच्या घोटाबरोबर तो तुरट चिखलाचं पाणी पिऊ लागला होता.

मरणाऱ्यांचे अखेरचे शब्द फार गहन – गंभीर आणि अतिशय हृदयद्रावक असतात अशी माझी समजूत होती. ही समजूत किती बिनबुडाची आहे ते मला कळलं. जीवनात

आपण हीन, पोकळ आणि खुनशी असतो. मृत्यूला सामोरं जातानादेखील आपण बदलत नाही. ''मला वचन दे अंजुमन, वचन दे की तू परत लग्न करणार नाहीस. केलंस तर मी भूत होऊन तुझ्या मानगुटीवर...''

सगळे एकत्र बडबडत होते. काही इतरांचं भलं चिंतित होते तर काही बुरं, पण झाडून सारे देवाची करुणा भाकून आपल्याला वाचवण्यासाठी गयावया करत होते.

जे त्यांना वाचवू शकले असते, ते स्थिर जमिनीवरून हा सारा भयानक आणि चक्रावणारा प्रकार पाहत असताना, एक शिपाई पाय झाडता – झाडता नतमस्तक होऊन, आपण मक्क्याच्या दिशेला वळून शेवटचा नमाज न पढू शकल्याबद्दल अल्लाची क्षमा मागत असलेला दिसला. सर्वांत करुणाजनक घोड्यांची अवस्था होती. पायाखालून सरकणाऱ्या जमिनीमुळे घाबरलेले, गोंधळलेले घोडे, बाहेर पडण्याचा काही मार्ग आहे का ते शोधण्यासाठी मान उंचावून थोडा वेळ चहुबाजूला पाहत आणि मग सारी धडपड सोडून देऊन शांतपणे मृत्यूला सामोरे जात. सरळसोट भिंत चढण्याच्या प्रयत्नात असल्याप्रमाणे मारलेले त्यांचे पुढचे पाय, हिऱ्यांच्या कण्याप्रमाणे उन्हात चमकणाऱ्या बिंदूंचे फवारे हवेत उडवत, मग थोडा वेळ तसंच अनिश्चितपणे तरंगत ते सावकाश खाली जात. उजवीकडून डावीकडे सळसळणारी त्यांची आयाळ आणि रुबाबदार डोकी, आम्ही त्यांना मदत का करत नाही आहोत, किंवा त्यांचे क्लेश तरी एकदाचे का संपवत नाही आहोत असा मूक प्रश्न विचारत असलेली अजूनही मला डोळ्यांसमोर दिसताहेत. मी आणि माझी माणसं अवाक् होऊन हे दृश्य पाहत होतो. काही गुन्हे मानवतेविरुद्ध केले जातात, काही निसर्गाविरुद्ध आणि काही इतके भयानक असतात की त्यांना कुठलंही नाव देता येत नाही. आम्ही हे तिन्ही गुन्हे केले होते.

सकाळचे साडेसात वाजताहेत. परतायची वेळ झाली होती.

१९

कुठल्याही युद्धाचा परिणाम कधी इतका निश्चित होता का ? युद्धात हुतात्मा होण्यासाठी जाणारे बांधतात तसा भगवा साफा डोक्याला बांधून, कपाळभर मळवट फासून, मी त्या नीच देवाला मरणांतिक लढा देणार आहे. पण मला मरण मिळणार नाही. फक्त पराभव. दर दिवशी, दर प्रहरी, कायमचा पराभव.

बेफिकीरला काही दिवसांपूर्वीच त्याने मोकळा सोडून दिलं होतं. ते पुरेसं नव्हतं म्हणून की काय, एका पायाचा जोडा कुठे हरवला ते त्याला आठवत नव्हतं. खाली बसून उरलेल्या जोड्यात त्याने वाळू भरली आणि वालुकायंत्राच्या गतीने ती सावकाश खाली सोडली. हातभर उंचीचा ढीग जमला त्याच्यासमोर. तासनतास 'काळ काळ' खेळला असावा तो. कदाचित दोनेक दिवस. त्यापूर्वी काही दिवस तो सतत चालला होता. पावलागणिक त्याचं पाऊल खोल वाळूत रुतायचं. ते ओढून बाहेर काढण्याच्या प्रयत्नात फक्त वाळू तेवढी सरकायची. सावकाश, सीत्कारत त्याचं पाऊल आणखीनच खोल ओढून घ्यायची. गुजरातच्या सैनिकांना त्याने जे भोगायला लावलं त्याचं फळ मिळत होतं का त्याला ? छे, शक्य नाही ! त्याला इतका सोपा आणि जलद मृत्यू मिळायचा नव्हता. खात्री होती त्याची.

काहीतरी घट्ट त्याच्या पाठीत रुतत होतं. हात मागे नेऊन त्याने ते ओढून काढलं. ती वस्तू त्याला गुजरात–मोहिमेच्या सुरुवातीच्या काळात घेऊन गेली. गुजरातच्या सैन्याला त्यांनी दलदलीत ढकललं त्याच्या आदल्या सायंकाळी, राजा पुराजी कीकांचा एक माणूस एक लाकडी काठी तासत बसलेला. युवराज भान हरपून ते पाहत होता. त्या काठीतून तो काय निर्माण करतो याचं कुतूहल होतं त्याला. पण त्या सैनिकाला — ज्याने एकदा युवराजाच्या अस्तित्वाची जाण देऊन नंतर त्याच्याकडे संपूर्ण दुर्लक्ष केलं होतं – मुळीच विचारणार नव्हता तो. काहीतरी गुंतागुंतीचं गणित करून त्या माणसाने लाकडी नळीची मापं घेतली आणि बिंदू आखले. गणितज्ज्ञ होता का तो, की भूमितीचा जादूगार ? त्या जादुई छडीने तो ग्रहनक्षत्रांच्या हालचाली जोखणार होता का ? युवराजाला कुतूहल आवरेना.

“तुझ्या कामात व्यत्यय येत नसेल तर तू काय बनवतोयस ते सांगशील का ?”

“हे ?” काठीकडे निर्देश करत त्या माणसाने विचारलं. युवराजाने होकारार्थी मान हलवली, “आपण बराच वेळ माझं निरीक्षण करत आहात, आपणच का नाही सांगत मला ?”

अतिशहाणाच होता. उत्तर माहीत असतं तर मुळात तो प्रश्नच का करता ? आजूबाजूला उभे असलेले सैनिक उत्सुकतेने त्याच्या उत्तराची वाट बघत होते. तो कारागीर पुनश्च मापं मोजू लागला. तिथून निर्विकारपणे निघून जावं असा विचार युवराजाच्या मनात आला, पण काहीतरी त्याला तिथं खिळवून ठेवत होतं. चेहऱ्यावर बेपर्वाईचा भाव आणत त्याने एक खोटं स्मित केलं आणि म्हणाला, “जादुई कांडी करतोयस तू, आणखीन काय ?” पण हे शब्द उच्चारताच त्याला जाणवलं की स्वत:चं जे रूप आपल्याला दाखवायचं नव्हतं तेच आपण प्रगट करतोय. एक लाडावलेला, चिडका राजपुत्र. आपल्या खुळचट उत्तरावर झालेल्या टाळ्यांच्या कडकडाटाने तो विस्मित झाला. त्या कारागीर भिल्ल सैनिकानेदेखील त्याला सलाम केला. आता मात्र, आणखीन कोड्यात पडण्यापूर्वी तिथून काढता पाय घेणं शहाणपणाचं असा सूज्ञ विचार युवराजाने केला.

दुसऱ्या दिवशी, सूर्योदयापूर्वी ते आपल्या त्या घोर मोहिमेवर निघायच्या बेतात असताना, तो भिल्ल सैनिक युवराजापाशी आला. आता काय हवंय या दीडशहाण्याला– युवराजाला आपला राग लपवणं कठीण जात होतं. तो ताठरला. आजच्या दिवसात घडून येणाऱ्या घटनांचा आपल्या भवितव्यावर आणि कारकीर्दीवर कल्पनातीत परिणाम होणार आहे हे उमजून होता तो. त्या भिल्लाने वाकून अभिवादन केलं.

“युवराज, एकलिंग शिवजींची कृपा नेहमी आपल्यावर राहो !”

“तुझ्यावर आणि आपल्या सर्व सैनिकांवरदेखील ती राहो,” युवराजाने तुटकपणे प्रत्युत्तर केलं.

“मला आपला थोडा वेळ हवाय.”

“आता नाही, भीमा,” युवराजाने नकार देण्याआधी राजा पुराजी कीका बोलले, “नंतर. नंतर.”

युवराज ज्या शब्दांनी त्या भिल्लाची बोळवण करणार होता तेच शब्द राजांनी उच्चारले होते. पण आपल्या तोंडी ते किती उद्धट आणि चुकीचे वाटले असते ते त्याला जाणवलं, “असू द्या राजे, मी ओळखतो त्याला. हं, बोल !”

"मी आपल्यासाठी एक छोटीशी भेट आणलीय, युवराज." त्याने आपला उजवा हात पुढे केला.

"काल रात्री आपण अतिशय चाणाक्षपणे बोललात, युवराज." तो टोमणा मारतोय अशी शंका युवराजाला आली, पण भिल्लाचा चेहरा निर्व्याज होता, "जादुई कांडीच आहे ती. तिच्या शक्तीसंबंधी चुकीची कल्पना करून घेऊ नका. हिच्यात श्वास भरताच ती जिवंत होईल आणि सभोवतालच्या प्रत्येकावर आपल्या जादूचा प्रभाव करील. पण सर्वांत महत्त्वाचं म्हणजे, ती तिची जादू आपल्यावर टाकील, ज्यामुळे आपल्याला आराम आणि मन:शांती लाभेल."

युवराजांनी आपली भेट स्वीकारण्याची तो वाट पाहत होता. ती नतद्रष्ट नळी आपल्या मांडीवर मोडून तिचे दोन तुकडे करावेत, किंवा अंतरिक्ष म्हटल्या जाणाऱ्या पोकळीत ती भिरकावून द्यावी असं वाटलं युवराजाला. तिला स्पर्श करण्याच्या कल्पनेने तो शहारला. महारोग्याच्या नव्याने स्रवणाऱ्या जखमेत हात घालणं त्याने अधिक पसंत केलं असतं. दृष्टिआड कर ती महामूर्खा, माझ्या डोळ्यांसमोरून नाहीशी कर ! तो शकुनांची अपेक्षा करत नसतानादेखील हा शकुन त्याच्यापुढे प्रगट झाला होता. त्या भिल्लाच्या हातात असलेल्या वस्तूपेक्षा अधिक अशुभ चिन्ह हजार जन्मात शोधून सापडलं नसतं.

नशीब ! नशिबात लिहिलेलं चुकवता येत नाही. राजा पुराजी कीकांनी युवराजाला वाचवण्याचा प्रयत्न केला होता. ते म्हणाले होते, "आता नाही भीमा. नंतर नंतर." पण वेळ भरली की नशिबाला गचांडी देण्याचा चांगला मोका आला असतादेखील तुम्ही त्याला पकडून परत आणता.

"स्वीकार करावा युवराज ! ही कुणासाठी बनवतोय ते काल रात्री माझं मलाही ठाऊक नव्हतं." भीमा बोलू लागला, "पण तिच्यावर तुमचंच नाव लिहिलेलं असावं."

तरीही युवराज ती घेण्यासाठी हात पुढे करीना.

"तिच्यात आपला श्वास भरा, युवराज. तिच्यातल्या पोकळीला एका सुराचं, मग आणखी एका आणि परत आणखीन एका सुराचं रूप देता देता एक चाल तयार होते, जिचं मग एका धुनीत आणि नंतर अशा एका रागात परिवर्तन होतं ज्यात देवही हरवून जातात."

उशीर होत होता. सारं सैन्य ताटकळलं होतं. राजा पुराजी कीका प्रश्नार्थक मुद्रेने त्याच्याकडे पाहत होते. युवराजाने हात पुढे केला आणि ती बासरी घेतली. तो ती आपल्या कमरपट्ट्यात सरकवणार, (नंतर केव्हातरी तिचे तुकडे करून फेकून देणार होता तो) इतक्यात त्याच्या बालपणीच्या मित्राने त्याला अडवलं.

''युवराज, जेव्हा बासरी भेट म्हणून दिली जाते तेव्हा ती वाजवूनच तिचा स्वीकार केला जातो.''

तुम्हीही पुराजी कीका ? आणि मी तुम्हांला माझा मित्र समजत होतो ! ''मला येत नाही वाजवायला. ती ओठांना लावून तीत कसं फुंकायचं तेदेखील ठाऊक नाही मला.''

''नसेना का. बासरी एक साधं, सरळ, सोपं वाद्य आहे. पहिल्या भोकाच्या आसपास फुंक मारा.'' भीमा त्याला समजावून सांगत होता, ''आणि बघा कसा स्वच्छ सूर निघतो ते !''

दात रगडत युवराजाने बासरी वर उचलली, पहिल्या भोकावर ओठ टेकले आणि बाकीची भोकं बोटांनी झाकली. दीर्घ श्वास घेऊन त्याने ओठांतून हवा बासरीत भरली. आवाज नाही. अचानक एक कर्णकर्कश किंकाळी उठली आणि तिच्या मागोमाग चीत्कारत तिचाच फाटका जुळा स्वर. त्याची बोटं सरकली होती.

''पाहा. जमलं की नाही ?'' त्याला उत्तेजन देत भीमा म्हणाला.

''तू याला संगीत म्हणतोस ?'' आपण पैदा केलेल्या कर्णकटु शिट्टीला जणू भीमाच कारणीभूत असल्याच्या सुरात युवराजाने विचारलं.

''जमेल. एक दिवस सगळे सूर एकत्र येतील आणि एक सुंदर गाणं गाऊ लागतील. आपल्याला फक्त थोडा सराव करावा लागेल.''

होय. युवराज स्वत:शीच म्हणाला. अवश्य ! ते दळभद्री नळकांडं दलदलीत फेकून दिल्यानंतर !

बरेच आठवडे आणि खूपशा उलथापालथीनंतर तो त्या निर्जन वाळवंटात बसला होता आणि ती बासरी अजूनही त्याच्यापाशीच होती. आपल्या गायब होण्याने छावणीत उठलेल्या वाईट साईट अफवांना तोंड देत मंगल आपल्याला सगळीकडे शोधत असणार याची खात्री होती त्याला. मंगल चतुर होता. अफवांचं पेंड फुटायच्या आत पहिली अफवा बहुतेक मंगलच हवेवर हलकेच सोडून देईल, ''खरं तर सर्वांना माहीत आहे की युवराजाचं वैवाहिक जीवन फारसं सुखकारक नाहीये. तेव्हा त्यांची नजर आणि हात जर भरटकले तर त्यात नवल ते काय ? तुमचेदेखील भरटकले नसते का ? छे, छे, त्यांना बिच्चारे युवराज म्हणू नका. निदान माझ्यासमोर तरी. हे फक्त तुमच्या – माझ्यात आणि तंबूच्या खांबामध्येच राहू द्या, पण युवराजांचं इंद्रिय जगातल्या सर्वात रंगेल आणि रगेल इंद्रियांपैकी एक असावं. तेव्हा मी तरी त्यांना दोष देणार नाही. तुम्ही काय

केलं असतं तुमची बायको जर... पण सर्वांना माहीत असलेल्या गोष्टीचं पुनरुच्चारण करण्यात काय हंशील ? आपण या मोहिमेवर यायला निघालो, त्याआधी शहजादा बहादुरांनी त्यांना चंपानेरच्या एका तवायफेबद्दल सांगितलं होतं. ते म्हणाले होते — 'बाजारू औरत नाहीये ती युवराज. जन्नत ही हूरी, अप्सरा, स्वर्गीय सुंदरी आहे ती. पावसानंतरच्या चंद्रासारखा चेहरा, विरहाच्या रात्रीप्रमाणे केशकलाप, दंवाच्या भाराने गळून पडणाऱ्या गुलाबपाकळ्यांसारखा तिचा श्वास, हजार मोगऱ्यांच्या अत्तरासारखा तिच्या काखेतला सुगंध, तिचे स्तन म्हणजे हिमाच्छादित शिखरं ज्यांच्यावरची लाल रसाळ काश्मिरी फळं हवी तितका वेळ चाखत बसावं आणि तिच्या मांड्यांमध्ये...,' इथे त्यांनी एक दीर्घ उसासा सोडला, 'तिच्या मांड्यांमध्ये युवराज प्रत्यक्ष स्वर्ग. पहिला–दुसरा नाही, तर साक्षात सप्तस्वर्ग.' इथे आलेल्या दिवसापासून या बाईच्या भेटीसाठी चंपानेरला जाण्याचा ध्यास लागला होता युवराजांना. गुजरात सैन्याला चिरडून टाकल्यानंतर त्यांना अधिक काळ थोपवून धरणं आता अशक्य होतं.'' असली काहीतरी थाप मंगल सगळीकडे पसरवणार आणि साऱ्या सैनिकांना मत्सर आणि वासनेच्या आगीत धुमसत ठेवणार.

मंगल युवराजाला कुठे शोधेल ? त्याची माणसं प्रत्येक गाव आणि खेडं विंचरून काढतील. पण वाळवंट — ते मंगल स्वतःसाठी राखून ठेवील.

युवराजाने बासरी उंच हवेत उडवली. मग एखाद्या काठीसारखी गोलगोल फिरवली. या खेळाचा कंटाळा आला तेव्हा ओठांना लावून त्याने तिच्यात फुंकर मारली. स्वच्छ, स्पष्ट सूर निघाले, पण ध्वनी बेसूर वाटत होता.

ती बांबूची नळी फेकून देण्याची त्याची पहिल्या दिवसापासूनची इच्छा होती, पण लढाईच्या धुमश्चक्रीत तो तिचं अस्तित्व पार विसरून गेला. त्या रात्री उशिरा अंथरुणात पडताच दुसऱ्या कण्यासारखी ती त्याच्या पाठीत रुतली. अंगाखालून ओढून निदान ती बाजूला तरी करावी अशी इच्छा अनेकदा त्याला झाली, पण तो इतका थकला होता की तेवढेही श्रम त्याच्यानी घेववेनात. आज ना उद्या कधीतरी तिची विल्हेवाट लावणार होता तो, पण एखाद्या कुलंगी कुत्र्याच्या पिल्लाप्रमाणे ती अजूनही त्याचा पिच्छा पुरवत होती.

काही दिवसांनंतर चितोडहून एक दूत आला होता. राणांचं एक खाजगी पत्र होतं त्याच्यासाठी, आणि आणखी एक, ज्यावरचं अक्षर कुणाचं ते त्याला ओळखता येईना.

जय श्री एकलिंगजी.

प्रिय पुत्र,

श्री एकलिंगजींचा आशीर्वाद तुम्हांला सर्व संकटांपासून राखो !

आपल्या महालात आग लागली होती, पण काळजी नसावी कारण आपल्या पत्नी, राजकुमारी, सुखरूप आहेत. आगीचं निश्चित कारण अजून समजलेलं नाही, पण नगररक्षक दलाचं म्हणणं आहे की आग राजकुमारींच्या खोलीत सुरू झाली जेव्हा वाऱ्याच्या झोताने श्रीकृष्णासमोरची समई पालथी पडली असावी. राजकुमारीची मेरताची दासी कुमकुम कुंवर मात्र दुर्दैवाने मृत्युमुखी पडली. मामुली दुखापत सोडून राजकुमारींना विशेष धोका पोचला नाही ही परमेश्वराची कृपा.

आपल्या मातोश्रींनी आपल्याला आशीर्वाद सांगितला आहे.आपल्या सैन्यासह आपण लढाई यशस्वीपणे लढत असाल याची खात्री आहे. सूर्यदेवाचं तेज आपल्यावर नेहमी राहो...

आपला पिता.

जय श्री एकलिंगजी.

माननीय युवराज यांसी,

आपली मैत्रीण लीलावती हिने माझ्यासाठी हे पत्र लिहिण्याचं कबूल केलं. अधिक लांबण न लावता मुद्द्यावर येते. या महिन्याच्या सातव्या तारखेला, आपली पत्नी, राजकुमारी यांची दासी कुमकुम कुंवर हिच्या खोलीत मध्यरात्रीच्या सुमारास आग लागली. कुमकुमच्या किंकाळ्यांनी आणि जळक्या वासांनी जाग्या होऊन राजकुमारी कुमकुमच्या खोलीत धावल्या. तिला वाचवण्याचा त्यांनी प्रयत्न केला, पण फार उशीर झाला होता. कुमकुमने त्यांना परावृत्त करण्याचा खूप प्रयत्न केला, पण राजकुमारी तिच्याभोवती ओल्या रजया गुंडाळून आग विझवण्याची शिकस्त करत राहिल्या. जेव्हा कुमकुमच्या लक्षात आलं की ती वाचण्याची अजिबात आशा नाही, पण तिच्यामुळे राजकुमारी मात्र स्वत:चा प्राण धोक्यात घालत आहेत, तेव्हा त्या शूर मुलीने खिडकीतून खाली उडी मारली ज्यामुळे तिला सुदैवाने तात्काळ मृत्यू आला.

राजकुमारीचे हात आणि बाहू चांगलेच भाजले आहेत. जेव्हा हा प्रकार झाला. तेव्हा मी काही खाजगी कामासाठी माझ्या गावी गेले होते. परत येताच मी राजवैद्यांचं औषधं बंद केलं आणि राजा पुराजी कीकांचा वैद्य एका,

याला राजकुमारींच्या सेवेत रुजू केलं. आमचं नशीब चांगलं म्हणून एका, शहजादा बहादूरांचा प्राण वाचवल्याबद्दल महाराजांनी आयोजिलेला त्याचा सत्कार स्वीकारण्यासाठी राजधानीत हजर होता. वनौषधीच्या उपचाराने राजकुमारींच्या जखमा बऱ्या होतील, इतकंच नाही तर भाजल्याच्या खुणाही राहणार नाहीत असं आश्वासन एकाने दिलं आहे. पहिले चार दिवस राजकुमारींना बराच त्रास झाला, पण आता त्या संकटातून मुक्त झाल्या असून बऱ्या होण्याच्या मार्गावर आहेत.

या आगीसंबंधीच्या एक दोन गोष्टी कोड्यात टाकणाऱ्या आहेत. कुमकुम कुंवर नेहमी नऊ वाजता झोपायला जात असे. रात्री झोपण्यापूर्वी ती दिवा विझवायची. त्या रात्रीदेखील वेगळं काही होण्याची शक्यता नव्हती. राजकुमारींच्या सांगण्याप्रमाणे कुमकुम कुंवर – जिची झोप अतिशय गाढ असायची – सारे दिवे मालवल्याशिवाय झोपूच शकत नसे. तिच्या खोलीत देव्हारा नसल्याने देव्हाऱ्यासमोरचा दिवा उलथून पडण्याचा प्रश्नच येत नाही. दुसरी आश्चर्याची गोष्ट म्हणजे तिच्या खोलीतलं इतर लाकडी सामान सुरक्षित आहे. आग फक्त तिच्याच अंथरुणात लागली आणि भडकली असं दिसतंय. आगीच्या कारणांची चौकशी नवे उपगृहमंत्री, राजकुमार विक्रमादित्य यांच्याकडे सोपवण्यात आली आहे. वस्तुस्थिती काय होती ते कळण्यासाठी या विषयावरच्या त्यांच्या अहवालाची वाट पाहावी लागेल.

आपण परत येईतोवर मी चितोड सोडून कुठेही जाणार नाही. आणि राजकुमारींवर पहारा ठेवीन याची खात्री असू द्या.

स्वतःची काळजी घ्यावी युवराज ! आपलं आयुष्य माझ्या दृष्टीनेच नाही तर त्याहीपेक्षा अधिक मेवाडच्या दृष्टीने मूल्यवान आहे. आपण कधीही बेसावध राहता कामा नये किंवा आपले प्राण कारणाशिवाय धोक्यात घालता कामा नयेत.

मेवाडचा ध्वज नेहमी उंच फडकत राहो. आपण आणि आपली सेना या युद्धात विजयी होऊन सुखरूप परत येवो !

आशीर्वाद,

आपली आज्ञाधारक,
कौसल्या.

ता. क. हा मसुदा माझा, आपल्या लाडक्या लीलावतीचा आहे. बाबा माझी गणिताची शिकवणी बंद करायची असं म्हणतात. त्यांचं म्हणणं असं

की, मी संस्कृत, इतिहास, भूगोल, संगीत, चित्रकला वगैरे शिकावं, पण पुढे जी फक्त एक गृहिणी होणार आहे तिला गणिताची काय आवश्यकता ? मी पणजोबांकडे तक्रार केली. ते म्हणाले की नक्षत्रांच्या गणितामुळे पृथ्वी गोल फिरते आणि पैशांच्या गणितामुळे व्यवहाराच्या आणि दैनंदिन जीवनाच्या जमाखर्चाचा समतोल सापडतो. गृहिणीलादेखील दररोजचा आर्थिक व्यवहार सांभाळावा लागतो. त्यांनी बाबांना सांगितलं की तुला आवडो की न आवडो, पण गणित तिच्या रक्तात आहे. दशांशाच्या दराने व्याजाचा हिशेब तुला कागदावर लिहून काढावा लागतो त्यापेक्षा जलद ती तो मनातल्या मनात करते म्हणून तुला तिची धास्ती वाटते का ? शिकू दे तिला गणित !

मी आपल्यासाठी बनवत असलेल्या भेटीवर खूप श्रम घेतेय. आपण माझ्यासाठी काय आणणार आहात ?

कायमची आपली आणि फक्त आपली,
लीलावती.

स्वप्नात आणि जागेपणी आपल्या बायकोच्या मृत्यूची इच्छा केली होती युवराजांनी. मरणाचे निरनिराळे प्रकार शोधण्यात त्याच्या कल्पनेने हैदोस घातला होता. जलसमाधी, देवीचा रोग, घोड्यावरून पडून, कडेलोट, हरेक प्रकारचा अपघात, गाडी उलथून, कडा कोसळून शिळेखाली चिरडल्या गेलेल्या बरगड्या ज्यामुळे ती लगेच न मरता एक दोन दिवस यातना भोगत जिवंत राहील, हलाल, चाबकाचे फटके, दररोज शरीरातलं एक एक हाड तोडून येणारं मरण, फाशी वगैरे वगैरे. पण त्याच्या कल्पनेतलं नेहमीचं मरण आगीत जळून येणारं होतं. तरीही जेव्हा तिच्या भाजण्याच्या आणि जळून मरण्याच्या शक्यतेच्या बातम्या त्याच्यापर्यंत पोचल्या तेव्हा तो पिसाटल्यासारखा झाला. आपलं सैन्य, युद्धं, शत्रूच्या पुढच्या चालीची, चिंता हे सारं काही सोडून द्यायला तयार होता तो. तो चितोडला परतणार होता. आपल्या पत्नीकडे. जळत्या मशालीच्या धगीवर बराच वेळ आपला हात धरून पाहिला त्याने. ती जळून मेली असती तर काय झालं असतं त्याचं ? नाही, अशक्य. तो त्याचा विचार करणार नव्हता. त्याने ते कधीही चालवून घेतलं नसतं, कारण तिला काहीही झालं असतं तर त्याला स्वत:चा प्राण द्यावा लागला असता. तिचं नेहमी रक्षण करण्याची शपथ लग्नात वाहिली नव्हती का त्याने ? यापुढे तो तिच्या महालाबाहेर पहारा देणार. झोप कायमची सोडून देणार. तिच्या दालनाचं दार नेहमी थोडं उघडं राहील याची खबरदारी

घेणार. पण जर बन्सीबाज आला – जसा चितोडमधल्या त्याच्या शेवटच्या रात्री तो आला होता – तर काय ? मारून टाक तिला. जळून भस्म होऊ दे तिचं. जळणाऱ्या मांसाच्या वासापेक्षा अधिक मादक अत्तर असू शकेल का ? त्याला एक उत्तम कल्पना सुचली. तो स्वत: आपल्या बायकोला आणि बन्सीबाजाला एकत्र पेटवून देणार होता. वा. काय कामाग्नी असेल तो.

युद्धाचा एकूण सापेक्ष दृष्टिकोन कायम ठेवून बारीकसारीक तपशील आखण्याच्या कामगिरीला तो लागला. युद्ध समितीच्या बैठकींना तो हजर राहायचा. प्रत्येक प्रसंगाला पर्यायी उपाय सुचवायचा. नेहमीसारखा वागत होता तो. अगदी नेहमीसारखा. आपल्याला भ्रमिष्टांच्या रुग्णालयात बंदिस्त करण्याची आवश्यकता आहे हे तो जाणत असूनही.

कित्येक वर्षं किरकोळ फिर्यादीच्या न्यायालयाच्या न्यायाधीशाची कामगिरी पार पाडत आला होता तो. सारे पुरावे हाती आल्याशिवाय फिर्यादीचा न्यायनिवाडा तर सोडाच, पण स्वत:चं मतदेखील जाहीर करता येत नाही हे माहीत होतं त्याला. तरीही, राणांनी आणि कौसल्येने दिलेल्या माहितीत दिसणाऱ्या तफावतीमुळे तो अस्वस्थ झाला. प्रत्यक्ष घटनास्थळी दोघंही हजर नव्हती. राणांबद्दल त्याचं व्यक्तिगत मत काहीही असो, ते जाणूनबुजून खोटं सांगणार नाहीत याची खात्री होती त्याला. तशीच कौसल्याबद्दल देखील. पण राणांना मिळालेली माहिती तिसऱ्या व्यक्तीकडून मिळाली होती तर कौसल्या अपघाताच्या जागी जातीने चौकशी करत होती. तिसऱ्याकडून मिळालेली माहिती – जर तो तिसरा विश्वासू, लायक आणि नि:पक्षपाती असेल तर विश्वसनीय असायला हरकत नव्हती, पण त्याचा भाऊ विक्रमादित्य याच्यात हे तिन्ही गुण असल्याचा फारसा बोलबाला नव्हता. जरी असं मानलं की युवराजाचं आपल्या भावाबद्दलचं मत पूर्वग्रहदूषित होतं, तरी कुमकुम कुंवरच्या मृत्यूचं कारण समजणं कठीण होतं. ती सर्वार्थाने आपल्या मालकिणीची गुलाम होती, आणि मत्सर आणि वैरभावना उत्पन्न करण्याच्या दृष्टीने फारच नगण्य होती. दुसरी शक्यता म्हणजे आत्महत्या, जी असंभवनीय होती. ती आपल्या मालकिणीची अतिशय लाडकी असल्याने जर अधूनमधून तिने एखादी इच्छा प्रगट केली तर ती लगेच पूर्ण केली जायची. शिवाय राणाच्या खाजगी अंगरक्षकांपैकी एका तरुण अधिकाऱ्याशी तिचं लग्न ठरलं होतं आणि प्रथम प्रेमाच्या गोड अनुभवात डुंबत असताना ती आत्महत्या करील हे पटण्यासारखं नव्हतं. आग आपणच कशी लागेल ? उलटपक्षी अपघाताने लागलेली आग नेहमीच फोफावून चारी दिशांना पसरते, आणि फक्त एकाच व्यक्तीला जाळून ती शमत नाही. महालातलं सामान आणि गाद्या गिरद्या ही जळणासाठी उत्तम सामुग्री होती. ते सहीसलामात कसं वाचलं ? प्रयत्न करूनही युवराजाला वस्तुनिष्ठ, नि:पक्षपाती दृष्टिकोन राखणं कठीण जात होतं. हा राजकुमारीला मारण्याचा प्रयत्न होता याची खात्री होती त्याला. तो कुणी

केला होता याची त्याला निश्चित माहिती जरी नसली तरी बऱ्यापैकी अंदाज होता, आणि त्याच्या बायकोला स्पर्श करू धजणाऱ्याला चितोडसकट नष्ट करण्याची त्याची तयारी होती.

सव्वा महिन्यानंतर त्याला कौसल्येकडून आणखी एक पत्र आलं.

जय श्री एकलिंगाजी.
माननीय युवराज यांसी,

मी माझ्या शब्दाला जागले नाही. राजकुमारींवर नजर ठेवीन असं वचन मी आपल्याला दिलं होतं, पण मी पुरेशी दक्षता पाळली नाही. माझं गाव रोहाला येथून परतल्यानंतर दुप्पट खबरदारी घ्यायची असं ठरवलं होतं मी. अन्न चाखणाऱ्याने सर्व पदार्थ चाखल्यानंतर मी प्रथम जेवायचे आणि त्यानंतरच राजकुमारीचं ताट वाढायचे. आठवड्यापूर्वी, जेवणानंतर तब्बल बारा तासांचा काळ गेल्यानंतर, आमच्या पोटात भयंकर मुरडून आम्हा दोघींनाही अतिसाराची ढाळ लागली. मी वैदू एका याला निरोप पाठवला पण दोन तासांतच अन्नातल्या विषामुळे आणि शरीरातल्या पाण्याच्या कमतरतेमुळे आमची शुद्ध हरपली. नंतर एकाजींकडून कळलं की पुढल्या दोन दिवसांत आमची प्रकृती बिघडत गेली. सुदैवाने त्यांना माझा निरोप लगेच मिळाल्यामुळे त्वरित येऊन त्यांनी आमची संपूर्ण तपासणी केली. आमच्या विष्ठेच्या तपासणीवरून त्यांनी या आकस्मिक रोगाचं अचूक निदान केलं, जो त्यांच्या मते खरोखरच जीवघेणा ठरला असता. ठराविक मुदतीनंतर परिणाम करणारं विष आमच्या जेवणात मिसळण्यात आलं होतं. भिल्ल वैदू नसते तर आम्ही दोघीही मृत्युमुखी पडलो असतो.

आता आम्ही संकटातून बाहेर पडलो आहोत आणि बऱ्या होण्याच्या मार्गावर आहोत. काळजी नसावी. गेले पाच दिवस माझी सून आमच्यासाठी भाताची पेज बनवते जी पिऊन आम्ही गुजराण करत आहोत. उठता येण्याइतपत शक्ती आली की मी स्वत: राजकुमारींसाठी अन्न शिजवत जाईन. माझ्या विश्वासातले दहा सशक्त तरुण आपल्या आणि राजकुमारींच्या महालावर पहारा ठेवण्यासाठी मी नेमले आहेत. आपण परत येईस्तोवर ते तसे राहतील. वैदूंनी राणा महाराजांना आम्हांवर झालेल्या विषप्रयोगासंबंधीची सारी माहिती दिली आणि कुमकुम कुंवरचा मृत्यूदेखील अपघाती नसावा असं सूचकपणे सांगितलं. महाराजांनी या प्रकरणासंबंधीच्या चौकशीची सारी सूत्रं राजकुमार विक्रमादित्यांच्या हातून काढून घेऊन लक्ष्मणसिंहजींच्या हाती सोपवली

आहेत. तीन सेवकांना आणि स्वयंपाक्याला अटक करण्यात आली आहे. राजकुमारींच्या सुरक्षिततेसंबंधी आता मला निश्चिंती वाटते. त्या खरंच अतिशय धीराच्या आहेत आणि आपण गेल्यापासून त्यांच्यावर गुदरलेल्या भयंकर संकटांसंबंधी त्यांनी कधी एका शब्दानेही तक्रार केलेली नाहीये. मी राजकुमारींचं अधिक योग्य तऱ्हेने संरक्षण करू शकले नाही याची मला शरम वाटते. खोटा दिलासा देण्याची माझी सवय नाही हे आपण जाणताच, पण लक्ष्मणसिंहजींच्या हाती अधिकाराची सूत्रं गेल्यापासून राजमहालाचं वातावरणच बदलून गेलं आहे. ते राजकुमारींची आणि माझी खबर दररोज जातीने घेतात आणि कित्येक दिवसांत नव्हती अशी कडक सुरक्षितता पाळली जात आहे. मला वाटलं होतं त्याप्रमाणे स्वयंपाकी, जो आपल्या लहानपणापासून आपल्या सेवेत आहे, निर्दोषी असल्याचं समजलं.

आपली आज्ञाधारक,
कौसल्या.

ता. क. — माझ्या आधीच्या ता. क. चं उत्तर पाठवण्याची तसदी आपण न घेतल्याने माझी आपल्याशी कट्टी. कौसल्यामाईने मला विणकाम शिकवलंय आणि मी कुणासाठीतरी एक अंगरखा विणायला घेतलाय.

आपलीच,
लीलावती.

युवराज फारच घाईत होता. त्याला कुठेही जायचं नव्हतं. कुणीही त्याची वाट पाहत नव्हतं, तरीही त्याला वेळेवर पोचायचं होतं. वाळवंट मोठं, खूपच मोठं. त्यात हरवून जाणं शक्य झालं असतं. ते वैराण पण होतं. वैराण म्हणजे शून्य — ज्या स्थितीसाठी त्याचं मन आणि शरीर आतूर झालं होतं, ती. तो इतस्तत: भटकत राहिला. त्याला खूप काम होतं. गोठलेल्या पाण्याच्या लहरींप्रमाणे वाळूच्या चुण्या. प्रत्येक लहर रेखून आखलेली आणि प्रत्येकीचं शिखर एखाद्या केसाइतकं सूक्ष्म आणि अभंग. श्वास रोखला जावा इतकं सुंदर. शेकडो वर्षं मेहनत घेऊन हे अनंतापर्यंत पसरलेलं अमूर्ततेचं अप्रतिम चित्र एखाद्या अतिशय कुशल कारागिरालाच शक्य होतं. युवराजाला आपल्या जीवनकार्याचा साक्षात्कार झाला. त्याला पद्धतशीरपणे रेघन् रेघ पुसून टाकून सर्व रेषा एकमेकींत मिसळून या चित्राचं स्वरूप सृष्टीपूर्वीच्या अव्यवस्थेत

बदलून टाकायचं होतं. त्याने पाहिलं पाऊल उचललं आणि एका लहरीच्या शिखरावर हाणलं. आता या लहरीचा पाठपुरावा करत क्षितिजापर्यंत जावं लागणार. त्यानंतर पुढच्या लहरीकडे वळता येईल. काम कठीण होतं. बेफिकीरने त्याच्याकडे एक कौतुकाची नजर टाकली आणि तो दुडक्या चालीने उंडरायला निघून गेला. दुपारी चार वाजता डोक्यावर झालेल्या प्रचंड घणाच्या जबरदस्त फटक्याने युवराज खाली कोसळला आणि त्याचा मेंदू वाळूत सांडला. त्याला शुद्ध आली तेव्हा रात्र झाली होती. खरं म्हणजे त्याचं गोठून बर्फ व्हायला हवं होतं, पण तापाने फणफणलेलं त्याचं शरीर आलटून पालटून घामाघूम व्हायचं किंवा कडकड कापायचं. उष्माघात म्हणजे एक खराखुरा, शारीरिक आघात असतो आणि तोसुद्धा इतक्या प्रमाणाबाहेर जोराचा हे त्याला प्रथमच कळलं. तहानेने व्याकूळ झाला होता तो. बेफिकीर कुठेच दिसत नव्हता. त्याने उभं राहण्याचा प्रयत्न केला. पायातली शक्ती नष्ट झाल्याप्रमाणे त्याचे गुडघे दुमडले आणि तो खाली कोसळला.

थंड चावरा वारा वाहत होता. तलम, मुलायम मलमलीसारख्या वाळूच्या चादरीच्या चादरी पुढेमागे हेलकावत होत्या. साऱ्या वाळवंटात उलथापालथ चालली होती. अख्खेच्या अख्खे वाळूप्रदेश बळेच उचलून अज्ञात ठिकाणी देशांतरित केले जात होते. परीकथेतील राक्षसाप्रमाणे, तुफानी वावटळीने उठवलेले वाळूचे खांब आकाशाला भिडत होते. उंट, पक्षी, माणसं, गाड्या, महाल, हत्ती हवेत उंच उडवले जाऊन एकमेकांवर आदळत होते.

प्रकाश सोनेरी झाला. आभाळात उडणाऱ्या वस्तूंच्या गर्दीतून एक सोनेरी स्त्री इतक्या मोहक रीतीने लचकत मुरडत त्याच्या दिशेने आली की तिच्या स्वागतासाठी त्याने आपले दोन्ही हात पसरले. ती पुढे निघून गेली पण तिची पिवळी ओढणी त्याच्या हातात राहिली. मोठ्याने ओरडून त्याने तिला थांबण्याची विनंती केली. पण आजूबाजूच्या कोलाहलात त्याला स्वत:लादेखील आपला आवाज ऐकू येईना. तिने वळून स्मित केलं. तिच्या अतीव सौंदर्यामुळे आपले प्राण जाताहेत असं वाटलं त्याला. धावत येऊन त्याच्या उताण्या देहावर तिने स्वत:ला झोकून दिलं. दातांनी ओढून तिने त्याच्या डगल्याच्या गुंड्या सोडवल्या. कुठे पाहिलं होतं त्याने तिला ? तुटून तोंडात आलेली एक गुंडी तिने हसत हसत त्याच्यावर फुंकून उडवली. त्याच्या उघड्या छातीवर ती सणकन बोचली. एका फटक्यात त्याने तिची चोळी उघडली. तिचे हात त्याच्या पायजम्याची नाडी सोडवण्यात गुंतले होते. उत्तेजित होत त्याने तिला घट्ट मिठी मारली. तिचं तंग अंतर्वस्त्र त्याला ओढून काढता येईना. ती हसली आणि तिने ते उतरवलं. ती आता त्याच्यावर बसली होती. तिचे दोन्ही स्तन त्याच्या हातात. कुठल्याही क्षणी ती त्याला स्वत:त प्रवेश देणार होती.

‘‘माझा भाऊ विक्रमादित्य, कर्मावती राणीसाहेब, की तू ?’’ तिला मागे ढकलून देत त्याने विचारलं, ‘‘कुणी केला तिला मारण्याचा प्रयत्न ?’’

‘‘काय फरक पडतो ?’’

तिचे स्तन पुन्हा एकदा जुन्या मोज्यांप्रमाणे लोंबू लागलेले. पांढऱ्या केसांच्या सापांचं जाळं झालं आणि दंतविहीन तोंड हवा चावू लागलं, ‘‘ती मेलेली हवी होती ना तुला ? कशी किंवा कुणी मारली याला काय महत्त्व ?’’ भूतनीमातेची लांब, हाडकुळी बोटं त्याच्या जननेंद्रियांशी खेळत होती. तिला ढकलून देण्याचा प्रयत्न केला त्याने, पण खिळ्यांनी ठोकून बसवल्यासारखी ती ताठच्या ताठ त्याच्या शरीरावर बसून राहिली.

‘‘नाही. ती मरायला नको आहे मला. तो मरायला हवाय.’’

‘‘विचार बदलला वाटतं. गेल्या खेपेला आपण वृंदावनी मंदिरात भेटलो तेव्हा तिचा काटा काढायला कुठल्याही टोकाला जायची तयारी होती तुझी. थोडा धीर धरण्याचा, विचार करण्याचा सल्ला दिला मी, तेव्हा माझ्या तोंडावर थुंकलास. अनिश्चितपणाचा काळ केव्हाच निघून गेलाय आता.’’

‘‘तिला हात लावलास तर याद राख रांडे !’’

‘‘भाषा, मित्रा, भाषा सांभाळ.’’ तिची बोटं वाढून त्यांची पाती झाली. त्याच्या हृदयातून आरपार जाऊन त्यांनी त्याला वाळूत खिळवलं. ‘‘याचक तू आहेस, विसरू नकोस !’’

‘‘नालायक, अपयशी, घृणास्पद म्हातारडे, तू सगळ्याची वाट लावलीस. तुझ्या पहिल्या घोडचुकीमुळे बिचारी कुमकुम कुंवर मेली, दुसऱ्या खेपेला माझ्या बायकोबरोबर कौसल्यालाही बाधलंस. पण तिथे देखील तू कमी पडलीस आणि त्या दोघीही वाचल्या. तू एक आचरट, अकुशल, नवशिकी आहेस, भूतनीमाते !’’

भूतनीमातेने त्याचा गळा पकडून इतक्या जोरात हासडला की त्याची मान कटकन मोडली, ‘‘कृतघ्न माणसा, माझा प्रतिस्पर्धी कोण आहे ते ठाऊक नाहीये तुला ?’’

‘‘तुझ्या अपयशासाठी माझ्या सहानुभूतीची अपेक्षा करू नकोस.’’ मोडलेल्या मानेची पर्वा न करता तो कसाबसा बरळला, ‘‘तो जर देव नसता, एखादा साधा मर्त्य मानव असता, तर मी तुझ्यापाशी कशासाठी आलो असतो ?’’

ती नाहीशी झाली.

‘‘तिच्या वाटेला जाऊ नकोस. ऐकते आहेस ना ? तिच्या वाटेला जाऊ नकोस.’’

उष्माघाताच्या तडाख्यातून किती दिवसांनंतर तो परत शुद्धीवर आला ते कळायला काहीच मार्ग नव्हता. आपण गुंगीत, किंवा बेशुद्धावस्थेत असल्यामुळेच इतके दिवस

पाण्याशिवाय राहू शकलो याची त्याला जाणीव झाली. बेफिकीर जवळच उभा होता. घोडा कसा काय जिवंत राहिला ? त्याला एखादी हिरवळीची जागा किवा पाण्याचं डबकं सापडलं होतं का ? तो तहानलेला किंवा थकलेला दिसत नव्हता. रिकिबीला धरून युवराजाने स्वत:ला वर खेचलं. खोगिराला बांधलेली चामड्याची पिशवी, जी नेहमी पाण्याने भरलेली ठेवण्याची मंगल खबरदारी घ्यायचा, त्याने सोडवली. फक्त काही छोटे घोट पाणी तो पिऊ शकला. वाळूचं वादळ झाल्याच्या खुणा सभोवताली दिसत होत्या. वाळूच्या लाटा पूर्व-पश्चिमेच्या ऐेजवी उत्तर-दक्षिणेच्या दिशेने पसरलेल्या आणि त्याच्या डगल्याची एक गुंडी नाहीशी झालेली.

यालादेखील पुष्कळ काळ लोटला. बेफिकीर परत गायब झालेला. त्याला आता आपला दुसरा जोडाही सापडेना. लवकरच सूर्यास्त होईल आणि चंदेरी चांदण्यात तो पुन्हा एकदा गारठेल. त्याने ओठांना बासरी लावली. आपल्या शुष्क, भेगाळलेल्या, ताणलेल्या ओठांचा चंबू करणं त्याला कठीण जात होतं. हळूच त्याने फुंकर घातली. खर्जातला स्वच्छ, स्पष्ट षड्ज. इतका वजनदार, पैलूदार आणि गहन सूर की आभाळातल्या ढगांची आणि वाळूतून पळणाऱ्या छोट्या, कामसू जिवांची हालचालदेखील थबकली. सा रे ग म प ध नी सां. पुऱ्या सप्तकाचा आरोह त्याने वाजवला आणि मग अवरोह. प्रत्यके सूर जणू गोलाईचा आणि संपन्नतेचा एक एक मोतीच. या जगात फक्त एकच अशी कला आहे जिच्यात परमेश्वराची परिपूर्णता प्रतिबिंबित होते. संगीत. आणि संगीताच्या प्रत्येक सुरात अखंड, परिपूर्ण ईश्वर केंद्रित झालेला असतो. त्याच्यात कुणीही, कसलीही भर घालू शकत नाही किंवा त्याच्यातून काहीही वजा करू शकत नाही. त्याला कसलाही हेतू किंवा कारण नसतं. तो स्वत:तच संपूर्ण असतो. लहानपणी शिकलेल्या रागांच्या आठवणी त्याच्या बोटांतून वाहू लागल्या. त्याचा आवाज जाड होता आणि त्याची झेप मर्यादित असायची. पण आता तिन्ही सप्तकांतून मुक्तपणे फिरण्याची मुभा होती त्याला. आपल्या इथल्या वास्तव्याच्या स्मृती तो वाळवंटाच्या हवेवर आणि वाळूवर सोडून जाणार होता. त्याने निर्मिलेल्या संगीताने आणि केलेल्या संगीतमय यात्रांनी त्याच्या जखमी पीडित आत्म्यावर जणू मलम लावलं, थंड लेप लावला, अमृताचा वर्षाव केला आणि त्याला शांती मिळवून दिली.

रात्री तारांकित आकाशाखाली मंगलने त्याला आपल्या उराशी धरलं आणि त्याच्यावर चुंबनांचा वर्षाव केला. युवराजाने आपला मित्र मंगल याला आपल्या बाहुपाशात घट्ट जखडून ठेवलं आणि काही केल्या तो त्याला सोडीना.

२०

बिचारा मलिक ऐयाज. बेइज्जत आणि बदनाम होऊन त्याला घरी परतावं लागलं. सेनापतींसाठी लढाई हा एक जोखिमेचा खेळ आहे. राजे आणि राजपुत्रांहून तरी निश्चितच. लढाई हरल्यामुळे राजाला कधीच पदच्युत केलं जात नही. सेनापतीला मात्र, तो नशीबवान असेल, तर नगररक्षक ठाण्याचा अधिकारी किंवा पुरवठा खात्याचा मुख्य केलं जातं. पण बहुधा त्याची नोकरी आणि पदवी हिरावून घेण्यात येते आणि जरी हद्दपार केलं गेलं नाही तरी तोंड लपवून त्याला आपल्या मुलुक-गावी निवृत्त व्हावं लागतं. आपल्या देशावर नितांत प्रेम असतं त्याचं आणि तरीही आपल्या जागी नव्याने आलेल्याने आपल्यापेक्षा अधिक अपयशी होणं हेच त्याचं एकमेव आशास्थान असतं. तसं झालं तरच काही काळानंतर त्याला परत बोलावून, कदाचित सेनेचं नेतृत्व त्याच्या हाती सोपवलं जाण्याची शक्यता असते.

शत्रूंनी गुडघे टेकले असताना त्याला लाथ मारावी म्हणजे तो पार तोंडघशी पडतो आणि तुमचं नशीब जोरावर असेल तर काही काळ तरी पुन्हा उठू शकत नाही. आम्ही घरचा रस्ता धरू शकलो असतो. पण मला आणि मेवाडला आमची पायरी दाखवून देण्यासाठी नेमण्यात आलेल्या सेनापती झहिर-उल-मुल्कचं स्वागत करण्यासाठी कुणीतरी थांबणं आवश्यक होतं. माझ्या माहितीनुसार झाहिर-उल्-मुल्क एक धोरणी माणूस होता. मलिक ऐयाजबरोबर झालेल्या माझ्या मुकाबल्यामुळे तो जादा सावधपणे वागत होता, की त्याच्या सुलतानाने त्याला तशी ताकीद दिली होती ते कळण्याचा काही मार्ग नव्हता. मी मात्र स्वत:ला सतत बजावत होतो की फाजील आत्मविश्वास आणि ताठा, हे दोन्ही विजयाचे घातक परिणाम असतात. याचाच अर्थ, मी आणि झहिर-उल-मुल्क, एकमेकांच्या शेपट्या पकडणाऱ्या दोन कुत्र्यांप्रमाणे कधीच समोरासमोर येत नव्हतो.

कुठले डावपेच लढवायचे आणि कोणत्या प्रकारची लढत द्यायची यासंबंधीची माझी मतं, मोहिमेच्या सुरुवातीला होती त्यापेक्षा आता पक्की झाली होती. पर्यायच उरला नाही अशी परिस्थिती नसेल तर शक्यतोवर हल्ल्याचा प्रथम निर्णय आम्हीच घेणार होतो आणि समोरासमोर टक्कर देणं टाळणार होतो. दरम्यान, आमचा अभ्यास चालू आहे. तसा मी लोकप्रिय सेनापती नाहीये, पण अलीकडे माझे शिपाई माझ्यावर

भरोसा ठेवू लागले आहेत. युद्धात हरल्यानंतर जीव घेऊन पळत असताना करतात तशी वेगवान घोडदौड आणि दौडत असतानाच हल्ला करण्याचा सराव त्यांच्याकडून दररोज का करवून घेतला जातो, हा प्रश्न पडलाय त्यांना. हा कार्यक्रम किती वेळात पार पडला याची दरदिवशी नोंद ठेवली जाते. आपली रांग न सोडता वेग वाढवत नेण्याचा सैनिकांना सराव होणे, हा या मागचा हेतू. या प्रशिक्षण कार्यक्रमात शत्रूची अधिक संख्या नेहमीच गृहीत धरली जाते. पाचशे मेवाडी सैनिकांना दीड ते दोन हजार शत्रू–सैनिकांना तोंड द्यायचं असतं. पुढची पायरी म्हणजे, रात्रीचा घोडदौडीचा सराव. माझ्या विचित्र वागणुकीची राव विरमदेव, शफी खान आणि इतर नेत्यांना सवय होऊ लागली आहे. पण तरीही लढाईतलं शौर्य आणि दाक्षिण्य यांना मी तिलांजली दिल्यामुळे त्यांच्या मनात खसखदणारी तीव्र नाराजी मला जाणवते.

गुजरातबरोबर परत एकदा दोन हात करण्याच्या तयारीत असताना ज्या लढाईत उतरण्यासाठी मी अजिबात सज्ज नाही, त्या घरच्या लढाईचा मी विचार करतोय. माझा भाऊ विक्रमादित्य याला न्यायालयीन चौकशीचं खोटं नाटकदेखील न करता, तुरुंगातून सोडून देण्यात आलंय. ज्यांचे विचार अशोकाच्या झाडाप्रमाणे सरळसोट आहेत आणि जे दरबारी कारस्थानाच्या जोरदार वाढ असलेल्या, गुंतागुंतीच्या जंगलांचा सहजी वेध घेऊ शकतात, त्या बाबांना, विक्रमादित्याला असं मोकळं सोडण्याने आपण स्वतःच्या सिंहासनावर कसलं संकट ओढवून घेतोय आणि माझ्या इतर भावांसमोर आणि – आता लाज कसली बाळगू – आणि माझ्यासमोरदेखील, कसलं उदाहरण घालून देतोय, ते दिसत नाही किंवा ते बघण्याची इच्छा नाही, हे कसं शक्य आहे, हा प्रश्न मी सतत स्वतःला विचारत असतो.

स्त्रीवरच्या प्रेमाची हीच का गोळाबेरीज ? राणी कर्मावतींना दोष नाही देता येत. दोषी आहे तो त्यांच्या खुळा, बाईलवेडा नवरा, जो उडी मार म्हटल्यावर फक्त उडीच मारत नाही, तर लाळघोटं हसून किती उंच मारू ? असं विचारतो. न्याय पायदळी तुडवणाऱ्या सर्वांत मोठ्या अपराध्याला न्यायाचा रक्षणकर्ता नेमणं यापेक्षा न्यायदेवतेचं अधिक विडंबन ते काय ? चितोडचं संरक्षण खातं आणि नगररक्षक खातं विक्रमादित्याच्या मुठीत. कानावर आलंय की प्रत्येक शिपाई गडी, हवालदार, उप–अधिकारी, परवाना कारकून आणि इतर नगण्य अधिकारी हात ओला झाल्याशिवाय आपलं साधं कर्तव्यदेखील पार पाडत नाहीयेत.

आणि आता माझ्या मनात असलेल्या सर्वांत महत्त्वाच्या प्रश्नाकडे वळूया. माझं काय ? होय, तुम्ही बरोबर ऐकलंत — तुम्ही सारे आकाशातले तारे आणि सूर्य आणि चंद्र आणि झाडावरची पानं आणि दूरवरच्या समुद्राच्या लाटा आणि वाळू आणि पशू आणि पक्षी आणि जगातल्या प्राण्यांनो, माझं काय ? मी, युवराज, सिंहासनाचा वारस,

भावी राणा. माझा हक्क क्षणाक्षणाला हिरावला जातोय त्याचं काय ? माझी बाजू मांडून माझ्या वतीने हिरिरीने बोलेल असं चितोडमध्ये कुणीच नाहीये. तशी माझी आई–महाराणी आहे. तिच्या मनात माझ्या भल्याची इच्छा असेलच आणि आपल्या कुत्र्यांवर किंवा इतर पाळीव जनावरांवर आहे तेवढी तिच्यावर बाबांची निश्चित माया आहे. पण आपल्या सर्वांत मोठ्या मुलाचा विषय कसा काढायचा ते तिला कळत नाही आणि यदाकदाचित तिने तो काढलाच, तर बाबा मिस्कीलपणे तिच्याकडे पाहतील आणि नुकतीच तिने त्यांच्यासाठी विणायला घेतलेल्या नऊशे सत्याहत्तराव्या बंडीच्या विणीतला एक टाका ती चुकली, तेव्हा तिने अधिक एकाग्रता दाखवली पाहिजे, असं तिला सांगतील.

मग माझी बायको आहे. बाबांची सर्वांत लाडकी सून. राणी कर्मावतींविरुद्ध खंबीरपणे उभी राहून त्यांच्या मताशी विसंगत असलेल्या मतावर बाबांना विचार करायला लावू शकेल अशी एकमेव व्यक्ती – माझी बायको. ती राव विरमदेवांची पुतणी आहे ही वस्तुस्थिती देखील कमी महत्त्वाची नाहीये. त्याशिवाय तिची घरंदाज वागणूक, रुबाबदार व्यक्तिमत्त्व, बुद्धी आणि सौंदर्य यामुळे चितोडमध्ये पाऊल टाकलेल्या पहिल्या क्षणापासून तिने बाबांच्या हृदयात एक खास जागा व्यापली आहे. पण बाबांच्या खाजगी वर्तुळात राहून, खुशामत करून त्यांची मर्जी संपादन करण्याचा विचार तिच्या ध्यानीमनीही यायचा नाही. आणि दुर्दैवाने, आता तिला स्वत:लाच बाबांच्या हृदयात परत पूर्वीचं स्थान मिळवण्यासाठी दैवी चमत्काराची गरज आहे. बाबांच्या नजरेतून तिचा एकटीचाच ग्रह ढळला नाहीये, तर त्याने आपल्याबरोबर मलाही खाली ओढलंय अशी शंका आहे मला. राज्यातल्या कुठल्याही राजकन्येने कधी केली नसेल इतकी तिने मेवाडची अप्रतिष्ठा आणि अपकीर्ती केली आहे.

आणि अर्थात, तिच्या विरुद्ध असलेली आणखी एक गोष्ट म्हणजे वंशावळ चालू ठेवण्यासाठी तिने अजून पुत्राला जन्म दिलेला नाही. दु:खाची बाब अशी की, तिच्यात मातृत्वाची शक्यता आहे हेच मुळी अजून सिद्ध झालेलं नाहीये.

म्हणजे माझ्या वतीने रदबदली करण्यासाठी फक्त एकच व्यक्ती चितोडमध्ये उरते : राजमाता. त्या माझ्या वतीने बोलतील असं मला वाटतं, पण माझ्या इतर भावांच्या आणि त्यांच्या अनेक पत्न्यांच्या उदंड पिल्लावळीशी माझ्या अपत्यहीन स्थितीची तुलना करता माझ्या पौरुषाविषयी त्या साशंक असाव्यात. अखेर, माझ्या एकुलत्या एका बायकोलाही ताब्यात ठेवण्यात मी अयशस्वी ठरलोय. पण त्यांनी आपल्या शंकाकुशंका बाजूला सारून मला जोरदार पाठिंबा देण्याचं जरी ठरवलं, तरी त्याचा फारसा उपयोग होईल, असं मला वाटत नाही. कारण बाबांच्या मनात त्यांच्याविषयी आदर असला तरी त्या विक्रमादित्याच्या आईची, राणी कर्मावतीची बरोबरी करू शकत नाहीत.

गुजरातबरोबरचं युद्ध म्हणजे एक वरदान आहे. मनातल्या मनात कुढत असलो तरी दिवसाचे सोळा तास तरी काम करावं लागतं. गनिमी युद्धाचा मी निर्माता नसलो तरी राजपुतांमध्ये त्याचा नव्याने शोध लावण्यात मी नक्कीच अग्रणी आहे. अचानक झडप घालणे, पार्श्वभागी क्रूर हल्ला करणे, एकाकी तुकडीला भयभीत करून सोडणे, पाठीमागून अतिशय वेगाने हल्ला चढवून तितक्याच वेगाने अदृश्य होणे, वगैरे. मुख्य उद्देश अर्थात, आमनेसामने न येता, सतत शत्रूचे चावे घेत राहणे, त्याच्या सैन्यात अव्यवस्था पेरून, दबाव कायम ठेवत त्याला नेहमी तणावग्रस्त आणि बेचैन ठेवणे हा होय. थोडक्यात म्हणजे, आपल्या हालचाली गुप्त ठेवून त्याच्याशी सैनिकी आणि मानसिक डावपेचाचे खेळ खेळत त्याचं शारीरिक आणि मानसिक स्थैर्य ढासळवणे.

माझे गुरू, मित्र आणि मुख्य योजनाकार आहेत राजा पुराजी कीका. ते आणि त्यांचे डोंगराळ प्रदेशात राहणारे लोक गनिमी काव्याला काय म्हणतात ते मला ठाऊक नाहीये, पण या युद्धप्रकाराच्या बाळकडूवरच ते लहानाचे मोठे झाले आहेत.

पुराजी कीका आणि मी, आमच्या पंचवीस हजार सैनिकांना, (इतरांना मी परत पाठवलंय) अडीच हजारांच्या दहा गटांत विभागलंय. प्रत्येक गट आपले तबेले, दूत सेवा आणि इतर सोयींनिशी स्वयंपूर्ण आहे. प्रत्येक गटाचा तळ इतरांपेक्षा किमान एक–दीड कोसांच्या अंतरावर टाकलाय. आणीबाणीचा प्रसंग किंवा अचानक शत्रू–हल्ला वगैरे उद्भवला तर वेगवान घोडेस्वार त्वरित हे अंतर कापू शकतो. हे तळ सतत हालत असतात. पंधरवड्याहून अधिक काळ कुठल्याही एके ठिकाणी स्थायिक ठेवले जात नाहीत. अर्थात, यामुळे झहिर–उल–मुल्कला आम्ही हल्ला करण्यापासून परावृत्त करू शकत नाही. पण हल्ल्याचा धोका त्यामुळे दसपट कमी झाला आहे. आम्ही फक्त एक गतिशील लष्कर नाही आहोत, तर एक मस्तक असलेले दहा छोटे छोटे गनिमी गट आहोत.

तेज, शफी खान आणि माझ्यापेक्षा अधिक चांगले शिष्य राजा पुराजी कीकांना मिळणं कठीण होतं. आम्ही उत्साही विद्यार्थी होतो. प्रत्येक सिद्धांत लगेच कृतीत उतरवून त्याची परीक्षा घेतली जायची. गनिमी युद्धाचं सार म्हणजे वेग आणि वाकडी वाट असं मानलं जातं. ते खोटं असल्याचं पुराजी कीका यांनी आम्हांला शिकवलं. वेग आणि विविध डावपेच हे अत्यंत आवश्यक असतात, हे खरं, पण या प्रकारच्या लढाईत तुमची मानसिक स्थिती आणि पलायनाची तयारी अधिक महत्त्वाची असते. "शत्रूला टाळण्याची तुम्ही शिकस्त केलीत आणि आता, तुम्ही ठरवलेल्या वेळी आणि ठिकाणी, त्याच्यावर जोरदार हल्ला करून उन्हातल्या धुक्याप्रमाणे बघता बघता अदृश्य होण्यासाठी सज्ज झाला आहात. या साऱ्या मानसिक दबाव आणि आटापिटीनंतर

नेहमी निर्माण होणारी अडचण म्हणजे मनात खोल कुठेतरी, काही तरी चुकतंय असं तुम्हांला वाटत असतानाही नशिबावर हवाला ठेवून आपल्या तुकडीनिशी हल्ला करणं आवश्यक आहे अशी तुम्ही स्वत:ची समजूत करून घेता. दगाफटक्याची नुसती जरी शंका आली तरी पायात शेपूट घालून पळण्याची हिंमत असायला हवी.''

आमच्या गनिमी काव्यांनी झहिर-उल-मुल्क हैराण झाला. आमच्या सैन्याला निर्णायक लढाईत गुंतवून काहीतरी निश्चित निकाल हाती येणं त्याच्या दृष्टीने अत्यावश्यक होतं. आमचा पाठलाग करत तो यायचा तेव्हा आम्ही आधीच दुसरीकडे हाललो आहोत आणि कदाचित त्याच्याच तळाला भेट देतोय किंवा पाठीमागून त्याच्याच सैन्यावर हल्ला करतोय हे त्याच्या लक्षात यायचं. आम्ही सगळीकडे होतो, पण कुठेच सापडत नव्हतो.

माझ्या आणि पुराजी कीकांच्या मनातला बेत आमच्या सैनिकांच्या लक्षात येऊ लागला होता, आणि या गनिमी लढाईमुळे येणारी सामर्थ्याची आणि अधिकाराची भावना त्यांना आवडू लागली होती. हालत्या निशाणावर कशा प्रकारे हल्ला करायचा ते कळत नसल्याने गुजरातच्या सैन्यावर आलेल्या वैफल्याची आणि हतबलतेची त्यांना गंमत वाटत होती. ते आता मौन आणि स्तब्धता पाळायला शिकले होते. तासन् तास न हालता-बोलता ते एका जागी बसू शकत. घोडेस्वारी करत असतानाच जेवायची सवय करून घेतली होती त्यांनी आणि आपल्या घोड्यांनाही एका जागी स्तब्धपणे, न खिंकाळता उभं राहायला शिकवलं होतं. या लपाछपीच्या लढाईतदेखील शौर्य आणि गौरव असतो, हेही काही काळानंतर कदाचित त्यांना कळायला लागेल.

ज्या दिवशी राव विरमदेवांनी आमच्या धडक हल्ल्याची पाहणी करण्याचं ठरवलं, त्याच दिवशी चितोडहून टपाल आलं. एक लीलावतीच्या हस्ताक्षरातलं सोडलं तर इतर सर्व पत्रं नेहमीचीच होती. तिचं पत्र म्हणजे कुवार्तेची भविष्यवाणी वाटायला लागलं होतं मला. दूतालाच सर्वनाशाचं कारण मानण्याचा प्रकार. या वेळी कसली भयानक माहिती कळवली होती कौसल्याने मला ?

जय एकलिंगजी

माननीय युवराज यांसी,

आपण सुन्हरिया धोबीणीला इनाम दिलेल्या दोन गावांची देखभाल करण्यासाठी गेल्या वर्षी तिने मला नेमलं होतं. याबाबतीत तिला काहीच अनुभव नसल्याने, ठराविक बिदागी घेऊन, त्या जमिनीचे सारे व्यवहार मी सांभाळीत होते. मला माझेच व्याप भरपूर असल्याने ती तिला कुक्कुटपालन,

करवसुली आणि जमाखर्चाचा हिशेब यासंबंधी प्राथमिक माहिती देण्याचं कबूल केलं ज्यायोगे तिला कुणावरही अवलंबून राहण्याची गरज उरती ना. दर पंधरवड्याने, सोमवारची ती चारेक तास माझ्याबरोबर घालवायची. महिन्यापूर्वी लागोपाठ दोन सोमवार ती आली नाही किंवा आपल्या न येण्यासंबंधी काही निरोपही पाठवला नाही. ती सहसा असं करत नाही. स्वावलंबी होण्याची तिची इच्छा आहे आणि ती नेहमी वक्तशीर असते. मी तिच्या घरी गेले असता तिने बाहेर येण्यास नकार दिला. मी तिच्या नवऱ्याशी बोलले. तो माझ्याशी बोलण्यास नाखुश वाटला. माझे आणि तिचे काय संबंध आहेत ते त्याला जाणून घ्यायचं होतं. मी त्याला सांगितलं की मी परीट खात्याची तपासनीस आहे आणि राजमातेचे दोन जरीचे घागरे नाहीसे झाल्याच्या संबंधात चौकशीसाठी आले आहे. मेवाड राजघराण्याच्या त्याच्या सत्तर वर्षांच्या सेवेत त्याच्यावर कधीही चोराचा आळ न आल्याबद्दल त्याने लांबलचक चर्पटपंजरी सुरू केली. त्याच्यावर कसलाही आळ घेतला गेला नसल्याचं आश्वासन मी त्याला दिलं. पण तो जरी निरपराध असला तरी त्याच्या बायकोचं काय ? त्याचा चेहरा लगेच खुलला. तिला शिव्यांची लाखोली वाहत ती एक वेश्या आणि चोर असल्याची ग्वाही त्याने दिली. आणि आपल्याकडे तिच्याविरुद्ध इतके पुरावे आहेत की त्यावर कित्येक जन्म तिला तुरुंगात डांबलं जावं अशी माझी विनवणी केली. आता त्याची वागणूक पूर्णपणे बदलली होती आणि तो भडाभडा बोलू लागला होता. अर्धा तास त्याचं ऐकून घेतल्यावर मी त्याचं संभाषण मध्येच तोडलं आणि मला त्याच्या बायकोशी एकांतात बोलायचं असल्याचं सांगितलं. त्याची गरज नाही तो म्हणाला, कारण मी स्वत: तिची उलटतपासणी घेतली, इतकंच नाही तर तिला त्याबद्दल जबरदस्त शारीरिक शिक्षाही दिली आहे. त्याने जे केलं ते योग्य नसल्याचं मी त्याला सांगितलं, कारण शिक्षा देण्याचा अधिकार फक्त महाराजांचा आणि न्यायालयाचा असतो आणि मला नाईलाजाने या घटनेसंबंधी तक्रार नोंदवावी लागेल. त्याच्या तोंडाला फेस आला. माझ्या पायावर डोकं घासत आपल्या अविचारीपणाकडे काणाडोळा करण्यासंबंधी तो गयावया करू लागला. मी त्याच्या बायकोला एकटीला भेटू इच्छिते असं सांगताच मोठ्या अनिच्छेने तो तिथून गेला. जाता जाता तिच्या गप्पांवर विश्वास न ठेवण्यासंबंधी आणि तिला शिक्षा करण्यासंबंधी परत एकदा त्याने सूचना दिली.

मी माझ्या मनाची तयारी केली होती तरीही मला जे काही दिसलं ते माझ्या अपेक्षेबाहेरचं होतं. सुन्हरियाच्या कवटीवर खोल जखमा होत्या आणि तिचं सारं अंग चाबकाने इतकं फोडून काढलं होतं की जवळजवळ सगळी त्वचा सोलली गेली होती. तिला माझ्या पालखीत घालून मी घरी घेऊन आले आणि राजवैद्यांकडून तिच्यावर उपचार करवले. आपल्या नवऱ्याने आपल्याला जवळजवळ मरेपर्यंत का मारलं ते सुन्हरियाने स्वत:हून कधीच सांगितलं नाही. पण चौकशीअंती मला समजलं की तिला मिळालेल्या दोन गावांच्या इनामाबाबत त्याला कळलं होतं आणि हे इनाम तिला कुणी दिलं ते त्याला जाणून घ्यायचं होतं.

सुन्हरिया एक सुदृढ स्त्री आहे आणि लवकरच ती बरी झाली. काल सकाळी मी राजकुमारींच्या जेवणाची तयारी करत असताना मला न कळवता सुन्हरिया राजमहालातून निघून गेली. आपलं सामान गोळा करायला आणि ती आपल्या नवऱ्याला सोडचिठ्ठी देत आहे हे त्याला सांगायला ती घरी गेली असावी. शेजाऱ्यांनी त्याला किंचाळत, कपडे धोपटायचा बडगा घेऊन तिच्या अंगावर जाताना पाहिलं. तिची शुद्ध हरपेपर्यंत त्याने तिला बदडलं. ती परत शुद्धीवर येताच, तिने तोच बडगा उचलला आणि यापुढे परत कधीही तो तिच्यावर हात उगारू शकणार नाही, असं म्हणत त्याच्या डोक्याची कवटी फोडली.

खुनाच्या आरोपाखाली ती सध्या चितोडच्या तुरुंगात आहे. ती सुन्न, विषण्ण झाली आहे. दररोज तिला भेटून आपल्याला तिची हालहवाल मी कळवत जाईन. तसंच येत्या पंधरवड्यात तिचा न्यायनिवाडा होईल, त्यासंबंधीची माहितीदेखील कळवीन.

सर्व काही क्षेम होईल याची मला खात्री वाटते.

आशीर्वाद,

कौसल्या.

ता.क. : आज सकाळी मी परत तिला भेटले आणि तिच्यासाठी खाणं घेऊन गेले होते.

हे माझ्या सद्भावनेचं फळ. सुन्हरियाच्या नवऱ्याला बोलावून घेऊन, एक पुरुष दुसऱ्या पुरुषाशी बोलतो त्यानुसार त्याच्या पाठीवर थाप मारून मी विषयाला हात घातला असता तरी फारसं काही बिघडलं नसतं. 'इतकी वर्षं तुझी बायको मला उधार दिल्याबद्दल आभार, दोस्त. तिच्या परिचयाने आणि अर्थात तुझ्याही, फार आनंद

झाला. तिला काहीतरी द्यायची इच्छा आहे माझी. गैरसमज करून घेऊ नकोस. तिच्या सेवेचं मोल वगैरे म्हणून नव्हे, फक्त तिच्या योग्यतेची जाण म्हणून, आणि पुढे–मागे तसाच प्रसंग ओढवला तर गाठीशी एक पुंजी असावी म्हणून. आता वयपरत्वे तुझा काही नेम नाही, तेव्हा म्हटलं दुसऱ्या कुणाचीतरी तिच्यावर नजर पडण्याआधी आपणच...'

सुन्हरिया माझ्याशी अखेरचं जे बोलली होती ते ती भविष्य जाणत होती म्हणून, की कुठल्यातरी प्रकारे माझं लक्ष वेधून घ्यायचं म्हणून ? दोन्हीही नसावं. आलेख स्पष्ट होता, मलाच तो पाहायचा नव्हता. आता छाती पिटण्याचा काही उपयोग नाही. मी कौसल्याद्वारा तिला एक पत्र लिहिलं.

माझं पत्र संक्षिप्त होतं.

प्रिय सुन्हरिया,
तू म्हटलेलं मी खोटं पाडणार आहे. मी तुला भेटणार आहे. लवकरच. अगदी लवकर.
तुझ्यासाठी मी अधिक निधीची व्यवस्था करतोय. कौसल्या तुला मदत करील आणि तू लवकरच तुरुंगातून मुक्त होशील. तू निरपराध आहेस आणि म्हणूनच न्याय तुझ्या बाजूने आहे हे विसरू नकोस. हिंमत ठेव.

माझी राजमुद्रा पत्रावर उमटवून मी दूताला बोलावून घेण्याच्या बेतात होतो. माझ्यात एक विकृत प्रवृत्ती असावी. मी नेहमी लोकांना जागवत असतो, त्यांना बिछान्यातून खेचून बाहेर काढत असतो, मध्यरात्री एक वाजता त्यांना लष्करी तालीम करायला लावतो, वेळेला सोळा सोळा तास त्यांना बळजबरीने कवायत करण्यास भाग पाडतो, त्यांच्या अंगी शिस्त बाणवण्याचा सतत प्रयत्न असतो माझा. कुठल्याही आकस्मिक दुर्घटनेसाठी सिद्ध असण्याची ही तयारी. आज मात्र मला दूताला उठवण्याची पाळी आली नाही. त्याने आपल्या धटिंगण मित्रांची एक टोळी गोळा केली होती आणि ते आमचे तंबू चिरत–फाडत, पायदळी तुडवत हैदोस घालत होते. ज्याचं मला आणि पुराजी कीकांना जबरदस्त भय वाटत होतं तोच प्रसंग ओढवला होता.

सहसा मी अतिदक्षता पाळण्यात विश्वास ठेवत असल्यामुळे प्रत्येक तळावर नेहमीच्या दुप्पट पहारेकरी नेमण्यात आले होते आणि आठवड्याच्या प्रत्येक दिवशी त्यांच्या कामावर जागरूकपणे देखरेख ठेवण्यासाठी सात नायकांची नेमणूक करण्यात आली होती. आज राव रायमल आणि त्यांच्या माणसांची पाळी होती. दुर्दैवाची गोष्ट म्हणजे राव विरमदेव आणि इतर सारे नेते, मला मागच्या हल्ल्यासंबंधीची सविस्तर

माहिती देण्याच्या निमित्ताने आमच्या तळावर एकत्र आलेले. आमची बैठक संपेस्तोवर बरीच रात्र झाली आणि दुसऱ्या दिवशी सकाळीच युद्धसमितीची दर पंधरवड्याला भरणारी बैठक ठेवली गेली असल्याने मी त्या सर्वांना रात्री आमच्याच तळावर मुक्काम ठोकण्याची विनंती केली होती. प्रत्येक ज्येष्ठ नेता, इदरच्या रावासकट, माझ्या छावणीत हजर होता. वा:, कुठल्याही शत्रूची आमच्याकडून यापेक्षा अधिक अपेक्षा ती काय असू शकेल ? फक्त रावल उदयसिंह आमच्यात नव्हता. राव रायमल आणि त्यांच्या माणसांनी आज सुट्टी घ्यायचं ठरवलेलं होतं आणि झहिर-उल-मुल्कनेही आजच आम्हांला भेट देण्याचा निर्णय घेतला. इथे जरा जास्तच योगायोग होत होते असं नाही वाटत ? गुजरातच्या हेरांनी आमच्या तळांवर सख्त नजर ठेवली असणारच, पण त्याशिवाय इतर तळांवरच्या नेत्यांचादेखील त्यांनी मागोवा घेतला होता असं दिसतंय. झहिर-उल-मुल्क मूर्ख नव्हता. लपंडाव खेळणाऱ्या शत्रूला शह द्यायचा, तर त्याचा खेळ समाजावून घेऊन त्याचा डाव त्याच्यावरच उलटवायचा हे त्याने जाणलं. मी स्तंभित. आमचे किती शिपाई मारले गेले होते ? आता काही क्षणांतच गुजरातचे सैनिक आपला मोर्चा आमच्या नेत्यांच्या तंबूंकडे वळवणार. तेज, शफी, राजा पुराजी कीका, राव विरमदेव यांच्याहून अधिक प्रिय आणि अधिक मूल्यवान माणसं जगाच्या पाठीवर नव्हती माझ्यासाठी. मी खिळल्यासारखा निश्चेष्ट. काहीतरी विसरलं जात होतं. काय ते मला आठवत नव्हतं, पण ते अतिशय महत्त्वाचं होतं.

मंगल धावत माझ्या तंबूत आला, ''घाई करावी युवराज, आपल्यावर हल्ला झालाय. मी बेफिकीरला बाहेर तयार ठेवला आहे.'' त्याला गप्प करण्यासाठी मी हात वर केला. काय विसरत होतो मी ? माझं शिळेत रूपांतर झालं होतं. इतकं महत्त्वाचं असं काय होतं की मला हालायचं नव्हतं, हालता येत नव्हतं ? ''उठा युवराज. मी इतर नेत्यांना जागं केलंय आणि ते कुठल्याही क्षणी इथे हजर होतील. आपण लगेच इथून बाहेर पडला नाही तर सारं काही गमवावं लागेल.'' मंगल इतका गोंधळ का माजवतोय ? त्याला आणि इतरांना जायचं असेल तर माझी काहीच हरकत नाहीये. मला महत्त्वाचं काहीतरी आठवायचं होतं. तो आता किंचाळू लागला होता. ''काय झालंय तरी काय आपल्याला ? दिवसातून सात वेळा आपणच आमच्या कानीकपाळी भरवलंत ना की वीरोचित पण फोल मृत्यूपेक्षा पळून जाऊन परत लढण्यासाठी जिवंत राहणं अधिक चांगलं ? मग आता आपल्याला कुणी धरून ठेवलंय ?''

वजन ! हा वजनाचा प्रश्न होता. पखवाजाचे प्राथमिक धडे देणाऱ्या शिक्षकांनी मला सांगितलं होतं की ज्या गायकाची तुम्ही संगत करता त्याच्या बरोबरीने आवर्तन पुरं करून समेवर येण्यासाठी प्रत्येक मात्रेचं वजन माहीत असायला हवं. होय. आयुष्यातदेखील प्रत्येक घटनेचं किती वजन असतं ते जाणून घ्यायला हवं. आज जर

झहिर–उल–मुल्कच्या याजेनेप्रमाणे झालं तर एक तर आम्ही सारे मारले जाऊ किंवा हे युद्ध आणखीन काही महिने, किंवा वर्षं असंच चालू राहील. आणि कामं तर फार पडली होती. दिल्ली आणि माळवा काबीज करायचं होतं. माझ्या साऱ्या कर्तव्याचं सापेक्ष प्रमाण आणि त्यांचं प्राधान्य याचं मोजमाप मला सापडलं होतं.

त्या क्षणापासून नक्की काय करायचं ते स्वच्छ समजलं मला, ''सेनापती स्वत:हून हल्ल्याचं नेतृत्व करताहेत ?''

''होय,'' मंगल म्हणाला.

राव विरमदेव आणि इतर तंबूत प्रवेश करते झाले.

''मंगल, रावल उदयसिंहांच्या तळावर जा. सरळ रस्ता पकड. गुजरातची माणसं आपल्या पुढल्या चालीचा अंदाज घेऊन आपल्यावर कडी करण्यासाठी उत्सुक आहेत. ते सीधा रस्ता सोडून आडवळणावर तुझी वाट पाहत असतील. रावल उदयसिंहांना सांग, की दक्षिण आणि पूर्वेकडच्या पाच तळांवरची माणसं घेऊन त्यांनी गुजरातच्या छावणीवर धाड घालायची. दया माया नको. तुझी चार माणसं हा संदेश घेऊन आपल्या इतर तळांवर पाठव. उत्तरेकडच्या दोन तळांवरच्या सैनिकांनी तातडीने आम्हांला येऊन मिळावं असा निरोप पाठव. त्यांनी आमची पिछाडी सांभाळावी. पश्चिमेकडच्या दोन तळांवरच्या माणसांनी झहिर–उल–मुल्कच्या तुकडीवर मागून हल्ला करावा. सर्व नेत्यांना म्हणावं की गुजरातच्या सेनापतीने आमच्यासाठी सापळे लावून ठेवले असण्याची शक्यता आहे, म्हणून त्यांनी इतक्या नि:संदिग्धपणे आणि अचूकपणे कार्यभाग साधावा की शत्रूला वाटलं पाहिजे की हल्ला त्यांनी केला नाही तर आम्हीच त्यांचा खातमा करण्यासाठी त्यांना चकवून आणलंय. शुभास्ते पंथान: आणि जिवंतपणे सुखरूप ये. पुष्कळ कामं करायची राहिली आहेत.''

तो गेला.

''तेज, तुमची माणसं गोळा करून पूर्वेकडून छापा मारा. राव विरमदेव जुन्या पारंपरिक पद्धतीनुसार समोरून शत्रूसैन्याच्या थेट मध्यावर चाल करून जातील. शफी, तुमची उरलीसुरली माणसं घेऊन पश्चिमेकडून जोरदार धडक द्या. ही शौर्य दाखवायची वेळ नाहीये. परिस्थितीचा अंदाज घेऊन मगच धोका पत्करा, पण तो प्राणांतिक नसावा. मी माघार घेण्याचा इशारा दिला तर शफी खानच्या पुस्तकातल्या सातव्या प्रकारानुसार लगेच मागे वळा. तळ क्रमांक तीनवर पुन्हा आपली भेट होईल आणि तेव्हाच पुढचे डावपेच आणि कार्यभाग ठरवला जाईल.''

ते गेल्यावर मी तोंडाला माती फासली आणि हळूच तंबूबाहेर निसटलो. थोड्याच वेळात एका मृत गुजराती सैनिकाला ओढत मी परतलो. त्याचे कपडे मी अंगावर चढवले. माझ्या तलवारीची म्यान फार अलंकारिक नसली तरी अगदीच नगण्यदेखील

नव्हती. त्याच्या तलवारीची धार मी तपासली. झहिर-उल-मुल्क तपशिलांच्या बाबतीत चोखंदळ होता आणि त्याची माणसं आपली मृत्यूची हत्यारं उत्तम स्थितीत ठेवत. त्या सैनिकाच्या तलवारीचा पट्टा मी कमरेभोवती बांधला आणि बरोबर आणलेलं त्याच्या घोड्याचं खोगीर बेफिकीरच्या पाठीवर चढवलं. त्याचं शिरस्त्राण माझ्या डोक्यावर नीट बसेना. फारच त्रासदायक होऊ लागलं तर फेकून द्यावं लागेल ते मला. खाली वाकून मी आणखी थोडी माती चेहऱ्यावर मळली.

शेजारी उभे असलेले पुराजी कीका म्हणाले, ''सावध असावं, युवराज. माझं आपल्यावर लक्ष असेलच.''

त्यांच्या हाताला निरोपाचा स्पर्श करून मी घोड्याला टाच मारली. झहिर-उल-मुल्क, हा मलिक ऐयाजपेक्षा वेगळा होता. आपल्या सैन्याचं नेतृत्व तो स्वत: करायचा. त्याला शोधून काढण्यात थोडा वेळ गेला. सभोवताली सगळीकडे आमची माणसं मरत होती. त्या पहिल्या दिवशी घरी परतणाऱ्या गुजरातच्या सेनेवर आम्ही केलेल्या हल्ल्याची पुनरावृत्ती होत होती. तोंड चुकवून लढण्याचं टाळत असलेल्या मला मेवाडच्या एका सैनिकाने हेरलं. आपल्या घोड्याला वळवत तो थेट माझ्या दिशेने आला. गुजरातचे काही सैनिकदेखील माझ्याकडे पाहत होते. त्याचा पहिला वार माझ्या शिरस्त्राणावर पडला. माझ्या मानेवार वार करण्यासाठी त्याने परत तलवार उचलली. पहिल्या वारातच माझा खात्मा करायला हवा होतास मित्रा. माझी तलवार त्याच्या पोटातून आरपार गेली. त्याचा तोल गेला, पण तरीही खोगिराला घट्ट पकडून ठेवलं त्याने. त्याच्या घोड्याच्या पुठ्ठ्यावर मी सणसणीत चपराक मारली आणि वेगाने माघार घेणाऱ्या राजपूत तुकड्यांच्या दिशेने त्याला पिटाळला.

सेनापतीला गाठणं कठीण काम होतं. त्याच्या चारी बाजूला जोरदार मारामारी चालू होती आणि तिच्यात मला भाग घ्यायचा नव्हता. दर वेळी हाकेच्या अंतरावर येऊन झहिर-उल-मुल्क माझ्या हातावर तुरी द्यायचा. मी जरी गुजरातच्या गणवेशात असलो तरी माझ्या तिरक्या दिशेने होणाऱ्या प्रवासामुळे साऱ्या गुजराती सेनेचं लक्ष मी वेधून घेत असणार याची मला खात्री होती. बेसावध शत्रूला मारण्याच्या आणि अन्यायाचा बदला घेण्याच्या नशेत ते मग्न झाले असावेत एवढ्याच एका आशेवर मी पुढे जात राहिलो. आणखीन किती वेळ लागणार होता ? मला माहीत होतं की माझ्याहीपेक्षा अधिक धोका राजा पुराजी कीका घेत होते. त्यांनी माझ्यासारखं वेषांतर केलं नव्हतं आणि माझी पाठराखण करताना त्यांना स्वत:च्या जिवाची बाजी लावावी लागत होती.

पोचलो एकदाचा. चक्रव्यूहाच्या मध्याचा भेद करताना अभिमन्यूला काय वाटलं असेल याचा मला अंदाज आला. आता यातून बाहेर कसा पडू ? पण माझी कामगिरी अजून पुरी झाली नव्हती.

"त्या किड्याला मारा !"

मला वाटलं झहिर-उल-मुल्क मलाच उद्देशून म्हणाला. माझा वेश आणि रंगभूषा इतकी पारदर्शक होती का ? की, आणि माझं मलाच हसू फुटलं – की मी इतका रुबाबदार आणि देखणा होतो की कुठलीही रंगभूषा माझं मर्दानी सौंदर्य झाकू शकत नव्हती ?

"त्या किड्याला मारून टाक, गाढवा !" पुराजी कीकांबरोबर असलेल्या भिल्ल सैनिकाच्या दिशेने बोट दाखवत तो परत म्हणाला, "तोवर मी त्याच्या राजाचा समाचार घेतो."

"जी हुजूर !" मी म्हणालो आणि माझी तलवार उचलली. अचूक वार कर किड्या, ही एकमेव संधी आहे तुला. एका फटक्यात धडावेगळं शीर करावं लागणार होतं मला, नाहीतर कामगिरी अर्धवटच राहिली असती. अधिक जोर मिळण्याकरता मी रिकिबीत उभा राहिलो. माझ्या हाताच्या आणि तलवारीच्या कोनावरून काहीतरी भयानक चूक घडत असल्याचं झहिर-उल-मुल्कला जाणवलं असावं, पण तोपर्यंत माझी तलवार खाली येत होती. त्याच्या पुढच्या कृतीच्या मध्यावर मी त्याला पकडला होता. राजा पुराजी कीकांवर वार करण्यासाठी वेगाने जात असताना त्याच्या शिरस्त्राणाला जोडलेल्या साखळ्या, पक्ष्याच्या पंखांसारख्या वर झाल्या आणि क्षणभर त्याची मान उघडी पडली. तेवढा वेळ मला पुरेसा होता. त्याची तलवार राजाच्या पोटात घुसणार एवढ्यात माझा वार त्याच्या मानेवर बसला. वार कौशल्यपूर्ण नव्हता, पण त्याने आपलं काम केलं होतं. त्याचं डोकं उडून समोरच्या गुजराती सैनिकाच्या खांद्यावर आपटलं आणि राजा पुराजी कीकांपासून चार हातांच्या अंतरावर जमिनीवर पडलं. त्याचं शरीर थोडं तिरकं झालं होतं, पण अजूनही ताठपणे बसलं होतं. त्याच्या हाताचे स्नायू एकम आकुंचन पावले आणि हातातली तलवार गळून खाली पडली.

माझ्या वाराची तिरपी रेषा आता स्पष्ट दिसू लागली. उजव्या बाजूची मान डाव्या बाजूपेक्षा अधिक उंच राहिली होती. दोनशे वर्षांची जुनी झाडं कापली जातात तेव्हा ती फवारून आजूबाजूला कशी काय राडा करत नाहीत ? त्याच्या चिलखतावरून लाल झरे वाहू लागले. जोशाने बाहेर उसळणाऱ्या रक्ताला मुक्त वाट करून देण्यासाठी गळ्यातल्या कापलेल्या नाड्या विस्फारल्या. मानेच्या उंच राहिलेल्या बाजूतून रक्ताची चिळकांडी वीतभर वर उसळून नंतर खाली वळली आणि हळूहळू लोप पावली. शरीराच्या दर झटक्यासरशी कापलेल्या मोठ्या रक्तवाहिनीवर एक पारदर्शक लाल बुडबुडा उठायचा

आणि भोवताली लाल सडा घालत फुटायचा. खाली ओघळणारे काही झरे आताच गोठू लागले होते. मी अगणित माणसांना मारलं असेल, पण भविष्यकाळात जेव्हा जेव्हा मला ताप चढून भ्रम झाला तेव्हा तेव्हा सेनापतीच्या शिरविरहीत मानेने माझी सोबत केली. गुजरातचे सैनिक सुन्न झाले. आपल्यापैकीच एकाने आपल्या सेनापतीचा वध केला याच्यावर त्यांचा विश्वास बसेना. त्यांच्यापैकी एक जण जेव्हा 'गद्दार' म्हणून माझ्या दिशेने झेपावला तेव्हा मी जागा झालो. सेनापतीच्या छातीवरच्या पोलादी चिलखतावर मी माझी तलवार आदळली आणि त्याला एका बाजूला कलंडताना पाहिलं. आपल्या सेनापतीचं शरीर तुडवण्याचं टाळण्यासाठी आपल्या घोड्याला आवरणं त्या सैनिकाला भाग पडलं. माझी तलवार हवेत उंच फिरवत सुसाट त्या जमावातून मी बाहेर पडलो. राजा पुराजी कीकांनी भाल्याच्या टोकावर सेनापतीचं मस्तक उचललं आणि आमच्या झेंड्याच्याही वर ते नाचवत 'झहिर-उल-मुल्क मुर्दाबाद, झहिर-उल-मुल्क मुर्दाबाद,' असं ओरडत त्यांनी घोडा दौडवला.

त्या शब्दांचा विलक्षण परिणाम झाला गुजरातच्या सैन्यावर. ते जागच्या जागी थिजले. माझा पाठलाग करत होते तेदेखील. पण क्षणभरातच परत जिवंत होऊन ते माझ्या मागून आले. मी तोंडावरची माती पुसली, गुजराती गणवेष ओढून काढून टाकला आणि आमच्या सैनिकांना ओरडून सांगितलं, "एकूणएकाला संपवा."

राजा पुराजी कीका, 'झहिर-उल-मुल्क मुर्दाबाद, त्याच्या आत्म्याला शांती लाभो !' अशी गर्जना करत वर-खाली दौडत होते. राजा माझ्या शेजारी येऊन थांबेपर्यंत सेनापतीचं डोकं उंचावर हेलकावे खात राहिलं. तेज, शफी आणि राव विरमदेव आम्हांला येऊन मिळाले. आता वेळ फुकट जाता कामा नये.

"आगे बढो." स्वर्गाच्या आणि पाताळाच्या अंतापर्यंत माझा आवाज पोचला असणार, "गुजरात छावणी काबीज करूया."

२१

दुसऱ्या दिवशी पहाटे आम्ही इदरला जाण्यासाठी निघालो. इतकी घाई का, असा प्रश्न राव विरमदेवांना पडला असावा, पण असला वैयक्तिक प्रश्न मला करायला ते फारच सभ्य आणि सुसंस्कृत होते. रात्र पडेस्तोवर आम्ही या छोट्या राज्याच्या वेशीवर येऊन पोचलो. ज्याच्यासाठी मेवाड आणि त्याच्या दोस्त राज्यांना आपल्या कित्येक सैनिकांचे बळी द्यावे लागले आणि ज्याच्यामुळे माझ्या आयुष्याचे अठरा महिने व्यापले गेले ते हे राज्य. इदरचा नुकताच पदच्युत झालेला राजा आणि भावी राजा, दोघेही आमच्याबरोबर होते. राज्य गमावलेल्या, निदान तात्पुरतं तरी, राजाबद्दल मला सहानुभूती वाटत होती. मी भरमलला फारसा ओळखत नव्हतो, पण लढाईतलं त्याचं कर्तृत्व मला आवडलं होतं. तो अनुभवी आणि शहाणा वाटला. आपला पराभव त्याने मूकपणे पण मानाने स्वीकारला होता. माझ्या मेहुण्याच्या जागी त्याची अदलाबदल करून त्याला आमचा दोस्त बनवायला आवडलं असतं मला. तो जिवंत असेस्तोवर तरी राव रायमल आपल्या तुमानीचं बूड सिंहासनाला पक्कं चिकटवू शकणार नव्हता. खरंच, किती तिरस्कार आणि तुच्छता भरली होती माझ्या मनात या माझ्या बहिणीच्या नवऱ्याबद्दल. पण काल आम्हा सर्वांची त्याने जवळजवळ वाट लावली त्याबद्दल त्याला कितीही दोष दिला तरी मी जो भयंकर धोका पत्करला होता त्याबद्दल मी स्वत:ला माफ करू शकत नाही.

अखेर मी वीरत्वाच्या पदवीला पोचलो होतो. काल संध्याकाळी राव भरमलने शरणागतीच्या पत्रकावर सही केल्यानंतर आणि आम्ही गुजरातच्या सैनिकाचं नि:शस्त्रीकरण केल्यानंतर, मेवाडच्या आणि आमच्या दोस्त राज्यांच्या सैन्यांनी मला खांद्यांवर उचलून घेतलं आणि 'युवराज जिंदाबाद'च्या घोषणांनी अर्धी रात्र दुमदुमवून सोडली. एक पुरं वर्ष मी त्यांना नव्या युद्धनीतीची शिस्त शिकवण्याचा प्रयत्न केला, मित्रत्वाच्या वागणुकीने त्यांची मनं जिंकायचा प्रयत्न केला, आणि आता माझ्या एका अविवेकी कृत्यामुळे ते माझे दास बनले होते. माझी गुलामी करायला, माझा कोणताही हुकूम पाळायला, आजच्या आज दिल्लीवर चाल करून तिथल्या सुलतान लोधीशी लढायला ते तयार होते. त्या रात्री माझ्यासमोर त्यांनी आणखी किती आणाभाका घेतल्या देवच जाणे. हे किती काळ टिकेल ? मी स्वत:लाच विचारलं. त्यांना आपल्या

बाजूला वळवून माझ्या विरुद्ध उभं करायला विक्रमादित्याला किती वेळ लागेल ? किती लवकर ते परत जुन्या पद्धतीने शत्रूशी समोरासमोर लढायला लागतील ? पण हे सर्व मुद्द्याला सोडून होतंय. सर्व नेते, अगदी राव विरमदेवदेखील, म्हणाले होते की, फक्त मी होतो म्हणूनच अटळ आणि संपूर्ण पराभवाचं विजयात रूपांतर झालं. त्या सर्वांनी आशा सोडली असता, मी एकटा स्वच्छ विचार करू शकलो. सद्य परिस्थितीत काहीतरी असाधारण उपाय अमलात आणण्याशिवाय तरणोपाय नव्हता हे मीच जाणलं, असं त्या सर्वांचं ठाम मत होतं. पण आम्हांला तरणोपाय होता. मीच तो पुन्हा पुन्हा मांडत आणि त्याचं पुनरुच्चारण करत आलो होतो आणि तो म्हणजे, माघार, चमडी बचावणे, जीव घेऊन पळणे. आणि तरीही मी घातलेला निर्बंध मीच तोडला होता. मी जे केलं, ते माझ्या हाताखालच्या एखाद्या प्रतिनिधीने केलं असतं तर त्याचा हुद्दा काढून घेऊन त्याला हद्दपार केलं गेलं असतं. स्वत:ला आपण किती सहजपणे माफ करतो. घोर संकटात मी स्वत:चा जीव घातला होता. मी जर मारला गेलो असतो, तर आमच्या सैन्याला माझे सहकारी कसं काय ताब्यात ठेवू शकले असते ? त्याहीपेक्षा भयानक म्हणजे, मला ओळखून युद्धकैदी म्हणून पकडण्यात आलं असतं तर ? गुजरातच्या सेनापतीला मी मारल्यानंतर गुजरातच्या सैन्याची जी हालत झाली तीच आमची झाली असती. नेत्याशिवाय सेना आतल्या आत कोसळते. त्या एका अक्षम्य, बालिश कृतीमुळे, मी राजपुतांमध्ये गनिमी युद्धाची पद्धत काही दशकांनी किंवा काही शतकांनी मागे नेली असती.

घरी परतायची घाई मलाच आहे असं वाटलं होतं मला. पण राव रायमलला लागलेली राज्याभिषेकाची घाई हास्यास्पद होती. पहाटे साडेपाच वाजता त्याने माझ्या खोलीचा दरवाजा ठोठावून मला तयार होऊन अभिषेकासाठी खाली येण्यास सांगितलं. सुरुवातीला दर पंधरा पळांनी, तर पावणेसातपासून दर दहा पळांनी त्याची फेरी होऊ लागली.

''राजेसाहेब, मुहूर्त सव्वानऊचा आहे. म्हणजे आतापासून जवळजवळ चार तासांनी.''

''जरा मागे नाही का आणता येणार तो ?''

''माझ्या माहितीनुसार मुहूर्त शुभ वेळेसाठी निवडला जातो, ज्यायोगे आपल्यावर नेहमी देवांचा वरदहस्त राहावा आणि सिंहासन आपल्याला लाभावं अशी इच्छा केली जाते. इदरवर बरीच वर्षं आपलं राज्य राहावं यासाठी आणखी काही तास आपल्याला कळ काढणं आवश्यक आहे.''

माझी विचारधारा त्याला पटल्यासारखं वाटलं नाही, कारण तो काहीतरी बोलायच्या बेतात होता इतक्यात मी त्याला अडवलं.

‘‘आपल्या दालनात जावं राव रायमल. आम्ही बरोबर पावणेनऊ वाजता आपल्याला दरबारात भेटू.’’

पण मला मान्य करावं लागेल, की हा माझा मेहुणा म्हणजे एक सुखी जीव होता. गुजरातच्या लढाईनंतर, त्याच्या गळ्याचा घोट घ्यावा, सार्वजनिकपणे त्याला चाबकाने फोडून काढावं, की त्याचा कणा मोडेल असा अपघात घडवून आणावा, ते मला नक्की ठरवता येत नव्हतं.

‘‘तुम्ही आणि तुमच्या माणसांनी छावणीवर पहारा का ठेवला नव्हता ? काय झालं ?’’ काल रात्री राव विरमदेवांच्या तंबूत आमचा विजय साजरा करण्यासाठी सारे जमले असताना मी राव रायमलला विचारलं.

तिसऱ्या चषकानंतर हत्तीला लोळवण्याची क्षमता असलेल्या मेरताच्या पारदर्शक मद्याचा एक मोठा घोट घेत त्याने स्मित केलं आणि निर्व्याजपणे विचारलं, ‘‘काय झालं ? कशाबद्दल ?’’ तो गंभीरपणे बोलत होता का ? मी काय म्हणत होतो ते खरंच त्याच्या लक्षात येत नव्हतं ? की माझी थट्टा करत होता ?

‘‘काल रात्री तुम्ही आणि तुमची माणसं कुठे होता ?’’

‘‘पहाऱ्यावर.’’

‘‘पण मग झहिर-उल-मुल्कच्या आकस्मिक हल्ल्याचा इशारा का नाही दिलात तुम्ही ?’’

तो हसला, ‘‘कारण त्याने तो करायचा नव्हता.’’

‘‘त्याने आपल्याला त्याचा बेत कळवला होता का ?’’

‘‘त्याने स्वत: नाही, पण एका अतिशय विश्वासू व्यक्तीकडून आम्हांला कळलं होतं की गुजरातची सेना परत पाठवण्यात येत आहे, कारण झहिर-उल-मुल्कला, कधीच सामोरं न येता सतत खेळल्या गेलेल्या आपल्या गनिमी क्लृप्त्यांचा वीट आलाय.’’

‘‘ही महत्त्वाची बातमी आम्हांला का कळवण्यात आली नाही ?’’

‘‘मी सकाळी आपल्याला सांगणारच होतो. पण रात्री इदरची काही स्नेही मंडळी आली होती आणि आम्ही आमच्या इदरच्या पुनरागमनाचा आणि भावी राज्याभिषेकाचा आनंद साजरा करायचं ठरवलं.’’

‘‘राजमुकुट नक्की मिळण्याची खात्री होती तुम्हांला ?’’

‘‘अर्थात. आमचा शंभर टक्के खात्रीची माहिती देणारा विश्वासू हेर खोट्या थापा मारून आमची दिशाभूल करतोय, हे कसं कळावं आम्हांला ?’’

राव विरमदेव, जे शांतपणे हे सारं ऐकत होते, माझ्या चषकाकडे, किंवा तो चषक धरलेल्या माझ्या हाताकडे नजर लावून बसलेले. जणू तो राव रायमलचा गळाच असल्यासारखा चषकाभोवती माझा हात आवळलेला त्यांनी पाहिला.

"युवराज, आणखीन थोडं मद्य देऊ का आपल्याला ?" मी माझ्या मेहुण्याच्या तोंडात मारण्याच्या बेतात होतो हे राव विरमदेवांनी ताडलं होतं का ? "अरे, हे काय ? आम्ही सारे पीत असताना आपण मात्र अजून स्पर्श केलेला नाहीये मद्याला. आमच्या मेरताचं मद्य पसंत नाही पडलं का ?" माझ्या हाताने आपली पकड सावकाशपणे ढिली केली.

"माफी असावी रावसाहेब, संभाषणात गुंतलो होतो. मेरताचं हे मद्य उत्कृष्ट आहे आणि आपण ते खास प्रसंगासाठी राखून ठेवलं होतं हेही मी जाणतो."

"वा युवराज, आमच्यावरदेखील आपल्या हेरांची पाळत होती की काय ?" राव विरमदेव आपलं दिलखुलास, पण खर्जातलं हसू हसले आणि आम्हीही सारे त्यात सामील झालो.

"आपण अधिक हसलं पाहिजे, राजकुमार." माझ्या मेहुण्याचा उपदेश.

"युवराज." राव विरमदेवांनी त्याला फटकारलं. राव रायमलला खूप काही माफ होतं, त्याचे दोष पुष्कळदा दृष्टिआड केले जात. पण ही असली फाजील सलगी करू देणार नव्हते त्याला राव विरमदेव.

"अर्थात. मला ते भावाप्रमाणे आहेत."

"तसं असेलही. पण सर्वांच्या दृष्टीने प्रथम आणि अखेर ते युवराज आणि राज्याचे भावी वारस आहेत."

या टोमण्याचा राव रायमलवर फारसा परिणाम झाला नाही. "आपण आराम करायला शिकणं आवश्यक आहे, युवराज. जरा दमाने घ्यायला शिकलं पाहिजे. आपण नेहमी तणावाखाली असता. काल रात्री आम्ही थोडी मौजमजा केली ती योग्यच होती हे आपणही मान्य कराल. अखेर इदरचं राज्य मिळालंच ना आम्हांला ?"

या माणसावर रागावण्यात काय हंशील ? तो नेहमी आम्हांला सलणारा एक काटा राहणार आणि आता मला वाटू लागलं होतं की तो मूळचा दुष्ट किंवा राक्षसी प्रवृत्तीचा नसावा. तो त्यापेक्षा कितीतरी पटीने अधिक अपायकारक होता. जग त्याला एका राजमुकुटाचं देणं लागतं, असं सांगितला गेलेला एक महामूर्ख.

चढाई करण्यासाठी किंवा युद्धावर जाण्यासाठी निघायच्या आधी मंगल किंवा माझ्या वैयक्तिक सेवेतला शिपाई मला चिलखत चढवण्यास मदत करतो. आज जवळजवळ दीड वर्षांनी मी परत एकदा नागरी पोषाखात सजणार आहे आणि मला राहून राहून कौसल्याची आठवण येतेय. कौसल्याचा विचार म्हणजे दालचिनीचा सुगंध

असलेल्या तांदळाच्या मदिरेचा घोट, पोटात जाताच साऱ्या अंगभर उबदार प्रकाशाच्या लहरी पसरवणारा. सुन्हरिया, लीलावती आणि ती स्त्री जिला माझी बायको म्हणतात, यांची मी परतेपर्यंत काळजी घे कौसल्या. आणि तुझी स्वतःचीदेखील. सुन्हरियाला म्हणावं हताश होऊ नकोस. राव रायमलचा राज्याभिषेक आटोपून आम्ही लगेच चितोडला येत आहोत.

झालंय तरी काय मला ? आज फेटाही नीट बांधता येईना झालाय. आता स्वतःचे चोचले पुरे झाले युवराज. आटपा. नाहीतर उशीर होईल. दरवाजावर थाप. देवा रे. परत राव रायमल, शिपाई दरवाजा उघडण्यासाठी निघतो एवढ्यात मी हातात तलवार घेऊन त्याला मागे सारतो आणि झटकन पुढे होऊन जोरात दार उघडतो. ''राव, आणखी एकदा जरी तुम्ही...''

बाहेर तेज उभा. हसत, ''आपल्याला पण सतावलं का त्यांनी ? मला पहाटे चारला उठवलं.''

''तुझाच राज्याभिषेक करावा इतका छान दिसतोयस तू तेज. घरी जाताच आधी तुझं लग्न करून दिलं पाहिजे. तू ब्रह्मचारी असेस्तोवर आपल्या बायकांचं नैतिक पावित्र्य भयंकर धोक्यात आहे.''

दरवाजावर आणखी एक थाप. हातात तलवार असलेल्या स्थितीत मी परत पटकन दार उघडलं. राव विरमदेव. ''युवराज, आपण आपल्या मेहुण्याला ताब्यात ठेवू शकत नाही का ? पहाटे साडेचारपासून ते माझ्या खोलीत येजा करताहेत आणि अभिषेकाची वेळ बदलून तो लवकर का करता येऊ नये असं विचारताहेत.''

दीडेक तासात समारंभ आटोपतो. पुरोहितांनी सारे विधी यथासांग पार पाडले. देवांना पाचारण केलं. राव रायमल आणि त्यांचे पितर यांच्या विरुद्ध असलेल्या शक्तींना दणदणीत नैवेद्य देऊन त्यांची शांती केली. राव रायमल अधिकाधिक अस्वस्थ होऊन सतत चुळबुळत होता. शेवटी एकदाचा मुख्य पुरोहितांनी मुकुट रावांच्या डोक्यावर धरला. पण अजून अभिषेक पूर्ण झाला नव्हता. अजून कितीतरी श्लोकांचं पठण व्हायचं होतं. राव रायमलने पुरोहिताचे दोन्ही बाहू पकडले आणि ती रत्नजडित पगडी एकदाची खाली आणली. मुकुट जरा वाकडा बसला पण त्याचा चेहरा मात्र अत्यानंदाने फुलून गेला. आश्चर्य म्हणजे, आता त्याच्या या उतावळेपणाचा मला राग आला नाही. खूप दिवस वाट पाहिली त्याने या दिवसाची. राजमुकुट ही अत्यंत निसरडी गोष्ट असते. बहुतेक राजपुत्र तो आपल्या डोक्यावर केव्हा चढतो याची व्यर्थ वाट बघत आयुष्य घालवतात. जे काही थोडे राज्यपद प्राप्त होण्याइतपत भाग्यवान असतात, ते तो कुणीतरी हिरावून घेईल या भीतीपोटी सतत दक्ष असतात. आपला मुकुट घट्ट पकडून ठेवा मेहुणेबुवा. डोक्याला खिळ्यांनी ठोकून बसवा तो. तुम्हांला तो बुद्धी अणि शहाणपण देवो. तुमचं भलं होवो !

२२

दुसऱ्या दिवशी सकाळी आम्ही निघालो. संध्याकाळपर्यंत आम्ही शफी खान आणि मेवाडच्या सैन्याला गाठलं. मेरता, डुंगरपूर आणि इतर ठिकाणच्या तुकड्या आपापल्या वाटेने गेल्या होत्या. राव विरमदेव व रावल उदयसिंहांनी बाबांच्या आमंत्रणाला मान देऊन, स्वत:च्या राज्याला परतण्याआधी चितोडला भेट देण्याचं ठरवलं होतं आणि ते माझ्याबरोबरच होते. आमच्या कोठनीसांच्या बरोबर परतणाऱ्या आमच्या ताफ्यावर, ज्यात आता गुजरातचे उंट, घोडे, हत्ती, भरपूर शिधा, दाणागोटा आणि त्रेचाळीस हजार युद्धकैदीदेखील सामील आहेत, मुजफ्फर शहा हल्ला करील असं मला वाटत नाही. तरीही त्यांच्या संरक्षणासाठी दोन तुकड्यांची नेमणूक करून आलोय मी. अधिक सावधानी पाळण्याने काही बिघडत नाही. खंडणी वसूल करण्याआधी जेव्हा युद्धातल्या नुकसानभरपाईसंबंधी बोलणी होतील, तेव्हा सौदा पटवण्यासाठी बाबांना गुजरातच्या सैनिकांचा बऱ्यापैकी उपयोग होईल.

आमच्या प्रवासाची गती जलद आहे, पण माझ्या दृष्टीने नाही. शक्य असतं तर मी उडत चितोडला पोचलो असतो. मी किरकोळ फिर्यादीच्या न्यायालयात न्यायाधीश असताना सुन्हरियाच्या नवऱ्याने केलेले तिच्यावरचे आरोप, त्यावेळी का होईना, पण खोटे सिद्ध झाल्याची माझी साक्ष तिच्या सुटकेसाठी कदाचित उपयोगी ठरेल आणि तसं झालं नाही तरी चौकशी संपून तिला मुक्त करण्यात येईल तेव्हा तिची भविष्यवाणी खोटी ठरवण्यासाठी तरी माझं तिथे असणं आवश्यक आहे. पण मी माझी अधीरता लपवली. वैयक्तिक कामासाठी आपल्या सैन्याला सोडून एकट्याने पुढे जाणं हे सेनापतीला आणि युवराजाला शोभत नाही.

राव विरमदेव माझ्या खांद्यावर आपला हात ठेवत म्हणाले, ''युवराज, आपण पुढे का होत नाही? माझ्या पुतणीला खूप आनंद होईल आपल्याला भेटून. ती बाहेरून तसं दाखवत नाही, पण तिचं आपल्यावर किती प्रेम आहे ते मी जाणतो. आपल्याबद्दलच्या उत्कट आठवणीने आणि प्रेमाने तिची पत्रं भरलेली असतात.''

आपल्या पुतणीचा आणि माझ्या बायकोचा विषय राव विरमदेवांनी प्रथमच काढला. त्यांच्या या आकस्मिक उपरोधाचं कारण मला कळलं नाही. त्यांचं मन आणि

हेतू जाणण्याच्या उद्देशाने मी त्यांच्याकडे पाहतो आणि अवाक् होतो. त्यांचं अंत:करण पारदर्शक आणि स्वच्छ आहे. माझ्या बायकोचे कारभार आणि तिचे आणि माझे वैवाहिक संबंध कसे आहेत ते खरंच त्यांना माहीत नाही का ? हे असलं नाटक करण्यामागे काय कारण असावं ? माझ्या मौनाने ते गोंधळात पडलेत. आणि मग, साधंसरळ तत्त्व मला उमगतं. ते म्हणजे, साऱ्या जगाला माहीत आहे ते सत्य फक्त त्यांना आणि तिच्या जवळच्या नातेवाइकांना माहीत नाहीये. या सरळसोट, घरंदाज माणसाला, त्याची पुतणी नवऱ्याशी अप्रामाणिक असलेली एक सामान्य नाची आहे हे कोण सांगू धजेल ? मी तरी निश्चितच नाही.

मी त्यांचा हात माझ्या हातात घेतला. ''आभार रावसाहेब. आपला हा चांगुलपणा मी कधीच विसरणार नाही. पण माझी जागा माझ्या सैन्याबरोबर. विरहाने...'' मला वाक्य पुरं करवेना. त्या सज्जन माणसाने ती खोटी म्हण माझ्या वतीने पुरी केली. ''प्रेम अधिक वाढतं.''

दूरवर चितोडची तटबंदी दिसू लागली आहे. नकळत आमच्या सैन्याची गती वाढलेली मला जाणवतेय. माझ्या इशाऱ्याशिवाय बेफिकीरनेदेखील वेग वाढवला. सुखरूप परत आणल्याबद्दल मी एकलिंगजींचे आभार मानले. आपण भविष्याचा फारसा विचार करत नाही हे किती चांगलं आहे. नाहीतर आपण परतणार नाही हे आधीच माहीत असलेला कोणता माणूस युद्धात भाग घेईल ? हृदयात खोल कुठेतरी, मरण हे फक्त इतरांना येतं असं प्रत्येकाला वाटत असतं.

किल्ल्याच्या पहारेकऱ्यांनी आम्हांला पाहिलंय. लवकरच इतर नगरवासीही जमले. आता घोडे लगामांना न जुमानता चौखूर दौडू लागलेत. गेलं दीड वर्ष या क्षणाची वाट पाहिली आम्ही. आता तो क्षण हाती येताच असं माथेफिरूसारखं वागून चालणार नाही. नित्याचं कामकाज आटोपून कचेरीतून घरी परतताना किंवा दीर्घ मोहिमेवरून परत येत असताना बहुतेक अपघात शेवटच्या थोड्या अवधीतच घडतात. लवकरच आम्ही गंभीरीच्या तीरावर पोचू आणि अशीच बेताल दौड चालू राहिली तर अरुंद पुलावर भयंकर धक्काबुक्की होणार आहे. युद्धात मृत्यूच्या संख्येवर कडक नियंत्रण ठेवल्यानंतर विजयी होऊन परतताना आणि तेदेखील चितोडच्या उंबरठ्यावर येऊन पोचल्यानंतर, शेकडोंनी मृत्युमुखी पडण्यासारखी विसंगत दैवगती दुसरी कुठली असू शकेल ?

पण आम्ही सूरज पोळाशी येऊन ठेपलोदेखील. गेली कित्येक शतकं चितोडचे नागरिक आपल्या विजयी सेनेचं तुताऱ्यांनी आणि फुलांच्या वर्षावांनी स्वागत करण्यासाठी इथे जमतात. आम्ही प्रवेश केला तेव्हा मात्र मरतिकाची शांतता पसरली होती. आमच्या स्वागतासाठी ना बाबा, ना मंत्री, ना सरदार, ना राण्या, ना चितोडच्या सुवासिनी हजर होत्या. दुतर्फा काळे बावटे घेतलेले तुरळक गट उभे. घरांच्या

खिडक्यांतून काळे झेंडे लावले गेलेले. लक्ष्मण पोळातून आत शिरताच हजार एक माणसं काळे झेंडे घेऊन उभी होती. आवाज न करता त्यांनी आम्हांला वाट करून दिली. अचानक कोणीतरी ओरडलं, ''भेकड कसाई मुर्दाबाद !'' हवेतला तणाव कमी झाला. ''युवराजांचा धिक्कार असो !'' आणखी एक आवाज उठला. ''महाराणा जिंदाबाद ! राजकुमार विक्रमादित्य जिंदाबाद !''

तेज आमच्यापासून वेगळा झाला आणि प्रथम आवाज उठवणाऱ्याच्या दिशेने झेपावला. सारे आवाज परत बंद पडले. खाली वाकून तेजने त्या माणसाची मानगूट पकडली. ''भेकड कुणाला म्हणतोस ? तुझ्यासारखे हजारो युवराजांच्या पासंगालाही पुरायचे नाहीत.''

''खरं आहे.'' मागून कुठूनतरी एक दबलेला आवाज आला. ''लबाडी, बेइमानी आणि गनिमी काव्यांनी कोण नाही जिंकू शकणार ? आम्ही राजपूत आहोत. भेकड नाही.''

आता तेजच्या हातात त्याची तलवार तळपली. राव विरमदेवांनी त्याचं मनगट पकडलं आणि त्याला बाजूला नेलं. माझ्या श्वास रोखला गेला. एक तरुण स्त्री आमच्या दिशेने येण्याचा प्रयत्न करत होती, पण तिला कुणीही वाट करून देत नव्हतं. तिची चाल किंवा कदाचित तिची घागराचोळी ओळखीची वाटली मला. सरळ, नाजूक नाक आणि अंतर्गत तेजाने चमकणारे, मोठ्या मोठ्या स्फटिकांसारखे डोळे. बुद्धी आणि सौंदर्य हे शब्द जणू समानार्थी झाले होते. मी तिला इतकं ओझरतं पाहिलं की बहुतेक तो सारा माझ्या मनाचा खेळ असण्याची शक्यता होती. सौंदर्याच्या आधुनिक व्याख्येप्रमाणे ती सुंदर नव्हती. राणा कुंभाच्या चित्रांच्या संग्रहात पाहिलेल्या चेहऱ्यांसारखा होता तिचा चेहरा. बाकीची सारी पार्श्वभूमी धूसर करून सारं लक्ष स्वत:वर केंद्रित करायला लावणारा.

चितोडमध्ये सर्वत्र एक वात्रटिका गायली जात होती.

युवराज आहे भित्रा उंदीर
लवकर आणा एक लठ्ठ मांजर
शरमेने मान आमची झाली खाली
पुसून टाकू नाव भेकड कसाई
लवकर आणा एक मांजर लठ्ठ
करून टाकू दे घाण उंदीर मट्ट
विक्रम आमचा बोक्यांचा राजा
साऱ्या उंदिरजातीचा वाजवेल बाजा

आपल्याशीच ही चाल गुणगुणत मी नजरेने त्या स्त्रीचा शोध घेऊ लागलो, पण ती कुठेच दिसेना.

शफीचा ताबा सुटला. ''झहिर-उल-मुल्कच्या गुजरात सेनेने आम्हांला पहाटे घेरलं तेव्हा कुठे होता तुम्ही सारे ? युवराज नसते तर आज तुमचे बहुतांश मुलगे, भाऊ आणि वडील घरी परतले नसते.''

शफीचा आवाज आपल्या आरडाओरडीत बुडवत गर्दी त्याच्याभोवती जमली. कुणीतरी पाठीमागून त्याच्या कमरपट्ट्यात हात घातला आणि त्याला खाली ओढला. सज्जाद हुसेन. काली बिजली आणि नऊ इतर घोड्यांसकट बागोलीच्या खेड्यात मंगलने पकडलेला विक्रमादित्याचा सहकारी. ज्या कुणी आमच्या असल्या स्वागताची योजना केली होती, तो जनसमुदायाच्या भावना उद्दीपित करण्यात हुशार होता आणि आमच्या सेनेच्या कमकुवती जाणत होता. रावल उदयसिंहांचा लाकडी पाय, युवराजाचं अचानक छावणीतून नाहीसं होणं, तेजचं बंड आणि जाळपोळ, हे सारे भिकार कवितांचे विषय बनले होते. पण मुख्य विषय होता भेकडपणा आणि या विषयावर वेगवेगळी कडवी रचली गेली होती. युवराजांनी मलिक ऐयाज आणि गुजराती सेनेची केलेली लाजिरवाणी फसवणूक, झहिर-उल-मुल्कची हत्या, रात्री चोरटेपणाने केलेला अमानुष हल्ला, राजपूत सेनेचं खच्ची झालेलं पौरुषत्व. राव विरमदेवांनादेखील सोडलं नव्हतं. रात्री पडलेल्या शत्रूच्या वेढ्याला आम्ही केलेल्या प्रतिहल्ल्याला त्यांनी साथ दिली हा त्यांचा गुन्हा. गर्दी आता हातघाईला आली होती आणि सज्जाद हुसेन शफीला भोसकत होता. आमच्या सेनेच्या तलवारी बाहेर आल्या. तेजचं पाऊल सज्जाद हुसेनच्या जबड्यावर आदळलं. शफीच्या अंगरख्याच्या पुढच्या भागावर एक भयानक लाल फूल उमलू लागलं. चितोडच्या तटबंदीच्या आतमध्ये ढाल, तलवार आणि चिलखतांचा खणखणाट भेसूर वाटत होता. थोड्या वेळापूर्वी अनुचित वाटणारा प्रसंग आता यादवी युद्धाचं स्वरूप घेऊ लागला. मी दिङ्मूढ होऊन पाहत राहिलो. जणू हाताबाहेर जात असलेला हा माथेफिरूपणा माझ्या आपल्या माणसांमध्ये होत नसून, दुसऱ्या कुठल्यातरी ग्रहावरच्या परक्या लोकांमध्ये चालला होता.

''थांबवा हे सारं !'' एक खालच्या पट्टीतला, हलका आवाज. हळूहळू, अगदी सावकाशपणे सारे जण जागच्या जागी थिजले. माझी बायको, उंची जेमतेम साडेतीन हात गर्दी पांगवत माझ्या दिशेने पुढे आली. तिच्या हातातल्या सोन्याच्या थाळीत एक दिवा, कुंकू आणि कापूर. मला ओवाळून तिने थाळी खाली ठेवली आणि माझ्या पायांना स्पर्श केला. ''आपलं स्वागत असो युवराज !'' तिचा खणखणीत आवाज चितोडच्या बुरुजाबुरुजातून घुमला. ''एकलिंगजींच्या कृपेने आपण, आपले सहकारी आणि आपल्या सैन्याने मेवाडला आणि आपल्या मित्र राज्यांना प्रतिष्ठा आणि विजय

मिळवून दिला आहे.'' तिने आपली जरीची ओढणी मधोमध फाडली, एका तुकड्याच्या घड्या घालून तो शफीच्या वाहत्या जखमेवर ठेवला आणि दुसरा तुकडा त्याच्यावरून शफीच्या पोटाभोवती बांधला. ''आमच्या वाड्यावर घेऊन जा यांना आणि राजवैद्यांना बोलावून घ्या.'' शफीला एका खाटेवर घालून आमची काही माणसं घेऊन गेली. तिने आपले काका राव विरमदेवांचं, तसंच रावल उदयसिंह, राजा पुराजी कीका आणि तेज यांचं स्वागत केलं आणि दिव्याच्या ज्योतीवरून हात फिरवण्यासाठी थाळी त्यांच्या समोर धरली. घराघरातून बायका बाहेर आल्या आणि तिच्या गळ्यात हार घालून तिच्या पाया पडल्या. त्यांच्या त्या भक्तिभावाने ती अस्वस्थ झाली आणि शरमिंदी होत तिने आपल्या पायांची बोटं दुमडून घेतली. 'संत राजकुमारी की जय' कुणीतरी ओरडलं आणि लवकरच सारा किल्ला त्या घोषणेने दुमदुमू लागला. थोड्याच वेळात इतर बरेच नागरिक आणि आमचे सैनिकसुद्धा तिच्यापुढे लोटांगण घालू लागले.

माझ्या बायकोला तिथेच तिच्या भक्तगणांच्या घेरावात सोडून मी, राव विरमदेव, रावल उदयसिंह आणि राजा पुराजी कीका यांना घेऊन अतिथी महालात गेलो. माझ्या बायकोच्या चुलत्यांच्या डोळ्याला डोळा भिडवण्याचं मी टाळत होतो. त्यांची नीट व्यवस्था लावून दिल्यानंतर मी त्यांना म्हटलं, ''या लज्जास्पद स्वागताबद्दल मी आपली माफी मागतो, रावसाहेब. महाराज कुठे आहेत ते मला ठाऊक नाहीये, पण आजच्या या प्रसंगामुळे ते नि:संशय अतिशय नाराज होतील.''

खरंच, कुठे होते बाबा ? त्यांनी आपणहून निमंत्रित केलेल्या पाहुण्यांच्या स्वागतासाठी ते जातीने हजर का नव्हते ? परिस्थिती इतकी हाताबाहेर जाईल याचा अंदाज त्यांना नसेल कदाचित. ते कुठे असतील तिथे असोत, पण माझी खात्री आहे की आज घडलेला अनुचित प्रकार त्यांच्या नकळत झालेला नाहीये. स्पष्टच बोलायचं तर माझा प्रिय बंधू विक्रमादित्य याची आत्मप्रचाराची, इमान खरीदण्याची आणि जनसमुदायाचं मन जिंकायची हातोटी सर्वत्र जाहीरपणे दिसत असली तरी आज झालेला विचका बाबांच्या मूक परवानगीशिवाय शक्य नव्हता. या साऱ्याचा रोख माझ्यावर होता हे उघड होतं. हेही उघड होतं की मी त्यांच्या मर्जीतून उतरलो आहे हा संदेश आमच्या युद्धातल्या सहकाऱ्यांच्या मनावर ठसवण्याकरता ते त्यांचा अपमान जरी नाही, तरी अवमान करण्यास तयार झाले होते. हा मुद्दा माझ्या मनात स्पष्ट होताच बाबांची विचारधारा माझ्यासाठी एक कठीण कोडं उरली नाही. ज्या कुणी माझ्या नेतृत्वाखाली गुजरातच्या मोहिमेत भाग घेतला होता, त्यांनी माझ्याबरोबरचे सारे संबंध तोडून देण्यातच त्यांची भलाई होती. एवढंच नाही, तर बाबांवरची आपली निष्ठा त्यांना परत नव्याने सिद्ध करावी लागणार होती.

"युवराज, असं बोलून आम्हांला शरमिंदा करू नये." माझी विचारशृंखला तोडत राव विरमदेव म्हणाले, "आपलं आशाभंगाचं दुःख कमी करण्यास मी असमर्थ आहे. पण शरमेची जर कुठली गोष्ट असेल तर ती आहे या बाजारबुणग्यांची वागणूक. त्यांच्या गैरवर्तणुकीकडे आपण लक्ष देऊ नये. आपण एका असाधारण आणि यशस्वी मोहिमेचं नेतृत्व केलंय आणि अशा प्रकारच्या मोठ्या लढाईत, यापूर्वी कधीही झाली नसेल इतकी अल्प प्राणहानी झाली आहे ही वस्तुस्थिती आहे. 'त्याच्या वयावर जाऊ नका. तुमचं नेतृत्व योग्य हाती आहे' ही राणामहाराजांची उक्ती सार्थ होती. माझे सहकारी आणि मी आपल्याकडून बरंच काही शिकलो." माझी नजर आपल्या डोळ्यांनी जखडून ठेवत ते किंचित काळ थांबले. "मी आपल्याला जे काही सांगणार आहे, त्यासाठी कदाचित ही योग्य वेळ नसेल. कदाचित आपल्याला ते आवडणारही नाही. पण न मागितलेला उपदेश जर नेहमी रुचकर असता तर तो देण्यातही काही अर्थ उरला नसता. हे विरोधी वातावरण दुर्दैवी तर खरंच, पण यामुळे आपल्या मनाचं पोलाद तावून-सुलाखून निघणार आहे. जो युवराज आपल्या पित्याच्या नैसर्गिक मृत्यूनंतर राज्यपदाची इच्छा बाळगतो — राणा संगांना दीर्घ, निरोगी आयुष्य लाभो — त्याची वृत्ती लवचीक पोलादासारखी असायला हवी. साशंक माणूस आणि शहाणा माणूस, दोघेही प्रशंसा आणि सुदैवावर विश्वास ठेवत नाहीत. पण जो फक्त शहाणा असतो तो मात्र निंदा आणि अपयशावरदेखील विश्वास ठेवण्यास तयार नसतो. दंडावर बांधलेल्या ताईतावरून भीम काय शिकला ते आठवतंय ना ? हेही दिवस जातील."

होय, हेही दिवस जातील. आणि दुसऱ्या कुठल्या नव्या आणि विस्मयकारी दुर्घटना येऊन कोसळतील कोण जाणे ? "आपण उचित उपदेश केलात, राव विरमदेव. माझी खात्री आहे की त्यामुळे माझ्या मनाचा तोल सांभाळला जाईल."

मी निघण्याच्या बेतात होतो इतक्यात रावांसाठी निरोप घेऊन बाबांचा दूत येऊन पोचला. राव विरमदेवांनी तो मोठ्याने वाचून दाखवला. "महाराज राणा सांगा आपल्याला शुभेच्छा पाठवीत आहेत आणि आपल्या स्वागतासाठी जातीने चितोडमध्ये हजर न राहू शकल्याबद्दल तीव्र खेद व्यक्त करीत आहेत. गुजरातवर मिळालेल्या विजयाबद्दल — ज्या विजयाचं बहुतांश श्रेय आपल्या मार्गदर्शनाला जातं— श्री ब्रह्माजींचे आभार मानण्यासाठी आम्ही पुष्करला गेलो होतो. परतीच्या वाटेवर अचानक प्रकृतीत बिघाड झाल्यामुळे आम्हांला नाइलाजाने एक दिवस अजमेरला थांबावं लागलं. लवकरच आम्ही परतू शकू आणि आपल्या पाहुणचारात पडलेली त्रुटी भरून काढू अशी आशा आहे. आमच्या गैरहजेरीत राजकुमार आणि आपली पुतणी राजकुमारी आपली सर्वतोपरी सेवा आणि आदरातिथ्य करतील याची आम्हांला खात्री आहे.

"मेवाडशी असलेल्या महान आणि कट्टर मित्रत्वासाठी आम्ही आपले आणि मेरताचे चिरंतन ऋणी आहोत. यापुढच्या काळात आपल्या दोन्ही राज्यांतले संबंध अधिक दृढ आणि घनिष्ट होतील याची आम्हांला खात्री वाटते."

मानलं मी बाबांना. त्यांना नाव ठेवायला जागा नव्हती. राव विरमदेवांसारखे मित्र दिल्याबद्दल देवाचे आभार मानण्यासाठी गेल्यामुळे ते जातीने त्यांचं स्वागत करू शकले नाहीत, यापेक्षा अधिक चांगलं गैरहजेरीचं कारण दुसरं कुठलं असू शकेल ? बाबांच्या विलंबित क्षमायाचनेबद्दल रावांचं व्यक्तिगत मत काय होतं याबद्दल मला कुतूहल होतं. ते सहजासहजी फसणाऱ्यांपैकी नव्हते. पण या प्रसंगी मूळ गिळून स्वस्थ बसण्यापलीकडे त्यांच्या हाती काय होतं ? बाबांच्या पत्रातली आणखी एक खुबी म्हणजे, युवराजपदावरून किती चलाखीने त्यांनी माझा दर्जा एका साधारण राजकुमारावर आणला होता. आणि अर्थात हे सारं, जर यदाकदाचित आजच्या स्वागत समारंभाचा मतितार्थ रावांच्या लक्षात आला नसेल, तर तो स्पष्ट करण्यासाठी होतं.

मी अतिथी भवनातून बाहेर पडायला आणि माझी बायको तिथे यायला एकच गाठ पडली. इतकी वर्षं आम्ही एकमेकांना परके आहोत, आणि तरीही दर वेळी तिची भेट झाली की मी अवघडल्यासारखा, चिडल्यासारखा आणि ओशाळवाणा होतो. तिचं अस्तित्व मला अस्वस्थ करतं. अपराधी पक्ष असल्यामुळे स्वाभाविकपणे तिचं नेहमी स्वत:वर आणि प्रसंगावर संपूर्ण वर्चस्व असतं. ती संयमित आणि आनंदी असते आणि लक्ष वेधून न घेता पण पूर्ण आत्मविश्वासाने आपल्या नवऱ्याविषयी अभिमान बाळगते. आज आपल्या काकांना भेटणार असल्यामुळे तिचा चेहरा उजळून निघालाय. नाही. मी माझे शब्द मागे घेतो. तो नेहमीच उजळलेला असतो. सौम्य प्रकाशाने तेवणारी एक ज्योत वाटते ती मला. मला पाहताच स्मित करून ती किंचित मान लववते. माझ्या रागाचा आणि थंडपणाचा तिच्यावर काहीही परिणाम होत नाही. म्हणजे, ती त्यांच्याकडे दुर्लक्ष करते असं नव्हे. खरं सांगायचं तर ते तिच्या नावीगावीही नसतात. प्रतिकार करणं हा तिचा स्वभावधर्म नाहीये. प्रसंगाची छटा आणि गती ती ठरवते. तुमच्या प्रतिक्रियेशी तिला कर्तव्य नसतं. तिच्याइतकी सुस्वभावी, लाघवी, गोड मनोवृत्तीची व्यक्ती चितोडमध्येच काय, साऱ्या मेवाडमध्ये तरी सापडेल का याची मला शंका आहे. आणि तिच्याइतकी खोटी, दुतोंडी आणि धोकेबाजदेखील. आजची बाजी तिने जिंकली. ती नसती तर आज सकाळी कोणता प्रसंग ओढवला असता कोण जाणे. ती जशी वागली ते जाणीवपूर्वक होतं ? की ती फक्त आपल्या काकांचं आणि त्यांच्या सहकाऱ्यांचं स्वागत करण्याच्या उद्देशाने आली होती ? काही का असेना, तिने एकटीने मेवाडच्या इतिहासातला एक अतिशय संकटमय आणि लज्जास्पद प्रसंग आज

टाळला होता. आमच्या इतिवृत्तांतात पितृहतकांची, खलनायकांची आणि इतर गुन्हेगारांची कमतरता नाहिये, पण जनतेची युवराजाशी आणि सेनेशी चकमक, मग ती मुद्दामहून योजलेली का असेना, ऐकिवात नाही. मी कसं फेडणार आहे तिचं ते ऋण ?

आश्चर्य म्हणजे, नाचीची संत कशी झाली ? माणसाहून अधिक चंचल स्वभावाचा दुसरा कुठलाही प्राणी नाही, या स्वयंसिद्ध तत्त्वाची पुन्हा एकदा प्रचीती आली. वर्षातून एखाद्या वेळी संताच्या पाया पडणं ही एक गोष्ट, तर स्वत:ची पत्नी एक संत असणं ही एक वेगळीच गोष्ट असते. परकी, संत, पत्नी, माझ्या दृष्टीने काय फरक पडत होता ?

मी अजून घरी पोचलेलो नाही आणि आता माझी सहनशक्ती संपुष्टात येऊ लागलीये. ‘‘राजे, मी आपल्याला नंतर भेटलो तर आपण राग मानणार नाही ना ?’’ खरं म्हणजे मी पुराजी कीकांची परवानगी घेत नव्हतो हे त्यांनाही ठाऊक होतं. ते हसले आणि हात हालवून त्यांनी मला निरोप दिला. मला जाऊन अठरा महिने, म्हणजे बराच काळ लोटला होता. ज्या दिवशी आम्ही राजेंद्रचे अंत्यसंस्कार केले त्या सकाळी मी घाईघाईने आणि अधीरपणे माझ्या मन:पटलावर टिपून घेतलेलं चितोड आणि आताचं चितोड यांची मला तुलना करायची होती. पण ते नंतर. छोट्या-मोठ्या बदलांची बारकाईने टेहळणी करायला मला आता भरपूर वेळ होता. बेफिकीरला चुचकारावं लागत नाहीये मला. माझ्याइतकीच घरी पोचण्याची त्यालाही घाई झाली आहे. ‘‘कुठे आहे ती ?’’ कौसल्याच्या चेहऱ्याकडे पाहताच मला उत्तर मिळालं. ‘‘खटला अजून संपला नाही ? इतका वेळ का लागतोय ?’’ कौसल्याने सावकाश मान हलवली. कौसल्याचे डोळे. वाचता येत नाहीत ते. माणसांची गुपितं, दुःखं आणि चुका ते लपवून ठेवतात. गंभीरीप्रमाणे.

त्या रात्री मी माझ्या नदीत डुंबायला गेलो. आई, माझं ओझं हलकं कर, मूकपणे माझं मन किंचाळत होतं. पण तिच्या पाण्याने मला स्वच्छही केलं नाही आणि विस्मृतीही दिली नाही. परतल्यावर मी वेड्यापिशासारखं कौसल्यावर प्रेम केलं. स्वत:ला आवरताच येईना मला. सुन्हरियाची आठवण मला पुसून टाकायची होती. माझी व्याकूळता, राग आणि गोठलेलं दु:ख थोडंफार हलकं करण्याच्या आशेने कौसल्याने मला घट्ट उराशी धरलं आणि माझे हल्ले ती सहन करत राहिली. पण दु:ख किंवा कदाचित दुसरी कुठलीही भावना वाटून घेता येत नाही किंवा तिची देवाणघेवाणही करता येत नाही.

‘‘तिला जाऊन सात दिवस झाले हे बरं झालं. आपण येण्यापूर्वीच्या चोवीस तासांत तसं काही झालं असतं तर लवकर न आल्याबद्दल, किंवा कुठल्या तरी चमत्काराने अंतर कमी न करता आल्याबद्दल आपण स्वत:ला कधीच माफ करू शकला नसता.’’ कडू मात्रा मधात घोळून देणं हा कौसल्याचा स्वभावधर्म नव्हता. नंतर केव्हातरी

तिने मला विचारलं, ''गळफास लावून घेतला त्या दिवशी सुन्हरिया काय म्हणाली होती माहीत आहे ? 'जगाबद्दल युवराज अजाण आहेत. माझा नवरा मला मारायचा म्हणून न्यायसभा मी केलेला त्याच्या खुनाचा गुन्हा मला माफ करेल असं त्यांना वाटतं. पण माणसं न्यायी असतात किंवा अगदी प्राथमिक पातळीवरचा न्यायनिवाडा करण्यापलीकडे न्यायालयाची अधिक क्षमता असते असा खरंच त्यांचा विश्वास आहे ? या समाजात राहण्यास मी नव्हे, तर युवराज अयोग्य आहेत. त्यांना लवकरच कळेल की चांगल्या आणि प्रामाणिक माणसांना या जगात जागा नाही.' ''

कौसल्याचं बोलणं मी ऐकत होतो का ? तिच्या शांत, सौम्य शब्दांचा आणि आवाजाचा मला अर्थच लागत नव्हता. सुन्हरिया पुन्हा एकदा संदिग्ध बोलली होती. ती होती का चांगली आणि प्रामाणिक ? की ही विशेषणं मला लागू होती ? हे दोन्हीही गुण तिच्या अंगात भरपूर प्रमाणात होते, पण माझ्या अंगी ते होते किंवा नाही हा विचार माझ्या मनात कधीच आला नव्हता. चितोडच्या आजच्या बदललेल्या वातावरणात, एक कौसल्या सोडून आणखीन कुणीही हे गुण माझ्या अंगी असल्याचं दुरान्वयानेही मान्य केलं नसतं. हेही बरोबर नाहीये. कारण वेगळ्या कारणासाठी का होईना, पण कौसल्यानेही ते मान्य केलं नसतं. त्या महान मौर्य प्रधानमंत्र्याच्या, कौटिल्याच्या नीतितंत्राची ती खरीखुरी वारस आहे. कुठल्याही राजपुत्राचा, खास करून युवराजाचा एकमेव व्यवसाय म्हणजे राजनीती आणि राजनीतीमध्ये चांगुलपणा किंवा प्रामाणिकपणाला जागा नाही.

आवडो किवा न आवडो, पण 'कसाई' हा किताब मला कायमचा चिकटणार आहे असं वाटू लागलंय मला. नागरिकत्वाची आणि युद्धकाळातली नीतिमूल्ये सारखीच असतात असा माझ्या लोकांचा खरोखरच समज आहे का ? युद्ध हा राजपुतांचा धर्म आहे. जेव्हा ते मला नाकारतात तेव्हा ते युद्धदेखील नाकारताहेत का ? सामर्थ्य आणि श्रेष्ठत्वासाठी युद्धे खेळली जातात. युद्ध म्हणजे प्रांतीय महत्त्वाकांक्षा आणि हाव. हत्या केल्याशिवाय युद्धे लढता येत नाहीत. मी नाही युद्धाचा शोध लावला. मी फक्त त्याचा व्याप वाढवला आणि त्याच्या तार्किक विस्ताराचं अंतिम टोक गाठलं.

पण हे सगळं विषयाला सोडून होतंय. कौसल्याने मला सुन्हरियाचे शेवटचे शब्द सांगेपर्यंत माझा असा समज होता, की जर सुन्हरियाने माझ्यावर विश्वास ठेवून आणखीन काही काळ वाट पाहिली असती तर सर्व काही ठीक झालं असतं. आता माझी तशी खात्री उरली नाहीये. माझा वस्तुस्थितीशी संपर्क राहिला नसल्याची प्रचीती मला आली होतीच, पण त्याहीपेक्षा वाईट म्हणजे मी स्वत:ची जाणूनबुजून फसवणूक करत आलो होतो. सुन्हरियाची वागणूक कितीही अप्रापंचिक असली तरी या जगाचं आणि त्यातील द्विपाद प्राण्यांचं तिला यथार्थ ज्ञान होतं. जर खटल्याचा निकाल तिच्याविरुद्ध लागला

असता तर तिला फाशी तरी देण्यात आलं असतं किंवा उरलेलं सारं आयुष्य तुरुंगात खितपत पडावं लागलं असतं. तसं घडतं तर मी कायदा तोडला असता का ? किंवा कायदा हातात घेऊन तिच्या सुटकेसाठी तो फिरवला असता का ? स्वत:चा जीव घेऊन, माझ्या भेकडपणाला किंवा न्यायदानावरच्या माझ्या विश्वासाला सामोरं जाण्याचे माझे कष्ट सुन्हरियाने वाचवले होते. घटना घडून गेल्यानंतरची कारणमीमांसा आहे का ही ? माझ्यापेक्षा तिला जीवन अधिक चांगलं समजलेलं होतं का ? आणि ते म्हणजे कुणावरही विश्वास टाकता येत नाही, स्वत:वर तर नाहीच नाही. परत ये धोबिणी, परत ये ! तुला जाब द्यायचा आहे. माझे अठरा महिन्यांचे कपडे धुवायचेत. कामाला लाग. माझ्या हातांना लागलेलं सगळं रक्त त्यांच्यातून धुऊन काढ. गळपट्टी, बाह्यांच्या कडा आणि माझी सदसद्विवेकबुद्धी विसरू नकोस. अपराधीपणाचा एकही डाग दिसता कामा नये. ऐकतेयस ना ? एका पहाटे मी दहा हजार माणसांना आणि त्यानंतरच्या काही महिन्यांत आणखी कित्येक हजारांना या जगातून नाहीसं केलं हे कुणालाही कळलेलं मला चालणार नाही. चल, काम चालू कर. इतक्या वर्षांच्या आपल्या समागमानंतरदेखील तुझं कौमार्य अखंड असल्याचा सर्वांचा समज होता, त्याप्रमाणेच माझंही अक्षत कौमार्य मला परत मिळेपर्यंत माझे कपडे, माझा मेंदू, माझं शरीर धोपटून काढ आणि मग कांजी करून मला पोलादाच्या पातळ पत्र्याप्रमाणे कडक, खुशखुशीत कर. जन्मभर मला न सुटणाऱ्या कोड्याच्या भाषेत बोलू देणार नाही मी तुला. परत ये, सुन्हरिया. आत्ता. लगेच.

झोपण्याचा प्रयत्न करण्यात काही अर्थ नव्हता. मी उठलो आणि आंघोळ केली. अजून बाहेर काळोख होता आणि रातराणीने आपल्या कळ्या अजून मालवल्या नव्हत्या. अचानक माझ्या लक्षात आलं की मी घरी आलोय. झालेल्या श्रमांमुळे किंवा कदाचित कालच्या विचित्र घटनांमुळे मला खचल्यासारखं वाटत होतं. फुलांच्या गंधामुळे मला गुंगी आली. जणू आवश्यक तितकीच धुंदी येण्याइतपत मद्य प्यायलो होतो मी. काल गर्दीत नाहीशी झालेली स्त्री मला आठवली. कुठे गेली होती ती ? कोण होती ती ?

अंगरख्याच्या गुंड्या लावत असताना कौसल्या आली. ''अजून गुंड्या त्यांच्या घरात नीट घालता येत नाहीत. एवढे महिने कसं काय केलंत ?''

मी शाळकरी मुलगा होतो आणि कौसल्या माझ्या अंगरख्याच्या गुंड्या लावत होती. तिचे केस मी गच्च मुठीत पकडले. ती माझी सर्वांत जुनी स्मृती होती आणि

तरीही किती तरुण होती ती. ''चला,'' ती हसून म्हणाली, ''जगाला तोंड देण्यासाठी युवराज सज्ज झाले.'' हसण्याची पाळी आता माझी होती. सज्ज नसलो तरी होणं मला भाग होतं.

मी महालाच्या सर्वांत वरच्या पायरीवर उभा होतो. माझे हात आदिनाथजींच्या नातीसाठी आणलेल्या भेटींनी भरलेले. आणि तेव्हा आवाराच्या उंच भिंतीपलीकडे ती मला दिसली. सुरजपोळला गर्दीतून वाट काढू न शकलेली कालची तरुणी. तिचं डोकं ओढणीने झाकलेलं होतं. जलद, आत्मविश्वासी पावलं टाकत ती येत होती. तिच्या हातात, जरतारी कापडात बांधलेलं, जवळजवळ तिच्या हनुवटीपर्यंत उंच असं एक बोचकं. तिने नजर वर केली, मान उंचावून पाहत असलेला मी तिला दिसलो. मी पटकन काही पायऱ्या खाली आलो आणि बाजूच्या कोनाड्यात आडोशाला उभा राहिलो.

आता ती दिंडीदरवाजात उभी. प्रकाश तिच्या पाठीशी होता. तिच्या कपाळावर आणि वरच्या ओठांवर घामाचे छोटे छोटे मणी. हातातलं जंगी गाठोडं खाली ठेवण्यास ती वाकली तेव्हा तिच्या पातळ ओढणीतून मला तिचा चेहरा अस्पष्ट दिसला. क्षणभरासाठी मला माझी बहीण, सुमित्रा हिचाा भास झाला.

''युवराज !'' हसत ती स्त्री माझ्या दिशेने झेपावली. मी तिला माझ्या बाहूंत पकडली आणि सगळ्या भेटवस्तू पायऱ्यांवर आणि खाली बागेत विखुरल्या. माझा तोल जाऊन मीदेखील पायऱ्यांवरून खाली घसरलो. एका पायरीच्या तीक्ष्ण कडेवर माझ्या कमरेचा मणका आपटला आणि माझं उजवं पाऊल पूर्ण एकशेऐंशीच्या कोनात मुरगळलं. निदान तसं वाटलं मला. वेदनेच्या लहरी थेट डोळ्यांपर्यंत आणि पायांच्या बोटांपर्यंत कशा पसरतात याचं मी निरीक्षण करत असताना, लीलावती आमची शरीरं संपूर्णपणे एकमेकांत विलीन करण्याच्या प्रयत्नात होती. तिचे बाहू आवळत्या फासाप्रमाणे माझ्या गळ्याभोवती आणि दंवाने भिजलेल्या फुलांसारखा तिचा चेहरा माझ्या गालाला भिडलेला. उष्मा आणि परिश्रमांमुळे जर घाम येतो, तर त्याचा स्पर्श थंडगार कसा ? लीलावतीच्या उमलत्या उरोजांनी माझ्या छातीत दोन जळते खळगे खणले, ते आता कधीच भरून येणार नव्हते आणि ही आगही कधी विझणार नव्हती. किती प्रिय होते मला तिचे ते चमकणारे डोळे, सडपातळ कंबर आणि उत्साही मन आणि तरीही माझे हात जडशीळ होऊन खाली गळून पडले. लीलावतीच्या या आत्यंतिक जवळिकीने मी अवघडलो, अस्वस्थ झालो.

"माझी खात्री आहे की तुम्ही माझ्यासाठी भेट आणण्याचं पार विसरून गेला असणार."

मी चेहरा अपराधी करून पाडला आणि "ओऽऽऽ" म्हणून मग "अगागागागा" केलं.

"कधी कधी मला प्रश्न पडतो की इतक्या बेपर्वा आणि निष्ठूर माणसाशी मी लग्न करावं का ?"

"माझं ऐक," मी सहानुभूती दाखवत म्हटलं. "करू नकोस."

तिने अविश्वासाने माझ्याकडे पाहिलं आणि मी तिची थट्टा करतोय हे तिच्या लक्षात आलं.

"आता आपलं लग्न मोडणं अशक्य आहे." तिखट स्वरात तिने बजावलं. मग तिचं कुतूहल जागृत झालं.

"काय आणलंय तुम्ही ? दाखवा ना. दाखवा, दाखवा."

लीलावती यांनतर परत कधीही माझ्या मिठीत झेपावणार नव्हती हे मी जाणलं. हा बालिश खेळ खेळण्याची तिची आणि माझी शेवटची वेळ. तिच्याबरोबर माझंही बालपण संपलं होतं. येत्या सहा महिन्यांत फार फार तर वर्षभरात तिचं लग्न करून दिलं जाईल.

"मी सांगितलं ना की मी तुझ्यासाठी काहीही आणलेलं नाहीये. पण तरीही, माळ्याच्या मुलांसाठी आणलेल्या काही चिंध्या बागेत विखुरल्या आहेत, त्या तू पाहिजे तर पाहू शकतेस."

ती पळत निघाली. माझ्या आठवणीत अशीच राहावी लीलावती. ओढणी डोक्यावरून घेत, ती जागेवर राहावी म्हणून तिचं दुसरं टोक तिने डाव्या खांद्यावरून मागे फेकलं, घागरा वर उचलला आणि धूम ठोकली. हिरवळीवरून वेगाने तळपत जाणारी कोनफळी वीज. सकाळचा प्रकाश शिल्पकाराची छिन्नी बनलाय आणि एका हालत्या आकृतीची ठळक रूपरेषा हवेतून कोरून काढतोय. लीलावती खाली वाकते, हात लांबवून एक पुडकं गोळा करते आणि उडून पुढे जाते. खरंच, फक्त इच्छाशक्तीच्या जोरावर सूर्यास्तापर्यंत आकाशात तरंगत राहू शकणारा एक अतिशय मोहक पक्षी आहे लीलावती. एक धीट लांडोर नखरेल पावलं टाकत एका पुडक्यावर चोच मारते. लीलावती तिला रागाने हाकलून लावते. आपली ओढणी खाली पसरून सगळ्या लहान-मोठ्या भेटींची पुडकी तीत भरते आणि मोटली बांधून ती खांद्यावर टाकते. सुन्हरिया धुवायच्या कपड्यांचं गाठोडं पाठीवर टाकायची तसं.

परत येऊन लीलावतीने ओढणीची झोळी खाली ठेवली आणि माझे दोन्ही हात आपल्या हातात घेऊन, चवड्यांवर उभी राहत माझ्या डोळ्यांचं आणि कपाळाचं चुंबन

घेतलं. हि बालिका आहे की स्त्री ? तिची आस्था बेचैन करणारी आहे. त्या क्षणापासून मला तिची काळजी वाटू लागली. कधी ना कधी, कुणीतरी, जाणूनबुजून किंवा नकळत तिला जिव्हारी दुखवणार होतं.

कमरेशी खोचलेला बटवा उघडून त्यातून तिने चार चिंचेचे आकडे आणि मिठाची पुरचुंडी काढली. दोन मला दिले आणि दोन स्वत:साठी ठेवले. धुरकट हिरव्या चिंचा. मीठ लावूनदेखील त्यांचा आंबटपणा सोसण्यासाठी मला दगडांच्या दातांची गरज होती. माझा मेंदू मुरत असलेला मला जाणवला. पुढचे एक दोन दिवस आंबलेल्या दातांनी काहीही खाणं कठीण जाणार होतं, पण मला पर्वा नव्हती. चिंचा आणि कैऱ्यांना उद्या नसतो.

"तुमच्या भेटी आधी उघडायच्या की माझ्या ?"

"तुझ्या."

"हे रक्त आहे ?" तिनेच भरतकाम करून मला आणि माझ्या सेनेला दिलेल्या झेंड्याकडे थोड्याशा अविश्वासाने बघत तिने विचारलं.

"होय. सेनापती झहिर-उल-मुल्कचं."

"तुम्ही मारलंत त्याला ?"

तो झेंडा लीलावतीला परत देण्यात कदाचित मी शहाणपण दाखवलं नव्हतं. ती आणि तिचं कुटुंब जैन आहे हे विसरलो होतो मी.

"तुला आवडलं नसेल तर...."

"किळस वाटून नाही विचारलं मी. आपल्या मुलांसाठी आणि पुढल्या पिढीसाठी याची ऐतिहासिक नोंद करायची आहे मला."

"होय. मी झहिर-उल-मुल्कला फसवून मारलं, परिस्थितीवर मात करून आपल्या सैन्याच्या निश्चित पराभवाचं विजयात परिवर्तन केलं आणि मेवाडच्या प्रतिष्ठेला काळिमा फासला." माझ्या मनाच्या क्षुद्रपणाची आणि भावविवशतेची मलाच शरम वाटली. काय हवं होतं मला ? मी किती पराक्रमी होतो, माझी किंमत कळली नसल्याने इतर सारे कशी माझी निंदानालस्ती करत होते – अशा प्रकारच्या सांत्वनाची अपेक्षा होती का मला लीलावतीकडून ? माझी बदललेली मनस्थिती तिच्या लक्षात आली का ते मला माहीत नाही, पण जर आली असेल तर तिच्याकडे दुर्लक्ष करत ती इतर भेटींकडे वळली.

"हे काय आहे ?"

"ते एक जादूचं यंत्र आहे. तुझ्या दिशाहीन आयुष्याला अचूक मार्गदर्शन करील ते. तू कधीही नैतिक पेच प्रसंगात सापडलीस तर तुला योग्य दिशा दाखवून देईल."

"मला काय गरज याची ? माझा मार्ग नेहमीच स्पष्ट असतो."

मला हसू फुटलं. "माझ्या पांडित्यातली सगळी हवाच तू काढून टाकतेस लीलावती. याला होकायंत्र म्हणतात. काळोख्या, ढगाळलेल्या रात्री जेव्हा आकाशात एकही तारा दिसत नाही, तेव्हा भौगोलिक दिग्दर्शन करतं ते."

"खरंच ? पुस्तकात म्हटलंय त्याप्रमाणे खरंच दिशा दाखवतं हे ?"

"होय. तू स्वत: प्रयोग करून बघ ना !"

तिने बराच वेळ प्रयोग करून राहिला. प्रवेश मंडपातून बाहेर पडून बागेत वेगवेगळ्या ठिकाणी उभं राहून पाहिलं तिने. महालाच्या भिंतीपलीकडे, एका बाजूच्या कोनाड्यात, वडाच्या झाडाखाली, मी जिथे उभा राहून तिच्याकडे पाहत होतो त्या पायऱ्यांवर. तिच्या मनात चाललेले विचार मी वाचू शकत होतो. ती त्या होकायंत्राला चकवणार होती. ईशान्येकडे तोंड करून उभी राहिली असताना ती त्याला पश्चिमेकडे काटा दाखवताना पकडणार होती आणि खजिल करणार होती.

"कुठे मिळालं हे तुम्हांला ?"

"पार व्हेनिसपर्यंत साऱ्या जगभर फिरलेल्या आणि अनेकदा वादळी रात्री समुद्रात दिशा हरवलेल्या एका खलाश्याकडून."

"आपण सहलीला केव्हा जायचं डोंगरात आणि जंगलात ? तिथे आपण हरवलो तर मी तुम्हांला परतीची वाट दाखवीन."

"येत्या गुरुवारी जाऊया."

"नक्की. मी सकाळी सात वाजता इथे भेटते."

पाचूंचा हार तिने एव्हाना गळ्यात घातला होता आणि त्याच खलाश्याने मला विकलेली मिस्र देशातली मलमलीची ओढणी ती तपासत होती.

"एवढंच ?" अचानक विचलित होऊन ती का फुरगटली ते मला कळलं नाही.

"कृतघ्न आहेस तू लीलावती," तिचा रुसवा घालवण्याच्या उद्देशाने मी हसून म्हणालो. "आधाशी, बेशरम, कृतघ्न."

"तुमच्या अधाशी, बेशरम औदार्याच्या प्रदर्शनापेक्षा बरं. तुम्ही मला देता त्या भेटींना अंतच नसतो."

"बरं बुवा. शेवटची भेट देणार होतो, पण ती राहूदे आता."

"नकोच मला. माझ्याकडे फक्त दोनच भेटी आहेत तुमच्यासाठी."

"मग त्या मला देणार आहेस, की स्वत:साठीच ठेवून घेण्याचा विचार आहे ?"

तिने गहन विचार केला, पण तिला ठरवता येईना. तिला खुश करण्याचा माझा

इरादा होता, पण भेटी देण्यात तिलाही किती आनंद मिळतो ते मी माझ्या स्वार्थीपणात पार विसरलो होतो. ''तू कशाला घेऊन बसली आहेस ते ?'' झालेली चूक सुधारण्याच्या हेतूने मी तिच्या हातातलं जरतारी कापडाचं बोचकं हिसकावलं. ''हे माझं आहे.''

तिच्या डोळ्यांत रागाचा अंगार होता, पण तिने आपला हट्ट सोडला. ''घ्या. मला काय पर्वा ?'' माझ्या हातात पुडकं कोंबत तिने माझ्याकडे पाठ फिरवली. मी गाठ सोडली. आत एका कापडात लपेटलेल्या सपाट वस्तूवर, एक उंच, तशीच कापडात लपेटलेली, दुसरी वस्तू होती. मी आधी सपाट वस्तू उघडली. ते एक पुस्तक होतं आणि त्यासोबत लीलावतीची चिठ्ठी.

''या वर्षी दादाजींबरोबर मी कौटिल्याचं अर्थशास्त्र वाचलं. त्यावर त्यांनी माझ्याकडून एक निबंधदेखील लिहून घेतला. बाबांनी हरकत घेतली की हे साहित्य एका मुलीने वाचण्यासारखं नाही. दादाजी म्हणाले की, जर तिला डोकं असेल तर ते अक्कलशून्य बाजारगप्पांऐवजी ज्ञानाने भरलेलं उत्तम. आपल्यासाठी याची एक हस्तलिखित प्रत काढण्याच्या निमित्ताने पाच सहा वेळा तरी त्याचं पारायण झालं.''

अत्यंत काळजीपूर्वक उतरवून काढलेल्या त्या हस्तलिखिताची काही पानं मी चाळली. एकही खाडाखोड नव्हती. संस्कृत लिपी उतरवून घेताना कधी चूक झालीच तर तिने संपूर्ण पान पुन्हा लिहून काढलं होतं. मी नजर वर केली आणि लीलावतीला चोरून माझ्याकडे पाहत असताना पकडलं. माझ्या चेहऱ्यावरचे भाव पाहून ती खुश झाली होती. परत एकदा बाईसाहेबांची मर्जी बसलेली दिसत होती माझ्यावर.

''दुसरी भेट बघू.''

तिने काळजीपूर्वक आवरण उघडलं. आत होता एक रत्नजडित वीर-विजय साफा.

''काल त्यांनी विजयश्रीचा तुमचा मान तुम्हांला नाकारल्यानंतर मी धावत घरी गेले आणि आज सकाळपर्यंत जागून हा वीर-विजय साफा बनवला.''

''हे सारे अलंकार कोठून आणलेस ?''

''सर्व माझे आहेत.''

खरं होतं. बारकाईने पाहिल्यावर माझ्या लक्षात आलं की त्यातील बहुतेक दागिने मी कधी ना कधी तरी तिच्या अंगावर पाहिले आहेत. साफ्याचा सोन्याच्या धाग्यांनी विणलेला चंदेरी कपडादेखील तिच्या एका उंची ओढणीचा होता. त्याच्या वेढ्यांवर लीलावतीने हिरे, माणकं, पाचू, मोती, हिरवा स्फटिक, पुष्कराज आणि चंद्रकांत मण्यांच्या कर्णफुलांचे जोड शिवले होते. एका बाजूला सोन्याच्या पैजणांच्या सहा सरी लटकवल्या होत्या. समोर, मध्याच्या जरा डावीकडे, जिथे वेढ्यांची फुली झाली होती,

तिथे उत्कृष्ट मीनाकारी केलेलं कमळाच्या आकाराचं पदक खोवलेलं आणि त्याच्या वरच्या बाजूला, महाराष्ट्रीय बायका नाकात घालतात, तसली कोयरीच्या आकाराची जड नथ जोडली होती आणि हे सर्व रंगसंगती आणि आकृतिबंध यांची उत्तम जाण ठेवून केल्यामुळे त्यात गिचमिड अजिबात वाटत नव्हती. उलट नाजूकता आणि घरंदाजपणा यांचा बळी न देताही त्यात विलक्षण भारदस्तपणा आला हाता.

"तुझे दागिने नाहीसे झाल्याचं कळल्यावर तुझी घरची माणसं काय म्हणतील ?"

"दादाजींना माहीत आहे."

"मग आता वाट कसली पाहतेयस ?" मी काय म्हणतोय ते लक्षात न आल्याने कधी नाही ते तिच्या चेहऱ्यावर प्रश्नचिन्ह उमटलं. "माझ्या डोक्यावर ठेव तो."

"तुम्ही घालणार ?" अविश्वासाने आणि आश्चर्याने लीलावतीने विचारलं.

"पेटीत बंद करून ती पेटी वर माळ्यावर टाकून दिलेली तुला अधिक आवडेल का ?"

तिच्या चेहऱ्यावर हसू उमटलं आणि त्या स्मितातून तिचं वय.

मी डोकं खाली वाकवलं. एका हाताने तिने माझे केस मागे सारले आणि थोडा वेळ ते तसेच दाबून धरले. मग साफा उचलून तो काळजीपूर्वक माझ्या डोक्यावर नीट बसवला. आपल्या हस्तकौशल्यावर खुश होत ती अनवधानाने एकदम बोलून गेली, "अगदी युवराज दिसता."

"आहेच. तूही ते कधी विसरू नकोस आणि मला विसरू देऊ नकोस. घरी जाताना वाटेत हे पुस्तक कौसल्याकडे ठेवशील ?"

तिने पुस्तकासकट आपल्या साऱ्या भेटी गोळा केल्या. "येत्या गुरुवारी."

"हो." ती जाऊ लागली इतक्यात हाक मारून ती तिला थांबवलं.

"तबेल्यापर्यंत माझी सोबत करतेस ?"

मी बेफिकीरच्या तबेल्याच्या दिशेने लंगडत जाऊ लागताच तिने मला आपल्या हाताचा आधार दिला. मंगल माझी अधीरतेने वाट पाहत होता. आपली नजर माझ्या वीर-विजय साफ्यावर खिळू न देण्याचा आटोकाट प्रयत्न चालला होता त्याचा. महत्त्वाची बातमी त्याने मला सांगण्यापूर्वी मीच ती उच्चारली.

"आज अकरा वाजता दरबार भरणार आहे."

"आपल्याला कसं कळलं युवराज, की महाराज परतले आहेत आणि आज त्यांनी विशेष दरबार बोलवला आहे ?"

"ते आपल्या लवाजम्यासह काल मध्यरात्री परतले. आपलं सर्वांत मोठं मानपत्र, 'मेवाड विभूषण', तीन हत्ती आणि वीस गावांसकट राव विरमदेवांना बहाल करण्यात येणार आहे. राजा पुराजी कीकांना पन्नास घोडे आणि दहा गावांसकट 'मेवाड भूषण'

ही पदवी दिली जाईल. राव उदय सिंहना सात गावं, तीस घोडे आणि 'मेवाड भूषण' पदवी देण्यात येईल. आणखीन माहिती हवी आहे ?''

मंगलच्या कपाळावर आठी. त्याच्या सुरक्षा दलाकडून आणि हेर खात्याकडून काही कसूर झाली होती का ? मी त्यांच्या हातावर तुरी दिली होती का ?

''आपण महाराजांना काल रात्री किंवा आज सकाळी भेटून आलात का युवराज ?''

''गरज नव्हती मंगल. कालच्या प्रकारानंतर एखाद्या शाळकरी पोरालादेखील ते समजलं असतं.''

''हा कोण ?'' बेफिकीरच्या तरुण सोबत्यासंबंधी लीलावतीने विचारलं.

''हा नशा.''

''कोण ?''

''नशा.'' अचानक माझा आवाज थंड आणि कठोर झाला. ''तुझे वडील तुला घोडा घेऊन देत नाहीत म्हणून तुला माझ्याबरोबर घोडदौडीला येता येणार नाही ही सबब आता यापुढे तरी चालायची नाही.''

''माझा घोडा ?''

''एका सकाळी किती वेडगळ प्रश्न ऐकावे लागणार आहेत मला ?''

माझे सारे या जन्मीचे, गेल्या जन्मीचे आणि पुढल्या जन्मीचे गुन्हे आणि केलेल्या चुका मला माफ करण्यात आल्या आणि त्यांची नोंद संपूर्णपणे पुसून टाकली गेली आणि अवाक् झालेला मंगल आणि मी उत्स्फूर्त आलिंगनांना पात्र झालो.

''मी याच्यावर बसून घरी जाऊ ?''

''फक्त दुडक्या चालीने आणि सपनलाल जर लगाम पकडणार असेल, तरच.''

एक द्रष्टा, महंत, ज्योतिषी आणि प्रेषित म्हणून मी उपव्यवसाय सुरू करण्याची वेळ आलीही असेल कदाचित, पण माझी दिव्यदृष्टी अजून पक्की झाली नव्हती. दैवाची एक छोटीशी मुरड, पायाची म्हणणं अधिक योग्य, तिला दिसली नाही. (सामान्य प्रतीच्या शाब्दिक खेळावर कितीही कडक टीका करत असलो तरी एखाद्या वाईट दिवशी मीदेखील किती भिकार कोट्या करू शकतो ते तुम्ही पाहत आहात ना?) दरबार पूर्ण भरला होता. प्रसंगाचं गांभीर्य स्पष्ट केलं होतं बाबांनी. राज्यातल्या साऱ्या मान्यवर व्यक्तींना समारंभासाठी हजर राहण्याचे आदेश पाठवले गेलेले. मानपत्रांच्या यादीत कुणाकुणाची नावं घातली गेली होती आणि कुणा एकाचं नाव वगळण्यात आलेलं, ते सर्वांना कळावं याची पूर्ण खबरदारी घेण्यात आली होती.

मी दरबारात प्रवेश करताच त्या थोरांच्या सभेने आत खेचलेल्या श्वासांचा हळुवार पण स्पष्ट आवाज मला ऐकू आला. सोनेरी विजय साफा फक्त महाराज बहाल करू शकतात. मग वेगळा, खास समारंभ झाला होता का ? की – ज्याची अधिक शक्यता होती –युवराजांनी तो स्वतःच स्वतःला बहाल करण्याचं अविवेकी साहस केलं होतं ? हा प्रश्न उघडपणे मला विचारण्याचं धाडस कुणात होतं का ते मला पाहायचं होतं. पण तेवढ्यात बाबांच्या आगमनाची घोषणा झाली. सर्वांनी उभं राहून वाकून त्यांना मानवंदना केली. विक्रमादित्याने त्यांच्याभोवती पिंगा घालत त्यांना सिंहासनावर आरूढ होण्यास मदत केली. आजपर्यंत अनेक वर्षं एकट्याने करत आलेल्या क्रियेसाठी, आपल्या पुत्ररत्नाने दाखवलेल्या या नवीन कळकळीबद्दल कसली प्रतिक्रिया व्यक्त करावी ते बाबांच्या लक्षात येईना. पण आज ते आनंदी मनस्थितीत होते. गोंधळून त्यांनी एक कौतुकमिश्रित अनिश्चित स्मित केलं.

चितोडमध्ये चाललेल्या गुप्त घडामोडी जाणून घ्यायच्या असतील तर बाबांवर नजर ठेवण्यात काही अर्थ नव्हता. या खेळातल्या इतर पात्रांवर लक्ष ठेवणं महत्त्वाचं. माझा धाकटा भाऊ रतनच घ्या. द्वितीय पुत्र जन्मल्याबद्दल त्याने आपल्या आईला, मला आणि आपल्या नशिबाला अजून माफ केलेलं नाहीये. तसा तो मूळचा वाईट नाही. हुशार आहे, मेहनती आहे, सावध आहे. पण क्रमांकात मागे पडल्याने अनेकदा तो अनुच्चारित किंवा अनुद्देशित अपमानाचं आणि उपेक्षांचं लक्ष्य बनतो. आम्ही एकमेकांपासून दोन हात दूरच राहतो, पण तसं हाडवैर नाहीये आमच्यात. परिस्थिती आणि आईबाप वेगळे असते तर आमच्यात मित्रत्व अशक्य नव्हतं. बिचाऱ्या रतनची फारच पंचाईत झालीये. बाबांबरोबर गुजरातच्या मोहिमेवर गेला असताना बाबा पूर्णपणे त्याच्या एकट्याच्या वाट्याला आले होते आणि त्याच सुमाराला इकडे मी आणि आमच्या मंत्रिमंडळाने विक्रमादित्याला राजद्रोहाच्या आरोपाखाली कुंभलगडच्या कैदेत रवाना केलं होतं. त्यावेळी युक्तीप्रयुक्तीने बाबांची मर्जी संपादन करून त्यांचा सर्वांत लाडका पुत्र का बनू शकला नव्हता तो ? बिचारा रतन. विक्रमादित्याला बाबांच्या मर्जीतून कसा उतरवायचा तेच त्याला समजत नाहीये. पण खरं म्हणजे त्याने स्वतःला फार दोष देऊ नये. कारण ही असमान स्पर्धा आहे आणि खरा प्रतिस्पर्धी विक्रमादित्य नाहीच.

खरी प्रतिस्पर्धी समोरच्या राणीसज्जात बसली होती. बाबांना विक्रमादित्याच्या कानात काहीतरी सांगताना पाहून राणी कर्मावती गरम तेलात तळलेल्या पुरीसारख्या फुगल्या. मी गेल्या वेळी पाहिलेल्या आणि आजच्या विक्रमादित्यात बरीच प्रगती झाली होती. खग्रास ग्रहणातून उगवत्या सूर्यात झालेलं त्याचं हे रूपांतर, हे संपूर्णतः आपल्या उत्कृष्ट योजनेचं आणि विश्वासू बृहन्नडाच्या मदतीचं फळ होतं हे राणी कर्मावती विसरू

शकत नव्हत्या. त्यांच्या शेजारी होत्या खुद्द महाराणी, माझी आई. चेहऱ्यावर खुशीचं, अत्यानंदाचं स्मित. साधीभोळी आई. राणी कर्मावतीच्या आणि विक्रमादित्याच्या खुशीतच तिची खुशी. आपल्या मुलाला आणि भावी राजाला या सगळ्यातून डावललं जात आहे हे तिच्या गावीही नव्हतं. शत्रुपक्षाचा वेध घेत राणी कर्मावतींची नजर दरबाराच्या कानाकोपऱ्यातून फिरली आणि रतनवर स्थिरावली. त्याची काळजी नव्हती त्यांना. प्रतिकूल परिस्थितीवर मात केल्याचा आणखीन एक पुरावा होता तो. मग त्यांची नजर माझ्याकडे वळली. त्यांचं कुत्सित हसू या कानापासून त्या कानापर्यंत पसरलं. बाबांसारखा पुरुष त्यांच्या आहारी का गेला असेल याची मला प्रथमच कल्पना आली. त्यांचं सौंदर्य उग्र असलं तरी त्यांचं खरं आकर्षण त्यांच्या कामोद्दीपक हटवादीपणात होतं. बायकांनी हट्ट सोडून देऊन हार मानण्यात त्यांचा स्त्रीधर्म मानला जातो. पण त्यांनी तो कधीच पाळला नाही. त्या आम्हा सर्वांना पुरून उरणार आहेत. मी त्यांना जवळजवळ जमिनीपर्यंत वाकून अभिवादन केलं.

बाबांच्या चेहऱ्यावर उमटलेलं सूक्ष्म स्मित माझा सोनेरी फेटा पाहून होतं का ? स्वत: लीलावतीदेखील हा आम्हा दोघांमधला खाजगी मामला मानत असताना, तिने तो फेटा माझ्या डोक्यावर ठेवावा असा आग्रह मी का धरला ? आणि तो सार्वजनिक ठिकाणी का घालून आलो होतो मी ? बाबा आणि सारं मेवाड जरी मला भेकड आणि कसाई मानत असलं तरी गुजरातवरच्या विजयाचा खरा मानकरी मीच होतो हे मला सिद्ध करायचं होतं का ? की त्या साऱ्यांना काय वाटतंय याची मला पर्वा नाही हे मला दाखवून द्यायचं होतं ? राव विरमदेव उत्सुकतेने माझ्याकडे पाहत होते. दरबारात शांतता पसरली. बाबादेखील सबुरीने माझ्याकडे बघत होते. आता काय ? गुजरातवर विजय मिळवून बाबांच्या इच्छेनुसार राव रायमलला इदरच्या सिंहासनावर बसवल्याबद्दल दिलगिरी व्यक्त करणारं भाषण अपेक्षित होतं की काय माझ्याकडून ? की चोवीस तास उशिरा येऊन आमच्या मित्रांचा आणि सहकाऱ्यांना अपमान केल्याबद्दल गुढघ्यांवर बसून मी बाबांचे आभार मानायला हवे होते ? की विक्रमादित्याला खांद्यावर उचलून घेऊन साऱ्या जगाला सांगायला हवं होतं की...

मी प्रथम जाऊन बाबांना मुजरा केल्याशिवाय इतर कुणीही, अगदी राव विरमदेवदेखील आपल्या जागेवरून हलू शकत नव्हते. मी आता युवराज नसेनही, पण तरी मी सर्वांत ज्येष्ठ पुत्र आणि विजयी सेनेचा सेनापती होतो. मी कष्टाने लंगडत पुढे झालो.

''आपली प्रकृती ठीक आहे ना राजकुमार ?'' बाबांच्या स्वराज काळजी होती.
''आपल्याला दुखापत झालीये हे आम्हांला का नाही कळवलं गेलं ?''

मी त्यांना सांगायच्या बेतात होतो की इतक्या मोठ्या मोहिमेवरून धडधाकटपणे परतल्याची लाज वाटून, इथे येताना वाटेत एक छोटासा अपघात घडवून आणण्याची व्यवस्था केली होती मी. पण विक्रमादित्याने मला बोलायची संधी दिली नाही.

''तसं काही नाहीये महाराज.'' तो कुत्सितपणे हसला आणि पुढचं वाक्य उच्चारण्यापूर्वी मुद्दामहून थोडा वेळ थांबला. सारा दरबार, मीदेखील, श्वास रोखून विक्रमादित्य पुढे काय म्हणतोय ते ऐकण्याची उत्सुकतेने वाट पाहत होतो. ''आपल्या माननीय अर्थमंत्र्यांच्या सुंदर पणतीबरोबर, अतिथी महालाच्या बागेत बागडत असताना, गबाळेपणामुळे पायऱ्यांवरून पाय घसरून ते मोठ्या आनंदाने तिच्या अंगावर पडले. मित्रहो, इतक्या छान मैत्रिणीच्या संगतीसाठी काहीही किंमत द्यावी लागली तरी ती कमीच नाही का ?'' प्रेक्षकांमध्ये शरमिंदी खसखस. ''त्यांच्या डोक्यावर दिसतोय तो वीर-विजय साफादेखील त्याच सुंदरीची भेट आहे.''

काही कारणास्तव हे शेवटचं वाक्य साऱ्या दरबाराला फारच विनोदी वाटलं. मला वाटतं विनोद जेव्हा अपेक्षित असतो तेव्हा तो क्रमाक्रमाने उलगडत जातो. एकदा का तुम्ही त्याची प्रस्तावना केलीत, की आवाजाच्या विशिष्ट पट्टीत उच्चारलेली बेताची विनोदी किंवा संपूर्ण विनोदरहित वाक्यंदेखील हंशा पिकवण्यास कारणीभूत होतात.

दुसऱ्या कुणाचा तरी बळी देऊन हास्यविनोद निर्माण करण्यात माझा भाऊ पटाईत. आताच त्याने युवराज आणि लीलावतीमधला प्रेमसंबंध, जो त्या दोघांनी लपवण्याचा प्रयत्नदेखील केला नव्हता, मोठ्या हलक्याफुलक्या पद्धतीने सूचित केला. आदिनाथजींना आता आपल्या नातीचं लग्न जमवणं अशक्य जरी नाही तरी फार कठीण जाणार. लवकरच लीलावती ही मेवाडमधल्या अतिशय सुंदर स्त्रियांपैकी एक गणली जाईल ही गोष्ट आता नगण्य ठरणार होती. तिच्या लग्नात आदिनाथजी जबरदस्त हुंडा देतील, या गोष्टीला आता काही महत्त्व उरणार नव्हतं. मेवाडमध्ये, उथळपणेदेखील उठवली गेलेली तरुण स्त्रीबद्दलची अफवा, ती खोटी असली तरी, त्या मुलीच्या चारित्र्याविषयी फक्त शंकाकुशंकाच निर्माण करत नाही तर खात्रीपूर्वक तिला दोषी ठरवते. अर्थमंत्र्यांच्या निर्विकार चेहऱ्यावर एकही आठी उमटली नाही, पण त्यांचा तांदळाच्या पिठासारखा रंग काळवंडला.

''अर्थमंत्री महोदयांची आपण क्षमा मागावी हे उत्तम.'' माझा आवाज गोठलेला.

माझा भाऊ गोंधळला. त्याने माझ्यासाठी गळ टाकला होता आणि मी त्यात अडकीन अशी त्याची अपेक्षा होती. पण मी त्याची सारी खेळीच उलटवली. विक्रमादित्य हा मूळचा बिनडोक असल्यामुळे त्याने हा प्रसंगदेखील थट्टेवारी नेण्याचा प्रयत्न केला आणि स्वत:च्या रुचीहीन विनोदात तो आणखीनच खोल रुतला.

“हे बरोबर नाही बंधुराज, अजिबात योग्य नाही. मौजमजा तुम्ही केलीत, तेव्हा अर्थमंत्र्यांची क्षमादेखील तुम्हीच मागावी.”

मी एक पाऊल पुढे आलो. खालच्या पट्टीत असूनही माझा आवाज खणखणीत होता. “मी काय म्हणालो ते ऐकलंत आपण राजकुमार ! आदिनाथजींची आणि त्यांच्या नातीची क्षमा मागा !”

साऱ्या दरबारात एक सुन्न शांतता. आपल्या मूर्ख मुलावर रोखलेला राणी कर्मावतींचा क्रोध मला जाणवला. त्याच्यासाठी इतकी वर्षं प्राणपणाने त्यांनी केलेला प्रयत्न धुळीत मिळवण्याचा त्याचा इरादा दिसत होता.

“युवराज,” माझ्या जागेपणी आणि स्वप्नातदेखील सवयीचा झालेला तो शब्द कितीतरी शतकानंतर परत एकदा माझ्या कानांवर पडला. “आजच्या या सुंदर समारंभात विघ्न आणू नका. माझी खात्री आहे की राजकुमार तुमची थट्टा करत होते. तुम्हांला हवं तर ते मेवाडच्या साऱ्या पक्ष्या– प्राण्यांची, लहानमोठ्यांची आणि या दरबाराची क्षमा मागतील. अर्थमंत्री महाशयांची राजकुमारांनी कशा प्रकारे क्षमा मागितलेली आवडेल त्यांना ?”

अप्रतीम. मुलगा गाढव असेल, पण आईची बरोबरी मी करू शकत नव्हतो. राणी कर्मावतींनी फक्त मलाच शह दिला नाही तर अर्थमंत्र्यांना अडचणीत टाकून आपली बाजू परत एकदा सावरली. पण केव्हा गप्प बसावं ते कळण्याइतकी अक्कल माझ्या भावाला नव्हती.

“आम्ही क्षमा मागायची ? आपण ताळ्यावर आहात ना, मासाहेब ? एक राजपुत्र, पैसे व्याजावर देणाऱ्या एका सामान्य दलालाची क्षमा मागत नसतो.”

“तुम्ही बोललात ते बरोबर आहे, राजकुमार. सामान्यत: तुम्हांला कुणाचीही, मग तो नागरिक असो, मंत्री असो किंवा राजपुरुष असो, क्षमा मागण्याची आवश्यकता नाही.” बाबा तोलून मापून, प्रत्येक शब्दावर वजन देत बोलू लागले. “पण तुम्ही अतिशय वाह्यातपणे वागला आहात. या माननीय दरबाराचा आणि आमचे मित्र, मार्गदर्शक आणि अतिविश्वासू भांडवलदार असलेल्या एका वयोवृद्ध सज्जनाचा तुम्ही अपमान केलाय. जिला आम्ही आमची स्वत:ची नात मानतो त्या मुलीचा तुम्ही असा अवमान करू शकत नाही. तेव्हा अधिक विलंब न करता तुम्ही तात्काळ त्यांची क्षमा मागावी.”

गाल फुगवून कुढत बसलेला विक्रमादित्य जागचा हलला नाही. शेवटी त्याची आई स्वत: खाली उतरली आणि अर्थमंत्र्यांपाशी गेली.

“मोहिमेवरून नुकत्याच परतलेल्या राजकुमारांनी थोड्याशा थट्टामस्करीचा असा विपर्यास केला नसता तर आजचा शुभदिन सुरळीत पार पाडता. त्यांच्या भेकड

पराक्रमाविरुद्ध मेवाडच्या जनतेने दाखवलेल्या नाराजीचा राग आमच्यात आणि आमच्या जुन्या मित्रमंडळीत मतभेद उत्पन्न करून व्यक्त करण्याचा त्यांचा प्रयत्न दिसतोय. आम्ही आपली माफी मागतो आदिनाथजी. कृपया तिचा स्वीकार करावा, नाहीतर आमचा सन्मान करण्यासाठी मोठ्या संख्येने आमच्या मित्रदेशांचे प्रतिनिधी उपस्थित असलेल्या आजच्या समारंभाचा विचका होईल.''

''आम्ही आपल्या सुपुत्राला माफी मागायला सांगितलं होतं राणीसाहेब. आपल्याला नाही.'' बाबांनी आठवण करून दिली. पण बिकट परिस्थिती टळल्याचं उघड होतं.

''झालं गेलं गंगेला मिळालं, महाराज.'' आदिनाथजींनी हिशेब पूर्ण केला आणि आता वह्या मिटून घेणंच शहाणपणाचं असा सूज्ञ निर्णय घेतला. व्हायची ती हानी होऊन गेली होती. आता त्या विषयाचा पाठपुरावा करणं म्हणजे लीलावतीलाच अधिक नुकसान पोचवणं. ''आपल्या परवानगीने मी युवराजांना त्यांचा खंडित प्रवास पूर्ण करण्याची विनंती करून (दरबारात एक छोटी हास्याची लहर) नंतर मुख्यमंत्री महोदयांना मानपत्रांची यादी वाचण्याची विनंती करू का ?''

इथे मी, डोक्यावर पसरलेल्या हातांसकट माझ्या साडेपाच हात उंचीच्या देहाचा बाबांपुढे दंडवत घातला.

''श्री एकलिंगजींची कृपा आपल्यावर नेहमी राहो !''

माझा मुरगळलेला पाय विसरून मी उठू लागलो. बाबांनी पुढे वाकून मला आधार दिला नसता तर माझा तोल जाता. कालचा प्रसंग विसरून बाबा माझ्या विजयाचा सन्मान करतील अशी अजून मला आशा होती का ? आत्ताच वेळ होती प्रधानमंत्री पूरणमलनी माझ्या नावाची घोषणा करून बाबांच्या हातात माझ्या डोक्यावर ठेवण्यासाठी वीर विजय साफा द्यायची आणि त्यानंतर महाराजांनी मला इनाम दिलेल्या पदव्यांची, मानपत्रांची, जमिनींची आणि इतर भेटींची यादी वाचण्याची. मी थोडा वेळ तिथेच घुटमळलो असणार, कारण पूरणमलजींनी शेवटी नाइलाजाने राव विरमदेवांच्या नावाचा पुकारा केला. मी नजर खालीच ठेवली. माझ्या बायकोच्या चुलत्यांना शरमिंदं करण्याची माझी इच्छा नव्हती. राव विरमदेवांच्या चालीतला अवघडलेपणा आणि गोंधळ मला जाणवला. त्यांच्या पुतणीचं भविष्य धोक्यात होतं का ? ज्याचं युवराजपद काढून घेण्यात आलं होतं अशा राजकुमाराशी तिचं लग्न करून देण्यात त्यांची चूक झाली होती का ? आणि त्यांच्या सर्वात जुन्या मित्राचा, राणा महाराजांचा विचार तरी काय होता ? माझ्यापेक्षा राव विरमदेवांनाच अधिक कठीण जाणार होता हा आजचा समारंभ. माझ्या माहितीप्रमाणे मेवाडच्या इतिहासातला मी पहिला सेनापती होतो ज्याला विजयी होऊन देखील वीर-विजय साफा नाकारला गेला.

त्या दिवसाचा मुख्य कार्यक्रम निर्विघ्नपणे पार पडला. बाबा नेहमीप्रमाणे काटेकोरपणे वागले. पण माझे क्लेष अजून संपले नव्हते. प्रत्येक मोहिमेत, ज्या सैनिकांनी आपल्या शक्ती आणि कर्तव्यापलीकडे जाऊन पराक्रम गाजवले असतील, त्यांच्या नावांची यादी तयार करून देण्यासाठी एका अधिकाऱ्याची नियुक्त केली जाते. हे फार कठीण आणि हुशारीचं काम असतं. लक्षणीय साहस आणि पराक्रम अपवादात्मक नसून एक नेहमीचा शिरस्ता बनल्यामुळे, ज्यांची नावं या यादीसाठी निवडली गेली असतील ते काही सैनिक इतर अनेकांपेक्षा या बहुमानासाठी कसे योग्य आहेत हे त्या अधिकाऱ्याला भरीव पुराव्यानिशी दाखवून द्यावं लागतं. सर्व मिळून दोनशे सत्तावीस नायक आणि सैनिकांना पारितोषकं देण्यात आली. तेजने तीन पारितोषिकांचा स्वीकार केला. एक त्याचं आपलं स्वतःचं, एक त्याच्या अनुपस्थितीत आपला मित्र शफी याचं, आणि एक मरणोत्तर मिळालेलं आपल्या भावाचं, राजेंद्रचं. बाबांच्या पायांना स्पर्श करून झाल्यानंतर तो माझ्याकडे वळला. आश्चर्यातून, अविश्वासातून, रागातून, क्रोधातून अगतिकतेत बदलणाऱ्या माझ्या चेहऱ्यावरच्या भावांना आणि मी करत असलेल्या साऱ्या सूक्ष्म खुणांना न जुमानता तो सरळ माझ्या दिशेने पुढे आला. निदान या प्रसंगी तरी माझ्या तिथल्या उपस्थितीला महत्त्व देण्याने तो मला आत्यंतिक संकटात टाकत होता हे त्या खुळ्याला कळत नव्हतं का ? तो सावकाश, मोजूनमापून पावलं टाकत होता. नको मित्रा, कृपा करून आज नको. तुझी इमानदारी दाखवण्यासाठी योग्य नाहीये आजचा प्रसंग. तुझ्या मित्रत्वापेक्षा तुझं शत्रुत्वच बरं होतं. असं करू नकोस तेज, पुढे येऊ नकोस. त्याने आपलं डोकं एव्हाना माझ्या पायांवर ठेवलं होतं. मी वाकून त्याला वर उठवेपर्यंत तो तसाच राहिला.

माझा रंग इतका पारदर्शक गोरा नसता तर बरं झालं असतं. इतक्या वर्षांच्या आत्मसंयमनाचा काही उपयोग झाला नाही. दोनशे पंचवीस वेळा माझा चेहरा लाजेने लालबुंद झाला. कारण तेजने घालून दिलेल्या पायंड्याचं इतर सर्वांनी, शेळ्यांच्या आंधळेपणाने अनुकरण केलं. कितीही तालीम, कवायत, अभ्यास करूनही इतका जबर परिणाम साधला गेला नसता. त्यात फक्त पूर्वनियोजित उद्धटपणाचाच आभास नव्हता तर जणू माझ्या नेतृत्वाखाली बहुमानाच्या यादीतील सारे नायक आणि सैनिक बाबांच्या आणि मेवाडच्या विरुद्ध कालबद्ध बंडाची आगाऊ सूचना देत होते. यापुढे माझ्यावर कसा विश्वास ठेवू शकतील बाबा ? मी जिवंत असेस्तोवर त्यांना कसं सुरक्षित वाटू शकेल ? या साऱ्याचा दरबारावर, राण्यांवर आणि आमच्या पाहुण्यांवर काय परिणाम झाला असेल ? या खेळातल्या खेळांनी ते दिङ्मूढ झाले होते का ? आपल्या सेनेवर नको तेवढा विश्वास टाकून बाबांनी आणि त्यांच्या सल्लागारांनी भलतीच चूक केली असं त्या सर्वांना वाटत असेल का ? असला माथेफिरूपणा करण्याचा हुकूम सैनिकांना मी

दिला होता असा त्यांचा समज झाला असेल का ? यापुढे मला मोकळं सोडणं धोक्याचं आहे असा इशारा ते देतील का ? बाबांकडे पाहण्याचं धैर्य माझ्यात नव्हतं, पण त्यांचा डोळा माझ्यावर रोखलेला मला जाणवत होता. त्यांच्या अशा पाहण्यात तिरस्कार असतो, आत्मचिंतन असतं, दुसरा निकामी डोळा परत डोळस करण्याचा प्रयत्न असतो की, त्यांना फक्त झोप येऊ लागलेली असते, ते मला कधीच कळलेलं नाहीये. मला अटक करण्याचा हुकूम ते शिपायांना देण्याची मी वाट पाहू लागलो.

२३

गुरुवारी पहाटे मी नेहमीप्रमाणे चार वाजता उठलो. कौसल्याने मला न्हायला आणि नंतर कपडे घालायला मदत केली. माझा पाय सुजून एका मोठ्या भोपळ्याच्या आकाराचा झाला होता आणि डावा गाल आणि हिरडी यांमध्ये सतत अफूची गोळी ठेवून मी वेदना बधिर करत होतो.

सात. सव्वासात. साडेसात. आठ. दुखऱ्या पायानिशी मी खोलीत येरझाऱ्या घातल्या, खाली बागेत गेलो, परत पायऱ्या चढून वर महालात आलो. नकार मान्य नव्हता मला. आणि काहीही, कितीही गंभीर कारण असो लीलावती कधीच वेळ चुकवत नाही. मी फक्त थोडं धीराने घ्यायला हवं. ती नक्की येईल.

आठनंतर कौसल्याने अर्थमंत्र्यांच्या घरी चारदा खेपा घातल्या.

''कुठे आहे ती ?''

''कुणालाच माहीत नाही. निदान ते दर वेळी मला वेगळी कथा सांगतात. पहिल्यांदा मी बाहेरच्या दरवाजापाशी चौकशी केली तेव्हा ती झोपलीये असं सांगण्यात आलं. दुसऱ्या खेपेला तिचे काका भेटले. 'मुलांचं काय ?' थातुरमातुरपणे ते म्हणाले, 'काही सांगता येत नाही. असेल इथेच कुठेतरी मैत्रिणींशी किंवा भावंडांशी खेळत.' तिसऱ्या वेळी मी स्वैंपाकघरात पोचले. स्वयंपाकी मान हालवत म्हणाला, 'ती मुलगी किती चिंच खाते ते सांगून खरं नाही वाटणार. दोन दिवसांपासून अपचन झालंय तिला.' 'थाप चांगली आहे सज्जोनाथ, पण खरं काय ते सांगितलं नाहीस तर यापुढे तुला कडधान्यांवर आणि भाज्यांवर खास सूट मिळायची नाही. मग घरातल्या बाकीच्या नोकरांना दणदणीत व्याजाने पैसे कुठले देशील ?' 'मला खरंच माहीत नाही कौसल्यामाई,' तो म्हणाला, 'शपथ घेऊन सांगतो. राजकुमार विक्रमादित्य त्यांच्याबद्दल दरबारात बोलले त्या दिवसापासून छोट्या ताईसाहेबांना मी पाहिलेलं नाहीये.' मी परत दरवानापाशी पोचले. ''मला विचारण्यात काही अर्थ नाही माई, तिच्या भावंडांनादेखील तिचा ठावठिकाणा माहीत असेल असं वाटतं का तुम्हांला ? साऱ्या चितोडमध्ये अर्थमंत्र्यांएवढा मितभाषी माणूस नसेल. काय ठाऊक की, तिला अबूला पाठवण्यात आलंय की राणकपूरला की चंदेरीला नातेवाइकांकडे ठेवण्यात आलंय ते ? तुमच्या इतकाच मीही अंधारात आहे.''

''तिला बाहेरगावी पाठवण्यात आलं असतं तर मंगलला कळलं असतं. दरबारातल्या घटनेनंतर मी त्याला शहरातल्या साऱ्या प्रवेशद्वारांवर सक्त नजर ठेवायला सांगितलं होतं. मंगलला बोलाव.''

''युवराज, थोडा काळ वाट पाहावी. वातावरण निवळलं की ती परत येईल.''

''तिचं काहीतरी बरंवाईट कशावरून केलं गेलं नसेल ? ती जिवंत असेल याची काय खात्री ? मंगलला लगेच येण्याचा निरोप पाठव.''

वेदनेचा एक प्रचंड वटवृक्ष माझ्या पायात बहरला आणि सूर्य मध्यान्हीला पोचला असताना माझी शुद्ध हरपली. कौसल्या वाकून माझ्या कपाळावर थंड पाण्याच्या घड्या घालत होती आणि तिचा मुलगा तिच्या बाजूला उभा. नेहमीप्रमाणे मायलेक हेतुपुरस्सर एकमेकांशी थंडपणे वागत होते.

''राजवैद्य येताहेत, युवराज.''

''तू लीलावतीचा पत्ता लावला आहेस का ? की तुला आणि तुझ्या संततीला बिनकामाची आणि भरपूर इनामाची ही नोकरी कायमची बहाल करण्यात आली आहे असा समज झालाय तुझा ?'' असले वेडगळ प्रश्न विचारून माझा नामर्द राग मी मंगलवर का उगाळत होतो ? जर लीलावती माझी बहीण किंवा मुलगी असती आणि राजघराण्यातल्या एखाद्या राजकुमाराने तिच्या चारित्र्यावर शिंतोडे उडवले असते तर मीदेखील आदिनाथजींने केलं – जे काही त्यांनी केलं असेल ते – तेच केलं नसतं का ? ज्या क्षणी माझ्या भावाने ते शब्द उच्चारले त्याच क्षणी मला कळलं नव्हतं का की लीलावती मला परत दिसणार नाही ?

''उत्तर दे, कुठे आहे ती ?'' खोलीतल्या लख्ख उजेडातून एक दाट धुकं पसरत होतं, पण मी मंगलला सोडणार नव्हतो.

''मला माहीत नाही, युवराज. त्या घरात जाणाऱ्या येणाऱ्या प्रत्येकावर माझ्या माणसांची नोंद आहे. आम्ही तपास केला, हात ओले केले, पण कुणालाच तिचा ठावठिकाणा माहीत नाही.''

''हे सोयीस्कर आहे नाही ? आदिनाथजींनादेखील तिचा पत्ता माहीत नसावा बहुतेक.''

आणि मला उमगलं की लीलावती मला कायमची अंतरली होती.

''काळे की पांढरे ?''

''काळे.''

ती माझ्या बिछान्यापाशी सात दिवस – किंवा सात वर्षं असेल कदाचित, मला वेळेचा अंदाज उरला नव्हता – बसून होती, पण तिच्याशी एक शब्दही बोललो नव्हतो मी. आतादेखील बोलायची माझी इच्छा नव्हती आणि तरीही माझ्या तोंडून शब्द निसटला. ती आपली खेळी खेळली. एक तर ती नवशिकी असावी किंवा आतल्या गाठीची, अत्यंत लबाड खेळाडू. पण यात नवीन ते काय होतं ? दुसरं विशेषणच तिला लागू होतं यात काही शंका आहे का ? मी मूर्खासारखा उत्तर देऊन फसलो होतो खरा. अजूनही रुसल्याचं नाटक करून माघार घेऊ शकलो असतो, पण ते फारच बालिश वाटलं असतं, तेव्हा आता खेळण्याशिवाय गत्यंतर नव्हतं. शिवाय मला तिच्या डावाबद्दल कुतूहलदेखील होतं. पण यापुढे संभाषण नाही हे निश्चित. मला परत मूर्ख बनवू शकणार नव्हती ती. कित्येक वर्षांनंतर मी तिच्याशी शब्दाची देवाणघेवाण केली होती आणि आता मी बिछान्यात आडवा झालो होतो आणि लाकडाच्या फळ्यांमध्ये जखडलेलं माझं पाऊल आणि घोटा माझ्या इतर शरीरापेक्षा अर्धा हात वर ठेवण्यात आला होता हे बोलघेवडेपणासाठी निमित्त होऊ शकत नाही. ती जातीने माझं ताट वाढून आणायची, माझ्या पेल्यात पाणी किंवा मद्य भरून द्यायची, माझ्या डोक्याखालची उशी किंवा पायाखालचा लोड सारखा करायची. आणि मग एक दिवस माझे कपडे उतरवून माझं अंग पुसायची आणि परत मला कपडे घालायला मदत करायची आणि रात्री जागून माझी सेवा करायचीही तयारी तिने दाखवली. हे मात्र अतीच झालं आणि मी खंबीरपणे विरोध केला. मोठा पुरुषार्थ गाजवून, क्रमाक्रमाने अफूची गोळी वाढवत मी माझं नित्यकर्म करत राहिलो होतो आणि एक बारीक चीर गेलेलं हाड गंभीरपणे मोडून घेऊन बसलो होतो. पण पत्नीव्रत पाळून माझी सर्व प्रकारे सेवा करणाऱ्या – फक्त एक सेवा सोडून – बायकोच्या या असल्या सेवेला सामोरं जाण्याच्या आपत्तीला मला तोंड द्यायचं नव्हतं. म्हणून मग मी कौसल्याबरोबर माझा विक्षिप्त त्रिकोणी संवाद सुरू केला.

''आज रात्री तू मुजऱ्याला किंवा मुशाहिऱ्याला जाणार नाहीयेस ना, कौसल्या ? नाही, म्हणजे जर का मी रात्री पलंगावरून खाली पडलो किंवा भुकेने रडायला लागलो तर मी तान्हा असताना मला पाजायचीस तसं पाजशील ना ?''

जमिनीवरच्या फारसी गालिच्यातल्या मोरात पृथ्वीच्या भवितव्यासंबंधीचं गुपित उलगडलेलं कौसल्याला दिसत असावं, कारण ती त्याच्या पिसाऱ्यावर दृष्टी खिळवून बसली होती आणि माझ्या निर्लज्ज बायकोची हसून हसून मुरकुंडी वळत होती.

''खरंच, कौसल्यामाईचा अंत पाहता तुम्ही. त्या तुमच्यावर इतकं प्रेम करतात, कदाचित माझ्याहूनही अधिक आणि तरीही तुमचा हा असला वात्रटपणा चालवून घेतात. मी नसता घेतला.'' हिरवे डोळेवालीला मध्यस्थाची गरज नव्हती.

बुद्धिबळाचा डाव मी जिंकलो. तिला हरण्याची सवय नव्हती. तिची खेळण्याची वेगळीच पद्धत. वेगळी हा फारच सौम्य शब्द झाला. खरं म्हणजे तिचा खेळ अनपेक्षित आणि विक्षिप्त होता. मध्येच ती आपले डावपेच बिनदिक्कत बदलायची. एक तर आपल्या प्रतिस्पर्ध्याला गोंधळून टाकण्याची ही युक्ती होती आणि दुसरं म्हणजे तिच्या बुद्धीचा कलच तसा विकृत होता. ती विलक्षण धोके पत्करायची. इतर पर्याय असतानादेखील हत्ती किंवा वजीरदेखील बळी द्यायची. अगदी टोकापर्यंत जायची आणि मग तोल सावरायची. बेधडक असूनही ती बेपर्वा नव्हती. धूर्त, आडमुठी असूनही तिच्या तिढ्या खेळातदेखील शिस्त होती. पराभव मात्र तिला अजिबात मान्य नव्हता.

"तुम्ही लबाडी केलीत. कशी ती मला माहीत नाही, पण तुमच्या सतराव्या आणि एकोणिसाव्या खेळीच्या दरम्यान केलीत." तिने पट माझ्या अंगावर भिरकावला. "तुम्ही शकुनीमामा आहात, कबूल करा. हार टाळण्यासाठी तुम्ही खोट्या सोंगट्या वापरल्यात."

तिचं आकांडतांडव इतकं अनपेक्षित आणि इतकं खरं होतं की माझा स्वत:वरचा ताबा सुटला आणि मी खुळ्यासारखा हसत सुटलो. हाताला येतील ती प्यादी, उंट, राजा ती माझ्या अंगावर फेकत होती, डोळ्यांतून अश्रूंच्या धारा. मी हातांचा आडोसा करून माझं डोकं वाचवण्याचा प्रयत्न केला तरीही एका घोड्याचा नेम बरोबर माझ्या कपाळावर बसलाच. त्यानेही तिचा संताप कमी झाला नाही. माझ्या उजव्या डोळ्याच्या वर झालेल्या छोट्या जखमेची तिला दखलही नव्हती. मी माझं हसू आवरायला हवं होतं, पण तिचे विखुरलेले केस, चोंदलेलं सुरसुरणारं नाक आणि डोळ्यांतली रागाची चमक याने ते अधिकच चेतवलं.

"बुद्धिबळाचा पट आणि सोंगट्या तूच घेऊन आलीस. मी कुठून आणणार खोट्या सोंगट्या ?"

"त्यात काय ? त्या चितोडमध्येच बनवल्या गेल्या आहेत. तुम्ही कारागिराला लाच दिली असणार. तीही देण्याची गरज नाही. अखेर तुम्ही युवराज ना ? त्यांचा नेहमीचाच रिवाज असणार तो. थांबाच तुम्ही. मी मेरताहून पट-सोंगट्या मागवते. मग असा मार खाल की जन्मभर लक्षात राहील."

"तो आत्ताच खातोय तुझ्या हातून आणि तुझे मेरताचे कारागीर कशावरून खोट्या सोंगट्या करणार नाहीत तुझ्यासाठी ?" तिच्या बालिश पातळीवर यायला मला फारसा वेळ लागला नाही.

"मेरताची माणसं खोटी, लबाड आहेत असं सुचवायचं आहे का तुम्हांला ? तुमच्या माहितीसाठी सांगते, आम्ही संभावित माणसं आहोत." आता ती माझ्या दिशेने पुढे येत होती. तिचा राग तिच्या मुसमुसण्याचाच एक भाग झाला होता. ती छोटी,

नाजूक, लाजरी बाई माझ्यावर वाकली. मला आता ती खिडकीबाहेर फेकणार याची खात्री झाली, तेवढ्यात हाताच्या एका हलक्याशा धक्क्याने तिने मला पलंगावरून खाली पाडलं.

"माझी कुमकुम कुंवर मला परत द्या. तिला का मारलंत ? ती निरुपद्रवी आणि निष्पाप होती. नवी नवरी होणार होती ती आणि तिला जाळलं गेलं. जळक्या, सुरकुतलेल्या कागदासारखी काळी ठिक्कर पडली होती. किती असहाय्य आणि निर्जीव. त्यांना माझा बळी हवा होता. देवा रे, तुमच्या या घरात किती एकटी, एकाकी आहे मी !"

"मला हालताही येत नाहीये. माझ्या दुसऱ्या पायालादेखील दुखापत झाली असावी. कुणालातरी वैद्याला बोलवायला पाठवतेस का ?"

आता गुडघा हा अवयव घ्या. या लवचीक सांध्याविना आपण गुडघ्यांवर बसणं, मांडी किंवा पद्मासन घालणं, हे प्रकार करू शकलो नसतो. एक तर ताठ उभं राहणं किंवा सपशेल आडवं होणं याखेरीज तिसरा पर्याय उरला नसता. गुडघ्याशिवाय घोडसवारीची कल्पानाच करू शकत नाही मी. पायऱ्या, जिने, अनेक मजली इमारती, फार काय, एक मजली घरदेखील गुडघ्यांशिवाय निरुपयोगीच. इस्लाम धर्माला प्रार्थनेसाठी वेगळ्या आसनाचा शोध लावावा लागला असता. कुस्त्यांचा प्रश्नच मिटला असता आणि एखाद्या धटिंगपणाने किंवा लुटारूने अचानक हल्ला केला असता त्याच्या जांघेत गुडघ्याने वार करण्याचा पण प्रश्न उरला नसता. माझा बालपणीचा एक आवडता खेळ पण मी खेळू शकलो नसतो. पाय फाकून, कमरेवर हात ठेवून ऐटीत उभ्या असलेल्या माझ्या एखाद्या वर्गमित्राच्या हळूच पाठीमागे जाऊन त्याच्या गुडघ्यांच्या सांध्यात मी माझा गुडघा ढोसायचो आणि पाय दुमडून त्याचा तोल गेला की पोट धरधरून हसायचो. निदान दुसऱ्या कुणीतरी तोच प्रयोग माझ्यावर करीपर्यंत तरी.

आपल्याला प्रश्न पडला असेल की लीलावतीचा अजूनही काहीही पत्ता लागला नसताना, गुडघ्याचं हे असं गुणगान करण्याचं काय कारण ? खरं सांगतो, मी पार बरबाद झालोय. त्या नालायक चेटकिणीने, माझ्या बायकोने, गुडघा, निदान माझा तरी, हा किती प्रचंड प्रमाणावर एक स्फोटक, कामोद्दीपक अवयव आहे हे दाखवून दिल्यापासून त्या अत्यंत सोशीक आणि माझे सर्व चोचले पुरवणाऱ्या बाईला, कौसल्याला मी हैराण करून सोडलंय. माझी अदम्य कामवासना जागृत झाली आहे आणि बिछान्याला खिळलेला असलो तरी दर तासाला – छे – दर अर्ध्या तासाला तिच्या

पूर्ततेची मी मागणी करू लागलो आहे. कुठल्या सैतानी, विकृत प्रेरणेमुळे माझ्या बायकोला प्रथम माझा दुसरा पाय मोडण्याची आणि मग माझ्या दुखावलेल्या उघड्या गुडघ्याचं आपल्या ओलसर ओठांनी चुंबन घेऊन माझी क्षमा मागण्याची बुद्धी झाली असावी ? कदाचित रिकामटेकडं मन, आडवी स्थिती आणि दोन मोडके पाय हेच या अनाकलनीय अतिकामुकतेचं कारण असावं. घराचे रीतिरीवाज आणि पावित्र्य अबाधित राहिलं पाहिजे असं ठाम मत असलेल्या कौसल्यानेही हात टेकले आणि मला चंद्रमहालात जाणं शक्य नसल्याने रात्री चोरटेपणी ती माझ्याकरता महालात मुली पुरवू लागली आहे. भाड्याच्या शरीराच्या एकाकी फाळाची मशागत आणि नांगरणी करत मी समाधानाने दिवस कंठले असते किंवा निदान अतिश्रमामुळे आलेल्या थकव्याने निपचित झोपलो असतो. पण स्वत:च्या घरात, माझ्या वैयक्तिक दालनातही, मला शांती मिळत नाही. आपला अनिर्बंध भावनांचा उद्रेक, घागरा फैलावून नाचणं आणि उत्कट गाणं-बजावणं संपलं की ती बाई कुठल्याही आडवेळी उगवते. मी बोलायचं नाही असं ठरवतो. स्वत:वर ताबा ठेवून संपूर्ण मौन पाळतो, पण सांगणं नलगे, कशाचाही काहीही उपयोग होत नाही.

माझ्या जीवनाचं मी काय करावं ते कुणी तरी सांगेल का मला ? माझी हिरव्या डोळ्यांची बायको खरीखुरी आहे का ? की एका नाटकी अभिनेत्रीखेरीज ती दुसरं काहीही नाहीये ? ती एक व्यक्ती आहे, की दोन, की अनेक ? दुसऱ्या कुणाच्या तरी प्रेमात असूनही ती माझ्यात गुंतली आहे का ? की ती खोटं बोलतेय ? या साऱ्याचा – जे पूर्वी होऊन गेलं, ते आत्ता होतंय आणि जे पुढे होणार आहे त्याचा, काही अर्थ लागतोय का ?

''यावेळी मी तुम्हाला हरवणार. लावता का पैज यावर तुमच्या हिरेमाणकं जडवलेल्या सोन्याच्या कमरपट्ट्याची ?'' तिने बुद्धिबळाचा पट परत आणला होता. तोच तो, मोडक्या घोड्याचा.

''नाही.''

''हरण्याची भीती वाटते ?''

''फार.'

''मग काय लावता पैजेवर ?'' आपला हेका तिने चालू ठेवला.

''सुईदोऱ्यासकट माझा शिवणकामाचा पेटारा.''

पळभर तिच्या लक्षात नाही आलं, मग हसता–हसता ती कोसळली. माझ्या जीवनाने एक विचित्र वळण घेतलं होतं. माझे भिकार विनोद माझ्या बायकोला आवडू लागले होते.

"थांबाच तुम्ही. तुमचं घरदार गहाण पडेल असं हरवते तुम्हांला." तिच्या नजरेत आव्हान होतं. "पण तसं नको. जर माझ्याऐवजी तुम्ही जिंकलात तर काहीही, तुम्ही मागाल ते देईन."

"मागीन ते ?"

"हो. मागाल ते. मग मी माघार नाही घेणार."

मला तिच्याकडून काहीतरी हवं होतं. निदान माझ्या आठवणीनुसार बऱ्याच वर्षांपूर्वी तरी. काहीतरी, ज्याच्यासाठी हपापून, आतुरतेने इतकी वर्षं मी वाट पाहत होतो.

मी डाव हरलो. जिंकलो असतो तर मी मागितलं असतं ? तिने माझी मागणी पुरी केली असती ?

ती हाडाची जुगारी होती. मी बिछान्याला खिळलो असताना आम्ही शेकडो डाव खेळलो. तिने अनेक गोष्टी पैजेवर लावल्या. अधूनमधून ती हरायची, पण तिने परत कधीही "काहीही, तुम्ही मागाल ते, मग मी माघार नाही घेणार," पैजेवर लावलं नाही.

"मला वाटतं कुंभलगडला जाण्यासाठी महाराजांची परवानगी घेण्यापूर्वी आणखी काही काळ थांबावं."

काय म्हणत होती ती ? आम्ही डावाच्या मध्यावर होतो. खाजगी विचार करण्याचीदेखील सोय उरली नव्हती का मला ? कुंभलगडचा उच्चारदेखील मी कुणापाशी केला नव्हता. आणि खेळत असताना आमच्यातला संवाद नेहमी एकतर्फी असे. तिच्यातर्फे. मग तिला कसं कळलं ?

मला चितोडमध्ये काहीच काम उरलं नव्हतं, 'उद्यान आणि मैदान' मंडळाचादेखील मी साधारण सभासद नव्हतो. मी सुरू केलेलं जलनिस्सारण आणि जलनियंत्रण, आणीबाणीसाठी भुयारं आणि आधुनिक सैनिकी तंत्र वगैरे प्रकल्प बाजूला ठेवण्यात आले होते. ते डावलले गेले याचं एवढं दुःख नव्हतं, मला वाईट वाटत होतं ते सूडबुद्धीपोटी आम्ही स्वतःच्याच पायावर धोंडा घालून घेत होतो याचं. त्या प्रकल्पांशी माझं नाव निगडित असल्यामुळे चितोडच्याही भल्याकडे कानाडोळा करण्यात येत होता. या कोत्या दृष्टिकोनावर कसला उपाय करायचा ?

मला कधीच जवळचे मित्र फारसे नव्हते. लहानपणीसुद्धा. लग्नानंतर तर मी घरी कुणाचा पाहुणचार करण्याचंदेखील थांबवलं होतं. राजा पुराजी कीका आणि राव विरमदेव सोडून इतर कुणीही मला भेटायला येत नसे. (अर्थात माझी आई आणि आजी यांची गणती मी मित्रांत करत नाही.) आता ते दोघंही आपापल्या राज्यांना परतल्यामुळे

माझी एकमेव पाहुणी, नेहमी अनिमंत्रित, म्हणजे माझी बायको. जिथे आपली गरज नाही तिथे कशासाठी राहायचं ? माझ्याच घरी मी परका झालो होतो. कदाचित चितोडबाहेर गेल्याने मी परत घरचा झालो असतो.

"तुमच्यापासून राज्याला कसलाही धोका नाही हे सिद्ध करण्यासाठी तुम्ही चितोड सोडू इच्छिता ना ? पण तुमच्या विरुद्ध कट करणाऱ्यांना तेच हवंय. गुप्त कारस्थान करण्यासाठी तुम्ही चितोडबाहेर जाऊ इच्छिता असंच ते मानणार. विजयोत्सवाच्या वेळी ज्या ज्या माथेफिरूंनी भर दरबारात तुम्हांला दंडवत घातला ते सारे कुंभलगडला तुम्हांला येऊन मिळणार आहेत आणि तुम्ही सारे चितोडवर चढाई करणार आहात अशी अफवा ते पसरवतील.''

मी काही बोललो नाही. बन्सीबाजाची प्रिया कुणाच्या बाजूची होती ? साऱ्या मेवाडमध्ये माझा विदूषक बनवून आता मला राजकारणाचे धडे देणार होती का ती ? पण राजनीतीचा प्रथम नियम मी डावलला होता हे मला मान्य केलं पाहिजे. कुठल्याही बाबतीत जेव्हा दुसऱ्याशी तुमचा संबंध येतो तेव्हा त्याच्या दृष्टिकोनातून विचार करावा. त्याच्या अंतरंगात शिरून त्याच्या नजरेतून जग आणि सद्य परिस्थिती पाहावी, तरच जोडा नक्की कुठे चावतोय ते कळतं. त्यानंतरच हे ठरवता येतं की दुखऱ्या भागाचा रक्तपुरवठाच तोडायचा, वेदना कमी करण्याचा प्रयत्न करायचा की पुढे काय होतंय याची वाट पाहायची.

"तुम्हांला उपदेश करण्याची माझी लायकी नाहीये,'' म्हणून तो करायचा तिने सोडला नाही, "पण महाराज मनाचे सज्जन आहेत. तुमचे अधिकार काढून घेण्यासाठी त्यांच्यावर खूप दबाव आणण्यात आले, पण महाराज दबले नाहीत. तुम्हांला तुमच्या वेगळ्या कल्पना कृतीत उतरवण्याची संधी दिली त्यांनी. तुम्ही जेव्हा मलिक ऐयाजची फसवणूक करून गुजरातच्या सैन्याला दलदलीत ढकललंत तेव्हा तुम्हांला लगेच परत बोलावून घेण्यासाठी जनतेने निदर्शनं केली होती. त्यांच्या पाठीमागे कोण मुख्य होतं ते आपणा दोघांनाही ठाऊक आहे, पण जनतेची निराशा आणि अपेक्षाभंग मात्र खराखुरा होता. अशा परिस्थितीत महाराज काय करू शकत होते ? तुम्ही करत असलेले आमूलाग्र बदल महाराजांनादेखील नीटसे आकलन होत नव्हते, मग ते जनतेला आणि आपल्या सहकाऱ्यांना काय समजावून देणार ? आणि तेवढ्यात तुम्ही गुजराती सैनिकाचा वेश धारण करून झहिर-उल-मुल्कला मारलंत. आता तर फक्त तुम्हांला परत बोलावून घेण्याचीच नाही तर तुमचे अधिकार आणि पद काढून घेतलं जाण्याची मागणी होऊ लागली.''

"ते काढून घेतले गेले आहेतच.''

माझ्या आत्मकरुणेकडे तिने दुर्लक्ष केलं.

''तुमचे विरोधक जिंकले असं मी सुचवत नाहीये, पण सबुरीने काम घेऊन पुढे काय होतंय ते पाहणं शहाणपणाचं ठरावं. कधीमधी – फक्त कधीमधीच, नेहमी नाही– एखादी समस्या काळच सोडवतो.''

त्या रात्री कौसल्याने माझ्या करमणुकीसाठी खास कार्यक्रम योजला. ''मला तू हवी आहेस. भाडोत्री सोय नकोय. तू तुझ्या स्तनांमध्ये किंवा मांड्यांमध्ये माझं मस्तक इतक्या जोरात आवळायला हवंयस की माझा सडलेला मेंदू बाहेर फेकला जायला हवाय मला, तरच कदाचित या निरंतर ध्यासापासून, या रोगापासून मुक्त होईन मी.''

तिने मान नकारार्थी हालवली.

''माझा कंटाळा आलाय तुला ?''

ती उदास हसली. मी काहीतरी न शोभणारं किंवा हास्यास्पद बोलल्यासारखं. ''मी तुमच्यापासून फार तर दोन खोल्या पलीकडे असते. तुमचा रोग युवराज, समय आहे. आयुष्यात पहिल्यांदा तुम्हांला इतका वेळ हाताशी मिळालाय. काळ बरं करतो तसाच तो बेचैनही करतो. तुम्हांला बदल हवाय. चेहऱ्याचा, सोबतीचा बदल. माझ्यामुळे तुम्हांला सतत तुमच्या काळज्या आठवत राहतात. या दोन मुली तुम्हांला काही तास तरी साऱ्या समस्या विसरायला मदत करतील.''

''दोन ?''

''जुळ्या बहिणी आहेत. मिळूनच काम करतात त्या. दुप्पट करमणूक करतो आम्ही असं म्हणतात.''

वयाने फार मोठ्या नसाव्यात त्या. लीलावतीच्या वयाच्या किंवा फार तर एक दोन वर्षांने मोठ्या. यात आश्चर्य वाटण्याजोगं काहीही नव्हतं. मेवाडमध्ये लहानपणीच मुलांची लग्नं केली जातात. पहिल्या मासिक पाळीनंतर मुलगी नवऱ्याची शय्यासोबत करू लागते. राजघराण्यात आणि काही श्रीमंत घराण्यांत हा नियम नेहमीच पाळला जातो असं नाही, आणि राजपुत्र आणि राजकन्या जवळजवळ विशीपर्यंत पोचल्यानंतर त्यांचा समागम होतो. बाबांच्या काही रखेल्या आणि बायकोसुद्धा बारा तेरा वर्षांची असेल.

या दोघी मात्र आगळ्याच होत्या. दिसायला जरी त्या लहान, उत्सुक आणि अननुभवी असल्या तरी अधूनमधून मला सारखं वाटायचं की, भूतभविष्य जाणणाऱ्या ऋषीमुनींपेक्षा त्यांनी जास्त जीवन पाहिलं असावं. त्यांची नावं होती रात आणि दिन आणि त्या दिसायला अगदी एकसारख्या होत्या. ज्यांनी त्यांची ही नावं ठेवली त्या आईवडिलांची म्हणा किंवा पालकाची म्हणा ही उपरोधात्मक विनोदबुद्धी असावी. काही वेळाने त्या माझ्याबरोबर एक प्रकारचा खेळ खेळताहेत असा संशय मला येऊ लागला.

मी रातचं नाव घेऊन तिचा हात धरला की लाजरं हसत ती 'रात ती आहे, मी दिन' असं म्हणायची.

त्यांच्यापैकी एक माझ्या पैरणीच्या गुंड्या सोडवू लागली तर दुसरी माझा पायजमा उतरवत होती.

''रात तुम्हांला घेत असताना मी माझं स्वत:चं अंग कुरवाळू का ? किंवा पाहिजे तर तुम्ही रातला कुरवाळा, तोपर्यंत मी जिभेने तुमच्या शरीराचे तुम्हांलाही माहीत नसलेले भाग हुडकून काढते.''

मी आजारी पडलो की मी खावं म्हणून माझी खुशामत करण्यासाठी आई वेगवेगळी गोडधोड पक्वान्नं मला देऊ करायची त्याची आठवण झाली.

''तुम्ही आम्हा दोघींच्यामध्ये झोपा आणि आम्ही तुम्हांला आमच्या स्तनाग्रांनी मालीश करतो. असला अनुभव तुम्ही जन्मात कधी घेतला नसेल.''

मी साशंक दिसलो असणार.

''मला माहीत आहे तुम्ही कसला विचार करताहात ते,'' अर्थपूर्ण स्मित करत दिन म्हणाली, ''की स्तनाग्रांचा स्पर्श फक्त बोटांना किंवा ओठ आणि जिभेला जाणवतो. पण ते खरं नाही. रात आणि मी हा खास नवीन शोध लावलाय. तुरटीच्या पाण्याने चोळल्याप्रमाणे तुमची त्वचा संवेदनशील होईल आणि पपीहाची शीळ ऐकून पावसाची सर जशी गवतातून लहरत जाते त्याप्रमाणे तुमचं अंग रोमांचित होऊन उठेल.''

तिचे कपडे तिच्या अंगावरून सहजपणे ओघळले. कुठलीही नाडी न ओढता किंवा गुंडी न सोडवता असं एका अंगविक्षेपात विवस्त्र होण्याचा सराव करायला तिला किती महिने आरशासमोर तालीम करावी लागली असेल ? तेवढ्यात रात पुढे झाली.

''युवराज, माझे कपडे तुम्ही उतरवता का ?'' तिचा हात नकळतपणे तिच्या बहिणीच्या स्तनाला ओझरता स्पर्श करून गेला. ही एक निखालस कला होती. पूर्वनियोजित वाटू न देता सहज केलेली कृती आणि कामुक चेतावणी. मी तिची चोळी उतरवत असताना माझी नजर रातच्या जांघेतून फिरणाऱ्या दिनच्या हातावर होती. तिची स्तनाग्रं सावकाश टपोरली.

''माझे स्तन हातात घ्या युवराज,'' रात म्हणाली, ''नाही नाही, असे पकडू नका. फक्त तळहातांवर धरा.''

तिचा आवाज एक थरारणारा उसासा झाला. तिच्या बहिणीच्या छातीवरून फिरणाऱ्या तिच्या हातासारखं एक जबरदस्त वैषयिक आमंत्रण. ''फारसी सम्राटाच्या बागेतली सफरचंदं आहेत ही. कोकणातले रसाळ आंबे. आणि लालसर काळी द्राक्षं कुठली आहेत ते त्यांना चाखल्याशिवाय कसं कळणार, युवराज ?''

रातची जीभ दिनच्या तोंडात फिरू लागली आणि दिनचं सारं शरीर एका आवेशाने आकुंचित होऊन परत सैल पडलं. माझे हात खाली येऊन बिछान्यावर विसावले. द्राक्षांनी ना माझी जीभ उद्दीपित केली ना माझं इंद्रिय. त्या दोन प्रतिबिंबित छब्यांनी मी गोंधळून गेलो, अस्वस्थ झालो. त्या हेलावत्या बिंब-प्रतिबिंबांमध्ये तिसऱ्याला जागा नव्हती. इथे उत्स्फूर्त कुठे संपत होतं आणि कृत्रिम कुठे सुरू व्हायचं तेच कळेना.

"आपण थोडा वेळ थांबूया का ?" थोडं अपराधीपणाने मी विचारलं. त्या थोड्या नाउमेद झाल्या, पण लगेच थांबल्या. अनिश्चित स्मित करत त्या माझ्या पुढील आदेशाची वाट पाहू लागल्या.

"तुम्ही सगळी कामं दोघी मिळून करता का ?"

"होय. तसं आम्ही आधी काही ठरवत नाही, पण तिने जर डावी बाजू निवडली तर मी उजवी सांभाळते. तिने वरून सुरुवात केली तर मी पायांच्या बोटांपासून सुरू करत वर येते."

त्यांचा चेहरा कायम हसरा असायचा, पण त्यावर कुठेही खेळकरपणा किंवा मिस्कीलपणाचा भाव नव्हता. त्या अथक परिश्रम घेऊन सदैव तुमची मागणी पुरी करण्यास तत्पर असत. अगदी ग्लानी येईस्तोवर दमल्यानंतरदेखील सतत हसरा चेहरा ठेवून कुठल्याही प्रकारे आपल्या गिऱ्हाइकाची मर्जी राखण्याची शिकस्त करत. जर गिऱ्हाईक नाराज झालं असतं तर त्यांची आणि त्यांच्या आत्मप्रतिष्ठेची काय गत झाली असती याची कल्पनाही करवत नाही मला. तसं कधी झालंच तर त्या काय करतील ? गिऱ्हाइकाचा जीव घेतील ? की स्वत:च जीव देतील ? अप्रतिम मार्दव असूनही त्या इतक्या सामान्य होत्या की, त्यांच्याबरोबर घालवलेली रात्र हा एक अतिशय नीरस, कंटाळवाणा अनुभव ठरू शकला असता, तसाच तो प्रतिबिंबाच्या विश्वातला एक अनमोल अविस्मरणीय प्रसंग होऊ शकला असता. हे शक्य आहे ? मी स्वत:लाच विचारलं. आरशातल्या प्रतिबिंबाला वास्तव आकृतीच नसणं हे शक्य असू शकेल ? जिथे घनपदार्थ नाहीत आणि फक्त प्रतिबिंबच सजीव आहेत असं जग असू शकेल ? आपलं जग हेदेखील एक आभास आहे का ? हे विश्व, ही सारी सृष्टी म्हणजे माया किंवा कल्पनाविलास नसून फक्त एक संभाव्य पर्याय असू शकेल का, जो कधीच प्रत्यक्षात येणार नाहीये. कारण परमेश्वर उदासीन झालाय की कुठल्या तरी आकाशगंगेच्या सीमेवर मरून पडलाय ?

आता त्या गाऊ लागल्या आहेत. नाही. रात गातेय आणि दिन नाचतेय किंवा उलटही असू शकेल. 'फक्त एका गोष्टीची मनाई आहे, दु:खाची,' हा गाण्याचा मथितार्थ होता, 'दुर्बलांना आणि सबलांना लागू पडेल असं एकच औषध, प्रेम. कारण प्रेम हाच

एक रोग आहे. प्रेमच कुलूप आणि प्रेमच चावी. प्रेमच कैद आणि प्रेमच मुक्ती.'

एकामागून एक विरोधाभास आणि उत्प्रेक्षा येत राहतात. आपल्या कवींना आणि त्यांच्या श्रोत्यांना त्याच त्याच शाब्दिक अलंकारांचा कंटाळा येत नाही. आणि तरीही, या कृत्रिम अभिव्यक्तीतही अधूनमधूनही एखादी जिवंत कल्पना किंवा तीक्ष्ण उपरोध तुमच्या विरक्त उपहासाला भेदून अंत:करणाला स्पर्श करून जातो. त्या दोघींचं नृत्य किंवा गायन उल्लेखनीय नसलं तरी मनोरंजक नक्कीच होतं. मला काका लक्ष्मणसिंहजी आणि राजेंद्रच्या घरी झालेल्या जलशाची आठवण झाली. अर्थात, या नटव्या पोरींकडून सजनीबाईंच्या धीरगंभीर, आत्मसंशोधी, उत्कृष्ट संगीताची अपेक्षा करणं चूकच. त्यांची संवेदनशक्ती मात्र जबरी होती. माझं चित्त किंचितही विचलित झालं तरी ते त्यांना जाणवायचं.

"आमचं गाणं तुमची करमणूक करत नाहीये का, युवराज ?"

"करतंय तर."

त्यांना खरं नाही वाटलं.

"राजकुमार बहादूर आमच्याबरोबर खेळले होते तो खेळ आपण खेळायचा का?"

खूप दिवसांनी शहजाद्याची आठवण जागृत झाली. कुठे होता तो ? अजून त्याने स्वत:ला दिल्लीत हद्दपार केलं होतं की आपल्या वडिलांपाशी परतला होता ? की माळव्याच्या सुलतानाचा आश्रय घेतला होता त्याने ? स्मृतीत काळ प्रकाश - सावल्यांचे विचित्र खेळ खेळतो. स्पष्ट रेखा आणि अवयव पुसट होतात आणि गडद सावल्या उठून दिसू लागतात. कदाचित काळ हा रंगीबेरंगी आकृत्या दाखवणाऱ्या काचनलिकेसारखा आहे. तो कधीच पुनरावृत्ती करत नाही. माझ्या थोड्या मित्रांमध्ये मी बहादूरची गणती करू लागलोय. जीवन-मरणाच्या प्रश्नाने आम्ही जखडले गेलो होतोच, पण त्याहूनही अधिक काहीतरी होतं.

"आम्ही आळीपाळीने आपल्याशी रतिक्रीडा करू का ? आपल्याला इतकं काठापर्यंत उत्तेजित करू की शेवटी ते तीव्र सुख आपल्याला असह्य होऊ लागेल. पण तरीही स्खलन होणार नाही याची काळजी घेऊ आम्ही."

कधी कधी मला वाटू लागतं की तो माझा मानसबंधू असावा. मोहिमेवर असताना बऱ्याच वेळा मनातल्या मनात माझा त्याच्याशी संवाद व्हायचा. तो एक शत्रू नव्हता फक्त. प्रत्येक बाबतीत, विचाराअंती एक स्वतंत्र दृष्टिकोन असायचा त्याचा. राज्यपद आणि राजकारण यासंबंधी त्याची खास मतं होती आणि आज तो घेत असलेले निर्णय हे त्याच्या भावी साध्याच्या पूर्ततेची तयारी होते. आज जरी त्याचा स्वभाव कोता, कर्मठ आणि मिथ्याभिमानी वाटला तरी भविष्यात त्याच्या बुद्धीचा लवचीकपणा आणि वाढ निश्चित होती.

"तुम्ही आम्हांला बांधून घाला. आमच्याजवळ चाबूकदेखील आहे. नको ?"

सुलतान मुजफ्फर शहाच्या मर्जीतून तो सध्या उतरला असला तरी पुढे तो गुजरातचं राज्य पटकावणार याची खात्री होती मला. तोपर्यंत मीदेखील मेवाडचा महाराणा झालो तर आमच्यामध्ये शांती नांदेल ? मला शंका आहे. आमच्या आग्नेयेकडे असलेल्या मालवा राज्याचा दुसरा महंमद खिलजी हा एक दुर्बल आणि बेभरवशाचा राजा होता. बहादूर नक्कीच ते राज्य आपल्या राज्याला जोडील. आम्ही मध्ये होतो. आमच्या मानाने गुजरात एक तरुण राज्य होतं. तो निश्चित आमच्याशी युद्ध पुकारेल. पण निदान तो लढण्यालायक शत्रू होता. आमच्या गनिमी काव्याचा त्याच्यावर प्रभाव पडणं कठीण होतं. माझ्यासारखाच होता तो. आपल्या मित्रांचा आणि शत्रूचा तो सखोल अभ्यास करायचा. त्याचं कुतूहल दांडगं होतं आणि पूर्वीचे पराभव आणि उपमर्द विसरणाऱ्यांपैकी नव्हता तो.

"त्यांनी माझी मांडी जळत्या निखाऱ्याने भाजली होती आणि दिनची शुद्ध हरपेपर्यंत तिचा हात पिरगळला होता." मी माझ्या तंद्रीत हरवलो असताना त्या मुली मला त्यांच्या अपूर्व सुखकारक आठवणी सांगत होत्या. "तुम्हाला तसं करायला आवडेल ?"

पण मी त्यांना पूर्णपणे हरवलो होतो. मधेच त्या विक्रमादित्याबद्दल बोलू लागल्याचं मला अंधूकसं आठवतंय. त्यांना यातना आवडायच्या की त्यांच्या व्यवसायाचा तो एक अविभाज्य भाग होता ? माझ्या भावाचा किंवा बहादूरचा हात त्यांनी मोडला असता किंवा त्यांच्या गुप्तभागांवर पेटती ज्योत लावली असती तर किती छान झालं असतं. त्यांचं काय चुकत होतं ते कळलं मला. कुणीतरी, कधीतरी त्यांनाही सुख देण्याकरता प्रयत्न करावेत, असीम श्रम घ्यावेत असा विचार त्यांच्या मनात कधी आलाच नव्हता. दरवाजावर थाप पडली.

"माफी असावी, युवराज."

"आत ये."

कौसल्याने दरवाजा किलकिला केला. आमच्याकडे तिची पाठ होती.

"मुलींना रजा द्यावी, युवराज."

मी का, कशासाठी विचारण्याच्या भानगडीत पडलो नाही. खाजगी बैठकीत उगीच दखल देण्याची कौसल्याला सवय नव्हती.

"किती वेळ आहे त्यांना तयार व्हायला ?"

"फार नाही."

माझ्या विनंतीची, आदेशाची किंवा आज्ञेची वाट न पाहता त्या निघण्याच्या तयारीला लागल्या होत्या. गिऱ्हाइकाची मर्जी सांभाळणं हे त्यांच्या मते सर्वांत महत्त्वाचं होतं. रातने किंवा दिनने आपली वक्षस्थळं चोळीत कोंबली आणि रात्रीपुरतं तरी त्यांना

बंदिस्त केलं, तर तिच्या बहिणीने आपल्या घागऱ्याची नाडी बांधली. संगीताची हत्यारं त्या घाईघाईने कोनाड्यात ठेवू लागल्या.

"असू देत. जे झालं त्याबद्दल मला खेद आहे. पुन्हा केव्हातरी परत भेटू. अर्थात, तुमची संपूर्ण बिदागी तुम्हांला देण्यात येईल."

मला कुर्निसात करत त्या दरवाजापर्यंत पाठमोऱ्या गेल्या, जिथे कौसल्याने त्यांना पटकन बाजूला खेचून घेतलं आणि आपल्या खोलीत नेलं न नेलं तोच चार रक्षकांबरोबर एका संपूर्ण बुरखाधारी व्यक्तीने प्रवेश केला. बाबा.

महाराजांचा वेशांतराचा प्रयत्न म्हणजे हत्तीने गुप्तपणे संचार करण्यासारखं होतं. लंगडत, पाय ओढत चालणं आणि त्यांचं अधिकारयुक्त व्यक्तिमत्त्व कुणाच्या नजरेतून सुटणं शक्य होतं ?

"आम्हांला एकांत हवाय."

रक्षक गेले. माझ्या बिछान्यापाशी एक आसन ओढून घेत बाबा त्यावर बसले. त्यांच्या पायांना स्पर्श करण्यासाठी मी कुशीवर वळलो. मला सोपं जावं म्हणून त्यांनी आपला लंगडा पाय वर उचलला आणि मी स्पर्श करताच परत खाली ठेवला.

"श्री एकलिंगजींची कृपा नेहमी आपल्यावर राहो !" त्यांनी दृष्टी चौफेर फिरवली आणि खोलीतली हवा हुंगली. "आपल्याला सोबत होती असं दिसतंय. उत्तम, स्वत:ची करमणूक न करता येण्याइतपत दुखापत गंभीर नाहीये हे पाहून बरं वाटलं." बाबांच्या नजरेतून काहीही सुटत नाही. उगीच नाही ते आपल्या भावांना पुरून उरले. "पाय कसा आहे ?"

"सुधारतोय."

"आता यानंतर काय मोडून घेणार आहात ? हात ? की त्या पूर्वी मान मोडून घ्यायचा विचार आहे ?" त्यांनी स्मित केलं. त्यांच्याकडून हास्यविनोदाची माझी अपेक्षा नव्हती हे माहीत होतं त्यांना.

"महाराज, पहाटे एक वाजता माझं मनोरंजन करण्याच्या उद्देशाने निश्चितच आला नाही आपण ?"

"आम्ही आपल्या प्रकृतीची चौकशी करण्याकरता आलो आहोत. आपण आमचे पुत्र आहात. सर्वांत ज्येष्ठ पुत्र."

"त्याचा मला क्षणभरही विसर पडत नाही."

त्यांचा चेहरा झाकळला आणि ते अवघडल्यासारखे वाटले. थोड्या आडवळणाने मुख्य विषयाला हात घालण्याचा त्यांचा बेत असावा, पण मी चेष्टामस्करीची शक्यताच नाहीशी करून टाकली होती.

"राज्यातल्या इतर कुणालाही त्याचा विसर पडत नाही असं दिसतंय. आपले सर्व

अधिकार आणि पदं काढून घेऊन आपल्याला जन्मठेप देण्यात यावी अशी मागणी आहे.''

''आपण मेवाडचे महाराणा आहात. प्रत्यक्ष श्री एकलिंगजींचे दिवाण. राज्यातले सर्वशक्तिमान आपण, आपल्यापुढे इतर कुणाची मतं तग धरू शकतात ?''

''नि:संशय बेटा, पण महत्त्वाचा मुद्दा चिघळू न देण्यातच सम्राटपदाची गुरुकिल्ली सामावलेली असते. तो कसाला लावण्याचा प्रयत्न करणं धोक्याचं असतं. कारण अर्थकारण, सांस्कृतिक मतं, किंवा अवर्षण, पूर, दुष्काळ यांसारखी आकस्मिक संकटं, आज्ञाधारक किंवा बेपर्वा जनता, त्याशिवाय तुमचे आश्रित राजे, सरदार–दरकदार, मध्यस्थ आणि व्यापारी, पुरोहित आणि जमीनदार यांच्या असंतोषाचं पारडं जड होऊन कदाचित राज्याला मुकण्याची वेळदेखील येऊ शकते. प्रवाहाबरोबर पोहणंच सूज्ञपणाचं. जोपर्यंत तुम्ही औपचारिक शिष्टाचार सांभाळता तोपर्यंत कधीमधी तुम्ही निर्माण केलेले अंत:प्रवाह किंवा एखादी प्रतिकूल कृती सहन केली जाते.''

तर्कशुद्ध आणि धोरणी वक्तव्य. दरबार आणि जनसमुदाय माझ्या तुरुंगवासाची मागणी करत होते हे त्यांचं म्हणणं अतिशयोक्तीचं आणि काही तरी अंतस्थ हेतू मनात ठेवून केलं गेलं होतं हे उघड होतं. (मी हतबल आणि बिछान्याला खिळलो असलो तरी कौसल्या, मंगल आणि माझी नवी सल्लागार, अर्थात माझी बायको यांच्या हेरांचं जाळं बाबांच्या आतल्या वर्तुळातल्या खुशमस्कऱ्यांपेक्षा अधिक संवेदनशील होतं आणि सार्वजनिक मतांबाबत त्यांनी मला आधीच सावध केलं असतं.) पण तात्त्विक वादासाठी जरी मी बाबांचा मुद्दा मान्य केला तरी हा जनमताचा प्रवाह राणी कर्मावती आणि तिचा लाडका पुत्र आणि माझा भाऊ विक्रमादित्य यांनी निर्माण केला होता हे मान्य करण्याइतपत धैर्य आणि खरेपणा बाबांपाशी होता का ?

''माझ्यावर कसला आरोप केलाय त्यांनी ?''

''कारस्थान आणि राजद्रोह, राजदरबाराचा मानभंग, राजपूत शौर्य आणि कीर्तीच्या माननीय परंपरेला जाणूनबुजून फासलेला अक्षम्य काळिमा, आपल्या सैनिकांना आणि गौण अधिकाऱ्यांना समांतर सत्तेची स्थापना करण्यासाठी दिली गेलेली चिथावणी वगैरे. यादी बरीच लांब आहे.''

''तर मग अशा परिस्थितीत महाराजांनी राज्यातल्या सर्वांत उच्च न्यायालयात ताबडतोब आरोपीवर दावा नोंदवणं उत्तम.''

''राज्यकारभार कसा चालावयाचा,'' महाराजांच्या आवाजाची पट्टी चढली नव्हती, ''ते आपण मला शिकवण्याची गरज नाही, युवराज.''

या माणसाचा आणि माझा नेहमी विरोधी पक्ष का असतो ? त्यांनी जरी मला फटकारलं असलं तरी त्यांच्या धीरोदात्त अधिकारवाणीचा आणि त्यांच्या श्रेष्ठ पदाचा

माझ्या मनात आदरच होता. मोकळेपणाने, खुल्या दिलाने गप्पागोष्टी करणं बाबांच्या स्वभावाला परकं आहे. माझ्याही. हिशेबी धोका पत्करून त्यांची मर्जी राखू शकलो असतो मी. पण बाबा काळजीपूर्वक लावत असलेल्या सापळ्यात पकडला जाण्याची माझी इच्छा नव्हती. प्रत्यक्ष भेटीपूर्वी त्यांनी आपले डावपेच आखले असणार आणि त्यांचे बेत मी उधळून टाकण्याची शक्यताही त्यांनी गृहीत धरली असणार.

माझं तोंड बंद केल्यावर आता पुढची चाल त्यांनाच करावी लागणार होती. त्यांचा आंधळा डोळा माझ्यावर खिळला. कदाचित यापुढे ते कधीही माझ्याशी बोलणार नाहीत. कदाचित ते तडक निघून जातील. आणि मग अगदी खास प्रसंगासाठी राखून ठेवलेला प्रकार त्यांनी केला. त्यांच्या संग्रहातली समोरच्याला बेचैन व्हायला लावणारी सर्वांत परिणामकारक युक्ती. सावकाशपणे त्यांनी आपलं बोट आपल्या निर्जीव डोळ्याच्या खोबणीत खुपसलं आणि शोधकपणे सर्वत्र आतून फिरवलं. मी चेहरा निर्विकार ठेवण्याच्या प्रयत्नात. मला वाटतं मी त्यात बराच यशस्वी झालो, पण मी मोठ्याने रडलो भेकलो असतो तरी काही फरक पडला नसता. मोठ्या चवीने ते माझ्यावर होणाऱ्या परिणामाचं निरीक्षण करत होते. त्यांचं ते चाचपणं बंद करण्यासाठी स्वतःचे डोळे ओरबाडून, ओढून बाहेर काढायचीही माझी तयारी होती हे ते जाणत होते.

''मी हे पत्रक आणलंय. याच्यावर सही केलीत तर राजद्रोह, अपमान किंवा तत्सम इतर कसलाही आरोप कुणी आपल्यावर करणार नाही. आपले सर्व अधिकार आपल्याला परत दिले जातील. युद्ध समितीवर पुन्हा एकदा आपली नियुक्ती केली जाईल आणि राज्याच्या कल्याणासाठी आपण आखलेले सारे प्रकल्प आपल्याला सुरू करता येतील.''

''मी ते पत्रक पाहू शकतो का, महाराज ?''

''अर्थात. वाचल्याशिवाय कशावरही सही करायची नाही हे आम्हीच आपल्याला शिकवलं नाहीये का ?''

त्यांनी पत्रक माझ्या हाती दिलं. त्यात लिहिलं होतं की, मी युवराजपद आणि राज्यपदाचे सारे हक्क यावर तिलांजली देतोय.

''माझ्यावर विश्वास ठेव बेटा, हा फक्त एक उपचार आहे. लोकांची स्मृती फार अल्प असते. थोड्याच काळात त्यांना या साऱ्या प्रकाराचा विसर पडेल आणि मग तेव्हा आपण हा कागद फाडून टाकू.''

मला त्यांच्या मनाप्रमाणे करण्याची तीव्र इच्छा झाली. ते वापरत असलेले सारे शब्द खोटे होते, ज्यांच्यावर 'धोका' असं स्पष्ट लिहिलं गेलं होतं असे शब्द. आणि तरीही माझा विश्वास होता त्यांच्यावर.

''पृथ्वीराज काका आणि जयमल काका यांच्यासाठी सिंहासनावरचा हक्क सोडण्याची मागणी आजोबांनी आपल्यापाशी केली असती तर आपण अशा पत्रकावर सही केली असती ?''

''हा फक्त एक तात्पुरता उपाय आहे. एक धूळफेक फक्त. आम्ही शब्द देतो आमचा.''

''अशा अर्थाची वाक्यं असलेल्या पत्रकावर आपण सही कराल ?''

''उद्धटपणा करू नका.''

''जरी आपण ती केलीत तरी मी या कागदावर सही करणार नाही.''

त्यांचा आवाज अजूनही खालच्या पट्टीत होता, पण त्यांच्या धडक्या डोळ्यांत शिक्षेची धमकी दिसली मला. ''ही अखेरची संधी आहे, बेटा.''

ते माझ्यावर हात किंवा तलवार उगारणार असं वाटलं मला. त्यांनी एक उसासा टाकला आणि ते उठले. डोळे मिटून थोडा वेळ स्तब्ध उभे राहिले. आजची रात्र किती लांबच लांब होती. माझ्या स्वातंत्र्याची शेवटची रात्र होती का ही ? त्यांचे खांदे खाली ओघळले आणि एकाएकी त्यांच्या तोंडावर वृद्धत्वाची कळा पसरली. दरवाजापाशी जाऊन त्यांनी तो उघडला. त्यांचे रक्षक लगेच पुढे झाले. बाबा परत फिरले आणि माझ्या बिछान्यापाशी येत म्हणाले, ''जे व्हायचं ते चुकत नाही.'' माझ्या कपाळावर हात ठेवत, ''लढाईत आपण सात वेळा जबर जखमी झालात आणि राव विरमदेवांना मला कळवण्यापासून परावृत्त केलंत हे खरं आहे का ?''

''छोट्या, उथळ जखमा होत्या त्या, महाराज.''

''आता आपण आपल्या वडिलांशीही खोटं बोलू लागला आहात.''

''आपल्या जखमांविषयी आपण केव्हा बोलला होता ?''

''वेळेच्या फार आधी पाठवले गेलेले एक प्रेषित आहात आपण. मध्यरात्र उलटली नाही तोच लोकांना जागृत करू पाहणारा पक्षी.''

२४

स्वच्छ, सुंदर, पण तरीही घुमसणारी सकाळ. चितोडखालच्या सपाटीवर गंभीरी नदी म्हणजे एक वाहता सोनेरी सडा. कुणीतरी आकाशातलं सूर्यफूल तोडून त्याच्या सगळ्या पाकळ्या उपटून विखुरल्या होत्या आणि मधला झगझगीत गोल ठेचून टाकला होता. त्याच्या उधळलेल्या परागांसारखा प्रकाश क्षितिजापासून क्षितिजापर्यंत पसरलेला. सतत हेलकावणारे हे परागकण धड उडून वरही जात नव्हते, ना खाली येऊन स्थिरावत होते. लवकरच माझ्या सर्वांगावर पिवळ्या धुळीचा वर्ख चढेल. ती पिवळी धूळ माझ्या फुफ्फुसांत शिक्षपन त्यांना उजळून काढेल. माझ्या सूक्ष्म श्वासनलिकांत भरून आतली हवा बाहेर फेकली जाईल आणि गोठून माझा एक सुवर्णपुतळा बनेल. माझ्या पूर्वजाच्या, सूर्यदेवाच्या सन्मानार्थ.

पावसात अचानक पडलेला खंड साजरा करण्यासाठी आपल्या एकाक्ष पिसांचा थरारता पंखा लहरी लहरीने फैलावत मोरांचा थवा बाहेर पडला. मदाचा तीव्र गंध हवेत उधळत आणि आपल्या भावी सहचऱ्यांच्या वेड्यापिशा प्रियाराधनाकडे दुर्लक्ष करत निरंतर केकारव करणाऱ्या लांडोऱ्या छोटी छोटी उड्डाणं करत होत्या.

असं वाटलं होतं की पाऊस कधीच पडणार नाही. धान्याची कोठारं अर्धीअधिक रिकामी झालेली. अधूनमधून एखादं डबकं किंवा ओघळ असलेला एक सुकलेला सांगाडा झाला होता गंभीरी. तिचा तळ म्हणजे तडकलेल्या दगडगोट्याचं गांजलेल्या नाण्यांचं आणि इतर केरकचऱ्याचं खडखडीत पात्र. किल्ल्यात पाण्याचं आणि अन्नाचं वाटप मोजून मापून केलं जाऊ लागलं. अडीच महिन्यानंतर सर्वांनी आशा सोडली आणि अचानक आभाळ काळवंडलं. सूर्याला बाहेर कोंडण्यात आलं, चंद्र, तारे हद्दपार झाले आणि जगावर एक अंतिम अंधार उतरला. श्वास घ्यायला हवा उरली नाही, पक्षी नाहीसे झाले आणि तान्ही बाळं मूकपणे गुदमरू लागली. पावसाचा पत्ता नाही. मेवाडवर देवाचा कोप झाला होता. एकच उपाय उरला. शांती. देवांची कृपा आणि वृष्टी व्हावी यासाठी महायज्ञ करणं. पुरोहितांनी शुभमुहूर्त निवडला. आठवडाभर जोरात तयारी होऊ लागली. लाकूड, तूप, दूध, नारळ, हळदकुंकू, कापूर गोळा झाला. आता अग्नी पेटवून यज्ञाला सुरुवात होणार इतक्यात काळोख उजळला आणि पावसाला सुरुवात झाली.

दीड महिना तो अविरत कोसळत होता. देव आम्हांला कसला इशारा देत होते ?

ती एक रम्य सकाळ होती – जर तुम्ही श्वास रोखून धरू शकलात, किंवा त्याहीपेक्षा उत्तम म्हणजे, श्वास घेणं कायमचं बंद केलंत, तर. कारण चितोड पटकीच्या तडाख्यात सापडलं होतं आणि मृत्यू, कचरा आणि विष्ठा यांची असह्य दुर्गंधी पसरली होती. सात महिने मी माझ्याच घरात बंदिस्त होतो. बाबा म्हणाले ते खरं होतं. लोकांची स्मृती अल्प असते. माझ्याकडे लोकांचं दुर्लक्ष्य झालं नव्हतं, तर ते मला साफ विसरून गेले होते. दोघांपैकी अधिक अपमानास्पद कुठलं ते मला ठरवता येत नाही. ज्यांना शक्य होतं त्यांनी चितोड सोडलं. महाराज, राणी कर्मावती, विक्रमादित्य आणि बहुतेक दरबारी मंडळी ही त्यांच्यापैकी. परत एकदा राजधानीत मुक्त संचार करण्यासाठी मी मोकळा झालो असं म्हणायला हरकत नाही.

रस्ते चिखलाने भरले आहेत. पावसाचं पाणी आणि विष्ठा यांचं वाहतं मिश्रण, जे उघड्या नाल्यांतून वाहतं आणि गाळाने नाले तुंबले की बेबंदपणे बाहेर उसळतं. यात नवीन असं काहीच नाही. उन्हाळ्यात ऊन सर्व काही भाजून तात्काळ जंतुविरहित करतं. हिवाळ्यात ओठ आणि त्वचा फुटतात आणि सांडपाण्याचे नाले सुकून खडखडीत होतात. पावसाळ्यात माती, शेण, पाणी आणि विष्ठा यांचा खळाळता, घुसळता काला वाहतो. तरीही गेल्या सतरा पावसाळ्यांत, ज्यांतील दोन अनावृष्टीचे होते, एकदाही पटकीचा फैलाव झाला नाही. काही काही वर्षांतच साथी का पसरतात आणि इतर वर्षांत का नाही ? कुठून येतात त्या ? आणि अर्ध्याअधिक लोकांना मारून कुठे नाहीशा होतात ? आतापर्यंत तीन हजार सातशे अठरा माणसं मृत्युमुखी पडली. ही साथ संपेस्तोवर आणखीन किती बळी पडणार आहेत ?

रात्रभर आकांत, किंकाळ्या आणि विव्हळणं ऐकू येत होतं. चितोड सोडण्यापूर्वी विक्रमादित्याने मला दिलेली भेट होती ही : कंडी पिकवली गेली की, ज्या प्रकारे गुजरातच्या सैनिकांना मी मारलं त्याची शिक्षा म्हणून पटकीची साथ पाठवण्यात आली आहे. अफवा पसरत गेली. चितोडवासीयांना गुन्हेगार सापडला. बाबांच्या म्हणण्याप्रमाणे जनतेच्या विरोधाचं पारडं जड झालं. सुरुवातीला माझा घोडा रस्त्यावरून जाऊ लागला की माणसं घरात जाऊन दरवाजे धाडकन लावून घेत. दोनदा माझ्यावर हल्ले झाले. पहिल्या खेपेला मी तलवारीने स्वतःचा बचाव करत असताना मंगल आला आणि त्याने हल्लेखोरांना पळवून लावलं. दुसऱ्या खेपेला मी बेफिकीरवरून खाली उतरलो. भयचकीत मंगलने मला परत घोड्यावर चढून राजवाड्यावर जायला आणि तिथून शस्त्रबळ पाठवायला सांगितलं, तोपर्यंत तो गर्दीला ताब्यात ठेवणार होता. मला पाहताच प्रथम फक्त सहा सात जणांनीच माझी वाट अडवली होती, पण आता जवळजवळ पंचवीसएक कुजबुजणारी, चिडलेली माणसे, कुणीतरी पहिला हल्ला करण्याची वाट

पाहत गोळा झाली. ''रक्तानेच रक्ताची तहान भागेल,'' एका छोटच्या चणीच्या माणसाने तलवार उपसत सुरुवात केली. बारा वर्षांच्या एका मुलाने दगड भिरकावला जो माझ्या छातीवर बसला. गर्दी माझ्याभोवती आवळू लागली. विश्वासघातकी, गुन्हेगारी कृत्य प्रत्यक्ष कृतीत उतरायला त्याला चालना मिळावी लागते. गर्दीचा रोख दुसरीकडे वळवण्याच्या उद्देशाने मंगलने आपली तलवार उचलली आणि बाजूच्या माणसावर ती उतरणार इतक्यात मी हात वर केला. तो थांबला, पण त्याने तलवार म्यान केली नाही.

''मारा मला !'' मी म्हटलं. ''जर चितोडवरची पटकीची साथ त्यामुळे नष्ट होणार असेल, तर आत्ता मारा मला. देशावर फार मोठे उपकार होतील तुमचे.''

ते गप्प झाले. मीच त्यांच्या बेतात सामील होईन अशी अपेक्षा नव्हती त्यांची. बत्तिशीतले फक्त पंधरा दात उरलेली एक पांढऱ्या केसांची म्हातारी पुढे झाली आणि बोलू लागली.

''इथे जमलेले पन्नास मूर्ख त्यांना सांगितल्या गेलेल्या कुठल्याही अर्थशून्य गोष्टींवर विश्वास ठेवतात म्हणून आपणही त्यांचं अनुकरण करून मूर्खपणा करण्याची गरज नाही, युवराज. इथे गोळा झालेल्या या सज्जनांना मी एक प्रश्न विचारू इच्छिते,'' म्हातारी माझ्या हल्लखोरांना किंवा मला सहजासहजी सोडणार नव्हती. ''ते आपल्यापेक्षा अधिक विद्वान आहेत तेव्हा प्रश्न आपल्याला न करता मी त्यांना करतेय याची माफी असावी. शत्रूशी कशा प्रकारे वागायचं असतं ? सापांना पदराखाली घेऊन पाजायचं असतं का, म्हणजे ते त्यांचे विषारी दात तुमच्या शरीरात घुसवून तुमचा संपूर्ण नायनाट करू शकतील ? एकेकाळी मी पत्नी होते. माझा नवरा मारला गेला. मी आई होते जिची नऊ मुलं मृत्युमुखी पडली. मी आजी होते जिचे सतरा नातू मेले. सारेच्या सारे लढाईत. एक पणतू उरला होता माझा. तोदेखील जेव्हा आपल्याबरोबर गुजरातच्या आघाडीवर गेला, तेव्हा मात्र मला खरंखुरं अनाथ झाल्यासारखं वाटलं. पण आपण त्याला परत आणलंत, युवराज. आपण इदर परत जिंकून घेतलंत आणि तीन हजार सैनिकांच्या आणि राजेंद्रसिंहांच्या मृत्यूचा बदला घेतलात. या आपल्या कर्तृत्वाला सन्माननीय नाही म्हणायचं तर काय म्हणायचं ते हे सत्पुरुष मला सांगू शकतील का ? आणि आपण युवराज,'' आता कानउघाडणीची माझी पाळी होती, ''आपलं चुकतं ते इथे की आपण परक्यांशी कणखर आणि स्वकीयांशी नरमपणे वागता. बुजऱ्या स्वभावाचं निमित्त करू नका. आपल्या पदावर असलेल्यांचा तो गुण होऊ शकत नाही. एक तुतारी आणा आणि सर्वदूर ती फुंका. आपल्या शूरवीर नायकांच्या साहसी कृत्यांची गाणी गाणारे सारे चारण आणि कवी कुठे गेले ? जर कुणीतरी स्वतःच्या फायद्यासाठी त्यांची मुस्कटदाबी केली असेल तर हात ओले करण्याने त्यांच्या जिभा सैल सुटतील.'' आपलं बोळकं पसरवत ती मिस्कील हसली, ''जोहराबाईला का नाही नेमत या कामावर ? म्हणजे मला.''

सर्वत्र जड शांतता. ''आजपासून सुरू करू ?'' बोचऱ्या शब्दांचा परिणामकारक उपयोग करणारी ती एक उत्कृष्ट अभिनेत्री होती आणि या नाट्यमय प्रसंगाची प्रचंड मजा लुटत होती. खुश झालेला तिचा प्रेक्षकवर्ग मोठ्याने हसून तिला दाद देऊ लागला.

तिने आपलं मस्तक माझ्या पायांवर ठेवलं. मी तिला उठवून उभी करत असताना तिने आपली नजर आता चौपट झालेल्या गर्दीवरून फिरवली. ''आता आपलं डोकं खाली वाकवावं युवराज, म्हणजे एक जख्खड म्हातारी – इतकी जख्खड की कदाचित कधी मरणारच नाही – आपल्याला आशीर्वाद देऊ शकेल.'' माझा चेहरा आपल्या दोन्ही हातांत घेतला तिने. कुठल्याही क्षणी भुगा होऊन पडेल अशा जुन्या, चरचरीत कागदासारखे होते तिचे तळवे. ''देव सदा आपलं भलं करो, युवराज !''

जसजसा सूर्य वर चढून दिवसाचा ताबा घेतोय तसतशी गंभीरी आपल्या चलनाचं सोन्यातून चांदीत अवमूल्यन करतेय. पावसापासून मिळालेली मोकळीक आणखी काही काळ लांबेल का ? पूर आलेल्या गंभीरीपेक्षा अधिक सुंदर दृश्य क्वचितच आढळेल. तिचा जोश भीती उत्पन्न करतो तसाच हर्षही. ती उच्छृंखल, बेभान आणि घातक होते. पावसाळा तिचा आवडता ऋतू, कारण तट्ट भरलेलं आभाळ तिला झोडपत, रक्ताळत आपलं वीर्य तिच्यात सांडत असतं. पण आता अतिरेक झाला होता. आठ–दहा दिवसांसाठी जर पाऊस थांबला तर भूमी सुकेल आणि कदाचित पटकीचा जोर कमी होईल.

या महामारीचा एक निश्चित क्रम आहे. पहिले दोन दिवस पुरुष, बायका आणि वाढलेली मुलं परसदारी शौचाला जातात. तीस, चाळीस वेळा. पिचकारत, फवारत संतापलेल्या आतड्यांना जणू बाहेर काढू पाहतात. पोटातल्या या चवताळलेल्या, वळवळत्या अजगराच्या जाणीवेने हैराण होऊन आत जे काही असेल ते बाहेर फेकतात. पुढचे दोनेक दिवस कष्टाने खुरडत का होईना पण कसंबसं परसदार गाठतात. त्यानंतर मात्र निश्चल बिछान्यात पडून राहतात. पाण्यासारखं पातळ पाणी शरीरातून वाहत राहतं. थकव्यामुळे आलेल्या ग्लानीत, कोरडी पडलेली उघडी तोंडं आणि छतावर खिळलेली निस्तेज नजर घेऊन. वाहणारी बारीक धार फक्त त्यांच्या जिवंतपणाची खूण. श्वासोच्छ्वास इतका मंद होतो की चार – पाच प्रसंगी धुगधुगता जीव असलेली शरीरंदेखील मृत समजून गाडीवानांनी आपल्या गाडीत उचलून टाकली होती.

गाड्यांच्या मागून मांसभक्षक पक्षी. देवाने गिधाडांना आणि त्यांच्या जातीच्या इतर प्राण्यांना, उदाहरणार्थ – तरस, इतकं कुरूप आणि बीभत्स का बनवलं असेल ? ते मृत्यूवर पोसतात म्हणून ? पण एक अपवाद आहे. कावळा पाहिलाय ? किती हुशार, चतुर असतो. चकाकत्या सतेज काळ्याकुट्ट अंगाचा. कुणाला आवडो वा न आवडो,

पण अतिशय कामसू, व्यवहारी पक्षी. पण गिधाडांची गोष्ट वेगळी. इतका मळकट, गलिच्छ, बेडौल पक्षी दुसरा नसेल. त्याचं फक्त एकच लक्ष्य. अन्न. तेसुद्धा खायला मोठ्या नाखुशीने उठणार आणि तोंडावर नाराजीचा भाव ठेवून खाणार. मनाविरुद्ध खावं लागणं म्हणजे कठीण काम. पण हे एक काम तो कधी टाळत नाही. भरलेल्या पोटावरदेखील, सडकं प्रेत संपेपर्यंत तो ते खात राहतो. मग एक तास लागो किंवा एक संपूर्ण दिवस.

सूर्य परत पळू लागलाय. मळके, काळवंडलेले, राखेच्या रंगाचे ढग पूर्वेकडून येऊ लागलेत आणि मंद, चिकट सरी खाली उतरताहेत. फुगलेल्या जळवांसारखे थेंब त्वचेला चिकटून बसतात आणि त्यांना निपटून काढलं तर मागे कोळशाच्या बुकीसारखा काळा पातळ थर सोडतात. हा पाऊस स्वच्छ करत नाही. हा तुमच्या मनात दाट धुकं भरतो आणि शरीरं आणखीनच मळवून जातो.

लांडोरींना नाटकी आढेवेढे घ्यायचा कंटाळा आलेला दिसतोय. किंवा अधिक ताणून धरलं तर मोर कंटाळून निघून जातील आणि मग रतिक्रीडेसाठी पुढच्या वर्षापर्यंत वाट पाहावी लागेल अशी भीती त्यांना वाटली असावी. कारण अचानक त्यांच्यात धांदल उडालीये. नखरेल लाजणं आणि खोटं खोटं अळंटळं संपलंय आणि क्षणभरात सारे मोर आपापल्या सहचरींशी जुडलेत. त्यांचा उडालेला गोंधळ मी महालाच्या खिडकीतून पाहतोय. परिस्थितीच्या गांभीर्याची त्यांना जाणीव आहे का ? जगावर पडलेली यमाची सावली त्यांना दिसत नाहीये का ?

''लक्ष्मणसिंहजींनी आपल्याला आशीर्वाद पाठवलेत. आपण लगेच त्यांना त्यांच्या कचेरीत भेटू शकता का ?'' नोकराच्या आवाजात अपराधीपणाची छटा होती.

आपापल्या प्रियेबरोबर संभोगात मश्गूल असलेल्या मोरांच्या डोळ्यांत आत्यंतिक समाधानाचे आणि स्वसंतुष्टतेचे भाव होते. मी खिडकीतून वळलो आणि नोकराच्या मागोमाग संरक्षण मंत्र्यांच्या कचेरीत येऊन पोचलो.

''राजकुमारीसकट आपण चितोड लगेच सोडावं.'' लक्ष्मणसिंहजींनी ताबडतोब विषयाला हात घातला.

''कुठल्या कारणासाठी, काका ?''

''कुठल्या कारणासाठी ?'' माझ्या प्रश्नाने ते थोडे विस्मित आणि त्रासल्यासारखे वाटले. ''कारण उघड नाहीये का ? आपले जीव धोक्यात आहेत, म्हणून.''

''कुणापासून ?''

''झालंय तरी काय आपल्याला युवराज ? आपण एक हुशार, समजदार तरुण आहात, जो स्वतःचा किंवा इतर कुणाचाही जीव अनावश्यक संकटात घालणार नाही,

असं मी समजत होतो.'' मला अजूनही बोध होईना. ''पटकीपासून, युवराज, आणखी कशापासून ?'' माझ्या चेहऱ्यावरचा सुटेकचा भाव पाहून ते हसले. ''आपण काय समजलात ?''

''काय समजायचं आणि काय नाही तेच हल्ली मला समजेनासं झालंय.''

''आपल्याला सगळीकडे धोक्याचा इशारा दिसू लागलाय आणि तेही बरोबरच ...'' त्यांनी वाक्य अर्धवट सोडलं. ''आपल्या जागी दुसरा कुणीतरी असता तर काहीतरी अविचारी आणि बेजबाबदार गोष्ट करून बसता. तर मग उद्या पहाटे आपण आणि आपली पत्नी चितोड सोडणार हे ठरलं.''

''माझ्या बायकोचं मी काही सांगू शकत नाही. आपल्याला यासंबंधी तिच्याशीच बोलावं लागेल. पण मला मात्र इथे कामं आहेत.''

''आपण गेला नाही तर राजकुमारीदेखील जाणार नाहीत हे आपण जाणता.''

''जरी मी गेलो, – माझा तसा बिलकूल इरादा नाहीये – तरी त्या माझ्याबरोबर येतीलच याची काही शाश्वती नाही. त्यांचीही इथे कामं आहेत.''

''इथे कुठलीही अशी कामं नाहीयेत जी आपले आरोग्य अधिकारी सांभाळू शकत नाहीत.''

''कुठले आरोग्य अधिकारी, काका ? आपलं आरोग्य सचिवालयदेखील नाहीये, आरोग्य मंत्रिमंडळ तर सोडूनच द्या. जे काही पाच आरोग्य अधिकारी म्हणून नेमले गेले आहेत ते मूळचे महसूल आणि शेती खात्यातले आहेत. त्यांना या विषयाची माहिती किंवा ओढही नाही. ना त्यांच्या हातात पुरेसं धन आणि ना सत्ता दिली गेली आहे.''

''हे खरं नाही. साथीच्या या संकटाला तोंड देण्यासाठी मी या वर्षाच्या संरक्षण निधीतून पाच टक्के धन बाजूला काढून ठेवलंय.''

''माझं अजून बोलून झालेलं नाहीये, काका. पाचापैकी दोन अधिकारी मरण पावलेत.''

''तेच माझं म्हणणं आहे. जाणूनबुजून राज्याच्या भावी राजाचं आयुष्य मी धोक्यात घालू शकत नाही. महाराजांनी चितोड सोडावं म्हणून तीन आठवडे मला त्यांची मनधरणी करावी लागली. आता आणखी तीन महिने आपली मनधरणी करण्याची माझी इच्छा नाहीये.'' त्यांचा श्वास चढला आणि त्यांचे गुबगुबीत बाळासारखे मऊ, ओघळते गाल रागाने थरथरू लागले.

''आपल्याला वाटत असलेली आमच्याबद्दलची काळजी मी कमी लेखत नाहीये. आपण बाबांना जायला लावलंत ते उत्तम केलंत. मी जर महाराजांचा एकमेव पुत्र असतो तर चितोडच्या भविष्यासाठी स्वत:च्या जिवाचं रक्षण करणं हे मी माझं आद्य कर्तव्य मानलं असतं. पण जर मी उद्या मेलो तरी आपल्या वंशाचे अजून सहा राजकुमार

आहेत. आपल्या जनतेचं नैतिक धैर्य राखण्यासाठी आणि त्यांना सुरक्षित वाटावं यासाठी राजघराण्यातल्या कुणीतरी त्यांच्याबरोबर राहणं आवश्यक आहे.''

''मी राजघराण्यापैकीच आहे.'' ते रागाने गुरगुरले. आपल्या मानमरातबाच्या अभिमानाने ते ताठ झाले होते.

''अर्थात, काका. आज राजधानीत सारे व्यवहार सुरळीतपणे चालू आहेत ते आपल्याच वास्तव्यामुळे आणि नेतृत्वामुळे. पण मी महाराणांचा पुत्र आहे आणि योग्य असो वा अयोग्य, सर्वांत ज्येष्ठ पुत्र आहे. आपल्या प्रजेबरोबर राहणं माझं कर्तव्य आहे. आपण परवानगी दिलीत तर मला आपल्या हाताखाली काम करायला आवडेल.'' त्यांच्यात आणि बाबांच्यात वितुष्ट येऊ नये म्हणून लगेच म्हणालो, ''पण अनधिकृतपणे.''

माझ्या या शब्दांनी काकांच्या हळुवार भावनांना स्पर्श केला असावा, कारण त्यांचा आवाज अधिकच घोगरा झाला. ''तुम्ही नेहमीच हट्टी होता. आता या वाढलेल्या वयात तुम्हांला अक्कल येणं कठीणच.''

प्रत्येक संकटकाळी तारणहाराची गरज असते. साथीच्या महामारीत माझी बायको या भूमिकेत चपखल बसली. तिचे खूप अनुयायी झाले होते आणि त्यात फक्त बायकाच नव्हत्या. जगलीवाचलेली गावातली सगळी माणसं, ज्यांना चालण्याफिरण्याची शक्ती होती, दर सकाळी आणि रात्री वृंदावनी मंदिरात तिच्या आरत्यांना हजर असायची. तिची आणि माझी हल्ली भेट होत नसे. दिवसभर आणि कधी कधी अर्धी रात्र ती बन्सीबाजासमोर चितोडच्या रक्षणासाठी प्रार्थना करत असायची.

वृंदावनी मंदिराच्या जवळ असलेली एक जुनी, मोकळी वास्तू कौसल्याने मागून घेतली. तिथे तिने मुलांसाठी एक अनाथालय सुरू केलं. त्याचं नाव ठेवलं 'नंदनवन.' आधीच मितभाषी असलेली कौसल्या हल्ली जवळजवळ अबोलच झाली होती. कधी कधी घरी आल्या आल्या ती आपला चेहरा माझ्या कुशीत लपवायची. मी ओळखायचो की अनाथालयात बरीच मुलं मृत्युमुखी पडली असावीत किंवा दिवसरात्र शुश्रूषा करूनही एखादं मूल, ज्याचा तिला लळा लागला होता, वाचलं नसावं. कधीतरी आम्ही प्रेम करायचो. ती कधीच मला नाकारत नसे. कदाचित माझ्याप्रमाणेच मन दुसरीकडे कुठेतरी गुंतवायचा प्रयत्न असेल तो तिचा. मोरच नाही, तर माणसंदेखील दु:खाच्या उदासीनतेच्या, मृत्यूच्या, आनंदाच्या, वेदनेच्या प्रसंगी प्रेम करतात.

गुरुवारी संध्याकाळी एका सरकारी अभियंत्याला बरोबर घेऊन मी नंदनवनाला भेट

दिली. काही दिवसांपूर्वी कौसल्याने मला सांगितलं होतं की, अनाथालयाचं छप्पर ठिकठिकाणी गळतंय आणि लवकरच कौलं आणि वाशांसकट ते खाली कोसळण्याची शक्यता आहे. आम्हांला निघायला थोडा उशीरच झाला, पण रस्ते निर्मनुष्य असल्याने आम्ही घोडे वेगाने दौडवले. नाहीतरी या दिवसांत दिवेलागणीनंतर रस्त्यात कोण दिसणार ? असं मला वाटलं, पण ते चूक होतं. कारण रस्ते, निदान हा रस्ता तरी साथीच्या भयाने निर्मनुष्य नव्हता. चितोडचे सारे नागरिक, धडधाकट किंवा आजारी, म्हातारे किंवा तरुण, सामान्य आणि सैनिक, वेश्या, भडवे, पुरुष, बायका, मुलं सारेच्या सारे वृंदावनी मंदिरात गेले होते. आज बन्सीबाजाचा उत्सव होता का ? मंदिरातल्या मूर्तीची चोरी तर झाली नव्हती ? की काही अपघात ? हालायलाही जागा नव्हती. मंदिर आणि प्रशस्त महाराणा कुंभ पथ भरभरून वाहत होता. काही माणसं कापत होती तरीही भिजण्याची किंवा ज्वराची त्यांना पर्वा दिसत नव्हती. मला पाहताच गर्दीने बेफिकीरला अडवलं आणि लगाम पकडला. हजारोंच्या या जमावापासून मला वाचवायला या वेळी जोहराबाईही नव्हती आणि माझा विश्वासू, साहसी मंगलही. माझ्याबरोबर असलेल्या माणसालादेखील त्यांनी खाली उतरायला भाग पाडलं.

"त्यांना सोडा. या साऱ्याला मी जबाबदार आहे." माझ्या म्हणण्याकडे कुणीही लक्ष दिलं नाही, पण मला पुढे जायला शांतपणे वाट मोकळी करून दिली. जन्म-मरणाचा फेरा एकाच जन्मात पुरा होऊ शकतो हे मला माहीत नव्हतं. नरकवास कुठे दुसरीकडे किंवा कुठल्यातरी दुसऱ्या जन्मात नसतो. भयानक अनुभवातून परत परत जाणं म्हणजेच नरक. मी मंदिराच्या पायऱ्यांपाशी पोचलो. तो आवाज मी कित्येक वर्षांपूर्वी ऐकला होता. आज देखील आम्ही दौडत महाराणा कुंभ पथावर वळलो तेव्हा मी तो ऐकला पण मी सत्य परिस्थिती स्वीकारायला तयार नव्हतो. तेच गाणं होतं का? खरं म्हणजे मला नीटसं आठवत नव्हतं ते. नव्हतं कसं ? प्रत्येक शब्द मला आठवत होता आणि हे ते गाणं नव्हतं हेही मला कळत होतं. एक एक पाऊल टाका युवराज, आणखी एक, एक आणखीन आणि आपण कैलास पर्वताच्या शिखरावर पोचाल. ती मिटल्या डोळ्यांनी एकतारीच्या तारा छेडत, बेभान गिरक्या घेत, तन्द्रीत नाचत होती. ध्रुवपद येताच हजारो आवाज ते शब्द उचलायचे आणि उंच आकाशात पोचवायचे. कुठल्यातरी पूर्वनियोजित संकेतापर्यंत ध्रुवपद पुन्हा पुन्हा घोळलं जायचं आणि मग ती पुढचं कडवं गाऊ लागायची.

उमलू नाही शकत ते कसलं फूल ?
कसली ती हवा जिने भरत नाही ऊर ?
तहान नाही भागत ते कसलं नीर ?
सुख नाही देत ते कसलं शरीर

कसला तो सूर्य जो देत नाही ऊर्जा ?
स्वर्ग गाठंत नाही ती कसली पूजा ?

(वैषयिंक आणि आध्यात्मिक यांना एकाच पंक्तीत तिच्याशिवाय दुसरं कोण बसवू शकेल ?)

रक्षण नाही करत तो कसला रक्षणकर्ता ?
रक्षण कर, हे देवा, रक्षण कर आता.
शंभर गुन्हे भरताच शिदूमालाचे तू उचललास हात
एलशे एक भरलेत आमचे, कुठे आहेत नाय ?
दौपदीच्या वस्त्रहरणाला प्रकट झालास तू
उघडे-नागडेच जन्मलो आम्ही, कुठे आहेस तू ?
कोबलेल्या इन्द्राने पाठवल्या प्रलयाच्या सरी
वृंदावन वाचवलंस तू गोवर्धन गिरीधारी
रक्षण नाही करत तो कसला रक्षणकर्ता ?
अभद्रापासून रोगांपासून संकटांपासून आता
रक्षण कर, हे देवा, रक्षण कर नाथा.

शेवटचं "रक्षण कर आमचं रक्षण कर"पर्यंत तिच्या आवाजाची पट्टी आणि उन्माद इतका वाढला की ती खाली कोसळली आणि निपचीत पडली. कोणीही जागचं हललं नाही. मग एकामागून एक पुढे झाला आणि तिच्या पावलांना स्पर्श करू लागला. धक्काबुक्की होण्याची शक्यता होती पण सर्वजण शिस्तीने रांगेत उभे राहिले. परिस्थिती कशी बदलली होती पहा. नाची, कुलटा, राजवेश्या, चितोडच्या नागरिकांनी तिला भाषेतल्या प्रत्येक घाणेरड्या शिवीने संबोधलं होतं. माहितीची विशेषणं संपली तेव्हा नवीन निर्माण केली होती. अखेरीस तिचं नाव म्हणजे अप्रामाणिक बायकोचा पर्यायवाचक शब्द झाला जसं माझं नाव फसवला गेलेल्या नवऱ्याचा झाला होता. तिलाच आता "छोटी संतमाई" म्हटलं जायचं. कुठल्याही गोष्टीची खूपदा पुनरावृत्ती झाली की ती गोष्ट अंगवळणी पडते. भरलेलं पोट आणि उपासमार, सामान्य आणि असामान्य, सर्वमान्य आणि निषिद्ध, श्रीमंती आणि गरीबी, यांच्यातलं अन्तर, म्हणजे सराव. ती नाचायची गायची तेव्हा मी शरमेने आणि रागाने तिच्या हातातली जेवणाची थाळी लाथेने उडवायचो. गेल्या खेपेला मी अशाच प्रसंगी इथे हजर होतो तेव्हा जठरातल्या पित्ताने माझा मस्तकशूळ उठवला होता, आणि राजवाड्यातल्या तिच्या महालात तिला बंदिस्त करण्याचा हुकूम मी दिला. आता ती गाते तेव्हा मी रागवत नाही. बेपवाईने खांदे देखील उडवत नाही. मी फक्त माझे कान आणि तोंड बंद करतो. खरं सांगायचं तर मी लक्षच देत नाही. ती तिच्या मार्गाने जाते, मी माझ्या.

ती शुद्धीवर आली. ती संकोचली. ती उठून बसली, आणि मग उभी राहिली. आपली पावलं तिने घागऱ्याने झाकली, मग हाताने, पण काही उपयोग नव्हता. ते थाळीत नाणं ठेवायचे आणि हाताने किंवा कपाळाने तिच्या पावलांना स्पर्श करायचे.

''माझ्या नाही, माझ्या नाही. देवाच्या पायांपाशी प्रार्थना करा.'' ते स्मित करून पुढे सरकायचे. तिचे पाय नाही स्पर्शता आले तर ती उभी असलेल्या जमिनीला स्पर्श करायचे. माझ्या मनात विचार आला की आत्ता कर्मावती राणीसाहेब आणि विक्रमादित्य हवे होते इथे हे पहायला. त्यांचा इतकं तिच्यावर प्रेम करणारं आणि तिच्या भल्याची इच्छा करणारं दुसरं कोण होतं ? फक्त पुजाऱ्यांचं मत बदललं नव्हतं. जन्माष्टमीच्या दिवशीचं तिचं वागणं त्याना निर्लज्ज वाटलं होतं. तुच्छतेने त्या वेळी कुत्सित पणे हसले होते ते. आता त्यांचा द्वेष उघड होता. मी मंदिराच्या मुख्य पुजाऱ्याकडे पाहिलं. घृणा आणि भय होती त्यांच्या डोळ्यांत.

छोटी संतमाई – ज्या नावाने सर्व माझ्या बायकोला आता ओळखू लागले होते – पुजाऱ्यांचं महत्व आणि मंदिर बळकावून बसली होती. मुख्य महंताने दोन्ही हात वर केले. आतली माणसं, आणि हळुहळु बाहेरची गर्दी शांत झाली. ''आपल्या शहरावर पसरलेल्या भयंकर साथीचं निवारण करण्यासाठी चितोडच्या पुरोहित मंडळांनी संकट विमोचन यज्ञ सत्र सुरू करण्याचा निर्णय घेतला आहे.'' सर्वांना, विशेषत: राजकुमारीला आव्हान देत महन्ताचा आवाज वातावरणात घुमला. ''देवांना जागृत करुन त्यांचा कोप शांत करण्यासाठी पाळीपाळीने पुरोहित मंडळाचे सभासद दिवसरात्र हे सत्र चालू ठेवतील. देव आमचं गाऱ्हाणे ऐकेस्तोवर आम्ही विश्रांती घेणार नाही. दुष्ट शक्तीचं दमन करण्यासाठी संकट विमोचन यज्ञ हा सर्वांत जालीम उपाय आहे. आम्ही आपल्याला आमचा शब्द देतो.''

बाहेरच्या गर्दीतून एक बारीक आवाज आला, ''छोटी संतमाई हाच आमचा यज्ञ. तीच आमचा अग्नि आहे जो या भूमीला शुद्ध करेल... तुम्हा सर्वांना देखील.''

त्या दीडशहाण्यामुळे वृंदावनी मंदिर धाडकन कोसळलं नाही हे एक आश्चर्यच. कारण लोक कित्येक महिन्यात हसले नसतील असे हसू लागले होते.

''आपल्यात प्रगट झालेल्या त्या दुष्ट शक्तीचा,'' मुख्य महंताचा आवाज गर्दीच्या गोंगाटावर चढला होता, ''आम्ही नायनाट करू.''

काय म्हणायचं होतं त्याला ? कुणाला उद्देशून त्याने हे विधान केलं होतं ? पटकीला ? गर्दीला हसवणाऱ्या त्या माणसाला ? की कुठल्याही मध्यस्थाशिवाय देवाशी प्रत्यक्ष बोलू शकणाऱ्या माझ्या बायकोला ? मला आणि माझ्या बायकोला जितके आणि ज्याप्रकारचे शत्रू होते तेवढे आजपर्यंत राजघराण्यातल्या कुठल्याही जोडप्याला

नसतील. आता त्यांच्या संख्येत चितोडच्या पुजारीवर्गाची भर पडली होती.

''छोटी संतमाई चिरायू होवो.'' एक बाई ओरडली आणि गर्दीने ते वाक्य उचलून धरलं. आता त्यांना थांबवणं कठीण होतं.

मी आणि सरकारी आभयंत्याने अनाथालयाची तपासणी केली. ''याच्या दुरुस्तीसाठी बराच खर्च होईल.'' तो म्हणाला.

''ठीक आहे. आताच्या संकटापुरताच नाही, तर कायमचा आसरा हवा आहे मुलांना. उद्यापर्यंत मला खर्चाचा अंदाज द्या.''

''होय युवराज. सारी वास्तूच पडीक झालीये. ताबडतोब त्याची डागडुजी करणं आवश्यक आहे.''

''कौसल्या, राजकुमारींना खर्चाचा आकडा घेऊन उद्या लक्ष्मणसिंहजींना भेटायला सांग. वृंदावनी मंदिरातल्या त्यांच्या आरत्यांना थाळीत जो पैसा गोळा होतो, तो या कामासाठी वापरला जावा असं सुचवायला सांग त्यांना.''

हे म्हणंत असताना माझ्या तोंडावर जरी स्मित नव्हतं तरी मनातल्या मनात या आदर्श न्यायाच्या कल्पनेने मला एक दुष्ट आनंद होत होता. मंदिरातल्या पुजाऱ्यांवर, त्यांच्या आपल्या निधीतून एका चांगल्या कामासाठी खर्च करण्याची पाळी जन्मात प्रथमच येणार होती. तसा मी, आपल्या लक्षात आलंच असेल, अल्पसंतोषी आहे. पण या छोट्याशा आनंदासाठी मला आणि चितोडला अवाढव्य किंत द्यावी लागली. कारण हजारो शेर दूध, लोणी, तूप, फळं आणि अन्न यज्ञाच्या आहुतीत ओतलं गेलं. किती लाकूड जळलं, किती बकरे कापले गेले, किती शेर केशर कुटलं गेलं, किती नारळ फोडले गेले आणि किती आचारी दिवसरात्र खपले याची गणतीच नाही. आम्ही कुणाला शांत करत होतो आणि कशासाठी ? कुठल्या पापाची आम्हाला शिक्षा होत होती ? सर्व काही, अनुमान, कल्पना, वितर्क, अवर्षण, दुष्काळ, पूर, साथी, पराजय, कमतरता, वैयक्तिक किंवा जागतिक हालअपेष्टा, सर्वाचं उत्तर एकच: आपण काहीतरी पाप केलं असणार. भयानक पाप. कसलं पाप ते कुणीच सांगू शकत नाही, आणि जर गुन्हा माहित नसेल तर त्याचं परिमार्जन तरी कसं करायचं ? माझ्या बहिणीने, सुमित्राने काय पाप केलं होतं ? गुन्हरियाला का मरण आलं ? लीलावतीचा काय गुन्हा ?

देवांना विकत घेतलं जाऊ शकतं ही कल्पनाच मला संशयास्पद आणि नीच वाटते. हा नवीन विचार नाहीये. सर्व साधुसंतांनी अनेकवेळा तो प्रकट केलाय. तरीही आपण देवदेवांची शांती करतच असतो.

चितोडचे नागरिक छोट्या संतमाईच्या प्रक्षुब्ध कीर्तनाला जात राहिले. ती

नाचायची, गायची. ते पण सामील व्हायचे. ती एक तांब्याचा पैसाही मागत नसे. तिच्या गाण्याचे शब्द साधे सरळ असायचे आणि ते त्यांना समजायचे. तिचं काव्य ओखीचं वाटायचं, तरीही त्यातला विरोधाभस परिणामकारक टोमणे आणि भाऊक कळकळ त्यांना चकीत करायची. ती आपल्या गाण्यांना अगदी बाळबोध चाली द्यायची, त्यामुळे प्रत्येकाच्या ओठांवर ती सतत घोळत रहायची. पण तेच नागरीक यज्ञालाही हजर राहिले. त्यांना संस्कृतचा शब्दही कळत नव्हता, आणि कळत असता तरी ज्या प्रकारे पुरोहित एका श्वासात एक श्लोक किंवा सूत्र म्हणायचे त्यामुळे सर्व शब्द एकमेकात मिसळून एक अनाकलनीय ध्वनी उत्पन्न व्हायचा ज्याचा अर्थ देवानाही लागणे कठीण. तरीही चितोडचे बिचारे सज्जन, देवभिरू नागरीक अधुन-मधून यज्ञाला भेद देत, पैसे ठेवत आणि कृतकृत्य होत. दुसरं काही नाही तरी यज्ञाचा एकंदर देखावा भव्य आणि दरारा उत्पन्न करणारा होता. आणि न जाऊन उगीच धोका का पत्करा ?

सर्व काहीकाळात विलीन होतं. (इथे एक दीर्घ, अर्थगंभीर विराम देऊन पुढच्या वाक्याकडे जावं.) विलीन — एक छान संदिग्ध शब्द. सर्व काही मुळात अस्तित्वात असतं ? की ते क्षणभंगुर असतं ? की सर्व काही कधी नसतंच ? की ही तिन्ही स्पष्टीकरणं बरोबर ?

२५

जारापासून सावध. गरजेच्या वेळी वैऱ्याहूनही अधिक तत्परतेने तो तुमचा त्याग करेल.

अगदी शेवटी, साथीचा जोर संपत आला असताना, युवराजाच्या पत्नीला लागण झाली. सुरुवातीला तिने लपवून ठेवलं. कौसल्याला वाटलं की कदाचित तिची महिन्याची पाळी आली असेल. किंवा इतर सर्वांप्रमाणे अतिश्रमाने ती थकून गेली असेल. पहिल्यापासूनच नाजूक प्रकृतीची होती ती. पण लवकरच दुखणं लपवून ठेवणं अशक्य झालं अणि राजवैद्याला बोलावलं गेलं. तिच्या नवऱ्याच्या मते त्याची काही गरज नव्हती. तिचा प्रियकर आणि देव तिला कसा मरू देईल ? त्यानेच छोट्या संतमाईचं गाऱ्हाणं ऐकून चितोडची मातलेल्या मृत्यूपासून सुटका केली, असं सर्वत्र म्हटलं जात नव्हतं का ? काही दिवसांनी पातळ धारेचा सडका वास तिच्या दालनातून युवराज राहत असलेल्या महालाच्या भागात पसरू लागला. तिच्या ओकाऱ्यांचा आवाज ऐकू यायचा त्याला. हल्ली तोही क्षीण झाला होता, पण काळजीचं कारण नव्हतं. अगदी अखेरच्या क्षणीच प्रगट झाले नाहीत तर ते देव कसले ? द्रौपदीचं वस्त्रहरण सुरू झाल्यानंतरच बन्सीबाज येऊन पोचला नव्हता का ? दुष्ट कौरवांची लज्जास्पद वागणूक आणि दरबारातल्या सर्व वडीलधाऱ्यांचं मूग गिळून तो प्रकार पाहणं हे निळ्या देवाला अंतर्ज्ञानाने ठाऊक नव्हतं असं नाही. पण जर योग्य परिणाम साधायचा असेल तर वेळ साधून प्रवेश करणं महत्त्वाचं. आता देखील बन्सीबाज नक्की येणार... पण शेवटच्या घटकेला.

दरम्यान, गावात अफवांचा सुकाळ झाला होता. खरं म्हणजे एकाच अफवेचे वेगवेगळे प्रकार होते, की छोट्या संतमाईने आपल्या जिवाच्या बदल्यात चितोडच्या नागरिकांच्या सुरक्षिततेची मागणी केली होती देवांपाशी. थोड्याच दिवसांत ती अफवा न राहता ते एक अंतिम, प्रमाणित सत्य बनलं. दर अर्ध्या तासाला घोषित केल्या जाणाऱ्या तिच्या प्रकृतीसंबंधीची माहिती ऐकण्यासाठी राजवाड्याच्या भिंतीबाहेर दिवसरात्र गर्दी जमलेली असायची. पाऊस थांबला होता आणि गिधाडं अदृश्य झाली होती. पण जेव्हा जेव्हा युवराज खिडकीबाहेर नजर टाकायचा तेव्हा तेव्हा

राजवाड्याबाहेर गिधाडांचा मेळावा जमल्याचा त्याला भास व्हायचा. खरं सांगायचं तर छोट्या संतमाईचा भक्तगण वाट पाहतच नव्हता. ती मरणार याची त्यांना खात्री होती. फक्त जातीच्या गिधाडांप्रमाणे मुख्य घटना घडतेसमयी त्यांना तिथे हजर राहायचं होतं.

त्या रात्री कौसल्याने त्याच्या दरवाजावर थाप मारून आत येण्याची परवानगी मागितली. तिच्या औपचारिकतेचा त्याला जरा रागच आला.

''काय आहे ?''

''युवराज, जरा येऊन त्यांना पाहता का ? गेले चोवीस तास त्या शुद्धीत नव्हत्या. आत्ता त्यांना थोडी शुद्ध परत आलीये. आपल्याला पाहून त्यांना बरं वाटेल.''

त्याला कुत्सितपणे फिदीफिदी हसावंसं वाटलं, पण त्याच्या नजरेला नजर देण्याचं टाळणाऱ्या कौसल्येकडे बघून त्याने स्वत:ला आवरलं.

''मी येऊन काय करू ?''

''त्या आजची रात्र काढतील का याची शंका आहे.''

अतिशयोक्ती नको, असं म्हणण्याच्या बेतात होता तो, तेवढ्यात कौसल्या म्हणाली, ''कृपा करून यावं युवराज.'' तिच्या आवाजात, तिने उच्चारलेल्या शब्दांत असं काहीतरी होतं जे कौसल्याकडून अनपेक्षित होतं. तो झपाझपा पावलं टाकतच चालू – किंवा कदाचित धावू लागला – नंतर त्याला नीटसं आठवेना, आणि आपल्या बायकोच्या बिछान्यापाशी पोचला. त्याने तिला प्रथम पाहिली होती त्याहीपेक्षा ती लहान दिसू लागली होती. तिचं वजन इतकं कमी झालेलं की तो एक अशरीरी आकृती पाहत असल्याची त्याची खात्री झाली. एक अंधुक आकार जो थोडा वेळ ओझरता दिसून मग सर्व अनाथ आत्मे जिथे विलीन होतात तिथे अदृश्य होणार होता. तिने स्मित केलं की तसा आभास झाला त्याला ? तिचा हात सूतभर वर उचलला गेला की, तो स्वप्नं पाहत होता ? तो तिच्या बिछान्यापाशी खाली गुडघ्यांवर बसला. तिचा हात त्याने हळुवारपणे आपल्या हातात घेतला आणि कुरवाळला. तिचे ओठ हालले. त्याला नक्कीच भास होऊ लागले होते. त्याचा डावा कान जवळजवळ तिच्या ओठांवर टेकेपर्यंत तो पुढे वाकला.

''मला क्षमा करावी युवराज. मी आपल्याला जेवढा त्रास आणि दु:ख दिलं तेवढं दुसऱ्या कुठल्याही माणसाने किंवा देवाने सहन केलं नसतं. आपली योग्यता आणि मनौधैर्य कुठल्याही माणसापाशी किंवा देवापाशी नाही. माझ्यासारखी थंड आणि कृतघ्न बायको आपल्याला मिळायला नको होती; पण यालाच नशीब म्हणतात. आपण मला किंवा नशिबाला नाकारलं नाही. आपला चांगुलपणा मी विसरणार नाही. आपला

विश्वास बसणार नाही, पण मी अंत:करणापासून आणि त्याही पलीकडचं प्रेम केलंय आपल्यावर. माझं प्रेम जगावेगळं असेल, पण मी ते केलंय. मी आपली ऋणी आहे.''

तिचा आवाज हळूहळू अस्पष्ट होत गेला. तिची दृष्टी ढगाळली. त्याने तिची नाडी चाचपली. कल्पनाशक्तीला खूप ताण दिला असता तर पंधरा ते वीस निमिषांच्या अंतराने तिच्या नाडीचा ठोका त्याला जाणवला असता. पण तो बधिर झाला होता. त्याच्या बोटांवरच्या वलयांमधल्या विस्तीर्ण अवकाशात, त्याच्या फुफ्फुसातल्या छिद्रांच्या पोकळीत, त्याच्या हृदयाच्या कोषात आणि त्याच्या मस्तकाच्या एका सूक्ष्म कोपऱ्यातही बसू शकणार नाही इतकं छोटं झालेल्या विश्वात फक्त नीरव शांतता भरली. आणि मग त्याच्या रागाच्या पहिल्या लाटेचं शिखर चमकलं. मागून दुसरी लाट आली, मग आणखी एक आणि त्या सर्वांची मिळून त्याच्या क्रोधाची एक प्रचंड प्रलयलाट झाली जी क्रमाक्रमाने आधीच्या लाटा जमीनदोस्त करत कोसळली. असला कसला होता तिचा प्रियकर ? ज्या प्रियकरासाठी तिने त्याला एक नामर्द नवरा आणि कुचेष्टेचा विषय बनवला, त्याने तिचा असा ऐन मोक्याच्या वेळी घात करावा ? कुठे गेले त्याचे चमत्कार ? नाट्यमय प्रवेशाची वेळ केव्हाच निघून गेली होती. कुठे होता तो देव, तो निर्लज्ज, बेमुर्वत बन्सीबाज ? ज्याने हजारो बायकांना फसवलं आणि आता आपल्या कीर्तीला साजेसं वागून त्याच्याही बायकोला फसवत होता. एक स्त्री कमी किंवा जास्त, त्याला काय फरक पडत होता ?

पण मला मात्र विश्वव्यापी फरक पडणार आहे, युवराजाच्या मनात आलं. कारण मनात कितीही मोठी चीड किंवा तक्रार असली तरी आपलं मानलेल्या माणसाचा कुणी असा त्याग करत नाही.

''पाणी, लिंबू, मीठ, मध. तीन रजया.'' तो पुटपुटला होता की ओरडला होता ? त्याच्या हुकमाप्रमाणे नोकरांनी पळभरात साऱ्या वस्तू आणून हजर केल्या. तिचं गार पडलेलं शरीर रजयांनी झाकून तो तिच्या तोंडात लिंबू सरबत घालण्याचा प्रयत्न करू लागला.

''राजवैद्यांनी सांगितलंय की त्यांच्या पोटात काहीही जाता कामा नये,'' एका दासीने चाचरत सांगितलं.

''तुम्ही सगळे इथून जा. माझ्या परवानगीशिवाय कुणीही इथं यायचं नाही. कौसल्याबाईंना सांग की, मला दर चार तासांनी पेज आणि दर दोन तासांनी फळांचा रस हवाय. या खोलीत आणखी एक पलंग टाका आणि इथे दोन बालद्या पाणी आणून ठेव. एक गरम पाण्याची आणि दुसरी वाळ्याच्या पाण्याची. वाळ्याचं गवत घातलेलं पाणी, अत्तर नव्हे आणि भरपूर अंग पुसण्याचे नरम पंचे आण.''

प्रत्येक वेळी जितकं तिच्या पोटात बळजबरीने घातलं जायचं त्याच्या दुप्पट ती ओकून टाकायची. दर तासाभराने विष्ठेच्या काही थेंबांनी तिचा बिछाना आणि चादर घाण व्हायची. या कारणासाठीच ज्या वैद्यकीय शाखेचे राजवैद्य अनुयायी होते ती शाखा आणि इतर बहुतांश वैद्यदेखील असं मानायचे की या विकारात पोटात कुठलाही द्रवपदार्थ गेला तर मृत्यू निश्चित. फक्त औषधी चूर्ण देण्यापुरतंच पाणी किंवा मध रोग्याला देण्यात यायचं. घन खाद्यपदार्थ देण्याचा प्रश्नच नव्हता, कारण एक तर रोग्याचीदेखील अन्नावरची इच्छा उडालेली असायची आणि सामान्य ज्वरातदेखील वैद्य उपासाचा उपदेश करायचे. याउलट दुसऱ्या शाखेचे, हाताच्या बोटांवर मोजता येतील इतकेच जे अनुयायी होते, त्यांचं म्हणणं असायचं की निरोगी माणसालादेखील अन्नपाण्याशिवाय ठेवणं म्हणजे मृत्यूला आमंत्रणच. मग अशक्त झालेल्या रोग्याला उपाशी ठेवणं म्हणजे निश्चित मृत्यूच. एकूण काय, कुठल्याही प्रकारे या विकारात मरण निश्चित होतं. खुद्द युवराजाच्या विचारानुसार रोगाशी झगडण्याची शक्ती येण्यासाठी शरीराला इंधन मिळणं आवश्यक होतं.

फक्त वैद्यकीय शाखांमधला हा विवाद्य विषय उरला नाही, तर युवराज आणि उपासाचा उपाय मानणाऱ्यांमध्ये यावरून मतभेद झाले. सुदैवाने गरीब लोकांना वैद्याकडे जाणं परवडायचं नाही आणि त्यांना या मतभेदाचा गंधही नव्हता. ते त्यांच्या इच्छेनुसार आणि गरजेनुसार पाणी प्यायचे किंवा तेवढीही शक्ती उरली नसेल तर पाण्याशिवायच राहायचे.

इतकी अशक्त झालेली राजकुमारी अर्धवट शुद्धीतदेखील पोटात काहीही घ्यायचं नाकारायची. पण युवराज निकराने तिला भरवत राहायचा. खूपदा ती तोंडच उघडायची नाही. तो रसाचा चमचा तिच्या ओठांपाशी धरून तासन् तास बसून राहायचा. जेव्हा ती आपला हट्ट सोडायची नाही, तेव्हा तिची सहानुभूती जागृत करण्यासाठी म्हणायचा,

''तू स्वतःला त्रास करून घेण्यास माझी काहीच हरकत नाहीये, पण माझे हात गळून पडेपर्यंत मला कशाला चमचा धरून बसायला लावतेस ?''

शक्य असेल तेव्हा ती कष्टाने डोळे उघडून त्याच्याकडे करुण किंवा रागाच्या किंवा तिटकाऱ्याच्या दृष्टीने पाहायची. पण काही उपयोग नव्हता. तिच्या घशाखाली ते मधलिंबाचं सरबत घालायला कुठल्याही पातळीला जायची त्याची तयारी होती. एक गोष्ट नक्की, ती म्हणजे, त्याने बळजबरीने तिच्या पोटात घातलेलं सगळं ओकून बाहेर टाकण्यासाठीच त्या पहिल्या रात्री ती जिवंत राहिली. तिच्या ओकारीने तिची चोळी खराब झाली तेव्हा त्याने तिला कुशीवर वळवून तिचं तोंड आणि अंग पुसून काढलं आणि तिने बिछाना ओला केला तेव्हा तिचा पृष्ठभाग हलक्या हाताने साफ केला. तिचे कपडे बदलून त्याने तिला दोन्ही हातांवर उचलून घेतलं आणि तेव्हा त्याला उमगलं की

यानंतर तिचे कपडे बदलायची वेळ परत येणार नाही. ती इतकी हलकी झाली होती आणि तिचा श्वासोच्छ्वास इतक्या कष्टाने होऊ लागला होता की आता फार तर तास-दोन तासांचा प्रश्न होता. तो हताश आणि नाउमेद झाला. फक्त बन्सीबाजाशी असलेल्या हाडवैरामुळे त्याने प्रयत्न चालू ठेवले. कारण आता हार मानणं म्हणजे परत एकदा तिच्या प्रियकरापुढे पराजय पत्करणं. त्याने तिला बाजूच्या पलंगावर ठेवली आणि तो तिच्या बिछान्यावरची चादर आणि त्याखालचं तागाचं कापड बदलू लागला.

कित्येक दिवस ती संधिप्रकाशाच्या जगात घुटमळत राहिली.

''दया करा,'' ती म्हणायची, ''कृपा करून मला जाऊ द्या.''

तो स्वत:शीच हसला. कसं शक्य होतं ते ? वर्षानुवर्षं तिचा विश्वासघात त्याला प्रेरित करत आला हाता. तिच्याविना काय केलं असतं त्याने ?

''आता ऊठ पाहू. टाळाटाळ पुरे झाली. तुझ्या स्वार्थीपणाला अंतच नाही का ? तू स्वत:चे चोचले पुरवून घेण्याचं ठरवल्यापासून माझी सारी कामं तशीच पडून राहिली आहेत. अनाथालयातली मुलं आणि इतर आजारी माणसं मरताहेत त्यांना वाचवायचं नाही का तुला ?''

तिने डोळे मिटले. लग्नाच्या रात्री तिने त्याला नाकारलं तेव्हा त्याचं मस्तक का बरं सणकलं होतं ? सुन्हरिया, कौसल्या किंवा इतर स्त्रियांना असतात तसेच उंचवटे आणि खळगे तिच्या शरीराला होते. लहान किंवा मोठे, शिथिल किंवा पुष्ट, खोल किंवा उथळ असले तरी तेच स्तन आणि तीच मध्यावरची चीर. कौसल्या त्याला पुरेशी नव्हती का ? सर्वसाधारणपणे त्याने आतापर्यंत दोन किंवा तीन राजकन्यांशी लग्न करायला हवं होतं. कित्येक मुली त्याला सांगूनही आल्या होत्या. त्यांच्यापैकी दोन स्थळं त्याने नाकारली तेव्हा महाराणादेखील नाराज झाले, कारण ती दोन्हीही स्थळं फक्त महत्त्वाच्या राजकीय सोयरिकीच नव्हत्या तर त्या मुलीही फार सुंदर आणि गुणी होत्या. राव विरमदेवांनीही, राव गंगांच्या मृत्यूनंतर त्यांच्या नातीचं स्थळ त्याला सुचवलं. राव गंगांनी केलेल्या मेवाडच्या सेवेची ती परतफेड झाली असती आणि त्यांचं राज्य मेवाडशी नात्याच्या संबंधाने जोडलं गेलं असतं. मुलगी उत्साही आणि गोड स्वभावाची असल्याची आणि तिच्यात मत्सराचा लवलेशही नसल्याची ग्वाही खुद्द त्याच्या बायकोच्या काकांनी त्याला दिली होती.

छे, या गोष्टीला इतकं महत्त्व का दिलं जातं तेच युवराजाला कळेना. पुढे आलेले दात, तिरळे डोळे, वाकडं तोंड वगैरे टोकाची व्यंगं सोडली, तर सर्वसाधारण माणसांत, काही स्त्री-पुरुषांनाच अधिक मागणी का असते ? तिने त्याला नाकारलं, तेवढं सोडून त्याच्या बायकोत तरी असं काय खास होतं ? कशी झाली होती ती आता. वाळून अस्थिपंजर झालेलं शरीर, लहानपणी तो लिहायला वापरायचा त्या पाटीच्या करड्या

रंगाची झालेली तिची एकेकाळची नितळ, पारदर्शक त्वचा, ती आता खेचून बसवल्याप्रमाणे इतकी ताणल्यासारखी दिसत होती की फाटेल की काय असं वाटायचं, आणि तिचे उरोज, जे पाहण्यासाठी तो वेडापिसा होऊन त्या रात्री तिच्या खोलीत गेला होता जेव्हा ती आपल्या प्रियकराशी रममाण झाली होती, ते आता सुकून, सुरकतून, छोटे झाले होते.

तिच्या ओठांमधून हिरवट-पिवळं चिकट द्रव ओघळलं. त्याने ते कपड्याने पुसून काढलं. आंबूस वासाचं ते द्रव इतकं विषारी दिसत होतं की खाली पडतं तर बहुतेक राजमहालाच्या फरशीत त्याने भोक पाडलं असतं. ती पटकी होती की तिच्या पोटातलं उरलंसुरलं शेवटचं रसायन बाहेर पडत होतं ? बन्सीबाज पाहत होता का ? या बाईशी रतिक्रीडा करावीशी वाटतेय का त्याला आता ? राजवाड्याभोवतालीच्या उंच भिंतींबाहेर जमलेली माणसं तिचंच एक भजन म्हणू लागलेली.

मरणात, जीवनात मी तुझी, तुझीच मी
घेऊन जा मला, माझं काय करायचं ते कर स्वामी.

पुढल्या जन्मी होईन मी पक्षी किंवा धोंडा
गुलाब किंवा मासोळी, अथवा क्षुद्र किडा
पण राहीन मी तुझी, तुझीच मी
माझं काय करायचं ते कर स्वामी.

अव्हेरू शकतोस तू मला
पण मी नाही नाकारणार तुला
माझ्या शरीराच्या, आत्म्याच्या सुखापासून सावध राहा
कारण तू आहेस माझा, फक्त माझाच एकला

तू माझा धनी, मी तुझी नववधू
मी फक्त देऊ शकते, तू शकतोस फक्त घेऊ
तुझी रखेल, तुझी सखी, तुजी चाकर मी
घेऊन जा मला, माझं काय करायचं ते कर स्वामी.

आपलं म्हणणं खरं केलंस तू
आता ऐक माझं थोडं

भक्ताने शेंदूर माखेपर्यंत
देव असतो फक्त दगड
मरणात, जीवनात मी तुझी, तुझीच मी
घेऊन जा मला, माझं काय करायचं ते कर स्वामी.

दैवाच्या विचित्र खेळाचं त्याला हसू आलं. एक वेळ अशी होती की तो तलवारीच्या वाराने प्रथम तिचा आणि मग स्वत:चा जीव घ्यायला तयार होता. आज, शेवटच्या घटकेला, ती शरीराने त्याच्या बाहुपाशात विसावली होती, पण मनाने दुसऱ्या कुणाशीतरी एकरूप होत होती. कौसल्या पेज घेऊन आली. शक्तिवर्धक म्हणून पेजेत कोंबडीचा रस्सा घातला होता. कापऱ्या हाताने त्याने तिच्या हातातला वाडगा घेतला.

"थोडा वेळ झोपावं, युवराज. मी भरवते त्यांना."

"मी तुझ्यापेक्षा जास्त खंबीर आहे. पेज नंतर खाण्याच्या तिच्या हट्टाला मी भीक घालत नाही."

त्याने चमच्याने पेज आपल्या बायकोच्या तोंडात घातली. सुलभ श्वासोच्छ्वासासाठी हल्ली तिचे ओठ अर्धवट उघडेच असायचे. तिला ठसका लागला आणि पेज बाहेर ओघळली. ती शांत झाल्यावर त्याने परत प्रयत्न सुरू केला.

"मी खंबीर राहीन, युवराज. गेले सात दिवस आणि रात्र आपण अविरत त्यांची देखभाल करत आहात. आपणही आजारी पडलात तर दोघांची काळजी घेणं मला एकटीला अशक्य होईल."

त्याने आपल्या चेहऱ्यावरून, हनुवटीवरून हात फिरवला. दाढीचे खुंट वाढले होते. दाढी वाढवायची का ? त्याने कौसल्याकडे पाहिलं. ती आपला निश्चय बदलील असं वाटत नव्हतं आणि तिचं म्हणणं बरोबरही होतं. त्याने वाडगा तिच्या हाती दिला आणि तो बाजूच्या पलंगावर आडवा झाला –

त्याची बायको मेली. कौसल्याने तिला तिच्या लग्नाच्या कपड्यांत सजवलं. तो अग्नी घेऊन तिरडीपुढे चालू लागला. सारं चितोड, वृंदावनी मंदिराचे पुजारीदेखील तिचा अखेरचा निरोप घेण्यासाठी आले होते. नदीच्या घाटापर्यंत सारा जमाव तिची भजनं गात अंत्ययात्रेत सामील झाला. तिला चितेवर ठेवलं. ती शांत दिसत होती. प्रसन्नपणे प्रतीक्षा करत असल्यासारखी. त्याला आपला लग्नाचा दिवस आठवला. तेव्हा प्रथम पाहिलं होतं तिला त्याने आणि खूपशी वचनं दिली होती. त्यांतलं एकही तो पुरं करू शकला नव्हता. असं जाऊ देऊ शकत नव्हता तो तिला. त्याने अग्नी पेटवला आणि प्रथम तिच्या घागऱ्याला लावून मग चितेच्या लाकडावर धरला. लगेच पेट घेत ज्वाळा वर

झेपावल्या. त्यांच्यातून बन्सीबाज प्रकट झाला. तो हसत म्हणाला, ''चमत्काराची वेळ आली आहे, मित्रा. तुला मित्र म्हणू शकतो ना मी ?'' आढ्यतेने त्याने युवराजाला विचारलं, ''शेवटच्या घटकेला नाही. शेवटच्या घटकेनंतर.'' त्याने ज्वाळांवरून हात फिरवला आणि त्यांना शमवलं. तिच्या ओठांचं चुंबन घेत तो म्हणाला, ''ऊठ प्रिये.'' तिने डोळे उघडले. त्यांच्यात आत्यंतिक प्रेम भरलं होतं. त्याने तिला आपल्या दोन्ही हातांवर उचललं आणि ती उभयता तरंगत उंच आकाशात अदृश्य झाली.

''गेल्या तीन खेपांना त्यांना भरवलेलं त्यांनी ओकून टाकलेलं नाहीये.'' कौसल्या म्हणत होती.

''किती वेळ झोपलो होतो मी ?''

''अकरा – नाही, जवळजवळ बारा तास, युवराज.''

वस्तरा तीन वेळा त्याच्या हातून निसटला आणि त्याला तीन जखमा झाल्या.

''गळा कापायला हवा होता तुझा.'' खोलीत दुसरं कुणीही नव्हतं पण तो आवाज ओळखला त्याने. भूतनीमाता त्याच्या शरीरावर लांब, खोल जखमा करत होती. त्यांच्यातून रक्त झरू लागलेलं. ''काम किती कठीण आहे याची कल्पना दिली होती तुला मी. पण सारी सृष्टी उलथीपालथी करायची होती तुला. खुद्द देवांच्या खाजगी बाबींत नाक खुपसायचं होतं.'' वस्तरा त्याच्या चेहऱ्याच्या दिशेने येऊ लागला. ''तू ऐकायला कुठे तयार होतास ? कसलीही आणि कितीही किंमत द्यायची तयारी होती तुझी. तुला काम फत्ते व्हायला हवं होतं. ''मला कारणं नको आहेत,'' म्हणालास. कित्येक वर्षं मी प्रयत्न करतेय. दर वेळी माझी योजना फसायची आणि ती निसटायची. या वेळी सावध राहिले. चुकीचे बळी नको होते मला. महिनोन् महिने मी प्रत्येक तपशिलाचा विचार करून नवी योजना आखली. या वेळी चूक होण्याची शक्यताच नव्हती. मी तिला पटकी दिली आणि ज्या रात्री तिची अखेरची घटका भरत आली होती तेव्हा, तू काय केलंस ? तू अचानक तिथे हजर झालास. वैद्याचा आदेश धुडकावून लावलास, तिला बळजबरीने खायला लावलंस, तिचं तोंड पुसलंस, ढुंगण पुसलंस, त्या दुर्गंधीत बसून तिच्यावर उपचार केलेस. माझ्या साऱ्या मेहनतीवर पाणी फेरून तिला मृत्यूच्या दाढेतून खेचून परत आणलीस. हिच्याऐवजी तुलाच हगवण द्यायला हवी होती मी, म्हणजे या साऱ्या डोकेदुखीतून कायमची मुक्त तरी झाले असते.''

''चुकीचे बळी नको होते तुला म्हणालीस ? आणि एका दुर्बळ बाईसाठी अर्ध्या चितोडला मारलंस. शेवटच्या मोजणीनुसार नऊ हजार पाचशे माणसं मेली. या वेळी

चूक होण्याची शक्यता नव्हती ना ? मग काय झालं ? तुझ्या या असल्या योजनांपासून देवदेखील आमचं रक्षण करू शकणार नाहीत.''

''ते सगळे स्वर्गात बसलेले चोर तिची काळजी घेत असतील, पण तू मात्र माझ्या तावडीत सापडला आहेस मूर्खा. तुझा काटा काढायला कुणीही आपला एक डोळादेखील द्यायला तयार होईल. अगदी महाराजसुद्धा – त्यांचा दुसरा डोळा आधीच गेलाय, तरीही. सोपं आहे. तू इतका हुशार आणि अतिशहाणा आहेस. की तू स्वत:च स्वत:वर जी संकटं ओढवून घेतोस ती तुझे कट्टर वैरीदेखील चिंतू शकणार नाहीत. यापुढे मी नामानिराळी राहून तू ओढवून घेतलेल्या प्रत्येक पराजयाचा, प्रत्येक जपमानाचा आनंद लुटणार आहे.''

२६

आठवड्याभरात हिरवे डोळेवाली घरात हिंडूफिरू लागली. दहाव्या दिवशी तिने अनाथालयाला भेट दिली. निदान त्या उद्देशाने ती घरातून निघाली. छोटी संतमाई बरी झाल्याची बातमी चितोडच्या नागरिकांना मिळाली होती. त्यांनी तिला वृंदावनी मंदिरात घेरलं आणि बन्सीबाजाची मूर्ती गर्भगृहातून बाहेर आणण्याची पुजाऱ्यांवर सक्ती केली. त्यानंतरचा गोंधळ विचारू नका. कुठलाही सण, दिवाळी, जन्म, विजय असा साजरा झाला नसेल जसा छोट्या संतमाईच्या पुनरागमनाचा उत्सव झाला. त्यांनी तिला गायला लावलं, ते नाचले, तिची गाणी म्हटली, पालखीत बसवून साऱ्या शहरात तिची मिरवणूक काढली. रस्त्यावरची सारी रहदारी थांबवली गेली. कचेऱ्या बंद झाल्या. दुकानं बंद झाली. मुख्य नगररक्षक अधिकारी, संरक्षण खात्याचे शिपाई, काही पुजाऱ्यांनीदेखील इतर सर्वांप्रमाणे तिच्या पायांवर डोकं ठेवलं. काका, खुद्द माझे शिस्तप्रिय, सरळमार्गी, व्यवहारी, कणखर काकादेखील खाली वाकण्याच्या बेतात होते, (कसं ते विचारू नका. त्यांच्या वजनाने किल्ला कोसळलाअसता. त्यांना उचलणं अशक्य होऊन बहुतेक तिथेच, वृंदावनी मंदिरासमोर त्यांना गाढावं लागलं असतं आम्हाला) इतक्यात माझ्या सूज्ञ बायकोने आधी वाकून त्यांच्याच पायांना स्पर्श केला आणि म्हणाली, 'नको काकासाहेब या साऱ्या लोकांसमोर मला असं शरमिंदं करू नये' विवेक आणि शहाणपण प्रस्थापित झालं, पण फक्त पळभरासाठी. कारण जाता सर्वांना एकाऐवजी दोन पावलांच्या जोड्या पाया पडण्यासाठी मिळाल्या. छोट्या संतमाईची आणि लक्ष्मणसिंहजींची. ज्या ज्या घरात सुवासिनी होत्या त्या–त्या घरांसमोर पालखी थांबवली जायची आणि घरातल्या बायका बाहेर येऊन तिला ओवाळायच्या. शहराला प्रदक्षिणा घालून मिरवणूक परत वृंदावनी मंदिरासमोर पोचेस्तोवर संध्याकाळ झाली. घराघरातून, रस्त्यारस्त्यातून पणत्या लावल्या गेल्या. मिठाई वाटली गेली. कुणीतरी सुचवलं की छोट्या संतमाईची सुवर्णतुला केली जावी. थोड्याच वेळात धान्याच्या गुदामातला तराजू आणला गेला आणि एका तागडीत माझ्या बायकोला बसवण्यात आलं. दुसऱ्या तागडीत बांगड्या, कर्णफुलं, नथी, आंगठ्या, पैंजण, कमरपट्टे, हार, कडे यांची रास पडू लागली आणि बघता बघता माझी बायको हवेत तरंगू लागली.

मोठं रोमांचक दृश्य होतं ते, छोट्या संतमाईचं आरोहण. लवकरच दोन्ही तागड्या समांतर झाल्या आणि तरीही अलंकार जमा होत राहिले. आतापावेस्तो माझी बायको बऱ्यापैकी अधांतरी झाली होती. ''पुरे झालं !'' ती म्हणाली, ''थांबवा आता !'' पण कुणीही ऐकण्याच्या मनस्थितीत नव्हतं. अचानक दारुकामाने आकाश उजळून निघालं. नगररक्षक अधिकाऱ्याचा चितोडला उपहार. तासभर प्रकाशाची कारंजी हवेत उंच उडत होती. चित्तथरारक स्फोटांतून हिरे, माणकं, पाचू आकाशात मनोहारी आकृत्या करत उसळत राहिले. या नेत्रदीपक प्रदर्शनानंतर गर्दी हळूहळू पांगून माणसं घरचा रस्ता पकडतील असं वाटलं होतं, पण कसचं काय. पुरुष, स्त्रिया, मुलं सारीच्या सारी आता नाचू-गाऊ लागलेली. मुक्तपणे भांग प्यायली जात होती. छोट्या संतमाईला मेरताची लोकगीतं गायला लावलं गेलं. जादूगार, हातचलाखी करणारे, कसरत करणारे, नवटंकीचे नटनट्या, चारण, ज्यांच्या ज्यांच्या अंगी कुठल्याही प्रकारची कला होती त्या सर्वांनी थोडा थोडा वेळ आपले खेळ दाखवून स्वतःचं आणि इतरांचं मनोरंजन केलं. प्रत्येक खेळानंतर, तो कितीही चांगला, वाईट, कंटाळवाणा किंवा हास्यास्पद का असेना, प्रेक्षकांनी जोरजोरात टाळ्या वाजवून त्याचं कौतुक केलं. माझ्या बायकोने 'तिला आता जाऊ देण्यात यावं' अशी विनंती केली; पण बन्सीबाजासमोर पहाटेची काकडआरती झाल्यानंतरच तिला लोकांनी जाऊ दिलं.

दुसऱ्या दिवशी चितोडवरचं साथीचं संकट संपल्याची जाहीर घोषणा करण्यात आली आणि कित्येक महिन्यांनंतर व्यापारी यातायातीसाठी चितोडचे दरवाजे परत उघडण्यात आले. गंभीरीवरचा पूल दिवसरात्र रहदारीने गजबजला. जी कुटुंबं साथीच्या भयाने चितोड सोडून गेली होती — देव त्यांचं भलं करो, कारण आणखीन हजारोंच्या अन्नपाण्याची आणि देखभालीची सोय आम्ही कशी केली असती ? — ती परतू लागली. लवकरच बाबा आणि त्यांचे दरबारीही परतले. जीवनक्रम परत सुरळीतपणे सुरू झाला.

दहा दिवसांनी मला माझं बस्तान हालवण्याचा आदेश मिळाला. माझ्या बायकोसहित मला कुंभलगडला प्रस्थान करायचं होतं. 'बायकोसहित' अधोरेखित. तिथले किल्लेदार, रावत सुमेरसिंह, यांच्या सहकार्याने किल्ल्याच्या तटबंदीची दुरुस्ती करून घेण्याची जबाबदारी सोपवण्यात आली होती माझ्यावर.

बाबांना विनोदबुद्धी नाही असं कोण म्हणेल ? माझ्या पणजोबांनी, महाराजा कुंभांनी बांधलेला कुंभलगड, मेवाडमधल्या सर्वोत्कृष्ट किल्ल्यांपैकी एक तर होताच, पण फक्त पन्नास वर्षांपूर्वी बांधलेला हा किल्ला उत्तम स्थितीत होता. यावेळी नक्की कुणाला हद्दपार करण्यात येत होतं याची मला खात्री नव्हती. मला, माझ्या बायकोला, की आम्हा दोघांनाही ? माझी बायको फक्त एक नाची राहिली नसून आता तिचा दर्जा बराच उंचावला असल्याची खबर कर्मावती राणीसाहेब आणि विक्रमादित्यापर्यंत पोचली

असणार हे उघड होतं. वर्तमान परिस्थितीवर तत्काळ उपाय योजण्याच्या त्यांच्या प्रयत्नाबाबत मी त्यांना दोष देऊ शकत नाही. तशीच वेळ आली तर राजद्रोहाच्या अपराधासाठी मला तुरुंगवासाची किंवा हद्दपारीची शिक्षा देऊ शकले असते ते, पण माझ्या बायकोला ते कुठल्या अपराधासाठी गुन्हेगार ठरवणार होते ? संतिणीला गुन्हेगार ठरवणं किंवा तिची निंदानालस्ती करणं शक्य नव्हतं. तिच्या सायंकाळच्या आरत्यांवर बंदी घालण्याची सूचना कर्मावती राणीसाहेबांनी केली तेव्हा छोट्या संतमाईचे अनुयायी नसलेल्या पुजाऱ्यांनीसुद्धा ते धोक्याचं ठरेल असं म्हणून त्याला विरोध केला. हत्या करून तिचा काटा काढला तर लगेच तिला हौतात्म्य प्राप्त झालं असतं. त्याशिवाय, तिच्या मृत्यूने माझी कीर्ती वाढून, त्यांनी इतक्या मेहनतीने साधलेल्या माझ्या चारित्र्यहननाच्या प्रयत्नांवर पाणी पडलं असतं. आणि कदाचित त्यामुळे मला सहानुभूती आणि लोकप्रियता मिळण्याचीही शक्यता होती. तेव्हा सध्या तरी परिस्थिती ताब्यात ठेवणंच शहाणपणाचं. छोट्या संतमाईला चितोडबाहेर घालवणं हाच एक उपाय होता. एकदा का ती गेली की कदाचित लोकांना तिचा विसर पडला असता किंवा तिला अपघात होण्याची शक्यता होती किंवा इतरही बऱ्याच शक्यता होत्या.

चितोड मला फार प्रिय आहे. मला त्याचा कधीच कंटाळा येत नाही. पण असं असूनही यावेळी चितोड सोडताना मला सुटल्यासारखं वाटलं. मला वाळीत टाकण्यात येणार असेल तर कारस्थानाच्या केंद्रबिंदूपासून जितकं दूर राहता येईल तितकं मला राहायचं होतं. मी आणि माझ्या बायकोने एका दिवसात आपापल्या सामानाची बांधाबांध केली. रात्रीच्या जेवणानंतर मी बाबांचा निरोप घेण्यासाठी गेलो. ते कामात व्यस्त होते. किंवा निदान तसं त्यांनी मला भासवलं.

''आपण पूर्णपणे बरे झाला आहात हे पाहून बरं वाटलं.'' माझी प्रकृती गेल्या सात आठ महिन्यांपासून ठणठणीत आहे हे त्यांना सांगण्याच्या भानगडीत मी पडलो नाही. ''कुंभलगडसंबंधी आपण काय करायचं ठरवलं आहे ?''

''आपल्या आज्ञेप्रमाणे कुंभलगड किल्ल्याच्या मजबूत तटबंद्या मजबूत करणे, हेच महाराज.'' माझ्या उपहासगर्भ टोमण्याकडे त्यांनी दुर्लक्ष केलं.

''योग्य बोललात. त्या प्रदेशात कामानिमित्त जाऊ तेव्हा आम्ही जातीने पाहणी करण्यासाठी येऊ.''

''आभार, महाराज.''

दोन्ही पक्षांना विशेष कष्ट न होता निरोप समारंभ पार पडला. घरी परतण्यापूर्वी गावातून थोडी घोडदौड करण्याचं मी ठरवलं आणि तबेल्यात जाऊन बेफिकीरला घेतलं. मी लीलावतीला भेट दिलेल्या तट्टाचं, नशाचं काय झालं होतं ? तिची आठवण मला नेहमी यायची, पण त्या उमद्या घोड्याला मात्र मी पार विसरून गेलो होतो.

"तुला खरंच कुंभलगडला यायचंय का मंगल ? तिथलं वातावरण भयंकर कंटाळवाणं होण्याची शक्यता आहे."

"हो, युवराज."

"काय हो ?"

"मला आपल्याबरोबर यायचंय."

"तू माझा सर्वांत जवळचा सहकारी आहेस मंगल. आपण शब्दांची फारशी देवाणघेवाण करत नाही, कारण तुला माझ्या प्रत्येक हालचालीची तपशीलवार माहिती असते. तू नसतास तर मी केव्हाच संपलो असतो. बऱ्याच वेळा मी आडमुठेपणाने वागतो आणि तुझ्या निस्सीम स्वामिभक्तीचा गैरफायदा घेतो. आपल्या दोघांसाठी माझ्या मनात मी खूप बेत रचले होते मंगल. चांगले, विधायक, आव्हानात्मक बेत, ज्यामुळे आपल्या देशाचं भविष्य अधिक सुरक्षित झालं असतं. पण आता मला भविष्यच उरलं नाहीये. सध्या तरी, किंवा कदाचित कायमचाच मी चितोडमध्ये नको आहे त्यांना. हे मी तुला सांगावं असं नाही, कारण तुला यासंबंधी जास्त माहिती आहे आणि माझ्यापेक्षा तूच परिस्थिती अधिक चांगली जाणतोस. मंत्रिमंडळातल्या कुठल्याही मंत्र्याला तुझा खूप फायदा होईल. उद्या निघण्यापूर्वी हवं तर मी लक्ष्मणसिंहजींशी बोलतो. त्यांच्या हाताखाली तुला ठेवून घ्यायला ते मोठ्या खुशीने तयार होतील. तसंच, नगररक्षक मुख्याधिकाऱ्याची बदली होण्याची शक्यता आहे, – पण परत तुला ठाऊक असलेलीच माहिती मी पुरवतोय. त्या पदासाठी तुझ्यापेक्षा योग्य माणूस मला तरी दिसत नाही. संपूर्ण नगररक्षक खात्याची कसून तपासणी होऊन त्याची पुनर्ररचना करण्याची गरज आहे. तू ते काम उत्तम करशील. मी बोलू का काकांशी ?"

"नको युवराज."

"हटवादीपणा करू नकोस मंगल. तुला तुझ्या भविष्याचा विचार करायला हवा. शिवाय तुझ्या अनुभवाचा आणि नैपुण्याचा चितोडला आणि मेवाडला फायदाच होईल. आणि नशिबाने माझे चांगले दिवस परत आले तर पुन्हा आपली जोडगोळी एकत्र येईलच. तू इथेच थांब मंगल. आपल्या बायकोचा, मुख्य म्हणजे भविष्याचा विचार कर."

"युवराज, मी स्पष्ट बोललो तर गैरसमज करून घेऊ नये, पण आपण मला दुसरा पर्यायच देत नाही आहात. आपण जवळपास एकाच वेळी जन्माला आलो आणि तेव्हापासून आपली नशिबं एकमेकांशी जोडली गेली. आपण एकाच आईचं दूध प्यालो आणि माझं भविष्य आपल्या भविष्याशी एकरूप झालं. आपण मला नेहमीच चांगलं वागवलंत आणि म्हणूनच माझी इतरांच्या मानाने लवकर उन्नती झाली. मला आपल्या देशाची सेवा करायची आहे ती कुठल्या तरी कल्पनारम्य, संदिग्ध तऱ्हेने नाही तर

व्यवहारी, विचारीपणाने. उगाच देखावा न करता दक्षतेने, काटकसरीने काम करायला आपल्याकडून शिकलो मी. माझ्यावर दांत आहे त्यांचा. आपल्या मते फक्त एकच पक्ष आहे आणि त्याचं नाव मेवाड, हे मी जाणतो. पण सर्वच माणसं असा विचार करत नाहीत. मी आपला माणूस आहे आणि म्हणूनच संशयास्पद आहे, त्यांच्या मते. आपण दोघं महारोग्यांप्रमाणे आहोत युवराज. आपल्याशी ज्याचा संबंध येतो तो कलंकित ठरवला जातो.

''मी नेहमीच संशयास्पद राहणार. मी आपला प्रतिनिधी आहे असंच अनुमान काढलं जाणार. कामाचं स्वरूप आणि मालक यांच्यात ते आपल्याप्रमाणे फरक करू शकत नाहीत. ईमान माणसाशी निगडित नसतं तर कामाशी आणि संस्थेशी असतं हे कळत नाही त्यांना. म्हणूनच, आपली हरकत नसेल तर मी आपल्याबरोबरच राहू इच्छितो.''

त्याने स्मित केलं, पण त्याची परतफेड करण्याच्या मन:स्थितीत मी नव्हतो. आजपर्यंतच्या आयुष्यात आमचा एवढा दीर्घ संवाद कधी झाला नव्हता. शाळेतदेखील माझ्या आवडीनिवडीची दखल तो प्रथम घ्यायचा. मी त्याची जबाबदारी होतो. तो नेहमी पार्श्वभूमीत असायचा. त्याला असं अनुच्चारित गुलामगिरीत ठेवल्याबद्दल मला प्रथमच अपराधीपणाची जाणीव झाली. तेज, शफी आणि माझ्याबरोबर काम केलेल्या इतर चांगल्या माणसांच्या वाट्यालादेखील मंगलचंच नशीब येणार होतं का ?

आम्ही परत दुडक्या चालीने दौडू लागलो होतो. काळ्याभोर आभाळात त्रयोदशीचा चंद्र चमकत होता. इतके अगणित तारे काजवा काजवा खेळत होते की आकाश नुसतं गजबजून गेलेलं. तीन चतुर्थांश चितोड केव्हाच निद्राधीन झालं होतं. एकलिंगजींच्या देवळाचं चंदेरी शिखर दीपगृहाच्या प्रकाशझोताप्रमाणे झळाळत होतं. राजवाड्याच्या परिसरातील महाल, शहराचं मध्यवर्ती सभागृह, दुकानदारांची आणि कामगारांची घरं, सारीच्या सारी डोळे काढलेल्या चेहऱ्यांसारखी दिसत होती. गावातली तळी, चतुरंग मौर्य तलाव, सांसबहु कुंड, फत्ते सरोवर, पाऱ्याचे बनवल्याप्रमाणे डोळे दिपवत चकाकत होते.

''पटकन एक बुडी मारायची का मंगल ?''

गंभीरीपर्यंत मग आमची शर्यत लागली. नदी गार आणि वेगवान होती. धोकादायक प्रवाहांच्या जागा आम्हा दोघांनाही माहीत होत्या, पण तरीही नदीशी बेसावध राहून चालत नाही. पावसाळ्यात किंवा पावसाळ्यानंतर लगेच तिच्यात पोहण्याचा मूर्खपणा केला तर ती तुम्हांला विश्वासघाताचे धडे देते. दर वर्षी निदान पाच सहा तरी माणसं, विशेषत: तिच्याशी जादा हुशारी करू पाहणारी तरुण मुलं जीव गमावून बसतात. आम्ही या काठापासून त्या काठापर्यंत पोहलो आणि परत आलो. प्रवाहाशी झगडत

एका रेषेत पोहणं हे कठीण, पण उत्साहवर्धक काम होतं. कपडे चढवताना आम्ही दोघंही कापत होतो.

''उद्या किती वाजता निघायचं, युवराज ?''

''सात. तू तुझ्या बायकोला बरोबर आणणार आहेस ?''

''आपली परवानगी असेल तर, युवराज.''

''जरूर आण.''

मी माझ्या शयनकक्षाचा दरवाजा उघडला तेव्हा आत एकच दिवा आणि तोही क्षीणपणे तेवत होता. मी दरवाजा बंद करून दिव्याची वात वर करण्यासाठी वळलो, पण दिव्यापर्यंत पोचू शकलो नाही.

''युवराज !''

ओळखीचा आवाज, पण वेगळ्या जन्मातला आणि वेगळ्या ग्रहावरचा. विक्रमादित्याचा हेर होता का ? दगाफटक्यासाठी बाईला पाठवण्याची युक्ती चांगली होती. मी अधिक सावध राहायला हवं होतं. खोलीत येताक्षणीच मला कळायला हवं होतं की काहीतरी काळंबेरं आहे. कुणाचा होता तो आवाज ? ओळखीचा असूनही परका ? मी वळलो आणि जागच्या जागी गोठलो. माझ्या कंठमण्याची प्रतिक्षिप्त क्रिया बंद पडली. मला आवंढा गिळता येईना. मला हालताही येईना. सूर्यदेवाच्या जीवनदायी प्रकाश आणि उबेपासून वंचित ठेवलेलं माणूस दिसतं तशी ती फिक्कट पांढरी पडली होती. रक्तहीन. रंगहीन. आणि या प्रक्रियेत तिच्यातली मुग्ध मुलगी नष्ट झालेली. ती आता एक तरुण स्त्री होती जिचं छळवादी, यातनादायी सौंदर्य पाहून मी क्षणभर लडखडलो.

लीलावती स्तब्ध उभी होती. मी तिला माझ्या बाहुपाशात घेतलं. तिच्या केसाची, कपाळाची, कानांची, डोळ्यांची, गालाची, हनुवटीची, मानेची – तिचे ओठ सोडून इतर साऱ्या चेहऱ्याची चुंबनं घेतली. ते आलिंगन नव्हतं. ती नाहीशी झाल्यापासून माझ्या पोटात खोलवर निर्माण झालेली बधिर पोकळी बुजवण्याचा निष्फळ प्रयत्न होता तो. तिने कसलीही प्रतिक्रिया केली नाही. एकही शब्द उच्चारला नाही. मला झालं तरी काय होतं ? मी डोकं हालवतो, आवेगाने तिला मिठीत घेऊन गुदमरवून टाकण्याचा प्रयत्न करतो, मग परत डोकं हलवतो. थांबव आता, मी स्वतःला सांगतो आणि तरीही तिच्या निर्जीव डोळ्यांत पाहत राहतो.

''हालू नकोस !'' मी तिला म्हटलं आणि दिवा घेऊन खोलीतले सारे दिवे प्रज्वलित केले. ती प्रकाशात न्हाऊन निघाली. हाताला धरून मी तिला पलंगापाशी घेऊन गेलो आणि त्यावर तिला बसवलं. तिने प्रतिकार केला नाही. ती पुतळा झाली

होती का ? ती जिवंत नव्हती का ? तिच्या शेजारी बसण्यात अर्थ नव्हता. खिळवून ठेवणाऱ्या त्या विझलेल्या डोळ्यांकडे पाहायचं नव्हतं मला. मी खाली गुडघ्यांवर बसलो. ती उठू लागली. आचारानुसार युवराज इतर सर्वांपेक्षा वरच्या पातळीवर बसला पाहिजे, फक्त महाराज आणि महाराणी सोडून. मी तिला बळेच परत पलंगावर बसवलं.

"कित्येक दिवस, आठवडे, मी तुझा शोध घेतला. मला वाटलं, तू जिवंत नाहीस."

"आपल्याला शोधण्यासाठी मी खूनदेखील केला असता." तिच्या आवाजात तक्रार नव्हती, फक्त सत्य परिस्थितीचं कथन होतं, "माझ्यावर पहारा ठेवणाऱ्या दासीचा मी जवळजवळ गळा घोटला. त्यानंतर दादाजींनी मला बांधून ठेवण्याचा आदेश दिला."

"कुठे होतीस तू ?"

"चितोडमध्येच. पण दुसऱ्या कुठल्या तरी घरात. गेल्या वर्षासंबंधी बोलायची इच्छा नाहीये मला."

मी तिच्या पावलांकडे, घोट्यांकडे पाहिलं. ते बारीक झाले होते. तिला खुर्चीला किंवा पलंगाला बांधून ठेवायच्या त्या रेशमी रुमालांचे वळ उठले होते त्यांच्यावर. तिचे हात मी हातात घेतले. तिच्या सुजलेल्या मनगटावरची त्वचा लाल झालेली.

"मी स्वत:चा जीव घेतला असता, पण आपलं काय होईल या विचाराने स्वत:ला आवरलं."

तिच्या नजरेला मला नजर भिडवता येईना.

"मग आपल्याला उद्या कुंभलगडला पाठवण्यात येणार आहे ही बातमी मला कळली.'

मी तिच्या पायांना मिठी मारली आणि माझं डोकं तिच्या गुडघ्यांमध्ये लपवलं.

"तुम्ही निघून जाणार आहात हे कळताक्षणी माझ्या पणजोबांनी माझं लग्न ठरवलं. येत्या गुरुवारी."

ही अखेरीची वेळ. यानंतर लीलावती मला परत दिसणार नाही. मी मूर्खासारखा, 'अभिनंदन' किंवा तसंच काहीतरी म्हणण्याच्या बेतात होतो. म्हटलं असतं तर लीलावतीने नक्कीच धावत जाऊन एक सुरा आणला असता आणि माझ्या छातीत खुपसला असता. ते निर्जीव डोळे काहीही करू शकले असते.

"माझ्याशी लग्न करा, युवराज !"

फाशीची फळी पायाखालून खेचली जावी त्याप्रमाणे माझी मान कट्‌कन मोडली.

"फक्त उपचार म्हणून. आपलं लग्न पूर्वीच झालंय."

माझी कट्यार म्यानातून काढून तिच्या हाती का नाही दिली मी माझ्या काळजात खुपसण्यासाठी ? काहीही, तिला उत्तर देण्याचं टाळण्यासाठी काहीही करायची तयारी होती माझी.

"नाही, शक्य नाही.''

"मला आपल्याबरोबर न्या, युवराज.''

आणि परत मी म्हणालो, "नाही, शक्य नाही.''

तेव्हा येऊन ती माझ्या मांडीवर बसली. आता माझ्या गळ्याभोवती आपले हात घालून तिने माझ्या कपाळाचं आणि मग माझ्या ओठांचं चुंबन घेतलं. मी निर्विकार राहिलो. तिने आपल्या घागऱ्याच्या खिशातून एक छोटी चांदीची डबी काढली आणि उघडली. आत रक्ताच्या रंगाची लाल पिंजर होती. चिमूट भरून तिने ती माझ्या कपाळावर ओढली.

"मी गर्भधारणाक्षम स्त्री आहे आता.'' चिमटीत कुंकू घेऊन तिने आपल्या भुवयांमध्ये मोठा टिळा रेखला. मग परत एक चिमूट आपल्या भागांतून ओढली, "माझं आपल्याशी लग्न झालं होतं, आज झालेलं आहे आणि यापुढे झालेलं राहील. फक्त आपल्याशीच. पाहा, आज ही बातमी मी सार्वजनिक करतेय.''

इवल्याशा कानातल्यांनी किंवा नाकातल्या चिमुकल्या खड्याने सारा चेहरा उजळून कसा काय निघतो ? कमरेभोवतीची जवळजवळ अदृश्य सोन्याची साखळी बायकांना मादक कशी बनवते ? कपाळावरच्या ठसठशीत लाल गोलामुळे बाई घरंदाज, मानिनी बनून तिच्या सौंदर्याचं स्वरूपच कसं बदलून जातं ? लीलावतीने माझ्या पायांवर आपलं मस्तक टेकलं. "मला आशीर्वाद द्यावा, युवराज !'' आणि मी एकही शब्द उच्चारू शकलो नाही. या स्त्रीला, जी मला इतकी प्रिय आहे की... जाऊ द्या. लीलावतीबद्दल वाटणाऱ्या माझ्या गुंतागुंतीच्या, विलक्षण प्रेमाला कसली उपमा देऊ मी ?

ती उठून ताठ उभी राहिली. "आता मी आपल्याला आशीर्वाद देते. पतिराज, युवराज, आपण नेहमी सुखरूप राहावं. मेवाडचं नाव उज्ज्वल करावं आणि लवकर माझ्यापाशी परतून यावं.''

तिच्या तोंडावर स्मित होतं. मनातून नाही, पण चेहऱ्यावरून तरी तिने बांधून घातलेले हातपाय आणि एकांतवासाचं गेलं वर्ष पुसून टाकलं, मग ती निघून गेली.

२७

माझी आणि माझ्याबरोबर आलेल्या मंडळींची देखभाल करण्याचं किल्लेदार रावत सुमेरसिंहांवर सोपवलं गेलेलं काम मोठं जोखमीचं होतं. नाजूक, संदिग्ध तारेवरची एक कसरतच होती ती. मी एक बदनाम राजकुमार. माझ्यावर नजर ठेवण्याची आणि कुठल्याही गैरवर्तणुकीपासून मला परावृत्त करण्याची किल्लेदाराची जबाबदारी. पण मी फक्त राजकुमारच नव्हतो, विपरीत अधिकृत हुकुमाअभावी, अजूनतरी युवराज होतो. मला वाटतं, त्याच्या प्रादेशिक कारभारात मी ढवळाढवळ करीन अशी भीती वाटत असावी त्याला. पण महिन्याभरातच त्याच्या लक्षात आलं की मला त्याच्या मुलकी, लष्करी किंवा इतर कुठल्याही कामकाजात अजिबात रस नाहीये. मी एकदाही त्याच्या कचेरीला भेट दिली नाही किंवा कुठल्याही औपचारिक समारंभाला हजर राहिलो नाही. पण त्याच्या दृष्टीने मी सुखासक्त किंवा विलासीही नव्हतो. माझ्या करमणुकीसाठी रंगेल सोबतीची सोय करण्याविषयी त्याने वारंवार सुचवून पाहिलं.

''आपल्यासारख्या शहरवासीयांना आमचं गाव म्हणजे एक खेडं वाटेल. पण कुंभलगडमध्ये उपलब्ध असलेल्या मौजमजेसंबंधी ऐकून आपण चकित व्हाल.'' अर्थपूर्ण स्मित करत तो पुढे म्हणाला, ''अगदी अनुभवी जाणकारांसाठीदेखील.''

एखादी संगीत मैफल ? रानात मृगयेसाठी भरपूर जनावरं होती. शिकार करण्याची इच्छा होती का माझी ?

''आणखी काही सुचत नाहीये मला. आपणच का नाही सांगत आपल्याला काय करावंसं वाटतं ते ?''

''काहीही नाही.''

''काही नाही ?''

तो थोडा घोटाळ्यात पडला. मी असा उदासीन का झालो होतो ? वैषयिक जीवनापासून मी विरक्त झालो होतो का ? की महाराज आणि देशाविरुद्ध रचलेला दुष्ट कट लपवण्यासाठी घेतलेलं सोंग होतं हे ? या विषयाचा पाठपुरावा करणं आवश्यक होतं. बेसावध राहून चालणार नव्हतं. त्याची मती कुंठित झाली असावी. कारण मला भेटायला तर कुणीच येत नसे. तेज, शफी वगैरे माझ्या हाताखालच्या माणसांना माझी

सक्त ताकीद होती की ते त्या बाजूला कुठेही जवळपास आले तरी मला भेटायला यायचं नाही. बरं, मी कुणाला पत्रं लिहीत नसे आणि मलाही कुणाची पत्रं येत नसत. एक अपवाद सोडून, लीलावतीच्या लग्नाचं आमंत्रण. लग्नाच्या आदल्या दिवशी ते मला मिळालं. सोबत आदिनाथजींचं पत्र. – लग्न तडकाफडकी ठरल्यामुळे आयत्या वेळी निमंत्रण पाठवल्याबद्दल क्षमायाचनेचं आणि तरीही मी हजर राहावं अशी विनंती करणारं.

किल्ल्यात किंवा किल्ल्याबाहेर कुणाशीही माझा संबंध नव्हता. जर किल्लेदाराने मला कुटुंबासहित आपल्या घरी जेवायला बोलावलं तर मी कधीच नाकारायचो नाही आणि आठवणीने त्याची परतफेड करायचो. बाकीचा वेळ लेखनात, फिरायला जाण्यात, घोडदौडीत आणि वाचनात जायचा. मी एक दिशाहीन, कशातही रुची नसलेला माणूस आहे, असं अनुमान रावत सुमेरसिंहाने काढलं असावं आणि ते बरोबर होतं. माझ्याकडे लक्ष वेधून घ्यायचं नव्हतं मला. सगळ्यांनी एकटं सोडावं, विसरून जावं, एवढीच इच्छा होती माझी.

माझ्या पणजोबांनी, राणा कुंभांनी आपल्या ऐन उमेदीत किल्ले बांधण्याचा सपाटा लावला होता. साऱ्या प्रदेशात ठिकठिकाणी त्यांनी पस्तीस भव्य किल्ले बांधले. पण कुंभलगड तो कुंभलगडच. गेल्या काही शतकांत बांधल्या गेलेल्या किल्ल्यांत तो सर्वोत्कृष्ट आहे. काळ्याशार दगडांचा कुंभलगड दुर्दम्य, आणि दगाफटका सोडला तर अभेद्य आहे. याच्या उंच तटबंद्या एखाद्या रस्त्याइतक्या रुंद. पावसाळ्यात सर्व आवश्यक सामान वाहून आणणारे घोडे, चिखलात पाय रुतू नयेत म्हणून तटबंद्यांवरून वर चढायचे. बांधकामासाठी वापरलेले काळे दगड फार कौशल्याने कापलेले आणि चिरेबंद रचलेले. दोरखंड बांधायला किंवा शत्रूसैन्य मुख्य दरवाजावर धडक देण्याचा देखावा करत असताना सरळसोट भिंत चढण्यात निपुण हेरांना, इथे अजिबात वाव नव्हता. मला वाटतं, कुंभलगड जर कधी वेढला गेलाच तर दोन वर्षं तरी आतल्या माणसांना कसलीही चिंता करण्याचं कारण नाही. त्याचं आतलं क्षेत्रफळ एका मध्यम आकाराच्या शहराइतकं असावं. विस्तृत शेतजमीन असल्यामुळे जरुरीपुरतं सर्वकाही तिथे पिकू शकतं. अजूनपर्यंत तरी कुंभलगडला वेढण्याचं धाडस कुणी केलं नाही याचं हेच कारण असावं.

असं म्हणतात की राणा कुंभ एक प्रचंड पुरुष होता. वीरगाथा आणि स्तुतिकाव्यात चारण त्यांचं वर्णन वटवृक्षाप्रमाणे उंच आणि तेवढेच धिप्पाड असं करतात. ते सकाळच्या न्याहारीत छत्तीस अंड्यांचा पोळा खायचे. दुपारचं जेवण म्हणजे बारा तंदूरी कोंबड्या, एक अख्खं हरण किंवा रानडुक्कर, सहा बकरे, पाच शेर रबडी, बहात्तर मक्क्याच्या भाकऱ्या, चौसष्ट जिलब्या, सात प्रकारच्या भाज्या आणि चार प्रकारच्या उसळी. त्यांचा डगला — ज्याची वाढवलेली आवृत्ती म्हणजे मुसलमानांचा अंगरखा— सतरा वार कापडाचा केलेला असायचा आणि पोटऱ्यांवर तंग बसणाऱ्या त्यांच्या

सलवारीच्या कमरेचा घेर चौदा वार. कुंभलगडमधली प्रत्येक गोष्ट त्यांच्या उंची किंवा रुंदीच्या मापाने बनवली गेली असावी. राजवाडा, आम्ही वापरत असलेल्या खोल्या आणि दालनं, स्नानगृहं, पायऱ्यादेखील, राक्षसी देहांच्या स्त्रीपुरुषांसाठी बांधल्या गेल्या होत्या. मेवाडला एकत्र बांधून ठेवणाऱ्या अरवली पर्वतशृंखला माझ्या खोलीतून दिसायच्या. पण माझी क्षितिजाची व्याख्या पूर्णपणे बदलून टाकणारं दृश्य म्हणजे इथून दिसणारी सपाट मैदानं. एखाद्या स्वच्छ, पारदर्शक दिवशी तुमची क्षितिजाची कल्पना ढासळवत नजर पार अनंतापर्यंत पोचल्यासारखी वाटते. माझ्या खोलीच्या खिडकीत बसल्या बसल्या बाहेर नजर फेकली तर आपण एका विशाल वाळवंटाच्या किंवा समुद्राच्या मध्यावर बसलो असल्यासारखं वाटतं. राजवाड्याच्या दुसऱ्या बाजूला गेलं तर किल्ल्याच्या मुख्य दरवाजातून येणाऱ्या जाणाऱ्या रहदारीवर नजर ठेवता येते. राणा कुंभ तेच करायचे. ते द्वाररक्षकांवर नजर ठेवायचे आणि शत्रूंपासून किल्ल्याचं रक्षण नीट केलं जातंय याची खात्री करून घ्यायचे. पलीकडे, आठशे–हजार पावलांच्या अंतरावर एकलिंगजींचं मंदिर. माझे पणजोबा तिथे पूजेला बसत. राजवाड्यातला कोपरान् कोपरा, परिसरातला प्रत्येक वृक्ष, रस्त्याच्या कडेचं प्रत्येक मंदिर आणि देऊळ, नदी आणि सरोवर, या किल्ल्याच्या निर्मात्याची स्मृती जतन करताहेत. माझ्या खोलीत असलेल्या मेजावर बसून राणांनी आपला संगीतावरचा प्रबंध लिहिला. आपण मांडलेली किंवा उच्चारलेली तत्त्वं पडताळून पाहावीशी वाटली की, कोपऱ्यातली, आता काचेच्या कपाटात बंदिस्त असलेली वीणा ते वाजवत. तासन् तास प्रयोग करून संगीताची आणि वाद्याची कक्षा आणि विस्तार यांत महत्त्वाची भर टाकीत. एकलिंगजींच्या मंदिरापासून अर्ध्या कोसावर एक चिंचेचा वृक्ष आहे. राणांच्या मते हा वृक्ष पवित्र होता. मला हा विचार लक्षात घेण्यासारखा वाटतो. कारण पारंपरिक हिंदू विचारानुसार वड किंवा पिंपळ हे वृक्ष पवित्र आहेत. या वृक्षांखाली पूजा आणि ध्यान केल्याने इच्छा पूर्ण होऊन ज्ञानप्राप्ती होते. राणा कुंभाचा परंपरेवर पूर्ण विश्वास होता. पण त्यांना परंपरा एखाद्या साठलेल्या तलावासारखी नाही, तर वाहत्या नदीप्रमाणे वाटायची. नदीला येऊन मिळणारा प्रत्येक झरा, ओढा, नाला, नदीची समृद्धी आणि विस्तार वाढवतो आणि म्हणूनच जेव्हा जेव्हा असं काहीतरी त्यांच्या नजरेस यायचं जे त्यांच्या कल्पनाशक्तीला भावायचं किंवा त्यांच्या प्रजेच्या हिताला आणि स्वास्थ्याला पोषक ठरायचं, किंवा केवळ सुंदर असायचं, तेव्हा तेव्हा ते त्याला मेवाडच्या परंपरेत सामील करून घ्यायचे. त्या चिंचेच्या झाडाखाली ते चिंतन करत. तिथे त्यांना थंड, शांत वाटायचं आणि चिंचेची पालवी त्यांच्या सौंदर्यदृष्टीला तृप्त करायची. तिथे पद्मासन घालून, डोळे मिटून, पण अंतर्मनाचा तिसरा नेत्र उघडा ठेवून ते तासन् तास ध्यान करत. ध्यानपूर्व आणि पश्चात जवळच्या विहिरीवर ते स्नान करत आणि मग पायीच वाड्यावर परतत. वाटेल

भेटलेल्या कुठल्याही ओळखीच्या किंवा अनोळखी माणसाच्यासुद्धा, प्रकृतीची, पीकपाण्याची विचारपूस करत. नवीन कर योजना आणि एकूण देशाच्या परिस्थितीसंबंधी त्याच्या मताची चौकशी करत. ते इतके लोकप्रिय होते यात आश्चर्य ते काय ? कारण मेवाडच्या इतिहासातले एक विद्वान आणि बहुश्रुत सम्राट असूनही त्यांनी कधीच आपल्या पांडित्याचं स्तोम माजवलं नाही किंवा आपलं खरं शक्तिस्थान म्हणजेच आपली प्रजा, हिच्याशी असलेला संपर्क तुटू दिला नाही.

अशी वदंता आहे की चिंचेच्या झाडाखाली राणा ध्यान लावून बसले असताना उदाने तीन वेळा त्यांच्या हृदयात खंजीर खुपसला. काही जण झाडाजवळच्या विहिरीकडे बोट दाखवून सांगतात, वडिलांनी डोळे मिटताच मुलाने त्यांच्या डोक्यावर पाण्याची बादली ओतली आणि त्याच क्षणी त्यांना विहिरीच्या खोल, खोल गळ्यातून आत ढकलून लगेच तिचं तोंड बंद करून टाकलं. कारण तशाही अंगभंग स्थितीत राणा आरडाओरड केल्याशिवाय राहिले नसते. शिवाय राणा पोहण्यात तरबेज होते आणि दीर्घ काळ जिवंत राहण्याची शक्यता होती. उदाने कशा प्रकारच्या कपटाने आपल्या वडिलांचा वध केला किंवा करवून घेतला यासंबंधी इतरही कथा आहेत. एक गोष्ट मात्र नक्की की, राणांच्या स्वतःच्या मुलाने त्यांचा खून केला. तो कसाही का केला असेना.

आपल्या मार्गातून दूर करण्यासाठी बाबांनी मला आणि माझ्या बायकोला कुंभलगडला पाठवलं खरं, पण त्यांनी माझ्यावर एक खास जबाबदारी सोपवली होती. किल्ल्याच्या भिंतींची तपासणी करायला आणि पाथरवट आणि गवंड्यांना दुरुस्ती संबंधीच्या सूचना द्यायला मला आणि मंगलला पुरा आठवडा लागला. जबाबदारीतून निवृत्त होण्यापूर्वी मी आणखी एक काम केलं. आमच्या शत्रूने जर किल्ल्यावर हल्ला करण्याचं ठरवलं तर तो मुख्य दरवाजावर येऊन सभ्यपणे ठोठावील अशी अपेक्षा करणं मूर्खपणाचं होतं. फक्त सात किंवा दहा धाडसी सैनिक किल्ल्याच्या कुठल्या तरी दूरच्या कोपऱ्यातून वर चढून आत शिरू शकले असते आणि आतून एखाद्दुसरा दरवाजा उघडून देऊ शकले असते. हा किल्ला किती अवाढव्य आहे ते स्वतःच्या डोळ्यांनी पाहूनच समजतं. मी किल्ल्याच्या तटबंदीवर ठिकठिकाणी आठ बुरूज बांधण्याचा निर्णय घेतला. म्हणजे कुठूनही कुंभलगडवर पहारा ठेवणं शक्य होऊन सुरक्षितता अधिक कडक करता आली असती. माझ्या या निर्णयामागे काही तरी कुटिल अंतस्थ हेतू असावा या विचाराने किल्लेदाराने मोडता घातला. बाबांची परवानगी यायला निदान सहा आठवडे तरी लागतील असा माझा अंदाज होता, पण महिन्याच्या आतच त्यांचा होकारार्थी आदेश येऊन पोचला. काम सुरू झालं. मी आठवड्यातून फक्त एकदा देखरेखीसाठी एक फेरफटका मारून यायचो. बस ! त्यानंतर फारसं लक्ष घालत नसे.

वेळ घालवण्यासाठी माझी बायको काय करायची याची मला कल्पना नाहीये. दर संध्याकाळी निळ्याच्या देवळात आरती व्हायची. तिची भेट घ्यायची असल्यास साडेपाच-पावणेसहापर्यंत पोचलं की झालं. एका दगडात दोन पक्षी : निळ्याचं दर्शन आणि छोट्या संतमाईची भेट. राजकुमारीसंबंधी गावात अपवाद पसरतील अशी भीती मला सुरुवातीला वाटली, पण ती फोल ठरली. छोट्या संतमाईची ख्याती आधीच इथे येऊन पोचली होती. किल्ल्यातले आणि गडाच्या पायथ्याशी असलेल्या खेड्यापाड्यांतले लोक पाच वाजल्यापासूनच देवळात गर्दी करू लागत. हिरवे डोळेवाली आता फक्त एक स्थानिक व्यक्तिमत्त्व राहिली नव्हती याची मला प्रथम जाणीव झाली. ती साऱ्या मेवाडचं दैवत बनली होती आणि तिची गाणी आणि कीर्ती इतर शेजारी राज्यांतदेखील पसरू लागली होती. निदान इथली माणसं तरी तिची प्रत्यक्ष भेट होण्यापूर्वीपासूनच तिची गाणी गाऊ लागलेली. काही वर्षांनंतर आमच्या सैन्याचं नेतृत्व माझ्या बायकोवर सोपवावं बाबांनी. तिच्या नाचण्यागाण्याला भुलून गुजरात, मालवा, विजयनगर, दिल्ली वगैरेचे नागरिक आपापल्या राज्यकर्त्यांना विसरून तिचे अनुयायी बनून तिच्यामागून फिरतील. आपले देव मत्सरी किंवा लेचेपेचे नसून समानतावादी आहेत ते बरं आहे. कारण माझ्या बायकोला संतपद प्राप्त झाल्यापासून बन्सीबाजाची लोकप्रियता इतर देवांपेक्षा पन्नास टक्क्यांनी वाढली आहे. अगदी आमचं कुलदैवत श्री एकलिंगजीदेखील याला अपवाद नाहीत. सुदैवाने आम्ही अनेक देव मानतो आणि सर्व देवांचं अधूनमधून दर्शन घेऊन त्यांना खुश ठेवतो; पण तरीही, सध्या तरी बन्सीबाजाचं भविष्य माझ्या बायकोच्या दैवाशी आणि प्रभावाशी जखडलं गेलं आहे.

कुंभलगडच्या किल्लेदाराच्या कुटुंबाला छोट्या संतमाईच्या नादी लागण्यासाठी फक्त तीन महिने लागले. किल्लेदार, त्याची लठ्ठ पण प्रेमळ बायको किंवा इतर लहानमोठे कुटुंबीय यांच्याबद्दल मला अनादर दाखवायचा नाहीये. पण हल्ली त्यांना मोरीवर जायला, आंघोळ करायला, खोटं सांगायला, बारसं करायला, प्रेमात पडायला, पैसा कमवायला, प्रवासाला निघायला किंवा घरात भांडणतंडण करायलादेखील छोट्या संतमाईची अनुमती लागते. मला कळतंय की मी थोडी अतिशयोक्ती करतोय, पण थोडीच फक्त. ती नेहमी आपल्याच विचारात मग्न असते. आजूबाजूला काय चाललंय याचं तिला अजिबात भान नसतं, किंवा तसं ती भासवते. तिने अनेकदा मना करूनदेखील तिचे हे नवभक्त येता जाता तिच्या पाया पडत असतात. या असल्या भाविकपणाच्या प्रदर्शनाने ती अतिशय संकोचून जाते आणि ज्याच्यावर तिचं स्वतःचं सारं लक्ष सदोदित केंद्रित असतं त्याला, बन्सीबाजाला, आपली भक्ती अर्पण करण्याची त्यांना विनंती करते. पण गंमत म्हणजे, तिच्यावर अपार प्रेम करणारी, पावसात भिजत, थंडीत काकडत तासन् तास तिची वाट पाहणारी ही माणसं तिचं कधीच ऐकत नाहीत.

तिच्यावर भक्ती करण्यात ती इतकी गर्क असतात की तिच्या म्हणण्याकडे ती मुळीच लक्ष देत नाहीत.

आणि माझं काय ? दोन दरडींवर पाय ठेवून उभा असलेला मी, एकीकडे दगड मातीच्या मूर्तीची पूजा करतो, तर दुसरीकडे उपनिषदांचा पाया असलेल्या 'सोऽहम्' या गहन सूत्राच्या चिंतनात ध्यानमग्न होतो. ही अदलाबदल किंवा नेमकं बोलायचं तर जिवाची विश्वाशी आणि परमात्म्याशी, वाटल्यास अंतिम चैतन्याशी म्हणा, असलेली एकता, हा विचारच मुळी अवाक् करणारा आहे. पण या प्रगाढ तत्त्वज्ञानाने मती गुंग होऊ न देता जर आणखी खोलात जाण्याचा प्रयत्न केला तर 'तो मी आहे' मधलं 'तो' म्हणजे काय ? कुणास ठाऊक ? प्रत्येकाला स्वत:च्या ताकदीनुसार हा शब्द समजावून घ्यावा लागतो. कधी कधी मला वाटतं की सर्वांना सचेतन करणारी शक्ती म्हणा, परमेश्वर म्हणा जर एकच असेल, तर उमलणारं फूल जेवढं 'तो' आहे तेवढंच निष्पाप मुलाचं निरर्थक मरणदेखील 'तो' आहे. माझ्या बायकोचा बन्सीबाजाबद्दलचा शारीरिक आणि आध्यात्मिक आवेग हा जितका 'तो' आहे तेवढीच पाच दिवस उपाशी असलेल्या माणसाची भूक, किंवा रोग्याची अटळ, असह्य वेदना. राणी कर्मावतीचा माझ्या आणि छोट्या संतमाईविरुद्धचा द्वेष आणि कारस्थान तेवढंच 'तो' आहे जेवढं माझं हजारो सैनिकांना दलदलीत ढकलून मारणं. 'तो' म्हणजे दु:ख, 'तो' म्हणजे आनंद. मी जर 'तो' असेन तर मी हे सारं काही आहे. विश्वातली प्रत्येक वस्तू, भावना, अनुभव, स्मृती मी आहे. उत्तम विचार. विश्वातली सर्वात व्यापक गोष्ट जे मन, त्याच्याएवढा मोठा. पण मग चांगल्यावाईटाचं, पापपुण्याचं काय ? जर माझ्या वैयक्तिक कर्मामुळे 'त्याच्या' वर परिणाम किंवा बदल होत असेल तर वैश्विक स्थितीचं, किंवा वैश्विक चैतन्याचं उत्तरदायित्व माझ्या शिरावर येऊन पडतं. म्हणजेच माझ्यासह इतर सर्वांनी प्रत्येक कर्म काळजीपूर्वक, पारखून केलं पाहिजे. ही भ्रामक आत्मवादाची आणि अहंमन्यतेची पराकाष्ठा आहे का ? की धर्माचं आणि आपल्या जीवनाचं सर्वोच्च, सर्वोत्कृष्ठ ध्येय ? आणि देवांचं काय ? त्यांचं काय कार्य ? आणि आपल्याशी असलेल्या पारस्परिक संबंधामुळे 'सर्वशक्तिमान'ची व्याख्या बदलते का ? आणि जर 'तो' म्हणजे हे सारं काही, अखंड कालावकाशासह प्रत्येक समकालीन वस्तू, तर मग हा विचारच केवळ एक कल्पनाविलास ठरतो का, ज्याचं महत्त्व केव्हाच संपुष्टात आलंय ? माहीत नाही. माझ्याकडे उत्तर नाही. किंवा प्रत्येकाला उत्तर स्वत:च शोधावं, नाहीतर निर्माण करावं लागेल.

मी परत संगीताकडे वळायचं हेच कारण असू शकेल. कारण संगीत म्हणजे प्रत्यक्ष सत्य, ज्याला कसल्याही हेतूची, प्रयोजनाची किंवा स्पष्टीकरणाची गरज नसते. तार

कोण छेडतं ? आपलं मन का हेलावतं ? आपण वेगळ्या विश्वात कसे प्रवेश करतो ? कोण जाणे ? आणि काय फरक पडतो ?

मी माझ्या मेजापाशी बसलो, कागदांची जाडजूड चळत उचलली आणि तिच्यावर डोकं ठेवलं. कागद म्हणजे विद्येचं माध्यम. जे विद्येशी संबंधित असतं त्याच्याबद्दल अपार आदरभाव हवा. एकदा चुकून माझ्या पायाचा आंगठा पुस्तकाला लागला असता माझ्या पायावर छडी ओढणारे गुरुजी मला आठवले. आज मी जर बाप झालो आणि माझ्या मुलाने विद्येशी संबंधित कुठल्याही गोष्टीबद्दल अनादर दाखवला तर मीही तेच करीन. अहमदाबादला बनणाऱ्या त्या पिवळट पांढऱ्या कागदाचा गंध मी खोलवर हुंगला. किती पातळ होते ते, जवळजवळ पारदर्शक, पण मुद्दामहून दुरुपयोग केला नाही तर अत्यंत टिकाऊ. मी चळत मधोमध दुमडली आणि वरच्या कागदावर, शाळेच्या पहिल्या दिवशी गुरुजी प्रत्येक मुलाच्या पाटीवर काढतात तशी आकृती काढली. वर्तुळ काढून त्याचं एक टोक खाली डावीकडे ओढायचं, मग तीच रेषा सरळ उजवीकडे नेऊन तिचं टोक किंचित वर उचलून सोडून द्यायचं. या आकृतीमध्ये मग नऊ उभ्या–आडव्या निमुळत्या होत जाणाऱ्या रेघा काढायच्या म्हणजे झालं सरस्वतीचं रेखाचिन्ह. चित्राची शाई वाळताच मी सरस्वती स्तोत्र म्हणून तिच्या वरदानासाठी प्रार्थना केली.

दोन पुस्तकं लिहिण्याचा मनसुबा होता माझा. विषम तारखांना मी माझं आत्मचरित्र लिहायचो, तर सम तारखांना शफीच्या 'माघार घेण्याची कला आणि शास्त्र' या पुस्तकासाठी एक दीर्घ प्रस्तावना. माझी खात्री होती की हे दुसरं पुस्तक आजच्या युद्धशास्त्राच्या विचारात एक महत्त्वाची भर टाकणारं ठरणार होतं. शफीने थेट गाभ्यालाच हात घालून पलायनाचे सत्तर संभाव्य प्रसंग सांगितले होते. आता गरज होती ती पराभव आणि माघार या विषयाच्या सखोल तत्त्वज्ञानाची. मोठं युद्ध जिंकण्यासाठी राजाला कधी कधी छोट्या लढाईत मुद्दामच हार पत्करावी लागते. पण त्यासाठी त्याला आपल्या प्रजेला आणि सैनिकांना दूरदृष्टी ठेवण्याचं आणि अंतिम ध्येयावर लक्ष केंद्रित करण्याचं प्रशिक्षण द्यावं लागतं. माझं प्रथम कार्य – जे कदाचित पूर्णपणे अपयशी ठरण्याची शक्यता होती – म्हणजे 'पलायन' या शब्दाशी आणि कृतीशी निगडित असलेलं लांछन पुसून टाकणं हे होय.

विवाद्य विषय असूनही, शफीच्या पुस्तकाची आज खरोखरच गरज होती. लोकांनी ते वाचलं असतं, त्यांच्यावर वाद घातले असते. आणि कदाचित त्याचा गंभीरपणे

विचारही केला असता. पण माझं आत्मचरित्र लिहिण्यामागच्या प्रयोजनासंबंधी माझी खात्री नव्हती. मी इतका नाउमेद झालो होतो का की मला स्वसमर्थनाची गरज भासावी ? युवराजापासून ते एका सामान्य, नगण्य व्यक्तीपर्यंतचं माझं रूपांतर जवळजवळ पूर्ण होत आलेलं. दैव नावाचा पत्त्याचा जोड पिसून वाटला असता अनपेक्षितपणे जर चांगला हात वाट्याला आला तरच मी परत उन्नतीच्या मार्गाला लागू शकलो असतो. पण त्याचा माझ्या आत्मसन्मानाशी काय संबंध ? सामान्य माणूस स्वत:च्या अपयशाचं समर्थन करण्यासाठी कुणाच्या तरी माथ्यावर त्याचं खापर फोडत असतो, मग ते स्वत:च्याच का असेना. माझ्यातला जवळजवळ नष्टप्राय युवराज खाली कोसळला असला तरी अजून हार मानायला तयार नव्हता. योग्य संधी मिळताच मी तो पत्त्याचा जोड पिसून स्वत:ला फायदेशीर डाव वाटणार होतो. महाराजांच्या म्हणण्याप्रमाणे जर युवराज काळाच्या फार पुढे होता तर माझ्या देशवासीयांना घाई करून माझ्या बरोबरीने चालवण्याची कला मला आत्मसात करायला हवी. मला माझ्या जीवनाकडे थंड, अलिप्त दृष्टीने पाहिलं पाहिजे. माझं कुठे चुकलं होतं ते शोधून काढून आता पुढची खेळी कशी वेगळ्या पद्धतीने करायची आणि डाव कसा अनुकूल करून घ्यायचा ते ठरवलं पाहिजे.

जीवनात रंगीत तालमीला वाव नसतो. पण जर नशीब चांगलं असेल तर बारकाईने पाहता जीवनातही एक विशिष्ट वागणुकीची पद्धत दिसून येते. एकदा केलेली चूक परत स्वत: नाही करायची, पण दुसऱ्या कुणाला तरी करू द्यायची प्रवृत्ती. आज मी विक्रमादित्यावरच्या कटाच्या खटल्याचा इतक्या एकाग्रतेने पाठपुरावा करीन का ? की तो शत्रूबरोबर करत असलेल्या देशद्रोहाच्या निष्फळ कारस्थानाचा मामला राणी कर्मावतींच्या हाती सोपवून तिला जन्मभर माझी ऋणी बनवीन ? हे खरं आहे की राणीइतका दुसरा कट्टर शत्रू देशात मिळणार नाही, पण मित्र म्हणून — अप्रामाणिक मित्र का असेना — कधीतरी तिला चूक करताना किंवा बेसावध पकडता येणं शक्य आहे. कदाचित तिच्याबरोबर समझोता करणंही जमू शकेल. पण आता तिच्याशी सुसंवाद प्रस्थापित करण्याची वेळ निघून गेली होती. मात्र आमचे बंधुराज, विक्रमादित्य अजून खंबीर होते. त्याचा स्वार्थ कशात आहे हे कधीच कळायचं नाही, पण एका बाबतीत मात्र त्याच्यावर नेहमी विसंबून राहता यायचं आणि ते म्हणजे नेहमी वाकड्यात शिरण्याच्या त्याच्या सवयीवर.

अजूनपर्यंत दुर्लक्षित असं सुपीक क्षेत्र मिळालं होतं मला. पण माझ्या आत्मचरित्राचा हेतू फक्त गमावलेल्या आणि नवीन संधीचा शोध किंवा आत्मपरीक्षण हा नव्हता. गत इतिहास आमच्या देशवासीयांच्या स्मृतीत नेहमी जागृत असायचा. त्यांच्या मते इतिहास म्हणजे तथाकथित दुसरी संधी होती. इतिहास पुनर्जीवित करून या खेपेला सुधारून

घेणार होते ते. श्रद्धेच्या आणि पुनर्निर्मितीच्या द्वारे ते पराभवाचं विजयात रूपांतर करणार होते, दूरदृष्टी किंवा दीर्घकालीन लाभापेक्षा शौर्य, धैर्य आणि पराक्रम आणि मित्रत्वापेक्षा वैरभाव त्यांना अधिक प्रिय होता. मुख्य म्हणजे यात कसलाही हिशेब – किताब ठेवावा लागत नाही. आत्मवंचनेच्या वैभवाची किंवा अर्थशून्य चुकीची किंमत भरावी लागत नाही. त्यांच्यासाठी पाचशे वर्षांपूर्वीची घटका कालाच्या कक्षेबाहेरची आणि म्हणूनच काल परवा घडल्याप्रमाणे होती. भूतकालासाठी ते जबाबदार नव्हते. त्यांच्या मते इतिहास म्हणजे माणसाच्या शहाणपणाची, प्रमादांची आणि अंतर्दृष्टीची बेरीज नव्हती, की वर्तमानातले निर्णय घेण्यासाठी अज्ञानाचा अंधार दूर करणारी मशाल नव्हती. याच वृत्तीच्या विरुद्ध जाऊन ही परंपरा तोडण्याचा प्रयत्न होता माझं आत्मचरित्र. जर व्यक्तिगत इतिहास एक वारसा असेल, तर मी हा वारसा माझ्या मुलांसह पुढच्या पिढीसाठी सोडून जाणार होतो, ज्यायोगे त्यांच्या पूर्वजांनी व्यवहार आणि राजकारणाची वेडीवाकडी वळणं कशी हाताळली, काय चुका केल्या, कुठे अपयशी झाले, आणि कठीण परिस्थितीवर मात करून परत वर कसे उठले ते समजून घ्यायची संधी त्यांना उपलब्ध होणार होती.

नेहमीप्रमाणे स्थिर हाताने वळणदार अक्षर काढत मी लिहू लागलो. मी जाणीवपूर्वक प्रयत्न न करताही दोन्ही ग्रंथांची भाषा आणि विचारप्रणाली संपूर्णपणे भिन्न होत गेली. 'माघार'ची गद्य शैली औपचारिक आणि काटेकोर होती. मी अखंड परिच्छेद आणि बऱ्याचदा पानंची पानं मनात जुळवायचो आणि नंतर सलग लिहून काढायचो. कित्येक महिने मोडक्या पायांमुळे बिछान्याला खिळलो असताना मी पुस्तकाचा आराखडा तयार केला होता. मी एका निषिद्ध विषयावर लिहीत होतो. ठाम पारंपरिक आणि कर्मठ मतांच्या प्रतिकाराला तोंड द्यायचं तर, नगररचनाकाराच्या शब्दांत सांगायचं म्हणजे, इमारतीच्या पायाची बांधणी मजबूत हवी. प्रबंधाच्या भारवाहू भिंती आणि आधारशिला असलेली प्रकरणं कुठली ते मी जाणत होतो. प्रत्येक कोनातून, झरोक्यातून, सज्जातून विषयाचं संपूर्ण चित्र स्पष्ट दिसावं याची काळजी घेत होतो. माघार म्हणजे भावी युद्ध लढण्यासाठी आणि जिंकण्यासाठी सद्य:स्थितीत जीव वाचवण्याचं तंत्र, हे विषयाचं मुख्य ध्येय कधीही दृष्टिआड होऊ नये हा माझा प्रयत्न होता. माघार घेण्याचेदेखील कित्येक प्रकार आहेत. ती एक बतावणी असू शकते, आपल्या सैन्याची पुनर्रचना करण्यासाठी किंवा कुमक सैन्य येऊन सैन्यबळ वाढवण्यासाठी केलेली युक्ती असू शकते, किंवा मुख्य हल्ला दुसरीकडे कुठेतरी केला जात असताना शत्रूचं लक्ष विचलित करण्यासाठी केलेलं एक नाटक असू शकतं आणि बचावाचा शेवटचा उपाय म्हणून शेपटासकट पुठ्ठा मागच्या पायांमध्ये ओढून घेऊन पुढचं शरीर तीरासारखं एका रेषेत ताणून वेगाने केलेलं परिणामकारक पलायनही असू शकतं.

आत्मचरित्रासंबंधी माझी काही योजना नव्हती, पण माझ्या लिखाणाच्या भाषेने मलाच धक्का बसला. मी स्वत:ला आवरायचा प्रयत्न केला, पानांमागून पानं फाडून टाकली आणि शेवटी प्रयत्न सोडून दिला. माझं मन हे दुधारी हत्यार असल्याचं मला प्रथमच समजलं. एकीकडे तार्किक युक्तिवादासाठी शुद्ध, अलिप्त, चर्चात्मक मेवाडी, तर दुसरीकडे दरबारी औपचारिकता आणि राजवाड्यातील हिजडे, नोकर, दासी यांच्या रंगीबेरंगी, तिखट आणि चटकदार बोलीभाषेचं संमिश्रण. थंड, निर्विकार, चिकित्सक शैली मला नकोच होती, (तसल्या प्रकारचा प्रामाणिकपणा किती खोटा आणि अवाचनीय बनू शकतो ते जाणतो मी), पण माझ्या लिखाणाच्या तीव्र व्यक्तिगत सुराने मीच चकित झालो. कुठल्याही परिस्थितीत, कितीही चिथावलो गेलो तरी मी आत्मसंयम सुटू देत नाही. निदान अशी माझी समजूत होती. आणि आता अगदी स्वत:चं अंतरंग जरी उघडंनागडं करत नसलो तरी नेहमीची सावधानी झुगारून देत, स्वत:वर आणि इतरांवर, अगदी बाबांसकट सगळ्यांवर ताशेरे झाडीत, तर्कसंगत विचारशृंखलेची नेहमीची शिस्त सोडून विषयांतर करीत, चिंतनात्मक लिखाणांनी पानं भरत, मी सर्व काही जसच्या तसं सांगत चाललो होतो. या असल्या स्पष्टवक्तेपणाच्या आणि प्रत्येक विषयावरचं स्वत:चं मत जाहीर करण्याच्या प्रवृत्तीने माझा मीच भांबावलो. हा आत्मचरित्राचा प्रकल्प सोडून देणंच उत्तम का ? माझ्या हाताबाहेर जाऊ लागला होता का तो ? होय. जाऊ लागला होता खरा. पण त्यातला आक्षेपार्ह वाटू शकणारा भाग गाळणं हा खोटेपणा ठरला असता. म्हणजे मग आमच्या भव्यदिव्य भूतकाळाचं गुणगान गाणारे चारण आणि त्यांचे इतर व्यावसायिक बंधू यांच्याइतकाच मी अपराधी ठरलो असतो. आणि लिहिणंच बंद करणं याचा अर्थ असा झाला असता, की खरं बोलणं कितीही स्तुत्य असलं तरी प्रत्यक्ष जीवनात त्याला वाव नाही आणि स्पष्टवक्तेपणामुळे यथार्थज्ञान, आत्मपरीक्षण, आंतरिक शक्ती वगैरे काहीच मिळत नाही, उलटपक्षी नि:सत्त्वता येते, हे मीही मान्य करतो. मी शुष्कपणे हसलो आणि लिखाण चालू ठेवण्याचा निर्णय घेतला. मला त्यातून इतका आनंद मिळत होता की कदाचित ठरवूनही मी ते थांबवू शकलो नसतो.

२८

देवाशी लढायला देवच व्हावं लागतं. (निदान त्याचं सोंग तरी घ्यावं लागतं.)

तटावर सात मैलांची रपेट करून रात्री साडेअकरा वाजता तो परतत होता, तेव्हा बन्सीबाजाच्या देवळात त्याने आपल्या बायकोला पाहिलं. तो राजवाड्याच्या दिशेने वळला, पण तिच्याविषयीच्या अनावर कुतूहलाने त्याला परत मागे फिरण्यास भाग पाडलं. ती डोळे मिटून निश्चल बसलेली. हे अनपेक्षित होतं. तिच्याविषयीच्या अनेक कथांपैकी एक कथा अशी होती की तिची पावलंच नाही तर तिचा घागरा आणि वेणीदेखील कधी स्थिर नसायची. चेहऱ्यावर एक जगावेगळा भाव, जो त्याला अनाकलनीय वाटला तरी ज्याचं वर्णन फक्त परमानंदाची शांती असंच तो करू शकत होता. ती या जगातली, या विश्वातलीदेखील उरली नव्हती.

तिच्या चेहऱ्यावर पडणाऱ्या एका पणतीच्या प्रकाशाचा तो खेळ असणार याची त्याला खात्री पटली. तो आणखीन जवळ गेला. तिच्यातून प्रकाश वाहत होता. फक्त तिच्या डोळ्यांतून नाही, ते नाहीतरी मिटलेलेच होते, तर तिच्या साऱ्या शरीरातून. ती अंतर्बाह्य प्रकाशमय आणि पारदर्शक झाली होती. आपण जे पाहतोय त्यावर विश्वास ठेवण्या न ठेवण्याने काहीही फरक पडणार नाहीये हे जाणत होता तो. तिला काहीही स्पर्शू शकत नव्हतं. ती एक परिपूर्ण वर्तुळ होती. बाकीचं सर्वकाही वर्तुळाच्या बाहेर. कुठल्या तरी अज्ञात शक्तीशी तादात्म्य पावली होती ती. दैवी स्पर्श झालेलं माणूसच इतकं बेभान, इतकं आत्मविभोर होऊ शकतं.

कसला विचार करत होती ती ? निरर्थक प्रश्न. ती विचारांच्या पलीकडे पोचलेली. तिच्या हृदयाच्या गाभ्यात दडलेलं गूढ त्याला कधीच उमगणार नव्हतं. पण हेच तर आध्यात्मिक अनुभवाचं सार नाही का ? त्याने स्वत:ला समजावलं. यालाच एकात्म होणं म्हणतात. बाकीच्या जगाला आत यायला मज्जाव असतो. बाहेरच्या जगातल्या माणसांच्या दृष्टीने संतांचं जग हे संपूर्णत: आत्मतत्त्वात विलीन झालेलं असतं. पण असं म्हणणंदेखील बरोबर नाही. तिच्यासाठी बाहेरचं जगच उरलं नव्हतं.

त्याला एक विचित्र इच्छा झाली. तिच्यातून फैलावणारा प्रकाश हातांच्या ओंजळीत भरून घेण्याची.

त्या रात्री उशिरा, आपले सर्व कपडे उतरवून तो एका पुरुषभर उंचीच्या आरशासमोर उभा राहिला. एका थाळीत त्याने पाच चमचे भरून नीळेची पूड घेतली आणि दोन फुलपात्रभर पाण्यात ती नीट मिसळली. खोलीच्या मध्यावर त्याने चार मोठी पोती पसरली. जमिनीवर किंवा भिंतींवर डाग पडून चालणार नव्हतं. एक मोठा कुंचला त्याने त्या मिश्रणात बुडवला आणि कुंचला थाळीच्या कडेवर दाबून जास्तीचा रंग थाळीत ओघळू दिला. आरशासमोर उभा राहून त्याने निर्विकारपणे आपल्या प्रतिबिंबाकडे पाहिलं आणि कुंचल्याचा पहिला हात शरीरावर मारला. थंडपणा पाण्याचा होता की नीळेचा ? रंगभूषा करणाऱ्या नटासारखं वाटलं त्याला. हे वेळखाऊ काम होतं, पण त्याला तरी कसली घाई होती ? काम नीटपणे पार पडणं महत्त्वाचं. काखांतून, कानांच्या मागे, नितंबांच्या चिरेत, जांघेत, पाठीच्या कण्याच्या उंचसखल मणक्यांवरून– स्वतःच्या त्वचेचा एक छोटा ठिपका किंवा रेषा सुटायला नको होती त्याला नजरेतून. त्याने परत आरशात पाहिलं. पायाची करंगळी आणि तिच्या शेजारच्या बोटांमध्ये एक गोरी रेषा दिसत होती. कुंचल्याच्या एका फटक्याने त्याने तिचा समाचार घेतला. मग आरशाकडे पाठमोरा होऊन त्याने पाहिलं. पाठ आणि उजव्या बाजूच्या वरच्या तीन बरगड्या रंगवायला जरा कठीण गेलं होतं, पण बारकाईने काम केल्याचं फळ पदरात पडलं होतं. थोडा वेळ तो स्वस्थ उभा राहिला. रंग वाळला होता, पण तरीही त्याला धोका पत्करायचा नव्हता. मग त्याने पिवळा रेशमी पितांबर उचलला. किती मऊ, हलका आणि तलम होता त्याचा स्पर्श. पितांबर नेसून त्यावर त्याने जरीची बारीक कलाकुसर केलेला कमरपट्टा बांधला. आता डोक्याचा रुमाल. काळजीपूर्वक त्याने आपले केस रुमालाखाली सरकवले आणि उजव्या डोळ्याच्या बरोबर वर मोराचं पीस तिरकं खोवलं. एक शेवटचा दृष्टिक्षेप. त्याने बासरी उचलली – तीच ती, राजा पुराजी कीकांच्या भिल्ल सैनिकाने त्याला भेट दिलेली – आणि तो निघाला.

हलकेच त्याने तिच्या शयनकक्षाचा दरवाजा उघडला. ती झोपेत होती. हळुवारपणे तो बासरी वाजवू लागला. कुठलाही राग किंवा धून त्याने निवडली नव्हती. स्वर सहजपणे वाहू लागले. हृदय, आत्मा, मन आणि बासरी जणू एक झाली. तो वाजवत राहिला. भरीव, गहिरा, सूक्ष्म कंप असलेला बासरीचा ध्वनी, जणू उदबत्तीचा धूर. त्याच्या रेषा गूढपणे वेटोळी घेत वर चढत होत्या. अर्धवट जागी होत तिने कूस बदलली

आणि परत निद्राधीन झाली. ते सूर तिच्या अंतर्मनातून संथपणे लहरत असावेत. परत उताणी होत तिने चेहरा ओढणीने झाकला. एक आळसावलेलं स्मित, सुरांइतकंच झिरझिरीत, तिच्या ओठांवर उमटलं. आता ती पूर्णपणे जागी होती. ते हसू मिस्कीलपणे तिच्या डोळ्यांच्या कोपऱ्यात पसरलं, पण अजूनही ती डोळे उघडत नव्हती.

"मी घरी नाहीये. तू तुझ्या इतर बायकांकडे परतलेलं बरं. ज्वर आणि अतिसाराने जेव्हा मी किंचित आजारी पडले होते आणि ओकून ओकून पोटासकट सारी आतडी बाहेर फेकली जात होती तेव्हा माझी भेट घेण्यासाठी वेळ मिळाला नसावा तुला. नको नको, कृपा करून मला तुझ्या वैश्विक जबाबदाऱ्या, राजव्यवहार आणि इतर कारणं ऐकवू नकोस. काही फरक पडणार नाही. आणि तसं काही विशेष झालं नव्हतं. फक्त मी मरायला टेकले होते आणि सर्वांनी माझी आशा सोडली होती इतकंच. निदान त्यांनी तरी. बिचारे ! दिवसरात्र त्यांनी माझी किती सेवा केली माहीत आहे ? सगळी घाण काढली. क्षणभरही ते माझ्या पलंगापासून दूर झाले नाहीत की झोपले नाहीत, पण त्याचं काय कौतुक, नाही का ? मी मेलेही असते. यावर तू काय म्हणणार ते माहीत आहे मला — की, मी मेले नाही ना पण ? मग आता हा नखरा कशासाठी ? आता आणखी नाटकं नकोत, शेवटी आपण सभ्य, सुसंस्कृत माणसं आहोत. बरोबर आहे तुझं म्हणणं. तेव्हा आता निरोप घेऊया. काही प्रसंग आपण मजेत घालवले. आनंदातदेखील. पण आता ते सारं संपलंय. आता तू तुझ्या वाटेने जा आणि मी माझ्या वाटेने जाते. आता पुन्हा आपली भेट नाही."

बासरी कमरपट्ट्यात खोवत तो वळला आणि जाऊ लागला. एव्हाना ती भलतीच उत्तेजित झालेली. कुठल्याही क्षणी तिने फेकलेल्या वस्तू अंगावर येऊन आदळण्याची शक्यता होती.

"ऐकतोयस का ? की वाचा बसली ? स्वतःच्या बचावासाठी तुला काहीच म्हणायचं नाहीये ? ते कितीही खोटं असलं तरी ? तुला थोडीही लाज कशी नाही ? मानवी भावनांचा अंशही नाहीये तुझ्यात. तुला काय वाटतं ? तुझ्या साऱ्या थापांवर माझा विश्वास बसतो ? विसरा आता ! आता यापुढे तुझ्याशी काहीही देणंघेणं नाही माझं."

तो दरवाजाबाहेर पडला होता जेव्हा ती धावत त्याच्यामागून आली.

"मला जवळ घे ! घट्ट धर ! बोलू नकोस, एक शब्दही बोलू नकोस !"

दुसऱ्या दिवशी सायंकाळी आठ वाजता — खरं तर रात्री, कारण सहा वाजताच काजळकाळा अंधार पडायचा, तो परत उघडा होऊन अंगाला नीळ लावत आरशासमोर उभा.

''याच्यात उभा राहा.''

ती नक्की काय म्हणतेय ते त्याला नीटसं कळलं नाही.

''अरे ये ना. सारी रात्र वाट पाहत बसणार नाहीये मी. आणि बासरी का बंद केलीस ?''

नेहमीप्रमाणे तिने खोलीत दिवे लावले नव्हते आणि त्याचं पाऊल एका मोठ्या, बावनकशी सोन्याच्या थाळीच्या कडेवर पडलं. स्वत:ला सावरत त्याने परत एकदा त्या भिल्ल गीताचे सूर उचलले. तिने एक लांब तोटीची सोन्याची सुरई आणली.

''आज झालंय तरी काय तुला ? बासरी वाजवताना तू नेहमी कसा उभा राहतोस ते विसरलास ?''

त्याने घाईघाईने आपलं उजवं पाऊल डाव्या पावलापलीकडे ठेवलं. ती त्याच्या पायावर पाणी ओतू लागताच मात्र त्याची त्रेधा उडाली. धडधडत्या हृदयाने तो स्वत:शीच म्हणाला, 'खेळ समाप्त !' थक्क होऊन आपल्या उजव्या पायावरची नीळ धुतली जात असलेली पाहत राहिला.

''आता डावा पाय. सांभाळ, तोल जाईल हं ! तुझी कंबर मोडेल म्हणून नाही,'' वर त्याच्याकडे पाहत ती हसली, ''पण माझी मान मोडेल म्हणून मला काळजी.''

तिला खरंच कळलं नव्हतं का तो कोण आहे ते ? की ती फक्त त्याला आणि स्वत:ला रिझवत होती ? ती दोघं मिळून एक नाटक खेळत होती का ? नक्कीच तिने ओळखलं असणार.

''आता बाहेर ये.'' तिने आपल्या पदराने त्याचे पाय पुसले, ''हे पवित्र पाणी उद्या तुळशीला घालीन. वसंत ऋतूतल्यासारखी ती आनंदाने फुलून उठेल.'' त्याचे घोटे पकडून तिने साष्टांग नमस्कार घालत त्याच्या पायांवर आपलं डोकं टेकलं. ''मला आशीर्वाद दे देवा ! तुझ्या प्रेमाला मी कधी पात्र ठरेन असं स्वप्नादेखील मला वाटलं नव्हतं. की हे स्वप्नच आहे ?'' तिने मान वर करून भक्तीपूर्ण नजरेने त्याच्याकडे पाहिलं, ''तुला चिमटा काढून तू खराखुरा आहेस याची खात्री करून घेऊ दे मला.'' तिने हात वर केला आणि तो कळवळेपर्यंत त्याच्या पोटरीचा करकचून चिमटा घेतला. ''दुखलं का ?'' तिने आश्चर्याने विचारलं, ''म्हणजे खरंच तू खराखुरा आहेस. छान झालं चांगला धडा मिळाला. आता त्या राधेसाठी किंवा आणखी कुणासाठी मला सोडून जाणार नाहीस.''

त्याच्या डोक्यावरच्या रुमालातून तिने मोरपीस खेचून बाहेर काढलं. आता काय ? तो स्वत:शीच म्हणाला. त्याला फार वेळ वाट पाहावी लागली नाही. तिच्या ढाका–मलमलीच्या ओढणीप्रमाणे मऊ आणि हवेच्या लहरीप्रमाणे हलकं होतं ते. कदाचित ते पीस नव्हतंच, तर अतिसूक्ष्म वाऱ्याची झुळूक होती. अंग ओरबडणारे

खुरप्याचे लोखंडी दात त्याने अधिक पसंत केले असते. एक विलक्षण छळणूक. गुदमरून टाकणारा, असह्य, त्याच्या सहनशक्तीचा अंत पाहाणारा स्पर्श. पिसाचा डोळा त्याला स्पर्श करत होता की नाही ते त्याला माहीत नव्हतं, पण त्याचं अंगन् अंग हुळहुळवत, हळवं करत एक विद्युतप्रवाह त्याच्या त्वचेखालून सरसरत जात होता. पटकीच्या साथीत माजावर आलेले मोर आणि आज त्याच्या शरीरावर चाललेलं त्यांचं नृत्य या विसंगतीचा मेळ कसा काय घालणार होता तो ?

कधी कधी दुपारच्या जेवणानंतर ते पत्ते खेळायचे. किंवा ममता सोंगट्यांचा रंगीबेरंगी पट आणून तो एखाद्या गालिचासारखा उलगडायची. युवराजाला पैसे न लावता खेळायला आवडलं असतं, पण त्याच्या बायकोच्या मते पैसे लावून खेळण्यातच खरी मजा आणि आव्हान होतं. कुणाचा कोण भिडू हे कुणीच ठरवलं नव्हतं, पण कुंभलगडला आल्यापासून त्यांच्या जोड्या जणू आपोआपच ठरल्या. राजकुमारी आणि मंगल यांच्याविरुद्ध ममता आणि युवराज. थोड्याच दिवसांत हे स्पष्ट झालं की, वरचढपणात आणि डावपेचात राजकुमारीचा हात इतर कुणीही धरू शकत नव्हतं. एकीकडे तिची निरागस निर्व्याजता एखाद्या लखलखीत कवचासारखी तिच्या चेहऱ्यावर झळकत तिच्या संतपणाचा पुरावा द्यायची, तर दुसरीकडे, कुठच्याही स्त्री–पुरुषाला माहीत असलेल्या आणि खूपशा माहीत नसलेल्याही, स्वउन्नतीच्या, चांचेगिरीच्या आणि नफेबाजीच्या कुटिल क्लृप्त्या ती बिनदिक्कत वापरायची.

तिचा खोटा कावा, सूक्ष्म हातचलाखी आणि पकडली गेली असता अन्यायाच्या चिडेचं नाटक मती गुंग करणारं होतं. तिचा अतिलोभीपणा तिच्या मोहक लाघवीपणाशी स्पर्धा करायचा. पत्त्याचा हात कितीही वाईट असो, किंवा गेले चार तास तिने फेकलेल्या सोंगट्यांची बेरीज दर वेळी फक्त एक अधिक एक असो, तिच्या गुणांचा हिशेब नेहमी इतरांपेक्षा अधिक भरायचा. तिची नेहमीची युक्ती म्हणजे बाकीच्यांचं लक्ष विचलीत करणं. कधी तिची ओढणीच खाली पडे, तर कधी कर्णफुलाचं मळसूत्रच कुठेतरी घरंगळत जाई, तर कधी तिच्या डोळ्यात धुळीचा कण गेलेला असे – कुणीतरी कृपा करून रुमालाच्या किंवा पदराच्या टोकाने तो काढेल का ? आणि ती ओढणी सावरेस्तोवर, मळसूत्र शोधेस्तोवर किंवा कुणीतरी तिच्या डोळ्यातलं मुसळ काढेस्तोवर खेळाचं स्वरूप पूर्णत: बदललेलं असायचं. तिचा पत्त्यांचा हात इतका सुधारलेला असायचा की नाण्यांची सारी चळत ती गोळा करायची. कधी काळी लबाडी करणं कठीण गेलं आणि हार निश्चित झाली तर तिला उचक्या किंवा शिंका येऊ लागत आणि अपघाताने साऱ्या सोंगट्या पटावर उधळल्या जाऊन एकमेकांत मिसळत.

‘‘शी बाई. ही माशी फारच त्रास देतेय.’’ तिने आपल्या छातीवर एक चापट मारली, ‘‘खेळायला बसल्यापासून सतावतेय मला.’’

युवराजाने पुढे झुकून तिचा हात पकडला. त्याच्या मनगटाची बाजू तिच्या स्तनावर विसावली.

‘‘हे काय युवराज ?’’

‘‘ती माशी पकडायला आपल्याला मदत करतोय.’’ त्याने तिचा हात दाबला. तिच्या वरच्या ओठावर घामाचे थेंब तरारले.

‘‘माझा हात सोडावा, युवराज !’’

‘‘सोडतो ना ! ती माशी हाती लागताच सोडतो.’’ तिच्या हातांची हाडं कट्‌कन मोडलेली सर्वांना ऐकू येईपर्यंत त्याने पकड घट्ट केली. तिच्या डोळ्यांत चिडेचा आणि वेदनेचा अंगार फुलला पण आपली गच्च मिटलेली मूठ ती उघडेना. मंगल आणि त्याची बायको हा कौटुंबिक कलह धास्ताहून पाहत होते. युवराजाला इतकं निग्रही झालेलं कधी पाहिलं नव्हतं त्यांनी. तो तिला दुखवत होता हे उघड होतं.

माझ्या मनगटाला जर तिच्या धडधडणाऱ्या मऊ उरोजांची ओळख पटते, युवराजाच्या मनात आलं, तर तिलाही रात्रीच्या पाहुण्याचा स्पर्श ओळखता यावा. थोड्याच वेळापूर्वी एकमेकांच्या मिठीत जखडलेली जोडपी, इतरांसमोर तिऱ्हाइतांसारखी, जणू त्यांचा काही शारीरिक संबंध नसल्यासारखी कशी वागतात याचं आणि माणसाच्या दुटप्पीपणाचं त्याला नेहमीच कुतूहल वाटत आलं होतं.

तिच्या हातातून पत्ता खाली पडला. तो पत्ताच आहे, आपले डोळे आपल्याला फसवत नाहीयेत, याची खात्री करून घेण्यासाठी मंगलने तो उचलला आणि मंगल, ममता आणि युवराजाने हसता हसता लोळण घेतली. राजकुमारीला मात्र मुळीच हसू आलं नाही.

‘‘तो पत्ता आपण माझ्या हातात कोंबलात, युवराज. ही भयंकर लबाडी आहे.’’

पत्ते खाली भिरकावून पाय आपटत ती खोलीबाहेर गेली. तिच्या मागून धावत जात, कशीबशी तिची समजूत घालत ममता तिला परत घेऊन आली. डाव परत सुरू झाला. या छोट्याशा विषयांतरामुळे तिचा पत्त्यांचा हात मात्र भलताच सुधारला होता.

२९

घरची आणि राज्यातली बातमी संमिश्र होती. आदल्या वर्षाच्या लहरी पावसामुळे आणि गैरमोसमी पुरांमुळे पिकांचं नुकसान, वाईट आर्थिक परिस्थितीमुळे राज्यातल्या व्यवहारात एकूण गंभीर मंदी, खजिना जवळजवळ रिकामा असल्याने शेतकऱ्यांना बियाणं खरीदण्यासाठी कर्ज देण्यास अर्थमंत्री आदिनाथजी असमर्थ. या परिस्थितीत, जगातले इतर सम्राट करतात तेच बाबांनीही केलं. शेजारच्या राज्यावर अतिक्रमण करून, शक्य तेव्हा धाडी घालून, लूटमार करून त्यांची जमीन काबीज करणं. दोन प्रदेश उपलब्ध होते, एक म्हणजे दिल्लीचं सल्तनत आणि दुसरा म्हणजे माळवा. बाबांनी नेहमीप्रमाणे विचारविनिमय करून चाणाक्ष निर्णय घेतला आणि पहिल्याची निवड केली. दिल्ली आणि मालवा दोघांचीही शक्ती आणि जोश संपुष्टात आली असून ती कशीबशी तग धरून आहेत. दिल्लीचा इब्राहीम लोदी आणि माळव्याचा महंमूद खिलजी हे दोघेही कल्पनाशून्य राजे आहेत. आपल्या सरदारांवर आणि सत्तेखालच्या छोट्यामोठ्या राजांवर त्यांचा अजिबात दबाव उरला नाहीये. मालव्यावर चढाई करणं फारच सोपं होतं, पण महमूद खलजीचा प्रधानमंत्री – ज्याच्यावर त्याचा अजिबात विश्वास नाहीये – हा एक राजपूत असून तो अतिशय हुशार आहे. त्याचं नाव मेदिनी राय. मी हे नेहमीच मानत आलोय की आपल्या पूर्वजांचं अनुकरण न करणं हाच बाबांचा मोठेपणा आहे. ते राजपुतांशी कधीच युद्ध पुकारत नाहीत आणि वैरभावाला प्रोत्साहन देत नाहीत. परिणामी, गेल्या काही महिन्यांपासून राणा संगांनी लोदी राज्यातले प्रदेश हडप केल्याच्या बातम्या सतत दिल्लीच्या सुलतानाला मिळत आहेत.

सुलतान अतिशय संशयी असून आपल्या सर्व उच्चस्तरीय अधिकाऱ्यांना संभाव्य शत्रूच्या नजरेने पाहतो. ही वृत्ती फक्त त्याच्या संशयितांनाच नाही तर खुद्द त्यालाही फार त्रासदायक ठरते. कारण त्याच्या अविश्वासास पात्र ठरलेल्यांना आपली जमीन, कुटुंब आणि डोकी गमवावी लागतातच, पण असला बळी घेणाऱ्यालाही त्याची जबर किंमत द्यावी लागते. आपल्याच माणसांचा पाठिंबा तो हरवून बसतो, त्याच्या अनंत शंका स्वार्थसाधू बनतात आणि असुरक्षिततेचं जहर त्याचा आत्मा जाळत राहतं. 'विश्वासाने विश्वास वाढतो' ही म्हण अर्धी जरी खरी असेल तर याउलट अर्थ असलेली

'अविश्वासाने अविश्वास वाढतो' ही म्हणदेखील तितकीच खरी असायला हवी. बाबांनी चालवेल्या लुटालुटीकडे इब्राहीम लोदीने दुर्लक्ष केलं ते सभोवतालीच्या प्रदेशात त्याच्याच प्रतिनिधींनी उठवलेली बंडं शमवण्यात तो गुंतला होता म्हणून. आपल्या सिंहासनाला निर्माण झालेल्या अंतस्थ धोक्यांना कसंबसं काबूत आणल्यावर किंवा त्यांना तात्पुरतं स्थगित करून, अखेरीस तो राणांना सामोरं जाण्यासाठी त्वरित निघाला.

बाबा जायला निघेपर्यंत, विक्रमादित्याला त्यांच्या गैरहजेरीत चितोडचा राज्यपाल नेमण्याबद्दल कर्मावती राणीसाहेबांनी त्यांना सतवलं आणि सतत पिच्छा पुरवला. पण बाबा बधले नाहीत. त्यांनी माझ्या धाकट्या भावाला, रतनला राज्यपाल नेमलं आणि विक्रमादित्याला आपल्याबरोबर आघाडीवर नेलं. दरबारात अशी अफवा पसरली आहे की राणी कर्मावती सध्या राजमर्जीतून उतरल्या असून रतनला आता युवराजपदासाठी तयार केलं जातंय. कदाचित राणांच्या पश्चात रतन गादीवर आरूढ होईलही, पण राणीसाहेबांच्या सामर्थ्याला आणि प्रभावाला कमी लेखणं अदूरदृष्टीचं ठरेल. विक्रमादित्याला आपल्याबरोबर नेण्यामागे बाबांचा उद्देश त्याला चितोडमध्ये नसत्या उचापती करण्यापासून परावृत्त करणं आणि त्याच वेळी खऱ्याखुऱ्या युद्धाचा अनुभव त्याला देणं हा असू शकेल. (मंगलच्या माहितीनुसार असं कळतं की बाबांनी त्यांच्याशी कसला तरी करार केल्यानंतर राणीसाहेबांनी त्यांचं म्हणणं मानलं, पण कराराचे अटी–नियम काय होते ते कुणालाच माहीत नाहीये. मी फक्त दोन गोष्टींबाबत हमी देऊ शकतो. एक म्हणजे राणीसाहेबांनी माझ्या युवराजपदाची शिफारस केली नाही आणि दुसरी म्हणजे योग्य वेळ येताच कराराच्या अटी आम्हांला कळतीलच.)

दिल्ली आणि मेवाडची सैन्यं हरावतीच्या सीमेवर असलेल्या खटोली गावाजवळ एकमेकांना भिडली. लढाई पाच तास चालली. त्यानंतर दिल्ली सैन्याने ठरवलं की माघार घेणंच शहाणपणाचं आणि त्याने पळ काढला. लोदीच्या राजकुमाराला पकडून कैद करण्यात बाबांनी चतुराई दाखवली. सुलतानाकडून भरपूर खंडणी वसूल करून त्याला सोडण्यात आलं. त्यामुळे उरलेलं वर्षभर मेवाडमध्ये मेजवान्या जरी झडल्या नाहीत तरी वेळोवेळी जेवता येण्याइतपत तरी आमची सोय झाली.

शफीच्या पुस्तकासाठी लिहिलेल्या दोनशे सात पानांच्या प्रस्तावनेत मी बारीकसारीक सुधार करत होतो, तेव्हा दरवाजावर थाप पडली. जो कुणी नोकर किंवा दासी दरवाजा ठोठावत होती, त्याला किंवा तिला जन्मभर आठवण राहील असा दम मिळणार होता.

''आत ये.'' दरवाजा उघडला. ''तुला काही...''

न्हाऊनधुऊन नवी कोरी दिसत माझी बायको दरवाजात उभी. डोळ्यांत एक चमक. आता कसली वाह्यात खोडी करण्याचा बेत होता ?

''आपलं वाक्य मी पुरं करू ?''

''सकाळी साडेसात ते साडेबारा माझ्या कामात व्यत्यय आणायचा नाही हे माहीत आहे आपल्याला.''

''आणीबाणीच्या प्रसंगीदेखील नाही ?''

''काय झालंय ?''

''पकडलं की नाही ? आपल्यात खिलाडू वृत्ती अजिबात नाहीये. आपल्या नित्यनेमात दर अठरा महिन्यांतून एकदा व्यत्यय आणण्याची मला नक्कीच परवानगी आहे.''

''नाही.''

''चला, इथून राणकपूरपर्यंत मी आपल्याशी शर्यत लावते.''

''चारी पायांवर ?''

''विनोद पुरे. उठा ना. मंगल आणि ममता खाली चौकात वाट पाहताहेत.''

''तुझं...'' मी परत वाक्य अर्धवट सोडलं. हल्ली माझी एकमेव प्रतिक्रिया झाली होती. दर वेळी माझ्या बायकोने आयत्या वेळी बेत आखला आणि तिचे सगळे बेत आयत्या वेळचेच असायचे – की माझी प्रतिक्रिया 'तिचं डोकं फिरलंय का' असं विचारायची असायची. ती तशीच जन्मली होती हे मला एव्हाना समजायला हवं होतं. पूर्णपणे माथेफिरू. आणि हे वेड सांसर्गिक होतं. मंगल, ममता आणि मला त्याची लागण केव्हाच झाली होती.

''कसे जाणार आहोत आपण ?''

''घोड्यांवरून. आणखी कसं ?''

''आपण घोडसवारी करणार ?''

''आपल्याला मागे टाकते की नाही पाहा.''

''आणि आपण हरलात तर मला काय देणार ?''

''माझ्या बांगड्या.''

''त्या आधीच मिळाल्यात. पत्त्यात आपण त्या हरलात, आठवतंय ?''

''आपण लबाडी केलीत.''

''चोराच्या उलट्या.''

नेहमीप्रमाणे तिने माझा प्रश्न माझ्यावरच उलटवला.

''आपण काय लावताय पणाला ?''

मी खिडकीबाहेर पाहिलं, ''पारिजातकाची फुलं.''

तिने कुतूहलाच्या नजरेने बराच वेळ माझ्याकडे पाहिलं आणि मग, दररोज पहाटे आपल्या लाल देठांच्या पांढऱ्याशुभ्र फुलांचा सडा जमिनीवर घालणाऱ्या त्या झाडाकडे.

''माझ्या माहितीतल्यापैकी आपण सर्वांत उदार व्यक्ती आहात. हलू नका इथून. मी आपली दृष्ट काढणार आहे. हलू नका म्हटलं ना ? कुणाचीही वाईट नजर लागायला नको आपल्याला.''

माझ्या बायकोच्या वागण्याचा अर्थ लावण्याचं मी केव्हाच सोडून दिलंय. ती जळत्या निखाऱ्यांचं एक धुपाटणं आणि मीठ, मोहरी, लाल मिरच्या वगैरे साहित्य असलेली एक थाळी घेऊन आली आणि मला माझे डोळे मिटायला सांगितले. तोंडाने काहीतरी पुटपुटत हाताच्या मुठी माझ्याभोवती ओवाळताना हाललेल्या हवेच्या लहरी मला चेहऱ्यावर जाणवत होत्या. मग मुठी उघडून तिने ते जिन्नस निखाऱ्यांवर टाकले. ते रागाने तडतडत, फटफटत उडू लागले.

''डोळे उघडू का ?''

''आपल्या साऱ्या वैऱ्यांचा नायनाट होवो !'' ती चिडून म्हणाली. अजून दृष्टीची फोडणी फटफटत होती. मघापेक्षा अधिक त्वेषाने. ''पाहिलंत, आपला किती दुष्टावा करतात ते ? माझंच चुकलं. मी यापूर्वीच काहीतरी जालीम उपाय करायला हवा होता. आता पाहाच आपण. यापुढे आपल्या आणि महाराजांच्या मध्ये कुणीही येऊ शकणार नाही. मी आपली काळजी घेईन. आपल्या साऱ्या शत्रूंना नष्ट करीन.''

हे भगवन् ! सर्वांत प्रथम कुणाचा नायनाट करावा लागेल याची कल्पना होती का तिला ?

आम्ही वेशांतर करून निघालो. हिरवे डोळेवालीने वनभोजनाची सारी जय्यत तयारी केली होती. किल्लेदाराला मी आमचा अचानक ठरलेला कार्यक्रम सांगितला तेव्हा तो थोडा साशंक झाला. बाबांनी मान्यता दिली असती का ? आम्ही सांगत होतो त्याप्रमाणे आमची ही सहल खरंच निष्कपट होती का ? आम्हांला काहीतरी झालं तर काय ? आणि वेशांतर कशासाठी ? राजकुमारी आणि ममतादेखील आमच्याबरोबर येणार हे ऐकून त्याचं मन द्विधा झालं. आमच्या बायका आमच्याबरोबर येणार आहेत म्हणजे आम्ही काही काळंबेरं करणार नाही याची शाश्वती त्याला वाटली, पण त्याचबरोबर त्या पालखीतून न येता घोडसवारी करणार हे काही त्याला फारसं आवडलेलं दिसलं नाही. पण जेव्हा मी त्याला आमच्यासाठी तंबू उभारण्याकरता त्याची चार माणसं पुढे पाठवण्याची विनंती केली तेव्हा त्याचा जीव भांड्यात पडल्यासारखा वाटला. मी अगदी

सरळ विचार केला. आमच्यावर नजर ठेवण्यासाठी त्याने आपली माणसं पाळतीवर ठेवली असतीच, तर मग त्यांना कामाला का लावू नये ?

कुंभलगड ते राणकपूर रस्ता डोंगराळ आणि गर्द झाडीचा. सूर्य आभाळात तळपत होता, पण अजून वैशाख महिना बराच दूर असल्यामुळे अरवली पर्वताचे दगड-पाषाण उकळत्या तेलासारखे सळसळते झाले नव्हते. दोन तासांच्या घोडदौडीनंतर आम्हा साऱ्यांच्या पुढे असलेल्या राजकुमारीने – बेफिकीरला उगाच आतापासूनच थकवण्याऐवजी मी त्याची शक्ती शेवटच्या टप्प्यासाठी राखून ठेवत होतो – हात वर करून आम्हांला थांबवलं, आणि सर्वांना अचंब्यात पाडत मंगलकडून धनुष्यबाण मागून घेतले. आपल्या घोड्याला मानेवर थोपटत तिने शांत केलं. वाघ किंवा सिंह दिसला होता का तिला ? या प्रहरी जरा कठीणच होतं ते, पण अशक्य नव्हतं. शेवटी हा शिकारीसाठी उत्तम प्रदेश मानला जायचा. मंगलने आपला भाला सरसावला आणि मी माझे धनुष्यबाण सज्ज केले. हिरवे डोळेवाली ताठ, स्तब्ध बसलेली. मग तिने सावकाश बाण धनुष्यावर चढवला आणि दोरी ताणून कानापर्यंत खेचली. आता आमचं लक्ष रस्त्याच्या डाव्या बाजूला खुल्या, गवताळ तुकड्यावर चरत असलेल्या बारशिंग्यांच्या कळपाकडे गेलं. एका बारशिंग्याचं वजन किती असतं याची कल्पना होती का तिला ? जर तिचा बाण वर्मी न लागता जनावराला फक्त जखमी करून जाता तर त्याने तिच्यावर हल्ला करून तिच्या घोड्यासकट तिला थेट स्वर्गापर्यंत उंच उचललं असतं.

पण आता ती वाट कसली पाहत होती ?

कसली ते लवकरच लक्षात आलं. तिला गैरफायदा घ्यायचा नव्हता. त्यालाही तिच्यावर हल्ला करून तिला मारण्याची समान संधी दिल्यानंतरच ती त्याच्यावर बाण सोडणार होती. साऱ्या हरणांच्या जातीत बारशिंगा हरिण माझं सर्वात आवडतं. राजकुमारीने त्याचीच निवड का केली हे त्याच्याकडे पाहताच लक्षात आलं. बारा फाट्यांची शिंगं असलेला तो नर कळपातल्या इतर कुठल्याही हरणापेक्षा खूपच उंच होता. तपकिरी–सोनेरी रंग. काळोखातदेखील त्याच्याभोवती त्या रंगाचं प्रकाशवलय पडत असावं. निदान साडेतीन हात तरी उंची. शिंगं न गणता. स्नायूंची घट्ट वीण असलेलं, चरबीचा लेशही नसलेलं सडसडीत अंग. पायांचे स्नायू जणू लोखंडी तारांच्या पीळदार दोरखंडांचे बनवलेले. तीन विशिष्ट उपयोग होते त्यांचे. हल्ला करण्यासाठी, संकटकाळी आपला कळप गोळा करून माघार घेण्यासाठी आणि प्रतिस्पर्ध्याच्या शिंगांत शिंगं अडकवून लढा देत असताना पाय जमिनीवर घट्ट रोवून उभं राहण्यासाठी. गुजराती मल्लाच्या भल्याभक्कम मांडीसारखी त्याची मान. अंगावरची माशी उडवण्यासाठी अधूनमधून तो आपली कातडी आकुंचित करून थरारवायचा. पण सर्वांमध्ये तो उठून दिसायचा तो त्याच्या डोळ्यांमुळे. तीक्ष्ण, हुशार आणि सहजपणे

फिरवलेल्या नजरेच्या फेकीत आपल्या कळपावर पहारा ठेवणारे. अलिप्त पण मानी. समोरच्याला आपली मर्यादा सांभाळायला लावणारे... त्यांचा इशारा स्वच्छ होता — माझ्या वाटेला जाऊ नका.

बराच वेळ तो राजकुमारीकडे एकटक पाहत राहिला आणि मग तिच्याकडे दुर्लक्ष करत त्याने मान वळवली. तुला काय करायचं ते कर, फक्त माझ्या कळपाच्या वाटेला जाऊ नकोस. थोडा वेळ चरून त्याने परत वर पाहिलं. या वेळी त्याच्या लक्षात आलं की ही बाई त्याचीच वाट पाहतेय. तिला शहाणपण सुचून ती आपला नाद सोडेल या आशेने आपल्या शक्तीचं प्रदर्शन करत त्याने खुराने जमीन जोरात उकरली. दरम्यान, आपल्या पुढल्या कृतीचा निर्णय घेण्यासाठी त्यालाही थोडा वेळ मिळाला. ती अजूनही त्याची प्रत्येक हालचाल लक्षपूर्वक पाहत होती. त्याला समजलं की आपणच तिचं लक्ष्य आहोत आणि आता एका जागी स्थिर राहून चालणार नाही. त्याने धाव घेतली. अतिसुंदर दृश्य होतं ते. त्याचे पुढचे पाय दुमडले, मागच्या पायांसकट त्याच्या शरीराची एक ताठ रेषा झाली – तो चुकवू पाहत असलेल्या बाणासारखी. एक चाणाक्ष निर्णय होता तो. समोर ठाकलेल्या संकटाबद्दल त्याने आपल्या अनुयायांना सावध केलं होतं. एकदम डावीकडून उजवीकडे एकच पळापळ सुरू झाली. पळणाऱ्या लक्ष्याचा आपल्या बाणाने वेध घेत एकशे ऐंशी अंशाच्या कोनात वळत असूनही माझी बायको निश्चल वाटत होती. तिच्या ताठरलेल्या कण्यात, मानेत किंवा हातांच्या स्नायूंत अजिबात शैथिल्य नव्हतं. धावत्या खुरांचा धडधडाट कानठळ्या बसवणारा होता. वर उसळलेल्या धुळीच्या लोटांमुळे समोरचं दृश्य अंधूक झालं. तो एव्हाना नजरेच्या टप्प्यापलीकडे गेला होता. ती वाट पाहत होती. तीन चतुर्थांश फेरा पूर्ण करून तो वळला असावा. आता तो भलत्याच वेगाने येत होता. धनुष्याच्या दोरीचा अस्पष्ट टणत्कार आणि बाण दृष्टिक्षेपाच्या बाहेर पोचला. दोनशेच्या आसपास हरणं असलेला सारा कळप नाहीसा होईपर्यंत आणि धूळ परत खाली बसेपर्यंत आम्ही थांबलो. तो आडवा पडलेला. बारशिंग्या. बाण थेट त्याच्या हृदयाच्या आरपार गेला होता. तात्काळ मरण आलं होतं त्याला.

''अशी शिकार करायला कुठे शिकलात आपण युवराज्ञी ?'' ती बाण उपसून बाहेर काढत असताना मंगलने विचारलं.

''चुकून नेमका लागला बाण,'' स्वत:कडे कमीपणा घेत राजकुमारी म्हणाली.

''चुकलेला नेम नव्हता हा.''

''माझ्या काकांनी शिकवलं मला.'' स्वत:ला मिळत असलेल्या महत्त्वामुळे ती ओशाळी झाली. ''एक पाठची तंगडी आपल्यासाठी ठेवू आणि बाकीचं सारं जवळच्या गाववाल्यांना देऊन टाकू.''

मी कुणालाही भेटायला फारसा उत्सुक नव्हतो. तशी मला कुणी ओळखण्याची भीती नव्हती, पण चितोड किंवा कुंभलगडमध्ये छोट्या संतमाईच्या पाया पडलेलं किंवा तिच्या संगतीत नाचलेलं कुणीतरी भेटण्याची शक्यता होती. त्यामुळे किल्लेदारावर उगाच नसता भार पडला असता आणि गावागावांतून स्वागत समित्या आमची वाट पाहू लागल्या असत्या. त्याशिवाय, शेकडो हजारोंनी गावकरी आमच्या मागोमाग राणकपूरला निघाले असते ते वेगळंच. पण बारशिंगा मारला गेला होता आणि निदान सत्तर ते ऐंशी लोकांना पुरेल इतकं मांस होतं, तेव्हा जवळचं गाव गाठण्याशिवाय गत्यंतर नव्हतं. दोन्ही बायकांना एकटं मागे सोडायला मी जरा नाराज होतो, पण नेहमीप्रमाणे माझ्या बायकोने निर्णय घेतला.

''मी स्वत:ची आणि ममताची काळजी घेऊ शकते.''

अर्ध्या कोसाच्या अंतरावर एक छोटंसं खेडं लागलं. आम्ही गावच्या मुखियाला आणि त्याच्या स्नेह्यांना भेटलो. बारशिंग्याचं मांस म्हणजे फक्त गावजेवणाच्या प्रसंगी येणारी पर्वणी. आमच्या भेटीने सारे गाववाले भलतेच खुश झाले आणि आपली मेजवानी आणण्यास त्यांनी आम्हांला मदत केली. दोन तगडे बैल गाडीला जुंपले गेले आणि सहा तरुण युवकांसह आम्ही निघणार इतक्यात मुखियाने आम्हांला हुरडा खायला परत येण्याची विनंती केली. आणि अगदी मृत्युशय्येवर असतानाही हुरड्याचं आमंत्रण नाकारणं माझ्या कुवतीबाहेरचं होतं.

हुरडा म्हणजे एक सर्वसाधारण खाद्य नाहीये. त्याला फक्त एक विस्मयकारक, अमृततुल्य पक्वान्न हेच विशेषण शोभू शकेल. हिरव्या, ताज्या, रसाळ, भाजलेल्या हुरड्याबरोबर खमंग, कुरकुरीत शेव खाण्याची कल्पना कुणाला प्रथम सुचली असेल ? असाच खायलादेखील तो मऊ आणि चविष्ट लागतो; पण त्यावर थोडं लिंबू पिळून पाहावं मग विरोधी आणि पूरक चवीचं जे काही आंबट–गोड–खारट असं चटकदार मिश्रण होतं, ते म्हणजे जीवनातलं एक अवर्णनीय सुख.

माझ्या माणसांशी माझा केव्हा परिचय होणार ? उंच, उमदे, रुबाबदार पुरुष आणि सुंदर लाजऱ्या बायका. (हा हुरडा बोलतोय, हे मी जाणतो, परंतु तरीही, ते सत्य आहे.) त्यांना माणसं आवडतात आणि पाहुणचारात त्यांचा हात कुणीही धरू शकणार नाही. उघड्या आभाळाखाली आम्ही दरीवर बसलो होतो. आम्ही कुठून आलो हे त्यांना जाणून घ्यायचं होतं.

''चितोड,'' आम्ही त्यांना सांगितलं.

''वाटलंच,'' ते म्हणाले, ''तुम्ही सत्तेच्या केंद्रातली माणसं वाटता. पण हाती सत्ता नसलेली. तरीही तुमच्या निश्चयी, आत्मविश्वासू वागणुकीवरून तुम्ही चितोडचेच हे नक्की. तुमच्या भाषेवरूनदेखील हे समजतं, नाव काय आपलं ?''

''सिसोडिया.''

''हो का ? पण राजघराण्याशी संबंधित नसाल बहुतेक, नाहीतर आमच्यासारख्यांबरोबर तुम्ही कसे मिसळला असता ? पण तरीही काही सांगता येत नाही. काही काही राजे आपल्या प्रजेवर नजर ठेवण्यासाठी वेषांतर करून हिंडतात म्हणे. आपणही त्यांच्यापैकीच नाही ना ?''

''अर्थात आहोत. आमच्या उद्दाम वागण्यावरून तुमच्या लक्षात आलं नाही का ? तेव्हा जरा सांभाळून बोला.'' माझ्याकडे बोट दाखवत पुढे माझी बायको म्हणाली, ''ते गृहस्थ तुमच्या प्रत्येक शब्दाची नोंद करताहेत कारण ते युवराज आहेत आणि मी युवराज्ञी.''

त्यांना हे फारच विनोदी वाटलं. हसत हसत त्यांनी पाठीवर थापा दिल्या आणि आपापसांत खुदखुदत बायकांनी माझ्या बायकोला कोपरखळ्या मारल्या. आम्हांला कुर्निसात करत आणि पंख्याने वारा घालत त्यांनी आमची मस्करी चालू ठेवली.

''युवराज, माझ्या मुलीसाठी वर शोधतोय. मी आपल्याला तीन गाई आणि बारा कोंबड्या देईन. काय म्हणणं आहे आपलं ? तिच्याशी लग्न करून तिला मेवाडची राणी बनवाल का ? अर्थात – महाराजांना दीर्घायुष्य लाभो – पण त्यांच्यानंतर आपण गादीवर याल तेव्हा ? आम्ही असं ऐकून आहोत की आधीच्या युवराज्ञी संत आहेत आणि म्हणूनच राणी होण्यास लायक नाहीत.''

''संत ?'' परत माझ्या बायकोनेच संभाषण पुढे चालू ठेवलं, ''तिला नाची आणि वेसवा म्हटलं जातं.''

''हो का ? पण आमची लाडकी मुलगी कधी नाचेल गाईल याची भीती नसावी. सुरांबाबत ती ठार बहिरी असून तिच्या पावलांच्या जागी वल्ही आहेत. अगदी गाईसारखी गरीब आणि पाकशास्त्रात प्रवीण आहे ती. ती तुमचे कपडे धुईल, घरकाम करील आणि पाठ रगडून देण्यात तर ती इतकी तरबेज आहे की हाडं मोडली तरी तुमची पाठ लगेच ठणठणीत बरी होते. ती पाहा, तिथे आपल्या आईच्या पदराखाली डोकं लपवून उभी आहे ती.'' ती मुलगी आणखीनच आईच्या पदरात शिरली आणि पदराचं एक टोक तोंडात घेऊन चघळू लागली. ''हो, पण आपले वडील काय करतात ? कदाचित तुम्हांला धाकटा भाऊ असेल. त्याला ती पसंत पडेल काय ?''

किती कमवता ? वडिलांची आमदानी ? किती भावंडं ? चौदा बहिणी ? आम्हांला एक उजवता येईना. तुमच्या आईंनी काहींना वाळूत कसं पुरलं नाही ? अविश्वसनीय होती ही माणसं. अनोळखी माणसाला त्याच्या पूर्वजांबद्दल, संपत्तीबद्दल, वैयक्तिक अडचणी किंवा जीवनाबद्दल प्रश्न विचारण्यात त्यांना कसलाही संकोच वाटत नव्हता.

''अजूनपर्यंत तुम्ही आपल्या मुलीचं लग्न कसं नाही केलंत ?'' हिरवे डोळेवालीने गावच्या मुखियाला विचारलं.

''गेल्या वर्षी एक चांगला मुलगा पाहिला होता. पण पीक नासून गेलं आणि शेतीचा कर भरल्यानंतर तिच्या हुंड्यासाठी पैसे शिल्लक नव्हते. मुलाचे आईवडील थांबायला तयार नव्हते. त्यांनी त्याचं लग्न दुसरीकडे करून टाकलं.''

''पण दुष्काळी वर्षासाठी तुम्ही काही रक्कम बाजूला काढून ठेवत नाही का ?'' मी विचारलं.

''ठेवतो ना. पण ती कर भरण्यासाठी वापरली की मग बाकीचं वर्षभर उपाशी राहण्याची पाळी. मला माहीत आहे की महाराजांनादेखील स्वत:च्या चिंता – काळज्या असणार, पण आहे त्यापेक्षा अधिक चांगली कर–योजना करायला हवी त्यांनी. म्हणजे चांगलं पीक येतं त्यावर्षी कमी कर लावला गेला पाहिजे.''

''तसं केल्याने तुमची कर्जं फिटतील आणि तुम्ही सुखी व्हाल असं वाटतं तुम्हांला ?'' मी हसून विचारलं.

''अजिबात नाही. पण फक्त मुकी जनावरं तक्रार करत नाहीत, माणसांना तक्रार करण्यासाठी कुठलं ना कुठलं तरी कारण लागतंच.''

आमची जायची वेळ झाली होती. किल्लेदाराची माणसं झझोऱ्याला तंबू ठोकून आमची वाट पाहत असणार. दोनेक तासांत आम्ही पोचलो नाही तर आम्ही पळून गेलो असं समजून किल्लेदाराला तसं कळवायला ते त्वरित कुंभलगडला जायला निघतील.

मी दीड वाजता सर्वांना उठवलं. कुंभलगडच्या माणसांनी तंबू उठवले आणि आम्ही लगेच निघालो. मी यापूर्वी कधीच राणकपूरला गेलो नव्हतो आणि मला पहाटेच्या पहिल्या प्रकाशात ते पाहायचं होतं. घनदाट जंगलातून डोंगर आणि पर्वत चढत गेलेला रस्ता. आम्ही पाच वाजेस्तोवर गावाच्या वेशीपाशी पोचलो. उन्हाळा सुरू होताच जो अदृश्य होणार होता अशा एका छोट्याशा खळाळत्या ओढ्यात न्हाऊन घेतलं. थंड पाण्याच्या चपराकीने आम्हांला खडबडून जागं केलं. वळणं घेत जोरात पुढे–मागे धावणारा माझा रक्तप्रवाह मेंदूत पोचून तिथून सारं अंग उबवीत खाली पावलांपर्यंत वाहताना मला ऐकू येत होता. स्वच्छ कपडे घालून आम्ही देवळाच्या पायऱ्यांपाशी पोचलो.

लीलावतीच्या पणजोबांना, आदिनाथजींना ज्यांचं नाव दिलं गेलंय, त्या तीर्थंकराच्या नावाने राणकपूर स्थापन झालंय. मेवाडच्या स्थापत्यकलेच्या सुवर्णयुगात ते बांधलं गेलं, पण माझ्या पणजोबांच्या, राणा कुंभांच्या हस्ते नाही. देऊळ बांधून झाल्यानंतर राणा कुंभांनी त्याला भेट दिली होती. त्यांना ते अप्रतिम वाटलं. त्याचं श्रेय आपल्याला न मिळता आपल्याच सेवेत असलेल्या जैन अर्थमंत्र्याला जाणार याचा त्यांना विषाद वाटला. पण अजूनही एक संधी होती. मंदिराच्या आत एक संगमरवरी विजयस्तंभ बांधण्याचं त्यांनी ठरवलं, ज्याच्यापुढे अर्थमंत्र्यांची कलाकृतीही फिकी पडावी. या जगावेगळ्या निर्णयावर अर्थमंत्र्यांची प्रतिक्रिया काय झाली याबाबत जैन कवी संदिग्ध आहेत. मनातल्या मनात काहीही वाटलं असलं तरी आपल्या राजाला 'नाही' म्हणणं अर्थमंत्र्यांना शक्य नव्हतं. राणांनी स्तंभाचा आराखडा, त्याची उंची, एकमेकांत गुंफलेलं त्याचं कोरीव नक्षीकाम वगैरे सारं काही स्वत: निश्चित केलं आणि काम सुरू झालं. पण राणा कितीही सामर्थ्यशाली असले आणि त्यांनी कितीही प्रयत्न केले तरी तो स्तंभ पूर्ण करणं काही त्यांना जमलं नाही. आजही इतक्या वर्षांनंतर मला दिसतोय तो एका चौकोनी चौथऱ्यावर बांधलेला, दृष्टीला त्रासदायक वाटणारा एक उंचवटा, जो पहिल्या मजल्याच्या छतापर्यंतदेखील पोचत नाही.

पायऱ्यांच्या पायथ्याशी आम्ही पादत्राणं काढली. चितोडच्या एखाद्या मध्यम आकाराच्या रस्त्याएवढ्या त्या रुंद पायऱ्या चढून आम्ही देवळाच्या चौथऱ्यावर पोचलो. अचानक सूर्य वर आला आणि सुरतजवळ येणाऱ्या समुद्रभरतीच्या पहिल्या लाटेप्रमाणे जगावरून पसरला. ती लाट संगमरवरात शिरली आणि अजूनही क्षितिजाखाली असलेल्या नवजात सूर्याला एक हलक्याशा ढगाने झाकल्यामुळे परत मागे फिरली. या पहाटेच्या प्रहरी तिथे दुसरं कुणीही नव्हतं. काही क्षणांत पूर आलेल्या नदीप्रमाणे सारं काही सूर्यप्रकाशात न्हाऊन निघालं. इमारतीच्या एका कोपऱ्यात, किल्ल्याला असतात त्या प्रकारचे, पण उंचीला कमी असलेले गोल बुरूज आहेत. मंदिराच्या भोवताली आवाराला बंदिस्त करणाऱ्या भिंती, ज्या खरं म्हणजे दुय्यम जैन देवतांची छोटी छोटी देवळं आहेत. या देवळांच्या रांगांच्या मध्यभागी चारी दिशांना चार सुंदर, भव्य दरवाजे. देवळाच्या मध्यावर असलेल्या गाभाऱ्याशी पोचल्याशिवाय या देवळाचा एकूण विस्तार किती अवाढव्य आहे याची कल्पना येत नाही. आणि ही देखील एकांगी कल्पनाच असते. कारण अजूनही तुम्ही पहिल्या आणि दुसऱ्या मजल्यावर पोचायचे असता.

एका रांगेत सरळ, ताठ उभे किंवा बसलेले जैन तीर्थंकर आपल्या मोठ्या मोठ्या चमकत्या, अनिमिष डोळ्यांकडे लक्ष वेधून घेतात. अगदी वरच्या मजल्यावरच्या गाभाऱ्यात असलेली आदिनाथाची चतुरंग मूर्तीसुद्धा. डोळे मिटले तरी आद्य तीर्थंकरांचे डोळे तुमच्या अंतर्मनात जाणवत राहतात.

राणकपूरचं मंदिर म्हणजे एक साक्षात्कार होता. मला कधी न सुचलेले काही विचार त्याने जागृत केले. हिंदू देवालयं अनेक प्रकारची आणि आकाराची असतात. त्यांची शिखरं किंवा घुमटं लहान किंवा मोठी असोत किंवा काही वेळा अजिबात नसोत, पण जिथे मुख्य मूर्ती असते तो गाभारा मात्र नेहमी अंधारात असतो. तो देवत्वाचं दुर्बोध रहस्य सूचित करतो. आदिगर्भासारखा तो गच्च, बंदिस्त आणि भीतिदायक असून देव आणि माणसांतला जो मध्यस्थ – ब्राह्मण, तोच केवळ तिथे प्रवेश करू शकतो. राणकपूरचं जैन मंदिर हे हिंदू तत्त्व उलटंपालटं करतं. इथे सारं काही उघडं केलं गेलंय. देवत्व हे एक भुयारी गुपित न राहता इथे ते खुल्या हवेत आणि प्रकाशात वास्तव्य करतं. शुभ्र संगमरवर या खुलेपणाचाच एक भाग. त्याला अभिषेकाच्या दुधाचा वाहता, ओथंबता ओघ आहे.

राणकपूरचं हे मंदिर प्रथम तीर्थंकर आदिनाथांना वाहिलेलं असेल, पण मला विचाराल तर ते म्हणजे सूर्याचा मूर्त उत्सव आहे. कारण त्याचं ध्येय आणि प्रेरणा प्रकाश आणि साध्य ज्ञानप्राप्ती आहे. माझ्या माहितीतल्या दुसऱ्या कुठल्याही देवळापेक्षा ते वेगळं आहे, ते केवळ त्याच्या अफाट विस्तारासाठी किंवा देवालयाला साजेशा कोरीव, अप्रतिम नक्षी असलेल्या त्याच्या अमाप संगमरवरासाठी नाही. मजल्यावर मजले चढत जाणाऱ्या या मंदिराला भिंती नाहीयेत. फक्त खांब, ज्यांच्यातून हवा आणि प्रकाश मुक्तपणे संचार करत वास्तूच्या बांधणीशी आणि दगडांशी एकजीव होतो. असंख्य दगडांमुळे खरं म्हणजे हे देऊळ जड, दुर्भेद्य आणि पार्थिव वाटायला पाहिजे होतं, पण त्याऐवजी त्या संगमरवरी दगडांचं रूपांतर प्रकाशात झाल्यासारखं भासत होतं. प्रकाश जणू त्या देवळाच्या रचनेचा, बांधणीचा आणि शिल्पाचा अंतर्गत भाग झाला होता. आदिनाथ मंदिराच्या तुळया, वासे, स्तंभ आणि भिंती प्रकाशाच्या बनल्या होत्या आणि ते जणू अधांतरी तरंगत होतं.

आदिनाथ मंदिर हे एक देऊळ नव्हतं; ते शंभर, हजार, लाख देवळं होतं. पहाटे, तिन्हीसांजेला, प्रत्येक तासाला, प्रत्येक पळाला, पौर्णिमेला, चंद्राच्या प्रत्येक कलेत, ते वेगळं दिसतं. ढगांच्या वेगामुळे, वजनामुळे, आकारामुळे ते बदलतं. पाऊस, सावल्या, वीज आणि गडगडाट त्याची उलथापालथ करून त्याला नवं रूप देतात. जय किंवा विजयाचं महत्त्व ते साजरं करत नाही. राणा कुंभांचा अर्थमंत्री आपल्या संपत्तीचं प्रदर्शन करू इच्छित होता की इतिहासात आपलं नाव अमर करू पाहत होता ते मला नाहीत नाही आणि ते महत्त्वाचंही नाही. हे मंदिर म्हणजे विस्ताराची, मुक्ततेची, आकांक्षा आणि प्रयास आहे. हे एक उड्डाण, एक आरोहण आहे. स्वत:पलीकडे जाऊन अज्ञाताचा शोध घेण्याचा एक प्रयत्न आहे.

मी पद्मासन घातलं, मी काय करतोय याची मला जाणीव होती का, याची मला शंकाच आहे. माझ्या पूर्वजाचा, सूर्यदेवाचा प्रकाश माझ्यात भरून राहिला होता. 'सोऽहम्'. श्वास म्हणजे 'सो' आणि उच्छ्वास म्हणजे 'हम्'. माझंही रूपांतर होऊ लागलं. मी संगमरवर, प्रकाश, हवा बनलो. देवळाच्या भिंती नाहीशा झाल्या आणि उरली फक्त जाणीव, एकत्व, साऱ्या सजीव आणि निर्जिव सृष्टीशी तादात्म्य.

एका जैन मंदिरात मी काय करतोय ? महावीर आणि बुद्धाला हिंदू धर्म अपुरा का वाटला ? त्यांनी मोक्षाचा, किंवा बुद्धाच्या शब्दांत निर्वाणाचा अन्य मार्ग का शोधला ? त्या दोघांनी हिंसेचा संपूर्ण निषेध का केला ? माणसातल्या एका गहन नैसर्गिक प्रवृत्तीलाच ते नाकारत नव्हते का ? आणि याच कारणासाठी हिंदू धर्माने बौद्ध धर्माला– फक्त लंकेत राहिलेल्या एका थेंबाव्यतिरिक्त – आपल्या देशातून पिळून काढून स्वत:ला पुनर्प्रस्थापित केलं का ? जैन धर्म अजून इथे तग धरून आहे हे खरं आहे, पण फक्त काठावर.

हिंसेचं अथपासून इतिपर्यंत केवळ सामर्थ्याशी नातं असतं. दोन शिंगं एकमेकांत अडकवली जातात ती कोण सामर्थ्यशाली ते ठरवण्यासाठी. हिंसेविरुद्ध बौद्धधर्मापेक्षा जैन धर्म अधिक टोकाची भूमिका घेतो. हवेतले जीवाणू आपल्या श्वासोच्छ्वासात मरू नयेत म्हणून जैन संन्यासी आणि संन्यासिनी आपल्या तोंडावर आणि नाकावर सफेद पट्टी बांधतात. पण कधी कधी मला वाटतं की जैनांच्या जीवनात हिंसेची जागा द्रव्याने घेतली आहे. द्रव्याचा उद्देशदेखील सामर्थ्यप्राप्ती हाच असतो. तरीही प्रचंड संख्येत माणसांची हत्या करणाऱ्या माझ्यासारख्या ऐतिहासिक खुन्यालाही हे कबूल केलं पाहिजे की, अहिंसेतून मिळणाऱ्या मन:शांतीचा मलाही मोह पडतो.

बुद्धाने आणि निळ्या देवाने केलेलं माणसाच्या स्थितीचं पृथक्करण नाकारता येत नाही. तृष्णा, पंचेंद्रियांची वासना, मोह आणि अज्ञान यांमुळे माणूस दु:ख, कष्ट आणि लोभाच्या दलदलीत खोलवर रुतत जातो, ज्यायोगे पुनर्जन्माचं चक्र अविरत फिरत राहतं. बुद्धाची करुणा, दूरदृष्टी आणि आकलनशक्ती अधिक लक्षणीय, कारण ज्ञानप्राप्ती झाल्यानंतरही त्याने कधीच असं म्हटलं नाही की, त्याचा मार्ग हाच एकमेव अंतिम मार्ग आहे आणि तोच सर्वांनी अनुसरावा. उलट तो म्हणत राहिला की, सुवर्णमध्य आणि शिस्तीमुळे जरी तो स्वत: यशस्वी झाला असला तरी हा मार्ग आपल्यालाही योग्य आहे की नाही हे प्रत्येकाने आपलं आपण ठरवलं पाहिजे. नाहीतर जन्ममरण–पुनर्जन्म या चक्रव्यूहातून बाहेर पडण्याचा स्वत:चा वेगळा मार्ग स्वत:च शोधून काढला पाहिजे. बुद्धाने सांगितलेल्या अलिप्ततेबद्दल, इतर साऱ्या तत्त्वज्ञानांप्रमाणे, मतांतरं असू शकतात. जर तुम्ही घराबाहेर पडलाच नाही, रस्ता ओलांडलाच नाही किंवा सैन्यात भरती होऊन लढाईवर गेलाच नाही, तर आघाताचे प्रसंग तुम्हांला बहुतांशी टाळता येतात हे खरं

आहे. पण जर तुम्ही आत्महत्या केलीत, तर अपघात होण्याची शक्यताच राहत नाही. अलिप्तता म्हणजे अपयशाच्या, दुखावलं जाण्याच्या, अपमानित होण्याच्या किंवा नाकारलं जाण्याच्या भीतीपोटी स्वत:ला कधीही कसोटीला न लावणं असेल, तर मग तुम्ही जीवनाचे, सुखाचे, दु:खाचे, निराशेचे, यशाचे आणि अनुभवाचे सारे दरवाजेच बंद करता. पुनर्जन्म हे आपल्या सर्वांचं प्राक्तन असेलही कदाचित, पण आत्ताचा हा जन्म– तो माया किंवा आणखीही तत्सम काही असो–आपण एकदाच जगणार आहोत. त्याला भोगण्याची ही एकमेव संधी आहे.

अतिशयोक्ती ही कौमारावस्थेची भाषा. जीवन म्हणजे सुखदु:खाची, किंवा अभाव– अतिरेकाची दोन टोकं असं मानण्याचं कारण नाही. पुनर्जन्माच्या किंवा निर्वाणाच्याही विचाराने हा जन्म हातातून घालवण्यात काहीच अर्थ नाही.

पहाटे गायनाने मी जागा झालो. माझ्या बायकोच्या. मी सभोवताली पाहिलं. ती खोलीत नव्हती.

अजून बाहेर अंधार होता. झुडुपांतून हलका वारा वाहत होता. एका दमात मी देवळाच्या पायऱ्या चढून, एका खांबाला टेकून बसलो. आतून एक गारठलेला प्रकाश बाहेर फैलावला होता. तेव्हा माझ्या लक्षात आलं की संगमरवर म्हणजे दुसरं तिसरं काही नसून गोठलेला चंद्रप्रकाश होय. माझ्या शरीराच्या प्रक्रिया मंदावल्या, तापमान खाली आलं, श्वास धीमा झाला आणि अमर्यादपणे मला उत्तेजित करणाऱ्या जीवनाच्या चढ–उतारापासून मी दूर जाऊ लागलो, माझ्या कुटुंबापासून, बाबांपासून, बायकोपासून, राणी कर्मावतीपासून, विक्रमादित्यापासून.

माझ्या बायकोच्या पूजेचं, गाण्याचं, अर्चनेचं जे काही नाव द्यायचं असेल त्याचं, कसं वर्णन करावं ते मला कळत नाही. सूर्यदेवाला दिलेलं आमंत्रण आणि आवाहन वाटलं मला ते. संपूर्णपणे नसलं तरी जवळजवळ शब्दरहित. हे नेहमीपेक्षा निराळं होतं. तिला आपली धार्मिक उत्कटता काव्यात व्यक्त करायला आवडायची. तिचं नाच–गाणं म्हणजे फक्त तिच्या कवितेचं वेगळं आणि विस्तृत स्वरूप. संगीताचं सारभूत, गाळीव आणि सर्वांत शुद्ध रूप म्हणजे गाणारा मानवी आवाज असेल, तर शब्द पेरून आपण ते अशुद्ध का करतो ? मी स्वत: गायक नसल्याने आणि म्हणूनच स्वत:चं संगीत घराणं मी प्रस्थापित करण्याचा प्रश्नच उद्भवत नसल्याने, आलापी हे शास्त्रीय संगीताचं मुख्य अंग गणलं जाईल का याची मला शंका आहे. आलापीसंबंधीच्या माझ्या विचारांवर मी माझ्या बायकोशी बोललेलो नाही आणि तरीही आज, त्याच्यावर वक्तव्य न करता, ती आलापीच गातेय. हा राणकपूरच्या मंदिराचा प्रभाव का ? की या एका बाबतीत तरी निदान आम्हा दोघांचे विचार जुळत होते ?

या ऋतूला न शोभेसं हवामान पडलंय. मंदिराच्या चढत्या मजल्यांच्या फटींतून मला दात रगडणारे, मारामारीसाठी उत्सुक झालेले काळे ढग दिसताहेत. वेळोवेळी कर्कश गडगडाटदेखील होतोय. पाऊस पडेल असं वाटतंय. पण अस्थिरपणे एकावर एक विसावलेल्या शिळांप्रमाणे ढगांचे थर सूर्याची, विजेची आणि पावसाचीदेखील वाट अडवून बसलेत. माझ्या बायकोने शांत, सावकाश, हळुवारपणे आपल्या मनाचा शोध घेत संगीताची सुरुवात केली. हा वेगळाच विस्तार होता, प्रमाणबद्ध नसूनही अस्ताव्यस्त नसलेला. दूरवर पसरलेले थंड, रिकामे सागर, तरीही ज्यांच्या पोटात हात उबवण्यासाठी मंद अग्नी पालवत असलेले. मृत शहरांवरून वाहणारा भेसूर वारा, उत्कट इच्छेचा आणि अपूर्ण आशेचा संदेश घेऊन येणारा. पण इथेही, ज्यांच्या काठावर तास दोन तास किंवा कदाचित दोन रात्रीही विश्रांती घेता येईल असे पारदर्शक, निळे तलाव. डोंगर चढत वर जाऊ लागताच क्षितिज पायांखालून सरकून मागे जायचं, भविष्य हे विसरलेल्या भूतकाळात घडून गेलेली घटना असल्यासारखं. आता धुकं पसरू लागलं. वर्तमान दिसेनासं झालं. पण भीतीचं कारण नाहीये, कारण श्रद्धेचा आणि आशेचा ध्रुवतारा अजून या विश्वात खंबीरपणे चमकत आहे.

माझ्या बायकोने सूर्याला हाक मारली. तिचा आवाज अधीर आणि हुकमी होता. पण त्या ढगांच्या शिळांना हटवण्यासाठी तो आर्जव, विनवणी करण्याइतपत कावेबाजदेखील व्हायचा. मी डोळे मिटून घेतले.

आता तिने आपले डावपेच बदलले. तिचा आवाज हळुवार, वळणावळणाचा झाला, गुप्त अभिसार सुचवणारा. फटींतून, तड्यांतून भिनत लाघवीपणे तो आभाळातल्या दगडी कडेकपारीमधून बागडला. परत मागे फिरून पृथ्वीच्या पोटातल्या भुयारांतून फिरला, थोडा वेळ धुक्याप्रमाणे रेंगाळत तरंगला आणि परत आकाशाकडे निघाला. भराभर वेग वाढवत लाटेवर लाट उठवत मोकळ्या अवकाशात घुसला. लाटांची एक गरजणारी, अनिर्बंध भिंत उभी राहिली आणि आभाळातल्या अभेद्य काळ्या घुमटावर आदळली. क्षणभर काही झालं नाही. मग भयानक करकर असा आवाज करत आभाळ डळमळलं आणि खाली कोसळलं. सूर्य मंदिरात शिरला. चाचपडणारा नवजात सूर्य नव्हे तर पूर्णपणे उमललेलं दुर्दम्य सूर्यबिंब. सर्व कोरीव काम, खांब, मंडप, देवळाचे चढते मजले, सारी इमारत आणि आत असलेली आम्ही दोघं प्रकाशमय झालो. माझ्या बायकोचं संगीत म्हणजे शुद्ध आनंद. देऊळ कललं आणि आम्ही आकाशात उचलले गेलो. प्रकाशाच्या वेगाने उडत आम्ही विश्वाच्या नीरव गर्भात पोचलो होतो.

देवळाच्या पायऱ्यांखाली चितोडचे दूत आमची वाट पाहत होते. दिल्लीच्या सुलतानाने दुसऱ्यांदा मेवाडच्या सेनेशी दोन हात केले होते आणि परत एकदा त्याची आम्ही दाणादाण उडवली होते. आम्हांला ताबडतोब राजधानीला परतण्याचा हुकूम होता. भरधाव घोडे फेकत आम्ही रात्री कुंभलगडला पोचलो. पहाटे मी खाली बागेत जाऊन पारिजातकाचा सडा माझ्या साफ्यात गोळा केला आणि हिरवे डोळेवालीवर तो ओतला. जागी होत तिने आपल्या अंगावर आणि साऱ्या जमिनीवर पसरलेल्या फुलांकडे आश्चर्याने पाहिलं. हातांच्या ओंजळीत पुन्हा पुन्हा फुलं गोळा करत, मस्तक मागे झोकत ती आपल्या चेहऱ्यावरून सडपातळ, पारदर्शक गळ्यावरून, उरोजांवरून, साऱ्या शरीरावरून ती ओतत राहिली.

''इथून निघावंसं वाटत नाही. पुन्हा कधीही आपण अशी पारिजातकाची फुलं मला आणून देणार नाही.''

''देईन. त्या झाडाचं रोप घरी लावण्यासाठी मी बरोबर घेतलं आहे.''

३०

परिस्थिती फारशी बदलली नव्हती. त्यांच्या पाया पडण्यासाठी मी परवानगी मागितली तेव्हा बाबांनी प्रकृती बरी नसल्याचं कारण देऊन मला भेटण्याचं टाळलं. मला परत का बोलावून घेतलं होतं त्यांनी ?

संध्याकाळी मी जेव्हा विजय दरबारात हजेरी लावली तेव्हा डोक्यापासून पायांपर्यंत मलमपट्ट्यांनी झाकलेली, माणूस असल्याचं सोंग करणारी एक आकृती, पाय ओढत सिंहासनाच्या दिशेने सरकत होती. तिचा चेहरा जागोजागी शिवला होता. दिल्लीच्या कुठल्या तरी एका सैनिकाने तिचा लुळा हात तोडण्याचा प्रयत्न केला होता आणि बऱ्या असलेल्या पायाची मांडी चिरली गेली होती. सारे उठून उभे राहिले आणि त्यांनी वाकून मुजरा केला. परक्या माणसाला तिरस्कारयुक्त वाटला असता, पण जो खरं म्हणजे स्नेहपूर्ण होता असा एकनेत्री कटाक्ष त्यांनी आमच्यावर टाकला आणि सर्वांना चकित करत, आपला बरा हात डोक्याला लावत, त्यांनी वाकून सर्वांना अभिवादन केलं. शत्रूने केलेल्या वारामुळे त्यांच्या डोक्यावर परिणाम तर झाला नव्हता ? एक राणा अभिवादनासाठी खांद्याच्या वर हात नेत नाही. आपल्या प्रजेपुढे आणि गौण अधिकाऱ्यांपुढे महाराज वाकले कसे ? काय करावं ते न समजून सारा दरबार संकोचून उभा होता. पण आश्चर्याची ही फक्त सुरुवात होती. त्यांनी आम्हांला आपापल्या जागी बसण्याची खूण केली आणि मग इतर सरदार दरकदारांप्रमाणे तेदेखील सिंहासनाशेजारी खाली जमिनीवर बसले.

आता मात्र स्वस्थ बसणं अशक्य झालं. महाराजांचं मानसिक स्वास्थ्य आणि राज्य करण्यास त्यांची स्थिती योग्य होती का यासंबंधी दरबारात कुजबूज सुरू झाली. मी पुढे झालो आणि बाबांच्या पायांवर साष्टांग नमस्कार घातला. दरबारी मंडळींचं लक्ष दुसरीकडे वेधून घेण्याचा प्रयत्न होता तो. 'एकलिंगजींची कृपा सदैव आपल्यावर राहो,' ते शुष्कपणे म्हणाले. एकूण परिस्थिती लक्षात घेऊन माझ्या बायकोने माझं अनुकरण केलं. एका राजकन्येने खुल्या दरबारात पुढे येऊन महाराजांना नमस्कार करणं अनपेक्षित होतं, पण आजचा दिवस अनपेक्षित घटनांचा होऊ पाहत होता. बाबा माझ्या बायकोशी गप्पागोष्टी करू लागले.

“भूत कधी पाहिलं नव्हतं ना आपण राजकुमारी ?”

“त्याहीपेक्षा अधिक भयानक गोष्टी पाहिल्यात मी महाराज. उद्यापासून आपला स्वयंपाक मी बनवणार आणि पंधरवड्यात आपल्याला परत ठणठणीत करणार.”

“छोट्या संतमाईला स्वयंपाकातलं काय समजतं ?”

“मेरतामध्ये माझ्या हातचं खायला प्रत्यक्ष देव यायचे महाराज.”

“पाहा हं, मी लक्षात ठेवीन आपले शब्द.”

“आपल्याला मी पर्यायच देत नाहीये महाराज,” आणि मग हलक्या आवाजात म्हणाली, “सिंहासनावर बसायला मी आपल्याला मदत करू का ?”

स्मित करत त्यांनी नकारार्थी मान हलवली. हे खाजगी हितगूज संपल्यानंतर बाबांनी दरबाराला संबोधून बोलण्यास सुरुवात केली.

“सर्व सरदार, राव, रावत, राजे, राज्याचे उच्चपदाधिकारी आणि सत्ताधारी आणि मेवाडवासी मित्रहो !” खालच्या पट्टीतला त्यांचा आवाज भावपूर्ण होता. “आम्ही आपलं स्वागत करतो. या महान आणि आनंदमय विजयोत्सवात आपण सामील झालात हा आम्ही आमचा बहुमान समजतो. दिल्लीच्या सल्तनतचा आम्ही दुसऱ्यांदा दणदणीत पराभव केलाय. इब्राहीम लोदीने आमच्या सर्व अटी आणि नियम मान्य करून शांतीची याचना केली आहे. आपल्या मदतीशिवाय, सहकार्याशिवाय आणि मेवाडवर असलेल्या आपल्या निष्ठेशिवाय हे शक्य झालं नसतं. आम्ही आपले मनापासून आभारी आहोत. सर्वांनी कृपया मेजवानीसाठी भोजनालयात जावं आणि त्यानंतर विजयोत्सवाच्या कार्यक्रमाचा, ज्यात मुशाहिरा आणि आतिषबाजीचा समावेश आहे, आनंद लुटावा. पण तत्पूर्वी मला एक छोटसं निवेदन करायचं आहे.

“मित्रहो, आपल्या हिंदू रीतीरिवाजांशी आणि संस्कृतीशी आपण सर्व परिचित आहोत.” आता आवाजाची पट्टी बदलली. कोसाच्या अंतरावर असलेल्या राज्याभिषेकाच्या पुरातन मैदानापर्यंत तो पोचू शकला असता, “आपण मोडतोड झालेल्या मूर्तींची पूजा करत नाही.” ते थांबले. ते कशासंबंधी बोलताहेत याचा इतरांप्रमाणे मलाही काही अंदाज येईना. “एक ओरखडा आला किंवा छोटासा कपचा गेला तरी मूर्तीचं पावित्र्य भंग होतं. तिची पूजाअर्चा होऊ शकत नाही. तिला हार–फुलं वाहिली जात नाहीत. तिच्या पाया पडलं जात नाही. तिच्यातलं देवत्व नष्ट होतं आणि आपण नव्या मूर्तीची स्थापना करतो. माझ्या खानदानी मित्रांनो, आज मी एका भ्रष्ट, भंगलेल्या मूर्तीप्रमाणे तुम्हांसमोर उभा आहे. विजयाचं मोल द्यावं लागलंय मला. मस्तकापासून पावलांपर्यंत मी जखमी झालोय, मोडलोय. इतकी वर्षं मेवाडचं नेतृत्व करण्याची संधी मला मिळाली हे मी माझं महत्भाग्य समजतो. केव्हा निवृत्त व्हावं हे ज्या राजाला समजतं, तोच खरा शहाणा. सिंहासनाचा त्याग करण्याची मी आपल्यापाशी

परवानगी मागतोय. मला आता राजकारणातून मुक्त करावं आणि नव्या रक्ताचा, धडधाकट, एक परिपूर्ण सम्राट आपण नेमावा. फार मोठं नको, पण शरीर आणि आत्मा एकत्र ठेवण्याकरता आवश्यक तेवढंच वेतन मला बहाल करावं आणि इतर कुठल्याही सैनिकाप्रमाणे किंवा या दरबारात हजर असलेल्या सरदार किंवा रावांप्रमाणे, उरलेलं आयुष्य मेवाडच्या सेवेत घालवण्याची मला मुभा द्यावी एवढीच विनंती.''

माझी वाचाच बसली. वाहवा ! जय हो ! जिंदाबाद, विजय असो ! याला उत्कृष्ट नाट्य नाही म्हणायचं, तर मग नाट्य कशाशी खातात ते मला कळत नाही असंच म्हणावं लागेल. काय हा विनय ! काय ही नम्रता ! काय हे औदार्य ! तरुण, वृद्ध साऱ्या राजपुतांच्या डोळ्यांत अश्रू. पत्त्यांचा संपूर्ण जोड जरी तुमच्या हातात असला तरी बाबांच्या अस्तनीत एक जास्तीचा पत्ता लपलेला असतो जो तुम्हांला साफ जमीनदोस्त करतो. दरबारातली वाढती कुजबूज मला ऐकू येऊ लागली. लवकरच तिचं रूपांतर गर्जनेत होणार हे मी ओळखलं. मूर्ख, अंधविश्वासू सारे ! इतक्या वर्षांच्या विजयानंतर आणि शरीरिक घावांनंतर, निवृत्तीची घोषणा करण्याकरता महाराजांनी हाच क्षण का निवडला असावा याचा विचार कुणीही केला नाही. काय होतं महाराजांच्या मनात ? कसला खेळ खेळत होते ते ? स्पष्टच विचारायचं तर मेवाडच्या या महान दैवताला काय हवं होतं ? पण मी का उगाच उतावीळ होत होतो ? थोड्याच वेळात भांडं फुटणार होतं. आपली लोकप्रियता सिद्ध करण्याचा बाबांचा इरादा असेल तर तो सफल झाला. स्वत:च्या निष्ठेचं समर्थन करण्यासाठी सर्वांची अहमहमिका लागली, त्यांच्या आरडण्याओरडण्याने हा:हा:कार माजला आणि दरबाराचं भलं मोठं छप्पर खाली कोसळतंय की काय असं वाटलं. माझ्या भावाचं, विक्रमादित्याचं वागणं फारच मनोरंजक होतं. काही वर्षांपूर्वी बाबांना पदच्युत करण्याचा प्रयत्न करणारा विक्रमादित्य आज निष्ठा प्रदर्शनाच्या चढाओढीत आघाडीवर होता, आणि जर बाबांनी राज्यपदाचा त्याग केला तर पितृभक्तीने भारावलेला माझा भाऊ स्वत:चा गळा चिरण्याच्या घोषणा करत होता.

मी, सांगणे नलगे, कोपऱ्यातली चित्राकृती झालो होतो. आणि या स्थितीला माझा मीच जबाबदार होतो. तुम्हांला जर सार्वजनिक व्यक्ती व्हायचं असेल आणि तसं राहायचं असेल तर दिखाऊगिरी टाळता येत नाही. फक्त प्रामाणिक आणि इमानी असून चालत नाही. खरं म्हणजे तसं असण्याची गरजच नसते, जोपर्यंत तुम्ही तसेच आहात असं सर्वत्र मानलं जातं. माझी जीभ टाळ्याला का चिकटली होती ? मीदेखील चढाओढीत का नाही उतरलो बाबांना सांगायला की, मला त्यांची राजनिवृत्ती मान्य नव्हती, जेव्हा माझ्या बाबतीत तरी ते संपूर्ण सत्य होतं ? पाहिजे तर आपण विरोधी दृष्टिकोनातून पाहू-या. बाबा सर्वांचा त्याग करून खरंच बाजूला झाले आणि त्यांच्या इच्छेनुसार

विक्रमादित्याला त्यांचा वारस नेमलं गेलं तर काय ? कुठल्याही बाजूने पाहिलं तरी इतरांच्या आवाजात आवाज मिळवून रेकण्याव्यतिरिक्त माझ्यापाशी दुसरा पर्याय नव्हता. पण आता फार उशीर झाला होता. माझ्या भिडस्तपणामुळे आणि दिखाऊगिरीबद्दल वाटणाऱ्या तिरस्कारामुळे मी निकामी झालो होतो. शिवाय मेवाडचे चाहते, मित्र आणि मांडलिक असलेल्यांविषयीचं माझं हे मत योग्य नाही. त्यांची व्यक्तिगत महत्त्वाकांक्षा काहीही असो, पण बाबांवर आणि त्यांच्या नेतृत्वावर त्यांचा पूर्ण विश्वास होता. लक्ष्मणसिंहजींची कुतूहलमिश्रित नजर माझ्यावर खिळलेली मला जाणवली. ते माझ्या वडिलांचे सहकारी आणि समवयस्क. ते तोंड बंद ठेवून गप्प बसू शकत होते. कुणीही त्यांच्या उद्दिष्टांबाबत शंका घेतली नसती.

सभेला शांत बसण्याची विनंती करून बाबांना आपलं म्हणणं पटवून देता आलं असतं, पण त्यांनी तो कोलाहाल बराच वेळ चालू दिला. बाबांच्या परिणामकारक परंतु पारदर्शक वक्तव्याला विरोध करण्याची कामगिरी सालंबरच्या रावत रतनसिंहांवर येऊन पडली आणि त्यांनीही ती मोठ्या आस्थेने आणि उत्साहाने उचलली. त्या सज्जन माणसाच्या बोलण्यात कसलंही ढोंग किंवा खोटेपणा नव्हता. इतर बहुतांश दरबारी मंडळींप्रमाणे त्यांचा आपल्या सम्राटाच्या बोलण्यावर संपूर्ण विश्वास होता आणि राज्यपदाचा आणि राजकारणाचा त्याग करण्याच्या त्यांच्या इराद्याबाबत अजिबात शंका नव्हती. किती कौशल्याने आणि चातुर्याने बाबांनी आपल्या जहागिरदारांना आणि दरबाऱ्यांना आपल्याला हवं त्या ठिकाणी आणून ठेवलं होतं.

दैवी परंपरेनुसार आम्ही श्री एकलिंगजींचे, म्हणजेच पर्यायाने खुद्द शंकर महादेवाचे दिवाण. स्वत:ला भंगलेल्या मूर्तीची उपमा देऊन देवत्वाचा दावा करण्यात बाबांनी मोठ्या धोकादायक आणि शंकास्पद विषयाला हात घातला होता आणि तरीही बाबांनी गादीवर राहून महाराणाच्या जबाबदाऱ्या पार पाडणं कसं आवश्यक आहे हे वेगवेगळ्या तर्कवादाने पटवून देण्यात रावत रतनसिंह आणि इतरांची चढाओढ लागली होती.

"महाराज, आपली अतिनम्रता, राज्याच्या उन्नतीबाबतची आपली अथक चिकाटी आणि प्रयत्न आणि दरबाराविषयीची आपली आस्था यामुळे जसा मोतीबिंदू झाल्यावर दृष्टीवर पडदा जमतो त्याप्रमाणे आपल्या मनावर गैरसमजुतीचा पडदा जमला आहे. तो पडदा दूर करण्याची आम्हांला परवानगी असावी. महाराजांच्या शरीरावरच्या जखमा या त्यांच्या दैवी शौर्य आणि वीरत्वाची चिन्हं आहेत ज्यांची प्रत्येक राजपुताला आकांक्षा असते. मेवाड आणि मेवाडच्या हितचिंतकांचा गौरव, शत्रूचा नाश आणि विजयप्राप्तीच्या सर्वोच्च कर्तव्यपालनापायी त्या झेलल्या गेल्या. आपलं घावपूर्ण विकलांगत्व आपली कीर्ती आणि दर्जा कमी तर करत नाहीच, उलटपक्षी मेवाडची प्रतिष्ठा आणि यश वाढवण्यास ते कारणीभूत असल्याने, नेत्रदीपक अलंकारांप्रमाणे ते

आपल्याला शोभून दिसतं. महाराज, पूर्वी कधीही नव्हता एवढे आपण आज मेवाडचं दैवत बनला आहात.''

सालंबरच्या रावतांच्या भाषणातला शब्दबंबाळपणा समजण्यासारखा होता. आपल्या सम्राटाचं मन वळवण्याचं कठीण काम साधायचं होतं त्यांना. खरंच, आपण शब्दांत किती वाहवत जातो नाही ? माणसांना देव बनवण्याच्या आतुर प्रयत्नात आपण स्वखुशीने आपल्या हक्कांवर आणि अधिकारांवर पाणी सोडतो. जयजयकाराने दरबार दुमदुमला. अखेरीस राव विरमदेव पुढे झाले आणि हात वर करून त्यांनी शांतीची याचना केली. अगदी शेवटचा आवाज विरेपर्यंत ते स्वस्थ उभे राहिले.

''महाराज, मेवाडच्या जनतेचं, राव आणि रावतांचं, राजे आणि दरबारी मंडळींचं मत आपण ऐकलंत. आपण आज इथे दिल्ली सल्तनतवर मिळवलेला विजय साजरा करण्यासाठी जमलो आहोत. कृपा करून विजयाचं रूपांतर दु:खकारक पराजयात करू नये.''

यानंतर राव विरमदेव, राजा पुराजी कीका, आणि इतर काही राजे यांनी पुढे होऊन महाराजांना हात देऊन उठवलं आणि सिंहासनावर बसवलं.

बाबांनी नकार दिला. बाबांनी विरोध केला. बाबांनी मानलं.

''आम्ही काय बोलावं ? आता नाही म्हणणं म्हणजे आमच्यावर आणि आमच्या पदावर असलेल्या आपल्या विश्वासाचा अपमान करणं होईल. राज्यपदाचा एकमेव आधार म्हणजे जनतेची श्रद्धा आणि सदिच्छा. आपल्या प्रेमाने आम्ही भारावून गेलो आहोत. आम्ही आपले ऋणी आहोत. असेच आपल्या विश्वासाला आम्ही सदैव पात्र ठरावं एवढीच इच्छा.'' टाळ्यांचा कडकडाट कमी झाल्यावर बाबांनी हळुवार, खालचा आवाज लावला. ''आमची फक्त एक छोटीशी विनंती आहे.''

''बोलावं, बोलावं महाराज !'' सारा दरबार एकसुरात ओरडला, ''आपल्यासाठी आम्ही आमचे प्राणही द्यायला तयार आहोत.''

पण बाबांना त्यांच्या प्राणांची भेट नको होती. त्यांच्या मनात जे काही होतं ते इतकं साधं आणि स्वच्छ नव्हतं. या साऱ्या नाट्यमय प्रकरणाच्या मुख्य उद्दिष्टापर्यंत आम्ही येऊन पोचलो होतो. ''आमची अशी इच्छा आहे की रणथंभोरचा किल्ला आणि प्रदेश राजकुमार विक्रमादित्य आणि त्यांचे बंधु राजकुमार उदयसिंह यांना जहागीर म्हणून बहाल करण्यात यावेत.''

सगळे 'जयजयकार,' 'वाहवा' आणि 'काहीही महाराज, जे काही मागाल ते आपलंच आहे,' कुठे गायब झाले ? सारा दरबार स्तंभित. शेकडो वर्षांच्या परंपरेतून निर्माण झालेल्या रीतीरिवाजांचं पावित्र्य महाराज नष्ट करत होते. हेही त्यांना माफ होईल हे मी जाणत होतो, पण विजयाच्या उन्मादात बाबा मर्यादेचं उल्लंघन करत होते हे स्पष्ट

होतं. दरबाराच्या खुषीचा ते गैरफायदा घेत होते. साऱ्या सरदार, मंत्री, राजे, रावत यांचा त्यांना जरी सदैव पाठिंबा असला तरी एका शिरजोर, लाडावलेल्या राणीचे लहरी चोचले पुरवणं त्यांना मान्य नव्हतं. तिची मर्जी राखण्यासाठी आपल्या जवळच्या सहकाऱ्यांची मैत्री गमवायचीदेखील बाबांची तयारी होती. पण एवढ्यावरच सारं संपलं नाही. राणी कर्मावतीच्या मुलांसाठी, ज्यातला धाकटा तर अजून शिशूच होता, या विशेष आणि असामान्य मानपत्राची मागणी करून ते तेवढ्यावरच थांबले नाहीत, तर त्यांच्या हिताचं रक्षण करण्याची खबरदारी घेणंदेखील त्यांना आवश्यक वाटलं.

राणी कर्मावती लाडावलेली जरूर होती, पण ती मूर्ख नव्हती. रणथंभोर ही फक्त एक मोठी जहागीर नव्हती, तर तो आमचा एक अत्यंत प्रतिष्ठेचा आणि महत्त्वाचा इलाखा होता. त्याच्या उत्कृष्ट किल्ल्याचं रक्षण करण्याइतपत आपल्या लाडक्या विक्रमादित्याच्या कर्तबगारीबद्दल तिला शंका असावी.

"आमच्या दोन्ही राजकुमारांचं पालकत्व रणथंभोरमध्ये हाडा सूरजमलांनी करावं अशी आमची इच्छा आहे."

हाडा सूरजमलांचा चेहरा निर्विकार होता. बाबांनी लादलेल्या जबाबदारीसंबंधी वाटलेला संकोच, आश्चर्य, राग फक्त त्यांच्या घट्ट आवळलेल्या जबड्यातल्या उडणाऱ्या शिरेतून कळत होता. राणी कर्मावती आणि हाडा सूरजमल यांच्यात कसलंही साम्य नव्हतं. ती दोघं सख्खी भावंडं असूनही. हाडा सूरजमलांचा स्वभाव मितभाषी, अभिमानी आणि अतिशय नेक. आपला हुद्दा आणि मानमरातब बहिणीच्या राणीपदामुळे मिळालाय या संभाव्य लोकापवादाबाबत अत्यंत संवेदनाक्षम. विक्रमादित्याला ते पाण्यात पाहायचे. शक्य असतं तर त्यांनी चितोडला येण्याचं टाळलं असतं. आतादेखील, राजवाड्यात न उतरता शहरातल्या आपल्या एका स्नेह्याकडे उतरले होते ते. आमच्या सर्वांत मूल्यवान आणि महत्त्वाच्या मित्रांपैकी ते एक असून बाबांनाही जाब विचारू शकणाऱ्या तीन चार व्यक्तींमध्ये त्यांची गणना केली जायची.

"महाराज, मेवाडचं हित हे माझं सर्वोच्च ध्येय आहे." मग आपली नजर माझ्याकडे वळवत म्हणाले, "आणि म्हणूनच, ज्यामुळे न्याय्य हक्कांबाबत कलह होण्याची शक्यता आहे, अशी जबाबदारी माझी राजनिष्ठा मला घेऊ देत नाही."

माझ्यावर रोखलेल्या हाडांच्या नजरेची मला गंमत वाटली. वारसदारांच्या यादीत आता माझं नावच नसल्याने माझ्या आणि त्यांच्या भाच्यांच्या, विशेषत: विक्रमादित्याच्या हक्कांबाबत कलह होण्याची शक्यताच उरली नव्हती.

"राजे," नेहमीपेक्षा वेगळ्या, चुचकारणाऱ्या आवाजात बाबा बोलू लागले, "अशी टोकाची परिस्थिती कधी उद्भवेल याविषयी आम्हांला शंका आहे. पण जर

यदाकदाचित न्याय्य हक्काबाबत कधीकाळी दुमत झालंच, तर सर्वप्रथम प्राधान्य मेवाडच्या हितालाच दिलं जाईल याबद्दल संशय नसावा.''

नेमून दिलेली कामगिरी स्वीकारण्याव्यतिरिक्त हाडा सूरजमलांना पर्यायच उरला नाही.

''जशी आपली मर्जी, महाराज, पण,'' निषेध नोंदवल्याविना ते संमती देणार नव्हते, ''कुठलाही असमर्थनीय प्रसंग उद्‌भवला, तर ते मला सहन होणार नाही हे मी आत्ताच स्पष्ट करू इच्छितो.''

बाबांनी स्मित करून उत्तर देण्याचं टाळलं, ''एक शेवटची घोषणा आणि मग विजयोत्सवाच्या कार्यक्रमाला सुरुवात होईल. आमचे ज्येष्ठ पुत्र यांना आम्ही कुंभलगडहून परत बोलावून घेतलंय. त्यांची नियुक्ती उद्यापासून चितोडचे राज्यपाल म्हणून केली जाईल. तसेच, युद्ध समितीच्या कामकाजातदेखील ते आम्हांला मदत करतील.''

आश्चर्याने आत खेचून घेतलेल्या श्वासाचा एकमेव आवाज राणी सज्जातून ऐकू आला. माझ्या आवडत्या आईचा सल्लागार, हिजडा बृहन्नडा, याने चेहरा कितीही निर्विकार ठेवला असला तरी राणीसाहेब स्वत:वर ताबा ठेवू शकल्या नव्हत्या. या घोषणेचं स्वागत टाळ्यांच्या कडकडाटाने करण्यात आलं. सामान्य माणसाच्या जन्मजात शहाणपणावर नेहमी प्रशंसात्मक शब्दांत मला वक्तव्य सुनवलं जातं. असं म्हणतात की, कधीकधी घेतलेले चुकीचे निर्णय सोडले तर त्याचं शहाणपण हे उपयुक्तता, व्यवहारीपणा आणि सामाजिक हिताच्या भक्कम पायावर उभं असतं. सिद्धांत म्हणून चांगला आहे, पण संपूर्ण खोटा. सामान्य माणूस, या दरबारात हजर असलेल्या कुठल्याही उच्चस्तरीय व्यक्तीइतकाच चंचल मनोवृत्तीचा, अदूरदृष्टी असलेला आणि जाणकार किंवा अजाण असतो. मानव हा एक विचारी प्राणी आहे असं आपण म्हणतो ते चूक आहे. माणसाला, म्हणजेच स्वत:ला जर समजून घ्यायचं असेल तर त्याची त्या त्या वेळची मनस्थिती, सहजप्रवृत्ती, कळप वृत्ती आणि आपल्या कृत्यांच्या परिणामांचा विचार न करण्याचा हटवादीपणा यांचाच आधार घेतला पाहिजे. माझ्यावरच्या प्रेमाच्या या अनपेक्षित प्रदर्शनाचं एक साधंसरळ कारण होतं. जेव्हा वाईट बातमी नंतर एक सर्वसाधारण खबर दिली जाते तेव्हा ती म्हणजे जणू, जिच्यासाठी आपण जन्मभर प्रार्थना करत आलो ती दैवी देणगी असल्याप्रमाणे तिचं स्वागत होतं.

दरबारी मंडळींच्या नव्या उत्साहाबद्दल आणि अभिनंदन करण्यासाठी माझी नजर पकडण्याच्या त्यांच्या प्रयत्नाबद्दल तुच्छता दाखवण्याइतका मी नक्कीच शिष्ठ नाहीये. मी त्यांच्या उत्साहाचं हास्यमुद्रेने स्वागत करत राहिलो, पण माझे विचार कुठेतरी दुसरीकडेच भरकटत होते. तो लबाड कोल्हा, आमचे महाराज, आज भलतेच खुशीत असून कुटिलनीतीचा प्रयोग करण्यात रंगले होते. मानलं पाहिजे त्यांना. आपल्या

आवडत्या राणीलाही, जिने आपल्या मुलांना रणथंभोरचं राज्य आणि खजिना देण्यास त्यांना भाग पाडलं, त्यांनी सपशेल बनवलं. तिचा आश्चर्यदर्शक सीत्कार कृत्रिम नव्हता. मनापासून होता. तिला हवं ते तिने मिळवलं होतं खरं, पण शेवटची खेळी आणि जीत बाबांची होती. त्यांनी तिला आपल्या नव्या मनसुब्याबाबत अंधारात ठेवलं होतं आणि त्याचवेळी मला आणि विक्रमादित्याला लगाम घातला होता. आमची नशिबं जरी सुधारली गेली असली तरी आम्हांला होतो त्याच ठिकाणी ठेवण्यात आलं होतं. मी लहान होतो तेव्हा बाबा एकदा मला म्हणाले होते की, सर्वांना खुश ठेवणं शक्य नसतं, निदान राजाला तरी. पण या म्हणीचा दुसरा भाग ते सांगायला विसरले. सर्वांना नाखूश ठेवून स्वत:ची मन:शांती मिळवता येते. आता राणीसकट साऱ्या दरबाराला, बाबांनी आपला वारस म्हणून कोणाला निवडलंय, यासंबंधी तर्कवितर्क करत बसू देत, आणि तोवर राजकुमारांना एकमेकांविरुद्ध कट–कारस्थान करण्यात व्यस्त राहून जमल्यास एकमेकांचे जीव घेऊ देत.

आतापर्यंत, माझ्या हाताखाली काम करणाऱ्या दोन कार्यकारी अधिकाऱ्यांनी मला सांगितलंय, की त्यांची कामकाज करण्याची पद्धत वेगळी होती. मी त्यांना शांतपणे आणि खेळकरपणे आठवण करून दिली की कामकाजात काहीही फरक झालेला नाहीये, उलट सारं काही पूर्वीप्रमाणे होऊ लागलंय. माझी कामाची पद्धत बदलली नसेल कदाचित, पण वेळ मात्र बदलली आहे. हा बदल फक्त साठलेली कामं अद्ययावत पुरी होईस्तोवरचा आहे अशी आशा करतो, नाहीतर माझा सिद्धांत की – कुणी आठ तास काम करो वा तीस तास, दिवसभरात पार पडलेल्या कामाचं प्रमाण तेवढंच राहतं.– हा खोटा ठरेल.

विक्रमादित्याने आपला सारा वेळ स्वत:चा समांतर कार्यकारी विभाग उभा करण्यात घालवला होता. समांतर अर्थव्यवस्था, समांतर नगररक्षक दल, समांतर अन्नधान्य आणि शेती खातं, समांतर व्यापार खातं, वगैरे. त्यामुळे मूळ व्यवस्था अस्ताव्यस्त झाली होती. माझा धाकटा भाऊ रतन, ज्याला बाबांनी आपल्या सुलतान इब्राहीम लोदीविरुद्ध मोहिमेच्या वेळी राज्यपाल नेमलं होतं, त्याला राज्यकारभारात ढवळाढवळ करण्याची इच्छा नव्हती. त्याच्या मते त्याचं कर्तव्य बाबा परतेस्तोवर राज्याचं कामकाज तात्पुरतं चालू ठेवणं, इतकंच होतं आणि ते सुरळीत चालतंय एवढं पाहणं, एवढीच तो स्वत:ची जबाबदारी मानत होता.

माझं काम खुद्द बाबांच्या अखत्यारीतलं होतं. म्हणजे स्वतंत्रपणे काहीही करण्यास मी अक्षम असायला हवं होतं, पण मला असा विचार करायला आवडतं की त्यामुळेच मला मुक्त संचार करण्याची संधी मिळणार होती. कारण मी जे काही करीन ते त्यांच्या नजरेखालीच केलं असणार अशी समजूत जनता करून घेणार होती. समांतर राज्याधिकाऱ्यांच्या राज्यकारभारासंबंधी आणि इतिहासात तोड नसलेल्या त्यांच्या हयगयीसंबंधी काही कारवाई करावी की नाही हे ठरवण्यासाठी मी महिनाभर विचार केला. त्यांच्याविरुद्ध, विशेषत: त्यांच्यातल्या ज्येष्ठ अधिकाऱ्यांविरुद्ध, तेज आणि शफीपाशी पुराव्याचे कित्येक दाखले होते, जे किमान दोन जन्म तरी त्यांना तुरुंगात डांबवण्यासाठी पुरेसे होते. या असल्या कृत्यांना आळा घालण्यासाठी उदाहरण घालून देणं आवश्यक होतं. पण त्यासाठी आत्ताची वेळ शहाणपणाची ठरली नसती. कारण खूपशा जुन्या भानगडी उकरल्या गेल्या असत्या आणि साऱ्या राजकारभारावर त्याचा विपरीत परिणाम झाला असता.

माझा निर्णय योग्य आणि न्याय्य मानला न जाता मी सूडबुद्धीने तो घेतोय अशी समजूत होण्याची शक्यता होती आणि परिणामी सारी सरकारी खाती बंद पडली असती. या विवादास्पद विषयाकडे कानाडोळा करण्यात कदाचित पळवाट घेत असेन मी. (जेव्हा वरिष्ठ मंडळी भानगडीत अडकलेली असतात, तेव्हा राज्यातल्या प्रचंड भ्रष्टाचाराला प्रत्यक्ष चालना देणारी मूळ व्यक्ती सहीसलामत सुटते.) मनातल्या मनात मी सर्वांना माफ केलं. पण यापुढे जर कोणी सापडला तर त्याला आपल्या गत आणि वर्तमान कर्मांचं जबर फळ भोगावं लागणार होतं.

काम आणि नित्याचा शिरस्ता यांसारखं व्यसन नाही. मी चितोडला परतून फक्त पाच आठवडे झाले असतील, पण तीन वर्षं – एक वर्ष चितोडमध्ये, आणि जवळजवळ दोन कुंभलगडमध्ये – मी राज्यातल्या साऱ्या दळणवळणापासून दूर होतो हे खरंच वाटत नाहीये मला.

मी स्वत:ला विचारतो की सत्तीचा दीर्घ बहिष्कार आणि निष्क्रियता यांचा माझ्यावर काय परिणाम झाला ? माणसं कधी बदलतात का ? संकटं, कठीण परिस्थिती, गमावलेला स्वाभिमान, आणि स्वत:च्या जीवनाचा अर्थ, जवळच्या मित्रांचा किंवा नातेवाईकांचा मृत्यू यामुळे माणसांत दृश्य किंवा सूक्ष्म बदल घडून येतात का ? आपली ध्येयं बदलतात का ? जीवनाचा सर्वंकष दृष्टिकोन बनू शकतो ? दु:खकारक अनुभवांमुळे इतरांना आणि त्यांच्या चुकांना समजून घेण्याची क्षमता वाढते ? प्रश्नावली अजून दोन पानं लांबवली जाऊ शकते. पण एकच प्रश्न पुरेसा आहे. यांपैकी कुठल्याही कारणांमुळे आपण अधिक चांगली माणसं बनू शकतो का ? जीवनातले प्रचंड उलथापालथ आणि आघात यांचा आपल्या अंतर्मनाच्या खोल गाभ्यावर काहीही परिणाम

होत नसावा हा विचार कितीही हादरवणारा असला आणि आपण तो कितीही नाकारला तरी मला वाटतं तो खरा आहे. मी एक फार गहन विधान केलंय किंवा माझा या विषयावर फार मोठा अभ्यास आहे असं मला म्हणायचं नाहीये. मी फक्त माझ्यापुरतं बोलू शकतो. नेहमीप्रमाणे युवराज बनण्याचा माझा अजूनही उद्देश आहे. इतर कुठल्याही गोष्टीपेक्षा अधिक उत्कट असलेली माझी एकमेव इच्छा म्हणजे, बाबांच्या मृत्यूनंतर राजमुकुट माझ्या मस्तकावर चढावा ही होय. दुसरं म्हणजे, आमच्या राज्याचा विस्तार समुद्रकिनाऱ्यापर्यंत तरी किमान पसरावा, ही माझी तीव्र आणि शाश्वत महत्त्वाकांक्षा. या दोन गोष्टींपासून जर मी वंचित झालो तर माझ्या जीवनात काय उरतं ? माझी बायको, कौसल्या, लीलावती आणि माझे मित्र राजा पुराजी कीका, तेज आणि शफी हे मला अतिप्रिय आहेत. पण माझ्या जीवनाचं अंतिम ध्येय त्यांच्याभोवती फिरत नाही.

माझं नेहमी भलं इच्छिणारेदेखील नाईलाजाने हे मान्य करतील की मी एक अगणित आवडी आणि छंद असलेला माणूस आहे. मधली काही वर्षं फुकट गेल्यामुळे ते सारे पुरे करण्याची घाई झाली आहे मला. प्रत्येक गोष्टीची एक विशिष्ट लय आणि गती असते. जराशी घाई किंवा जरासा उशीर केल्याने तुम्ही तोंडघशी पडण्याची शक्यता असते. मुहूर्ताचं महत्त्व दिवसेंदिवस मला अधिक पटायला लागलंय. कुठल्याही कार्यासाठी वेळ का महत्त्वाची मानतात ? कारण नाहीतर माणसं बी पेरण्यापूर्वीच झाडापासून फळाची अपेक्षा करतील. खोल भक्कम पाया खणल्याशिवाय आपल्या नावाने विजयस्तंभ बांधले जावेत अशी इच्छा आपण सारे करू लागू. शुभ घडी क्वचितच पुढल्या क्षणी किंवा पुढल्या दिवशी असते. ती आठवडे, महिने किंवा वर्षानंतरदेखील असू शकते. त्यामुळे तुम्हांला विचारविनिमय करायला, वस्तुस्थितीचा अभ्यास करायला, यशाची शक्यता मापायला, उपलब्ध माहिती बरोबर आहे का ते ताडून पाहायला, तसंच कोण तुमच्या बाजूचं, कोण विरुद्ध गटातलं आणि कोण उदासीन आहे ते जाणून घ्यायला वेळ आणि संधी मिळते. शेवटच्या तपशिलापर्यंत सारी आखणी पक्की झाली की मगच शुभमुहूर्त केव्हाचा पकडायचा ते ठरवता येतं. परिपक्वता महत्त्वाची. व्यक्तिगत व्यवहारीपणे बोलायचं तर बाबांना आणि त्यांच्या ज्येष्ठ सल्लागारांना नेमक्या क्षणी पकडणं. राजकारणातदेखील, जेव्हा प्रत्यक्ष राज्यसंस्थेचं अस्तित्व धोक्यात येण्याची शक्यता असते तेव्हासुद्धा, अचूक शुभवेळेचा परिणाम कधीही कमी लेखू नये. अनाठायी घाई किंवा अकारण आळसाप्रमाणे, मुहूर्ताविना हाती शून्य उरण्याची शक्यता असते.

माझ्या परतीनंतरच्या तिसऱ्या मंत्रिमंडळाच्या बैठकीत, मला आणि नगररचनाकार साहसमलला आमचे जलनियंत्रण आणि मलनिस्सारण प्रकल्प पुढे सरकवायला फारसे प्रयास करावे लागले नाहीत. माझा भुयारी मार्गाचा प्रकल्प मात्र, साहसमलने हवेच्या प्रवाहाची पक्की योजना निश्चित केल्यानंतरच मी मंडळासमोर मांडीन.

आता, मी स्वत:हून अंगावर घेतलेल्या माझ्या तिसऱ्या योजनेविषयी आणि ती म्हणजे – तोफा आणि इतर शस्त्रास्त्रांसंबंधीची आणि अत्याधुनिक लष्करी डावपेचांबद्दलची विश्वसनीय माहिती मिळवणं. यातला प्रत्येक विषय वेगळ्या शीर्षकाखाली हाताळण्याऐवजी मी सारेच्या सारे 'हेर खाते' या एका नावाखाली घातले आणि मंगलला हेरखात्याचा प्रमुख नेमण्याबाबत बाबांची संमती मिळवली. बाबांचं असं म्हणणं होतं की जसजशी मेवाडची सीमा विस्तारतेय तसतसं अधिक हेर नेमणं आणि हेरखात्याच्या वाढत्या खर्चाची तरतूद करणं आवश्यक आहे. जोपर्यंत राज्याचं संरक्षण धोक्यात येत नाही तोपर्यंत ही वाढवलेली रक्कम कशी वापरायची याची जबाबदारी माझी आणि मंगलची.

मेवाडची गुप्तचर व्यवस्था अतिशय वाईट स्थितीत होती. हेच वेगळ्या शब्दांत सांगायचं म्हणजे, आमच्या हेरांकडून माहिती नियमित मिळत होती खरी, पण प्रभावी केंद्रीय मार्गदर्शन, निश्चित ध्येय आणि विशिष्ट उद्दिष्टांअभावी आमच्या साऱ्या हेरांच्या चौकशीची, गुप्त संचाराची, निरीक्षणांची आणि माहिती पोचवण्याची तंत्रं जुनी आणि पारंपरिकच राहिली होती. तसंच, मिळालेल्या माहितीचं मूल्यमापन करण्याची काहीच सोय नव्हती. आमच्याइतकेच आमचे शत्रूदेखील खोट्या बातम्या पसरवण्यात व्यग्र होते. पण बातमीचा खरेखोटेपणा निश्चित करण्याचा काहीच तत्कालिक उपाय नसल्याने, स्वत:चं महत्त्व वाढवण्यासाठी, प्रत्येक संकट आणि धोका वाढवून सांगण्याची किंवा त्याहीपेक्षा उत्तम म्हणजे काल्पनिक धोका निर्माण करून सतत संकटकालीन परिस्थिती चालू ठेवण्याची हेरांची वृत्ती बनली होती. त्यातूनही जेव्हा हेरगिरीत स्पर्धेचं वातावरण निर्माण केलं गेलं तेव्हा तर परिस्थिती फारच गुंतागुंतीची आणि जटिल होऊन बसली.

हेरखात्यातल्या इतर सदस्यांनी आणलेल्या बातम्या हेरांना कधीच कळत नसल्याने, त्यांना धोका पत्करायचा नसायचा. ते गोष्टी वाढवून सांगण्यात तरबेज झाले. बहुतेक बातम्यांचे – अगदी शत्रूच्या पीकपाण्यासंबंधीच्या किंवा त्याच्या सैन्याच्या बळाच्या रटाळ बातम्यांचे देखील ते शूरवीर नायक बनू लागले. दिल्ली, गुजरात, माळवा किंवा इतर कुठल्या तरी शत्रू प्रदेशात एकटे शिरून, हजार अडचणींना एकट्याने झुंज देऊन ते गुप्त माहिती मिळवून सहीसलामत निसटून येऊ लागले.

पण हेरांना दोष देण्यात अर्थ नव्हता. आमची पद्धतीच अयोग्य होती. मंगलने हेरखात्याची सूत्रं हातात घेतल्यानंतर काही काळ परिस्थिती आणखीनच बिघडली. त्याची निवड करण्यात मी चूक तर केली नाही ? येताजाता गावातल्या गप्पा, कंड्या आणि अफवा ऐकून युवराजाचं रक्षण करणं ही एक गोष्ट होती, पण नैतिक धैर्य नष्ट झालेल्या हेरखात्याची सूत्रं हाती घेऊन त्याच्यात नवचैतन्य भरणं आणि एकीकडे कडक शिस्त आणि शिक्षेचा बडगा दाखवत असताना दुसरीकडे त्यांच्याकडून मूल्यवान आणि

विश्वसनीय माहिती मिळवणं, हे फारच कठीण काम होतं. कदाचित मंगलच्या आवाक्याबाहेरची कामगिरी होती ही. तो हेरखात्याचा मुख्य झाल्याला दोन महिने झाले असतील पण त्याच्या हेरांकडून बातम्या येणं जवळजवळ बंद झालं होतं. मग, थोड्या थोड्या दिवसांच्या अंतराने तो मला तुर्की भाषेत लिहिलेली पानं पाठवू लागला. काही पानं बालिश लिपीने भरली होती तर काही अतिशय कलात्मक हस्ताक्षराने, आणि खाली तुर्कीचं अत्यंत वाईट हस्ताक्षरातलं भाषांतर. कुणाच्या तरी रोजनिशीतली ती पानं असावीत हे उघड होतं. त्या छोट्या–मोठ्या लिखाणाच्या तुकड्यांना अर्थ लावण्याची ना माझी इच्छा होती ना माझ्यापाशी तेवढा वेळ होता. ते लिखाणाचे तुकडे क्वचितच एकमेकांशी संबंधित असायचे. त्यामधून त्यांच्या लेखकाचा किंवा त्याच्या मनोवृत्तीचा मला काहीच अंदाज येईना. शिवाय उगाचच मला काहीतरी निषिद्ध मी चोरून वाचतोय अशी विचित्र भावना होऊ लागली. रोजनिशी म्हणजे कालक्रमानुसार लिहिलेला भूतकाळाचा वृत्तांत. फळाफुलांचे तपशीलवार वर्णनात्मक परिच्छेद, रात्री केलेले हल्ले, ज्यांना स्पष्ट शब्दात सांगायचं तर दरोडे म्हणणं अधिक योग्य ठरावं, तसंच, एकेकाळचं माझ्या जीवनातल्या आनंदाच्या नाशाचं कारण – काव्य. पण मला हे मान्य केलं पाहिजे की गेल्या वर्ष दोन वर्षांत, सतत कानावर पडत राहिल्याने माझ्या मनातली अढी नाहीशी झालीये, एवढंच नाही तर अधूनमधून हल्ली मी मोठ्या आवडीने काव्याचा आस्वाद घेऊ लागलोय. पण स्वरसादृश्य आणि शाब्दिक खेळांचा सुकाळ असलेली आणि अर्थाचे विविध पदर उलगडण्यात अनुवादकाची तारांबळ उडवणारी तुर्की कविता ? माफ करा. त्याशिवाय, चुलते, भाऊ आणि सावत्र भावंडांबरोबरचे कलह – जणू माझे मला कमीच होते. मद्यपानाच्या मैफली आणि नंतरचा त्याबद्दल झालेला पश्चात्ताप, वगैरे.

कुठल्या तरी दूरदेशीच्या एका दरिद्री पण सुशिक्षित आणि सुसंस्कृत लूटमाऱ्याबद्दल बाबांना काय कुतूहल असणार ? मी ते उतारे वाचण्याचं थांबवलं. आता सात किंवा दहा तरी जमले असावेत माझ्यापाशी. काही फक्त दोन ओळींचे, काही एखाद्या परिच्छेदाएवढे, तर एक–दोन पानभर लांब. मी ते सगळे माझ्या मेजाच्या खणात बंद केले आणि मंगलला बोलावून त्याला विचारण्याचं ठरवलं की तो एका तुर्की रोजनिशीवर माझा वेळ का वाया घालवत होता ? आणि दिल्ली, गुजरात आणि माळव्यासंबंधीच्या साऱ्या बातम्या हेरांनी थांबवल्यामुळे तीन आठवड्यांत होणाऱ्या युद्धसमितीच्या बैठकीत मी महाराजांना आणि इतर सभासदांना काय सांगावं अशी त्याची अपेक्षा होती ?

मंगलबद्दलचा माझा राग दिवसेंदिवस वाढत राहिला आणि तरीही त्याला बोलावून घेण्याचं मी टाळत राहिलो. (तुर्की लिखाण आणि त्याच्या भाषांतराचे कागद आता एकवीस झाले होते.) आता करण्यासारखी एकच गोष्ट उरली. जेव्हा एखादा लिखित

अहवाल माझ्या मनाला येत नाही, तेव्हा मी लेखणी घेऊन बसतो आणि एक–एक ओळ घेऊन लेखकाच्या विधानाची, त्याच्या मूल्यमापनाची, अन्वयाची, संदिग्ध भाषेची, आणि बेपर्वाईची चिरफाड करून त्याला तो अहवाल दोन दिवसांत परत नव्याने लिहून काढायला सांगतो. मी कागद, लेखणी आणि ते उतारे घेऊन मंगलची हजेरी घेण्यासाठी बसलो. आम्ही एकत्र वाढलो आणि लहानपणापासून मी त्याच्यावर अवलंबून असायचो म्हणून काय वाटेल ते मी चालवून घेईन अशी जर त्याची समजूत झाली असेल, तर ती साफ चुकीची होती.

पण कुणाची चुकीची समजूत झाली असेल तर ती मंगलची नव्हती. माझी होती. चिडून मी बोचक टीका करत गेलो खरा, पण सातव्या उताऱ्यापर्यंत या साऱ्या लिखाणात मला एक सुसंबद्धता दिसू लागली. अकराव्या उताऱ्यापर्यंत मी त्यात पुरा गुंतून गेलो आणि त्यानंतर जितकं मिळेल ते कमीच वाटू लागलं.

"दयावंत क्षमाशील देवाच्या नावे."

"१४९४ साली, रमझानच्या महिन्यात, माझ्या बाराव्या वर्षी मी फरघना देशाचा राजा झालो."

"फरघना हे स्थानिक वस्तीच्या सीमेवर, पाचव्या हवामान प्रदेशात वसलं आहे. त्याच्या पूर्वेला काशघर, पश्चिमेला समरकंद, दक्षिणेला बदक्षनच्या सीमेवरचे पर्वत असून उत्तरेला एकेकाळी अल्मलीघ, अल्मातू आणि यांगीसारखी गावं, ज्यांना ग्रंथात 'तराज' म्हटलं जातं, होती असावीत. सध्या इथे काहीच वस्ती नसून, मोगल आणि उज्बेगांमुळे हा प्रदेश वैराण झाला आहे."

"फरघन्यात सात नगरं आहेत. पाच सैहून नदीच्या दक्षिणेला आणि दोन उत्तरेला."

"दक्षिणेतल्या नगरांपैकी अंदिजान हे एक नगर. ते या प्रदेशाच्या मध्यभागी असून फरघना देशाची राजधानी आहे. तिथे भरपूर फळफळावळ, धान्य, उत्तम द्राक्षं आणि कलिंगडं पिकतात. कलिंगडांच्या मोसमात कलिंगडं शेतातच विकली जाण्याची प्रथा नाही. अंदिजानच्या नाश्वतीपेक्षा सरस नाश्वती कुठेच होत नाहीत. समरकंद आणि केशनंतर अंदिजानचा किल्ला साऱ्या त्रांजोक्षियानामध्ये मोठा आहे. त्याला तीन दरवाजे आहेत. शहरी किल्ला दक्षिणेला आहे. नऊ पाटांद्वारे पाणी आत जातं, पण आश्चर्य म्हणजे कुठल्याच मार्गाने ते परत बाहेर येत नाही. खंदकाच्या बाहेरच्या काठाभोवती बारीक खडीचा बनलेला रस्ता आहे. या रस्त्याची रुंदी किल्ल्यापासून सभोवतालीची गावं वेगळी करते. अंदिजानला भरपूर प्राणी आणि पक्ष्यांची शिकार उपलब्ध आहे. असं

म्हणतात की इथले तीतरपक्षी इतके लठ्ठ असतात की चार माणसंदेखील रश्श्यासकट एक तीतर संपवू शकत नाहीत.''

''माझ्या मनात येतं की घरदार नसताना असं डोंगर पर्वतावरून हिंडणं यात शिफारस करण्याजोगं काहीही नाहीये.''

''मी तक्रार करण्यासाठी हे लिहीत नाही. मी लिहिलंय ते सत्य आहे. मला स्वत:ला यातून काय मिळालं ते जाहीर करण्यासाठी मी हा अहवाल लिहीत नाही. जे जसं घडलं ते मी तसं लिहिलंय. या इतिहासात, घडलेल्या प्रत्येक गोष्टीतलं सत्य समोर यावं आणि प्रत्येक गोष्ट जशी घडली तशी ती तंतोतंत नोंदली जावी, असा माझा दृढ प्रयत्न आहे. यातून हे स्पष्ट होतं की माझ्या वडिलांबद्दल, मोठ्या भावाबद्दल, नातेवाईकांबद्दल आणि परक्यांबद्दल जे काही चांगलं किंवा वाईट मी जाणतो, ते सगळं त्यांच्या गुणावगुणांसकट मी काळजीपूर्वक लिहिलं आहे. वाचकांनी माझं समर्थन समजून घ्यावं. वाचकांनी कठोरता सोडून द्यावी.''

''माझे वडील, उमर शेख मिरझा, हे बुटके, लठ्ठ, गुबगुबीत चेहरा आणि गोल दाढी असलेले गृहस्थ होते. ते इतका घट्ट अंगरखा घालायचे की त्याच्या नाड्या बांधण्यासाठी त्यांना आपलं पोट आत खेचून घ्यावं लागायचं आणि पोट सैल सोडताच बहुतेक वेळा त्या तुटायच्या. कपड्यातली किंवा खाण्यातली त्यांची पसंती फारशी चांगली नव्हती.

''ते फार उदार होते. इतके की दानशूर ही पदवीच त्यांना योग्य होती. ते सभ्य, उत्तम वक्ते, मधुरभाषी, धाडसी आणि शूर होते.

''धनुर्धारी म्हणून साधारण असले तरी त्यांचं मनगट बळकट होतं. त्यांचा वार झेलू शकेल असा पुरुष विरळा. त्यांच्या महत्त्वाकांक्षेपोटी ते खूपदा शांतीऐवजी युद्ध आणि मैत्रीऐवजी वैर मोलून घ्यायचे.''

''पूर्वी सांगितल्याप्रमाणे अख्शीचा किल्ला एका खोल दरीवरच्या कड्यावर बांधला गेला आहे. दरीच्या काठावर राजवाड्याची वास्तू उभी आहे. इथून, रमझानच्या चौथ्या दिवशी, सोमवारी, उमर शेख मिरझा यांनी आपली कबुतरं आणि त्यांच्या घरट्यांसह उड्डाण केलं आणि ते बहिरी ससाणा झाले.''

''आमच्या सैनिकांच्या अल्पसंख्येकडे लक्ष न देता आम्ही नगारे वाजवायला सुरुवात केली आणि देवावर भरोसा टाकून आमचा शत्रू, मुकीम याच्या दिशेने कूच केलं.

‘‘सैनिक कमी असोत वा अधिक, देव हीच पूर्ण शक्ती आहे.

‘‘त्याच्या दरबारात कुठलाही मानव सामर्थ्यशाली नाही.

‘‘कितीदा देवाच्या इच्छेने लहान सैन्याने मोठ्या सेनेवर मात केली आहे. नगाऱ्याच्या आवाजाने आमच्या आगमनाची चाहूल लागलेला मुकीम आपला ठरवलेला बेत विसरला आणि त्याने पलायनाचा मार्ग चोखाळला. देवाने भलं तेच केलं.’’

‘‘बजौरीचे लोक बंडखोर आणि इस्लामचे वैरी असून त्यांच्या असंस्कृत आणि प्रतिकूल चालचलनामुळे त्यांनी त्यांच्या जमातीमधून इस्लामचं संपूर्ण उच्चाटन केलंय. त्यांची कत्तल करून त्यांच्या बायकामुलांना कैदी केलं गेलं. अंदाजे तीन हजाराहून अधिक पुरुष मारले गेले. लढाई किल्ल्याच्या पूर्वेकडे न पोचल्याने तिथून थोडेबहुत सटकले.

‘‘किल्ला काबीज करून आम्ही आत प्रवेश केला आणि त्याची तपासणी केली. भिंतींवर, घरात, रस्त्यात आणि गल्लीबोळात मोठ्या संख्येने माणसं मरून पडली होती. येणारे–जाणारे मृत शरीरांवरून उड्या मारून येत जात होते.

‘‘तुफानी हल्ला करून दोन तीन तासांत आम्ही बजौर घेतलं आणि सर्वत्र कत्तल करत भीराच्या दिशेने निघालो. भीरावर आम्ही हल्लाही केला नाही, किंवा तिथे लूटमारदेखील केली नाही. त्यांच्याकडून खंडणी म्हणून चार लाख शहारुखीएवढ्या रकमेइतके पैसे आणि माल आम्ही वसूल केला आणि सैन्यात आणि शिबंद्यांत तो वाटून टाकून काबूलला परतलो.’’

असलं आणखी बरंच होतं. सारं ओबडधोबड आणि तुकड्या–तुकड्यांत. पराभव, तात्पुरत्या वसतिस्थानाहून लाजिरवाणे पलायनाचे बरेच प्रसंग, कुठल्याही मोसमात पोहण्यातला अपूर्व आनंद लुटण्याच्या लेखकाच्या हव्यासाचा परत परत उल्लेख, त्याचा समरकंद ते काबूल ते खंडहर ते समरकंद ते इतरत्र असा सतत चाललेला प्रवास, वगैरे. कधी कधी त्याच्या टोळीत दोनशेपेक्षा कमी माणसं असायची.

दोन कारणांसाठी मंगलने या प्रती माझ्याकडे पाठवल्या असाव्यात असा माझा अंदाज आहे. पहिलं कारण हे की रोजनिशीकार कधीच हार मानत नाही. पराभवातून त्याला जणू नवचैतन्य मिळतं. त्याच्या व्यक्तिमत्त्वात असं काहीतरी आहे की ज्यामुळे, पुनः पुन्हा पराभव आणि अपयश पदरी येऊन आणि राज्यपद गमावूनसुद्धा तो माणसांना आपल्याकडे आकर्षित करून घेतो. दुसरं कारण थेट मेवाडशी निगडित होतं. त्या माणसाने सिंधू नदी ओलांडली. त्याची बजौरवरची धाड धार्मिक कारणांसाठी आणि

भीराच्या नागरिकांकडून दणदणीत खंडणी वसूल करण्यासाठी असं जरी मानलं तरी हे स्पष्ट होतं की, एकदा हिंदुस्थानचं पाणी चाखल्यावर त्याने आपलं काबूल सोडून केलेली ही दुसरी स्वारी.

कदाचित बाबांना त्याच्या आगमनाची माहिती मिळाली असेलही. मी कुंभलगडमध्ये जगापासून दूर जाऊन पडल्यामुळे मला ही बातमी नवी होती. यापूर्वी कित्येक मुसलमान टोळ्यांचे नायक, राजे आणि पातशहा खैबर खिंडीतून इथे आले आहेत आणि सिंधूच्या परिसरात आणि कधीमधी खाली दिल्लीपर्यंत लूटमार करून, देवळांची तोडफोड करून, हजारोंची कत्तल करून परत गेले आहेत. पण त्यांच्या धाडी तात्पुरत्या असत आणि त्यांचा उद्देश इथली संपत्ती लुटणं इतकाच असायचा. त्यातले फारच थोडे इथे स्थायिक झाले. दिल्ली तर कित्येक पिढ्या अफगाणांच्या सत्तेखाली होती. आपले पूर्वज हिंदुकुंशचे पर्वत पार करून इथे आले तेव्हा त्यांच्या मनात भारतात कायमचा मुक्काम ठोकण्याची कल्पनाही नव्हती हे कुणाच्याही लक्षात राहिलं नाहीये. या माणसावर (त्याचं नाव का अंधारात ठेवतोय मंगल ?) बारीक नजर ठेवायला हवी.

पण या रोजनिशीच्या लेखकाकडे मी आकर्षित होण्याचं आणखी एक कारण आहे. ते अनाकलनीय, हास्यास्पद किंवा लहरी आहे असं म्हणा वाटल्यास. ते म्हणजे, त्याच्यात मी स्वतःला पाहतो. मीदेखील टिपण्या ठेवतो आणि कुंभलगडापासून त्या एकत्रित करून आत्मचरित्रवजा लिखाण करू लागलोय. त्या माणसाने लिहिलेला परिच्छेद, ज्यात तो म्हणतो की, कुणाला काहीही वाटो, पण सत्य लिहिणं आवश्यक आहे, माझ्याही आत्मचरित्राच्या पहिल्या पानावर सापडेल. अर्थात, भाषा व तपशील वेगळे असले तरी भावना तीच आहे. नदीत पोहण्याच्या आनंदाबद्दल तो लिहितो तेव्हा मला माझीच आठवण होते. आपल्या वडिलांबद्दल त्याला प्रेम आहे, पण त्यांचं शब्दचित्र प्रशंसात्मकच असलं पाहिजे असा त्याचा आग्रह नाही. आणखीही काहीतरी आहे – काहीतरी कठोर, काळोखं आणि अस्वस्थ करणारं. जेव्हा तो सामुदायिक कत्तल करतो तेव्हा तो आपली सदसद्विवेकबुद्धी आणि भावना त्या प्रसंगापासून आणि लिखाणापासून दूर ठेवतो. या माणसाबद्दल मला एक प्रकारची जवळीक वाटते. त्याचं मन माझ्या ओळखीचं असल्यासारखी. सर्वांना माहीतच आहे – किंवा माहीत असायला हवं, की अंतःप्रेरणेवर विसंबूनच कुठलाही सेनापती शत्रूचा पराजय आणि सर्वनाश करण्यात यशस्वी होतो.

एवढं म्हणून झाल्यावर, आम्हा दोघांमधले तीक्ष्ण आणि अजोड फरकदेखील आता मला सांगू दे. त्याच्या लिखाणात एक भिववणारं वाक्य परत परत येतं, ''देवानेच तारलं आणि सारं सुरळीत पार पाडलं.'' माझा देवावर विश्वास आहे. बन्सीबाजाशी जरी हल्ली माझी कसलीही देवाणघेवाण किंवा संभाषण होत नसलं तरी श्री एकलिंगजींची

प्रार्थना केल्याशिवाय दिवसाची सुरुवात आणि शेवट करण्याची कल्पनाही मला करवत नाही आणि तरीही, देवाशी असलेलं माझं नातं दूरचं, औपचारिक आणि शिष्टाचाराचं आहे. खरं म्हणजे ती एक सवय आहे फक्त. उलटपक्षी, रोजनिशीकाराची भक्ती जगावेगळी म्हणावी लागेल. अशी आग्रही भक्ती, की जिच्यामुळे भक्ताची इच्छापूर्ती करण्यासाठी देवालाही वाकणं भाग पडावं. माझं म्हणणं अक्षरशः घेऊ नये. भटक्या रोजनिशीकाराला तर ते अतिशय निंदनीय वाटेल. पण त्याच्या सुरात आणि अमर्याद, अढळ विश्वासात असं काहीतरी आहे ज्यामुळे परमेश्वरदेखील क्षणभर थबकेल.

या असल्या भक्तीचा आमच्यावर अतिशय गंभीर परिणाम होऊ शकतो. जर त्याने हिंदुस्थानात दीर्घकाळ मुक्काम ठोकण्याचं ठरवलं तर तो गाझी, किंवा धर्मयोद्धा होऊन आम्हा मेवाडी व इतर काफर नास्तिकांशी धर्मयुद्धं आरंभील. माळवा आणि गुजरातसारख्या मुसलमान देशांना तरी तो सोडील का ? की त्याची प्रादेशिक महत्त्वाकांक्षा त्यांचाही बळी घेईल ? हा माझा केवळ तर्क असला तरी त्याला एक खुळी कल्पना म्हणता येणार नाही. परत आल्यापासून हिंदू-मुसलमान भेदाविषयी मी बराच विचार केलाय. जर मेवाड वाढावं, विस्तारावं अशी आमची इच्छा असेल तर आमच्या हिंदू राज्यात मुसलमानांना सुरक्षित वाटावं यासाठी आम्हांला कसून प्रयास करावे लागतील. मेवाडच्या भविष्यावर इथल्या हिंदू आणि जैनांइतकंच त्यांचंही भलं अवलंबून असायला हवं. सामाजिक जीवनात ईश्वर आणि श्रद्धा आपल्या घरापुरती राखून देशाला प्रथम प्राधान्य दिलं जाईल अशी व्यवस्था कशी करावी याबद्दल मी सतत विचार करतो.

त्या दिवशी संध्याकाळी मंगलने त्याचा 'विश्वसनीय आणि गुप्त माहिती'चा दस्तऐवज मला घरी पाठवला.

श्रीमंत युवराज,
गेले काही महिने मी पाठवत असलेल्या लिखाणाचा आपण काळजीपूर्वक अभ्यास केलात. (हा माणूस चोवीस तास माझ्यावर पाळत ठेवून असतो. मी केव्हा आणि कुठे लघुशंका केली आणि लघवीचा रंग कसा होता याचीदेखील त्याचा हेर नोंद ठेवत असावा.) आता मी आपल्याकडे माझं टिपण पाठवत आहे. मी आपल्या धीराचा अंत पहिला आणि येत्या मंत्रिमंडळाच्या बैठकीसाठी अजूनही माझा प्रथम अहवाल न पाठवून आपल्याला बिकट परिस्थितीत टाकलंय याची मला जाणीव आहे. हेही खरं आहे की इतके दिवस आपल्याला भेटण्याचं मी टाळलं. मी पाठवलेल्या उताऱ्यांवर आपण स्वतंत्रपणे

आपलं मत बनवीपर्यंत मला आपल्याशी विचारांची देवाणघेवाण करणं इष्ट वाटलं नाही हेच त्याचं कारण.

माझा अहवाल सादर करण्यापूर्वी, दोन शब्द. आपल्या हेरांनी आणलेली माहिती मी आपल्याला का पुरवत नाहीये असा आपल्याला प्रश्न पडला असावा. खरं सांगायचं तर त्या माहितीचा सच्चेपणा शंकास्पद होता. प्रत्येक हेराबरोबर बसून त्याचे दोष, त्याची असुरक्षिततेची भावना आणि त्याची निष्ठा आणि देशभक्ती मला जाणून घ्यायची होती. त्याच्या प्रयत्नांना उत्तेजन देता देता, ज्याला समांतर सत्य म्हणता येईल अशा बातम्या देण्यापासून त्याला परावृत्त करायचं होतं. अशा अनेक बैठकांतून त्यांच्याशी सुसंवाद साधून त्यांचा विश्वास संपादन करण्यात मी यशस्वी झालो. त्यानंतर मी त्यांचे पूर्वीचे अहवाल वाचून त्यात किती आणि काय खरं आणि खोटं होतं यासंबंधीचं माझं मत त्यांच्यापुढे मांडलं. माझं मत खोडून काढण्याची त्यांना पूर्ण मुभा होती, जोपर्यंत ते आपलं म्हणणं पुराव्यानिशी सिद्ध करू शकत होते.

आजपासून दहा दिवसांनी सर्व गुप्त माहितीपत्रकं परत एकदा आपल्यापाशी पोचवली जातील. महत्त्व आणि सत्यतेनुसार प्रत्येकाची बर्गवारी केलेली असेल. या दोन मोजमापांव्यतिरिक्त, आपल्याला अधूनमधून असा शेरा दिसेल – ''माहिती आणि वस्तुस्थिती अविश्वसनीय पण परिस्थितीविषयी हेराला वाटणारी आंतरिक खात्री दृष्टिआड केली जाऊ नये.'' हेरगिरी हा व्यवसाय स्वभावत:च असा आहे की कशाचीही हमी देता येत नाही, त्याच्या खोटेपणाचीदेखील नाही, कारण अधूनमधून असे प्रत्यय येतात जेव्हा परिस्थिती पालटते आणि खोट्याचं खरं होऊन जातं.

आता माझा अहवाल —

पात्राचं नाव – झहिरुद्दीन मुहम्मद बाबर.

पदवी – काबूलचा राजा.

माहितीची उगमस्थानं – झहिरुद्दीन बाबर याने आपला नऊ वर्षीय चुलतभाऊ हैदर, याला घातलेले शुद्धलेखनाचे आणि लेखनाचे धडे.

बाबरच्या देखरेखीखाली रोजनिशीची प्रत लिहून काढण्यापूर्वी, लेखनिकाने कागदांच्या तुकड्यांवर केलेली लेखणीची, शाईची आणि हस्ताक्षराची परीक्षा.

प्रत लिहून काढताना झालेल्या लेखनाच्या आणि इतर चुकांमुळे कचऱ्याच्या टोपलीत टाकून दिलेली पानं.

वंशावळ – वडिलांच्या बाजूने बाबर लंगड्या तिमूरचा पणतू लागतो. आईच्या बाजूने, मंगोल जेता चेंगिझखान याच्या दुसऱ्या मुलाचा, चाघताई खानाचा तो वंशज आहे.

राजपूत आणि दिल्लीचे लोदीदेखील तिमूर आणि चेंगिझखानाला रानटी आणि असंस्कृत समजत असले तरी हा परकीय दृष्टिकोन झाला. बाबरच्या मते या दोघांचं रक्त त्याच्या धमन्यांतून वाहतंय ही अत्यंत अभिमानाची गोष्ट आहे.

बाबरचं बहुतेक जीवन पलायनात गेलं. १४९७ मध्ये, वयाच्या चौदाव्या वर्षी त्याने आपल्या पूर्वजांचं स्थान समरकंद काबीज केलं. पण ही मोहीम त्याला फार महागात पडली. कारण शंभर दिवसांच्या आत त्याचं स्वत:चं राज्य फरघना आणि समरकंद, दोन्ही त्याला गमवावं लागलं.

१४९९ मध्ये बाबरने फरघना परत जिंकून घेतलं, पण पुढच्याच वर्षी त्याचा भाऊ जहांगीर याच्याबरोबर त्याची वाटणी करावी लागली.

१५०० मध्ये बाबरने समरकंद पुनश्च काबीज केलं आणि थोड्या महिन्यांतच ते परत गमवलं. तीन वर्षं गृहहीन स्थितीत भटकल्यानंतर, १५०४ साली बाबरने काबूल जिंकलं आणि तिथे आपली राजधानी वसवली. १५११ मध्ये बाबर परत समरकंदच्या सिंहासनावर आरूढ झाला, पण १५१२ मध्ये ते पुन्हा एकदा सोडण्यासाठी.

१५१९ मध्ये बाबरने प्रथम सिंधू नदी ओलांडली आणि बजौरचा किल्ला घेतला. १५२० मध्ये त्याने तिसऱ्यांदा भारतावर आक्रमण केलं, गक्कई टोळ्यांवर हल्ला केला, भीराचं बंड चिरडलं आणि तो सियालकोटला पोचला.

इथे एक निश्चित सुसंबद्धता दिसून येते. आपल्या रोजनिशीत बाबर तिमूरचं मूळस्थान समरकंद आणि तिमूरने १३९८ मध्ये दिल्लीवर केलेलं आक्रमण यांचा वारंवार उल्लेख करतो.

तिमूरला परतून जाण्यासाठी समरकंद होतं. बाबरने तीनदा समरकंद जिंकलं आणि तीनदा त्याला ते सोडावं लागलं. एखाद्या दिवशी काबूलही त्याच्या हातून जायची शक्यता आहे. भारत कित्येक पटीने मोठा आणि समृद्ध देश आहे आणि त्यातील काफीर नागरिकांमुळे तो अधिक आकर्षक बनलाय. जर त्याने दिल्ली काबीज केली तर त्याच्या दृष्टीने स्वत:चं आणि अल्लाचंदेखील उद्दिष्ट साधण्यात तो यशस्वी होईल.

अनुमान – बाबर आपत्तींना घाबरत नाही. जिथे जिथे तो जातो, मग ते समरकंद असो, कंदहर असो किंवा काबूल असो, तो तत्काळ आपला दरबार

स्थापित करतो आणि कलाकार आणि कवींना आपल्याभोवती जमा करतो. तो शब्दाचा पक्का असल्याने त्याच्या अनुयायांची पूर्ण निष्ठा तो मिळवतो. हल्ला करण्यात आणि माघार घेण्यातदेखील तो चपळ आहे. त्याने काही परिणामकारक विजय केवळ हजार बाराशे सैनिकांसहित मिळवले आहेत. फक्त दोनशे सैनिकांची तुकडी घेऊन तो लढाईवर जाण्याची आणि जिंकण्याची शक्यता नाकारता येत नाही. शस्त्रास्त्रांसंबंधीची आणि लष्करी डावपेचांची माहिती मिळवून तिचा वापर करण्यात त्याला खास रुची आहे. असं समजतं की त्याने 'बंदूक' आणि 'तोफ' या नावांची नवीन शस्त्र आणि ती बनवणारा उस्ताद अली या नावाचा एक तुर्की कारागीर मिळवलाय. या शस्त्रांसंबंधीची अधिक माहिती मिळवण्याचा आमचा प्रयत्न चालू आहे.

पुढील कार्यासंबंधी प्रस्ताव —

(१) आपल्या शब्दांत — 'बाबरवर नजर ठेवणे योग्य.'

(२) नवीन शस्त्रांचे नमुने मिळवण्यासाठी सर्वतोपरी प्रयत्न करणे.

(३) ही नवीन शस्त्रं वापरण्याच्या तंत्राचे महाराजांसमोर प्रात्यक्षिक करणे.

(४) बंदुकी आणि तोफा अधिक प्रमाणावर उपलब्ध करून घेण्यासाठी मोठी रक्कम मंजूर करून घेणे.

(५) आपले आक्रमक आणि स्वसंरक्षक डावपेच या नवीन शस्त्रांच्या आधाराने आखणे.

(६) आपल्या सैनिकांना ही शस्त्रं कशी वापरावी याचं प्रशिक्षण देणे.

(७) या तंत्रशास्त्रात केलेली गुंतवणूक एकरकमी नसावी, तर ती वारंवार होत राहावी ज्यायोगे दर वेळी आपल्या शत्रूची गैरसोय होत राहील, पण आपली मात्र होणार नाही.

(८) परकीयांकडून हे तंत्र समजून घेणे हे सुरुवातीला जरी ठीक असलं तरी लवकरच या तंत्राचं संपूर्ण ज्ञान मिळवून स्वत:च्या पायांवर उभं राहणं योग्य. म्हणजे भविष्यात रणांगणावरचा प्रथम आक्रमण पवित्रा आपण घेऊ शकू.

हा अहवाल वाचल्यानंतर मी आणि मंगल एकाच आईचं दूध प्यालोय याबद्दल शंकेला जागा आहे का ? तो माझ्यापेक्षा अधिक मितभाषी असेल, पण गुप्तहेराचा पेशाच संक्षिप्तता, स्पष्टता, मुद्देसूदपणा, निर्णय आणि कृतीची अपेक्षा करतो. मंगलचा

अहवाल बाबांपुढे सादर करण्यापूर्वी मला त्यात कधी फेरबदल करावे लागतील असं वाटत नाही. मंगलने केलेल्या शिफारशींचा बाबांवर योग्य तो परिणाम होईल का ? कारण गेली सात आठ वर्षं मी याच गोष्टी महाराजांना वारंवार सांगत आलोय. अर्थात, हेही खरं आहे की एक राजनीतीचं धोरण म्हणून मी याबद्दल बोलायचो, तर मंगलने मांडलेली पुढील कार्याची रुपरेखा प्रत्यक्ष परिस्थितीशी संलग्न आहे. मी एवढीच आशा करतो की मंत्रिमंडळाच्या बैठकी या मुद्द्यांवर अडून बसणार नाहीत की मंगलच्या सूचना फक्त काही तर्कांवर आधारित आहेत. ते तर्क म्हणजे, एक – काबूलचा राजा परत भारतात येईल, दोन – तो कधीतरी दिल्लीच्या सुलतानाशी लढेल आणि तीन – तसं झालंच तर आमच्या सरहद्दीला आणि राज्याला त्यापासून धोका पोचेल.

कारण अशीदेखील शक्यता आहे की, जरी बाबर परत भारतात आला तरी तो फक्त लुटीपुरती धावती धाड घालून लगेच परत जाईल. किंवा सध्यापुरतं तरी दिल्लीकडे दुर्लक्ष करून ज्या समरकंदाच्या आनुवंशिक ओढीने त्याचं मन व्यापलंय ते तो परत मिळवण्याचा प्रयत्न करील आणि त्यात त्याचं डोकं जाण्याची, अक्षरश:, शक्यता आहे.

बाबर यापूर्वी दोनदा भारतात येऊन गेलाय. मंगलचं असं अनुमान आहे की, भविष्यकाळात तो भारतावर आणखीन हल्ले करणार. मी मंगलच्या विचारांशी एवढ्याचसाठी सहमत आहे की मंगल जे बोलतो ते पूर्ण विचाराअंती बोलतो. बाबरची महत्त्वाकांक्षा काबूलपुरतीच सीमित राहण्याची शक्यता मला तरी दिसत नाही. भारताचा मोह आवरणं त्याला अशक्य नसलं तरी निश्चितच कठीण जाणार. आमच्यासाठी महत्त्वाचा प्रश्न हा आहे की आम्ही आमचे लष्करी डावपेच एकाच शत्रूच्या प्रसंगोपात्त हल्ल्यापुरते मर्यादित ठेवणार आहोत का ? कुठल्याही प्रसंगाला – वायव्येकडून होणाऱ्या संभाव्य हल्ल्यासकट – तोंड देण्याची अमाची तयारी असायला हवी. पण त्याहीपेक्षा उचित कारण म्हणजे, कायम संपूर्ण आणि सुसज्ज तयारीत राहणं आम्हांला अपरिहार्य आहे, कारण आमचीही प्रादेशिक विस्ताराची महत्त्वाकांक्षा आहेच.

ज्याचे पूर्वज तुर्कस्थानसारख्या एका दूरदेशीचे रहिवासी होते अशा काबूलच्या राजाने फरघनाला, समरकंदला, काबूलला किंवा आणखी कुठे ते देवालाच ठाऊक, लिहिलेल्या लिखाणाचे कागद आज माझ्या हातात आहेत हे मला खरंच वाटत नाहीये. ते इतक्या दूरवर कसे काय येऊन पोचले ? ही सारी एक फसवणूक आहे का ? या कागदपत्रांचा खरेखोटेपणा सिद्ध करण्याचा काहीच उपाय नाहीये आमच्यापाशी – फक्त हे लिखाण त्याचंच आहे का हे विचारायला आमचा एक दूत काबूलच्या राजापाशी पाठवण्याशिवाय – आणि तरीही माझा विश्वास आहे की ते शब्द खरे आहेत आणि ते एका अत्यंत निश्चयी, असामान्य दृष्टी असलेल्या माणसाने लिहिले आहेत, जो स्वत:ला

फार मोठाही मानत नाही किंवा सामान्यही समजत नाही, तर जो स्वत:कडे वास्तववादी दृष्टीने पाहतो.

का ते माहीत नाही, पण त्यातल्या दोन उताऱ्यांकडे मी परत परत वळतो. एक फरघनामधल्या अंदिजानबद्दलचा आणि दुसरा त्याच्या वडिलांबद्दलचा. या उताऱ्यांत एक हळुवार स्नेहाचा सूर आहे जो स्वत:च्या देशावर निरतिशय प्रेम असणाऱ्या माणसाकडूनच संभवतो. आणि तरीही, मातृभूमीबद्दल लिहिताना, विशेषत: जर तिच्यातून तुम्ही हद्दपार झाला असाल तर, जी एक फाजील भावुकता बहुधा दिसून येते, ती बिलकूल नाहीये. त्यामुळे स्वत: तिथे जाऊन तो देश प्रत्यक्ष पाहावा अशी इच्छा वाचकाला होते. "अंदिजानच्या किल्ल्यात नऊ पाटांद्वारे पाणी आत जातं, पण आश्चर्य म्हणजे, कुठल्याच मार्गाने ते परत बाहेर येत नाही." काय होतं त्या पाण्याचं ? कुठे जातं ते ? वर्षांनुवर्षं ते जमिनीखाली साठतंय का ? (डोक्यावरच्या टेंगुळासारखा किल्ला उंचावतोय का ? खाली साठलेल्या पाण्याच्या दबावामुळे एखाद्या दिवशी अंदिजान फोडासारखं फुटेल का ?) किंवा उमर शेख मिरझा आणि त्याच्या कबुतरांविषयीचा अख्शी किल्ल्यावरचा कोड्यात टाकणारा उतारा घ्या. मी तो निदान बारा वेळा तरी वाचला असेल तेव्हा कुठे माझ्या लक्षात आलं की बाबरचे वडील तिथे आपल्या पाळलेल्या कबुतरांच्या खुराड्यांना भेट देण्यासाठी गेले असता कड्याचा तो भाग तुटून खाली कोसळला आणि आपल्या मृत्यूत उमर शेख 'बहिरी ससाणा' झाले.

शिकारीबद्दलच्या माझ्या नावडीविषयी जितकं बोलावं तितकं कमीच आणि तरीही तिथले लठ्ठ तीतर पाहण्यासाठी मला अंदिजानला जायचंय. बाबरने स्वत: भरपूर प्राण्यापक्ष्यांची शिकार केलीय हे स्पष्ट आहे. मग चार माणसांनादेखील संपवता येत नाही अशा लठ्ठ तीतरांच्या रश्श्यासंबंधी स्वत: शहानिशा करण्याऐवजी तो बाजारगप्पांचा आधार घेऊन आमची चेष्टा करत होता का ? विनोदबुद्धी मला आवडते, पण तो विनोद निर्विकार चेहऱ्याने सांगितलेला असेल आणि त्यातला मिस्कीलपणा लक्षात येण्यासाठी तुम्हांला सचेत राहावं लागणार असेल तर तो मला अधिक भावतो.

मेवाडचा कुठलाही चारण, कवी किंवा इतिहासकार महाराणांबद्दल इतक्या स्पष्ट, वस्तुनिष्ठ आणि स्नेहपूर्ण रीतीने लिहिणं शक्य आहे का ? माझ्या कुठल्याही भावाकडून, चुलत किंवा आतेभावांकडून किंवा काकांकडूनदेखील मी अशी अपेक्षा करू शकत नाही. रंगसफेती नाही, गोंडा घोळणं नाही, लांगूलचालन नाही, फक्त आत्मविश्वासाने चटकन चितारलेलं एक रेखाचित्र. टीकात्मक परीक्षण करण्यास हा माणूस घाबरत नाही हे उघड आहे. कारण योग्य मूल्यमापन किंवा न्यायनिवाडा करण्याने प्रेम किंवा आदरभाव कमी होतो असं तो मानत नाही.

आमच्या ज्येष्ठ अधिकाऱ्यांकडूनदेखील संभाषणाची सुरुवात 'गैर मानू नये, मला टीका करायची नाहीये' अशी केली गेलेली आम्ही अनेकदा ऐकतो. जर व्यक्तींची आणि घटनांची योग्य, स्पष्ट आणि कठोर परीक्षा आणि पृथक्करण करण्यास ते असमर्थ असतील तर अनेक माणसं हाताखाली असलेल्या अधिकाराच्या पदावर त्यांची नियुक्ती करण्यात काय हंशील ? स्पष्ट आणि कठोर, म्हणजे इतरांच्या मतांबद्दल असहिष्णुता असाही अर्थ होत नाही. परंतु आपलेच शत्रू, मित्र, सहकारी, ज्येष्ठ–कनिष्ठ, बायका–मुलं, यांच्या बाबतीत नि:पक्षपाती निर्णय घेणं किंवा वागणं, हे त्यांच्या आणि स्वतःच्या गुणदोषांचं आणि उणिवांचं मूल्यमापन केल्याशिवाय कसं शक्य आहे ?

''आणि पुढल्या दहा दिवसांच्या आत तुझा अहवाल माझ्या हाती आला नाही तर ?'' मंगल काय उत्तर देणार ते मला माहीत होतं, पण तरी त्याला ओशाळं करायचं होतं मला. ''मंत्रिमंडळाला आणि आपल्या शेजारी देशांना काय सांगायचं मी ? की जरुरीची माहिती युद्ध समितीला पुरवण्याची मंगलची अजून तयारी झाली नसल्याने कृपया मंत्रिमंडळाने मेवाडचा राजव्यवहार तहकूब करावा आणि शेजारी राज्यांनी मेवाडवर आक्रमण करण्याचा आपला बेत पुढे ढकलावा, असं ?''

''दहा दिवसांत अहवाल आपल्याला मिळेल युवराज.'' तो ओशाळा वगैरे काही होणार नाही हेही मला माहीत असायला हवं होतं.

''आभारी आहे.'' माझा हा टोला अनुचित आणि अयोग्य होता, पण त्याने आपलं कार्य साधलं. क्षणार्धासाठी त्याच्या दगडी मुखवट्याला तडा गेला. कदाचित त्या मुखवट्यामागे तो कचरलाही असेल, ''ठीक आहे. तू जाऊ शकतोस.''

माझ्या बालिश टोमण्यावर कसलीही प्रतिक्रिया न दाखवता तो जायला वळला.

''मंगल, तू उत्कृष्ट कामगिरी केली आहेस. कुठून मिळवलीस ती कागदपत्रं ?''

स्मित करत मंगल म्हणाला, ''एका झाडूवाल्याकडून.''

मी हसलो, ''शाबास. चेष्टा चांगली आहे. आता खरं काय ते कळू दे.''

''खरं तेच सांगतोय, युवराज.''

''उगाच काहीतरी...'' आणि माझ्या लक्षात आलं की ती चेष्टा करत नाहीये.

''असंच एकदा सामोशांचा समाचार घेता घेता आपला एक स्थानिक हेर मला म्हणाला – 'काळ किती बदललाय पाहा, लवकरच आपले झाडूवाले जहागीरदारांच्या वरचढ होतील.'

'ते कसं काय ?' मी विचारलं.

'आपल्याला कधी परदेशातून लखोटा आलाय ?' त्याने खोचकपणे विचारलं. मी नकारार्थी मान हलवली, ''प्रधानमंत्री पूरणमलजींच्या झाडूवाल्याला, शाम दुलारेला येतात.' 'कुठून ?'

'ते मला माहीत नाही. मला एवढंच ठाऊक आहे की एक भटक्या फकीर त्याला ते आणून देतो.' मला वाटतं बाकीचं सारं काही युवराजांच्या लक्षात आलंच असावं.''

''आलं असेलही कदाचित, पण तू मला आणखीन तपशील दिलास तर काही बिघडणार नाही. काबूलच्या दरबारात शाम दुलारेचा शिरकाव कसा काय झाला ?''

''असं समजतं की शाम दुलारे हा बजौरच्या प्यारेलालचा मामेभाऊ. जेव्हा बजौर लुटलं गेलं तेव्हा प्यारेलाल आणि कुटुंबीयाना सहीसलामत सोडण्यात आलं, कारण शत्रूसैन्याच्या सेनापतीला प्यारेलाला म्हणाला, 'असं ऐकिवात आहे की त्या दयावंत आणि कृपाशील देवाच्या नावाने पैंगबरांनी असा आदेश दिला होता की ज्यांना तो एकमेव अल्ला समजला आहे अशा काफिरांना मारण्यात येऊ नये, हे खरं आहे ना ?' सेनापती हसून विचारता झाला, 'तुला तो विश्वाचा सर्वशक्तिमान स्वामी खरंच समजलाय का ? की जिवाच्या भीतीने तू पैंगबराच्या आणि सम्राट झहीरुद्दीन मुहम्मद बाबरच्या धर्माचा उदो उदो चालवला आहेस ?' 'आणि समजा, तुम्ही म्हणता ते दुसरं कारण खरं असेल, तर काय बरं ?' धीट होत्साता प्यारेलाल विचारता झाला. 'अल्लाच्या अनेक आणि विविध सामर्थ्यांविषयी तुम्हाला शंका आहे का ? ज्यामुळे बहिऱ्याला श्रवणसुखाची प्राप्ती होते, मुक्यावर वाणी प्रसन्न होते, अज्ञान्याला ज्ञानाचा प्रकाश दृश्य होतो, लबाड लबाडीचा त्याग करतो आणि ढोंगी आपला दांभिकपणा टाकून देतो ? कारण तसं असल्यास तुम्ही स्वत:ला अल्लापेक्षा शहाणे समजता असा अर्थ होतो. आणि ज्याने साऱ्या सजीव आणि निर्जीव वस्तूसकट ही सृष्टी उत्पन्न केली, समुद्रातल्या असंख्य लाटा, पक्ष्यांचे मनोहारी रंग, आकाशाचं नीलघुमट, पृथ्वीला तृप्त करणारा, एका बीजातून हजारो दाण्यांची कणसं उगवणारा पर्जन्य निर्माण केला, त्या सर्वज्ञानी, सर्वसाक्षी अल्लापेक्षा स्वत:ला मोठं समजणं यापेक्षा अधिक मोठं दुसरं पाप ते काय ?' सेनापतीने प्यारेलालवर वार करण्यासाठी उगारलेली तलवार तात्काळ म्यान केली आणि तो त्याला खुद्द बाबरपाशी घेऊन जाता झाला. झाडूवाल्याच्या मुखातून निघालेले, कुराणनेदेखील ज्याचा आदर आणि स्वीकार करावा असे ते अलौकिक शब्द त्याने बाबरला ऐकवले असता बाबर स्वत: हात देऊन प्यारेलालला उठवता झाला. बाबर त्यास म्हणाला, 'आजपासून हा माझा धर्मबंधू. यापुढे हा खुद्द माझ्या घरात चाकरीस राहो.' आणि अशा प्रकारे प्यारेलाल बाबरच्या घरात प्रवेश मिळवता झाला.''

''मंगल, तुझी ही कीर्तनकाराची शैली आवरती घेशील का ?''

"शाम दुलारेने याच भाषेत मला ही दिव्य कथा ऐकवली युवराज."

"शाम दुलारेचं अजूनही धर्मांतर झालेलं दिसत नाही."

"प्यारेलाल – ऊर्फ आताचा करीम मुहम्मद, याचे तसे प्रयत्न चालू आहेत."

"आणि ही दुतर्फी देवाणघेवाण प्यारेलालच्या धर्मांतरानंतर सुरू झाली की, त्याआधीच प्रधानमंत्री पुरणमलजींच्या घरून कागदपत्रं आणि गुप्त माहिती शाम दुलारे त्याला पुरवत होता ?"

अचानक मंगलला कथाकाराच्या भूमिकेत रस वाटेना असं दिसू लागलं, "बराच काळ शाम दुलारेचं हे माहिती पुरवण्याचं काम चालू आहे युवराज. ही सारी माहिती दिल्ली, गुजरात आणि बजौरच्या दरबारात पोचवली जात होती. तसंच माळव्याच्या मेदिनी रायनादेखील ती मिळत होती."

"ते बरं झालं. निदान द्रव्य आणि धर्म या बाबतींत तरी शाम दुलारेचा नि:पक्षपातीपणा त्यामुळे दिसून येतो. प्रधानमंत्री पुरणमलजींचा यात काही हात होता का ?"

"अजूनपर्यंत तरी तसा काही पुरावा मिळाला नाहीये."

"अजूनपर्यंत ? हा शब्द, भविष्यकाळात असा पुरावा मिळण्याच्या शक्यतेवर पांघरूण घालण्यासाठी वापरलास की माझ्यापासून काहीतरी लपवण्याचा प्रयत्न आहे तुझा ?"

"क्षमा असावी, युवराज – पण जोपर्यंत मी हेरखात्याचा प्रमुख आहे तोपर्यंत मी 'अजूनपर्यंत' या शब्दाचा प्रयोग करणार, अगदी आपल्या संदर्भातसुद्धा – जर तशी वेळ आलीच तर."

"होय, माझी तशी खात्री आहे, मंगल आणि म्हणूनच दुसऱ्या कुणाऐवजी तू त्या पदावर आहेस. शाम दुलारेच्या बाबतीत काय करतोय आपण ?"

"त्याला पैसे चारतोय, माहिती पुरवतोय आणि त्याच्यावर सक्त नजर ठेवतोय."

"यापुढे या कागदांच्या कपटचांसाठी तो आपली बिदागी वाढवणार नाही कशावरून ?"

"आमची तशी खात्री आहे, युवराज. त्याची बिदागी यापूर्वीच वाढवण्यात आली आहे."

"तो राजद्रोही आहे हे माहीत असूनसुद्धा ?"

"त्याच्याकडून माहिती मिळणं चालू राखण्यासाठी त्याला जिवंत ठेवणं आवश्यक आहे. तोही हे जाणून आहे."

"आपली दिशाभूल करण्यासाठी स्वत: बाबरच प्यारेलालला ही माहिती पुरवत नसेल याचा काय पुरावा ?"

"त्या शक्यतेचा मी विचार केलाय, पण मला वाटतं त्या बाबतीत चिंता करण्याचं कारण नाहीये. बाबर आणि आपल्यामधली भौगोलिक दूरी कमी होईस्तोवर त्याच्यासंबंधीची किंवा त्याच्या मनसुब्यांबाबतची साद्यंत माहिती मिळणं कठीण आहे. आणि आपल्याखेरीज युवराज, बाबरला अंतर्गळ झालाय का, किंवा तो सकाळी उशिराने उठतो का किंवा रात्रीच्या मद्यपानानंतरची त्याची डोकेदुखी किती वेळ चालते, यात इतर कुणालाही रुची नाहीये. मला हेही ठाऊक आहे, की आता यापुढे आपण मला बाबरचे पूर्वज, तिमूर आणि चेंगिझखान, यांच्या लष्करी डावपेचांचं संशोधन करायला सांगणार आहात.''

"मंगल, युवराजांचं सारं बोलणं अनावश्यक करण्याचं तू ठरवलंयस का ? मी हे चालवून घेणार नाही, सांगून ठेवतोय. शाम दुलारेला काबूत ठेवण्यासाठी काय करायचं ठरवलं आहेस ?''

युवराज. माझ्या तोंडून निसटून गेला होता तो शब्द. चेष्टा करण्याच्या प्रयत्नात गादीचा वारस होण्याची लालसा माझ्या मनात किती खोलवर दडलेली आहे याचा प्रत्यय येताच मी स्तिमित झालो.

"त्याला लगाम घालण्याचा थोडाफार प्रयत्न केला गेला युवराज,'' माझ्या गोंधळलेल्या अवस्थेकडे दुर्लक्ष करत मंगल म्हणाला.

"आणि तो कोणता ?'' मी विचारलं.

"त्याच्या एका मुलाला आपण गिरफ्तार केलंय.''

"ही हुकूमशाही नाहीये मंगल.'' खरंच धास्तावून मी म्हटलं.

"एकाच वेळी तेही आणि हेही कसं शक्य आहे युवराज ?'' या प्रश्नाने माझं तोंड आणि माझा दांभिकपणा, दोघांनाही आळा घातला, "त्या मुलाला शिक्षण देण्यात येतंय. एका झाडूवाल्याच्या मुलाला सामान्यत: हे अशक्य असतं. तरीही कसलाही हवाला देता येत नाही. उद्या शाम दुलारे उलटू शकतो आणि असंही म्हणू शकतो की, ''मारा त्याला हवं तर, मला पर्वा नाही. आणखी मुलं पैदा करण्याइतपत मी जवान आहे अजून.''

"तुर्कीचं भाषांतर कोण करतंय ?''

"प्यारेलाल — ऊर्फ करीम मुहम्मद.''

"मंगल, मूळ लिखाण खरंच तुर्कीत आहे ना ? की कुठल्यातरी कपोलकल्पित भाषेत ?''

"तुर्कीतंच आहे युवराज. आणि आपल्या लक्षात आलंच असेल की करीम मुहम्मद हा वाईट अनुवादकार नाहीये.''

‘‘किती दिवस मला टाळत राहणार आहेस ?’’

‘‘दिवसातून चार ते सात वेळा तरी आपण समोरासमोर येतो.’’

‘‘तुला मला भेटायचं नाहीये का, कौसल्या ?’’’

‘‘आता आपल्यावर दुसऱ्या जबाबदाऱ्या आहेत, युवराज.’’

‘‘तुला गमवण्याचा मूर्खपणा मी एकदा केलाय. पुन्हा ती चूक करायची नाहीये मला.’’

आपल्या मनगटाभोवतालची माझ्या बोटांची पकड कौसल्याने सोडवली नाही, पण तिच्या डोळ्यांत एक दबलेली वेदना होती. खोट्या आशेवर विसंबून जवळीक आणि आत्मीयतेचे संबंध तोडण्याचं पुढे ढकलण्यापेक्षा, आताच ते संपवून टाकण्याच्या निर्धाराची वेदना. माझी इच्छा असती तर कित्येक महिन्यांपूर्वीच तिच्या खोलीत प्रवेश करू शकलो असतो मी, हे मला सांगायला तिचा अभिमान आड येत होता. आपल्या नवऱ्याची किंवा प्रियकराची वाट पाहणाऱ्या राजवाड्यातल्या शेकडो बायकांची मला आठवण झाली. आणखी किती महिने, किंवा वर्षं त्या प्रतीक्षा करणार होत्या ? त्यांचं एकाकीपण कोण संपवणार होतं ? आपला पुरुष कुणाच्या संगतीत रात्र घालवतोय हे बहुधा त्यांना माहीत असायचं. जनान्यातल्या प्रेमभंगाच्या दुःखाला आणि कटुतेला अंत नव्हता. दररोज अव्हेरलं जाण्याचा अनुभव कसा असेल ? मृत्यू हीच त्यातून सुटका होती का ?

‘‘एकच विनंती आहे, युवराज. चांगुलपणापोटी किंवा कर्तव्यापायी कृपा करून माझ्या भेटीला येऊ नये.’’

कौसल्याने लक्ष्मणरेखा आखली होती आणि आता ती ओलांडणं अशक्य होतं. आमच्या नकळत आम्हा दोघांमधला तणाव सैल पडला.

‘‘खाली बसून, माझं डोकं मांडीवर घेऊन, लहानपणी काढायचीस तशा माझ्या केसांतून अकरा हजार उवा काढून माझ्या डोक्यात थोडी अक्कल का भरत नाहीस तू ?’’

कुत्रे आणि पुरुष यांत फारसा फरक नसतो. गेली अकरा वर्षं ज्या जागी झोपत आलोय त्याच जागेभोवती हजार फेऱ्या मारून, खात्री करून घेऊन, मगच आम्ही तिथे टेकणार. कौसल्याच्या उजव्या स्तनाच्या वरती माझ्या डोक्याच्या मागल्या भागाएवढा खळगा नक्कीच पडला असावा. ती जागा माझ्या दीर्घ परिचयाची आहे. तासन्तास गप्पा मारता मारता कौसल्याच्या हनुवटीकडे पाहत, तिची त्वचा खरंच दिसते तितकी नितळ आहे की ती कुठल्यातरी सौंदर्यप्रसाधनाच्या साहाय्याने हनुवटीवरची लव मुळासकट उपटून काढते याचा विचार करत मी पहुडलो आहे. माझ्यासाठी कौसल्या कुठल्यातरी रावाच्या किंवा सुलतानाच्या वंशवृक्षाची माहिती गोळा करत असताना किंवा

आजदेखील मूळ कारण माहीत नसूनही एकमेकांचे गळे कापायला तयार असणाऱ्या दोन राजपूत कुटुंबांतल्या जन्मजात वैराची पाळंमुळं खणून काढत असताना, याच खळग्यात मस्तक विसावून कित्येकदा मी झोपी गेलोय.

वृंदावनी मंदिरातल्या घंटा वाजू लागल्या.

हल्ली देव पृथ्वीवर अवतरत नाहीत. निदान या कलियुगात तरी नाहीच. दैवी चमत्कार, माझ्या मते, ऐकीव गोष्टी, श्रद्धा आणि विश्वासावर आधारित असतात. आयुष्यात घडणारे चमत्कार म्हणजे फक्त काळाची किमया. हल्ली दररोज सायंकाळी सहा वाजता माझी बायको भजनं गात नाचते आणि खूपदा या आरतीला खुद्द महाराज हजर असतात. देवळाची वास्तू आणि आजूबाजूचा परिसर पन्नास हजार माणसं धरू शकेल इतका वाढवण्याची योजना केली जात आहे. चितोड ज्यासाठी प्रसिद्ध आहे त्या चांदीच्या नाजूक नक्षीकामाइतक्याच अप्रतीम संगमरवरी जाळीच्या पडद्यांमागे, निळ्यासाठी नाचताना उठणारी तिच्या घागऱ्याची वादळं हल्ली बंदिस्त असतात.

खरं तर चितोडला आता तक्रारीसाठी वावच उरला नाहीये. आम्ही कुंभलगडहून परत आल्यापासून चितोडला भेट देणाऱ्या यात्रेकरूंची आणि प्रवाशांची संख्या दीडशे पटीने वाढली असून ती कमी होण्याची चिन्हं दिसत नाहीयेत. चंदेरी, चंपानेर, जयपूर, दिल्ली, आग्रा, मथुरा, अहमदाबाद, राइसेन, दौलताबाद, पुणे, विजयनगर, अगदी काश्मीरच्या दऱ्याखोऱ्यांतूनदेखील, लोकांचे जत्थेच्या जत्थे बैलगाड्या, उंटगाड्या, पालख्या आणि घोड्यांवरून येतात. ज्यांना वाहनं परवडत नाहीत ते आपला बाडबिस्तरा डोक्यावर घेऊन पायीच चितोडला पोचतात. माझी बायको एक जिवंत, दुर्मीळ खजिनाच नाही तर चितोडच्या आर्थिक उत्पन्नाचं सर्वांत मोठं साधन आहे हे अर्थखात्याच्या लक्षात आलंय. आपल्या दूरदृष्टी आणि व्यवहारचातुर्याच्या बळावर राजपुतांमधील भौगोलिक आणि ऐतिहासिक विषमता दूर करून त्यांना एकत्र आणण्याचा बाबांचा सतत प्रयत्न असायचा. पण आज, छोटी संतमाई, बन्सीबाज आणि महाराज यांच्या युतीने राजपूत, भिल्ल, जैन, मुसलमान आणि हिंदू या साऱ्यांमध्ये असा काही एक अतूट दुवा साधला आहे ज्याची कल्पनादेखील काही वर्षांपूर्वी करणं अशक्य होतं.

इकडे छोटी संतमाई बन्सीबाजाच्या भक्तीत आकंठ बुडालेली किंवा घरगुती कामकाजाच्या व्यापात गुंतलेली असताना तिकडे फक्त चितोडच नाही तर सारं मेवाड तिच्या दैवी चमत्कारांच्या गाथा रचण्यात दंग झालंय. तिच्या पावित्र्याच्या, भक्तिभावाच्या, निळ्याबरोबर होणाऱ्या संभाषणाच्या आणि जिवावर बेतलेल्या प्रसंगातून सहीसलामत सुटकेच्या, दोन ग्रंथ भरतील इतक्या कथा आधीच प्रचलित आहेत. अलीकडे श्री चैतन्य महाप्रभूंचे शिष्य, स्वामी रूप गोस्वामी, यांच्यासंबंधीच्या कथांनी जोर पकडलाय.

काही महिन्यांपूर्वी रूप गोस्वामी चितोडला आले असताना, इतर वैष्णव साधूसंतांप्रमाणे वृंदावनी मंदिरात उतरले. ज्ञान आणि मोक्षाचा एकमेव मार्ग म्हणजे गुरुकृपा आणि सत्संग, असा विश्वास बाळगणारी माझी बायको दुसऱ्या दिवशी त्यांच्या दर्शनाला गेली. स्त्रीसंगाचा त्याग केलेल्या आणि कट्टर ब्रह्मचर्याचं पालन करणाऱ्या स्वामींनी तिला भेटण्याचं नाकारलं. माझी बायको ही एक लाडावलेली राजकन्या असून नाचगाण्यातून लोकांचं लक्ष वेधून घेऊन भक्तीचं नाटक करणारी एक भोंदू संतीण आहे असा त्यांचा दृढ विश्वास होता. कर्मठ धर्मनिष्ठ अशी कीर्ती असलेल्या स्वामींच्या निर्णयाने माझ्या बायकोची मन:शांती ढळली नाही किंवा ती हताशही झाली नाही. तिने फक्त ते स्वत:ला पुरुष म्हणवतात याविषयी आश्चर्य व्यक्त केलं. गोस्वामींना माहीत नव्हतं का की साऱ्या विश्वात फक्त एकच पुरुष होता आणि तो म्हणजे बन्सीबाज, बाकीचे सारे, एकूण एक, बायका होते.

म्हणायचं तरी काय होतं छोट्या संतमाईला ? तिची असली गूढ, प्रतीकात्मक भाषा माझ्या डोक्यावरून जाते. पण गोस्वामींना तिची भाषा कळली असावी, कारण तिच्या टोमण्याने कोपाविष्ट होण्याऐवजी त्यांना साक्षात्कार झाला की ती खरी ज्ञानी भक्त आहे जिला परमेश्वराचं सत्य स्वरूप उमगलंय. त्यांनी राजकुमारीला भेटण्याची संमती दिली.

माझ्या बायकोच्या चढत्या ग्रहांच्या प्राबल्याविषयी कर्मावती राणीसाहेबांचं काय मत होतं ? रणथंभोर आणि भोवतालच्या प्रदेशात, भगीरथ प्रयत्नान्ती, विक्रमादित्याला गादीचा सर्वांत अग्रेसर हक्कदार बनवण्यात त्या नक्कीच यशस्वी झाल्या होत्या. चितोडच्या राजव्यवहाराला आकार देणारा, पुनर्रचना करणारा आणि त्यात ढवळाढवळ करणारा त्यांचा हस्तक्षेप आणि वावर नेहमी जाणवत असतो. पण त्यांच्या प्रभावाची आणि सामर्थ्याची झेप कितीही दूरवर पसरली असली तरी बाबांचं माझ्या बायकोवर संपूर्णपणे विसंबून राहणं काही त्या थांबवू शकल्या नाहीत. ती सहजपणे आपल्या घागऱ्यात खोचत असलेल्या चांदीच्या आकड्यात कोठाराच्या, दागिन्याच्या तिजोरीच्या, महाराजांच्या कपाटांच्या आणि कपडे, पादत्राणं, साफे असलेल्या संदुकींच्या, थोडक्यात म्हणजे साऱ्या राजवाड्याच्या चाव्या रुळत असत. आम्हा सर्वसाधारण मानवांच्या तुलनेने ती जरी आपल्याच कुठल्यातरी अलौकिक जगात हरवलेली वाटत असली तरी राजवाड्यातले सगळे हिजडे, अधिकार वर्ग, नोकर, दासदासी आणि सारा जनानखाना जाणत होता की, तिच्या नजरेतून फारसं काही सुटायचं नाही. गोड बोलून जर कार्यभाग साधता येत नसेल तर ती कठोर आणि निग्रही बनायची. स्त्रीसुलभ विनयामुळे काही कठीण आणि व्यक्तिगत विषय हाताळणं तिला जमणार नाही, अशी जर कुणाची समजूत असेल तर ती साफ चुकीची होती. शरीरधर्म, आजारपण, अवघड किंवा विचित्र

लैंगिक भानगडी, व्याजकर्जाचे गैरव्यवहार, द्वेष आणि कारस्थानं – कुठलाही विषय असो, आपल्या निर्व्याज स्वभावामुळे ती थेट मुद्द्यावर येते आणि मनात अढी निर्माण होऊ न देता संबंधित व्यक्तीची कानउघाडणी करू शकते.

आमच्यापैकी कुणाचाही आहार कमी झालेला नाहीये. जेवणाचा दर्जा खालावलेला नाहीये, राजवाड्याच्या देखभालीत कुठेही कंजूषपणा केला जात नाहीये आणि तरीही राजवाड्यातला एकूण खर्च तीस टक्क्यांनी घटला आहे.

तिचा दररोजच्या कामाचा व्याप इतका मोठा आहे की ती सारी आटपायला तिला वेळ कुठून मिळतो याचं माझ्यासारख्यांना – ज्यांना दिवसभरात तिच्या एक चतुर्थांशानेदेखील कामं पुरी करायला वेळ पुरत नाही – आश्चर्ययुक्त धास्ती वाटते. राजवाड्याच्या दैनंदिन कारभाराची देखभाल, बाबांना जेवण स्वत: वाढणं, त्यांचे कपडे काढून देणं, सतराशे साठ ठिकाणी मोडलेल्या त्यांच्या सदा दुखऱ्या शरीराला मालीश करणं, आपल्या बालपणीच्या, आजोबा राव दूदांच्या, काका राव विरमदेवांच्या गोष्टी सांगून त्यांची करमणूक करणं, ते उदास झाले तर गाणी म्हणून किंवा पत्ते खेळून त्यांचं मनोरंजन करणं ही सारी कामं ती सहजगत्या करते. आणि हे सर्व करत असताना तिची कधीही घाईगर्दी किंवा धावपळ झालेली किंवा ती चिडलेली, रागावलेली दिसत नाही. अलीकडे तिला आपल्यातल्या एका नव्या गुणाचा शोध लागलेला दिसतोय. जणू अजाणता, ती राजकारणासंबंधी किंवा राज्यव्यवहाराविषयी हळूच एखादं मत किंवा विचार व्यक्त करू लागलीये. पण राणी कर्मावतीसारखं त्याचं श्रेय स्वत:कडे न घेता, ती बाबांना ते त्यांचं स्वत:चंच मत किंवा विचार आहे असा समज करून घेऊ देते.

संध्याकाळच्या पहिल्या भजनात, माझ्या बायकोच्या सुरात मिसळलेल्या असंख्य आवाजांत, बाबांच्या खर्जातल्या गर्जनेचा भास झाल्यासारखा वाटला का मला ? ते महाराजाधिराज असतील, पण वृंदावनी मंदिरात, त्यांचा आवाज आपल्या आवाजात बुडवून टाकण्यात इतर भक्तजनांना अजिबात भीड–मुरव्वत वाटत नाही. कौसल्याला आणि मला सारी संध्याकाळ होती. निळ्याची आरती आणि भजन आणखीन तासभर तरी चालेल आणि बाबांना रात्रीचं जेवण वाढून, त्यानंतर गीतेचा एखाद–दुसरा अध्याय त्यांना वाचून दाखवून परतेस्तोवर राजकुमारीला साडेनऊ–दहा तरी होतील.

किती लवकर आपण आपल्या जुन्या सवयींकडे वळतो आणि सरावाच्या बारीकसारीक चुण्यारेषा परत अंगवळणी पडतात. मधला काळ जणू लुप्त होऊन मी पुन्हा लग्नापूर्वीच्या काळात परतलो होतो. कौसल्याला मी माझा दिवसभराचा आढावा दिला. सुरक्षा समितीची बैठक अकरा वाजता ठरली होती, पण बाबांनी मला दहा वाजताच बोलावून घेतलं. आज आमच्याकडे एक पाहुणा आला होता. थेट पोर्तुगालहून. बाबा आपली तसवीर रंगवून घेण्यासाठी बसले होते. हुबेहूब प्रतिमा

काढण्याची कला आम्हांला नवीन आहे. आमची चित्रकला ठराविक शैली आणि विषयांवर आधारित असायची. पण गेल्या दशकात फ्रान्स आणि इटलीमधून आलेल्या काही पाहुण्यांनी त्यांच्या राजाची आणि कुत्र्यांची चित्रं आणली आणि आमच्या काही चित्रकारांनी त्यांची ही पद्धत आत्मसात केली. त्यामुळे एक नवीन मिश्र शैली प्रचारात आली आहे, जी कधी कधी परिणामकारक वाटते.

अल्पाकृती चित्रांसाठी प्रसिद्ध असलेला चित्रकार चांदराय, याने बाबांच्या चेहऱ्याची एकच बाजू रंगवायला घेतली होती. त्यामुळे त्यांचा गेलेला डोळा तो टाळू शकत होता. बाबा चित्रात करारी आणि मगरूर वाटत होते. एका उंच लाकडी बाकड्यावर लाल जरीकामाचा कपडा आणि त्यावर बाबांचं खोगीर ठेवण्यात आलेलं आणि त्यावर बाबा दोन बाजूंना पाय टाकून बसलेले. चामड्याच्या हातमोज्याने झाकलेला त्यांचा उजवा हात त्यांनी छातीसमोर धरला होता. महाराजांचा घोडा 'साथी' आणि त्यांचा बहिरी ससाणा, 'आकाश,' नंतर रंगवण्यात येणार होते. बाबांच्या अंगरख्यावरची फुलांची नक्षी काढण्यात चित्रकार तल्लीन झालेला. चित्रकाराच्या मते बाबा एक आदर्श विषय होते. ते तासन् तास न हालता आणि त्याहीपेक्षा महत्त्वाचं म्हणजे न बोलता स्तब्ध बसू शकत. चित्रकार आलेल्या पाहुण्यांना समजावून सांगायचा की ओठांच्या हालचालीमुळे तोंडावरचे भाव आणि चेहऱ्याची ठेवणच नाही तर साऱ्या शरीराची ढबच बदलू शकते.

गेली सात वर्षं ही तसबीर तयार होतेय. लक्षपूर्वक पाहिलं तर लक्षात येतं की बाबांनी घातलेला डगळा निळा नसून पिवळा आहे आणि त्यावरच्या नक्षीतली फुलं मोगऱ्याची नसून चाफ्याची आहेत. सूज्ञांच्या ध्यानात आलंच असेल की हे नाटक आहे. दरबारात येणाऱ्या परदेशी पाहुण्यांचं मूल्यमापन करण्याची एक युक्ती. बाबांचा स्वभाव आधीच मितभाषी आणि त्यातून परक्या पाहुण्यांसमोर तर ते अधिकच मूक आणि अलिप्त होतात. पण तसबिरीसाठी बसले असताना त्यांना बोलण्याची गरज नसते आणि इतर दरबारी मंडळी पाहुण्यांशी गप्पागोष्टी करून त्यांची सर्व व्यक्तिगत माहिती, तसंच त्यांच्या राजाच्या आवडी-निवडी, साहसाच्या आणि रंगेलपणाच्या कथा, प्रवासाचे आणि युद्धाचे बेत वगैरे माहिती हसत खेळत काढून घेतात. साऱ्या मेवाडमध्ये किंवा इतर कुठेही, चांदराय हा एकमेव माणूस आहे जो बेदरकारपणे बाबांना तोंड बंद ठेवायला सांगू शकतो – ''नम्र सेवक चांदरायला उद्धटपणाबद्दल क्षमा असावी महाराज, पण आपण तोंड बंद ठेवून मला माझं काम सुरळीतपणे करू दिलंत तर भावी पिढ्यांवर मोठे उपकार होतील.''

दोन तीन वर्षांतून एकदा कधीतरी इटलीचा, तुर्कस्तानचा, स्पेनमधला, पोर्तुगालचा किंवा आंग्लदेशातला एखादा प्रवासी किंवा व्यापारी आठ पंधरा दिवस, तर कधी कधी

महिनाभरसुद्धा चितोडमध्ये मुक्काम ठोकतो. संभाषणाची फारशी शक्यता नसली तरी आम्हा साऱ्यांना एक जागतिक भाषा अवगत आहे – व्यापार. हे परदेशी सातासमुद्रापलीकडून सोनं घेऊन येतात आणि बदल्यात कापड, मिरी, दालचिनी किंवा ज्याची त्यांच्या देशात मागणी आहे अशा वस्तू येथून घेऊन जातात. पण या वेळचा पाहुणा जरा वेगळा आहे. मॅन्युअल डी पैवा बोबेला डा कॉस्ता इथे अधिकृत कामाकरता पाठवला गेलाय. गेल्या शतकाच्या शेवटी – मला वाटतं १४९८ मध्ये, वास्को-द-गामा या पोर्तुगाल आरमारप्रमुखाने आफ्रिकेच्या खालच्या टोकाला वळसा घालून युरोप ते भारत एक नवा सागरी मार्ग शोधून काढला. तेव्हापासून पोर्तुगालचे लोक सतत भारतात येत राहिले आणि त्यांनी पश्चिम किनारपट्टीवर आपल्या छोट्या छोट्या वसाहती वसवल्या. या वर्षी त्यांचे तीन राज्यपाल नेमण्यात आले – ड्युआर्ते डी मेन्सेस, वास्को द गामा (१४९८ मध्ये कालिकतला आलेला द गामा तो हाच का ते द कोस्ताला विचारलं पाहिजे) आणि हेन्रीक डी मेन्सेस. आजच्या आमच्या पाहुण्याला गोव्याचा राज्यपाल हेन्रीक डी मेन्सेस याने, स्थानिक राजांशी व्यापारी संबंध प्रस्थापित करण्याच्या शक्यतेबाबत पाहणी करण्यासाठी एक फिरता राजदूत म्हणून पाठवला आहे. निदान अशी तो स्वत:ची ओळख करून देतो.

मेवाडला पोर्तुगालशी व्यापार करायला निश्चितच आवडेल. ज्यात आयातीपेक्षा निर्यातीची शक्यता अधिक असू शकेल, असा व्यापार. पण गोम अशी आहे की पोर्तुगालला नक्की काय हवंय याची आम्हांला अजिबात कल्पना नाही. व्यापारी पेढ्या किंवा त्यांच्या शब्दांत, कारखाने उभे करण्याऐवजी, जबरदस्तीने जमीन बळकावून ते किल्ले बांधू लागले आहेत. जसे कोची आणि काननोरला त्यांनी बांधले. १५१० मध्येच यांनी गोवा काबीज केलं. याला व्यापारीसंबंध प्रस्थापित करणं निश्चितच म्हणता येणार नाही, नाही का ? आणि या बातमीने जर तुम्ही चरकला नसाल, तर पोर्तुगालच्या राजाने स्वत:ला बहाल केलेली पदवी ऐकून नक्कीच चरकाल – पोर्तुगालचा पहिला डॉम मॅन्युअल, हा स्वत:ला 'इथोपिया, अरेब देश, पारसिक देश व भारताच्या व्यापार आणि जलवाहतुकीचा विजयी राजा' म्हणवू लागला आहे. ही वास्को-द-गामाच्या सामुद्रिक मार्गाच्या शोधानंतरची गोष्ट. सध्याचा पोर्तुगालचा नरेश, तिसरा होआवो हा भारतावर आपली सत्ता प्रस्थापित करून सप्तसागरापलीकडून त्यावर राज्य करू इच्छितो. अजूनपर्यंत तरी पोर्तुगीजांचा प्रभाव फक्त पश्चिमी तटावरच होता, पण आता आम्हांलाही त्याचे परिणाम जाणवू लागले आहेत. आशियाचा सागरसम्राट म्हणून तिसरा होआवो किंवा त्याचा राज्यपाल हेन्रीक डी मेन्सेस याची टेहेळणी जहाजं साऱ्या समुद्रावर गस्त घालत असतात आणि येणाऱ्या जाणाऱ्या प्रत्येक भारतीय किंवा इतर देशीय जहाजांवर जकात कर आकारतात. म्हणजे त्या जहाजात ज्याचा माल असेल त्याला

जहाजमालकाला जादा आकार भरावा लागतो, जो पोर्तुगीजांना दिला जातो. आणि यातून आमचीही सुटका नाहीये.

पोर्तुगीज हे एक तर अतिशय कंजूष असावेत किंवा आपल्या भारतीय यजमानांना अतिशय कमी लेखत असावेत. मॅन्युअल डी पैवा बोबेला डॉ कास्ता याने भेट म्हणून महाराजांसाठी आईच्या कडेवर बसलेल्या आपल्या बालदेवाचं चित्र आणलं होतं. आईचा लांब, बारीक चेहरा अतिशय खिन्न, तर तिच्या बाळसेदार, कुरळ्या जावळाच्या बाळाचा चेहरा फारच पोक्त. त्याच्या डाव्या हातात हिरेजडित क्रूस असलेला एक गोल. वरच्या उजव्या-डाव्या कोनात पंख असलेले देवदूत. पार्श्वभूमीत, मध्याच्या जरा डावीकडे, परत क्रूसाची आकृती – यावेळी लाकडी. या क्रूसावर हातापायांना जाड जाड खिळे ठोकलेला एक अस्थिपंजर पुरुष, ज्याच्या बरगड्यांचं हाडन् हाड मोजून घ्यावं. डा कॉस्ताने समजवून दिलं की हा पुरुष म्हणजे दुसरा तिसरा कुणी नसून चित्रातल्या बाईचंच मोठं झालेलं बाळ होतं. त्याचा चेहरा तर आपल्या आईपेक्षाही अधिक उदास होता. त्याच्या डोक्यावर काट्यांचा मुकुट असून छातीच्या मध्यभागी एक दिव्य, प्रकाशमय हृदय होतं. देवाची ही कल्पना फारच विचित्र वाटली मला. देव हे सर्वशक्तिमान असतात असा माझा समज होता, पण या देवालाच मदतीची आणि साहाय्याची नितांत गरज भासत होती. या असल्या दुःखी आई-लेकराच्या आणि सतत यातना भोगणाऱ्या देवाच्या सान्निध्यात राहण्यासाठी काळीज घट्ट असायला हवं.

हे चित्र महाराजांना दाखवण्यात आलं. त्यांनी ते मला दिलं आणि मी प्रधानमंत्री पूरणमलजींना. चित्रासंबंधी काय मत प्रकट करावं ते मला समजेना. पण पूरणमजलींना शिष्टाचार माझ्यापेक्षा चांगला जमतो. त्यांनी चित्राची चौकट हातात घेतली, तिचं बारीक निरीक्षण केलं आणि चित्रातला ध्वनित अर्थ आणि काव्य हळूहळू उमगत गेल्याप्रमाणे सावकाश आपली मान हलवली. दरबारी कारकुनाच्या हाती चित्र देऊन महाराजांच्या महालात ते नेण्याविषयी सूचना देत ते म्हणाले, ''जपून, अतिशय काळजीपूर्वक घेऊन जा. इथून बाहेर नेण्याआधी ते नीट कापडात गुंडाळून घ्या.'' मग पाहुण्याकडे वळून, ''महाशय, महाराज संग्रामसिंह यांना पाठवलेल्या या सुंदर भेटीसाठी महाराज होआवोंचे आम्ही आभार मानतो. अप्रतिम कारागिरी असलेल्या या पवित्र चित्रापुढे आमची भेट फारच सामान्य वाटेल आपल्याला.''

त्यांच्या आवाजाचा स्वर मी ओळखला. पोर्तुगालाचा राजा आणि त्याच्या भारतातील प्रतिनिधीच्या कृपणतेची कल्पना प्रधानमंत्र्यांना होती. लिस्बनमधल्या अनेक चित्रशाळांतून तयार होणाऱ्या हजार किंवा दहा हजार प्रतिकृतींपैकी एक प्रतिकृती होती हे चित्र म्हणजे आणि परतफेड म्हणून अतिशय किमती भेट देऊन या पाहुण्याला आणि त्याच्या राजाला खजील करण्याची संधी पूरणमलजी सोडणार नव्हते. एका जरतारी

बासनातून – ज्याचीच किंमत त्या चित्रापेक्षा शंभरपटीने अधिक असावी – त्यांनी एक पांढरीशुभ्र, अतिशय मुलायम शातूश शाल काढली, जी विणायला किमान दीड वर्षं तरी लागलं असावं.

''आपल्या अंगावर घेऊन पाहावी महाशय,'' पूरणमलजींनी पाहुण्याच्या हातात शाल दिली. शालीच्या हलकेपणाने पाहुणे थोडे अचंब्यात पडल्यासारखे वाटले, पण त्यांनी पुरणमलजींच्या विनंतीला मान दिला, ''कुणीतरी आरसा घेऊन या रे !''

भर हिवाळ्याचे दिवस होते. चंदेरी ओढणीपेक्षा किंचित जड असलेली ती शाल अंगावर घेतलेले राजदूत आरसा आणला जाइस्तोवर घामाघूम झालेले, ''हिमवर्षाव होत असतानादेखील महाराज होआवोंना ही एक शाल पुरेशी आहे.''

आपल्याच विचारात हरवलेले राजदूत अंगावरची शाल काढून तिची घडी घालत असताना पूरणमलजींनी आपला हेतू साधला.

''मला द्या महाशय, मी घालतो घडी,'' त्यांच्या हातातून हलकेच शाल काढून घेत पुरणमलजी म्हणाले, ''महाशय, आयात होणाऱ्या साऱ्या मालावर कर लावण्याबाबत जबरदस्त मागणी करण्यात येत आहे. आम्ही हरप्रकारे या मागणीचा विरोध केला, पण...''

प्रधानमंत्री हे वाक्य पुरं करणार नव्हते. या विशिष्ट मुलाखतीसाठी बाबांनी मला दरबारात का बोलावून घेतलं असावं, असा मला प्रश्न पडला होता. कदाचित आपल्या मोठ्या मुलाच्या शिक्षणातली एक उणीव भरून काढण्यासाठी असेल. मुत्सद्दी संभाषण, त्यातली सूचक आणि चतुर माघार, त्यातली वक्रोक्ती आणि डावपेच आणि अनुच्चारित किंवा अर्धवट सोडलेली वाक्यं यांचं मला नेहमीच एक अनावर कुतूहल आणि आकर्षण वाटत आलंय. मला त्यात फारशी गती नाही हे मी जाणत होतो आणि पूरणमलजींसारख्या उस्तादाकडून धडे घ्यायला माझी ना नव्हती.

प्रधानमंत्री कुणाला बनवू पाहत होते ? कराची मागणी कोण करत होतं ? मेवाडचे नागरिक, व्यापारी, अर्थमंत्री की महाराज ? व्यापारसंबंधित धोरणात बाबा क्वचितच ढवळाढवळ करत आणि अर्थमंत्री आदिनाथजी आणि प्रधानमंत्री यांच्यामध्ये एक अनुच्चारित समझोता होता. पूरणमलजींनी प्रसंगानुसार आयत्या वेळी रचलेली ही माहिती असावी. पण याचीही मला खात्री नव्हती. इतक्या वर्षांनंतरदेखील मला प्रधानमंत्र्यांचं मन किंवा गणित उमगलं नव्हतं. मला वाटतं, एका राजकारणी आणि मुत्सद्दी माणसाचं हेच लक्षण आहे.

''महाराज,'' पूरणमलजींनी अर्धवट सोडलेल्या वाक्याचा धागा पकडत पोर्तुगालाचा राजदूत म्हणाला, ''आमच्या अधिकाऱ्यांनी लावलेल्या जकात कराचा बदला म्हणून तर आपण हा आयात कर आकारीत नाही ना ?''

“आपण जकात कर लावला आहे का ?” प्रधानमंत्र्यांचा आवाज त्यांच्या खांद्यावर रुळणाऱ्या रेशमी शेल्याइतकाच मुलायम होता, “माझं वय होत चाललंय हे मला मान्य केलं पाहिजे. काही गोष्टींकडे माझं दुर्लक्ष झालेलं दिसतंय, पण महाराज राणा संग्रामसिंह यांचा असल्या ‘जशास तसं’वर विश्वास नाही.”

“छे छे, माझ्या म्हणण्याचा तसा अर्थ बिलकूल नव्हता,” राजदूताची बोबडी वळू लागली.

“तसा तो नव्हता याची खात्री आहे आम्हांला.”

“मी आमच्या माननीय राज्यपालांशी बोलून मेवाडच्या मालावर जकात कर लावला जाऊ नये अशी आग्रहाची विनंती करतो.”

“हा आपला मोठेपणा आहे, महाशय. आता आपल्या मातृभूमीविषयी आम्हांला थोडं सांगा. आपल्याकडे, मित्राकडून जेवणाचं आमंत्रण आलं तर प्रत्येक आमंत्रिताला आपलं भोजन हत्यार – काय बरं म्हणता तुम्ही त्याला ? हं – काटा, ते स्वत:बरोबर न्यावं लागतं म्हणे. हे खरं का ?”

राजदूताच्या कानांच्या पाळ्या लाल झाल्या आणि ही बैठक लवकर आटपायची त्याला घाई झाल्यासारखं वाटलं मला.

“नाही, नाही. ते फक्त गरीब लोकांमध्येच होतं. त्यांच्यात घरचा कर्ता पुरुष आपला काटा स्वत:बरोबर घेऊन जातो.’

“आणि बायकामुलं ? त्यांना आमंत्रण दिलं जात नाही का ?”

“हो, हो, जातं ना, पण ती हातानेच खातात, कारण काटा सर्वांना परवडत नाही.”

परदेशी पाहुणा आमचे आभार मानून निरोप घेऊ लागला, तेव्हा मी त्याला आणखी थोडा वेळ थोपवून धरलं आणि विचारलं, “महाशय, आपण जाणताच की आम्ही जमिनीवर आयुष्य घालवणारी माणसं आहोत. समुद्रपर्यटन किंवा जहाजांविषयी आम्हांला फारशी माहिती नाही, पण आम्ही असं ऐकून आहोत की तुमच्याकडे जगातली सर्वांत प्रगत जहाजं आहेत आणि हजारो मण वजनाचा माल ती वाहू शकतात ?”

“खरं आहे युवराज,” डी पैवा बोबेला डा कॉस्ता आल्यापासून प्रथमच जरा मोकळा झाल्यासारखा वाटला, “आपल्याला जहाजं पुरवायला आवडेल आम्हांला.”

“आम्ही कुठे चालवणार ती, महाशय ?”

व्यापाराची शक्यता तो इतक्या सहजासहजी हातून जाऊ देणार नव्हता, “आपण किनारपट्टीवरील व्यापाऱ्यांना ती भाड्याने देऊ शकता. या व्यवहारात भरपूर पैसा आहे.”

‘‘विचार करण्याजोगी सूचना आहे. आम्हांला थोडा अभ्यास करावा लागेल. कदाचित यावर संशोधन करण्यासाठी राणा महाराज समितीही नेमतील. तुमच्या या जहाजांवर कशा प्रकारच्या बंदुका वापरल्या जातात ?’’

‘‘तोफा, युवराज. जहाजाच्या या टोकापासून त्या टोकापर्यंत आठ ते बारा तोफा लावण्यात येतात. पण याबाबत मी फारशी माहिती देऊ शकणार नाही, कारण आमच्या देशात हे सारे तपशील आमच्या खलाशांनाच अधिक चांगले माहीत असतात.’’

‘‘आपल्याला अधिक त्रास देऊ इच्छित नाही महाशय, पण या तोफा जमिनीवरच्या लढाईतदेखील वापरता येणं शक्य आहे का ?’’

‘‘या नाही युवराज, जमिनीवर यांच्यापेक्षा खूप मोठ्या तोफा लागतात.’’

‘‘आणि त्यांचा मुख्य वापर किल्ल्यांच्या आणि गडांच्या रक्षणासाठी केला जातो का ?’’

‘‘हा एक वापर झाला. पण आपण जाणताच की सैन्याच्या आघाडीच्या प्रथम फळीकरतादेखील त्यांचा वापर होऊ शकतो. आक्रमणासाठी तसाच बचावासाठी. जिथे जिथे लढा द्यावा लागतो तिथे तिथे आम्ही तोफा बरोबर घेऊन जातो.’’

‘‘अस्सं ? जहाजांच्या व्यापाराप्रमाणे या तोफांचा पण व्यापार करण्याची आपली तयारी आहे का ?’’

‘‘या विषयावर प्रथमच कुणी माझ्याशी बोलणी करतंय. माझी खात्री आहे की भारताचे माननीय राज्यपाल – मला म्हणायचंय – भारतीय वसाहतीचे राज्यपाल, यांना या विषयात रस असेल.’’

‘‘त्यांच्याशी विचारविनिमय करून आपण आम्हांला कळवाल का ?’’

आपल्या सम्राटाच्या संमतीशिवाय राज्यपाल हेन्रीक डी मेन्सेस या विषयावर काहीही निर्णय घेऊ शकणार नाही हे मला माहीत होतं. मी खडा टाकून पाहिला होता आणि माझ्या प्रश्नाचं उत्तर मिळण्यात वर्ष–दीड वर्ष तरी सहज निघून जाईल याची मला खात्री होती. पण या विषयाचा श्रीगणेशा करायला मला कसलीच हरकत दिसत नव्हती – आणि मी तो केला होता.

हेरखात्याचा प्रमुख म्हणून मंगल प्रथमच महाराजांच्या आणि समितीच्या समोर आपला अहवाल वाचणार होता. या प्रसंगाच्या गांभीर्याने तो भांबावून गेला नाही आणि माझ्याशी बोलला होता त्याप्रमाणे मुद्देसूद आणि तपशीलवार बोलला. आमचे शेजारी, मित्र आणि शत्रू यांच्या परिस्थितीचा त्याने थोडक्यात आढावा घेतला, सध्या ते कशात

गुंतले आहेत ते सांगितलं, त्यांच्या राज्याची स्थिती किती स्थिर किंवा अस्थिर आहे आणि मेवाडला त्यांच्यापासून कशा प्रकारचा धोका संभवतो याची माहिती दिली.

काबूलचा राजा झहिरुद्दीन मुहम्मद बाबर याने चार वर्षांनंतर परत एकदा भारतावर आक्रमण केलं असून लाहोर आणि पंजाब काबीज करून तो आपल्या देशाला परतल्याची खबर मंगलने दिली. तसंच, गुजरातच्या मुजफ्फर शहाच्या चिथावणीमुळे, माळव्याचा सुलतान, दुसरा महंमूद खिलजी याने आपला पूर्वीचा प्रधानमंत्री मेदिनी राय याच्यावर चढाई करण्यासाठी आपली सारी सेना एकत्रित केली असून, येत्या काही महिन्यांत तो त्याच्यावर चालून जाईल अशी बातमी दिली.

''जोपर्यंत सुलतान इब्राहीम लोदी दिल्लीवर राज्य करतोय, तोपर्यंत काबूलच्या राजाची भीती नाही.'' सुरक्षा समितीच्या सदस्यांपेक्षा स्वत:शीच बोलल्याप्रमाणे बाबा म्हणाले, ''दिल्ली पार केल्याशिवाय हा परदेशी बाबर आपल्यापर्यंत पोचू शकणार नाही. पण माळव्याच्या सुलतानाबाबत आपण काय करावं अशी आपली सूचना आहे प्रधानमंत्रीजी ?''

''महंदूद खिलजी, मेदिनी रायला संपूर्णत: नष्ट करू इच्छितो. आपण स्वस्थ बसून काय होतंय ते पाहावं हेच उत्तम.''

''तुम्ही जाणता प्रधानजी,'' नेहमीप्रमाणे प्रधानमंत्र्यांच्या चिथावणीला बळी पडत लक्ष्मणसिंहजी म्हणाले, ''की आपल्या मदतीशिवाय मेदिनी रायना दुसरा तरणोपाय नाही.''

''तसं असेल तर आमच्या मदतीसाठी, आम्ही मागू ती किंमत देण्याची मेदिनी रायची तयारी असावी.''

''सुलतानाचा मेदिनी रायवर दात आहे हे जरी खरं असलं तरी सध्या तरी राय हे फक्त निमित्त आहेत. त्याचं खरं लक्ष्य आपण आहोत याची खात्री असूद्या. यावेळी जर आपण रायना तोंडघशी पाडलं तर आपण एक मित्रच गमावणार नाही, तर त्यामुळे आपणही दुबळे पडू आणि आपल्या इतर मित्र राज्यांचा विश्वास हरवून बसू.''

''आणि गेल्या खेपेला आपण रायच्या मदतीसाठी सैन्य पाठवलं होतं तेव्हा सारा खर्च कुणी केला होता ?''

''गेल्या खेपेला – कारणं काहीही असोत – पण उशिरा पोचल्यामुळे आपली फारशी मदत झाली नव्हती रायना. मुजफ्फर शहा आणि महंमूद खिलजी यांच्या एकत्र सैन्याने जेव्हा मांडू घेतलं आणि कत्तल सुरू केली तेव्हा मेदिनी रायचे वीस हजार, कदाचित चाळीस हजार, सैनिक मारले गेले असावेत असा अंदाज आहे.''

''आपल्या मदतीने जर मेदिनी राय महंमूद खिलजीला पराभूत करू शकले, तर सारा खर्च खिलजीलाच नाही का भरावा लागणार ?'' आदिनाथजींच्या एका साध्या प्रश्नाने

प्रधानमंत्री आणि लक्ष्मणसिंहजीमधली शाब्दिक चकमक संपवून थेट मुद्द्याला हात घातला.

''आपल्या दोस्त राज्यांना सावध करून त्यांच्याबरोबर युद्ध समितीच्या बैठकीची तारीख ठरवायची का ?'' लक्ष्मणसिंहजींनी बाबांना विचारलं.

''घाई करण्यात अर्थ नाही. आधी मेदिनी रायकडून आपल्या मदतीसाठी मागणी येऊ द्या.'' महाराजांनी आपला निर्जीव डोळा माझ्यावर रोखला, ''पण राजकुमारांचं याबाबत वेगळं मत असण्याची शक्यता असू शकेल कदाचित.''

आणि मला वाटलं होतं की शहाण्या मुलासारखा तोंड मिटून बाजूला बसलो आणि मोठ्यांनी घेतलेले निर्णय गुपचूप ऐकून घेतले तर माझ्याकडे कुणी फारसं लक्ष देणार नाही.

''नाही, नाही. माझं वेगळं मत नाहीये, महाराज.''

''आमचा यावर विश्वास बसेल असं आपल्याला खरंच वाटतं का राजकुमार ?'' चेहऱ्यावरल्या प्रधानमंत्रीय स्मिताला धक्का न पोचू देता औपरोधिक स्वरात पूरणमलजी म्हणाले, ''की शेजारी देशाबरोबर संभाव्य युद्ध, या महत्त्वाच्या विषयावर आपल्यासारख्या तीक्ष्ण बुद्धीच्या तरुणाचं काहीही मत नाहीये ?''

''माझ्या म्हणण्याचा तसा अर्थ नाहीये प्रधानजी. मला एवढंच म्हणायचं होतं की, सुरक्षा समितीच्या मताशी मी सहमत आहे.''

''राजकुमार,'' माझ्या डोळ्यांना डोळे भिडवणाऱ्या आदिनाथजींच्या तोंडावर स्मित नव्हतं, ''आपणदेखील सुरक्षा समितीचे सदस्य आहात.''

''राजकुमार,'' मोठ्याने हसत लक्ष्मणसिंहजींनी माझ्या पाठीवर थाप मारली, ''आम्हांला माहीत आहे की आपल्या दृष्टीने आम्ही सारे – आपला अपमान करण्याचा उद्देश नाहीये महाराज – आम्ही सारे मूर्ख म्हातारे आहोत, आणि काही बाबतींत ते खरंही असण्याची शक्यता आहे.'' यावर बाबादेखील हसले. फक्त काकाच असं सडेतोड बोलू शकतात, ''पण आपल्या मताचा सुरक्षा समितीला आणि मेवाडला लाभ मिळू देणं हे आपलं कर्तव्य आहे.''

आता मी माझं मौन चालू ठेवावं की मन मोकळं करावं ?

''मला वाटतं की सुरक्षा समितीने घेतलेला निर्णय शहाणपणाचा आहे. इतर कुठलाही विचार अपारंपरिक आणि अविचारार्ह वाटेल आपल्याला.''

''राजकुमार, या वयात जर अविचारार्ह विचार आपण करायचे नाहीत तर काय आमच्या वयाचे झाल्यावर करायचे ? महाराजांच्या आणि आमच्या विचारांपेक्षा संपूर्णत: वेगळा, नवा दृष्टिकोन अधूनमधून मांडला जावा यासाठीच त्यांनी या समितीवर आपली नेमणूक केली आहे ना ?''

बाबांना खरंच माझी अर्धीकच्ची आणि बेफाम मतं ऐकायची होती का ? त्यांनी मला कैचीत पकडलं होतं आणि लक्ष्मणसिंहजी देत असलेल्या उदारमतवादीपणाच्या श्रेयाला ते जागलेही असतेच असं नाही. पण आता त्यांना पर्याय नव्हता. आता आपल्या मुलाच्या घनचक्कर कल्पना शांतपणे ऐकून घेणं त्यांना भाग होतं.

''मंगलने आपल्याला सांगितलं की गुजरातचा मुजफ्फर शहा माळव्याच्या महंमूद खिलजीला आपल्याविरुद्ध चिथवतोय. माझा असा तर्क आहे की या खेपेला गुजरातचा सुलतान शाब्दिक उत्तेजनाव्यतिरिक्त युद्धप्रबंधासाठी माळव्याला दुसरी कसलीही मदत करणार नाहीये. तर मग आपण आपली शक्ती अधिक लाभदायक प्रयोजनासाठी का नाही खर्च करायची ?''

''आणि ते प्रयोजन कोणतं बरं ?'' यावेळी प्रधानजींनी आवाजातली तुच्छता लपवण्याचा प्रयत्नही केला नाही.

''आत्तापर्यंत झहिरुद्दीन मुहम्मद बाबर याने पंजाबवर चार हल्ले केले. प्रत्येक हल्ला आधीच्या हल्ल्यापेक्षा अधिक गहन होता. यावरून असं वाटतं की त्याचं पुढील लक्ष्य दिल्ली असावं. त्याचा तुर्की पूर्वज तिमूर, आणि इतर वायव्येकडील आक्रमकांप्रमाणे कदाचित तो एक वादळी हल्ला करून दिल्ली लुटून परतही जाण्याची शक्यता आहे. पण जर त्याचा इरादा वेगळा असला तर काय ? काबूल त्याची राजधानी आहे हे खरं, आणि त्या थंड, पर्वतीय प्रदेशाबद्दल त्याला काय आकर्षण असेल ते असो, पण ते ना एक प्रभावी केंद्रस्थान आहे, ना तिथे हिंदुस्थानची समृद्धी आहे. आपण त्याला दिल्लीवर आक्रमण करू द्यायचं का ? की आपणच प्रथम चाल करून, डळमळतं लोदी साम्राज्य काबीज करून अधिकाराची सारी सूत्रं हातात घ्यायची ?''

''सुन्न शांतता'' हा शिळा शब्दप्रयोग मला करायचा नव्हता, पण दुसरा कुठलाच शब्द इथे योग्य ठरणार नाही. बाबांनीच शेवटी त्या शांततेचा भंग केला.

''आणि तोपर्यंत महंमूद खिलजीला चितोड मोकळं करून द्यायचं ?''

''नाही महाराज, आपण दिल्लीचं तख्त काबीज करत असताना, मेदिनी राय आणि मी मिळून अचानक धडक हल्ले करून मालव्याच्या लष्कराची त्रेधातिरपीट उडवून देतो.''

''आपण युद्धनीतीचं एक मूलतत्त्व विसरता आहात राजकुमार. एकाच वेळी दोन आघाड्या कधीच उघडायच्या नसतात.''

''तसं मी करूही इच्छित नाहीये, काकासाहेब.'' मी लक्ष्मणसिंहजींना म्हटलं, ''आपली एकच आघाडी असेल. दिल्लीच्या सुलतानाविरुद्धची. माळव्यातलं आपलं उद्दिष्ट मर्यादित राहील. लष्करी डावपेचात तयार असलेली एक चपळ तुकडी

माळव्याच्या सैन्याला हैराण करून गुंतवून ठेवू शकते. आपण दिल्ली ताब्यात घेतली की इथे आम्ही माळव्यातलं आमचं कार्यक्षेत्र वाढवून कब्जा घेऊ.''

''दिल्ली ताब्यात घेणं आपल्याला सोपी गोष्ट वाटते का ?''

''नाही महाराज. मृत्युशय्येवर पडलेल्या रोग्याइतकी जगण्याची जिद्द दुसऱ्या कुणालाही नसते. पण आपण दिल्ली घेतली नाही तर दुसरा कुणी तरी ती घेईल. आपल्या समर्थ नेतृत्वाखाली इब्राहीम लोदीला हरवणं आपल्या सैन्याला सहज शक्य आहे.''

''आपलं हे शेवटचं वाक्य इतर कुणाच्याही तोंडून आलं असतं तर आम्ही त्याला असल्या खुशामतीचा काही फायदा होणार नाही, असं सांगितलं असतं. पण आपण पूर्ण विचार करून बोलता आहात असं वाटतं आम्हांला. राजकुमारांनी मांडलेल्या प्रस्तावावर विचारविनिमय व्हावा असं आम्ही समितीला सुचवतो.''

बाबा खरंच माझ्या प्रस्तावाचा विचार करणार होते का ?

कौसल्या माझ्या डोक्याला तिच्या पद्धतीचं मालीश देत होती. फक्त एक शिष्टाचार म्हणून मी तिला भेटायला आलो नव्हतो याची तिला खुशी होती. माझ्या केसांत आपली बोटं खुपसून तिने ते खेचले आणि मग बराच वेळ तसेच धरून मग सैल सोडले. लहानपणी मला झोपवायला ती माझ्या केसांतून आपली बोटं फिरवायची त्याची आठवण झाली मला. डोक्याला असं मालीश केल्याने आराम मिळून किती छान गुंगी येते ते नुसतं सांगून नाही कळायचं.

''युवराज, आपण सांगितलेल्या दरबाराच्या कथा आणि विशेषत: लोकांबद्दलची आपली मतं ऐकायला मला खूप आवडतं. पण आपण पोर्तुगालच्या पाहुण्याबद्दल माहिती द्यायला निश्चितच आला नाही.''

''काय हे कौसल्या !'' दुखावला गेल्याचं नाटक करत मी म्हटलं, ''काहीतरी स्वार्थी हेतू मनात धरून प्रत्येक गोष्ट करणारा मी एक मतलबी माणूस आहे असं म्हणायचं आहे का तुला ?''

''मला तसं काहीही म्हणायचं नाही, युवराज,'' कौसल्या अशी थट्टामस्करी करताना फारच क्वचित आढळते, ''उलट स्वत:च्या आनंदासाठी किंवा इतरांच्या भल्यासाठी काही करताना आपण पकडला गेलात तरच आपल्याला अपराध्यासारखं वाटतं.''

निघता निघता मी सहज म्हटलं, ''मला दुसरा महंमूद खिलजी आणि मेदिनी राय यांच्याबद्दल सांग.''

राजपुतांच्या मते मेदिनी रायच्या तोडीचा दुसरा वीरपुरुष आज नाही. (माळव्याच्या सुलतानाने त्याला दिलेली मेदिनी राय ही पदवी मिळाल्यापासून त्याचं खरं नाव काय ते कुणालाच आठवत नाहीये.) बाबांचा अधिक आदर केला जात असेल, त्यांच्या शब्दाला नक्कीच जास्त महत्त्व दिलं जातं, राव आणि राजेसुद्धा त्यांना विरोध करण्यापूर्वी दहादा विचार करतात, पण मेदिनी राय हे आपल्या सत्तेपासून वंचित होऊनदेखील वीरगाथांचे नायक बनून राहिले आहेत. मला आठवतंय, मी चौदा वर्षांचा असताना उजव्या गालावर उठलेल्या तीन पुळ्यांच्या चिंतेत जेव्हा बुडून गेलो होतो, तेव्हा नुकतीच आपल्या मावसबहिणीच्या भेटीसाठी मांडूला जाऊन आलेली कौसल्या मला म्हणाली होती, ''असंच आपल्या चेहऱ्यावर मुरूम उठो, युवराज. मेदिनी रायसारखे सुंदर झालात तर सतत देखणेपणाची जाणीव आणि त्यामुळे येणाऱ्या अडचणींखाली दबून जाल.''

इतक्या वर्षांनंतर या मेदिनी रायबद्दलच्या माहितीची पुन्हा एकदा उजळणी करण्याची वेळ आली आहे. कोण होता हा राजपूत, जो अचानक प्रकट झाला, त्या काळी ज्याला कुणीही जवळ करू इच्छित नव्हतं त्या महंमूद खिलजीच्या नशिबाशी आपलं भवितव्य जोडलं, माळव्याचा प्रधानमंत्री या सर्वोच्च पदावर पोचला आणि ज्याचा उद्धार करून सिंहासनावर बसवलं त्याच माणसाकडून शेवटी राज्यातून हद्दपार केला गेला ? खिलजी आणि मेदिनी रायमध्ये कसलं वितुष्ट आलं होतं ? आणि रायना पदच्युत केल्यानंतरही खलजीला त्यांची भीती का वाटत राहिली ? गेल्या खेपेला त्यांनी आमची मदत मागितली तेव्हा आम्ही फार उशिरा पोचलो. असं असूनही आता ते परत आमच्या मदतीची मागणी करतील का ?

''आपल्याला सारी कथा तपशीलवार हवी आहे की मुख्य घटनांचा थोडक्यात आढावा ?'' कौसल्याने विचारलं.

''थोडक्यात आढावा चालेल, पण मेदिनी रायचा प्रवेश होताच रंग आणि तपशीलांसकट.''

कौसल्याने मला जे सांगितलं ते असं — अर्थात माझं हे निवेदन शब्दश: नाहीये आणि अधूनमधून माझे व्यक्तिगत शेरे आढळतील, पण तरीही तिने दिलेल्या माहितीशी ते प्रामाणिक आहे.

दुसऱ्या महंमूद खिलजीच्या आजोबांचं नाव होतं घियातउद्दीन. (इथे मला सांगितल्याशिवाय राहावत नाहीये, की त्यांच्या जनानखान्यात पंधरा हजार बायका होत्या, ज्यांच्यापैकी एक हजार त्यांच्या व्यक्तिगत अंगरक्षक होत्या. मी हे आकडे

मुद्दामहून अक्षरांत लिहिले आहेत, नाहीतर परिणाम साधण्यासाठी मी एखाददुसरं शून्य वाढवल्याची शंका यायची.)

आपल्या आजोबांपेक्षा पूर्णपणे वेगळा, दुसरा महंमूद खिलजी एक दुर्बल, बालिश माणूस होता, ज्याला स्वत:ची मतं नव्हती आणि जो कुठलाही निर्णय घेण्यास असमर्थ होता. त्याचा कुठल्याही अफवेवर किंवा बाजारगप्पांवर विश्वास बसायचा आणि कुणाही अमिराच्या किंवा सरदाराच्या गुप्त भानगडीत त्याची विशेष रुची असायची.

लवकरच महंमूद खिलजी बिनराज्याचा राजा उरला. त्याच्या धाकट्या भावाने मांडू घेतलं आणि सिंहासन बळकावलं. सुलतानाचे सारे अनुयायी त्याला सोडून पळाले आणि राजमुकुट परत मिळण्याची त्याला आशा उरली नाही.

अशा वेळी रायचंद पूरबिया प्रवेश करते झाले. ते पूर्वेकडचे एक राजपूत होते, ज्यांचं गतायुष्य म्हणजे एक गूढ होतं. ज्याच्या उद्धाराची काहीही शक्यता उरली नाहीये, अशा पदच्युत राजाच्या नशिबाशी आपलं नशीब कुठला माणूस जोडू इच्छितो ? हा स्वत:च्या भवितव्यावरचा दुर्दम्य विश्वास होता की फाजील अभिमान आणि आत्मविश्वासापोटी महंमद खलजीचं नशीब पालटून त्याला पुन्हा मांडूच्या सिंहासनावर आपण बसवू शकू अशी रायची समजूत होती ? त्यांच्यापाशी किती सैन्य होतं ? कौसल्याकडे या प्रश्नांची उत्तरं नव्हती. माझ्यापाशीही नव्हती. आणि मेवाडमधल्या किंवा मालव्यामधल्यासुद्धा किती माणसांना ही माहिती होती याबद्दल मला शंका आहे. काही का असेना, पण महंमद खलजीवर कोसळलेलं संकटाचं सावट अकस्मात नाहीसं झालं होतं हे खरं.

रायचंद पूरबिया हा जादूगार नव्हता, तसंच, नर्मदेच्या या काठावरील सर्वांत पराक्रमी सेनानायक अशीही त्याची ख्याती नव्हती, तरीही त्याने राशीचक्रातील साऱ्या ग्रहांचा शुभसंयोग घडवून आणला होता हे निश्चित. जेव्हा माळव्याच्या प्रतिस्पर्धी सुलतानांच्या सेना एकमेकांशी भिडल्या तेव्हा रायचंदने महंमूद खिलजीच्या भावाची धूळधाण उडवली.

आपल्या दुर्दैवाच्या गर्तेतून वर काढणाऱ्या माणसाच्या उपकारांची जाणीव खिलजीला होती. त्याने त्याला आपला वजीर नेमला आणि ज्या नावाने तो आज साऱ्या देशात प्रसिद्ध आहे ती 'मेदिनी राय' ही पदवी त्याला बहाल केली. आपल्या रायवरच्या परावलंबत्वाला सुलतान मैत्री समजत होता. त्याच्या दृष्टीने वजीर मेदिनी रायच्या हातून चूक घडणं अशक्य होतं. महंमूद खिलजीचा राज्यकारभार आणि त्याचं रायवर विसंबून राहणं दोन्ही दिवसेंदिवस वाढत गेलं.

रायदेखील, आधीच्या वजिरांच्या उदाहरणांवरून काहीही शिकला नाही असं दिसतं. कदाचित हा सत्तेचा परिणाम असेल. सत्ता माणसाला आंधळा करते आणि जे स्पष्ट असतं तेही त्याला दिसेनासं होतं. स्वत:च्या अधोगतीची आणि नाशाची दुश्चिन्हं

त्याला दिसली नाहीत. आपण रायच्या हातातलं एक खेळणं बनलोय हे महंमूद खिलजीच्या लक्षात येणार नाही, असा खरंच त्याचा समज होता का ? विशेषत: आपल्या डळमळणाऱ्या राजाचा घात करायला टपलेल्या असंतुष्ट आणि विद्रोही सरदारांची कमी नसताना ? सुलतानाच्या आदेशावरून त्याच्या मर्जीतल्या काही लोकांनी जेव्हा वजिराच्या वधाचा प्रयत्न केला, तेव्हा घटनांचं वर्तूळ पूर्ण झालं. जबर जखमी झालेला मेदिनी राय कसाबसा वाचला. रायच्या मुलाच्या हाताखाली लढणारे राजपूत सैनिक अत्यंत चिडले आणि त्यांनी राजवाड्यावर हल्ला केला. सुलतान आणि त्याचे राजवाड्यातले रक्षक शिपाई यांनी आपलं घर वाचवण्याचा निकराचा प्रयत्न करून राजपूतांना माघार घ्यायला लावली. या चकमकीत रायचा मुलगा मारला गेला. घायाळ शरीर आणि शोकमग्न मनस्थिती असूनही मेदिनी रायने सुलतानाला पत्र लिहिलं, ''सारं आयुष्यभर मी आपलं भलंच चिंतलं आणि खाल्ल्या मिठाला जागलो या एका विश्वासावरचा माझ्यावर झालेल्या जीवघेण्या हल्ल्यातून मी स्वत:चा बचाव केला. माझ्या मृत्यूमुळे राज्यकारभार अधिक सुरळीत चालेल अशी आपली खरंच खात्री असेल, तर त्यालाही माझी हरकत नाही.'' एखाद्या अपराधी सरदाराने क्षमायाचनेसाठी आपल्या सम्राटाला लिहावं तशा प्रकारचं हे पत्र होतं. मेदिनी रायने खरंच मनापासून असं पत्र लिहिलं असेल का ? (कौसल्या म्हणते की त्यांच्या बाबतीत ते अशक्य नाही.)

सुलतान आणि त्याच्या वजिरामध्ये समेट झाला, पण तो तात्पुरता होता हे उघड आहे. ज्या मेदिनी रायने सुलतानाची शत्रूच्या तावडीतून सुटका केली होती, त्याच्याच तावडीतून सुटून सुलतान आता पळत होता. एका रात्री सुलतानाने मांडू सोडलं आणि तो गुजरातच्या मुजफ्फर शहाच्या आश्रयाला गेला.

जेव्हा मेदिनी रायला कळलं की महंमूद खिलजी आणि मुजफ्फर शहाचं सैन्य एकत्रितपणे मांडूवर चाल करून येत आहे, तेव्हा आपली राजधानी आपल्या प्रतिनिधीच्या हाती सोपवून तो बाबांची मदत मागण्यासाठी मेवाडच्या दरबारी आला. पण बाबा आणि तो माळव्याच्या राजधानीला पोचण्यापूर्वीच मांडूचा किल्ला काबीज केला गेल्याची आणि मुजफ्फर शहाच्या हुकुमावरून वीस हजार — काहींच्या मते चाळीस हजार, सैनिकांची कत्तल केली गेल्याची बातमी त्यांच्या कानी आली.

या गोष्टीला बराच काळ लोटला. आता महंमूद खिलजीला मुजफ्फर शहाचं साहाय्य नाहीये. पण खलजी जाणून आहे की सध्या गाग्रोनमध्ये राहत असलेल्या मेदिनी रायचा त्याने त्वरित काटा काढला नाही, तर ते त्याला फार महागात पडेल.

३१

जुळ्या भावंडांत जवळीक असते. पण खऱ्या वैऱ्यांत त्याहीपेक्षा अधिक जवळीक असते.

मंगल, ममता आणि राजकुमारीसह चितोडला परतल्यानंतर युवराजांनी पहिलं काम कुठलं केलं असेल तर ते म्हणजे आपल्या महालाच्या चौकात पारिजाताचं रोप लावण्याचं. चौकाच्या मध्यभागी खड्डा खणून तिथे ते लावायला त्याला आवडलं असतं, पण ती जागा तुळशीची होती. पारिजाताला पसरायला भरपूर वाव मिळावा म्हणून भिंतीपासून थोड्या अंतरावरची जागा त्याने निवडली. सकाळचं स्नान, पूजापाठ वगैरे आटोपून दररोज झारी घेऊन तो तिथे जायचा (हिजडे आणि दासींचं त्याला 'राजमाळी' म्हणणं आणि दबलेलं फिदीफिदी हसणं त्याला ऐकू यायचं) आणि ते रोप मूळ धरून मोठं व्हावं यासाठी त्याच्या भोवताली काळजीपूर्वक पाणी घालायचा.

महिना उलटला, पण रोपाला हिरवे धुमारे फुटण्याऐवजी ते सुकायला लागलं. त्याने ते उकरून परत बाहेर काढलं आणि माती सैल करून पुन्हा एकदा ते पेरलं. आठवड्यानंतर त्याच्या लक्षात आलं की आता काही आशा उरली नाहीये. काही माणसांचा स्पर्श जीवदायी असतो, त्याने स्वत:लाच सांगितलं, तर काहींचा मृत्युदायी. त्याने जरी चेष्टेने हे विधान केलं असलं तरी कुणी तरी ते सुकलेलं काष्ठ आपल्या हृदयात खोल खुपसल्यासारखं वाटत राहिलं त्याला.

कित्येक दिवस त्याचा हा उपद्व्याप माळी पाहत होता, पण तो आपणहून युवराजाला काहीही सांगायला गेला नाही. एकीकडे माळी ढवळाढवळ करत नाहीये याचं युवराजाला बरं वाटलं, तर दुसरीकडे त्या सुकलेल्या रोपाला – ज्याच्यात त्याचा जीव अडकला होता – वाचवण्यासाठी तो काहीही करत नाहीये म्हणून माळ्याचा त्याला रागही आला.

''असं काही खत आहे का,'' आपली हार युवराजाला मान्य करायची नव्हती, पण आता तज्ज्ञाचं मत घेण्याशिवाय गत्यंतर उरलं नव्हतं, ''ज्यामुळे या रोपात पुन्हा जीव येईल ? एखादी संजीवनी ?''

"मेलेल्यावर संजीवनीचा परिणाम होत नाही. ती फक्त सजीवाला अमरत्व देऊ शकते. पण या रोपाला खताची गरज नाही. अति काळजी आणि अतिदक्षतेमुळे ते जळून गेलं. झाडाशी बोलणं ठीक आहे, पण छोट्या रोपाला दिवसातून तीन–चार वेळा पाणी घालणं, आंजारणं, गोंजारणं आणि मग त्याने लगेच फुलायला सुरुवात केली नाही तर वाईट परिणामांचा धाक दाखवणं हे बरोबर नाही."

त्याचं नरडं घोटायला आवडलं असतं युवराजाला, पण माळ्याचं उपदेशपर भाषण अजून संपलं नव्हतं. "निसर्गाच्या कारभारात जास्त ढवळाढवळ करू नये. थोडीशी देखभाल पुरेशी असते. कदाचित अजूनही त्या सुकलेल्या रोपाला पालवी फुटेल."

आता तरी माळी त्या रोपाचा पुनरुद्धार करण्याची जबाबदारी अंगावर घेईल अशी युवराजाची अपेक्षा होती. पण माळ्याने तसं काही करण्याची इच्छा प्रदर्शित केली नाही.

"माझ्यासाठी या रोपाची देखभाल तू करशील का ?"

"बेशक, युवराज ! त्यासाठीच तर मला पगार दिला जातो."

युवराजाच्या मनात आलं की ते पारिजाताचं रोप पुढल्या आठवड्यात मरावं, म्हणजे मग या उर्मट माळ्याला अर्धचंद्र द्यायला किंवा त्याहीपेक्षा उत्तम म्हणजे सार्वजनिकपणे त्याचं डोकं उडवायला छान कारण मिळेल. पण थोड्याच दिवसांत ते रोप जीव धरू लागलं. आठवड्याभरात त्याला सात कोवळी पानं फुटली आणि सात महिन्यांच्या आत चौकात फुलांचा सडा पडू लागला. दररोज पहाटे तो फुलं गोळा करायचा आणि अर्धवट झोपेत असलेल्या राजकुमारीवर त्यांचा वर्षाव करायचा. कधी कधी तो तिच्या वेणीत फुलं गुंफायचा किंवा त्यांचा हार करून तिच्या गळ्यात घालायचा.

खोली काळोखाने गच्च भरली होती तरीही त्याला कळलं की ती तिथे नाहीये. एका अनामिक भीतीने त्याला ग्रासलं. गुडघ्यांवर बसून हातांनी चाचपडत तो रांगू लागला. शेवटी एकदा त्याच्या हातांना पलंगाची कड सापडली, पण ती त्यावर झोपली नव्हती. तो पलंगाखाली शिरला. पोटावर झोपून त्याने डोळे घट्ट मिटून घेतले. सारा समजूतदारपणा, स्वतःवरचा सर्व ताबा झुगारून देऊन आकांडतांडव करावं अशी तीव्र इच्छा त्याला झाली. परंतु गुडघ्यांवर ओणवं होत त्याने पलंग पाठीवर उचलला. भूतनीमाता अखेरीस जिंकली होती का ? तिने त्याच्या बायकोचा काटा कायमचा काढला होता का ? पलंग खोलीच्या भिंतीवर आदळवत तो रांगू लागला. मग आणखी

एक भयानक विचार त्याच्या मनात आला – ती कुणाबरोबर तरी पळून गेली होती. पलंग परत जमिनीवर ठेवत तो स्वस्थ पडून राहिला. आता तो उठणार नव्हता. आता नाही. कधीच नाही. सकाळी त्यांना तो सापडेल. अंगभर निळा रंग फासलेलं, भीषण नैसर्गिक गुलाबी ओठांचं एक प्रेत. पण तिचं काय ? तिला तो असा सहजासहजी सोडणार होता ?

त्याला सोनेरी वर्खमिश्रित लाल पाऊलखुणा दिसल्या. तो इतका सैरभेर झाला होता की या आधी त्याचं लक्षच गेलं नाही. त्या नाजूक, छोट्या पावलांचे ठसे त्याने ओळखले, आंगठ्याचा मोठा ठिपका आणि मग बोटांचे चार लहान ठिपके, चवड्याची खूण आणि तिला जोडून पावलाच्या उंचवट्याची कड जी खोटेच्या गोलाईला जाऊन मिळालेली.

तो चौकात येऊन पोचताच एक मोठा स्फोटक आवाज झाला. आघात टाळण्यासाठी तो झटकन वाकून बाजूला वळला. तिने एक फुगवलेली कागदी पिशवी फोडली होती आणि आता ती पोट धरून हसत होती. याच स्त्रीला छोटी संतमाई म्हणतात का ? ही तर एक लहान मुलगी होती. बारीकसारीक, कधी कधी अत्यंत बालिश खोड्या करण्यात रमणारी, स्वतःचा आनंद इतरांमध्ये पसरवणारी, एक अस्वस्थ करणारी, जगावेगळी शक्ती असलेली, अजाण देवभोळ्यांना, तसंच ज्ञानी, प्रौढ भक्तजनांना आपलं वय विसरून लहान मुलांप्रमाणे बेभान नाचायला–गायला लावणारी.

तिने त्याचा हात आपल्या हातात घेतला आणि आपल्या चोळीच्या आत हृदयावर तो ठेवला. ‘‘हे शक्य आहे का, हे शक्य आहे ?’’ वेळ आणि श्वास संपत आल्याप्रमाणे ती भरभर बोलू लागली, ‘‘दररोज एकाच माणसाच्या परत प्रेमात पडणं शक्य आहे ? खरंच, इतर कुठल्याही स्त्रीपेक्षा मी किती भाग्यवान. वाजव, वाजव, बासरी वाजव माझ्या प्रभो, माझ्या नाडीचे ठोके शांत करून माझं हृदय अधिक विस्तृत कर म्हणजे तुझ्यावरच्या माझ्या अपार प्रेमाला त्यात सामावता येईल. विश्वाएवढं नाही, बारा विश्वांएवढं मोठं कर माझं हृदय. वाजव माझ्या जिवलगा, बासरी वाजव !’’

विश्वं ? बारा विश्वं ? जिवलग ? असले पुस्तकी, पुरातन वाक्प्रचार तीच करू शकते. ती ते इतके मनःपूर्वक उच्चारते की तिच्या तोंडी ते खोटे वाटत नाहीत. तो बासरीवर वसंत ऋतूला आळवणारा बसंतबहार वाजवू लागला.

‘‘हे घे !’’ तिच्या हातात दोन टिपऱ्या होत्या.

‘‘याचं काय करू मी ?’’

‘‘तू हे विचारतोयस ? त्यांचा उपयोग तुझ्याइतका चांगला दुसऱ्या कुणाला माहीत असेल ?’

तो म्हणायच्या बेतात होता की, 'काहीतरी काय ? मला नाही नाचता येत. आणि मेवाड राजघराण्याच्या राजपुत्राला ते शोभतही नाही.' पण सुदैवाने असं काही म्हणण्यातला मूर्खपणा त्याच्या वेळीच लक्षात आला. सर्वांत थोरला राजकुमार आणि होऊ घातलेल्या युवराजाने बऱ्याच न करण्यासारख्या गोष्टी केल्या होत्या. अशा गोष्टी ज्या इतर राजपुत्रांनी करण्याचं नाकारलं असतं. शिवाय एकदा का तिने ठरवलं, की 'नाही' ऐकून घेणाऱ्यांपैकी त्याची बायको नव्हती. त्याने टिपऱ्या हातात घेतल्या. काळ्या लाखेने रंगवलेल्या त्या टिपऱ्यांवर सोनेरी वेली आणि लाल फुलांची नक्षी होती जी काळोखातदेखील चमकत होती. घागऱ्यात खोवलेल्या दुसऱ्या दोन टिपऱ्या तिने काढल्या. त्यांच्यावरची नक्षी थेट उलटी होती – सोनेरी रंगावर काळ्या वेली आणि लाल फुलं.

एक पारंपरिक गाणं गायला तिने सुरुवात केली आणि हात उंचावून ठेक्यावर तिने टिपऱ्या वाजवल्या. त्यानेही बेढबपणे तिनं अनुकरण केलं. त्याच्या टिपऱ्यांचा आपल्या टिपऱ्यांवर आघात होण्यासाठी ती थोडी थबकली, पण त्याचा तालही चुकलेला आणि टिपऱ्यांची जागाही.

"उगीच सोंग करू नकोस !" तिने त्याला दटावलं, "मी उजवीकडून टिपऱ्या आणल्या की तू तसंच नाही करायचंस, तू त्या डावीकडून आणायच्यास," त्याचा गोंधळलेला चेहरा पाहून तिचा आवाज थोडा मृदू झाला. "तू रास खेळायचं कसं विसरलास ? तुझा नाच आहे ना तो ? तूच तर तो निर्माण केलास."

ओशाळा होऊन त्याने मान खाली घातली.

"चल, मी दाखवते तुला. एक दोन तीन, टिपऱ्या उजवीकडे वर उचलायच्या, ठक् ठक् ठक्. एक दोन तीन, टिपऱ्या डावीकडे ठक् ठक् ठक्. एक दोन तीन, आता माझ्या टिपऱ्यांवर तुझ्या टिपऱ्या मार ठक् ठक् ठक्. टिपऱ्या खाली आण आणि परत पहिल्यापासून तसंच पुन्हा. चल एकदा करून पाहूया. बघ, जमलं की नाही ? उगाच नाटकं करत होतास. किती छान खेळतोस तू रास. उगीच नाही ती मेली राधा आणि मथुरेच्या साऱ्या गोपी भाळल्या तुझ्यावर. पण आता माझ्या नकळत तसली काही थेरं करशील ना तर याच टिपऱ्यांनी तुझ्या तंगड्या तोडीन."

त्याने गाण्याच्या शब्दांकडे दुर्लक्ष करण्याचा प्रयत्न केला. नेहमीप्रमाणे गोपी यमुनेवरून पाणी भरून चालल्या असताना हजार नावांच्या देवाने बेचकीतून खडे मारून त्यांचे घडे फोडले आणि डोळे फाडून त्यांच्या भिजलेल्या अंगाकडे पाहत बसला. आता ओल्या, पारदर्शक कपड्यांनिशी त्या घरी कशा जाणार ? तो बन्सीबाज मधुसूदन तर निर्लज्जच होता, पण त्या नवरा, मुलं असलेल्या कुलशीलवान स्त्रिया होत्या. आता त्या घरच्या माणसांना कशा सामोऱ्या जातील ? आणि काय कारण सांगतील ?

भयंकर तिटकारा यायचा त्याला असल्या या गाण्यांचा. भारतातल्या कवींना दुसरा कुठलाच विषय मिळत नव्हता का ? या दैवी स्त्रीलंपटावर हजारो गाणी लिहिली गेली आणि दररोज कुणी ना कुणी तरी त्या संख्येत भर घालत होतं. रडक्या, चिडक्या, निखालस खोट्या रागाच्या सुरांत बायका त्याच्याविरुद्ध तक्रार करत. त्यांचे कपडे न चोरण्याची, सर्वदेखत छेडछाड न करण्याची, होळीत रंग न फेकण्याची विनंती करत. तो त्यांना छळायचं थांबवेल का एकदाचं ? नको, नको, नको त्या तोंडाने म्हणत, पण त्यांना म्हणायचं असे हवंय, हवंय, हवंय, आणखी हवंय, थांबू नकोस. त्याने जर खरंच त्यांच्याकडे पाठ फिरवली तर आनंदित होण्याऐवजी त्या दुःखाने वेड्यापिशा व्हायच्या, बेचैन व्हायच्या, धुसफुसायच्या, झुरायच्या. विनयभंग झाला असता त्यांचं भेकणं जर त्रासदायक वाटत असलं तर त्यांचं विरहातलं विव्हळणं असह्य व्हायचं.

कुणी लिहिली असावीत ही रंगेल शृंगाराची सूचक गीतं ? ही गाणी म्हणजे निषिद्ध गोष्टी हळूच चोरून पाहणाऱ्यांसाठी – म्हणजे जवळजवळ साऱ्याच पुरुषांसाठी– दारातल्या फटीसारखी होती, जिच्या योगे ते कल्पनारंजित दुहेरी जीवन जगू शकत. प्रथमपुरुष एकवचनात लिहिलेल्या या साऱ्या गीतांच्या नायिका जरी स्त्रिया असल्या तरी बहुतेक गीतांचे रचयिते पुरुष असत. पण संधी मिळताच कुठलीही गृहिणी कसंबसं यमक जुळवून एखादं गाणं रचायचं सोडायची नाही – ‘अगं माई, बघ ना हा कान्हा कसा माझी वेणी उलगडतोय आणि पदर ओढतोय.'' असं मानलं जातं की, परंपरेच्या चौकटीत कवी ज्या रूढ शब्दांचा आणि प्रतिमांचा वापर करत, त्यांच्यामागे एक गूढ आध्यात्मिक अर्थ लपलेला असतो. (हे कितपत खरं मानायचं याबाबत युवराजाला शंका होती.) आणि आश्चर्याची गोष्ट म्हणजे ही गीतं बहुतांशी बायकाच गायच्या. पुरुषांप्रमाणे त्यांच्यादेखील नैसर्गिक इच्छा दडपल्या गेल्या होत्या का ? कसलं आकर्षण वाटायचं त्यांना या देवाबद्दल ? पण फक्त बायकाच त्याच्या स्वप्नरंजनात मश्गुल असायच्या हेही खरं नाही. देशातल्या साऱ्या नागरिकांचं त्याच्याबरोबर एक निरंतर प्रेमप्रकरण चालायचं. राम, विष्णू किंवा शंकराबद्दल असली अतिरेकी शृंगाराची गाणी कुणी म्हणत नाही. या मोरपिशी देवाबद्दलच्या असल्या अनावर आकर्षणाचं कारण काय असावं ? जी कृत्य करून तो सहीसलामत निसटायचा त्याच कृत्यांसाठी दुसरा कुठलाही पुरुष तुरुंगात डांबला गेला असता. साऱ्या बायकांच्या मनात ओल्या पारदर्शक चोळ्यांनिशी रस्त्यातून हिंडायची आणि फेट्यात मोरपीस खोवलेल्या एखाद्या फाकड्या तरुणाने त्यांच्या ओढण्या खेचायची सुप्त इच्छा दडलेली असते की काय ?

या काव्यात जे काही व्यंग्य आणि विरोधाभास लपलेला असेल तो असो, युवराजाची मात्र खात्री झाली होती की बन्सीबाज, हा पुरुष आणि स्त्रिया, दोघांच्याही गुप्त वैषयिक इच्छापूर्तीचं साधन बनला होता.

पण या मादक प्रेमगीतांच्या निकृष्टतेची नालस्ती करत असतानाच दुसरीकडे तो गाण्याच्या ताल आणि लयीत रंगून गेला. आपल्या नेहमीच्या पद्धतीप्रमाणे त्याची बायको आपला जीव आणि अलौकिक आवाज त्या होरीत ओतत होती. अशा वेळी त्याला नेहमी अनिश्चित वाटायचं. कारण ओळखीच्या गाण्यालाही ती काय अनपेक्षित वळण देईल याची त्याला कधीच खात्री वाटत नसे. तिचा खड्या सुरातला उत्साही आवाज मधूनच अचानक हळुवार, सलोख्याचा व्हायचा तर कधी विकारवश आणि आर्जवी. लहानपणापासून पाहत आलेल्या पिचवाई चित्रांची त्याला आठवण झाली. बन्सीबाजाचा रास हाच विषय असायचा त्यांचा. तो कधीही एकटा नसे त्यात. नेहमी शेकडो, हजारो गोपींनी वेढलेला. पण त्याच्याबरोबर नाचण्यासाठी त्या बायकांना रांगेत उभं राहावं लागत नसे. एकाच वेळी तो त्या सगळ्यांची संगत करायचा. त्या चित्रांत जितक्या गोपी तितकेच बन्सीबाज असत. त्यांपैकीच एका पिचवाई चित्रात प्रवेश केल्यासारखं वाटलं युवराजाला. फक्त इथे राजकुमारीने तिला कुणी प्रतिस्पर्धी नसतील याची काळजी घेतली होती.

गोल फेर धरून नाचला जाणार रास हा एक शृंगारिक नृत्यप्रकार असला तरी अर्ध्या तासानंतर तो त्रासदायक होऊ लागतो. सावकाश नाचा किंवा शीघ्रगतीने, त्यातल्या तोचतोचपणाचा शेवटी कंटाळा येतो. असं गोल गोल फिरण्यात त्याला अजिबात रस नव्हता. काहीतरी वेगळे प्रकार करून पाहणं आवश्यक होतं. त्याला पखवाज वादनाची तत्त्वं आठवली. एकदा का तुम्ही एखादा सोळा किंवा बारा मात्रांचा ताल निवडला की त्याच्या आवर्तनाच्या बांधील वर्तुळातनं तुमची अनंतकाळपर्यंत सुटका अशक्य, आणि तरी त्यातही तुम्हांला अमर्याद स्वातंत्र्य असतं. जोपर्यंत तुम्ही सम बरोबर पकडता तोपर्यंत लयीचे जे काही अगणित प्रकार करायचे असतील ते करण्याची तुम्हांला संपूर्ण मुभा असते.

राजकुमारी शांतपणे ठराविक साच्यात नाचत होती जेव्हा त्याने अचानक लय आणि नाचाची मांडणी बदलली. ती गोंधळेल आणि ठेका चुकेल, असं त्याला वाटलं होतं, पण तिने लगेच त्याची लय उचलली.

''तुला झगडा करायचाय का दोस्त ?'' ती हळूच कुजबुजली, ''पण पश्चात्ताप करावा लागेल तुला.'' तिने गोड स्मित केलं आणि अचानक तिचं सारं शरीर सचेत आणि सावध झालं. गात्रं लवचीकपणे त्याच्या पुढल्या चालीची प्रतीक्षा करू लागली. तिचे हिरवे डोळे खुशीने चमकले आणि आपल्या सावजाला गट्ट करण्यापूर्वी त्याच्याशी खेळणाऱ्या मांजरीसारखी दिसू लागली ती. द्रुतगतीने आपल्या टिपऱ्या वाजवत आपण रिंगणात प्रवेश करत असल्याची सूचना तिने दिली.

आत्ता, अशा स्थितीत त्याला कुणीतरी पाहिलं तर ? बाजारगप्पा उत्पादकांना भरपूर कच्चा माल मिळेल. त्याची नजर झर्रकन् राजवाड्याच्या खिडक्यांवरून आणि काळोख्या कानाकोपऱ्यांतून फिरली. नोकर चाकर, माळी आणि अर्थात राणी कर्मावतीचे हेर नक्कीच पाहत असणार. एक सावली हालल्यासारखी वाटली त्याला. का उगाच तो स्वत:ला फसवत होता ? आजूबाजूला कुणीही नव्हतं. कुंभलगडहून आल्यानंतरच्या आठवड्यांत, महिन्यात, दर रात्री त्याच्या महालातले सगळे दासदासी, हिजडे, नोकरचाकर आणि इतर रिकामटेकडे लुडबुडे यांना कौसल्या राजवाड्याच्या दुसऱ्या भागात कामावर नेमायची आणि त्याचा महाल रिकामा करायची.

''मला तुझी काळजी वाटते, युवराज. तुझ्या डोळ्यांखाली काळी वर्तुळं जमली आहेत बघ.'' महालाच्या एका सज्जाच्या छताला चिकटून भूतनीमाता वटवाघुळासारखी लोंबकळत होती. तिला पकडता येईल असं काहीच नव्हतं त्या भिंतीत, आणि तरीही ती विनासायास अधांतरी लटकत होती. ''रात्री जरा जास्तच जागवतोस हल्ली. आणि इतर सगळी माणसं कुठे गेली ? राजवाड्यात पटकीची साथ वगैरे आली होती की काय ? महालात चिटपाकरूदेखील नाहीये. तुझी ती जुनी मोलकरीण सोडून. नाव विसरले बघ तिचं. तुझी दायी होती ती की तुझं इंद्रिय प्रथम आपल्या जांघामध्ये घेणारी वेसवा ? काय बरं नाव तिचं ? अगदी जिभेच्या टोकावर आहे माझ्या.''

''तुला चांगलं आठवतंय तिचं नाव. विसरायला हवी ती प्रत्येक गोष्ट तुला चांगली आठवते. तू तिच्यापासून दूर राहावंस हे उत्तम.''

''अगबाई, कौसल्याबद्दल अजूनही इतका हळवा आहेस का ? पण ती का पहारा ठेवून राहिली आहे ? काय चाललंय तरी काय इथे ?''

''तुला काय करायच्या आहेत नसत्या उचापती ?''

''तू म्हणजे नसती उचापत ? सध्या तरी तूच माझं एकमेव लक्ष्य आहेस.'' तिने राजकुमारीकडे पाहिलं आणि नजर परत त्याच्याकडे वळवत म्हणाली, ''हे फारच रोमांचकारी आहे, नाही ? आपल्या वैऱ्यावर असं फिदा होणं ? तिच्याबरोबर जागा बदलायची माझी एका पायावर तयारी आहे.'' भूतनीमातेने आपल्या जांघा सताड उघडल्या, ''या पोकळीत डोकावून पाहा युवराज, एका दृष्टिक्षेपात साऱ्या सृष्टीचं दर्शन घडेल इथे. सारी सुखं, सारं ऐश्वर्य, या आणि इतर विश्वांचदेखील, तुझी प्रतीक्षा करताहेत तिथे. कसं वाटलं यमक ? आवडलं नाही ? तुला काव्य समजत नाही हेच खरं. वाईट काव्यदेखील नाही.''

त्या काळ्या विवरात थुंकत तो म्हणाला, "काय करतेयस तू इथे ?"

"तुझ्यावर वाईट नजर टाकतेय." आणि ती हसली. विकट आवाज होता तो, थेट हृदयापासून आलेला, "तुला आशीर्वाद देते. तुझा स्पर्श झालेली प्रत्येक गोष्ट राख होवो. तुझ्या सान्निध्यात आल्याचा पश्चात्ताप होऊ दे तुझ्या प्रत्येक प्रिय व्यक्तीला !"

३२

राजा पुराजी कीका आणि मी जिवलग मित्र खरे, पण आमची दूरस्थ मैत्री होती. एकत्र असतो तेव्हासुद्धा आम्ही फार बोलत नाही. नि:शब्दता आणि मितभाष्य ही आमच्या मैत्रीची वैशिष्ट्यं. मी खूपदा स्वत:ला विचारतो की माझ्यात मैत्री जमवायची आणि अधिक महत्त्वाचं म्हणजे, मैत्री टिकवण्याची कला आहे का ? पण कदाचित माझी ही जवळजवळ मित्रहीन स्थिती राज्यपदासाठी उत्तम प्रशिक्षण आहे. राजाचे सोबती खूप असू शकतात, पण त्याला मित्र नसतात. कवी आणि आदर्शवादी काहीही म्हणोत, पण मैत्री आणि पक्षपात यांचा जवळचा संबंध आहे, आणि जिथे पक्षपात संभवतो तिथे त्या राजाचा आणि त्याच्या घराण्याचा अध:पात व्हायला वेळ लागत नाही. असं म्हटलं जातं की, पितापुत्रांमधलं सर्वांत उत्तम नातं मैत्रीचं. हे खरं असेलही. पण मला वाटतं आपल्या साऱ्या मुलांना दोन हात दूर ठेवण्यात बाबांचा सूज्ञपणा दिसून येतो. फाजील अपत्यप्रेम हा मूर्खपणा आहे. जिथे भावनिक गुंतवणूक नसते तिथेच तुम्ही 'नाही' म्हणू शकता. आणि राजाला दिवसातून अनेक वेळा 'नाही' म्हणावं लागतं. जिथे नोकरी देण्याचा प्रश्न येतो तिथे तर नेहमीच. दोन प्रधानमंत्री किंवा दोन सेनापती ठेवता येत नाहीत. खालच्या हुद्द्यांवरदेखील, जिथे अधिक जागा असतात, तिथेदेखील फक्त ठराविक संख्येने माणसे नेमता येतात. नाहीतर 'अधिकारी' आणि त्याच्या हाताखालची 'कर्मचारी शृंखला' ही सारी पदं निरर्थक होतील आणि अर्थखात्यावर असह्य भर पडेल तो वेगळाच.

उरला मंगल. व्यावसायिक दृष्ट्या तो माझा एकमेव सोबती आहे, ज्याला सद्यपरिस्थितीत मित्र म्हणता येईल कदाचित. मित्रत्वाच्या नात्याचा मी अवमान करतोय का ? माझ्या मते, कर्तृत्वाबद्दल आदर, ध्येयपूर्तीसाठी लागणारी हुशारी आणि इच्छाशक्ती, कल्पकता आणि काटकसर, यांवर मैत्री अवलंबून असते. कामगिरी उत्तमपणे पार पाडणं ही एक कला आहे. त्याच्या कार्यक्षेत्रात मंगलला एक कलाकारच म्हणावं लागेल. तरीही, काबूलहून येणाऱ्या कागदांच्या कपट्यांविषयी मला शंका का वाटते ? माझी बायको संतपदावर पोचल्यापासून मेवाडमध्ये निर्माण होऊ लागलेल्या असंख्य छोट्या कलाकृती आणि धार्मिक अवशेष यांचा परिणाम असावा हा. आमचे

दोन लोकप्रिय चित्रकार म्हणजे अजित सोळंकी आणि शराफत अली. वृंदावनी मंदिराच्या बाहेर दररोज सरासरी वीस ते चाळीस अल्पाकृती चित्रं विकली जातात, ज्यांच्यावर या दोघांच्या सह्या असतात आणि ज्यांत छोटी संतमाई गाताना, एकतारी वाजवताना किंवा बन्सीबाजाबरोबर नाचताना दाखवलेली असते. पण अल्पाकृतींचा हा व्यवसाय इतर अवशेषांच्या विक्रीच्या मानाने खूपच कमी म्हणावा लागेल. ज्या प्रमाणावर दररोज राजकुमारीच्या केसांची विक्री होते त्यानुसार आतापर्यंत तिला सात वेळा टक्कल पडलं असतं.

बाबरच्या लिखाणाविषयी मला शंका वाटतेय ती अशी की, कुणीतरी तुर्की भाषा जाणणारा चतुर व्यापारी, शाम दुलारे आणि प्यारेलालशी संगनमत करून आम्हांला खोटं, बनावटी लिखाण विकतोय आणि स्वत:चे खिसे भरतोय. यासंबंधी दुहेरी तपास करण्याचा निर्णय मंगलने स्वत:हून घेतलाय. चातुर्य, वक्रमार्ग आणि दीर्घ प्रयत्नांती मंगलने काबूलपर्यंत एक हेरांचं जाळं तयार केलं आहे, ज्यायोगे त्याचा आता राजाच्या महालात शिरकाव शक्य झाला होता. बाबरचा एक हैदरनामक छोटा चुलतभाऊ आहे जो त्याचा फार लाडका आहे, ही आम्हांला मिळालेली बातमी खरी होती तर. भारताच्या वाऱ्या, शेजारी राज्यांशी आणि बंडखोरांशी होणाऱ्या चकमकी, आणि मुलकी राज्यकारभार हे सारं सांभाळून छोट्या हैदरच्या शिक्षणाची जबाबदारी बाबरने स्वत:कडे घेतली आहे आणि कलात्मक लेखन, वाचन, पत्रलेखन आणि काव्य हे विषय तो स्वत: त्याला शिकवतो, याचा ठोस पुरावादेखील मंगलने मिळवलाय – चोरून आणलाय म्हणणं अधिक योग्य. हैदरच्या रत्नजडित दौतीमधलं (जी दौत बाबरने त्याला भेट दिली होती) चिनीमातीचं भांडं आणि त्याची लेखणी, या दोन वस्तू मंगलने हस्तगत केल्या आहेत. आम्हांला मिळालेल्या बाबरच्या रोजनिशीतल्या लिखाणाच्या शाईशी आणि लेखणीच्या टोकाच्या रुंदीशी आणि कोनाशी ही शाई आणि हे लिखाण बरोबर जुळतात.

गेल्या वर्षभरात शाम दुलारेने मंगलला पुरवलेल्या लिखाणातले काही महत्त्वाचे भाग मी इथे सादर करतोय. हे उतारे पूर्वीच्या उताऱ्यांच्या मानाने बरेच मोठे आहेत.

सोळाव्या वर्षी झालेल्या बाबरच्या पहिल्या लग्नाविषयीची नोंद —

"आयेशा सुलताना बेगम, जिच्याशी माझ्या आणि तिच्या वडिलांनी – जे माझे मामाही लागतात – माझं लग्न ठरवलं होतं, ती खुजंदला आली आणि शबानच्या महिन्यात आमचं लग्न झालं. जरी तिच्याबद्दल माझं मत प्रतिकूल नव्हतं तरी हे माझं पहिलंच लग्न असल्यामुळे, विनय आणि भिडेच्या आहारी जाऊन मी तिला दहा, पंधरा किंवा वीस दिवसांतून एकदा भेटायचो. पुढे पुढे मला त्यातही रस वाटेना आणि माझी भीड आणखीनच वाढली. तेव्हा मग माझी आई, खानीम, ही माझ्या मागे परत परत

तगादा लावून, कटकट करून मला हैराण करायची आणि महिना, चाळीस दिवसांतून एकदा बळजबरीने मला तिथे पाठवायची.''

कुमारावस्थेत बाबर जबर प्रेमात पडला. त्याच्या साऱ्या आयुष्यात हा असला अनुभव बहुधा एकमेव असावा.

''त्या मुक्त बालपणीच्या दिवसांत माझ्यातल्या एका वेगळ्या प्रवृत्तीचा मला शोध लागला. छावणी बाजारातल्या, बाबरी हे योग्य नाव असलेल्या एका मुलासाठी, काव्यात म्हटल्याप्रमाणे 'वेडावून मी स्वत:लाच क्लेश दिले.' तोपर्यंत मला कुणाहीबद्दल असं वाटलं नव्हतं, प्रेम आणि वासना याबद्दल मी कधी ऐकलं नव्हतं. बोललो नव्हतो किंवा अनुभवलं नव्हतं. त्यावेळी मी फारसीमध्ये दोन पक्तींची काही पदं लिहिली. त्यातलंच हे एक —

न होवो कुणी हीन – दीन मजसा
न असो कुणी जिवलग बेपर्वा, निष्ठुर तुजसा.

''वेळोवेळी बाबरी आणि मी समोरासमोर यायचो, पण लज्जा आणि भिडेमुळे मी कधी त्याच्याकडे नीट पाहू शकलो नाही, मग बोलणं आणि काव्य म्हणून दाखवणं कसं शक्य होतं ? हर्ष आणि व्याकुळता यांमुळे त्याच्या येण्याबद्दल मी कधी त्याचे आभार मानू शकलो नाही, तर मग त्याच्या जाण्याबद्दल मी त्याला दूषण कसं देणार ? त्याच्या सहवासाची मागणी कुठल्या अधिकाराने करणार होतो मी ? त्या अगतिक आवेगाच्या स्थितीत मित्राबरोबर हिंडत असताना एकदा एका गल्लीत अचानक तो समोर आला तेव्हा मी इतका सैरभैर झालो की तसाच पुढे निघून जाण्याच्या बेतात होतो. त्याच्याशी बोलणं, त्याच्याकडे पाहणंही जमेना मला. शरमेची हजार मरणं मरत आणि स्वत:ला हजार नावं ठेवत मी तसाच चालत राहिलो. महमद सबीचं फारसीमधलं एक कडवं मला आठवलं —

मित्राला पाहताच मी लाजेने झालो चूर
इतर सोबती माझ्याकडे पाहती
मी मात्र पाहतो इतरत्र कुठेतरी दूर.

''हे कडवं मला तंतोतंत लागू होत होतं. उफाळत्या कामवासनेच्या भरात आणि यौवनाच्या खुळया जोशात मी उघडया डोक्याने आणि अनवाणी पायाने गल्ली–बोळांतून, द्राक्षांच्या मळ्यांतून आणि फळांच्या बागांतून भटकत राहायचो, ना मित्रांशी सभ्यपणे वागायचो ना परक्यांशी, ना स्वत:ची काळजी घ्यायचो.

त्याच्यासाठी ओथंबून वाहणाऱ्या माझ्या प्रेमाची
त्या परीकथेतील राजकुमाराला गंधवार्ता नसायची.

''कधी कधी वेड लागल्यासारखा डोंगर–माळावर, तर कधी बागबगीच्यातून, तर कधी उपनगराच्या रस्त्यांवरून मी एकटाच भटकायचो. असं भटकण्याचा किंवा न भटकण्याचा निर्णय माझा स्वत:चा नसायचा.

हिंडणं किंवा न हिंडणं काहीही माझ्या हातात नव्हतं.

हृदयचोरा तू ठरवशील त्याप्रमाणे फक्त वागणं होतं.''

बाबरप्रमाणेच मीही एक योद्धा आहे. पण स्वत:च्या खाजगी रोजनिशीतदेखील, समलिंगी प्रेमभावनेबद्दल इतक्या उघड आणि स्पष्टपणे लिहिणं जमलं असतं का मला ? यापुढे बाबरच्या शब्दांवर अविश्वास ठेवणं मला कठीण जाईल.

मला आगंतुकासारखं वाटतंय. मला जर कळलं की माझ्या प्रत्येक कृतीवरच नाही (राजवाड्यात राहणाऱ्याला अशा गुप्ततेची अपेक्षा ठेवता येत नाही) तर माझ्या विचारांवर आणि लिखाणावरदेखील कुणीतरी नजर ठेवून आहे तर मला कसं वाटेल ? दीर्घकालीन मैत्रीपेक्षा किंवा समोरासमोर बसून बोलण्यापेक्षा कितीतरी अधिक माहिती एखाद्याची रोजनिशी वाचून मिळते – अर्थात, जर ती रोजनिशी कुठलं तरी विशिष्ट उद्दिष्ट किंवा प्रसिद्धी वगैरेसारखे स्वार्थी हेतू मनात ठेवून लिहिली गेली नसेल तरच. एक गोष्ट निश्चित, बाबरबद्दल मला जितकी अधिक माहिती मिळतेय तितकी त्याला आणखीन जाणून घेण्याची माझी इच्छा बळावतेय. दोन धर्मांमध्ये इतका भेदभाव का असावा ? मला बाबरला भेटायला, कदाचित त्याच्याशी मैत्रीदेखील करायला आवडेल.

माझी विचारशृंखला तुटली. एक जड, पाय ओढत चालण्याचा आणि सेवकांच्या धावपळीच्या पावलांचा आवाज ऐकू आला. महाराज ? कसं शक्य आहे ? दिवस मावळला होता. घाईघाईने अंगात डगला चढवून बाबा आले असावेत. माझं डोकं त्यांच्या पायांवर वाकलं असताना त्यांनी आपला धडका हात माझ्या डोक्यावर ठेवला आणि प्रेमाने माझे केस विस्कटले. बाबांकडून हे फारच अनपेक्षित होतं. शेवटी एकदाचा मी योग्य ठरलो होतो का ? आपला मोठा मुलगा तसा वाईट नाही हे त्यांच्या लक्षात आलं होतं का ? किंवा कदाचित – छोट्या संतमाईबद्दल वाटणाऱ्या आपुलकीपोटी माझ्यावर मेहेरनजर झाली असण्याची शक्यता अधिक होती.

माझी बायको चांदीचं तांब्याभांडं घेऊन आली आणि पेल्यात पाणी ओतून तिने तो त्यांना दिला.

''मेदिनी रायकडून नुकताच एक खलिता आलाय. त्यांचा पूर्वीचा स्वामी, माळव्याचा सुलतान, याच्या चाळीस हजार शिपाई आणि तीनशे हत्तींच्या सैन्याने गग्रोनला वेढा घातलाय. रायचा मुलगा हेमकरण लढा देतोय, पण त्यांचा आवश्यक वस्तूंचा साठा संपत आलाय आणि किल्ल्याच्या रक्षणासाठी योद्धेही कमी पडू लागलेत.''

''मेदिनी राय कुठे आहेत ?'' मी विचारलं.

''धरमपूरला. आपल्या साहाय्याची वाट पाहत. कुणाला सेनापती नेमावं ? आणि असे तडकाफडकी किती माणसं पाठवू शकू आपण ?''

''राजकुमार हेमकरण आणखी किती दिवस ग्रगोनच्या किल्ल्याचं रक्षण करू शकेल ?'' बाबा खरोखरच सेनापत्यासाठी कोण योग्य आहे यावर माझं मत घेण्यासाठी आले होते का? यापूर्वी कधी त्यांनी असं केलं नव्हतं. की दुसराच काही हेतू होता त्यांचा ?

''आणखी सात दिवस. फार तर आठ. त्यानंतर केसरिया बाणा जाहीर करून त्याला साऱ्या सैनिकांसह किल्ल्याबाहेर यावं लागेल आणि निश्चित मृत्यूला तोंड द्यावं लागेल. आपल्यातर्फे कोणाला पाठवता येईल बेटा ?''

''माझ्या मते अशी एकच व्यक्ती आहे.''

माझी बायको आता महाराजांची लष्करी सल्लागार झाली आहे, हे मला माहीत नव्हतं. बाबांनाही ते माहीत नसावं, कारण माझ्याइतकंच आश्चर्य त्यांनाही वाटलं.

''आणि ती कोण असावी बरं ? आपणच तर नाही ना राजकुमारी ?'' बाबांचा सूर जरी मस्करीचा असला तरी राजकुमारी त्यांच्या सहनशीलतेचा अंत पाहत होती असं मला वाटलं.

''मला कमी लेखू नये महाराज.'' माझ्या बायकोच्या ओठांवर जरी स्मित असलं तरी स्वर हे स्पष्ट करत होता की कुणी तिची थट्टा केलेली तिला चालणार नाही. ''राजकुमार विक्रमादित्य. ते आक्रमक आणि कर्तृत्ववान आहेत. मुख्य म्हणजे त्यांच्या अंगी मारक वृत्ती आहे. कुठल्याही परिस्थितीतूनही ते राजकुमार हेमकरण आणि त्यांच्या माणसांची सुटका करतील.''

''आपण म्हणता ते सगळे गुण त्यांच्यात आहेत राजकुमारी, पण त्याच वेळी ते तापटदेखील आहेत आणि या मोहिमेसाठी तरी तो एक आदर्श गुण नाहीये. कारण इथे स्पष्ट विचारांची आणि त्याच वेळी निश्चित आणि जलद कृतीची आवश्यकता आहे.''

''हे तर रतनसिंहजींचं शब्दचित्र.'' हिरवे डोळेवाली सहजासहजी तोंड मिटणार नव्हती असं दिसत होतं, ''ते विचारी, विश्वासू आणि अनुभवी असल्यामुळे गग्रोनला नक्की वाचवतील.''

होतं तरी काय छोट्या संतमाईच्या मनात ? खरंच तिचा पाठिंबा होता का माझ्या भावांना ? मी अस्वस्थ झालो. कारण जितका प्रामाणिकपणाचा भाव तिच्या चेहऱ्यावर दिसत होता त्याच प्रमाणात तिच्या मनात वाकडे विचार असणार याची मला खात्री होती. बाबांना ती भलत्याच दिशेला नेत होती का ? की मनात एक विशिष्ट योजना आखून बाबाच तिला खेळवत होते ?

“आपल्या नवऱ्याचं नाव नाही सुचवलंत, राजकुमारी ?”

“यांचं ? छे ! खरं म्हणजे ते या कामास योग्य आहेत, पण त्यांचे विचार फारच अपारंपरिक असतात. जर मेवाडच्या सेनानायकांना त्यांची पद्धत असमाधानकारक वाटते तर बिचाऱ्या मेदिनी रायची काय प्रतिक्रिया होईल ? नक्कीच त्यांना वाटेल की आपण परत त्यांना तोंडघशी पाडू पाहतोय.”

“काय गंमत आहे पाहा, मलाही असंच वाटलं होतं. पण खुद्द रायनेच आपल्या पतीची मागणी केली आहे.”

माळव्याविरुद्ध मेवाडचं सेनापतिपद महाराजांनी मला द्यावं याच हेतूने माझ्या बायकोने हे सारं नाटक केलं होतं. पण नेहमीप्रमाणे महाराज सर्व काही निश्चितपणे ठरवूनच आले होते.

“ठरलं तर मग ? यांच्या प्रवासाची तयारी करण्यासाठी मला रजा द्यावी महाराज.”

“नवरा युद्धावर जाणार म्हणून माझ्याकडे दुर्लक्ष करणार आहात का आपण राजकुमारी ? म्हणजे आज रात्रीचं भोजन मी एकट्यानेच करायचं का ?” बाबांनी हसत विचारलं. माझी बायको बाबांना जितकं चांगलं ओळखते तेवढं मी कधीच ओळखू शकणार नाही हे उघड आहे.

“त्याची चिंता नसावी महाराज. काल रात्री लबाडी करून पत्त्यात जिंकलेले माझे सगळे पैसे परत मिळवल्याशिवाय मी आपल्याला सोडणार नाहीये. तेही चक्रवाढ व्याजासकट.”

“मी आपल्या पत्नीला नेहमी सांगतो की त्या लग्न करून चुकीच्या घराण्यात आल्या. राव विरमदेवांनी त्यांना आदिनाथजींच्या एखाद्या मुलाला द्यायला हवं होतं. आपली बायको संतबिंत काही नाहीये, राजकुमार. त्यांचं हृदय, मन आणि आत्मा कर्जाऊ पैसे देणाऱ्या सावकाराचा आहे.”

हिरवे डोळेवाली रुसल्याचा आविर्भाव करत नाटकीपणाने पाय आपटत निघून गेली. बाबा अर्थात, आपल्या सुनेच्या अभिनयावर बेहद खूश.

“मेदिनी रायच्या सैन्याचं काय बळ असावं ?” परत कामाकडे वळत बाबांनी विचारलं.

“दहा हजाराच्या आसपास असावं महाराज. पूर्वेकडील काही राय आणि सिलहाडी आपल्या तुकड्यांनिशी त्यांना येऊन मिळाले तर आणखी दहा हजारांची भर पडेल. पण महंमूद खिलजीने अचून वेळ निवडली आहे. सिलहाडी आणि इतर रायांची इच्छा असूनही ते सहजासहजी मेदिनी रायला येऊन मिळायचे नाहीत. गेल्या खेपेला सुलतानाच्या हाती मार खाल्ल्यामुळे मला वाटतं या खेपेला ते योग्य परिस्थितीची वाट पाहतील.”

''गेल्या गेपेला महंमूद खिलजीने एकट्याने त्यांना हरवलं नव्हतं. जर गुजरातच्या मुजफ्फर शहाने पुढाकार घेतला नसता तर मेदिनी रायने निश्चितपणे खिलजीला पराभूत केलं असतं.''

''बहुधा तसंच झालं असतं. पण आता तो फक्त एक तार्किक वितर्काचा मुद्दा राहिला आहे. मंगलच्या माहितीनुसार राय आणि त्यांच्या राजपूत सहकाऱ्यांची वीस हजार नाही, तर जवळपास चाळीस हजार माणसं मारली गेली. आणि त्यांच्यात बहुतेक सर्व ज्येष्ठ सेनानायक होते.'

''आपण किती सैन्य नेऊ इच्छिता ?''

''तीन हजार. फक्त घोडेस्वार.''

''फाजील आत्मविश्वास नको, बेटा.''

''मला वाटतं आता अवधी महत्त्वाचा आहे. आपण जर वीस तीस हजारांचं बळ गोळा करण्याचा प्रयत्न केला तर त्याला निदान दहा बारा दिवस तरी लागतील. त्यांचा शिधा आणि इतर पुरवठ्यासाठी आणखी एक आठवडा. तोपर्यंत राजकुमार हेमकरण किंवा मेदिनी रायला मदत पोचण्याला फार उशीर झालेला असेल.

''गेलं वर्ष सव्वा वर्ष शफी आणि तेज असं तातडीचं सैन्य उभं करण्याच्या योजनेचा विचार करत आहेत. यातील बहुतेक सैनिक यापूर्वी माझ्या बरोबरीने लढले आहेत. एखाद्या विशिष्ट लष्करी हेतू साध्य करण्याच्या कामगिरीसाठी एका वेगळ्या पद्धतीचं प्रशिक्षण देऊन त्यांची एक खास तुकडी तयार करण्यात आली आहे. यातील सारे घोडेस्वार एक सामान्य लक्ष्य नजरेसमोर ठेवून धडक हल्ला करण्यात तरबेज तर आहेतच, पण त्याचबरोबर त्यांची फळी फोडणं जवळजवळ अशक्यप्राय आहे. आतापर्यंत तालमीसाठी ते कृत्रिम लढाई लढत असत. त्यांचं कौशल्य अजमावण्यासाठी हा उत्तम मोका आहे. त्याशिवाय, मेवाडचं सैन्य मेदिनी रायला जाऊन मिळतंय असं कळताच त्यांना सहकार्य करू इच्छिणारे इतर राजे आपल्या शंका संदेह बाजूला सारून आपापल्या बळासकट गग्रोनच्या दिशेने कूच करतील अशी आशा वाटते.''

''आपण काय करतोय याची आपल्याला पूर्ण कल्पना असेल अशी अपेक्षा करतो आम्ही. यशस्वी व्हा ! केव्हा निघणार आपण ?''

''सातशे पन्नास स्वार आज रात्रीच निघतील. मी आता लगेच तेज आणि शफीशी मसलत करणार आहे. हे सारे सैनिक एकेकटे, कुणाचंही लक्ष वेधून न घेता निघतील. आपापली हत्यारं लपवून, छोट्या संतमाईच्या दर्शनासाठी आलेले आणि आता आपल्या गावी परतणारे ते सामान्य शेतकरी किंवा यात्रेकरी वाटावेत याची काळजी घेतली जाईल. उद्या आणखी दीड हजार स्वार असेच मार्गी लागतील. उरलेले उद्या रात्री निघतील. आम्ही सारे धरमपूरला एकत्र येऊ.''

"हे सारं पूर्वनियोजित होतं तर ?"

"काही आठवड्यापूर्वी संरक्षण समितीच्या बैठकीत जेव्हा मंगलने सांगितलं की मांडू आणि आसपासच्या प्रदेशात बरीच लष्करी हालचाल होऊ लागली आहे, तेव्हाच महंमूद खिलजी अचानक हल्ला करण्याच्या तयारीत असावा अशी शंका मला आली. पण खरं सांगायचं तर तेज आणि शफीच्या योजनेनुसार ही तातडीची तुकडी कुठल्याही आकस्मिक प्रसंगाला तोंड देण्यासाठी कायमची सज्ज असणं आवश्यक असतं."

"आम्हांला पुरवलेली सगळी माहिती मंगल गुपचूप आपल्यापर्यंत पोचवतो का ?"

बाबांच्या ओठांवर हसू होतं, पण आजच्या भेटीतल्या सर्वांत अवघड जागी आम्ही येऊन पोचलो आहोत याची मला जाणीव झाली. खेतनराणी महालाच्या मागच्या मैदानात शफी आणि तेज तयार करत असलेल्या या तुकडीसंबंधी सुरुवातीपासून बाबांना संपूर्ण माहिती होती असणार.

"राणा महाराज आणि मेवाडशी मंगल एकनिष्ठ आहे महाराज. संरक्षण समितीला माहीत नसलेली कुठलीही माहिती मंगलने बाहेर फोडलेली नाही."

"खरंच, मंगलविना आपण काय केलं असतं ?"

"देव करो आणि त्याच्याविना असण्याची पाळी कधीच न येवो आपल्यावर !"

"आणखी एक गोष्ट, बेटा ! या लढाईत माळव्याचा सुलतान बचावेल याची खबरदारी घ्यायची."

बाबांवर कधीच भरोसा ठेवता येत नाही किंवा आदिनाथजींची जमात म्हणते त्याप्रमाणे त्यांच्यावर शंभर आणि सात दशांश टक्के भरोसा ठेवता येतो. यापूर्वीही बाबा माझ्याशी हा चलाखीचा खेळ खेळले आहेत, पण मला अजूनही अक्कल आलेली नाही. मला बोलावून घेण्याऐवजी ते स्वत: इथे आले. राजकुमारीशी चेष्टामस्करी करून मला बेसावध केलं. सरळसोट पण खोचक प्रश्न विचारता विचारता एकदम आक्रमकपणे मंगलच्या आणि माझ्या निष्ठेविषयी शंका प्रदर्शित केली. आणि या सगळ्यातून मी सुरळीतपणे उत्तीर्ण होऊन सुटकेचा निश्वास सोडतो न सोडतो तोच सहज, जाता जाता आठवल्यासारखं ज्या मुख्य हेतूपोटी त्यांनी ही भेट दिली होती, तो हेतू प्रकट केला.

मेदिनी रायने खरंच माझ्या सहाय्याची मागणी केली होती का ? असेलही कदाचित. कदाचित बाबांनीच तसं सुचवलं असेल त्यांना. असो. महाराज नेहमीप्रमाणे एकाच वेळी दोन तीन खेळ खेळत होते. गेले सहा महिने कर्मावती राणीसाहेबांनी चितोडला परत बोलावलं जाण्यासाठी तगादा लावला आहे. त्यांना वाटलं होतं की त्यांनी मोठ्या हुशारीने महाराजांना त्यांच्या इच्छेप्रमाणे वागायला भाग पाडलं, पण आता त्यांच्या लक्षात आलंय की बाबांनी, प्रिय बाबांनी, त्यांना पूर्णपणे बगल दिली होती. दरम्यानच्या काळात माझी बायको आणि बाबा यांच्यात जवळीक निर्माण झाली. हे

त्या दोघांनी जाणीवपूर्वक, योजून–आखून केलं असं मला वाटत नाही, पण एकदा ही मैत्री निर्माण झाल्यावर तिचा आपल्या कामासाठी वापर करून घेण्यास बाबांची ना नव्हती. राणी कर्मावतींना परत बोलावण्यात येईल, पण आता त्यांच्यावर राजकुमारीचा अंकुश राहील. मला महत्त्वाच्या मोहिमेत गुंतवून – म्हणजेच कदाचित माझ्या अपारंपरिक कल्पना कृतीत आणण्याची दुसरी संधी देऊन, सद्य परिस्थितीपासून दूर पाठवण्यात येणार होतं, पण लगाम घालून. महंमूद खिलजीचा वध आणि माळव्यावर ताबा, या माझ्या मते मोहिमेच्या मुख्य उद्दिष्टांबाबत माझ्यावर प्रतिबंध घालून.

एका राजवंशाचा संपूर्ण नायनाट करून नव्या राज्यावर हुकूमत स्थापित करण्याची महाराजांची तयारी झाली नसावी. निदान सध्या तरी. कदाचित त्यांच्यापाशी योग्य कारणं असतील. प्रथम त्यांना साऱ्या राजपुतांना एकत्र आणून त्यांचा एक मजबूत संघ बनवायचा असेल, कदाचित नव्या राजवटीतली नोकरशाही आणि त्यातील उच्च पदांसाठी आणि अधिक महत्त्वाचं म्हणजे, नव्या राज्यातली बंडं आणि आंदोलनं यावर नियंत्रण ठेवण्यासाठी त्यांच्यापाशी कुशल माणूसबळ नसेल. त्यांचा हा विचार बरोबर असेलही. पण मला वाटतं की राजाने योग्य परिस्थितीची वाट पाहण्यात फार वेळ घालवू नये. कारण योग्य वेळ येईस्तोवर फार उशीर झालेला असण्याची आणि संधी कायमची हातातून गेलेली असण्याची शक्यता आहे.

३३

"युवराज," घाईघाईने माझ्यापाशी येत मेदिनी राय म्हणाले. साफा डोक्याला बांधायला वेळ न मिळाल्यामुळे तो त्यांच्या हातातच होता, "आपल्या स्वागताला येऊ शकलो नाही याबद्दल माफी असावी. आपल्याला पोचायला निदान आठवडा तरी लागेल अशी अपेक्षा होती आमची. आपण आधी निरोप पाठवला असता तर आपल्या स्वागतासाठी आम्ही सीमेपर्यंत स्वत: जातीने हजर झालो असतो."

त्यांच्या विस्कटलेल्या केसांमधली पांढरी बट दुपारच्या उन्हात अभ्रकासारखी चमकली. आपल्या विपुल केसांवरून हात फिरवून त्यांना पाठी सारत त्यांनी साफा बांधला. माझी व्याजस्तुती किंवा खुशामत करण्याचा प्रयत्न नव्हता त्यांचा. खरोखरच मला भेटायला त्यांनी सत्तर मैलांची रपेट केली असती.

"राणा महाराजांच्या शुभेच्छा आणि एक तपशीलवार पत्र घेऊन आलोय मी. माझ्याबरोबर माझे प्रतिनिधी, तेजसिंह आणि शफीखान आहेत. माझ्या समजुतीप्रमाणे आज पहाटेपर्यंत आमचं तीन हजारांचं घोडदळ धरमपूरला येऊन पोचलं असावं."

"तसं मला वाटत नाही युवराज. मेवाडचं सैन्य येऊन पोचल्याची खबर माझ्या सेनानायकांकडून मला कळल्याशिवाय राहती ना. किंवा असेलही कदाचित !" आमच्या कपड्यांवरून कुतूहलाची नजर फिरवत हसून ते म्हणाले, "तेदेखील वेशांतर करून ग्रामीण कपड्यांत आले आहेत का ?"

"होय. सुलतान महंमूद खिलजीचा संशय जागृत करायचा नव्हता आम्हांला. अधिक सावधानीसाठी ते सारे प्रथम पूर्व, पश्चिम आणि उत्तर दिशांना पांगून मगच आग्नेय दिशेला वळले असणार. सुलतानाला मागे फिरून धरमपूरच्या दिशेने आपला मोर्चा वळवण्यासाठी किती दिवस लागतील ?'

"आपल्या साऱ्या सैन्यासह आला तर चार ते सात दिवस. पण हातातलं सोडून तो पळत्याच्या मागे इथं का येईल ?"

"चुकीचं असेल कदाचित, पण मला वाटतं की एकदा का सुलतानाला कळलं की मेवाडचं सैन्य आपल्याला येऊन मिळालंय, म्हणजे गग्रोनवरचा त्याचा विजय क्षणभंगूर ठरण्याची शक्यता त्याच्या लक्षात येईल. तरीही जर त्याने गग्रोनचा कब्जा घेतला, तर

येत्या दोन दिवसांत आपण त्याला वेढलं असेल, अणि ते त्याला फार त्रासदायक ठरेल, कारण राजकुमार हेमकरण आणि त्यांच्या सैन्याने किल्ल्यातला सारा साठा संपवला आहे आणि कोठारं परत भरायला सुलतानाला बराच वेळा लागेल. पण लगेच गग्रोनच्या दिशेने कूच करून राजकुमारांची सुटका करावी अशी जर आपली इच्छा असेल तर तासाभरात आपण निघू शकतो.''

मी सुचवलेल्या दोन्ही पर्यायांवर त्यांनी बराच वेळ विचार केला. ''राजकुमार हेमकरण आणि माझ्या सैनिकांविषयी मला काळजी वाटते हे खरं आहे, पण या कारणास्तव मी चुकीचा निर्णय घेतला तर ते अक्षम्य ठरेल. आपलं भाकित खरं ठरण्याची शक्यता जरी कमी असली तरी ती शक्यता नाकारता येत नाही. शिवाय गग्रोनची सुटका करण्यासाठी आपलं तेरा हजारांचं बळ पुरं पडेल का याचीही मला शंका आहे.''

''तर मग पुढल्या कार्यक्रमासंबंधी आपल्याशी आणि आपल्या सेनापतीशी सल्लामसलत करण्यापूर्वी आम्ही स्नान उरकून घेऊ इच्छितो. राजे, आम्ही आपल्याला स्पष्टपणे एक प्रश्न विचारू शकतो का ? आपण मदतीसाठी महाराजांकडे अर्ज केलात त्यात आपण आमची मागणी का केलीत ?''

''युवराज, उत्तर देण्यापूर्वी माझी आपल्याला अशी विनंती आहे की आपल्या स्पष्टवक्तेपणाचा जवाब आम्ही तितक्याच प्रामाणिकपणे दिला तर त्याचा आपण राग न मानावा. मी आपली मागणी अशासाठी केली कारण मला सांगितलं गेलं होतं की आपण एक हेकेखोर व्यक्ती आहात आणि शक्यतोवर स्वत:चा एकही सैनिक न गमवता आपण युद्ध जिंकू इच्छिता. असं म्हणतात की सदसद्‌विवेकबुद्धीला न जुमानता शत्रूवर पाठीमागून किंवा अंधारात हल्ला करण्यास आपल्याला अजिबात संकोच वाटत नाही. असं म्हणतात की आपण आपला भावी बेत इतका गुप्त ठेवता की कधी कधी आपल्या सेनानायकांनादेखील महत्त्वाच्या आगाऊ चालीसंबंधी फक्त शेवटच्या घटकेलाच कळवलं जातं. असंही म्हटलं जातं की आपण नेहमी शेपटी पायात घालून वावरत असता आणि यत्किंचितही संदेह वाटला तर लगेच माघार घेता. कसलीही पूर्वसूचना न देता ठरवलेला बेत आपण केव्हा अचानक बदलाल ते सांगता येणार नाही. आणि असंही म्हणतात की आपण खोटारडे आहात. शत्रूला तर आपल्यावर विश्वास टाकता येत नाहीच, पण मित्रांनीही – जर आपल्याला मित्र असतील तर, आपल्यापासून हातभर दूर राहणंच शहाणपणाचं आणि या साऱ्या कारणांसाठी मी आपल्या मदतीची मागणी केली, युवराज.''

आम्ही परत भेटलो तेव्हा मी लिहिलेलं पत्र मी मेदिनी रायना दाखवलं आणि ते लवकरात लवकर सुलतानाकडे पोचवण्याची विनंती केली.

पत्र मैत्रीचं होतं.

माळव्याचे सुलतान, महंमूद खिलजी यांसी,

महाराज राणा संग्रामसिंह, मेवाडचे हिंदू, मुसलमान आणि जैन नागरिक, आणि मेवाडचे युवराज यांच्या आपल्याला आणि माळव्याच्या नागरिकांना शुभेच्छा. आपली हुकूमत दीर्घकालीन, सुखाची आणि समृद्धीची राहो !

मेवाडचं पन्नास हजारांचं सैन्य धरमपूरपासून पंधरा मैलांवर तळ ठोकून आपल्या आगमनाची अधीरतेने वाट पाहत आहे याची खबर आपल्याला मिळाली असेलच. लवकरच आमच्या सैन्याला राजे मेदिनी राय, राजे सिलहाडी, राजे चांद राय, अर्जुन राय, जय राय आणि राय पिथोरांचे चिरंजीव इंद्रसेन राय, हे आपापल्या सैन्यासह येऊन मिळणार आहेत. सर्व मिळून सत्तर हजारांहून अधिक सैनिक आपल्या स्वागतासाठी सज्ज असतील.

आम्ही सारे फक्त शांतीची इच्छा करतो. मैत्रीचा हात हीच माळवावासीयांसाठी आमची भेट आहे. माळव्याच्या अंतर्गत चकमकी आणि लढायांमुळे आपणही कंटाळून गेला असाल आणि राजे मेदिनी राय, मेवाड आणि पूर्वेकडील इतर राजांशी शांतीकरार करण्यास उत्सुक असाल अशी आमची समजूत आहे. यापुढे मेवाड किंवा माळव्याचं रक्त न सांडो ! आपली मुलं बंधुत्वाच्या नात्याने मोठी होवोत आणि दीर्घायुषी राहोत !

आमच्यावर आपली मेहेरनजर असावी ही विनंती.

आपला सेवाभिलाषी,

युवराज,

मेवाड.

ता. क. — राजे मेदिनी राय यांच्या हेरखात्याचे प्रमुख अजित सिंह यांच्याकडून असं कळतं की युद्धाच्या इराद्याने आपण गग्रोनला गेला आहात. त्यांच्या सांगण्यावर अविश्वास दाखवत आम्ही त्यांना विचारतो, की हे कसं शक्य आहे ? आपण एक विचारी आणि शांतिप्रिय व्यक्ती आहात हे त्यांना ठाऊक नाहीये का ? आम्ही त्यांना असंही विचारतो की त्यांना माहीत नाही का की मेवाडशी लढण्याने सुलतानांना त्यांची हजारो माणसं गमवावी लागतील जशी गुजरातचे सुलतान मुजफ्फर शहा यांना गमवावी लागली होती ? शिवाय माळव्याचे काही महत्त्वाचे प्रदेश हातातून जातील ते वेगळंच. कारण मित्रांशी

जरी आम्ही अतिदिलदार असलो तरी शत्रूशी आम्ही अतिनिष्ठूर होऊ शकतो. पण आम्ही जाणतो की अजित सिंह हा मूर्ख माणूस आहे आणि मूर्खपणाला आपल्यापाशी अजिबात थारा नाही.

"आपला हा प्रस्ताव त्यांनी मान्य केला तर काय, युवराज ?"

"तर राजे, आपण त्यांचं आदरातिथ्य करून त्यांना अशी जंगी मेजवानी देऊ जशी गग्रोन किंवा माळव्याने अजूनपर्यंत पाहिली नसेल. नंतर त्यांच्याशी शांतीकरार करून चंदेरीचा प्रदेश आपल्याला इनाम मिळावा अशी तरतूद करता येईल. या शांतीकराराचं जो उल्लंघन करील त्याला आपलं संपूर्ण राज्य गमवावं लागेल. सुलतान विवेकाने वागेल अशी आशा करत असतानाच मला अशीही शंका येते की, इतक्या दूर आल्यानंतर आपल्याशी युद्ध करणं हे तो त्याचं आद्य कर्तव्य मानील की काय."

"आणि या युद्धात तो जिंकला तर ? राजे सिलहाडी किंवा इतर रायांनी आपल्याला साथ देण्याविषयी फारशी उत्सुकता दाखवलेली नाही. आणि या घटकेला तरी आपलं सैन्यबळ पन्नास हजारांचं नसून फक्त तीन हजारांचं आहे."

"आपण हरलो तर आपल्याला तोंडघशी पाडल्याबद्दल राणा महाराज आम्हांला कधीच क्षमा करणार नाहीत. आम्ही जर तीस हजारांचं सैन्य आणण्याचं ठरवलं असतं तर किमान वीस ते पंचवीस दिवस गेले असते आणि तोपर्यंत कदाचित गग्रोन आणि आपला पुत्र हेमकरण या दोघांचाही बळी पडला असता. तो धोका आम्हांला पत्करायचा नव्हता."

"तर मग या परिस्थितीत मी आणि माझ्या सैनिकांनी आपल्या आदेशानुसार वागणं आणि विजय किंवा पराजयासाठी आपल्यालाच जिम्मेदार धरणं हेच उचित."

मेदिनी रायांच्या सेनानायकांबरोबरची बैठक फारशी सुखावह जरी नसली तरी असमाधानकारकही नव्हती. राय माझ्याशी सहमत होते किंवा नाही, मी एक धोकेबाज, माथेफिरू माणूस आहे अशी त्यांची समजूत होती की नव्हती, ते मला माहीत नाही, पण त्यांनी आपले विचार स्वत:पाशीच ठेवले आणि माझ्या कोणत्याही विधानावर कसलाही विरोध किंवा शंका प्रदर्शित न करता मला बैठकीचं संचालन करू दिलं. आमचं पहिलं काम म्हणजे अरवली पर्वतशृंखलेच्या ढोला–मारूनामक दोन बसक्या

शिखरांमागे आम्ही पन्नास हजार सैनिकांचा तळ ठोकण्याची तयारी करतोय अशी बातमी लोकांमध्ये पसरवणं, हे होतं.

धरमपूर आणि आजूबाजूच्या प्रदेशातल्या एकूण एक तंबूंची आम्ही मागणी केली आणि येत्या दोन दिवसांत आणखी शंभर तंबू तयार करण्यात यावेत असा आदेश जाहीर केला. यानंतर, आसपासच्या परिसरातील सगळे कुत्रे गोळा करून त्यांना लष्करी तळावर बंदिस्त केलं. धरमपूर तिथल्या माकडांच्या टोळ्यांसाठी प्रसिद्ध आहे. हजारोंच्या संख्येने असलेली ही माकडं दर वर्षी शेती उत्पन्नाचा एक तृतीयांश भाग नष्ट करतात. त्यांचा त्रास झाला तरी हनुमानाचे वंशज म्हणून कोणीही त्यांना मारत नाही. गावात जागोजागी दवंडी पिटली गेली की जो कुणी दहा कुत्रे किंवा माकडं लष्करी अन्नधान्य कोठाराच्या कचेरीत आणून देईल त्याला युवराज एक तन्का बिदागी देतील.

''लष्करी कोठारात ?'' रायांचा उपसेनापती करण राय अचंब्यात पडला, ''तिथे या प्राण्यांचं काय करायचं ?''

''सैनिकांनी जरी स्वतःचं अन्न स्वतःच शिजवलं तरी पन्नास हजाराच्या सैन्याला तुम्ही कसा काय पुरवठा करणार ? गेल्या वर्षीच्या अवर्षणानंतर या प्रदेशात शिकारीचीही फारशी शक्यता दिसत नाही.

''माकडं, युवराज ?'' करण राय उद्वेगाने म्हणाला.

''चीनमध्ये माकडांचा भेजा म्हणजे एक पक्वान्न मानतात, करणजी.''

''आपली खाण्यापिण्याची आवड जरा विचित्रच वाटते, युवराज !'' शिसारी येऊन तो म्हणाला, ''माझे सैनिक हात नाही लावायचे त्याला.''

''मेवाडच्या सैनिकांना आवडीनिवडी जोपासणं परवडत नाही. मोहिमेवर असताना गरज पडली तर ते हत्तीचं किंवा उंदरांचंही मांस खायला कचरत नाहीत. गुजरातच्या मोहिमेवर असताना तिथल्या अवर्षणामुळे जेव्हा आमचा शिधा संपुष्टात आला, तेव्हा माझ्या सैन्याने आणि मीदेखील, एक आठवडाभर साप, मुंगुस आणि भाजलेले लाल मुंगळे खाऊन गुजराण केली होती.''

मी माझा गाशा गुंडाळून परत जावं असं सुचवायला करण रायला नक्की आवडलं असतं, पण मेदिनी रायचा निर्विकार चेहरा पाहून मूग गिळून गप्प बसण्याशिवाय त्याला पर्याय नव्हता. या मोहिमेसाठी मंगलने हेरखात्याचा आपला प्रतिनिधी म्हणून नियुक्त केलेल्या शिराझ अलीकडे वळत मी त्याला खिलजी कंपूत अशी बातमी पसरवण्याची सोय करण्यास सांगितलं की शत्रूपक्षातले जे कोणी सैनिक युद्धकैदी म्हणून पकडले जातील, त्यांचे डोळे काढून बैलांऐवजी त्यांना तेलाच्या घाण्यावर आणि पिठाच्या चक्क्यांवर राबवलं जाईल किंवा त्यांना नामर्द करून, कोळशांच्या खाणीत काम करायला पाठवण्यात येईल, जिथून कोणीही जिवंत परत येत नाही. त्यांच्या आया,

बायका, मुलं आणि मुलींना वेश्याव्यवसायाला लावलं जाईल जिथे त्यांना अघोरी, अनैसर्गिक अत्याचारांना तोंड द्यावं लागेल आणि ते निकामी होताच त्यांना मारून टाकण्यात येईल. त्यांच्या जमिनी अर्थात जप्त करण्यात येतील आणि सर्वोच्च किंमत देणाऱ्याला त्या लिलावात विकल्या जातील.

"पण जर खिलजीचे सैनिक येऊन मेवाडच्या सैन्यात भरती झाले किंवा परत आपल्या घरी गेले तर त्यांना भरघोस बक्षीस मिळेल. आमच्या धरमपूरच्या युद्ध कचेरीत दाखल होताच दोन महिन्यांचा आगाऊ पगार आणि लढाई संपल्यावर त्यांच्या इच्छेनुसार एक भारवाहू जनावर किंवा गाय त्यांना दिली जाईल.

"वडीलधारी माणसं आणि बायकामुलांना वेश्याव्यवसायाला लावण्याबद्दल आपण जे म्हणालात ते खरं नाही ना युवराज ? किंवा अघोरी, अनैसर्गिक कृत्यांबद्दल ?'' करण रायचा एक सेनाधिकारी माझी खुशामत करण्यासाठी अविश्वासाने हसत म्हणाला.

"का नाही ?'' मी तुटकपणे विचारलं.

"कारण आपण त्यांच्यासारखे नाही आहोत. आपण सुसंस्कारित माणसं आहोत.''

"खरं आहे. आपण त्यांच्यासारखे नाही आहोत. त्यांना लवकरच समजणार आहे की असं कुठलंही दुराचारी किंवा नीच कर्म नाही जे आम्ही करू धजणार नाही. मित्रहो, याचं गणित मी आपल्याला समजावून देतो. आमच्या व्याजाचा दर तीनशे टक्के आहे. आपण जाणताच की बऱ्याच वर्षांपूर्वी गुजरातने आमच्या तीन हजार सैनिकांचा बळी घेतला. नंतरच्या काळात मेवाडने फक्त एका सकाळच्या लढ्यात गुजरातचे दहा हजार सैनिक मारले. राजे मेदिनी रायनी आपली ३९,९१० माणसं मांडूच्या लढाईत गमवली. महंमूद खिलजीला त्याच्या राज्यातल्या याच्या तिप्पट माणसांवर, मग ती लष्करी असोत अथवा सामान्य नागरिक, पुरुष असोत अथवा स्त्रिया, पाणी सोडावं लागणार आहे.''

रायच्या युद्ध समितीने आश्चर्ययुक्त शांततेत या माहितीचं चर्वण केलं.

"एक शेवटचा प्रश्न युवराज.'' करण राय मला सहजासहजी सोडणार नव्हता, "आपल्या पन्नास हजारांपैकी बाकीचे सैनिक केव्हा येऊन पोचणार ?''

"आठवड्याच्या आत. शिराज अली आणि त्यांची माणसं, नीलकंठाच्या आडरस्त्याने त्यांना थेट छावणीत घेऊन येतील, म्हणजे गाववासीयांच्या शांतीचा भंग होणार नाही. माझे सैनिक चांगली माणसं आहेत, करणजी.'' एक अपराधी स्मित करत मी म्हणालो, "पण इतर कुठल्याही सैन्याप्रमाणे जरा मस्तीखोर आहेत.''

अखेरीस, कुठल्याही गुप्तहेरांपेक्षा किंवा कुप्रचारकांपेक्षा करण राय आणि त्याच्या प्रतिनिधींनीच आमची बदनामी करण्याचं कार्य चोखपणे केलं. शहरात माझ्याविरुद्ध

तिटकाऱ्याची लाट उठली. एक दोन वेळा आमच्या सैनिकांना शिव्यागाळी आणि दगड खावे लागले. मेदिनी रायनी गुन्हेगारांना चाबकाचे फटके दिले जावेत असा हुकूम दिला, पण तशाच महत्त्वाच्या कामानिमित्त जावं लागल्याशिवाय शक्यतोवर शहरात न जाणं व छावणीच्या सीमेच्या आतच राहणं शहाणपणाचं, असा निर्णय आम्ही घेतला. मला मान्य केलं पाहिजे की माझा भाऊ, विक्रमादित्य, याचा यावेळी मला फायदा झाला. वक्रोक्ती, अप्रत्यक्ष उल्लेख आणि खोट्या अफवा यांचा किती उपयोग होऊ शकतो हे मी त्याच्याकडूनच शिकलो. तिसऱ्या दिवसा अखेर धरमपूरच्या रस्त्यांवर एकही कुत्रा उरला नव्हता. नाही, अजून तरी आम्ही त्यांना खाऊन टाकलं नव्हतं, (पण रात्री छावणीत ते जो भयानक हलकल्लोळ माजवायचे, किंवा आपल्या बद्रीनाथ किंवा बजौरच्या दोस्ताच्या नावाने गळा काढायचे तेव्हा मात्र मला तशी तीव्र इच्छा व्हायची.) दुष्ट मेवाडी सैनिकांच्या तावडीत सापडू नयेत म्हणून गावच्या लोकांनी एक तर त्यांना गावाबाहेर हाकलून लावलं होतं, किंवा आपल्या घरात आणि अंगणात बंद करून ठेवलं होतं.

एका रात्री बऱ्याच उशिरा मेदिनी राय आमच्या छावणीत आले. आम्ही इथे आल्याच्या चौथ्या दिवशी. त्यांच्याबरोबर आणखी एक माणूस होता. राय भावविवश झाल्यासारखे वाटले. ते नीट बोलूही शकत नव्हते. काहीतरी अनुचित घडलं होतं खास. हे भगवान, राजकुमार हेमकरणचं काही बरंवाईट तर झालं नव्हतं ? गग्रोन शत्रूच्या हातात पडलं होतं का ? कुठल्याही सेनापतीला अक्षम्य असा गुन्हा घडला होता का माझ्या हातून ? फाजील आत्मविश्वासाचा ? का नाही सावधानी बाळगून मी रायबरोबर गग्रोनला गेलो आणि तिथल्या किल्ल्यावरचं दडपण कमी करण्याचा प्रयत्न केला ?

''युवराज, काही ऋणं अशी असतात की ती कधीच फेडता येत नाहीत.'' मेदिनी राय आता तंबूच्या आत आले होते, ''आपल्या या ऋणातून मुक्त व्हायची माझी इच्छाही नाही. मरेपर्यंत मी आपला ऋणी राहणार आहे. माझा मुलगा हेमकरण आणि गग्रोनच्या वेढ्यात अडकलेली माझी माणसं मला परत दिलीत आपण.''

मेवाडच्या पन्नास हजारच्या बळासंबंधीच्या बातमीला सुलतान फशी पडला याबद्दल मी श्री एकलिंगजीचे आभार मानले. आता कुठल्याही क्षणी तो आमच्या भेटीसाठी इथे येणार. पण त्याची मला चिंता नव्हती. मी हेमकरणला दीर्घकाळ माझ्या मिठीत घेतलं आणि नंतर माझ्या शेजारी बसवलं. पण काही पळांतच तो गाढ झोपी गेला.

"त्याला आपल्या पंखाखाली घ्यावं युवराज. आपण त्याचे आदर्श पुरुष आहात. आपल्या पावलांवर पाऊल ठेवून चालायला आवडेल त्याला."

देव करो व तसं न होवो ! आजचे आदर्श पुरुष उद्याचे खलपुरुष ठरतात. पण मरणाची कला शिकण्यातच जीवनाचं सार्थक आहे असं न मानणारा, तेज व शफीव्यतिरिक्त, आणखीन एक राजपूत मला मिळाला, तर मला आनंदच वाटेल.

माळव्याच्या सुलतानाचा काय डाव होता ? गग्रोनवरचा वेढा त्याने उठवला, त्याला जवळजवळ तीन आठवडे झाले होते आणि अजून त्याचा पत्ता नव्हता. खरं म्हणजे राजकुमार हेमकरणच्या पाठोपाठ येऊन त्याने आमच्यावर हल्ला करायला हवा होता. जादा सैन्यबळ येण्याची वाट पाहत होता का तो ? मला वाटलं होतं त्यापेक्षा तो अधिक चाणाक्ष होता का ? आमच्या मनात संदेह निर्माण करून आमचीच युक्ती आमच्यावर परत उलटवत होता का ? तसं जर असेल तर तो नक्कीच यशस्वी झाला होता. कारण मेदिनी राय, हेमकरण, तेज, शफी, आमची सेना आणि मी, आम्ही सारेच तर्कवितर्क, शंका आणि भीतीने त्रस्त होऊन त्याची पुढची चाल काय असावी यासंबंधी हैराण झालो होतो.

आता पाणी किती खोल आहे ते आजमावण्याची वेळ आली होती. सुलतानाला हलवून त्याची काय प्रतिक्रिया होते ते पाहणं आवश्यक होतं. त्याच्याशी उंदीर-मांजराचा खेळ खेळण्याचं आम्ही ठरवलं. अर्थात, तो उंदीर होईल या आशेने. आम्ही मेदिनी रायची तीन हजार माणसं निवडली आणि आमच्या तीन हजारांशी जोडली. त्यांच्या प्रत्येकी पंधराशे स्वारांच्या चार तुकड्या केल्या. एका वेळी फक्त दोन तुकड्या हल्ला करणार होत्या. तेज व शफीला या गनिमी चालीवर नेमलं, आणि या धडक हल्ल्याच्या तंत्राची माहिती होईस्तोवर हेमकरण व करण राय यांना त्यांचे मदतनीस म्हणून पाठवलं. त्यानंतर ते स्वतंत्र नेतृत्व करणार होते.

"तुम्ही स्वतंत्र आहात." मी त्या चारी जणांना म्हणालो, "मी काय केलं असतं, किंवा तुम्ही घेतलेले निर्णय मला मान्य होतील की नाही याचा विचार करू नका. कारण घटनास्थळी तुम्ही हजर असणार आहात आणि कुठल्या प्रसंगी काय योग्य ते ठरवण्याचा हक्क तुमचा असेल. दोन नियम ध्यानात ठेवा. शत्रूवर थेट समोरून हल्ला करू नका. शक्य तेव्हा एकत्र धडक द्या, पण वेगवेगळ्या ठिकाणांवर. शत्रू सैन्यात गोंधळ आणि घबराट निर्माण करा. मुख्य उद्देश त्यांचे सैनिक मोठ्या प्रमाणावर मारणं, हा आहे. मात्र आपला एकही सैनिक अकारण मारला गेला, तर मनुष्यवधाच्या आरोपाखाली तुम्हांला दोषी ठरवलं जाईल. शुभास्ते पन्थान: सन्तु !"

३४

घरची बहुतांश खबर मला मंगलकडून मिळायची. जलवितरण व मलनि:सारण प्रकल्पाचा पहिला टप्पा सुरळीतपणे चालू होता. लक्ष्मणसिंहजींना अर्धांगवायूचा झटका आला, पण आता त्यांची प्रकृती झपाट्याने सुधारत होती. न्हाव्याने ठेवलेल्या रखेलीसंबंधी त्याच्या बायकोला कळलं तेव्हा तिने त्याच्याच एका वस्त्ऱ्याने त्याचं इन्द्रिय छाटून टाकण्याचा प्रयत्न केला. न्हावी मदनलालला आपल्या बायकोचा अतिशय अभिमान वाटतो आणि तो आपल्या त्या जखमी अवयवाचं प्रदर्शन प्रत्येक आल्यागेल्यासमोर मोठ्या गर्वाने करत असतो. महाराजदेखील यातून सुटले नाहीत असं कळतं. वृंदावनी मंदिराचं विस्तृतीकरण पूर्ण झालं असून, घरातल्या काही निवडक व्यक्तींच्या विरोधाला न जुमानता महाराज दररोज तिथे सायंकाळच्या आरतीला हजर राहतात. काबूलचा राजा, झहिरुद्दीन महम्मद बाबर, पंजाबात तथाकथित सुव्यवस्था स्थापित करण्याच्या उद्देशाने तुफान घोडदौड करत हिंदुस्थानच्या दिशेने येत आहे. मंगलने त्याच्या लिखाणाचे आणखीन काही कागद पाठवलेत, 'या लिखाणाचा नेहमीच अर्थ लागतो असं नाही.' मंगल लिहितो, 'कारण आपला तिथला माणूस जे काही हाताला लागतं ते उचलतो, आणि बहुतेक वेळा ते संदर्भविरहित असतं.' कधीतरी, जेव्हा आम्ही भेटू तेव्हा, एखाद्या संध्याकाळी त्याच्या तंबूबाहेर बसून, तो नेहमी जिची तारीफ करत असतो आणि कायमची सोडून देण्याविषयी बोलत असतो ती मदिरा पीत असताना, मी बाबरला त्याचं लिखाण मला नीट समजावून देण्याविषयी सांगणार आहे.

'ती भूमी मागे टाकून, काहरज आणि पेशग्रामच्या खोऱ्याच्या तोंडाशी, काहरजमध्ये आम्ही उतरलो. तिथे असताना घोट्यापर्यंत पाय बुडावेत एवढा हिमवर्षाव झाला. तिथे हिमवर्षाव क्वचितच होत असावा, कारण तिथले लोक या प्रकाराने फारच अचंब्यात पडले. सवदचा सुलतान, वैस याच्याशी झालेल्या समझोत्यानुसार काहरजच्या नागरिकांवर चार हजार गाढवं वाहू शकतील एवढ्या भाताचा कर आम्ही लादला. हे धान्य आमच्या सैन्याच्या शिधेसाठी वापरलं जाणार होतं, आणि ते गोळा करायला खुद्द सुलतानाला पाठवण्यात आलं. यापूर्वी कधीच अशा प्रकारचा भार त्या रानटी

पर्वतवासीयांवर पडला नसावा. कबूल केलेलं धान्यं ते देऊ शकले नाहीत म्हणून त्यांना संपूर्णपणे कफल्लक बनवण्यात आलं.'

ही नोंद विचित्र वाटते. बाबरचे पूर्वज भटक्या जमातींपैकी होते. अचानक धावती धाड घालून धान्य, बायका, घोडे, उंट, गुरं व दागिने लुटणं आणि वेळ मिळाला तर साऱ्या गाववासीयांची कत्तल करून गावाला आग लावून देणं हे नेहमीचंच होतं. पण बाबर धोरणी व न्यायी माणूस वाटतो. तो उगीच कुणाला दुखवत नाही आणि कारणाशिवाय वैर जोपासत नाही. यावेळी त्याचा अंदाज चुकल्यामुळे सैन्याचा शिधा कमी पडला होता का ? आणि तसं जरी मानलं तरी आवश्यक तेवढ्या धान्याचं योग्य मोल देऊन, ते डोंगरी शेतकरी आणि त्यांची कुटुंबं उपाशी मरणार नाहीत याची खबरदारी त्याने का घेतली नाही ?

पण माझी झोप कायमची उडाली ती बाबरची यापुढची नोंद वाचून. माझी आणि मंगलची सर्वांत मोठी भीती खरी ठरली होती.

''गावकऱ्यांच्या शेळ्यांचे आणि गुरांचे कळप आमच्या छावणीच्या आसपास चरायचे. हिंदुस्थानवर कब्जा करण्याची इच्छा सदैव माझ्या हृदयात असल्यामुळे, आणि भीरा, खुशाब, चिनाब आणि चिमूट वगैरे प्रदेश एकेकाळी तुर्की हुकमतीखाली असल्यामुळे, ते मला माझेच वाटायचे. शांतीच्या किंवा बळाच्या मार्गाने ते मिळवण्याचा माझा निश्चय झाला होता. म्हणूनच या ग्रामस्थांशी सभ्यपणे वागणं आवश्यक होतं. मी माझ्या माणसांना असा हुकूम दिला — 'या लोकांच्या कळपांना कुठल्याही प्रकारे त्रास देऊ नका. त्यांच्या कापसांच्या बोंडांपासून किंवा मोडक्या सुयांपासूनही दूर राहा.'

यानंतरचं लिखाण आणखीनच खुलासा करणारं होतं.

''लोक नेहमी म्हणत असतात, 'जे देश एकेकाळी तुर्कस्तानवर अवलंबून होते, त्यांच्याकडे शांतिप्रस्तावासाठी राजदूत पाठवण्यात काहीच गैर नाही.' याकरता, रबी उलव्वालच्या पहिल्या तारखेला, गुरुवारी, मुल्ला मुरशीद याला दिल्लीच्या सुलतान इब्राहीमकडे जाण्यासाठी नेमण्यात आलं. (पुढची दीड ओळ अस्पष्ट असल्याने वाचता येत नाही).... मी सुलतानासाठी एक बहिरी ससाणा पाठवला आणि पूर्वी तुर्कस्तानवर अवलंबून असलेल्या प्रदेशाची मागणी केली. दौलत खान आणि सुलतान इब्राहीम यांना पत्रं पोचवण्याची जबाबदारी मुल्ला मुरशीदवर सोपवण्यात आली. तोंडी निरोपदेखील त्याला सांगण्यात आले आणि त्याला जाण्याची परवानगी दिली गेली. समज आणि शहाणपणाशी अपरिचित, सूज्ञता आणि उपदेशापासून दूर असलेली माणसं हिंदुस्थानात राहत असावीत, विशेषत: अफगाणात. कारण वैऱ्याची भूमिका घेऊन त्याप्रमाणे त्यांनी कृती केली नाही, आणि मैत्रीचे नियम आणि पद्धत ते जाणत नाहीत. दौलत खानने माझ्या माणसाला कित्येक दिवस लाहोरमध्ये ताटकळत ठेवलं. ना तो त्याला भेटला ना

त्याला त्वरित सुलतान इब्राहीमकडे पाठवलं. काही महिन्यांनंतर तो कसल्याही प्रत्युत्तराशिवाय काबूलला परतला.''

अर्थात, दिसायला तर्कशुद्ध वाटणारा हा मुद्दा आतून संपूर्णतः पोकळ व खोटा होता. राज्य चालवण्याचं मूलतत्त्व बाबरला अचूक कळलं होतं. सभ्य समाजपद्धतीचा पाया म्हणजे करार. तो खोटा असो वा खरा, उच्चारित वा अनुच्चारित, त्यामुळे काहीही फरक फडत नाही. रीतीरिवाज महत्त्वाचे. त्यांचं आकलन हेच राज्यातल्या साऱ्या सत्तेचं आणि शिस्तीचं उगमस्थान आणि अराजकता दूर ठेवण्याचं साधन. तोच राजसत्ताक किंवा इतर कुठल्याही राज्यपद्धतीचा भक्कम आधार, ज्यायोगे बहुसंख्य लोक काही निवडक थोड्यांचं फरमान मान्य करतात.

आपण जाणताच की आम्ही सिसोदिया शंकरदेवाच्या परमशक्तीचं प्रतिनिधित्व करतो. आमच्या वंशाला दिल्या गेलेल्या अधिकाराचं हेच एकमेव कारण आहे. लोक कर का भरतात ? चोरी किंवा खुनाच्या आरोपावरून जेव्हा कोतवाल, किंवा सामान्य शिपाईदेखील, एखाद्याच्या दारात जातो तेव्हा तो गुपचूप हातात बेड्या का घालून घेतो ? कारण करपद्धती, न्यायपद्धती किंवा इतर साऱ्या सरकारी कामकाजपद्धती यांच्याद्वारे, त्याला करार म्हणा, सौदा म्हणा—सारा कारभार साधला जातो. याच लोकमान्य, अमूर्त बांधिलकीच्या आधारावर, आपला पूर्वज तिमूर याच्या नावाने बाबर दिल्लीवर आपला अधिकार सांगू पाहतोय. या हक्काचं कायदेशीर स्थान साशंक किंवा संपूर्णतः कल्पित असण्याने काहीच फरक पडत नाही. या प्रदेशांत लंगडा तुर्क तिमूर हा अचानक वादळी हल्ला करून फरारी होणारा एक दरोडेखोर होता; त्या प्रदेशांचा राजा कधीच नव्हता. १३८९ मध्ये तो दिल्लीवरून असाच वावटळीसारखा येऊन गेला. दिल्लीवर हक्क सांगायला बाबरला निमित्त हवं होतं आणि शंभर वर्षांपूर्वी तिमूरने दिल्लीला दिलेली तुफानी भेट हे निमित्त त्याला पुरेसं होतं.

तिमूरशी असलेल्या दूरच्या नात्याचा फायदा घेऊन, (लंगड्या तिमूरला भरपूर मुलं आणि नातू व असंख्य पणतू असल्याने, या पाचव्या पिढीत त्यांच्यापैकी कोण दिल्लीचा कायदेशीर वारसदार, ते ठरवणं कठीण होतं.) भविष्यकाळात हिंदुस्थानवर राज्य करण्याचा निर्णय घेतल्यावर, आता बाबर सुलतान इब्राहीमशी आपल्या औदार्याची प्रचीती देणारा सौदा करण्यास सिद्ध झाला होता; आणि तो म्हणजे, एका तुर्की बहिरी ससाण्याच्या बदल्यात दिल्लीचे सल्तनत आणि तिमूरने धाडी घातलेले सर्व प्रदेश. हा अदलाबदलीचा सौदा योग्य आणि न्याय्यच होता असं नाही वाटत तुम्हांला ?

काबूलच्या राजाचा उद्धटपणा, राजकीय चातुर्य, धूर्तपणा आणि धिटाई यांचा अचंबा करत मी स्वतःशीच हसत बसलो असताना संरक्षण दलाच्या प्रमुखाने प्रवेश केला.

“माफी असावी युवराज, पण...” हात वर करून मी त्याचं प्रास्ताविक थांबवलं. माझ्या कामात व्यत्यय आणू नये असा हुकूम दिला असताना तो न मानण्याचं धारिष्ट्य, तसंच काही महत्त्वाचं कारण असल्याशिवाय कुणी केलं नसतं, “आपल्याला भेटायला कुणीतरी बाई आल्या आहेत.”

मी स्मित केलं. युद्धभूमीजवळच्या छावणीत फक्त एका प्रकारची बाई भेटायला येते.

“माझ्याबद्दल वाटणारी तुझी कळकळ पाहून मी गहिवरून गेलोय. पण जेव्हा मला स्त्रीसंगतीची आवश्यकता भासेल, तेव्हा मी तुला जरूर तसं कळवीन.”

“युवराज, त्या म्हणताहेत की त्या आपल्या नात्यातल्या आहेत. अगदी निकटच्या नात्यातल्या.”

तीन शक्यतांपैकी कुठली असावी याचा तर्क करण्यासाठी मला वेळच मिळाला नाही — कर्मावती राणीसाहेब, हिरवे डोळेवाली, किंवा ... ती माझ्यासमोर उभी होती.

मला नक्कीच भास होत असावेत. जवळ जवळ चार वर्षं मी एक विचार मनातच दडपून टाकत आलोय. मानवजातीला अतिशय निंद्य ठरावी अशी एक गोष्ट मी केली आहे. प्रेम नाकारणं, ही. मी तिला मारून टाकलं असतं तर ते अधिक चांगलं झालं असतं. पण त्याऐवजी मी तिला जगू दिलं, पण तिचं मन मात्र मारून टाकलं.

तिनं वाकून माझ्या पायांना स्पर्श केला, “मला आशीर्वाद द्या, स्वामी.” मी तिला उठवलं, “तू धरमपूरमध्ये काय करते आहेस, लीलावती ?” खरंच, राजपुरुषांचं संभाषण किती दांभिक असतं. भाषेतल्या सामान्य देवाणघेवाणीच्या वाक्प्रचारातले अगदी तळागाळाचे शब्द मी उकरून काढू पाहत होतो.

“निकडीच्या कर्जाऊ रकमेसंबंधी वाटाघाटी करण्यासाठी महंमूद खिलजींनी माझ्या पतीला आमच्या गावाहून, मांडूहून बोलावून घेतलंय. मीदेखील त्यांच्याबरोबर आले होते, तेव्हा म्हटलं, जरा वाकडी वाट करून आपली भेट घ्यावी.”

“तुझा नवरा जिथे जाईल तिथे तूही नेहमी जातेस का त्याच्याबरोबर ?”

“ते एक भांडवलदार आहेत,” ती हसली, “मी एक राजकारण जाणणारी, कर्जाऊ पैसे देणारी सावकार. महत्त्वाच्या आणि गुंतागुंतीच्या कारभारात माझा सल्ला घेणं फायद्याचं ठरतं हे लक्षात आलंय त्यांच्या.”

“आणि कसला सल्ला दिलास त्यांना तू ?”

“गनिमी हल्ला करणं हेच आपलं वैशिष्ट्य अशी सुलतानाची समजूत झाली आहे. त्यामुळे शत्रूसैन्याला जखमी आणि कमजोर करता आलं तरी संपूर्णपणे नष्ट करता येत नाही, आणि म्हणूनच त्याचे परिणाम बऱ्याच काळानंतर जाणवू लागतात. पण तेवढा काळ आपण तग धरू शकणार नाही, आणि म्हणूनच यावेळी सरळसोट युद्धाच्या

इराद्याने आपण आलात, अशी सुलतानाची खात्री आहे. नाहीतर आपल्याला पन्नास हजाराचं सैन्य आणण्याची काय आवश्यकता होती ?

''डोंगरदऱ्या असलेल्या प्रदेशात तो आपल्याशी लढायला तयार नाही. सपाट प्रदेशात, जसं इदरच्या लढाईत मलिक ऐय्याजने आपल्याला चीत केलं होतं, तसंच तोही करू शकेल अशी त्याला आशा वाटते. मला वाटतं सुलतान हुशारीने वागतोय. पण मी माझ्या नवऱ्याला सांगितल्याप्रमाणे, खरी समस्या सुलतान नसून आपण आहात. आर्थिक बाब आणि माणूसबळाचा जिथे प्रश्न येतो, तिथे आपल्याइतका कृपण वृत्तीचा दुसरा राजपुरुष नसेल. इतक्या कमी वेळात आपण इतक्या मोठ्या संख्येने माणसं गोळा केलीत आणि त्यांना इथपर्यंत आणलंत यावर माझा नाही विश्वास बसत. आणि जरी ते खरं मानलं तरी सुलतानासाठी आपण इतका पैसा आणि वेळ खर्च कराल का याची मला शंका आहे. माळवा जर सहजपणे आपल्या ओंजळीत पडलं तर ते खिशात घालायला आपल्याला आवडेल, पण आपलं खरं लक्ष्य दिल्ली आहे असं मला वाटतं.''

''तर मग या मोहिमेमागचा माझा खरा उद्देश काय आहे तुझ्या मतानुसार ?''

''मला माहीत नाही युवराज. आपला काही खास उद्देश आहे का याचीही मला खात्री नाहीये.''

मी चेहरा मख्ख ठेवला होता, निदान तसा माझा प्रयत्न तरी होता, पण मला उघडंनागडं केलं जातंय —— फक्त माझं शरीरच नाही, तर माझ्या अंतर्मनाचे कानेकोपरेदेखील, असं मला वाटत राहिलं.

''मला फक्त एकाच गोष्टीची खात्री आहे. कुठल्याही एकमेव लष्करी तत्त्वावर किंवा सिद्धांतावर आपण कधीच संपूर्णत: विश्वसत नाही, त्यामुळे आपली पुढली चाल अतर्क्य आणि म्हणूनच अतिधोकादायक असते.''

''तर मग सुलतानावर तुझ्या नवऱ्याने आपले पैसे लावावेत की नाही ?''

''युवराज, आम्ही राजपूत नाही आहोत.'' सहजपणे मनमोकळं हसत ती म्हणाली, ''खाईन तर तुपाशी नाहीतर उपाशी अशी आमची वृत्ती नसते. आम्ही पैजा घेणं टाळतो आणि पार पाडू शकू अशीच जोखीम अंगावर घेतो. आपण जाणताच की सुलतान मोठ्या आर्थिक संकटात सापडलाय आणि आधीच कर्जाच्या ओझ्याखाली दबलाय.'' ती मिस्कीलपणे हसली, ''माझी खात्री आहे की मंगलने आणि त्याच्या माणसांनी पै अन् पैसह त्याच्या कर्जाच्या रकमेचा आकडा आपल्याला सांगितला असणार. तेव्हा आता जादा दशांश टक्के व्याज उकळण्याची वेळ आली आहे. पण हे सारं महत्त्वाचं नाही. महत्त्वाचा प्रश्न हा की यावेळी सुलतानाला फक्त हरवण्यातच मेवाड समाधान मानणार आहे की सारंच्या सारं माळवाच गिळंकृत करण्याचा विचार आहे त्याचा ? तसं असेल तर आम्ही सारं काही गमावून बसणार. पूर्वीचं संपूर्ण ऋण आणि

आता देऊ केलेली कर्जाऊ रक्कमदेखील. पण मला मूळ मुद्दा मांडू द्या. या मोहिमेमागे मेवाडचं नक्की उद्दिष्ट काय आहे ? या मोहिमेची आखणी कुणी केली, राणा महाराजांनी की आपण ?'' माझ्यावर खिळलेली आपली नजर तिने हालवली नाही, ''ती राणा महाराजांनी केली या पैजेवर मी स्वतःचे पैसे लावले आहेत. माझ्या नवऱ्यालाही सांगितलंय की गुजरात, विजयनगर आणि पूर्वेकडचे भांडवलदार यांचा एक संघ बनवून त्याद्वारे सुलतानासाठी कर्ज उभं करावं. या प्रकारे आम्ही स्वतः कसलाही धोका न पत्करता संघाने दिलेल्या कर्जावर दलाली रक्कम कमावू शकतो. माझ्या सासरच्या घराण्याच्या सावकारी व्यवहारासंबंधीच्या आपल्या अनुमानाचं निरसन झालं का ?''

मला माहीत नसलेली, किंवा दोनेक दिवसांत न मिळवता येण्यासारखी कुठलीही माहिती तिने दिली नव्हती. मेवाडमधल्या अतिशय तल्लख बुद्धिमत्ता असलेल्यांपैकी ती एक होती हे मी विसरलो नव्हतो. पण तरीही, तिने ज्या प्रकारे समस्येची विभागणी केली, प्रत्येक भागावर तपशीलवार भाष्य केलं आणि मग एका फटक्यात सर्वांवर एक संमिश्र उपाय सुचवला ते पाहून प्रवीण बुद्धिबळपटूने जटिल, गहन डावात केलेल्या कुशल चालीची आठवण झाली मला.

मी सावकाश मान हालवत म्हटलं, ''तुझ्या पणजोबांनी तुझं लग्न मेवाडमध्येच करून द्यायला हवं होतं. म्हणजे तुझ्या या तल्लख आणि चाणाक्ष बुद्धीचा लाभ सुलतानाऐवजी चितोडला झाला असता.''

''माझं लग्न मेवाडशीच झालंय, युवराज. आपण विसरला असाल. पण मी ते कधीच विसरणार नाही.'' हे विधान तिने थोडा वेळ मुरू दिलं, ''मी कायमची परत आलेय या वेळी.''

''थट्टामस्करीसाठी ही फारशी योग्य वेळ नाहीये, लीलावती.''

''मी गंभीरपणे बोलतेय, युवराज.'' सावकाश, कमीत कमी हालचालीत, एखादी कळ दाबताच गुप्त दालनं आणि भव्य देखावे प्रगट व्हावेत त्याप्रमाणे तिची सारी वस्त्रं गळून पडली, ''माझा स्वीकार करावा, स्वामी.''

तिचे पणजोबा आदिनाथजी, यांच्या अंगणातल्या पुरुषभर उंचीपेक्षा मोठ्या महावीराच्या मूर्तीहून अधिक शांत, अविचल आणि संयमित वाटली ती तिच्या नग्नतेत. मी डोळे मिटले. पापण्यांच्या आत ती उभी होती.

लक्ष्मणसिंहजींच्या ग्रंथालयात वात्सायनाच्या सचित्र कामसूत्राची एक दुर्मीळ प्रत आहे. त्यात एका स्त्रीच्या चेहऱ्याचं चित्र आहे. डोकं मागे झुकवलेलं. सुखातिशयाच्या अपेक्षेने मिटलेले डोळे, ओलावलेले ओठ किंचित विलग. तिच्या आतूर उत्कंठेचं साध्य म्हणजे पुरुषाची तर्जनी, ती स्त्रीचीही असू शकेल कदाचित. ते ओठ त्या बोटाभोवती

मिटतील, जीभ त्याच्याभोवती फिरेल, त्याला ओलं करत कुरवाळील. हळुवारपणे ओठ त्या प्रथमाला आत ओढून घेतील, चोखतील, आणि परत ढिलं सोडतील.

पण वात्सायनाने आणि त्याच्या चित्रकाराने लीलावतीच्या पायांची बोटं पाहिली नव्हती.

असं काहीही नाहीये, काहीच नाहीये की ज्याच्याविना जीवन अशक्य आहे. स्वत:ला विसरून जाता आलं, तर कुठलीही गरज आवश्यक उरत नाही. पण स्वत:च्या छातीतून थेट पाठीपर्यंत छेदणाऱ्या एका तीव्र, दुर्बोध अस्वस्थेचा तुम्हांला शोध लागला तर काय ? एक विवर, जे तुम्ही तुमच्या उरलेल्या आयुष्याने बुजवू पाहता — राजव्यवहार, रतिक्रीडा, चितोडखालची भुयारं, रोजनिशीचं आणि युद्धशास्त्रावरच्या पुस्तिकेचं लिखाण, लढाया, युद्धसमित्या, आणि तरी काहीही उपयोग होत नाही. ते विवर आहे तसंच राहतं. तुम्ही ते सतत स्वत:बरोबर वागवत असता. फार यातना वगैरे काही नाही, फक्त एक पोकळी आणि लीलावतीला व स्वत:लाही फसवल्याची जाणीव.

राजकारणात, निर्विकार चेहऱ्याने खोटं बोलण्यात मला कसलाही संकोच वाटत नाही. पण मला स्वत:शी खोटं बोलण्याची सवय नाही, निदान जाणीवपूर्वक तरी. आणि तरीही, मधल्या काळात जेव्हा जेव्हा मी लीलावतीची स्मृती पुसून टाकण्याचा प्रयत्न केला, तेव्हा तेव्हा माझ्या आयुष्यातल्या तिच्या महत्त्वासंबंधी, सामाजिक दर्जानुसार आणि भूमिकेनुसार शक्य असलेल्या आमच्यातल्या नात्यासंबंधी मी स्वत:लाच प्रश्न विचारले आहेत. काही प्रश्नांना माझ्यापाशी उत्तरं आहेत, काही प्रश्नांसंबंधी मी काहीच करू शकत नाही, पण काही काही बाबतींत मला दुटप्पीपणा, जबाबदारी आणि ती खरीखुरी पण अनाकलनीय गोष्ट जिला वास्तविक परिस्थिती म्हणतात, यांच्यामधल्या सीमारेषा नक्की ठरवता येत नाहीत.

लीलावती लहान होती तेव्हा माझी लाडकी होती. ती सुंदर, उत्साही, वयाच्या मानाने खूपच हुशार होती, आणि मी तिचा आवडता होतो (आणि या शेवटच्या गोष्टीचा नेहमीच प्रभाव पडतो). तिच्याबद्दल मला प्रेम वाटायचं आणि म्हणूनच मी तिचं, साधारणपणे मोठे लहानांचं करतात त्याप्रमाणे खूप कोडकौतुक करायचो. माझ्याबद्दलची तिची उत्कट ओढ मला समजायची, पण ते कुमारावस्थेतलं आकर्षण मानून मी फारसं लक्ष देत नसे. माझ्यावर सूड उगवण्यासाठी लीलावतीचं नाव आणि भविष्य बरबाद करण्यात विक्रमादित्याला काही गैर वाटलं नाही. त्यामुळे लीलावती आणि माझ्यामधील संबंधावर कायमचा पडदा पडला. पण विक्रमादित्य मध्ये आला नसता तरी जे झालं ते टाळता आलं असतं का ? तिच्या नशिबात जे आलं त्याला मी कितपत कारणीभूत होतो ? आम्ही राजपूत, तर ते जैन. तिचे पणजोबा आमचे अर्थमंत्रीच नव्हते, तर राज्यातले सर्वांत मोठे भांडवलदारही होते. या परिस्थितीत

लीलावती वयात आल्यानंतर आमच्यामधले संबंध फक्त औपचारिक मैत्रीखेरीज इतर काही असणं शक्य होतं का ? आमचा मेवाडी समाज संकुचित वृत्तीचा किंवा जुलमी नाहीये, पण पतिपत्नी नसलेले पुरुष आणि स्त्रिया सार्वजनिक समारंभ सोडून एकमेकांना भेटत नाहीत.

''आणि तुझ्या नवऱ्याचं काय ?''

माझा पूर्वज, तो सूर्यदेव कुठे होता ? लीलावतीची इच्छा पूर्ण करण्याऐवजी काहीतरी वायफळ बडबड करणाऱ्या माझ्यावर आपली जळजळीत नजर वळवून माझ्यापासून तिची कायमची सुटका का करत नाहीये तो ?

''मी कुमारिका आहे, युवराज !''

माझ्या चेहऱ्यावर काहीतरी मानवी भाव, कदाचित आश्चर्यही उमटलं असावं.

''त्यांचा काही दोष नाहीये, युवराज. ते पूर्ण पुरुष आहेत. पण त्यांच्या दुर्दैवाने जैन धर्माच्या तत्त्वांवर त्यांची पूर्ण श्रद्धा आहे. लग्नानंतरच्या पहिल्या काही वर्षांत जेव्हा त्यांनी माझ्यावर बळजबरी करण्याचा प्रयत्न केला, तेव्हा मी त्यांना धमकी दिली होती, की, ते स्वत:च्या हातांनी जिला दररोज खायला घालतात, ती त्यांची लाडकी मैना, गीत, हिला मी मारून टाकीन आणि तिच्या हत्येचं पातक त्यांच्या शिरावर येईल. माझ्यावर फार प्रेम आहे त्यांचं. पण ते खरे जैन आहेत, आणि माझ्या प्रेमाखातरदेखील ते हत्या करणार नाहीत.''

''आपल्या नवऱ्याकडे परत जा लीलावती !'' अस्फुट आवाजात मी म्हणालो, ''त्याला सुखी कर !''

''मी फक्त आपली आहे, इतर कुणाचीही नाही.'

''मी खरंच भारावून गेलोय, लीलावती. माझा इतका मोठा बहुमान कुणीही केला नसेल.'' योग्य प्रमाणात गोड संदिग्धपणा राहावा या अंदाजाने काळजीपूर्वक शब्द निवडत मी म्हणालो. खोटेपणा आणि लबाडीच्या वाळूने माझं तोंड भरलं, आणि काही केल्या मला ती थुंकून टाकता येईना, ''तुझ्या क्रूरतेने आणि नकाराने त्याचा जीव जाईल, लीलावती. हा मूर्खपणा सोडून दे.''

''आपल्याला वंशजाची गरज आहे, युवराज. स्वत:च्या स्वार्थापोटी छोटी संतमाई आपल्याला तो देऊ इच्छित नाही. आपणा दोघांना मुलं-मुली होतील. मी एक आदर्श पत्नी आणि सहधर्मचारिणी होईन आपली.'' तिने माझे हात आपल्या हातात घेतले आणि घट्ट पकडले, ''पहिल्या लग्नाचा कष्टमय काळ विसरायला लावीन मी आपल्याला. मी आपल्याला सुखी करीन.''

तिच्या शब्दांवर माझा विश्वास होता, पण मला माझं हटवादी मौन सोडता येईना.

''माझ्या नवऱ्याचं आपण काहीही देणंघेणं लागत नाही. राजकुमारींचा विचार

आपल्याला अडवतोय का ? अजूनही आपल्याला कळलं नाहीये का की त्या दुसऱ्या कुणाच्यातरी प्रेमात आहेत ? नेहमीच होत्या ?''

तुझी भूमिका तू उत्तमपणे पार पाडतो आहेस, मित्रा. आरशात बघून चेहरा दगडी ठेवण्याची सवय करण्याची आवश्यकता उरली नाहीये आता. तू संपूर्ण दगडच बनला आहेस.

''तर मग का, युवराज ? कशासाठी ?''

३५

तेज, शफी आणि हेम यांच्याकडून येणाऱ्या बातम्या खूपच आशादायक होत्या. ते तिघेही एकाच वेळी सर्वत्र असत आणि तरी कुठेही नसत. मांडूइतकेच पूर्व व उत्तर माळव्याचे प्रदेश सुलतान महंमदच्या राज्याचा भाग होते, पण सुलतानाला त्यांचा सतत त्रासच व्हायचा. मेदिनी राय व इतर राय इथले मूळ रहिवासी असल्याने इथल्या लोकांना ते अधिक जवळचे वाटायचे.

तेज, शफी व हेमच्या सतत गनिमी हल्ल्याने शत्रूसैन्य जेरीस आलं होतं. बाजारातून सगळं अन्नधान्य भराभर अदृश्य होत होतं. जेव्हा माळव्याचे सैनिक गावकऱ्यांकडून किंवा धान्यवाल्यांकडून जबरदस्तीने धान्य, कडधान्य किंवा मीठ काढून घ्यायचे तेव्हा तेज किंवा हेमच्या हातून त्यांना त्वरित त्याची पुरेपूर शिक्षा मिळायची. बहुधा ते सैनिक आपली लूट घेऊन छावणीला परतत असतानाच त्यांना सजा दिली जायची.

एकंदरीत मला सुखी जरी म्हणता आलं नाही तरी एक समाधानी माणूस असायला काहीच हरकत नव्हती. पण मी दिवसेंदिवस अधिकच अस्वस्थ होऊ लागलो होतो. महंमूद खिलजीने पैशांच्या आणि लष्कराच्या मदतीसाठी दिल्लीच्या सुलतानाला एक तातडीचं पत्र पाठवलं होतं. दिल्लीच्या इब्राहीम लोदीकडून भीतीचं कसलंही कारण नव्हतं मला. जर त्या पत्राला उत्तर देण्याची सवड त्याला मिळालीच तर ती दिलगिरी व्यक्त करण्यासाठीच असणार होती, आणि माझ्या साऱ्या अस्वस्थतेचं, उत्कंठेचं आणि असहाय्यतेचं हेच तर कारण होतं. मोगल बाबर आतापावेतो दिल्लीचा दरवाजा ठोठावत होता का ? दिल्लीचा सुलतान त्याच्यासमोर कुठवर तग धरू शकेल ? मी इथे अडकलो होतो, आणि मला चितोडला परतण्याची घाई झाली आहे. आपल्यापेक्षा तिप्पट बळ असलेल्या शत्रूशी लढायला घ्याव्या लागणाऱ्या महत्त्वाच्या निर्णयांसाठी ही मानसिक अवस्था वाईटच म्हणावी लागेल.

आणि मग, मंगलचा प्रतिनिधी शिराज अली याने सुलतान मुजफ्फर शहाचं पत्र अडवून हस्तगत केलं. गुजरातचं दहा हजारांचं बळ धरमपूरच्या दिशेने जोरात घोडदौड करत निघालं होतं. या बातमीने मला मोगलांचादेखील विसर पडला. माळवा आणि गुजरातच्या सैन्यांमध्ये सापडलो तर आम्ही अगदीच सोपं लक्ष्य बनणार होतो. एखादी

वेळ लढण्याची असते तर एखादी पळ काढण्याची. आता आम्हांला एकच मार्ग मोकळा होता आणि तो म्हणजे सारं चंबूगबाळं गोळा करून मेवाडला, किंवा त्याहीपेक्षा उत्तम म्हणजे थेट चितोडला धाव घेणं हा.

मी रायच्या महालावर गेलो. त्याच्या इतक्या ज्येष्ठ पदाधिकाऱ्याशी झालेल्या मुलाखतीतील माझी ही सर्वांत छोटी मुलाखत, केवळ काही पळांत आटोपली. बाहेर येऊन आमच्या साऱ्या छावण्या, खऱ्या आणि काल्पनिक, सायंकाळी चारपर्यंत उठवण्याचा हुकूम दिला, आणि शफी, तेज व हेम यांना निरोप वगैरे घेण्याचे सर्व औपचारिक शिष्टाचार विसरून लगेच त्यांच्या साऱ्या घोडेस्वारांसकट परतण्याचा हुकूम पाठवला.

घाईघाईने आमच्या सैन्यासह धरमपूर सोडण्यापूर्वी मी व मेदिनी रायने, आम्ही सुलतानाच्या गैरहजेरीत मांडूला भेट देण्यासाठी जातोय अशी बातमी पसरवण्याची काळजी घेतली.

एखाद्या शोध तुकडीप्रमाणे किंवा छोट्या टोळीप्रमाणे, मोठं सैन्य तुफान घोडदौड करू शकत नाही, तरीही आम्ही त्यांचं बऱ्यापैकी अनुकरण केलं. तीन रात्री आम्ही सतत दौड केली. दुसऱ्या रात्री आमची गनिमी तुकडी आम्हांला येऊन मिळाली. चौथ्या दिवशी मी आणि रायने आजूबाजूच्या प्रदेशाची टेहळणी केली आणि चारही बाजूंना उंच पर्वतांनी वेढलेल्या एका सपाट जागेची आम्ही निवड केली. हे पर्वत अर्ध्या तासात घोड्यावरून चढता येतील एवढ्याच उंचीचे होते. दुसऱ्या दिवशी सकाळी, मेदिनी रायांचा नावापुरता दोस्त असलेला राजा सूरज राय, आपल्या पाच हजारांच्या सेनेसकट येऊन आम्हाला मिळणार असल्याची बातमी मिळाली. त्याप्रसंगी मी दाखवलेल्या दांभिकपणाला तोड नाही. माझ्या मनावरचा ताण इतका उतरला होता, की जणू तो म्हणजे माझा मित्र राजा पुराजी कीका असल्याप्रमाणे धावत जाऊन त्याला मिठी मारण्याचा मोह मला झाला. पण औपचारिक शिष्टता पाळून मी त्याच्याशी तिऱ्हाइतासारखाच वागलो. इतका विलंब करून आल्याबद्दल मी त्याचं बाहू फैलावून् स्वागत नक्कीच करणार नव्हतो.

रात्री शेकोटीभोवती जमलो असताना, दिवसभर मनात घोळत असलेल्या प्रश्नाला त्याने तोंड फोडलं.

''बाकीचं सैन्य कुठे आहे ?'' सहजच आठवल्याप्रमाणे त्याने विचारलं.

मी उत्तर दिलं नाही. मेदिनी रायने पाठीमागच्या डोंगराच्या दिशेन कुठेतरी हात दाखवला.

''योग्य वेळी ते येऊन मिळेल.''

आम्ही भोजन घेत असताना मेदिनी राय व मेवाडच्या युवराजांची भेट घेण्यासाठी राजे सिलहाडी आले असल्याची खबर मिळाली.

''हा आमचा मोठा बहुमान आहे युवराज. आपल्या वडिलांच्या, राणा महाराजांच्या खांद्याला खांदा भिडवून आम्ही लढलो आहोत, आणि पुत्रदेखील पित्याच्याच तोडीचा असल्याचं ऐकून आहोत.'' सिलहाडीचा आवाज चीनच्या रेशमासारखा मुलायम, पण अप्रामाणिक आणि वैशिष्ट्यविरहित होता.

''मीही आपल्यासंबंधी खूप ऐकलंय. महाराजांनी अनेकदा आपला उल्लेख केला आहे. इतक्या महिन्यांनंतर आपण आमच्या भेटीला येऊन आम्हांला उपकृत कराल अशी आमची अपेक्षा नव्हती.''

माझा तीर वर्मी लागला, पण सिलहाडी खजील होणाऱ्यांपैकी नव्हता. आम्हांला त्याने कसं उपकृत केलंय हे तो दाखवून देणार होता.

''ही एक व्यक्तिगत भेट नाहीये युवराज. सात हजार वीरांचं सैन्य माझ्या पाठोपाठ येतंय आपल्या मदतीसाठी.''

''हे आपले दुप्पट उपकार झाले आणि आम्ही आपले दुप्पट आभारी आहोत. आपण आमच्याबरोबर भोजनात सहभागी होणार नाही का ?''

पानातलं तीतरचं लोणचं आणि सरसों का साग चिवडत बसलेल्या सिलहाडीचं मी निरीक्षण करत होतो. मशालीच्या प्रकाशात त्याचं रूप नागासारखं वेधक भासत होतं. असं वाटलं की जोपर्यंत हवामान आणि ग्रह अनुकूल असतील तोपर्यंत मित्र म्हणून हा छान वागेल. हे विधान वाटतं तितकं वाईट नाहीये. आपल्या मित्रांची परीक्षा घेण्याची वेळ फारशी येत नाही ही मानवजातीसाठी एक अतिशय सुदैवाची गोष्ट आहे.

तेवढ्यात शिराज अलीने माझ्याशी बोलण्याची परवानगी मागितली.

सूरज रायने किती उशीर झालाय याचं आपल्याला भान राहिलं नाही या निमित्ताने रजा घेतली, तर दिवसभरानंतरच्या श्रमाने आपण किती थकलोय ते सिलहाडीच्या लक्षात आल्याने तोही झोपायला निघून गेला.

ते दोघे गेल्यानंतर मी शिराज अलीला जवळ बोलावून घेतलं.

''सुलतान आपल्या सैन्यासकट उद्या दुपारी एकपर्यंत, फार तर दोनपर्यंत इथे येऊन पोचतोय.''

शिराज अलीचा अंदाज अर्ध्या तासाने चुकला. मेवाडी लुटारूंपासून आपल्या राजधानीचं रक्षण करण्याची घाई झालेला सुलतान, आपल्या छावणीतून पहाटे सहालाच

निघाला असावा. त्याने बऱ्यापैकी प्रगती केली हे उघड होतं. पर्वतांनी वेढलेल्या आमच्या वर्तुळात येऊन पोचण्यासाठी त्याच्या हत्ती, उंट, घोडे आणि पायदळाला सहा ते सात तास तंगडतोड करावी लागली होती. गुजरात सैन्याच्या पाच हजार घोडेस्वारांची तुकडी, जी सुलतान महंमूद खिलजीचं त्याच्याच स्वत:च्याच प्रजेपासून रक्षण करण्यासाठी कायमची तैनात ठेवण्यात आली होती, प्रथम आत घुसली, आणि त्यांच्या मागोमाग माळव्याचं बाकीचं सैन्य. आम्ही एव्हाना माळव्याच्या राजधानीला, मांडूला, वेढायला हवं होतं, त्याऐवजी, धरमपूरपासून फक्त चाळीस कोसांच्या अंतरावर आम्ही रणरचना करून का उभे होतो ? आणि पन्नास साठ हजारांची मेवाडी सेना कुठे होती ? या खोऱ्यात तर जेमतेम दहा हजार डोकी असावीत. सुलतानाने हात वर करून आपलं सैन्य थांबवलं. पुढल्या तासाभरात त्याच्या आणखीन तुकड्या येत राहिल्या आणि युद्धरचनेनुसार विभागत राहिल्या – उंटदळ, घोडदळ आणि पायदळ. तोपर्यंत सुलतान आणि त्याच्या सेनानायकांना एकूण परिस्थितीचा अंदाज घेण्यासाठी वेळ मिळाला. ते आश्चर्यचकित झाले. उत्तरेकडच्या पर्वतशिखरांवर सिलहाडीची माणसं, पश्चिमेकडच्या शिखरांवर सूरज राय व सैन्य, तर दक्षिणेकडच्या उतारावर मेदिनी रायचं सात हजारांचं बळ उभं. सभोवतालीच्या पर्वतांमागे नक्की किती वेगवेगळ्या तुकड्या होत्या ? तीस, चाळीस, पन्नास ? की फक्त जेमतेम दहा हजार ? आपल्या बांधवांबरोबर खालच्या खोऱ्यात राहण्याऐवजी ते तिथे वरती काय करत होते ? मेदिनी राय आणि मेवाडचा युवराज, सुलतानाच्या पंचेचाळीस हजारांच्या सैन्याशी केवळ सातआठ हजारांच्या बळाने दोन हात करणार होते का ? काहीतरी गोम होती खास. खोऱ्यातलं घोडदळ कापून काढायला एक तास, जास्तीत जास्त दीड तास पुरेसा होता. पण तोपर्यंत पर्वतकड्यांवर दडलेले हजारो सैनिक, ज्यांची नक्की संख्या कळणं अशक्य होतं, चारी बाजूंनी खाली येऊन माळव्याच्या सैन्याला कोंडीत पकडू शकले असते. त्यांना बेसावध करण्यासाठी आम्ही घेतलेला तात्पुरता पवित्रा होता का हा ? आणि सुलतानाला इकडे गुंतवून ठेवून आमच्या सैन्याचा एक मोठा भाग तिकडे मांडूच्या दिशेने दौडत जाऊन ते हस्तगत तर करत नव्हतं ?

एक वेगळंच नाट्य खेळलं जात होतं. दोन शत्रूपक्ष समोरासमोर. एक सात आठ तासांच्या दौडीनंतर थकलेला, भुकेलेला. दुसरा खाऊनपिऊन तृप्त आणि ताजातवाना. पण प्रथम चाल करण्याची दोघांचीही तयारी नव्हती. माळव्याचा सुलतान जणू स्तंभित झाला होता. त्याचा उद्वेग दूर करण्याचं मी ठरवलं. तेज सिंह आमच्या सैन्यापासून वेगळा होत मेदिनी राय आणि माझ्या पुढ्यात, सुलतानापासून केवळ चाळीस हातांच्या अंतरावर जाऊन उभा राहिला आणि त्याने लाल रेशमाची एक सुरळी उलगडली.

‘‘माझा आवाज आपल्यापर्यंत पोचतोय का आलमपनाह.’’ शांतता. ‘‘तो जर पोचत नसेल तर मला आणखीन जवळ यावं लागेल.’’ उत्तराची वाट न पाहता तो आणखीन पंधरा हात पुढे झाला. ‘‘राजे मेदिनी राय, मेवाडचे युवराज, राजे सिलहाडी आणि राजे सूरज राय, आपल्याला मेवाड महाराज राणा संग्रामसिंह यांच्या शुभेच्छा पाठवत आहेत. आपली हुकूमत दीर्घ, सुदृढ आणि समृद्धीची राहो हीच त्यांची इच्छा आणि म्हणूनच ते आपल्याला पुन्हा एकदा सांगू इच्छितात की त्यांच्या मनात आपल्याविषयी फक्त सदिच्छा असून कुठल्याही प्रकारचा संघर्ष त्यांना नको आहे. मेवाडच्या आणि माळव्याच्या प्रजेला फक्त शांती हवी आहे, आणि एक विदेशी शक्ती आपल्याला मेवाड आणि त्याच्या मित्रराज्यांशी लढण्यास प्रवृत्त करत आहे असा त्यांचा विश्वास आहे.

‘‘आपल्या सैनिकांचा, शेतकऱ्यांचा, ग्रामवासीयांचा आणि नागरिकांचा आवाज आपण ऐकलात तर आपल्या लक्षात येईल की, तो आपल्याला गुजराती सैन्याला परत पाठवण्यास सांगत आहे. कारण हे सैन्य आपल्याला त्यांचा मांडलिक समजतं आणि आपल्या प्रजेला दुय्यम प्रतीची वागणूक देतं. आपली प्रजा त्यांच्यापासून मुक्त होऊ इच्छिते आणि शांतीची अपेक्षा करते.

‘‘राणा महाराजांची आपल्याकडून वाजवी आणि न्याय्य वर्तणुकीची अपेक्षा आहे. आपले जवळचे मित्र आणि सहकारी, ज्यांनी आपल्याला आपलं गमवलेलं सिंहासन आणि राज्य परत मिळवून दिलं, त्या राजे मेदिनी रायना आपण चंदेरीचा प्रदेश बहाल करावा. माळव्याचे सुलतान या नात्याने राजे सिलहाडी आणि राजे सूरज राय यांच्याशी उदारपणे शांतीकरार करण्याचा अधिकार फक्त आपल्यालाच आहे. तसंच, मेवाडला झालेल्या नुकसानाच्या भरपाईविषयी, दोन महान राष्ट्रांना योग्य अशा सलोख्याच्या आणि सदिच्छेच्या वातावरणात आपल्याला निर्णय घेता येईल अशी आशा आहे.

‘‘पुन्हा एकदा, आम्ही मैत्रीचा हात पुढे करू इच्छितो. आपण त्याचा स्वीकार करून चिरंतन मैत्री स्थापित करण्यास आम्हांला साथ द्याल का ?’’

तेज थांबला. त्याने सुलतान आणि त्याच्या सेनाधिकाऱ्यांकडे पाहिलं आणि नंतर माळव्याच्या सामान्य नागरिकांकडे आणि सैनिकांकडे पाहिलं, ज्यांना त्यांच्या सुलतानाने किंवा यापूर्वीच्या महाराणांनी कधीच विचारात घेतलं नव्हतं.

‘‘मेवाडशी शांतीकरार करावा सुलतान, नाहीतर जन्मभर पश्चात्ताप करावा लागेल याची खात्री बाळगावी. मेवाडची सात हजार पाचशे माणसं आणि त्यांचे सहकारी, ज्यांना, कोणी सुसंस्कृत नागरिक खाणार नाहीत अशा कुत्र्यांच्या आणि माकडांच्या मासांवर पोसलं गेलंय, आणि ज्यामुळे ते अतिशय निर्घृण आणि यमदूतांनाही अजिंक्य

झाले आहेत, आपल्या माळवा सैनिकांना त्यांचं नामोनिशाण राहणार नाही, अशा प्रकारे समूळ नष्ट करतील.

''ही पोकळ धमकी नाही, सुलतान. या अलौकिक आत्मविश्वासाच्या बळावरच आम्ही आमच्या मित्र सैन्यांना आमच्या बरोबरीने लढण्याऐवजी दूर पर्वतशिखरांवर स्थापित केलंय.

''पुनश्च विचार करावा सुलतान, दहा पळांच्या अवधीत जर आपला मित्रत्वाचा प्रस्ताव आम्हांला मिळाला नाही, तर पंचेचाळीस हजार निर्दोष सैनिकांच्या हत्येचं पातक आपल्या आणि केवळ आपल्याच शिरावर राहील.''

तेजने घोडा राजहत्तीवरच्या अंबारीत बसलेल्या सुलतानापाशी नेला, पत्राची सुरळी करून त्याच्याभोवती दोरी गुंडाळून गाठ मारली, कुर्निसात करून ती माळव्याच्या सुलतानाच्या हाती दिली आणि तो आमच्यापाशी परतला.

मी आणि मेदिनी राय बाजूला झालो. आणि तेज, शफी आणि हेमकरण यांनी सैन्याच्या तीन विभागांचा ताबा घेतला.

सकाळी उठताच मी हेमकरणला लढाईवर न पाठवण्याचा माझा निश्चय बदलला होता. त्याला मृत्यूला सामोरं पाठवून त्याच्या नशिबाची परीक्षा घ्यायची नव्हती मला. पण शेवटी आम्ही योद्धे आहोत आणि भावविवशता हे भीतीचंच दुसरं नाव. मला माझ्या भयांसहित जगायला शिकलं पाहिजे, त्यांच्याकडे डोळेझाक करून नाही.

''आपण ज्या प्रकारच्या युद्धाची सुरुवात केली आणि आतापर्यंत खेळत आलो, त्याचा उद्देश शत्रूच्या गोटात आतंक उत्पन्न करणं हा होता.'' आज सकाळी मी माझ्या सैनिकांना सांगितलं, ''हे युद्ध डोळ्यांना दिसत नाही आणि म्हणूनच एक बालिश खेळ किंवा वेळेचा अपव्यय वाटण्याची शक्यता आहे. पण ते यशस्वी होऊ शकतं याची थोडीफार प्रचीती आपल्याला हल्लीच आली. रक्ताचा एकही थेंब न सांडता राजकुमार हेमकरण आणि त्यांचे शूर साथीदार परत आपल्याला येऊन मिळाले आहेत. अशा प्रकारे शत्रूचं मनोधैर्य नष्ट करणं ही आपल्या पारंपरिक आणि गनिमी युद्धाची पूर्वतयारी आहे. हल्ला करण्यापूर्वी शत्रूचा कणा आणि हिंमत मोडणं हा याचा प्रमुख उद्देश. यात आपण यशस्वी झालो का ? मला माहीत नाही. या प्रयोगाचा परिणाम आपणच आज दुपारी दाखवू शकाल.

''तुम्हांला दिल्या गेलेल्या तलवारी सुलतानाचे सैनिक वापरतात त्या नेहमीच्या तलवारींपेक्षा वीतभर लांब असून तरीही वजनाला हलक्या आहेत. पण हलक्या असल्या तरी बळकट असून तीस टक्के अधिक लवचीक आहेत. थोडक्यात म्हणजे, तुमच्या वाराचा पल्ला आणि घाव अधिक परिणामकारक असू शकेल.

‘‘राजकुमार तेज आणि त्यांची माणसं आमच्याबरोबर पाठीमागे राहतील. ती आमची आणीबाणीची तुकडी आहे. ज्या अरुंद खिंडीतून सुलतानाची माणसं आत आली, त्याच खिंडीतून त्यांना माघार घ्यायला लावण्यात तुम्ही अयशस्वी झालात, आणि जर उलटपक्षी तेच आपला पाठलाग करू लागले, तर अर्थातच आम्ही पर्वतशिखरावर असलेल्या तुकड्यांना खाली बोलावून घेऊ. तसं घडावं अशी तुमची इच्छा आहे का ? आपले हे नवीन मित्र संधिसाधू आहेत. इतका विलंब केल्यानंतर शेवटी ते आपल्याला घेऊन मिळाले कारण आपण विजयी होऊ अशी त्यांची अपेक्षा आहे आणि या विजयाच्या लाभात आणि कीर्तीत त्यांना त्यांचा वाटा हवा आहे. पण कष्ट तुम्ही घ्यावेत आणि श्रेय मात्र त्यांना मिळावं हे मला तरी उचित वाटत नाही.

‘‘इतकी अल्पसंख्य तुकडी इतक्या मोठ्या शत्रूसैन्याचा पराभव करून शकेल ? करू शकेल असं मला वाटतं. चला तर, आपण इतिहास घडवूया. देव आपल्याला शक्ती देवो.’’

सुलतानाला दिलेली दहा पळं संपुष्टात आली. तीस हात लांब दांडे असलेल्या, जमिनीला जखडून ठेवलेल्या पन्नास जंगी पळ्या राक्षसी हातांप्रमाणे अचानक वर उसळल्या आणि त्यांनी वेगवान अग्निगोलांचा उल्कापात सुरू केला. तेलात भिजवलेल्या कपड्यांत आणि कापसात गुंडाळलेल्या या धोंड्यांनी फारसं शारीरिक नुकसान जरी केलं नाही तरी शत्रूसैन्यात हाहाकार माजवण्यास ते यशस्वी झाले. भरपूर चाचणीनंतर काल या पळ्या अशा तऱ्हेने रचण्यात आल्या होत्या की ज्यायोगे हा अग्निवर्षाव शत्रुसैन्याच्या वेगवेगळ्या भागांवर बराच वेळ होत राहावा.

हा ज्वलंत वर्षाव ऐन भरात आला असताना शफी आणि त्याच्या माणसांचा एक गच्च त्रिकोण गुजरात तुकडीच्या दिशेने दौडत निघाला. त्यांचा कार्यक्रम निश्चित होता. अर्ध्या तासाच्या अवधीत गुजरात घोडदळाचा नायनाट करणे. त्याच वेळी शंभर कर्ण्यांतून सुलतानाच्या सैनिकांना उद्देशून गगनभेदी घोषणा केल्या जात होत्या, ‘‘माळववासी बांधवांनो, तुम्हांला मारण्याची आमची इच्छा नाहीये. आपली हत्यारं टाकून द्या आणि बाजूला व्हा. तुमच्यावर शस्त्र उगारलं जाणार नाही. बंधू-बंधूंत लढाई होणार नाही.’’

शफी आणि त्याची माणसं मुजफ्फर शहाच्या गुजराती सैनिकांवर हल्ला करून त्यांना नेस्तनाबूत करत असताना माळवा सैनिक कसे अलिप्तपणे पाहत राहिले याची एक सुरस कथा होऊ शकली असती, पण तसं काहीही झालं नाही. शत्रूसैनिक शूरपणे रणांगणात उतरले, पण अनिश्चित मनांनी, आणि द्विधा मनस्थितीसारखी दुसरी वैऱ्याच्या फायद्याची गोष्ट नाही. काही वेळापुरतं गुजराती सैन्याला एकटं पडल्यासारखं वाटलं, आणि तेवढा वेळ आम्हांला आमचा कार्यभाग साधण्यासाठी पुरेसा होता. ते उत्तम,

अनुभवी योद्धे मोठ्या कौशल्याने तलवारींचे हात चालवत होते, पण आमच्या लांबीने वीतभर अधिक असलेल्या तलवारींनी त्यांना बेसावध पकडलं आणि कापून काढलं.

प्रत्येक फौज तुकड्यांत विभागलेली असते आणि प्रत्येक तुकडीचं नेतृत्व एखादा अमीर, राव, राजा, सरदार किंवा असाच काहीतरी मानाचा खिताब असलेला कुणीतरी करतो. सामान्य शत्रू कोणीही असो, सैनिकांचा आपसातला, दोन गावांमधला, राजघराण्यांमधला, जातीमधला किंवा धार्मिक संप्रदायांमधला वैरभाव आणि मत्सर रणांगणावरदेखील अवतरतो. याचाच फायदा घेऊन हेमकरणची माणसं शत्रुसैन्यात हळूच शिरली आणि या मतभेदांना आणि वैर भावनांना चेतवत राहिली. एकीकडे आमच्या लांब लांब तलवारी वाळलेलं गवत कापावं तशी माणसं कापून काढत असताना दुसरीकडे सैन्यात पसरणाऱ्या वैमनस्यामुळे सुलतानाची माणसं नाउमेद होऊ लागली आणि लवकरच त्याचं सैन्य माघार घेऊ लागलं. पण ही लढाई माझ्या योजनेनुसार चालली नव्हती. गेला सव्वा तास आम्ही लढत होतो, पण एका माणसामुळे आम्ही ठरवलेल्या वेळेच्या मागेच पडलो होतो... आणि तो माणूस म्हणजे खुद्द सुलतान महंमूद खिलजी हा होय.

माझ्या आयुष्यात मी पुष्कळ उत्तम योद्धे पाहिलेत — बाबा, राव विरमदेव, राव गंगा, मलिक ऐय्याज — पण त्या दिवशी सुलतानाची बरोबरी कुणीही करू शकलं नसतं. त्याने प्राणांतिक शौर्याची पराकाष्ठा केली. आमच्या तलवारी आणखीन वारभर लांब असत्या तरी तो त्यांच्या कचाट्यात सापडला नसता. आता त्याची माणसं परत त्याच्याभोवती जमली. आणखी पाऊण तासात प्रकाश कमी होऊ लागणार होता आणि कुणाचीही निश्चित हार किंवा जीत न होता दिवस संपणार होता.

तेज, मेदिनी राय आणि मी पाचशे घोडेस्वारांसकट निघालो. थोड्याच वेळात आम्ही त्यांच्याशी आमनेसामने लढू लागलो आणि मग सुलतान मला सामोरा आला. मी स्वत:शी खोटं बोललो होतो. सुलतान उत्तम योद्धा होता हे खरं आहे, पण या कारणास्तव मी रणात उतरलो नव्हतो. मला त्याचा खात्मा करून माळवा आमच्या राज्याला जोडायचं होतं, आणि दिल्ली जवळजवळ गमवण्याची वेळ आणणारा हा मूर्खपणा कायमचा संपुष्टात आणायचा होता. त्याच्याभोवती निर्माण झालेलं संरक्षक वर्तुळ असूनही महंमूद खिलजी माझ्या आवाक्यात आला होता. माझ्या तलवारीचा वार त्याच्या मानेवर पडणार इतक्यात माझ्याकडे आश्चर्याने पाहत मान हलवून मला इशारा करणारे मेदिनी राय मला दिसले. मला त्यांना सांगावंसं वाटलं की मला आपला पाठिंबा द्या राजे, एवढं माझं ऋण लागता तुम्ही. मेवाडच्या आणि तुमच्या भल्यासाठी राणा महाराजांना खोटं सांगा की हा एक अपघात होता. आपल्याला माळव्यावर विजय नको आहे, आपल्याला खुद्द माळवाच हवाय. कायमचा. पण तो क्षण निघून गेला.

सुलतानाची तलवार माझ्या दिशेने खाली आली. मी उजवीकडे झुकलो. ठिणग्या उडवत त्याच्या तलवारीचं पातं माझ्या चिलखताला चाटून गेलं आणि माझ्या डाव्या दंडात घुसलं. माझी रक्तवाहिनी कापली गेली असावी, कारण रक्ताच्या जोरदार फवाऱ्याने त्याचं तोंड माखलं. त्याने डोळे मिटून घेतले. मीदेखील क्षणभर बेहोश झालो असणार, कारण मला परत शुद्ध आली तेव्हा माझी तलवार जमिनीवर पडली होती. रक्त किती लवकर गोठतं. सुलतान डोळ्यातला जाड, चिकट द्रव पुसून काढत डोळे उघडण्याचा प्रयत्न करत होता. साखळ्यांचं हस्तत्राण असलेल्या माझ्या उजव्या हाताने मी त्याच्या तलवारीचं टोक पकडण्याचा प्रयत्न केला पण मला ते नीट पकडता येईना. मी रिकिबीत पाय रोवून उभा राहिलो आणि डाव्या हाताची मदत घेत पुढे वाकून साऱ्या शक्तीनिशी त्याच्या तलवारीची मूठ इतक्या जोरात त्याच्या छातीत खुपसली की तो डगमगत एका बाजूला कलंडला आणि एक पाय रिकिबीत असलेल्या स्थितीत वेडावाकडा जमिनीवर पडला. मी खाली उतरलो. माझ्या हातात माझी तलवार होती आणि माझा उजवा पाय सुलतानाच्या छातीवर. सावधानी म्हणून मी तलवारीचं टोक त्याच्या कंठमण्याच्या खालच्या खळगीवर रोखलं. खूप खूप वर्षांमागे माझ्या आईच्या घशात कोंबडीचं हाड अडकलं असताना माझ्या वडिलांनी मन घट्ट करून तिच्या गळ्याला जिथे छेद दिला होता, बरोबर त्याच ठिकाणी. त्याने डोळ्यातलं रक्त पुसत माझ्याकडे पाहिलं.

''का युवराज ? थांबलात कशासाठी ? आपल्या दोघांपैकी कुणातरी एकाची पाळी होतीच.'' त्याचा आवाज बालिश आणि लाघवी होता. सहल संपल्यानंतर तो स्वप्नाळू डोळ्यांचा मुलगा चुकून मागे राहून तर गेला नाहीये ना पाहण्यासाठी परतायला लावणारा, ''माझा वार जर चुकला नसता तर मी आपल्याला सोडलं नसतं.''

मी हसलो. अनुभवाने मी शिकलो होतो की स्वप्नाळू डोळ्यांची माणसं भाडोत्री मारेकऱ्यांपेक्षाही थोडी अधिक घातक असतात.

काय उत्तर देणार होतो मी सुलतानाला ? की मी सात वर्षांचा आज्ञाधारक मुलगा आहे जो आपल्या वडिलांची आज्ञा कधीही मोडत नाही ?

अडचणीत सापडलो की मी नेहमी धादांत खोट्या शब्दांचा आडोसा घेतो.

''शूरवीर शिरोमणी योद्ध्यावर वार केला जात नाही, सुलतान.''

मला वाटतं राजपुत्राचा पेशा सोडून मी माझा खरा पेशा पत्करावा हेच उत्तम. तो म्हणजे, पराभव आणि अवमानाचं रूपांतर विजयात करणाऱ्या दरबारी इतिहासकार, अथवा चारणाचा.

३६

मी शाळकरी मुलासारखा आहे. नेहमी घराकडे पळत असतो. इदरहून, कुंभलगडहून आणि आता धरमपूरहून. काहीतरी महत्त्वाची, माझ्या मध्यस्थीशिवाय सुटू न शकणारी समस्या मला बोलावतेय, असं भासवणं, ही जणू माझी गरजच होऊन बसली आहे. कुठल्याही मानवी मध्यस्थीमुळे भवितव्य बदलू शकत नाही हे न कळण्याइतका मी मूर्ख आहे का ? असेनही. पण ज्या दिवशी मला हे शहाणपण येईल किंवा मी ते मान्य करीन, त्या दिवसापासून मी राजा होण्यास अयोग्य ठरेन. निवृत्त होण्याचीदेखील वेळ असते. केव्हा माहीत आहे ? मरणानंतर.

पण या वेळी मात्र माझ्या अधीरतेला एक नवी, अपरिचित अशी अगतिकता आहे. कसलं संकट रोखून धरण्याची माझी अपेक्षा आहे याची मलाही कल्पना नाही, पण साऱ्या रायांना, सुलतानांना आणि राजांना मागे सोडून बेफिकीरला चितोडच्या दिशेने पिटाळावं असं सारखं वाटतं. आणि जर बेफिकीर थकव्याने वाटेतच कोसळला तर शेवटचे पंचवीस किंवा पस्तीस कोस धावत जाऊन मंगलचा दरवाजा ठोठावण्याची तयारी आहे माझी. बातमी दे मंगल, ताजी बातमी दे !

माझ्या नित्याच्या योगासनांबरोबर मी दररोज ध्यानसाधना करतो. हल्ली मी दिवसातून दोनदा ध्यान करू लागलो आहे. पण त्याचा काहीही उपयोग झालेला नाही. मानसिक स्थैर्याच्या माझ्या साऱ्या प्रयत्नांना बुद्धिभ्रमण, विषयांतर, शब्दलोप आणि तिरकस विचारांच्या अस्त्रांनी सतत छेद देऊन माझ्या विसकळीत मनाची शकलं करत बाबर माझं मस्तक भणभणवत राहतो. सुदैवाने बाकीची सारी मंडळी उत्साही, आनंदी मनस्थितीत असल्याने माझ्याकडे कुणी फारसं लक्ष देत नाही.

सुलतान स्वत:ला युद्धकैदी समजतोय की आमचा माननीय पाहुणा ते कळणं कठीण होतं. क्वचित दिसणारा रागाचा पारा सोडला, तर सुलतानाचा स्वभाव मनमिळाऊ होता. राजकुमार बहादूरची अरेरावी त्याच्यात अजिबात नव्हती. त्याचं एकच चुकलं होतं आणि ते म्हणजे त्याने चुकीचा व्यवसाय निवडला होता. तो दागिने किंवा साड्या विकणारा उत्तम व्यापारी बनू शकला असता. प्रत्येक प्रसंगाला उचित असा किस्सा सांगून तो सर्वांची मनं जिंकायचा. तो आनंदी, उत्साही असून जितकी स्वत: बोलायची

तितकीच दुसऱ्याचं ऐकून घ्यायचीही त्याची तयारी असे. एखादा सामान्य सैनिक किंवा झाडूवालासुद्धा त्याच्यापाशी जाऊन आपल्या पहिल्या प्रेमसंबंधाविषयी किंवा आपल्या सहा महिन्यांच्या मुलाच्या मृत्यूसंबंधी बोलू शकायचा. आपल्या प्रजेची सुखंदु:खं चिंता काळजी समजून घेऊन त्यात समरस होण्याचा, बहुतेक राजांना दुर्मीळ असा सद्गुण सुलतानाला लाभला होता. दुर्दैवाने त्याच्या अल्प राजगुणांपैकी हा एक असं म्हणावं लागेल. सत्तेवर असताना सुलतानाच्या जबाबदाऱ्या पेलायचा प्रयत्न कसोशीने केला महंमूद खिलजीने, पण व्यर्थ. आणि आता राजकैदी का असेना, पण फक्त एक सामान्य सैनिक बनला होता तो. आणि म्हणूनच आता नाटकं करायची गरज उरली नव्हती. आपल्या खऱ्या, स्वाभाविक स्वरूपात वावरण्यात त्याला किती मुक्त आणि आनंदी वाटत होतं ते उघड होतं.

चितोडपासून तीन दिवसांच्या वाटेवर असताना गुजरातच्या मुजफ्फर शहाच्या निधनाची आणि त्याचा मोठा मुलगा सिकंदर गादीवर आल्याची खबर आम्हांला मिळाली. माझा एकेकाळचा मित्र आणि पाहुणा, राजकुमार बहादूर कुठे होता ? साथीदारांच्या आणि राजकुमुटाच्या शोधात अजूनही तो भटकत होता का ? गुजरातच्या नव्या राजाने, सुलतान सिकंदर आपल्या भावाच्या मस्तकासाठी फतवा काढला होता का ? एक गोष्ट स्पष्ट होती की, बहादूर जिवंत असेस्तोवर सिकंदर किंवा त्याचे इतर भाऊ सुखाने झोपू शकणार नव्हते.

मी घरी परतण्याची उगाच घाई केली. दिल्ली बाबरच्या हातात पडली होती. पनिपतला इब्राहीम लोदी आणि काबूलचा राजा यांच्यामध्ये लढाई होऊन सुलतान आता उरला नव्हता. हेराने वाचून दाखवलेला मजकूर किती सरळसोपा वाटला. एक दमछाक झालेल्या हेराचे काही शब्द. बस्स, एवढंस पुरेसं होतं का हिंदुस्थानमधलं सर्वांत महत्त्वाचं सिंहासन काबीज करण्यासाठी ? हेच संकट टाळण्याच्या आशेने मी चितोडला परतण्याची घाई करत होतो ? बाबरशी नाही, बाबा, आपण सुलतान इब्राहीम लोदीशी लढायला हवं होतं आणि दिल्ली घ्यायला हवी होती.

पाच वेळा हिंदुकुशचे गारठलेले, असुरक्षित, डोंगराळ मार्ग आणि खैबर ओलांडून बाबर हिंदुस्थानात आला आणि दर खेपेला तो अधिक आतवर घुसला. बाबरच्या जीवनाचा मी किती वर्षं अभ्यास करतोय ? या नव्या पातशहाला भेटण्यासाठी मला फक्त दिल्ली गाठण्याची गरज होती. तसं करण्याचीही आवश्यकता नाही. आज ना उद्या आमच्या भेटीचा योग येणार यासंबंधी मला अजिबात शंका नाही.

माळव्याच्या मोहिमेने मला हवं असलेलं सारं काही दिलं. विजयश्री मिळवल्याचा मान, जो इदरच्या गादीवर राव रायमलला परत एकदा बसवल्यानंतर मला मिळावा अशी

माझी उत्कट इच्छा होती, तो मला या खेपेला मिळाला. चितोडचे पाऊण नागरिक गंभीरीचा पूल ओलांडून आले होते आणि राणा महाराज आणि दरबाऱ्यांमागे माझी प्रतीक्षा करत उभे होते. राणा महाराज स्वत: अंबारीतून खाली उतरले आणि राजा मेदिनी राय आणि माझ्या दिशेने दोन पावलं पुढे आले. हे दरबारी नियमांना धरून नव्हतं. आणि अत्यंत बहुमानाचं होतं. कारण कितीही महत्त्वाचा, निकडीचा किंवा आनंदाचा प्रसंग असो, महाराज आपल्या स्थानावरून कधीच हालत नाहीत. समोरच्या मांडलिकाचा किंवा राजपुरुषाचा काहीही दर्जा असो, त्याने पुढे येऊन सम्राटांना अभिवादन करायचं असतं. महाराजांचा आशीर्वाद घेण्यासाठी मेदिनी राय खाली वाकायच्या बेतात असताना महाराजांनी त्यांच्या खांद्यावर आपला हात ठेवून त्यांना थोपवलं.

"श्री एकलिंगजींची सदैव आपल्यावर कृपादृष्टी राहो ! मालव्याच्या सुलतानावर विजय मिळवल्यानंतर तुरंत आमच्या भेटीला येण्याने आपण मेवाडचा आणि आमचा मोठा बहुमान केला आहे." बाबांनी सूतभर मान वळवताच प्रधानमंत्री पूरणमलजींनी त्यांच्या हातात विजयसाफा ठेवला. "राजपुतांच्या इतिहासात एवढ्या थोड्यांनी एवढ्या अधिकांवर अशा प्रकारची मात यापूर्वी कधीच केली नव्हती. अशा शूरवीराला वीरविजय साफा बहाल करण्यात आम्ही आमचा स्वत:चा सन्मान समजतो."

"महाराज, एका राजपुतासाठी मेवाडच्या वीरविजय सन्मानापेक्षा अधिक मोठा बहुमान नाही. मी हा साफा नेहमीच मोठ्या अभिमानाने धारण करीन, पण मला निक्षून उल्लेख केला पाहिजे की, या लक्षणीय विजयाचं श्रेय माझ्याकडे नाही, तर युवराजांकडे जातं आणि म्हणूनच या वीरविजयाचे खरे मानकरी ते आहेत."

मेवाडच्या साऱ्या दरबाराने श्वास रोखून धरला. मेदिनी रायच्या या वागणुकीला अति- औदार्य म्हणायचं की निखालस कृतघ्नता ? पण बाबा आज कशानेही नाराज होणार नव्हते. रायचं म्हणणं थट्टेवारी नेत ते म्हणाले,

"राजे, या लढाईमुळे आमचा खजिना थोडाफार रिकामा जरी झाला असला, तरी आमचे अर्थमंत्री, माननीय आदिनाथजींचं असं म्हणणं आहे की सुलतान महंमूद खिलजी लवकरच त्याची भरपाई करणार असल्यामुळे परिस्थिती सुधारण्याची शक्यता नाकारता येत नाही. तेव्हा दुसरा वीरविजय साफा आमच्या पुत्राला बहाल करणं आम्हांला आता परवडू शकतं."

पूरणमलजी दुसरा साफा घेऊन तयारीतच उभे होते. बाबांनी तो माझ्या मस्तकावर ठेवला.

"आपण आपली कर्तबगारी सिद्ध करून दाखवलीत आणि आम्हांला एक दुर्मीळ आणि मूल्यवान उपहार दिलात, बेटा. आपल्या मातोश्रींना, आम्हांला आणि छोट्या संतमाईंना आपला अभिमान वाटतो."

आमच्या मागे उभ्या असलेल्या सैनिकांच्या रांगा विभागल्या आणि तेज आणि शफी सुलतान महंमूद खिलजींना घेऊन पुढे आले.

''महाराज, माळव्याच्या सुलतानांना आपल्यासमोर उपस्थित करत आहोत.''

आपण ज्याचे कैदी आहोत आणि तूर्त तरी जो आपला मालक आहे अशा या माणसासमोर कितपत विनम्र व्हावं याची सुलतानाला खात्री नव्हती. पण बाबा आज औदार्याची मूर्ती बनले होते. ''सुलतान, आपल्यासारख्या थोर व्यक्तीने आमच्या मेवाडला भेट दिल्यामुळे आमच्या प्रतिष्ठेत किती भर पडली ते आम्हांला सांगता येत नाहीये. आपल्या स्वागतासाठी चितोडचे दरवाजे सताड उघडे आहेत. आमच्या पाहुणचारात कुठेही आपल्याला त्रुटी आढळणार नाही अशी आशा आहे.''

या स्वागतानंतर आता खाली वाकून मुजरा करण्यातच शहाणपणा आहे असं सुलतानाने ठरवलं. जमलेला जमाव आनंदाने वेडा झाला. पुढचे दहा दिवस 'जय महाराणा', 'जय मेदिनी राय' आणि 'जय युवराज'च्या घोषणांनी दुमदुमले. अचानक पालटलेल्या माझ्या नशिबाने आई थोडीशी भांबावली होती. माझ्या कपाळाचं आणि गालाचं चुंबन घेत तिने विचारलं, ''खरंच आपण त्या दुष्टाचा पराभव केलात ?''

''मी नाही आईसाहेब, आपल्या सैन्याने त्यांचा पराभव केला. आणि सुलतानांना आपण सारे दुष्ट वाटत असणार. जरा हरवल्यासारखे दिसताहेत ते.''

''असो. आपण सुरक्षित परत आलात यातच आम्हांला आनंद आहे. आपण काही खाल्लंत का, बेटा ?''

तेव्हा मात्र मला हसू आवरेना. माझी साधीभोळी आई ! मला वाटतं, ती एकटीच अशी होती जिला या विजयाचं यथातथ्य मोल बरोबर समजलं होतं.

''यात कौतुक करण्याजोगं मला तरी काही दिसत नाही,'' नापसंतीदर्शक आशीर्वाद देत राणी कर्मावती म्हणाल्या, ''असा अचानक उत्कर्ष होणाऱ्याचा तितकाच अचानक अध:पात होतो.''

माझ्या अनिष्टचिंतकांच्या सम्राज्ञी, खरं आहे. मलाही माझ्या विजयाचं कौतुक वाटत नाही. गैरसमज नसावा. हे युद्ध नगण्य नव्हतं. आणि प्रत्यक्ष लढाईपूर्वीचे आमचे डावपेच हे महत्त्वाचा अनुभव आणि प्रशिक्षण ठरले होते. पण आम्ही माळव्याचं फक्त दमन केलं आहे, त्याला जिंकलं नाही. आणि आता दिल्लीच्या सिंहासनावर एक नवा माणूस बसला होता.

मेवाडच्या लोकांसाठी अजून तरी बाबर ही एक दूरची, काल्पनिक व्यक्ती आहे. इथे आनंदोत्सवाला पूर आलाय ज्यापासून अलिप्त राहणं मलाही कठीण जातंय, सुलतान

महंमूद खिलजीने मंदासौर आमच्या हवाली केलंय. मेदिनी राय चंदेरीचे राव घोषित केले गेले आहेत. आणि भिलसा, रायसेन आणि सारंगपूरच्या जहागिरी सिलहाडीला बहाल करण्यात आल्या आहेत. चितोडमध्ये विजयोत्सव नेहमी सात दिवस साजरा केला जातो. या वेळी तो दहा दिवस मानला जावा असं महाराजांनी जाहीर केलंय. गेल्या खेपेला मला नाकारल्या गेलेल्या बहुमानाची भरपाई करताहेत का महाराणा ? की परवानगीविना रणथंभोरहून परतलेल्या माझ्या भावाला, विक्रमादित्याला धडा शिकवण्याचा उद्देश आहे त्यांचा ?

''राजकुमार विक्रमादित्य, आपल्याला राजधानीत आलेलं पाहून आम्हांला असमर्थनीय का असेना, पण आनंद झालाय.'' बाबांनी माझ्या भावाला खाजगीत भेटण्याचं नाकारलं होतं आणि माळवा मोहिमेतल्या यशस्वी वीरांच्या सत्कारार्थ भरवल्या गेलेल्या दरबारात ते त्याला उद्देशून बोलत होते.

''पण आम्ही आपल्या मामांना, सूरजमलना या समारंभासाठी आमंत्रित केलं होतं.

रणथंभोरवर डोळा असलेल्या एखाद्या शत्रूच्या हाती ते सहजी पडावं अशा असुरक्षित स्थितीत ते सोडलं गेलं आहे का ?''

''चूक सर्वथा आमची आहे महाराज,'' आपला मुलगा काहीतरी मूर्खासारखं बोलायच्या आत राणी कर्मावती म्हणाल्या, ''आम्हाला त्यांची फार आठवण येत होती आणि आम्हांला माहीत होतं की, युवराजांना...'' त्यांनी पटकन माझा हात पकडला, ''फार वाईट वाटलं असतं जर राजकुमार विक्रम त्यांचा विजयोत्सव साजरा करण्यासाठी हजर राहिले नसते तर.''

उत्तम क्लृप्ती, कधीही हार न मानणाऱ्या माझ्या द्वितीय आईसाहेब.

''आपल्या मातृप्रेमाच्या प्रदर्शनाने हा दरबार फारच प्रभावित झाला आहे, राणीसाहेब. मुलांना जवळ बोलावून घेणं हे मातांचं, तर त्यांना दूर लोटणं हे पित्यांचं कर्तव्य असतं, होय ना ?''

राणीसाहेबांनी माझा हात सोडला आणि काय होतंय ते मला कळण्याआधी नाटकीपणाने मला मिठी मारली, ''आपल्या यशाचा तारा उंच आभाळात आणि शक्य असल्यास त्याही पलीकडे चढो युवराज ! आपल्या छोट्या भावाला, राजकुमार विक्रमादित्याला सांभाळून घ्यावं.''

सांभाळण्याची जर कुणाला गरज असेल तर ती मला होती. काळमिठीत जखडलं गेल्यासारखं वाटलं मला.

सभागृहाच्या पलीकडच्या सज्जातून माझ्याकडे पाहत असलेली माझी बायको मला दिसली. ती मुद्दामच मागे राहून दरबाऱ्यांच्या नजरेसमोर येण्याचं टाळत होती. कारण

मेवाडचे सामान्य जनच नाही तर दरबारी मंडळीदेखील तिच्या सान्निध्यात स्थळकाळाचं भान विसरून असमंजसपणे वागत आणि चक्क महाराजांकडे पाठ करून छोट्या संतमाईच्या पायांवर लोटांगण घालत.

माझ्या भावाचं अचानक भरती आलेलं बंधुप्रेम मी एकवेळ हाताळू शकलो असतो, पण बाबांच्या आणि राणी कर्मावतीच्या संबंधात एक वेगळं वळण निर्माण झाल्याची जाणीव माझ्या मनात जागृत झाली. इतर कुठल्याही राणीपेक्षा किंवा रखेलीपेक्षा बाबांची शय्यासोबत त्या अधिक करत असल्याची शक्यता असूनही, त्यांनी त्यांच्यामधले सारे बंध तोडून टाकल्याची एक अनाकलनीय भावना माझ्या मनात निर्माण झाली. यापूर्वी, कितीही चिडल्या, रुसल्या तरी त्या बाबांचा शब्द प्रमाण मानायच्या आणि आपला डाव साधण्यासाठी कावेबाजपणे किंवा लाडीगोडीने त्यांची मर्जी संपादन करायच्या. मला वाटतं की, आता त्या आशा-निराशेच्या पलीकडे पोचल्या असाव्यात; कदाचित माझ्या बायकोला मिळालेल्या वर्चस्वाशी याचा काहीतरी संबंध असावा. मला खात्री होती की त्यांच्या हेरांद्वारे त्यांना हे नक्की माहीत झालं होतं की राजकुमारी आणि महाराजांचे कसलेही शारीरिक संबंध नव्हते आणि छोट्या संतमाईला राजकारणात रस नव्हता. पण हे फारच बाळबोध झालं. मी एवढ्याचसाठी याचा उल्लेख केला, कारण खोल कुठेतरी राणीसाहेबांचा अढळ विश्वास होता की पुरुषाला ताब्यात ठेवण्याचा मार्ग म्हणजे लैंगिक संबंध. वेळ निघून चालला होता आणि लगेच काहीतरी निर्णायक कृती केली नाही तर त्यांचा मुलगा विक्रमादित्य याला मेवाडचं सिंहासन मिळवणं कठीण जाणार होतं.

त्यांची नेहमीच भीती वाटत आली होती मला; पण या क्षणाला मला भीती वाटत होती ती बाबांसाठी.

३७

कार्यकारणभाव हे जीवनाचं सार नाही; विकृती हे आहे. कुठल्याही कृतीचा काय परिणाम होईल ते सांगता येत नाही. करावे तसे भरावे ही म्हण ऐकायला बरी वाटते, पण असल्या स्वस्त भावनेवर विसंबून राहणं ही मोठी चूक आहे. केलेल्याचं योग्य फळ कधीच मिळत नाही. पापाची फलश्रुती नरकवासात होतेच असं नाही आणि चांगुलपणाच्या वाट्याला विश्वासघातही येऊ शकतो, कारण जग हे अंधाधुंदीच्या तत्त्वावर आधारलेलं असतं.

मेदिनी राय मला तोंडघशी पाडतील याची कुणाला कल्पना तरी होती का ?

''आपण आणि आपलं कुटुंब यांच्यासाठी माझ्या मनात किती आदर आहे हे मी उघडपणे सांगायची गरज नाहीये, राजे. माझ्यापाशी कारणं मागू नयेत, पण माझी विनंती आहे की आपण हा आग्रह धरू नये.''

''त्याला आता अंमळ उशीर झाला आहे, युवराज. कार्य संपन्न झाल्यासारखंच आहे. स्वत: राणांनी याला मान्यता दिली आहे.''

रायांनी मला मद्यपानासाठी अतिथी भवनात बोलावून घेतलं होतं आणि सायंकाळच्या शीतल वातावरणात आम्ही दोघं अंगणात बसलो होतो.

''कसं बोलावं हे मला कळत नाहीये. कदाचित मेवाडने आपल्यासाठी जे काही केलं त्याची परतफेड म्हणून आपण हा प्रस्ताव मांडला असावा.''

''माझ्यावर कुणाचीही सक्ती नव्हती. आपला आणि महाराजांचा मी सदैव ऋणी राहीनच. पण गेल्या काही महिन्यांत आपल्याबद्दल मला प्रेम आणि आपलेपणा वाटू लागलाय हेही तितकंच खरं आहे.''

''हा मी माझा बहुमान समजतो. मी कृतघ्न नाहीये. पण मला युद्धाचं आव्हान देणारे बाबरच्या छावणीतले नगारे ऐकू येताहेत. त्यासंबंधी काय करायचं ते मेवाड आणि आमच्या मित्रराज्यांनी ठरवल्यानंतरच या विषयाला हात घातला तर नाही का चालायचं ?''

''जर आपण दिल्लीच्या नव्या पातशहाला सामोरं जाण्याचं ठरवलं आणि मला

वाटतं आपण तसा निर्णय घेऊ, तर युद्धाचा अंतिम परिणाम ठरेपर्यंत तर आपण मला थांबायला सांगणार नाही ?''

''तसं करणंच योग्य ठरेल नाही का ? युद्धावरून सारे परततातच असं नाही.''

''म्हणूनच. मी जर परतलो नाही तर आपण माझ्या कुटुंबाची ढाल आणि दीपक व्हावं अशी माझी इच्छा आहे.''

''ते तर आम्ही आहोतच, राजे. त्यासाठी कौटुंबिक संबंधाच्या उपचारांची गरज नाही.''

मी हे वाक्य जरा जास्तच उत्कटतेने उच्चारलं असावं, कारण मेदिनी राय मोठ्याने हसले.

''आपण मेरताच्या राजकुमारीशी किती एकनिष्ठ आहात ते आम्ही जाणतो. पण एक संतीण बायकोची जागा घेऊ शकत नाही. माझी मुलगी फार लाघवी आहे, युवराज. ती ज्या घरात जाईल तिथे सुखसमाधान नांदेल. पण चितोडबद्दल तिच्या हृदयात एक खास भावना आहे. तिच्या भावाला आणि वडिलांना वाचवलंत म्हणून आपल्यासाठी तिच्या मनात पूज्यभाव जागृत झाला आहे.''

''मला देवपण नको आहे. घरात एक संत आहे तेवढी पुरे.''

माझ्या आवाजातल्या तीव्रतेने राय माझ्याइतकेच चकित झाले.

''माझ्या मुलीच्या मनात राजकुमारीविषयी अतीव आदरभाव आहे आणि चितोडच्या प्रत्येक नागरिकाप्रमाणे त्यांची सहचरी आणि सखी होण्याची आकांक्षा तीही बाळगते, पण ती संत नाहीये, युवराज. एक स्त्री म्हणून ती आपली शय्यासोबत करेल. एक हाडामांसाची स्त्री.''

माझ्याखेरीज माझ्या दुसऱ्या लग्नाविरुद्ध असलेलं माणूस म्हणजे कर्मावती राणीसाहेब.

''माझे शब्द लक्षात ठेवा,'' बाबा आणि मी पाहुण्यांच्या यादीची तपासणी करत असताना त्या म्हणाल्या, ''या वेळीदेखील ते साऱ्याचा विचका करतील. त्याचं नाही मला फारसं वाईट वाटत, पण मेदिनी रायशी असलेले आपले संबंध बिघडतील त्याचं काय ?'' मग माझ्याकडे वळत म्हणाल्या, ''तुम्ही बुद्धिवादी लोक कसे असता ते माहीत नाही का आम्हांला ? कानावर हात ठेवले की तुम्हांला वाटतं की समुद्राची गाज ऐकू येतेय. स्तब्ध पाणी नेहमी खोल असतंच असं नाही, युवराज. रिकाम्या बोगद्यात वाहणाऱ्या वाऱ्याप्रमाणे आहे हे सारं.''

नेहमीप्रमाणे, राणीसाहेबांच्या भाषिक दुर्बोधतेने मला गोंधळात टाकलं. त्यांच्या शब्दांचं बारीक विश्लेषण करणं अशक्यच. त्यांच्या वाक्यशैलीत सूत्रांची संक्षिप्तता असते

जी डोळ्यांसमोर असंबंधित चित्रांची शृंखला उभी करते आणि तरीही त्यामधल्या सामान्य कल्पनेच्या धाग्यामुळे म्हणा किंवा ती वाक्यं रूपकाच्या कुळातली असल्यामुळे म्हणा, ती तुम्हांला विचार करण्यास भाग पाडतात. खोलवर कुठेतरी आईमध्ये कवित्वाचा गुण दडलाय का ? तिच्या बोलण्याचा अर्थ न लागूनही आणि कधी कधी तर तिच्या बाष्कळ बडबडीतूनदेखील, ती काहीतरी गहन बोलून गेल्याचा आभास निर्माण होतो. पण अजूनही तिचं माझ्यावर ताशेरे मारणं संपलेलं नाहीये.

"कुठली भांडी अधिक खडखडाट करतात ते सांगण्याची गरज आहे का ? हे लग्न केल्याबद्दल पश्चात्ताप होईल तुम्हांला राजकुमार. देवच त्या बिचाऱ्या मुलीचं रक्षण करो.''

"आपलं भविष्य वर्तवणं संपलं असेल राणीसाहेब, तर मी आणि राजकुमार अधिक निकडीच्या ऐहिक कामाला लागतो,'' बाबा थोडे त्रासून म्हणाले.

खोटेपणा, शिष्टाचार आणि मृदू भाषा यांचं भस्म करून द्वेष आणि मत्सर थेट विषयाच्या गाभ्याला हात घालू शकतात का ? माझ्या साशंक मनापेक्षा राणीसाहेबांनी माझं भविष्य अधिक चांगलं ताडलं होतं.

माझी बायको सुगंधा हिने जन्मतःच आपल्या वडिलांच्या रूपाचं ओझं नाकारलं होतं. तिचं आकर्षण होतं तिचा निष्पाप आणि मनमोकळा स्वभाव. मेदिनी रायनी हाडामासांची स्त्री असं तिचं वर्णन करण्यात कसलीही अतिशयोक्ती केली नाही. तिला लठ्ठ म्हणता आलं नसतं, पण तिच्या शरीराला एक विलक्षण नरम मांसलपणा होता. माझी खात्री आहे की जर मी माझं बोट तिच्या दंडावर किंवा नाभीवर दाबलं असतं तर भोवतालचं मांस सावकाश त्याच्यावर पसरून त्याने माझं बोट मुठीसकट बुडवून टाकलं असतं.

विवाहाच्या पहिल्या रात्री मला हाताळता येत नाहीत याची आता मला खात्री झाली आहे. ही पश्चात बुद्धी नाहीये. बोहल्यावरून पळून जाणंच तेवढं मी शिल्लक ठेवलं होतं. ही दुसरी सोयरीक टाळण्याचा माझ्याकडून जमेल तितका मी प्रयत्न केला. रायशी माझी वागणूक अपमानास्पद जरी नाही, तरी अशिष्टपणाची नक्कीच म्हणता आली असती. माझे सासरे सोडून (त्यांना सासरे असं संबोधणंदेखील विचित्र वाटतंय माझ्या जिभेला) इतर कुणीही माझ्या अशा वागण्यावर आक्षेप घेऊन आपल्या मुलीचा हात मला देण्यास नकार दिला असता, एवढंच नाही तर मेवाडशी कायमचं वैर जोपासलं असतं. पण राय मला आपला मित्र आणि हितचिंतक मानतात ना ? आपली चूक उमगायला त्यांना किती वेळ लागेल ? आणि त्यांचा पश्चात्ताप कोणतं रूप धारण करील ?

आणि छोट्या संतमाईचं काय ? तिचं माझ्या नव्या बायकोशी कशा प्रकारचं नातं असेल ? नेहमीप्रमाणे माझ्यापाशी याची उत्तरं नाहीत. लग्नापूर्वी एक आठवडा आधी

ती माझ्या अभ्यासिकेत आली आणि मोठ्या नाटकीपणाने तिने घोषित केले, ‘‘मी माझा महाल रिकामा करतेय.’’

‘‘का ?’’

‘‘आपल्याला सुगावा नसेल कदाचित, पण मेवाडमध्ये लवकरच घडणाऱ्या महत्त्वाच्या घटनेबाबत मी अगदीच अज्ञानी नाहीये.’’

तिच्या स्वरात उपहास होता का ? की दुखावलं गेल्याचा टोमणा होता तो ? दुसऱ्या लग्नसंबंधांबाबत माझी बायको एक कट्टर पुरस्कर्तीच नव्हती तर आपला विश्वास ती स्वतःच्या आचरणात प्रत्यक्ष आणायची. नवऱ्याच्या बायकोमुळे (नवऱ्याच्या दुसऱ्या बायकोला पहिली बायको असंच संबोधते का ?) हिरवे डोळेवालीला घरकामात मदत होणार होतीच, पण नवऱ्याबरोबरच्या औपचारिक आणि त्रासदायक शाब्दिक देवाणघेवाणीपासून तिची सुटका होऊन आपला सारा वेळ बन्सीबाजाच्या तैनातीत घालवायची संधी पण तिला प्राप्त होणार होती.

‘‘आपल्याला बाईंसाहेबांबरोबर एकांत हवा असेल ना ?’’

‘‘मेवाडच्या राजघराण्यातला दुसरं लग्न केलेला मी प्रथम किंवा शेवटचा पुरुष नाहीये.’’

‘‘मला करायचं असेल तर ?’’

‘‘काय करायचं असेल तर ?’’

मी मुद्दामच अजाणतेपणाचा आव आणतोय हे तिला माहीत होतं, पण ती विषय संपवणार नव्हती.

‘‘दुसरं लग्न ?’’

‘‘राजवाड्यात भरपूर खोल्या आहेत आणि मला वाटतं एक दालन नव्याने सजवलं गेलंय.’’ मी विषय टाळत म्हणालो. पण मी फासे तिच्या हाती दिले होते आणि आता मी काहीही करू शकत नव्हतो.

‘‘कुणासाठी ? माझ्यासाठी की आपल्यासाठी ?’’

तीक्ष्ण प्रत्युत्तर देण्याचं चातुर्य किंवा हजरजबाबीपण माझ्यात नसल्यामुळे, वेगळ्या दालनाविनादेखील तिने स्वतःचं आवडतं कार्य आणि प्रेमप्रकरण अबाधित चालू ठेवलंच होतं, असा टोमणा मी मारू शकलो नाही.

माझी बायको एक उत्तर नसलेलं कोडं आहे असं मला कधी कधी वाटतं. उत्तर असलंच तर ते फार पूर्वी हरवलं गेलंय. नाहीतर माझ्या नव्या नवरीबरोबरचं राजकुमारीचं वागणं कसं समजून घ्यायचं ? लग्नानंतर दहा बारा दिवस उलटले असतील. मी दिवसभराचं काम आटपून घरी परतलो होतो, जेव्हा सुगंधा ‘थांबा, थांबा ना’ म्हणत

छोट्या संतमाईच्या पाठोपाठ जिना उतरत होती. हिरवे डोळेवाली सुगंधा खाली येऊन पोचेस्तोवर जिन्याच्या खालच्या पायरीवर थांबून राहिली.

"मी येऊ शकते का आपल्याबरोबर मंदिरात ?"

"योग्य क्रियापद 'येऊ का' आहे. तुम्ही येऊ शकता माझ्याबरोबर मंदिरात, पण तुम्ही येऊ नये." छोट्या संतमाईची ही पांडित्यपूर्ण अरेरावी भाबड्या सुगंधाच्या लक्षात आली नाही.

"का ?"

"तुमची जागा तुमच्या नवऱ्याशेजारी. माझ्या पायात लुडबुडण्यात नाही."

माझ्याशी लग्न होऊन या घरात आल्यापासून प्रथमच छोटी संतमाई वैरभाव उत्पन्न करण्याचे प्रयत्न का करत होती ? माझं नशीब अचानक उघडलं होतं का ? तिचा मत्सर जागृत होऊन ती माझ्यावर आपला हक्क प्रस्थापित करू पाहत होती का ?

सुगंधाने माझ्या बायकोकडे पाहिलं, माझ्याकडे पाहिलं, मग ती पळत जिना चढून वर गेली आणि तिने स्वत:ला खोलीत बंद करून घेतलं. मी तिची बाजू घेईन अशी तिची अपेक्षा असल्यास ती चुकीची होती. माझ्या दोन बायकांमधला मी लवाद होणार नव्हतो, किंवा प्रथमपदाच्या शर्यतीसाठी त्यांना प्रोत्साहनही देणार नव्हतो.

स्वत:च्या आणि रायच्या मुलीमधला दुरावा वाढवण्यास छोटी संतमाई कारणीभूत असेलही, पण कितीही मनाविरुद्ध असलं तरी त्याचं श्रेय जिथे लागू आहे तिथेच द्यावं लागेल – माझ्याकडे आणि केवळ माझ्याचकडे. तसं व्हावं अशी माझी इच्छा नव्हती. उलट तसं होऊ नये असंच मला वाटत होतं. पण उद्देश चांगला असून उपयोग काय, जर अखेरीस तुम्हीच तो उलथून पाडणार असलात तर ?

लग्न समारंभाला निर्विकार राहून अलिप्तपणे तोंड देण्याचं मी ठरवलं होतं खरं, पण शेवटी मी त्यात गुंतलोच. माझं संस्कृतचं ज्ञान हल्ली जरा बोथट झालंय, पण विधी चालू असताना खूपशा श्लोकांचा आणि स्तोत्रांचा अर्थ मला कळत असल्याचं पाहून मी स्वत:वर खूश झालो. एक तरुण पुरोहित एका साध्या युक्तीने, हुशारीने म्हणणं अधिक योग्य, भाषा समजायला सोपी करत होता. तोंडपाठ केलेली जटिल वाक्यं न म्हणता तो मेवाडीत बोलल्याप्रमाणे सुबोध संस्कृतमध्ये बोलत होता. संस्कृत भाषेची गुरुकिल्ली म्हणजे स्पष्ट उच्चारण असं पंडित मंडळी सतत सांगत असतात आणि ते बरोबरही आहे. पण ते हे सांगायला विसरतात की शब्दांचा अर्थ समजला तरच उच्चारण सार्थ होतं. अर्थ आणि संदर्भाशिवाय स्वत:ची मातृभाषादेखील निर्जीव भासू शकते. तो तरुण

भटजी जणू असं सुचवत होता की, एखादा श्लोक कितीही संक्षिप्त किंवा काव्यमय असला तरी त्याच्या छंद किंवा मात्रेपेक्षा त्याचा वाचिक अर्थ अधिक महत्त्वाचा.

संस्कृतला कुणी मारलं ? भाषा कशी मरते ? एखाद्या प्रलयात देशाची सारी जनसंख्या नष्ट झाल्यामुळे किंवा मुसलमान राज्यकर्त्यांनी अरबी किंवा अफगाणी भाषेचं प्राबल्य प्रस्थापित केल्यामुळे असं झालं नव्हतं. मनात येताच तिचा त्याग करता येईल अशी जनानखान्यातली स्त्री होती का भाषा म्हणजे ? फक्त ब्राह्मण आणि दरबारी मंडळींपुरती मर्यादित न राहता जर साऱ्या जनजातींतून ती बोलली गेली असती तर संस्कृत जिवंत राहिली असती का ? मेवाडी भाषा पण अशी मरेल का ? भूगोल आणि धर्माप्रमाणे मातृभाषादेखील माणसांचं भविष्य ठरवते. मला नेहमी वाटतं की जरी माणसाने भाषा निर्माण केली असली तरी आता ती आपल्याला घडवते. हा फारच गहन विचार झाला. मी काहीतरी अर्थशून्य बोलतोय का ? हा परस्परसंबंध नीट तपासून घेतला पाहिजे कधीतरी.

अचानक मी आणि माझी नववधू शयनकक्षात एकटे होतो. सुगंधा पाठमोरी बसलेली. प्रत्येक मेवाडी जोडपं पहिल्या रात्री या प्रसंगातून जातं. या प्रसंगातूनच, मला वाटतं बहुतेक विवाहितांचं भवितव्य ठरतं. घाबरू नकोस, मी स्पर्श करणार नाही तुला. तू सांगितल्याशिवाय मी कधीही तुझी शय्यासोबत करणार नाही. मी वचन देतो. माझ्याजवळ असलेल्या आळत्याच्या रंगाने मी चादरीवर डाग पाडीन. म्हणजे उद्या सकाळी खोलीची सफाई करणारी दासी चुगली करणार नाही. पलंगावरची एक रजई घेऊन मी या कोपऱ्यात झोपेन.

मी दरवाजात उभा होतो. खिळल्यासारखा. तीच वाक्यं परत परत मनात घोळवत. शेवटी ती वळली आणि तिने माझ्याकडे पाहिलं. मी उभा होतो तिथून मला तिच्या नाडीचे ठोके ऐकू येत होते. अपेक्षेने माझ्याकडे बघणाऱ्या तिच्या चेहऱ्यावर एक पुसट स्मित झळकून गेल्यासारखं मला वाटलं. माझं स्वगत अनाठायी असल्याचं माझ्या लक्षात आलं. माझ्याकडून पतिकर्तव्याची अपेक्षा होती तिची. तिच्या डोळ्यांतल्या कामभावनेने मलाही ग्रासलं. मी जवळ गेलो आणि हळुवारपणे तिचे कपडे उतरवले. ती उत्तेजित होईपर्यंत मी तिचं अंग कुरवाळत राहिलो. डोळे मिटून ती वाट पाहत होती. आणि तशीच वाट पाहत राहणार होती. माझ्या शरीराने मला साथ देण्याचं नाकारलं होतं.

स्वत:च्या हतबलतेमुळे मी शरमेने अर्धमेला झालो. नपुंसक रागाने माझं मन व्यापलं. माझ्या विश्वाचा जणू पायाच ढासळला होता. सरळसोट वासनेवरदेखील मी विसंबू शकणार नसलो तर जीवनात काय अर्थ उरला होता ? जांघेतल्या काठिण्याइतकी दुसरी कुठलीही तत्काळ निश्चितता नसते. आणि आता तीही उरली नव्हती. माझ्या विश्वासघाती शरीरावरचा राग मी माझ्या नववधूवर काढू लागलो. तिने गुडघ्यात तोंड

लपवून आपल्या शरीराची घट्ट गुंडाळी केली. अंग आकसून घेत, मी हात उगारण्याची वाट पाहत. मी हात उगारला नाही, पण तोंडाचा पट्टा चालवत राहिलो.

मला लग्नाचा तिटकारा वाटतो, मी म्हणालो. या संबंधाच्या त्रासापासून तिला आणि मला वाचवण्यासाठी मी खूप प्रयत्न केले, पण माझं कोण ऐकतो ? माझ्या भल्याची काळजी मी सोडून बाकी सगळ्यांनाच. असंगतपणे भरकटत मी बाबरचा आणि त्याच्याबरोबरच्या संभाव्य युद्धाचादेखील उल्लेख केला. चारी बाजूंनी मला शत्रूंनी घेरलंय याची तिला कल्पना होती का ? माझ्या साऱ्या भावांचा सिंहासनावर डोळा होता. तिलाही ते हवं होतं का ? आणि खऱ्या वारसदाराला, मला, जर ते मिळालं नाही तर मलाच ती दोषी ठरवणार होती ना ? सर्वांची माझ्याकडून अपेक्षा तरी काय होती ? मी अतिमानव नाहीये, कळलं ना ? मी तिला सिंहासनाची, किंवा इतर कसलीही हमी देऊ शकत नाही. मला लोक भेकड समजतात हे तिला ठाऊक होतं का ?

मी जन्माला आल्यापासून किंवा कदाचित आईच्या गर्भात असतानादेखील माझ्या जीवनात जे जे काही विपरीत घडलं होतं त्या साऱ्याला तीच कारणीभूत होती हे स्पष्ट होतं. आणखीन खूप काही बडबडलो मी, पण तथ्य हे होतं की त्यामुळे माझं अपुरेपण मी झाकू शकलो नाही. मला कळत होतं की, आता तोंड मिटणंच शहाणपणाचं. ही मेदिनी रायची मुलगी, सुखदु:खातली किंवा कुठल्याही परिस्थितीतली माझी जीवनसाथी होती. ती आपल्या वडिलांकडे यासंबंधी तक्रार करू शकली असती. सध्याच्या बिकट परिस्थितीत मेवाडशी असलेले मेदिनी रायचे संबंध मला बिघडवायचे होते का ?

''मला माफ करावं. आपल्याला दुखवण्याचा माझा उद्देश नव्हता.'' तिचं तोंड अजून गुडघ्यात लपलेलं असल्यामुळे मला तिचे शब्द स्पष्टपणे ऐकू आले नाहीत.

''काय ? काय पुटपुटतेयस तोंडातल्या तोंडात ?'' नव्या चिडीने मी तिच्यावर उसळलो. ''स्पष्ट बोल ! तुज जे काही म्हणायचंय ते ऐकून घेण्याइतका मर्दपणा आहे माझ्यात.'' इतकं होईपर्यंत एकाच विचाराने ग्रासलेल्या माझ्या मनाला तिच्या शब्दांचा अर्थ लागला होता. पण त्यामुळे मी अधिकच संतापलो. ''एखाद्या नीच माणसासारखं मी वागतोय तुझ्याशी आणि तू माझीच माफी मागतेस ? असल्या हौतात्म्याची किळस येते मला. मला तोंड मिटून इथून निघून जायला सांगण्याइतकीदेखील धिटाई नाहीये तुझ्यात ?''

तिच्याकडे पाठ फिरवून मी अंगावर कपडे चढवू लागलो. (माझी ढोंगी सभ्यता आणि शिष्टाचार परत मिळाला होता मला.) तिने माझा कमरपट्टा हिसकावून घेतला आणि काय होतंय ते कळायच्या आत म्यानातून माझी कट्यार बाहेर काढत तिने आपली तर्जनी चिरली आणि बिछान्यावरच्या चादरीवर धरली.

गुरुकुलच्या स्नातक समारंभात देण्यासाठी मी भाषण लिहून काढत होतो तेवढ्यात मंगल आपल्या नेहमीच्या चालीपेक्षा अधिक घाईघाईने पावलं टाकत आला.

कौतुकाची गोष्ट म्हणजे मंगल जेव्हा गप्प असतो तेव्हादेखील सारे त्याला ऐकत असतात. मीही याला अपवाद नाहीये. गुप्तचर खात्याचा प्रमुख होण्यापूर्वीदेखील मनातली गोष्ट उघड करणं मंगलच्या स्वभावात नव्हतं. आणि हा समज अधिकच दृढ करण्यास त्याचं निर्विकार बाह्यस्वरूप, आंगिक हालचालीतली काटकसर आणि शून्य भावप्रदर्शन मदत करायचे. पण हा विरोधाभास झाला. दगडी मुखवटा धारण केला असला तरी मंगलशी माणसं बोलू शकतात. मोकळेपणाने. नाहीतर तो आपल्या कामात इतका यशस्वी झाला नसता. त्याच्या अंगी एक जगावेगळा गुण आहे. त्याच्याशी असलेला तुमचा संबंध खास जवळिकीचा आहे असा समज तो तुम्हांला करून घेऊ देतो आणि हा समज किती चुकीचा आहे ते कधीच तुम्हांला उमगू देत नाही. डाव संपल्यावरदेखील तो आपला हात कधीच उघड करत नाही. कसा करील ? आमच्या लहानपणी – आणि आतादेखील परिस्थिती बदलली आहे असं नाही – सगळे माझीच हांजीहांजी करत आले आहेत. हसणं, रुसणं, आकांडतांडव करणं, सर्व काही माझ्या मर्जीनुसार. जे काही चाललंय ते योग्य आणि न्याय्य आहे असं दाखवायचं, स्वतःच्या भावना, आवडी–निवडी लपवायचं त्याच्या अंगवळणी पडलंय. पण मंगलच्या वंचित बालपणाबद्दल मी फारसा खेद वाटून घेऊ इच्छित नाहीये. त्यामुळेच तो आज मेवाडमधला सर्वांत उत्कृष्ट श्रोता आणि राज्यातला द्वितीय क्रमांकाचा शक्तिशाली पुरुष बनला आहे.

त्याने माझ्या मेजावर ठेवलेला खलिता मी उचलला. मला उद्देशून तो लिहिला गेला होता, पण हस्ताक्षर अनोळखी वाटलं. वरची मोहरदेखील अस्पष्ट झाली होती.

माननीय मेवाड युवराज यांसी,
अभिवादन.
आम्हांला भेटण्याची कृपा करावी ही विनंती. शहराच्या हद्दीबाहेर आम्ही आपली प्रतीक्षा करत आहोत.

आपला,
राजकुमार बहादूर

''शहजादे बहादूर खरंच आमची प्रतीक्षा करत आहेत ?''
''वटवाटिकेबाहेरच्या कदम्बाखाली ते थांबले आहेत, युवराज.''
''काही दगाफटका तर नाही ?''

"तसं वाटत नाही युवराज. त्यांच्याबरोबर फक्त अकरा माणसं आहेत."

"गेल्या खेपेला ते इथे असताना सत्तावीस होते."

"शहजाद्यांची स्थिती फारशी चांगली दिसत नाहीये, युवराज."

"माझ्या मनात बहादूरविषयी मिश्र भावना आहे. डिवचला गेला होता म्हणून का असेना, पण त्याने राजेंद्रला ज्या प्रकारे मारलं त्याबद्दल माझ्या मनात द्वेष आहे आणि तरीही, त्याच्याविषयी मला आपुलकीही वाटते. युद्धभूमीवर सोडून तो परत कधी भेटेल असं मला वाटलं नव्हतं. या माझ्या मित्राला परत भेटण्याच्या कल्पनेने माझी उत्सुकता आणि नाडीचे ठोकेदेखील वाढले. इतर कुणीही — आणि याला माझा नवीन मित्र आणि संभाव्य शत्रू दिल्लीचा पातशहादेखील अपवाद नाहीये — चितोडच्या सीमेवर येऊन ठाकला असता तरी मला आश्चर्य वाटलं नसतं. पण त्याऐवजी बहादूर तिथे काय करत होता ? अर्थात, या प्रश्नाला मी वाचा फोडणार नव्हतो.

मंगल बरोबर बोलला. काळाने शहजाद्याला फारसं चांगलं वागवलं नव्हतं. त्याच्या सुखलोलूप स्वभावाला एक क्रूरतेची झाक होती, जी तो पूर्वी हास्यविनोदाच्या आणि मनमिळाऊपणाच्या मुखवट्यामागे लपवायचा. पण हल्ली तसं करण्याची त्याला पर्वा वाटत नव्हती आणि तो प्रयत्न त्याने सोडून दिला असावा. कारण आता तो रागीट आणि रासवट दिसू लागला होता.

त्याच्या खोलगट डोळ्यांत एक लबाडीची चमक आली होती आणि ते सतत संशयाने पछाडलेले वाटायचे. स्वतःच्या दुर्दैवाची तुमच्या सुदैवाशी तुलना करायचे. फसलेली महत्त्वाकांक्षा, कठीण परिस्थिती आणि दैवावरचा उडालेला विश्वास यांमुळे त्याच्या स्वभावात आणि नजरेत मत्सरी कडवटपणा आलेला. तो सतत दुसऱ्याचं अहित चिंतायला लागला होता. पण त्याच्यातला सर्वांत अस्वस्थ करणारा बदल म्हणजे कशावरही लक्ष केंद्रित करण्याची असमर्थता. तो प्रश्न विचारायचा, पण उत्तर ऐकता ऐकता मध्येच त्याचं मन इतरत्र भरकटू लागायचं. उतावीळ उत्कंठेने त्याला ग्रासलं होतं आणि कुठल्याही क्षणी त्याचा स्वतःवरचा ताबा जाण्याची शक्यता होती.

आम्ही एकमेकांना आलिंगन दिलं. तो भरपूर मद्य प्राशन करत असावा. लसणीच्या वासाप्रमाणे मद्याचा शिळा वासदेखील तुमच्या अंगांगात भिनतो आणि सतत दरवळत राहतो.

"आपल्याला आश्चर्य वाटलं का युवराज, मला पाहून ?"

"आनंद वाटला म्हणणं अधिक योग्य ठरेल."

"आपली वागणूक नेहमी सभ्य आणि सुसंस्कृत असते, युवराज. आपलं कसं काय चाललंय ?"

“नेहमीप्रमाणे, थोडं बरं थोडं वाईट.” पुढचे दोनेक दिवस असलीच ठरावीक साच्याची औपचारिक देवाणघेवाण करण्यात घालवणार होतो का आम्ही ?

“राणा महाराजांचे भावी वारस म्हणून आपल्याला अधिकृतपणे घोषित केलं गेलंय की नाही, युवराज ?”

“नाही, शहजादे. पण इन्शाअल्ला, महाराजांची अजून बरीच कार्यक्षम वर्षं बाकी आहेत.”

“माझे वालिद वारले, पण तरीही मी अजून गुजरातचा सुलतान झालेलो नाही.”

“सुलतानांच्या मृत्यूची खबर ऐकून आम्हांला वाईट वाटलं. पण धीर सोडू नये शहजादे. आपल्या नशिबात जर सम्राटपद लिहिलं गेलं असेल, तर जगातली कुठलीही शक्ती ते बदलू शकणार नाही. आमच्या सदिच्छा सदैव आपल्याबरोबर राहतील.”

“पण तसं लिहिलं गेलं आहे का, युवराज ?” त्याच्या आवाजात आवेशापेक्षा द्वेष अधिक भरला होता.

“नशिबात काय लिहिलं गेलंय ते जाणण्यासाठी आपल्याइतकाच मीही उत्सुक आहे, शहजादे.”

“युवराज,” अचानक त्याचा स्वर बदलला, “घरदार नसलेला मी, एक घर शोधतोय. आम्ही माळव्याला चाललो होतो. वाटेत कळलं की, आपण माळवा जिंकलंत, एवढंच नाही तर सुलतान महंमूद खिलजींना कैदी करून आणलंत, माळव्याचे सारे दरवाजे आपण माझ्याकरता बंद केले आहेत. सुलतान नसताना मला तिथे कुणीही आश्रय देणार नाही.”

मी बहादूरला हे सांगण्याचं टाळलं की, सुलतान माळव्यात असता तर त्याने इकडे मेवाडमध्ये होतंय तेवढंही त्याचं स्वागत केलं नसतं. गुजरात आणि माळव्यात अलीकडेच मैत्रीचे संबंध प्रस्थापित झाले असले तरी गुजरातच्या उद्दिष्टांबद्दल सुलतान महंमूदच्या मनात कसल्याही भ्रामक कल्पना नव्हत्या याची मला खात्री आहे. किंचित निमित्त मिळताच पैगंबरवासी मुजफ्फर शहा किंवा आता त्याचा मुलगा सिकंदर यांनी माळवा अख्खं गिळायला कमी केलं नसतं आणि वर ढेकरही दिली नसती.

“या भटकंतीचा मला कंटाळा आलाय. तात्पुरतं का होईना पण मला घर हवंय. आपण झालं गेलं विसरून जावं, युवराज.”

“मी भूतकाळात जगत नाही, शहजादे. आपण पूर्वीपासून माझे विचार जाणता. गुजरात व मेवाडमध्ये शांती आणि मैत्रीचे संबंध असणं आवश्यक आहे. सद्य परिस्थितीत तर अत्यावश्यक आहेत. माझ्या हातात असतं तर मी आपल्याला जितके दिवस राहायचंय तेवढं राहू दिलं असतं. पण मी स्पष्टच बोलतो. गेल्या खेपेला जे काही घडलं त्यानंतर आता मेवाडचे नागरिक आपलं स्वागत करणार नाहीत.”

“आम्ही एवढी विनंती करूनही आपण आम्हांला नकार देताहात का युवराज ?”

“या बाबतीत मला अधिकार नाहीये, शहजादे. पण आपली प्रकृती सुधारेपर्यंत विश्रांती घेण्यासाठी एखाद्या खेड्यात दोनेक दिवस गुप्तपणे राहण्याची व्यवस्था मी करू शकतो. तसंच, माझ्या खाजगी निधीतून दहा हजार तन्कांचं ऋण मी आपल्याला देतो, ज्याची शक्यतेनुसार आपण परतफेड करावी.”

“आम्ही आपला पाहुणचार स्वीकारतो,” शिष्ठपणे बहादूर म्हणाला. जणू काही तोच माझ्यावर उपकार करत होता. “पण आपण नको तिथे औदार्य दाखवता आहात, युवराज. माझी हत्तीची स्मरणशक्ती आहे. आपण मला आश्रय नाकारलात ते मी विसरणार नाही. सावधान युवराज. आपण लबाडी करून दहा हजार गुजराती सैनिकांना मृत्युमुखी पाडलंत. गुजराती सैनिकाचा वेश धारण करून आपण कपटाने मलिक ऐय्याजला मारलंत. आपण इदर परत जिंकून घेतलंत. गुजरातचा असा घोर पराभव यापूर्वी कुणी केला नव्हता. आता आम्ही बदला घेतल्याशिवाय राहणार नाही. माझे शब्द लक्षात ठेवा, युवराज. मी खेड्याखेड्यातून, शहराशहरातून आपला पाठलाग करून सारं मेवाड पादाक्रांत करीन.”

मला हसू लपवता आलं नाही. हे एका याचकाचे शब्द होते की शक्तिशाली राज्यकर्त्याचे ?

“आपण थकला आहात आणि हताश झाला आहात. पण आपले चांगले दिवस लवकरच परत येतील. आणि तेव्हा हत्तीची स्मरणशक्ती आपल्या दोघांमध्ये घडलेल्या सुखद प्रसंगांची आठवण करून देईल आपल्याला. दोन पिढीजात शत्रू मैत्रीच्या नात्याने एकत्र येऊन शांतीसाठी लढण्याची शक्यता जर कुठे असेल तर ती गुजरात आणि मेवाडमध्ये आहे.”

“आणि प्रतिष्ठा आणि सूड यांचं काय ?”

“आपण सन्माननीय तडजोडीचा कधी प्रयोग करून पाहिला आहे का, शहजादे ? त्याचे उत्कृष्ट परिणाम असतात. त्यामुळे आपल्याला नवी शहरं वसवण्यासाठी आणि जुन्या नगरांची पुनर्रचना करण्यासाठी वेळ आणि पैसा मिळतो. त्यामुळे कलावंत आणि गायक आपल्या दरबारी गोळा होतात. त्यामुळे कदाचित मला माझ्या जुन्या छंदाचा, मेवाडच्या मलनिस्सारण व्यवस्थेचा विचार करण्यासाठीही वेळ मिळू शकेल.”

त्याच्या चेहऱ्यावर पुसट स्मित उमटलं, “असं वाटतं आपल्याला ?”

“होय. माझा तसा ठाम विश्वास आहे.”

“खुदा हाफिज, युवराज !”

“खुदा हाफिज, शहजादे ! भेटूया लवकरच.”

विजयोत्सवाच्या शेवटच्या दिवशी माळव्याचा सुलतान, मेदिनी राय आणि मेवाडचे राणा यांनी शांतीकरारावर सह्या केल्या. त्या रात्री राजवाड्यावर सजनीबाईंची मैफल ठेवण्यात आली.

मी या समारंभाचा यजमान असल्यामुळे खरं तर कौसल्याने सारी तयारी करायची. पण कौसल्याचा पत्ता नव्हता. मी चितोडला परतलो तेव्हादेखील माझ्या स्वागताला हजर नव्हती ती.

''काही महत्त्वाच्या कामासाठी ती गावी जात आहे असा निरोप महिन्यापूर्वी तिने ममताला पाठवला होता. त्यानंतर तिच्याकडून काहीही संदेश आलेला नाहीये,'' मंगल म्हणाला.

''मी परत आलोय हे तिला माहीत आहे का ?''

''माहीत असावं, युवराज.''

त्याच्या आईसंबंधी बोलताना मंगलबरोबरचं माझं संभाषण नेहमी असं जेवढ्यास तेवढं आणि ओढूनताणून का होतं ?

''असावं म्हणजे काय ? उद्दामपणा करू नकोस, मंगल. तिला नक्की माहीत आहे की नाही ?''

''मला माहिती नाही, युवराज. तिला बोलावून घेऊ का ?''

''होय.''

दोन दिवसांनंतर तो परत आला.

''ती गावात नाहीये, युवराज.''

''मग आहे तरी कुठे ?''

''मला माहीत नाही. क्षमा असावी, युवराज, पण माझी आई एक स्वतंत्र वृत्तीची स्त्री आहे आणि कुठल्याही प्रकारे माझा तिच्यावर ताबा नाही हे आपण जाणता.''

''गावातून ती दुसऱ्या कुठल्यातरी ठिकाणी गेली आहे का ?''

''ती गावाला गेलीच नव्हती.''

''मग गेली तरी कुठे आहे ?''

''तिच्या गैरहजेरीची तक्रार मी नगररक्षक दलाकडे केलेली आहे. ते साऱ्या शहरात आणि गुन्हेगारी जगतात तिचा शोध घेताहेत. मी प्रत्यक्ष मुख्याधिकाऱ्यांशी बोललो. आपल्या दूतांकडे आईचं वर्णन करून त्यांनी त्यांना राज्यातल्या प्रत्येक शहरात आणि नगरात पाठवलं आहे.''

''ती सुखरूप आहे ना, मंगल ?''

मी स्वतःवर काबू ठेवणं आवश्यक होतं. मंगल तरी काय सांगणार ? सव्वा महिन्यापूर्वी आई गायब झाली, पण ती मजेत आहे असं ?

"मी गुप्तचर विभागाला पण जागरूक केलंय, युवराज. आपल्या चित्रसंग्रहातून तिची एक तसवीर तात्पुरती घेण्याचं मी धारिष्ट्य केलं आणि मंदिरातल्या चित्रकारांकडून त्याच्या बारा प्रतिकृती करवून घेतल्या."

"हे तू उत्तम केलंस, मंगल."

मंगल शुष्क हसला. "आमचं फारसं पटत नसेल युवराज, पण काहीही झालं तरी ती माझी आई आहे आणि मला तिची काळजी वाटते."

"ठीक आहे. तुला काही कळलं तर लगेच मला कळव. कितीही नगण्य असलं तरी."

विजयोत्सवाला आलेल्या पाहुण्यांच्या आदरातिथ्य आणि पाहुणचाराविषयी मला काळजी करण्याचं कारण नव्हतं. माझ्या गैरहजेरीत राजकुमारी वरचेवर २५ पासून २५०० पाहुण्यांसाठी जेवणं आणि मेजवान्या सुरळीत पार पाडत असे. सारे बेत ती आखायची आणि ममता ते अंमलात आणायची. हल्ली राजवाड्यातल्या जेवणात बरेच मेरताचे पदार्थ आढळू लागले आहेत. पण काही दिल्ली आणि अहमदाबादची पक्वान्नंदेखील त्यात समाविष्ट करून राजकुमारी पक्षाभिमानाचा आरोप टाळण्याची खबरदारी घ्यायची. सजनीबाईची मैफल सुलतान महंमूद खिलजींच्या सन्मानार्थ ठेवली गेली असल्याने, त्या रात्रीच्या भोजनात सारे माळव्याचे प्रकारे केले गेले होते. माझ्या बायकोने मिळवलेली या पाककलेसंबंधीची माहिती बरोबर असल्याची प्रचीती सुलतानाच्या प्रशंसेवरून आणि त्याच्या खेळकर वागणुकीवरून आली. या उल्हसित आणि मनमोकळ्या वातावरणाचा माझ्यावरही परिणाम झाला असावा, ज्याचा फायदा घेऊन सुलतानाने मला बेसावध पकडलं. जेवणानंतर मैफलीसाठी आम्ही राणा कुंभ सभागृहाकडे जात असताना खिलजीने लबाडपणे हळूच मला प्रश्न टाकला.

"झाल्या गेल्यावर आता बोलण्यात काहीच गम्य नाही, तरीही सहज म्हणून विचारतो. माळव्याच्या मोहिमेवर आपण पन्नास हजारांची सेना घेऊन आला होता ही बातमी खरी होती की बनावटी होती ?"

आता विचार करता वाटतं की, माझ्याकडे उत्तर तयार नव्हतं हे फार उत्तम झालं. कारण माझ्या चेहऱ्यावर उमटलेलं आश्चर्य अगदी खरंखुरं होतं. मला आठवतंय की, आमच्याबरोबर चालत असलेल्या मेदिनी रायची गती अचानक धीमी झाली. सुलतानाइतकंच त्यांनाही माझ्या उत्तराबद्दल कुतूहल होतं.

"बनावटी म्हणता येणार नाही, सुलतान, फक्त संख्या पूर्णांकांत उल्लेखली होती, इतकंच."

''म्हणजे खरी किती होती ?'' सुलतान किंचित काळ थांबला. जणू उत्तर त्याला खरंच जाणून घ्यायचं होतं का, असा प्रश्न तो स्वत:लाच करत असावा, ''कितीची संख्या आपण पूर्णांकाने भरून काढलीत ?''

''आम्ही सत्तेचाळीस हजार सातशे मेवाडी होतो. पण हा आकडा पन्नास हजार एवढा प्रभावी वाटत नाही म्हणून त्यात थोडी भर घातली इतकंच. पण आपण हे विचारण्याचं कारण, सुलतान ?''

सुलतानाच्या मनावरचा तणाव कमी झाल्यासारखा वाटला, ''काल कुणीतरी म्हटल्यासारखं वाटलं की, पंचेचाळीसशेवर शून्य वाढवून आपण पंचेचाळीस हजाराचा आकडा जाहीर केला होता.''

''मी शूर होतो, अगदी अतिमानव होतो, असा माझ्या मुलांचा समज व्हावा असं मलाही वाटतं, सुलतान. पण म्हणून हास्यास्पद ठरावं असं काहीतरी मी जाहीर करणार नाही. प्रत्येक गोष्ट मीठमिरची लावून सांगण्याची सैनिकांची सवय असते. पण आपल्याला ज्याने हे सांगितलं त्याने जरा अतिशयोक्तीच केली.''

पण सुलतान मला इतक्यात सोडायला तयार नव्हता. ''पण एवढी मोठी सेना, इतक्या थोड्या काळात, एवढं अंतर कसं कापू शकली ? फक्त तीन दिवसांत ?''

या प्रश्नाचं उत्तर टाळायचा प्रयत्न केला मी. ''आपल्याला हे खरंच जाणून घ्यायचंय का, सुलतान ?''

''होय.''

''मी आपल्याशी धांदान्त खोटं बोललो, सुलतान आणि आपण मला पकडलंत. या वेळी आम्ही एक शून्य कमी केलं होतं. आपण मांडू सोडल्यानंतर लगेच राजे मेदिनी राय यांनी राणा महाराजांना मदतीची विनंती केली. त्यामुळे आमच्या हातात तीन नाही, तर तीस दिवस होते. आम्ही सेनेची दहा भागांत विभागणी केली. दर दोन तीन दिवसांच्या अंतराने एक एक विभाग चितोडहून निघायचा आणि वेगवेगळ्या मार्गांने माळव्यात पोचायचा.''

पुढचा प्रश्न काय असेल ते मी आधीच ओळखलं.

''आणि माकडं आणि कुत्रे खाण्यासंबंधीची बातमी ? ती तरी खरी होती का ?''

''संपूर्णत:. ! काही वर्षांपूर्वी इथे आलेल्या एका चिनी प्रवाशाकडून आम्ही ते शिकलो. त्यांचा असा विश्वास आहे की या प्राण्यांचं मांस, विशेषत: माकडांचा मेंदू, दसपटीने आक्रमक वृत्ती आणि मर्दानी शक्ती वाढवतो. म्हणनूच तर आमच्या इतक्या कमी सैनिकांना तुमच्या इतक्या मोठ्या सैन्यावर मात करणं शक्य झालं.''

''पण हे फारच किळसवाणं आहे. कुत्रा हा माणसाचा खरा दोस्त मानला जातो. कितीही मोठ्या लाभासाठी मी कधीच कुत्र्याचं किंवा माकडाचं मांस खाऊ शकणार नाही. त्या विचारानंच मला ओकारी येतेय.''

तो ओकला नाही. मला मात्र एका गोष्टीची खात्री झाली की माळव्याला परतल्यानंतर, दिवसातून किमान एक वेळ तरी तो माकडच्या मेंदूची मागणी करणार. कारण राज्याचा कारभार आणि देखभाल यापेक्षा आपल्या जनानखान्याची मरम्मत करण्याकडे सुलतानाचा अधिक कल होता.

''मेवाडचे श्रीमंत राणा महाराज आणि इतर नागरिक यांनी मला परत निमंत्रित करून माझा जो बहुमान केलाय, त्यामुळे झालेला आनंद मी शब्दांत व्यक्त करू शकत नाही. राणा महाराजांना माझा कुर्निसात, माळव्याच्या सुलतानांना माझा आदाब, श्रीमंत युवराज आणि श्रीमंत लक्ष्मणसिंहजींना अभिवादन. या सभागृहात हजर असलेली प्रत्येक व्यक्ती माझ्या दृष्टीने खास आहे आणि प्रत्येकाशी जेव्हा माझी खाजगीत भेट होईल तेव्हा प्रत्येकाला नावाने संबोधून त्याचं स्वतंत्रपणे अभिवादन करीन मी.'' सजनीबाई थांबली. दुसरा पर्यायच नव्हता. टाळ्यांच्या अविरत कडकडाटाने सभागृहाचं छप्पर खाली आलं. तिचा भारदस्तपणा अजून कमी झाला नव्हता. सारे राजेशाही पाहुणे तिचा शब्दन्‌शब्द झेलण्यासाठी आतूर होते. फक्त शब्दच नाही तर तिच्या प्रत्येक हावभावासाठीदेखील. कारण नजाकत आणि नखऱ्यांमुळे प्रेक्षकांच्या हृदयातलं तिचं स्थान कुठल्याही राजा किंवा सम्राटापेक्षा कमी नव्हतं. ''पण मी गायला सुरुवात करण्याआधी एका विशेष कलारसिकाला एक खास विनंती करायची आहे मला. साऱ्या संगीतप्रेमींच्या वतीने मी राव मेदिनी रायना गाण्याची विनंती करते.''

हे ऐकून पुरुष खुशीने बेभान झाले असं वाटलं असेल, तर तुम्ही बायकांना ऐकायला हवं होतं. शहराच्या लालबत्ती भागात धंदा करणाऱ्या दांडग्या बायकांनाही लाजवलं त्यांनी. शिट्या, आरोळ्या, किंचाळ्या, टाळ्या काही विचारू नका. शेवटी त्या राणीसज्जातून खाली उतरल्या आणि राव मेदिनी रायभोवती वर्तूळ करून रासदेखील नाचल्या. रायनी प्रेक्षकांना शांत करण्यासाठी कित्येक वेळा हात वर केले आणि शेवटी तो प्रयत्नच सोडून दिला.

''लाजू नका मेदिनी राय, लाजू नका,
लोरी किंवा होरी किंवा ठुमरी गा...
नाहीतर चंदेरीला येऊ बघा

लोरी किंवा होरी किंवा ठुमरी गा.
लाजू नका मेदिनी राय, लाजू नका.''

चंदेरीच्या राजाने स्मित केलं आणि चितोडच्या रमणी नि:श्वास टाकत बेहोश
झाल्या.

"काही फायदा नाही, मला गायचा आग्रह करण्यात काही फायदा नाही." ते
मिस्कीलपणे हसले आणि त्यांच्या दोन्ही गालांवर, विटी दांडू खेळता येईल इतक्या खोल
खळ्या पडल्या. "सजनीबाईबरोबर गायल्याशिवाय मी राहीन असं वाटलंच कसं तुम्हा
सर्वांना ?"

तुम्हा आम्हासारख्यांची खरी कथा ऐका.
गोष्ट अशी तशी जुनी पुराणी
रक्तपात आणि एक तरुण-तरुणी
ऐका हो ऐका, विलाप नका करू
कारण तुम्ही-आम्ही नाही ढोला मारू.

त्या दोन प्रेमिकांच्या आणि माझा मृत भाऊ राजेंद्रच्या आठवणीने सजनीबाईने डोळे
मिटून घेतले. हेच गाणं तिच्या तोंडून ऐकत असताना त्याला मरण आलं होतं. अजून
पूर्णपणे भरून न आलेली जखम मेदिनी रायनी निष्पापपणे उघडली होती. सजनीबाई
हेच गीत पुढे चालू ठेवणार की दुसरंच गायला सुरुवात करणार याची उत्सुकतेने वाट
पाहत आम्ही सारे स्तब्ध झालो. आणि मग गंगेच्या स्रोतासारखा निर्मळ आवाज वाहू
लागला. उघडलेल्या जखमेत शिरून साठलेलं सारं रक्त त्याने धुऊन काढलं आणि
जखम स्वच्छ केली.

मृत्यू त्यांना विलग करू शकणार नाही.
असं सांगते ही कथा
पण तुला हे सारं कसं माहीत गायका ?
तू केव्हा ओलांडला होतास मृत्यू ?
जन्मांतरीच्या गोष्टी नकोस कथू
आत्ता आणि इथेवर आहे माझा विश्वास
ढोला मारू जिवंत होऊन घेतील का पुन्हा श्वास ?
बदलेल का कथेचा शेवट आणि त्यांचा शाप ?

तसं जर नसेल, तर करू नका विलाप
कारण ढोला मारू अमर आहेत या कथेच्या कथनात

सजनीबाई थांबली आणि माझ्यावर आपली नजर रोखत म्हणाली,

''आमचं गीत आपल्याला आवडलं नाही का, युवराज ?''

''आवडलं, सजनीबाई. पण त्याने काही दु:खद स्मृती चाळवल्या.''

''आणि गेल्या खेपेप्रमाणे काहीतरी भयंकर घडेल अशी भीती वाटली ना आपल्याला ? पण या गोष्टींना कार्यकारण संबंध नसतो, युवराज. स्मृतींचं ओझं दडपण्यासाठी जर आपण आपली गीतं विस्मृतीच्या पडद्याआड ढकलली, तर भेकड कृत्य आणि आपल्या प्रियजनांचं जीवन देखील लोक विस्मरणाच्या गर्तेत गाडून टाकतील आणि क्लेषकारक आठवणींपासून स्वत:ची मुक्तता करून घेतील.''

''माणसं आणि घटना अशा सहज पुसून टाकता येतात असं खरंच वाटतं का आपल्याला ?''

''जीवन सुसह्य करण्यासाठी माणसं स्वत:च्या आवडीनिवडीनुसार स्वत:च्या स्वभावात आणि आठवणीत फेरफार करत असतात. शतकांपूर्वीच्या इतिहासातला काही भाग पुसला गेला तर कोण पर्वा करतं ?''

''स्मृती जागृत ठेवणं,'' अगदी हळू आवाजात बाबा म्हणाले, ''इतकं महत्त्वाचं का आहे सजनीबाई ?''

''कारण नाहीतर आपलं सारं जीवनंच खोटेपणाचं होईल आणि आपण कधीच आपल्या मुलांना खरं बोलायला शिकवू शकणार नाही.''

''तुम्ही चितोडची स्मृती व्हाल का, सजनीबाई ?''

''हा मी माझा बहुमान समजेन, महाराज.''

''तर मग सत्याला धोका नाही. निदान मेवाडमध्ये तरी.''

आजच्या सार्वजनिक समारंभाला शोभेसं राजवाक्य. पण तरीही, स्वप्नरंजनात वाहवत जाऊन महाराज अधिकच भावविवश झाले आहेत असं वाटलं मला.

३८

चैनीचे दिवस निघून गेले. मेजवान्या संपल्या. आता परत कामास लागणे. पुढे काय युवराज, प्रश्नचिन्ह. छोटया संतमाईचा पती; घराण्याला लागलेला काळिमा; क्षितिजावरचा काळा ढग; साऱ्या अपशकुनांचा उगम; राणी कर्मावती व विक्रमादित्यासाठी राज्यपदाच्या वाटेवरचा एकमेव अडथळा; राजा पुराजी कीकाचा परदेशी मित्र; मंगलवर दमदाटी करणारा त्याचा सर्वकालीन ऋणी; कौसल्येच्या शोधात असलेला तिचा प्रियकर; भूतनी मातेचं खेळणं (पण ती आहे तरी कोण ? नशीब... अवकाशाची पोकळी ? बाबरच्या रोजनिशीची पानं आणि उष्टी खरकटी टिपणं चोरून वाचणारा; दहा हजार निष्पाप (अशी माणसं जगात असतात ?) गुजराती सैनिकांचा खुनी; मेदिनी रायच्या मुलीचा षंढ नवरा; त्याची पत्नी आणि मेवाडची भावी साम्राज्ञी होण्यास लायक अशा एकमेव स्त्रीचा, लीलावतीचा ढोंगी विनाशकती. आणखीन काही युवराज ? आणखीन काही स्वभावाचे पैलू नैतिक विधानं, उरली आहेत ? होय, होय, होय, भविष्याच्या विक्राळ प्रश्नचिन्हाला तोंड देण्याचं टाळण्यासाठी काहीही. आणि जणू परिस्थिती अधिकच गुंतागुंतीची व्हावी म्हणून कुठल्याही एका क्षणी एकच नाही तर अनेक भविष्यं समोर उभी राहतात.

भविष्य क्रमांक एक – माळव्याच्या सुलतानाचं काय करायचं ? मंत्रिमंडळाच्या बैठकीत, जिथं खास सल्लागार म्हणून मेदिनी राय व सिलहाडीना आमंत्रित केलं गेलं होतं, या साध्या प्रश्नावर साडेचार तास चर्चा झाली. प्रधान पूरणमलजी आणि सिलहाडी यांचं एकमत झालं, पण वेगवेगळ्या कारणांसाठी. पूरणमलजींचं म्हणणं होतं की, युद्धात झालेल्या नुकसानीची पूर्ण भरपाई होईस्तोवर सहा महिने तरी सुलतानाला ओलीस ठेवावं. इतर नऊ दशांश मेवाडी नागरिकांप्रमाणे सिलहाडींचं मत होतं की, आम्ही जरा जास्त ढिलाई आणि निष्काळजीपणा करतोय. त्या ... (विशेषण गाळलंय) खिलजीला वर्ष दोन वर्षं तरी अंधार कोठडीत खितपत ठेवायला हवं. मांडूला झालेली चाळीस

हजारांची कत्तल आम्ही विसरलो होतो का ? आणि त्या उद्दाम सुलतानाने केलेला राव मेदिनी रायचा आणि इतर पूरबिया राजांचा अपमान ? वगैरे वगैरे.

त्या दिवशी लक्ष्मणसिंहजींची वागणूक लक्षणीय होती. सिलहाडीचं टीकात्मक भाषण संपेपर्यंत माझ्या काकांनी स्वत:च्या सहनशक्तीवरचा ताबा ढळू दिला नाही. चितोडमध्ये सर्वांत सत्यवादी आणि स्पष्टवक्ता म्हणून प्रसिद्ध असलेल्या लक्ष्मणसिंहजींनी सिलहाडीला हे सांगितलं नाही की शेवटच्या क्षणापर्यंत त्यांनी ना तळ्यात ना मळ्यात अशी वृत्ती अवलंबली होती आणि त्यांनी केलेल्या विलंबामुळे मेदिनी रायवर गग्रोन, राजकुमार हेमकरण आणि त्याचे सहकारी यांना कामयचं गमवायची पाळी आली असती. एवढं असूनही माळवा मोहिमेतल्या या असल्या असामान्य मदतीसाठी त्यांना तीन जहागिरी इनाम देण्यात आल्या होत्या. त्याऐवजी, लक्ष्मणसिंहजींनी शिष्टाचाराचा कळस केला.

''आपण असं सुचवता आहात का, की वर्ष–दोन वर्षांकरता माळवा शासकविरहित ठेवावं ? त्यामुळे अराजकता माजेल. निसर्ग पोकळी सहन करत नाही. सुलतानाचा भाऊ आणि दत्तक घेतलेला पुतण्या, दोघेही टपून बसलेत. यादवी युद्धाची शक्यता नाकारता येत नाही.''

''उत्तम. माळवा विभागून आपण आपापले हिस्से वाटून घेऊ.''

''त्यात आपला हिस्सा किती हा विवाद्य मुद्दा आहे, राजे. पण जरी असं मानलं की शक्तीनुसार आपण जितकं शक्य आहे तितकं बळकावलंत, तरी गुजरात व माळव्याचे इतर शेजारी शांतपणे बघत बसतील अशी आपली समजूत आहे का ? तेदेखील या झुंजीत सामील होऊन माळव्याचे लचके तोडणार नाहीत कशावरून ?''

''कदाचित मी आपली पायरी सोडून बोलत असेन, पण सुलतानाचं भवितव्य ठरवण्याआधी आपण स्वत:ची उद्दिष्टं निश्चित करणं उचित नाही का ?'' तो थेट मुद्द्याला हात घालणारा मृदुमुलायम आवाज आदिनाथजींशिवाय कोणाचा असू शकतो ? अर्थमंत्र्यांच्या नात्याने ते सर्व वितंडवाद ऐकून घेतात आणि मग अतिशय विनम्रपणे आर्थिक जमाखर्चाचा विचार मांडतात. ''आपल्याला काय साधायचंय ? सूडबुद्धीने मिळवलेला अल्पकालीन फायदा की राज्याच्या भावी सुखसमृद्धीसाठी शांतीचा प्रस्ताव ? जर शांती हवी असेल तर अगोदर स्थैर्य प्रस्थापित करावं लागेल. स्थैर्य, मग ते कितीही क्षणभंगूर आणि काल्पनिक असलं, तरी त्यासाठी न्याय आणि सुव्यवस्था आवश्यक असते. म्हणजेच, माळव्याचे सुलतान जितक्या लवकर परत आपल्या प्रजेत आणि राजसिंहासनावर जातील, तेवढं ते आपल्याच फायद्याचं ठरणार आहे.''

''हा फसवा युक्तिवाद आपल्याला पटतो का राव ?'' जणू आम्ही मेवाडी त्या दोघांविरुद्ध कट करत आहोत अशा आविर्भावात सिलहाडीने मेदिनी रायना विचारलं, ''असली उच्च, उमदी भावना व्यक्त करणं यांना कठीण जात नाही, कारण त्या

दिवशी जेव्हा गुजरातचा मुजफ्फर शहा आणि त्याचा तोंडपुजा, खुषमस्कऱ्या, लाळघोट्या यजमान, तो माळव्याचा मूषक, आमच्या चाळीस हजार भाऊबंदांवर तुटून पडले, तेव्हा यांचा एकही पुरुष, स्त्री किंवा बालक मारलं गेलं नाही. त्या दिवसापासून आतापर्यंत झोपेशिवाय घालवलेल्या प्रत्येक रात्री आपल्याला असा प्रश्न पडला नाहीये का, की तेव्हा मेवाड आपल्या मदतीला का नाही धावून आलं ? लक्ष्मणसिंहजी म्हणतात की निरोप मिळताच ते निघाले होते. असेलही कदाचित. पण सत्यस्थिती ही आहे की त्यांच्या उपस्थितीवर आपल्या चाळीस हजार बांधवांच्या जीवनमरणाचा प्रश्न अवलंबून असताना, घटनास्थळी ते उपस्थित नव्हते.

''युवराजांची भेट होताच दरवेळी आपल्या चेहऱ्यावर उमटलेलं कृतज्ञतेचं स्मित मी पाहिलंय. गग्रोन घोर संकटात असताना आणि खलजीच्या हल्ल्याला बळी पडत असताना, राजकुमार हेमकरण आणि गग्रोनच्या बचावासाठी लक्ष्मणसिंहजींनी फक्त ३५०० माणसं पाठवली. युवराजांनी सुलतानाला सांगितलं की, त्यांचं ४७,७०० चं बळ होतं आणि त्या मूर्खाला ते खरं वाटलं. पण असल्या बालिश भाकडकथांवर विश्वास ठेवायला तुम्ही-आम्ही काल जन्मलो नाही आहोत. ही थाप यशस्वी झाली खरी, पण केवळ योगायोगाने आणि त्या दिवसापुरती तरी भाग्यश्री युवराजांची बटीक झाली असल्यामुळे. पण त्या मूर्ख सुलतानाला सत्य परिस्थिती समजली असती तर ? आज आपण सारे कुठे असतो ? विचार करा राव, तो विचारदेखील दु:सह आहे.

''आपण चातुर्याने आणि धोरणीपणाने वागावं, मुत्सद्दीपणाने सुलतानाला सोडून द्यावं, असा लक्ष्मणसिंहजींचा आणि जैन मंत्र्यांचा आग्रह आहे. पण मी याला कबूल नाही. आपणही खोट्या कृतज्ञतेच्या आहारी न जाता, मला पाठिंबा द्याल अशी मला खात्री वाटते. त्या खिलजी डुकराला जगाच्या अंतापर्यंत तुरुंगात सडू दे.''

सिलहाडीच्या हल्ल्याने स्तंभित झालेले मेदिनी राय स्वत:ला सावरू शकण्यापूर्वी महाराजांनी मध्यस्थी केली.

''राजे मेदिनी राय आणि राजे सिलहाडी राय, आम्ही काही विचार प्रकट करू का ? आपल्या वाट्याला आलेली भयानक हानी आम्ही जाणतो, आणि त्याचं आम्हांलाही अतिशय दु:ख वाटतं. माळव्याच्या सुलतानाबद्दलच्या आपल्या भावनांची तीव्रता कदाचित आम्हांला समजली नसेल. आमच्या अनुभवानुसार लष्करी पराभवाइतका उद्‌ध्वस्तकारक दुसरा कुठलाही अपमान नसतो. त्यानंतर प्रादेशिक नुकसान आणि युद्ध हानी यांच्या भरपाईची मागणी करण्याव्यतिरिक्त शत्रूचा इतर कोणत्याही प्रकारे अवमान करण्याचे परिणाम विपरीत होऊ शकतात.

''आपण आमचे सहकारी आणि मित्र आहात. वैश्विक हित, समान वंशपरंपरा आणि तत्त्वं आणि एकमेकांच्या गहन, आंतरिक भावनांचा आदर, यांतून निर्माण

होणाऱ्या सामर्थ्याची मेवाड सर्वांत अधिक कदर करतं. आम्ही आपल्याला आमचा शब्द देतो की सुलतान आमचे कैदी म्हणूनच राहतील.

''आजच्या दीर्घ, तणावपूर्ण दिवसानंतर आपल्याला विश्रांतीची गरज आहे. आमच्या सन्माननीय पाहुण्यांना जितका काळ इथे राहायचं असेल तितकं त्यांनी खुशाल राहावं. चितोड आपलं स्वत:चं घर नाही हे आम्ही जाणतो, पण तरीही, ते स्वत:चंच घर समजावं ही विनंती.''

कुठलीही राजमंडळाची बैठक इतक्या कौशल्याने आटोपती घेतली गेली असेल का ? बहुतेक बैठकींनंतर सभासद एकमेकांच्या मतांची देवाणघेवाण करत बराच वेळ घोटाळत राहतात. पण त्या दिवशी लगेच एकमेकांचे निरोप घेऊन सारे आपापल्या वाटेने चालते झाले. आपल्या वागणुकीने सिलहाडीने नक्की काय साधलं ते मला समजलं नाही, पण त्यांच्या कार्यपद्धतीवरून त्यांचा हेतू मात्र स्पष्ट झाला. बाह्यत: त्यांनी लक्ष्मणसिंहजी, आदिनाथजी आणि माझ्या वर्तनाची टीका केली होती, आणि माझ्या आणि मेदिनी रायमध्ये कलहाचं बीज पेरलं होतं किंवा तसा कसून प्रयत्न केला होता, पण त्याचं खरं लक्ष्य होतं, खुद्द राणा.

महाराजांवर असा छुपा हल्ला करायला सिलहाडीला कुणी उद्युक्त केलं असावं ? माझा दीर्घकाळ जोपासलेला विवेक बाजूला ठेवून राणी कर्मावतीवर पाळत ठेवण्याची मूक सूचना (ती कशी करायची असते ?) मंगलला करायची का ? आणि तो जर ती आधीच ठेवू लागला असेल — कारण मंगलइतकी महाराजांची काळजी आणखी कोणाला आहे ? — तर ती माहिती कशी काय मिळवायची ? आणि जर बातमी वाईट निघाली, तर महाराजांच्या आवडत्या राणीविरुद्ध कसला उपाय योजायचा ?

भविष्य क्रमांक दोन — पारिजात.

माझं झाड मरू लागलंय. अजून त्याच्या फांद्यांवर भरपूर पानं आहेत आणि दररोज सकाळी दवाने भिजलेल्या जमिनीवर फुलांचे सडे पडतात. पण मला माहीत आहे की, माझ्या मित्राने माझ्यावर पाठ फिरवली आहे. मी कुठला करार मोडला, कुठला निसर्गाचा अलिखित नियम उल्लंघला, कशामुळे माझ्या पहाटेच्या प्रफुल्लित मित्राला निराश केलं याची मला कल्पना नाही. कुणास ठाऊक आपण आपल्या प्रियजनांना कशा प्रकारे दुखवत असतो ते ? पण तुला सांगतो पारिजाता, माझ्या हातून कितीही मोठी चूक झाली असली तरी तिची तुलना मला होणाऱ्या यातनेशी होऊ शकत नाही, जेव्हा तू माझ्यापासून आपलं अंग चोरून घेतोस.

तू सुकत चाललेला, तुझ्यातला जीवनरसाचा प्रवाह मंदावू लागलेला, तुझं हृदय क्षीण होत चाललेलं मला दिसतंय. अगदी शेवटच्या दुखण्यातही, वैद्य सांगतात, जर जीवनेच्छा बलवत्तर असेल तर आजार आणि मृत्यू दोन्ही स्थगित करता येतात. तुझी जीवनेच्छा कुणी आणि कशामुळे मारली ?

काय झालंय तुला, पारिजाता ? बोल माझ्याशी. तीनशे हातांच्या देवासारखा होतास तू. आणि तुझा बहर अहोरात्र आषाढातल्या वर्षावासारखा उदंड उधळायचास. मी माळव्याच्या मोहिमेवरून परतलो तेव्हा तुझ्या चेहऱ्यावर फुललेला आनंद आणि अंगांगावर उमटलेला रोमांच मला आठवतोय. हजारो फुलांनी तू मला न्हाऊ घातलंस. लहानपणी मी पाळलेले कुत्रेदेखील मी बाहेरगावाहून परतल्यावर माझं स्वागत इतक्या उत्साहाने करत नसतील. आणि आता, फक्त दहा आठवड्यांनंतर, तू आपल्या तीनशे हातांची घडी घालून परत आपल्या कोशात विलीन होणार ? आपल्या अंगाखांद्यावर बागडणाऱ्या पक्ष्यांचा, कीटकांचा, मधमाश्यांचा कायमचा निरोप घेणार ?

जखम नाही, दुखापत नाही, कसलंही चिन्ह नाही आणि तरी मला माहीत आहे की काहीतरी घडलंय. काहीतरी भयंकर घडलंय.

आपण त्याविषयी बोलू शकत नाही का ? मला कळतंय की ते शक्य नाही. फिरवलेल्या पाठीशी कुणीही बोलू शकत नाही. ऐकण्याचं नाकारलेल्याबरोबर काय बोलायचं ?

बेफिकीरचं लीद आणून ते मी तुझ्या मुळाशी पुरलं. दर दोन दिवसांनी मी माती उकरून सैल करतो. स्वत: दररोज तुला पाणी घालतो. कित्येकदा एखाद्या चिंतित पित्यासारखा किंवा प्रेमिकासारखा भर कामाच्या वेळी कचेरीतून मी घरी परतलो आहे. तासन्तास तुझ्यासाठी बासरी वाजवली. तुला मिठी मारून, मी तुला जाऊ देणार नाही, असं सांगितलं. एक छोटंसं रोपटं होतास तू तुला कुंभलगडहून आणलं तेव्हा. तुला घरची आठवण यायची की इथल्या मातीचा गुण तुझ्या जन्मस्थानापेक्षा वेगळा होता ते मला माहीत नाही; परंतु तू जवळजवळ मरणारच होतास. पण तू धीर सोडला नाहीस. शूर लढवय्या होतास तू. किती छोट्या वयात तुला बहर येऊ लागला, आठवतंय ? राण्या, राजकुमार आणि अंत:पुरातल्या सौंदर्यवती आश्चर्याने तुझ्याकडे पाहत राहायच्या. मला वाटलं होतं की म्हातारपणी तुझ्या फुलांचा सडा अंगावर घेत तुझ्या छायेत बसून राहीन मी.

मला ज्याची अत्यंत भीती वाटायची ते खरंच घडलंय का ? माझ्या स्पर्शातच मृत्यू आहे का ?

ती भूतनीमाता तर इथे आली नव्हती ? तिची दुष्ट नजर तर तुला लागली नाही ना ?

भविष्य क्रमांक तीन — सुलतान बहादूर शहाचं अभिनंदन कसं करायचं ?

तुमचं भविष्य खुद्द तुमच्या हाती असतं, असं तर तुम्ही मला सांगितलंत तर मी म्हणेन की मी तुमच्याशी सहमत आहे. तुमच्या मित्राने, शेजाऱ्याने किंवा बायकोने मला सांगितलं की आपलं भवितव्य आपल्या नशिबाच्या असंख्य हाती असतं, तर तेही मी मोठ्या उत्साहाने मान्य करीन. गुजरातच्या सुलतान सिकंदर शहाचं काय झालं ते पाहिलं की लक्षात येतं की कशालाही काही अर्थ नाहीये. आणि ते तसंच राहणार आहे. देवाची आणि दैवाची करणी गूढ असतेच, पण अनाकलनीयदेखील असते.

१५२६ चौदा फाल्गुन रोजी सुलतान मुजफ्फर शहा मरण पावला. पासष्ट दिवसांनी, १७ ज्येष्ठला त्याचा मुलगा सुलतान सिकंदर शहा उरला नाही. असं म्हणतात की त्याच्या दुष्ट स्वभावामुळे, त्याचा दास, इमाद-उल-मुल्क याने आपल्या साथीदारांच्या मदतीने, त्याचा गळा दाबून प्राण घेतला.

तो दिवस मला आठवतोय जेव्हा मी विजयस्तंभाच्या शिखरावरून निसर्गरम्य देखावा पाहत असताना पहाटेच्या धुक्यातून शहजादा बहादूर शहा प्रकट झाला होता. त्या दुर्लभ शिरस्त्राणाच्या, आपल्या वडिलांच्या राजमुकुटाच्या शोधात त्याने कित्येक वर्षं घालवली. आणि अचानक, परीकथेतील चमत्काराप्रमाणे, नशिबाने त्या सोनेरी शिरोभूषणालाच बहादूरच्या शोधात पाठवण्याचं ठरवलं. शहजादा बहादूर बाबरला भेटून त्याच्या कंपूत सामील होण्याचा विचार करत असताना, गुजरातच्या सिंहासनावर आरूढ होण्याचं निमंत्रण घेऊन गुजरातचा राजदूत हजर झाला होता.

अभिनंदन, सुलतान बहादूर शहा, आपल्या भाग्योदयाने आम्हांलाही आनंद झाला आहे.

गादीवर येताच सुलतानाने प्रथम आपल्या भावाचा मारेकरी इमाद-उल-मुल्क आणि त्याला या कामासाठी उद्युक्त करणारे अमीर यांना मृत्युदंड फर्मावला.

नव्या सुलतानाचं अभिनंदन करण्यासाठी काही भेटी आणि सदिच्छा घेऊन आमच्या राजदूताला तिथे पाठवायला आणि योग्य वेळ येताच आम्ही पूर्वी ज्याबद्दल बोललो होतो त्या शांतीकराराची आठवण करून द्यायला मला आवडेल. कदाचित त्याही पलीकडे जाऊन, जर आम्हा दोघांपैकी कोणाच्याही राज्यावर पराक्रमण झालं, तर परस्पर मदतीसाठी लष्करी करारदेखील करता येईल. गुजरातच्या नव्या सुलतानाशी मैत्रीचे संबंध प्रस्थापित करण्याविषयी आमच्या मंत्रिमंडळाचं मन वळवणं मला कितपत शक्य होईल ? जवळजवळ नाहीच. थोडीफार शक्यता असेल तर ती फक्त एकाच कारणासाठी — बाबरचा संभाव्य धोका.

भविष्य क्रमांक चार — महाराजांचा विचार तरी काय आहे ते कुणी मला सांगेल का ?

बाबरदेखील भारतावरच्या इतर वायव्येकडून आलेल्या आक्रमकांसारखा असता तर त्याने दिल्ली लुटली असती, हजारो लोकांना मृत किंवा जखमी केलं असतं, आणि बऱ्याच गुलांमासह इथले कुशल कारागीर आणि कलावंतांना घेऊन परत गेला असता. म्हणजे मग दिल्लीचं तख्त सुलतान इब्राहिमचा भाऊ महंमूद लोदी, जो पानिपतमध्ये वाचला होता, याच्याकडे गेलं असतं. पण सध्या तरी आपल्या गैरहजेरीतच महंमूद लोदी हिंदुस्थानचा सुलतान बनला आहे. युद्ध आणि दुर्दैवाच्या तडाख्यामुळे विचित्र स्नेहसंबंध जुळतात असं म्हटलं जातं. पण महंमूद लोदीला बाबांनी फक्त आश्रयच दिलेला नाही, तर बाबरला हाकलून लावण्यासाठी त्याच्या मदतीचा करारदेखील केलाय. या सलोख्यासाठी अनाठाई उत्साह आणि घाई कशासाठी ? आणि तीही पूर्वीच्या शत्रूशी ? जेव्हा एखादा नवा माणूस, तोही विजयोन्मादाने आक्रमक बनलेला, तुमच्या शेजाराला येतो, तेव्हा त्याच्यावर नजर ठेवून शांतपणे वाट बघायची, या उत्तम नियमाचं काय झालं ? बाबा बाबरला आव्हान देताहेत का ? तो कुठवर चिथावला जाऊ शकतो ते आजमावताहेत का ? पण महाराज मुद्दामहून दिल्लीच्या पातशहाला डिवचताहेत असं जर तुम्हांला वाटत असेल, तर तुम्ही फक्त अर्धसत्य जाणता.

बाबांनी कंदरचा भक्कम किल्ला काबीज केला आणि त्याच्या राजाला, हसनला पळवून लावलं. पण ही फक्त पुढे घडणाऱ्या घटनांची आगाऊ झलक होती. एखाद्या उतावीळ, अविचारी साहसिकाप्रमाणे, पूर्वीच्या लोधी राज्यातली शहरं आणि गावं ते काबीज करत सुटलेत. आतापर्यंतचा ताळमेळ म्हणजे दोनशे नवे प्रदेश. काही छोटे आणि नगण्य तर काही भलेमाठे. युद्धातली मिळकत असं म्हटलं जातं त्यांना. पण खरं म्हणजे ही महाराजांची मिळकत नाहीच आहे. राणा कधीच इब्राहिम लोधीबरोबर लढले नाहीत किंवा जिंकलेही नाहीत. ते बाबरने केलं. या साऱ्या बळकावलेल्या प्रदेशांमुळे बरीच माणसं बेघर झाली. काही ठिकाणी मुसलमान राजांच्या जागी हिंदू राजे नेमले गेले. त्यांच्यापैकी सारेच सहिष्णू आणि उदार मतं असलेले नाहीत. हे सगळे पदच्युत आणि असंतुष्ट राजे बाबरकडे आकर्षित होऊन त्याला आपला नेता आणि त्राता मानू लागतील अशीच सोय आम्ही करतोय. इकडे बाबांचं हे मन मानेल तसं बळकावणं चालू आहे, तर तिथे एका बाजूला महंमद लोधी आणि दुसरीकडे बाबर, हे त्यांच्या मते त्यांच्या मालकीच्या प्रदेशाचे तोडले जाणारे लचके चढत्या संतापाने पाहत आहेत. महमंद लोधी यासंबंधी काहीही करू शकत नाही सध्या तरी. पण बाबर करू शकतो आणि मला वाटतं करीलही.

बाबरबरोबरचं युद्ध केव्हा ना केव्हा तरी अटळ आहे. पण महाराजांना ते तात्काळ हवं आहे का ? त्यांच्या वागणुकीचा अर्थ यापेक्षा वेगळा कसा समजायचा ? (आणि आताच का ? इतकी वर्षं दिल्ली घेणं शक्य असताना माझ्या म्हणण्याकडे त्यांनी कानाडोळा केला.) हे अनावश्यक आणि अविचारी वाटतं. स्वत:चं हित कशात आहे ते जाणण्याइतकी अक्कलहुशारी पातशहापाशी नक्कीच आहे. या घटकेला तरी आमच्या बळकट स्थानावरून आम्ही सलोख्याचा प्रस्ताव मांडणंच उचित ठरावं, ज्यायोगे दोन्ही पक्ष एकमेकांच्या सरहद्दीचा आदर करतील.

भविष्य क्रमांक पाच — कौसल्या.

मी मंगलला दर दोनतीन दिवसांनी तोच खुळचट प्रश्न विचारतो, कधी कधी एका दिवसात दोन तीन वेळा.

"ती नाहीशी झालीये म्हणजे काय ? हे चितोड आहे मंगल, मेवाडची राजधानी. कुठलं तरी मागासलेलं खेडं नाही जिथली माणसं अजूनही रानटी अवस्थेत राहतात. मी तुला सांगतो, ती अशी नाहीशी होणं शक्य नाही. त्याला काही अर्थ नाही. तू आपली जबाबदारी नीट पार पाडत नाहीयेस हेच खरं."

"मी नगररक्षक दलाकडे चौकशी केली युवराज. त्यांनी आपल्या नोंदी मला दाखवल्या. दर वर्षी, फक्त चितोडमधून जवळजवळ सत्तर माणसं नाहीशी होतात आणि ती परत कधीच सापडत नाहीत."

"मंगल, मला हे असलं..." त्याला उद्देशून अपशब्द वापरणं मला थांबवलं पाहिजे. मला झालंय तरी काय ? मी सर्वांशी चिडखोर, तिरसट आणि शिवराळपणे वागू लागलोय, आणि हे फक्त वाईट दिवसांपुरतंच नाही. दररोजच्या ध्यान, मनन आणि स्वगताचा काही परिणाम नाही. मी अजूनही त्याच्यावर खेकसत होतो. "तू हेरखात्याचा प्रमुख आहेस. माझ्या शिफारशीवरून बाबांनी तुला तिथे नेमलं आणि स्वत:च्या आईचा शोध लागत नाहीये तुला ? दररोज मला सांगतोस त्या..." मी वेळीच शब्द बदलला "त्या भाकडकथांऐवजी तिला शोधून का काढत नाहीयेस ?"

"माझे प्रयत्न चालू आहेत युवराज. माळवा, गुजरात आणि दिल्लीच्या नगररक्षक दलाकडेदेखील चौकशी केली मी. काशी, मथुरा, प्रयाग, केदारनाथ, मदुराईवरून येणाऱ्या यात्रेकरूंकडून माझी माणसं सतत माहिती काढत असतात. मी अजून धीर सोडलेला नाहीये."

"ममता तिच्याशी भांडली होती का ? तू काहीतरी लागेल असं बोलला होतास का तिला ?"

‘‘आपण ममताला ओळखता, युवराज. आई कुणाशीच जवळीक करत नाही आणि ममता पण त्याला अपवाद नव्हती. आईकडे नजर उचलून पाहण्याचाही धीर झाला नाही कधी ममताला. गेल्या खेपेला आई घरी आली होती तेव्हा ममताला दिवस गेल्याचं पाहून खूश झाली होती.’’

‘‘कधी बाळंत होणार आहे ममता ?’’

‘‘पुढल्या महिन्यात, युवराज.’’

‘‘त्याआधी कौसल्या सापडली पाहिजे, नाही का ? आपलं नातवंडं जन्मताना ती हजर नसली तर कसं वाटेल तिला ?’’

‘‘ती सापडावी यासाठी काहीही करायची तयारी आहे माझी.’’

‘‘लीलावती सापडत नव्हती तेव्हा आपल्याला काय सांगण्यात आलं होतं आठवतंय ? की तिला गुप्तपणे चितोडबाहेर तरी नेण्यात आलंय किंवा आदिनाथजींनी तिला मारून तरी टाकलंय. पण ती इथे किल्ल्याच्या आतच होती. उपासमारीने फिक्कट, रोडावलेली अशी इथे परत येऊन जेव्हा ती म्हणाली की ‘मी तसाच प्रयत्न केला असता तर ती नक्की सापडू शकली असती,’ तेव्हा मी किती शरमिंदा झालो असेन याची कल्पना कर तू. चितोडमधल्या प्रत्येक घरात, प्रत्येक झोपडीत शोध घे मंगल. मी नगररक्षक मुख्याधिकाऱ्यांशी बोलतो.’’

‘‘मी आधीच केलंय ते, युवराज. त्यासाठी लेखी आज्ञापत्रही घेतलंय मी महाराजांचं. सध्या तिसऱ्या पेठेत शोध चालू आहे.’

‘‘श्रीमंतांचे वाडेदेखील याला अपवाद नसू देत. कुणालाही सोडू नकोस. आणि गुन्हेगारी जगताशी असलेल्या तुझ्या संपर्काचं काय ?’’

‘‘तिच्या जडजवाहरासाठी किंवा तिच्यावर जबरदस्त किंमत उपटण्यासाठी तिला पळवण्यात किंवा मारून टाकण्यात आलंय असं त्यांना वाटत नाही. त्यांना या असल्या गोष्टींचा सुगावा ताबडतोब लागतो, आणि त्यांच्या कानावर असलं काहीही आलेलं नाहीये.’’

या साऱ्याची उद्या मी परत उजळणी करणार हे मला माहीत आहे. असं विमनस्कपणे तेच, तेच परत बोलण्याने काहीही साधणार नव्हतं, पण तिला जिवंत राखण्याचा तोच एक उपाय होता माझ्यापाशी. माझा तो एक मूर्ख प्रमाद सोडला तर मी आणि कौसल्या केव्हाही भांडलो नव्हतो. का ते नीटपणे सांगता येणार नाही मला, पण ती वाघिणीवर आरूढ झाली आहे असं तिचं चित्र नेहमी माझ्या मन:पटलावर उमटत आलंय. हे चित्रदेखील स्पष्ट नाहीये. तीच वाघीण असते, की वाघिणीवर बसलेली स्त्री असते, की ती दोन्ही असते ?

मी तिचा होतो आणि तसाच राहावा यासाठी माझ्या पसंतीच्या कुणाही व्यक्तीबरोबर आपला हा हक्क वाटून घेण्याची तिची तयारी होती.

तिच्याशिवाय मला असुरक्षित वाटतं. स्वतःच्या प्रियजनांची जर मी काळजी घेऊ शकत नसेन तर माझ्या युवराजपदाचा उपयोग तरी काय ?

कुठे आहेस तू भूतनीमाते ? काय केलं आहेस तू कौसल्याचं ?

भविष्य क्रमांक सहा — दिल्लीचा पातशहा.

परिस्थिती बदलेलही कदाचित, पण सुलतान इब्राहीम लोदीचा पराभव करून बाबरने दिल्ली काबीज केल्यापासून मेवाडला फक्त एकच मार्ग उरलाय : मोगल सम्राटाबरोबर आमचं निश्चित नातं काय, ते ठरवणं. आमचे मित्र आणि लहानमोठे शत्रूदेखील हे जाणून आहेत. पुढचा कार्यक्रम ठरवण्यासाठी १७ अश्विन रोजी बाबांनी साऱ्या प्रमुख राजपूत, मुसलमान आणि भिल्ल राजांना आणि नायकांना युद्ध समितीच्या बैठकीसाठी बोलावून घेतलंय.

साऱ्या राजपूत संघाला, तसंच बऱ्याच मुसलमान जहागीरदार, अमीर आणि राजांना बाबरचं एवढं महत्त्व का वाटतं आणि त्यांच्या राज्याला त्याच्यापासून भीती आहे असा त्यांचा समज का झाला आहे याचं उत्तर माझ्यापाशी नाही. काल–परवापर्यंत तो फक्त एक किरकोळ, पदच्युत राजा होता, ज्याने बऱ्याच भटकंती आणि स्थित्यंतरानंतर काबूलचं नगण्य सिंहासन जिंकून घेतलं होतं. दिल्लीमुळे हा फरक झाला आहे का ? पानिपत युद्धात झालेल्या दिल्लीच्या सुलतानाच्या पराभवामुळे आणि मृत्यूमुळे त्याची कीर्ती वाढली होती का ? ज्यामुळे तो आम्हा साऱ्यांच्या जीवनाचं आणि विचारांचं केंद्रबिंदू बनला आहे ? की त्याच्या हिंदुस्थान काबीज करण्याच्या प्रतिज्ञेमुळे, जिचा सतत एखादा मंत्रासारखा तो घोष करत असतो, हे असं घडलं असेल ? या प्रश्नांना अनेक उत्तरं आहेत आणि तरीही कुणी याचं खात्रीलायक उत्तर देऊ शकेल का याबद्दल साशंक आहे मी.

प्रवास, युद्ध, काबूलला येणारे आणि काबूलहून पाठवलेले संदेश, परदेशी वकिलाती आणि दुप्पट किंवा तिप्पट, अनेक पटीने वाढलेला राज्यकारभार या साऱ्यांमुळे मोगल पातशहाची रोजनिशीतील टिपणं बंद पडली असतील, निदान केवळ नावापुरती उरली असतील असं वाटलं होतं. पण हिंदुकुश पर्वतावरच्या घरट्यापेक्षा तीस ते पन्नास पटीने मोठा प्रदेश जिंकण्याचा आणि आपल्या राज्याला जोडण्याचा परिणाम थेट उलटा झालेला दिसतोय. कदाचित त्याच्या पदरी लिखाण टिपून घेणारे आणि वळणदार अक्षरांत लिहून काढणारे बरेच कारकून आणि कलाकार असावेत.

हिंदुस्थानबद्दल त्याला कुतूहल, तिरस्कार, तुच्छता आणि विस्मय वाटतो. हल्ली त्याचं लिखाण जास्त आत्मविश्वासपूर्ण झालंय — आणि त्याला कारणंही तशीच आहेत — पण आत्मप्रौढीपोटी त्याची विनोदबुद्धी आणि तीक्ष्ण निरीक्षणशक्ती कमी झालेली नाही. भौगोलिक आणि नैसर्गिक बारकाव्यांचं, तसंच माणसं आणि त्यांच्या सवयी आणि चालीरीतींचं त्याच्याइतकं वस्तुनिष्ठ वर्णन करणारा माझ्या तरी पाहण्यात कुणी आलेलं नाहीये. पण त्यासंबंधी पुन्हा केव्हातरी. सध्या तरी मेवाडला त्याची मनस्थिती, आवाजाची पट्टी आणि पानिपतमधले त्याचे डावपेच जाणून घ्यायची नितांत गरज आहे.

''गाझी खानविरुद्ध एक छोटी तुकडी पाठवल्यानंतर, मी निश्चयाच्या रिकिबीत पाय रोवले, अल्लावरच्या विश्वासाचा लगाम हाती घेतला आणि सुलतान इब्राहीमच्या दिशेने कूच केलं... ज्याच्या ताब्यात दिल्लीची राजधानी आणि हिंदुस्थानचा मुलुख, एक लाखाचं सैन्य आणि स्वत:चे आणि आपल्या बेगांचे मिळून हजार हत्ती होते.''

''सारी तयारी झाल्यानंतर, सर्वसाधारण मंडळाच्या बैठकीसाठी साऱ्या बेगांना आणि युद्धशास्त्रात विशारद असलेल्या योद्ध्यांना एकत्र बोलावण्यात आलं. सर्वांनुमते असं ठरलं : पानिपत हे गाव घरांनी आणि उपनगरांनी गच्च वसलेलं आहे. ते एका बाजूला ठेवायचं. दुसऱ्या बाजूला गाडे आणि कुंपणाच्या मागे आपलं पायदळ आणि तोड्याच्या बंदुकी चालवणारे सैनिक आसरा घेतील. या ठरावानंतर आम्ही निघालो. वाटेत एक रात्रीपुरतं थांबून, गुरुवार १३ चैत्र रोजी आम्ही पानिपतला पोचलो.''

बाबरच्या रणयोजनेची, व्यूहरचनेची आणि डावपेचांची कल्पना येण्यासाठी मी रेखाचित्रं आणि आराखडे काढले. त्याने आपल्या सेनेतल्या प्रत्येक शिपायाला, मिळतील तेवढे गाडे गोळा करण्यास सांगितलं. सगळे मिळून ७०० गाडे जमा झाले. खुलं रणांगण हेच एक हलताफिरता किल्ला करण्याची कल्पना होती ही. हे सारे गाडे आणि झाडांच्या फांद्या आणि झुडुपं गुंफून बनवलेल्या कुंपणाच्या ढाली एकत्र बांधून पायदळाच्या संरक्षणासाठी एक लांबलचक आडोसा करण्यात आला. बाबरच्या सैनिकांपर्यंत पोचण्यासाठी इब्राहीम लोदीच्या शिपायांना हा अडथळा पार करणं आवश्यक होतं, आणि ते करत असताना दिल्लीच्या पायदळाला आणि घोडदळाला जबर जखमी करणं बाबरला सहज शक्य झालं. उजव्या बाजूला बाबरला पानिपत गाव आणि उपनगरांची अभेद्य भिंत मिळाली होती. डावीकडे आणि इतरत्र त्याने खड्डे खोदले होते. मध्ये एका बाणाच्या पल्ल्याइतकी मोकळी जागा सोडण्यात आली होती, जिथून शंभर–दोनशे घोडेस्वार शत्रूवर चाल करू शकले असते. हे सारं अतिशय लक्षवेधी होतं

आणि तसंच आमचे डोळे उघडणारंदेखील. सुलतान इब्राहीमच्या आणि आमच्याही डावपेचांपासून हे तुर्की डावपेच फारच वेगळे होते. त्यांच्या बचावाच्या तंत्रानुसार युद्धक्षेत्राच्या प्रत्येक भागात त्यांनी संरक्षक तटबंदी उभारली होती आणि ते खड्डे म्हणजे दुसरं तिसरं काही नसून तटबंदी सभोवतालीचा खंदक होता.

"दूरवर दिसणारा सुलतान इब्राहीमच्या सैन्याचा काळा धब्बा अनावरपणे सुसाट आमच्या दिशेने आला आणि आमच्या सैन्याची घनदाट सावली दिसताच थांबला. जणू आमची रणरचना पाहून सुलतान 'थांबावं की नाही ? पुढे जावं की नाही ?' असंच स्वत:ला विचारत होता. त्यांना थांबणंही शक्य नव्हतं आणि पूर्वीच्या वेगाने पुढे येणंही शक्य नव्हतं.

"आमच्या फिरत्या तुकड्यांनी उजवीकडून आणि डावीकडून वळून शत्रूच्या पाठीमागे पोचायचं आणि तिथून बाणांचा वर्षाव करून त्यांना लढाईत, गुंतवायचं असा हुकूम होता. त्याच वेळी, उजव्या आणि डाव्या बाजूच्या तुकड्यांनी पुढे होऊन लढाईत भाग घ्यायचा... महमद कुकुलदाश, शहा मन्सूर बार्लास, यूमस-ई-अली आणि अब्दुल्ला यांना समोर मध्यावर असलेल्यांशी लढण्याचा हुकूम दिला गेला. त्याच स्थानावरून उस्ताद अलिकुली याने फिरंगीच्या गोळ्यांची खैरात केली. उपनायक मुस्तफा यानेदेखील मध्याच्या डावीकडून झर्बझानचे गोळे उत्तम प्रकारे डागले. आमच्या उजवीकडच्या, डावीकडच्या, मधल्या आणि फिरत्या तुकड्यांनी एव्हाना चारी बाजूने शत्रूला वेढून जोशाने लढत त्याच्यावर बाणांचा वर्षाव केला... देवाच्या दयेने आणि कृपेने हे कठीण संकट आम्ही सहजपणे पार केलं. दिवसार्धात तो सशस्त्र जमाव आम्ही धारातीर्थी पाडला. इब्राहीमच्या सभोवताली एकाच जागी पाच ते सहा हजार सैनिक मारले गेले. साऱ्या युद्धभूमीवर मरून पडलेल्यांची संख्या पंधरा ते सोळा हजार असावी असा आमचा अंदाज होता, पण नंतर आग्र्यात हिंदुस्थानी लोकांकडून समजलं की त्या लढाईत मृतांची संख्या चाळीस ते पन्नास हजार इतकी असावी."

फिरंगी आणि झर्बझान. शेवटी एकदाचा मी नव्या तंत्रज्ञानाच्या सान्निध्यात येऊन पोचलो होतो. आम्ही उपयोगात न आणलेल्या तोड्याच्या बंदुकी बाबर नेहमी वापरायचा, इतकंच नाही तर त्याच्याकडे रणतोफादेखील होत्या, ज्यांना या दोन विलक्षण नावांनी ओळखलं जायचं. या असल्या तोफा बनवणं तर सोडाच, पण विकत घेऊन त्या परदेशातून इथे आणायलाच वर्ष-दीड वर्ष गेलं असतं. कालव्ययाचा आता विचार करण्यात अर्थ नव्हता. कोण त्या विकतो ते शोधून काढून लगेच त्या मागवून घेणं हे महत्त्वाचं होतं. या बाबतीत लक्ष्मणसिंहजींची पूर्ण अनुमती मिळाली आणि त्यांनी मंगलला यासंबंधी पोर्तुगीज आणि फारसी लोकांकडे चौकशी करण्यास सांगितलं.

जो कुणी तयार असेल त्याच्याकडून निदान सहा तरी असल्या रणतोफा विकत घेण्याचा आदेश मंगलला दिला गेला होता.

पातशहाच्या रोजनिशीतील आतापर्यंत माझ्या वाचनात आलेल्या इतर सर्वांपेक्षा आश्चर्यकारक अशी टिपणी देत आहे.

''आम्ही काबूलमध्ये असतानाच राणा संगांनी त्यांच्या सदिच्छा आणि भावी योजनेचा आराखडा घेऊन आपला दूत आमच्यापाशी पाठवला होता.'' 'जर माननीय पातशहा पलीकडच्या दिशेने दिल्लीकडे येतील, तर आम्ही या बाजूने आग्र्यावर चालून येऊ.' पण मी इब्राहीमला हरवलं, दिल्ली आणि आग्रा काबीज केलं आणि तरी अजूनपर्यंत त्या काफिराने कसलीही हालचाल केलेली नाही.''

ही नोंद खरी मानायची का ? आणि जर ती खरी मानली — कारण माझ्या आतापर्यंतच्या अनुभवावरून आणि माहितीनुसार बाबर कल्पित कथा लिहीत नाही — तर बाबांना कसं समजून घ्यायचं ? काय उद्देश आणि अपेक्षा होत्या त्यांच्या ? आमचे पूर्वज आणि इतर राजपूत बांधवांच्या विश्वासाप्रमाणे — जो नेहमी खोटा ठरत आला आहे — बाबांचाही असा विश्वास होता का की शत्रूचा शत्रू आपला मित्र असतो ? युद्धाची लूट आणि कदाचित दिल्लीचं सल्तनतदेखील वाटून घेण्याच्या आशेने मेवाडचा राणा एका परदेशी आक्रमकाला हिंदुस्थानात बोलावू पाहत होता का ? या प्रदेशातील सर्वांत शक्तिशाली सम्राट असूनही महाराजांचा आपल्या सैन्यावर आणि स्वत:च्या नेतृत्वावर इतका कमी विश्वास उरला होता का की, त्यांना बाबरच्या मदतीची गरज भासली ? आणि तीही विषयलोलूप, उतरती कळा लागलेल्या इब्राहीम लोदीला पराजित करण्यासाठी ज्याची दिल्ली सल्तनतवरची पकड वेगाने ढिली पडत चालली होती ? पण यापेक्षाही न समजण्यासारखी गोष्ट म्हणजे, जर मदत करण्याचा उद्देश नसेल तर ती आधी देऊ करायचीच का ? कुणीही सांगेल की हा एक अनोळखी राजाला आपला सर्वांत कट्टर आणि खुनशी शत्रू बनवण्याचा खात्रीलायक मार्ग आहे.

पण व्हायचं ते होऊन गेलंय आणि त्याला आता काही उपाय नाहीये.

आग्र्यात असंतुष्ट लोकांची कमी नसल्यामुळे बाबरच्या दरबाराची बित्तंबातमी मंगलला आपल्या हेरांकडून मिळत असते. दर सोमवारी आणि कधी कधी इतर दिवशीसुद्धा, तिकडच्या महसूलाचा आकडा, लष्करी हालचाली, कोण पातशहाच्या मर्जीत चढला आणि कोण उतरला, आणि मेवाडसंबंधी आग्र्यात चाललेला विचार आणि चर्चा यासंबंधीची, विश्लेषणासहित माहिती मंगल पाठवतो. एक गोष्ट स्पष्ट आहे, आम्हांला जरी बाबर कट्टर शत्रुत्वाच्या दृष्टीने पाहत असला तरी सुदैवाने तो त्याच्या आसपास चाललेल्या लहानमोठ्या समस्या सोडवण्यात गुंतला आहे. शेतकरी वर्ग आणि पूर्वीच्या फौजेतील शिपाई बाबरला आणि त्याच्या माणसांना घाबरून आहेत.

अधिक महत्त्वाचं म्हणजे, पूर्वीच्या सुलतानाच्या सेवेत असलेला जवळजवळ प्रत्येक अफगाणी अमीर, हा पातशहाविरुद्ध उघड किंवा छुपं बंड करू पाहतोय. यापैकी काही अधिक त्रासदायक बंडखोरांना वठणीवर आणण्याकरता बाबरचा मुलगा हुमायून पूर्वेकडे असलेल्या जोनपूरला रवाना झाला आहे. हे सारं हिताचंच आहे आमच्या. आम्हांला रणतोफा मिळवण्यासाठी, निदान दहा हजार तरी तोड्याच्या बंदुकी खरेदी करण्यासाठी आणि आमच्या माणसांना या दोन्ही हत्यारांचं प्रशिक्षण देण्यासाठी मुदत मिळणं आवश्यक आहे. तसंच, बाबरच्या लष्करी डावपेचांविरुद्ध आमच्या हल्ल्याच्या आणि बचावाच्या तंत्रासंबंधी गहन फेरविचार केला पाहिजे.

पण लक्षणं चांगली दिसत नाहीयेत. मेवाडच्या शत्रूंना कमी न लेखता त्यांच्यापैकी एखादा कितीही दुर्बल असला तरी त्याचा गंभीरपणे विचार करणं ही माझी सवय. पण बाबर या सर्वांहून वेगळा वाटतो. त्याच्या रोजनिशीतल्या चिठ्या—चपाट्यांवरून तो मला जसा समजला, तसा तो मला आवडूच लागलेला नाहीये, तर त्याच्याविषयी मला आदरही वाटू लागलाय. तो एक चांगला मित्र आणि लायक शत्रू बनू शकेल असं वाटतं. पण गेल्या काही महिन्यांत दिसू लागलेले त्याच्या स्वभावाचे कित्येक पैलू अस्वस्थ करणारे आहेत. नि:शंक ते त्याच्या धार्मिक श्रद्धेचे परिणाम असावेत. पण मला वाटतं श्रद्धेला सूज्ञता आणि सहिष्णूता यांची जोड, निदान एका राजाच्या वागणुकीत तरी असायला हवी. हिंदुस्थानात आल्यापासून त्याच्या भाषेत आमूलाग्र फरक झालेला जाणवतो. फक्त आमच्याबरोबरच्या युद्धाला तो सतत धार्मिक युद्ध असं संबोधत असतो. तर मग इब्राहीम लोदी व इतर शिया आणि सुन्नी राजांबरोबरच्या व सुलतानांबरोबरच्या त्याच्या युद्धांना काय म्हणायचं ?

जर जिंकलेल्या प्रजेबद्दल मनात फक्त तिरस्कार असेल, आणि बाबरच्या म्हणण्याप्रमाणे त्यांच्या देवदेवतांच्या मूर्ती तोडणं फोडणं हेच उद्दिष्ट असेल तर त्यासारखी वांझोटी आणि अनिष्ट गोष्ट नाही. हा मार्ग चोखाळला तर पराभूतांना तुम्ही कधीच स्वत:ची प्रजा या दृष्टीने पाहणार नाही आणि पित्याप्रमाणे त्यांचं पालन करणार नाही. राजाला जर समर्थ बनायचं असेल तर त्याची आपल्या प्रजेशी जवळीक हवी. तो कुठल्याही धर्माचा, पंथाचा किंवा जातीचा असो, आपला राजा आपली ढाल-तलवार आहे असा विश्वास प्रजेच्या मनात हवा. या साऱ्या नवथर कल्पना आहेत असं ज्याला वाटत असेल तो मूर्ख आहे. कुठलाही शहाणा नेता सांगेल की यातच राजाचं स्वहित आहे. कारण विभाजनात राज्याच्या नाशाची बीजं पेरलेली असतात.

हिंदुस्थानवरच्या पहिल्या काही आक्रमणांच्या वेळी, जेव्हा बाबरने बजौरवर हल्ला केला होता, तेव्हादेखील तो स्वत:ला 'धर्मरक्षक' समजत होता. आपला पूर्वज तिमूर, याचं अनुकरण करून त्याने त्या वेळी बजौर लुटून त्यातील साऱ्या रहिवाशांची — जे

थोडे पूर्वेला पळाले ते वगळून — कत्तल केली, कारण ते इस्लामधर्मीय नव्हते. दिल्लीच्या तख्तावर आल्यापासून तो स्वत:ला 'गाझी' — म्हणजे देवाच्या नावाने सूड घेणारा — या भूमिकेत ढाळू लागला आहे. ज्या लोकांना कधी पाहिलं नाही, ज्यांच्याशी त्याचा ना आर्थिक ना सामाजिक संबंध कधी आला, त्या 'काफिरांवर' त्यांच्या कुठल्या अपमानाकरता किंवा अपराधाकरता बाबर सूड घेऊ पाहत आहे ? आमचा एकमेव गुन्हा म्हणजे केवळ एक अपघात — आणि तो म्हणजे आम्ही वेगळ्या धर्मात जन्मलो हा.

इब्राहीम लोदीवर मिळवलेल्या विजयानंतर पातशहाने देवळं पाडून त्याच भूमीवर मशिदी उभारण्याचा आणि जर पुरेसा वेळ आणि पैसा हाती नसेल तर विद्यमान हिंदू देवस्थानांचं रूपांतर इस्लामी प्रार्थनागृहात करण्याचा सपाटा लावला आहे.

यात काही जगावेगळं नाही. आम्हीदेखील बौद्ध धार्मिक वास्तूंचं आणि मुसलमानांच्या मशिदींचं हेच केलं जे भारतावर कुरघोडी केल्यापासून मुसलमान आमच्या मंदिरांचं करताहेत.

हे जीवनाचं एक गूढ रहस्य आहे. पराभूत लोकांच्या धर्मस्थानांचा कब्जा घेण्याचा असा अट्टहास का ? जरी हिंदू आणि बौद्ध धर्मांचे प्रतिकूल संबंध असले तरी ते एकमेकांना म्लेंच्छ किंवा अपवित्र समजत नव्हते. पण इस्लामसाठी हिंदूंच्या मूर्तिपूजक मंदिरांहून अधिक भ्रष्ट दुसरं काय असू शकतं ?

असं म्हणतात की, जेता बळजबरीने पराजितांच्या धर्मस्थानांचा कब्जा घेतो, कारण त्या स्थानांचं पावित्र्य त्याला आपलंसं करायचं असतं. या कृत्रिम युक्तिवादात थोडंफार तथ्य असेलही, पण यापेक्षा सरळसाधं कारण म्हणजे, स्वत:च्या दांडगट सामर्थ्याचं प्रदर्शन. जुनी परंपरा नष्ट झाली आहे आणि आता तो त्यांचा नवा स्वामी आहे हेच जेता प्रजेला सुचवत असतो.

३९

जगात फक्त एकच पुरुष आहे, त्याचं नाव बन्सीबाज.

सुगंधाबरोबरच्या अपयशानंतर त्या रात्री तो तडक छोट्या संतमाईच्या महालात गेला.

"कुठे होतास तू ?" त्याचा बाहू पकडून तो गदागदा हालवत तिने विचारलं. वाट पाहून ती इतकी चिडली होती की तिला धड बोलताही येईना, "किती छळणार आहेस मला ? इतका निर्दय आणि कठोरहृदयी कसा होऊ शकतोस तू ?"

त्याला उशीर झाला होता ? काल रात्री त्यांनी भेटीची वेळ ठरवली नव्हती. ती ते कधीच ठरवत नसत. त्याच्या हिशेबाप्रमाणे तो प्रत्येक रात्री याच वेळी आला होता, एक दोन पळं कमी अधिक.

"काय झालं ?"

"हे तूच विचारतोयस ?"

आज बन्सीबाजाचा वाढदिवस तर नव्हता ? शक्य नाही. तसं असतं तर सारं चितोड तो साजरा करत असतं. त्याचा निर्विकार चेहरा पाहून ती अधिकच संपातली.

"तू विसरलास ? खरंच विसरला आहेस तू ?" तिने त्याच्या पावलावर आपलं पाऊल मारलं.

"आज होळी आहे."

फटाक्यांची माळ पेटल्याप्रमाणे त्याच्या मस्तकात कडकडाट झाला. कसा विसरला तो ? आत्मरक्षणासाठी तरी त्याने आजची तारीख लक्षात ठेवणं आवश्यक होतं. आता काय करणार होता तो ? कुंभलगडला असताना ज्या रात्री त्याने प्रथम तिच्या शय्यामंदिरात प्रवेश केला, त्या दिवसापासून वसंतोत्सवाचा विचार सतत त्याला सतवायचा. रंगांच्या सुक्या बुकींची त्याला भीती नव्हती, पण रंगीत पाण्याच्या विचाराने तो हवालदिल व्हायचा. तिने पितळेच्या पिचकारीतून उडवलेल्या फवाऱ्यांनी अंगावरच्या ओघळून गेलेल्या निळ्या रंगामुळे उघडानागडा झालेला तो त्याच्या नजरेसमोर यायचा. आक्रमक पवित्रा घेऊन तिच्यावर लाल, पिवळी, जांभळी, हिरवी पूड उधळायची का ? तिच्या डोळ्यांत थोडी उडवली तर पटकन मागच्या पावली पळता येईल.

“आता गप्प उभा राहा आणि ही चोळी घाल.”

नक्कीच तिचं डोकं फिरलं होतं. “मी का घालू चोळी ?”

“कारण तू आज स्त्री आहेस.”

सारं काही सरळ – सोपं होतं तिच्या मते.

“जगात फक्त एकच पुरुष आहे आणि तो म्हणजे घनश्याम, असं तूच सांगितलं नव्हतंस का रूप गोस्वामींना ?”

“पुरुष आणि स्त्रियांना लिंगं असतात. देव समलिंगी असतात. म्हणूनच, अर्धनारीश्वरासारखा तू स्त्री आणि पुरुष दोन्ही आहेस. इतर कुणाहीपेक्षा तुलाच ते अधिक चांगलं माहीत आहे.”

“पण याला काही अर्थ नाही.”

“जीवनाला नसतोच. परस्परविरोधी भाव हेच जीवनाचं सार, किंवा द्व्यर्थीपणा, हे. शिवाय त्या तुझ्या लाडक्या गौळणीबरोबर, राधेबरोबर असताना तुला बायकांचा वेश घालण्यात काहीच गैर वाटत नव्हतं. राधा–हे आणि राधा–ते. तुझं नावदेखील बदलून राधेकृष्ण झालंय.”

काहीही झालं तरी तो चोळी घालणार नव्हता. तो एक राजकुमार होता. कदाचित, भावी राजा. मेवाडचा युवराज एका स्त्रीपात्राच्या वेशात ? त्याच्या खडतर, दोलायमान नशिबाने त्याच्या महत्त्वाकांक्षेची आधीच वाट लावली नसेल, तर हा नवीन छंद त्यावर शिक्कामोर्तब करणार होता.

तो मूर्ख होता, त्याने स्वत:लाच सांगितलं. इतकी वर्षं हे कारस्थान त्याच्या लक्षात कसं नाही आलं ? खरं म्हणजे, त्याच्या बायकोचं विक्रमादित्याशी आणि राणी कर्मावतीशी संगनमत नसेल कशावरून ? अचानक कोड्याचे पेच उलगडू लागले. प्रथमपासूनच, अगदी तिचं युवराजाशी लग्न झालेल्या दिवसापासून, राजकुमारी आणि राणीने मिळून कट रचला होता. राजकुमारीचा द्वेष करण्याचं नाटक राणी कर्मावतीने वठवलं होतं खरं, पण खरं तर त्या दोघीही एकत्रपणे षडयंत्र रचत होत्या. एकीकडे त्याची बायको पदोपदी त्याचा मानभंग करून, त्याला मेवाडमधला आद्य षंढ बनवून, राणाच्या राजघराण्याला जननिंदेचं लक्ष्य बनवत असताना, दुसरीकडे राणी उघडपणे स्वत:ला राजकुमारीचा शत्रूपक्ष जाहीर करून तिचा सूड घेण्याविषयी किंचाळत होती. हे तिचं वागणं जनमनातल्या तिच्या प्रतिमेशी जुळत असल्याने सर्वांना ते पटत होतं आणि त्यामुळे तो स्वत: मात्र बदनामीच्या गर्तेत अधिकच खोल रुतत चालला होता. आणि आता त्याची बायको अखेरचा, प्राणांतक घाव घालणार होती. एक स्त्रैण म्हणून ती

त्याचं स्वरूप जगासमोर उघडं करणार होती. पुढचं सारं राणी कर्मावती निभावून नेणार होती. या वेळी मात्र त्याचं राज्यपद हातातून जाणार होतं नक्की.

तिने त्याचा उजवा हात उचलला आणि चोळीच्या बाहीत चढवला, मग डावा हात दुसऱ्या बाहीत सरकवला. "आता वळ." बिनपाठीच्या त्या चोळीचे बंद बांधून तिने त्याच्यावरून एकदा आपली नजर फिरवली. "मापाला बरोबर बसलीये, तुला काय वाटतं ?" त्याच्या उत्तराची वाट न पाहता, "थांब, थोडा थांब. माझा सारा क्रम चुकलाय." पाठीमागचे बंद ओढून सोडवत तिने चोळी त्याच्या अंगावरून ओरबाडून काढली. पळत खोलीबाहेर जाऊन ती एक वस्तरा घेऊन आली. आता काय ? त्याचं डोकं भादरायचा विचार होता की काय तिचा ? डाव्या हाताच्या तर्जनीवर वस्तऱ्याची धार आजमावून स्थिर हाताने जलद फटकारे मारत तिने त्याच्या हातावरचे, काखेतले, छातीवरचे आणि पाठीवरचे केस उतरवले.

"चालवलं आहेस तरी काय तू ?" अविश्वासाने तो पुटपुटला. त्याच्यावर डाफरत ती म्हणाली, "बाईच्या अंगावर असे भलत्या जागी केस कसे असतील ?"

तिचा हात हलका असूनही, मांसाचे लचके कापून काढल्याप्रमाणे नकळत त्याचे स्नायू आखडत राहिले.

"काय झालं ? तू असा कापतोयस का ?" हळुवारपणे त्याच्या अंगावरून हात फिरवत तिने त्याला शांत केले. मग तिने त्याचं धोतर सोडलं. पूर्ण नग्नावस्थेत होता तो आता. त्याला इतकं शरमिंदं कधीच वाटलं नव्हतं. तो आपल्या सैन्यासह गुजरातच्या मोहिमेवरून परतल्यावर जेव्हा चितोडवासीयांनी त्याचा धिक्कार केला होता, तेव्हादेखील नाही. चितोडच्या मुख्य रस्त्यावरून माझी धिंड काढण्याचा विचार आहे की काय हिचा ? तो स्वत:शीच म्हणाला. की त्याला संपूर्ण स्त्री बनवण्यासाठी त्याचं इंद्रिय छाटून टाकणार होती ती ? तिने त्याच्या ओटीपोटावरून, त्याच्या पृष्ठभागाच्या वर असलेल्या त्रिकोणी लवेवरून आणि पायांवरून वस्तरा फिरवला. करत तरी काय होती ती ? अधिक मुद्द्याचं म्हणजे तो काय करत होता ? तिच्या हातातून वस्तरा हिसकावून घेऊन तिचा हात का छाटला नाही त्याने ?

आता कपडे चढवायची वेळ आली. प्रथम ढाक्याच्या मऊ मलमलीचं अस्तर असलेला काळा रेशमी घागरा, मग लाल आणि काळ्या रंगांची बांधणीची चोळी, आणि शेवटी लाल ओढणी. तिची रंगसंगतीची जाण मानली त्याने. मग आपली दागिन्यांची पेटी आणून तिने त्याच्या केसांचा भांग पाडला, आणि मीनाकारीचं पदक असलेल्या बिंदीची साखळी त्यात अडकवली. आता काचेच्या बांगड्या. कपड्यांशी जुळणाऱ्या काळ्या, तांबड्या आणि सोनेरी. त्या आपल्या हातात चढतील का याची त्याला शंका होती, पण ती फोल ठरली. सुन्हरियाप्रमाणे जणू त्याच्या हाताला आणि

मनगटांना हाडंच नसल्यासारखं हळूहळू दाबत, चोळत तिने त्या वर सरकवल्या. पायांत पैंजण घालणं तर अधिकच सोपं. त्याचा घाघरा वर उचलत त्याच्या घोट्यांवर तिने दोन दोन साखळ्या एकत्र जोडून तयार केलेले पैंजण बांधले.

"किती सुंदर दिसतोस तू."

तिने समोर धरलेल्या आरशात त्याने पाहिलं. कमी-अधिक गडदपणे अंगभर लावलेला भयानक निळा रंग, त्यातून डोकावणारे लाल-गुलाबी ओठ आणि सपाट छाती सोडली तर तो बाई म्हणून चालू शकला असता.

तिने भराभर आपले कपडे उतरवले. आता काय ? त्याच्या डोळ्यातलं प्रश्नचिन्ह पाहून ती मोठ्याने हसली.

आश्चर्यकारक वेगाने तिने स्वतःच्या कमरेभोवती त्याचं पितांबर बांधलं. खरंच, ती म्हणाली ते बरोबर होतं. तो मूर्खच होता. जर तो राधा होता, (छे, तो विचारदेखील नष्ट कर. जर तिला कळलं की तिला तो तिच्याऐवजी तिची पुराणकालीन सवत समजतोय, तर ती त्याचा गळा चिरायला देखील कमी करणार नाही.) तो जर हिरवे डोळेवाली होता, तर ती अर्थातच बन्सीबाज. तिने मोराचं पीस आपल्या डोक्यावरच्या पटक्यात खोवलं.

या धोक्याच्या मार्गाने छोटी संतमाई कुठवर जाणार होती ? काही टोकाचे वेचीव संप्रदाय श्यामभक्तीचे असले विचित्र प्रकार करतात असं त्याच्या कानावर पुसटपणे आलं होतं. बन्सीबाजाचं सोंग सजवून आपणच तो असं समजणं हा त्यांच्या भक्तीचा उच्चबिंदू असतो आणि आळीपाळीने सारे भक्त असे त्याच्याशी एकरूप होत असतात. लिंग ही एक धूसर रेषा बनते आणि ते ती सतत ओलांडत राहतात. केव्हा तरी हे असले लैंगिक स्वैराचार हेच साध्य बनतं. त्याचा परिणाम विकृत अवनतीत होण्याची शक्यता होती, नाही का ?

मनगटावर हातांची फुली करून राजकुमारीने त्याचेही तशीच फुली केलेले हात आपल्या हातांत घेतले आणि ती सावकाश गोल फिरू लागली. ती नक्की काय करतेय ते त्याला नीटसं कळलं नाही, पण तरीही तो तिचं अनुकरण करू लागला. समोरासमोर असूनही ते एकमेकांचा पाठलाग करताहेत असं त्याला वाटलं. आता कसला उंदीर-मांजराचा खेळ खेळत होती ती ? पण लवकरच त्याच्या लक्षात आलं की तसं काही नव्हतं. ती फुगडी घालत होती. हातात हात घट्ट पकडून, पाय जमिनीवर घासत ते गोल गोल फिरू लागले. हळूहळू वेग वाढला. राजवाड्याच्या भिंती, पारिजाताचं झाड, विजयस्तंभ. तुळशीचं रोप, एकामागून एक नजरेत यायचं, नाहीसं व्हायचं आणि मग परत दिसायचं. एकमेकांपासून शरीरं मागे झुकवत ते वेग वाढवू लागले. त्यांची उत्तरीयं खाली सरकली, घागऱ्याचा आणि धोतराचा घेर पसरू लागला आणि आकाश खाली

वर होऊ लागलं. त्यांची स्फूर्ती शिगेला पोचली, दोघांनाही घाम फुटला, आपल्या ताकदीची सीमा त्यांनी ओलांडली आणि तरीही त्यांची फुगडी थांबेना.

तिच्या साध्यासुध्या विश्वाचा त्याला हेवा वाटला, जिथे तिची प्रत्येक कृती, प्रत्येक विचार हा केवळ भक्तीचा आविष्कार होता. संभोग म्हणजे भक्ती, तसंच त्याच्या वडिलांची काळजी घेणं, पत्ते खेळताना लबाडी करणं, हसणं, झोपाळ्यावर उभ्याने झोके घेणं, अंगावर चिखल उडवणं, नाचणं, गाणं हे देखील. तिचं सारं जीवन — आनंद, दु:ख, आकांडतांडव, सुख, सारं काही तिने स्वत:ला आणि तिच्या देवाला वाहिलेला नैवेद्य होता. बन्सीबाजाच्या कर्मयोगाची व्याख्या तिला तंतोतंत लागू पडायची. कर्म करत राहणं हेच सार होतं तिच्या जीवनाचं. उद्याचा विचार न करता ती स्वत:ला जीवनात झोकून द्यायची. पुनर्जन्माचा विचार नसणं हाच मोक्ष असेल कदाचित.

"माझ्या युवराजा," भूतनीमाता पारिजाताच्या मागे शालीनपणे उभी होती.

"खूप दिवसांत दिसली नाहीस. तुला अपघात वगैरे झाला की काय अशी चिंता वाटू लागली होती मला." असल्या झोंबणाऱ्या शब्दांचा तिच्यावर काहीही परिणाम होत नाही हे अजून समजलं नव्हतं त्याला.

"माझी इतकी आठवण येत होती का ? पण मी फक्त हाकेच्या अंतरावर असते हे आतापर्यंत माहीत असायला हवं होतं तुला. खरं म्हणजे, तुझ्या प्रियतमेप्रमाणे मी तुझ्या हृदयातच राहते."

"स्वत:चं भलं जाणत असशील, तर माझ्या बायकोपासून दूर राहा."

"आठवण करून देते युवराज, जेव्हा तासातासाला माझी विनवणी करत विव्हळत असायचास, तेव्हा मीच तुला सुचवलं होतं की तुझ्या बायकोपासून तू दूर राहणं, इतकंच नाही तर तिला विसरून जाणंच शहाणपणाचं." त्याच्यावर आरोप करत भूतनीमाता म्हणाली, "पण तुझ्या बायकोच्या नशिबात झालेला आमूलाग्र बदल पाहून मात्र आनंद वाटतोय. आता तिला एक वेश्या समजलं जात नाही. हल्ली तिला छोटी संतमाई म्हणतात ना ? संतिणीला शोभेल अशा तिच्या रात्रीच्या वागणुकीमुळे सारे नागरिक फारच खुश होतील."

"तुझा कुजकेपणा तुझ्यापाशीच ठेव."

"बावरू नकोस, युवराज. पण दोन विरुद्ध पक्ष, ज्यांच्यात खुद्द स्वर्ग आणि नरक यांनी परस्पर जागा बदलल्याशिवाय मैत्रीची शक्यता नव्हती, त्यांच्यात समझोता झालेला दिसतोय हे तूही मान्य करशील. पण तू कंटाळलेला आणि माझी बोळवण करण्यास उत्सुक दिसतोय."

"मुद्द्यावर येशील का ? मला इतर महत्त्वाची कामं आहेत."

''तुझ्या रतिरमणात विलंब आणू इच्छित नाही मी. चांगली बातमी प्रथम सांगूदे तुला. यापुढे, तुझ्याशी संबंध येण्याचं दुर्दैव ज्यांच्या नशिबात असेल, त्यांना धोका संभवतो. माझ्याबरोबरच्या तुझ्या कराराविषयी संपूर्णपणे अनभिज्ञ असलेल्यांना, तुझ्या पापांची आणि लहरीपणाची किंमत चुकवावी लागेल. त्या निष्पाप लोकांवर कोसळलेल्या भयंकर अनर्थामुळे तू अपराधीपणाच्या भावनेत सडत राहशील. तुझ्यावर सूड उगवणार आहे मी, युवराज. आता तुझी रजा घेते.''

ती जायला वळली, पण अजून तिचं बोलणं संपलं नव्हतं हे ठाऊक होतं त्याला.

''अरेच्चा ! कशी विसरले मी ? तू मला पारिजाताबद्दल किंवा कौसल्याबद्दल विचारणार नाहीयेस ?''

''नाही.''

''तुला त्यांची पर्वा नाही ?''

''असं समजूया की त्यांचं जे काही झालं असेल, त्याचं श्रेय मी तुला देत नाही.''

''तुला वाटतं की गोष्टीच्या पुस्तकात जशी धरणी दुभंगून तिने सीतेला गिळून टाकलं होतं तसंच कौसल्येचं झालंय ? आणि तुझा पारिजात एका रम्य सकाळी अतिथकव्याने गतप्राण झाला ?''

''अतिअहंकारी होत चालली आहेस तू, भूतनीमाते. या वर्षी विजयनगरातलं अवर्षण, पानिपतमधला बाबरचा विजय, सूरतजवळ बुडालेलं पोर्तुगीजांचं अद्ययावत जहाज, ही सारी करणी तुझी आहे असं मी समजावं अशी इच्छा आहे का तुझी ? तसं असेल, तर तू समबल प्रतिस्पर्ध्यांबरोबर का खेळत नाहीस तुझा हा खेळ ? उदाहरणार्थ, बन्सीबाजाशी ? पण तू जगातल्या साऱ्या भोंदू बुवा, बाबा आणि गुरूंसारखी आहेस. स्त्री-पुरुषांच्या भयावर पोसतेस तू. पण आता मी तुला घाबरत नाही. तू माझं काय वाईट करू शकतेस या भीतीच्या पलीकडे पोचलोय मी.''

त्याची पावलं छोटी होऊ लागली आणि त्यापेक्षाही चिंताजनक म्हणजे हातातल्या बांगड्यांचा त्याला त्रास होईना. आपलं शरीर लहान आणि नाजूक झाल्यासारखं त्याला वाटलं. स्त्रीचं सोंग घ्यायला जर तो नाराज झाला होता, तर आता आपली कंबर हलकी आणि लवचिक झाल्याबद्दल त्याला चीड का येत नव्हती ? की या साऱ्याची कारणं साधी आणि सामान्य होती ? त्याच्या हृदयात खोल कुठेतरी तो स्त्री होता का ? किंवा कदाचित, सारी माणसं द्विलिंगी असतात का ? माणसाच्या लिंगाचा उगम कशात असतो. कपड्यात ? घागरा-चोळी घालून तो स्त्री व्यक्तिमत्त्वात प्रवेश करू शकत होता ? आतापर्यंत त्याचा असा समज होता की स्त्री-पुरुषांमधला फरक फक्त शारीरिक

असतो. पण त्यांची मनंदेखील वेगळी घडलेली असतात का ? बाईपण म्हणजे काय ? वेणी किंवा अंबाड्यात बांधलेले लांबसडक केस ? पुष्ट उरोज ? सहनशीलता आणि पोषण ? शक्ती आणि बुद्धी ? माणसाने कल्पिलेली सर्वांत परिपूर्ण कल्पना कुठली ? परमेश्वराची. पण जर परमेश्वरालाही लिंग असेल तर तो किंवा ती, मर्यादित आणि अपूर्ण बनेल.

तिची चोळी आणि ओढणी भिजून चिंब झालेली. तो आपल्याकडे पाहतोय हे तिच्या लक्षात आलं आणि आकाशाचं भिरभिरणं, हेलकावणं अकस्मात थांबलं. ती त्याच्या बाहुपाशात शिरली. तिला घट्ट मिठ्ठीत घ्यायचा त्याने प्रयत्न केला पण तिचं पाझरणारं अंग त्याच्या पकडीतून निसटत राहिलं. त्या ओल्या निसरड्या स्पर्शाने तो वेडावला. त्यांच्या शरीराचं वेगळेपण नष्ट करून त्याला तिच्याशी एकजीव व्हायचं होतं, पण दोघांचीही एकमेकांवरची पकड निसटत राहिली. खाली वाकून तिने जमिनीवरची माती हातात गोळा केली आणि स्वत:च्या आणि त्याच्या शरीरावर मळली. ओल्या मातीच्या वासाने त्याचं मस्तक सचेत झालं.

वसंतऋतूच्या आगमनाची चाहूल जाणवत होती. तिच्या अंगांगातून सूक्ष्म कोंब फुटले, ज्याचं वेलींत रूपांतर होऊ लागलं. त्यांनी तिचे बाहू, उरोज वेढले आणि त्या तिच्या मांड्यांवर, पायांवर आणि पायांच्या बोटांमधून पसरल्या. दरम्यान छोटी छोटी कोवळी पानं फुटत राहिली. पिवळ्या, लाल, लाजऱ्या कळ्यांनी हळूच डोकी वर उचलली आणि नि:शब्दपणे त्या उमलू लागल्या. पानाला, फुलाला स्पर्श करण्यासाठी त्याने हात पुढे केला. आणि काय होतंय ते कळायच्या आत ते हिरवेपण झेप घेऊन त्याच्या हातावर चढलं आणि त्यांनी त्याला त्या लतारमणीकडे खेचून घेतलं. तेव्हा त्याला कळलं की, आता काहीही त्यांना विलग करू शकत नव्हतं.

आणि त्याच वेळी, तिने त्याला पुकारलं, "कृष्ण कन्हैया, कृष्ण कन्हैया !"

४०

पुढे काय वाढून ठेवलंय ते मला कळायला पाहिजे होतं. पण जिचा मला वृथाभिमान होता ती माझी भविष्यदृष्टी एक तर काम देत नव्हती किंवा इतकी वर्षं फक्त अंदाज आणि काकतालीय न्यायाने ती खरी ठरत आली होती. राजकीय परिणामांचा विचार करून तरी मी माझ्या दुसऱ्या बायकोशी संबंध ठेवायला हवा होता, पण या बाबतीत मी तितकाच नाखूश असायचा जितका बाबर आपल्या पहिल्या बायकोकडे जायला. तो आपल्या रोजनिशीत म्हणतो की, त्याची आई त्याला निदान चाळीस दिवसांतून एकदा तरी तिला भेटण्यासाठी त्याची समजूत घालायची. माझी आई स्वत:च्याच जगात गर्क असल्यामुळे बाह्य जगाबद्दल विचार करायला फारशी उत्सुक नसते. मी हल्लीच दुसरा विवाह केलाय हे तिला माहीत होतं, पण माझ्या आणि माझ्या बायकोच्या आपसातल्या संबंधांविषयी पृच्छा करण्याचा विचार तिच्या मनात येणं शक्य नव्हतं. अपराधीपणाची तीव्र भावना छळत असूनही, सुगंधाकडे जाणं मी टाळत राहायचो.

राजवाड्यात आलेल्या नववधूला अंत:पुरात प्रतिस्पर्ध्यासारखी वागणूक मिळते. (कुठल्याही राजघराण्यात बहुधा हेच होत असावं.) सैनिकी प्रशिक्षण केंद्रात नव्याने आलेल्या विद्यार्थ्यांना जसं छळाला तोंड द्यावं लागतं तसलाच प्रकार. पहिल्या काही महिन्यांत एकही दिवस असा जात नाही जेव्हा टोमणे, अपमान आणि फजितीला तोंड द्यावं लागत नाही. सुगंधा या साऱ्या त्रासाला तोंड देऊ शकली असती आणि लवकरच तिला कळलं असतं की, बहुतेक निराधार माणसांप्रमाणे तिचाही कुणीतरी वाली आहे. पण छोट्या संतमाईच्या कृपेने चितोडमधल्या सर्वांत मोठ्या महिला मंडळाच्या, अंत:पुराच्या, बायकांनी तिच्याकडे संपूर्ण दुर्लक्ष करायचं ठरवलं. सुगंधा भोळी आणि लाडावलेली. माहेरच्या माणसांना तिचं फारच कौतुक. साऱ्या भावंडांत मेदिनी रायचं रूप न घेऊन आलेली ती एकटीच, म्हणूनही असेल कदाचित. आणि जेव्हा ती अशी एकटी पडली तेव्हा तिला ते सहन होईना.

या तिच्या एकटेपणाच्या पोकळीत माझ्या दुसऱ्या आईने प्रवेश केला, आणि सुगंधाला आपल्या पंखाखाली घेतलं. तिचं कोडकौतुक वगैरे काही केलं नाही तिने, पण

तिला आपल्या सखी परिवारात सामील करून घेतलं. सुगंधाशी तिची वागणूक शिस्तीची पण समंजसपणाची असायची. राजघराण्याच्या विस्तारात तिला तिच्या स्वत:च्या स्थानाची आणि आपुलकीची जाणीव राणी कर्मावतीने करून दिली. पुढे जे घडलं ते अपरिहार्य होतं आणि मी, गैरसमजुतीवर आधारलेल्या एखाद्या विनोदी नाटकाच्या प्रेक्षकाप्रमाणे ते पाहत राहिलो. त्याच्या नियोजनात राणीचा हात होता या अफवेत थोडंफार तथ्य असेलही, पण माझ्या बायकोला विक्रमादित्याच्या बाहुपाशात ढकलायला मीच कारणीभूत होतो हेही नाकारता येत नाही.

विक्रमादित्य रणथंभोरहून परतला होता. त्याच्याच शब्दांत सांगायचं तर त्या मागासलेल्या खेड्यात राहून त्याचा जीव अगदी उबून गेला होता आणि त्याला चितोडच्या नवचैतन्यमय झऱ्याचं पाणी पाजणं अत्यंत आवश्यक झालं होतं. विक्रमादित्य कधीच अतंर्मुख वृत्तीचा माणूस नव्हता आणि कुठलंही गुपित स्वत:पाशी ठेवणं हे त्याच्या स्वभावाशी विसंगत होतं. माझ्या बायकोचं, सुगंधाचं मन जिंकणं याला जगावेगळा विजय म्हणता आलं नसतं, पण त्यामुळे त्याला माझ्यावर हल्ला करायला पुरेशी शस्त्रसामुग्री प्राप्त झाली आणि स्वत:चा पराक्रम आणि माझ्या पौरुषत्वाचा अभाव प्रदर्शित करण्याकरता तो ती वापरणार होती. चितोडच्या वातावरणाचा त्याच्यावर विलक्षण प्रभाव झाला होता निश्चित. नवचैतन्याच्या झऱ्याचं पाणी आकंठ पिऊनही त्याची तृप्ती झाली नाही आणि म्हणून त्याने आपला चितोडमधला मुक्काम लांबवायचं ठरवलं. त्याच्या उत्साहाला उधाण आलं होतं, आणि सुगंधाच्याही. लोकापवाद माझ्या दुसऱ्या बायकोला चांगला मानवतो असं दिसतं. अचानक सर्वांना तिच्या अस्तित्वाची जाणीव होऊ लागली होती आणि त्यामुळे तिची आत्मप्रतिष्ठा पुनरुज्जीवित झाली. आपला हा खेळ धोक्याचा आहे हे राणी कर्मावती जाणून होती, पण तो धोका पत्करूनही महाराजांपासून वेगळं स्वत:चं स्वातंत्र्य प्रस्थापित करण्याचा तिचा डाव उघड होता.

दुसऱ्यांदा व्यभिचारी बायकोचा पती बनल्याचं लक्षात आलं तेव्हा माझी प्रतिक्रिया मिश्र आणि काहीशी मला न शोभणारी अशी झाली. सुगंधा तरुण होती, ती जीवनाचा आनंद लुटत होती आणि मला तिला एवढ्याचसाठी पाठिंबा द्यायचा होता की, माझ्या वागणुकीचा बदला घेतल्याचं समाधान तिला मिळावं. मला तिची काळजीही वाटायची. आयुष्य किती अल्पकालीन असतं हे सांगायला आमचे कवी कधीही थकत नाहीत; पण माझ्या भावाचं स्त्रीबद्दलचं आकर्षण त्याहीपेक्षा अल्पकालीन असतं याचा इशारा द्यायचा होता मला सुगंधाला. या खेळात ती माझ्या दुसऱ्या आईच्या हातातलं केवळ एक प्यादं होती हे तिला कळत नव्हतं का ? पण कुठेतरी मला मोकळं झाल्यासारखं वाटत राहिलं. हेमकरण, ज्याने काही महिन्यांपूर्वी चितोडमध्ये राहून माझ्या हाताखाली प्रशिक्षण घेण्याची

परवानगी मागितलेली, त्याची माझ्याबरोबरची वागणूक, त्याच्या बहिणीशी माझं लग्न झाल्यानंतर फारच थंडावली होती. त्याच्या चेहऱ्यावरचा तिरस्कार जेवढा माझ्याबद्दलचा असायचा तितकाच तो स्वत:बद्दलदेखील असायचा. आपल्या बहिणीला योग्य न्याय न देऊ शकणाऱ्या माणसाला, रक्षणकर्ता म्हणून देवत्वाच्या पदावर कसं बसवलं होतं त्याने ? पण आता सुगंधाने जशास तसं वागून मेवाडच्या राजघराण्याला बट्टा लावल्यामुळे, (दिराशी संबंध ठेवणं हे राजघराण्याला काही विशेष नव्हतं, पण ते उघडपणे मिरवणं हे निश्चितच होतं.) हल्ली हेमकरण माझ्या डोळ्याला डोळा भिडवू शकत नसे. त्यामुळे मला माझ्या अपराधीपणाच्या भावनेपासून स्वत:ची सुटका करणं, किंवा निदान तसा आव आणणं सोपं जायचं. हेमकरणची अस्वस्थता माझ्या मनाला शीतल लेपाप्रमाणे वाटायची. विक्रमादित्य आणि सुगंधाचं वर्तन जितकं अधिक निंद्य आणि बेशरम, तितकी माझी सदसद्विवेकबुद्धी अधिकाधिक स्वच्छ होत जायची.

मी हौतात्म्य मिळवू पाहत होतो. साऱ्या मेवाडने माझी धीरोदात्त सहिष्णुता पाहून माझा उदो उदो, आणि माझ्या भावाचा आणि बायकोचा धिक्कार करावा अशी इच्छा होती माझी. मानखंडना मला नवी नाही. माझ्याइतका तिचा अनुभव आणि माहिती चितोडमध्ये फार थोड्यांना असेल. पण माझी निश्चित उद्दिष्टं काय ते ठरवूनदेखील, सकाळी साऱ्या कुटुंबीयाना भेटण्याची आणि जनसामान्यांसमोर जायची वेळ आली की धैर्य गोळा करण्यासाठी मला तासन्तास मनाची तयारी करावी लागायची.

पण जे इतर अनिष्ट परिणाम झाले त्यासंबंधीदेखील मला सांगितलं पाहिजे. दिवसेंदिवस मी माझ्या कामात आणि अधिकारात अधिकाधिक निष्फळ होऊ लागलो होतो. युद्धभूमीवर अनेकदा पराक्रम सिद्ध करूनही कुणाच्या तो खिजगणतीतदेखील नव्हता. बिछान्यात कुचकामी ठरलेला माणूस एकूणच कुचकामी ठरतो.

लोकांच्या मते राजा म्हणून तुमचं कर्तृत्व आणि सामर्थ्य विवाहशय्येवरच सिद्ध होतं. मला दुसरा मोका दिला गेला आणि या वेळीही मी कमी पडलो. जर आपल्या बायकोचं समाधान करणं आणि तिला ताब्यात ठेवणं जमत नसेल तर राजकारणी किंवा लष्करी गुणवत्ता काय कामाची ?

महिन्यापूर्वी, दबलेल्या आवाजातला भावा-बहिणीमधला वितंडवाद ऐकला. खरं म्हणजे भाऊ कुजबुजत्या आवाजात बोलण्याचा प्रयत्न करत होता, पण सुगंधाचा इरादा साऱ्या चितोडला ऐकू जावं असा असावा.

‘‘तुझा नवरा तुमच्याबरोबर येणार नसेल तर तू शिकारीला जाऊ शकणार नाहीस.’’

"जाऊ शकणार नाही ? तर मग पाहाच."

"परिणामांचा विचार कर, सुगंधा. आपले त्यांच्याशी मैत्रीचे आणि नात्याचे संबंध आहेत. शिवाय, आमचे जीव, स्वातंत्र्य आणि चंदेरी वाचवल्याबद्दल आम्ही त्यांच्या ऋणात आहोत. परत कधी जर आपण संकटात सापडलो, तर कुठलाही राव किंवा रावत आपल्या मदतीसाठी पुढे येणार नाही, महाराणा तर नक्कीच नाहीत."

"बाबरविरुद्ध लढायला महाराणांनाच आपली मदत हवी आहे, आपल्याला त्यांची नाही. आणि तुझ्यासाठी किंवा बाबांसाठी मी माझ्या सुखाचा बळी देणार नाही. बाबांमुळेच माझ्या आयुष्याचं असं मातेरं झालं. आता माझं मलाच त्यातून बाहेर पडलं पाहिजे."

"तर मग या परिस्थितीत मला तुझ्यासोबत येण्यावाचून गत्यंतर नाही."

आणि तेव्हा ते ओळखीचं हास्य माझ्या कानांवर आलं, "एका विवाहित स्त्रीचा पाठिराखा ? कल्पना वाईट नाही."

विक्रमादित्याला विषय आवडलेला दिसला. "आपण पाहणार का आमचं एकमेकांबरोबर... चाललेलं ....?"

हेमकरण चिडून निघून गेला, पण त्याने आपलं म्हणणं खरं केलं आणि शिष्टसंमत आचारांपोटी — या बाबतीत जे काही असतील ते — आपल्या बहिणीबरोबर शिकारीला गेला.

शिकारीनंतर लवकरच एका रात्री सुगंधाने आपलं सामान गोळा केलं आणि ती जायला निघाली. महालाबाहेर हिरवे डोळेवाली तिच्यासाठी उभी होती.

"कुठे निघालात ?"

"कुठे निघालेय असं वाटतं आपल्याला ?"

"मी तर्क करू शकते, पण आपल्या तोंडून कळलं तर बरं होईल."

एखाद्या दुपारी किंवा संध्याकाळी, जेव्हा मी माझ्या कचेरीत आणि छोटी संतमाई आरतीसाठी वृंदावनी मंदिरात असताना सुगंधा जाऊ शकली असती, पण त्याने तिचा कार्यभाग साधला नसता. तिला माझ्या पाठीमागे काही करायचं नव्हतं किंवा स्पष्टच बोलायचं झालं तर आपल्या नवीन खाजगी जीवनाच्या साऱ्या ओंगळ गोष्टी तिला माझ्यासमोर मुद्दामहून उघड करून दाखवायच्या होत्या.

"मी राजकुमार विक्रमादित्यांकडे जातेय."

"आपला हा निर्णय उचित वाटत नाही मला, बाईसाहेब."

"मला बाईसाहेब म्हणू नका."

"आपण आपला व्यक्तिगत फावला वेळ कसा घालवावा याच्याशी मला कर्तव्य नाही, पण आपली जागा आपल्या पतीपाशी आहे."

"कोण पती ? तो माणूस ज्याला आपल्या पत्नीशी...?"

"माझ्या समजुतीप्रमाणे आपल्या दोघींचा पती एकच आहे. युवराजांबद्दल काहीही वाईटसाईट बोलू देणार नाही मी आपल्याला."

"आपल्याला ते लखलाभ होवोत. मी निघाले. दांभिकपणापेक्षा मला प्रामाणिकपणा अधिक आवडतो."

"राज्यपद ही एक संस्था आहे. समाधानी वृत्ती आवश्यक आहे. तिच्या अभावीदेखील, शिष्टाचार पाळणं उचित. त्यामुळे हळूहळू समाधानी वृत्ती आत्मसात करता येते. आपलं सामान पूर्ववत ठेवावं."

"नाही ठेवलं तर काय कराल आपण ?"

शांतपणे छोटी संतमाई म्हणाली, "मी आपली तंगडी तोडीन आणि आपल्या खोलीला बाहेरून कडी घालीन."

"त्याचा फारसा उपयोग होणार नाही. पाय बरा होताच मी जाईन."

"जाऊ शकणार नाही आपण. मी परत आपला पाय मोडीन."

छोट्या संतमाईच्या निश्चयाची सार्थकता माझ्या दुसऱ्या बायकोने अजमावली नाही.

माळव्यावर मिळवलेला विजय आम्ही साजरा केला, पण राजांनी पुष्करला जाऊन जी पूजा अर्पण करायची असते ती कामाच्या व्यापामुळे बाबा पुढे ढकलत राहिले. ब्रह्मदेव हा जरी सर्व देवांत सौम्य आणि शांत वृत्तीचा देव असला तरी तो अखंड विश्वाचा स्रष्टा आहे हे विसरता येत नाही. यज्ञासाठी योग्य जागा शोधत असताना ब्रह्माच्या हातून नकळत पडलेल्या कमळाचं पुष्कर सरोवर झालं. केवळ रूढीचं पालन म्हणूनच इथली पूजा महत्त्वाची नसते, तर हिमालयातील मानससरोवरानंतर पुष्कर सर्वांत पवित्र आणि पापक्षालक सरोवर मानलं जातं. त्याशिवाय या वाळवंटी प्रदेशात विरळा असलेली तिथली हिरवीगार वनस्थली माझ्या साऱ्या कुटुंबीयाची अत्यंत आवडीची.

बाबांनी आणि मी घोड्यांवरून तिथे जाऊन यायचं असं ठरवत होतो, तेवढ्यात हिरवे डोळेवालीने आमच्याबरोबर यायचा आपला इरादा जाहीर केला.

"ते कठीण आहे, कारण आम्ही वाटेत कुठेही न थांबता एका आठवड्याच्या आत जाऊन परतायचं असं म्हणतोय. युद्ध समितीच्या बैठकीची सारी तयारी करायची राहिली आहे अजून."

"मी सर्वांत वेगवान घोडेस्वार आहे." माझ्या बायकोचा निश्चय पक्का झाला होता. "युवराजांना विचारा हवं तर. राणकपूरला जात असताना मी त्यांना शर्यतीत

हरवलं होतं.'' या विधानाला मी आक्षेप घेणार, इतक्यात सूज्ञपणे आपला विचार बदलला.

अचानक पुष्करयात्रा ही वर्षातली सर्वांत महत्त्वाची घटना बनली. दुसऱ्या दिवसापर्यंत राजवाड्यातली प्रत्येक व्यक्ती, जिच्यापाशी अडीच पायांचादेखील घोडा होता आणि जी घोडसवारी करू जाणत होती, आमच्याबरोबर यायला निघाली. आम्ही सहलीला जात नसून धार्मिक कर्तव्यापोटी जातोय असं अंत:पुरातल्या बायकांना करारीपणे सांगण्याचा प्रयत्न केला बाबांनी, पण तोपर्यंत मामला हाताबाहेर गेला होता. खुद्द महाराणी – माझी आईदेखील येणार होती आणि अर्थात राणी कर्मावती, तिचा मुलगा आणि त्याची प्रेयसी.

तसं कुणी तिला सांगितलं नव्हतं, पण हिरवे डोळेवालीने या विस्तृत सहलीची सारी जबाबदारी स्वत:कडे घेतली. आमचं सामान घेऊन गाड्यांचा तांडा आमच्या अगोदर पुढे निघणार होता. चार दिवसांचा प्रवास, पाचवा आणि सहावा दिवस पुष्करमध्ये आणि चार दिवसांचा परतीचा प्रवास. दर दिवसाच्या वेशभूषेसंबंधी साऱ्या बायकांना आणि पुरुषांनादेखील, नियम घालून देण्यात आले होते. ढाका, पैठणी, इक्कत आणि बलुचेरी प्रत्येकी पहिल्या चार दिवसांच्या सायंकाळी. पुष्करला पहिल्या दिवशी शुभ्र पांढरे आणि दुसऱ्या दिवशी जांभळे कपडे परिधान करायचे होते. आधीच प्रचंड प्रमाणावर असलेल्या या सहलीचा उत्साह छोट्या संतमाईच्या या आयत्या वेळी घातलेल्या अर्थशून्य नियमांमुळे अधिकच दुणावला आणि साऱ्या राजस्त्रियांच्या तयारीची एकच धांदल उडाली.

राजस्त्रियांना कपड्यांची काय कमतरता, अशी कुणाचीही समजूत असणार, पण अचानक जांभळ्या चोळ्या, सफेद ढाका किंवा बलुचेरी वस्त्रं यांचा अंत:पुरात अभाव भासू लागला आणि कसल्याही प्रकारचं संभाषण किंवा काही तासांपुरती निवान्त झोपदेखील अशक्य झाली. एकच गोंधळ माजून राहिला. चितोडचा संपूर्ण कपडेबाजार राजवाड्यात मांडला गेला आणि अंत:पुरात दिवसरात्र कपडेव्यापाऱ्यांच्या फेऱ्या सुरू झाल्या. शिंपी, दासी, हिजडे यांच्यासह राणी कर्मावती व इतर जनानी स्त्रिया कापड कापण्यात आणि शिवण्यात, चोळ्यांचे दोरे उसवण्यात आणि घागऱ्यांच्या दुमडलेल्या कडा सोडवून त्यांची उंची वाढवण्यात दंग झाल्या. प्रस्थानाच्या दिवसापर्यंत यांतील बहुतेक स्त्रिया आणि पुरुषांची नावं येणाऱ्यांच्या यादीतून गळतील अशी मला आशा होती, पण ती सपशेल चुकीची ठरली.

आणीबाणीच्या प्रसंगी माणसं जवळ येतात, असं म्हटलं जातं. सारी राजपूत राज्यं नेहमीच आणीबाणीच्या स्थितीत असतात आणि या नियमानुसार आम्ही जगातली सर्वांत एकसंघ माणसं असायला हवी होतो. पण युद्ध आणि संकटकाळातली एकजूट भीतीपोटी

झालेली असते. आणि भीतीइतकी विध्वंसक दुसरी मानवी भावना नसेल. ती आत्मा करपवते आणि तिच्यापोटी निर्माण झालेली मैत्री जबरदस्तीची आणि खोटी असते. त्या पहिल्या चार दिवसांचा आनंदमय अनुभव किती काळ टिकेल आणि आम्हांला एकमेकांबद्दल अधिक सहिष्णू करेल ते मला माहीत नाही, पण एका गोष्टीबद्दल मात्र माझी खात्री झाली आहे. दु:ख हेच अंतिम सत्य असेलही, पण मानवजातीला थोडीशीदेखील अक्कल असेल तर तिने सुख नावाच्या भ्रमाचाच पाठपुरावा करावा. विश्वाच्या मांडणीत दु:ख आणि व्यथा यांची निश्चित जागा आणि हेतू आहे असं मानणाऱ्या तत्त्ववेत्यांना आणि कवींना ती लखलाभ होवोत. ते खोटं बोलतात. दु:ख सोसण्याव्यतिरिक्त गत्यंतर नसल्यामुळे आणि त्यावर काही उपायही माहीत नसल्याने आपण त्यांचं समर्थन करतो. अल्पकाळ का होईना पण सुख माणसाला विशालहृदयी बनवू शकतं. नेहमी नाही, पण प्रसंगी त्याच्या स्वार्थपरायणतेपासून त्याला मुक्त करू शकतं.

पुष्करचा प्रवास फारच छान झाला. सर्व मिळून आम्ही एकशे सतरा माणसं होतो. सायंकाळी बायका गाणी गात, मुलं खेळतबागडत, सूर्योदय आणि सूर्यास्त अप्रतिम असत, आणि माझी बायको सुगंधा आणि विक्रमादित्य यांचं प्रकरण व्यवस्थित चालू असे.

हा शेवटचा परिच्छेद लिहून मी थोडा वेळ थांबलो. त्यात नागरी अलिप्तता, शीघ्र रेखाचित्र, कल्पकता आणि सांसारिक औदासिन्य यांचं योग्य प्रमाण साधलं गेलं होतं. शेवटच्या वाक्यातील अखेरच्या पोटवाक्यातल्या हकल्याफुलक्या पण वास्तविक तपशिलामुळे आधीचा कल्पनारम्य ध्वन्यार्थ दुबळा पडतो. पण हा एक आव आहे. पुष्करने जर कुठली गोष्ट मला आणि कदाचित इतर सर्वांनाही स्पष्ट करून दाखवली असेल, तर ती म्हणजे आपण सारे वठवत असलेल्या भूमिकांचा भयानक वांझोटेपणा.

आपण कितीही अमान्य केलं तरी आपला व्यवहार नेहमी ठराविक साच्यांशी होत असतो. माणसांकडे, मग ती आपली बायका, मुलं, खाजगी चिटणीस, प्रेमिका, मंत्री किंवा कुणीही असोत, त्यांच्याबद्दल आपल्या मनात असलेल्या पूर्वग्रहाधिष्ठित दृष्टिकोनातूनच आपण पाहत असतो. पुष्करच्या वाटेवर असताना अनपेक्षितपणे मला माझ्या कुटुंबाचा, माझ्या साऱ्या विस्तारित कुटुंबाचा शोध लागला.

पहिल्या दिवशी सूर्यास्तानंतर आम्ही शेकोटीसभोवार बसलो होतो, जेव्हा अचानक माझ्या बोलण्याच्या पद्धतीची तंतोतंत नक्कल माझ्या कानांवर आली.

''माळव्यावर मिळवलेल्या विजयाचं श्रेय मला स्वीकारता येणार नाही. मोहिमेचं सेनापत्य राजे मेदिनी राय यांच्यापाशी होतं अणि त्यांच्याच नेतृत्वाचा हा परिणाम आहे. काही अंशी हे श्रेय राजकुमार हेमकरण यांनाही द्यावं लागेल. ते तरुण आणि निश्चयी

आहेतच, पण शिवाय उत्कृष्ट योद्धाही आहेत. या प्रसंगी जर मी माझे मित्र शफी आणि तेज यांच्या शौर्याचा, डावपेच चातुर्याचा आणि आक्रमक जोशाचा उल्लेख केला नाही तर मेवाडवर आणि आमच्या सहकाऱ्यांवर अन्याय होईल. तसंच आमच्या सैनिकांचं शौर्य, निष्ठा आणि शीघ्र गती यांच्यापुढे मी नतमस्तक झालो नाही तर ते अक्षम्य ठरेल. शेवटचं आणि सर्वांत महत्त्वाचं म्हणजे, माळव्याचे माननीय सुलतान, यांच्या मदतीशिवाय आपण हे घोर युद्ध कसं जिंकू शकलो असतो ? ते जर हरले नसते तर आज आपण हा विजयोत्सव साजरा करू शकलो असतो का ? तेव्हा या परिस्थितीत माझं इतिकर्तव्य — छे छे, माझं अपरिहार्य कर्तव्य म्हणजे, मेवाडने मला दिलेल्या सर्वोत्कृष्ट योद्ध्याच्या बहुमानाचं चिन्हं, म्हणजेच हा वीरविजय साफा, परत करणं हे होय.

''कृपया गैरसमज नसावा. मी कृतघ्न नाहीये किंवा आपल्या महान मेवाडवासीयांचा किंवा राणा महाराजांचा अपमान करण्याचा माझा उद्देश नाहीये.'' माझा भाऊ रतनसिंह याची बायको थोडा वेळ थांबली. प्रेक्षकांत पिकलेला हशा जरा कमी झाल्यावर तिने परत सुरुवात केली. ''आदरणीय महाराणा यांना उदंड आयुष्य लाभो आणि त्यांची नेहमी भरभराट होवो ! आपणा सर्वांबद्दल मला वाटणारी कृतज्ञता व्यक्त करण्यासाठी एवढं मात्र मी नमूद करू इच्छितो की लोकाग्रहास्तव राजमुकुट स्वीकारण्याची माझी केव्हाही तयारी आहे.''

हीच का ती दीपमाला, माझ्या सख्ख्या पाठच्या भावाची लाजाळू, भिडस्त, अडखळत बोलणारी, पाचवी बायको, जिच्याशी गेल्या चार वर्षांत मी फार तर सात वेळा ''कसं आहे ?'' या पलीकडे शब्दांची देवाणघेवाण केली नव्हती ? मेवाडच्या राजकारणाचं मार्मिक निरीक्षण करणाऱ्यांपैकी ती निश्चितच एक असावी. पण नाही. फक्त राजकारणाचंच निरीक्षण करत नव्हती ती. कारण त्यानंतर तिने कर्मावती राणीसाहेब अंत:पुरातल्या रखेल्यांना, त्यांची कितीतरी पटीने अधिक मूल्यवान व्यक्तिगत मालमत्ता अनामत ठेवून घेऊन कशा पैसे उधार द्यायच्या आणि मग त्यावर दणदणीत व्याजदेखील उपटायच्या याचं अतिशय मर्मभेदक नाट्यचित्रण उभं केलं. त्यानंतर विक्रमादित्य आणि एक दासी यांच्यामधला संवाद तिने सादर केला. विक्रमादित्य दासीला कर्दळीच्या बागेत भेटीसाठी बोलावतो. कांजण्या, मासिक पाळी, नवरा, हिरवे डोळेवालीची सेवा, मस्तकशूळ, सासूची ताकीद वगैरे हजार कारणं देऊन दासी भेट टाळण्याचा प्रयत्न करते, आणि जेव्हा विक्रमादित्य तिचं प्रत्येक कारण खोडून काढतो तेव्हा मोठ्या खुशीने त्याला वश होते.

बिचारा विक्रम, तो साऱ्या जगाची टिंगलटवाळी करत असतो, पण जेव्हा स्वत: चेष्टेचा विषय बनतो तेव्हा मात्र त्याचं डोकं भडकतं. त्याच्या वहिनीने त्याच्या पायांना

स्पर्श करून जेव्हा माफी मागितली तेव्हा ''नाही, कदापि नाही,'' असं पुटपुटत असताना इंद्रधनुष्याचे सारे रंग आलटून पालटून त्याच्या चेहऱ्यावर उमटून गेले. त्याच्यापेक्षा खूपच चलाख असलेल्या त्याच्या आईने मात्र आपल्या सुनेला आशीर्वाद देऊन प्रसंगाचं औचित्य राखलं.

''युवराज, सर्वांत अधिक आपणच हसत होता.'' माझ्यापाशी पोचताच दीपमाला कुजबुजली. ''औद्धत्याची क्षमा असावी, पण आपली चेष्टामस्करी केलेली आपल्याला खरंच आवडते की, या मेळाव्यातली आपण सर्वांत ढोंगी व्यक्ती आहात ?''

''दोन्हीही तितकंच खरं आहे, राजकुमारी.'' माझ्या बोटातली माणकाची आंगठी तिला बक्षीस देत मी म्हटलं.

''दुसऱ्याचा अवलंब करावा, युवराज. त्याचा आपल्याला खूप फायदा होईल.''

छोट्या संतमाईपेक्षा चांगला नाटकमंडळीचा सूत्रधार साऱ्या मेवाडमध्ये असेल का याची मला शंका आहे. आम्हा सर्वांना चकित करून टाकणारा, दीपमाला, हा तिचा प्रथम शोध होता. दुसऱ्या दिवशी तिने तेजला जादूगाराच्या स्वरूपात सादर केलं. (त्याने हिरवे डोळेवालीचे करवतीने तुकडे केले आणि तिचे रक्ताळलेले हात-पाय वर हवेत आणि प्रेक्षकांमध्ये उडवून ते परत एकत्र जोडून दाखवले.) आणि त्यानंतर विश्वास ठेवा अगर ठेवू नका, माझ्या दुसऱ्या बायकोलादेखील तिने प्रेक्षकांपुढे हजर केलं.

सुगंधा काय करून दाखवणार होती ? एका रखेलीसोबत ती मंचावर येऊन बसल्यानंतर दोन नोकरांनी एक वीणा आणि एक पखवाज त्यांच्यासमोर आणून ठेवले. दोन बाजूला दोन भोपळे असलेलं वीणा हे एक अवजड वाद्य आहे आणि माझी दुसरी बायको त्याच्या मधल्या दांड्याच्या दोन्ही बाजूला दोन पाय टाकून घोडा घोडा खेळत असल्याचं वाह्यात दृश्य माझ्या डोळ्यांसमोर उभं राहिलं.

खरं सांगायचं तर वीणा हे सर्व वाद्यांत माझं आवडतं वाद्य असल्यामुळे ते कसंतरी वाजवून ती माझा रसभंग करील अशी भीती होती मला.

पण फाजील विनय किंवा आत्मविश्वास हे दोन्ही टाळून सुगंधाने प्रास्ताविक विस्तार थोडक्यात आटोपला आणि त्याची भरपाई वक्र ताना आणि सूक्ष्म मींडींनी भरलेल्या विलंबितने केली. ती नक्की काय करतेय ते प्रथम माझ्या लक्षात येईना. एखाद्या शुद्धतावाद्याचा कर्मठपणा तिच्या वादनात नव्हता. तिचे गुरू दक्षिणेकडचे असल्यामुळे त्या संगीतपद्धतीचा शिस्तबद्ध अभ्यास स्पष्ट जाणवत होता, पण तरीही तिच्या मनाचा नैसर्गिक कल या कर्नाटकी पद्धतीचा बंदिस्तपणा स्वीकारायला तयार नव्हता. या दोन्ही विरोधी प्रेरणांमधील तणावाचा परिणाम मुक्त आविष्कारात होऊ लागला. तिचा अभिव्यक्तीचा प्रयत्न नेहमीच यशस्वी होत होता असं नाही, पण त्याचं

कारण तिचं कोवळं वय आणि अनुभवाचा अभाव. महत्त्वाचं म्हणजे, तिने एक रहस्यमय आणि उत्साही वातावरणनिर्मिती केली, ज्यामुळे ती पुढे काय करते यासंबंधी श्रोत्यांच्या मनात कुतूहल सतत जागृत राहिलं.

तिने माझा किंवा इतर प्रेक्षकांचा विरस केला नाही.

सायंकाळी दोन खेळ सादर व्हायचे. एक हिरवे डोळेवालीने आयोजित केलेला, तर दुसरा आकाशातला. तुम्ही सृष्टीचे निर्माते असाल तर तुम्ही साऱ्या सौंदर्यशास्त्राच्या नियमांवर थुंकू शकता, साऱ्या रसतत्त्ववेत्त्यांना त्यांचं रंगसंगती आणि चित्रकारीचं ज्ञान त्यांच्याच घशात कोंबून गप्प बसवू शकता. संध्याकाळी ब्रह्मा, ज्यात सारं विश्व सामावू शकतं असे आपले दोन्ही तळहात, उफाळत्या रंगांच्या कढईत बुडवून ते रंग क्षितिजावर आडवेतिडवे उधळतो.

स्वभावत: मला प्रखर साधेपण आवडतं. माझ्या स्वत:च्या जीवनपद्धतीतून, लिखाणातून आणि इतर कृतींतून हे प्रकट होत नसेल कदाचित, पण त्यामुळे माझ्या मनाची ठेवण बदलत नाही. संयम, स्वच्छ आकृतिबंध, खुलं अवकाश, स्पष्टपणा आणि सर्वांत महत्त्वाचं म्हणजे थेट गाभ्याशी पोचणं हे मला आवडतं. पुष्करचं दैवत प्रदर्शनप्रिय आहे. तो उधळ्या, दिखाऊ, रुचिहीन, भोगासक्त आणि भडकपणात अतिशयोक्तीचीदेखील सीमा उल्लंघणारा आहे, पण त्यामुळे काहीही फरक पडत नाही. कारण त्याच्या रंगफळीवरचे रंग कितीही विरोधी आणि विषम का असेनात, प्रश्न असा आहे की ते परिणाम साधतात की नाही ? तर याचं उत्तर एकच होय. होय, आणि परत होयच. असा परिणाम साधला जाऊ नये, पण तो साधला जातो. मी म्हणतो म्हणून हे खरं मानू नका तर पुष्करला या आणि प्रत्यक्षच सूर्यास्त पाहा.

हा देव काळे सूर्यास्त रंगवतो. अमृतमंथनाच्या वेळी वासुकीच्या तोंडातून ओघळलेल्या गरळाचं काळं. अर्ध्या तासाच्या कालावधीत तो ग्रहांग्रहांमधल्या अवकाशात अग्निज्वाला पेटवतो आणि मग त्यावर सौम्य, शीतल अंजन शिंपडून त्या विझवून टाकतो. वाळूची वादळं उठवून त्यांचं पावसात आणि घोंघावणाऱ्या पुरात रुपांतर करतो. हे परिवर्तन संधीरहित असतं, पारदर्शक चंदेरीच्या पोतीचं जड कांचिपुरम रेशीम बनतं आणि तपकिरी पिवळ्याचं गडद निळं. राजपुतांच्या वृत्तीतली विसंगती, बंडखोरी आणि विरोध कुठून आली ते कळलं ना ? आग आणि बर्फ, खडक आणि पाणी, उद्दामपणा आणि अतिनम्रता... होय, पुष्करमध्ये सूर्यास्त काळे असू शकतात आणि शुभ्र पांढरेही.

वाळवंटातल्या प्रकाशासंबंधी मला माहीत नाही असं काहीतरी माझी बायको जाणत होती का ? पहिल्या दिवशी पुष्करला तिने सर्वांना पांढरे कपडे का घालायला

लावले ? कदाचित सूर्य आणि वाळू यांच्यातल्या अन्योन्य प्रक्रियेमुळे सारं काही तरल आणि पारदर्शक दिसत असावं — पुरुष, बायका, मंदिरं. आमच्यापुढे मृगजळदेखील अधिक घन वाटली असती. माझी खात्री होती की वाऱ्याच्या हलक्याशा झुळकीनेदेखील आम्हांला पिंजून अलगदपणे त्या पवित्र सरोवरात वाहून नेलं असतं.

पुष्करचं पाणी : त्याचं काहीतरी रहस्य आहे खास. जर हे पाणी सगळी पापं धुऊन काढून तुम्हांला शुद्ध करत असेल तर मग पुनर्जन्म खोटा आहे, निदान अनावश्यक तरी. पुष्करमध्ये एक डुबकी मारून तुम्ही जन्ममृत्यूचं चक्र तोडून मोक्ष प्राप्त करू शकता. हेच मुसलमानांना मक्केच्या यात्रेतून साधता येतं. आणि मी असं ऐकलंय की ख्रिस्ती लोकांना तर फक्त आपल्या पापांची कबुली देऊन प्रायश्चित केल्याने आपल्या साऱ्या पापांवर पडदा टाकता येतो. कधी कधी मला वाटतं की बौद्ध धर्म हा सर्वांत कठीण धर्म आहे. त्यात ईश्वराचा कुठे उल्लेख तर नसतोच, पण तत्कालिक मुक्तीचे उपायदेखील तो सांगत नाही. स्वत:च्या कर्मांची फळं भोगणं हीच त्याची आध्यात्मिक शिकवण.

म्हणून मी पुष्करमध्ये डुंबण्याचं टाळलं का ? तुम्ही टाळलं असतं ? मी साशंक असेन, बहुतेक बाबतींत असतोच, पण पुष्करच्या पवित्र पाण्याबाबत नसता धोका न पत्करता भल्याची आशा करण्याइतपत मी दांभिकही आहे. नाही, हे फारच सोपं कारण झालं. पापक्षालन म्हणजे पापांचा नाश करण्याची इच्छा. पण पुष्करच्या पाण्याच्या आरोग्यदायी आणि शुद्धीकरणाच्या गुणांबद्दल मला कधीच शंका नव्हती. मी श्वास रोखून धरला आणि मन बधिर होईस्तोवर पाण्यात बुडी मारून बसलो.

ब्रह्ममंदिराच्या लाल घुमटाला सूर्यदेवाने स्पर्श करताच बाबा आणि मी देवळाच्या प्रवेशद्वारातून आत शिरलो, जिथे ब्रह्माचा हंस साऱ्या भक्तांवर नजर ठेवून बसलेला असतो. सृष्टिकर्त्यासमोर आम्ही दंडवत घातला. माझ्यात फुंकलेल्या प्राणाबद्दल, गग्रोनमधून हेमकरणाला सुखरूपपणे वाचवल्याबद्दल आणि माळव्याच्या सुलतानावर मिळालेल्या विजयाबद्दल मी ब्रह्मदेवाचा ऋणी होतो. पण एकीकडे त्याचे आभार मानत असताना माझं मन सतत दिल्लीच्या पातशहाचा विचार करत होतं. बाबरसारखी माझी देवावर अनन्य श्रद्धा आणि विश्वास असता तर ! तो जेव्हा हरतो तेव्हा तो 'देवाने अपयश दिलं' असं म्हणतो, की अपयशाला तो आपल्या पापाचं फळ मानतो ? ब्रह्मदेवाच्या मध्यस्तीची याचना करण्यास मी बिचकतोय, याचा परिणाम कधीतरी या मोगलाशी लढाव्या लागणाऱ्या युद्धाच्या यशापयशावर होईल का ?

महाराज आणि मी देवळाच्या सर्वांत वरच्या पायरीवर थोडा वेळ थांबलो. साय धरत असलेल्या दुधाची चकाकी असलेलं सरोवर निश्चल होतं. माझं सारं कुटुंब मंदिराबाहेर सरोवराच्या काठी हिंडतफिरत होतं. आमच्यासाठी उभारलेल्या शामियान्यांसकट सर्वांनी पांढरेशुभ्र कपडे परिधान केलेले. तलम, जाळीदार वस्त्रांतून

आणि ढाक्याच्या मलमलीतून प्रकाश आणि हवा जणू वस्त्रगाळ होऊन झिरपत होती. सकाळचं प्रवचन वगळता, हिरवे डोळेवालीने बाकीचा सारा दिवस सरोवराकाठच्या वनविहारासाठी मोकळा ठेवला होता.

प्रवचनाला जाण्याबाबत माझं मन द्विधा झालेलं. दोन विषय मी आवर्जून टाळतो — निदान तसा प्रयत्न तरी करतो, नेहमीच यशस्वीपणे नाही. एक म्हणजे हवामान. मेवाडची हवा एक तर करपवणारी उष्ण आणि कोरडी किंवा चावणारी थंड आणि कोरडी. तिच्याबद्दल अधिक काही बोलण्यासारखं नसतं.

दुसरा विषय म्हणजे : राजवाड्यातील हिजडे. हिजड्यांच्या उपस्थितीत मी अस्वस्थ होतो. यात त्यांचा काही दोष नाही. अपराधाविना त्यांना सतत अन्यायाला तोंड द्यावं लागतं. पण ती एक धोकादायक जात आहे. ते तिथे जातात तिथे वाफाळलेलं, कोंदट वातावरण निर्माण करतात. नेहमी गुप्त मसलत, कारस्थानं आणि लावालावी करत असतात. काही हेतू साध्य व्हावा म्हणून नाही, तर तेच त्यांच्या आयुष्याचं ध्येय असतं म्हणून. ते जातील तिथे संकट उभं राहतं. बहुतेक वेळा घोर संकट. आज बृहन्नडा प्रवचन देणार आहे — चितोडमधल्या साऱ्या हिजड्यांपैकी सर्वांत प्रबल, मगरुर आणि कुटिल. राणी कर्मावतीचा मुख्य हिजडा आणि सर्वात विश्वसनीय व्यक्ती, ज्याची भेट घेण्यासाठी मंत्री आणि चितोडला येणारे राजे आणि रावत, उत्सुक असतात. यावरून त्याच्या हातात असलेल्या सत्तेची कल्पना करावी. मी नेहमीच त्याचा सहवास टाळत आलोय. आजदेखील तेच करण्याचा माझा इरादा आहे, पण त्याने निवडलेल्या विषयासंबंधी मला कुतूहल वाटतंय — महाभारतातील स्वार्थत्याग !

मी पोचेस्तोवर शामियाना माणसांनी भरून गेला होता. मी सांगायला विसरलो की, मला जरी बृहन्नडाचं रूप आवडत नसलं तरी तो अतिशय देखणा आहे आणि मनात आलं तर आपल्या लाघवी वागण्याने इतरांवर छाप पाडण्यात पटाईत आहे. हजर असलेल्या बहुतेकांपेक्षा बृहन्नडाचं महाभारतावरचं ज्ञान गहन होतं आणि त्याला एक विशिष्ट प्रबंध मांडायचा होता. लादल्या गेलेल्या परिस्थितीमुळे त्यागाचं जीवन जगणाऱ्या, कडक ब्रह्मचर्याचं प्रतीक असलेल्या भीष्माची निवड त्याने आपल्या प्रबंधासाठी केली होती.

उघडपणे शब्दांतून जरी व्यक्त करत नसला तरी बृहन्नडा हिजड्यांची तुलना भीष्माशी करून त्यांच्यातलं साम्य सूचित करत होता. त्याही पलीकडे जाऊन त्यांच्यातली वंशपरंपरा त्याने सूचित केली. दोघांच्याही नशिबात नपुंसक जीवन लिहिलं गेलं होतं. अर्थात, एवढ्यावरच तो थांबला नाही. जेव्हा एखाद्यावर ही अवस्था लादली जाते, तेव्हा निवडीचा प्रश्न समोर उभा राहतो. अशा व्यक्तीने आपलं संपूर्ण आयुष्य स्वत:च्या दुर्दैवाला दोष देत घालवलं तरी कुणाला ते गैर वाटणार नाही. पण दुसराही

एक पर्याय आहे. नशिबावर मात करणं. भीष्माप्रमाणे आपली व्यथा हृदयात गाढून आपल्यातल्या न्यूनतेचंच महानतेत परिवर्तन करणं. त्याचं भाषण विचार करण्याजोगं होतं. विषयाचा गाभा सर्वांनाच लागू पडत होता, कारण कुठलीच व्यक्ती संपूर्णपणे अव्यंग नसते आणि आपल्यातल्या कमतरतेचं भांडवल करून घेणं हे शेवटी आपल्याच हातात असतं.

न्याहारीनंतर आम्ही ज्ञानप्राप्तीचा वर देणाऱ्या मृकांड मुनिकुंडावर गेलो. हे स्थळ सरोवरकाठच्या सर्वांत दाट वनराईच्या ठिकाणी असल्याने इथे बिलकूल रहदारी नसते. असा निवांतपणा मला खूप दिवसात परत मिळणार नाही हे जाणून मी त्याचा पुरेपूर फायदा घेण्याचं ठरवलं. माझे भाऊ विक्रमादित्य आणि रतन, त्यांची नऊ मुलं, तेज, मंगल आणि मी लगोरी आणि पाठशिवणीचे खेळ खेळलो. नंतर मी पाण्यात भरपूर पोहून घेतलं आणि काठावर येऊन स्वस्थ पडून राहिलो. सावकाश वाहत येत काठाला चाटणाऱ्या मंद लहरींच्या हळुवार आवाजाहून अधिक शांतिदायक आवाज नसेल. अधूनमधून कुशीवर वळून मी काही अंतरावर विहार करणाऱ्या स्त्रियांकडे पाहायचो. ही सारी माझीच कुटुंबीय होती का ? इतक्या सुंदर स्त्रिया एकत्र जमलेल्या मी क्वचितच पाहिल्या असतील. त्यातल्या काही लपंडाव खेळत होत्या, काही जणी फुलांचे हार गुंफत होत्या, तर इतर गप्पा किंवा आपल्या मुलांना दम देण्यात गुंतल्या होत्या. त्यांचे आवाज खूप दुरून आल्यासारखे भासत होते. सुस्तपणे मी एक हात पाण्यात टाकून पडून राहिलो.

'विच् विच् विच्... वीऽऽ वी ऽऽ विच्.' काळा तपकिरी तुरेवाली पथ्थर चिडिया जगावर चकचकत होती. तळं किंवा नदी असलेल्या ठिकाणी लाल मुनिया नक्कीच सापडते. मुनियाला ऐकून मला लहान मुलांची आठवण होते. गाताना तिचा श्वास नेहमी कमी पडतो. ही देखील एक तुटक गाणं अशक्त आवाजात गात होती. इतकी वर्षं मी कुठे होतो. शाळेत असताना सुटीच्या दिवशी राजा पुराजी कीकाबरोबर मी पक्ष्यांचं निरीक्षण करायला जायचो, त्या अद्‌भुत जगाचा मला कसा विसर पडला ? तो किडे-कीटक खाणारा काळा नारंगी पक्षी, भिरभिरा असावा बहुतेक. तो खाण्यात इतका दंगला आहे की आपलं नेहमीचं विट्- विट्-विट् म्हणायलादेखील त्याला फुरसत नाहीये. हिवाळ्यातला तो भिडस्त पाहुणा नीळकंठ, सुरवंट आणि इतर किडे खात असलेला पाहता पाहता माझा डोळा लागला असावा.

मला किती वेळ डुलकी लागली याची कल्पना नाही. पार्श्वभूमीवरचे आवाज जवळजवळ नाहीसे झाले होते. जेवणं आटपून सर्व जण विश्रांतीसाठी पहुडली असावीत. मला डोळे उघडवत नव्हते, पण कुणीतरी माझ्याकडे पाहतंय अशी तीव्र जाणीव होत

राहिली. सुगंधा. ती गुडघ्यांवर बसलेली आणि दोन्ही हातांनी तिने स्वत:ला गच्च वेढून घेतलेलं. दर अर्ध्या पळाने तिचं शरीर हिसका द्यायचं. काहीतरी अतीव दु:खद घटना सांगण्याचा प्रयत्न करत असल्याप्रमाणे तिचा कंठ आणि जीभ विचित्रपणे हालत, पण बाहेर पडे ती फक्त एक अस्फुट उचकी. पण मला खिळवून ठेवलं ते तिच्या डोळ्यांनी. माझ्याकडे पाहण्याचं टाळणारी, भीतीने ओसंडणारी तिची नजर झाडांवरून सरोवरावर, तिथून वर आकाशात, तिथून माझ्या वर-खाली होणाऱ्या पोटावर भिरभिरत होती.

मी सावकाशपणे उठून बसलो आणि अतिशय हलक्या हाताने तिचा खांदा पकडला. माझ्या स्पर्शाने तिचं शरीर ताठ झालं आणि डोळे फिरवून फेफरं किंवा अपस्माराचा झटका येऊन ती खाली पडते की काय अशी भीती मला वाटली.

तिला जे काही सांगायचं होतं त्यासाठी ती माझ्यापाशी का आली ? विक्रमादित्य तिचा मित्र होता — आणि मी हे कटूपणे म्हणत नाहीये — तिने त्याच्याकडे जायला हवं होतं. मी तिच्या पाठीवरून प्रथम हळुवारपणे आणि हळूहळू खंबीरपणे हात फिरवत राहिलो. तिचा आतडी पिळवटून टाकणाऱ्या झटक्यांचा आवेश थोडा कमी झाला, पण अजूनही तिच्या तोंडून शब्द फुटत नव्हता. तिने माझा हात आपल्या हातात घेतला आणि आम्ही थोडा वेळ चालत राहिलो. अचानक कसल्यातरी तीव्र निकडीने तिचा ताबा घेतल्यागत ती धावू लागली. तळ्याभोवतालीच्या वाटेला फुटलेल्या एका आडमार्गावर, झाडांची गर्दी थोडी विरळ झालेल्या जागी आम्ही येऊन पोचलो. छातीवर मान झुकलेलं एक शरीर, जवळजवळ तीनचतुर्थांश बुडालेल्या अवस्थेत तिथल्या उथळ पाण्यात तरंगत होतं. आजूबाजूचं पाणी लाल झालेलं आणि त्याचे पांढरेशुभ्र कपडे मातकट रंगांचे झालेले. मी त्याचं डोकं मागे झुकवलं. तो बृहन्नडा होता.

प्रयासाने मी त्याला ओढून बाहेर काढलं. त्याचा उजवा पाय चिखलात रुतला होता आणि भिजलेल्या कपड्यांमुळे वजन वाढलं होतं. त्याला छातीवर अनेक ठिकाणी भोसकण्यात आलेलं, पण पाठीवर मात्र काहीही जखम नव्हती. तसंच, त्याच्या जननेंद्रियांवर — किंवा हिजड्यांना जे काही असतं त्यावर — परत परत वार केले गेले होते. एका हिजड्याची जननेंद्रिये छिन्नविच्छिन्न करण्यामागे कुणाचा काय उद्देश असावा ? त्याचे ओठ पांढरेफटक पडले होते. त्याच्या नाडीचे ठोके माझ्या बोटांना जाणवेनात, पण जेव्हा मी माझा कान त्याच्या छातीला लावला तेव्हा अंधुकशी, अनिश्चित धुकधुक ऐकू आल्यासारखं वाटलं.

"तू इथे थांबशील का ? मी मदत घेऊन येतो." मी सुगंधाला म्हटलं.

"मला एकटीला इथे सोडून जाऊ नका."

"त्याला तातडीने वैद्यकीय मदत मिळणं आवश्यक आहे."

"ती मिळेपर्यंत तो मरूनही जाईल कदाचित."

“नाइलाजाने तो धोका पत्करायला हवा.”

मी परतलो तेव्हा माझी दुसरी बायको तिथे नव्हती.

हिरवे डोळेवालीने पुष्करला दोन दिवस राहण्याचा कार्यक्रम आखला होता. सारे जण इतके आनंदात आणि निश्चिंत होते की तिथलं आमचं वास्तव्य आणखीन एका दिवसाने वाढवण्याचा बेत होता बाबांचा. पण नंदनवनातलं वास्तव्य नेहमीच अल्पकालीन असतं. पुष्करचं पाणी अचानक गोठून गेलं होतं, आणि शामियान्यातला सारा उल्हास मावळला होता. साऱ्या बायका छोट्या संतमाईभोवती कोंडाळं करून बसलेल्या. नेहमीप्रमाणे पुढाकार घेऊन तिने सारे शामियाने आणि तंबू उठवण्याचा आदेश दिला होता. परतीच्या प्रवासाची जबाबदारी बाबांनी रतनवर सोपवली. आणि मंगल, बाबा आणि मी पुढे निघालो.

“या घटनेची पूर्ण चौकशी मंगल करील,” चितोडमध्ये प्रवेश करत असताना बाबा म्हणाले, “आणि न्यायनिवाडा आपण करावा.”

“मंगल गृहमंत्रीखात्यात नाहीये, महाराज आणि मी फक्त किरकोळ गुन्ह्यांच्या न्यायसभेचा न्यायाधीश आहे.”

“कोण कुठल्या खात्यात आहे ते मी जाणतो, राजकुमार. ही राजगृहातली बाब आहे आणि ती राजवाड्याच्या चार भिंतीआडच राहावी. यातील गुन्हेगारांना लवकरात लवकर सजा व्हायला हवी आहे. आपण तत्परतेने ही कामगिरी पार पाडावी.”

“क्षमा असावी महाराज, पण मीदेखील राजकुटुंबातलाच आहे. कुणीतरी बाहेरचा माणूस नेमणं न्यायदानाच्या दृष्टीने अधिक उचित होईल.”

“या भानगडीच्या तळाशी जाणं आवश्यक आहे. बाहेरचा माणूस भिडेपोटी फार खोलात जायला कचरेल म्हणून आम्ही आपली निवड करतोय. आता आम्हांला उपदेश करण्याऐवजी आपण लगेच कामाला लागलात तर उत्तम होईल.”

४१

“ते आपल्याला भिऊन आहेत यात शंका नाही. नाहीतर बाबरने आपला मुलगा हुमायून याला जोनपूरहून परत दिल्लीला का बोलावून घेतलं असतं ?” युद्ध समितीच्या बैठकीत सिलहाडीने प्रश्न केला. बराच उत्साही आणि खुशीत दिसत होता तो. गेल्या खेपेला चितोडमध्ये असताना आपण केलेलं अकारण आकांडतांडव तो विसरला असावा असं वाटलं. (किंवा हेही कारण असू शकेल की, गेल्या वेळी, तो परतल्यावर आठवड्याभरातच माळव्याच्या सुलतानाला संरक्षणासहित परत त्याच्या राज्यात पाठवण्यात आलं ते कुणाच्या अधिकारात, हे विचारण्याची योग्य संधी त्याला अजून मिळाली नव्हती.)

“आपला उजवा हात असलेल्याला आपण बोलावून घेणार नाही का ?” माझ्या बायकोचे चुलते, राव विरमदेव यांनी सिलहाडीला विचारलं, “जर पातशहाविरुद्ध चाल करून जाण्याचा निर्णय या समितीने घेतला तर ?”

“अर्थात.”

“तर मग त्या परिस्थितीत राजपूत त्याला भिऊन आहेत असा अर्थ बाबरने घ्यायचा का ?”

आपल्याच शब्दांत आपण पकडले गेलो आहोत हे लक्षात येऊन सिलहाडी काहीतरी उर्मटपणे बोलायच्या आत प्रधानमंत्र्यांनी विषय बदलला.

“बाबरने आणि दिल्लीचा सुलतान इब्राहीम लोदी यानेही, पानिपतच्या लढाईपूर्वी मेवाडच्या मदतीची याचना केली होती हे आपल्याला माहीत आहे का ? मेवाड आणि आमच्या मित्र राज्यांना एकत्र आणणारा आपला राजपूत संघ ही हिंदुस्थानाच्या या भागातली सर्वांत बलाढ्य शक्ती आहे यावर मला वाटतं आपल्या सर्वांचं एकमत व्हावं. तापलेल्या तव्यावर पोळी भाजून घेणं शहाणपणाचं. लवकरात लवकर बाबरशी दोन हात करणं हेच योग्य.”

युद्ध करावं या सूचनेशी सारी समिती सहमत होती. काही काळ तरी, कदाचित वर्ष दोन वर्षंदेखील युद्ध पुढे ढकलण्यातलं हित-अहित यावर चर्चा करण्याची कुणाचीच

इच्छा दिसली नाही. सारे बाबरवर तात्काळ चढाई करून त्याला नामशेष करण्यासाठी अधीर झाले होते.

"हा महत्त्वाचा निर्णय घेण्यापूर्वी," थोडं बिचकत मी राव विरमदेवांना उद्देशून म्हणालो, "बाबरच्या इतक्या अल्पसंख्य बळाने इब्राहीम लोदीच्या इतक्या मोठ्या सैन्याला कसं पराभूत केलं असावं याचा शोध घेणं योग्य ठरणार नाही का ?" या विषयाचं औचित्य लक्षात घेऊन निदान ते तरी उत्साहाच्या जोशाने वाहवले जाणार नाहीत अशी मला आशा होती.

"आपल्याला याचं कोडं का पडावं ?" लक्ष्मणसिंहजींनी माझा प्रश्न झेलला. "आपणच कित्येक वर्षं आम्हांला सांगत आला नाही आहात का की, दिल्लीचं राजघराणं शक्तिहीन झालंय आणि केव्हाही ढेपाळून पडेल म्हणून ?"

"शिवाय," प्रधानमंत्री पूरणमलजींच्या तोंडावर विस्तृत स्मित पसरलं होतं, "अलीकडेच आपण आणि राव मेदिनी रायांनी एका छोट्या पण शूर आणि निष्ठावान तुकडीच्या साहाय्याने माळवा आणि गुजरातच्या एकत्रित सैन्याला पराभूत करून हा प्रश्न संशयातीत रित्या सोडवला नाहीये का ?"

"राजपूत सैन्याच्या पराक्रम आणि शौर्याचा अनादर करण्याचा माझा उद्देश नाहीये, फक्त एक शक्यता म्हणून मी हा प्रश्न विचारतोय. आम्ही जे करून दाखवलं तेच पातशहा बाबर का करू शकणार नाही ? मेवाडच्या संघटित सैन्याला तो चोपून काढणार नाही कशावरून ?"

समजावणीच्या सुरात प्रधानमंत्री म्हणाले, "कारण दिल्ली किंवा माळव्याहून मेवाडची स्थिती भिन्न आहे युवराज. आज मेवाड सामर्थ्याच्या सर्वोच्च शिखरावर आहे. राजपूत इतके एकसंघ कधीच झाले नव्हते आणि यापूर्वी त्यांचं वर्चस्व इतकं सर्वमान्य झालं नव्हतं.

"आपण काहीतरी सांगणार होता युवराज." राव विरमदेवांनी मला परत माझ्या मूळ विषयावर आणलं. "लोदीचं साम्राज्य खिळखिळं झालं असेल, पण सुलतानाकडे जबरदस्त युद्ध यंत्रणा होती. त्याच्या पराभवाचं कारण काय देऊ शकाल आपण ?"

"चार कारणं. मोगलांच्या धनुष्यांची ठेवण अधिक चांगली आहे आणि त्यांचे पोलादी बाण अधिक भेदक आहेत. आपण क्वचित वापरत असलेल्या तोड्याच्या बंदुकींचा ते सर्रास आणि मोठ्या प्रमाणात वापर करतात. त्यामुळे दूरवरूनसुद्धा ते अचूक आणि घातक वार करू शकतात जो केवळ बाणांनी शक्य होत नाही. त्यांची पारंपरिक शस्त्रं आपल्यापेक्षा उत्तम तर आहेतच पण ते प्रत्यक्ष रणांगणावरच तटबंदी उभारतात." मी पानिपतला बाबरने वापरलेल्या रणरचनेची आकृती काढून त्याचे डावपेच समितीला समजावून दिले. "आणि चौथं कारण म्हणजे, पातशहा एका नव्या

शस्त्राचा, रणतोफांचा वापर करतो, ज्यांच्यातून प्रचंड दगडी गोळे खूप अंतरावरूनसुद्धा मोठ्या वेगाने शत्रूसैन्याच्या थेट मध्यात फेकले जाऊ शकतात. इब्राहीम लोदीचं सैन्य बाबरच्या पायदळाशी किंवा घोडदळाशी भिडण्याच्या खूप अगोदर या तोफांच्या गोळ्यांनी त्यांच्यात हाहाकार माजवून दिला.''

''एकत्र बांधलेले गाडे, खड्डे आणि झाडांच्या फांद्या गुंफून बनवलेल्या तट्ट्यांना आपण तटबंदी म्हणता ?'' सिलहाडीने तिरस्कारपूर्ण स्वरात मला विचारलं, ''आपले हत्ती त्यांना सहज तुडवून काढतील.''

''इब्राहीम लोदीपाशी एक हजार हत्ती होते.''

''पातशहापाशी किती तोफा आहेत ?'' राव विरमदेवांनी विचारलं.

''तीन किंवा चार असतील, मला नक्की आकडा माहीत नाही. पण त्याने उस्ताद अली कुली नावाचा एक तुर्की शस्त्रविषारद आणि तोफा बनवण्यात निष्णात कारागीर नेमला आहे, ज्याने हल्लीच एक जंगी साचा बनवलाय. ही नवी तोफ आपले दगडी गोळे सोळा हजार पावलांच्या अंतरापर्यंत फेकू शकेल असा अंदाज आहे.''

''आपण काय करायला हवं असं आपलं मत आहे ?'' राव विरमदेवांनी विषय पुढे चालू ठेवत विचारलं.

''काही काळ थांबलं पाहिजे.''

''कशासाठी ?''

''आम्ही मिळवलेल्या माहितीनुसार वर्ष-दीड वर्षांत पोर्तुगीज आपल्याला चार तोफा विकत देण्याची शक्यता वाटते. तोपर्यंत निदान दोन हजार तोड्याच्या बंदुका विकत घेण्यासाठी आणि बाबरच्या फिरत्या तटबंदींना डावलून पुढे जाण्याचे डावपेच रचण्यासाठी आपल्याला पुरेसा वेळ मिळतो.''

''कशा प्रकारच्या डावपेचासंबंधी आपण बोलत आहात युवराज ?'' राजा पुराजी कीकांनी मला नेमकं पकडलं, ''आपण यावर बराच विचार केलेला दिसतो.''

''उघड हल्ला करण्याचं टाळणं, वैरभाव काबूत ठेवता येत नसेल, तर डिवचून, छळून त्यांना जेरीस आणणं. पाठीमागून हल्ला करून अदृश्य होणं.''

''माळव्याच्या सुलतानाशी केलेली रीतसर लढाई पाहिल्यानंतर आपण आपला खेळमौजेचा टप्पा मागे टाकला असावा असा आमचा समज होता. आता गंभीरपणे विचार करण्याची वेळ आली आहे, युवराज. आपण या वेळी युद्धाविषयी बोलतोय.''

सिलहाडीने मला मारलेल्या टोमण्याकडे राजा पुराजी कीकांनी दुर्लक्ष केलं. ''हे गनिमी डावपेच आपण किती काळ वापरू शकू ? आपणच म्हटल्याप्रमाणे बाबरला फसवणं सोपं नाहीये.''

''फक्त अखेरचा उपाय म्हणूनच हे विलंबाचे पर्याय वापरायचे आहेत आपल्याला. लगेच जरी नसलं, तरी कधीना कधी, आपली शस्त्रासामुग्री त्याच्याशी तुल्यबळ झाल्यानंतर, आपल्याला पातशहाला सामोरं जावं लागणार याची मलाही जाणीव आहे.''

''फक्त चार तोफा आणि हजार तोड्याच्या बंदुकींनी इब्राहीम लोदीला जमीनदोस्त केलं असेल असं मला वाटत नाही.'' या विषयाचा खूप बारकाईने विचार केल्याप्रमाणे राल मेदिनी राय म्हणाले, ''सुलतानाच्या सैन्याचं नैतिक धैर्य डळमळीत झालं होतं. आपल्या बहुतांशी प्रजेशी त्याचे संबंध दुरावले होते आणि त्याचे बहुतेक अमीर आणि नायक त्याच्याविरुद्ध झाले होते. पण या वेळी पातशहाला आमच्या एकसंघ सेनेला तोंड द्यावं लागेल, जिच्या साऱ्या नेत्यांचं आपल्या सामान्य ध्येयाबाबत आणि उद्दिष्टांसंबंधी एकमत असेल.''

''आपण मांडलेल्या मुद्द्यांची सत्यता नाकारता येत नाही राजे. आपलं एकत्रित बळ बलाढ्य आणि प्रचंड आहे. गेल्या मोहिमेतल्या अनुभवाने आम्ही हेही जाणतो की भरपूर कवाईत आणि तालीम देऊन त्यात एकसंघपणा आणि एकनिष्ठता निर्माण करता येईल. पण तरीही, काही काळ थांबण्यात कसला तोटा आहे ? त्यामुळे लहान-मोठ्या शस्त्रांचा पुरेसा साठा करण्यासाठी आपल्याला वेळ मिळेल.''

''आणि तोपर्यंत पातशहाला कसं रोखून ठेवणार आपण ?''

''चतुर राजकारणी वाटाघाटीने. पातशहा, शहजादा हुमायून, आणि राजघराण्यातल्या इतर महत्त्वाच्या माणसांसाठी भेटी घेऊन आपली एक वकिलात आग्ऱ्याला पाठवायची. बाबरचं अभिनंदन करून आपण त्याच्याशी मैत्रीचे संबंध प्रस्थापित करायचे. गरज पडली तर सरहद्द आणि सीमारेषा यांच्यासंबंधीदेखील त्याच्याशी चर्चा करायची. यामुळे आपल्या निश्चित उद्दिष्टांसंबंधी तो गोंधळात पडेल.''

''इतके महिने डिवचून जागृत केलेल्या वैरभावानंतर या पारदर्शक क्लृप्तीला पातशहा फंशी पडेल असं म्हणायचं आहे का आपल्याला ?'' तुच्छतेच्या स्वरात सिलहाडींनी विचारलं.

''प्रयत्न करायला काय हरकत आहे ? त्याच्या मागे बंडखोरी, राज्यक्रांती आणि इतर समस्यांचे इतके व्याप आहे की तो ज्याला काफीर मेवाड्यांची समस्या म्हणतो तीपासून थोडी फुरसत मिळाल्यास बाबरला आनंदच होईल.''

''आपण योग्य बोललात युवराज. वेळ महत्त्वाची आहे. शत्रूच्या घरात अराजकता माजलेली असते तेव्हाच त्याच्यावर चाल करून जाणं शहाणपणाचं. आत्ताच आपण त्याला युद्धात गुंतवलं नाही तर तो वरचढ होण्याची शक्यता आहे. आपण जर देशातली सर्वश्रेष्ठ शक्ती आहोत, तर त्याप्रमाणे आपली वर्तणूक नको का ?'' पूरणमलजींनी मला समजवण्याचा प्रयत्न केला.

‘‘ठरलं तर मग ?’’ साऱ्या बैठकीत प्रथमच बाबा बोलले होते. ‘‘पातशहाविरुद्ध त्वरित चाल करून जाणे.’’

मला आधीच समजायला हवं होतं. युद्ध समितीची बैठक बोलवण्यापूर्वीच बाबांनी आपला निश्चय पक्का केला होता.

दुपारी मी राव मेदिनी राय आणि राजा पुराजी कीकांचा निरोप घेतला.

‘‘अर्धंअधिक चितोड कामयचं खोदून का ठेवलेलं असतं ?’’ आम्ही घोड्यांवरून दौडत जात असताना मेदिनी रायनी मला विचारलं.

‘‘विजयनगरच्या धर्तीवर आम्ही पाणीपुरवठ्यासाठी जलवाहक नलिकांचं जाळं शहरभर पसरतो आहोत.’’

‘‘याच कारणास्तव त्यांना लढाई नको आहे, राजे.’’ राजा पुराजी कीकांनी रावांना सांगितलं, ‘‘त्यांना वाटतंय की त्यामुळे त्यांच्या या लाडक्या प्रकल्पासाठी राखून ठेवलेला निधी दुसरीकडे खर्च होईल.’’

‘‘हे मला सुचलं नव्हतं, पण आपण म्हणालात हे खरं आहे. आपण परत येईस्तोवर इतर सारी कामं बंद पडतील.’’

‘‘हे निर्णायक युद्ध होईल असं वाटतं आपल्याला ?’’ मेदिनी रायनी मला विचारलं.

‘‘असा माझा अंदाज आहे. आपल्याला काय वाटतं ?’’

‘‘हा आग्र्यामधला नवा माणूस ज्वराप्रमाणे चढतच चाललाय. युद्धभूमीवर पोचेपर्यंत आपणा सर्वांना वात झाला नाही म्हणजे मिळवली.’’ मेदिनी राय म्हणाले आणि ते बरोबरही होतं. आम्हांला बाबरशिवाय दुसरं काही सुचत नव्हतं. ‘‘आपले सारे सहकारी चढाई करण्यासाठी उतावीळ झाले आहेत. असल्या आत्मविश्वासाचा आणि स्फूर्तीचा आम्हांला फायदाच होणार आहे. बाबर ज्या धर्मांध उत्साहाने या युद्धाची तयारी करतोय त्याचा आपण का उल्लेख केला नाही ?’’

‘‘चर्चेची गती आत्यंतिक देशभक्तीवरून तर्कसंगत विचारांच्या पातळीवर यावी अशी माझी इच्छा होती. बाबरच्या अतिरेकी पवित्र्याचा उल्लेख करण्याने सारे जण आजच्या आजच लढाईवर निघाले असते.’’

‘‘आपण या प्रसंगाला कसं तोंड द्यायचं याचं उत्तर अजूनही स्पष्ट होत नाहीये.’’ मला परत मुद्द्याकडे नेत मेदिनी राय म्हणाले.

‘‘आपलं काय मत आहे ?’’

‘‘आपणही याला धर्मयुद्धाचं स्वरूप द्यायला हवं का ?’’

‘‘आणि मुसलमान राजांचा आणि प्रजेचा पाठिंबा गमवायचा ?’’

‘‘तर मग यावर उपाय तरी काय आहे ?’’

''धार्मिक युद्धावर दोनच तोडगे आहेत. आपल्या सैन्यात जितके मुसलमान भरती करता येतील तितके करायचे. बढती गुणांवर आधारित असावी, धर्मावर नाही. आणि दुसरं म्हणजे— जे मी समितीच्या बैठकीत सतत मांडत होतो — तांत्रिक दृष्ट्या आपण त्यांच्यापेक्षा प्रगत जरी नाही तरी निदान त्यांच्या बरोबरीचे तरी असायला हवं आणि सैनिकी दृष्ट्या आपण दहा दिशांना पसरलेल्या दहा वेगवेगळ्या तुकड्या म्हणून कार्य न करता एकच ध्येय असलेल्या स्वयंपूर्ण गटांप्रमाणे वागलं पाहिजे.'' राय लक्षपूर्वक ऐकत हाते. मी पुढे जे म्हणालो त्यामुळे मात्र त्यांच्या कपाळावर चिंतेच्या आठ्या उमटल्या. ''बाबर आपल्यासंबंधी काय म्हणतो माहीत आहे ? 'काही हिंदुस्थानी तलवारबहादूर असतीलही, पण बहुतेक जण लष्करी चाल आणि पवित्र्यांबद्दल, तसंच सैनिकी योजना आणि कार्यपद्धतीबाबत अज्ञानी आणि अकुशल असतात.'' त्याचं हे मत आपण खोटं पाडलं पाहिजे.''

''बाबरने ज्या कौशल्याने आपल्या मर्यादित साधनांचा वापर केला त्याबद्दल शंकेला जागाच नाही. सारा दोष इब्राहीम लोदीला देण्यात माझी चूकच झाली.'' आपलं मत बदलण्याची हिंमत मेदिनी रायमध्ये होती हे पाहून मला बरं वाटलं. त्यामुळे बाबरच्या शस्त्रास्त्रांच्या तांत्रिक श्रेष्ठत्वाचा विषय बाजूला पडला.

''त्यामुळे फारसा फरक पडला नाही. कारण तोफांमुळे आणि तोड्याच्या बंदुकींमुळे आपल्या सैन्याला हानी पोचू शकते असं समितीला वाटतच नाहीये.''

''आणखीन एका गोष्टीबद्दल मला आपली आणि राणा महाराजांची माफी मागायची आहे. या बाबतीत माझ्याकडून उशीरच झालाय. गेल्या खेपेला माळव्याच्या सुलतानाचं भविष्य ठरवण्याकरता आपण भेटलो असताना राजे सिलहाडी जरा वाहवत गेले होते. आमच्यावर आपले किती उपकार आहेत हे आम्ही जाणतो. आपल्याशिवाय मी माझा मुलगा आणि गग्रोनचा प्रदेश, हे दोन्हीही गमावून बसलो असतो. त्याशिवाय युद्धदेखील हरलो असतो ते वेगळंच.''

''त्या घटनेसंबंधी आपण खेद करू नये राजे. आपल्यात आणि सिलहाडीत आम्ही कधीच गल्लत केलेली नाही.''

मी उशिरापर्यंत कचेरीतलं काम आटोपत होतो (आम्ही सारेच. कूच करण्यापूर्वी फारच थोडा वेळ हातात राहिला होता) जेव्हा बाबा मला भेटायला आले.

''मला वाटतं स्पष्टीकरण आवश्यक आहे. मोगल पातशहाच्या रोजनिशीत म्हटल्याप्रमाणे आम्ही त्याला खलिता पाठवला नव्हता. त्यानेच आम्हांला मदतीसाठी विचारलं होतं.''

"कोणी कोणाला विचारलं ते महत्त्वाचं नाही, महाराज. पण आपण त्याला फसवलं असं त्याला वाटतंय ते मात्र महत्त्वाचं आहे. कारण आपण त्याला लिहिलं होतंत की आम्ही त्याला मदत करू आणि दक्षिणेकडून आग्र्यावर हल्ला करू. तो अशा गोष्टी विसरत नाही. या युद्धात तो आपल्याशी कट्टर द्वेषभावाने लढेल. आणि आपण काफीर आहोत हेच फक्त एक कारण नसेल, तर त्याला आधीचा हिशेब पण चुकता करायचा असेल."

"आमचं गणित वेगळ्याच मुद्द्यांवर आधारित होतं. बाबरच्या छोट्या तुकडीला इब्राहीम लोदी चीत करील, पण त्याचबरोबर त्याचंही सैन्य मोठ्या प्रमाणावर जायबंदी होईल असा आमचा होरा होता. उलटपक्षी, जर बाबरने दिल्ली सुलतानाचा पराभव केला तर तो जबरदस्त खंडणी वसूल करून एखाद् दुसरा प्रांत आपल्या राज्याला जोडील आणि निघून जाईल अशी अपेक्षा होती. कुठल्याही परिस्थितीत इब्राहीम लोदीची बाबरशी टक्कर झाल्यानंतरच आपण त्याच्यावर चढाई करणं योग्य असं आमचं मत होतं. बाबर दिल्ली काबीज करून बसेल याची कुणाला कल्पना होती ?"

इतरांनी जाहीरपणे व्यक्त केलेल्या उद्दिष्टांकडे आपण कशी डोळेझाक करतो याबद्दल मला नेहमीच आश्चर्य वाटत आलंय. बाबरच्या रोजनिशीतल्या चिठ्ठ्या—चपाट्यांचं भाषांतर करून त्याच्या प्रती साऱ्या मंत्रिमंडळाला पुरवण्यात आल्या होत्या. बाबा जाणत होते की काही पिढ्यांपूर्वी त्याच्या पूर्वजाने, तिमूरने दिल्ली जिंकली होती, म्हणून बाबर दिल्ली सल्तनत स्वत:च्या मालकीची समजत होता आणि त्याने मागेच ते घोषित केलं होतं.

"कदाचित आम्ही थोडं भाबडेपणानेच घेतलं ते," यापेक्षा अधिक आपल्या चुकीची कबुली महाराज देणं शक्य नव्हतं.

"पण तेवढ्यावरच आपण थांबला नाहीत. पानिपतच्या लढाईनंतर इब्राहीम लोदीचा भाऊ महंमद, जो दिल्लीच्या तख्ताचा कायदेशीर वारस होता, त्याला आपण चितोडमध्ये आसरा दिलात. त्यानंतर आपण कंदाहार काबीज केलंत, जे दिल्ली सल्तनतचं अविभाज्य भाग होतं आणि जे इब्राहीम लोदीच्या पराभवानंतर बाबर स्वत:च्या मालकीचं समजत होता. एवढं पुरेसं नव्हतं म्हणून आपण चोरटेपणाने बाबर स्वत:ची समजत असलेल्या एकशे नव्वद किंवा कदाचित दोनशे असतील, गावांवर आणि खेड्यांवर अतिक्रमण केलंत. आपण नाकारू शकत नाही बाबा की आपण बाबरला भयंकर डिवचलंय." मला एकदम हसू आलं, "तेच आपलं उद्दिष्ट असावं असा दाट संशय आहे मला."

"असंच काही मी म्हणणार नाही."

''झालं गेलं होऊन गेलं. आता त्याच्यावर भाष्य करण्यात काही अर्थ नाही. पातशहा आग्ऱ्याला ठाण मांडून बसलाय आणि आता त्याला सामोरं जाणं आपल्याला टाळता येणार नाही. मी परत माझ्या पालुपदावर येतोय याबद्दल क्षमा असावी बाबा, पण या घटकेलादेखील हा संघर्ष पुढे ढकलण्यासंबंधी आपण विचार करणार नाही का ?''

''राजपुतांच्या इतिहासात आमच्या सर्वांत कणखर सेनापतींपैकी आपण एक आहात, हे माहीत नसतं तर आपण घाबरला आहात असं आम्ही म्हटलं असतं. ही अतिसावधानी आपला धीर खचवतेय. आपण जितका अधिक वेळ घालवू तेवढा तो अधिक बलवान होणार आहे. पातशहाचा अजून जम बसलेला नाही आणि लोदीचे मांडलिक राजे बंडाची तयारी करताहेत. घाला घालण्यासाठी यापेक्षा उत्तम संधी ती कोणती ?''

४२

“कोण, मंगल. कोण ?”

दरबारी भाषेत ज्याला ‘अपघात’ म्हटलं जात होतं, तो झाल्याला सतरा दिवस होऊन गेले होते.

“एकशे चौदापैकी कोणीही असू शकेल.”

मी चमकून मंगलकडे पाहिलं. पुष्करला एकशे सतरा लोक गेले होते, मग शंभरापैकी किंवा त्र्याण्णवांपैकी का नाही ? उत्तर द्यायचं नसलं की मंगल उडवाउडवी करतो. पण या वेळी तो म्हणाला ते बरोबर होतं. राणी कर्मावतींचा हिजडा फक्त शक्तिशाली नव्हता तर त्या शक्तीचा वापर तो इतरांना दुखवण्यासाठी आणि नष्ट करण्यासाठी करायचा. जनान्यातल्या बायका त्याच्या ऋणात असलेल्या त्याला आवडायचं. कधी ना कधीतरी, मोक्याच्या प्रसंगी त्याची परतफेड किंवा जबरदस्त किंमत तो त्यांच्याकडून वसूल करून घ्यायचा. तो सौजन्याने वागायचा, पण काहीतरी अंतस्थ हेतू मनात ठेवून. जनान्यातल्या राण्यादेखील त्याला भिऊन असत. मंगल खरं तेच बोलला. राणी कर्मावती आणि विक्रमादित्य सोडून, आम्हा साऱ्या पुष्कर यात्रेकरूंच्या मनात बृहन्नडाविषयी तीव्र द्वेष असण्याची शक्यता होती.

“तो शुद्धीवर आला का ?”

“नाही.”

“प्रकृतीत काही सुधार ?”

“नाही. वैद्यांचं म्हणणं आहे की खूप जास्त रक्तस्राव झाला असून त्याच्या शरीरावर आणि मनावर प्रचंड आघात झाला आहे. तो यातून सहीसलामत बाहेर पडेल का याबद्दलही त्यांना शंका आहे.”

“बृहन्नडाच्या पाठीवर एकही जखम किंवा वाराची खूण नव्हती. म्हणजेच, ज्याने त्याच्यावर हल्ला केला त्याला तो ओळखत होता आणि त्याने प्रतिकाराचा किंवा आत्मरक्षणाचा प्रयत्नही केला नाही. फक्त हाताने आणि बाहूने वारांपासून बचाव करण्याचा प्रयत्न केला. आपण मारलेच जाण्याच्या लायकीचे आहोत असं त्याला वाटत होतं का ?”

"असेलही.'' आज मंगलचा एकशब्दी दिवस दिसत होता.

"कोण होतं ते मंगल, कोण होतं ? तुला काय वाटतं ? ते कुणीतरी इतकं सत्ताधारी असावं की बृहन्नडाला बचावाचा प्रयत्न न करता गुपचूप वार झेलण्याशिवाय गत्यंतर उरलं नाही ?''

"तो विचार माझ्याही मनात आला होता, युवराज.''

"तू जेवढ्यास तेवढी उत्तर द्यायचं थांबून काय ते स्पष्टपणे बोलशील का ? हा गुन्हा महाराजांपासून हाकेच्या अंतरावर घडला. बृहन्नडावर वार करणाऱ्याला महाराजांपर्यंतदेखील पोचता आलं असतं.''

"सुरक्षा कार्यात हलगर्जी झाली याची रक्षक दलाला जाणीव आहे युवराज, पण या घटनेच्या चौकशीची सारी जबाबदारी माझ्यावर सोपवण्यात आली याबद्दल रक्षक दलात नाराजी उत्पन्न झाली आहे आणि ते फारसं सहकार्य करू इच्छित नाहीत.''

"कोणीतरी त्यांच्यावर दबाव आणतंय असं वाटतं तुला ?''

"शक्य आहे.''

"कर्मावती राणीसाहेबांशी तू बोललास का ?''

"मी रक्षक दलातला नसून हेरखात्यातला असल्यामुळे माझ्याशी बोलण्याचं त्यांना काहीच कारण नाहीये, असा निरोप पाठवला त्यांनी. शेवटी काल त्यांनी माझ्यासाठी थोडा वेळ काढला.''

"आणि ?''

"माझ्यावर उखडल्या त्या. हे कुणाचं काम आहे ते मला माहीत असतं तर मी तुला सांगितलं नसतं का, म्हणाल्या.''

"त्यांना संशय आहे का कुणाचा ?''

"सर्वांचा, त्या म्हणाल्या, सर्वांचाच.''

"त्या खरं बोलताहेत असं वाटतं तुला ?''

"मला माहीत नाही, युवराज.''

"माझ्या दुसऱ्या बायकोशी बोललास तू ?''

भावरहित चेहऱ्याने मंगलने माझ्याकडे पाहिलं.

"माझ्याशी खेळ खेळू नकोस, मंगल. जखमी बृहन्नडाला प्रथम तिने पाहिलं होतं.''

"त्या म्हणाल्या की सकाळी पाणी फार थंड होतं म्हणून त्यांनी आंघोळ केली नव्हती. दुपारपर्यंत उन्हाने पाणी सुसह्य झालं असेल असं वाटून त्या निवांत जागी नहायला गेल्या होत्या.''

"तुला तिचं म्हणणं खरं वाटतं ?''

"ते खोटं वाटण्याचं काहीच कारण दिसत नाही मला, युवराज.'' मंगलच्या मनात

काय चाललं असावं ते मला जाणवत होतं. 'आपणच आपल्या पत्नीला विचारून सारी तपशीलवार माहिती का काढून घेत नाही ?' असं तो विचारू शकला असता.

"तिला आजूबाजूला दुसरं कोणी दिसलं होतं ?"

"त्या 'नाही' म्हणाल्या."

मी हताश आणि चिडचिडल्यासारखा झालो. नगररक्षक दलाचा मुख्याधिकारी आणि त्याच्या माणसांकडून माझी फारशी अपेक्षा नसल्यामुळे मी सारा भार मंगलवर टाकला होता. हे राजघराण्यातलं प्रकरण होतं आणि इतरांना ते हाताळता आलं नसतं. पण अजूनपर्यंत तरी त्याच्या किंवा माझ्या हाती काहीच लागत नव्हतं.

"काही समजलं तर कळव मला."

"असं कळतं की, कर्मावती राणीसरकारांनी आपल्या ऊर्वशी नावाच्या दासीला परत तिच्या गावी, बुंदीला, जायला सांगितलंय."

"दासींवर नाराज होऊन त्यांना घालवून देणं हे कर्मावती राणीसाहेबांचं नेहमीचंच आहे."

"असं म्हटलं जातंय की, दोन महिने ऊर्वशीची पाळी चुकली आहे."

"ऊर्वशीच्या मासिक पाळीशी मला काय कर्तव्य ? माझा भाऊ विक्रमादित्य याने आपल्या आईच्या दासीला अडचणीत आणण्याचा हा पहिला किंवा शेवटचा प्रसंग नाहीये."

"पण तिला खरंच राजकुमार विक्रमादित्यांपासून दिवस गेले असतील, तर तिला चितोडमधून हद्दपार करण्याने एक नवा प्रघात पाडला जाईल."

"मला या दोन गोष्टींची संगती लागत नाहिये."

"मलाही ती नीटशी लागत नाहीये, आणि त्याचाच मला त्रास होतोय."

"कदाचित काही संगती नसेलही. कर्मावती राणीसाहेबांच्या नाराजीला तू अवास्तव महत्त्व देत असशील. ऊर्वशी आपल्या गावाच्या वाटेवर असताना तिला गाठून तिच्या तोंडूनच काय ते का नाही वदवून घेत तू ?"

"माझा तोच बेत आहे, युवराज."

मंगल आपल्या कार्यालयाच्या अर्ध्या वाटेवर पोचला असताना मी धावत जाऊन त्याला अडवलं.

"त्याला कुठे ठेवलं आहेस, मंगल ?"

"अतिथी भवनाच्या खाजगी भागातल्या एका खोलीत, युवराज."

"कुणाच्याही नकळत त्याला तिथून हालवता येईल ?"

"मला वाटतं, रसिकाबाईने आपल्या इमली गल्लीतल्या घरामागे, शहराबाहेरून आलेल्या पाहुण्यांसाठी काही खोल्या बांधल्या आहेत."

"त्याला तिथे हालव. पण त्या अगोदर, कमीत कमी पंधरा दिवस किंवा कदाचित महिनाभर त्याची जागा घेऊ शकेल अशा, संपूर्णपणे मलमपट्ट्यांनी झाकलेल्या कोणाची तरी तुला व्यवस्था करावी लागेल."

"हे सगळं केव्हापर्यंत करायला हवं ?"

"शक्यतो आज रात्री. दुसऱ्या सहा सात तरी अशा पर्यायी गुप्त जागा हेरून ठेव. बृहन्नडाला जितक्या वेळा एकीकडून दुसरीकडे हालवता येईल तितक्यांदा हालवलं पाहिजे."

अतिथी भवनाचा पाठीमागचा खाजगी भाग, जिथे सांसर्गिक रोगांच्या आजाऱ्यांना ठेवलं जायचं, तिथून बृहन्नडाला आम्ही हालवल्याच्या दुसऱ्या दिवशी जळून खाक झाला. त्याच्या जागी ठेवलेला माणूस सुदैवाने थोड्या जखमांनिशी सुखरूप बाहेर पडला.

पहिल्या दिवसापासून मला पडलेला प्रश्न मी परत परत स्वतःला विचारत होतो. एका हिजड्याची जननेंद्रिये छिन्नविछिन्न करण्यामागे कुणाचा काय हेतू असावा ? ते अर्थशून्य वाटत होतं. बृहन्नडाचा चेहरा विद्रूप केला असता तर ते समजण्यासारखं होतं. त्यामागचा हेतू उघड होता. मुख्य हिजडा बृहन्नडा देखणा माणूस होता आणि त्याला त्याची जाणीवही होती. त्याच्यावर सूडच उगवायचा होता तर चेहऱ्याची निवड करता आली असती. आम्ही कुणाच्या शोधात होतो याचा मला बिलकूल पत्ता नव्हता. हा सूड वैयक्तिक होता की राजकारणी ? तो घेणारा पुरुष होता की स्त्री ? आणि जे कुणी तो किंवा ते असतील त्यांचा बृहन्नडाने प्रतिकार का केला नाही ?

मंगल आणि मी गंभीरीवर पोहण्यासाठी गेलो, जिथे दर रात्री बृहन्नडा प्रकरणाचा ऊहापोह करण्यासाठी आम्ही भेटायचं ठरवलं होतं. तीच एक अशी जागा होती जिथे आम्हाला एकान्त मिळायचा. वेळ निघून चालला होता. बाबांचा धीर संपत आलेला. दिल्लीच्या पातशहासंबंधी विचारविनिमय करण्यासाठी त्यांना माझी आणि मंगलची जरुरी होती. राजवाड्यातल्या एकूण वातावरणाने मला गुजरात मोहिमेतली ती संध्याकाळ आठवायची जेव्हा एका रेड्याचा गळा चिरला जात असताना बाकीची कापरं भरलेली गुरं आपापल्या पाळीची वाट पाहत उभी होती.

अंतःपुरातल्या बायका स्नानगृहात किंवा शौचालयात तिघीचौघींची सोबत असल्याशिवाय जात नसत. जरा कुठे पडदा किंवा सावली हालली तर तेवढं कारण एखादीला किंचाळायला पुरेसं असायचं आणि मग पळभरात साऱ्या जणी आता नक्कीच आपला खून पडणार या खात्रीने आक्रोश करत सैरावैरा आडोसा शोधत धावायच्या. चितोड गुन्ह्यांपासून मुक्त होतं असं नाही. आमच्याकडेही बायकोला

बडवण्याचे, चोरीचे, खुनाचे आणि वाटमारीचे प्रकार होत. पण बृहन्नडावर झालेल्या क्रूर, पाशवी हल्ल्याचा बायकांच्या मनावर खोलवर परिणाम झाला असावा, ज्यामुळे त्या अतिशय भयभीत आणि अस्वस्थ झाल्या होत्या.

राजवाड्यातल्या प्रतिहारींप्रमाणे लिंगविरहित अवस्था असलेले गावातले सारे हिजडे यांनी बृहन्नडाला आपला मुख्य आश्रयदाता बनवला आहे आणि त्याच्याबद्दल वाटणारा आदरभाव आणि आपल्या एकूण परिस्थितीसंबंधी निषेध प्रगट करण्यासाठी उद्या सकाळी दहा वाजता ते गावातून मूकमोर्चा काढणार आहेत. हा प्रकार बृहन्नडाच्या दृष्टीने विचित्रच ठरणार. कारण गावातल्या सामान्य हिजड्यांशी आपली बरोबरी केली जावी यापेक्षा मोठं दुसरं अरिष्ट नसेल नपुंसक राजपरिचारकांच्या दृष्टीने. सर्वांत चमत्कारिक गोष्ट म्हणजे, ज्याच्याबद्दल मला फक्त निर्भेळ तिरस्कारच वाटत आला त्याच माणसाचं रक्षण करण्याची जबाबदारी माझ्यावर सोपवण्यात यावी, ही होय.

कर्मावती राणीसाहेबांच्या साऱ्या गुप्त योजनांमागे असलेल्या हुशारीचं आणि चलाखीचं श्रेय त्यांच्या मुख्य हिजड्याकडे जातं असा मंगलला आणि मला नेहमीच संशय होता. आपलं साध्य काय आहे ते त्याच्या मनात स्पष्ट असतं आणि त्यासाठी कोणतं साधन वापरायचं तेही त्याला माहीत असतं. त्याच्या अंगी एक दुर्मीळ गुण आहे — अविरत प्रयत्न. सम्राटकर्ता बनून पडद्यामागून सत्ता गाजवायची महत्त्वाकांक्षा आहे त्याची. आपलं माध्यम त्याने विचारपूर्वक निर्धारित केलंय. विक्रमादित्यावर असलेलं त्याचं प्रेम, आई कर्मावतीइतकं नसेल कदाचित, पण ते अतिशय विचारी आणि शहाणं प्रेम आहे.

अशा परिस्थितीत राजवाड्यात कदाचित सर्वाधिक दहशत असलेल्या आणि सत्तेच्या सर्वोच्च पदावर आरुढ असलेल्या माणसाला स्पर्श करण्याचं धारिष्ट्य कोण करील ? आणि ते कुणाला का करू देईल तो ?

''कर्मावती राणीसरकारांनी आज मला बोलावून घेतलं. बृहन्नडाची नीट काळजी घेण्यास मी असमर्थ आहे आणि म्हणून मी त्याला राणीसरकारांच्या हवाली करावं असं त्यांचं म्हणणं होतं.''

''आता काहीही करण्यास फार उशीर झाला आहे असं तू त्यांना सांगितलं नाहीस का, मंगल ?''

''सांगितलं, युवराज. त्यांना मी त्याची राख आणि अस्थी दिल्या. त्या हसल्या आणि म्हणाल्या की, या असल्या भाकडकथा आपल्या बायकोला किंवा दुसऱ्या कुणा मूर्खाला सांग. आपल्या मुख्य सेवकाला इतक्या सहजी मारू देणार नाहीयेत मला त्या.''

आपल्या दोघांवर कुणाची पाळत आहे का, असं मंगलला विचारण्याच्या बेतात

होतो मी, पण या प्रश्नाचा फोलपणा माझ्याच लक्षात आला. राणीसाहेब कर्मावतींच्या नजरेतून काही म्हणजे काहीही सुटत नाही.

"त्यांच्या त्या ऊर्वशी नावाच्या दासीचं काय झालं ? तिला गाठून काही माहिती काढलीस का तू ?"

"ती बोलायला तयार नाहीये, युवराज."

"ती गरोदर आहे का ?"

"सुईणीची तशी खात्री आहे."

"मूल विक्रमादित्याचं आहे ?"

"मला शंका वाटते. ती बोलायला राजी होईना तेव्हा मी राजकुमार विक्रमादित्यांना तिथे आणण्याची धमकी दिली. त्यांना आणलंत तर मी जीव देईन, असं म्हणाली. आणि मला वाटतं ती तसं करीलही."

"तिला आपल्या आई-वडिलांकडे बुंदीला जाऊ दे, मंगल. आपण तिला वाटेत गाठलं होतं हे जर विक्रमला किंवा त्याच्या आईला कळलं तर आपणच तिला छळलं असं महाराजांना सांगायला ते कमी करणार नाहीत."

"तिला आणखीन एक आठवडा किंवा पंधरा दिवस इथेच ठेवायला हवं असं वाटतं मला."

"कशासाठी ?"

"ऊर्वशीशी माझं बोलणं आटपत असताना तिने बृहन्नडाविषयी चौकशी केली."

"त्यात काय विशेष ? सारं जग त्याच्याविषयी बोलतंय."

"इतर साऱ्यांना वगळून तिने त्याचा विषय काढावा हे जरा विचित्र वाटलं."

"ठीक आहे. तुला जे योग्य वाटतं ते कर. फक्त विक्रमला आणि त्याच्या आईला तिचा ठावठिकाणा लागणार नाही याची काळजी घे. आज रात्री, तू बृहन्नडाला दुसरीकडे हलवणार आहेस ना ?"

"त्याला मी आधीच हलवलंय. कर्मावती राणीसरकारांप्रमाणे, जो कोणी त्याच्या जिवावर टपलाय त्यालाही बृहन्नडाचा पत्ता बरोबर माहीत असतो."

"राजवैद्यांचं काय म्हणणं आहे ? तो शुद्धीवर केव्हा येईल ?"

"ते काहीच नक्की सांगू शकत नाहीयेत."

"आपल्याला अजूनही सारं काही नीट समजलेलं नाही असं मला सारखं वाटत राहतं. मुख्य हिजड्यासंबंधीची तुझी काय माहिती आहे ?"

"तसं विशेष काही नाही, युवराज. जेव्हा राजकुमार विक्रमादित्यांना रुचिपालट करावासा वाटे तेव्हा ते अधूनमधून त्याच्याशी समलिंगी मैथुन करायचे."

"बृहन्नडाचा दुसरा कुणी प्रियकर आहे का ? कुणी तरुण मुलगा किंवा कुणी राजकुमार ?"

"तसं मला वाटत नाही. त्याला लैंगिक संबंधाबाबत फारसा रस नाहीये. राजकुमारांबरोबरदेखील नाही."

"आपण चुकीच्या मार्गावर आहोत का ? कदाचित हा लैंगिक गुन्हा नसेलही. ज्याने कुणी तो केला त्याला फक्त तसं भासवायचं असेल."

"तर मग कोणत्या प्रकारचा गुन्हा म्हणायचं याला ?"

जिथून सुरुवात केली होती तिथेच आम्ही परत येऊन पोचलो होतो. म्हणजे, कुठेच नाही.

त्या रात्री मी पोहून परत आलो तेव्हा माझ्या खोलीत दिवा नव्हता. बृहन्नडा प्रकरणाचा माझ्यावर झालेला परिणाम असावा, माझा हात आपसूक माझ्या तलवारीच्या मुठीवर गेला. डोळ्यांना अंधाराची सवय होण्यासाठी मी जागच्या जागी थांबलो इतक्यात माझ्या पायांच्या घोट्यांभोवती दोन हातांची पकड पडली.

"कृपा करून दिवा लावू नका."

"त्या अस्फुट आवाजाला आवाज म्हणण्यापेक्षा पाताळात गाढल्या गेलेल्याचे भग्न अवशेष म्हणणं अधिक उचित ठरलं असतं. सुगंधाचा आवाज क्षणार्ध उशिरा माझ्या कानांवर पडता तर ? माझ्या बेईमान बायकोला मी अपघाताने मारलं यावर कुणाचा विश्वास बसला असता ?

मी तलवार खाली टाकली आणि तिला उचलून घेतली.

"माझ्याकडे बघू नका."

अंधुक चंद्रप्रकाशात तिच्या अंगावरचे निळे-जांभळे व्रण कांचिपुरम् रेशमात गुंफलेल्या रंगांप्रमाणे चमकले. तिच्या साऱ्या शरीरावर विचित्र सूज आली होती.

"तुझी ही अशी अवस्था कुणी केली, सुगंधा ?"

"ते महत्त्वाचं नाहीये. मी आपल्या नावाला जो काळिमा फासला त्याची भरपाई करण्यासाठी नरकातली कुठलीही यातना कमीच पडेल." जड द्रवाने भरल्यासारखं तिचं थलथलीत शरीर माझ्या बाहूंवर हेलावलं आणि ती वेदनेने विव्हळली.

"मला घट्ट मिठीत घ्या. वचन द्या की, आपण मला कधीच अंतर देणार नाही. कधीच नाही."

त्या वेळी असह्य प्रेमाने आणि हळुवार भावनेने माझा ऊर इतका भरून आला की, मी मूर्खासारखं तिला कसलंही वचन दिलं असतं. तिचा अपेक्षाभंग केल्याचं प्रायश्चित म्हणून जन्मभर तिचा गुलाम होण्याचं कबूल केलं असतं. पण तसं करण्यापासून

काहीतरी मला परावृत्त करत राहिलं. मला तिची कीव येत होती का ? की माझीच ?

मी तिच्या निरागस चेहऱ्याकडे पाहिलं. हे भगवन्, या बालिश, निष्पाप मुलीची काय अवस्था करून ठेवली होती मी ? तिला मी विक्रमादित्याकडे जाऊच कसं दिलं ? तिच्या मऊ, मुलायम शरीराचा मोह तो टाळू शकणार नाही आणि त्यावर फक्त अत्याचार आणि छळ करेल हे मी जाणत नव्हतो का ? मी कशा प्रकारचा माणूस होतो याचा मला अचानक उलगडा झाला. आपली बायको व्यभिचारी आहे या जाणिवेने ज्याच्या मनावरचा ताण हलका झाला आहे, कारण त्यामुळे आपल्या सासऱ्यासमोर स्वत:च्या कमतरतेची आणि अपराधीपणाची भावना त्याला आता टोचत नाही, असा सूडबुद्धी जोपासणारा एक क्षुद्र माणूस होतो मी. माझ्या भावाने माझ्या बायकोला असं का वागवलं होतं ? राजपुती प्रतिष्ठेच्या कल्पनेप्रमाणे माझ्याकडून कशाची अपेक्षा होती ? मी विक्रमादित्याला खड्गयुद्धाचं आव्हान द्यायला हवं होतं का ? त्याच्या डोक्याची शकलं शकलं करून त्याचा मेंदू बाहेर काढायला हवा होता का ? की सार्वजनिकपणे त्याचे कपडे फाडून मेवाडच्या रस्त्यांतून नागव्याने त्याची धिंड काढायला हवी होती ? माझ्या मते त्याच्या दुराचाराला शोभेशी फक्त एकच, अतिशय अ-राजपुती शिक्षा होती आणि ती म्हणजे त्याच्या पाठीत सुरा भोसकून त्याचं हृदय कोरून बाहेर काढणं आणि मासा जसा पाण्याबाहेर हवेसाठी तळमळतो तसं त्या रक्ताळलेल्या इंद्रियाला तडफडत ठेवणं. पण मी यांपैकी काहीही करणार नाही हे मला माहीत होतं. मी अतिशय सावधगिरीने वागणार होतो. जोड्याच्या तळाला लागलेल्या विष्ठेप्रमाणे आधीच माझ्या नावाला भरपूर लोकापवाद चिकटलेले होते. घाणीत अधिक खोल पाय घालणार नव्हतो मी. आत्मसंयमन दाखवून मी एक आदर्श पुरुष बनणार होतो आणि विक्रमशी संघर्ष टाळण्यासाठी निमित्त शोधणार होतो.

मला स्वत:चीच इतकी अतीव घृणा वाटली की माझ्या बायकोला गच्च मिठीत आवळून ही घृणेची भावना दाबून टाकण्याचा मी प्रयत्न केला. तिचे ओठ माझ्या ओठांना स्पर्श करून गेले आणि तिचे उरोज माझ्या छातीशी भिडले.

स्वत:लाच विचारलेल्या पुरातन प्रश्नांची आपल्याला कधीच उत्तरं का मिळत नाहीत ? हिंसा आणि वेदना कुठे संपतात आणि मैथुन कुठून सुरू होतं ? शारीरिक प्रेम म्हणजे एकाकीपणापासून केलेला सुटकेचा प्रयत्न, एवढंच का ?

"राजकुमारी," नंतर तिच्या छातीशी डोकं विसावून स्वस्थ पडून राहिलो असताना मी विचारलं, "आज माझा भाऊ इतका का संतापला ?"

"हे दररोजचंच झालंय. आज फक्त त्यांचा स्वत:वरचा ताबा सुटला इतकंच. पुष्करहून आल्यापासून त्यांचा पारा असाच अस्थिर झाला आहे. मला काहीतरी कळलंय अशी त्यांना भीती वाटतेय."

''ती खरी आहे का ?''

''मी सांगेन त्यावर विश्वास ठेवाल आपण ?''

''होय. ठेवीन.''

''मला काय कळलं असावं असं त्यांना वाटतंय याचीच मला कल्पना नाहीये.''

दुसऱ्या दिवशी एक चांगली बातमी कळली. बृहन्नडाला शुद्ध आली होती.

मी त्याला भेटलो, त्याच्या प्रकृतीची चौकशी केली आणि निघालो. थोडी शक्ती येण्याकरता त्याला आणखीन एक दिवस द्यावा असा माझा विचार होता, पण त्याखेरीज आणखीनही काही कमी चांगले हेतू होते माझ्या मनात. तो हुशार होता, जगाची रीत जाणणारा होता, पण तो गर्विष्ठदेखील होता. कुठलीही गोष्ट त्याला फक्त ठाऊकच नसायची तर इतरांपेक्षा अधिक चांगली ठाऊक असायची. आता चोवीस तास आपल्याला चौकशीला तोंड द्यावं लागणार अशी त्याची अपेक्षा असणार. काही काळ त्याच्याकडे दुर्लक्ष करणं उत्तम, असं मला वाटलं. त्यामुळे नक्की काय चाललंय याबद्दल त्याचं मन साशंक होणार होतं. थोड्याशा अनिश्चिततेमुळे कुणाचं फारसं काही बिघडत नाही.

''तुला केव्हापासून कळलं होतं ?'' मी मंगलला विचारलं.

''काय, युवराज ?''

''मी कशासंबंधी आणि कुणाविषयी बोलतोय ते तुला माहीत आहे.''

''मी मनकवडा नाहीये, युवराज. आणि आपलं बोलणं अधिकाधिक गूढ होत चाललंय.''

''माझ्या संयमाचा अंत पाहू नकोस, मंगल.'' त्याच्या तोंडावरचं अदृश्य हसू मला पुसून टाकता आलं नाहीच, पण माझ्या तोंडावर आता ते उमटू लागलं होतं. ''तुझा हुशारीचा तोरा लवकरच उतरवला पाहिजे मला. आता तू नीटपणे बोलणार आहेस की अशीच टोलवाटोलवी करत राहणार आहेस ?''

''दोन दिवसांपूर्वी, युवराज. अजून तरी तो फक्त एक होरा आहे. पण माझ्यापेक्षा आपल्यालाच अधिक माहिती मिळालेली दिसतेय.''

''माझाही तो फक्त एक होरा आहे, मंगल, तुझ्यासारखाच. आणखी काही नाही. आपल्याला अजून पुरावा मिळायचाय.''

कुणाही आंगातुक ऐकणाऱ्याला आमचं बोलणं अर्थशून्य वाटलं असतं, पण मंगलचा आणि माझा सूर इतका जुळला होता की माझ्या खोल मनातले विचारदेखील त्याला समजतात हे मी गृहीत धरलं होतं. सगळेच समजत नसावेत अशी मला आशा होती.

काल रात्री सुगंधा माझ्याशी खोटं बोलली हे मला माहीत होतं. तिला कसलं तरी गुपित ठाऊक झालं होतं जे ती मला किंवा इतर कुणाला तरी सांगेल अशी भीती विक्रमला वाटत होती. ती ढोंग करत असावी किंवा विक्रमनेच तिला हे नाटक करायला भाग पाडलं असावं असं मला वाटत नाही. ती माझं रक्षण करत होती असा माझा अंदाज आहे. ज्यांचा निर्णय केवळ अनुमानावर अवलंबून असतो अशी विक्रमासारखी माणसं अतिशय संशयी असतात. पण त्याची बुद्धी मर्यादित आणि सरळसोट असल्यामुळे कुठल्याही विचाराचं तो पृथक्करण करत नाही किंवा तो पूर्णत्वास नेत नाही. सुगंधाला काहीतरी निश्चित कळलं असल्याखेरीज तो तिचं तोंड बंद करण्याचा प्रयत्न करणार नाही. चुकीची असेल कदाचित, पर गुन्ह्याच्या दिवशी ती अवेळी विक्रमला भेटली असावी, अशी शंका आहे मला. माझा हा विचार मला मंगलबरोबर ताडून बघायचा होता, पण अशा बाबतीत मंगल माझ्यापेक्षा खूपच प्रवीण आहे आणि माझ्या आधीच त्याने गुन्हेगार कोण असावं ते जाणलं होतं. पण मंगलकडेही एका प्रश्नाचं उत्तर नव्हतं. आपल्या सर्वांत जवळच्या हितचिंतकाला का मारायचं होतं विक्रमला ? उद्या जर महाराजांनी या गुन्ह्याचा अहवाल मागितला असता तर प्रमुख गुन्हेगार म्हणून विक्रमादित्याचं नाव मी घेऊ शकत नव्हतो. जुन्या गुन्ह्याचा बदला घेण्यासाठी सूडापोटी मी माझ्या भावावर आरोप करतोय असाच त्यांचा समज झाला असता.

मी घरी पोचलो तेव्हा जवळ जवळ मध्यरात्र झाली होती. सुगंधा मला खोलीत दिवा लावू देईना.

"किती दिवस अशी काळोखात राहणार आहेस तू ?"

"मी गर्विष्ठ स्त्री नाहीये, युवराज आणि फार सुंदरही नाहीये." ती निर्व्याज साधेपणाने म्हणाली, "माझ्याबद्दल आपल्याला जी काही थोडी आत्मीयता वाटते ती नष्ट करायची नाहीये मला या अवस्थेत आपल्याला पाहू देऊन. आपण आपल्या भावाला डिवचायला नको होतं, युवराज. ते किती धोकादायक आणि खुनशी आहेत ते आपल्याला माहीत नाहीये."

माझ्या काल सकाळच्या कामगिरीविषयी सुगंधा बोलत होती. आधी सूचना दिल्याशिवाय मी आणि मंगल सकाळी जेव्हा विक्रमच्या महालात झपाझप पावलं टाकत गेलो तेव्हा त्याच्या पहारेकऱ्यांत आणि नोकर-चाकरांच्या लवाजम्यात एकच त्रेधा उडाली. त्याचा व्यक्तिगत अंगरक्षक इतका गोंधळला की त्यानं मला, 'कोण आलंय म्हणून सांगू त्यांना ?' असं विचारलं. त्याच्याकडे दुर्लक्ष करत मी सरळ माझ्या भावाच्या शयनकक्षात शिरलो. तो रसिकाबाईच्या कोठीवरच्या एका बाईबरोबर अजून बिछान्यातच होता. आपला मान आणि विनयभंग झाल्याबद्दल ती बरीच तक्रार करू

लागली तेव्हा तिचे कपडे तिच्या अंगावर फेकून मी तिला तिथून काळं करण्यास सांगितलं.

''माझ्या पाहुण्यांना असं घराबाहेर घालवायला तू स्वत:ला कोण समजतोस ?'' माझ्यावर ओरडत विक्रम म्हणाला, ''रक्षक ? पहारेकरी ?''

मला असं दणदण आत आलेला पाहून तो 'कोण–आलंय–म्हणून–सांगू—त्यांना' वाला अजून ताळ्यावर आला नव्हता, पण आपल्या मालकाला कदाचित धोका संभवतो हे लक्षात येऊन आमच्या मागोमाग येण्याइतपत त्याने भान दाखवलं. ती बाई जाईस्तोवर मी वाट पाहत थांबलो.

''तोंड बंद कर, विक्रम आणि मी काय म्हणतोय ते नीट ऐक. परत कधी जर माझ्या बायकोवर हात उचललास; अनवधानानेदेखील, कधी तिच्यापासून दोनशे हातांच्या अंतरावर असलेला सापडलास; तिच्याशी तू किंवा तुझ्या भाडोत्री माणसाने कसलाही आचरटपणा केला; नाही. मला अधिक स्पष्टपणे सांगू दे. जर तिच्यावर कसलंही प्राणघातक संकट आलं, मग तो विषमज्वर असो, फुफ्फुसदाह असो, घोड्यावरून पडणं असो, आगीत भाजणं असो किंवा अन्नातून विषबाधा असो, तर मी व्यक्तिगत तुला त्यासाठी जबाबदार मानीन आणि तुला ठार करीन. मग त्याचे परिणाम काहीही होवोत.'' मग त्याच्या अंगरक्षकाकडे, पहारेदारांकडे आणि नोकरांकडे वळलो, ''मी काय म्हणतोय ते तुमच्याही लक्षात आलं ना ?''

''ए षंढा, तुझ्या कुठल्या व्यभिचारी बायकोबद्दल बोलतो आहेस तू ?''

मी विक्रमाच्या पलंगापाशी गेलो. काही कारणास्तव त्याने गळ्यापर्यंत पांघरूण ओढून घेतलं; जणू तो आपल्या विनयाचं रक्षण करत होता, आणि उलटच्या हाताने त्याच्या थोबाडीत एक सणसणीत ठेवून दिली.

''खरंच, इतक्या वर्षांत कधी का केलं नाही मी हे ?'' कोडं घातल्याप्रमाणे स्वत:लाच मी विचारलं, ''दोघीही, विक्रम. दोघींहीबद्दल.''

''तुला हात लावायची हिंमत आता तो करेल असं मला वाटत नाही, सुगंधा.''

''माझी नाही काळजी वाटत मला. आपला जीव धोक्यात आहे.''

''माझी एक मागणी पुरी करशील सुगंधा ?''

''विषय बदलण्याचा प्रयत्न आहे का हा आपला, युवराज ?''

''नाही. कालच माझ्या मनात हा विचार आला.''

''काय तो ?''

"मला वीणा वाजवायला शिकवशील ?"

"माझी थट्टा करताय, हो ना ?"

मी नकारार्थी मान हलवली.

"खरं म्हणताय ?"

"होय. मला वाटतं, एक सरोद सोडून दुसऱ्या कुठल्याही वाद्याला वीणेचा भारदस्तपणा आणि गांभीर्य नाहीये. माझे पणजोबा, राणा कुंभ, हे फक्त एक उत्तम वीणावादकच नव्हते तर त्यांनी संगीतावर अनेक ग्रंथ लिहिले आहेत हे तुला माहीत आहे का ?"

"माहीत आहे. मला अभ्यासावे लागले होते ते."

मी हसलो. "फार कंटाळवाणे वाटायचे का ते तुला ?"

"त्यांची शैली जरा अवघड वाटायची आणि मुख्य आशयावर यायला ते खूपच चऱ्हाट लावतात असं वाटायचं. पण गंमत म्हणजे, आता ती पुस्तकं वाचायची किंवा रियाज करण्याची कुणाची सक्ती नसताना, मी पुन्हा एकदा त्या ग्रंथांकडे वळले आहे. इतर संगीतज्ञ ग्रंथकारांपेक्षा ते वेगळ्याच पद्धतीने आपला प्रबंध मांडतात आणि तुम्ही गृहीत धरत आलेल्या खूपशा मुद्द्यांचा पुनर्विचार करण्यास भाग पाडतात."

"तुला एक गुपित सांगू ? मी अजूनही त्यांची पुस्तकं वाचलेली नाहीत."

"आपण ती वाचायलाच हवीत."

"वाचीन. पण आधी माझी शिकवणी."

"केव्हा सुरू करायची ?"

"उद्या सकाळी सहा वाजता. तुला जमेल ना ?"

"मी कधीच इतक्या पहाटे उठलेली नाहीये."

"तर मग राहू दे."

"युवराज, अजूनही एक चांगली पत्नी बनवू शकाल आपण मला. मी सहा वाजता तयार राहीन."

मी कधी चांगला पती बनू शकेन का, हा मात्र एक प्रश्न होता.

वीर्यहीनत्व ही एक विचित्र स्थिती असते. आयुष्यात ही स्थिती एकदा जरी अनुभवावी लागली तरी जन्माचा कलंक लागतो. ती अवस्था परत येऊ शकेल अशी भीती कायम मनात राहते. प्रथमच तुम्हांला कळतं की शरीर तुमचा गुलाम नसून तुम्हीच त्याचं खेळणं बनला आहात. ही जाणीव भयंकर भीतिदायक असते. पण त्याहीपेक्षा भयानक म्हणजे त्यातील अर्थशून्यता. तर्कसंगत नसूनही, दुसरा कुठलाही पराभव, मग तो रणांगणावरचा असो किंवा इतर कुठला असो, पुरुषाला इतकं हतबल करत नाही जितकं त्याच्या इंद्रियाने केलेला विश्वासघात करतो. लवकरच कधीतरी ती अवस्था परत येणार

आहे आणि तेव्हा माझं अपुरेपण मलाच दाखवून दिल्याबद्दल मी सुगंधाचा तिरस्कार करू लागणार आहे. अखेरीस तिचा द्वेष करू लागेन का मी ? कुणास ठाऊक. पण सध्या तरी सुखाचे दिवस परत आले आहेत.

सुगंधाला खुष करणं किती सोपं आहे. थोडीशी जरी कळकळ आणि प्रेम मिळालं तर ती सतत माझ्याभोवती घोटाळत राहील आणि मी सांगेन ते करील.

"युवराज, मला एक कबुली द्यायची आहे. काल मी आपल्याशी खोटं बोलले." मला पालथं झोपायला लावून, मी सांगितल्याशिवायच माझ्या पाठीला आणि मानेला सुगंधा मालीश करत होती. माझा चेहरा मऊ गादीत रुतला असल्याने माझं उत्तर अस्पष्ट झालं.

"काय म्हणालात आपण ?" नीट ऐकण्यासाठी ती खाली वाकली.

"मी म्हटलं, मला माहीत आहे."

"माहीत आहे ? कसं ?"

"माझ्या अंदाजाप्रमाणे माझ्या भावाने, आपल्या नेहमीच्या प्रेमळ पद्धतीने, तू त्या दिवशी जे काही पाहिलं होतंस ते स्वतःपाशीच ठेवण्याची धमकीवजा ताकीद दिली असणार."

"ते म्हणाले की, जर मी आपल्यापाशी किंवा इतर कुणाहीपाशी यातला ब्र जरी काढला तर ते आपला जीव घेतील."

"आणि त्याला भ्रातृहत्येला प्रेरित करू शकेल अशी ती कोणती माहिती बरं ?"

"आपल्याला खरंच ते सारं ऐकायचं आहे का ? पुन्हा एकदा आपल्याला मी गमावून बसेन अशी भीती वाटते मला."

"भूतकाळातल्या मूर्खपणाची पुनरावृत्ती न करणं तुझ्या आणि माझ्या हातात आहे."

ती थोडा वेळ गप्प झाली. मग बोलू लागली, "आम्ही रानात मृकांड मुनिकुंड घाटावर भेटण्याचं ठरवलं होतं. त्या दिवसांत माझं चित्त ठिकाणावर नसायचं. राजकुमारांना भेटण्यासाठी मी आतूर झाले आणि ठरलेल्या वेळेच्या अर्धा तास आधीच तिथे पोचले. त्यांचा आवाज ऐकून मी जागच्या जागी खिळले. एक वेडाची झाक होती त्यांच्या आवाजात. ते दिसत नव्हते मला, पण परत परत एकच वाक्य मला ऐकू येत होतं. "आता बघू कसा..." ती घुटमळली, "खरंच ऐकायचं आहे आपल्याला ते काय म्हणत होते ते ?"

"होय. कारण ते महत्त्वाचं असू शकेल."

"आता बघू कुणाला कसा झवतोस ते."

"मारामारी झाल्याचे आवाज ऐकू आले का ?"

"नाही. त्यानंतर भयंकर घाबरलेल्या एखाद्या मुलाप्रमाणे राजकुमार हमसाहमशी रडू लागले. तेव्हा झटकन पुढे होऊन मी त्यांना जवळ घेत म्हटलं, 'सगळं काही ठीक होईल, काळजी करू नये.' तर 'काय ठीक होईल ? मूर्ख कुठली.' असं म्हणत ते माझ्याकडे वळले आणि मला विचारलं, 'तू काय करते आहेस इथे ? इतक्या लवकर ? दोनचा टोला पडल्यावर आपण भेटायचं असं ठरवलं नव्हतं ? सांगितलेली कुठलीही गोष्ट तू नीट करू शकत नाहीस का ?' आणि मग त्यांनी मला एक थप्पड मारली आणि ते रागाने तिथून निघून गेले."

उलगडा झाला होता. अखेरीस गुन्हेगार कोण ते कळल्याचं बाबांना सांगू शकत होतो मी. आणि तरीही, काही बाबतींत सुरुवातीपेक्षा अधिक अंधारात पडलो होतो आम्ही.

माझ्या भावाचं हिजड्याबरोबर कशावरून बिनसलं होतं ? 'आता बघू कसा कुणाला झवतोस ते.' असं म्हणण्यात काय उद्देश होता त्याचा ? एका हिजड्याच्या संदर्भात तो शब्द वापरणं जरा विचित्रच होतं. की विक्रम तो अर्वाच्च शब्द अलंकारिकपणे वापरत होता ? कदाचित बृहन्नडाने त्याच्या कुठल्यातरी प्रिय व्यक्तीला इजा पोचवली असावी किंवा तिचा सर्वनाश केला असावा आणि म्हणून विक्रम इतका संतापला होता.

माझी खात्री होती की, या खुनी हल्ल्यामुळे आम्हा सर्वांप्रमाणे कर्मावती राणीसाहेबांनादेखील धक्का बसला असणार. आपल्या आवडत्या प्रतिहारी आणि सल्लागार हिजड्यावर झालेल्या या घातक हल्ल्यामुळे त्या चांगल्याच हादरल्या होत्या आणि प्रथमच मायलेकात कलह निर्माण झाल्यासारखं वाटत होतं.

पण नंतर त्यांचं त्या घटनेबाबतचं मत संपूर्णत: बदललं. विक्रमादित्याने त्यांचं मन वळवलं आणि त्यांना पटवून दिलं की, जोपर्यंत दोनदा खच्ची केला गेलेला हिजडा जिवंत आहे तोपर्यंत त्या दोघांच्याही जिवाला अनिश्चित अपाय संभवतो. बृहन्नडाला असं काय माहीत होतं जे इतकं धोकादायक होतं ?

एका गोष्टीची मात्र डोळे मिटून मी खात्री देईन. विक्रमादित्याने आणि त्याच्या आईने आपल्या जुन्या नोकराबद्दल चुकीचा ग्रह करून घेतलाय. वायफळ बडबड करणाऱ्यांपैकी किंवा गुपितं फोडणाऱ्यांपैकी तो नाहीये.

"जबरदस्तीने मला बोलतं करू शकाल असं वाटतं का आपल्याला ?" चेहरा किंचित वाकडा करणारं पुसट औपरोधिक स्मित करत हिजड्याने मला विचारलं.

माझं उत्तर सडेतोड होतं, ''आम्हांला नाही तसं वाटत. पण ज्यांनी तुला एकदा नाही, तर चारदा मारून टाकण्याचा प्रयत्न केला, त्या माणसांना तसं वाटतं, आणि म्हणूनच तुझं तोंड कायमचं बंद करणं त्यांना रास्त वाटतं.''

''या प्रकरणात आपल्याला इतका रस का वाटतो, युवराज ?'' त्याचा दमा उचल खाऊ लागल्याने श्वासावर ताबा ठेवण्यासाठी त्याला गरम पाण्याचे घोट घेत राहणं आवश्यक झालं होतं. पण त्याची अरेरावी आणि आत्मविश्वास जशाचा तसा होता.

''ज्याने तुझ्यावर हल्ला केला त्याचा न्यायनिवाडा करण्याचं काम महाराजांनी आमच्यावर सोपवलं आहे.''

''छान शब्द आहे, न्यायनिवाडा. मी लहान असताना माझ्यावर अत्याचार करून मला खच्ची करणाऱ्याचा नाही कुणी न्यायनिवाडा केला ? तेच कृत्य गुन्हा ठरवून त्यावर योग्य उपाय करण्याचा प्रयत्न आता कुणी का करावा ?''

''भूतकाळात घडलेली गोष्ट आम्ही बदलू शकत नाही, बृहन्नडा. पण वर्तमानकाळात त्यावर योग्य ती कारवाई करण्याचा आमचा प्रयत्न आहे.''

''आपल्याला यश मिळो, युवराज. आपल्याला विश्वासात घेऊन एक खाजगी गोष्ट सांगतो मी. तो आत्महत्येचा प्रयत्न होता माझा.'' परत एकदा परिस्थितीचा पूर्ण ताबा घेतला होता त्याने आणि मला खेळवण्यात त्याला मजा येत होती. बोलणं पुढे चालू ठेवण्यात काही अर्थ वाटला नाही मला.

तो लवकर बरा होवो अशी इच्छा प्रकट करून मी निघायच्या बेतात होतो तेवढ्यात माझ्या भावाच्या एकेकाळच्या रखेलीला, ऊर्वशीला घेऊन मंगल आत आला. बृहन्नडा आणि ऊर्वशी, दोघांनाही बेसावध पकडून आपल्या तर्काचा खरेखोटेपणा अजमावून पाहायचा होता मंगलला.

डाव फत्ते झाला.

बृहन्नडाचा संयम ढळला, पण किंचितच. नागरी आढ्यतेचा त्याचा मुखवटा क्षणभर विचलित झाला पण त्याने लगेच स्वत:ला सावरलं. ऊर्वशीची प्रतिक्रिया मात्र उत्स्फूर्त होती. उतू जाणाऱ्या आनंदाला पूर्ण वाव देत ती धावत जाऊन त्याला बिलगली. ''तुम्ही जिवंत आहात ? सुखरूप आहात ? देवाची कृपा.''

मंगलच्या अंदाजांवर विश्वास न ठेवणं तोट्याचं ठरतं. राणीसाहेबांच्या दासीत आणि मुख्य हिजड्यात काहीतरी भानगड असावी असा त्याचा होरा होता आणि तो खरा ठरला होता. प्रश्न हा होता की ती भानगड नक्की काय होती ?

तेव्हा मात्र मी तिथून खरंच निघालो.

मुख्य हिजड्यावरचं दडपण तसंच ठेवणं मला जरुरीचं वाटत होतं.

''माझा जीव किती धोक्यात आहे ते दाखवून देण्यासाठी आपण मला दररोज वेगवेगळ्या हिकाणी हालवता का ?'' दुसऱ्या दिवसापर्यंत बृहन्नडाची तिरकस वागणूक पूर्ववत झाल्यासारखी दिसली.

''असू शकेल. तू एकाच जागी राहणं पसंत करशील का ?''

''नाही. मी पण खेळात भाग घेऊ इच्छितो. आपल्याइतकाच मलाही शौक आहे नाट्याचा.''

''तुझं महाभारतावरचं भाषण मला विचारप्रवर्तक वाटलं. काही महत्त्वाचे प्रश्न मांडलेस तू त्यातून.''

''युवराज,'' मिस्कीलपणे मान हलवत मुख्य हिजडा म्हणाला, ''खुशामतीचा काही उपयोग होणार नाहीये.''

''नाहीतरी तुझा आम्हांला काय उपयोग आहे, बृहन्नडा ? तुझं जीवन संपुष्टात आलंय.'' कसल्याही आकसाशिवाय मी हे म्हटलं, पण त्याचा हवा असलेला परिणाम झाला. ''आता जर तुझी हरकत नसेल तर तुझ्या भाषणाच्या विषयाकडे परत वळायला मला आवडेल.''

''होय युवराज,'' त्याचा आत्मविश्वास थोडा डळमळल्यासारखं वाटलं, ''ठीक आहे.''

''मला वाटतं, की आपल्या देशबांधवांच्या मनात निष्ठेसंबंधीची विकृत कल्पना असते. भीष्माला स्वार्थत्यागाची आणि निष्ठेची अंतिम प्रतिमा मानतो आपण. पण त्याने आपल्या तत्त्वाचं परीक्षण केलं असतं तर ते कदाचित अधिक लाभदायक ठरलं असतं. नैतिक कर्तव्याचा त्याग करून आपल्या साऱ्या कृतींचं उत्तरदायित्व टाळण्याची शिफारस करतोय का तो ? एका सामाजिक कुटुंबात किंवा गटात जन्मलो एवढ्याच कारणासाठी दुष्ट, दुराचारी माणसांच्या पक्षात राहायचं, की आपली निष्ठा माणसांवर किंवा संस्थांवर नाही, तर मूल्यांवर वाहायची ? आंधळेपणाने परंपरेचं पालन करण्यापेक्षा सत्याची बाजू घेण्याचं धैर्य भीष्माने दाखवलं असतं तर त्याने मानवतेचं अधिक कल्याण केलं असतं, कारण तो दृढ नीतिमत्तेचा पुरस्कर्ता होता.''

''आपला गैरसमज झाला आहे, युवराज. गीतेचं स्मरण करावं. नदीच्या ज्या काठावर तुमचा जन्म झालाय, ज्या जातीचे किंवा व्यवसायाचे तुम्ही सदस्य आहात त्याच्याशी एकनिष्ठ राहा, असं गीताकार म्हणतो.''

''होय बृहन्नडा, तो असं म्हणतो खरं. पण देवदेखील कधी कधी चूक करतात, आणि त्यांच्या मताचं खंडन करण्याचं किंवा प्रसंगी त्यांची आज्ञा मोडण्याचं धैर्य दाखवणं आवश्यक ठरतं.''

"सांभाळा युवराज, देवांचा अनादर करून आपण त्यांचा रोष ओढवून घेताहात. मी परत आपल्याला आठवण करून देतो की भीष्म म्हणजे सर्वोच्च आणि अखंड सचोटीची अभिव्यक्ती मानली जाते."

"फक्त सचोटी पुरेशी नसते, बृहन्नडा. तिचा उपयोग जेव्हा नेक कारणांसाठी केला जातो तेव्हाच तो यथार्थ ठरते."

"आपण महाभारताचं पुनर्लेखन करणार का, युवराज ?"

"मला वाटतं, जेव्हा भीष्माची वंशावळ तू हिजड्यांशी जुळवलीस तेव्हा तूदेखील तेच करत होतास."

"या साऱ्या बडबडीतून काय निष्पन्न होणार आहे, युवराज ? माझ्या बायकोचं आणि मुलाचं भविष्य सुरक्षित झाल्याशिवाय मी आपल्याशी कसलाही सौदा करू इच्छित नाहीये. ऊर्वशीला आणि तिच्या गर्भात असलेल्या मुलाला कुठल्याही प्रकारचा अपाय होणार नाही असं राजमुद्रांकित वचनपत्र मला हवं आहे. त्यात असा स्पष्ट उल्लेख असावा की माझं अपत्य जर मुलगी असेल तर तिला रखेली आणि जर मुलगा असेल तर त्याला हिजडा बनवलं जाणार नाही. आपण पाहताच आहात की आपल्या शस्त्रवैद्यांनी — रानटी जात सारेच्या सारे — माझ्या बाबतीतदेखील स्वतःची कामगिरी नीटपणे पार पाडली नाही."

"सौदा नाही, बृहन्नडा." माझं वाक्य त्याच्या डोक्यात नीट मुरेपर्यंत मी बृहन्नडा खरंच ऊर्वशीच्या मुलाचा बाप होता ही वस्तुस्थिती पचवण्याचा प्रयत्न केला. "बायका-मुलांना ओलीस ठेवून आम्ही सौदा करत नाही. ऊर्वशी आणि तुझ्या अपत्याला कुठल्याही प्रकारचा अपाय पोचणार नाही याची हमी प्रत्यक्ष महाराज तुला देतील. तुझ्या-माझ्यात जो काही व्यवहार होईल त्याच्याशी त्याचा काही संबंध नाही."

त्याच्याशी अधिक घासाघीस आणि सौदेबाजी करायची नव्हती मला. दरवाजापाशी पोचताच मी वळलो. "आपल्या नैतिक कर्तव्याचं पालन करण्यासंबंधी तू कधी स्वतःच्या हक्काचा वापर करून पाहिला आहेस, बृहन्नडा ? तुला आश्चर्य वाटेल, पण सत्याचीदेखील आपली आकर्षणं आणि मोबदले असतात. थोडक्यात म्हणजे सदाचारासाठी एका नव्या भीष्माचीच गरज असते."

या उच्च विचारसरणीवर माझा खरंच विश्वास होता का ? उत्तर ऐकलंत तर आश्चर्य वाटेल तुम्हांला.

"तुझ्यातल्या पौरुषत्वाचं संपूर्ण निर्मूलन झालेलं नाही हे तुला केव्हा कळलं ?"

''कुमारवयात कधीमधी रात्रीचं माझं वीर्यस्खलन व्हायचं तेव्हा मला आश्चर्य वाटायचं, पण त्यामुळे माझ्या लिंगहीनत्वाला बाधा आली असेल असं मला वाटलं नाही.''

''दोन वीर्यस्खलनामध्ये साधारण किती दिवसांचं अंतर असायचं ?''

''चार ते सात महिन्यांपर्यंत कितीही.''

बृहन्नडाच्या साक्षीचा तिसरा दिवस होता. ही चौकशी खाजगीत होत असल्यामुळे त्याची साक्ष मंगल उतरवून घ्यायचा. प्रत्येक दिवसाअखेर आपण केलेली विधानं जशीच्या तशी टिपली गेली आहेत की नाही ते पाहण्यासाठी हिजडा ती वाचायचा आणि मगच मुख्य प्रतीवर सही करायचा.

''तुझी शारीरिक वाढ पूर्ण झाल्यानंतर आपल्यात झालेला हा लैंगिक बदल तुझ्या लक्षात आला का ?''

''मला खात्री नव्हती. पण साधारण पंचविशीच्या सुमारास आपण कदाचित संपूर्णपणे नपुंसक नसू, असा विचार माझ्या मनात येऊ लागला.''

''तू ही गोष्ट संबंधित अधिकाऱ्यांना कळवली का नाहीस ?''

''प्रत्येक हिजड्याच्या मनात एकाच गोष्टीबद्दल खेद असतो आणि त्याचं एकच स्वप्न असतं : लिंगहीनत्वाबद्दल खेद आणि निश्चित लिंग असण्याचं स्वप्न. अधूनमधून का होईना, मला माझ्या पौरुषत्वाच्या साक्षात्काराचा पुरावा मिळत असेल, तर ते जाहीर करून आपल्याच हातांनी आपल्या पायावर धोंडा घालून घेणार नव्हतो मी. शिवाय मी कुणाशीच या विषयावर बोललो नसल्याने माझ्या निश्चित सामाजिक स्थानाबद्दल मला नक्की खात्री नव्हती.''

''तुझी ऊर्वशीशी केव्हा भेट झाली ?''

''दहा वर्षांपूर्वी जेव्हा ती प्रथम चितोडला आली आणि तिला माझ्या ताब्यात देण्यात आलं तेव्हा.''

''ती राजकुमार विक्रमादित्यांची रखेल होती हे तुला माहीत होतं ?''

''होय. पण फक्त पहिल्या महिन्यात. त्यानंतर त्यांची तिच्यावरची मर्जी उतरली.''

''तू तिला केव्हापासून भेटू लागलास ?''

''सात वर्षांपूर्वी.''

''तुझा तिच्याशी गुप्त संबंध चालू असताना राजकुमारांनी कधी तिच्या सोबतीची मागणी केली होती का ?''

''एकदाही नाही, युवराज. त्यांच्या मते ती अतिशय बुजरी आणि थंड होती. आणि जर मी कधी तिचा उल्लेख केला किंवा तिला त्यांच्यापाशी पाठवण्याविषयी बोललो, तर मला कामावरून कमी करण्यात येईल, अशी ताकीद त्यांनी दिली होती.''

''तिला दिवस गेले आहेत हे तुला कधी कळलं ?''

''साधारण चार महिन्यांपूर्वी. तिची मासिक पाळी चुकल्याचं तिने मला सांगितलं तेव्हा प्रथम माझा विश्वास नाही बसला. पण दुसऱ्या महिन्यात शंकेला जागा उरली नाही. ऊर्वशीला खरंच दिवस गेले होते.''

''ते मूल तुझं आहे हे तुला कसं कळलं ?''

''कर्मावती राणीसाहेब आणि राजकुमार विक्रमादित्यांच्या महालात कोण कुणाची शय्यासोबत करतं याची नोंद ठेवणं, हे माझं काम आहे, युवराज.,''

''अंत:पुरात ऊर्वशीचं गरोदरपण तू कसं हाताळणार होतास ?''

''तिसऱ्या महिन्यानंतर तिला तिच्या आईवडिलांकडे पाठवण्याचा विचार होता माझा.''

''ऊर्वशीची ही अवस्था राजकुमारांच्या केव्हा लक्षात आली ?''

''बरेच दिवस त्यांच्या लक्षात आलं नव्हतं. पण सारी सावधगिरी बाळगूनही, तिच्या दुसऱ्या महिन्यात त्यांनी तिला आणि मला एकान्तात पकडलं.''

''तेव्हा ते काय म्हणाले ?''

''विचित्र आणि अनपेक्षित घटनांनी माझे स्वामी विलक्षण उत्तेजित होतात.''

''ऊर्वशीशी असलेले तुझे संबंध समजल्यानंतर त्यांनी तुझ्या शय्यासोबतीची मागणी केली का ?''

विषयाला मी वेगळंच वळण दिल्याने जर बृहन्नडा गोंधळला असेल तर तसं त्याने उघडपणे दाखवलं नाही.

''मी विकृत असल्याची त्यांची खात्री झाली आणि तेव्हापासून त्यांना सतत माझीच गरज भासू लागली.''

''ऊर्वशीबरोबर चाललेलं तुझं प्रकरण कळल्यावर त्यांना परत ऊर्वशीबद्दल आकर्षण वाटू लागलं का ?''

आणि तेव्हा हिजड्याने, किवा पूर्वाश्रमीच्या हिजड्याने, आपले डोळे मिटून घेतले. माझ्या उलटतपासणीत प्रथमच त्याने भावविवशतेचं प्रदर्शन केलं होतं.

''आमचं प्रकरण नव्हतं, युवराज. ऊर्वशीचं आणि माझं खूप दिवसांपूर्वीच लग्न झालं होतं.''

''या विधानाची मी नोंद करतो. पण हे माझ्या प्रश्नाचं उत्तर नाहीये.''

''ऊर्वशीने त्यांच्यासारख्या खऱ्या मर्दाऐवजी एका हिजड्याला पसंत करावं याचा त्यांना संताप आला होता. तिला धडा शिकवला पाहिजे असा उडता उल्लेख आधी त्यांनी केला, पण काही आठवड्यांनंतर ते म्हणाले की, तिने त्यांना भेटावं हे उत्तम. मी त्यांना सांगितलं की, त्या रात्रीपुरती त्यांच्यासाठी मी दोन कुमारिकांची सोय केलेली

आहे. 'टाळाटाळ करू नकोस,' ते म्हणाले, 'मला ऊर्वशी हवी आहे, समजलास का तू ? इतर कुणी नकोय.' ऊर्वशी माझी पत्नी असल्याचं मी त्यांना सांगितलं. या माहितीने ते अधिकच खवळतील हे मला ठाऊक असायला हवं होतं. त्यांनी तिला भोगलं. एकदा नाही, तर पुन्हा पुन्हा. द्वेष हा शब्द वापरणार नाही मी कारण तो अपुरा पडेल, पण ती जितका जास्त संकोचून प्रतिकार करत होती तितकी ती त्यांना अधिक हवीहवीशी वाटत होती.''

''तुला ठार करण्याचा त्यांचा विचार आहे याची तुला कल्पना होती का ?''

''मनातली प्रत्येक उत्स्फूर्त इच्छा तुरंत पुरी करण्याकडे माझ्या मालकांची प्रवृत्ती असते, युवराज. कधीकधी ते भ्रमिष्ट असावेत अशी शंका येते मला. पुष्करच्या वाटेवर त्यांनी माझ्याशी मैत्री आणि स्नेहभाव दाखवला. मी त्यांच्याच तंबूत राहावं असा आग्रह केला. दुपारच्या जेवणानंतर इतर सर्व जण वामकुक्षी करत असताना किंवा तलावावर नौकाविहारासाठी गेले असताना त्यांनी मला त्यांना भेटायला सांगितलं होतं. माझ्याकडून शरीरसुखाची त्यांची अपेक्षा असावी असं वाटून मी कपडे उतरवत असताना त्यांनी माझ्यावर हल्ला केला.''

''तू प्रतिकार का नाही केलास ?''

''मी या घरचं मीठ खाल्लंय, युवराज. त्यांच्याशी बेइमान होऊ शकत नाही मी.''

चौकशी पूर्ण झाली. बृहन्नडाविषयी मला फारशी सहानुभूती जरी वाटत नसली तरी त्याच्या एकूण वर्तणुकीबद्दल मला आदर वाटू लागला होता. माझ्या भावाच्या वागणुकीमुळे मात्र माझं तोंड कडवट झालं. विक्रमसारख्या माणसांचं काय करायचं ? स्वैराचार वाईटच, पण त्याला सत्तेची जोड मिळाली की क्रौर्य आणि दुष्टपणाला मर्यादा राहत नाही. स्वतःचं सुख हा एकमेव कायदा बनतो आणि त्याच्या हव्यासात तुम्ही परक्यांइतकाच स्वकीयांचादेखील नाश करण्यास मागेपुढे पाहत नाही.

माझ्या भावाची प्रत्येक इच्छा सर्वांत महत्त्वाची, अशी बृहन्नडाने त्याची समजूत करून दिली होती. सुखलोलुपता असो अथवा राजसत्ता असो, त्याची भडवेगिरी करण्यातच बृहन्नडाचं आयुष्य गेलं. नैतिक शिष्टपणाचा आव आणून आपल्या कर्माचं योग्य फळ बृहन्नडाला मिळालं असं मी म्हणू शकत होतो. त्याला कायमचं बंदिवासात टाकण्याची सत्ता होती माझ्यापाशी. पण ढोंगी सदाचारापोटी दाखवलेला अंध दुराग्रह आणि असहिष्णुता, हे विक्रमसारख्यांच्या मोकाट विध्वंसापेक्षाही अधिक धोकादायक असतात.

''राणीसाहेब आणि राजकुमार अजूनही तुझ्या जिवावर का उठले आहेत ? आता त्यांना तुझ्यापासून कसला धोका संभवतो ?''

'जिवलग मित्रच सर्वांत घातक शत्रू बनतात, युवराज.''

हा विषय वाढवण्यात अर्थ नव्हता. तो मरणाला भीत नाही आणि आपल्या सर्वांत जवळच्या मानलेल्या दोन व्यक्तींचा विश्वासघात तो करू इच्छित नाही हे बृहन्नडाने सिद्ध केलं होतं.

‘‘आता माझं काय करणार आहात आपण, युवराज.’’

‘‘नपुंसकत्वाच्या मिषाने अंत:पुरात स्वैरसंचार करणं हा एक घोर गुन्हा आहे. तू या देशाचा आणि या राजगृहाचा कायदा मोडला आहेस, बृहन्नडा, आणि सर्वसाधारण नियमांप्रमाणे तुला मृत्युदंड किंवा जन्मकैद मिळायला हवी. पण तू आधीच भयंकर शिक्षा भोगली आहेस. तुला सोडून देण्याबद्दल मी महाराजांपाशी शिफारस करणार आहे.’’

त्याने आश्चर्याने माझ्याकडे पाहिलं आणि तो हसला, ‘‘यावर मी विश्वास ठेवीन असं वाटतं आपल्याला ? आपलं वैर फार जुनं आहे. आपण भरपूर वेळ घेऊन सावकाश माझा सूड घेणार हे मी जाणून आहे.’’

‘‘तू मला आवडत नसशील, बृहन्नडा. पण तू किंवा तुझे मित्र, आणि मी, यांच्यात फरक आहे. सूडबुद्धीने व्यक्तिगत बदला घेणं हा न्यायदानाचा उद्देश नसतो. महाराजांनी तुझ्या सुटकेच्या कागदपत्रांवर सही करताच तुला सोडून देण्यात येईल.’’

‘‘फारच छान. आपण यातून आपलं अंग काढून घेणार. कारण आपण जाणता की, आपलं काम राजकुमार विक्रमादित्य पुरं करणार : मला आणि माझ्या पत्नीला ठार मारून.’’

‘‘तुला हवं असेल त्या ठिकाणी सरकार तुझ्या वास्तव्याची सोय करून देईल. मेवाडमध्ये किंवा इतरत्र कुठेही. तुला आणि तुझ्या बायकोला वेगळं नाव आणि आयुष्याची नवीन सुरुवात करण्यासाठी काही पैसे दिले जातील, पण बहुतांशी या दुसऱ्या सवलतीची तुला गरज नसावी अशी माझी समजूत आहे, कारण मेवाडमधल्या अतिश्रीमंतांपैकी तू एक आहेस.’’

बृहन्नडा आणि ऊर्वशीच्या देशांतराची व्यवस्था व्हायला निदान आठवडा तरी लागेल असं मंगलने मला सांगितलं. त्या दोघांना तो कुठे पाठवणार होता ते विचारावं असं माझ्या मनात आलं. पण त्याचं उत्तर मला माहीत होतं : का जाणून घ्यायचंय आपल्याला ? त्याचं बरोबरही होतं. कधी कधी अज्ञानातच सूज्ञपणा असतो. बाबांनाही मला विचारायचं होतं की, त्यांच्या मुलाचा आणि राज्याच्या राजपुत्राचा मुखवटा धारण करणाऱ्या या रानटी खुन्याचं त्यांनी काय करायचं ठरवलं होतं ते. पण अर्थातच मी तसं काही केलं नाही. नसत्या चौकश्या न करण्याबद्दल, किंवा त्याहूनही वाईट म्हणजे, त्याच्या गुन्ह्याची शिक्षा म्हणून त्याला आठवड्याचे तीन दिवस चितोडमधल्या नंदनवन

नावाच्या अनाथालयातील मुलांना गोष्टी वाचून दाखवण्याच्या कामगिरीवर नेमलं गेलं असल्याचं मला ऐकून घ्यायचं नव्हतं.

सुदैवाने, असल्या बिनडोक तक्रारींसाठी माझ्याकडे वेळही नव्हता. हल्ली माझी कामं उरकण्यात मी नेहमी मागे पडलेलो असायचो. त्याशिवाय सुगंधाचाही प्रश्न होता. आता ती खरंच एकटी पडली होती. तिची एकेकाळची आश्रयदाती राणी कर्मावती आणि तिचा मुलगा, या दोघांनीही तिच्याकडे पाठ फिरवली होती. छोट्या संतमाईचं वागणं माझ्या मते संतांना अजिबात शोभणारं नव्हतं. पुष्करच्या प्रवासात जेव्हा हिरवे डोळेवालीने सुगंधाच्या वीणावादनाचा कार्यक्रम आखला तेव्हा त्यांच्यामधली तेढ थोडी कमी झाली असावी असा माझा समज झालेला. पण विक्रमशी बिघडलेले सुगंधाचे संबंध आणि परिणामी झालेलं तिचं आणि माझं पुनर्मीलन यांमुळे हिरवे डोळेवालीचा द्वेष परत पेटला. हिरवे डोळेवाली दाखवत असलेल्या तुसडेपणामुळे आणि दुर्लक्षामुळे अंत:पुरातल्या इतर स्त्रियांनीही तिला वाळीत टाकलं. कारण आता छोट्या संतमाईचा रोष स्वत:वर ओढवून घेण्याची कुणाची छाती होती ?

सुगंधाला सोबत म्हणून दुपारच्या जेवणासाठी मी घरी जाऊ लागलो. मला परत जाऊ द्यायचं तिच्या जिवावर यायचं आणि म्हणून मग माझी वीणेची शिकवणी दुपारीसुद्धा होऊ लागली. अशा वेळी तिचा चेहरा उजळून यायचा आणि उपकृत झाल्यासारखी ती मला बिलगायची. पण या संगतीचा आनंद मला थोडेच दिवस मिळाला. एक दिवस मी घरी आलो तेव्हा छोटी संतमाई माझी वाट पाहत बसलेली.

''यापुढे आपल्याला वाढायला सुगंधा असणार नाही.''

''का ? तिला बरं नाहीये का ?''

''उगीच नसती काळजी करू नये. चांगली धडधाकट आहे ती एखाद्या म्हशीसारखी. आणि म्हशीचे इतर गुणही आहेत तिच्या अंगी. त्यातलाच एक म्हणजे आळशीपणा.''

''तिच्या कुळासंबंधीची माहिती नको आहे मला. कुठे आहे ती ?''

''कधी नव्हे ते थोडं काम उरकतेय. अंत:पुराच्या वार्षिक साफसफाईच्या कामावर देखरेख करण्यासाठी नेमलंय मी तिला.''

अंत:पुराच्या राजकारणात मला पडायचं नव्हतं. जेवून मी निघालो. पण दुसऱ्या दिवशीदेखील सुगंधा माझ्या महालात नव्हती.

''आपल्याला असं वाटत नाही का युवराज,'' माझ्या स्वागतासाठी हिरवे डोळेवाली हजर होती, ''की आपण जर आपल्या भोजनोत्तर करमणुकीचा त्याग केलात तर ते मेवाडच्या फायद्याचं ठरेल ?''

"माझ्या अधिकृत कामासंबंधी जेव्हा मला सल्ल्याची गरज भासेल तेव्हा आपली मदत मागेन मी, बाईसाहेब. पण तोपर्यंत आपण आपला विनामूल्य उपदेश न दिलात तर उपकार होतील."

सुगंधाला पाठवून द्यायला तिला सांगणार होतो, पण मग मी विचार बदलला. कारण त्यामुळे छोट्या संतमाईकडून आणि परिणामी साऱ्या जनान्याकडून तिची अधिकच अवहेलना होण्याची आणि तिचं एकाकीपण वाढण्याची शक्यता होती.

"मी एक सुचवू का, युवराज ? करुणा किंवा कर्तव्य प्रेमाची जागा घेऊ शकत नाहीत."

मनकवडी होती का ही बाई, जी स्वत: माझी पत्नी होऊ इच्छित नव्हती आणि इतर कुणालाही होऊ देणार नव्हती ? नेम अचूक लागलेला तिने जाणला आणि आपलं संतस्मित केलं.

४३

आपल्या बायकोसहित चितोड सोडण्याच्या एक दिवस अगोदर बृहन्नडाने माझ्या भेटीची विनंती करणारा निरोप पाठवला.

‘‘भेटीसाठी मी स्वत: येऊ शकत नाही याबद्दल क्षमस्व, युवराज. पण बाहेर पडण्यात मला किती धोका संभवतो ते आपण जाणताच.’’

हे त्रासदायक प्रकरण संपलंय अशी माझी समजूत होती, म्हणून या निरोपामुळे बृहन्नडावर मी जरा नाराजच झालो. त्याशिवाय, माझ्या अपेक्षेप्रमाणेच, महाराजांनी आपल्या लाडक्या लेकाविरुद्ध कसलीही कायदेशीर कारवाई न केल्याचं पुनर्स्मरण फारसं सुखदायक नव्हतं.

‘‘काही दिवसांपूर्वी आपण जे म्हणाला होता युवराज, त्यावर मी विचार करत होतो. महाभारतातल्या सर्वांत आदरणीय माणसाने जर सत्याचा पक्ष घेतला असता तर काय झालं असतं ?’’

‘‘या तात्त्विक प्रश्नावर चर्चा करण्यासाठी आपल्याला उचित वेळ निवडावी लागेल, बृहन्नडा. आणि ती वेळ मिळणं आता तरी कठीण दिसतंय, कारण तू उद्या निघणार आहेस.’’

‘‘मेवाडचं साम्राज्य अस्थिर करण्याच्या कारस्थानाला आपण तात्त्विक प्रश्न म्हणाल का, युवराज ?’’

कष्टाने घेतल्या जाणाऱ्या हिजड्याच्या श्वासाला दमेकऱ्याच्या घरघरीची जोड मिळाल्यामुळे असेल कदाचित, त्याचे शब्द अधिक अर्थपूर्ण वाटू लागले होते. मी माझा चेहरा निर्विकार ठेवला, पण तो माझा खोटा आव आहे आणि खरं तर मी तत्काळ सचेत आणि सावधान झालोय हे बृहन्नडा जाणून होता याची मला खात्री होती.

‘‘मी केलेल्या विधानाची नोंद आपण करणार का, युवराज ? की त्यासाठी महाराजांनी राज्यातल्या सर्वोच्च न्यायसभेची नेमणूक करणं आपण अधिक पसंत कराल ?’’

‘‘आपण जर राजद्रोहासंबंधी बोलत असू, तर महाराजांच्या कानावर ते घालणं आवश्यक आहे. पण मी तसं करण्यापूर्वी तुला पुनर्विचार करण्यासंबंधी सूचना देणं मला

माझं कर्तव्य वाटतं. कारण जर या कारस्थानात तुलादेखील गोवण्यात आलं तर राज्याच्या बाजूने साक्ष दिल्याने तुला संरक्षण किंवा क्षमा मिळेलच असं नाही.''

''आपल्या सूचनेबद्दल आभार, युवराज. पण ज्यापासून परत फिरण्याची शक्यता नाही असं पाऊल मी पूर्ण विचाराशिवाय टाकीन असं आपल्याला खरंच वाटतं का ?''

''नाही बृहन्नडा,'' माझा जोश अचानक कमी झाल्याची जाणीव मला झाली, ''आयुष्यात दुसरा मोका फार कमी लोकांना मिळतो. तू तिसऱ्यांदा नशिबाची परीक्षा घेतो आहेस. ऊर्वशीचं आणि तुझ्या होणाऱ्या मुलाचं काय होईल ?''

''मी आपल्यापुढे काही विरोधी विधानं करणार आहे. आयुष्याच्या अशा टप्प्यावर येऊन पोचलोय मी की मला हाच युक्तिवाद योग्य वाटतो. उपजीविकेसाठी ज्या स्थितीचा मी सुरुवातीस प्रयत्न केला, ती नपुंसकाची स्थिती खुरीखुरी आज मला प्राप्त झाली आहे – हिजड्याची. ऊर्वशी एक सुस्वभावी, गुणी, प्रेमळ स्त्री आहे. पण काही काळानंतर कधीही पतिसुख न देऊ शकणाऱ्या नवऱ्याचा तिलाही कंटाळा येईल.'' गरम पाण्याचा घोट घेण्यासाठी बृहन्नडा थांबला. घसा आणि छाती थोडी मोकळी झाल्यानंतर तो पुन्हा बोलू लागला. ''माझी कीव केलेली मला आवडत नाही, युवराज, पण खरं सांगायचं तर माझ्या आयुष्याची झालेली जीवघेणी परवड मला सहन नाही व्हायची.

''विश्वास ठेवणं कठीण जाईल आपल्याला, पण माझ्या मनात सूडभाव नाहीये. माझ्या भवितव्याचा आणि माझ्या सत्तेचा उगम माझ्या निष्ठेत होता. हे मान्य करणं मला अतिशय कठीण जातंय, पण माझ्या निष्ठेच्या कल्पनेलाच आपण धक्का दिलाय. यापुढे तरी मी माझं जीवन अर्थपूर्ण बनवू शकतो की नाही ते मला आजमवाचंय.''

हिजड्यांना स्पर्श करण्याची मला नेहमी किळस वाटत आली आहे. आणि तरीही आज अभावितपणे माझा हात बृहन्नडाच्या खांद्यावर पडला. ''तू एक निर्भय माणूस आहेस, बृहन्नडा.''

दैवाच्या विचित्र खेळाने मी सुन्न झालो. विक्रमचं भविष्य निर्वेध करण्याच्या राणी कर्मावतीच्या साऱ्या योजनांमागे ज्याची बुद्धी असावी असा मंगलला आणि मला नेहमी संशय होता त्याच माणसाकडून सारी कबुली मिळाली होती. मोगल बाबरचा पराभव सोडून, श्री एकलिंगजींकडून मी यापेक्षा मोठं दुसरं कुठलंही मागणं मागितलं नसतं. आणि तरीही, बृहन्नडाचा विश्वास आणि निष्ठा अशी ढळलेली पाहून, मी, उद्ध्वस्त जरी म्हणता येणार नाही, तरी अतिशय अस्वस्थ निश्चित झालो. राणी कर्मावती आणि तिच्या मुलाने आपल्या या जुन्या सेवकाला थोडं अधिक जाणून घेतलं असतं आणि त्याच्यावर थोडा जास्त विश्वास ठेवला असता, तर त्यांचा विश्वासघात करण्याचा

विचारही त्याला कधी शिवला नसता. त्याची कत्तल करण्याच्या माझ्या भावाच्या प्रयत्नानंतरही नाही.

पण सुदैवाची परीक्षा न घेणंच शहाणपणाचं हे आपल्यापैकी कितींना माहीत असतं ?

माझे सहन्यायाधीश आपापल्या जागांवर स्थानापन्न होत असलेले मी अलिप्तपणे पाहत होतो. चेष्टामस्करीच्या मनस्थितीत असतो तर परत तेच टोळकं असं म्हटलं असतं मी : प्रधानमंत्री पूरणमलजी, काका लक्ष्मणसिंहजी आणि अर्थमंत्री आदिनाथजी. विक्रमादित्याच्या राजद्रोहासंबंधीच्या चौकशीसाठी आम्ही एकत्र आलो होतो त्याला किती वर्षं होऊन गेली तेही लक्षात नव्हतं माझ्या. लवकर टक्कल पडणारी माणसं करतात त्याप्रमणे लक्ष्मणसिंहजी नेहमी आपले एका बाजूचे केस लांब वाढवून ते टाळूवरून वळवून घेत असत. पण हल्ली त्यांच्या कानांवरचे केस इतके कमी झाले होते की मांजराच्या मिशांप्रमाणे ते दोन्ही बाजूला फिसकारून उभे राहत. पूरणमलजी खूपच अशक्त व बारीक झाले असून त्यांच्या दोन्ही डोळ्यांत मोतीबिंदू पडले होते. लीलावतीच्या आजोबांच्या त्वचेवर अजून सुरकुत्या उमटल्या नव्हत्या, पण तिच्यातलं तेज मावळलं होतं आणि आदिनाथजींच्या साऱ्या हालचाली मंद व अस्थिर वाटत होत्या. तेव्हा माझ्या लक्षात आलं की प्रत्येकाच्या दृष्टीने इतर सारे म्हातारे झालेले असतात, आपण स्वत: मात्र कधीच नाही. वयस्कर माणसं आपल्या समवयस्कांचा उल्लेख नेहेमी 'तो म्हातारा' असा करतात. स्वत: नव्वदीच्या जवळपास पोचले असले तरीही.

न्यायासनांवर आरूढ त्या तिघांच्या दृष्टीने मी कसा झालो होतो ? अधिक प्रौढ, थकलेला, पण अजूनही कपाळावर शहाणपणाची आठी न उमटलेला ? त्यांच्या दृष्टीने मी दरबारचा अधिकृत षंढ होतो का ? दुसऱ्याची शय्यासोबत करण्यासाठी नवीन वधू आणणारा राजपुत्र ?

आणि बाबांना मी कसा दिसतो ? वाईट बातमी सांगणारा निरोप्या ? की खुद्द वाईट बातमीच होतो मी ? काल ते त्यांच्या कचेरीत सर्वाधिक काळ काहीही न बोलता बसलेले. मला माहीत होतं की त्यांना वरखाली फेऱ्या मारायच्या होत्या, डोळे गच्च मिटून घ्यायचे होते आणि मला माझं काळं तोंड घेऊन परत कधीही न परतण्यासाठी तिथून निघून जायला सांगायचं होतं. पण ते सम्राट होते आणि स्वत:च्या अंतिम सत्तेच्या सापळ्यात अडकले होते.

"स्वतःच्या सुटकेसाठी त्या हिजड्याने रचलेला हा एक डाव नसेल कशावरून ?"

"बृहन्नडा मुक्त आहे, महाराज. आपण त्याला माफी देऊन त्याची सुटका केली होती."

"त्याला सूड घ्यायचाय. त्याला परतफेड करायची आहे त्याच्या... नाही. पण त्यात काही तथ्य नाही. कारण त्यामुळे तो स्वतःसुद्धा मृत्युदंडाला पात्र होऊ शकेल."

"नाही महाराज, त्यात तथ्य आहे. माझ्या मते, आपल्या एकेकाळच्या मालकांविषयी हिजड्याच्या मनात इतका द्वेष भरला आहे, की स्वतःच्या प्राणांची किंमत द्यावी लागली तरी तो त्यांचा नाश करण्यासाठी ती देईल. अर्थात, त्याला आपल्या प्रत्येक विधानाचा पुरावा सादर करावा लागेल, ज्याची सार्थकता न्यायसभा पारखून घेईल."

"या चौकशीसाठी आपण स्थळ निश्चित केलं आहे ?"

"अजून नाही. आपले सहकारी न्यायाधीश आपण नेमल्यानंतरच मंगल स्थळ निश्चित करील."

"चांगल्या कामाला वेळ लावू नये, पण नापसंत कामं अधिकच त्वरित आटोपावीत. चौकशी उद्याच सुरू होईल. राजकुमार विक्रमादित्यांविरुद्ध राव बलेचांचा जो खटला झाला होता तेव्हाप्रमाणे आपल्या अध्यक्षतेखाली न्यायसभेची नेमणूक व्हावी."

"मी ?" अविश्वासाने मी विचारलं, "महाराज, मेवाडचे मुख्य न्यायदाते आपण आहात. या प्रकरणाचा फक्त आपणच निर्णय लावू शकता."

"आपण जबाबदारी टाळता आहात का, युवराज ? राजमुकुट धारण करण्याची महत्त्वाकांक्षा असेल तर साक्षपुरावा अधिक चोखंदळपणे पारखून घ्यावा लागेल आपल्याला."

"या चौकशीतून मेवाडशीच संबंधित नाही, तर राजपूत संघाशी संबंधित काही नावांचे फाटे फुटले तर काय ?"

बाबांनी आपला चांगला डोळा माझ्यावर रोखला. त्यात माझ्याविषयीचा तिटकारा भरला होता की भीती ते मला नक्की कळलं नाही. मी नको ते बोलून गेलो होतो हे माझ्या लक्षात आलं.

"असं का वाटतं आपल्याला ?"

"बृहन्नडा महत्त्वाकांक्षी असला तरी धोरणी आहे, महाराज. आपली प्रतिष्ठा आणि जीव, हे दोन्ही इतक्या सहजासहजी तो पणाला लावणार नाही."

"जे काही सिद्ध होईल..." बाबांच्या आवाजात गारठा होता. जणू त्यांनी आपल्या मनात थैमान घालणाऱ्या पिशाच्चांशी तह केला होता. "त्याबाबत मी

आपल्या पाठीशी उभा राहीन, युवराज. गरज पडली तर माझा सल्ला घ्यावा."

आदल्या रात्री मंगलने हिजड्याला कुठे लपवून ठेवलं होतं याची मला कल्पना नव्हती, पण जेव्हा त्याने मंगलच्या चार माणसांसहित अतिथी महालाच्या खाजगी दरबार कक्षात प्रवेश केला तेव्हा माझ्या जिवात जीव आला. माझ्याप्रमाणे बृहन्नडानेदेखील अस्वस्थपणे रात्र घालवली असल्याचं दिसत होतं. जुन्या आठवणींच्या भुतांना शांत करण्याचा अयशस्वी प्रयत्न केलेल्या माणसाप्रमाणे त्याचा चेहरा ओढलेला दिसला. प्रयासाने घेतला जाणारा श्वासोच्छ्वास आणि अधूनमधून अभावितपणे नाकातून येणारा घरघरीचा आवाज, यावरून रात्री त्याच्या दम्याने उचल खाल्ली असावी असं वाटलं. त्याच्या आसनापाशी मंगलने गरम पाण्याचा लोटा ठेवण्याची व्यवस्था केली होती, पण बृहन्नडाने जेव्हा गीतेवर हात ठेवून सत्य सांगण्याची शपथ घेतली, तेव्हा त्याचा आवाज स्थिर होता. आजच्या सभेचे आपण केंद्रबिंदू आहोत हे तो जाणत होता, पण म्हणून त्याच्या वागण्यात नाटकीपणा अजिबात आला नाही. उलट या जाणिवेमुळे तो अधिक धीरगंभीर झाला.

"गीतेवर हात ठेवून शपथ घेतल्याने फिर्यादीची विधानं शब्दच्छलापासून मुक्त असतातच असं नाही." प्रधानमंत्री इतक्या खालच्या आवाजात बोलले की त्यांचे शब्द मोठ्या कष्टाने माझ्या कानावर पडत होते, पण तरीही त्यांच्या आवाजातली प्रखरता लपू शकली नाही. त्या आवाजात पोकळ धमकी नव्हती तर पुढे वाढून ठेवलेला धोका आणि सर्वनाशाची सूचना होती. "कितीही अप्रिय वाटली तरी खोटी साक्ष ही न्यायदानाच्या कामकाजातली एक अटळ वस्तुस्थिती आहे. आजच्या चौकशीला खटला म्हणता येणार नाही, पण या चौकशीतून एक किंवा अनेक खटले निर्माण होण्याची शक्यता आहे. आज तुम्ही इथे स्वत:च्या मर्जीने आला आहात आणि माझ्या माहितीप्रमाणे, काही गंभीर आरोप करू इच्छिता. त्यामुळे काहींची प्रतिष्ठा धुळीस मिळण्याची, माणसं पदच्युत होण्याची आणि मस्तकं उडवली जाण्याची शक्यता आहे. खोटा पुरावा दिल्यास, सत्याचा विपर्यास केल्यास, सिद्ध करता येत नाहीत अशी विधानं केल्यास तुम्ही राज्यातल्या सर्वोच्च शिक्षेस पात्र होऊ शकता याची नोंद घ्यावी. तुमच्या शरीराचं विच्छेदन करून तुमचे अवयव अष्टदिशांना विखुरले जातील आणि भविष्यात स्वत:च्या फायद्यासाठी किंवा सूडबुद्धीने खोटे आरोप करणाऱ्यांना सावधानीचा इशारा म्हणून तुमचं मस्तक राम पोल दरवाजावर टांगण्यात येईल."

अंतिम न्यायालयाच्या न्यायाधीशांपैकी कुणीही आजच्या चौकशीचं काम उथळपणे घेत होतं असं मला वाटत नाही, तरीही, पूरणमलजींच्या शब्दांच्या वजनाने आम्ही सारे

अवाक् झालो, दबून गेलो. बृहन्नडा सोडून. त्याने खाकरून घसा साफ केला आणि विचारपूर्वक बोलायला सुरुवात केली.

''माननीय प्रधानमंत्र्यांच्या शब्दांचं महत्त्व मी जाणतो. मी आता करणार असलेल्या आरोपांच्या गंभीर स्वरूपाचीदेखील मला जाणीव आहे. मी इथे फक्त फिर्यादी म्हणून नव्हे तर आरोपींपैकी एक मुख्य आरोपी म्हणून उभा आहे.

''चौदा महिन्यांपूर्वी, मेवाडच्या शासनाबद्दल असमाधानी आहेत अशा मेवाडमधील आणि मेवाडबाहेरील काही अतिविश्वासू माणसांना एकत्रित आणण्याची कामगिरी माझ्यावर सोपवण्यात आली. ज्यांनी मला या कामगिरीवर नेमलं त्यांना श्रीमंत युवराजांच्या वाढत्या सत्तेसंबंधी काळजी वाटू लागली होती. त्यांच्या मते श्रीमंत युवराज मेवाडच्या अप्रतिष्ठेचं कारण होते. महाराज राणा संग युवराजांवर दिवसेंदिवस अधिक विसंबू लागले आहेत या गोष्टीची त्यांना चिंता लागून राहिली होती. वृद्धावस्थेमुळे महाराज कमकुवत झाले आहेत अशी त्यांची धारणा असून राज्याच्या भावी वारसासंबंधी त्यांच्या मनात शंका निर्माण झाली होती. आपण निवडलेल्या उमेदवाराला गादीवर बसवल्यानेच युवराजांपासून मेवाडचं रक्षण होईल असा त्यांचा ठाम विश्वास होता.

''पुढचे अकरा महिने मी मोठ्या प्रमाणावर प्रवास केला, गुप्तपणे मेवाडच्या शक्तिशाली सरदारांना, मांडलिकांना आणि मित्र राजांना भेटलो आणि सतरा लोकांची एक समिती स्थापन केली. समितीचा नियोजक या नात्याने पहिला नियम मी हा घातला की आमच्या एकमेकांशी होणाऱ्या दळवळणासंबंधी काहीही कागदावर उतरवलं जाऊ नये. आमची योजना अशी होती : जेव्हा आणि जशी संधी मिळेल तेव्हा तेव्हा महाराजांच्या आणि युवराजांच्या सत्तेला हादरे देत राहायचं, पण दिल्लीचा पातशहा आणि मेवाडचं सैन्य एकमेकांशी भिडून लढाईचा निर्णय लागेपर्यंत, होणाऱ्या घटनांच्या क्रमात ढवळाढवळ करायची नाही. जर आपण हरलो तर महाराज देशाचं नेतृत्व करण्यास असमर्थ आणि नालायक आहेत हे आपोआप सिद्ध होईल, पण जर ते जिंकले तर मात्र आमच्या डावपेचांबाबत पुनर्विचार करायचा.

''आता आपण प्रश्न विचारू शकता.''

बृहन्नडाचा आवाज घोघरा झाला आणि त्याला जबरदस्त खोकल्याची उबळ आली. श्वास ठिकाणावर येताच त्याने लोट्यातलं गरम पाणी पेल्यात ओतून घेतलं आणि तो तोंडाला लावला. पाण्याचे काही थेंब त्याच्या तोंडात गेले असतील, तेवढ्यात मंगलची नजर लोट्यावर पडली. भारून गेल्याप्रमाणे तो क्षणभर स्तब्ध झाला आणि मग पुढे झेपावत ओरडला, ''ते पाणी पिऊ नका, पाणी पिऊ नका.''

फार उशीर झाला होता. बृहन्नडाच्या हातून पेला गळून पडला, आणि तो गुदमरू लागला होता. सात दीर्घ श्वास त्याने मोठ्या कष्टाने घेतले आणि डोळे पांढरे केले. तो मरण पावला होता.

मागचा विचार करतो तेव्हा स्वत:लाच मी एक प्रश्न विचारतो की, बृहन्नडाच्या साक्षीच्या दिवशी, किंवा रात्री म्हणणं अधिक योग्य, त्याचे अंत्यसंस्कार आटोपून परत आल्यानंतर, जर मी अधिक काळजीपूर्वक वागलो असतो, तर सुगंधाबरोबर जे झालं ते टाळता आलं असतं का ? त्या रात्री घडलेला वृत्तान्त महाराजांच्या कानांवर घालून, बृहन्नडाची बायको ऊर्वशी, हिला दु:खद बातमी कळवून आणि दैवाचा विचित्र विनोद म्हणजे, बृहन्नडाच्या चितेवर तूप ओतून त्याला मी माझ्या हातांनी अग्नी देईपर्यंत पहाटेचे साडेतीन वाजले. त्याच्या मृत शरीराला उद्देशून उच्चारले गेलेले अखेरचे शब्ददेखील माझेच होते.

''भीष्मापेक्षा अधिक एकनिष्ठ माणूस होणे नाही, असं महाभारत सांगतं. बृहन्नडाचा आदर्श भीष्म होता. दुसऱ्या कुणाचीही नसेल इतकी भीष्माची सहनशीलता, आत्मसंयम आणि त्याग कसाला लावला गेला, यात शंका नाही. पण जिथे निष्ठेचा प्रश्न येतो तिथे भीष्मालाही बृहन्नडाइतकी कठीण परीक्षा द्यावी लागली होती का, याबद्दल मला संदेह आहे. ही परीक्षा त्याने यशस्वी रीत्या पार केली आणि तेही आपण काही विशेष किंवा अतिमानवी केलंय या भावनेविना. त्याचा गीतेच्या शिकवणीवर विश्वास होता आणि त्याच्या मते त्याने फक्त आपला धर्म पाळला होता.

''पण त्याचा खरा मोठेपणा स्वधर्मपालनात नव्हता. त्याचं शौर्य, त्याचं धैर्य त्याच्या मनाच्या आणि आत्म्याच्या महानतेत होतं. त्याच्या अंगी एक दुर्मीळ गुण होता आणि तो म्हणजे जीवनाचं दृढ नीतितत्त्व, ज्याच्यापायी त्याच्यावर जिवाची किंमत द्यायची वेळ आली होती, ते पारखून पाहण्याची हिंमत. हे त्याने सूडबुद्धी, भ्रमनिरास किंवा नैराश्यापोटी केलं नाही तर आपण मानत असलेल्या निष्ठेच्या कल्पनेहून वेगळी, अधिक अर्थपूर्ण, अधिक श्रेष्ठ निष्ठा असू शकते या विश्वासापोटी केलं : न्याय्य कारणांसाठी, असत्याविरुद्ध सत्याच्या शोधासाठी अनुसरलेली निष्ठा.

''मर्यादा उल्लंघण्याचा आरोप त्याच्यावर करण्यात येईल. स्वीकृत रूढ शहाणपणाला जे आव्हान देतात त्या सर्वांवर तो केला जातो. निष्ठेच्या आपल्या नवीन तत्त्वाची सार्थकता पारखून पाहण्यापूर्वीच त्याला आपल्या प्राणांची जबरदस्त किंमत द्यावी लागली, हे दु:खद सत्य आहे.

"भीष्मापेक्षाही मोठा होता का तो ? हा प्रश्न अप्रासंगिक आणि अर्थशून्य आहे. महत्त्वाचं आहे ते हे की त्याने फक्त आपणा सर्वांनाच नाही, तर भीष्मालाही निष्ठेच्या कल्पनेविषयी पुनर्विचार करायला लावला असता.

"अशी फारशी माणसं नाहीयेत ज्यांच्याविषयी हे म्हटलं जाऊ शकेल."

आणि मग पहाटेच्या काळोखात, स्पष्ट, उंच आवाजात, मी गीतेच्या त्या श्लोकांचं पठण केलं जे हजारो प्रसंगी माझ्या कानांवर पडले असतील आणि जितक्या अधिक वेळा मी ते ऐकतो तितकीच त्यांच्या अर्थाची आणि सत्यतेची धार बोथट होण्याऐवजी अधिक तीक्ष्ण होत राहते.

न जायते म्रियते वा कदाचित्
न्नायं भूत्वा भविता वा न भूय: ।
अजो नित्य: शाश्वतोऽयं पुराणो
न हन्यते हन्यमाने शरीरे ॥

वासांसि जीर्णानि यथा विहाय
नवानि गृण्हाति नरोऽपराणि ।
तथा शरीराणि विहाय जीर्णानि
अन्यानि संयाति नवानि देही ॥

नैनं छिंदन्ति शस्त्राणि नैनं दहति पावक: ।
न चैनं क्लेदयन्त्यापो न शोषयति मारुत: ॥

अच्छेद्योऽयमदाह्योऽयमक्लेद्योऽशोष्य एव च ।
नित्य: सर्वगत: स्थाणुरचलोऽयं सनातन: ॥

जातस्य हि ध्रुवो मृत्युर्ध्रुवं जन्म मृतस्य च ।
तस्मादपरिहार्येऽर्थे न त्वं शोचितुमर्हसि ॥

मी घरी पोचलो तेव्हा पहिल्या मजल्याच्या वरच्या पायरीवर कठड्याला टेकून सुगंधा झोपलेली. हिरवे डोळेवालीने माझी खोली आतून बंद करून घेतली म्हणून सुगंधा अशी बाहेर बसली होती का ? अरे देवा, आणखीन एक मूक शीतयुद्ध, मी मनाशीच म्हणालो.

पण खरं म्हणजे मला तक्रारीला जागा नव्हती. कारण सुगंधा छोट्या संतमाईबद्दल किंवा अंत:पुरातील इतर कुणाहीबद्दल कधीच चुगली करत नसे. मी जोडे काढून हातात घेतले आणि चोरपावलांनी जिना चढू लागलो. तरीही ती जागी झालीच.

मी वर येत असलेला पाहून ती गोड हसली.

''मला दिवस गेले आहेत.''

मला स्पर्श करण्यासाठी तिने हात लांबवला. मी नुकताच अंत्यसंस्कार आटोपून आलेला. अजून आंघोळ केली नसल्याने मी तिच्यापासून अंग चोरून घेतलं. नंतर मी तिला हे सारं समजावून सांगण्याचा प्रयत्न केला. पण माझ्या वागणुकीचं मी समर्थन करतोय असा तिचा समज झाला. नाहीतरी जे व्हायला नको होतं ते होऊन गेलेलं.

''आपल्या भावाचं आहे असं वाटतंय का आपल्याला ?''

''काय ?''

''मूल.''

''तो विचारही आला नव्हता माझ्या मनात.'' खरं म्हणजे आला होता. ही माझ्या स्वभावातली अतिशय निंद्य गोष्ट आहे, की स्वत:बद्दल, किंवा इतर कुणाहीबद्दल चांगले विचार मनात येण्यापूर्वी वाईट विचारच प्रथम येतात.

''आलाच असणार. पण तसं नाहीये. मला वाटत नाही तसं.'' तिचा चेहरा पार कोमेजला. तिच्या आनंदाच्या बातमीतला सारा आनंद मी पिळून काढला होता. ती वळली आणि आपल्या महालाच्या दिशेने जाऊ लागली.

''माझ्या मनात काय चाललंय ते माझ्यापेक्षा तुला जास्त कळतं का ?'' मेदिनी रायच्या या मुलीची समजूत घालण्याऐवजी मी आणखीन घोडचूक करून बसलो होतो.

''आपण चांगले अभिनेते आहात युवराज, पण कधी कधी तो अभिनय उघडकीस येतो. हे मूल कुणाचं आहे याबद्दल आपल्या मनात कायम शंका राहील. मला माहीत आहे.''

मी माझा पवित्रा परत बदलला आणि तिला हाक मारत म्हणालो, ''सुगंधा, आजच्या दिवसातली ही पहिली चांगली बातमी दिलीस तू मला. दिवसभर माझ्या कानांवर वाईटच नाही, तर विध्वंसक गोष्टी पडत होत्या. हा आनंदाचा क्षण कृपा करून नासवू नकोस.''

तिने लगेच स्वत:ला सावरलं, ''माफ करा. खरंच, मी असं वागायला नको होतं. आपला खरंच विश्वास आहे माझ्यावर ?''

''होय, होय, आहे.'' कदाचित होताही माझा विश्वास. मेदिनी रायशी असलेले मैत्रीचे संबंध निश्चितच बिघडवायचे नव्हते मला. किंवा, रामाने एका धोब्याच्या सांगण्यावरून सीतेवर संशय घेऊन आपल्या संपूर्ण राज्यातली सुखशांती नष्ट केली होती

त्याची पुनरावृत्ती नव्हती करायची. सुगंधाला मला अधिक संदेहात नव्हतं ठेवायचं. मी तिला माझ्या अपवित्र बाहूंत कवटाळली.

मानवी मनाची कार्यपद्धती कुणी मला समजावून सांगेल का ? आमचं लग्न झालेल्या दिवसापासून हिरवे डोळेवालीने मला तिच्यापासून दूर ठेवलं आहे. आणि आता, माझ्या मनाविरुद्ध का असेना पण माझं दुसरं लग्न झाल्यापासून तिचा सारा वेळ माझं प्रियाराधन करण्यात जातो. यासाठी ती जगावेगळे डावपेच वापरते आणि तिच्यापाशी असलेली शस्त्रसामुग्री विलक्षण आहे. वस्त्रालंकार आणि रंगसंगतीविषयीची तिची जाण जन्मजात आहे, पण इतकी वर्षं ती याबाबतीत निष्काळजी असायची. अलीकडे मात्र जणू घायाळ करण्याच्या उद्देशानेच ती साजशृंगार करू लागली आहे. गेले सात दिवस हिरव्या रंगाची उधळण चालवली आहे तिने. तसा कुठलाही रंग, अगदी भडक पिवळा किंवा बेगडी तपकिरीसुद्धा तिला शोभून दिसतो, पण हिरव्या रंगात तिचं सौंदर्य जीवघेणं बनतं. तिला हे चांगलं माहीत आहे. निदान शंभर किंवा दोनशे तरी वेगवेगळ्या हिरव्या छटांचे घागरे, चोळ्या आणि ओढण्या असतील तिच्यापाशी.

सकाळी मी कामावर निघण्यापूर्वीच सारा नट्टापट्टा करून ती हजर होते. मी तिच्याकडे दुर्लक्ष करतो. (नाही. ते अशक्य आहे.) पण मला तिची गंमत वाटते. जो माणूस प्रथमदर्शनापासून सर्वस्वी तिचा झाला आणि या अवस्थेतून बाहेर पडण्याची ज्याला कधीच इच्छा झाली नाही, त्याला भुलवण्याचा प्रयत्न कशासाठी ? बिचारी सुगंधा ! या मेरताच्या राजकन्येसमोर तिचा काय टिकाव लागणार ? खरं सांगायचं तर हिरवे डोळेवालीच्या या अवतारापुढे अंत:पुरातल्या कुठल्याही स्त्रीचा टिकाव लागणं कठीणच होतं.

काय हवं होतं छोट्या संतमाईला ? दूरान्वयानेदेखील तिला माझ्याबद्दल ओढ वाटू लागली असण्याची शक्यता होती का ? की यदाकदाचित भविष्यकाळात मी मेवाडचा राणा झालोच तर महाराणीपद गमावून बसण्याची भीती वाटत होती तिला ? नाहीतर सुगंधाच्या गर्भारपणाचा मत्सर करून आमचा आधीच डळमळीत विवाहसंबंध मोडून पाडण्याचा प्रयत्न का करावा तिने ?

सुगंधाला दिवस गेले आहेत हे कळल्यापासून हिरवे डोळेवालीने आपला गनिमी कावा संपुष्टात आणला. आता तिने उघड उघड युद्ध पुकारलं होतं.

सुगंधाच्या गर्भात असलेल्या मुलाचा बाप विक्रमादित्यच असू शकेल याबद्दलदेखील शंका आहे हे आपलं मत तिने स्पष्ट केलं. कुणास ठाऊक, माझ्या दुसऱ्या बायकोच्या

व्यभिचाराचा विस्तार किती होता ते ? सुगंधाला खलनायिका ठरवण्यासाठी माझा आदर्श पुरुष बनवणं हिरवे डोळेवालीला अपरिहार्य होतं, आणि माझ्या अपेक्षेप्रमाणे ती या कामात कुशल होती. मला देवमाणूस सिद्ध करण्याचा तिचा प्रयत्न चालूच होता. पण दुर्दैवाने सुगंधावर केलेल्या चिखलफेकीचा आणि निंदानालस्तीचा फारसा परिणाम होऊ शकला नाही. माझ्या पहिल्या बायकोने स्वत:भोवतीच एक सापळा उभा केला, ज्यातून तिची सुटका कठीण झाली. माझ्या दुसऱ्या बायकोच्या गर्भाच्या पितृत्वासंबंधी ती जितकं अधिक बोलायची तितकीच सुगंधा स्वखुशीत अधिक मश्गूल होत जायची.

"माझ्या मुलाचा बाप नक्की कोण ते मला नीटसं आठवत नाहीये. हिजडा, की माळी, की गवळी ?" हिरवे डोळेवाली समोर आली की सुगंधा विचारात पडल्यागत म्हणायची, "कुणीही का असेना, पण आता लवकरच मी प्रसूत होईन. पण इतक्या वर्षांत राजकुमारी, आपण गर्भारपणाचं नाटक तरी करू शकलात का ?"

अचानक हिरवे डोळेवालीच्या डोळ्यांत अगतिकता आणि दु:ख झाकोळायचं जे ती लपवू शकत नसे आणि जे सुगंधाने अचूक हेरलं होतं. हिरवे डोळेवाली कितीही घालूनपाडून आणि आडून बोलेना का, दिवसेंदिवस अधिकाधिक गरोदर होत राहणं एवढंच सुगंधाला पुरेसं होतं.

कौटिल्याने, (होय, तोच तो ज्याचा अर्थशास्त्रावरचा ग्रंथ लीलावतीने इतक्या मेहनतीने माझ्याकरता उतरवून काढला होता) राजाला केलेला उपदेश आठवतोय ? राजाने किंवा राजपुत्राने कुणावरही विश्वास ठेवू नये. सैनिकी प्रशिक्षण विद्यापीठात हे माझ्या मेंदूत ठासून भरण्यात आलं, आणि काही काळ तरी — माझ्या वाढत्या वयात, जेव्हा मी राजपदाची स्वप्नं पाहत होतो — मी त्याचं पालनही केलं. पण आता माझ्या लक्षात येतंय की मी फक्त तसा आव आणत होतो. माझं हृदय तो आदेश मानायला तयार नव्हतं. आता मात्र तसं नाही. बृहन्नडाचा बळी व्यर्थ गेला नव्हता. सर्वांबद्दल संशय बाळगणं, हा मला त्याच्याकडून मिळालेला वारसा आहे. कोण होती ती सतरा कारस्थानी माणसं जी मेवाडचं राज्य उलथून पाडण्याच्या आणि महाराजांचा आणि माझा नायनाट करण्याच्या छुप्या प्रयत्नात होती ?

जेव्हा मी चांगल्या वाईटाचा विचार करतो तेव्हा वाटतं की, जर बृहन्नडाने नसती धिटाई दाखवून भीष्मापेक्षा वरचढ होण्याचा प्रयत्न केला नसता तर महाराजांच्या, माझ्या, आणि इतर तीन न्यायाधींशाच्या दृष्टीने ते अधिक हिताचं ठरलं असतं. तो स्वत: मरण पावला, पण आम्हा सर्वांना अंधारात ठेवून. आपल्या रक्षणाखाली असताना त्याला मृत्यू आला म्हणून मंगलने राजीनाम्यासाठी अर्ज केला आहे. ऊर्वशीला तिच्या माहेरी पाठवलं गेलंय आणि तिला मुलगा, मुलगी, किंवा एखादा लिंगविरहित प्राणी

झालाय याबद्दल कुणालाही कुतूहल असेल असं मला वाटत नाही. उरला विक्रमादित्य. उशिराने आणि अनिच्छेने का होईना, पण आपल्या या मुलापासून आपल्याला धोका संभवतो हे महाराजांच्या लक्षात येऊ लागलंय. त्याला रणथंभोरला पाठवण्यात आलंय जिथे तो गृहकैदेत बंदिस्त आहे. जेव्हा बृहन्नडाने राजप्रतिहारीची आचारसंहिता मोडली, तेव्हा कुठल्याही राजपुत्राने — एक षंढ युवराज सोडून — जे केलं असतं, तेच विक्रमादित्याने केलं, असा भरपूर आरडाओरडा कर्मावती राणीसाहेबांनी केला, असं मी ऐकतो.

कारस्थानाच्या नगण्य विषयाचा बाबांनी पाठपुरावा केला नाही, कारण हिजड्याच्या शब्दाशिवाय दुसरा कुठलाच पुरावा नव्हता, आणि फिर्यादीच्या सुनावणीपूर्वी बाबांनी म्हटल्याप्रमाणे हा फक्त सूड उगवण्याचा प्रयत्न असण्याची शक्यता होती. या असल्या भाकडकथांवर बाबांचा खरंच विश्वास होता का ? आणि तेसुद्धा, बृहन्नडाने कुणाच्याही नावाचा उच्चार करण्यापूर्वी त्याची वाचा कायमची बंद करण्यात आल्यानंतरदेखील ?

बाबांचं बरोबर होतं. कारस्थानाशी संबंधित पुरावा, तारखा, योजना, नावं आणि इतर सर्व माहिती मिळवणं आवश्यक होतं. पण हे सारं मिळवणं सहज शक्य होतं, जर माझ्या भावाचं मन वळवण्याची किंवा त्याच्यावर दबाव आणण्याची तयारी बाबांनी दाखवली असती तर. दुसऱ्यांना यातना देण्यात सुख मानणाऱ्यांवर जेव्हा स्वत: यातना भोगण्याची पाळी येते तेव्हा ते फार काळ तग धरू शकत नाहीत हे सर्वज्ञात आहे. शौर्यात विक्रमादित्य कुठल्याही राजपूतापेक्षा कमी आहे असं मला अजिबात सुचवायचं नाहीये. पण युद्धासारखा सशस्त्र हल्ला म्हणजे काळजीपूर्वक योजलेला एक सार्वजनिक उन्माद असतो. त्याच्या मानसिक तयारीसाठी, वीररस अंगात खेळू लागण्यासाठी, मारीन किंवा मरेन (लुळापांगळा होईन असा विचार कुणाच्याही मनाला शिवत नाही) असा निश्चय करण्यासाठी भरपूर वेळ मिळतो.

छळ आणि क्लेष, विशेषत: छळ, आणि तोही आपल्याच माणसांच्या हाती, हे वेगळंच प्रकरण आहे. आपलेच मित्र आणि नातेवाईक आपल्यावर उलटले आहेत, सर्व प्रकारची अमानुष कृत्यं करताहेत, आणि यात काहीही अनुचित किंवा निषिद्ध गणलं जात नाहीये यावर विश्वास बसत नाही. हे सारं एक दिवस, एक आठवडा, किंवा महिनोन्महिने चालू राहण्याची शक्यता असून याला अंत आहे का याची शाश्वती नसते.

असल्या अनुभवातून अभंगपणे बाहेर येण्यासाठी शारीरिक क्लेष सहन करण्याच्या शक्तीपेक्षा एका वेगळ्या प्रकारच्या मानसिक शक्तीची गरज असते. विक्रमादित्याला बोलतं करण्यासाठी फारसा त्रास पडेल असं मला वाटत नाही. माझ्या भावाला कुठली गोष्ट अतिशय असह्य वाटत असेल तर ती म्हणजे, एकटेपणा. त्याला एक दोन दिवस,

फार तर तीन दिवस एकान्तवास घडवला तर त्याच्या पोटातलं सारं काही भडाभड बाहेर काढायला फारसा प्रयास पडू नये. त्याला दूरदृष्टी नाहीये. कचाट्यात सापडल्याच्या जाणिवेने तो हतबल झाला तर स्वत:च्या आईचादेखील विश्वासघात करण्यास तो मागेपुढे पाहणार नाही.

माझ्या भावाला, तो रणथंभोरच्या वाटेवर असताना गाठून त्याच्यावर बेकायदेशीर उपाय योजण्याचा अनावर मोह मला झाला. मार्ग थोडासा बदलल्याने त्याची फार मोठी गैरसोय होणार नव्हती, आणि कारस्थानाच्या कटाचे सारे तपशील आमच्या हाती पडणार होते. पण रूढीला सोडून वागण्याचं धैर्य माझ्यात नव्हतं की, मी जे केलं तेच योग्य केलं, हे मला कधीच कळणार नाहीये. माझ्यातली ही फार मोठी कमतरता असू शकेल की, परिणामांचा विचार न करता कुठलीही गोष्ट, मग ती कितीही आवश्यक का असेना, करणं मला जमत नाही. मी विक्रमला पकडून कैद केलं असतं तर त्याच्याकडून मिळालेली सारी माहिती मी महाराजांसमोर नमूद करू शकलो असतो, ज्यामुळे आई, लेक आणि इतर सरदारांनी रचलेल्या नीच कटाचे तपशील उघड झाले असते. पण मग माझी परिस्थिती काय होणार ? बाबांना आपण कोंडीत पकडलो गेल्याची जाणीव होणार. जे करण्याची हिंमत त्यांच्यात नव्हती ते मी करून दाखवल्याची कबुली नाइलाजाने त्यांना द्यावी लागणार, आणि विक्रम व आपल्या आवडत्या राणीविरुद्ध कायदेशीर कारवाई करण्याव्यतिरिक्त त्यांच्यापाशी पर्याय उरणार नाही. तसं झालं तर उत्तमच. आपल्या मांडलिक आणि मित्र राजांपैकी कोण दोस्त होते आणि कोण शत्रू ते तरी त्यांना कळेल. पण त्यांच्या हुकमाविरुद्ध जाऊन मी स्वत:च्या हिकमतीवर पुढाकार घेतला याबद्दल, आणि त्याहूनही महत्त्वाचं म्हणजे त्यांना अडचणीत आणल्याबद्दल ते मला कधीच माफ करणार नाहीत. परत कधीच विश्वास ठेवू शकणार नाहीत ते माझ्यावर. माझ्यापाशी एकच व्यवहारी पर्याय होता, आणि तो म्हणजे माझ्या भावाची उलटतपासणी केल्यानंतर त्याचा 'अपघाती' मृत्यू घडवणं. म्हणजे मग राज्यात आणि संघात असलेले आमचे शत्रू कोण ते मला कळलं असतं. तेथून पुढे त्यांच्यावर नजर ठेवण्याचं आणि त्यांना हातोहात पकडण्याचं काम मंगलच्या माणसांचं.

अर्थात, माझी ही योजना सपशेल फसू शकत होती, पण तरी, प्रयत्न करण्यालायक नक्कीच होती.

पण तिचा पाठपुरावा करण्याऐवजी मी परत बाबांपाशी गेलो.

"आजतागायत असलेल्या सर्वांपेक्षा अधिक जहाल शत्रूशी लवकरच मेवाडला सामना करावा लागणार आहे, महाराज. दिल्लीचा पातशहा आपल्या लष्कराच्या कुठल्याही दुर्बलतेचा फायदा उठवल्याशिवाय राहणार नाही. हिजड्याने दिलेल्या सावधानीच्या इशाऱ्यानंतरही जर आपण राज्याविरुद्ध षड्यंत्र रचणाऱ्यांना शोधून काढून

त्यांचं कारस्थान उघडकीस आणलं नाही, तर त्याचं बलिदान व्यर्थ गेलं असंच म्हणावं लागेल. या राजद्रोह्यांविरुद्ध अत्यंत सक्त कारवाई करणंच इष्ट ठरावं.''

''बृहन्नडाचं म्हणणं खरं होतं असं जरी मानलं तरी त्याचं पुनरुज्जीवन झाल्याखेरीज या कारस्थानात गुंतलेल्यांची नावं कशी मिळवायची याबाबत माझी तरी मती चालत नाहीये.''

''ती मिळवता येतील.'' मी काही वेळ थांबलो. बाबांच्या प्रतिक्रियेविषयी मला खात्री नव्हती. ''विक्रमादित्याची उलटतपासणी करून.''

''त्याला रणथंभोरहून परत बोलावून घ्यायचं ?''

''किंवा इथून एक चौकशी समिती तिथे पाठवायची.''

''आणि त्याला बोलतं कसं करायचं ?''

''एकान्तवास आणि काही धमक्यांद्वारे ते शक्य आहे.''

''गरज पडली तर त्याचा अमानुष छळ करण्यासही आपण मागेपुढे पाहणार नाही ?''

याचा मी थोडा वेळ विचार केला. खरं ते सांगावं की नाही ?

''होय,'' स्वत:शीच बोलत असल्याप्रमाणे बाबा म्हणाले, ''मला वाटतं की राज्याच्या तथाकथित भल्यासाठी आपण आपल्या भावाचा काटा काढायला मागेपुढे पाहणार नाही. तो निरपराध असला तरी.''

''हे असत्य आणि अन्याय्य आहे, महाराज.''

''असं ? माझ्या दोन्हीही वडील बंधूंनी स्वत:च्या हितासाठी माझा बळी द्यायचा प्रयत्न केला होता.''

बाबांच्या दुटप्पी आणि धादान्त खोटेपणाने भरलेल्या या शब्दांनी मी थक्क झालो. आयुष्यात प्रथमच आपल्या भावांचा, आणि वारसा हक्कासाठी दोन्ही पक्षांचा अध:पात करणाऱ्या झगड्याचा त्यांनी उल्लेख केला होता. मेवाडविरुद्ध, खुद्द त्यांच्याविरुद्ध षड्यंत्र रचणाऱ्या कारस्थान्यांचा मागोवा घेण्याच्या माझ्या मनसुब्याची तुलना, आपले भाऊ पृथ्वीराज आणि जयमल यांनी सिंहासनासाठी केलेल्या खुनी चढाओढीशी करण्याचं औद्धत्य बाबांनी दाखवलं होतं. दोघेही तिसऱ्या क्रमांकाचे कनिष्ठ पुत्र असल्याने विक्रमादित्याच्या जागी ते स्वत:ला पाहत होते. माझ्या भावाचे दोष किंवा गुन्हे कितीही भयानक का असेनात, त्यांच्या मते तो नेहमी कमनशिबी राहणार होता. इतकी वर्षं माझ्याबरोबरच्या त्यांच्या वागणुकीचं कारण हे होतं असं जरी मानलं, तरी मानवस्वभावाच्या दुबळेपणावर प्रकाश टाकणाऱ्या या ज्ञानाने मी अतिशय अस्वस्थ झालो. हा एक विचारी, समंजस, धोरणी माणूस, ज्याने आपल्या प्रजेला आणि राज्याला स्फोटक आणि कठीण प्रसंगातून सुखरूपपणे पार आणलं, आणि जो सध्या आपल्या

सर्वांत मोठ्या वैऱ्याला तोंड देण्याच्या तयारीत गुंतला होता, तोच हा नृपश्रेष्ठ अत्यंत उथळ आणि हळव्या पुत्रप्रेमापोटी आपली सारासार विचारशक्ती गहाण ठेवून आपल्या देशाचं भवितव्य धोक्यात आणू पाहत होता.

"आम्ही विक्रमादित्याला हद्दपार केलंय. आमच्याविरुद्ध कारस्थान रचण्याचा प्रयत्न करू इच्छिणाऱ्यांनी यातून काय तो धडा घ्यावा. शांत असलेलं मोहोळ उगाच डिवचू नका, युवराज, निदान या उपटसुंभ मोगलांचा आम्ही पराभव करीपर्यंत तरी."

यावर बाबांशी बोलण्यासारखं काहीच नव्हतं माझ्यापाशी.

"लवकरच आपण पिता होणार आहात असं आम्हांला सांगण्यात आलंय. आपल्याला मुलं झाली की आमच्या वागणुकीचा आपण इतक्या कठोरपणे निवाडा करणार नाही. सर्वच मुलं आपल्यासारखी आदर्श नसतात. काही काही तर आपल्या जन्मदात्यांच्या सहनशीलतेचा अंत पाहतात."

हे प्रभो एकलिंगजी, माझा धर्म कोणता ? माझ्या राज्याशी, मेवाडच्या प्रजेशी, आमच्या हिंदू आणि मुसलमान मित्र राज्यांशी, आणि माझं माझ्याशीच, कर्तव्य तरी काय आहे ? मी फक्त एक क्षत्रिय नाहीये तर माझी राज्यपदाचीदेखील आकांक्षा आहे. मेवाडचं पालन आणि रक्षण हे जर माझं आद्य कर्तव्य असेल तर त्या बाबत मी काय करायला हवं ? कारस्थानाविषयी महाराजांनी दाखवलेल्या कोमट प्रतिक्रियेकडे दुर्लक्ष करून सारी सूत्रं स्वतःच्या हातात घ्यावीत ? माझ्या भावाला कोंडीत पकडून — कसलीही किंमत द्यावी लागली तरी — त्याच्याकडून कटाची माहिती वदवून घ्यावी ? राज्यच गमावून बसल्यानंतर, माझी जबाबदारी मी जाणत होतो, पण राणाच्या हुकमाविरुद्ध जाऊन स्वतःच्या अखत्यारीत काही करण्याचा ना अधिकार ना सामर्थ्य होतं माझ्यापाशी, असं म्हणण्यात काय अर्थ होता ?

पण या सर्व प्रश्नांच्या पाठीमागे आणखी एक अनुत्तरित प्रश्न आहे. विक्रमशी कसल्याही प्रकारचा व्यवहार करण्याची, आणि गरज पडलीच तर त्याला नष्ट करण्याची सारी शक्यता टाळण्यासाठीच तर मी ही समस्या घेऊन बाबांपाशी गेलो नव्हतो ?

४४

युद्धानिमित्त नवीन करआखणीसंबंधीच्या योजनेची मांडणी करण्यात मी खरंच इतका दंग झालो होतो का की, रात्र झालेलीदेखील माझ्या लक्षात आली नाही ? पण हे कसं शक्य आहे ? मला कचेरीत आल्याला फार तर अडीच तास झाले असतील. काही तरी चुकत होतं. काही तरी अघटित घडलं होतं. पक्ष्यांची किलबिल अशी अचानक बंद कशी झाली ? आणि चितोडची सारी माणसं कुठे गडप झाली ? रस्त्यात गोट्या खेळणारी आणि भोवरे फिरवणारी मुलं; नदीवरच्या धोबीघाटावर कपडे बडवण्याचे आणि पाण्यात खळखळवण्याचे निरंतर, तालबद्ध आवाज; भाजी, फळं, मोती आणि इतर मूल्यवान खडे विकणाऱ्यांच्या आरोळ्या आणि पादचाऱ्यांच्या मागे लावलेल्या त्यांच्या लकड्याचे आवाज; आणि अर्थात, सुहासमलच्या पाणीपुरवठा आणि मलनि:सारण उपक्रमासाठी लागणारे दगड खाणीतून खोदले जात असलेल्याचे घण ?

मी अस्वस्थ झालो. काय चाललंय ते पाहायचं होतं मला. रस्त्यात एकही कुत्रं, मांजर, पक्षी, मूल किंवा माणूस नव्हतं. माझ्या पोटात भीतीचा गोळा उठू लागला. महामारीच्या साथीत किंवा माझे आजोबा, राणा रायमल यांच्या अंत्ययात्रेच्या वेळीदेखील अशी सुन्न शांतता पसरली नव्हती. बाबर तर गुपचूपपणे चित्तोडमध्ये घुसला नव्हता ? अल्लाउद्दीन खिलजीप्रमाणे दिसेल त्या जिवंत प्राण्याची त्याने कत्तल तर केली नव्हती ? बाबा सुखरूप होते ना ? माथेफिरूसारखा मी पळू लागलो आणि का कोणास ठाऊक, मंगलच्या नावाने हाका मारू लागलो.

आणि मग मी वर आकाशाकडे पाहिलं.

नक्षत्र आणि तारे विरहित रात्रीच्या थेट माथ्यावर, अस्पष्ट खळं पडलेला संपूर्ण काळा पूर्णचंद्र. काय होतं ते ? आभाळाच्या कपाळावरचा तो अभद्र तिलक ?

जी कुणी पिशाच्चं माझा पाठलाग करत होती त्यांच्यापासून माझा बचाव करण्यासाठी माझा मित्र आणि संरक्षक मंगल, हातातल्या कागदपत्रांसकट बाहेरच्या अंधारात धावत आला.

“युवराज, युवराज,” मंगल ओरडत होता, “सूर्यग्रहण पाहू नका.” माझे डोळे

आपल्या हातांनी झाकून त्याने माझं डोकं आपल्या छातीवर गच्च दाबून धरलं. "आपण ठीक आहात ना, युवराज ?"

खग्रास सूर्यग्रहण ! स्वतःच्या सर्वनाशासाठी सूर्यदेवाला दुसरी जागा आणि वेळ निवडता आली नसती का ? काय सांगू पाहत होता माझा पूर्वज मला ? मोगल संकटाला सामोरं जाण्यासाठी अशुभ वेळ आम्ही निवडली आहे असा स्पष्ट संकेत देत होता का तो सहस्ररश्मी ? पण हे ग्रहण आग्र्यात पातशहालादेखील दिसत असेल. कुणाच्या पक्षाचा होता सूर्यदेव ? सूर्यचंद्राचा हा संयोग मेवाडचा विनाश सुचवत होता की मोगल पातशहाचा ? मला काही समजत नव्हतं आणि मला पर्वा नव्हती. बाबरशी होऊ घातलेली आमची भेट पुढे ढकलण्यासाठी या घटनेसंबंधीच्या लोकभ्रमाचा मी पुरेपूर उपयोग करून घेणार होतो.

"आपण सूर्यग्रहणाकडे पाहत का होता, युवराज ? राजवैद्यांकडून लगेच आपले डोळे तपासून घेतले पाहिजेत."

"ते नंतर बघू. आधी महाराजांची भेट घेणं आवश्यक आहे." माझ्या डोळ्यांच्या मध्यभागी जळती वर्तुळं उमटू लागली होती. धावताना मी अडखळलो, पण आता मला कोणी थांबवू शकणार नव्हतं.

"महाराज," मला थोडी धाप लागलेली, "हा अपशकून लक्षात घेऊन विचारांती निर्णय घ्यावा. मोगल पातशहाला समोरं जाण्यासाठी ही शुभ वेळ नसल्याचं आपला पूर्वज, खुद्द सूर्यदेव आपल्याला सुचवत आहे."

"आपण विपरीत बोलत आहात, बेटा." हसत, माझी पाठ थोपटत महाराज म्हणाले, "आपल्या पूर्वजाने एक दूत पाठवलाय ज्याने बाबर मृत्यूशय्येवर असल्याची खबर आणली आहे."

सर्व व्यवहार बंद पडले आहेत. लढाईची तयारी बंद करण्यात आली आहे. मार्गशीर्षात आम्ही दिवाळी साजरी करत आहोत असाच कुणाचाही समज झाला असता. कारकुनांनी लिहीत असलेली वाक्यं अर्ध्यावरच सोडली. अश्वशाळेचा अधिकारी तीन खुरांना नाल लावलेल्या घोड्यांचा चौथा पाय तसाच सोडून गायब झाला. तलवारी बनवणाऱ्या लोहारांनी आपापल्या भट्ट्या विझवल्या, दुकानं बंद केली आणि ते नवटंकी बघायला गेले. खरं माना वा खोटं, पण काही काही वस्त्यांत मिठाई वाटली जात आहे. गेले तीन महिने नेमलेल्या वेळेपेक्षा अधिक वेळ काम करत असलेलं मंत्रिमंडळ आणि सरकारी कर्मचारीसुद्धा गेले दोन दिवस रजेवर गेलेत. देवळातला घंटानाद दिवसभर अविरत चालू असतो आणि मुसलमानांसह सारी प्रजा देवाचे आभार मानत आहे.

सुलतान इब्राहीम लोदीची आई, जिला आपल्या चांगुलपणापोटी मोगल आक्रमकाने आग्ऱ्याला आपल्या स्वत:च्या छपराखाली आसरा दिला, त्यालाच तिने आपल्या एका नोकराकरवी विष घातलं होतं. गेले चोवीस तास सतत होत असलेल्या वांत्यांनी बाबर हैराण झाला होता.

"आता कुठल्याही क्षणी," शफीचे वडील मला म्हणाले, "पातशहा आपला अखेरचा श्वास सोडील. त्याच्या आत्म्याला जन्नत लाभो !"

त्यांच्या पाठोपाठ खुद्द महाराजांची स्वारी हजर झाली. एखाद्या मुद्द्यावर जर तातडीने चर्चा करायची असेल, तर आपल्या अधिकाराप्रमाणे मला बोलावून घेण्याऐवजी तेच माझ्याकडे येतात, आणि शंभरापैकी पंच्याण्णव वेळा आम्ही दोघं मिळून तिकडच्या तिकडे त्या मुद्द्याचा आणि त्यासंबंधीच्या दस्तऐवजाचा निकाल लावतो.

"मला बोलावून घ्यायचं होतं, महाराज."

"कशासाठी ? अनधिकृत का होईना पण आज सुट्टीचा दिवस आहे. साऱ्या चितोडमध्ये एक आपण आणि मंगल आहात जे आज काम करताहेत."

मी स्मित करत उठून त्यांना माझं आसन दिलं.

"आपण निराशावादी आहात, बेटा. बाबर मरणार नाही, किंवा आतापर्यंत मेला नाहीये असं का वाटतं आपल्याला ?"

"मला वाटतं की, त्या म्हाताऱ्या बाईच्या नोकराने आपल्या कामात चूक केली. विषबाधेनंतर जर बारा तासांत माणूस मेला नाही, तर बहुतेक वेळा तो जगतो."

"आपल्याला एवढी खात्री का वाटतेय ?"

"ईश्वर त्याच्या पक्षात आहे की नाही ते मला माहीत नाही, पण इतकी वर्षं तो आपल्या श्रद्धेच्या बळावरच वाचत आलाय. बऱ्याच संकटांतून तो श्रद्धेच्या जोरावर बाहेर पडला आहे. मांजराला नऊ जीव असतात असं म्हटलं जातं, पण बाबरने आतापर्यंत आपले एकोणीस किंवा एकोणतीस जीव तरी गमावले असावेत."

"या मोहिमेसंबंधी आपण दैववादी बनला आहात का, बेटा ?"

"नाही. पण काहीही योगायोगावर सोडायचं नाही मला."

"तर मग, मीही परत कामाला लागावं हे उत्तम."

"बाबा, आपण जाण्यापूर्वी एक प्रश्न विचारू ?"

"विचारा."

"आपण युद्धावर जाऊ तेव्हा चितोडचा राज्यपाल आणि आपला प्रतिनिधी म्हणून गादी सांभाळायला आपण कोणाची नेमणूक करणार आहात ?"

"गेले कित्येक आठवडे मी यावर विचार करतोय, पण अजून माझा निर्णय होत नाही. मांजर जागेवर नसलं की, फक्त उंदीरच हैदोस घालतात असं नाही, तर इतर

मांजरंही त्याची जागा बळकवयाचा प्रयत्न करतात. माझे प्रिय आप्त लक्ष्मणसिंहजींशी मी हा विषय काढला होता, पण ऐकून घ्यायला अजिबात तयार नाहीयेत ते. माझ्या अंध डोळ्याची दृष्टी बनून ते माझ्या सोबत युद्धावर येणार आणि माझं रक्षण करणार आहेत. आपल्या मनात कोण आहे ?''

''मंगल सिंह.''

''त्याच्या आईचा काही पत्ता लागला की नाही ?''

''नाही, महाराज.''

''तो योग्य माणूस आहे. तीक्ष्ण दृष्टीचा, कठोर, आणि तरीही न्यायी. मुख्य म्हणजे राज्याशी अत्यंत निष्ठावान. पण त्याचा स्वीकार व्हायचा नाही. एक तर तो वयाने लहान, आणि दुसरं म्हणजे तो राजघराण्यापैकी नाहीये. एवढंच असतं तरी कदाचित चाललं असतं, पण आपले प्रधानमंत्री, राव पूरणमल, यांना जर राजसिंहासन सांभाळण्याचा हक्क दिला नाही तर ते फारच मनाला लावून घेतील. पण यावर एक उपाय आहे. मंगलला चितोडचा राज्यपाल म्हणून नेमता येईल. म्हणजे कोणाचंही मन दुखावणार नाही, आणि मंगलला बाह्य आणि अंतर्गत, दोन्ही बाबींवर नजर ठेवता येईल.''

हल्ली स्वतःला शिक्षा केल्याप्रमाणे मी वीणा वाजवतो. सुगंधाच्या ऋणातून मुक्त होण्यासाठी पश्चात्तापाचा आणि क्षमायाचनेचा अगतिक प्रयत्न असल्यासारखा. शक्य होईल तेव्हा मी रियाज करतो. दिवसभरात वेळ मिळत नाही, मग रात्री झोपेचे काही तास त्यासाठी वापरावे लागतात. बासरीवादनात चांगल्यापैकी प्राविण्य मिळवल्याचा आणि शास्त्रीय संगीताचे सिद्धांत थोडेफार अवगत असल्याचा निश्चितच मला उपयोग होतो. बोटांना घट्टे पडल्यामुळे हल्ली ती रक्ताळत नाहीत, आणि मींढ सोडली, तर दिवसेंदिवस माझी बोटं कुशल होत चालली आहेत. गेले काही महिने मी करत असलेली तालीम आणि मेहनत जर अशीच चालू ठेवली, तर कदाचित वीणासम्राट राणा कुंभाचा आत्मा जिथे असेल, तिथून आपला पणतू आपल्याच पावलांवर पाऊल टाकून चाललाय याबद्दल पसंती व्यक्त करील.

अलीकडे माझ्या लक्षात येऊ लागलंय की खोलवर कुठेतरी माझ्यात स्वतःच्या गुणांचं प्रदर्शन करण्याची, स्वतःकडे सर्वांचं लक्ष वेधून घ्यायची तीव्र ओढ आहे. थोडं अधिक नैपुण्य असतं वीणावादनात, तर मी सार्वजनिकपणे साऱ्या मुख्य मुख्य राजांच्या दरबारात माझे कार्यक्रम ठेवले असते, आणि गुजरातच्या सुलतानालादेखील मला आमंत्रण द्यायला लावलं असतं. कदाचित दिल्लीच्या नव्या पातशहापुढेदेखील माझ्या

वीणावादनाचा कार्यक्रम आखला असता मी. दुर्दैवाने, सतत टाळ्यांचा कडकडाट ऐकण्याची माझी इच्छा, आणि माझी गुणवत्ता, यांचं प्रमाण जुळत नाहीये. अजून तरी. दर वेळी माझ्या अकलेवर मात करून माझी महत्त्वाकांक्षा वर उसळी मारते, आणि मोजक्या संगीत रसिकांच्या छोट्याशा बैठकीत मला माझी कला सादर करण्याची खुमखुमी येते, तेव्हा मी माझ्या गुरूचं स्मरण करतो, आणि ती आपल्या शांत सौम्य पद्धतीने मान नकारार्थी हलवत, अधार न होण्याचा मला उपदेश करते.

काय गंमत आहे पाहा. प्रथमच माझ्या लक्षात आलं की धीर न सोडण्याची सर्वांत जास्त सहनशीलतेची गरज कोणाला असते ? आजाऱ्यांना. रोगमुक्त होण्यासाठी किंवा मृत्यूला सामोरं जाण्यासाठीदेखील आजाऱ्यांनी धीर, सोशीकपणा आणि चिकाटी दाखवावी अशीच सर्वांची अपेक्षा असते. सुगंधाने दाखवलेला सोशीकपणा माझ्या तरी पाहण्यात यापूर्वी आला नव्हता. का नाही ती रडली, भेकली ? का नाही तिने गगन भेदलं, दिसेल ते तोडलं, फोडलं, निरोगी आणि चालताफिरता असण्याचं सौभाग्य लाभलेल्या प्रत्येकावर चाकूचा हल्ला करून त्याला भोसकलं ? का सहन केली तिने बेसुमार यातना ? मला कळतंय की, त्या यातनेला पर्याय नव्हता, पण याच कारणासाठी ती किंचाळू शकली असती आणि देवांना नावं ठेवू शकली असती. तिला माहीत नव्हतं का की, मानवजात कितीही सामर्थ्यहीन असली तरी दुर्बळदेखील शिव्याशाप देऊ शकतात ? कुणास ठाऊक, कधी कधी प्रतिकार न करू शकणाऱ्या प्राण्यांच्या कोपाला देवदेखील घाबरत असतील. पण सुगंधा खुळी होती. आपल्या नशिबाचा तिने धीरोदत्तपणे स्वीकार केला. पण यातना सोसण्यात कसलं आलंय शौर्य ? यातना फक्त हीनदीन आणि अवमानित करते. कमीत कमी, ईश्वराच्या क्षुद्रपणाला आणि दुष्टपणाला साक्षी करू शकली असती ती सारं चितोड.

आम्ही सारे तिच्याभोवती घोटाळत होतो. महाराज, कर्मावती राणीसाहेब, तिचा भाऊ हेमकरण, आणि तातडीने बोलावून घेतलेले तिचे वडील. पण हळूहळू सर्वांच्या लक्षात येऊ लागलं होतं की, आता आशेला फारसा वाव नव्हता. होय, छोटी संतमाई आणि मीदेखील अबोल एकजुटीने तिची सोबत करत होतो, तिच्यावर ओढवलेला प्रसंग आपल्याला भोगावा लागत नाहीये याबद्दल मनातल्या मनात आभार मानत. गैरसमज नसावा, आम्ही दु:ख व्यक्त केलं, सहानुभूती दाखवली, पश्चात्ताप, खेद आणि बेचैनीपोटी कुशी बदलण्यात रात्री घालवल्या. विनवण्या आणि प्रार्थनांच्या माऱ्याने हिरवे डोळेवालीने बन्सीबाजाचा इतका पिच्छा पुरवला की, बहुतेक तो राजवाडा सोडून, किंवा चितोड सोडून, कदाचित विश्वच सोडून पळून गेला असावा. पण जाता जाता त्याने सुगंधाकडे एक कृपाकटाक्ष टाकला नाही.

आणि मी ? मी काय केलं ? पराकोटीच्या अहंमन्यतेच्या भाराने नि:संशय माझा अंतर्गत रक्तस्राव झाला असणार, आणि माझ्या कण्याला आणि मेंदूला तडे गेले असणार, कारण सुगंधाच्या स्थितीला मीच जबाबदार होतो याबद्दल मला शंका नव्हती. माझ्या इंद्रियाने दिलेला दगा ही फक्त सुरुवात होती. तिच्या गर्भातलं स्फोटक बीज माझं होतं की विक्रमादित्याचं ? जर सुगंधा जगली असती आणि तिने एक सुदृढ राजपुत्र किंवा राजकन्येला जन्म दिला असता तर त्याच्या पितृत्वासंबंधी सर्वांच्या मनात नेहमीच शंका राहिली असती. सुगंधाने मरायचं ठरवलं म्हणूनच कदाचित हे दु:ख, उत्कंठा आणि दानशूरपणा मी दाखवू शकत होतो.

मृत्यूपूर्वीच्या रात्री तिने माझ्याकडे पाहिलं आणि विचारलं, ''मी मरणार, आणि आपलं मूलही, कारण मी तुमच्याशी बेइमानी केली म्हणून, हो ना ?''

''हे खरं नाहीये,'' वेड लागल्यासारखा मी तिच्यावर ओरडलो, ''हे अजिबात खरं नाही. या जगात न्याय नाहीये, जशास तसं नाहीये. तसं असतं तर विक्रमादित्य केव्हाच मरायला हवा होता. आणि मी ? ईडरच्या मोहिमेत मी मारलेल्या लोकांसाठी दहा हजार वेळा, आणि तुझ्याशी केलेल्या वर्तणुकीसाठी आणखी एकदा मला मृत्यू यायला हवा होता.''

पण ती ऐकण्याच्या पलीकडे गेली होती. तिच्या पोटातला गर्भ गुदमरू लागला होता. आणि आपण भोगत असलेल्या वेदनेची किंमत तिच्या प्राणांनी वसूल करून घेत होता.

नाहीतरी, तिला माझं म्हणणं पटलं नसतंच.

सकाळचे सहा वाजले असावेत. सूर्यग्रहणाच्या दिवशी मला दिसलेली जळती वर्तुळं माझे निरंतर सोबती बनून मी पाहत असलेल्या प्रत्येक वस्तूच्या आणि माझ्यामध्ये उभी असतात. डोळे मिटून घेऊन मी झोपतो तेव्हाही. राजवैद्यांना मी अनेकदा भेटलो. त्यांनी कापूर आणि इतर वनस्पती असलेले औषधी थेंब डोळ्यांत घालण्यासाठी दिले आहेत. पण त्यांनीही डोळ्यांची आग कमी होत नाहीये. सूर्यग्रहण पाहिल्याचा हा परिणाम आणखी किती दिवस सहन करावा लागेल या प्रश्नाला ते उडवाउडवीची उत्तरं देतात. सूर्यदेवाने माझ्या दृष्टीचा प्रकाश हिरावून घेऊन माझ्याकडे पाठ फिरवली आहे का ? जेमतेम दोन तास झोपून उठल्यानंतर मी आंघोळीला बसलो होतो, इतक्यात दासीने दरवाजा ठोठावला.

"नगररक्षक मुख्याधिकाऱ्यांकडून दूत आलाय. दीड तासानंतर ते आपल्याला भेटण्याची परवानगी मागताहेत. आपण जिच्या शोधात होतो ती संशयित बाई सापडली आहे असा मुख्याधिकाऱ्यांचा निरोप आहे."

"त्या माणसाला सांग की, मी लगेच नगररक्षक ठाण्यावर येतोय."

नगररक्षक मुख्याधिकाऱ्यांना सापडलेल्या बाईला पाहण्यासाठी दीड तास थांबणार नव्हतो मी. कौसल्याचा संशयित म्हणून मी कधीच विचार केला नव्हता. ओल्या अंगावरच मी घाईघाईने डगला चढवत असताना उजवी बाही फाटली. बेफिकीरवर मांड टाकून मी डगल्याचे बंद बांधले आणि सात पळांत नगररक्षक ठाण्यावर पोचलो. ठाण्याच्या आतल्या खोलीत अंधार होता. ती बाई दिसायला निश्चितच कौसल्यासारखी होती. माझ्या आठवणीपेक्षा थोडी रोडावलेली, आणि केस पांढरे होऊ लागलेली, पण तो हालअपेष्टा सोसल्याचा परिणाम असू शकतो. कपडे मळलेले, केस अस्ताव्यस्त. तिने माझ्याकडे पाहिलं नाही. भीतीपोटी नाही, तर तिला माझ्यात किंवा इतर कशातही रस नव्हता, म्हणून.

"कुठे सापडली ही ?" तिथे उभ्या असलेल्या शिपायाला मी विचारलं.

"मंगल सिंहजींच्या एका माणसाने हृषीकेशला तिला हेरलं."

"मला खाजगीत बोलायचंय." ती बाई उठली आणि शिपायामागून जात असताना अडखळली.

"तिचे पाय का बांधले आहेत ?"

"तिला तसंच इथे आणलं गेलं. चित्तोडला यायचं नव्हतं तिला."

"तिचे पाय सोड."

दोराची गाठ सोडायला थोडा वेळ लागला. गाठ सुटेपर्यंत ती बाई शांतपणे उभी राहिली, पण दोर सुटताच बाहेर चालती झाली. धावत जाऊन शिपायाने तिला परत आणलं.

"मला तुझ्याशी बोलायचंय." खुशी, नाखुशी, काहीही न दाखवता ती बसली. कुठल्याही भावनेच्या पलीकडे पोचल्यासारखी. "तुला भूक लागली आहे का ? काहीतरी खायला मागवू ?"

"नको."

"नाव काय तुझं ?"

"नाव नाही."

"कुठून आली आहेस ?"

"जिथे होते तिथून."

"आणि कुठे जायचंय तुला ?"

“कुठेही. काही फरक पडत नाही.”

“तुला मुलं आहेत ?”

“मला परत माझ्या कुत्र्याकडे जायचंय. हृषीकेशला तो माझी वाट पाहत असेल.” तिची भाषा, आवाज, बोलण्याची पद्धत इतकी भावरहित होती की त्यातून मला कसलाही सुगावा लागेना.

“काय नाव त्याचं ?”

“आनंद.”

“कुत्र्याला हे नाव जरा वेगळंच वाटतं.”

“मुळीच नाही. तो माझ्या जीवनातला आनंद आहे.” माझ्याजवळ येत तिने अचानक माझा हात पकडला. फाटलेल्या बाहीतून तिच्या उजव्या हाताचा स्पर्श मला जाणवला, “माझ्या आनंदकडे मला परत जाऊ द्या. दया करा.”

तिची शरीरतपासणी करायच्या विचारात होतो मी. पण मी त्या शिपायाला, नगररक्षक मुख्याधिकाऱ्याला, महाराजांना, मंगलला आणि खुद्द त्या बाईला काय सांगणार होतो ? मला तुला नग्न बघायची आहे ? तू माझ्याशी संभोग करशील का ? ती कौसल्या नव्हती. तिच्या हस्तस्पर्शानेच ते सांगितलं होतं मला. खात्री करून घेण्यासाठी मी तिचे हात हातात घेतले. तिचे तळवे मऊ, मुलायम होते, पण ते कौसल्याचे नव्हते.

तेवढ्यात मंगल आला.

“माफी असावी युवराज, मला उशीर झाला. एका बैठकीत अडकलो होतो. आई आहे माझी ?”

“तूच सांग मला.”

तो घुटमळला. त्याच्यापेक्षा कितीतरी पटीने अधिक चांगलं मी तिला ओळखत होतो असं म्हणायचं होतं का त्याला ? तसं असेल तर त्याने ते वेगळ्या शब्दांत सांगितलं.

“जवळ जवळ चौदा वर्षं मी फारसा आईच्या सान्निध्यात नव्हतो. ही बाई आईसारखी दिसतेय, पण माझी खात्री नाहीये.”

“नाहीये ती.”

त्या बाईला मी पैसे दिले. पुढची वर्ष दोन वर्षं तरी तिला आणि तिच्या आनंदला ते पुरे पडावेत.

“तुला परत हृषीकेशला जायचंय का ?”

“आनंद जर तिथे असेल तर जायचंय.”

मी शिपायाला बोलावून घेतलं आणि उत्तर भारतातल्या तीर्थस्थानांवर निघालेल्या एखाद्या यात्रेकरूंच्या मेळाव्याबरोबर तिला पाठवण्याची व्यवस्था करण्यास सांगितलं.

"तू कधी झोपत नाहीस का, मंगल ?"

"आपल्या इतकाच झोपतो, युवराज. आत्ताच बातमी कळली की बाबर तातडीने बयानाच्या किल्ल्याकडे जादा कुमक पाठवतोय. आपल्यापासून त्या किल्ल्याला धोका आहे असं वाटतंय त्याला."

"कोणाच्या नेतृत्वाखाली ?"

"महंमद सुलतान मिर्झा, यूमस-इ-अली, शहा मन्सूर बर्लास, कित्ता बेग, किसमती आणि बुझका."

बाबर, आतापर्यंत आपल्या लक्षात आलंच असेल, विषबाधेला बळी पडला नाही. तो थोडक्यात वाचला होता. आपले प्राण वाचवल्याबद्दल त्याने देवाचे अनंत उपकार मानले.

माझा खाजगी चिटणीस हिवतापाने आजारी पडल्यामुळे आलेली सारी पत्रं आणि खलिते मलाच उघडावे लागले. युद्धानिमित्त लागणाऱ्या शिधासामुग्री पुरवठ्यासंबंधी धान्यव्यापाऱ्यांची पत्रं; घोड्यांची विक्री करणाऱ्याचं म्हणणं आहे की, मागणीपेक्षा तो एकशे सत्तर घोडे कमी पुरवू शकतो; रायसेनच्या शस्त्रकारखान्यातून पाच हजार तलवारींसाठी आगाऊ रकमेची मागणी. अशीच आणखी तीस पस्तीस पत्रं. पुढच्या पत्रावर अधिकृत शिक्का नाहीये. वर 'खाजगी' असं लिहिलंय. हस्ताक्षर ओळखीचं वाटतंय पण नक्की कुणाचं ते ठरवता येत नाही.

श्रीमंत युवराज यांसी,

स. न. वि. वि.

श्री एकलिंगजी आपलं रक्षण करो आणि आपल्याला प्रेरणा देवो ! त्याची कृपादृष्टी नेहमी आपल्यावर राहो !

आपल्या द्वितीय पत्नीच्या निधनाच्या बातमीने दु:ख झालं. त्यांचा परिचय नसल्याने मी त्यांच्यासंबंधी चांगलं किंवा वाईट लिहू इच्छित नाही. माझ्या पत्राचं ते कारणही नाहीये.

गेल्या खेपेला आपली भेट झाली त्यानंतर मी पत्नी आणि / किंवा मित्र यांची व्याख्या जाणून घेण्याचा प्रयत्न केला आणि व्याख्येनुसार या दोन्ही संबंधात मी कमी पडते हे लक्षात आलं. आपल्या प्रिय व्यक्तींना दुखवण्याच्या भीतीपोटी जर आपण सत्य बोलण्याचं टाळलं, तर आपण आपल्या प्रिय

व्यक्तींची आणि स्वत:चीदेखील प्रतारणा करतो. मी लहान असताना आपण मला सांगितलं होतं की मैत्री कमवावी लागते. मी आपली मित्र आणि पत्नी दोन्ही आहे आणि तशीच कायम राहण्याच्या इच्छेपोटी आता मला बोलण्यावाचून गत्यंतर नाही. आपण जर माझे पती आणि मित्र असाल तर जरी माझे शब्द कठोर वाटले तरी त्यांचा मतितार्थ जाणून घेऊन चिडू नये किंवा त्याकडे दुर्लक्ष करू नये, किंवा मी मत्सरापोटी हे लिहितेय आणि आपले संबंध तोडू पाहतेय असाही समज करून घेऊ नये.

कौसल्या आपल्यापाशी यासंबंधी बोलली नाही. राजकुमारी याचा उल्लेख करत नाही. सुन्हरिया मरण पावली. पण तिनेही या विषयाला हात घातला असता असं मला वाटत नाही. पण मी बोलणार आहे.

आपल्यात आणि राजकुमारीत कसलेही संबंध नाहीत. कधीही नव्हते आणि पुढेही नसणार आहेत. सहवासाने जवळीक निर्माण झाली असेल इतकंच. माझे पती आणि माझ्यात ती झाली. तिला बळजबरीने पत्नी बनवणं — शय्येवर आणि जीवनातही — आपल्याला शक्य होतं. पण आपण मानी पुरुष आहात आणि कधीही जुलूम जबरदस्तीच्या थराला जाणार नाही. तिला फार तर आपली मित्र मानता येईल, आणखीन काहीही नाही.

आपण खरंच आपल्या पत्नीवर प्रेम करता किंवा ती दुसऱ्या कुणाच्या तरी प्रेमात असल्यामुळे केवळ तिचा ध्यास घेतलाय, हे इतक्या वर्षांनंतरदेखील आपल्याला ठाऊक नाहीये. तिने आपल्याला नाकारलं याच कारणासाठी आपल्याला तिचं आकर्षण वाटतंय. फक्त एक गोष्ट आपण माफ करू शकत नाही आणि ती म्हणजे, तिने दुसऱ्या कुणासाठी तरी आपल्याला नाकारलं, ही. याच एकमेव कारणामुळे आपण एकीकडे तिचा द्वेष करता, तर दुसरीकडे सतत तिची कामना.

जगातला कुठलाही सजीव प्राणी संतांइतका आत्मकेंद्रित नसतो. संत स्वयंपूर्ण असतात. स्वत:पलीकडे त्यांना जग नसतं. गरज पडेल तेव्हा ते तुमचा वापर करून घेतात. त्यांच्या मनात द्वेष नसतो तशीच स्मृतीही नसते.

आतापर्यंत खूप आत्मवंचना झाली. तिचा अंत करण्याची वेळ आली आहे.

एकाच वेळी दोन आघाड्यांवर दोन युद्धांना तोंड देणं म्हणजे संकटाला आणि विनाशाला आमंत्रण देणं हे आपणही जाणताच. राज्यपदाच्या वंशावळीत आपण प्रथम आहात. आपल्या पत्नीचा प्रियकर हा आपला शत्रू

नाहीये. आपला शत्रू बाबर आहे. आपल्या साऱ्या कपटाला, चिकाटीला, कल्पकतेला, उन्मेषाला आणि मुख्य म्हणजे प्रसंगावधानाला बाबर पात्र आहे. त्याला कसं हाताळायचं या विषयावर आपल्या मताशी कुणी सहमत होईल, असं मला वाटत नाही. नेहमीप्रमाणे आपण एकटे पडणार आहात. म्हणूनच, घरातल्या शत्रूंना, किंवा सदिच्छा असूनही मेवाडचं भलं न जाणणाऱ्यांना न जुमानता आपण निश्चयाने आपले प्रयत्न चालू ठेवावेत.

राजकुमारीच्या फंदात पडू नये, तिला तिच्या देवावर सोपवावं.

आपण मला सांगितलं होतंत की मुरलीधराची दोन व्यक्तिमत्त्वं आहेत. योद्धा आणि प्रेमी. इथे योद्ध्याचा विचार महत्त्वाचा आहे, पण त्याऐवजी, राजकुमारीच्या प्रियाराधनामुळे स्त्रीलंपट कान्हा हा मेवाडचं दैवत बनावं ही खरंच खेदाची गोष्ट आहे. आपण क्षत्रिय आहोत. वृंदावनात गवळणींबरोबर शृंगारचेष्टांत रममाण होणाऱ्यांची व्यभिचारी जमात नाही आहोत आपण.

मुरलीधराचं सर्वांत महत्त्वाचं कार्य म्हणजे भगवत गीतेची निर्मिती, याची मेवाडच्या लोकांना आठवण करून द्यायची वेळ आली आहे, ज्या गीतेत हतोत्साह अर्जुनाला आपला विषाद टाकून देऊन धर्मयुद्धासाठी शस्त्र उचलण्याचा उपदेश केला गेला.

शेवटचं म्हणजे, आपण माझे पती आहात. इतर कुठल्याही पुरुषावर किंवा स्त्रीवर केलं नसेल इतकं मी आपल्यावर प्रेम करते. माझ्या मते आपल्याइतकं एकाकी कुणीही नसेल. आपलंही माझ्यावर प्रेम आहे आणि माझी गरजही आहे आपल्याला. आपल्या लायक होण्याचा जर मी प्रयत्न करत असेन तर मला आशा आहे की, आपल्यालाही माझ्यालायक व्हावंसं वाटत असेलच. मी एक सत्शील, सुदृढ आणि समंजस स्त्री आहे. आपली सहधर्मचारिणी होऊन आपल्या कामकाजातदेखील सुखदुःखांची वाटेकरीण होईन मी. मी धीर धरू शकते, पण माझ्या धीराचा अंत पाहू नये. तो अनंत नाहीये.

पातशहाचा पराभव करून परतीच्या वाटेवर मला आपल्याबरोबर घेऊन जावे.

सूर्यदेव नेहमी आपल्यावर प्रकाशाचं छत्र धरो !

लीलावती

४५

स्त्रीशी एकरूप होणं शक्य आहे, पण देवाशी एकरूप होणं म्हणजे प्रत्यक्ष सैतानाला आमंत्रण.

'कृष्ण कन्हैया, कृष्ण कन्हैया' नावाने हाका मारल्या होत्या तिने त्याला. त्या रात्री त्याने ठरवलं की परत कधीही, अगदी प्राण गेला तरी तो तिच्या बिछान्यात प्रवेश करणार नाही आणि आज पुन्हा तो अंगाला निळा रंग फासत होता.

पण आज काहीतरी वेगळंच घडत होतं. अंगभर नीळेचा लेप चढवल्यानंतर लगेच त्याचं अंग सुजू लागलं. एक विचित्र कंड सुटली. त्याची नखं कधीच वाढलेली नसायची, तरीही त्याने अंगभर खोल ओरखडे ओढले. कितीही खाजवलं तरी कंड शमेना. बोटं मांसात खोलवर रुतवत त्याने त्वचेची लक्तरं काढली आणि तरीही त्याची नखं त्या खाजेपर्यंत पोचेनात. पावसाळ्यात चितोडच्या चिखलभरल्या रस्त्यांवर गाड्यांच्या चाकांच्या एकमेकांना छेद देणाऱ्या चाकोऱ्यांप्रमाणे त्याच्या अंगावर ओरखड्यांचं जाळं पसरलं. त्या खोल जखमा आता पुवाळू लागल्या होत्या आणि त्यातून पिकलेल्या पेरूच्या रंगाचा पिवळट हिरवा द्रव झिरपू लागला.

त्याच्या लक्षात आलं की नीळेचा रंग त्याला बाधू लागला होता. दर रात्री त्याने निळ्या देवाचं सोंग सजवलं, त्याच्याप्रमाणे बासरी वाजवली, रासनृत्य केलं, त्याच्याप्रमाणे स्त्रीवेषदेखील धारण केला. हजार वेळा त्याने स्वत:ला सांगितलं असेल की हा खेळ त्याच्या बायकोच्या लक्षात आला असणार. आता एक दिवस तो हा मुखवटा फेकून देणार होता. यापुढे नीळ नको, रेशमी पितांबर नको — फक्त त्याचं अनावृत्त शरीर. यापुढे ती दोघं पती–पत्नी म्हणून समागम करणार होती. त्याच्या दुसऱ्या विवाहाच्या रात्री जेव्हा अचानक तिने आपल्या देवाच्या नावाने त्याला हाका मारल्या, तेव्हा तिने आपलं शरीर छिन्नविछिन्न केल्यासारखं, आपल्या इंद्रियाचं विच्छेदन केल्यासारखं वाटलं त्याला. आता राजवाड्यातल्या हिजड्यांच्या टोळीत सामील होऊन राण्यांच्या छातीवर मोहरीचं किंवा शेंगदाण्याचं तेल त्याने चोळलं असतं अथवा

रखेल्यांच्या योनीत बोटं पुढे-मागे सरकवत मालीश केलं असतं तरी — गतकाळची स्मृती सोडता — त्याला आपल्या जांघांमध्ये तणाव जाणवणार नव्हता.

तिचं त्याच्यावर प्रेम नव्हतं. तिच्या रात्रजीवनात त्याला स्थान नव्हतं. ज्याला ती आपल्या बाहुपाशात घ्यायची, ज्याच्याशी बोलायची, ज्याच्याबरोबर रममाण व्हायची आणि नवनवीन शृंगारचेष्टा करायची तो, तो नव्हता, तर तिचा देव आणि प्रियकर होता. तिला त्याची जाणीवच नसल्यामुळे त्याच्या खोटेपणाचीदेखील कल्पना नव्हती. त्याची लबाडी तिला कधीच समजली नाही. तो स्वत:च स्वत:ला फसवत आला होता इतकंच. एखाद्या भाल्याप्रमाणे तीक्ष्ण, लालभडक संताप त्याच्या मेंदूच्या बाह्यपटलात खोलवर रुतला, त्याला आंधळा करत. पण त्यामुळे काहीही फरक पडणार नव्हता. तो सर्व काही नष्ट करणार होता. दृश्य आणि अदृश्य. परिणामाची पर्वा न करता तो त्याच्या या अप्रामाणिक बायकोचा खून पाडणार होता. चेटकीण भूतनीमाता काय जाणे क्रोध आणि सूडाचा अर्थ ? त्याचं आणि त्याच्या कुळाचं दैवत शिव होतं. त्याच्याकडून तो मृत्यू आणि सर्वनाशाचा नाच, तांडव शिकणार होता. होय, तांडवाच्या प्रत्येक पदन्यासासरशी तो एक एक भूमिखंड चिरडणार होता, एक एक महासागर उलथवणार होता. सारी पृथ्वी, पक्षी, जलचर, वृक्षवल्ली आणि मानवजात नष्ट करणार होता आणि मग शेवटी देवांकडे वळणार होता. सर्व देवांकडे नाही, फक्त निळ्याकडे.

मोरपीस मिरवणाऱ्याशी होणाऱ्या त्याच्या संग्रामापुढे बाबरबरोबरची लढाई म्हणजे निव्वळ पोरखेळ. आता एकमेव गोष्ट करायची होती आणि या खेपेला भूतनीमातेवर न सोपवता त्याला स्वत:लाच ती करावी लागणार होती. आणि ती तो करणार होता, मग काहीही होवो. त्याने स्वत:ला आणि देवाला वचन दिलं — फक्त पातशहाबरोबरची लढाई एकदाची आटपू दे.

त्याच्या त्वचेवरच्या जखमा आता फुटून चिघळू लागल्या. शरीरभर पसरलेले उघडे व्रण आणि लाल वळ वाढत जाऊन एकमेकांना मिळू पाहत होते. एखाद्या विषारी काढ्याप्रमाणे नासका, पुवाळलेला आंबट वास फसफसू लागला. थकून मध्येच तो खाजवायचं थांबवायचा, पण तेवढ्यात शरीराच्या खोल तळातून निघालेली खाजेची लाट पायाच्या आंगठ्याच्या कडेपासून किंवा बेंबीतून सुरू होऊन शरीरभर वाहायची आणि त्याच्या इंद्रियाचं उरलंसुरलं थोटूक सडून खुपू लागायचं.

त्याच्या सुजून चिघळलेल्या शरीराचा दाह दाह होत होता. तो शुद्धीवर आला तेव्हा त्याचं डोकं तिच्या मांडीवर विसावलेलं, आणि ती त्याची शुश्रूषा करत होती. तिने त्याचं कपाळ पुसलं. त्याचे ओठ बळेच उघडून आपले ओठ त्यांच्यावर टेकले आणि आपली लाळ त्याच्या तोंडात ओघळू दिली. 'सोड मला, चालती हो, जा आपल्या बन्सीबाजाकडे.' साऱ्या शक्तीनिशी तो ओरडत होता. पण त्याच्या मुखातून कसलाच

आवाज फुटेना. 'तुझं तोंडही पाहायचं नाहीये मला, दुटप्पी देवनवरी कुठची. पुरे झालं. तुझा माझा संबंध संपला. कामयचा.' त्याला तिची घृणा वाटत होती. विजयस्तंभावरून किंवा किल्ल्याच्या तटावरून कडेलोट करणार होता तो तिचा.

तिने ओठ उघडले आणि हळुवारपणे त्याच्या जखमांतलं सडकं द्रव चोखून काढलं. तिच्या जिभेची शीतल ज्योती दाह शमवत त्याच्या शरीरभर फिरत राहिली आणि क्षणभर त्याला विसावा मिळाला.

त्याचा ज्वर उतरला अणि ती जीवघेणी कंडही शमली. पळा युवराज, पळा ! या स्त्रीच्या मोहजालात अडकण्यापूर्वी पळून जा ! त्याने तिच्यापासून दूर होण्याचा प्रयत्न केला, पण त्याच्या अंगी तेवढं बळही उरलं नव्हतं ना इच्छाशक्ती.

"तुझा ज्वर मला दे," ती म्हणाली, "तुझा हा दाहक ताप मी उतरवीन. तुझ्या साऱ्या दु:खाची आणि भोगांची मी वाटेकरीण होईन. त्यातच माझा परमानंद आहे माझ्या घननीळा."

तेव्हा त्याची खात्री झाली की आता त्याच्यात आणि त्याच्या पत्नीत काहीही नातं उरलं नव्हतं.

तो कष्टाने उठला आणि तिच्याकडे पाठ फिरवून खोलीबाहेर निघून गेला.

युद्धावर जाण्याच्या आदल्या दिवशी त्याला छोट्या संतमाईच्या दालनाचा दरवाजा अर्धवट उघडा दिसला. पहिल्या वेळी जेव्हा त्याने आगंतूकपणे तिच्या महालात प्रवेश केला तेव्हा ती कामचेष्टांत रंगून गेलेली. त्या वेळी त्याने ईडरच्या लढाईवर जाण्याचं जवळजवळ रद्द केलं होतं. निघून जा ! डोळ्यांवर झापडं ओढ आणि चालता हो ! तिने केलेलं चेटुक तुझ्या लक्षातही येणार नाही आणि तू तुझं कर्तव्य टाळशील. तुझ्या आयुष्यातली सर्वांत महत्त्वाची कामगिरी — बाबरशी सामना. त्याने दरवाजा थोडा अधिक उघडला. बिजागर करकरले, पण तिने तो आवाज ऐकला नाही. ती बन्सीबाजापुढे बसलेली. तिच्या चेहऱ्याची एक बाजू त्याला दिसत होती. तपकिरी – पिवळ्या रंगाची संगमनेरी घागराचोळी आणि माथ्यावरून ओढलेली गडद हिरवी वेंकटगिरी ओढणी. तिने झेंडूच्या फुलांचा एक हार उचलला आणि स्वत:च्या गळ्यात घातला. मग दुसरा, त्यानंतर तिसरा. हळदकुंकवाच्या करंड्यात आंगठा बुडवून तिने प्रथम हळद आणि नंतर कुंकू स्वत:च्या कपाळावर लावलं. जमिनीवर आपटून एक नारळ फोडला. त्याची दोन समान शकलं झाली. तो तिने स्वत:च्या पुढ्यात ठेवला.

तिने डोळे मिटले.

"माझी पूजा कर," ती बन्सीबाजाला म्हणाली, "तुझ्याइतकंच माझ्यातही देवत्व आहे."

चला. शेवटी तिने ते केलं होतं. जे बोलू नये ते ती बोलली होती. तिच्या उर्मट धिटाईने तो थक्क झाला आणि तरीही, ती जे म्हणाली ते अतिशय नैसर्गिक आणि तर्कशुद्ध होतं हे त्यालाही मान्य करावं लागलं. समज आल्यापासून त्यानेही गेली कित्येक वर्षं 'सोऽहम्' मंत्राचा जप केला नव्हता का ? पण ते शब्द रिकाम्या फोलपटासारखे होते. छोट्या संतमाईने मात्र अखेरची झेप घेतली. ती बन्सीबाजाबरोबर व्यक्तिमत्त्वाची अदलाबदल करू शकत होती. ईश्वराचं सार, शक्ती आणि सामर्थ्य होती ती.

४६

काय भव्य दृश्य होतं ते जेव्हा सर्वांग चिलखत घातलेलं मेवाडचं सैन्य आपल्या वैभवशाली डामडौलात कवायत करत, बाबांना सलामी देत निघालं. (आज रूढ वाक्यांचा दिवस दिसतोय. कुठल्याही मेवाड्याइतकाच मीदेखील अद्भुतरम्य कल्पनाविश्वात रमतो हेच खरं.) किती उमदे, उंचेपुरे आणि देखणे आहेत आमचे सैनिक शिपाई. आणि ते इतक्या रंगीबेरंगी कपड्यांत सजलेत की ही लग्नाचीच वरात असल्याचा समज व्हावा. प्रथम घोडदळ, मग उंटदळ, त्यानंतर हत्तीदळ आणि शेवटी पददळ. खांद्यावर धनुष्य, पाठीवर बाणांचा भाता, कमरेला तलवारी आणि हातात भाले. सर्वांत शेवटी तोड्यांच्या बंदुकी घेतलेले शंभर वीर. मेवाडच्या सैन्यामागे आमच्या मित्रराज्यांची सैन्यं. थाटामाटात जाणारी ही भपकेबाज मिरवणूक कधीच संपणार नाही, असं वाटतंय. अवाढव्य सैन्य असणं हिताचं की अहिताचं ? प्रचंड सेनेच्या, खांद्याला खांदा भिडवून येणाऱ्या उग्र सैनिकांच्या रांगांवर रांगा पाहून शत्रू खासच दबून जाऊन स्तंभित होत असेल. पण जर शत्रू बंदुकीने सुसज्ज असेल, मग त्या छोट्या असोत वा मोठ्या, तर लवचीकता आणि गतिमानता यांच्या अभावी तुम्ही त्यांचं सोपं लक्ष्य बनू शकता. बंदुकी कुठेही डागल्या तरी मुडद्यांचं पीक घेऊ शकतो तो. अचानक आमचं सैन्य मला पूर्वीइतकं जबरदस्त वाटेना.

पाहा ! परत माझे कुतर्क सुरू झाले. गेले काही महिने मी स्वत:वर लक्ष ठेवून आहे. हल्ली मी ठिसूळ आणि सैरभैर झालोय. ही आयुष्यातली शेवटची लढाई नाहीये असं मी स्वत:ला बजावून सांगत असतो. ही लढाई शर्तीने जिंकून पातशहाला थेट काबूलपर्यंत पळवून लावणार आहोत आम्ही. जर काही कारणांमुळे या खेपेला आम्ही यशस्वी झालो नाही तर ती केवळ तात्पुरती माघार असेल. या अनुभवाने अधिक शहाणे, चाणाक्ष आणि सुसज्ज होऊ आम्ही पुढच्या वेळेसाठी. चला युवराज चला, निघा. कामाला आरंभ करा आणि शत्रूचा नायनाट करा !

राजकुमारी आपल्याच तंद्रीत असल्याप्रमाणे हात हालवून निरोप देत होती. कुणाही एका विशिष्ट व्यक्तीला नाही. आपला नवरा, कायदेशीर पती, युद्धावर जातोय हे माहीत होतं का तिला ? त्यामुळे काही फरक पडत होता का तिच्या दृष्टीने ? मला वाटतं,

५७८

तिचे विचार अधिक महत्त्वाच्या विषयात गुंतले होते — परमेश्वराइतक्या महत्त्वाच्या विषयात.

युद्धाचेदेखील काही लाभ असू शकतात हे माझ्या लक्षात येऊ लागलंय. गेले अडीच आठवडे काटेकोरपणे मी तिला टाळत आलो, पण नेहमीच यशस्वीपणे नाही. आता मी निघून गेल्यावर अपघातानेही तिला भेटण्याचा किंवा तिचं तोंड पाहण्याचा प्रसंग येणार नाही. तिच्यापासून एकदाची सुटका व्हावी एवढीच माझी तीव्र इच्छा.

बयानापासून पंचवीस कोसांवर असताना मला मंगलचा निरोप मिळाला : आमच्यापासून किल्ल्याला धोका आहे असं वाटून पातशहा बाबर त्याच्या बयानाच्या शिबंदीच्या मदतीसाठी एक मोठी तुकडी पाठवत आहे, तरी त्याची निराशा करू नये, ही विनंती. युद्धपूर्व योग्य वातावरण निर्मितीसाठी याची मदत व्हावी.

शेवटच्या घटकेला आखलेली माझी ही अतिसाहसी योजना बाबांना कितपत आवडली असती याची मला शंका होती, तरीही मी धोका पत्करण्याचं ठरवलं. माझ्या महत्त्वाच्या विनंतीचा अव्हेर केल्यामुळे माझ्या क्षुल्लक खोड्या डोळ्यांआड करण्याची त्यांची तयारी असे. मी बाबांवर अन्याय करतोय. मुख्य मोहिमेपूर्वी भीतिग्रस्त वातावरणाची प्रस्तावना मला वाटतं त्यांना आवडली असावी.

'एकदा आपण किल्ला ताब्यात घेतलात की आम्ही येऊन आपल्याला मिळू. मंडकूरहून पुढे आपण एकत्र कूच करू.'

बाबरच्या सैनिकांकरवी आमच्या छोट्या तुकडीची कत्तल होण्याची शक्यता बाबांना का वाटली नाही ते मी त्यांना विचारलं नाही.

तेज, शफी आणि मी पाचशे घोडेस्वारांसह निघालो. इथला परिसर पातशहाच्या माणसांपेक्षा आम्हांला अधिक चांगला ठाऊक होता. एकत्र काम केल्याने आमच्यामध्ये इतकी एकतानता निर्माण झाली होती की, आम्हांला एकमेकांची मनं वाचता यावीत. आम्ही सर्वांत जवळचा मार्ग निवडला आणि भरधाव वेगाने दौडत बाबरचे बेग आणि सैनिक पोचण्याच्या अकरा तास आधी तिथे पोचलो. बाबरची तुकडी समजून बयानाच्या किल्लेदाराने जेव्हा दरवाजा उघडला तेव्हा आम्ही त्यांच्यावर तुटून पडलो. नशिबाने आम्हांला चांगली साथ दिली. तासाभरात शत्रूचे बरेचसे सैनिक आणि सेनानायक पडले आणि आम्ही किल्ल्यात घुसलो. संगूरखान जन्जूहाचा तो अखेरचा दिवस ठरला. महाकाय कोट्टाखान आमच्या एका सैनिकाचा जवळजवळ खात्मा करण्याच्या बेतात असताना त्यानेच खानाची तलवार हिसकावून घेतली आणि त्याच्या खांद्यावर जबरदस्त वार केला.

पण मागे वळून पाहता आता वाटतं की, बयानावरच्या हल्ल्याची योजना फारशी शहाणपणाची नव्हती. या विजयामुळे आमचा फाजील आत्मविश्वास विनाकारण वाढला. बाबरचे सैनिक आणि सेनानायक नक्कीच हादरले आणि परिणामी बाबरला असे काही निर्णय घेणं भाग पडलं ज्यांचा युद्धाच्या अंतिम निष्पत्तीवर घोर परिणाम झाला.

महाराज आणि आमचं इतर सैन्य येऊन पोचण्याची आम्ही वाट पाहत असताना माझ्या लक्षात आलं की, चितोड सोडण्यापूर्वी मी गंभीरीचा निरोप घ्यायला विसरलो होतो. तसंच किल्ल्याचा फेरफटका आणि विजयस्तंभावरून आजूबाजूच्या परिसराची टेहळणी पण राहून गेली होती. माझ्या मनाची शांती आणि स्थैर्य विचलित झालं होतं का ? चितोडचे नेहमीचे व्यवहार सुरळीतपणे चालू राहावेत आणि जलनियंत्रणाच्या आणि भुयाराच्या कामातदेखील खंड पडू नये या माझ्या सूचनेशी बाबा सहमत होते. अडचण एवढीच होती की, या कामासाठी लागणारं द्रव्य आदिनाथजींकडून घेण्याबाबतचं बाबांच्या मुद्रेचं पत्र नगररचनाकाराला द्यायला मी विसरलो. कचेरीतल्या माझ्या मेजाच्या दुसऱ्या खणात ते बंद होतं. आमचा दूत जेव्हा चितोडला जाईल तेव्हा त्याच्याबरोबर चावी पाठवण्याचं लक्षात ठेवलं पाहिजे.

महाराज आणि त्यांच्याबरोबरचे आमचे मित्र राजे खूपच उल्हसित मनस्थितीत येऊन पोचले. त्यांच्या मते बयानावरचा विजय हे शुभलक्षण होतं. बाबांनी राव प्राणमलांची बयाना किल्ल्याचे किल्लेदार म्हणून नेमणूक केली आणि दुसऱ्या दिवशी पहाटे आम्ही तिथून निघालो. माझ्या यशाचा अधिकाधिक लाभ करून घेण्याच्या बाबांच्या इराद्याने मी खूपच उत्साहित झालो. आम्ही समाधानकारक प्रगती करत होतो. आम्हांला सामोरं येण्याच्या तयारीसाठी बाबरला जितका कमी वेळ मिळेल तेवढंच त्याला संपूर्णपणे जमीनदोस्त करण्याची आमची संधी वाढेल. शिवाय आमच्या आकस्मिक हल्ल्यामुळे बाबरच्या सैन्याचं नैतिक धैर्य बरंच खचलं असल्याचं बोललं जात होतं.

आणि मग राणांनी असा निर्णय घेतला ज्याचं कारण आजतागायत मला कळलेलं नाही.

बाबरने आपला तळ प्रथम आग्रा आणि सिक्रीच्या मध्ये मंडकूरला टाकला होता. तंबू उभारले गेले, सगळ्या लहान-मोठ्या तोफा आणल्या गेल्या आणि त्याच्या लक्षात आलं की या मैदानी प्रदेशात पाण्याची काहीही सोय नाहीये. म्हणून मग सारा तळ फत्तेपूर सिकरीच्या तलावाकाठी हालवण्यात आला. बयानापासून ईशान्य दिशेने एका दिवसाच्या दौडीत किंवा जर आरामात, आजूबाजूचं सृष्टिसौंदर्य (ज्याचा संपूर्ण अभाव होता) पाहत गेलो, तर दीड दिवसांत आम्ही सिक्रीमध्ये पातशहाच्या सैन्याला गाठलं

असतं. पण, वेगाने जाऊन, अजून आपलं बस्तान बसवत असलेल्या बेसावध शत्रूला वेढण्याऐवजी बाबांनी वायव्य दिशेने जाऊन भुसावरला थांबण्याचं ठरवलं. माझ्या वंशजांना किंवा इतर कुणालाही हे खरं वाटणार नाही, पण बाबांचा युक्तिवाद असा होता की, इथून त्यांना बाबरच्या साऱ्या पुरवठ्याचे मार्ग बंद करता येणार होते. सरळ विचार, किंवा साधं गणितदेखील महाराजांना जमेनासं झालं होतं का ? की संपूर्ण बुद्धिभ्रंश.... जाऊ द्या ! धुसफुस करण्यात काय अर्थ होता ? त्यामुळे आणखीनच शक्तिपात होतो. पण या प्रकारामुळे जवळजवळ एक महिना वाया गेला. आमच्या इतका उपकारी शत्रू मागून मिळाला नसता पातशहाला.

आमचा रणभूमी हेरखात्याचा प्रमुख शिराज अली, याने माहिती दिली की, बाबरने युद्धासाठी जे सपाट क्षेत्र निवडलं होतं ते सिक्रीपासून पाच कोसांवर असलेल्या कण्वा गावाजवळ होतं. एखाद्या नागरी अभियंत्याच्या काटेकोरपणाने त्याने सर्वांत पुढे आपल्या मैदानी तोफा रचल्या होत्या. तीन चाकी लाकडी तराफ्यांवर बसवण्यात आलेल्या या तोफांच्या मागे, तोफा डागणाऱ्यांना आडोसा मिळू शकत होता. तोफांच्या फळीमागे त्याने गाडे उभे केले होते. प्रत्येक दोन गाड्यांमध्ये नऊ दहा हातांचं अंतर असून हे गाडे जाडजूड लोखंडी साखळदंडाने जमिनीला घट्ट जखडले गेले आहेत की नाही ते परतपरत तपासण्यात आलं. ही त्याची दुसरी फळी, जिच्यामागे तोड्याच्या बंदुकी चालवणारे सैनिक आडोसा घेणार होते. जिथे गाडे संरक्षण देऊ शकत नव्हते तिथे बाबरचा प्रतिनिधी, खुरासानी याने गावातले मजूर आणि आपले कुदळधारी सैनिक यांच्याकडून खंदक खणून घेतले.

बयानावर आम्ही केलेल्या तुफानी हल्ल्यामुळे बाबरच्या सैन्यात भयाच्या लाटा उठल्या. आमच्या हिंस्रपणाच्या आणि शौर्याच्या कथा पातशहाच्या छावणीत फैलावल्या. भरीस भर म्हणून काबूलहून आलेल्या महम्मद शरीफ या ज्योतिषाने भाकित केलं : 'हल्ली मंगळ पश्चिमेस असल्याने पूर्व दिशेकडून येऊन जो युद्धात सामील होईल त्याचा पराभव होईल.' प्रयत्नान्ती देखील आपल्या सैनिकांच्या मनातली भीती आणि उत्कंठा बाबरला ताब्यात आणता येईना. या कठीण परिस्थितीत त्याची प्रतिक्रिया नेहमीप्रमाणे होती. या पराभवाच्या भाकिताचा त्याच्यावर काहीही परिणाम झाला नाही आणि त्याने आपल्या आयुष्यातले दोन अतिशय नाट्यपूर्ण निश्चय जाहीर केले. यामागे त्याची भाकितावर अढळ श्रद्धा होती याबद्दल मला शंका नाही, पण साऱ्या महान नेत्यांप्रमाणे त्याच्या अंगी काळवेळानुरूप दाखविण्याचा प्रभावी नाटकीपणा होता. पहिल्या निश्चयानुसार त्याने आपलं अत्यंत प्रिय व्यसन मद्य, याचा त्याग केला. यासंबंधी फरमान काढून त्याने ते आपल्या राज्यात सर्वदूर पाठवलं. त्यातील लिखाण आलंकारिक आणि शब्दबंबाळ होतं. ती शैली माझ्या परिचयाच्या रोजनिशी लेखकाची निश्चितच

नव्हती. त्याच्या कुठल्यातरी चिटणिसाने किंवा मुल्लाने ते लिहिलं असावं. त्यातील काही उतारे :

''त्या सुवर्णवेळी, जेव्हा आम्ही धर्मयुद्धाची वस्त्रं परिधान करून काफिरांचा नायनाट करण्यासाठी इस्लामच्या सैन्यासहित छावणी टाकली, तेव्हा मला अंत:प्रेरणा झाली आणि तो दिव्य आवाज ऐकू आला... विनम्रभावाने अल्लाच्या आज्ञेचा आणि प्रकट सत्याचा स्वीकार करण्याची वेळ श्रद्धावंतांसाठी अजूनही आलेली नाही का ?' आणि तेव्हा आम्ही पापाचं निर्मूलन करण्यासाठी निघालो... आणि माझ्या हृदयाच्या तिजोरीत बंदिस्त असलेला मद्यप्राशन न करण्याचा निर्णय मी प्रसिद्ध केला. त्या उज्ज्वल आज्ञेनुसार इस्लामच्या आत्मविजयी सैनिकांनी त्या तिरस्कृत आणि सर्वनाशी भूमीवर सुरया आणि चषक आणि आकाशातल्या तारकांप्रमाणे अगणित आणि लखलखीत सोन्याचांदीची इतर भांडी आपटली. त्यांचे तुकडे तुकडे होईपर्यंत आदळली, जशा लवकरच, अल्लाची इच्छा असल्यास, मूर्तिपूजकांच्या मूर्ती आदळल्या जातील आणि त्यांनी ते तुकडे गरीब आणि गरजवंतांना वाटले.''

लोककल्याणासाठी बाबरने एवढंच केलं असं नाही. आपल्या राज्यातल्या मुसलमान प्रजेचा पाठिंबा मिळवण्यासाठी, 'यापुढे कुठल्याही मुसलमानाला कर भरावा लागणार नाही,' असा जाहीरनामा काढला.

पण या कठोर प्रतिज्ञेने अणि त्यागानेदेखील हवा असलेला परिणाम साधला नसावा. शिराज अलीने बाबरच्या रोजनिशीतला हा उतारा मला पाठवला :

''शेवटी, लोकांच्या अनिच्छेसंबंधी आणि माझ्याबद्दल त्यांना वाटणाऱ्या अनास्थेविषयी चौकशी केल्यानंतर मला एक कल्पना सुचली. मी साऱ्या बेगांना आणि वीरांना बोलावून घेतलं आणि म्हणालो —

''बेगांनो आणि वीरांनो.... अप्रतिष्ठित जीवनापेक्षा प्रतिष्ठित मृत्यू बरा.
सार्थक होईल माझं, मिळाला जर मानाचा मृत्यू.
आवश्यक आहे प्रतिष्ठा, कारण शरीर म्हणजे मृत्यू.

''परमोच्च अल्लाने त्याचा हेतू साध्य करण्यासाठी हुतात्मा बनून मरण्याचं आणि बदला घेण्यासाठी मारण्याचं सुदैव प्राप्त करून देऊन आपल्याला उपकृत केलं आहे. म्हणून आपल्यापैकी प्रत्येकाने पवित्र ग्रंथावर हात ठेवून शपथ घेतली पाहिजे की, जोवर शरीरात प्राण आहेत तोवर शत्रूपासून तोंड फिरवण्याचा किंवा या प्राणघातक संघर्षापासून माघारी फिरण्याचा विचारदेखील मनात आणणार नाही. हजर असलेल्या साऱ्या बेगांनी आणि वीरांनी मोठ्या आनंदाने पवित्र ग्रंथ हातात घेऊन वचन दिलं आणि करार केला.''

अखेरीस जेव्हा आम्ही कण्वास पोचलो तेव्हा बाबर आमची वाट पाहत होता.

४७

युद्धाच्या आदल्या रात्री युद्ध समितीच्या शेवटल्या बैठकीतलं वातावरण हलकं-फुलकं आणि चक्क चेष्टामस्करीचं होतं. गप्पागोष्टींचे मुख्य विषय, पातशहाची सेना किती लहान आहे, आणि खंदक मृत मोगलांना गाडण्यासाठी खणले होते का ? –– हे होते. समितीच्या कामकाजात कडवटपणाचा सूर मिसळण्याची माझी सवय सभासदांना नवी नव्हती. माझा हा हेका ते शांतपणे सहन करायचे. केव्हा गप्प बसावं ते मला कळत नाही, हेच खरं.

''या युद्धासाठी आपले पूर्वनियोजित डावपेच म्हणजे, प्रथम आपल्या हजार हत्तींच्या पायांखाली शत्रूला तुडवणं, आणि नंतर चार अवाढव्य आणि एकसंघ वाटणाऱ्या सेनांनिशी त्याच्यावर चालून जाणं, एवढेच आहेत. आपल्यापाशी सर्वंकष रणनीती नाहीये, ज्यायोगे युद्धाच्या प्रगतीची नोंद ठेवणं, शत्रूसैन्याचे दोष जाणून घेऊन त्याचा फायदा घेणं, आणि शत्रूचं मनोबल मोडून काढणं, किंवा जिथे जिथे आपलं सैन्य मागे हटवलं जाईल तिथे तिथे ताबडतोब मदत आणि जादा कुमक पाठवणं, वगैरे शक्य व्हावं. यासाठी सर्वांत महत्त्वाचं म्हणजे संपूर्ण युद्धक्षेत्रावर क्षणाक्षणाला घडणाऱ्या घटनांचं विहंगावलोकन. त्यामुळे तुम्हांला जी माहिती मिळते त्याबाबत जमिनीवरची माणसं, तुमची तशीच शत्रूची, अनभिज्ञ असतात. आपलं सैन्य प्रचंड आहे. जर आपल्यापैकी एक कुणीतरी अशा उंच जागी बसू शकलं तर तिथून त्याला सैन्याच्या छोट्यामोठ्या तुकड्या पुढेमागे किंवा दोन्ही बाजूंना हालवून शत्रूला कात्रीत पकडता येईल. या एका युक्तीने आपल्या अगणित मनुष्यबळाचा उपयोग आपल्यापेक्षा शस्त्रास्त्रांत अधिक सुसज्ज आणि बळकट असलेल्या शत्रूला चिरडून टाकण्यासाठी आपण करू शकतो.''

''एका दृष्टिक्षेपात संपूर्ण देखावा दिसेल असं उंचावरलं स्थान किंवा डोंगर जवळपास कुठे आहे, युवराज ?'' मेवटच्या हसनखानांनी मला विचारलं.

''कुठेच नाहीये. आणि म्हणूनच माझ्या माणसांकडून मी एक फिरता निरीक्षण मिनार बनवून घेतलाय. तो बळकट असून चाकांवर बसवला असल्यामुळे हालता-फिरता आहे. त्यामुळे तो नेहमी तोफगोळ्यांच्या झेपेबाहेर हालवता येणं शक्य आहे.''

“काय उंची आहे त्याची ?” राव मेदिनी राय ही दुसरी व्यक्ती जी लक्षपूर्वक माझं म्हणणं ऐकत होती.

“पस्तीस हात.”

“आणि आपण तिथे बसून महाराजांसकट आम्हा सर्वांना आदेश देणार ?” सिलहाडी परत माझ्यावर आपल्या नेमबाजीचा प्रयोग करत होते.

“इथे एकच अशी व्यक्ती आहे जिच्या आकलनशक्तीवर आम्हां सर्वांचा विश्वास आहे कारण तिला फक्त मेवाडच्याच नाही तर आज इथे उपस्थित असलेल्या मुसलमान आणि राजपूत संघांच्या भल्याचीदेखील काळजी आहे. आपल्यापैकी कुणाहीपेक्षा अधिक संग्राम तिने लढले आहेत. तिचे अनुभव आणि नैपुण्य हेच आपले सर्वांत भक्कम आधार आहेत. सर्व समाविष्ट दृश्याचं पृथक्करण आणि स्पष्टीकरण करून कोणता मार्ग चोखाळायचा याचा निर्णय फक्त तीच घेऊ शकेल. मुख्य सोपानापाशी निरोपे दूत उभे असतील ते तात्कालिक निर्णय सेनेच्या वेगवेगळ्या भागांच्या नेत्यांपर्यंत पोचवतील.

“आणखी एक विचारार्ह गोष्ट. आम्हा मेवाड्यांच्या दृष्टीने अगदी नगण्य शिपायाचे प्राणदेखील मूल्यवान असतात. आपण सर्व तर आमचे जवळचे स्नेही. आपले प्राण आमच्या दृष्टीने बहुमोल आहेत. उद्या मावळतीला विजयोत्सव साजरा करताना, या सभेतील प्रत्येक व्यक्तीला आलिंगन देण्याचं सौभाग्य आम्हांला लाभावं अशी आमची मनापासून इच्छा आहे. आणि म्हणूनच, कुठल्यातरी मोगल सैनिकाच्या वेड्यावाकड्या मारलेल्या बाणाची, गोळीची किंवा वाराची शिकार न बनता महाराजांनी आपलं मार्गदर्शन करण्याच्या स्थानावर राहावं हे महत्त्वाचं.”

“प्रश्नच नाही !” माझ्या गोल गोल बोलण्याचा रोख राव विरमदेवांच्या लक्षात आला. इतकंच नाही तर महाराजांचे प्राण सुरक्षित असणं किती अपरिहार्य आहे याचं स्पष्टीकरण माझ्याऐवजी त्यांच्या तोंडून येणं महत्त्वाचं आहे हेही त्यांनी जाणलं. “स्वत:च्या स्वार्थापोटी तरी महाराजांचे प्राण धोक्यात आणणं आपल्याला परवडणार नाही. युवराजांच्या सूचनेनुसार जर त्यांनी युद्धाचं मार्गदर्शन केलं तर पादशहाला निश्चितच आपण डोईजड होऊ.”

“उत्तम रणयोजना ! बाबरला दाखवून देऊया की, आम्हीदेखील जिहाद करत आहोत.” मेवटचे नायक हसनखान यांचा दृढ विश्वास होता की मुसलमान असण्याच्या नात्याने तेही धार्मिक युद्ध लढत होते, “पण हेच एक कारण नाहीये. कुठल्याही परिस्थितीत आपण महाराजांचे रक्षण केलंच पाहिजे.”

साऱ्या सभासदांमध्ये ‘भले भले’ अशी कुजबूज उठली.

“एक राजपूत राजा, आणि तोदेखील मेवाडचा महाराणा, भित्र्या सशाप्रमाणे, किंवा घागराचोळी घालणाऱ्या बाईप्रमाणे रणांगणावर पाठ फिरवून पळणार ? फारच

विचित्र ! बाबर आणि त्याच्या सैन्याला आपण कसला संदेश पाठवू इच्छित आहोत ? की महाराणा त्याला घाबरलेत ?''

''अजिबात नाही ! तो संदेश असा असेल की, ज्या नेत्याचं युद्धावर संपूर्ण नियंत्रण आहे तो, आणि केवळ तोच युद्ध जिंकेल.''

माझी सूचना तोंडघशी पडल्याचं मी जाणलं. बाबांची सर्वांत दुखरी नस सिलहाडीने पकडून जोरात दाबली होती. खूप वर्षांमागे, आपल्या भावांनी केलेल्या अनपेक्षित आणि अमानुष हल्ल्यानंतर, भयंकर जखमी, आणि एक डोळा खोबणीबाहेर लोंबत असलेल्या अवस्थेत बाबा पळाले, तेव्हापासून भेकडपणाच्या आरोपाचा त्यांच्याइतका धसका घेतलेला माणूस साऱ्या मेवाडमध्ये नसेल.

''आणि महाराजांच्या अनुपस्थितीचं काय कारण देणार आपण आपल्या सैन्याला ? कशा प्रकारचं उदाहरण घालून देणार आहेत महाराज त्यांना ?''

''महाराजांचा जवळचा मित्र आणि सल्लागार म्हणवणाऱ्या प्रत्येकाने आपापल्या सैनिकांना विश्वासात घेतलं तर माझी खात्री आहे की, त्यांना आपली योजना समजेल, इतकंच नाही तर पूर्णपणे पटेलही.''

राव विरमदेव म्हणाले त्यात तथ्य होतं. पण सिलहाडीच्या चिथावणीला भीक न घालता, संघाच्या कल्याणासाठी जे करणं आवश्यक आहे ते आपण करणार, असं बाबा त्याला सांगणार नव्हते. ''माझ्या सुरक्षिततेच्या आपल्याला वाटणाऱ्या काळजीबद्दल आभार, पण माझी जागा माझ्या सैन्याबरोबर आहे. निरीक्षण मिनाराचा विषय संपला. सर्वांनी आता रजा घेऊन रात्रभर चांगली विश्रांती घ्यावी.''

''आपली काळजी हेच एक कारण नाहीये महाराज.'' बाबांना उघड उघड विरोध करण्याचा हा माझा एकमेव किंचित प्रयत्न. ''आमचं नेतृत्व करू शकेल असा नेता हवा आहे आम्हांला, एक लाख वीस हजारांत हरवून गेलेला नको आहे.''

''युवराज, हा विषय संपला असं आम्ही म्हटलं नाही का ? आपल्या सेनेचं माझ्याइतकंच चांगलं नेतृत्व करू शकतील असे अनेक नेते आहेत इथे.''

सोळा मार्च पंधराशे अठ्ठावीस. मला जाग आली तेव्हा हवेत थंडी होती. आदल्या रात्री सैनिकांनी पेटवलेल्या बहुतेक शेकोट्या विझून गेलेल्या. ज्या झाडाखाली मी झोपलो होतो त्याच्या खालच्या फांदीवर घरटं केलेला शेंदऱ्या मी उठून बसताच दचकला असावा. एखाद्या लाल उल्केसारखा, पण खाली कोसळण्याऐवजी उगवतीच्या प्रकाशात, तो उंच आकाशात उडाला. आजच्या दिवसाचा रंग लाल.

मी ताजातवाना झालो होतो. आजच्या दिवसात पुढे काय वाढून ठेवलं गेलंय याबद्दल मला अजिबात चिंता वाटत नव्हती. क्षणभर वाटून गेलं की, बाबर आणि मी

आरशातील प्रतिबिंबं आहोत. कोण खरं आणि कोण प्रतिबिंब ? माझी खात्री होती की, तोदेखील स्थिरचित्त आणि आपल्या उद्दिष्टांबाबत खंबीर असणार. तोदेखील उठल्यानंतर थंड पाण्याची आंघोळ करत असणार. आम्ही दोघांनी आपापल्या जागा बदलल्या तरी काही फरक पडणार नव्हता. मी सभोवताली पाहिलं. जनसागर म्हणतात तो यालाच का ? मेवाड आणि इतर मित्र राजांची सैन्यं पार क्षितिजापर्यंत पसरली होती.

आंघोळ, योगासनं, ध्यान, न्याहारी. मी चिलखत चढवलं आणि युद्धक्षेत्रावर दाखल झालो. दूरवर मला तोफा दिसत होत्या. रात्री तेथे जाऊन तेज, शफी, हेमकरण आणि मी त्यांना त्यांच्या चाकांवर रेटत आमच्या बाजूला का आणलं नाही ? असा विचार माझ्या मनात डोकावला. दोन्ही बाजूच्या सेना आता आपापल्या नियोजित स्थानांवर सज्ज झाल्या. तो शेंदऱ्या पक्षी तोंडात किडे पकडून पूर्वेकडून पश्चिमेकडे भुर्रकन उडत गेला, आमच्या जोरात चाललेल्या तयारीकडे दुर्लक्ष करत. युद्धं, माणूस नावाच्या मूर्ख प्राण्यासाठी. त्याला अधिक महत्त्वाची कामं होती. मी घरट्यात दोन पिल्लं पाहिल्याचं मला आठवलं. जेव्हा त्यांचा बाप चाऱ्याच्या शोधात जायचा, तेवढा सारा वेळ, म्हणजे जवळ जवळ वीस पंचवीस पळं, ती खुळी पिल्लं तोंडात काहीतरी चविष्ट पडेल या आशेने चोच वासून बसायची. मोगल सैन्य गाड्यांच्या आणि खंदकांच्या बेढब कुंपणामागे उभं होतं. पातशहा कुठे होता ? माझ्या मेवाडी सहकाऱ्यांपेक्षा ज्याला मी अधिक चांगलं जाणत होतो त्या माणसाला मी ओळखू शकलो असतो का ? यदाकदाचित बाबांनी विचार बदलला तर कामी यावा म्हणून उभारल्या गेलेल्या निरीक्षण मिनाराकडे मी घोडा वळवला. लष्करी सुतारांनी तो तीन भागांत बांधला होता. चाकं लावलेल्या चौथऱ्यावर उभा असलेला सर्वांत खालचा भाग अठरा हातांच्या उंचीचा, त्यावरचा, ज्यालादेखील काढता यावीत अशी चाकं बसवली होती आणि ज्याचं छप्पर सपाट होतं तो दहा हात उंचीचा आणि त्याच्याही वर, जाड पोलादी पत्र्यांनी संरक्षित, डोळ्यांच्या उंचीवर फटी असलेला तिसरा भाग. मिनार थोडा ओबडधोबड झाला होता, पण आमच्या कामासाठी ठीक होता. मी सर्वांत वरच्या मजल्यावर चढून गेलो.

आता युद्धक्षेत्र मला नीट दिसू लागलं. माझ्या दृष्टीच्या मध्यावर ग्रहणाच्या आकाराचं भोक झालं होतं. कधी कधी, तासा तासाच्या अंतराने माझी दृष्टी कमीजास्त व्हायची. कसलंही गणित नव्हतं त्याला. जेव्हा चांगली असेल तेव्हा मला स्वच्छ दिसायचं, नाहीतर दृष्टीच्या परिघातलं साधारण चांगलं दिसलं तरी सरळ रेषेतलं सारं काही धूसर, रंगहीन, जळकट दिसायचंय. पातशहा बाबरला युद्धात सामोरं जाण्यासाठी छान स्थिती. तो नीट दिसावा म्हणून त्याला बाजूला सरकरण्याची विनंती करावी लागणार होती मला. माझी खात्री आहे की भविष्यकाळात अशी तात्त्विक भूमिका मांडणारा इतिहासकारांचा संप्रदाय निर्माण होईल की माझ्या दृष्टीतला काळा सूर्य हा

यदृच्छेचा किंवा नशिबाचा भाग नसून, खोलवर कुठेतरी दडलेल्या युद्धापासून वेगळं व्हायच्या इच्छेमुळे मी मुद्दामच हा अपघात घडवून आणला होता. नेहमीप्रमाणे शत्रूची जितकी माणसं मारता येतील, तितकी मी मारणारच आहे, पण सुदैवाने आमच्या मित्र सैन्यात भरपूर हिंस्र योद्धे आहेत आणि जरी मी चाचपडत, डोळ्यांची उघडझाप करत धडपडलो तरी त्यामुळे युद्धाच्या अंतिम परिणामात काही फरक पडणार नाहीये.

आमची रणरचना रुढ पद्धतीची होती. गेली शेकडो वर्षं त्यात काहीही फरक पडला नव्हता : हत्तीदळाचं अर्धवर्तुळ, त्याच्यामागे दाटीवाटीने गच्च भरलेल्या तीन सैनिकी तुकड्या, मेवाडचे मांडलिक आणि सरंजामशहा मध्ये तर मित्र राजे डाव्या – उजव्या बाजूला. या दुर्भेद्य फळीच्या मागे महाराज, मेवाड आणि मित्र राजांचे सेनापती आणि खाली उतरल्यावर त्यात सामील होणारा मी. आमच्याही मागे मध्यावर, पिछाडीच्या सैनिकांची घनदाट तुकडी. मोगल सैन्याच्या मध्यभागी, त्यांच्या राखीव दलाच्या थोडा पुढे, योद्ध्यांचा एक थवा जमला होता. माझी खात्री होती की, त्यांच्यापैकी एक खुद्द बाबर असावा.

अचानक मनात विचार आला की, गेली किती वर्षं लीलावतीशी माझं संभाषण चालू आहे याचा काहीच हिशेब नाहीये माझ्यापाशी. किती अहंकारी आणि मूर्ख होतो मी. नाकासमोरचंदेखील दिसू शकलं नाही मला. माझी बहीण सुमित्रा हिच्या मृत्यूचा दोष मी स्वत:ला दिला होता. तिचं लंगडणं मी अधिक गंभीरपणे घेतलं असतं तर... ? बाबांचं न ऐकता शस्त्रवैद्यांकरवी तिचा पाय कापला असता तर...? लीलावती माझं प्रायश्चित्त होती. माझ्या अपराधाची किंमत होती. उशिराने का होईना पण ती किंमत चुकती करणार होतो मी. झालं तेवढं खूप झालं. मेवाडी रीतीभातीनुसार राजपूत आणि जैन यांच्यामध्ये लग्नसंबंधाला परवानगी होती किंवा नाही याची आता मी पर्वा करणार नव्हतो. फार फार तर लोकापवादाला तोंड द्यावं लागेल. ते कठीणच होतं; पण अशा बाबतीत माझ्या बायकोची शिकवण कामी येणार होती. आज संध्याकाळीच दूताकरवी लीलावतीला निरोप पाठवायला हवा की, आता तिला अधिक काळ धीर धरावा लागणार नाही. मी मांडूला येऊन तिला घेऊन जाणार होतो. किंवा जर मला येणं शक्य झालं नाही तर मंगल येऊन तिला चितोडला घेऊन जाईल.

मी खाली उतरलो आणि बाबांपासून दोनशे पावलांच्या अंतरावर माझी जागा घेतली. सकाळचे साडेनऊ वाजले होते. अचानक जमीन हादरून टाकणारा आवाज झाला आणि देवाच्या कोपाप्रमाणे आभाळातून एक क्षेपणास्त्र वेगाने आमच्या दिशेने येत असलेलं दिसलं. त्या गडगडाटासोबत एक कर्कश सीत्कार उठला जो कानांचे पडदे फाडून एखाद्या कंपन पावणाऱ्या सुईप्रमाणे शरीरातला प्रत्येक मज्जातंतू सणसणवत मेंदूत रुतला. राव राज आणि रावत सोमनाथ जिथे उभे होते तिथे तीन हात खोल आणि दोन

हात रुंदीचा खड्डा पडला. युद्धाला सुरुवात झाली आणि तरी राजपूत सेना जागच्या जागी स्तंभित उभी ? पण मला वाटतं ते इतके घाबरले नव्हते जितके गोंधळून आणि चक्रावून गेले होते. ही उडती अस्त्रं कुठून येत होती ? आणखी सहा वेगवेगळ्या ठिकाणी ती कोसळली पण आम्ही सुन्नपणे, ज्याच्यावर आमचं नाव लिहिलं गेलं होतं ते अस्त्र आमच्यावर येऊन कोसळण्याची आणि मृत्यूची वाट बघत राहिलो. सुदैवाने राव मेदिनी राय आणि राव मलदेव, जे आमच्या डाव्या बाजूच्या तुकडीचं नेतृत्व करत होते, ते पहिल्या धक्क्यानंतर लगेच सावरून बाबरच्या उजव्या तुकडीच्या दिशेने वेगात निघाले. याचा परिणाम आमच्या गोठलेल्या सैन्याला जाग येण्यात झाला. पातशहाच्या तोड्याच्या बंदुकाही अविरत चालू होत्या. बंदूकदलाची नेमबाजी फारशी चांगली नव्हती पण अंदाजाने उडवलेल्या गोळ्यादेखील शेकडोंचे बळी घेत होत्या. मेदिनी राय आणि मलदेव यांनी धडक मारण्याचा सपाटा चालू ठेवला. दुसरीकडून अखिलराज, रायमल राठोड आणि हसन खान मेवाटी यांनी पातशहाच्या डाव्या बाजूच्या तुकडीला गुंतवून ठेवलं. या निर्दय हल्ल्यापुढे बाबरचं सैन्य ढेपाळू लागलं होतं, इतक्यात बगलेची एक गतिमान तुकडी त्यांच्या मदतीला धावली. आता दोन्ही पक्ष समबल झाले होते आणि तोड्याच्या बंदुकींनी अनर्थ माजवला नसता तर संध्याकाळपर्यंत ही लढाई चालू राहिली असती. लवकरच मोगलांनी आक्रमक पवित्रा घेतला आणि राजपुतांच्या उजव्या आणि मधल्या सैन्य–विभागांत तडा पडला.

धुडुम धुडुम धुडुम धुडुम. तोंडानेदेखील हा आवाज काढता येतो. अजिबात भीतिदायक वाटत नाही तो, हो ना ? पण कानांच्या पडद्यांच्या चिंध्या करणारा तोफेचा आवाज ऐका. सगळा आत्मविश्वास आणि उद्दिष्टांचं भान नष्ट करतो तो. एक गोष्ट नमूद केली पाहिजे आणि ती म्हणजे त्या तोफांनी आमचं फारसं नुकसान केलं नाही. सातच तर होत्या पातशहाकडे आणि दारुगोळा ठासला जातो तो कप्पा थंड होऊन, नळी साफ करून, नवा दारुगोळा भरून, परत तोफ डागेपर्यंत बराच वेळ जातो. आम्ही हतबल झालो ते त्या हवेतून उडत येऊन विचित्र दबलेला आणि म्हणूनच अधिक भीतिदायक, धप्प असा आवाज करत जमिनीत घुसणाऱ्या उष्ण गोलांमुळे आणि अर्थात, पुढची मृत्युशिला नक्की कुठे पडेल ते माहीत नसल्याने. नंतर काय घडलं ? मला कल्पना नाहीये. हवेतल्या आणि जमिनीवरच्या मोगल संकटाला तोंड देण्यासाठी आमच्या सैनिकांत चैतन्य भरण्याच्या तात्कालिक कार्यात मी इतका मग्न झालो होतो की इतर सगळीकडे काय चाललंय याची मला जाणीव राहिली नाही.

तोड्याच्या बंदुकी एक एक करून आमची माणसं टिपत राहिल्या. गोळी लागेपर्यंत ती कुठल्या दिशेकडून येतेय ते कळणं कठीण होतं. नाहीतरी, कोण गोळी मारतंय ते कळूनदेखील काय उपयोग होता ? आमचा सैनिक फार तर शत्रूवर भाला फेकू शकला

असता. पण जोरदार फेकीसाठी भाल्याचा हात खांद्यावरून मागे घेण्यापूर्वीच एखाद्या गोळीने त्याच्या मेंदूच्या चिंधड्या केलेल्या असायच्या किंवा त्याच्या हृदयात छानपैकी घरटं केलेलं असायचं, नाहीतर त्याच्या आतड्याच्या थेट आरपार ती गेलेली असायची. तो नशीबवान असेल तर त्याच्या मांडीत रुतली जायची.

एका गोळीला एक माणूस याप्रमाणे मेवाडी आणि सहकारी राजांच्या सैन्यातल्या एकशेवीस हजारांना — थोडे हजार कमी जास्त — मारायला एक दोन महिने तरी लागले असते. इथे थोडं गणित मांडावं लागेल. माझ्या अंदाजाप्रमाणे बाबरच्या पाच हजार तरी माणसांकडे बंदुकी असाव्यात. कदाचित सात हजार असतील. पण आपण कमी आकडा धरूया. आमचा एकशेवीस हजार डोक्यांचा जगन्नाथाचा रथ समोर ठाकलेला बघून पातशहाने अल्लाचे आभार मानले असावेत. पहिल्या फेरीच्या बंदुकधाऱ्यांना सोडून इतर सर्वांना त्याने आपल्या बंदुकी ४५ अंशाच्या कोनाने वर उडवायला सांगितलं. मारलेली गोळी खाली वळून क्षणाला १६० ते २१० हात, या वेगाने आम्हांला वेधायची. क्षणाला १३० हात, या वेगाने येणारी गोळीदेखील डोक्याची कवटी भेदू शकते, त्यामुळे नेम घेण्याची गरजच नव्हती. बंदूक फक्त तिरकी वर करायची आणि उडवायची.

तासांमागून तास आमचे पुढे जाणारे सैनिक पडत राहिले. पण परत, आमची जी भयानक मनुष्यहानी झाली ती बंदुकांमुळे नाही तर या नवीन शस्त्रतंत्रामुळे दुसऱ्या तासातच आमचं नैतिक धैर्य खचून गेलं म्हणून. एक तोफेचा गोळा, दोन किंवा फार तर पाच माणसं मारू शकतो आणि तोसुद्धा ती माणसं गोळा पडण्याच्या ठिकाणी एकत्रितपणे उभी असतील तर. पण जमिनीवर होणारा त्याचा आघात अधिक घातक असायचा. दगडांची हजारो लहान, मध्यम आणि मोठी शकलं, मुळं, फांद्या आणि तीक्ष्ण ओबडधोबड कडा असलेली ढेकळं वर उडून वेगाने आमच्या मध्ये येऊन पडायची — आम्हांला खाली पाडत, आंधळं करत, मती गुंग करत. हे कानठळ्या बसवणारे स्फोटदेखील मला सुसह्य झाले असते जर मी आजूबाजूच्या आमच्या सैनिकांचे गळे दाबू शकलो असतो तर.

अशा प्रकारच्या किंकाळ्या, आरोळ्या, विव्हळणं आणि भेकणं मी कधीच ऐकलं नव्हतं. हात खांद्यापासून वेगळा होऊन जमिनीवर पडलेला पाहण्यातला अविश्वास, पोटात घुसून गोलाकार फिरणाऱ्या भाल्याची भीषणता, खांद्याचं हाड तोडून पाठीच्या कण्यापर्यंत पोचून आठव्या मणक्यापासून सातवा मणका वेगळा करणाऱ्या तलवारीच्या वाराची प्राणांतिक वेदना, गळ्यातून आरपार घुसलेला, वातकुक्कुटाची आठवण करून देणारा बाण पाहून वाटलेलं आत्यंतिक आश्चर्य, जिथे यकृत आणि शेवटच्या दोन फासळ्या असतात तिथे दिसणारं भोक हे हवा आरपार वाहू शकेल अशी पोकळी आहे

असा साक्षात्कार, आणि मुख्य म्हणजे विस्मयाने घेतलेला श्वास मध्यावरच तोडून मृत्यूने घातलेली झडप. युद्धासंबंधी मी अनुभवी जाणकार होतो आणि या युद्धातल्या क्लेषकारक घटना इतर युद्धांपेक्षा वेगळ्या नव्हत्या. तर मग माझी ही असहिष्णुता आणि आश्चर्य कशामुळे ? माझी दृष्टी अधू झाल्याने माझी श्रवणशक्ती अधिक तीक्ष्ण झाली होती का ? की प्रत्येक व्यथित किंकाळी आमचा सर्वनाश जाहीर करत होती, त्याची प्रतिक्रिया होती ही ?

आणि आता ते परत येऊ लागले. ते दहा हजार गुदमरणारे गुजराती सैनिक. पहाटेच्या धुक्याने झाकलेल्या दलदलीतून, कालातीत यातना दर्शवणारी आ वासलेली तोंडं घेऊन, दहा हजार चेहऱ्यांच्या रांगावर रांगा. हसा, मी त्यांना विनवलं, हसा ! तुमचं जे काही केलं त्याची आता किंमत भरतोय आम्ही. पाहा झोडपलेले आणि वाऱ्यावर फेकलेले हे हात, पाय, स्वादुपिंड, हृदयं, मूत्रपिंडं आणि आतडी. आता तरी मोकळा श्वास घ्या ! केलेल्या कर्माची पापं फेडावी लागतात, कधी कधी याच जन्मी. शक्य आहे तोवर आनंद लुटा ! हा सूड आहे. माझ्या मित्रांनो, जीवनात लाभू शकणारं सर्वांत मधुर समाधान. पण ते हसलेही नाहीत, आणि त्यांचे पिळवटलेले, भयानक चेहरे अदृश्यही होईनात. सारा दिवस, जखमी सैनिक धारातीर्थी पडत असताना, छात्या, पोटं, गुह्यभाग उघडे पडलेल्या मृत शरीरांचे अस्ताव्यस्त, बेढब ढीग वाढत असताना, ती गुजराती पिशाच्चं मूकपणे पाहत राहिली. मुक्ती नाही तर विस्मृती तरी द्या, मी ओरडलो. पण त्यांनी ऐकलं नाही. ऐकलं असलं तरी ते माझ्यावर ती मेहरबानी करणार नव्हते.

बाबरने आपला गृहपाठ काळजीपूर्वक केला होता. आमचं एक सैन्य नसून आम्ही पन्नास वेगवेगळ्या सेना आहोत हे त्याला माहीत होतं. आम्हांला एकत्र जोडणाऱ्या नाजूक, कच्च्या धाग्यांच्या शिवणी उसवण्यावर त्याने लक्ष केंद्रित केलं. जिथे जिथे छिद्रं दिसली तिथे तिथे दबाव आणून आम्हांला वेगळं केलं. फारसं कठीण नव्हतं ते. आमच्यात एकत्रित शिस्त नव्हती. (शफी, तेज आणि हेमकरण यांनी तयार केलेलं ७ किंवा १० हजार घोडेस्वारांचं खास दळ त्याला भारी पडलं असतं, पण ही माणसं वेगवेगळ्या सेनाविभागांत विभागली गेली होती.) याउलट, बाबरच्या वीस हजार सैनिकांनी केवळ भारतातच पाच युद्धं लढली होती आणि त्यांचे एकसंध गट हातचलाखीचे प्रयोग करणाऱ्या जादूगाराप्रमाणे बाबर चलाखीने खेळवत होता.

बुद्धिबळाचा डाव डोळ्यांसमोर आणा. सुरुवातीला दोन्ही पक्ष आपापली प्यादी, राजे, हत्ती, वजीर, घोडे घेऊन समोरासमोर उभे. खेळ अर्ध्यावर आला असताना बाबरने आपल्या सोंगट्या अशा काही कौशल्याने आणि वेगाने हालवल्या की आम्ही सर्व बाजूंनी घेरले गेलो आणि विश्वास बसणार नाही अशा गतीने माणसं गमवत होतो. आमच्या नेत्यांपैकी सज्जा चुंडावत, रावत जग्गा सारंगदेव, माझे काका लक्ष्मणसिंहजी,

रावत वाघ, सज्जा आज्जा, करमचंद, चंद्रभान चौहान, भापत, दलपत आणि माणिक चंद्र हे सारे मारले गेले. मोगलांनी राणाचं निशाणदेखील काबीज केलं, पण करणसिंह दोदियाने आपल्या प्राणांची किंमत देऊन ते वाचवलं.

आम्ही कठीण परिस्थितीत सापडलो होतो. शफीच्या 'माघार घेण्याचे प्रकार' पुस्तकातली तिसऱ्या क्रमांकाची योजना कदाचित कामी आली असती. 'हळूहळू, कुणाच्या नजरेत येणार नाही अशा प्रकारे बाहेर पडावं, चार दिशांना पांगावं आणि अशा पूर्वनियोजित स्थानी, (जिथे शत्रू पाठलाग करू शकणार नाही) परत भेटावं. जर सारं काही हातचं गेलं नसेल तर वेगळ्या आणि दूरच्या मार्गाने शत्रू सैन्याच्या पाठीमागे एकत्रित येऊन हल्ला करावा, पण आमच्या नेत्यांपैकी कुणीही पराभवाच्या शक्यतेचा विचार केला नव्हता, मग मागे फिरणं तर दूरच राहिलं. त्यामुळे पूर्वनियोजित व शिस्तबद्ध माघारीचा प्रश्नच नव्हता. तेवढ्यात, आमच्या सैन्याची दयनीय स्थिती पाहून महाराजांनी त्यांच्या आयुष्यातली सर्वांत अविचारी गोष्ट करण्याचा निर्णय घेतला. सैनिकांना एकत्रित आणून प्रेरित करण्याचं त्यांनी ठरवलं. सर्वांदेखत दोन विभागांमधल्या मोकळ्या जागेत ते उभे असताना कुठल्यातरी बाणाने त्यांचा वेध घेतला. प्राणांतिक वार होता तो, पण सत्याऐंशी किंवा नव्वद व्रण शरीरावर बाळगणारे महाराज अमर होते हे विसरून चालणार नाही. आम्ही त्यांना जमिनीवरून अलगद उचललं. ते बेशुद्ध झालेले आणि रक्तस्रावदेखील बराच होत होता. पालखीत घालून त्यांना बसवा नावाच्या दूरच्या गावी नेण्यात आलं जिथे त्यांना मारण्याच्या उद्देशाने बाबर किंवा त्याचा माणूस येणं कठीण होतं.

आता आणखीन दोनच गोष्टी नमूद करायच्या आहेत मला. महाराजांच्या निर्गमनाची खबर आमच्या किंवा बाबरच्या सैन्याला कळू नये म्हणून बाबांना आम्ही शक्य तेवढ्या गुप्ततेने हालवलं होतं. बाबांच्या गैरहजेरीत युद्धाचं नेतृत्व करण्यासाठी आमच्या ज्येष्ठ नेत्यांनी हलवाडचे चुंदर राणा आज्जा यांना निवडलं. राजा राणा आज्जा बाबांच्या हत्तीवर आरूढ झाले की ते महाराज नसल्याचं कुणाच्याही लक्षात येणार नाही, अशी सर्वांना आशा होती. पण बाबांचं सोंग वठवणं कठीण आहे. एक निकामी डोळा आणि काही निर्जीव अवयवांची आवश्यकता होती त्यासाठी. राणा आज्जा खऱ्या राणांची जागा घेऊ शकतील का याबद्दल मला शंका होती, पण प्रयत्न करून पाहायला माझी हरकत नव्हती. बाबांच्या हत्तीवर छत्र, पताका वगैरे सम्राटपदाची सारी चिन्हं जशीच्या तशी ठेवण्यात आली आणि युद्धाला परत सुरुवात झाली.

आमचा गुप्त कार्यभाग त्वरित साधल्यामुळे बाबांच्या घायाळ अवस्थेची बातमी सर्वत्र पसरणार नाही अशी आशा होती आम्हांला आणि बरोबर याच वेळी सिलहाडी आमचा पक्ष सोडून बाबरला जाऊन मिळाला आणि राणांच्या हत्तीवर त्यांची बतावणी

करणारा एक कामचलाऊ सोंगाड्या बसलाय हे पातशहाला सांगण्याची मेहरबानी त्याने आमच्यावर केली. त्याच्या या विश्वासघाताचा मला संताप यायला हवा होता, पण मी वास्तव सत्याचा शांतपणे स्वीकार केला. विजयी पक्षात राहणं सिलहाडीला आवडतं. शिवाय त्याच्या असण्या नसण्याने काही फरक पडणार नव्हता. शेवट जवळ आला होता.

संध्याकाळी पातशहाने साऱ्या शत्रूंची मस्तकं गोळा करून त्याचा एक डोंगर उभारण्याचा हुकूम दिला. हा भयानक विजयस्तंभ पाहायला मी तिथे नव्हतो, पण मला नंतर सांगण्यात आलं की, तो महाराजांसाठी मी बांधलेल्या पस्तीस हात उंच निरीक्षण मिनारापेक्षा थोडा अधिक उंच आणि तेवढाच अढळ होता.

४८

उंच डोंगरावर बांधलेल्या बसवाच्या राजवाड्यात मी रात्री उशिरा पोचलो. बाबांच्या सोबतीला फारशी माणसं नव्हती. जमिनीवरच्या संघर्षाला सामुद्रिक उपमा द्यायची झाली तर मी म्हणेन की, बुडणाऱ्या जहाजाचा त्याग करण्यातच शहाणपण होतं. (अजाणता केलेला सामुद्रिक प्रतीकाचा वापर मला काहीतरी सांगून जात होता का ? या भूमीचा किनारा कायमचा सोडून जाण्याची सुप्त इच्छा होती का माझ्या मनात ?) जी काही थोडी थोडकी माणसं तिथे उपस्थित होती तीदेखील तिरस्काराचे कटाक्ष टाकून माझ्यापासून चार हात दूरच राहू पाहत होती. कण्वाचं युद्ध वर्ष-दोन वर्षांनी पुढे ढकलावं या माझ्या आग्रहाचा याच माणसांनी अव्हेर केला होता आणि म्हणूनच आजच्या आमच्या पराभवाचं सारं खापर ते आता माझ्या माथी फोडू पाहत होते.

''आम्ही आपल्याच काळजीत होतो. आपण सुखरूप पोचलात हे पाहून जीव भांड्यात पडला.'' मेदिनी रायांनी माझं स्वागत केलं.

''बाबा कसे आहेत ?''

''त्यांनी झेललेल्या दुखापतीचा विचार करता आता खूपच बरे आहेत. शुद्धीवर येताच प्रथम त्यांनी चिलखताची आणि घोड्याची मागणी केली, कारण त्यांना लगेच युद्धभूमीवर परतायचं होतं. ते फार अशक्त झाले आहेत आणि सतत आपली चौकशी करत आहेत.''

''पातशहाची माणसं रणभूमी सोडून जाताच आपल्या जखमी सैनिकांना इथे आणण्याची जबाबदारी राजकुमार हेमकरण, तेज आणि शफी यांच्यावर सोपवून मी आलोय. उद्या सकाळपर्यंत ते सारे इथे पोचावेत.''

अचानक बाबा कृश आणि अशक्त दिसू लागले आहेत. त्यांची त्वचा आणि ओठ पांढरेफटक पडलेत आणि नाडीचे ठोकेदेखील मंदावलेत. मी सुन्नपणे त्यांच्या शेजारी बसून राहिलो. माझी जीभ जणू लुळी पडली होती.

''आम्ही आपली निराशा केली का, बेटा ?''

महाराज माझ्याशी अलिप्त तुटकपणे वागलेले मला अधिक पसंत असतं.

''आपण जर येत्या सात दिवसांत खडखडीत बरे झाला नाही तर माझी निराशा

होईल. पातशहाला परत सामोरं जाण्यापूर्वी आपल्याला खूप कामं आटपायची आहेत.''

''पावलापावलाला आपण आम्हांला सावध केलंत, पण आम्ही आपलं ऐकलं नाही.''

''मला दृष्टीसमोरदेखील नको असलेली माणसं कुठली ते माहीत आहे का आपल्याला ? 'मी आधीच सांगितलं होतं,' असं म्हणणारी.''

''आता आपण काय करायला हवं असं आपल्याला वाटतं ?''

''मी मनापासून सांगतोय महाराज, आपली शुश्रूषा करून आठवड्याभरात फार तर दहा दिवसांत, मी आपल्याला पूर्ण बरं करीन. पंधरवड्याच्या आत आपण चितोडला परतून कामाला लागू.''

''आम्ही चितोडला जाणार नाही,'' मला त्यांचे शब्द जेमतेम ऐकू आले.

''आता नाही महाराज, आपल्याला बरं वाटल्यानंतरच म्हणतोय मी. आपल्या अर्थव्यवस्थेचा विचार करणं आवश्यक आहे. पातशहाबरोबर समझोता करणंच योग्य. येत्या वर्ष–दोन वर्षांच्या काळात त्याच्याशी मैत्रीचे संबंध स्थापित करणं फायद्याचं ठरावं. पुढच्या ज्येष्ठ किंवा आषाढापर्यंत रणतोफा आपल्या ताब्यात येतील. सहा महिने तोफा आणि तोड्याच्या बंदुकी हाताळण्याची तालीम आणि आपल्या सैन्याचा आणि साधनांचा जास्तीत जास्त चांगला उपयोग कसा करावा यासंबंधी विचारपूर्वक आखलेली रणयोजना तयार झाली की परत आपण बाबरशी दोन हात करण्यासाठी सज्ज होऊ.''

मी कुणाला दिलासा देऊ पाहत होतो ? बाबांना की स्वत:लाच ? आणि तरीही, मी उच्चारलेल्या प्रत्येक शब्दावर माझा विश्वास होता.

''आम्ही काय म्हटलं ते ऐकलं नाही का ?'' महाराज माझ्यावर चिडल्यासारखे वाटले. ''पातशहाचा पराभव केल्याशिवाय आम्ही चितोडला परतणार नाही.''

मोठ्या कष्टाने मी माझं हसू आवरलं, ''पण नेमकं याच कारणासाठी परतणं आवश्यक आहे, महाराज. आपल्याला घरी जायला हवं. या मोगल आगंतुकावर पुन्हा चढाई करून जाण्यासाठी राणांनी आपल्या साऱ्या राज्ययंत्रणेसह मोठ्या इतमामाने सिंहासनावर असणं आणि आपल्या सर्व साधनसामुग्रीची व्यवस्थित रचना करणं जरुरीचं आहे.''

''आज दुपारी जेव्हा आम्ही शुद्धीवर आलो तेव्हा आमच्या साऱ्या सहकाऱ्यांसमोर आम्ही तशी शपथ घेतली.''

''ती शपथ आपण मागे घेऊ. त्याबद्दल कोणीही आपल्याला दोष देणार नाही. तेव्हा आपण जखमी अवस्थेत असून रक्तस्रावामुळे फारच सैरभैर झाला होता.''

''आपल्याला कळत कसं नाही,'' त्यांनी तोंड फिरवलं, ''घरी आम्ही आमचं तोंड नाही दाखवू शकणार.''

"मार खायची ही पहिली वेळ नाहीये मेवाडची आणि शेवटची देखील नसावी. बाबरचंच घ्या. त्याचं सारं जीवन हार खाण्यात गेलं, पण त्याने धीर सोडला नाही. शेवटी त्याने नशिबाला आणि दैवाला त्याचं विधिलिखित बदलायला लावलं."

"आम्ही घरी जाणार नाही."

"आपण आता विश्रांती घ्यावी. उद्या बोलू आपण या विषयावर."

बसवामध्ये प्रथम मनस्थिती खिन्न, कधी कधी विषण्ण म्हणता येईल अशी झाली होती. पण लहान राजवाड्यात बरीच माणसं एकत्रित आल्याने उगाच घाईगर्दीचं आणि अर्थपूर्ण वाटावं असं वातावरण पसरलं होतं. आता मात्र बसवा विचित्र शांत झालं. माझे सासरे, मेदिनी राय यांच्या राजधानीला बाबरकडून धोका संभवतो अशी बातमी येऊन पोचल्यामुळे त्यांना लगेच चंदेरीला जाणं भाग पडलं. दिल्लीचा पातशहा वेगाने छोटीमोठी राज्यं काबीज करत निघाला असून त्याचं पुढील लक्ष्य कोण असेल याबद्दल बरीच अनिश्चितता फैलावली होती. पुढच्या दिवसभरात, आमचे जवळजवळ सारे मित्र राजे, अंबर, जोधपूर, सिरोही वगैरे बाबरची नजर आपल्या राज्याच्या दिशेने वळेल या भीतीने घरी जायला निघाले.

आता बसवामध्ये फक्त आम्ही तीस जण उरलो. बाबा, मी आणि बाबांच्या वैयक्तिक अंगरक्षक दलाच्या सत्तावीस सैनिकांसह दलाचे प्रमुख, रावत रामसिंह. कामावर नसतील ते सैनिक पत्ते किंवा बुद्धिबळ खेळून किंवा झोपून वेळ घालवतात. पण एकूण नैतिक धैर्य कोमटच आहे.

माझ्याप्रमाणे सैनिकांनाही घरची ओढ लागली आहे. आम्हांला एकच व्याधी सतवतेय, ती म्हणजे कंटाळा.

काही दिवसांपूर्वी आईचं पत्र आलं. तिला इथे बाबांच्या सोबतीला येऊन बसवाचं घर सांभाळायचं होतं. इथे येऊन दुसऱ्या कुणाच्या तरी वाड्याचा कारभार सांभाळण्यापेक्षा तिने आपलं चितोडचंच घर नीटपणे सांभाळावं असं त्रोटक पत्र बाबांनी तिला पाठवलं.

महिना झाला पण अजून चितोडला परतण्यासाठी मी बाबाचं मन वळवू शकलो नाहीये.

"मुलकी, लष्करी, आर्थिक व्यवस्था आणि राज्यकारभार कोण सांभाळणार ? सम्राटाविना साम्राज्य चालत नाही. चालता कामा नये."

"प्रधानमंत्री आणि मंगल समर्थ आहेत मेवाडच्या देखरेखीसाठी. कुणाही एका व्यक्तीच्या — मग तो राजा असो वा रंक — गैरहजेरीमुळे राज्यकारभार बंद पडत नाही."

''आपल्या परतीची विनंती करणारी पत्रं जवळजवळ दररोज येताहेत मंगलकडून. त्याने पाठवलेली माहिती आपण वाचता का, महाराज ? प्रधानमंत्री पूरणमलजींना त्यांच्या अधिकारपदावरून कमी करण्याचा आपला मनसुबा कर्मावती राणीसाहेब आणि विक्रमादित्य उघड उघड बोलून दाखवू लागले आहेत. आपण ताबडतोब चितोडला परतून राज्याची सारी सूत्रं स्वत:च्या हातात घेतली नाहीत तर फार उशीर झालेला असेल, महाराज.''

''फार उशीर ? कशासाठी ?''

''युद्ध संपून महिना झाला. आपण परत येऊन राज्याची सूत्रं का सांभाळत नाही आहात ते प्रजेला कळत नाहीये. पूरणमलजी आता वृद्ध आणि दुर्बल झाले आहेत. पूर्वी कधीही नव्हती इतकी योग्य मार्गदर्शनाची गरज आहे आज मेवाडला. पण त्याऐवजी त्यांना मिळताहेत भरपूर अफवा आणि भविष्याविषयी चिंता. राज्ययंत्रणा संपूर्णपणे कोसळायच्या आत आपण परतणं आवश्यक आहे, महाराज.''

''खरंच या कारणासाठी आम्ही परतावं असं वाटतं आपल्याला ? राजमुकुट आमच्या की स्वत:च्या मस्तकी पाहण्याची इच्छा आहे आपली ?''

''आपणच मेवाडचे राजमुकुट आहात, महाराज आणि म्हणूनच परत जाऊन आपल्या सिंहासनाचा ताबा घेणं जरुरीचं आहे. अर्थात, राजमुकुट मलाही हवा आहे. शेवटी ज्येष्ठपुत्र आणि युवराज आहे मी. आपल्या मस्तकावरून तो माझ्याच मस्तकावर येईल. पण आपण पातशहाला हिंदुकुश पर्वतात परत हाकलून आपलं उरलेलं दीर्घ आयुष्य पूर्णपणे भोगल्यानंतरच.''

काय झालं होतं बाबांना? ज्या शेवटच्या वाराने ते जखमी होऊन बेशुद्धावस्थेत हत्तीवरून खाली पडले, त्याचा त्यांच्या डोक्यावर परिणाम तर झाला नव्हता ? की त्यांचं धैर्य संपुष्टात आलं होतं ? मेवाडची प्रजा आपला धिक्कार करील असं खरंच वाटत होतं का त्यांना ? आणि समजा तसं घडलंच, तरी भाडोत्री जमाव त्यांना पढवलं गेलेल्याची फक्त पोपटपंची करतो हे ठाऊक नव्हतं का बाबांना ? वेळ निघून चाललाय या जाणिवेने मी उतावीळ आणि चिडचिडा बनू लागलो होतो. पण ही माझ्या असमंजसपणाची सबब बनू शकत नाही. भयानक पराभवामुळे बाबांचा संपूर्ण अवसानभंग झालाय, याची नोंद मी घेणं आवश्यक आहे.

दोन दिवसांनंतर मी लीलावतीला पत्र लिहायला बसलो. मनाची तयारी करण्यात महिन्याहून जास्त वेळ गेला होता, पण शेवटी एकदाचा माझा निश्चय झाला. युद्धापूर्वी मी जरा वाहवलो असेन, पण एका गोष्टीबाबात मात्र माझा विचार पक्का होता — पातशहाकडून पराभूत झाल्यानंतरदेखील जर माझा स्वीकार करायला तिची तयारी

असेल, तर आमच्या सहजीवनाची सुरुवात करू शकत होतो आम्ही. अर्थात, ते सोपं नव्हतं. आपल्या नवऱ्याला काय सांगणार होती ती ? माझ्याबरोबर पळून जाण्याची तयारी होती तिची ? आमचा विचार कळताच तिचे पणजोबा तात्काळ राजीनामा देतील बहुधा. ते माझ्या दृष्टीने ठीकच होतं. आम्ही त्यांचं जे भक्कम देणं लागत होतो ते कदाचित रद्द होईल त्यामुळे. शिवाय त्यांची जागा लीलावती घेईलच. पण चेष्टा बाजूला ठेवली तरी एकूण कठीणच जाणार होतं ते आम्हांला. दुर्निवार्यच. एका राजपुताला, याप्रसंगी युवराजाला, दुसऱ्याच्या बायकोशी लग्न करता येतं ? मुद्द्याचं म्हणजे, युवराजाला आपल्यापेक्षा खालच्या स्तराशी विवाहसंबंध ठेवता येतो का ? तेसुद्धा जैन सावकाराच्या मुलीशी ? छे, अशक्यच. तर मग, आम्हांलाच पायंडा घालून द्यावा लागेल असं दिसतंय. महाराजांच्या परवानगीचा प्रश्न अर्थात होताच आणि दुसरा प्रश्न होता कर्मावती राणीसाहेबांचा. पण या शेवटच्या अडचणीची मला चिंता नव्हती. राणीसाहेबांना पुरून उरली असती लीलावती.

माझ्यात ही कल्पनारम्यतेची छटा अचानक कशी उद्भवली ? एखाद्या कौमार्यावस्थेतल्या मुलाप्रमाणे मी स्वप्नरंजनात कसा हरवून जाऊ लागलोय ? वेड लागलं होतं का मला ? पण ते महत्त्वाचं नव्हतं. कधी ना कधीतरी मी राजा बनणार होतो. मला अशा स्त्रीची गरज होती जी फक्त गृहिणी आणि माझ्या मुलांची आई न राहता राज्याची अर्थव्यवस्था सांभाळू शकेल आणि मेवाडची साम्राज्ञी बनू शकेल.

बाबांच्या पावलांचा आवाज आला, ''परवा सकाळी सात वाजता आपण चितोडला जायला निघूया, युवराज. हे व्यर्थ रेंगाळणं पुरे झालं. माझी अवस्था त्या रोग्यासारखी झाली आहे ज्याचा बिछान्यात लोळणं हाच आजार बनला आहे. आपण म्हटल्याप्रमाणे परत कामाला लागायला हवं.''

युवराज ! किती वर्षं प्रतीक्षा करत आलो होतो हा शब्द महाराजांच्या तोंडून ऐकण्यासाठी.

''उद्या संध्याकाळपर्यंत प्रवासाची सारी तयारी करून ठेवायला सांगतो मी रामसिंहना.''

अंगरक्षक दलाचे मुख्य रावत रामसिंह यांना राणांच्या निश्चयाची बातमी सांगताच त्यांचा वृद्ध, सुरकुतलेला चेहरा आनंदाने फुलला.

''महाराजांची इच्छाशक्ती परत जागृत झाली ही श्री एकलिंगजींची कृपा. त्या काबूलच्या राजाला अजूनही धडा शिकवू आम्ही.''

''दिल्लीचा राजा,'' मी त्यांना आठवण करून दिली.

''फार काळ नाही. लवकरच महाराज त्याला त्याच्या डोंगरातल्या अज्ञात जागी रवाना करतील.''

एव्हाना इतर रक्षक शिपाई आमच्याभोवती गोळा झाले आणि जणू आत्ताच बाबरचा नायनाट झाल्याप्रमाणे त्यांनी 'महाराज अमर होवोत. मेवाड अमर होवो'च्या घोषणा सुरू केल्या. शेवटी खुद्द महाराज सज्जावर प्रकट झाले आणि हात उंचावून त्यांनी त्यांना शांत केलं.

गेल्या चार दिवसांत मंगलकडून पत्र किंवा निरोप कसा आला नाहीये ? अगदी तीन ओळीचं का असेना, पण पत्र आणि बातमी दररोज पाठवतो तो. तो सुखरूप आहे ना ? गेल्या काही आठवड्यांत राणी कर्मावती आणि छोट्या संतमाईमधले संबंध तुटण्याच्या बेतात आले आहेत असं कळवलं होतं त्याने. दररोज जीवन मला शंभर नवीन गोष्टी शिकवतं आणि मी त्यांतल्या नव्व्याण्णव विसरतो. कधी कधी साऱ्याच्या साऱ्या. काहीही गृहीत धरू नये, हे मी परत विसरलो. महान व्यक्तींचं सामर्थ्य आणि शक्ती तर कधीच नाही. माझी बायको चितोडमधली किंवा मेवाडमधली म्हणणं अधिक उचित, दुसरी सर्वांत सामर्थ्यशाली व्यक्ती आहे आणि कुठल्याही बाबतीत, मग ती बाब धार्मिक असो वा लौकिक, तिचीच सत्ता चालते याबद्दल माझी खात्री आहे. पंधरा दिवसांपूर्वी ती सायंकाळच्या आरतीसाठी वृंदावनी मंदिरात गेली असता मंदिराचे दरवाजे बंद असल्याचं तिला आढळलं. तिच्याबद्दल सतत द्वेषबुद्धी बाळगणारे — विशेषत: तिला संतपद आणि प्रजेचं प्रेम प्राप्त झाल्यानंतर — पुजारी आणि राणी कर्मावती यांनी एकमताने जाहीर केलं होतं की मंदिराचं शिखर कोसळण्याच्या बेतात आलं असल्याने, ते निळ्याच्या भक्तगणांसाठी, मुख्य म्हणजे छोट्या संतमाईसाठी धोक्याचं आहे. मेवाडचं महान अध्यात्मरत्न असलेल्या छोट्या संतमाईची सुरक्षितता हे त्यांचं आद्य कर्तव्य असल्यामुळे पुढील सूचना मिळेपर्यंत मंदिराचे दरवाजे सर्वांसाठी बंद राहतील.

कर्मावती राणीसाहेब माझ्या शत्रू असण्याऐवजी मित्र असत्या तर किती बरं झालं असतं. कोणत्याही अडचणीवर मात करून कधी ना कधी तरी राजमुकुट माझ्या हाती येईल याची व्यवस्था त्यांनी केली असती. वृंदावनी मंदिराची संपूर्ण दुरुस्ती झाल्याला आणि मंदिराची दालनं आणि अंगण सातपटीने विस्तृत केल्याला एक वर्षदेखील झालं नव्हतं आणि अचानक शिखर डळमळू लागल्याचं त्यांच्या लक्षात आलं ? धन्य आहे, द्वितीय माते ! आणि वास्तूच्या कच्चेपणाच्या आणि मंदिरात प्रवेश मनाईच्या जाहीरनाम्यावर कुणाची सही असावी ? माझा मित्र आणि नगररचनाकार साहसमल हा देखील विरुद्ध कंपूत सामील झालेला दिसतोय. कदाचित, राणा कुंभांच्या विजयस्तंभाहून उंच स्तंभ आपल्या नावाने बांधण्याची कामगिरी राणीसाहेब त्याला देऊ करणार असतील.

दरम्यानच्या काळात माझी बायको आपल्या प्रियकराच्या गावी, मथुरेला निघून गेली आहे.

४९

त्या दिवशी दुपारी सात माणसं बाबांना भेटण्यासाठी मेवाडहून आली. त्यांची सोबत मिळाल्याने आणि त्यांनी दाखवलेल्या चिंतेमुळे बाबा खुश झाले. बसवा, हे मनुष्यवस्तीपासून दूर, एकाकी ठिकाण आहे. त्याचा राज्यकर्ता, राव हिंमतसिंह याने बाबांचा हार्दिक पाहुणचार केला आणि बाबांना मोकळेपणा वाटावा म्हणून आपल्या परिवारासह आपला मुक्काम पाच कोस दूर एका छोट्या महालात हालवला. राव दररोज सकाळी बाबांची खुशाली विचारण्यासाठी आणि आम्हांला कसली कमतरता तर जाणवत नाही याची चौकशी करण्यासाठी रपेट मारून जात. दुर्दैवाने, राणांना ज्याची कमतरता भासते ती भरून काढण्यास ना राव हिंमतसिंह, ना मी समर्थ आहोत. बाबांना त्यांचा मित्रपरिवार, सहकारी, गप्पागोष्टी, माणसांची ये-जा, स्त्रीसहवास, आणि इतर काहीही ज्यामुळे खनुआच्या भयानक अनर्थाचा विसर पडेल, ते हवं आहे. मला मात्र झालेल्या भीषण कत्तलीच्या आणि पराजयाच्या गांभीर्याचं आकलन अजूनही होत नाहीये.

मेवाडच्या या अनपेक्षित पाहुण्यांच्या आक्रमणाचं मला आश्चर्य वाटतंय. इतके आठवडे कुठे होती ही माणसं ? अचानक हे कळकळीचं आणि चिंतेचं प्रदर्शन कशासाठी ? पण आमच्या पाहुण्यांच्या भेटीचा असा अर्थ लावणंही बरोबर नाही. येताक्षणी त्यांनी त्यांचा हेतू स्पष्ट केला, त्यांना महाराजांना परत चितोडला न्यायचं आहे.

राव भूपतसिंह, रावत माणिकभान आणि इतर पाच, आमच्या दरबाऱ्यांपैकी माझे फारसे आवडते नाहीयेत. एका बाबतीत त्यांना विश्वसनीय म्हणता येईल. ते कुठच्या गटाचा त्याग किंवा अंगिकार करतात त्यावरून वारा कोणत्या दिशेने वाहतोय याची कल्पना येते. चितोडची अनुकूलता परत महाराजांच्या बाजूला झुकलेली दिसतेय, मी स्वत:शीच उपरोधाने म्हणालो.

''आपला नकार आम्ही स्वीकारणार नाही, महाराज,'' भूपतरावांनी महाराजांना सांगितलं, ''उद्याच आम्ही आपल्याला आमच्याबरोबर परत नेणार.''

चितोड इतक्या अधीरतेने आपली वाट पाहतंय हे ऐकून बाबांना बरं वाटलं.

"उद्या नाही. आमच्या यजमानांचे आभार मानून त्यांचा निरोप घ्यावा लागेल आणि ते इथे उद्या संध्याकाळी येतील. परवा निघणं योग्य. चितोडला परतणं आमच्या नशिबातच लिहिलेलं दिसतंय. तासाभरापूर्वीच आम्ही युवराजांना म्हणालो होतो की, दोनेक दिवसांनी घरच्या मार्गाला लागावं."

"हा प्रसंग साजरा केला पाहिजे, महाराज. इथे येत असताना वाटेत रावत माणिकभानांनी आपल्यासाठी एक हरिण मारला. हरिणाचं मांस आपल्याला किती प्रिय आहे ते आम्ही जाणतो."

बाबांचा चेहरा आनंदाने उजळला. आपला हात भूपतसिंहांच्या खांद्यावर ठेवत ते म्हणाले, "उत्तम. ही गोष्ट आपल्या स्मरणात आहे, हे ऐकून समाधान वाटलं आम्हांला."

"तर मग आणखी एक समाधानकारक गोष्ट ऐकावी," स्वत:वरच खुश होत भूपतसिंह म्हणाले, "आपली आवडती मदिराही आणली आहे आम्ही."

नोकरांनी चषक आणले आणि रावतसिंहांनी आम्हा सर्वांच्या पेल्यांत मद्य ओतलं.

"श्रीमंत युवराज, आजच्या आमच्या मेजवानी समारंभाचे आपणही सन्माननीय पाहुणे आहात."

त्यांच्या वयोगटातला नसल्याने काहीतरी सबब सांगून या प्रसंगातून स्वत:ची सुटका करण्याचा माझा विचार होता. नाही, हे खरं कारण नाहीये. मला खुशमस्कऱ्यांचा सहवास आवडत नाही आणि ते सातही जण जरा अधिकच लाळघोटेपणा करत होते. सुदैवाने माझ्याकडे योग्य कारण होतं, "मला फारच आवडलं असतं आपल्यात सामील व्हायला. पण ग्रामवासीयांना त्यांच्यासोबत भवईचा खेळ पाहण्याचं आणि नंतर त्यांच्याकडे जेवायचं कबूल करून बसलोय मी."

त्यांची खरोखरच निराशा झाल्यासारखी वाटली, "आपल्यासाठी ठेवतो आम्ही. परत आल्यावर थोडंसं चाखून पाहावं. सुदैवाने हवेत थंडी आहे. आणखी एक दोन दिवस तरी मांस ताजं राहावं."

"आभारी आहे."

"रावत रामसिंह, आज संध्याकाळी आपण काही विशेष काम घेतलेलं नाही अशी आशा करतो."

"माझ्या राणांच्या तैनातीत राहणं हेच माझं विशेष काम." अंगरक्षक दलाचे मुख्य जरा आढ्यतेने म्हणाले, पण त्यांच्या प्रामाणिकपणाबद्दल कुणालाच शंका नव्हती.

"उमदे शब्द, रावत. महाराज, अंगरक्षक दलाचे मुख्य आणि मी सैनिकी प्रशिक्षण केंद्रात वर्गबंधू होतो हे ठाऊक आहे का आपल्याला ?"

"अर्थात ! स्पष्ट आठवतंय आम्हांला. आपल्या दोन वर्षं मागे होतो आम्ही."

बाबांच्या चेहऱ्यावर मिस्कील स्मित उमटलं, ''आणि केंद्राच्या वेळेत आम्ही इमली गल्लीतल्या एका नायकिणीचा बिछाना उबवीत असल्याची चुगली आमच्या वडिलांकडे तुम्ही केलीत त्यासाठी खाल्लेला मारही आठवतोय आम्हांला.''

भूपतसिंहचा चेहरा लालबुंद झाला.

''कारण,'' रामसिंह म्हणाले, ''राणांच्या जागी त्यांना स्वत:ला असायला आवडलं असतं.''

''माझं गुपित फोडल्याबद्दल धि:कार असो रावत रामसिंह.'' भूपतसिंहांनी एव्हाना आपला तोल सावरला होता. ''आज रात्रीची मेजवानी जन्मभर लक्षात राहावी अशी साजरी करूया आपण.'' खिडकीपाशी जाऊन त्यांनी शिपायाला फर्मावलं, ''कोण आहे रे ते ? निखाऱ्यांसाठी एक खड्डा खणून ठेवा. साऱ्या मेवाडमध्ये ज्याला तोड नसेल असं भाजणार आहे हरिण मी आज. रात्रीच्या मेजवानीसाठी सर्व उपस्थितांना आमंत्रण देतो मी. महाराजांचं चितोडला पुनरागमन साजरं करूया.''

रात्रीची मेजवानी चांगलीच रंगणार असल्याची चिन्हं दिसत होती.

''यावरून आठवण झाली, प्रधानमंत्री पूरणमलजी आणि मंगलसिंह कसे आहेत ?'' माझ्या शयनकक्षात जाण्यासाठी निघतानिघता मी विचारलं.

''उत्तम. उत्तम आहेत आणि महाराजांना आणि आपल्याला भेटण्याची उत्सुकतेने वाट पाहताहेत.''

भवईचा खेळ उच्छृंखल हास्यविनोदाने परिपूर्ण होता. कित्येक वर्षांत मी इतका पोटभर हसलो नसेन. आपल्या लोकनाट्याच्या प्रथेनुसार देवांना व्यंगात्मक पद्धतीने सादर करून खूप गंमत केली गेली होती. राजकारणावर केलेल्या औपहासिक टीकेच्या अनुषंगाने महाराजांवर आणि माझ्यावरदेखील औपरोधिक टोमणे मारले गेले : आम्ही दोघे बेकार होतो आणि अगतिकपणे नोकरीधंद्याच्या शोधात फिरत होतो. स्वैपाकी, धोबी, साईस, गवंडी, सोनार, सुतार वगैरे साऱ्या कामांसाठी आम्हांला नाकारण्यात आलं, कारण यांपैकी कुठल्याच कामात आम्हांला गती नव्हती, आणि मुख्य म्हणजे आमचे हात नेहमी पैशांच्या गल्ल्यात बुडालेले असायचे. शेवटी असं दिसून आलं की, आम्हांला गरजेपेक्षा अधिक बायका आणि रखेल्या आहेत, ज्यांचं पालनपोषण करणं आम्हांला जमत नव्हतं. म्हणून मग आमच्या प्रजेने आम्हांला भडव्यांच्या व्यवसायासाठी नेमलं.

गावातल्या ज्येष्ठ नागरिकांबरोबर मी मुखियाच्या घरी जेवत असताना त्यांना एका नोकराने कुणीतरी मला भेटण्यासाठी आलं असल्याची खबर दिली.

‘‘त्याला थांबायला सांग. मी येतो थोड्या वेळाने.’’

तो लगेच परत आला आणि म्हणाला, ‘‘निरोप निकडीचा आहे असं म्हणतोय तो.’’

माझे यजमान माझ्यासोबत बाहेर आले. काळोखात मला त्या माणसाचा चेहरा नीटसा दिसत नव्हता. माझ्या पायांवर त्याने दंडवत घातला.

‘‘माफी असावी युवराज, आपल्याला पानावरून उठवलं. क्षमा असावी.’’

त्याच्या बोलण्याची शैली चितोडच्या नोकरशाही वर्गाची होती. महाराजांच्या भेटीसाठी आलेल्या सात जणांचा बगलबच्चा होता का तो ? मी तुटकपणे विचारलं,

‘‘काय आहे ?’’

‘‘माझं नाव ईश्वरसिंह. चितोडहून आलोय.’’

‘‘मग बसवाच्या वाड्यावर का नाही वाट पाहिलीस माझी ?’’

‘‘एका गावकऱ्याला पत्ता विचारला असता आपण इथे आहात असं कळलं. युवराज, आपल्याशी एकांतात बोलता येईल का ?’’

आता तो मला नीट दिसू लागला होता. कपडे मळलेले, घामावर बसलेल्या धुळीच्या पुटांनी चेहरा मातकट झालेला. त्याचे पाय लटपटत होते म्हणून मी त्याला आधार दिला. डोक्यावरचा पटका त्याने हाताला गुंडाळला होता. पटक्याचं कापड चिकट, ओलं लागलं. त्याचा एकूण अवतार आणि हाताला गुंडाळलेला पटका जरा नाटकीच वाटला.

काय निरोप आणला असेल या माणसाने ? खरंच एकटा होता का तो ? काही काळंबेरं तर नव्हतं ? त्याचा घोडा कुठे होता ? इतक्या आठवड्यानंतर आज अचानक चितोडच्या लोकांची रीघ का लागली होती इथे ? मी त्याचा हात जोरात दाबला. त्याला खरंच जबरदस्त जखम झाली होती. रक्त उसळून वर आलं आणि त्याची शुद्ध हरपली. गावकऱ्यांनी त्याला उचलून घरात आणलं.

‘‘मला पातेल्यात गरम पाणी आणून द्या आणि मग आम्हा दोघांना एकटं सोडा.’’

त्याच्या हातावर गहिरा वार झाला होता. नक्कीच तलवारीचा वार होता तो. पटका सोडून मी त्याच्या डगल्याची बाही कापून काढली आणि त्याची जखम आणि चेहरा स्वच्छ धुतला.

‘‘कोणी पाठवलं तुला ?’’ त्याने डोळे उघडताच मी विचारलं. तो जर खरंच निरोप्या असेल तर त्याचा निरोप लवकरात लवकर जाणून घेणं इष्ट होतं.

‘‘शिराज अलीने, युवराज. राव भूपतसिंह, रावत माणिकभान आणि त्यांचे पाच इतर सोबती बसवाला येत असल्याने महाराजांना आणि आपल्याला सावधानीचा इशारा देण्यासाठी पाठवलंय मला.’’

"महाराजांच्या जिवाला धोका आहे असं वाटतंय का शिराज अलीला ?"

"आपण जागरूक असावं आणि क्षणभर देखील महाराजांना दृष्टिआड करू नये असा निरोप आहे त्यांचा."

"जरा उशिरानेच मिळतोय हा निरोप. गेले कित्येक तास महाराज एकटे आहेत त्यांच्याबरोबर."

"महाराजांशी आणि आपल्याशी माझ्याकडून बेपर्वाई झाली आहे, युवराज. यासाठी मला मृत्युदंड मिळणंच योग्य होईल."

"ते मला ठरवू दे. माझ्या प्रश्नांची उत्तरं दे. तुला उशीर का झाला ?"

"राजकुमार विक्रमादित्यांची माणसं माझा पाठलाग करत होती. चांदोरला माझा घोडा त्यांनी जायबंदी केला आणि त्याला मला तिथेच सोडावं लागलं."

"तिथेच त्यांनी तुझ्या हातावर वार केला का ?"

"नाही युवराज, ते नंतर झालं. बसव्याला पोचण्यासाठी मी आडवाटा घेत येत असताना."

"मंगलसिंह कुठे आहे ?"

"चार दिवसांपूर्वी चितोडपासून तीन चार कोसांवर, गंभीरीच्या प्रवाहात त्यांचं शरीर सापडलं. ते छिन्नविच्छिन्न स्थितीत असल्याने ओळखू देखील येत नव्हतं. त्यांच्या हातातल्या आंगठीवरून त्यांच्या पत्नीने त्यांना ओळखलं."

"आभारी आहे, मित्रा. तू आता इथेच थांब. मी परत येईस्तोवर इथून हालू नकोस."

"आणखी एक गोष्ट, युवराज. मरणापूर्वी एक दिवस आधी मंगलसिंहांनी शिराज अलीकडे आपल्यासाठी एक पत्र दिलं होतं. त्यांचं काही बरंवाईट झाल्यास शिराज अलीने ते पत्र आपल्याकडे पाठवण्याचा आदेश होता."

मी पत्र खिशात घातलं आणि निरोप्याला काहीतरी खायला घालण्याची विनंती माझ्या यजमानांना केली.

मला वाटलं होतं की जगाची रीत मला समजली आहे, जगातल्या चांगल्यावाईटाचं प्रमाण मला कळलेलं आहे आणि आता मला कुठल्याही घटनेचं आश्चर्य वाटणार नाही. पण मला मानवी स्वभाव फारच थोडा किंवा मुळीच समजलेला नाही हे आता स्पष्ट झालंय. नाहीतर मी इतक्या आंधळेपणाने कसा वागलो असतो ? आणि तरीही, हा व्यर्थ प्रश्न स्वतःला विचारत असताना देखील माझा विश्वास बसत नाहीये की राणी कर्मावती आणि विक्रमादित्याची महत्त्वाकांक्षा खुद्द महाराजांवर उलटण्याचं धाडस करू शकेल.

माझे वडील अजून जिवंत होते का ? याचं उत्तर मिळण्याचा एकच मार्ग होता. आमचे पाहुणे मी परत येण्याची वाट पाहत असणार. मी बेफिकीरला गावातच ठेवलं. दूरच्या आडमार्गाने मी वाड्याच्या मागच्या बाजूला पोचलो. सगळीकडे चिण्ण शांतता पसरली होती. पण या एकाकी जागेत ती दर रात्री अशीच असते. शिराज अलीची आणि माझी भीती निराधार होती का ? धीर धरून मी थोडा वेळ तिथेच थांबलो. थोड्या वेळाने, नोकरांच्या दरवाजात, बाबांचा एक पाहुणा काळोखात दबा धरून बसलेला दिसला. माझ्या धनुष्यबाणाची उणीव त्या रात्रीइतकी मला कधीच जाणवली नव्हती.

''जागते रहो ! ईश्वर आपलं रक्षण करो !'' त्या घनिष्ट अंधारात माझा आवाज मलाच विचित्र वाटला. दारातला माणूस हातात नंगी तलवार घेऊन बाहेर आला. मी पहारेकऱ्याची नक्कल नीट वठवत होतो का ? अजून तसा दूरच होतो मी आणि रात्रीचा पहारा हा अनोळखी प्रकार नव्हता. प्रत्येक वाड्यात, गावात आणि शहरात, एक तरी रखवालदार तासातासाला आवाज देत पहाटेपर्यंत गस्त घालतो. मी थेट त्याच्या दिशेने पुढे झालो.

''जागते रहो ! सारं काही खुशाल आहे !''

तो थोडा निश्चिंत झाला. पण त्याची तलवार अजूनही बाहेरच होती. मी त्याच्या शेजारी पोचलो, ''ईश्वर आपलं रक्षण करो !''

माझा डावा हात त्याच्या तोंडावर पडला आणि खंजीर त्याच्या हृदयात घुसला.

अर्धवट उचलून मी त्याला तबेल्याच्या दिशेने ओढत नेलं. बराच जड होता तो. त्याला खाली ठेवताच हुश्श झालं मला. परसातल्या मिणमिणत्या दिव्याच्या प्रकाशात माझी सावली हालल्याने घोडे जरासे चुळबुळले. तबेल्याचा दरवाजा उघडून मी एक एक घोडा बाहेर काढला.

छोटीशी होळी पेटवण्याची वेळ आली होती. मी मागे फिरून परसातला जळता दिवा उचलला (फारसं तेल उरलं नव्हतं त्यात) आणि तबेल्याच्या गवतात फेकला. आमच्या यजमानांच्या पाहुणचाराची परतफेड मी फारच कृतघ्नपणे करत होतो, पण आमच्या अतिथींना बाहेर काढण्याचा दुसरा कुठलाच उपाय नव्हता माझ्यापाशी. पळभरात तबेल्याच्या वरच्या तुळया आणि वाड्याच्या डाव्या अंगाचे तिरके वासे पेटले. घोडे घाबरून उधळले आणि दौडत पाठीमागच्या रानात नाहीसे झाले. काही नोकरमाणसं जागी होऊन आकांताने ओरडू लागली होती. महाराजांचे तीन रक्षक सैनिक त्यांना येऊन मिळाले आणि पाणी आणण्यासाठी विहिरीच्या दिशेने धावले.

मी वाड्याच्या पायऱ्यांमागे असलेल्या कोनाड्यात उभा होतो, जेव्हा आमचे पाहुणे सैरावैरा धावत खाली आले. साऱ्या सातांचा एकत्र समाचार घेऊ का ? खरं म्हणजे आता सहाच. पण शौर्याचं प्रदर्शन करण्याची वेळ नव्हती ही.

''घोडे वाचवा, घोडे वाचवा.'' एकमेकांच्या अंगावर किंचाळत ते धावत इमारतीबाहेर पडले.

मी महाराजांची वाट पाहत थांबलो. पण पाहुण्यांपाठोपाठ ते पायऱ्यांवरून खाली आले नाहीत. अंगरक्षक प्रमुख रामसिंहदेखील आले नाहीत. बाकीचे सारे अंगरक्षक कुठे होते ?

कुठे आहात बाबा तुम्ही ?

नाइलाजाने मी पायऱ्या चढू लागलो. हे प्रभो एकलिंगजी, ते झोपेच्या मिठीत हरवलेले असू देत, त्या दुसऱ्या कधीच न संपणाऱ्या निद्रेच्या नको. त्यांच्या शयनगृहाचं दार उघडं होतं आणि सारे दिवे ढणढणत होते. मी उभा होतो तिथूनदेखील मला त्यांचा ओठांचा हिरवा रंग दिसला. विषाने आपलं काम केलं होतं, पण विनायातना नाही. जणू नरडं ओरबाडून फाडण्यासाठी त्यांच्या उजव्या हाताचा पंजा त्यांच्या गळ्याभोवती बसला होता, डोळे हवेच्या शोधासाठी सताड उघडे, पण आ वासलेल्या चेहऱ्यावरचे क्लेष आणि भीती सुचवत होती की जगातली सारीच्या सारी हवा त्यांना वाचवण्यासाठी आता असमर्थ होती. मी जवळ गेलो आणि त्यांचे डोळे आणि तोंड मिटले. परमेश्वरा, किती लवकर मृत देह थंड पडतो. मला क्षमा करा बाबा, पण तुमच्या मृत्यूचा शोक मी नंतर करीन.

माझ्या खोलीत हरणाचं भाजलेलं मांस आणि एका वाटीत मिरपूड माझी वाट पाहत होती.

शंकेची खात्री करून घेण्यासाठी मी अंगरक्षक प्रमुख आणि त्यांच्या माणसांची अवस्था काय आहे ते पाहण्यासाठी गेलो. चितोडच्या पाहुण्यांनी खरोखरीच मेजवानी दिली होती. मृत्यूची मेजवानी. त्यांच्यावरदेखील ही आपत्ती कशी ओढवली नाही ते समजणं कठीण नव्हतं. राजकारण आणि कारस्थान शास्त्राच्या कुठल्याही नवशिक्याने ओळखलं असतं की विष मांसात नव्हतं, तर आम्ही राजपूत खुल्या हाताने आमच्या अन्नात, विशेषत: भाजलेल्या मांसावर शिंपडतो त्या मिरपुडीत होतं. मिरपूड टाळली तर काही धोका नव्हता. खाली आग विझवण्यात गुंतलेल्या तीन रक्षकांनी मिरपूड वापरली नव्हती हे स्पष्ट होतं.

खुशमस्कऱ्यांसाठी आणि लाळघोट्यांसाठी आत्मस्वार्थ आणि स्वत:चा जीव वाचवणं या सर्वांत महत्त्वाच्या बाबी. घोडे पकडून आपल्या परतीची सोय केल्याशिवाय ते माझ्या शोधार्थ येणार नव्हते.

मी परत गावात आलो. सारे झोपले होते. निरोप्या ईश्वरसिंह मुखियाच्या घरी अजून माझी वाट पाहत थांबला होता का याची मला खात्री नव्हती. पण माझी चिंता

व्यर्थ ठरली. अप्रामाणिक आणि भेकड माणसं मंगल कधीच निवडत नाही. मंगलशिवाय जीवन. खरंच, ही शक्यता मी कधीच विचारात घेतली नव्हती.

''युवराज, महाराज कसे आहेत ?''

''निर्जीव.''

तो माझं सांत्वन करायच्या बेतात होता, पण मी त्याला थांबवलं.

''मी बंद लखोटच्यात तुला काही कागदपत्रं देणार आहे. चितोडच्या दरबार गायिकेकडे, सजनीबाईकडे पोचवायचे ते. हा माझा कंठा घे. तू घेतलेल्या कष्टांची बिदागी. आता बाहेर थांब आणि पहारा कर.''

तो बाहेर जाताच मी मंगलच्या पत्राची मोहर तोडली. कसंबसं खरडलेलं हस्ताक्षर वाचणं कठीण जात होतं.

जय श्री एकलिंगजी

एक अल्प पत्र, युवराज. मेवाडवर फार मोठी आपत्ती येऊ घातली आहे. महाराजांचा आणि आपला प्राण घेण्याचा कट रचला जातोय. कृपया आपले दोघांचेही जीव वाचवण्याचे अंतिम उपाय योजावेत.

राजकुमार विक्रमादित्यांच्या माणसांचं मीही लक्ष्य बनलोय. आणि म्हणूनच आणखी एक गोष्ट मला आपल्यापाशी उघड केली पाहिजे. या पत्रासोबत मी पाठवत असलेलं पत्र वाचून आपण मला कधीच क्षमा करणार नाही हे मी जाणतो, पण मी माझ्या आईला शब्द दिला होता आणि म्हणूनच मला असह्य असलेली एक गोष्ट मी सहन करणार आहे, ती म्हणजे आपली नाराजी.

पळून जा, युवराज. नाहीसे व्हा.

आपला सेवक,
मंगल.

मी दुसरं पत्र उघडलं.

श्रीमंत युवराज यांसी,

श्री एकलिंगजी आपल्यावर सतत कृपेचा वर्षाव करोत आणि सर्व संकटांपासून आपलं रक्षण करोत.

मी मंगलला हे पत्र लिहिण्याची विनंती केली. तो एकमेव असा माणूस आहे ज्याच्यापाशी मी या पत्रातला मजकूर उघड करू शकते.

आपण मेवाडचं आणि माझं महान आशास्थान होता, मेवाडचं भविष्य आपल्या हातात होतं. आपण माझे होता, पण आपल्यासाठी असलेली माझी महत्त्वाकांक्षा आपल्या देशासाठी होती. मी फार स्वार्थी स्त्री आहे, पण आपल्याला माझ्यापाशी ठेवण्याचा मार्ग म्हणजे आपल्याला मोकळं सोडणं हेही मी जाणत होते.

आपल्याला स्तनपान देत असतानाच मी आपल्या विवाहासंबंधी माझ्या मनाची तयारी केली होती. पण आपली पत्नी राजकुमारींसारखी निघेल अशी माझी अपेक्षा नव्हती. त्या एकनिष्ठ आहेत, पण आपल्याशी नाही, हे कळायला मला खूप वेळ लागला, पण शेवटी माझ्या लक्षात आलं की, त्या मेवाडचा नाश करणार. या प्रकरणातला सर्वांत दुःखद भाग म्हणजे त्यांचा आपल्यावर असलेला पगडा. त्यांच्याबरोबर असताना आपली विचारशक्ती नष्ट होते. त्या आपल्याला पुत्र तर देऊ शकल्या नाहीतच, पण साऱ्या मेवाडच्या नजरेत आपल्याला हास्यास्पद करून ठेवलं आहे त्यांनी. त्यामुळे लवकरच साऱ्या मेवाड्यांच्या आणि आपल्या मांडलिकांच्या मनातला आपल्याविषयीचा आदरभाव संपुष्टात आला.

मी राजकुमारींना त्यांची वागणूक बदलण्याविषयी वेळीच सावध केलं. पण त्यांनी ते मनावर घेतलं नाही. म्हणून मग मीच यावर उपाय योजण्याचं ठरवलं. आपल्या वैऱ्यांच्या मनातदेखील हाच विचार होता, पण त्यांची योजना साफ फसली. राजकुमारींऐवजी त्यांनी त्यांच्या दासीचा, साध्याभोळ्या कुमकुमचा बळी घेतला.

मी राजकुमारींचा मृत्यू अधिक काटेकोरपणे आखला होता. माझ्यावर आळ न येईल याची योग्य खबरदारीदेखील घेतली होती. मी आम्हा दोघींच्याही जेवणात विष मिसळलं. फक्त त्यांच्या अन्नातलं विषाचं प्रमाण माझ्यापेक्षा दसपटीने अधिक होतं. मलादेखील विषबाधा झाल्याने कुणालाच माझा संशय आला नाही. दुर्दैवाने मेवाडच्या राजकुमारींचा अंत करण्यात मीही अयशस्वी ठरले.

कुणी दुष्ट शक्ती त्यांचं रक्षण करत आहेत, की देव ? कधी कधी ते एकच असावेत असं मला वाटतं. माझ्या कृतीचा मला पश्चात्ताप होत नाहीये. इतक्या वर्षांनंतर आपण आणि राजकुमारी खूप जवळ आला आहात. पण या संबंधातून काहीही शुभ उत्पन्न होणार नाही. कारण हा संबंध खोटेपणावर आधारलेला आहे. आपल्याला वाचवणं माझ्या कुवतीबाहेरचं आहे. आपल्यालाही वाचवलं जाण्याची इच्छा नाही. या संबंधामुळे सर्व काही

गमावणार आहात आपण, त्या नाही, हे आपल्या अजूनही लक्षात येत नाहीये.

दिवसेंदिवस छोट्या संतमाईविषयीची आख्यायिका वाढत जाणार. प्रेमिक नेहमीच जगाला प्रिय असतो. त्यांचं प्रेम, आणि अत्युत्कट प्रेमकाव्यं त्यांना अमर बनवतील आणि आपलं काय, युवराज ? जर राणी कर्मावती आणि विक्रमादित्य आपल्याला नामशेष करू शकले नाहीत तर राजकुमारी आणि त्यांचा प्रियकर ते करतील. कुणीही असोत, पण ते आपली स्मृती संपूर्णपणे पुसून टाकतील.

आपण महान कार्यासाठी जन्मला होता, युवराज. आपल्या देशवासीयांनी पाहिलेला सर्वांत उत्तम राजपूत सम्राट होणं शक्य होतं आपल्याला. साऱ्या शत्रूंना जिंकून संपूर्ण भारताचा महाराणा होण्यासाठी लागणारी असामान्य दृष्टी आणि चाणाक्षपणा आहे आपल्या अंगी. आपण आपल्या पत्नीचा त्याग करू शकाल ? तरच आपण आपल्या भावाचा आणि त्याच्या आईचा पाडाव करून बाबर आणि आपले इतर शत्रू यांच्यावर लक्ष केंद्रित करू शकाल.

एवढं कराल का आपण ? मनोमन माझी खात्री आहे की आपण ते करणार नाही. आपल्यासाठी फक्त एकच स्त्री आहे. आणि ती म्हणजे, राजकुमारी. त्यांचं आपल्यावर प्रेम असतं तर सारं काही साध्य झालं असतं. असो. दोघांच्याही वाट्याचं प्रेम आपल्याच हृदयात समावलंय हे स्पष्ट आहे.

मी जात आहे, युवराज. एका खुनी स्त्रीला, मग तो खून फसलेला का असेना, मेवाडमध्ये जागा नाही. आणि निष्क्रियपणे मी आपला अध:पात पाहू शकणार नाही.

माझी भीती आपण खोटी सिद्ध कराल ही आश.

आपली सेवक,
कौसल्या

माझ्या चरित्रात्मक लिखाणातला शेवटचा उतारा जवळजवळ पूर्ण झाला आहे. आता कागद लखोटच्यात घालून त्यावर माझ्या मुद्रेची मोहर लावली की तो मी निरोप्याकडे देऊन त्याला चितोडला पाठवीन. कुठल्याही क्षणी महाराजांचे मारेकरी माझ्या शोधात येऊन पोचतील. पण अजून एक गोष्ट करायची राहिली आहे जी इतकी

वर्षं मी पुढे ढकलत आलो आणि जी आता मला करायलाच हवी. मला देवळात जाऊन कुणाशी तरी हिशेब पुरा करायचाय.

शिवाय, राणी कर्मावती, विक्रमादित्य आणि त्यांच्या सहा होयबांचं सोपं लक्ष्य बनू इच्छित नाही मी. अजून माझ्यापाशी बेफिकीर आहे आणि पर्वतराजी आणि राजा पुराजी कीका इथून फारसे दूर नाहीयेत. त्याशिवाय, लीलावतीच्या बाहुपाशात विसावण्यासाठी अधीर झालो आहे मी.

मी का स्वतःचीच प्रतारणा करतोय ? कौसल्या आणि लीलावती म्हणाल्या ते सत्य होतं. त्यांचा सल्ला वादातीत आहे. जर मला माझ्या आयुष्याचं काही सार्थक करायचं असेल तर मला त्या स्त्रीवर पाठ फिरवणं, माझ्या जीवनातून तिला कायमची हद्दपार करणं आवश्यक आहे. होय, अत्यावश्यक आहे ते.

पण माझ्यासाठी फक्त एकच स्त्री आहे आणि ती लीलावती नाही. कौसल्या नाही. ती आहे, माझी पत्नी. मी तिच्या पाठोपाठ जाईन. वृंदावनाला, मथुरेला, नरकाच्या दारात, अगदी स्वर्गातदेखील — जर देवांनी मला तिथे थारा दिला तर.

उपसंहार

मी ते हरवलेलं पान आहे ज्याची उणीव कुणालाही जाणवणार नही, कथानकात पडलेला खंड आहे, जो सहज वगळता येतो.

यानंतर युवराज कुणाच्याही ऐकिवात किंवा पाहण्यात आले नाहीत. त्यांच्या नाहीसं होण्याबद्दल बऱ्याच कथा प्रचलित आहेत. एका कथेनुसार राणी कर्मावती आणि विक्रमादित्याच्या त्या सहा खुनी हुजऱ्यांनी त्यांना ठार केलं. दुसरी म्हणते की, युवराज मांडूला गेले आणि लीलावतीचं हरण करून राजा पुराजी कीकांच्या पर्वतीय राज्यात स्थायिक झाले. तिसरीप्रमाणे त्यांना मथुरेत पाहिलं गेलं. जिथे ते साधू बनून छोट्या संतमाईच्या अनुयायी भक्तगणांत सामील झाले होते. चौथी कथा मात्र काहीसं अधिक गुतागुंतीचं सूचित करते.

ते सहा मारेकरी त्यांच्या मागावर असताना युवराज बसवाच्या कृष्ण मंदिराकडे धावले. त्या वेळी त्यांनी आपला केसरिया बाणा, म्हणजे शेवटच्या संग्रामासाठी बांधलेला केशरी रंगाचा पटका, परिधान केला होता, 'देवांनाही आपल्या कर्माची फळं भोगली पाहिजेत,' ते स्वत:शीच पुटपुटले होते.

बसवाच्या संगमरवरी बन्सीबाजाच्या मूर्तीचा आकार चितोडच्या वृंदावनी मंदिरातल्या मूर्तीच्या अर्ध्यानेदेखील नव्हता, पण हिचं सौंदर्य वेगळंच होतं आणि युवराजांना जरी हे स्वीकारणं कठीण जात असलं तरी या मूर्तीच्या चेहऱ्यावर असलेले शांती आणि अभयाचे भाव असामान्य होते. पितांबराच्या कोरीव चुण्या तर इतक्या सूक्ष्म होत्या जितक्या, ईडरच्या मोहिमेत सात दिवस वाळवंटात भटकत असताना युवराजांनी आपल्या पायांनी नष्ट केलेल्या वाळूच्या लहरी. डोक्यावरच्या पट्टीत तिरकं खोवलेलं मोरपीस जवळजवळ पारदर्शक वाटावं इतकं नाजूक. पण युवराजांच्या हृदयातली तार छेडली ती मूर्तीच्या चेहऱ्यावरच्या भावांनी आणि मस्तकाच्या झुकावाने. बन्सीबाजाची ती मूर्ती म्हणजे जवळजवळ त्यांचीच प्रतिकृती आहे असा गैरसमज होणं शक्य होतं.

बासरीवर वाजवत असलेल्या धूनीत ब्रह्मानंद सापडल्याप्रमाणे त्याने आपले डोळे मिटून घेतलेले. खरंच, संगीताइतकी अस्सल समाधी नाही आणि आत्मशोधाचा दुसरा प्रवास नाही.

शिल्पकलेच्या सौंदर्यशास्त्रावर आणि ध्वन्यार्थावर विचार करण्यासाठी छान वेळ निवडली आहे मी. दिरंगाई पुरे झाली युवराज, खूप झालं. प्रत्येक वस्तूत देव असतो असं म्हणतात, तर मग त्याच्या स्वत:च्याच प्रतिकृतीत तो नक्कीच असणार, राजकुमार स्वत:शीच म्हणाले.

म्यानातून तलवार बाहेर काढायची. उजवा हात डाव्या खांद्याच्या वर उचलायचा. थेट त्याच्या चेहऱ्यावर नजर खिळवायची — काळजीचं कारण नाही. तो डोळे उघडणार नाहीये किंवा बासरी वाजवायचंदेखील थांबणार नाहीये आणि मग अचानक, विजेच्या वेगाने उजवा हात खाली आणायचा. डावीकडून उजवीकडे एक आरपार वार आणि त्याचं डोकं घरंगळत खाली जमिनीवर.

"किती काळ हे वैर जोपासणार आहेत तू ? किती काळ हा व्यक्तिगत कलह लढणार आहेस ? आणि कशासाठी ? तू आणि मी एक आहोत हे जाणत नाहीस का ? माझं गाणं आणि बासरी तुझ्या ओठांवर आहेत. आपण दोघं एकाच स्त्रीवर प्रेम करतो. अरे वेड्या, जगातली कुठलीही शक्ती आपल्याला विभक्त करू शकत नाही."

निळ्या द्व्यर्थी बोलत होता का ? युवराजांनी स्वत:लाच प्रश्न केला. खोटेपणा पुरेपूर भरला होता या देवाच्या अंगात. अडचणीच्या प्रसंगातून अंग काढून घ्यायला किंवा समोरच्यावर मात करायला तो दुटप्पीपणाची किंवा लबाडीची कितीही खालची पातळी गाठायला कमी करणार नाही. पण याच कारणासाठी तो सर्वांत मोठा मुत्सद्दी वाटला नव्हता का युवराजांना ? आणि मेवाडच्या लोकांनी व्यवहारचातुर्याचे आणि युद्धकलेचे धडे त्याच्यापासून घ्यावेत अशी इच्छा नव्हती का त्यांची ?

युवराजांची मनस्थिती द्विधा झाली. हात उंचावून त्याला ठार मारावं की... ?

मनात ठरवल्याप्रमाणे त्यांनी आपली दुधारी तलवार साऱ्या शक्तीनिशी वेगाने खाली आणली. त्यांचा हात मध्येच गोठला का ? बन्सीबाजाच्या संगमरवरी अंगावर किंवा मोहक हसऱ्या चेहऱ्यावर एक छोटासा ओरखडा तरी उठला का ? सजनीबाई यासंबंधी कसलाच खुलासा करत नाही.

हातात नंग्या तलवारी घेतलेल्या त्या सहा मारेकऱ्यांनी एव्हाना त्यांना घेरलं आणि तत्क्षणी बन्सीबाजाने युवराजांना स्वत:त सामावून घेतलं. ते सारे जण भीती आणि विस्मयाने स्तंभित झाले. आत्ता युवराज त्यांच्या पुढ्यात होते आणि क्षणात अदृश्य झाले. ते स्वप्न तर पाहत नव्हते ? फक्त, बन्सीबाजाच्या छातीच्या डाव्या कडेतून बाहेर डोकावणारं युवराजांच्या केसरिया बाणा पटक्याचं टोक उरलं होतं.

जेव्हा कधी कोणी त्या मंदिरात प्रवेश करतं, तेव्हा हवेच्या हलक्या लहरीने त्या बिनसांध्याच्या संगमरवरात अडकलेलं ते रेशीम किंचित लहरतं.

ऐतिहासिक टिपणं

विक्रमादित्य

राणी कर्मावतीच्या प्रयत्नांना अखेरीस यश आलं. विक्रमादित्य चितोडचा राजा झाला. परंतु तो फार काळ गादीवर टिकला नाही. त्याच्या राजवटीत चितोडचं एकेकाळीचं वैभव ऱ्हास पावलं. युवराजांचा पाहुणा बहादूर शहा याने चितोडवर हल्ला करून किल्ल्याला वेढा दिला. राणी कर्मावतीने, तेव्हाचा दिल्लीचा पातशहा हुमायून, याला तांतडीचे निरोप पाठवून चितोडच्या रक्षणासाठी येण्याची विनंती केली. पण आश्वासन देऊनही तो आला नाही. जेव्हा सर्व आशा संपुष्टात आली तेव्हा राणी कर्मावती आणि १३००० इतर चितोडवासी स्त्रियांनी सत्त्वरक्षणासाठी अग्निप्रवेश करून जोहार केला.

बाबर

एका छोट्या तुर्की टोळीचा नायक, बाबर जेव्हा प्रांजोक्सियाना मधून निघाला तेव्हा हिंदुस्थानचा पातशहा होण्याची कल्पनाही त्याच्या मनात नव्हती. पण त्याने जगातला एक सर्वात महत्त्वाचा राजवंश — मोगल घराणं भारतात प्रास्थपित केलं. या राज वंशाचे पुढील पातशहा - हुमायून, अकबर, जहांगीर, शहाजहान आणि औरंगजेब भारतीय इतिहासात प्रख्यात आहेत.

बहादूर शहा

गुजरातच्या सुलतान बहादूर शहाने अखेरीस चितोड आणि मालवा, दोन्ही गिळंकृत केली. जेव्हा हुमायूनने गुजरातवर आपला मोर्चा वळवला, तेव्हा बहादूरने पोर्तुगीजांची मदत घेतली जिच्या बदल्यात त्याने तेव्हा गुजरातचा भाग असलेली मुंबईची सात बेटं त्यांना दिली असं म्हणतात की पोर्तुगीजांनी बहादूरला आपल्या एका बोटीची पहाणी करण्यासाठी आमंत्रण दिलं आणि पहाणी करत असताना तो पाण्यात पडून बुडावा अशा अपघाताची व्यवस्था केली.

मीरा

मीरा ही भारतातील सर्वात प्रसिद्ध संत असं म्हटलं तर ती अतिशयोक्ती होऊ नये. ती एकमेव संत होती जी राजकन्या होती. तिचा जन्म १४९८ मधे झाला आणि

१५१६ मधे तिचं चितोडच्या राणा संगाच्या ज्येष्ठ मुलाशी – युवराज भोजराजाशी लग्न झालं. तिची कृष्णभक्ती, तिचं भक्तिकाव्य, तिचा झालेला छळ व तिच्या अनेक खर्‍या-खोटच्या आख्यायिका भारतभर प्रसिद्ध आहेत.

तिचा पती भोजराज हा मात्र इतिहासाच्या अंधारात गडप झालेला दिसतो. मीराच्या लोकप्रियतेने त्याचं अस्तित्वच नगण्य केलंय. त्याच्याबद्दल कसलीच माहिती इतिहासात उपलब्ध नाही.

‘ककल्ड’ या इंग्रजी कादंबरीवर आलेले महत्त्वाचे अभिप्राय

एखादीच कादंबरी तुम्हांला इतकं हरवून सोडते आणि आपल्या नव्या वाटांतून एक नवेच अभिनव शिल्प उभं करते. ‘प्रतिस्पर्धी’ वाचकांना प्रक्षुब्ध करते, विचारांनी दमवते, त्याच वेळी परिहासाने ताजेही ठेवते.

-कमल देसाई

हे लिखाण इतकं तात्कालिक, इतकं वैषयिक आहे की वाचकाच्या शारीरिक स्मृती ते जागृत करू शकतं. हे एक अतिशय महत्त्वाचं पुस्तक आहे जे आजच्या जगाशी नातं जोडतं आणि तरीही जे नि:संशय काळाची परीक्षा पार करेल.

डॉ. सुझन दारुवाला
केंब्रिज युनिव्हर्सिटी

अतिशय चटकदार, लाघवी व प्रभावशाली कथा. नगरकर आपल्या आग्रही, वर्णनात्मक मति गुंग करणाऱ्या भाषेच्याद्वारे वाचकाला एका स्तिमित करणाऱ्या विलक्षण साहित्यिक सफरीवर नेतात.

मंजुला पद्मनाभन
आउटलुक

सर्व भाषिक अडथळ्यांपासून मुक्त, कर्मठ पावित्र्याची बंधनं तोडून टाकणारी ‘ककल्ड’ ही खरचं एक कल्पक नवनिर्मिती आहे.

सुभाष झा
हिंदुस्थान टाइम्स

किरण नगरकरांची मूळ इंग्रजीतील ‘ककल्ड’ (जारिणीचा पती) ही कादंबरी ‘प्रतिस्पर्धी’ या नावाने मराठीत येते आहे ही घटना मला अनेक अंगांनी क्रांतिकारी वाटते. एकदा हाती घेतली की खाली ठेवता येत नाही अशी ही कादंबरी.

- विद्युत भागवत

अरुंधती रॉय कादंबरी प्रथम वाचनात ती पूर्ण केल्याशिवाय खाली ठेववत नाही हे खरं, पण नगरकरांचं हे पुस्तक त्यातून मिळणाऱ्या निरतिशय आनंदासाठी तुम्हांला परत परत वाचावसं वाटतं.

कॅरोल आंद्रादे
द मेट्रोपोलिटन

सुरुवातीलाच म्हणावं लागतं की हे एक भारावून टाकणारं, तेजस्वी पुस्तक आहे, एक महाकाव्य, ज्याची पानं अधाशीपणे सहजगत्या भक्षण करणाऱ्या वाचकालाच जे स्वाहा करतं.

गाब्रिएल वेन्झकी
डी त्साइट (जर्मनी)

वाचनवेड्यांसाठी एक अतिशय उत्कट, रंगदार, जिवंत ऐतिहासिक कादंबरी, स्वर्गीय वाचन.

कॉस्मॉपॉलिटन

नगरकर अतिशय कौशल्याने इतिहास आणि घटना, व्यक्तिचित्रण आणि तात्त्विक विचार यांचं मिश्रण करतात....जो कुणी 'कृष्णाची छाया' (प्रतिस्पर्धी) ही कादंबरी वाचेल त्याला गोष्टींची आश्चर्यकारक विपुलता आणि दरबारी वाक्प्रचारापासून ते आजच्या बोली भाषेपर्यंत विनासायास फिरणाऱ्या लवचीक भाषेच्या वैविध्याचा मोबदला नक्कीच मिळेल.

कॉर्नेलिया झेश्य
बवेरियन रेडिओ (जर्मनी)

राजप्रसादातील कटकारस्थानांच्या जगाचा शोध घेणारा एक प्रवास जो मनाची संपूर्ण पकड घेतो, पण जो परिकथेतला वाटतं नाही...यात मन व्यापून टाकणाऱ्या नादाचं जे वर्णन केलं गेलं आहे ते अरेबियन नाईट्सपेक्षा बेकेटच्या लिखाणाच्या अधिक जवळचं वाटतं.

फोल्क इस्फोर्ट
आबेंडत्सायटुंग (जर्मनी)

www.ingramcontent.com/pod-product-compliance
Lightning Source LLC
Chambersburg PA
CBHW051217040925
32097CB00008B/155

* 9 7 8 8 1 7 1 8 5 9 5 6 6 *